Diamond Dictionary of Sociology

डायमंड

समाजशास्त्र शब्दकोश

(इंग्रजी–मराठी)

संपादक–लेखक

प्रा. पी. के. कुलकर्णी

डायमंड पब्लिकेशन्स

डायमंड समाजशास्त्र शब्दकोश
संपा.–ले. : प्रा. पी. के. कुलकर्णी

Diamond Samajshastra Shabdkosh
Ed.-Auth. : Prof. P. K. Kulkarni

प्रथम आवृत्ती : २०१२

ISBN 978-81-8483-451-2

© डायमंड पब्लिकेशन्स

अक्षरजुळणी
अक्षरवेल, पुणे

मुखपृष्ठ
शाम भालेकर

प्रकाशक
डायमंड पब्लिकेशन्स
१२५५ सदाशिव पेठ, लेले संकुल, पहिला मजला
निंबाळकर तालमीसमोर, पुणे – ४११ ०३०.
☎ ०२० – २४४५२३८७, २४४६६६४२
diamondpublications@vsnl.net
www.diamondbookspune.com

प्रमुख वितरक
डायमंड बुक डेपो
६६१ नारायण पेठ, अप्पा बळवंत चौक
पुणे – ४११ ०३०. ☎ ०२० – २४४८०६७७

श्री. दत्तात्रेय पाष्टे

संचालक, डायमंड पब्लिकेशन्स,

मराठीतून कोशवाङ्मयाच्या प्रकाशनाचे शिवधनुष्य तुम्ही नुसतेच उचलले नाही, तर यशस्वी रीतीने पेललेसुद्धा. केवळ तुमच्यामुळे समाजशास्त्राचा शब्दकोश लिहिण्याची व प्रकाशित करण्याची संधी मिळाली. मराठीतून कोशवाङ्मय प्रकाशित करण्याच्या तुमच्या प्रयत्नाला सलाम करण्यासाठी समाजशास्त्राचा हा शब्दकोश तुम्हाला सादर समर्पण.

डॉ. बी. आर. जोशी

तुमच्यामुळे शब्दकोशाच्या लिखाणाकडे वळलो. त्यामुळेच समाजशास्त्राच्या शब्दकोशाच्या संपादनाची आणि लेखनाची जबाबदारी मी पार पाडू शकलो. तुमच्या ७७ व्या वाढदिवसानिमित्त मराठीतील हा पहिला समाजशास्त्राचा शब्दकोश तुम्हालाही सादर समर्पण.

प्रा. पी. के. कुलकर्णी

मनोगत

समाजशास्त्रात मराठीतून पाठ्यपुस्तके लिहिण्यास प्रारंभ केल्यानंतर इंग्रजी शब्दाला पर्यायी, योग्य शब्द मराठीत निवडणे ही मोठी कसरत होती. ती करत असताना इंग्रजीप्रमाणेच मराठीतही एखादा शब्दकोश लिहावा असे मनात खूप होते. पण योग्य संधी मिळत नव्हती. उदगीरहून सेवानिवृत्त झाल्यानंतर पुण्याला स्थायिक होण्याचा निर्णय घेतला. येथे आल्यावर डॉ. सु. दा. गोरे (समाजशास्त्र विभागप्रमुख, सर परशुरामभाऊ महाविद्यालय, पुणे), यांच्यामुळे डॉ. बी. आर. जोशी यांची ओळख झाली. ते सामाजिक शास्त्रातील विविध विषयांवर संज्ञाकोशाचे संपादन करीत असल्याचे समजले. समाजशास्त्रातील काही संज्ञांचे लिखाण करण्याची त्यांनी विनंती केली व ती मी आनंदाने स्वीकारली व अशा रीतीने कोशवाङ्मय लिखाणाशी मी संबंधित झालो.

त्यानंतर श्री. दत्तात्रेय पाष्टे यांनी मराठी माध्यमातून समाजशास्त्राचे अध्ययन करणाऱ्या विद्यार्थ्यांसाठी इंग्रजी–मराठी असा समाजशास्त्राचा शब्दकोश प्रकाशित करण्याची नुसतीच इच्छा व्यक्त केली नाही, तर शब्दकोशाच्या संपादनाची व लेखनाची सर्व जबाबदारी त्यांनी माझ्यावर टाकली. माझ्याही सुप्त इच्छेची त्यामुळे पूर्तता होणार असल्यामुळे ही जबाबदारी मी आनंदाने स्वीकारली. गेल्या काही महिन्यांत केलेल्या परिश्रमातून, समाजशास्त्राचा मराठीतून लिहिलेला शब्दकोश आज प्रकाशित होत आहे याचा आत्यंतिक आनंद मला होत आहे. अर्थात या शब्दकोशाच्या प्रकाशनाचे निर्विवाद श्रेय डायमंड पब्लिकेशन्सचे संचालक व मालक श्री. दत्तात्रेय पाष्टे यांचे आहे. कोशवाङ्मय प्रकाशित करण्याचा त्यांनी ध्यास घेतला. नुसताच ध्यास घेतला नाही, तर त्याच्या पूर्णत्वाच्या दृष्टीने मार्गक्रमण केले व त्याची परिणती म्हणजे या समाजशास्त्राच्या शब्दकोशाचे प्रकाशन होय. श्री. दत्तात्रेय पाष्टे यांनी शून्यातून विश्व निर्माण करून डायमंड पब्लिकेशन्स या संस्थेचा विस्तार केला. त्यांच्या या श्रमाला व कष्टाला विनम्र अभिवादन करण्यासाठी हा शब्दकोश मी त्यांना समर्पित करीत आहे.

त्याचप्रमाणे डॉ. बी. आर. जोशी यांच्यामुळे कोश लिखाणाशी माझा संबंध आला. या शब्दकोशासाठी त्यांचे मार्गदर्शन सतत प्रेरणादायी ठरले. आज ७७ व्या वर्षीही अशा प्रकारच्या कोश संपादनातील त्यांचा उत्साह एखाद्या तरुणाला लाजवील असा आहे. त्यांच्या ७७ व्या वाढदिवसाप्रीत्यर्थ हा शब्दकोश त्यांनाही मी समर्पित करीत आहे.

या शब्दकोशाची रचना करताना प्रथम इंग्रजीतील शब्द, त्याचा इंग्रजीतील

उच्चार, त्यानंतर मराठीतील प्रतिशब्द व त्याचे विवेचन अशी आखणी केली आहे. हा शब्दकोश, समाजशास्त्राचे प्राध्यापक, विद्यार्थी, नेट व सेट परीक्षेला बसणारे विद्यार्थी व प्राध्यापक, एमपीएससी परीक्षेला बसणारे विद्यार्थी यांना उपयुक्त ठरणार आहे. या शब्दकोशाचे संपादन व लेखन मी एकट्याने केल्याने त्यात जरी काही उणिवा असतील तर त्याची सर्वस्वी जबाबदारी माझी आहे.

या शब्दकोशासाठी संदर्भग्रंथ उपलब्ध करून देण्यात, डॉ. बी. आर. जोशी, सेवानिवृत्त प्रपाठक व उपप्राचार्य, विद्यावर्धिनी महाविद्यालय, धुळे (स्थायिक, पुणे), डॉ. सु. दा. गोरे, समाजशास्त्र विभागप्रमुख व प्रपाठक, स. प. महाविद्यालय, पुणे, प्रा. सलमा अजिज, समाजशास्त्र विभागप्रमुख, अबेदा इनामदार महाविद्यालय, पुणे आणि प्रा. वंदना पलसाने, समाजशास्त्र विभागप्रमुख, सिद्धिविनायक महिला महाविद्यालय, पुणे यांचा वाटा मोठा आहे. त्या सर्वांचा मी ऋणी आहे.

याशिवाय माझी पत्नी सौ. प्रतिभा ही सतत माझ्यासमवेत असतेच. शिवाय माझा मुलगा चि. सतीश (विभागीय विक्री व्यवस्थापक, टेक्नोव्हा इमेजिंग सिस्टिम), सून सौ. निवेदिता यांनी घरची सर्व जबाबदारी स्वेच्छेने उचलून लिखाणासाठी अधिक वेळ दिला. माझी कन्या प्रा. सौ. भारती सहस्रबुद्धे व जावई ॲड. मिलिंद सहस्रबुद्धे, दुसरी कन्या सौ. ज्योती व जावई श्री. सुहास जोशी यांनी सतत मला प्रोत्साहन देऊन माझ्या लेखनाचे सतत कौतुक केले. त्यांचा मी आभारी आहे. या व्यतिरिक्त माझ्या भ्रमंती मंडळातील सर्व सहकाऱ्यांनी माझ्या लेखनाचे कौतुक करून मला सतत प्रोत्साहित केले. त्यांचाही मी ऋणी आहे.

डायमंड पब्लिकेशन्सचे संचालक श्री. दत्तात्रेय पाष्टे यांनी या शब्दकोशाच्या संपादनाची व लेखनाची जबाबदारी माझ्यावर टाकून माझ्यावर जो विश्वास दाखविला त्याबद्दल मी त्यांचा ऋणी आहे.

ग्रंथ सुबक बनविण्यात सहभागी असलेले मुद्रक, मुद्रितशोधक, मुखपृष्ठकार व डायमंड पब्लिकेशन्सचे सर्व कर्मचारी यांचाही मी आभारी आहे.

शब्दकोश आपल्याला आवडला, उपयोगी पडला तर ग्रंथ लिहिल्याचे सार्थक झाले असे मी समजेन. तसेच हा शब्दकोश परिपूर्ण आहे असा दावा मी करणार नाही. समाजशास्त्रातील बहुसंख्य शब्दांचा वा संज्ञांचा समावेश या शब्दकोशात करण्याचा मी प्रयत्न केला आहे. तरीसुद्धा काही शब्द न आढळल्यास तो प्रशासकीय व माझ्या उणिवांचा परिणाम होय.

धन्यवाद !

- प्रा. पी. के. कुलकर्णी

लेखक परिचय

प्रा. प्रभाकर काशिनाथ कुलकर्णी
समाजशास्त्र विभागप्रमुख (सेवानिवृत्त),
महाराष्ट्र उदयगिरी महाविद्यालय, उदगीर, जि. लातूर.
सह. प्राध्यापक, सिद्धिविनायक कला व वाणिज्य महिला महाविद्यालय, पुणे.
सह. प्राध्यापक, स्वाध्याय महाविद्यालय, पुणे.

विविध समाजशास्त्रीय विषयांवर संशोधनप्रकल्प प्रसिद्ध.
विविध संमेलनांचे व परिषदांचे आयोजन; तसेच विविध राष्ट्रीय, आंतरराष्ट्रीय परिषदांमध्ये सहभाग.

'सामाजिक विचारप्रवाह', 'उद्योगाचे समाजशास्त्र', 'प्रगत समाजशास्त्रीय सिद्धान्त', 'वस्तुनिष्ठ समाजशास्त्र' असे विविध प्रकारचे ग्रंथ प्रसिद्ध.

'ॲन इंट्रोडक्शन टू सोशिऑलजी' (डॉ. विद्याभूषण व डॉ. डी. आर. सचदेव) या ग्रंथाचा 'समाजशास्त्र परिचय' या शीर्षकाने मराठी अनुवाद. (सहअनुवादक – डॉ. सुधाताई काळदाते)

समाजशास्त्र व मानवशास्त्र संज्ञाकोश (डॉ. बी. आर. जोशी (संपा.), डॉ. सु. दा. गोरे व डॉ. शौनक कुलकर्णी.) यामध्ये सहलेखक म्हणून सहभाग.

समाजशास्त्र शब्दकोश

abandoned child - (अबॅन्डन्ड चाइल्ड) **परित्यक्त बालक :** अनैतिक संबंधातून जन्माला आल्यामुळे, आत्यंतिक गरिबीमुळे आई-वडील दोघेहीजण किंवा दोघांपैकी एक मुलाला टाकून देतो, तेव्हा त्या मुलास 'परित्यक्त बालक' या संज्ञेने संबोधले जाते.

abduct - (ॲबड'क्ट) **अपहरण :** व्यक्तीला बळजबरीने, चोरून किंवा हिंसात्मक मार्गाने पळवून नेण्याच्या क्रियेसाठी ही संज्ञा वापरली जाते. विशेषत: तरुण मुलींना त्यांच्याशी विवाह करण्यासाठी वा त्यांच्यावर बलात्कार करण्यासाठी पळवून नेले जाते. खंडणी मागण्यासाठीही आजकाल व्यक्तींना पळवून नेतात.

aberrant behaviour - (ॲब'रन्ट बिहे'व्हिअर) **विपथगामी किंवा समाजबाह्य वर्तन :** अनियमित किंवा समाजाच्या प्रमाणकाविरुद्ध वर्तन करण्याच्या क्रियेसाठी ही संज्ञा वापरतात. हे वर्तन गुप्तपणे केले जाते. विशेषत: अपसामान्य लैंगिक इच्छेच्या पूर्ततेसाठी या प्रकारचे वर्तन केले जाते. उदा. समलिंगी संभोग, अनैतिक शारीरिक संबंध, बालकांचे लैंगिक शोषण इत्यादींत या प्रकारचे वर्तन केले जाते.

ability - (अबि'लिटी) **क्षमता :** पात्रता, एखादे काम करण्याची मानसिक किंवा शारीरिक कुवत. समाजशास्त्रात 'क्षमता' ही व्यक्तीसाठी व समाजातील समूहासाठी महत्त्वाची संज्ञा आहे; कारण विविध कामे करण्यासाठी, ती पार पाडण्यासाठी 'क्षमता' ह्या सुप्त शक्तीला ओळखण्याची गरज आहे. कारण व्यक्तीच्या क्षमतेद्वारेच तिचे व्यक्तिमत्त्व लोकांच्या नजरेत भरते.

abnormal - (ॲबनॉर्मल) **अपसामान्य किंवा असामान्य :** प्रत्येक समाजात व्यक्तींनी कसे वर्तन करावे याविषयी काही नियम (अलिखित वा लिखित स्वरूपात) तयार करण्यात आलेले असतात. त्याविरुद्ध वर्तन करणाऱ्या व्यक्तींच्या वर्तनाला अपसामान्य किंवा असामान्य म्हणतात.

abnormal division of labour - (ॲबनॉर्मल डिव्हिजन ऑफ लेबर) **असामान्य किंवा असाधारण श्रमविभाजन :** श्रमविभाजन या सामाजिक प्रक्रियेचे आकलन होण्यासाठी द्युरखेम यांनी ही संज्ञा वापरली होती. द्युरखेम यांच्या मते, याप्रकारच्या श्रमविभाजनात ही प्रक्रिया आपली सामाजिक भूमिका योग्य प्रकारे बजावत नाही; तर असामान्य श्रमविभाजन समाजात एकात्मता किंवा एकरूपता निर्माण करण्याच्याऐवजी त्यात बाधा किंवा अडथळा आणते.

abnormality (Social) - (ॲबनॉर्मलिटी) (सोशल) **असामान्यता किंवा असाधारणता (सामाजिक) :** सामान्य किंवा साधारण स्वरूपाच्या नियमनांपासून दूर जाणे व मार्गच्युत होणे म्हणजे असामान्यता होय. समाजाच्या सर्वसामान्य प्रमाणकांच्या विरोधात वर्तन करण्याच्या क्रियेसाठीही ही संज्ञा वापरली जाते.

abolitionism - (ॲबोलिशनिझम) **निर्मूलनवाद :** समाजातील काही गटांना उच्चवर्णीयांकडून किंवा उच्चवर्गीयांकडून जी भेदभावाची वागणूक दिली जाते, ती अमानुष असून ती नष्ट करण्याच्या क्रियेसाठी ही संज्ञा वापरतात. अस्पृश्यतेचे निर्मूलन, गुलामगिरीचे निर्मूलन. बालगुन्हेगारी व गुन्हेगारी इत्यादींचे निर्मूलन यांसाठी ही संज्ञा वापरतात. समाजातील अपप्रवृत्ती नष्ट व्हावी, हा या प्रक्रियेचा उद्देश असतो.

absolute poverty - (ॲब्सलूट पॉव्हर्टी) **निरंकुश गरिबी :** ज्या व्यक्तींना, तिच्या व तिच्या कुटुंबाच्या उपजीविकेसाठी, कमीतकमी ठरवून दिलेल्या मापदंडापेक्षाही कमी उत्पन्न मिळाल्यामुळे ती व्यक्ती स्वतःच्या व कुटुंबाच्या मूलभूत गरजांची पूर्तता योग्य प्रकारे करू शकत नाही, त्यास निरंकुश गरिबी असे म्हणतात.

absolute surplus value - (ॲब्सलूट सर्प्लस व्हॅल्यू) **निरंकुश अतिरिक्त मूल्य :** निरंकुश अतिरिक्त मूल्याचा संबंध हा कामगारांच्या एका दिवसाच्या कामाच्या कालावधीशी जोडला जातो.

abstract - (ॲबस्ट्रॅक्ट) **अमूर्त किंवा सारांश :** कोणतीही गोष्ट जी डोळ्यांना दिसत नाही, त्यास 'अमूर्त' ही संज्ञा वापरतात. परमेश्वर, माणसाच्या भावना, विचार, संवेदना इत्यादी बाबी अमूर्त आहेत. एखाद्या संशोधनात्मक निबंधाचा सारांश काढण्याच्या क्रियेलाही इंग्रजीत 'ॲबस्ट्रॅक्ट' (सारांश) या संज्ञेने संबोधले जाते.

abstracted empiricism - (ॲबस्ट्रॅक्टिड एम्पिरिसिझम) **अमूर्त अनुभववाद :** 'अमूर्त अनुभववाद' ही संज्ञा १९५९ साली सी. राइट मिल्स (C. Wright Mills) यांनी प्रथम वापरली होती. या संज्ञेचा संदर्भ मिल्स यांनी, ज्यात संख्यात्मक संशोधनतंत्र समाविष्ट आहे, अशा सामाजिक सर्वेक्षण प्रकाराशी जोडला होता. परंतु त्याचबरोबर मिल्स यांनी समाजशास्त्रातील सैद्धान्तिक परंपरेकडे फारच कमी प्रमाणात लक्ष दिले होते. तसेच त्यांनी समाजशास्त्रीय आकलनाच्या संदर्भात दिलेले योगदानही अत्यल्प आहे. पॉल लाझर्सफ्लेड (Paul Lazersfled) यांच्या योगदानातून मिल्स यांनी या संज्ञेची निवड केली होती, की ज्यात त्यांना 'उच्च संशोधनतंत्र' आणि 'तथ्यसंकलनातील वास्तवतेचा शोध' समाविष्ट असल्याचे दिसून येते.

abstracted labour - (ॲबस्ट्रॅक्टिड लेबर) **अमूर्त कामगार :** मार्क्स यांच्या आर्थिक सिद्धान्तातील 'मूल्याचे मोजमाप' करण्याचा आधार म्हणून त्यांनी ही संज्ञा वापरली होती.

accidental sampling - (ॲक्सिडेन्टल सॅम्पलिंग) **आकस्मिक नमुनाचयन किंवा नमुनानिवड :** प्रयुक्तांच्या उपलब्धतेनुसार आणि ते स्वेच्छेने सहभागास तयार असतील, अशा प्रयुक्तांच्या नमुन्याला 'आकस्मिक नमुनाचयन' किंवा 'नमुनानिवड' म्हणतात.

accommodation - (अकॉमडेशन) **समावेशकता :** समावेशकता म्हणजे अशी कोणतीही सामाजिक प्रक्रिया, की ज्यात व्यक्तिमत्त्व आणि गट यांच्यातील कार्यात्मक संबंधात, कळत-नकळत बदल घडवून आणण्याची प्रक्रिया समाविष्ट असून ज्यामुळे त्यांच्यातील संघर्ष टाळला जाईल, कमी केला जाईल किंवा नष्ट केला जाईल व त्याचबरोबर त्यांच्यात परस्परपूरक संबंध समायोजित केले जातील. समाजजीवनातील संघर्ष टाळण्यासाठी एक समूह दुसऱ्या समूहाशी जेव्हा मिळतेजुळते घेतो, त्या प्रक्रियेलाही समावेशकता असे म्हणतात.

accommodation group - (अकॉमडेशन ग्रूप) **समावेशकता गट किंवा गट–समावेशकता :** गटसमावेशकता हीसुद्धा एक प्रक्रिया असून ज्यात आंतरक्रियात्मक व्यक्ती किंवा गट, त्यांच्या संघटना, भूमिका किंवा दर्जा यांत सुधारणा करतात की ज्यामुळे ते सामाजिक एककासह कोणत्याही परिस्थितीचा सामना करण्यासाठी सक्षम बनतील.

acculturation - (अ॑कॅल्च्यु॑रेशन) **अभिसंस्करण किंवा संस्कृतीकरण :** संस्कृतीचे एका पिढीकडून दुसऱ्या पिढीकडे होणारे हस्तांतरण म्हणजे अभिसंस्करण होय. उच्च संस्कृती धारण करणाऱ्या तथाकथित उच्चवर्णीयांच्या वा उच्चवर्गीयांच्या संस्कृतीचा अंगीकार करणे म्हणजे अभिसंस्करण होय. अभिसंस्करण म्हणजे ज्यात विविध सांस्कृतिक पार्श्वभूमी असलेले गट परस्परांच्या संपर्कात आल्यानंतर एकमेकांच्या सांस्कृतिक अनुबंधातील काही भाग किंवा संपूर्ण सांस्कृतिक अनुबंध स्वीकारतात.

accumulation - (अक्यू॑म्युलेशन) **संचयीकरण :** समाजातील संस्कृतीच्या विशेष गुणधर्मांचे संचयन करणे म्हणजेच संचयीकरण होय.

accumulation of capital - (अक्यू॑म्युले॑शन ऑफ कॅ॑पिटल) **संचयीकरण, भांडवल किंवा भांडवलाचे संचयीकरण :** भांडवलाचे संचयीकरण ही एक प्रक्रिया असून ज्याद्वारे भांडवलशाहीचा विस्तार केला जातो, की ज्यात श्रमिकांची अशा तऱ्हेने नेमणूक केली जाते; की ज्यामुळे अतिरिक्त मूल्यात वाढ होऊन त्याद्वारे नवीन भांडवलाची निर्मिती होते. भांडवलाचा संचय ही सतत चालणारी प्रक्रिया असून त्यात, मूळ भांडवल → अतिरिक्त मूल्य → अधिक नवीन भांडवल हे चक्र समाविष्ट आहे.

ace phalous – (ऐशी फेलस) **निर्नायकी :** हा शब्दप्रयोग प्रामुख्याने नैसर्गिक अवस्थेमध्ये राहणाऱ्या, अप्रगत आदिवासी समाजाला उद्देशून केला जातो. (ज्या समाजात औपचारिक नेता नसतो वा औपचारिक राजकीय सत्तास्थानाची तरतूद नसते.)

achieved statuses - (अचीव्हड स्टॅ॑टसेस) **अर्जित किंवा स्वसंपादित दर्जे :** काही दर्जे व्यक्तीने त्यासाठी खास परिश्रम घेऊन, स्वकर्तृत्वावर किंवा स्वकर्तृत्वाच्या जोरावर मिळविलेले असतात, त्यांना अर्जित किंवा संपादित दर्जे म्हणतात. डॉक्टर, वकील, संशोधक, प्राध्यापक इत्यादी दर्जे स्वसंपादित होत.

achievement - (अची॑व्हमेन्ट) **साध्यसंप्राप्ती किंवा ध्येयसिद्धी :** साध्यसंप्राप्ती किंवा ध्येयसिद्धी ही एक प्रक्रिया असून ज्याद्वारे व्यक्ती इच्छित हेतू साध्य करण्यासाठी प्रयत्न करते. पार्सन्स यांनी याकडे सामाजिक व्यवस्थेचे एक कार्यात्मक पूर्वावश्यक तत्त्व म्हणून पाहिले असून मानवी प्रगतीचे ते द्योतक आहे, असे मानले होते.

achievement motivation - (अची'व्हमेन्ट) **साध्यसंप्राप्ती किंवा ध्येयसिद्धी प्रेरणा :** चांगले काम करण्याची इच्छा किंवा यश:प्राप्तीची भूक यासाठी ही संज्ञा वापरली जाते. कोणत्याही क्षेत्रात यश मिळविण्यासाठी प्रयत्न करावे लागतात व त्यासाठी कुटुंब, राज्य, शिक्षण इत्यादी संस्थांकडून व्यक्तीला किंवा गटाला प्रेरणा वा प्रोत्साहन मिळणे जरुरी आहे. साध्यसंप्राप्ती प्रेरणा हा मानवी प्रेरणांचा केंद्रबिंदू असल्याचे डेव्हिड मॅक–क्लेलँड (David Mc-clelland) हे मानसशास्त्रज्ञ मानतात. मानवी प्रेरणांशिवाय व्यक्ती यश प्राप्त करू शकत नाही.

action - (ऑ'क्शन) **क्रिया :** सकाळी झोपेतून उठल्यापासून रात्री परत झोपेपर्यंत मनुष्य ज्या कृती करतो, त्यांस समाजशास्त्रज्ञांनी 'क्रिया' या संज्ञेने संबोधले आहे. १. व्यक्तीच्या दृष्टीने अर्थपूर्ण वर्तन म्हणजे क्रिया होय. २. व्यक्तीने केलेली आत्मनिष्ठ कृती म्हणजे क्रिया. ३. अन्य व्यक्तींच्याकडून प्रभावित झालेली, परंतु पूर्णपणे वैयक्तिक स्वरूपाची कृती म्हणजे क्रिया होय.

action frame of reference - (ऑ'क्शन फ्रेम ऑफ रे'फरन्स) **क्रिया संदर्भचौकट :** क्रिया सिद्धान्तावर चर्चा करताना पार्सन्स यांनी ही संकल्पना वापरली होती. क्रिया सिद्धान्त हा पार्सन्सच्या व्यवस्था सिद्धान्ताचा पाया आहे. संदर्भचौकटीचे दोन मूलभूत घटक आहेत– १. स्थितिज्ञान २. संबंधित व्यवस्था घटक. संबंधित व्यवस्था घटकाच्या चार बाजू आहेत अ. सांस्कृतिक ब. सामाजिक क. व्यक्तिमत्त्व ड. जीवशास्त्रीय. कोणत्याही व्यवस्थेचा अभ्यास या चार संदर्भ घटकांद्वारेच केला गेला पाहिजे, असे पार्सन्स स्पष्टपणे सांगतात.

action research - (ऑ'क्शन रिस'र्च) **कृतिमूलक संशोधन :** सामाजिक संशोधन– प्रकल्पामागे केवळ ज्ञानवृद्धी हे उद्दिष्ट नसेल आणि संशोधन करता करता एखाद्या सामाजिक समस्येवर उपाय शोधण्याचाही हेतू असेल, तर त्यासाठी 'कृतिमूलक संशोधन' ही संज्ञा वापरली जाते.

action theory - (ऑ'क्शन थिअरी) **क्रिया सिद्धान्त :** क्रिया सिद्धान्त म्हणजे समाजशास्त्रीय विश्लेषणाचे किंवा अध्ययनाचे विविध स्रोत उदयाला आलेले आहेत त्यांपैकी एक स्रोत होय. पार्सन्स हा या सिद्धान्ताचा प्रणेता होय.

active variable - (ऑक्टिव्ह व्हे'रिएबल) **सक्रिय परिवर्त्य किंवा चल :** ज्या परिवर्त्याचे प्रयोगकर्ता कारक व्यापारण करतो किंवा त्यामध्ये हस्तक्षेप करतो, तो परिवर्त्य वा चल म्हणजे 'सक्रिय परिवर्त्य वा चल' होय.

actor - (ॲक्टर) **कर्ता** : पार्सन्स या समाजशास्त्रज्ञाने त्याच्या क्रियासिद्धान्तात, व्यक्तीसाठी कर्ता ही संज्ञा वापरली. जो क्रिया करतो तो कर्ता.

adaption - (ॲड'प्शन) **अनुकूलन** : पर्यावरणाशी किंवा परिस्थितीशी समायोजन साधून इतर कर्त्यांच्या वर्तनाला अनुकूल असे वर्तन करणे, म्हणजे अनुकूलन होय. अनुकूलन म्हणजे सामाजिक व्यवस्थेतील पर्यावरणाशी समायोजन साधणे होय. विविध प्रकारच्या सामाजिक व्यवस्था, परिस्थितीशी जुळवून घेण्याचा जो प्रयत्न करीत असतात; त्या प्रक्रियेलाही समायोजन म्हणतात.

adaption sensory - (ॲड'प्शन सेन्सरी) **संवेदना अनुकूलन** : माणसाचे शरीर अनेक संवेदनांचे आगर आहे. या संवेदनांची पूर्तता होणे आवश्यक आहे. आपल्या संवेदनांच्या पूर्तता होण्यासाठी त्यास अनुकूल वर्तन करण्याच्या क्रियेला 'संवेदना अनुकूलन' म्हणतात.

addiction (drug) - (ॲडि'क्शन) **व्यसनाधीनता** : मादक किंवा नशा आणणाऱ्या पदार्थांचे सेवन करण्याची सवय, की जी प्रकृतिस्वास्थाला घातक ठरते. अफू, गांजा, दारू, सिगारेट, तंबाखू, गुटखा इत्यादी पदार्थ मादक वा नशा आणणारे आहेत. याशिवाय ब्राउनशुगर हा पदार्थही नशा आणतो. या पदार्थांचे सातत्याने सेवन करण्याच्या प्रवृत्तीसाठी व्यसनाधीनता ही संज्ञा वापरली जाते.

adjustment - (अड्ज'स्टमेन्ट) **समायोजन** : समायोजन म्हणजे बदलत्या परिस्थितीशी जुळवून घेणे, तसेच समाजाच्या बदलत्या रूढी, परंपरा व अपेक्षा यांना अनुसरून वागणे होय.

adjustment social - (अड्ज'स्टमेन्ट सो'शल) **समायोजन सामाजिक** : पहा- social adjustment–सामाजिक समायोजन.

adjustment, individual or personal - (अड्ज'स्टमेन्ट इ'न्डिव्हि'ज्युअल, ऑर प'र्सनल) **समायोजन, वैयक्तिक किंवा खासगी** : विशिष्ट सामाजिक परिस्थितीशी सलोख्याचे वा समरूप संबंध प्रस्थापित करण्याची व्यक्तींची स्थिती किंवा अवस्था म्हणजे समायोजन वैयक्तिक होय. (पहा–individual adjustment– वैयक्तिक समायोजन.)

adjustment, institutional - (अड्ज'स्टमेन्ट इ'न्स्टिटट्यू'शनल) **समायोजन संस्थात्मक** : संस्थेच्या पारंपरिक कार्यात किंवा संबंधात सुधारणा घडवून आणणे म्हणजे समायोजन संस्थात्मक होय. संस्थात्मक समायोजन प्रसंगी जीवनपरिस्थिती

बदलल्यामुळेही घडून येते. उदा. तंत्रशास्त्रीय, परिस्थितिशास्त्रीय परिवर्तनामुळे बदललेली जीवनपद्धती. तसेच संगणक व भ्रमणध्वनी या दोन तंत्रशास्त्रीय साधनांनी मानवी जीवनावर इतका प्रभाव पाडला की, त्यासमवेत समायोजन साधणे संबंधित संस्थांना आवश्यक झाले.

adjustment, vocational - (अड्ज्'स्टमेन्ट व्हो'केशनल) **समायोजन, व्यावसायिक :** तरुणांना त्यांच्या व्यवसायाशी आणि आर्थिक दर्जाशी समायोजन साधण्यासाठी जी पूर्वतयारी करावी लागते; त्यासाठी ही संज्ञा वापरण्यात आली, ज्यामुळे तरुणांच्या सामाजिक आणि कौटुंबिक गरजांची परिपूर्ती होते. या प्रकारच्या समायोजनात आत्मनिष्ठ आणि वस्तुनिष्ठ या दोन्ही समायोजक बाजूंचा अंतर्भाव होतो, की ज्यामुळे तरुणांना ते करीत असलेल्या व्यवसायाचे सखोल ज्ञान प्राप्त होते; जे अंतिमत: व्यक्तींच्या यशाचे गमक ठरते. व्यावसायिक समायोजनासाठी योग्य प्रशिक्षणाची आवश्यकता असते. थोडक्यात तुम्ही जो व्यवसाय निवडता, त्यासमवेत समायोजन साधणे म्हणजे 'व्यावसायिक समायोजन' होय.

administrative sociology - (ॲडमिनिस्ट्रेटिव्ह सोशिऑलजी) **प्रशासकीय समाजशास्त्र :** प्रशासनव्यवस्थेत काम करणारे वेगवेगळे घटक, व्यक्ती प्रशासनात आपली भूमिका पार पाडीत असतात. त्यांची ही भूमिका कशी निश्चित होते; तसेच त्यांची भूमिका आणि त्यांच्या जबाबदाऱ्या आणि त्यानुसार घडणारे त्यांचे प्रशासकीय वर्तन यांचा समाजशास्त्राच्या दृष्टिकोनातून अभ्यास करण्याचा जो प्रयत्न समाजशास्त्रात केला जात आहे, त्याला प्रशासकीय समाजशास्त्र म्हणतात.

administrative adjudication - (ॲडमिनिस्ट्रेटिव्ह ॲड्'ज्युडिकेशन) **प्रशासकीय निवाडा किंवा निर्णय :** प्रशासनव्यवस्थेत विविध पदांवर कार्यरत असलेल्या अधिकाऱ्यांना त्यांच्या कार्यकक्षेत व कायद्याच्या चौकटीत राहून जे निर्णय घ्यावे लागतात, त्यासाठी ही संज्ञा वापरण्यात आली आहे. प्रशासकीय कार्य सुरळीत चालण्यासाठी हे निर्णय महत्त्वाचे ठरतात.

adolescence - (ॲडॉले'सन्स) **पौगंडावस्था :** ही संज्ञा, वयामध्ये येताना होणाऱ्या भावनात्मक आणि वर्तनात्मक बदलांच्या अवस्थेसाठी वापरली जाते. ही अवस्था (मानवी) जीवनचक्राचा एक भाग असून, तारुण्यात प्रवेश करण्याची ती एक शारीरिक अवस्था असून त्यास समाजाची मान्यता आहे. बाल्यावस्थेतून तारुण्यावस्थेत प्रवेश करण्याच्या संधीकाळासाठीही 'पौगंडावस्था' या संज्ञेचा वापर केला जातो. शारीरिक दृष्टीने विचार करता लैंगिक विकासाची आणि पूर्ण

परिपक्वतेची ही अवस्था होय. काही समाजात व विशेषत: आदिवासी समाजात मूल वयामध्ये येताना काही धार्मिक विधी केले जातात.

adoption - (ॲड'प्शन) **दत्तक विधान :** ज्या विवाहित जोडप्याला काही कारणाने मूल होत नाही, अशी जोडपी संगोपनासाठी, कायमस्वरूपी एखादे मूल कायदेशीर बाबींची पूर्तता करून स्वीकारतात; त्याला दत्तकविधान म्हणतात.

adult crime - (ॲड'ल्ट क्राईम) **प्रौढ गुन्हेगारी :** गुन्हा, गुन्हेगार व गुन्हेगारी वर्तन हे कायद्याच्या क्षेत्रात येणारे शब्द आहेत. भारतात साधारणत: १८ वर्षांवरील मुले वा व्यक्ती यांनी गुन्हे केल्यास त्यांना 'प्रौढ गुन्हेगार' म्हणतात.

adult education - (ॲड'ल्ट ए'ज्युके'शन) **प्रौढ शिक्षण :** भारतात साक्षरतेचे प्रमाण वाढविण्यासाठी भारत सरकारने २ ऑक्टोबर १९७८ पासून साक्षरता अभियानाला सुरुवात केली. सर्वसाधारणपणे १५ ते ३५ वयोगटातील निरक्षरांना प्रौढ शिक्षणकेंद्राच्या माध्यमातून साक्षर करण्याची योजना 'राष्ट्रीय प्रौढ शिक्षण योजने' मार्फत आखली. विद्यापीठातील, महाविद्यालयातील विद्यार्थ्यांमार्फत किंवा स्वयंसेवी संस्थांमार्फत, खेडेगावात किंवा शहरातील झोपडपट्ट्यांत प्रौढ शिक्षणकेंद्राची स्थापना करून, साक्षरता अभियानाचा कार्यक्रम राबविण्यात आला. परिस्थितीनुसार यात अनेक परिवर्तने झाली. महिला साक्षरता, लोकसंख्या साक्षरता, साक्षरोत्तर शिक्षण, निरंतर शिक्षण, एका व्यक्तीने एका निरक्षरास साक्षर करणे (each one teach one) इत्यादी बाबी या अभियानात समाविष्ट करून ही योजना अधिक व्यापक करण्यात आली.

adultery - (ॲड'ल्टरी) **व्यभिचार :** आपल्या वैवाहिक जोडीदाराव्यतिरिक्त विवाहित व्यक्तीने अन्य व्यक्तीशी प्रस्थापित केलेले व समाजाला, तसेच कायद्याला अमान्य असलेले शारीरिक संबंध 'व्यभिचार' या संज्ञेत समाविष्ट आहेत.

advanced capitalism - (ॲडव्हा'न्सड कॅ'पिटलिझम) **प्रगत भांडवलवाद :** भांडवलवादाच्या विकासाची एक अंतिम काल्पनिक अवस्था, जीमध्ये संपत्तीच्या मालकीहक्काचे एकीकडे केंद्रीकरण केले जाते; तर दुसरीकडे राज्याच्या अर्थव्यवस्थेत सरकारकडून अधिकाधिक हस्तक्षेप केला जातो, तेव्हा ही संज्ञा वापरतात.

aesthetics - (ॲस्थे'टिक्स) **सौंदर्यशास्त्र :** कला, ललितकला (fine arts) आणि कलेची गुणग्राहकता यांचा वैज्ञानिक अभ्यास म्हणजे सौंदर्यशास्त्र होय. सौंदर्यशास्त्राने मान्य केलेल्या अभ्यासविषयात, निसर्गाचे आकलन करण्याचा आपला अनुभव आणि आपली गुणग्राहकता यांतील साम्य आणि भेद यांचा

समावेश होतो. जर्मनीत स्थापन झालेल्या फ्रॅन्कफर्ट संप्रदायाने (Frankfurt school) त्यांच्या टीकात्मक सिद्धान्ताच्या माध्यमातून सौंदर्यशास्त्राच्या अभ्यासविषयाचे पुनर्निश्चितीकरण करण्यावर आणि तर्कसंगततेच्या दृष्टिकोनातून विश्लेषण करण्यावर प्रकाशझोत टाकला होता.

aetiology - (इटिऑलॉजी) **रोगनिदानशास्त्र** : वैद्यकशास्त्रात रोगनिदानशास्त्र या संकल्पनेचा अर्थ आहे, विविध शारीरिक विकृतिनिदर्शक चाचण्यांच्या माध्यमातून रोगाच्या कारणांचा शोध घेऊन त्याआधारे रोगनिदान करणे होय.

समाजशास्त्रज्ञांनी ही संज्ञा; समाजातील बालगुन्हेगारी, गुन्हेगारी, वेश्या व्यवसाय, भ्रष्टाचार, भिक्षावृत्ती इत्यादी विकृतींसाठी कारणीभूत ठरणाऱ्या कारणांचा शोध घेण्यासाठी वापरली होती. त्यास समाजशास्त्र 'गुन्हा शोधशास्त्र' ही संज्ञा वापरतात.

affectual action - (अफे'क्च्युअल ऑ'क्शन) **संवेदनात्मक क्रिया** : मॅक्स वेबर यांनी प्रतिपादन केलेला सामाजिक क्रियेचा एक प्रकार म्हणून या संज्ञेकडे पाहिले जाते. संवेगात्मक किंवा संवेदनात्मक क्रिया म्हणजे भावनेच्या आहारी जाऊन केलेले वर्तन होय. इतर व्यक्तींच्या प्रेम, हेवा, द्वेष व राग इत्यादी भावनाप्रधान वर्तनाला त्याच भावनांच्या आधारे प्रतिसाद देणे म्हणजे संवेदनात्मक क्रिया होय. प्रेम करणाऱ्या व्यक्तीवर आपणही प्रेम करतो, तर आपला तिरस्कार करणाऱ्या व्यक्तींचा आपणही तिरस्कार करतो. यालाच संवेदनात्मक क्रिया म्हटले जाते.

affinal - (अफि'नल) **वैवाहिक नातेसंबंध** : आप्तसंबंधाचा किंवा नातेसंबंधाचा एक प्रकार. विवाह हे या नातेसंबंधाच्या निर्मितीचे एक साधन होय.

affinity - (अफि'निटी) **घनिष्ठ नातेसंबंध, वैवाहिक नातेसंबंध** : विवाहातून निर्माण झालेल्या नातेसंबंधासाठी ही संज्ञा वापरली जाते. विशेषत: पती-पत्नींचे नातेसंबंध यात येतात. याशिवाय रक्तसंबंधावर आधारित नात्यांसाठीदेखील ही संज्ञा वापरतात. विशेषत: आई-वडील व त्यांची मुले यांच्यातील नात्यासाठी ही संज्ञा वापरली जाते.

affirmative action - (अफ'र्मेटिव्ह ऑ'क्शन) **सकारात्मक क्रिया** : पहा–positive discrimination–सकारात्मक विभेदीकरण.

affluent society - (ऑ'फ्लुअन्ट सोसायटी) **समृद्ध किंवा संपन्न समाज** : जो समाज मूलभूत आर्थिक टंचाईवर व असुरक्षिततेवर विजय मिळविण्यात यशस्वी

होतो, त्याला समृद्ध समाज म्हणतात. परंतु ही संकल्पना सापेक्ष संकल्पना असल्याने ती देशकालानुसार बदलू शकते.

after care - (आ‘फ्टर केअर) **अनुरक्षण :** सर्वसाधारणपणे एखाद्या रोग्याला रोग बरा झाल्यानंतर दवाखान्यातून घरी पाठविल्यानंतर सामाजिक कार्यकर्ते त्यांच्या सामाजिक कार्याचा एक भाग म्हणून त्यांच्या आरोग्याची जी काळजी घेतात, त्यासाठी ही संज्ञा वापरली जाते. तसेच प्रसूतीनंतर बाळंतीण आईची व नवोदित बाळाच्या आरोग्याची जी काळजी घेतली जाते, त्यासाठीपण ही संज्ञा वापरतात.

age distribution - (एज डि‘स्ट्रिब्यूशन) **वय वितरण :** लोकसंख्याशास्त्रात व समाजशास्त्रीय संशोधनात ही संज्ञा वापरतात. लोकसंख्याशास्त्रानुसार जनगणनेत राष्ट्राच्या सभासदांचे वयानुसार जे वर्गीकरण केले जाते, त्यासाठी ही संज्ञा वापरतात. समाजशास्त्रीय संशोधनात माहिती देणाऱ्या (informant) व्यक्तींचे त्यांच्या वयानुसार जे वर्गीकरण केले जाते, त्यासाठीपण ही संज्ञा वापरतात.

age grade - (एज ग्रेड) **वय-श्रेणी किंवा वय-स्तर :** वय-स्तर हा असा एक सामाजिक स्तर आहे की ज्यानुसार गटातील प्रवेश, बढती ही मोठ्या प्रमाणात निर्धारित केली जाते. सेवाज्येष्ठता हा प्रकार एकीकडे नोकरीतील सेवाकालावधी व वय यांवर आधारित असतो. नोकरीत प्रवेश करण्याची कमीतकमी मर्यादा १८ वर्षे ही असते, तर निवृत्तीचे वय ५८ ते ६५ एवढे असू शकते. प्रत्येक क्षेत्रात वय-दर्जा महत्त्वाचा असतो.

age group - (एज ग्रूप) **वयोगट :** वयावर आधारित राष्ट्रातील किंवा समाजातील लोकांचे वयानुसार सामाजिक गट वा सामाजिक समूह बनविणे म्हणजे वयोगट होय. सध्या समाजात वयावर आधारित समूहाला निर्णायक महत्त्व आहे. परंतु सर्वच समाजांत वयोगटाला खूपच महत्त्व आहे. भारतात वयोगटाचे स्वरूप साधारणतः 0-६, ६-१५, १५-३५, ३५-६५ व ६५ च्या वर असे असते. १५ ते ६५ हा वयोगट ‘कर्ता वयोगट’ म्हणून संबोधला जातो.

age of enlightenment - (एज ऑफ इन्ला‘इटनमेन्ट) **प्रबोधनाचे युग :** प्रबोधनाचे युग म्हणजे फ्रान्समधील विद्वान मंडळीत निर्माण झालेल्या अस्वस्थतेचा किंवा क्षोभाचा कालावधी होय, की ज्याचा अंतिम परिणाम फ्रान्समध्ये राज्यक्रांती होण्यात झाला. ही राज्यक्रांती १७८९ साली झाली होती. या ठिकाणी ‘प्रबोधन’ म्हणजे अत्यंत विलक्षण किंवा असामान्य अशा बौद्धिक विकासाचा आणि तत्त्वज्ञानशास्त्रात झालेल्या परिवर्तनाचा कालावधी होय. अनेक वर्षांपासून चालत

आलेल्या कल्पना आणि श्रद्धा, की ज्या मोठ्या प्रमाणात सामाजिक जीवनाशी संबंधित होत्या; त्यांना प्रबोधनकाळात जमीनदोस्त करण्यात येऊन त्यांची जागा नवीन कल्पना व श्रद्धा यांनी घेतली. प्रबोधन चळवळीशी आणि विकासाशी अनेक विचारवंत संबंधित होते. त्यांतील काही विचारवंत पुढीलप्रमाणे– व्हॉल्टेअर (Voltaire, 1694-1778), मॉन्टेस्क्यू (Montesquieu, 1689-1755), होलबॅच (Holbach, 1723-1789), हेलव्हेटिअस (Helvetius, 1715-1771), डिडेरॉ (Diderot, 1719-1784) आणि जीन जॅक्स रूसो (Jean Jacques Roussean, 1712-1778). साधारणत: १७ व्या शतकाच्या उत्तरार्धात प्रबोधनयुगाला सुरुवात झाली व अधिक चांगल्या बुद्धिप्रामाण्यवादी जगाची निर्मिती करणे, हे प्रबोधनाचे ध्येय होते.

age sets - (एज से'ट्स) **वयोसंच :** वयोसंच म्हणजे वयावर आधारित (अधिक विशेषत्वाने पुरुषाच्या) सामाजिक गटांची निर्मिती होय, की जे सामाजिक संघटनेचा, विशेषत: खंडात्मक समाजात आधार बनतात. या प्रकारचे वयोसंच सामाजिक संबंधांचा, आतेमामेभाऊबहिणींच्या नातेसंबंधांचा अनुबंध निर्माण करतात ज्यामुळे समारंभात्मक, सामाजिक, राजकीय व आर्थिक कार्ये करणे सुलभ होते.

aged - (ए'जिड) **वयोवृद्ध व्यक्ती किंवा ज्येष्ठ नागरिक :** सर्वसाधारणपणे ६०– ६५ वर्षे वयावरील व्यक्तीसाठी ही संज्ञा वापरली जाते. वयानुसार मानवी शरीरातील अनेक अवयवांची कार्यक्षमता कमी होते. त्याचे शरीर अनेक व्याधींचे भक्ष्य बनते व त्यातून अनेक समस्या उदयाला येतात. याशिवाय एकाकी जीवन जगणे, ज्यांना सेवानिवृत्तिवेतन मिळत नाही, अशा असंख्य वृद्धांना त्यांच्या उपजीविकेचा प्रश्न सतावतो. मानसिक संतुलन ढळण्याची शक्यता इत्यादी प्रश्नांचा सामना ज्येष्ठ नागरिकांना करावा लागतो. बहुसंख्य समाजात ज्येष्ठ नागरिकांच्या अनुभवाचा फायदा घेण्याऐवजी त्याकडे दुर्लक्षच केले जाते. वृद्धावस्था म्हणजे नखे कापलेला वाघ होय.

ageing - (एजिंग) **वयोवृद्धी :** कालक्रमानुसार व्यक्तीच्या शरीराची वाढ होण्याच्या प्रक्रियेला वयोवृद्धी म्हणतात. काही विचारवंतांच्या मते, शारीरिक वाढीचा कालक्रम (chronology) तितकासा महत्त्वाचा नाही, तर वयानुसार होणारा शारीरिक बदल महत्त्वाचा मानला जातो. प्रत्येक समाजात बालकाचे तरुणात रूपांतर होताना लिंगभावानुसार होणारे शारीरिक बदल त्या त्या व्यक्तीचे भावविश्व बदलून टाकतात. व्यक्तीच्या जीवनात येणारे वृद्धत्व हीपण शारीरिक बदलाचीच

एक स्थिती होय. वयोवृद्धीचा विचार करता, मानवी शरीर सर्वसाधारणपणे चार अवस्थांतून वाटचाल करते – १. बाल्यावस्था २. तारुण्यावस्था ३. प्रौढावस्था ४. वृद्धावस्था.

ageing, sociology of - (एजिंग, सोशिऑलजी ऑफ) **वृद्धांचे समाजशास्त्र :** शारीरिक दृष्टीने वयोवृद्ध होण्याची प्रक्रिया व्यक्तीच्या सामाजिक आणि सांस्कृतिक जीवनाचा एक महत्त्वाचा पैलू आहे; ज्याचा परिणाम व्यक्तींच्या शुद्ध जीवशास्त्रीय क्षमतेवर होणे अपरिहार्य असते. काही तज्ज्ञांच्या मते, वय हा एक सांस्कृतिक वर्ग असून त्याचे महत्त्व, ऐतिहासिक आणि आंतर-सांस्कृतिक अशा दोन्ही क्षेत्रांत आहे. 'वृद्धांचे समाजशास्त्र' ही समाजशास्त्रात विकसित झालेली एक नवीन शाखा असून वृद्धत्व, त्याच्या सामाजिक, कौटुंबिक, आर्थिक, आरोग्यविषयक आणि मानसिक समस्या यांचा सर्वांगपरिपूर्ण अभ्यास या शाखेत केला जातो. वृद्धांचे लोकसंख्येतील प्रमाण जसे वाढत गेले तसे वृद्धांचे प्रश्न लोकांसमोर आले. त्यांचा समाजशास्त्रीय अभ्यास करण्याची प्रवृत्ती वाढली. सारांशरूपात असे म्हणता येईल, की वृद्धांच्या प्रश्नाचा सर्वांगीण समाजशास्त्रीय अभ्यास म्हणजे 'वृद्धांचे समाजशास्त्र' होय.

ageism - (एजिझम) **वयोवाद :** वयाच्या गुणवत्तेनुसार समाजातील लोकांबद्दल साचेबंद स्वरूपाच्या किंवा विभेदीकरणस्वरूपाच्या कल्पना व्यक्त किंवा प्रकट करण्याची प्रक्रिया म्हणजे वयोवाद होय. वयोवाद ही संज्ञा प्रामुख्याने ज्येष्ठ नागरिकांच्या विरोधात करण्यात येणाऱ्या क्रियेसाठी जरी वापरण्यात येत असली तरी वयाशी निगडित कोणत्याही साचेबंद कल्पनेसाठी किंवा विभेदीकरणात्मक प्रक्रियेसाठी ह्या संज्ञेचा वापर केला जातो.

agency - (एजन्सी) **प्रतिनिधी संस्था :** सामाजिक संरचनेच्या दडपणाच्या विरोधात जाऊन त्याचा स्वतंत्रपणे मुकाबला करण्याची कर्त्याची शक्ती म्हणजे प्रतिनिधी संस्था होय. ही संज्ञा प्रामुख्याने दडपण किंवा बळजबरी निर्धारित बाजूंना किंवा पैलूंना विरोध करणाऱ्या मानवी कार्यक्रमाच्या उद्देशात्मक स्वरूपाचे उल्लंघन करणाऱ्या प्रतिनिधिक प्रक्रियेसाठीही वापरली जाते. भारतात अस्पृश्यतेचे दडपण वा बंधन झुगारून देण्यासाठी किंवा अमेरिकेत काळ्यांवर गोऱ्या लोकांकडून होणाऱ्या अत्याचाराचे बंधन झुगारून देण्यासाठी अस्तित्वात येणाऱ्या संबंधित प्रतिनिधींच्या गटासाठीही ही संज्ञा वापरण्यात येते.

aggregate data analysis - (ॲग्रिगेट डे'टा अनॅ'लिसिस) **तथ्यविश्लेषण समुच्चय** : तथ्यविश्लेषण समुच्चय म्हणजे विश्लेषणाचा असा प्रकार होय, की ज्यात उपलब्ध प्रकाशित माहितीचा किंवा अन्य माहितीचा (उदा. लोकसंख्या– शास्त्रीय स्वरूपाची माहिती किंवा आत्महत्येसंबंधीची आकडेवारी) संपूर्ण लोकसंख्या किंवा त्यासारखा व्यक्तींचा समुच्चय यांच्या संपूर्ण वैशिष्ट्यांचे वर्णन करणे होय. विशेषत: मोठ्या स्वरूपाच्या संशोधनप्रकल्पात अशा प्रकारच्या तथ्यविश्लेषण समुच्चयाला महत्त्व प्राप्त होते.

aggrement - (ॲग्री'मेन्ट) **तह** : दोन किंवा अधिक सार्वभौम राष्ट्रांतील युद्धानंतर वा एखाद्या राजकीय प्रसंगानंतर झालेला लेखी समझोता वा करार म्हणजे तह होय. १९६५ साली भारत–पाकिस्तान युद्धानंतर त्या वेळच्या रशियातील तास्कंद या शहरात झालेला भारतीय पंतप्रधान लालबहादूर शास्त्री व पाकिस्तानचे त्यावेळीचे अध्यक्ष अय्युबखान यांच्यात झालेला समझोता तह म्हणून ओळखला जातो. दोन राष्ट्रांत होणारा राजकीय समझोता म्हणजे तह होय.

agnate, agnation - (ॲग्नेट, ॲग्नेशन) **सगोत्र, सगोत्रता** : पितृकुळातील रक्ताच्या नातेसंबंधांसाठी ही संज्ञा वापरली जाते. प्राचीन रोममध्ये अस्तित्वात असलेली नातेगोते संबंधव्यवस्था म्हणजे सगोत्रता होय. परंतु या नातेगोते संबंधात पित्याकडील नातेवाइकांचाच समावेश केला जात असे. पितृवंशपरंपरेतील ज्यांची निर्मिती वा ज्यांचा जन्म समान पूर्वजापासून झाला असेल, असे सर्व पुरुष नातेवाईक सगोत्रता या संज्ञेत अंतर्भूत आहेत.

agrarian society (अग्रे'रिअन सोसायटी) **कृषक समाज** : कृषक समाज हा समाजाचा असा एक प्रकार आहे, जो पारंपरिक असून, त्यांचा प्रमुख व्यवसाय हा शेती व हस्तव्यवसाय हा होता. या समाजात पूर्वी औद्योगिक उत्पादनाला स्थान नव्हते. प्रमुख उद्योगपूर्व संस्कृतीत प्रामुख्याने चीन व भारत येथील संस्कृतींचा समावेश होतो; कारण हे दोन्ही देश कृषिप्रधान होते. थोडक्यात, शेती व्यवसाय हे उत्पादनाचे प्रमुख साधन असलेल्या समाजासाठी ही संज्ञा वापरण्यात आली होती.

agri business - (ॲग्रि बि'झनेस) **कृषक व्यापार** : शेतात उत्पादित वस्तूंचा व्यापार करण्याचा व्यवसाय करणाऱ्यांसाठी ही संज्ञा वापरली जाते. कापूस, चहा, कॉफी, नीळ, अन्नधान्य, तेलबिया इत्यादींचा व्यापार 'कृषक व्यापार' या संज्ञेने संबोधला जातो. अर्थशास्त्रात शेतीउत्पादनावर आधारित आर्थिक कार्यक्रमासाठीही

ही संज्ञा वापरतात. शेती उत्पादनात वाढ होण्यासाठी, शेतीशी संबंधित यंत्राचा व रासायनिक खतांचा वापर हा फायदेशीर ठरतो. या सर्वांसाठी ही संज्ञा वापरतात.

agricultural revolution - (ॲ'ग्रिकल्चरल रि'व्होल्यू'शन) **कृषिक्रांती :** मृगयावस्थेच्या कालावधीपासून ते स्थिर शेतीपर्यंतच्या मानवाच्या परिवर्तनप्रक्रियेच्या कालावधीसाठी ही संज्ञा वापरतात. सुमारे १०००० वर्षांपूर्वी मध्यपूर्व भागात हे परिवर्तन घडून आले. या कालावधीत जंगली जनावरांना माणसाळवण्याची प्रक्रिया सुरू झाली व त्यांचा वापर शेतीच्या मशागतीसाठी करण्यात येऊ लागला. काही सिद्धान्तकारांच्या मते, उपजीविकेसाठी आवश्यक असलेल्या संसाधनांच्या तुटवड्यामुळे माणसापुढे उपजीविकेचा प्रश्न निर्माण झाला व त्यातून कृषिक्रांती आकाराला आली. थोडक्यात, मृगयावस्थेतून स्थिर शेती अवस्थेकडे होणाऱ्या संधीकाळासाठीही ही संज्ञा वापरली जाते.

agricultural societies - (ॲ'ग्रिकल्चरल सोसायटी) **कृषक समाज :** अन्नधान्य पिकविण्यासाठी नांगराचा व तत्सम साधनांचा वापर करून शेती करण्याच्या समाजांना शेती व्यवसाय करणारे वा कृषक समाज असे म्हणतात.

agriculture - (ॲ'ग्रिकल्चर) **कृषी :** मानवाला उपयोगी पडणाऱ्या वनस्पतींचे उत्पादन करण्यासाठी जमिनीच्या उत्पादनप्रक्रियेचा वापर करण्यासाठी ही संज्ञा वापरली जाते. या संज्ञेत सर्व प्रकारच्या पिकांची वाढ व जनावरांची पैदास करणे, या बार्बींचा समावेश होतो. थोडक्यात, शेती उत्पादन व शेतीशी संबंधित जनावरांची पैदास म्हणजे कृषी होय.

AIDS ... sociological study - (एड्स... सोशिऑलजिकल स्ट'डी) **एड्सचे...** **समाजशास्त्रीय अध्ययन :** एड्सची (Acquired Immune Deficiency Syndrome) लागण व त्याची लक्षणे ही एक गुंतागुंतीची प्रक्रिया असून तो अंतिमत: मृत्यूपर्यंत घेऊन जाणारा घातक विकार असून, तो मानवी प्रतिकारशक्ती नष्ट करणाऱ्या विषाणूंपासून (Human Immuno Deficiency Virus- HIV) होतो. गेल्या काही वर्षांत या रोगाची लागण इतक्या झटपट झाली, की २००३ साली जगात सुमारे ५.१ दशलक्ष व्यक्ती एड्स रोगाने ग्रस्त होत्या. एड्सग्रस्त रुग्णांमुळे त्यांचे कुटुंबीय (पत्नी व मुले) यांना हा रोग होण्याची शक्यता असते. या रोगामुळे कौटुंबिक व सामाजिक जीवनावर परिणाम होतो. एड्सग्रस्त रुग्ण असलेल्या कुटुंबाशी शेजारी, नातेवाईक, कार्यालयीन सहकारी संबंध टाळतात. समाजशास्त्राच्या भाषेत 'एड्स' ही एक सामाजिक समस्या असून, तिचे

समाजशास्त्रीय अध्ययन करणे अत्यावश्यक आहे. एड्सच्या सर्वांगीण परिणामांचा, त्यातून निर्माण होणाऱ्या अन्य समस्यांचा (घटस्फोट, नैराश्य, आत्महत्या, नोकरी गमवावी लागल्यास उपजीविकेचा प्रश्न) समाजशास्त्रीय अभ्यास करणे गरजेचे आहे. एड्स हा एकीकडे रोग आहे, दुसरीकडे ती एक सामाजिक समस्या असल्यामुळे असा अभ्यास काळाची गरज आहे.

air pollution - (एअर पोल्यूशन) **हवा प्रदूषण किंवा वायू प्रदूषण :** मनुष्याच्या गतिविधींमुळे वनस्पतिजीवन, प्राणी आणि संपत्ती यांना हानिकारक ठरतील, इतक्या गंभीर प्रमाणात अपायकारक द्रव्ये हवेत मिसळण्याची प्रक्रिया म्हणजे वायू प्रदूषण होय.

alcoholism - (अ‍ॅल्कोहॉलिझम) **अतिमद्यपान :** दारूचे अत्याधिक प्रमाणात सेवन करणाऱ्यासाठी ही संज्ञा वापरली जाते. या अतिमद्यपानाचा परिणाम मानसिक व शारीरिक विकृतीत होतो. दीर्घकाळ अतिमद्यपान करणाऱ्या व्यक्तींना यकृताचे विकार, हृदयविकार, अस्थमा होण्याची शक्यता मोठ्या प्रमाणात असते.

alienation - (अ‍ॅलायनेशन) **दूरीकरण किंवा दूरीभवन :** सर्वसाधारणपणे 'दूरीकरण' ही संज्ञा एका व्यक्तीत दुसऱ्या व्यक्तीबद्दल, विशेष परिस्थितीबद्दल किंवा विशेष प्रक्रियेबद्दल निर्माण होणाऱ्या परकेपणाच्या भावनेसाठी वापरली होती. परंतु कार्ल मार्क्स यांनी या संज्ञेला त्याच्या मालक-कामगार संबंधाच्या संदर्भातील अध्ययनात व मार्क्सवादी समाजशास्त्रात मध्यवर्ती स्थान दिले होते. मार्क्स यांनी दूरीकरणावर, समाजशास्त्रीय व अर्थशास्त्रीय दृष्टिकोनातून विवेचन केले होते.

समाजशास्त्रीय दृष्टीने विचार करता प्रस्थापित समाजव्यवस्थेवर ऐतिहासिक, नैतिक आणि सामाजिक दृष्टिकोनातून केलेली टीका म्हणजे दूरीकरण होय.

अर्थशास्त्रीय दृष्टीने विचार करता मार्क्स यांनी भांडवलशाहीवर केलेली टीका म्हणजे दूरीकरण होय. यात दोन प्रकारचे दूरीकरण आढळते अ. उत्पादनाची साधने खासगी मालकी हक्कांपासून अलग होणे म्हणजे दूरीकरण होय. ब. बाजाराच्या बेबंद परिस्थितीपासून अलग होणे म्हणजे दूरीकरण होय.

भांडवलशाहीत यंत्रावर काम करणाऱ्या कामगाराला एकाच प्रकारचे काम सतत करावे लागते, त्यास तो कंटाळतो. कामापासून त्याचे मन अलिप्त होते; यासाठीपण दूरीकरण ही संज्ञा वापरली आहे.

alimony - (ॲलिमनी) **पोटगी :** सर्वसाधारणपणे घटस्फोटानंतर पतीच्या मालमत्तेतून किंवा मिळकतीतून उपजीविकेसाठी पत्नीला पतीकडून न्यायालयाच्या आदेशानुसार जी रक्कम दिली जाते, तिला 'पोटगी' या संज्ञेने संबोधले जाते. पूर्वी पोटगी ही पतीकडून पत्नीला दिली जात असे, कारण पती हा पोशिंदा वा पोषणकर्ता मानला जातो. भारतात नुकताच सर्वोच्च न्यायालयाने दिलेल्या निकालानुसार पत्नी नोकरी करीत असेल व पती बेकार असेल, तर पत्नीने पतीला पोटगी द्यावी, असा निर्णय दिला होता.

allocation of personnel - (ॲलोकेशन ऑफ पर्सॉनेल) **कामगारांचे वितरण :** सामाजिक व्यवस्थेतील भूमिका पार पाडण्यासाठी व्यक्तीच्या विविध भूमिकांचे व्यक्तीच्या कार्यक्षमतेनुसार वा दर्जानुसार वाटप करणे म्हणजे भूमिकांचे वितरण होय.

allotment - (अलॉटमेन्ट) **विभागणी किंवा वाटणी :** एखाद्या जमिनीचा काही भाग व्यक्तीच्या किंवा गटाच्या फायद्यासाठी मूळच्या मालकाने त्यांना वापरण्यासाठी वा मशागतीसाठी देणे म्हणजे विभागणी वा वाटणी होय. कुटुंबाच्या समान मालमत्तेची भावाभावांत किंवा वारसदारांत केलेली वाटणी 'विभागणी' या संज्ञेस पात्र ठरते.

alms - (आम्स) **भिक्षा किंवा दान :** परोपकारबुद्धीतून एखादी व्यक्ती दुसऱ्या गरीब गरजू व्यक्तींना काही रकमेचे वा वस्तूंचे दान करते, तेव्हा त्यास 'भिक्षा' या संज्ञेने संबोधले जाते. प्रत्येक धर्मात भिक्षा देणे किंवा दान करणे, हे धार्मिक कृती किंवा पुण्यकारक क्रिया समजली जाते. धर्मगुरू, धर्मउपासक, पुजारी, भिक्षुक यांनी त्यांची उपजीविका त्यांना मिळणाऱ्या भिक्षेवरच करावी, अशी अपेक्षा असते.

almshouse - (आम्सहाऊस) **भिक्षागृह :** भिक्षागृह ही अशी एक संस्था आहे, की जी सार्वजनिक रीतीने गरिबांना मदत करण्याची प्रशासकीय जबाबदारी पार पाडणारा एकक होय. प्राचीन काळी व आजही गरिबांना मदत करणाऱ्या काही धार्मिक वा सामाजिक संस्था होत्या वा आहेत. गरिबांची गृहे किंवा अनाथालये (Poor house) ह्या संस्थांनापण वरील संज्ञा लागू पडते.

almsman - (आम्समॉन) **भिकारी :** भिक्षा स्वीकारणारा किंवा भिक्षा मागणाऱ्या व्यक्तींसाठी ही संज्ञा वापरली जाते. पूर्वीच्या काळी भिक्षा देणाऱ्या किंवा वाटणाऱ्या व्यक्तींसाठीपण ही संज्ञा वापरली जात होती.

alternative culture - (ऑल्टरनेटिव्ह कल्चर) **पर्यायी संस्कृती :** पहा–counter culture and alternative culture–प्रतिसंस्कृती व पर्यायी संस्कृती.

alternative hypothesis - (ऑल्टरनेटिव्ह हाइपॉथिसिस) **पर्यायी अभ्युपगम, उपसिद्धान्त**

altruism - (ऑल्टुइझम) **परार्थवाद किंवा परहितदक्षतावाद :** ज्या व्यक्ती स्वत:च्या कल्याणापेक्षा इतरांच्या कल्याणासाठी झटतात अशा व्यक्तींसाठी व त्यांच्या कार्यासाठी ही संज्ञा वापरली जाते. परार्थवाद हा आत्मकेंद्रितावादाच्या विरोधात आहे. स्वातंत्र्यासाठी, राष्ट्रासाठी स्वत:च्या कुटुंबाचा विचार न करता बलिदान करणाऱ्या व्यक्तींसाठी ही संज्ञा वापरली जाते. ह्या व्यक्ती समाजहिताचा, राष्ट्रहिताचा विचार करतात.

altruistic suicide - (ऑल्टुइस्टिक स्युइसाइड) **परार्थवादी आत्महत्या :** गट किंवा समाजाशी व्यक्ती एकरूप होऊन ती स्वत:चा विचार न करता केवळ गटाचा किंवा समाजाचाच विचार करते, यातून परार्थवादी भावना निर्माण होते. या भावनेतून लोक आत्महत्या करतात. तसेच ज्या व्यक्ती दुसऱ्यासाठी, समूहासाठी, राष्ट्रासाठी स्वत:चे प्राण अर्पण करतात म्हणजे आत्मबलिदान करतात, त्यांनाही परार्थवादी आत्महत्या या संज्ञेने संबोधले जाते. स्वातंत्र्यसैनिकांचे, युद्धातील सैनिकांचे बलिदान परार्थवादी आत्महत्या होय.

amalgamate - (अमॅलग्मेट) **संमिश्रता किंवा एकता :** एकीकरणाच्या किंवा संमिश्रीकरणाच्या प्रक्रियेत सहभागी होण्याच्या प्रक्रियेसाठी ही संज्ञा वापरली जाते.

amalgamation - (अमॅल्गमेशन) **एकीकरण किंवा संमिश्रीकरण :** काही तज्ज्ञांच्या मते, एकीकरणाची किंवा संमिश्रीकरणाची प्रक्रिया ही एक जीवशास्त्रीय प्रक्रिया असून, ज्यात दोन किंवा अधिक वांशिक गट एकमेकांत असे विलीन होतात, की ज्यातून एकसंध गट अस्तित्वात येऊ शकेल. सर्वसाधारणपणे अंतरसंकरातून असा एकसंध गट तयार होतो. अन्य काही तज्ज्ञांच्या मते, दोन किंवा अधिक व्यक्ती किंवा गट त्यांच्यातले किरकोळ भेद विसरून जेव्हा एकत्र येतात, तेव्हा त्यासाठीही ही संज्ञा वापरली जाते. असे एकीकरण वा संमिश्रीकरण अत्यंत शांततेत पार पाडणे आवश्यक आहे.

ambiguous - (ऑम्बिग्युऑस) **संदिग्ध किंवा अनिश्चित :** भाषेत बऱ्याच वेळा एका शब्दाचे दोन अर्थ निघतात, तेव्हा ही संज्ञा वापरली जाते. भारतात लोककलेत

अशा प्रकारच्या द्विअर्थी शब्दांचा वापर मोठ्या प्रमाणात केला जातो. या द्विअर्थी शब्दातील एक अर्थ सर्वमान्य असतो, दुसरा अर्थ मात्र असभ्य किंवा असंस्कृत समजला जातो. मानवी वर्तनाचा विचार करता सभ्यतेचा बुरखा पांघरून अनेक व्यक्ती जेव्हा असभ्य वर्तन करतात, तेव्हा या संज्ञेचा वापर करतात. स्त्रियांच्या लैंगिक शोषणात याचा प्रत्यय येतो.

ambivalence - (ॲम्बि'व्हॅलन्स) **द्विविध जाणिवा किंवा परस्परविरोधी भावना :** एखाद्या प्रघटनेबाबत दोन प्रकारच्या जाणिवांचे अस्तित्व व्यक्तीच्या मनात असते. एक जाणीव प्रकट असते, तर दुसरी अप्रकट. अस्पृश्यांच्या संदर्भात प्रकट वर्तनात एकीकडे आपुलकी दाखविणाऱ्या व्यक्ती अप्रकट स्वरूपात त्यांचा द्वेषच करतात. तसेच स्त्रियांना पुरुषाइतका समान दर्जा मिळालाच पाहिजे, असे प्रतिपादन करणारे पुरुष खासगी जीवनात मात्र स्त्रियांचा छळ करतात. द्विविध जाणिवांची ही काही उदाहरणे होत. मानसशास्त्रात मात्र परस्परविरोधी भावनांसाठी ही संज्ञा वापरली जाते. सिगमण्ड फ्रॉईड (Sigmund freud) या संदर्भात असे म्हणतात, की एकाच वस्तूच्या किंवा व्यक्तीच्या संदर्भात दुसऱ्या व्यक्तींच्या मनात एकीकडे प्रेम, तर दुसरीकडे तिरस्कार या भावना एकाच वेळी बसत असतात. समाजशास्त्रात द्विविध जाणिवा हा तथ्यातील एक वादाचा मुद्दा असून त्यानुसार समाजातील चंचल किंवा सतत बदलत्या श्रद्धांमुळे किंवा मूल्यांमुळे कनिष्ठ वर्गाबद्दल उच्च वर्गांच्या लोकात द्विविध अभिवृत्ती निर्माण होतात. एकीकडे या वर्गाबद्दल त्यांना सहानुभूती वाटते, तर त्यांच्या जीवन जगण्याच्या परिस्थितीचा ते तिरस्कार करतात.

ameliorate - (अमे'लिओरेट) **सुधारणा :** जीवन जगणे सुसह्य व्हावे, या दृष्टिकोनातून ही संज्ञा वापरली जाते. विशेषत: झोपडपट्टीत राहणाऱ्या लोकांना अत्यंत गलिच्छ परिस्थितीत जीवन व्यतीत करावे लागते. तेव्हा सरकार झोपडपट्टी सुधारणेचा जो कार्यक्रम राबविते त्यासाठी ही संज्ञा वापरली जाते.

amoral - (अमॉ'रल) **अनैतिक :** नैतिक संवेदनांचा संपूर्णपणे अभाव किंवा नैतिक जाणिवांच्या जबाबदारीचा अभाव यासाठी ही संज्ञा वापरतात. गुन्हेगारी प्रवृत्तीच्या व्यक्ती, मनोदुर्बल व्यक्तींमध्ये सर्वसाधारणपणे नैतिक जाणिवांच्या जबाबदारीचा अभाव असतो, असे तज्ज्ञ मानतात.

amorality - (अमॉरॅलिटी) **अनैतिकता :** अनैतिकता म्हणजे समाजाच्या नैतिक संहितेनुसार निर्णय न घेण्याची व्यक्तीची स्थिती होय. नैतिक संहितेच्या पलीकडे

जाऊन काही व्यक्ती नैतिक मापदंडाच्या बंधनांचे उल्लंघन करतात, तर काही व्यक्तीत समाजाच्या नैतिक बंधनानुसार निर्णय घेण्याची क्षमताच नसल्यामुळे त्या अनैतिकतेची कास धरतात.

analogy - (अनॉलजी) **तुलना** : दोन घटकांतील साम्य दर्शविण्यासाठी जे विवेचन केले जाते, त्यास 'तुलना' म्हणतात. विशेषत: समाजशास्त्रात अशी तुलना ही सामाजिक प्रघटना आणि तांत्रिक किंवा सेंद्रिय प्रघटना यांतील साम्य व भेद दर्शविण्यासाठी केली जाते. समाजशास्त्रीय कार्यात्मक वादाच्या अभिजात प्रकारात अशी तुलना पाहावयास सापडते की, ज्यात समाज हा एखाद्या यंत्रासारखा किंवा एखाद्या सजीवासारखा आहे असे मानून त्यातील साम्य भेदावर प्रकाशझोत टाकला जातो. हर्बर्ट स्पेन्सर यांचा 'समाजाचा सेंद्रिय सिद्धान्त' अशा प्रकारच्या तुलनेवर अवलंबून असून, त्यात मानवी शरीर आणि मानवी समाज यांच्यातील साम्यभेदांवर चर्चा केली आहे.

analytical induction - (अनॅलिटिकल इन्डक्शन) **विश्लेषणात्मक अनुमान** : १९४७ साली लिंड स्मिथ (Linde smith) यांनी प्रामुख्याने तयार केलेली ही विश्लेषणाची एक पद्धती असून, तिचा वापर हा विशेषत्वाने 'प्रतिक्रियात्मक आंतरक्रियावाद' आणि 'गुणात्मक समाजशास्त्र' यांत केला जातो. यात संशोधक विशेष किंवा विशिष्ट प्रघटनेचे स्पष्टीकरण देणारी सिद्धान्तकल्पना मांडतो आणि त्यानंतर 'निर्णायक नकारात्मक व्यष्टी किंवा प्रकरण' यांचा शोध घेण्याचा प्रयत्न करतो. जर एखादे नकारात्मक प्रकरण आढळले तर तो त्याच्या सिद्धान्तकल्पनेची पुनर्रचना करतो, की जेणेकरून ते 'निर्णायक नकारात्मक प्रकरण' एक तर त्यात समाविष्ट केले जाईल किंवा ते अमान्य केले जाईल. ही प्रक्रिया संशोधकांकडून इतक्या वेळा वापरण्यात येते, की जोपर्यंत तो योग्य निर्णयाला पोहोचल्याचा दावा करीत नाही.

analytical Marxism - (अनॅलिटिकल मार्क्सिझम) **विश्लेषणात्मक मार्क्सवाद** : विश्लेषणात्मक मार्क्सवाद ही संज्ञा एरिक ऑलिन राईट (Eric olin Wright) जॉन एलस्टर (Jon Elster) आणि जॉन रौमर (John Roemer) यांनी १९८० ते १९९० च्या दशकात त्यांच्या समाजशास्त्रीय लिखाणात आणि सामाजिक सिद्धान्तात वापरली होती. ह्या संज्ञेचा वापर करण्याचा त्यांचा हेतू हा युरोपातील आणि उत्तर अमेरिकेतील मार्क्सवादी समाजशास्त्राचे पुनरुज्जीवन करणे वा त्यात पुनर्चेतना देणे हा होता. तसेच मार्क्सवादी सिद्धान्ताबरोबरच त्यांनी तत्संबंधीच्या पद्धतिशास्त्रीय सिद्धान्ताचेपण पुनरुज्जीवन केले व परिणामत: मार्क्सवादी

समाजशास्त्रात अनेक पर्यायी विचार किंवा दृष्टिकोन निर्माण झाले. थोडक्यात पारंपरिक मार्क्सवादाचे नवीन घटकांच्या आधाराने केलेले पुनरुज्जीवनीकरण म्हणजे 'विश्लेषणात्मक मार्क्सवाद' होय.

anarchism - (ॲनार्किझम) **अराजकतावाद** : अराजकतावाद म्हणजे असा कोणताही सिद्धान्त की जो, समाजाचे अस्तित्व हे कोणत्याही सरकारी संस्थेशिवाय टिकू शकते, या विचाराचे समर्थन करतो. हा सिद्धान्त असे सूचित करतो की लोकांच्या नैसर्गिक अवस्थेत सलोख्याने आणि स्वतंत्रपणे जीवन जगत असताना कोणाचाही अडथळा येत नसे. सरकारविरहित समाजाचे अस्तित्व म्हणजे अराजकतावाद होय.

anarchy - (ॲनार्की) **अराजकता** : केंद्रवर्ती सरकारची समाजातील अनुपस्थिती म्हणजे 'अराजकता' होय. मानवी आंतरक्रिया आणि मानवी संबंध यांची ही एक अवस्था असून त्यात परंपरेने स्वीकारलेला कोणताही अंतिम अधिकार नसतो. काही विद्वानांच्या मते, अराजकता म्हणजे गोंधळ किंवा अव्यवस्था होय.

ancestry - (ॲन्सेस्ट्री) **वंशपरंपरा** : पहा-descend-वंशपरंपरा.

androcentrism - (ॲन्ड्रोसेंट्रिझम) **पुरुषसत्ताकेंद्रितता** : पुरुषसत्ताकेंद्रितता म्हणजे स्त्रियांच्या दृष्टिकोनाकडे दुर्लक्ष करण्याची किंवा त्यांच्या योगदानाकडेही दुर्लक्ष करण्याकडे असलेला पुरुषाचा कल होय. दुसऱ्या शब्दांत असे म्हणता येईल की पुरुष पूर्वग्रहदूषित सांस्कृतिक कल्पना, की ज्या संस्थीकरणाच्याद्वारे व्यक्तीच्या मनावर बिंबविल्या जातात, (जसे की, स्त्री बेअक्कल वा मूर्ख असते इत्यादी.) त्यासही पुरुषसत्ता केंद्रितता असे म्हणतात.

androcracy - (ॲन्ड्रोक्रसी) **पितृसत्ताक किंवा पुरुषसत्ताधीश** : पितृसत्ताक म्हणजे अशी सामाजिक परिस्थिती, की जीमध्ये पुरुष अमानवीपणे किंवा क्रूरपणे आपली सत्ता किंवा आपले वर्चस्व निर्माण करतात.

androgyny - (ॲन्ड्रोजिनी) **द्विलिंगी व्यक्ती, तृतीयपंथी किंवा हिजडा** : द्विलिंगी व्यक्ती म्हणजे अशी व्यक्ती, की जिच्यात दोन्ही लिंगांच्या (स्त्री किंवा पुरुष) गुणधर्मांचा समावेश असतो. बोलीभाषेत अशा व्यक्तींसाठी (मराठीत) 'हिजडा' या संज्ञेचा वापर करतात. लिंगभावाचा अभ्यास करताना समाजातील या प्रकारच्या व्यक्तींच्या अध्ययनात समाजशास्त्रज्ञांना अभिरुची निर्माण झाली आहे.

animatism - (ऑनिमेटिझम) **शक्तिवाद किंवा सचेतनवाद :** सचेतनवादाची संकल्पना काही प्रारंभिक मानवशास्त्रज्ञांनी प्राचीन धर्मसंकल्पनेवर चर्चा करताना प्रतिपादन केली होती. त्यांच्या मते, प्राचीन धर्माची निर्मिती काही असाधारण नैसर्गिक वस्तूंच्या संदर्भात मानवाच्या ज्या काही संवेदना आहेत, त्यातून वाटणाऱ्या आश्चर्यातून झाली. उदा. ज्वालामुखीत असलेल्या सचेतन शक्तीमुळे त्याचा प्रकोप होतो. तसेच धबधब्यात असणाऱ्या शक्तीमुळे धबधबा प्रवाहित होतो, इत्यादी.

animism - (ऑनिमिझम) **सर्वात्मवाद :** आत्म्याच्या अस्तित्वावरचा विश्वास म्हणजे 'सर्वात्मवाद' होय. टायलर यांनी सर्वात्मवादाचा सिद्धान्त मांडला. त्यांच्या मते, धार्मिक श्रद्धा किंवा धर्म, प्राचीन माणसाला न समजणाऱ्या अशा जैव सामाजिक घटकातून मानवाला जे अनुभव आले, त्यांतून आकाराला आला. या न समजणाऱ्या चार अनुभवांत क्रमाने स्वप्न, प्रतिध्वनी, सावली किंवा प्रतिमा व मृत्यू यांचा समावेश होतो. आत्मा वस्तूत चेतना निर्माण करतो व तो नसला तर वस्तू अचेतन बनते. सर्व सजीवांना चेतना देणाऱ्या शक्तीचे म्हणजे आत्म्याचे अस्तित्व मान्य करणे. यासाठी सर्वात्मवाद ही संज्ञा वापरण्यात आली.

anomalies - (अनॉमलिज) **असामान्य किंवा असाधारण वर्तन (विशेषत: गुन्हेगारी वर्तन) :** व्यक्तीच्या वर्तनातील असाधारणतेसाठी ही संज्ञा वापरली जाते. असाधारण वर्तन म्हणजे समाजाचे नियम वा कायदे याविरुद्ध वर्तन करण्याची प्रवृत्ती यात अंतर्भूत आहे. गुन्हेगारांचे वर्तन या संज्ञेत समाविष्ट होऊ शकेल.

anomic division of Labour - (अनॉमिक डिव्हिजन ऑफ लेबर) **प्रमाणकशून्य श्रमविभाजन :** दयुरखेम यांनी प्रतिपादन केलेल्या असाधारण किंवा असामान्य श्रमविभाजनाचा एक प्रकार म्हणून प्रमाणकशून्य श्रमविभाजनाचा उल्लेख केला आहे. ज्या ज्या वेळी, श्रमविभाजन प्रक्रियेत कार्यरत असलेल्या व्यक्ती त्यांच्यातील परस्पर संतुलन गमावतात; तेव्हा समाजातील व्यक्तींची स्थिती अनिश्चित वा डळमळीत होते. व्यक्ती तिच्यावर सोपविलेले काम किंवा कार्य जर योग्य तऱ्हेने करीत नसेल, तिच्या विविध कार्यप्रक्रियेत जर समन्वय नसेल तर तिच्या या अवस्थेसाठी दयुरखेम यांनी 'प्रमाणकशून्य श्रमविभाजन' ही संज्ञा वापरली होती.

anomic suicide - (अनॉमिक सूसाईड) **प्रमाणकशून्य आत्महत्या :** व्यक्ती अशा प्रकारच्या आत्महत्या, अचानक किंवा अस्वाभाविक परिवर्तन घडून येते तेव्हा होतात. कारण अशा अचानक झालेल्या परिवर्तनाशी जेव्हा समायोजन

करता येत नाही तेव्हा व्यक्ती आत्महत्येस प्रवृत्त होतात. त्यास प्रमाणकशून्य आत्महत्या म्हणतात.

anomie - (अनॉमी) **प्रमाणकशून्यता :** द्युरखेमच्या मते, प्रमाणकशून्यता ही समाजव्यवस्थेची अशी स्थिती आहे की ज्यात जास्तीतजास्त व्यक्ती समाजविसंगत वर्तन करतात व नियमांचे पालन न करता सामाजिक नैतिक प्रभावापासून दूर ओढल्या जातात. व्यक्ती व समाज यांतील बंधन तुटणे व सामाजिक मूल्यांचा ऱ्हास होण्याची स्थिती उत्पन्न होऊन व्यक्ती आत्मकेंद्रित होत जाते. अशा सामाजिक स्थितीस प्रमाणकशून्यता म्हणतात.

anonymity - (अनॉनिमिटी) **निनावी :** ज्या वेळेला काही कार्यांत व्यक्तीला तिचे नाव प्रकट होऊ नये वा जाहीर होऊ नये असे वाटते, त्यावेळची अवस्था 'निनावी' या संज्ञेने संबोधली जाते. इतरांना मदत करताना, एखाद्या सेवाभावी संस्थेला दान देताना व्यक्तीला तिचे नाव गुप्त राहावे असे वाटते व यासाठीपण ही संज्ञा वापरतात.

antagonism - (ऑन्टॅगनिझम) **विरोधवाद :** एखाद्या विशिष्ट विचारप्रणालीच्या विरोधी जेव्हा दुसरी विचारप्रणाली मांडली जाते, तेव्हा त्यासाठी ही संज्ञा वापरतात. उदा. भांडवलशाही विरुद्ध समाजवाद किंवा साम्यवाद, व्यष्टी विरुद्ध समष्टी, प्रतिगामी विरुद्ध पुरोगामी इत्यादी. विरोधवादाचा वापर व्यक्ती, गट, कल्पना, आदर्श व चळवळी या संदर्भातही केला जातो.

antagonist - (ऑन्टॅगनिस्ट) **प्रतिस्पर्धी किंवा प्रतिपक्षी :** एखाद्या व्यक्तीच्या किंवा गटाच्या क्रियेला किंवा भावनेला विरोध करणाऱ्या व्यक्तींसाठी किंवा गटासाठी ही संज्ञा वापरली जाते. दोन राजकीय पक्ष, दोन धर्म, दोन व्यक्ती यांच्यातील परस्परविरोध या संज्ञेला पात्र ठरतो.

antecedents - (ऑन्टिसीडन्ट्स) **पूर्वगामी किंवा पूर्वेतिहास :** एखाद्या परिस्थितीमागचा प्रसंग व इतिहास आणि त्यांच्या काही कारणात्मक संबंधांसाठी ही संज्ञा वापरली जाते. एखाद्या मालिकेतील विविध प्रसंगांच्या संबंधांचे सातत्य हे संबंधांचे जे स्वरूप स्पष्ट करतात त्यासाठी ही संज्ञा वापरली जाते. माणसाच्या प्रत्येक वर्तनामागे पूर्वेतिहास असतो. परंपरा, धार्मिक श्रद्धा, सण, उत्सव या संदर्भातील प्रत्येक वर्तनाच्या मागे पूर्वेतिहास असतो, त्यासाठीपण ही संज्ञा वापरली जाते.

anthropology - (ॲन्थ्रपॉलजी) **मानवशास्त्र :** मनुष्य, त्याचा इतिहास, त्याची संस्कृती आणि त्यांचे भौगोलिक पर्यावरणाशी असलेले संबंध इत्यादींचा वैज्ञानिक अभ्यास म्हणजे 'मानवशास्त्र' होय. दुसऱ्या शब्दात मनुष्य व त्याचे काम यांच्या संबंधांचा अभ्यास म्हणजे 'मानवशास्त्र' होय.

anti social action - (ॲन्टिसोशल ॲक्शन) **समाजविरोधी क्रिया :** एका किंवा अनेक व्यक्तींनी केलेली अशी क्रिया, की ज्यात सर्वसामान्यपणे संपूर्ण समुदायाच्या किंवा एकूण लोकसंख्येच्या हितसंबंधांचे जतन करण्याऐवजी काही व्यक्ती किंवा काही अल्पसंख्याकगट यांच्याच फक्त हितसंबंधांचे रक्षण करण्याच्या क्रियेसाठीपण या संज्ञेचा वापर केला जातो.

anticipatory socialization - (ॲन्टिसिपेटरी सोशलाइझेशन) **अनुमानात्मक अपेक्षात्मक सामाजिकीकरण :** उच्च वर्गातील लोकांच्या अपेक्षानुरूप स्वतःच्या वर्तनात बदल करण्याची मानवाची क्रिया म्हणजे अपेक्षात्मक सामाजिकीकरण होय.

anti-naturalism - (अन्टिनॅचरलिझम) **निसर्गवादविरोध :** नैसर्गिकशास्त्र प्रतिकृतीचा स्वीकार करण्यास नकार देणाऱ्या समाजशास्त्रीय विश्लेषणाच्या अन्य कोणत्याही दृष्टिकोनासाठी ही संज्ञा वापरली जाते; कारण मानवी सामाजिक क्रियांचा अभ्यास करण्यासाठी नैसर्गिकशास्त्र प्रतिकृती अयोग्य आहे.

antipathy - (ॲन्टिपथी) **दीर्घद्वेष किंवा वैरभाव :** विशिष्ट वस्तू, व्यक्ती किंवा एखादी अमूर्त शक्ती याविरुद्ध द्वेषाची किंवा वैराची भावना 'दीर्घद्वेष' किंवा 'वैरभाव' या संज्ञेने संबोधली जाते. वैरभावाच्या विरोधात समाजशास्त्रज्ञ 'सहानुभूती' या संज्ञेचा वापर करतात. नकारात्मक मंडळाच्या विविध प्रकारांकडे घेऊन जाणारी अभिवृत्ती वैरभावाकडे प्रवाहित होते.

antipsychiatry - (ॲन्टिसायकिएट्री) **मनोरुग्णताविरोध :** पारंपरिक मनोरुग्णतेच्या सिद्धान्ताला आणि व्यवहारवादाला विरोध करणारी चळवळ 'मनोरुग्णताविरोध' या संज्ञेने संबोधली जाते. ब्रिटनमधील तत्त्वज्ञ आर. डी. लेइंग आणि अमेरिकेतील तत्त्वज्ञ थॉमस झाझ (Thomas szasz) यांच्या योगदानाशी ही संकल्पना संलग्नित असून हे विचारवंत 'मानसिक आजारी' आणि त्यांच्यासाठी वापरण्यात आलेले तंत्र या दोन्हींवर हल्ला चढवितात. लेइंग आणि झाझ हे दोघेही मानसोपचारतज्ज्ञ होते. लेइंग यांच्या मते, 'मानसिक आजार' (Mental illness) या संज्ञेला फारच कमी किंवा वैज्ञानिक आधारच नाही. तसेच मानसिक आजार हा जीवशास्त्रीय

नाही. त्यामुळे लेइंग असे सूचित करतात की, मानसिक किंवा वर्तणुकीसंबंधी अवस्था म्हणून याकडे पाहणे योग्य ठरेल व त्यास अर्थपूर्ण प्रतिसाद मिळून या आधारे ताणतणावांचे विश्लेषण करणे जसे शक्य होईल; तसे कौटुंबिक जीवनातील संज्ञापनात काहीतरी गडबड झाल्याचे लक्षात येते. या प्रकारची मानसिक अवस्था, जेव्हा आपण विशिष्ट व्यक्तींच्या सामाजिक परिस्थितीचा पूर्णपणे विचार करू, तेव्हा त्यास काही अर्थ प्राप्त होईल. ही 'मानसिक आजार' ही संज्ञा वापरून डॉक्टर व रुग्णाचे कुटुंबीय त्याची एक प्रकारे फसवणूक करतात. सारांश, पारंपरिक मनोरुग्णतेच्या सिद्धान्ताला व त्यावर आधारित व्यवहारवादाला विरोध हा या संज्ञेचा अर्थ होय.

anti-semitism - (ॲन्टि-सेमिटिझम) **ज्यूविरोध :** ज्यू लोकांबद्दलचा वैरभाव या संज्ञेत अंतर्भूत आहे. या विरोधाची मात्रा जरी वेगवेगळी असली, तरी बहुसंख्य युरोपमधील राष्ट्रांत ज्यू लोकांबद्दल संस्थात्मक पूर्वग्रह आढळतात. ऐतिहासिक दृष्टीने विचार करता 'हिटलर' यांच्या राष्ट्रीय समाजवादाच्या विचारप्रणालीत ज्यूविरोध प्रकर्षाने व मोठ्या प्रमाणात उघडपणे जाणवत होता.

anti-urbanism - (ॲन्टि-अर्बनिझम) **नगरवादविरोध :** नागरीकरण प्रक्रियेला, म्हणजे पर्यायाने नगराच्या किंवा शहराच्या विस्ताराला विरोध करणाऱ्यांसाठी ही संज्ञा वापरली जाते. सर्वसामान्यपणे 'नगरवादविरोध' ही संकल्पना उद्योगपूर्व समाजात अस्तित्वात होती व काही धर्मगुरूंनी ती लोकांच्या मनात रुजविली होती. आज मात्र संस्थापक समाजशास्त्रासहित सर्व समाजशास्त्रज्ञ असे म्हणतात की, 'नगरवाद' हा सामाजिक प्रगतीचे द्योतक आहे. म्हणून समकालीन तज्ज्ञ 'नगरवादविरोध' ही संकल्पना नाकारतात.

applied sociology - (ॲप्लाइड सोशिऑलजी) **उपयोगी समाजशास्त्र :** समाजशास्त्रीय सिद्धान्त, संकल्पना, अभ्यासपद्धती आणि निष्कर्ष यांचा वापर विस्तृत समाजातील प्रश्न ओळखण्यासाठी करण्याच्या प्रक्रियेसाठी ही संज्ञा वापरतात. उदा. समाजशास्त्रीय कल्पनाव्यवहारात सामाजिक कार्य, शिक्षण, औद्योगिक संबंध, नियोजन, वैद्यकीय क्षेत्रातील संबंध यांसाठी ही 'उपयोगी समाजशास्त्र' संज्ञा वापरतात. दुसऱ्या शब्दांत असे म्हणता येईल की, समाजशास्त्रीय चष्मा लावून अन्य क्षेत्रांतील मानवामानवांतील सामाजिक संबंधांचे अध्ययन करणे म्हणजे 'उपयोगी समाजशास्त्र' होय.

approach - (ॲप्रोच) **दृष्टिकोन :** एखाद्या प्रश्नाकडे किंवा समस्येकडे पाहण्याची,

त्यांचे विश्लेषण करण्याची समाजशास्त्रज्ञ वा अन्य व्यक्ती यांची अभिवृत्ती या संज्ञेने संबोधली जाते. समाजशास्त्राचे अध्ययन कसे करावयाचे यासंबंधी प्रत्येक अभ्यासकाची अभिवृत्ती वेगवेगळी असते, म्हणून समाजशास्त्रीय अध्ययनात असंख्य दृष्टिकोन उदयाला आले. उदा. उत्क्रांतिवादी, संरचनात्मक, कार्यवादी, आंतर-क्रियावादी, संघर्षवादी, विनिमयवादी इत्यादी अनेक दृष्टिकोन या संज्ञेत समाविष्ट होतात.

approach objective - (ॲप्रोच ऑब्जेक्टिव्ह) **दृष्टिकोन वस्तुनिष्ठ :** एखाद्या विशिष्ट परिस्थितीतील संस्कृतीचे व गटाचे मूल्यमापन करताना वैयक्तिक हितसंबंध किंवा पूर्वग्रह बाजूला ठेवून तटस्थ किंवा नि:पक्षपाती अभिवृत्तींच्या आधारे विश्लेषण करणे म्हणजे 'वस्तुनिष्ठ दृष्टिकोन' होय. समाजशास्त्राच्या अध्ययनात या दृष्टिकोनाला महत्त्व असून समाजशास्त्रीय संशोधनात हा वस्तुनिष्ठ दृष्टिकोन महत्त्वाचा ठरतो. समाजशास्त्रीय निरीक्षणात याला प्राधान्य आहे.

approach subjective - (ॲप्रोच सब्जेक्टिव्ह) **दृष्टिकोन आत्मनिष्ठ :** परिस्थितीकडे पाहण्याची व्यक्तींची अशी अभिवृत्ती, की ज्यात सांस्कृतिक गट किंवा वैयक्तिक मूल्यमापनाला निरीक्षण आणि निर्णयाच्या चौकटीत मान्यता दिली जाते, या प्रकारच्या अभिवृत्तीला आपल्या संस्कृतीत तेव्हा मान्यता दिली जाते, जेव्हा अभिवृत्तिधारक एखादा व्यावसायिक, एखादा कवी, एखादा कलाकार असतो किंवा तो त्यांच्या दैनंदिन जीवनाचे मूल्यमापन करतो. परंतु कोणत्याही परिस्थितीत वैज्ञानिक पद्धतीत किंवा वैज्ञानिक मूल्यमापनात वैयक्तिक आत्मनिष्ठ दृष्टिकोनाला अजिबात थारा दिला जात नाही.

appropriation - (ॲप्रोप्रिएशन) **विनियोग किंवा शोषण :** पहा-exploitation- शोषण.

aptitude - (ॲप्टिट्युड) **सहजप्रवृत्ती किंवा क्षमता किंवा बुद्धिमत्ता :** पहा- ability-क्षमता.

arbitration - (आर्बिट्रेशन) **मध्यस्थी किंवा लवाद :** मध्यस्थी किंवा लवाद ही अशी एक प्रक्रिया आहे, की ज्यात कलहाच्या एक किंवा अनेक प्रकरणांत, त्या प्रकरणाशी कोणताही संबंध नसलेल्या व्यक्तींकडे (ज्यांना पंच किंवा मध्यस्थ म्हणतात.) योग्य त्या निर्णयासाठी सोपविले जाते. यात मध्यस्थाने किंवा लवादाने दिलेला निर्णय दोन्ही पक्षांवर बंधनकारक असतो. मध्यस्थी या घटकाला आज कायद्याने मान्यता दिली असून, कोणताही कलह ते समेट करून सोडवू शकतात.

arbitration, industrial - (आर्बिट्रेशन इंडस्ट्रिअल) **मध्यस्थ, औद्योगिक :** उद्योग- क्षेत्रात जेव्हा कारखानदार व कामगार यांत कलह निर्माण होतो त्या वेळी ते कलहाचे प्रकरण नि:पक्षपाती, तटस्थ व्यक्तीकडे निर्णयासाठी सोपविले जाते, तेव्हा त्या व्यक्तीस मध्यस्थ किंवा लवाद या संज्ञेने संबोधले जाते. मध्यस्थाची नेमणूक ही काही प्रकरणांत ऐच्छिक असते तर काही प्रकरणांत अनिवार्य. औद्योगिक क्षेत्रात अनेक कारणांनी मालक व कामगार यांत कलह होऊ शकतो व तो समझोत्याने, आपसात वाटाघाटी करून मिटला नाही; तर सरकार दोन्ही पक्षांच्या संमतीने एक वा अधिक व्यक्तींना, कलह सोडविण्यासाठी, लवाद किंवा मध्यस्थ म्हणून नेमते व त्याचा निर्णय दोन्ही पक्षांवर बंधनकारक असतो.

arbitrator - (आर्बिट्रेटर) **मध्यस्थ किंवा पंच किंवा लवाद :** दोन पक्षांच्या किंवा गटांच्या किंवा व्यक्तींच्या कलहात, न्यायालयात न जाता सामोपचाराने समेट घडवून आणणाऱ्या, दोन्ही पक्षांशी हितसंबंध नसलेल्या, तटस्थ किंवा नि:पक्षपाती व्यक्तीसाठी मध्यस्थ किंवा लवाद ही संज्ञा वापरली जाते.

area - (एरिआ) **भौगोलिक क्षेत्र किंवा क्षेत्रफळ :** विशिष्ट सीमा असलेला आणि काही समान व एकात्म वैशिष्ट्ये असलेला भौगोलिक प्रदेश म्हणजे क्षेत्र किंवा क्षेत्रफळ होय.

area blighted - (एरिआ ब्लाइटेड) **निरुपयोगी क्षेत्र किंवा पडीक जमीन :** निवासी नसलेले की ज्याची उपयोगिता संपलेली आहे, ज्यात कोणतेही पीक येत नाही, अशा टाकाऊ किंवा पडीक जमिनीसाठी 'निरुपयोगी क्षेत्र' ही संज्ञा वापरली जाते. डोंगराळ, खडकाळ, अत्यंत खारी वा क्षारयुक्त जमिनी या संज्ञेला पात्र ठरतात.

area culture - (एरिआ कल्चर) **क्षेत्रसंस्कृती :** माणुसकीचा किंवा मानवी स्वभावाचा असा कोणताही भाग, की जो अंगभूत गटाच्या संस्कृतीतील समानतेमुळे परस्परांशी जोडला गेला आहे; त्यासाठी 'क्षेत्रसंस्कृती' ही संज्ञा वापरली गेली. भारताचा, चीनचा, जपानचा भूप्रदेश अशाच समान सांस्कृतिक वैशिष्ट्यांमुळे जोडला गेला आहे, त्यामुळे त्यांनाही ही संज्ञा लावता येईल.

area delinquency - (एरिआ डिलिक्वेन्सी) **क्षेत्र, विपथगामी :** कोणत्याही शहरातील असे क्षेत्र, की ज्या ठिकाणी सातत्याने असामान्य विपथगामित्वाचा दर हा शहरातील इतर क्षेत्रांच्या तुलनेने जास्त असतो; तेव्हा त्यासाठी ही संज्ञा वापरली जाते. ही विपथगामित्वाची क्षेत्रे वेगवेगळ्या विभागांत विभागली जातात.

औद्योगिक इमारती, समुद्रकिनारे, रेल्वेची आवारे, पडक्या इमारती आणि संमिश्र राष्ट्रीयत्व असलेली लोकसंख्याक्षेत्रे ही विपथगामित्वाची क्षेत्रे असून तेथे मोठ्या प्रमाणात गुन्हेगारी चालते.

area industrial - (एरिआ इन्डस्ट्रिअल) **क्षेत्र, औद्योगिक :** जिल्हा, छोटे शहर, मोठे शहर, महानगर, परगणा किंवा प्रदेश की जो प्रामुख्याने विविध प्रकारच्या औद्योगिक उत्पादनासाठी, नवीन कारखाने काढण्यासाठी, औद्योगिक विकासासाठी राखीव ठेवला जातो किंवा त्यासाठी दिला जातो. त्यास 'औद्योगिक क्षेत्र' या संज्ञेने संबोधतात.

area interest - (एरिआ इन्टरेस्ट) **क्षेत्र, अभिरुची किंवा आस्थेचा विषय :** प्रघटनांचा असा संच की ज्याभोवती गटातील सर्व व्यक्तींचे लक्ष केंद्रित केले जाते. त्यासाठी ही संज्ञा वापरतात. शिक्षणक्षेत्रात ज्या विभागात किंवा विषयात अध्ययन करण्याची वा संशोधन करण्याची आवड आहे, त्यासाठीपण ही संज्ञा वापरतात. त्याचप्रमाणे व्यापारक्षेत्रात ज्या प्रकारचा व्यापार करण्याची तुमची इच्छा व आवड आहे यासाठीपण ह्या संज्ञेचा वापर केला जातो.

area metropolitan - (एरिआ मेट्रोपॉलिटन) **क्षेत्र, महानगर :** ज्या ठिकाणी मोठ्या लोकसंख्येचे केंद्रीकरण झालेले आहे, असा प्रदेश व त्यासभोवतालचे क्षेत्र की जेथील आर्थिक आणि सामाजिक जीवन हे प्रामुख्याने मध्यवर्ती शहरावर अवलंबून असते, त्यासाठी ही संज्ञा वापरतात. मुंबई (मूळ शहर) व त्याची उपनगरे या सर्व क्षेत्रांसाठी 'क्षेत्र, महानगर' ही संज्ञा वापरतात. मुंबईप्रमाणेच दिल्ली, चेन्नई, कोलकता, पुणे, अहमदाबाद इत्यादी असंख्य शहरांत सभोवतालच्या गावाचे क्षेत्र मूळ शहराचा भाग बनते. तेव्हा 'महानगर क्षेत्र' निर्माण होते.

area natural - (एरिआ नॅ॑चरल) **क्षेत्र, स्वाभाविक किंवा नैसर्गिक :** एखाद्या विशिष्ट भूपृष्ठाचा विस्तार हा अनियोजित पद्धतीने किंवा सामाजिक प्रक्रियेतून होऊन तो जेव्हा वेगळा होतो, तेव्हा त्यास ही संज्ञा लावतात. हा विकास किंवा विस्तार जाणीवपूर्वक वा नियोजनबद्ध पद्धतीने प्रशासकीय यंत्रणेद्वारे केला जात नाही.

area of sympathy - (एरिआ ऑफ सि॑म्पथी) **सहानुभूतीचे क्षेत्र :** प्रघटनांचा असा संच की ज्यात व्यक्तींचा गट इतर व्यक्तींच्या गटांशी समान भावनेने जोडलेला असतो. समान भावनांमध्ये राष्ट्रीयत्वाची भावना, धार्मिक भावना, वांशिक भावना, समुदाय भावना इत्यादींचा समावेश होतो व या सर्व समान भावनांच्या प्रकटीकरणासाठी सहानुभूतीचे क्षेत्र ही संज्ञा वापरतात.

area trade - (एरिआ ट्रेड) **क्षेत्र, व्यापारी :** व्यापारी केंद्राच्या सभोवतालचा भूप्रदेश आणि त्याच्या अत्यंत जवळचे क्षेत्र की जे ग्रामीण व्यापाराचे केंद्र असते, जे त्यांचा व्यापार मूळ शहरी केंद्राशी करते. व्यापारी क्षेत्राचा आकार अनिश्चित असतो आणि तो मूळ शहरी व्यापारकेंद्राच्या आकाराच्या तुलनेत काही प्रमाणात प्रमाणशीर असतो. व्यापारी केंद्राला निश्चित किंवा ठरावीक सीमा नसते.

area urban - (एरिआ अर्बन) **क्षेत्र नागरी किंवा शहरी :** मर्यादित भूप्रदेशावर वस्ती केलेल्या व लोकसंख्येची घनता जास्त असलेल्या लोकवस्तीसाठी ही संज्ञा वापरतात. अमेरिकेत २५०० पेक्षा जास्त लोकसंख्या असलेल्या भूप्रदेशासाठी ही संज्ञा वापरली जाते. भारतात मात्र ५००० किंवा त्यापेक्षा जास्त लोकसंख्या असलेल्या वस्तिस्थानाला 'शहरी क्षेत्र' म्हणतात. शहरी क्षेत्रासाठी लोकसंख्येची मर्यादा किंवा मर्यादेचे निकष वेगवेगळे असतात किंवा आहेत. (पहा–Urban– नागरी.)

arena - (अरे'ना) **आखाडा किंवा संघर्षक्षेत्र :** आखाडा किंवा संघर्षक्षेत्र ही संज्ञा राजकीय समाजशास्त्रात प्रामुख्याने वापरली जाते. यात विचारांचे किंवा संभाषणाचे, स्पर्धेचे, संघर्षाचे किंवा कलहाचे असे कोणतेही क्षेत्र की जेथे राजकीय सत्ता मिळविण्याचा प्रयत्न केला जातो.

art - (आर्ट) **कला :** 'कला' या संज्ञेचा पहिला अर्थ आहे, 'कला' ही एक प्राथमिक सामाजिक संस्था असून जी जीवनातील काही प्रश्नांची उत्तरे प्रतीकात्मक स्वरूपात देते, ज्या प्रकारे धर्म हे आपले कार्य आध्यात्मिक घटकांच्याद्वारे करते. समाजशास्त्रीय दृष्टिकोनातून कला आणि कलाकार्य हे त्यांच्या सामूहिक मनाच्या पुराव्यात अंतर्भूत असून, कलाकार्याच्या माध्यमातून कलाकारात एकसंधता निर्माण होते व सामूहिक मनाचा हा पुरावा रसिक प्रेक्षकांच्या ग्रहणशक्तीतून साकार होतो. कला या संज्ञेचा दुसरा अर्थ आहे, कौशल्य, तंत्र, हस्तंकलाकारी इ. व्यावहारिक किंवा उपयोगी कला ही ललितकलेपासून (fine arts) वेगळी असून ललितकलेत नृत्य, नाटक, कविता, वास्तुविद्याशास्त्र किंवा शिल्पशास्त्र इत्यादींचा समावेश होतो. याशिवाय चित्रकला, उत्खननकला आणि संगीतही ललितकलेत समाविष्ट आहे.

art sociology - (आर्ट सोशिऑलजी) **कला समाजशास्त्र :** पहा–sociology of art-कलेचे समाजशास्त्र.

articulation of modes of production - (आर्टिक्युलेशन ऑफ मोड्स ऑफ प्रॉडक्शन) **उत्पादनाच्या जोडपद्धती :** ही संज्ञा मार्क्सवादाची प्रमुख संज्ञा आहे. उत्पादनाच्या जोडपद्धतीनुसार समाजात एकाच वेळेला दोन किंवा अधिक उत्पादन- पद्धती कार्यरत असतात. उदा. शेती उत्पादनपद्धतीसमवेतच कारखाना उत्पादनपद्धतीही समाजात कार्यरत असते. परावलंबनाच्या सिद्धान्तावर टीका करताना मार्क्सवाद्यांनी ही संज्ञा विकसित केली होती. विशेषत: अविकसित राष्ट्रे आणि विकसित राष्ट्रांतील दुवा स्थापित करण्यासाठी ही संज्ञा विकसित केली. वोल्प (Wolpe) यांनी १९७२ साली या संदर्भात जे विवेचन केले होते, त्यानुसार भांडवलशाहीपूर्व दक्षिण आफ्रिकेत उत्पादनपद्धती ही प्रामुख्याने नातेगोते संबंधावर आधारित होती, की ज्यामुळे दक्षिण आफ्रिकेतील औद्योगिक भांडवलशाही अर्थव्यवस्थेसाठी स्वस्तात श्रमशक्तीची तरतूद झाली; हीसुद्धा एक प्रकारची जोड उत्पादनपद्धती होय.

artifact - (आर्टिफॅक्ट) **मानवनिर्मित कला किंवा कलाकृती :** मानवी कलाकारांनी निर्माण केलेल्या शोभेच्या, घरसजावटीच्या विविध वस्तूंसाठी ही संज्ञा वापरतात. संस्कृतीच्या भौतिक स्वरूपाच्या सर्व मानवनिर्मित वस्तूंसाठीपण या संज्ञेचा वापर केला जातो. पुराणवस्तु-शास्त्रात किंवा पुराणवस्तुविद्याशाखेत सद्य:कालीन समाजाच्या पुनर्बांधणीसाठी गतकालीन मानवनिर्मित कलात्मक वस्तूंचा अभ्यास महत्त्वपूर्ण ठरतो.

arts fine - (आर्ट्स फाईन) **ललितकला :** मानवी जीवनातील मूल्यांची सखोल गुणग्राहकता आणि सामर्थ्यवान प्रकटन यांसाठी ललितकला ही संज्ञा वापरली जाते. मूल्यांच्या प्रकटीकरणाचे अनेक प्रकार असून त्यांत विविध खेळ, नृत्य, नाटके, चित्रकला किंवा रेखाचित्रे, उत्खनन, वास्तुविद्या, विवक्षित आकाराच्या वस्तू तयार करणे, कविता, गद्यलेखन आणि संगीत इत्यादींचा समावेश होतो. ह्या सर्वांची निर्मिती करताना अत्यंत विकसित अशा तंत्रज्ञानाचा वापर करणे आवश्यक असते. या विकसित तंत्रज्ञानात रेषा, रंग, रचना, ध्वनी आणि शब्द यांचा समावेश होतो. यातून सामाजिक व्यवसाय आणि सामाजिक संस्था यांचा उदय व विकास होतो.

ascendancy - (अॅसेन्डन्सी) **सत्ताप्राबल्य किंवा सत्तावर्चस्व :** सत्ता, प्रभाव आणि दर्जा यांद्वारे प्राप्त झालेल्या श्रेष्ठ पदासाठी ही संज्ञा वापरली जाते. पंतप्रधान (सत्ता), शिक्षक वा नट (प्रभाव) आणि पिता (दर्जा) यांचे त्या त्या क्षेत्रातील प्राबल्य वा वर्चस्व अबाधित असते. या सर्वांसाठी या संज्ञेचा वापर केला जातो.

ascendancy social - (असेन्डन्सी सोशल) **प्राबल्य सामाजिक** : पहा–social ascendancy–सामाजिक प्राबल्य.

ascribed statuses - (अस्क्राइब्ड स्टेटसेस) **प्रदत्त किंवा अर्पित दर्जे** : जन्मत: किंवा सामाजिकदृष्ट्या महत्त्वाच्या अशा काही घटकांमुळे, व्यक्तीने स्वत: त्यासाठी काहीही प्रयत्न न करता, जे दर्जे व्यक्तीला समाजाकडून बहाल करण्यात येतात त्यांना प्रदत्त किंवा अर्पित दर्जे म्हणतात.

ascription - (अस्क्रिप्शन) **अर्पितता किंवा प्रदत्तता** : व्यक्तीला तिच्या जन्माने किंवा जन्मामुळे जो दर्जा प्राप्त होतो, त्यास अर्पितता किंवा प्रदत्तता असे म्हणतात. व्यक्तीचा वंश, जात, धर्म, लिंग इत्यादी बाबी जन्माबरोबरच निश्चित होतात. त्यात सहसा बदल करता येत नाही. मातापित्याचा वंश, जात, धर्म हाच अपत्याचाही वंश, जात व धर्म असतो. त्यासाठी ही संज्ञा वापरतात.

Asiatic mode of production - (एशिऑटिक मोड ऑफ प्रॉडक्शन) **आशियाई उत्पादनपद्धती** : मार्क्सवाद्यांनी वापरलेली ही संज्ञा असून त्यात मार्क्स असे गृहीत धरतात, की जमिनीची मालकी (या खंडातील राष्ट्रात) एकतर राज्याची असते किंवा स्वयंपूर्ण ग्रामीण समुदायाची असते आणि या आशिया खंडातील देशात युरोप खंडातील समाजाप्रमाणे ऐतिहासिक विकासाची प्रक्रिया प्रकटपणे दिसून येत नाही. मार्क्स यांच्या मते, आशिया खंडातील राष्ट्रांना कोणताही इतिहास नाही. ह्या गृहीत तत्त्वाच्या आधारे मार्क्स असे प्रतिपादन करतात, की पारंपरिक पाश्चिमात्य विचारांनुसार आशियातील समाजावर राज्याचे वर्चस्व होते आणि त्या समाजात जमिनीच्या मालकीचा अभाव होता. आज मात्र आशियातील उत्पादनपद्धती आणि आशियातील समाज या संदर्भात मार्क्स यांच्या विचाराबाबत शंका उपस्थित केल्या जाऊ लागल्यात. मार्क्स यांच्या संकल्पनेला प्रथमत: आनुभविक संशोधनाच्या आधारे सुरुंग लावण्याचा प्रयत्न झाला; तर दुसरीकडे 'पौर्वात्य समाजाबद्दल' युरोपातील राष्ट्रांत युरोपकेंद्रित ज्या बनावट कथा रुजविल्या गेल्या होत्या, त्यांचे वर्चस्व या विचारात आढळत असल्याने या विचारांचा पायाच कच्चा आहे, असे मानले गेले होते.

assimilation - (असिमिलेशन) **संमीलन** : विविध समूह किंवा व्यक्ती दुसऱ्या समूहांचे विचार, मूल्ये पूर्णपणे जेव्हा आत्मसात करतात तेव्हा त्याला संमीलन असे म्हणतात.

assimilation, social - (असि'मिलेशन सो'शल) **संमीलन सामाजिक :** पहा–
social assimilation–सामाजिक संमीलन.

association - (असो'सिएशन) **मंडळ :** विशिष्ट उद्देश साध्य करण्यासाठी काही
लोकांनी एकत्रित येऊन स्थापन केलेली संघटना म्हणजेच मंडळ होय. एक किंवा
अनेक सामान्य हेतूंच्या प्राप्तीसाठी किंवा पूर्ततेसाठी स्थापन करण्यात येणारा
सामाजिक गट म्हणजे मंडळ होय.

association co.efficient - (असो'सिएशन को'इफि'शन्ट) **सहसंबंधी**
गुणकसंख्याक : सहसंबंधी गुणकसंख्येत दोन चलांच्या अशा मात्रांचा निर्देश
केला जातो की ज्या परस्परांशी संबंधित असतात. सहचलाचे दोन मूलभूत प्रकार
म्हणजे समानता व असमानता यांचे मापन करणारे सहचल होत. समानता व
असमानता हा प्रत्येक समाजव्यवस्थेचा एक भाग होय. त्या आधाराने समाजातील
या दोन घटकांतील भेदाचे मापन केले जाते.

association criminal - (असो'सिएशन क्रिमिनल) **मंडळ, गुन्हेगारी :** 'मंडळ,
गुन्हेगारी' किंवा 'गुन्हेगारी मंडळ' म्हणजे आपली गुन्हेगारी वृत्ती वा आवड
जपण्यासाठी किंवा गुन्हेगारी हितसंबंधाचे जतन करण्यासाठी किंवा त्यांचे प्रकटन
करण्यासाठी स्थापन करण्यात आलेली संघटना होय. गुन्हेगारांच्यामध्ये आत्मीयतेने
आणि मित्रत्वाने संज्ञापनसंबंध निर्माण करणारी प्रक्रिया म्हणजे गुन्हेगारी मंडळ
होय, की ज्यांच्या परिणामस्वरूप गुन्हेगारी वर्तन अनुबंधाचे संमीलन होते.
गुन्हेगारी टोळ्या किंवा संघटित दहशतवाद हे याचे उदाहरण होय.

association differential - (असो'सिएशन डि'फरेन्शल) **मंडळ विभेदीकरण :**
एका व्यक्तीच्या संबंधाचे अन्य व्यक्तींच्या संबंधाच्या आधाराने विभाजनात्मक
वितरण करण्यासाठी ही संज्ञा वापरली जाते. समाजात काही व्यक्ती गुन्हेगारी
प्रवृत्तीच्या असतात तर काही नियमांचे पालन करणाऱ्या असतात. सोप्या शब्दांत
म्हणजे गुन्हेगारांचे एक मंडळ असते, तर गुन्हेगारीला विरोध करणारे दुसरे मंडळ
असते. भारतातील जातिव्यवस्था, पाश्चिमात्य जगातील वर्गव्यवस्था हे या
प्रकारच्या विभेदीकरणाचे उदाहरण होय.

association method - (असो'सिएशन मेथड) **साहचर्यपद्धती :** दोन क्रियांत
किंवा वस्तूत बंध निर्माण करणे किंवा मूळ चेतकाच्या ठिकाणी दुसरा संकेत ठेवून
तीच प्रतिक्रिया निर्माण करणे, याला साहचर्यपद्धती म्हणतात.

association voluntary - (असो॑सिएशन व्हॉ॑लन्टरी) **मंडल ऐच्छिक : काही** विशिष्ट हितसंबंधांचे जतन करण्यासाठी काही नागरिकांनी एकत्र येऊन स्थापन केलेला गट म्हणजे ऐच्छिक मंडल होय. राज्याने स्थापन केलेल्या मंडळापेक्षा याचे स्वरूप भिन्न असते. ऐच्छिक मंडळाचे सभासदत्व जसे ऐच्छिक असते, तसेच त्यांच्या सभासदांच्या वर्तनावर कोणतेही बंधन नसते.

associative social process - (असो॑सिएटिव्ह सो॑शल प्रोसे॑स) **साहचर्यात्मक सामाजिक प्रक्रिया :** सामाजिक आंतरक्रियांची जी रूपे किंवा ज्या सामाजिक प्रक्रिया समाजात एकात्मता निर्माण करण्याचे कार्य करतात किंवा समाजाच्या विविध घटकांत साहचर्य वाढीस लावतात, त्यांना साहचर्यात्मक सामाजिक प्रक्रिया म्हणतात.

assortive mating - (असॉर्टिव्ह मेटिंग) **समानधर्मी वैवाहिक साथीदार निवड :** याचा अर्थ समान आनुवंशिक गुणधर्म असणाऱ्या दोन व्यक्तींनी परस्परांची वैवाहिक साथीदार म्हणून निवड करणे होय. उदा. उंच मुलाने वैवाहिक साथीदार म्हणून उंच मुलीची निवड करणे, सुंदर मुलाने सुंदर मुलीची निवड करणे, गोऱ्या मुलाने गोऱ्या मुलीची निवड करणे इत्यादी. काही काही वेळेला समान सामाजिक गुणधर्म असलेल्यांनी त्याच प्रकारचे सामाजिक गुणधर्म असलेल्यांशी वैवाहिक संबंध प्रस्थापित करण्याच्या क्रियेसाठीपण ही संज्ञा वापरतात. समान शैक्षणिक पात्रता, समान धर्म, समान श्रद्धा असणाऱ्या व्यक्तीव्यक्तींतील संबंध यात मोडतात.

asylum - (असा॑इलम) **आश्रयस्थान किंवा आधारगृह किंवा मनोरुग्णालय :** समाजशास्त्रीय दृष्टीने विचार करता कोणत्याही समाजातील अपंग, मनोरुग्ण, मनोदुर्बळ, निराधार व्यक्ती, परित्यक्त स्त्रिया इत्यादींना मदत करण्याच्या समाजसेवी संघटना म्हणजे आश्रयस्थान होय. विविध स्वरूपाची अनाथगृहे, अंधशाळा, परित्यक्त स्त्रियांची गृहे, वृद्धाश्रम इत्यादींसाठी या संज्ञेचा वापर केला जातो.

asymmetric society - (असिमे॑ट्रिक सोसायटी) **असमान समाज :** ही संज्ञा अमेरिकेतील समाजशास्त्रज्ञ जेम्स एस. कोलमन (James S. Coleman) यांनी वापरली. 'असिमिट्रिक सोसायटी' (असमान समाज) या त्यांच्या पुस्तकात ते असा विवाद करतात की, प्रगत भांडवलशाहीतील समुदायातील कर्त्याची वाढ (उदा. व्यापार, कामगार संघटना आणि सरकारी संघटना) ही व्यक्ती आणि सामुदायिक संघटना यांच्यातील असमानतेतून उदयाला आली होती. कोलमन (Coleman) पुढे असा दावा करतात, सत्ता ही प्रामुख्याने व्यक्तींकडून समुदायाकडे

प्रवाहित होते. (राजसत्तेकडून (व्यक्ती) लोकसत्तेकडे किंवा लोकशाहीकडे होणारे सत्तेचे हस्तांतरण या 'असमान समाज' या संज्ञेस पात्र ठरते.)

asymmetrical - (असिमे'ट्रिकल) **असमानता :** समाजशास्त्रीय दृष्टीने विचार करता समाजातील व्यक्तीव्यक्तींतील, गटागटांतील, दर्जादर्जांतील भेद दर्शविण्यासाठी ही संज्ञा वापरली जाते. भारतातील जातीजातींतील भेद, पाश्चिमात्य जगतातील वर्गवर्गांतील भेद, नोकरशाहीतील विविध पदांतील भेद या संज्ञेने निर्देशित केले जातात. श्रेष्ठ-कनिष्ठ, उच्च-नीच इत्यादी संकल्पनांवर आधारित श्रेणीरचना या असमानतेचे प्रतीक होय.

asymmetrical causal processess - (असिमे'ट्रिकल कॉझल प्रोसे'सेस) **असमान कारणमीमांसा प्रक्रिया :** याचा अर्थ आहे, एकदिशीय कारणमीमांसा प्रक्रिया होय. एकदा 'अ' ला गती दिली की ज्या गतीमुळे 'ब' लाही गती प्राप्त होते, तेव्हा गतिमानतेची एक नवीन परिस्थिती निर्माण होते की जी कायमस्वरूपी असते. या गतिमानतेला उलट फिरविता येत नाही. गतीचा वेग कमी करूनही त्यात बदल होत नाही. असमान कारणमीमांसा प्रक्रिया ही भौतिक जगापेक्षा सामाजिक जगात मोठ्या प्रमाणात सामान्यपणे आढळून येते. समाजाची प्रगती बऱ्याच विचारवंतांच्या मते, एकदिशीय कारणमीमांसेवर आधारलेली असते. अर्थात या विचारामुळे धोरणात्मक संशोधनप्रक्रियेत अनेक विशेष स्वरूपाच्या समस्या निर्माण झाल्या आहेत.

asymmetry hypothesis - (असिमे'ट्री हाइपॉ'थिसिस) **असमान सिद्धान्तकल्पना किंवा गृहीततत्त्व) :** 'आधुनिक औद्योगिक समाजात घर किंवा घरदार (Household) हे वर्गसंरचनेचे एक महत्त्वाचे एकक (unit) असल्यामुळे या समाजात विवाहित स्त्रियांचा वर्ग हा प्रामुख्याने त्यांच्या पतीच्या व्यावसायिक स्थानावरून निर्धारित केला जातो', ही सिद्धान्तकल्पना या संज्ञेला पात्र ठरते. ही वरील सिद्धान्तकल्पना (गृहीततत्त्व) टॉलकॉट पार्सन्स यांनी त्यांचा प्रारंभिक निबंध 'अमेरिकेतील कुटुंब आणि नातेगोते व्यवस्था' यात प्रतिपादन केली होती. यावर पार्सन्स असा विवाद करतात, की कुटुंब हे एकात्मतेच्या प्रसरणाचे प्रमुख एकक असल्याकारणाने, सामाजिक व्यवस्था जर निर्विघ्न किंवा सुरळीतपणे कार्य करणारी असेल तर स्तरीकरण व्यवस्थेत सभासदांनी समान दर्जा प्राप्त करणे गरजेचे आहे. त्याचप्रमाणे पार्सन्स पुढे असा दावा करतात, की समकालीन औद्योगिक समाजात पतीच्या व्यावसायिक स्थानावरून समग्र कुटुंबाचे सामाजिक स्थान निर्धारित केले जाते.

समाजशास्त्रात स्त्रीवादी दृष्टिकोन उदयास आल्यानंतर पार्सन्स यांची ही वरील सिद्धान्तकल्पना (गृहीततत्त्व) असमानतेवर आधारलेली आहे, याचा साक्षात्कार स्त्रीवादी विचारवंतांना झाला व या तत्त्वाची आनुभविक छाननी वा चौकशी करण्याची गरज त्यांनी व्यक्त केली; कारण त्यांच्या मते, वर्ग हेच असमानतेचे प्रतीक आहे.

atlantic charter - (अटलांटिक चार्टर) **अटलांटिक सनद :** अमेरिकेचे अध्यक्ष प्रे. रूझवेल्ट व ब्रिटिश पंतप्रधान चर्चिल यांनी दुसऱ्या महायुद्धाच्या काळात उत्तर अटलांटिक महासागरात न्यू फाउंडलँडजवळ एका युद्धनौकेवर पाच दिवस विचारविनिमय करून दि. १४ ऑगस्ट १९४१ रोजी केलेल्या संयुक्त घोषणेस 'अटलांटिक सनद' म्हणतात.

atomism - (ॲटोमिझम) **सूक्ष्मतावाद :** समाजशास्त्रात सूक्ष्मतावाद (atomism) या संज्ञेचा अर्थ पुढीलप्रमाणे घेतला जातो. सूक्ष्मतावाद हा असा एक सिद्धान्त आहे की ज्यात गटाचे स्पष्टीकरण किंवा गटाचे आकलन हे समग्र समुच्चयाच्या ऐवजी वैयक्तिक सभासद किंवा एकक या आधाराने केले जाते. त्याचबरोबर वैयक्तिक सभासदांशिवाय समाजाच्या किंवा कोणत्याही गटाच्या अस्तित्वाला काहीच अर्थ नाही. सारांश, या सिद्धान्तानुसार व्यक्ती (सूक्ष्मघटक) समाजापेक्षा (Society) महत्त्वाची आहे हा विचार मनावर ठसविला जातो.

attachment - (अटॅचमेन्ट) **भावनात्मक बंध :** बालक आणि माता यांच्यातील भावनात्मक बंधासाठी ही संज्ञा वापरली जाते. बालकांच्या वर्तनाचा एक प्रकार की ज्यात तो आपल्या पालकासंबंधीच्या भावना प्रकट करतो. यात बालकाचे रडणे, स्मित करणे, हसणे इत्यादी क्रिया समाविष्ट आहेत. शिवाय मानसशास्त्राच्या दृष्टीने पोशिंदा (पालन करणारे) पिता आणि अन्य व्यक्ती यांच्यातील भावनात्मकतेच्या पूर्ततेसाठीचे परस्परावलंबी बंध, यासाठीपण ही संज्ञा वापरतात. भावनात्मकतेचा हा सिद्धान्त बाऊलबाय (Bowlby) यांनी १९५८ साली प्रथम मांडला, की जो प्रामुख्याने या संज्ञेच्या पहिल्या दोन अर्थांशी संबंधित होता. बालकाची मानसशास्त्रीय व शारीरिक काळजी आईद्वारे जी घेतली जाते, ती भावनात्मक बंधाचाच एक भाग होय.

attack - (अटॅक) **हल्ला किंवा आक्रमण :** हल्ला हा सामाजिक संघर्षाचा असा एक पैलू आहे, की ज्यात व्यक्तीवर किंवा गटावर शारीरिक किंवा मानसिक हल्ला करून त्यांना इजा पोहचविली जाते. तसेच यात अन्य व्यक्ती, अन्य गट आणि अन्य

सामाजिक संरचना यांना निष्फळ करणे, हापण या प्रकारच्या हल्ल्याचा एक उद्देश असतो.

attempted suicide - (अटें॑म्प्टेड सू॑साईड) **आत्महत्या प्रयत्न :** स्वत:चे जीवन नष्ट करण्याचा प्रामाणिक प्रयत्न करूनही जेव्हा त्या व्यक्तीचे जीवन नष्ट होत नाही तेव्हा त्यासाठी 'आत्महत्येचा प्रयत्न' ही संज्ञा वापरली जाते. दुसरीकडे काही व्यक्ती इतरांना घाबरविण्यासाठी आत्महत्या करण्याचे जेव्हा ढोंग करतात, तेव्हा त्यासही आत्महत्येचा प्रयत्न किंवा समांतर आत्महत्या (parasuicide) या संज्ञेने संबोधले जाते. आत्महत्येचा प्रयत्नाच्या प्रसंगाचा अनुबंध वेगवेगळा असतो, परंतु आत्महत्येचा प्रयत्न करणारी व्यक्ती तिचा जीव वाचवण्यासाठी इतरांनी मदत करावी म्हणून आरडाओरडा करते.

attitude - (ॲ॑टिट्यूड) **अभिवृत्ती किंवा मनोवृत्ती :** अभिवृत्ती म्हणजे दृष्टिकोन. एखाद्या व्यक्तीचा विशिष्ट दृष्टिकोन वा वागण्याची पद्धत म्हणजे त्याची अभिवृत्ती होय.

attitude experimental - (ॲ॑टिट्यूड एक्स्पे॑रिमें॑टल) **अभिवृत्ती आनुभविक :** अभिवृत्ती धारण करणाऱ्या व्यक्तीचा तिच्या वैयक्तिक अनुभवातून जीवनाकडे पाहण्याचा किंवा सामाजिक घटनांकडे पाहण्याचा दृष्टिकोन बनविण्याच्या क्रियेसाठी ही संज्ञा वापरली जाते.

attitude scale - (ॲ॑टिट्यूड स्केल) **अभिवृत्ती अनुमापनसारिणी :** प्रमाणभेदांची नोंद करण्याची एक पद्धत म्हणजे व्यक्तींना विशिष्ट प्रकारे रचलेले प्रश्न विचारून त्या प्रश्नांना व्यक्तींनी दिलेल्या उत्तरांच्या आधारे व्यक्तींची अभिवृत्ती निर्धारित करणे, म्हणजे अभिवृत्ती मापनसारिणी होय.

attitude social - (ॲ॑टिट्यूड सो॑शल) **अभिवृत्ती सामाजिक :** पहा-social attitude-सामाजिक अभिवृत्ती.

attribute variable - (अट्रि॑ब्यूट व्हे॑रिएबल) **गुणधर्मात्मक परिवर्त्य किंवा चल :** ज्या परिवर्त्यांमध्ये प्रयोगकर्ता हस्तक्षेप करीत नाही; फक्त त्यांचे मापन करतो, अशा परिवर्त्यांना 'गुणधर्मात्मक परिवर्त्य' म्हणतात.

authoritarian personality - (ऑ॑थॉरिटे॑अरिअन प॑र्सनॅ॑लिटी) **अधिकारी व्यक्तिमत्त्व :** ही संज्ञा थिओडॉर ॲडोर्नो (Theodor adorno) आणि त्यांचे साथीदार यांनी १९५०मध्ये वापरली होती. ही संज्ञा वापरण्याचा त्यांचा उद्देश,

अशा व्यक्तिमत्त्वाचे वर्णन करणे की ज्या अधिकार, ताठरपणा (rigidity), उद्धटपणा (arrogance) यासमोर लीन वा नम्र होतात. 'अधिकारी व्यक्तिमत्त्व' हा ॲडोर्नो यांचा सर्वोत्कृष्ट अभ्यास असून त्यात त्यांनी 'पूर्वग्रह', 'स्वसंरक्षण यंत्रणा' आणि 'बळीचा बकरा' इत्यादी संज्ञांचे स्पष्टीकरण केले आहे. या ठिकाणी 'अधिकारी व्यक्तिमत्त्व' म्हणजे अधिकार गाजविणाऱ्या व्यक्ती नव्हेत; तर अधिकारापुढे विनम्र होणाऱ्या व्यक्ती होत, असा अर्थ ॲडोर्नो यांना अभिप्रेत होता. अधिकारी व्यक्तिमत्त्व म्हणजे असे व्यक्तिमत्त्व की जे समाजातील वर्चस्व आणि लीनता यांवर आधारित व्यवस्थेचे समर्थन करते.

authority - (ऑथॉ'रिटी) **अधिकारी** : सामाजिक किंवा राजकीय गटात सत्ता, नियम आणि हुकूम यांच्या माध्यमातून वर्चस्व प्रस्थापित करणे म्हणजेच अधिकार होय. उदा. पितृसत्ताक कुटुंबात पिता, मातृसत्ताक कुटुंबात माता, राजकीय पक्षात नेता, शैक्षणिक व आर्थिक क्षेत्रात त्या त्या क्षेत्रातील तज्ज्ञ जे वर्चस्व गाजवितात, त्यासाठी ही संज्ञा वापरली जाते. वेबरने वर्चस्वाचा एक प्रकार म्हणून, तर डाहरेनडॉर्फ यांनी संघर्षाचा एक घटक म्हणून अधिकार या संज्ञेवर विवेचन केले होते.

autobiography - (ऑ'टोबायो'ग्राफी) **आत्मचरित्र** : आत्मचरित्र म्हणजे लेखकाने किंवा व्यक्तीने आपल्या जीवनाचे केलेले सिंहावलोकन किंवा आत्मपरीक्षण होय.

autocracy - (ऑटो'क्रसी) **एकसत्ताक राज्य** : एका व्यक्तीने, एका छोट्या गटाने किंवा एका राजकीय पक्षाने समाजावर किंवा राष्ट्रावर निरंकुश सत्ता प्रस्थापित करणे म्हणजे एकसत्ताक राज्यपद्धती होय. निरंकुश सत्ता प्रस्थापित करण्याचे अनेक प्रकार असून त्यांत प्रामुख्याने जुलमी सत्ता (despotism), अल्पजनसत्ताक राज्यपद्धती (oligarchy), हुकूमशाही (dictatorship) इत्यादींचा समावेश होतो. हे सर्व प्रकार लोकशाहीविरोधी आहेत.

automation - (ऑटो'मेशन) **स्वयंचलितता किंवा स्वयंचलन** : कच्च्या मालावर प्रक्रिया करून कराव्या लागणाऱ्या उत्पादनाची सर्व कामे, ठरवून दिलेल्या क्रमाने यंत्रे करतात; अशा यंत्रांचा वापर करण्याच्या व्यापक प्रक्रियेला स्वयंचलितता म्हणतात.

autonomy - (ऑटोनॉ'मी) **स्वायत्तता** : स्वायत्तता ही अशी एक परिस्थिती आहे की ज्यात व्यक्ती, गट, राष्ट्र स्वतःच स्वतःचा जीवन जगण्याचा मार्ग निवडते. हा मार्ग वेगवेगळा असतो व त्याचे अर्थही त्या त्या शास्त्रानुसार बदलतात. मानसशास्त्रात

स्वायत्तता म्हणजे स्वत्वाची एकात्मता निर्माण करणे होय की, ज्या एकात्मतेचा व्यक्तीच्या स्वत्वात अभाव असतो. (उदा. व्यक्ती काही वेळेला अतिअनुसरणप्रिय असतात किंवा काही वेळेस त्यांच्या स्वत्वात बिघाड होतो व ज्याचा परिणाम कालांतराने उन्मादावस्थेत (bysteria) होतो. कांत (Kant) या तत्त्वज्ञाच्या विचारानुसार व्यक्ती स्व-मार्गदर्शक तत्त्वानुसार जेव्हा क्रिया करते, तेव्हा ती स्वायत्ततेचा अवलंब करते. राज्यशास्त्रज्ञ स्वायत्तता या संज्ञेचा अर्थ स्थानिक स्वराज्य संस्थांचे हक्क व अधिकार या संदर्भात घेतात. उदा. स्वायत्त राज्य. प्रत्येक स्थानिक स्वराज्य संस्थेला निर्णयाचे स्वातंत्र्य असते. यासाठी ते स्वायत्तता ह्या संज्ञेचा वापर करतात. समाजशास्त्रात मात्र या संज्ञेचा वापर, सर्वसामान्यपणे सामाजिक कर्त्यांच्या बुद्धिप्रामाण्यवादी मनात स्वत्वाचे निर्धारण कसे होते, यासाठी केला जातो. हा सामाजिक कर्ता निर्धारणवादाचा आत्मनिष्ठ प्रकार नसून तो स्वायत्ततेद्वारे स्वत:च्या हितसंबंधांचे आणि ध्येयसिद्धीचे प्रकटीकरण करतो.

avunculus - (अव्ह्यूनक्युलस) **मातुल स्थानिक निवास :** याचा अर्थ विवाहानंतर वधू-वर उभयतांनी वराच्या मामाच्या घरी राहावयास जावयाचे, अशी पद्धत काही आदिवासी समाजात रूढ आहे.

avoidance relationship - (अव्हॉ॑इडन्स रिले॑शनशिप) **वर्जनता किंवा टाळाटाळीचे आप्तसंबंध :** वर्जनता किंवा टाळाटाळ याचा अर्थ आप्तसंबंधातील किंवा नातेसंबंधातील दोन किंवा अधिक नातेवाइकांनी परस्परांशी संबंध न ठेवणे होय किंवा त्यांच्याशी अंतर ठेवून वागणे होय. प्रत्येक समाजात कोणत्या नातेवाइकांनी परस्परांच्या संपर्कापासून दूर राहावे यासंबंधीचे काही संकेत असतात. सर्वसाधारणपणे सासू-जावई, सासरा-सून, मोठा दीर-धाकटी भावजयी, भाऊ-बहीण यांनी परस्परांच्या संपर्कात येणे टाळावे. बहुसंख्य आदिवासी समाजांत या प्रकारच्या टाळाटाळीच्या आप्तसंबंधाविषयीचे नियम अत्यंत कडक असतात.

avunculate - (अव्ह्यूनक्युलेट) **मातुलेय किंवा मातुलप्रधान आप्तसंबंध :** मातुल म्हणजे मामा - आईचा भाऊ. मातुलेय या शब्दात दोन शब्दांचा समावेश होतो. एक म्हणजे, मातुल व दोन म्हणजे, आलय. मातुल म्हणजे मामा व आलय म्हणजे निवास. मातुलेय म्हणजे मामाच्या घरचे नातेवाईक. यात मामाबरोबरच मामी, मावशी, मामे व मावस भाऊ-बहिणी इत्यादी नातेवाइकांचा समावेश होतो.

axiom / axiomatic - (ॲ॑क्सिओम / ॲ॑क्सिओमॅटिक) *स्वयंसिद्ध तत्त्व :*
स्वयंसिद्ध तत्त्व (Axiom) या शब्दाच्या अर्थात गृहीततत्त्वे, अनुमान करणे, सार्वभौमिक स्वीकाराई तत्त्वे आणि स्वयंप्रमाण सत्य इत्यादींचा समावेश होतो. बहुसंख्य समाजशास्त्रीय सिद्धान्त यांपैकी एक किंवा अधिक तत्त्वांवर अवलंबून असतात. उदा. सर्व मानवी क्रिया या बुद्धिप्रामाण्यवादी किंवा तर्कसंगत (तर्काधिष्ठित) असतात किंवा मार्क्सवादानुसार वर्गसंघर्ष हा इतिहासाची चालना आहे इत्यादी गोष्टी गृहीतांवर आधारित आहेत. काही समाजशास्त्रज्ञांच्या मते, स्वयंसिद्ध श्रद्धा या एकतर गृहीत विचारक्षेत्र तरी आहे किंवा भव्यसिद्धान्त श्रद्धा तरी आहे. जे. एच. टर्नर यांनी स्वयंसिद्ध तत्त्वांचे पाच निकष विशद केले आहेत, ते पुढीलप्रमाणे– १. स्वयंसिद्ध तत्त्वे एकमेकांशी सुसंगत असावीत. २. स्वयंसिद्ध तत्त्व हे अत्यंत अमूर्त असते. ३. त्यांनी अमूर्त संकल्पनांतील संबंध विशद करावे अशी अपेक्षा असते. ४. हे संबंध नियमनासारखे किंवा कायद्यासारखे असले पाहिजेत, की ज्यातून आनुभविक संशोधनाच्या आधारे निश्चित स्वरूपाचे 'प्रमेय' (निष्कर्ष) काढता येईल. ५. स्वयंसिद्ध तत्त्व हे सत्याभासासारखे असून त्याची सत्यता स्वयंप्रमाणित असते.

■

bail - (बेल) **जामीन :** एखाद्या आरोपीला पोलिसांनी अटक केल्यानंतर आरोपाच्या कथित परिस्थितीचा विचार करून, न्यायालय आरोपीला त्याच्या विरोधातील खटला चालविला जाण्याच्या कालावधीत त्याच्या समुदायात राहावयास मान्यता देते. परंतु त्यासाठी खटला चालू असताना प्रत्येक वेळी तो न्यायालयात उपस्थित राहील, असे आश्वासन आरोपीला न्यायालयाला द्यावे लागते. यासाठी 'जामीन' या संज्ञेचा वापर केला जातो.

balance of power - (बॅलन्स ऑफ पॉवर) **सत्तेचे संतुलन :** प्रत्येक राष्ट्राच्या आंतरराष्ट्रीय संबंधांच्या संदर्भात ही संज्ञा वापरतात. सत्तेचे संतुलन म्हणजे अशी परिस्थिती की जीमध्ये प्रमुख सत्तेचे सैनिकी क्षमतेच्याद्वारे किंवा माध्यमातून तात्पुरते संतुलन साधले जाते. अणुशक्तीच्या या युगात 'दहशतवाद्यांचे संतुलन' ही संज्ञा वापरली जाते. आर्थिक सत्ता, धार्मिक सत्ता, अणुशक्ती सत्ता याआधारे राष्ट्राराष्ट्रांत संतुलन साधण्याचा प्रयत्न केला जात असला, तरी निरंकुश सत्तासंतुलन आजतरी अशक्य आहे.

balance theory - (बॅलन्स थिअरी) **संतुलन सिद्धान्त :** संतुलन सिद्धान्त हा दोन घटकांतील (म्हणजे दोन व्यक्ती किंवा दोन गट) सकारात्मक वा नकारात्मक परिणामांचा दुवा असून, त्या परिणामांचे परीक्षण समाजरूपी जाळ्याद्वारे करून, या दोन घटकांच्या संपर्कात जर तिसरा घटक आला तर त्याचा काय परिणाम होऊ शकतो ; याचे वर्णन यामध्ये करण्यात आले आहे. दोन घटकांच्या सान्निध्यात जर तिसरा घटक आला आणि त्याद्वारे होणारे परिणाम जर सकारात्मक असतील ; तर संतुलन निर्माण होते, पण जर हे परिणाम नकारात्मक असतील तर मात्र (समाजात) असंतुलन निर्माण होते. ह्या संतुलन प्रमेयाने असे सिद्ध केले आहे, की जर सर्व तिसरे घटक संतुलित केले तर व्यवस्था दोन विरोधी गटांत विभाजित

केली जाते. जर्मन समाजशास्त्रज्ञ जॉर्ज सिमेल (Georg Simmel) यांनी विशद केलेला 'सामाजिक जीवनात सभासदसंख्येचे महत्त्व' हा सिद्धान्तपण एक प्रकारचा संतुलन सिद्धान्तच होय.

band - (बॅन्ड) **टोळी किंवा गट :** स्थानिक गट किंवा स्थानिक समुदाय यातील कुटुंबे जेव्हा एका वस्तिस्थानावर एकत्र राहतात आणि विशेषत: ती कुटुंबे एकमेकांशी समोरासमोरचे (face to face) संबंध प्रस्थापित करतात, तेव्हा अशा भटक्या किंवा अंशत: भटक्या लोकांसाठी ही संज्ञा वापरली जाते.

banditry - (बॅन्डिट्री) **लुटारू किंवा दरोडेखोर :** संघटितपणे आणि सातत्याने हिंसात्मक मार्गांचा वापर करून दरोडे टाकणाऱ्या किंवा चोरी करणाऱ्या लोकांसाठी ही संज्ञा वापरली जाते. सर्वसाधारणपणे अशा प्रकारचे वर्तन तज्ज्ञांच्या मते, जे लोक दऱ्याखोऱ्यांत राहतात आणि विरळ वस्ती करून राहतात, त्यांच्याकडून घडून येते. प्रत्येक समाजात लुटारूंच्या संघटित टोळ्या आढळतात.

banishment - (बॅनिशमेन्ट) **हद्दपारी :** देहान्ताच्या किंवा फाशीच्या शिक्षेला पर्याय म्हणून हद्दपारीच्या शिक्षेचा वापर संघटित आदिवासी समाजात, तसेच नागरी समाजात केला जातो. यात न्यायाधीश गुन्हेगाराला अशी चेतावणी देतात की तुला मृत्युदंडाच्या ऐवजी समाज, राष्ट्र, जिल्हा, तालुका किंवा गाव सोडून जाण्याची म्हणजे हद्दपारीची शिक्षा देत आहे. आदिवासी समाजात, हद्दपारीची शिक्षा झालेल्या गुन्हेगारांना 'नातेसंबंध तोडणारे लोक' (kin-wrecked men) या संज्ञेने संबोधले जाते. शिक्षेची ही पद्धत प्राचीन ग्रीस, रोम, इंग्लंड, तुर्कस्थान आणि रशिया इत्यादी देशांत पाळली जाते. आजही भारतात व अन्य काही राष्ट्रांत हद्दपारीची शिक्षा देण्याची कायद्यात तरतूद आहे.

barter - (बार्टर) **वस्तुविनिमय :** विनिमयाचा किंवा व्यापाराचा हा एक प्राचीन प्रकार असून, यात एका वस्तूच्या मोबदल्यात दुसऱ्या एक वा अनेक वस्तू दिल्या-घेतल्या जातात. जेव्हा विनिमयासाठी चलनासारख्या कोणत्याही माध्यमाचा उदय झाला नव्हता, तेव्हा ही विनिमयपद्धती अस्तित्वात होती. भारतातील बलुतेदारी पद्धतीपण याच प्रकारात मोडते. फक्त यात सेवेच्या मोबदल्यात सेवा, वस्तूच्या मोबदल्यात सेवा यांचाही अंतर्भाव होतो.

barbarism - (बार्बरिझम) **रानटीपणा किंवा जंगलीवृत्ती :** मानवी विकासाची एक अवस्था म्हणून या संज्ञेचा वापर केला जातो. सामाजिक उत्क्रांतिवादी सिद्धान्तकार या अवस्थेचा उल्लेख 'मेंढपाळ अवस्था' (Pastoral stage) या

संज्ञेने करतात. मॉन्टेस्क्यू यांनी प्रथम या प्रकारच्या संज्ञेचा वापर केला होता. ते असा विवाद करतात की सामाजिक विकासाच्या तीन अवस्था आहेत– १. शिकारी किंवा मृगया अवस्था २. पशुपालनावस्था किंवा रानटी अवस्था ३. नागरी किंवा सुसंस्कृत अवस्था. १९ व्या शतकात ई. बी. टायलर आणि एल. एच. मॉर्गन या उत्क्रांतिवादी विचारवंतांनी या संज्ञांचा स्वीकार केला होता.

bar chart (बार चार्ट) **स्तंभतक्ता :** सामाजिक संशोधनात जमा केलेल्या माहितीचे वर्गीकरण करताना जे विविध तक्ते तयार केले जातात, त्यांत प्रामुख्याने 'वारंवारता वितरणासाठी' या स्तंभतक्त्यांचा वापर केला जातो. ही वारंवारता स्पष्ट स्वरूपाच्या स्तंभरूपात दर्शविली जाते. खालील तक्ता पहा.

स्तंभतक्ता–आठवड्याच्या प्रत्येक दिवशी जन्मांची वारंवारता दर्शविणारा तक्ता.

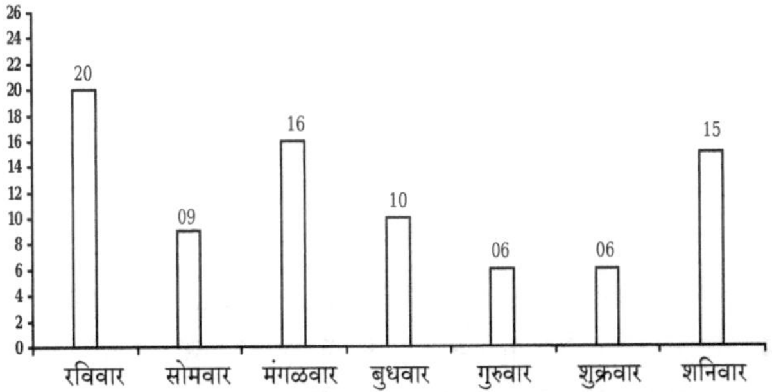

या स्तंभतक्त्यात एका प्रसूतिगृहात एका आठवड्यात जन्मलेल्या बालकांची जन्म-वारंवारता दर्शविली आहे. यासाठी उभ्या स्तंभांचा वापर केला आहे.

base or basic structure - (बेस ऑर बेसिक स्ट्रक्चर) **पाया किंवा पायाभूत संरचना :** कार्ल मार्क्स यांच्या विचारांतून मार्क्सवादी विचारवंतांनी ही संज्ञा आयात केली आहे. सामाजिक संरचनेवर भाष्य करताना मार्क्स असे म्हणतात, की प्रत्येक सामाजिक संरचनेचा पाया त्या त्या समाजाची अर्थव्यवस्था असते. समाजाच्या या अर्थव्यवस्थेवरच समाजातील अन्य व्यवस्था अवलंबून असतात. त्यात प्रामुख्याने कौटुंबिक, शैक्षणिक, सांस्कृतिक, राजकीय, धार्मिक व्यवस्थांचा समावेश होतो. त्यासाठी मार्क्स यांनी अधिसंरचना (super structure) ही संज्ञा वापरली होती.

base map - (बेस मॅप) **पायाभूत नकाशा :** समाजशास्त्रीय संशोधनात वापरण्यात येणारा नकाशांचा एक प्रकार प्रामुख्याने 'पायाभूत नकाशा' या संज्ञेने संबोधला

जातो. या प्रकारच्या नकाशात काही महत्त्वपूर्ण परिसरशास्त्रीय तथ्यांचे हुबेहूब वर्णन केले जाते. यात सर्वसामान्यपणे भौगोलिक आणि सांस्कृतिक पर्यावरणाचा समावेश होतो. या भौगोलिक व सांस्कृतिक पर्यावरणात्मक घटकात नद्या, तलाव, दरी-खोरी, खिंडी, शिवाय महत्त्वाच्या टेकड्या व अन्य भूशास्त्रीय वैशिष्ट्ये यांचा समावेश होतो. भूशास्त्रीय वैशिष्ट्यांत रेल्वेमार्ग, सडका किंवा महामार्ग, कालवे, दुतर्फा झाडे असलेले मार्ग, औद्योगिक विभाग, व्यापारी भाग, रिकामी किंवा मोकळी जागा (मालमत्ता), बागा, शाळा, स्मशान इत्यादी वैशिष्ट्यांचा अंतर्भाव होतो. या प्रकारचे नकाशे संशोधकाला संशोधनासाठी महत्त्वाची पार्श्वभूमी किंवा संदर्भचौकट प्राप्त करून देतात, की जी प्राथमिक स्वरूपाची माहिती संशोधकाला त्याच्या अध्ययनात महत्त्वाची ठरते.

bastard - (बा'स्टर्ड) दासीपुत्र किंवा अनौरस संतती : विवाहबाह्य संबंधातून किंवा अनैतिक संबंधातून जन्माला आलेल्या मुलासाठी ही संज्ञा वापरतात. याला अनौरस संतती या संज्ञेनेपण संबोधले जाते. अशा मुलांना जन्मदात्याच्या मालमत्तेत कोणताही वाटा मिळत नाही.

battery - (बॅ'टरी) हल्ला किंवा मारपीट करण्याचा गुन्हा : शक्तीचा किंवा सत्तेचा गैरवापर करून दुसऱ्या व्यक्तीला मारणे, जखमी करणे इत्यादींसाठी ही संज्ञा वापरतात. यात दुसऱ्या व्यक्तीच्या शरीरावर हल्ला करून तिच्या अंगावरचे कपडे फाडणे, तिला शिव्या घालणे, वैरभाव प्रकट करणे इत्यादी बाबी येतात. हा गुन्हा नागरी चूक, नुकसान किंवा फौजदारी गुन्हा म्हणून संबोधला जातो.

beauty - (ब्यूटि) सौंदर्य : मूल्यांची भावनात्मक गुणग्राहकता किंवा आदर्शाच्या प्रेरणा यातील गुणात्मकतेसाठी ही संज्ञा वापरतात. सौंदर्यात मधुर संवाद, विरोधी प्रवाह, रंग, बांधा, स्वर आणि शब्द यांचा समावेश होतो. या सर्व घटकांद्वारे निसर्गाचे स्वरूप, मानवी परिस्थिती, मानवी ध्येयसिद्धी, मानवी अपेक्षा किंवा मानवी स्वप्न रंगविता येते. या प्रत्येकात सौंदर्य आहे, त्यांचा आनंद लुटला पाहिजे. ललित कलेच्या सामाजिक कार्याचा मध्यवर्ती विषय सौंदर्य हा असून, सौंदर्याची जाणीव मानवात निर्माण होणे गरजेचे आहे.

behaviour - (बिहे'व्हिअर) वर्तन किंवा वागणूक, वर्तणूक : विशिष्ट संदर्भातील प्रासंगिक क्रियेला व्यक्तींनी किंवा कोणत्याही व्यवस्थेने दिलेला पर्याय, गतिशीलता किंवा प्रतिसाद म्हणजे वर्तन, वागणूक किंवा वर्तणूक होय. मानसशास्त्रात वर्तन म्हणजे विशिष्ट प्रेरणादायी पर्यावरणाला मानवेतर किंवा मानवी प्राण्याने दिलेला

बाह्य निरीक्षणात्मक प्रतिसाद होय. समाजशास्त्रात मात्र वर्तनाला सामाजिक अभिप्रायाच्या आणि सामाजिक उद्दिष्टांच्या इच्छित क्रियेत अंतर्भूत केले आहे. समाजशास्त्रज्ञ वर्तनापेक्षा सामाजिक वर्तनाला महत्त्व देतात.

behaviour collective - (बिहे'व्हिअर कले'क्टिव्ह) **वर्तन, सामूहिक :** वर्तन सामूहिक म्हणजे एका अर्थने गटवर्तन होय. जेव्हा एखादे वर्तन हे गटाच्या एकात्म अभिवृत्ती, एकात्मभावना आणि एकात्मप्रेरणा यातून आकाराला येते तेव्हा त्यास खऱ्या अर्थने गटवर्तन या संज्ञेने संबोधले जाते. गटवर्तनात म्हणजेच सामूहिक वर्तनात एक प्रकारचा सारखेपणा असतो, सातत्य असते.

behaviour covert - (बिहे'व्हिअर को'व्हर्ट) **वर्तन प्रच्छन्न किंवा गुप्त :** मनुष्याच्या ज्या वर्तनाचे कोणत्याही संवेदनांच्या प्रक्रियेच्या माध्यमातून इतर माणसांना निरीक्षण करता येत नाही, त्यास 'प्रच्छन्न किंवा गुप्त वर्तन' या संज्ञेने संबोधित केले जाते. इतरांना अशा वर्तनासंबंधी केवळ अनुमान किंवा तर्क करता येतो. दहशतवादात सामील असणाऱ्या, वरून सर्वसामान्य सभ्य वाटणाऱ्या व्यक्ती दहशतवादात अनेक निरपराधी लोकांचा बळी का घेतात याचे विश्लेषण करणे वा स्पष्टीकरण देणे जेव्हा अशक्य असते तेव्हा अशा वर्तनास प्रच्छन्न किंवा गुप्त वर्तन म्हणतात.

behaviour customary - (बिहे'व्हिअर क'स्टमरी) **वर्तन पारंपरिक किंवा रूढिप्रामाण्यवादी :** पारंपरिक अनुबंधावर आधारित व त्यास अनुसरून केलेली वर्तणूक किंवा क्रियापद्धती ही 'पारंपरिक' किंवा रूढिप्रामाण्यवादी 'वर्तन' या संज्ञेस पात्र ठरते. हिंदू समाजात विवाहाच्या किंवा एखाद्या शुभ प्रसंगी त्या धर्माचे अनुयायी डोक्यावर टोपी घालतात. स्त्रिया नऊवारी साड्या परिधान करतात, हे रूढिप्रामाण्यवादी वर्तनाचे प्रतीक होय.

behaviour human - (बिहे'व्हिअर हु'मन) **वर्तन मानवी :** आपल्या स्वतःच्या मानवी समूहात वास्तव्य करताना व्यक्ती इतरांकडून आत्मसात केलेल्या किंवा इतरांनी शिकविलेल्या क्रियेप्रमाणे विशिष्ट परिस्थितीत विशिष्ट प्रकारचे जे वर्तन करते, त्यास 'मानवी वर्तन' या संज्ञेने संबोधले जाते. अभिवादनयुक्त, शिष्टाचारयुक्त वर्तन, इतरांविषयी आदर दर्शविणारे वर्तन हे मानवी वर्तन म्हणून समजले जाते. मानवी वर्तनावर समाजातील सामाजिक नियमने, सामाजिक आदर्श, धार्मिक श्रद्धा इत्यादींचाही प्रभाव असतो.

behaviour overt - (बिहे'व्हिअर ओ'व्हर्ट) **वर्तन उघड किंवा प्रकट :** संवेदनांच्या माध्यमातून ज्या वर्तनाचे निरीक्षण करता येते, त्या वर्तनास उघड किंवा प्रकट वर्तन म्हणतात. खेळणे, चालणे, बोलणे इत्यादी बाबी 'उघड वर्तन' या संज्ञेस पात्र ठरतात.

belief - (बिली'फ) **श्रद्धा किंवा विश्वास :** कोणतेही दिलेले किंवा केलेले विधान सत्य आहे याचा स्वीकार करणे म्हणजे श्रद्धा होय. असे विधान कदाचित बुद्धिवादी असले; तरी त्याला जबरदस्त भावनात्मकतेची जोड असते. अशा विधानाद्वारे त्या त्या व्यक्तींची मानसिक स्थिती लक्षात येते, की ज्यात (व्यक्तींच्या) ऐच्छिक क्रिया हा अशा श्रद्धांचा आधार असतो. श्रद्धेची वास्तवता ही की त्या आवश्यक सत्यावर अवलंबून जशा नसतात; तशाच त्यांद्वारे विशिष्ट विधानातील वस्तुनिष्ठ सत्यता पडताळून पाहता येत नाही. श्रद्धा या चुकीच्या किंवा भ्रामक (False) आणि बरोबर किंवा सत्य अशा दोन प्रकारच्या असतात. चुकीचा पुरावा किंवा माहिती, पूर्वग्रह, अंतर्ज्ञान, चुकीचे मार्गदर्शन यांवर आधारित श्रद्धा या 'भ्रामक श्रद्धा' या संज्ञेला पात्र ठरतात. याउलट, विज्ञानाशी निगडित श्रद्धा या 'सत्य श्रद्धा' असतात. याव्यतिरिक्त वैज्ञानिक श्रद्धा, धर्मभोळेपणावर आधारित श्रद्धा आणि तऱ्हेवाईक श्रद्धा असे श्रद्धांचे तीन प्रकार पडतात. श्रद्धेचा दुसरा अर्थ असा, की जे विधान वैज्ञानिक अभ्यासपद्धतीद्वारे सिद्ध करता येत नाही किंवा करता येऊ शकत नाही, ते स्वीकारणे होय. यात परमेश्वराच्या अस्तित्वासंबंधीच्या, त्यांच्या अद्भुत शक्तीसंबंधीच्या श्रद्धा समाविष्ट होतात किंवा आहेत.

belief system - (बिली'फ सि'स्टिम) **श्रद्धाव्यवस्था :** विशिष्ट समाज किंवा संस्कृती यात अस्तित्वात असलेल्या श्रद्धांचे बाह्यरूप म्हणजेच 'श्रद्धाव्यवस्था' होय. बऱ्याच वेळेला श्रद्धाव्यवस्था ही संज्ञा समाजातील वैज्ञानिक व तंत्रशास्त्रीय ज्ञानासहित, सर्वच्यासर्व ज्ञान व विश्वास या संदर्भातपण वापरली जाते. परंतु 'श्रद्धाव्यवस्था' ही संज्ञा अधिक प्रमाणात, धार्मिक श्रद्धा आणि मूल्ये यांचे वर्णन करण्यासाठी वापरली जाते. परंतु समाजातील किंवा संस्कृतीतील भिन्नतादर्शकता आणि तार्किक संगतीचे, विचारपद्धतीच्या आधारे असलेल्या मध्यवर्ती तत्त्वांचे वर्णन करण्यासाठीही 'श्रद्धाव्यवस्था' ही संज्ञा वापरली जाते. प्रत्येक समाजातील धर्मव्यवस्था ही एक प्रकारची श्रद्धाव्यवस्था होय.

bias - (बा'यस) **पूर्वग्रह :** जेव्हा एखादा संशोधक किंवा सिद्धान्तकार त्याच्या स्वतःच्या पूर्वकल्पनांनुसार किंवा गृहीतानुसार त्याने जमा केलेल्या समाजशास्त्रीय

तथ्याच्या वा संकल्पनांच्या माहितीचा किंवा त्याद्वारे काढलेल्या निष्कर्षाचा विपर्यास करून त्या माहितीतील अचूकतेकडे, विश्वसनीयतेकडे किंवा सत्यतेकडे दुर्लक्ष करतो तेव्हा त्यासाठी किंवा त्या परिस्थितीसाठी 'पूर्वग्रह' ही संज्ञा वापरतात. पूर्वग्रहामुळे संशोधनप्रक्रियेतील वास्तवता दडपली जाते. म्हणून संशोधन करताना संशोधकाने पूर्वग्रहविरहित दृष्टिकोन बाळगावा अशी अपेक्षा असते.

bias sample - (बा॑यस सॅ॑म्पल) पूर्वग्रहदूषित नमुनानिवड : जेव्हा एखादा संशोधक त्याच्या संशोधनासाठी नमुना निवडतो तेव्हा, त्याची सिद्धान्तकल्पना (Hypothesis) सिद्ध व्हावी म्हणून जेव्हा लोकसंख्येतील एखादा विशिष्ट घटक निवडतो किंवा वगळतो तेव्हा तो नमुना पूर्वग्रहदूषित आहे असे मानले जाते. भारतात विशेषत:, जातिव्यवस्थेचा संशोधनात्मक अभ्यास करताना संशोधकाचे जातीविषयक पूर्वग्रह सदोष नमुनानिवड करू शकतात. धर्म किंवा संस्कृती अध्ययनातपण संशोधकांचे त्या त्या संबंधीचे पूर्वग्रह नमुनानिवडीत दोष निर्माण करण्यास कारणीभूत ठरू शकतात.

bigamy - (बाय॑गेमी) द्विपत्नी विवाह : बहुपत्नी विवाहपद्धतीचा एक प्रकार म्हणून या विवाहप्रकाराकडे पाहिले जाते. या प्रकारच्या विवाहात एका पुरुषाला एकाच वेळी फक्त दोन स्त्रियांशीच विवाह करता येतो, म्हणून यास 'द्विपत्नी विवाह' म्हणतात. पहिल्या पत्नीस मुलगा न झाल्यास किंवा ती सतत आजारी असल्यामुळे शारीरिक संबंध ठेवण्यास असमर्थ असल्यास किंवा ती बाळंतपणासाठी काही काळ पतीपासून दूर असल्यास पुरुषाला दुसरा विवाह करण्यास पूर्वीच्या काळी मान्यता देण्यात आली होती. आज बहुसंख्य सभ्य किंवा सुसंस्कृत समाजात कायद्याने या विवाहाला मान्यता नसली; तरी अनेक आदिवासी व ग्रामीण समाजांत या प्रकारच्या विवाहास सामाजिक मान्यता असून, तेथे हे विवाह काही प्रमाणात आढळतात.

bilateral descent - (बायलॅ॑टरल डिसे॑न्ट) द्विपक्षीय वंशपरंपरा : कोणत्याही समाजात व्यक्तीचा जन्म मातापित्यांच्या शारीरिक संबंधातून होतो. या अर्थाने व्यक्ती म्हणजे दोन वंशपरंपरांचा संगम होय. एक वंशपरंपरा पित्याकडची, तर दुसरी वंशपरंपरा मातेकडची म्हणून यास 'द्विपक्षीय परंपरा' म्हणतात. (खालील आकृती पहा.)

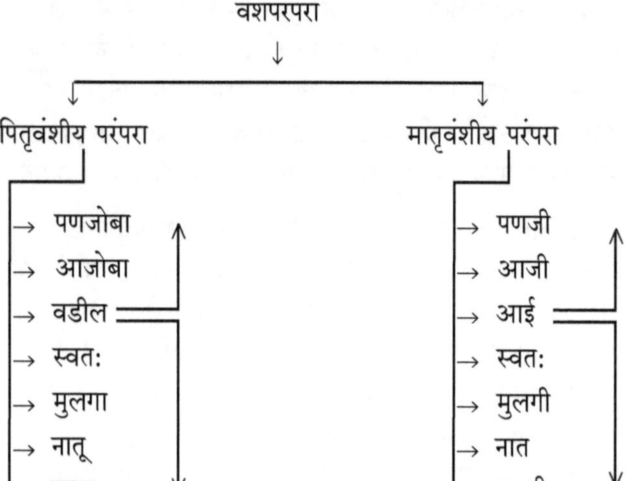

वरील आकृतीवरून द्विपक्षीय वंशपरंपरेची कल्पना तुम्हास येईल.

birth - (ब'र्थ) **जन्म** : लोकसंख्याशास्त्रीय अभ्यासानुसार आणि अहवालानुसार अर्भकाचा या जगात प्रवेश होणे म्हणजे जन्म होय. जन्म दोन प्रकारचा असतो. जन्मानंतर जिवंत असणे वा जिवंत असण्याची लक्षणे त्या बालकात असणे आणि बाळंतपणाची प्रक्रिया पूर्ण झाल्यावर अर्भकात जिवंतपणाची कोणतीही लक्षणे न आढळणे वा मृत बालक जन्माला येणे.

birth control - (ब'र्थ कन्ट्रो'ल) **संततिनियमन** : शारीरिक संबंधातून होणारी गर्भधारणा रोखण्यासाठी जो मार्ग अवलंबिला जातो, त्यास 'संततिनियमन' म्हणतात. विवाहित स्त्री-पुरुष कुटुंबातील मुलांची संख्या मर्यादित ठेवण्यासाठी संततिनियमन करतात. तर अनैतिक शारीरिक संबंधातून होणारी गर्भधारणा टाळण्यासाठीही संततिनियमनाचा वापर करतात. लोकसंख्येची अत्याधिक वाढ रोखण्यासाठी माल्थस या शास्त्रज्ञाने प्रथम संततिनियमनाची संकल्पना मांडली व आज राष्ट्राची अनावश्यक लोकसंख्यावाढ थांबविण्यासाठी संततिनियमनाचा कार्यक्रम अनेक राष्ट्रांनी राष्ट्रीय कार्यक्रम म्हणून स्वीकारला आहे. संततिनियमनाच्या विविध साधनांचा वापर करून लोकसंख्यावाढीला आळा घालता येतो.

birth rate - (ब'र्थ रेट) **जन्मदर** : एका वर्षात सर्व वयोगटांतील १००० लोकांच्या मागे किती अर्भकांचा जन्म झाला, हे मोजण्याच्या प्रक्रियेला 'जन्मदर' ही संज्ञा वापरली जाते. जन्मदराचा विचार करता सजीव बालकांचा विचारच फक्त जन्मदर

ठरविताना केला जातो. विकसित देशांपेक्षा विकसनशील व अविकसित राष्ट्रांत जन्मदर जास्त असतो, असे अभ्यासकांना आढळून आले आहे. राष्ट्रातील बालकांच्या जन्माचे प्रमाण जन्मदराद्वारे निर्धारित केले जाते.

black - (ब्लॅक) **काळे :** बहुसंख्य गोरेतर वांशिक गटांसाठी काळे (black) या संज्ञेचा वापर प्रामुख्याने अमेरिका (US) आणि ग्रेट ब्रिटन (UK) येथे केला जातो. आफ्रिकेत उदयाला आलेल्या वांशिक गटासाठी या संज्ञेचा वापर केला गेला. अमेरिकेत या संज्ञेचा वापर १९६० साली काळ्यांच्या राजकीय क्रियाशीलतेच्या संदर्भात केला गेला. 'काळे' या संज्ञेचा वापर करण्यास या वांशिक गटाचा विरोध होता म्हणून त्यांनी 'काळे ते सुंदर' (Black is beautiful) ही घोषणा दिली. ग्रेट बिटन (UK) या देशात ही संज्ञा केवळ निग्रोंसाठी वापरली जात नाही; तर ती सर्व गोरेतर लोकांसाठी वापरली जाते. पाकिस्तान, भारत, बांगलादेश, वेस्ट इंडीज, आफ्रिकन इत्यादी देशांतील नागरिकांसाठी वापरली जाते. आशियातील विविध राष्ट्रांतील नागरिकांचा त्यांना 'काळे' या संज्ञेने संबोधण्यास विरोध आहे.

black coated workers - (ब्लॅक कोटेड व'र्कर्स) **बुद्धिजीवी कामगार :** दैनंदिन कारकुनी काम करणाऱ्या किंवा कार्यालयीन काम करणाऱ्या कामगारांसाठी (विशेषत:) पुरुष कामगारांसाठी ही संज्ञा वापरली जाते. समाजशास्त्रज्ञ मात्र यासाठी पांढरपेशावर्ग किंवा पांढरपेशा कामगार (White collar worker) ही संज्ञा वापरतात. १९५८ साली लॉकवूड (Lockwood) यांनी ब्लॅक कोटेड व'र्कर्स (black coated workers, बुद्धिजीवी कामगार या संज्ञेचा प्रचार समाजशास्त्रात या कामगारांच्या गटाचा आढावा घेण्याच्या प्रसंगी केला होता. लॉकवूड यांनी त्यांच्या विवेचनात कामगार (Worker), काम (Work) आणि दर्जा परिस्थिती (status situation) यांत भेद केला होता. ऐतिहासिक दृष्टीने विचार करता दर्जा (status), वेतन (salary) आणि परिस्थिती (Conditions) यांत कार्यालयीन कामगार आणि कामगार वर्गातील अन्य अनेक विभागांत काम करणारे कामगार यांत सुस्पष्ट भेद आहेत. सारांश, कार्यालयीन कामगारांसाठी लॉकवूड यांनी ही संज्ञा वापरली होती.

blue collar worker - (ब्ल्यू कॉलर व'र्कर) **श्रमजीवी कामगार :** शारीरिक श्रमाच्या द्वारे स्वत:ची उपजीविका करणाऱ्या कामगारांसाठी 'श्रमजीवी कामगार' ही संज्ञा लावली जाते. कष्टाचे काम करणाऱ्या कामगारांसाठी अमेरिकेत प्रथम ही संज्ञा वापरण्यात आली व नंतर सर्वांनी ती स्वीकारली.

body language - (बॉडि लँग्वेज) **देहबोली :** शारीरिक हावभाव, शरीराची ठेवण आणि अन्य शब्दविरहित चिन्हे (Non verbal signs) यांद्वारे होणारे व्यक्तीव्यक्तींतील संज्ञापन किंवा आशयसंप्रेषण यासाठी देहबोली ही संज्ञा वापरली जाते. नेत्र संकेत, भुवया उडविणे, खांद्याची विशिष्ट हालचाल, शरीराच्या विशिष्ट लकबी इत्यादी बाबी शब्दातीत असून त्यांचा समावेश देहबोलीत केला जातो. जी. एच. मीड, चार्ल्स कूले, ब्लमर इत्यादी विचारवंतांनी मानवी आंतरक्रियांतील देहबोलीच्या महत्त्वावर विवेचन केले होते.

body, sociology of - (बॉडी सोशिऑलजी ऑफ) **शरीराचे समाजशास्त्र :** 'शरीराचे समाजशास्त्र' ह्या संज्ञेवर प्रमुख्याने मायकेल फूको (Michel Foucault) या समाजशास्त्राज्ञाचा प्रभाव आहे. त्यांच्या मते, समाजशास्त्रज्ञांनी (मानवी) शरीराच्या अभ्यासाकडे दुर्लक्ष केले होते. परंतु आज जे समाजशास्त्रज्ञ या नवीन विशेषीकरणात्मक अभ्यासात असे विश्लेषित करतात, की मानवाचे दृश्य रूप म्हणजे व्यक्तीचे शरीर होय; त्यांनी शरीराशी निगडित अनेक सांस्कृतिक संज्ञा विकसित केल्या असून त्या शरीराच्या क्रियेवर नियंत्रण ठेवतात व त्यांना पुननिर्मित करतात. यात आजारीपणा, रोगी किंवा रोगग्रस्तता आणि लैंगिकता यांचा समावेश होतो. अगदी अलीकडे म्हणजे १९९६ साली ब्रीयन एस. टर्नर (Bryan S. Turner) हे 'शरीर व समाज' (Body and Society) या ग्रंथात असे नमूद करतात की 'आधुनिक समाजशास्त्रीय संशोधनात' शरीराच्या अध्ययनाला विस्तृत रूप प्राप्त झाले आहे. या अध्ययनात लिंग औषधोपचार, समकालीन नृत्ये, शरीरबांधणी उद्योग (विविध व्यायामशाळा), मुलांचे व्यवस्थापन, अन्नाचा वापर, समलैंगिकता आणि दिखाऊ किंवा भडक वृत्ती इत्यादींचा समावेश होतो. सारांश, 'शरीराचे समाजशास्त्र' ही समाजशास्त्रात विकसित झालेली नवीन ज्ञानशाखा होय.

bonded labour - (बॉन्डेड लेबर) **वेठबिगार :** निराधार, दुर्बल, परावलंबी व असंघटित व्यक्तींच्या अज्ञानाचा, दुबळेपणाचा गैरफायदा उठवून त्यांना त्यांच्या इच्छेविरुद्ध विनामोबदला पडेल त्या कामासाठी राबवून घेणे म्हणजे 'वेठबिगार' होय, असे सामान्यत: म्हणता येईल. वेठी किंवा बिगारी ही कर्जाच्या बंधनापोटी तसेच कर्जाची परतफेड करण्याच्या ऋणकोच्या (कर्जदाराच्या) अक्षमतेतून निर्माण झालेली अनिष्ट प्रथा असून ती सावकाराच्या शोषण प्रवृत्तीचे प्रतीक होय. कर्जाच्या परतफेडीसाठी ऋणकोने किंवा कर्जदाराने सावकाराच्या घरी जन्मभर राबूनही हे कर्ज फिटत नसे. त्यामुळे त्यांच्या मुलालाही सावकाराच्या घरी जन्मभर राबावे लागे. वेठबिगारीची पाळेमुळे संरजामशाही, जमिनदारी, भांडवलशाही

इत्यादी प्रथांत रुजलेली आहेत. भारतातील पारंपरिक बलुतेदारी पद्धतीतिही वेठबिगारी आढळून येते. अमेरिकेतील गुलामांची प्रथापण एक प्रकारची वेठबिगारीच होय.

borstal - (बोर्स्ट'ल) **सुधारगृह** : तरुण अपराध्यांना योग्य वागणूक व संरक्षण देणारी, प्रथमत: इंग्लंडमध्ये स्थापन झालेली ही संस्था 'सुधारगृह' म्हणून ओळखली जाते. इंग्लंडमधील बोरस्टल शहरात अशा प्रकारची संस्था प्रथम निर्माण करण्यात आल्यामुळे या सुधारगृहांना 'बोरस्टल' ही संज्ञा देण्यात आली. बाल व तरुण गुन्हेगारांना योग्य प्रशिक्षण देऊन त्यांना सुधारण्याची संधी दिली जाते. नंतर जगात सर्वत्र बोरस्टलच्या धर्तीवर अशी सुधारगृहे निर्माण करण्यात आली. गुन्हेगारातील मानवीपण जागविणे, हा या प्रकारच्या सुधारगृहांचा उद्देश असतो.

bourgeois - (बुज्वी) **मध्यम वर्ग** : मध्यम वर्ग (bourgeois) ही १६ व्या शतकात फ्रान्समध्ये उदयाला आलेली संज्ञा असून; त्या काळी या संज्ञेचा अर्थ होता, नागरी मुक्त मनुष्य नंतर कालांतराने या संज्ञेचा संबंध हा मार्क्सवाद्यांनी भांडवलशाहीशी जोडला. ज्यांच्या जवळ उत्पादनांची साधने नाहीत व जे श्रम करणारे श्रमिकपण नाहीत, असा एक वर्ग की जो प्रशासनातील बुद्धीची कामे करतो, त्यासाठी ही संज्ञा वापरली जाते. मध्यमवर्गांसाठी काही शास्त्रज्ञांनी पांढरपेशा वर्ग किंवा बुद्धिजीवी वर्ग ही संज्ञापण वापरली आहे.

bride price - (ब्राइड प्राईस) **वधूमूल्य** : वधूमूल्य म्हणजे विवाहप्रसंगी, वराने किंवा त्याच्या पित्याने वा अन्य नातेवाइकांनी वधूला, तिच्या पित्याला दिलेले धन वा वस्तू होत. काही विचारवंतांच्या मते, वधूमूल्याच्या प्रथेत वधूला विकत घेण्याच्या संकल्पनेचा समावेश आहे. अन्य काहींच्या मते, ही केवळ एक प्रथा आहे. काही आदिवासी समाजांत स्त्रियांचा समाजातील दर्जा उंचावण्यासाठी या प्रथेचा वापर केला जातो. भारतात खासी व तोडा आदिवासी समाजांत वधूमूल्य प्रदान करण्याची प्रथा आहे.

buddhism - (बुद्धि'झम) **बौद्ध धर्म** : भारतातील वैदिक धर्मात निर्माण झालेल्या अपप्रवृत्ती, यज्ञयागाचे स्तोम, ब्राह्मणांचे वादातीत वर्चस्व यांना शह देण्यासाठी इ.सन पूर्व सहाव्या शतकात बौद्ध धर्माचा उदय झाला. गौतम बुद्ध हे बौद्ध धर्माचे प्रवर्तक मानले जातात. गौतम बुद्धांनी वर्ण, जात, पंथ, कर्मकांड, हिंसा यांना झुगारून देऊन सदसद्विवेक, साधेपणा, जीवननिष्ठा, मानवनिष्ठा यांवर आधारित स्थापन केलेला धर्म म्हणजे बौद्ध धर्म होय. बौद्ध धर्माचे वेगळेपण हे, की त्या धर्माचा कोणताही ईश्वरप्रणीत असा धर्मग्रंथ नाही. बौद्ध धर्म हा चार आर्यसत्यांवर

आधारित आहे. ही चार आर्यसत्ये म्हणजे– १. दुःख २. दुःखसमुदय ३. दुःखनिरोध आणि ४. दुःखनिरोधप्रतिपद ही होय. दुःख हा मानवी जीवनाचा स्थायिभाव असून त्यातून मुक्त होण्याचा मार्ग म्हणजे 'अष्टांगमार्ग' होत ते क्रमाने असे– १. सम्यक दृष्टी २. सम्यक संकल्प ३. सम्यक वाचा ४. सम्यक कर्मान्त ५. सम्यक आजीव ६. सम्यक व्यायाम ७. सम्यक स्मृती ८. सम्यक समाधी. बौद्ध धर्म अहिंसेवर आधारलेला आहे. प्रत्येकाने जीवनात समतोल वृत्ती बाळगावी, अशी या धर्माची शिकवण आहे.

bureaucracy - (ब्यूरॉक्र॒सी) **नोकरशाही : ** प्रशासकीय कर्मचाऱ्यांची यंत्रणा म्हणजे नोकरशाही होय. काही तज्ज्ञांच्या मते, नोकरशाही ही अशी एक प्रशासकीय व्यवस्था होय की, ज्यात विशिष्ट कार्यप्रणाली व संबंधितांना विशिष्ट काम नेमून देण्याची पद्धती यांचा समावेश होतो. एका वाक्यात नोकरशाही म्हणजे राज्याची प्रशासकीय यंत्रणा होय. नोकरशाहीत कार्यरत असलेल्या वरिष्ठ श्रेणीच्या कर्मचाऱ्यांना 'नोकरशहा' म्हणतात, की जे कायद्याची अंमलबजावणी करतात व कायद्याद्वारे लोकांवर नियंत्रण ठेवतात. या संज्ञेचा मूळ वापर १८ व्या शतकाच्या अखेरीस व १९ व्या शतकाच्या प्रारंभी फ्रान्समधील सामाजिक शास्त्रज्ञांनी केला. जर्मन समाजशास्त्रज्ञ वेबर यांनी त्यांच्या सत्तेच्या, वर्चस्वाच्या आणि वैधतेच्या सिद्धान्तावर चर्चा करताना नोकरशाहीचे विश्लेषण केले होते. औद्योगिकीकरणानंतर मोठ-मोठ्या कारखान्यांचे प्रशासन चालविण्यासाठी, व्यापारी संघटनांचे प्रशासन चालविण्यासाठी त्या त्या क्षेत्रात नोकरशाहीचा विस्तार झाला. प्रशासनाशिवाय कोणतीही व्यवस्था चालू शकत नाही. म्हणून त्या त्या क्षेत्रात नोकरशाही उदयाला आली. आज सर्व क्षेत्रांत नोकरशाही हे त्या त्या क्षेत्राचे एक आवश्यक अंग झाले आहे.

burglary - (ब॒र्ग्लरी) **घरफोडी : ** घरे, बँका किंवा व्यापारी केंद्र फोडून वा तोडून त्यात प्रवेश करून तेथील संपत्ती, पैसा चोरणे म्हणजे घरफोडी होय. पारंपरिक सामान्य कायदा घरफोडीची व्याख्या पुढील शब्दांत करतो– 'रात्रीच्या वेळेला एखाद्या अनोळखी माणसाचे घर फोडून त्यात घातकी उद्देशाने (म्हणजे खून, जबर जखमी करणे इत्यादी) घुसणे व त्या घरातील संपत्ती लुटणे म्हणजे घरफोडी होय.' आज गुन्ह्याचा एक प्रकार म्हणून घरफोडीकडे पाहतात.

call girls - (कॉल गर्ल्स) **आमंत्रित मुली :** आमंत्रण दिल्यावर शारीरिक संबंधांसाठी येणाऱ्या मुली किंवा स्त्रिया. हा वेश्यांचाच एक प्रकार असून तो गुप्त स्वरूपाचा असतो. त्यांचे पत्ते संबंधित दलालाकडे असतात. त्या पत्त्यावर सांकेतिक स्वरूपात संदेश पाठवून त्यांना विशिष्ट हॉटेल्समध्ये बोलविले जाते. तेथील काही ठराविक खोल्यांत हा व्यवसाय चालतो. प्रा. प्रमिला कपूर यांनी 'भारतातील आमंत्रित मुलींचे जीवन' यावर जे संशोधन केले होते, त्यामुळे त्यांच्या जीवनपद्धतीवर व या प्रकारच्या छुप्या वेश्या व्यवसायावर प्रकाश पडला होता.

capitalism - (कॅपिटलिझम) **भांडवलशाही :** भांडवलशाही हा देशाच्या अर्थव्यवस्थेचा एक प्रकार असून, त्यात प्रामुख्याने पुढील पाच बाबींचा समावेश होतो– अ. उत्पादनसाधनांची मालकी आणि नियंत्रण हे खासगी व्यक्तीच्या ताब्यात असते. ब. भांडवलाचे मालक पैशाच्या स्वरूपात वेतन (मजुरी) देऊन श्रमशक्ती विकत घेतात. क. वस्तूंच्या निर्मितीचे ध्येय वस्तूंची विक्री करून अधिकाधिक नफा कमविणे हे असते. ड. भांडवलाच्या मालकांमध्ये नफ्याचे योग्य प्रमाणात वाटप केले जाते. ही अर्थव्यवस्था गतिशील असून त्याचा मूलाधार भांडवलाचे स्पर्धात्मक संचयन (भागभांडवल) करणे हे होय.

capitalistic society - (कॅपिट'लिस्टिक सोसायटी) **भांडवलशाही समाज :** भांडवलशाही समाज म्हणजे असा समाज, की जो भांडवलशाही अर्थव्यवस्थेवर आधारित असतो व जेथे उत्पादनसाधनांची मालकी खासगी भांडलवलदारांकडे असते व उत्पादनप्रक्रियेत ते महत्त्वाची भूमिका बजावतात.

capitalization - (कॅपिटलाइझे'शन) **भांडवलीकरण किंवा भांडवलरचना :** व्यावसायिक संस्थेला भांडवलाची गरज असते. या भांडवलाची रक्कम ठरविणे व ती उभी करण्याची योजना आखणे, यालाच 'भांडवलीकरण' असे म्हणतात.

caste - (कास्ट) **जाती :** जाती हा सामाजिक स्तरीकरणाचा एक प्रकार असून त्यातील श्रेणीरचना ही प्रामुख्याने जन्मतत्त्वावर आधारित असून प्रत्येक जात ही बंदिस्त, आंतरविवाही, मर्यादित सामाजिक संबंधांवर आधारित असते. आर्थिकदृष्ट्या विचार करता जात ही असमानतेचे प्रतीक असून; प्रत्येक जातीचा स्वत:चा स्वतंत्र व्यवसाय असतो व व्यवसायाच्या श्रेणीतपण श्रेष्ठ, कनिष्ठ या निकषाचे अस्तित्व आढळते. ब्राह्मण जातीचा व्यवसाय हा श्रेष्ठ मानला जातो; तर स्वच्छता करणाऱ्या जातींचा व्यवसाय कनिष्ठ मानला जातो. जातीला धर्माचा आधार देऊन जाती अधिक बंदिस्त करण्यात आल्या. त्यामुळे जात बदलता येत नाही. जातीला सुमारे ४००० वर्षांचा इतिहास आहे. जात हे हिंदू धर्माचे प्रमुख वैशिष्ट्य मानले जाते. काही तज्ज्ञांच्या मते, पारंपरिक वर्णव्यवस्थेतून जात जशी आकाराला आली तशीच ती अनुलोम/प्रतिलोम विवाहातूनपण आकाराला आली. भारतातील हिंदू धर्मातील जातिव्यवस्थेचे आणखी एक वैशिष्ट्य म्हणजे अस्पृश्य जातीचे अस्तित्व होय. त्यांच्यावर अनेक अयोग्यता लादल्या होत्या. भारतीय घटनेने जरी जातिव्यवस्था व अस्पृश्यता नष्ट केली असली; तरी वास्तवतेत त्यांचे अस्तित्व आजही कायम आहे. आजही त्यामुळे जातिभेदाचे स्वरूप काही प्रमाणात पूर्वीसारखेच ताठर आहे. ग्रामीण परिसरात जातिव्यवस्था प्रामुख्याने जाणवते.

caste conflict - (कास्ट कॉनफ्लिक्ट) **जातिसंघर्ष :** जेव्हा कनिष्ठ जातीतील लोक वरिष्ठ जातीतील लोकांच्या अधिकाराला आव्हान देतात, तेव्हा प्रत्येक जात आपल्या हितसंबंधांचे रक्षण करण्याच्या प्रक्रियेतून इतर जातींशी संघर्ष करण्यास सज्ज होते. सुरुवातीला या संघर्षाचे स्वरूप ब्राह्मण विरुद्ध ब्राह्मणेतर असे होते. नंतर ते दलित विरुद्ध दलितेतर असे झाले. मंडल आयोगाला मान्यता दिल्यामुळेही जातीजातींतील संघर्ष वाढला व त्याचे स्वरूप हे आरक्षणवादी विरुद्ध आरक्षणविरोधी असे झाले. स्पृश्य विरुद्ध अस्पृश्य असेही जातिसंघर्ष आज होत आहेत.

census - (सेन्सस) **जनगणना किंवा खानेसुमारी :** विशिष्ट भौगोलिक क्षेत्रात (म्हणजे राष्ट्रात) वास्तव्य करणाऱ्या व्यक्तींचे सरकारमार्फत सार्वत्रिक स्वरूपात आणि आवश्यक म्हणून केलेले मापन म्हणजे खानेसुमारी किंवा जनगणना होय. व्यक्तीबद्दलच्या विविध माहितीचा उगमस्रोत म्हणून जनगणनेकडे पाहिले जाते. व्यक्तीकडून गोळा करण्यात येणाऱ्या माहितीत व्यक्तीचे नाव, तिची जात, धर्म, शिक्षण, लिंग, व्यवसाय, मासिक वा वार्षिक उत्पन्न, धारण करण्यात येणारी

मालमत्ता, वय इत्यादींचा समावेश केला जातो. जगात आणि भारतात जनगणनेचा प्रारंभ पूर्व काळात झाला असला, तरी जनगणनेचा प्रारंभ भारतात १८८१ साली झाला व त्यानंतर प्रति १० वर्षांनी ती नियमितपणे केली जाते. जनगणना कर्मचारी व्यक्तींच्या घरी जाऊन प्रत्यक्ष माहिती गोळा करत असल्याने ती अधिक विश्वासार्ह असते. स्त्री-पुरुष प्रमाण, ग्रामीण-नागरी लोकांचे प्रमाण, साक्षर-निरक्षरांचे प्रमाण इत्यादी गोष्टी जनगणनेद्वारेच लक्षात येतात. म्हणून प्रत्येक राष्ट्रात जनगणनेला आत्यंतिक महत्त्व प्राप्त झाले आहे.

centralization - (से॑न्ट्रलाइझे॑शन) **केंद्रीकरण :** केंद्रीकरण या संज्ञेचे अनेक अर्थ आहेत. राजकारणात एका व्यक्तीच्या किंवा एका पक्षाच्या हातात सत्ता एकवटणे म्हणजे 'केंद्रीकरण' होय. राजसत्ताक राज्यपद्धती, एकाधिकारशाही किंवा हुकूमशाही यात सत्ता प्रामुख्याने एका व्यक्तीच्या हातात असते व निर्णय घेण्याचा अधिकार फक्त त्याला असतो. अर्थशास्त्रात 'केंद्रीकरण' म्हणजे व्यवसायाची किंवा उद्योगाची मालकी एका व्यक्तीच्या किंवा व्यक्तिसमूहाच्या हातात असते. टाटा, बिर्ला, अंबानी यांच्या हातात भारतातील अनेक उद्योग आहेत. नागरी समाजशास्त्रात 'केंद्रीकरण' म्हणजे शहर विकासप्रक्रियेत शहरातील एका विशिष्ट भूप्रदेशावर (विशेषत: मध्यवर्ती) उद्योग, बँका, विमाकंपन्या, सरकारी व खासगी क्षेत्रातील प्रशासकीय कार्यालये, बाजारपेठा, व्यापार यांचे एकत्रीकरण होण्याच्या क्रियेसाठीपण केंद्रीकरण ही संज्ञा वापरतात.

child abuse - (चाइल्ड अब्यूज) **बालकाची छळवणूक :** बालकाला शारीरिक इजा करणे, त्याच्या मनावर आघात करणे, बेदम मारणे, त्याचे लैंगिक शोषण करणे, त्याच्या भावना दुखावणे इत्यादी स्वरूपाचे वर्तन हे 'बालकाचा छळ' या संज्ञेला पात्र ठरते. सावत्र बालक, निराधार बालक यांना या प्रकारच्या छळाचा सामना करावा लागतो.

child labour - (चाइल्ड लेबर) **बालकामगार :** होमर फोकच्या मते, १४ वर्षांखालील मुलांच्या पूर्ण शारीरिक विकासामध्ये, किमान शैक्षणिक पातळी गाठण्याच्या संधीमध्ये किंवा आवश्यक मनोरंजनामध्ये बाधा उत्पन्न होईल, अशा कामाला ज्या मुलांना लावले जाते त्यांना 'बालकामगार' म्हणतात.

child marriage - (चाइल्ड मॅरेज) **बालविवाह :** मुले आणि मुली सज्ञान होण्यापूर्वी, म्हणजे वयात येण्यापूर्वी त्यांचा विवाह होणे म्हणजे 'बालविवाह' होय. भारतात हिंदू विवाह कायद्यानुसार (१९५५) १८ वर्षांखालील मुलीचा व

२१ वर्षांखालील मुलाचा विवाह हा 'बालविवाह' या संज्ञेला पात्र ठरतो व तो अवैध ठरविला जाऊ शकतो.

citizen - (सिटि'झन) **नागरिक** : कोणत्याही राज्याचा किंवा राजकीय समुदायाचा कोणताही सभासद नागरिक या संज्ञेला पात्र ठरतो. या सभासदाला त्या राज्याकडून काही हक्क जसे मिळतात, तसेच त्याला काही कर्तव्यांचे पालनपण करावे लागते. (पहा-citizen rights-नागरिकत्वाचे हक्क.)

citizenship - (सि'टिझनशिप) **नागरिकत्व** : कोणत्याही राष्ट्र, राज्य किंवा शहराचा सभासद म्हणजे रहिवासी असलेल्या सभासदांना काही अधिकार किंवा हक्क आणि कर्तव्ये प्रदान करण्याची क्रिया म्हणजे नागरिकत्व होय. नागरिकत्व म्हणजे एखादी व्यक्ती एखाद्या राष्ट्राची सभासद आहे, याचा स्वीकार करणे होय. आधुनिक राष्ट्रात त्या राष्ट्रात जन्मलेल्या प्रत्येकाला (परदेशी नागरिक वगळता) त्या राष्ट्राचे नागरिकत्व बहाल केले जाते. परदेशी नागरिकाला जर विशिष्ट राष्ट्राचे नागरिकत्व पाहिजे असले, तर विशिष्ट अटींची पूर्तता करून त्यासाठी अर्ज करावा लागतो. त्यात कमीतकमी सहा महिने त्या व्यक्तीने त्या देशात निवास केला पाहिजे, ही अट महत्त्वाची आहे. पूर्वी काही राष्ट्रांत (ग्रीक) नागरिकत्व केवळ उच्चवर्गीयांनाच किंवा अभिजनांनाच प्रदान केले जाई. गरिबांना ते दिले जात नसे. आज मात्र सर्वांनाच नागरिकत्व प्रदान केले जाते, त्यात भेदभाव केला जात नाही.

civics - (सि'व्हिक्स) **नागरिकशास्त्र** : गतिमान समाजाचा घटक म्हणून नागरिकाच्या मूलभूत हक्कांचा आणि कर्तव्यांचा अभ्यास करणारे शास्त्र म्हणजे 'नागरिकशास्त्र' होय.

civil defence - (सि'व्हिल डिफे'न्स) **नागरी सुरक्षाव्यवस्था** : युद्धकाळात शत्रूच्या हल्ल्यापासून नागरिकांचे व त्यांच्या खासगी व सार्वजनिक मालमत्तेचे संरक्षण करण्यासाठी उभारण्यात आलेल्या गैरलष्करी व्यवस्थेला 'नागरी सुरक्षाव्यवस्था' म्हणतात.

civil rights - (सि'व्हिल राइट्स) **नागरी अधिकार** : नागरिकाला आपल्या जीवितासंबंधी व मालमत्तेसंबंधी जे अधिकार असतात, त्यांना 'नागरी अधिकार' म्हणतात.

civil services - (सि'व्हिल स'व्हिसेस) **नागरी सेवा** : नागरी सेवा यास 'सनदी सेवा' असेही म्हणतात. शासनाच्या ध्येयधोरणांची प्रत्यक्षात अंमलबजावणी

करणारा नोकरवर्ग म्हणजे 'सनदी सेवा' किंवा 'नागरी सेवा' होय. सनदी नोकरांची निवड ही निःपक्षपाती यंत्रणेकडून परीक्षेच्या माध्यमातून व त्यातील गुणवत्तेवरून केली जाते. कायद्याच्या चौकटीत राहून जनतेची कामे करणे, यास 'नागरी सेवा' म्हणतात.

civilization - (सिव्हिलाइझेशन) **संस्कृतीकरण :** सांस्कृतिक विकासासाठी 'संस्कृतीकरण' ही संज्ञा वापरली जाते. विशिष्ट समाजातील मानवी योग्यता आणि विशेष गुणधर्मांसाठी संस्कृतीकरण ही संज्ञा वापरतात. परंतु सर्वसामान्यपणे या संज्ञेच्या वापरात उच्च प्रतीच्या सांस्कृतिक वर्तनाची व्यक्तीकडून अपेक्षा केली जाते व अशा उच्च प्रतीच्या वर्तनाचा अवलंब करणाऱ्या व्यक्तींना 'सुसंस्कृत लोक' (civilized people) या संज्ञेने संबोधले जाते. असंस्कृत वा असभ्य वर्तन आणि सभ्य वर्तन यांत समाज नेहमी तुलना करतो. ज्या प्रक्रियेने असंस्कृत किंवा असभ्य वर्तन करणाऱ्या लोकांचे सुसंस्कृत वा सभ्य वर्तनात रूपांतर केले जाते; त्यास संस्कृतीकरण म्हणतात. सर्वसाधारणपणे सुसंस्कृत किंवा सभ्य लोकांच्या निर्धारात्मक वैशिष्ट्यांत खालील गोष्टींचा समावेश होतो. उच्चप्रतीची बुद्धिमत्ता, सौंदर्यात्मक दृष्टी, तंत्रशास्त्रीय आणि आध्यात्मिक गुणवत्ता इत्यादी. ही वैशिष्ट्ये जन्मजात नसतात; तर ती सामाजिकीकरण प्रक्रियेच्या माध्यमातून विकसित करावी लागतात. ही विकसनप्रक्रिया म्हणजे संस्कृतीकरण होय.

clan - (क्लॅन) **कुळ किंवा घराणे :** एकदिशीय समान वंशपरंपरा असल्याचा दावा करणाऱ्या नातेवाईक किंवा नातेगोते संबंधांवर आधारित लोकांच्या समूहाचे वर्णन कुळ किंवा घराणे म्हणून केले जाते. हे नातेवाईकसमूह मातृवंशीय किंवा पितृवंशीय असू शकतात. कुळाचे वेगळेपण हे बऱ्याचवेळा समान पूर्वजाच्या आधारे निर्धारित होते. हा समान पूर्वज बऱ्याच वेळा मानवेतर प्राणी किंवा काल्पनिक प्राणी वा वस्तूही असू शकतो. एकदिशीय वंशपरंपरा पुढीलप्रमाणे –

व्यक्ती → कुटुंब → नातेसंबंधांनी जोडलेली अनेक कुटुंबे → कुळे → कुळांचा समूह → वंश.

सारांशरूपात, कुळ म्हणजे एकाच पूर्वजापासून जन्माला आलेल्या कुटुंबांचा समूह होय.

clan exogamy - (क्लॅन एक्झॉगेमी) **कूळ बहिर्विवाह :** विवाहाचा हा एक नियम असून व्यक्तीला विवाह करताना तिचा वैवाहिक साथीदार, तिच्या स्वतःच्या कुळातून निवडता येत नाही तर तो दुसऱ्या कुळातून निवडावा लागतो. प्रत्येक

कुळाचा एक पूर्वज असतो. एकाच पूर्वजापासून अस्तित्वात आलेल्या दोन कुळांतील व्यक्तींमध्ये विवाहसंबंध प्रस्थापित होत नाही; तर त्यासाठी वेगळा पूर्वज असलेल्या कुळातील व्यक्तीची वैवाहिक जोडीदार म्हणून निवड करावी लागते. कारण समान पूर्वज असलेल्या दोन कुळांतील व्यक्ती परस्परांच्या नातेवाईक असतात, त्यामुळे असा विवाह समाजसंमत नसतो.

class conflict - (क्लास कन्फ्लिक्ट) वर्गसंघर्ष : विविध वर्गांतील हितसंबंधांवर आधारित दोन किंवा अधिक सामाजिक वर्गांत होणारे राजकीय व आर्थिक स्वरूपाचे झगडे वा लढे म्हणजे वर्गसंघर्ष होय.

class consciousness - (क्लास कॉन्शसनेस) वर्गजाणीव : ज्या समाजात वर्गव्यवस्था अस्तित्वात आहे, त्या समाजातील प्रत्येक व्यक्तीच्या मनात ती ज्या वर्गाची सभासद आहे; त्या वर्गाबद्दल विशिष्ट स्वरूपाची आपुलकीची किंवा जिव्हाळ्याची भावना, तर इतर वर्गाबद्दल दुराव्याची भावना असणे म्हणजे 'वर्गजाणीव' होय.

class domination - (क्लास डॉमिनेशन) वर्गीय वर्चस्व किंवा वर्गीय प्रभुत्व : कोणत्याही समाजातील वर्गव्यवस्थेत एका वर्गाने दुसऱ्या वर्गावर अधिकार गाजविणे म्हणजे वर्गीय वर्चस्व किंवा वर्गीय प्रभुत्व होय. सर्वसाधारणपणे उच्चवर्गाचे कनिष्ठ वर्गावर, श्रीमंतांचे गरीब वर्गावर, नेत्यांचे अनुयायांवर, शिक्षकांचे विद्यार्थ्यांवर, अधिकाऱ्यांचे कारकुनांवर असलेले वर्चस्व 'वर्गीय वर्चस्व' या संज्ञेत येते.

classical theory - (क्लॅसिकल थिअरी) अभिजात सिद्धान्त : त्या त्या राष्ट्रातील संस्थात्मक समाजशास्त्रज्ञांनी त्या त्या राष्ट्रात समाजशास्त्राच्या अध्ययनाचे महत्त्व पटविण्यासाठी व समाजशास्त्राला विज्ञानाचा दर्जा देण्यासाठी जे सिद्धान्त मांडले होते, त्यांना 'अभिजात सिद्धान्त' या संज्ञेने संबोधले जाते. यात अग्युस्त कॉन्त यांचा शास्त्राच्या वर्गीकरणाचा सिद्धान्त व प्रत्यक्षवादाचा सिद्धान्त, हर्बर्ट स्पेन्सर यांचा समाजाचा सेंद्रिय सिद्धान्त व उत्क्रांतिवादाचा सिद्धान्त, मार्क्स यांचा द्वंद्वात्मक व ऐतिहासिक भौतिकवाद व आर्थिक निर्धारणवादाचा सिद्धान्त, दयुरखेम यांचा सामाजिक तथ्याबाबतचा सिद्धान्त, धर्माचा व आत्महत्येचा सिद्धान्त, जॉर्ज सिमेल यांचा 'स्वरूपप्रधान समाजशास्त्राचा सिद्धान्त', समाजशास्त्राचा द्वंद्वात्मक सिद्धान्त, वेबरचा आकलनाच्या पद्धतीचा सिद्धान्त, धर्माचे समाजशास्त्राचा सिद्धान्त यांचा समावेश होतो.

classification - (क्लॅसिफिके'शन) **वर्गीकरण :** 'वर्गीकरण' या संज्ञेचे अनेक अर्थ समाजशास्त्रात घेतले जातात. वर्गीकरण संज्ञेचा पहिला सर्वमान्य अर्थ असा की सामाजिक संरचनेत नियमितपणे आढळून येणाऱ्या संरचनात्मक प्रकाराची ओळख करून देण्याचा प्रयत्न करणे होय. या संरचनात्मक वर्गीकरणात समाजाचे प्रकार, संघटनेचे प्रकार, सामाजिक संघटनांचे प्रकार इत्यादींचा अंतर्भाव होतो. वर्गीकरण या संज्ञेचा दुसरा अर्थ सामाजिक संशोधनात दिला आहे. सामाजिक संशोधक त्याच्या संशोधनविषयाची जी माहिती गोळा करतो त्या माहितीचे शिक्षण, स्तरीकरण, आर्थिक उत्पन्न, व्यवसाय इत्यादींच्या आधारे जे विभाजन करतो त्यासाठीपण 'वर्गीकरण' ही संज्ञा वापरली जाते. जीवशास्त्रात वनस्पती व प्राणी यांचे प्रकार पाडण्यासाठी वर्गीकरण हीच संज्ञा वापरतात. शिक्षणाच्या समाजशास्त्रात मानवी ज्ञानाचे शैक्षणिक प्रक्रियेच्या आधारे विभाजन करताना हीच संज्ञा उपयोगात आणली जाते.

clinical interview - (क्लि'निकल इ'न्टरव्ह्यू) **चिकित्सात्मक मुलाखत :** चिकित्सात्मक मुलाखतींमधून मुलाखतकार केवळ व्यक्तींच्या जीवनानुभवाबाबत किंवा त्यांच्या संवेग व प्रेरणांबाबत माहिती करून घेण्याच्या हेतूनेच प्रश्न विचारतो व आलेल्या माहितीची योग्य प्रकारे चिकित्सा करून संशोधनाचे निष्कर्ष काढतो.

closed system - (क्लोज्ड सि'स्टिम) **बंदिस्त (समाज) व्यवस्था :** ज्या समाज- व्यवस्थेतील घटक म्हणजे व्यक्ती, उपसमूह किंवा समूह आपापले सामाजिक स्थान किंवा दर्जा बदलण्यास असमर्थ असतात तेव्हा त्यास बंदिस्त व्यवस्था म्हणतात. बंदिस्त (समाज) व्यवस्थेत गतिमत्त्वाचा संपूर्ण अभाव असतो. भारतातील जातींवर आधारित समाजव्यवस्था ही एक प्रकारची बंदिस्त समाज व्यवस्था होय.

coding - (को'डिंग) **संहितीकरण किंवा संकेतीकरण :** जेव्हा एखादा संशोधक निरीक्षणाच्या माध्यमातून जमा केलेल्या माहितीचे वर्गीकरण किंवा तक्तीकरण करताना प्रत्येक प्रश्नाच्या उत्तराला काही सांकेतिक आकड्यांच्याद्वारे किंवा काही सांकेतिक मूळाक्षरांद्वारे संबोधित करून वर्गीकरणप्रक्रिया सुलभ करतो, तेव्हा त्यास संकेतीकरण किंवा संहितीकरण म्हणतात. भारतात मतदानासंबंधीची अभिवृत्ती जाणून घेताना संशोधकाने समजा पुढील प्रश्न विचारला-जर निवडणुका जाहीर झाल्या तर तुम्ही कोणत्या राजकीय पक्षाला मतदान कराल ?

संभाव्य उत्तरे	सांकेतिक आकडे	सांकेतिक मुळाक्षरे
राष्ट्रीय काँग्रेस	१	अ
राष्ट्रवादी काँग्रेस	२	ब
भारतीय जनता पक्ष	३	क
समाजवादी पक्ष	४	ड
साम्यवादी पक्ष	५	ई
मतदानच करणार नाही	६	फ
माहिती नाही	७	ज
याशिवाय अन्य पक्ष	८	ह

या प्रश्नाचे वर्गीकरण करताना ज्यांनी ज्यांनी राष्ट्रीय काँग्रेसला मतदान केले, त्यांच्यासाठी '1' वा 'अ' हा सांकेतिक आकडा वा शब्द वापरला जाईल. संकेतीकरणामुळे वर्गीकरण व मापनप्रक्रिया सुलभ होते. हे एक उदाहरण असून प्रत्येक प्रश्नाचे उत्तर, या प्रकारे सांकेतिक आकडे व मुळाक्षर याद्वारे वर्गीकृत केले जाते.

collective behaviour - (कले'क्टिव्ह बिहे'व्हिअर) **सामूहिक वर्तन :** सामाजिक संरचनेत जेव्हा कोणतेही परिवर्तन घडविण्यासाठी मोठ्या संख्येने लोकसमूह एखादी चळवळ सुरू करतो तेव्हा त्यास सामूहिक वर्तन म्हणतात. त्याचप्रमाणे समाजात जेव्हा समस्याप्रधान परिस्थिती निर्माण होते; तेव्हा समस्येचे निर्मूलन करण्यासाठी जे सामूहिक प्रयत्न केले जातात, त्यालाही सामूहिक वर्तन म्हणतात. समाजाच्या व धर्माच्या अनुबंधाचे पालन करण्यासाठी लोक एकसारखे वर्तन करतात त्यासही सामूहिक वर्तन म्हणतात. सामूहिक प्रार्थना, नमाज-पठण इत्यादीही सामूहिक वर्तनच होय. श्री. अण्णा हजारे यांचे भ्रष्टाचारविरोधी आंदोलन व त्यांना मिळालेला जनतेचा पाठिंबा हेही सामूहिक वर्तन होय.

collective representation - (कले'क्टिव्ह रि'प्रेझेन्टेशन) **सामुदायिक प्रतिनिधित्व :** समाजात अनेक व्यक्ती विविध प्रकारच्या असतात. समाजात असे काही विचार, धारणा, भावना, श्रद्धा, मूल्य व रितीरिवाज आढळतात की जे सामान्यत: समाजातील बहुसंख्य सभासदांना मान्य असतात. याकडे समाजाचे सदस्य सन्मानाच्या भावनेने पाहतात. या भावनांना किंवा विचारांना द्युरखेम सामाजिक प्रतिनिधित्व म्हणतात. द्युरखेम यांच्या मते, सामूहिक प्रतिनिधित्वातूनच

पुढे धर्माचा उदय झाला. तसेच सामूहिक जाणिवांचे रूपांतर हे कालांतराने सामूहिक प्रतिनिधित्वात झाले.

communication - (कम्यूनिके'शन) संज्ञापन किंवा आशयसंप्रेषण : संज्ञापन म्हणजे माहिती सांगणे किंवा माहितीचा विनिमय करणे (म्हणजे आदान-प्रदान करणे) होय. संज्ञापन हे तोंडी किंवा लेखी या दोन्ही प्रकारचे असू शकते. माहितीचे आदान-प्रदान हे एकतर हेतुपूर्वक असते किंवा अहेतुपूर्वक. आजच्या आधुनिक जगात माहितीचे संज्ञापन करण्याचे कार्य विविध प्रसारमाध्यमांद्वारे केले जाते. या प्रसारमाध्यमांत वृत्तपत्रे, नियतकालिके, आकाशवाणी, दूरदर्शन, संगणक, भ्रमणध्वनी इत्यादी साधनांचा समावेश होतो. ह्या माध्यमांद्वारे माहितीचे वितरण, विनिमय इत्यादी प्रक्रिया अत्यंत जलद गतीने होतात. मनुष्य प्रामुख्याने भाषेच्या साहाय्याने त्याच्या विचारांची आणि भावनांची देवाणघेवाण करतो. याशिवाय स्पर्श, हावभाव यांद्वारेपण भावनांची देवाणघेवाण केली जाते. या सर्वांचा समावेश संज्ञापन या संकल्पनेत येतो.

communist manifesto - (क'म्युनिस्ट मॅनिफेस्टो) साम्यवादी जाहीरनामा : इ.सन १८४८ मध्ये कार्ल मार्क्स व फ्रेड्रिक एंगल्स यांनी समाजवादाची तत्त्वे विशद करणारी जी पुस्तिका लिहिली, तिला 'साम्यवादी जाहीरनामा' असे म्हणतात. या साम्यवादी जाहीरनाम्याचे वेगळेपण असे की त्यात साम्राज्यशाही, भांडवलशाही आणि सरंजामशाही यांना विरोध करून त्याऐवजी कामगारांची सत्ता स्थापन करण्यास प्रोत्साहन दिले असून त्यासाठी प्रसंगी क्रांती करण्यास मान्यता दिली आहे.

communist society - (क'म्युनिस्ट सोसायटी) साम्यवादी समाज : ज्या समाजपद्धतीत सर्व उत्पादनसाधने आणि उत्पादने यांवर साऱ्या समाजाची सामाईक मालकी असते आणि संपत्तीचा उपभोग सर्व नागरिक आपापल्या गरजेप्रमाणे घेऊ शकतात, अशा वर्गविहीन किंवा विरहित समाजरचनेला 'साम्यवादी समाज' म्हणतात. साम्यवादी समाजात कोणाही व्यक्तीला स्वतःची कोणत्याही प्रकारची खासगी मालमत्ता संपादन करता येत नाही. विषमतेचे पोषण करणाऱ्या सर्व सामाजिक संस्था बरखास्त केल्या जातात. संपूर्ण समानता हे साम्यवादी समाजाचे ध्येय होते; पण दुर्दैवाने ते साध्य होऊ शकले नाही.

community - (कम्यूनिटी) समुदाय : जॉर्ज हिलरी यांच्या म्हणण्यानुसार विशिष्ट भौगोलिक प्रदेशात राहणाऱ्या, परस्परांशी आंतरक्रिया करणाऱ्या आणि एक

किंवा अधिक भावनात्मक बंध असणाऱ्या लोकांचा समुच्चय म्हणजे समुदाय होय. समाजशास्त्रज्ञांच्या मते, समुदायाचे काही मुख्य मूलाधार आहेत (त्याशिवाय समुदाय अस्तित्वात येत नाही)- १. विशिष्ट भूप्रदेश २. समुदाय भावना ३. समुदायाची स्वयंपूर्णता ४. उत्स्फूर्त निर्मिती ५. कायम गट ६. समानता ७. विशिष्ट नाव इत्यादी.

याशिवाय समुदायाचे नागरी समुदाय, ग्रामीण समुदाय व आदिवासी समुदाय असे तीन प्रकार पाडले जातात. भारतीय खेडे हे समुदायाचे उत्तम उदाहरण होय.

community development - (कम्यूनिटी डिव्हेलपमेन्ट) **समुदाय विकास :** संपूर्ण समुदायाच्या सहकार्याने व प्रेरणेने समाजाच्या सामाजिक, राजकीय, आर्थिक, सांस्कृतिक विकासाला उपकारक अशी परिस्थिती निर्माण करण्याची योजना म्हणजे समुदाय विकास होय.

comparative rating scale - (कम्पॅरेटिव्ह रेटिंग स्केल) **तुलनात्मक श्रेणी अनुमाप किंवा मापनसारिणी :** तौलनिक समाजशास्त्रात जेव्हा दोन वा अधिक प्रघटनांतील साम्य-भेदांवर अध्ययन करावयाचे असेल किंवा बहुसांस्कृतिक अध्ययन करावयाचे असेल तर या मापनसारिणींचा वापर केला जातो. अनुसूची व प्रश्नावलीत संभाव्य प्रश्नांची उत्तरे देताना संशोधक या मापनश्रेणीचा वापर करून प्रश्नावलीतील प्रश्नांची रचना करतो. उदा. पुढील प्रश्न व त्यांची संभाव्य उत्तरे पहा.

प्रश्न-वेगमर्यादेचे उल्लंघन करणाऱ्या मोटार चालकाला अटक करण्याचा व गाडीची तपासणी करण्याचा अधिकार पोलिसांना असावा का ?

संभाव्य उत्तर	श्रेणी
१) हवाच	१००% अनुकूल
२) हवा	६०% अनुकूल
३) माहिती नाही	तटस्थ
४) नको	६०% प्रतिकूल
५) नकोच	१००% प्रतिकूल

या प्रश्नात अनुकूल / प्रतिकूल अशा दोन श्रेणी असतात व त्यांची तीव्रता वरीलप्रमाणे मोजली जाते.

comparative sociology - (कम्पॅरेटिव्ह सोशिऑलजी) **तौलनिक समाजशास्त्र :** ज्या वेळी एकापेक्षा अधिक समाजांचा किंवा सांस्कृतिक समूहांचा अभ्यास, ज्यांच्यातील साम्य-भेदांच्या माध्यमातून, समाजशास्त्रीय तत्त्वांनुसार केला जातो त्या वेळी त्या अध्ययनाला 'तौलनिक समाजशास्त्र' म्हणतात. द्युरखेम यांनी तौलनिक समाजशास्त्रावर भाष्य करताना असे म्हटले आहे की, तौलनिक समाजशास्त्र ही समाजशास्त्राची विशिष्ट शाखा नसून तेच खरे समाजशास्त्र आहे. याचा अर्थ समाजशास्त्राच्या संशोधकाला संशोधन करताना समाजातील दोन प्रघटनांत, दोन संस्कृतीत, वर्तनप्रक्रियेत तुलना करावीच लागते; त्याला पर्याय नसतो. म्हणून समाजशास्त्र हे नेहमीच तुलनात्मक असते असे द्युरखेम यांना वाटते.

compliance - (कम्प्ला'यन्स) **आज्ञापालन किंवा अनुपालन :** कोणत्याही संघटनेत किंवा सामाजिक गटात वरिष्ठांनी किंवा अधिकारी व्यक्तींनी दिलेल्या आदेशाचे पालन करण्याच्या क्रियेसाठी 'आज्ञापालन किंवा अनुपालन' ही संज्ञा वापरली जाते. संघटनात्मक समाजशास्त्रज्ञ अमिताई एत्झिओनी (Amitai Etzioni) यांनी संघटना सिद्धान्ताचे अध्ययन करताना आज्ञापालनाची तीन साधने किंवा तीन प्रकार विशद केले आहेत- १. दबाव सत्ता : यात शारीरिक बळाचा वापर करून आज्ञापालन करवून घेतले जाते. २. मानधन किंवा उपयोगिता सत्ता : यात पैसा वा बक्षीस देऊन सभासदांना आपल्या मर्जीनुसार आज्ञापालन करण्यास भाग पाडले जाते. ३. प्रमाणक किंवा अस्मिता सत्ता : यात सभासदांना किंवा व्यक्तींना संघटनेच्या प्रमाणकानुसार किंवा प्रतीकानुसार वर्तन करण्यास प्रेरित केले जाते. यात संघटनेची प्रतिष्ठा कशी महत्त्वाची आहे, हे पटवून देऊन प्रमाणकाच्या चौकटीत आज्ञापालन करवून घेतले जाते. संघटना टिकविण्यासाठी आज्ञापालन महत्त्वाचे ठरते.

concept - (कॉन्सेप्ट) **संकल्पना :** निचेलच्या मते, एका विवेचनात्मक गुण अथवा संबंधाकडे संकेत करणारी शब्दरचना म्हणजे 'संकल्पना' होय. प्रत्येक ज्ञानशाखेत अशा अनेक संकल्पना वापरल्या जातात. संकल्पनांचा अर्थ त्या त्या सामाजिक शास्त्रात वेगवेगळा असतो, तसेच तो शब्दकोशातील अर्थापेक्षापण वेगळा असतो. उदा. 'राज्य' ही समाजशास्त्रात एक संस्था आहे, तर राज्यशास्त्रात 'राज्य' म्हणजे लोकांची सेवा करण्याचे वा छळ करण्याचे माध्यम होय. संज्ञा एक, अर्थ मात्र वेगवेगळा असतो.

ज्ञानशाखेच्या आकलनासाठी त्या त्या ज्ञानशाखेतील संज्ञा अभ्यासणे आवश्यक आहे.

conflict structuralism - (कॉनफ्लिक्ट स्ट्रक्चरॅलिझम) **संघर्ष संरचनात्मकवाद :** जेव्हा एकाच समाजातील वा राष्ट्रातील दोन किंवा अधिक संरचनांमध्ये किंवा एका संरचनेतील दोन उपसंरचनांमध्ये संघर्ष आकाराला येतो तेव्हा त्यासाठी 'संघर्ष संरचनात्मकवाद' ही संज्ञा वापरण्यात येते. प्रत्येक समाजात धर्म ही एक उपसंरचना आहे. दोन धर्मांत जेव्हा तत्त्वांवरून भांडणे होतात, तेव्हा ती या संज्ञेने संबोधली जातात. धर्मातील एकेश्वरवादी व अनेकेश्वरवादी अनुयायांतील झगडे या प्रकारात मोडतात. पॉलिबस (Polybus) यांनी राज्यसंरचनेतील संघर्षाचा उल्लेख केला होता. त्यांच्या मते, सत्ता क्रमाने राजा, श्रेष्ठीजन व लोकप्रतिनिधी (राजसत्ता, महाजनशाही व लोकशाही) यांच्याकडे हस्तांतरित होताना जे झगडे होतात, ते संरचनात्मकवादी संघर्षांत मोडतात. आज भांडवलवाद विरुद्ध साम्यवाद, लष्करशाही विरुद्ध लोकशाही, बंदिस्त व्यापार विरुद्ध मुक्त व्यापार यांत होणारे कलह हे यात येतात. रॅन्डल कॉलिन्स यांचा 'स्तरीकरणात्मक संरचनात्मकवादी संघर्ष' हा सिद्धान्त याच प्रकारात समाविष्ट होतो.

conformity - (कन्फॉर्मिटी) **अनुसरण किंवा अनुचलन :** प्रा. हॅरी जॉन्सन यांच्या मते, 'अनुसरण किंवा अनुचलन' ही अशी एक प्रक्रिया आहे की जी, सामाजिक नियमनातून उदयाला येते व नियमनांनी मान्य केलेल्या वर्तनबंधात मोडते. प्रा. अलेक्स इन्कलेस यांनी अनुसरण किंवा अनुचलन यावर भाष्य करताना असे म्हटले आहे की, 'सामाजिक व्यवस्थेतील प्रमुख दर्जा व स्थानाच्या संबंधित भूमिकांशी निगडित जबाबदाऱ्यांचे किती नियमितपणे व योग्य प्रमाणात व्यक्ती पालन करते यावर समाजाची सुव्यवस्था अवलंबून असते.' या अर्थाने समाजातील आपली भूमिका यशस्वीरीतीने पार पाडण्याचे आश्वासन देणारी प्रक्रिया म्हणजे अनुसरण होय. अनुसरण किंवा अनुचलन याचा आणखी एक अर्थ असा, की गटाच्या प्रभावामुळे व्यक्तीच्या वर्तनात व्यक्ती आणि व्यक्तिगट यांच्या वाढत्या समायोजनामुळे जी परिवर्तने होतात; त्यासाठीपण ही संज्ञा वापरली जाते. सारांश, अनुसरण म्हणजे सामाजिक नियमनानुसार वा राष्ट्राच्या कायद्यानुसार वर्तन करण्याची क्रिया होय. काही समाजशास्त्रज्ञ अनुसरणाकडे सामाजिक नियंत्रणाला पोषक क्रिया म्हणून पाहतात.

conjugal family - (काँजुगल फॅमिली) **विवाहसंबंधी कुटुंब :** जेव्हा भिन्न गोत्रांचे स्त्री-पुरुष परस्परांशी विवाह करतात, तेव्हा ते स्त्री-पुरुष (पत्नी व पती) व त्यांच्यावर अवलंबित (म्हणजे अविवाहित) मुले यांच्या समूहासाठी ही संज्ञा

वापरली जाते. आज त्यासाठी 'केंद्र कुटुंब' (nuclear family) ही संज्ञा प्रामुख्याने वापरली जाते.

constitution - (कॉन्स्टि'ट्यूशन) **राज्यघटना :** प्रत्येक राज्याने किंवा राष्ट्राने त्यांच्या राष्ट्रातील लोकांचे मूलभूत हक्क निर्धारित करणाऱ्या नियमनांचा संच म्हणजे राज्यघटना होय. जनतेच्या मूलभूत हक्कांसमवेत सरकारच्या जबाबदाऱ्या, जनतेला द्यावयाच्या सुविधा, सरकारची धोरणे इत्यादींचा समावेशही राज्यघटनेत होतो. सरकारने जनतेवर, राज्यघटनेच्या चौकटीत राहूनच, नियंत्रण प्रस्थापित करावे. प्रत्येक राज्यघटनेचे स्वत:चे असे स्वतंत्र स्थान असते. भारतापुरता विचार करता, भारतीय राज्यघटना भारतीय संसदेने २६ नोव्हेंबर १९४९ रोजी स्वीकारून त्यास मंजुरी दिली आणि २६ जानेवारी १९५० पासून त्याची प्रत्यक्ष अंमलबजावणी सुरू झाली. भारताच्या राज्यघटनेचा मसुदा तयार करण्यासाठी भारतीय संसदेने मसुदा समितीची स्थापना करून त्याच्या अध्यक्षपदी डॉ. बाबासाहेब आंबेडकर यांची निवड करण्यात आली. भारतीय राज्यघटनेने जरी ब्रिटिश संसदीय प्रारूपाचा स्वीकार केला असला; तरी भारतात राज्यघटना सर्वोच्च आहे, संसद नव्हे. म्हणूनच भारतात संसदेने केलेल्या कोणत्याही कायद्याच्या वा कायद्यातील दुरुस्तीच्या संदर्भात, ती जनहितविरोधी आहे म्हणून, कोणी जनहितयाचिका सर्वोच्च न्यायालयात दाखल करू शकतो व न्यायालय त्याच्या वैधतेसंबंधी निर्णय देऊ शकते.

content analysis - (कन्टेन्ट अॅन'लिसिस) **आशयविश्लेषण :** संज्ञापनातील व्यक्त वा प्रकट आशयाच्या वस्तुनिष्ठ, व्यवस्थित व संख्यात्मकाचे वर्णन म्हणजे 'आशयविश्लेषण' असे बी. बेरलसनचे (B. Berelson) चे म्हणणे आहे. समाजशास्त्राच्या दृष्टीने विचार करता 'आशयविश्लेषण' हे समाजशास्त्राच्या अध्ययनात वापरले जाणारे एक संशोधनात्मक तंत्र होय. जर एखाद्या संज्ञापनातील आशयाचे वस्तुनिष्ठ, संख्यात्मक आणि सुव्यवस्थित अध्ययन करावयाचे असेल, तर या तंत्राचा वापर केला जातो. प्रचार आणि संज्ञापन अध्ययनात १९४० सालानंतर या संशोधनात्मक तंत्राचा मोठ्या प्रमाणात विकास झाला. हॅरॉल्ड लासवेल (Harold Lasswell) यांनी १९४६ साली लिहिलेल्या 'प्रचार, संज्ञापन आणि लोकमत' (Propaganda, Communication and public opinion) या ग्रंथात ते असे म्हणतात की, भाषाशास्त्र आणि माहितीविज्ञान या क्षेत्रातही या तंत्राचा वापर मोठ्या प्रमाणात केला जातो.

भाषाशास्त्रातील आशयविश्लेषणात समाविष्ट शब्दाच्या अर्थाला नक्कीच

महत्त्व आहे, परंतु त्यापेक्षाही अधिक महत्त्व व्याकरणविषयक आणि भाषेच्या अर्थाला आहे.

contractual co-operation - (कॉन्ट्रॅक्च्युअल को'ऑपरे'शन) **करारप्रधान सहकार्य :** हे करारात्मक सहकार्य पूर्वनियोजित असते आणि विविध व्यक्तींनी समान असे विशिष्ट उद्दिष्ट गाठण्यासाठी विशिष्ट काम करण्याची स्पष्ट हमी त्यात दिलेली असते. त्यासाठी जो लेखी करार केला जातो; त्यासाठी ही संज्ञा वापरतात. विविध सहकारी पतपेढ्या, सहकारी वस्तू-भांडार इत्यादी गोष्टी करारात्मक सहकार्याची उदाहरणे होत. इस्लाम धर्मानुसार विवाह हेही एक करारात्मक सहकार्य होय.

controlled observation - (कन्ट्रोल्ड ऑब्झर्वेशन) **नियंत्रित निरीक्षण :** नियंत्रित निरीक्षण हे साधारणत: अशा निश्चित आणि पूर्वनिर्धारित योजनेच्या अनुसार संपन्न होते की, ज्या अंतर्गत पर्याप्त प्रमाणात प्रायोगिक कार्यपद्धतीचा समावेश केला जातो. (पहा-control group-नियंत्रित गट.)

controlled variables - (कन्ट्रोल्ड व्हे'रिएबल्स) **नियंत्रित परिवर्त्य किंवा चल :** आपल्या प्रायोगिक निष्कर्षावर प्रतिकूल परिणाम होऊ नये म्हणून प्रयोगकर्ता कधीकधी एखाद्या परिवर्त्यामध्ये हस्तक्षेप करतो. हा स्वतंत्र परिवर्त्य किंवा चल नसतो. अशा परिवर्त्यांना किंवा चलांना 'नियंत्रित परिवर्त्य' किंवा नियंत्रित चल' म्हणतात.

co-operation - (को'ऑपरे'शन) **सहकार्य :** इच्छित ध्येय प्राप्त करण्यासाठी अनेक लोकांनी एकत्र येऊन केलेली सहक्रिया (Co-action) म्हणजे सहकार्य होय. उत्पादन आणि उपभोक्ता यांनी स्पर्धेऐवजी एकत्र येऊन ध्येयसिद्धीसाठी ऐच्छिक संघटनेची स्थापना करणे म्हणजेपण सहकार्य होय. समाजशास्त्रज्ञांच्या विचारानुसार, सहकार्य ही एक सामाजिक प्रक्रिया असून त्यामुळे समाजाचे संघटन करणे शक्य होते, म्हणून 'सहकार्याचा' उल्लेख संघटनात्मक सामाजिक प्रक्रिया म्हणून केला जातो. ज्या वेळेला दोन किंवा अधिक व्यक्ती किंवा गट सामान्य हेतूच्या पूर्ततेसाठी एकत्र येतात, त्या वेळेला त्यास 'सहकार्य' म्हणतात. सहकार्य हे मानवी प्रगतीचे द्योतक असून, समाजाच्या एकात्मतेचे साधन होय.

co-operative farming - (को'ऑपरे'टिव्ह फार्मिंग) **सहकारी शेती :** अनेक शेतकऱ्यांनी मिळून आपले उत्पादन व अर्थप्राप्ती वाढावी, म्हणून संयुक्तरूपाने शेती करणे म्हणजे 'सहकारी शेती' होय. सहकारी शेती ही प्रामुख्याने साम्यवादी

राष्ट्रात व समाजवादाचा पुरस्कार करणाऱ्या राष्ट्राचे प्रतीक मानली जाते. भारतात शेतीवर अवलंबून असणाऱ्या शेतकऱ्यांचे प्रमाण जरी जास्त असले; तरी सुमारे ७०% शेतकऱ्यांकडे २ हेक्टर जमिनीपेक्षा कमी जमीन असल्यामुळे ही शेती आर्थिक दृष्टीने फायद्याची ठरत नाही. त्यावर उपाय म्हणून भारतात छोट्या शेतकऱ्यांनी एकत्र येऊन शेती करण्याचा पर्याय सुचविण्यात आला असला; तरी प्रत्यक्षात भारतात हा प्रयोग अपयशी ठरला व तशी कबुली चौथ्या पंचवार्षिक योजनेच्या अहवालात देण्यात आली होती.

correlation - (को'रिलेशन) **सहसंबंध किंवा परस्परसंबंध :** ही संज्ञा मुख्यत्वेकरून सांख्यिकीशास्त्रात वापरली जाते. जेव्हा एका चलात होणाऱ्या बदलामुळे दुसऱ्या चलातही बदल होतो व नंतर हा बदल पहिल्या चलाच्या बदलातही परत आढळून आला; तर हे दोन्ही चल हे सहसंबंधी आहेत, असे म्हटले जाते. समाजशास्त्रात समाजशास्त्रीय संशोधक संशोधनसंबंधी जमा केलेल्या माहितीचे वर्गीकरण करताना किंवा तक्तीकरण करताना दोन विविध चलांतील सहसंबंध प्रस्थापित करून मग माहितीचे विश्लेषण करतात. स्त्रीभ्रूणहत्या आणि शैक्षणिक दर्जा या दोन चलांतील विश्लेषण करताना संशोधकाला सहसंबंधाचा आधार घ्यावा लागतो.

corrective justice - (करे'क्टिव्ह जस्टिस) **सुधारणावादी न्याय :** कोणत्याही वेळी निर्माण झालेल्या वस्तू किंवा सेवा यांच्या वितरणव्यवस्थेत जर व्यक्तीव्यक्तींमधील मतभेदांमुळे अथवा भांडणामुळे असमतोल निर्माण झाला असेल आणि एखाद्याचे हक्क डावलले गेले असतील. किंवा कुणी आपल्या कर्तव्यास चुकले असतील तर त्यातून निर्माण होणारा तणाव नष्ट करण्याकरिता व योग्य ते सामाजिक संबंध प्रस्थापित करण्याकरिता जी प्रक्रिया वापरली जाते, तिला 'सुधारणावादी न्याय' म्हणतात.

corruption - (करप्शन) **भ्रष्टाचार :** अधिकारावरील व्यक्तीकडून सार्वजनिक क्षेत्रात सोपविलेल्या अधिकाराचा दुरुपयोग आपल्या खासगी हितासाठी, वैयक्तिक स्वार्थासाठी व फायद्यासाठी करणे याला सर्वसाधारणपणे 'भ्रष्टाचार' म्हणतात. भ्रष्टाचार या संकल्पनेचा दुसरा अर्थ असा की, भ्रष्टाचार म्हणजे लाच स्वीकारण्याची क्रिया होय. १८८३ साली झेफ्टेल मॅकेल (Sezftel Machael) यांच्या असे निरीक्षणात आले, की भ्रष्टाचार हा वर्तनाचा एक प्रकार असून त्यात व्यक्ती सामाजिक नियमन आणि सरकारी किंवा सार्वजनिक भूमिका यांपासून विचलित

होतात व खासगी फायद्यासाठी सरकारी अधिकाराचा वापर करतात. भ्रष्टाचार ही एक प्रवृत्ती असून ती सर्वत्र पसरलेली आहे. भ्रष्टाचाराचे प्रमुख अंग म्हणजे लाच स्वीकारणे होय. यात बेकायदेशीर कृत्य करण्यासाठी रोख रक्कम, वस्तू, भेट स्वीकारणे इत्यादींचा समावेश होतो.

counter balance - (काऊन्टर बॅलन्स) **प्रतिसंतुलन :** सरावाच्या परिणामांचे संतुलन साधण्यासाठी जे तंत्र प्रयोगामध्ये वापरले जाते, त्या तंत्राला 'प्रतिसंतुलन' म्हणतात.

crime - (क्राईम) **गुन्हा किंवा अपराध :** कोणत्याही सामाजिक नियमनाचे, सामाजिक कायद्याचे व विशेष गुन्हेगारी कायद्याचे उल्लंघन करणे वा त्यांचा भंग करणे म्हणजे 'गुन्हा' होय. गुन्हा या संकल्पनेचा विचार करता गुन्ह्यात खालील पाच संकल्पनांचा समावेश करण्यात आला आहे– १. सैतानी किंवा राक्षसी वृत्तीतून केलेले समाजबाह्य वर्तन म्हणजे गुन्हा होय. २. कायद्याविरोधी कृती म्हणजे गुन्हा होय. ३. सामाजिक किंवा समाजशास्त्रीय नियमनांविरुद्ध कृत्य म्हणजे गुन्हा होय. ४. सामजिक कायद्याविरोधी व औपचारिक कायद्याविरोधी वर्तन म्हणजे गुन्हा होय. ५. मानसिक विकृतीतून समाजनियम व कायदा यांविरोधी वर्तन म्हणजे गुन्हा होय. गुन्हा ही समाजशास्त्राच्या दृष्टीने एक सामाजिक अपप्रवृत्ती असून तिचे निर्मूलन होणे अत्यावश्यक असले तरी अशक्य आहे.

criminal behaviour - (क्रिमिनल बिहेव्हिअर) **गुन्हेगारी वर्तन :** कायद्याचे उल्लंघन करणे किंवा कायद्याशी असंबंधित वर्तन करणे, म्हणजे 'गुन्हेगारी वर्तन' होय.

criminology - (क्रिमिनॉलजी) **गुन्हेगारीशास्त्र किंवा अपराधशास्त्र :** गुन्हा, गुन्हेगार, गुन्हेगारांची निर्मिती, त्यांची कारणे, गुन्ह्यांचे विविध प्रकार, गुन्हाप्रतिबंधक कायदे, गुन्हेगारी प्रवृत्तीवर नियंत्रण ठेवण्याचे मार्ग, गुन्हेगारीतील संबंध, गुन्हेगारांचे पुनर्वसन यांचा वैज्ञानिक दृष्टीने केलेला अभ्यास म्हणजे 'गुन्हेगारीशास्त्र' होय. गुन्हेगारीशास्त्रात प्रौढ गुन्हेगारांबरोबर बालगुन्हेगारांचेपण अध्ययन केले जाते. पांढरपेशा गुन्हेगार, संगणकीय गुन्हेगार, दहशतवादी गुन्हेगार, सांप्रदायिक भावनेतून गुन्हा करणारे गुन्हेगार इत्यादींचे अध्ययनपण या शास्त्राच्या अध्ययनात समाविष्ट आहे.

crowd - (क्राउड) **जमाव :** विभिन्न प्रकारची उद्दिष्टे असणाऱ्या, एकमेकांच्या भौतिक सान्निध्यात येणाऱ्या व तात्पुरत्या कारणांसाठी एकसंघ झालेला व्यक्तींचा

समूह किंवा समुच्चय म्हणजे जमाव होय. किंबॉल यंग हे सामाजिक मानसशास्त्रज्ञ जमावावर भाष्य करताना म्हणतात, 'एखाद्या मर्यादित परिसरात जमलेला, संख्येने बराच मोठा, एकाच विषयाकडे केंद्रित झालेला व त्याच विषयाला अनुसरून प्रतिक्रिया व्यक्त करणारा व्यक्तींचा समुच्चय म्हणजे जमाव होय.' समाजशास्त्रज्ञांच्या भाषेत जमाव हाही सामाजिक गटाचा एक प्रकार असून आकस्मिकता हे या गटाचे एक वैशिष्ट्य असून जमाव आकस्मिकपणे जसा आकाराला येतो; तसाच आकस्मिकपणे तो नाहीसापण होतो. क्रियाप्रवण जमाव, आक्रमक जमाव, भावनात्मक जमाव इत्यादी जमावाचे काही प्रकार प्रतिपादन केले जातात.

cultural area - (कल्चरल एरिआ) **सांस्कृतिक क्षेत्र :** सांस्कृतिक तत्त्वांच्या आधारावर क्षेत्राचे वर्गीकरण म्हणजेच 'सांस्कृतिक क्षेत्र' होय. माणुसकीचा किंवा मानवी स्वभावाचा असा कोणताही भाग, की जो अंगभूत गटाच्या संस्कृतीतील समानतेमुळे परस्परांशी जोडला गेला आहे, त्यासाठी 'सांस्कृतिक क्षेत्र' ही संज्ञा वापरली गेली. भारताचा, चीनचा, जपानचा भूप्रदेश अशाच समान सांस्कृतिक वैशिष्ट्यांमुळे जोडला गेला आहे. त्यामुळे त्यांनाही ही संज्ञा लावता येईल.

cultural complex (कल्चरल कॉम्प्लेक्स) **सांस्कृतिक जटिलता किंवा संमिश्रता :** जेव्हा विविध सांस्कृतिक परंपरा, प्रथा असलेले लोक एकाच क्षेत्रात वास्तव्य करतात तेव्हा त्यांच्यातील सांस्कृतिक भिन्नतेमुळे संस्कृतिप्रचलनात गुंतागुंत निर्माण होते. कधीकधी यातून सांस्कृतिक संघर्षपण आकाराला येण्याची शक्यता असते. भारत हे सांस्कृतिक जटिलतेचे प्रतीक होय. पूर्वी आणि आजही मधून मधून होणारे हिंदू-मुसलमानातील संघर्ष, ब्राह्मण-ब्राह्मणेतर संघर्ष हे संस्कृतीतील गुंतागुंतीचा परिपाक होय. प्रत्येक समाजाची, सामाजिक गटाची संस्कृती, सांस्कृतिक परंपरा भिन्न असतात व त्यातून सांस्कृतिक जटिलता आकाराला येते. अनेक सांस्कृतिक गुणधर्म संस्कृतीतील जटिलता किंवा संमिश्रता यांच्यातील मात्रांचा निर्देश करतात. उदा. अलास्कन एस्किमो (Alaskan Eskimo) लोकांच्या पारंपरिक भाषेत सुमारे ५००० शब्द आहेत, तर अमेरिकेतील इंग्रजी भाषेत सुमारे ६५००० शब्द आहेत. भाषेत जितके जास्त शब्द तितकी भाषेतील जटिलता अधिक व तितकीच संस्कृती अधिक जटिल. समाजशास्त्रज्ञांच्या मते, समाज जितका प्रगत होत जाईल, तितकी समाजाची व पर्यायाने समाजाच्या संस्कृतीची जटिलता वाढत जाते. साध्या समाजात (simple society) संस्कृती ही केवळ नातेगोते संस्थेभोवती गुंफलेली होती. परंतु आजच्या आधुनिक जटिल

सामाजिक जीवनात अनेक नवीन सामाजिक संस्था वा सामाजिक संघटना उदयाला आल्या व परिणामत: संस्कृतीतील जटिलता वाढत गेली. या नवीन संस्थांमध्ये बहुपातळीय (multilevel) औपचारिक सरकार, वेगवेगळ्या हजारो व्यवसायांमुळे आकाराला आलेली विशेष अर्थव्यवस्था, जटिल शैक्षणिक व्यवस्था इत्यादींच्या समावेशामुळे संस्कृतीतील जटिलता किंवा संमिश्रता वाढत गेली. सारांशरूपात असे म्हणता येईल, की आदिवासी व ग्रामीण लोकांची संस्कृती साधी असते; तर आधुनिक शहरी, औद्योगिक समाजाची संस्कृती ही जटिल किंवा संमिश्र असते.

cultural lag : (क॑ल्चरल लॅग) सांस्कृतिक पश्चायन : संस्कृतीच्या भौतिक अंगाच्या तुलनेत अभौतिक अंग मागे राहते, तेव्हा संस्कृतीत निर्माण होणाऱ्या असंतुलनाच्या स्थितीला 'सांस्कृतिक पश्चायन' म्हणतात. सामाजिक परिवर्तनाचे जे विविध घटक आहेत, त्यांतील सांस्कृतिक घटकांचा विचार करून प्रा. डब्ल्यू. एफ. ऑगबर्न (Prof. W. F. Ogburn) यांनी सांस्कृतिक पश्चायनाची संकल्पना प्रतिपादन केली होती. यावर अधिक विवेचन करताना ऑगबर्न असे म्हणतात, की सामाजिक परिवर्तन हा प्रत्येक समाजाचा स्थायिभाव असतो; असे असले तरी समाजातील प्रत्येक सांस्कृतिक घटकातील परिवर्तनाची गती समान नसते, तर ती असमान असते. सुरुवातीला प्रतिपादन केल्याप्रमाणे संस्कृतीतील भौतिक घटकांत परिवर्तन चटकन होते. पण त्याचबरोबर संस्कृतीतील अभौतिक घटकांत होणाऱ्या परिवर्तनाची गती अत्यंत मंद असते. त्यामुळे संस्कृतीतील भौतिक घटकांतील परिवर्तन व अभौतिक घटकांतील परिवर्तन यांत जे अंतर पडते, त्यासाठी 'सांस्कृतिक पश्चायन' ही संज्ञा वापरण्यात आली होती.

cultural pattern - (क॑ल्चरल पॅटर्न) सांस्कृतिक अनुबंध किंवा वर्तनबंध : प्रत्येक समाजाची संस्कृती वेगवेगळी असली तरी त्या त्या समाजाच्या संस्कृतीद्वारे, समाजातील व्यक्तींनी कशा प्रकारचे वर्तन करावे व कशा प्रकारचे वर्तन करू नये; हे निर्धारण करणारी तत्त्वे किंवा नियम तयार केले जातात. त्यांना सांस्कृतिक अनुबंध किंवा वर्तनबंध या संज्ञेने संबोधले जाते. संस्कृतीच्या अनुबंधात प्रमाणके, मूल्ये, श्रद्धा, चिन्हे व आदर्श इत्यादींचा समावेश होतो. व त्याद्वारे त्या त्या संस्कृतीतील व्यक्तिवर्तनाची दिशा निर्धारित केली जाते. विवाहित हिंदू स्रीने कपाळाला कुंकू लावणे व गळ्यात मंगळसूत्र घालणे अत्यावश्यक मानले जाते व तो तिच्या वर्तनाचा सांस्कृतिक अनुबंध होय. इस्लाममधल्या स्रियांनी बुरखा घालूनच घराबाहेर पडावे हा त्यांच्या समाजाच्या स्रियांविषयी वर्तनाचा अनुबंध होय. संक्रातीला तिळगूळ वाटणे, होळीच्या दुसऱ्या दिवशी वा रंगपंचमीला रंग

खेळणे, राखीपौर्णिमेला बहिणीने भावाला राखी बांधणे इत्यादी प्रथा हिंदू धर्मातील म्हणजे संस्कृतीतील व्यक्तीच्या वर्तनाचा अनुबंध निर्धारित करतात. तर रमजान ईदच्या दिवशी नातेवाईक, मित्र यांना घरी बोलावून त्यांना 'क्षीरखुर्मा' खावयास देणे हा इस्लाममधील व्यक्तींच्या वर्तनाचा अनुबंध होय. संस्कृती समाजातील व्यक्तीच्या वर्तनावर नियंत्रण ठेवून त्यांना योग्य वर्तन करण्यास भाग पाडते; यासच सांस्कृतिक अनुबंध म्हणतात.

cultural relativity - (कल्चरल रिलेटिव्हिटी) **सांस्कृतिक सापेक्षता :** सांस्कृतिक सापेक्षता हा असा एक सिद्धान्त आहे की, ज्यात असे सूचित करण्यात आले आहे की संस्कृतीचे अध्ययन हे नेहमी स्वतःच्या समाजाच्या संबंधातच करावे आणि बाह्य सांस्कृतिक मापदंडाच्या आधारे किंवा सार्वभौमिक मापदंडाच्या आधारे आपल्या संस्कृतीचे मूल्यमापन करू नये. सांस्कृतिक सापेक्षवादी विचारवंत अशी श्रद्धा व्यक्त करतात की, सर्व प्रकारची मूल्यव्यवस्था समान असली तरी त्यात भेद असतो. याचा अर्थ असा की, मूल्यव्यवस्था हा प्रत्येक संस्कृतीचा महत्त्वाचा घटक असला, तरी प्रत्येक समाजाची मूल्ये व त्यांचे प्रचलन वेगवेगळे असते. म्हणून आपल्या संस्कृतीची तुलना अन्य संस्कृतीशी करू नये; यालाच 'सांस्कृतिक सापेक्षतावाद' असे म्हणतात.

cultural trait - (कल्चरल ट्रेट) **सांस्कृतिक गुणविशेष :** सांस्कृतिक गुणविशेष म्हणजे साधे कार्यात्मक एकक होय, की ज्याद्वारे विश्लेषणाच्या उद्देशाने संस्कृतीचे विभाजन केले जाते. संस्कृतीचा हा कार्यात्मक एकक एकतर अमूर्त वा निराकार असतो किंवा साकार (मूर्त) असतो. समग्र संस्कृतीत या एककाला विशिष्ट स्थान असते. पार्सन्स यांनी त्यांच्या व्यवस्था सिद्धान्तात सांस्कृतिक व्यवस्थेचा उल्लेख केला असून, ही सांस्कृतिक व्यवस्था समाजातील कर्त्याच्या वर्तनबंधाचे जतन करते. कर्त्याच्या वर्तनबंधाचे जतन करण्याची ही क्रिया संस्कृतीचा एक गुणविशेष होय. कार्यात्मकवादी विद्वानांच्या मते, कार्यात्मक सांस्कृतिक गुणविशेषांचा समाजावर सकारात्मक परिणाम होतो. विलियम यांनी अमेरिकेतील संस्कृतीचे पुढील गुणविशेष प्रतिपादन केले आहेत– १. अमेरिकेतील संस्कृती ही निष्क्रिय नसून सक्रिय आहे. २. अमेरिकेतील संस्कृती ही बाह्य विषयात अभिरुची दर्शविते आणि ती मुक्त जागतिक दृष्टिकोन बाळगते. ३. अमेरिकेतील संस्कृती ही परंपरावादापेक्षा बुद्धिप्रामाण्यवादावर श्रद्धा ठेवते. ४. सुव्यवस्थेवर आणि सार्वभौमिक स्थितिज्ञानावर या संस्कृतीचा भर असतो. ५. श्रेणीरचनात्मक संबंधापेक्षा व्यक्तीच्या व्यक्तिमत्त्वावर आणि मैत्रीपूर्ण संबंधावर या संस्कृतीत भर दिला जातो.

याच धर्तीवर थोड्याफार फरकाने अन्य समाजांच्या संस्कृतीचेही गुणविशेष असतात.

cultural value standards - (कल्चरल व्हॅल्यू स्टॅन्डर्ड) **सांस्कृतिक मूल्य मानक :** चार्ल्स लुमीस व झोना लुमीस यांच्या विचारानुसार कर्त्यांच्या क्रियेला प्रमाणक व सांस्कृतिक मानक यांचा आधार प्रदान करून व्यक्तीच्या व्यक्तिमत्त्वाचे ते एक अविभाज्य अंग बनते व ही प्रमाणके सामाजिक व्यवस्थेत संस्थीकृत केली जातात व जेव्हा ती सामाजिक व्यवस्था एकात्म करण्यास कारणीभूत ठरतात; तेव्हा हे सांस्कृतिक मूल्य मानक व्यक्तीच्या व्यक्तिमत्त्वाचे एक आवश्यक अंग बनतात. वस्तुनिष्ठ परिस्थितीतून जेव्हा अमूर्त तत्त्वाची निर्मिती होते, तेव्हा त्यास 'सांस्कृतिक मूल्य मानक' असे म्हणतात.

culture - (कल्चर) **संस्कृती :** समाजशास्त्रज्ञांच्या दृष्टिकोनातून विचार करता, मानवाने आपल्या गरजा पूर्ण करण्यासाठी ज्या ज्या साधनांची व वस्तूंची निर्मिती केली, ती सर्व मानवनिर्मित साधने व वस्तू म्हणजे 'संस्कृती' होय. मानवशास्त्रज्ञांच्या दृष्टिकोनातून संस्कृती म्हणजे मनुष्य जीवन जगत असताना ज्ञान, श्रद्धा, कला, नीती, रूढी व कायदा यांसंबंधी ज्या क्षमता व सवयी आत्मसात करतो; त्या सर्वांचे एकत्रीकरण होय. काही विद्वानांनी संस्कृती या संकल्पनेत विविध कला (चित्रकला, शिल्पकला, गायन, नाट्य) आणि कलोत्पादन यांसंबंधीचे मानवाचे आकलन इत्यादींचा समावेश केला आहे. याशिवाय त्या त्या समाजात असलेल्या मानवी वर्तनाच्या पद्धती, त्यासंबंधीचे नियम, विविध सामाजिक संस्था इत्यादींचा समावेशपण संस्कृतीत होतो. आजच्या आधुनिक व आधुनिकोत्तर जगात मानवाने स्वत:चे जीवन सुखी करण्यासाठी निर्माण केलेली असंख्य तांत्रिक व यांत्रिक साधने संस्कृतीत समाविष्ट होतात. यात रेडिओ संच, दूरदर्शन संच, संगणक, भ्रमणभाष इत्यादींचा समावेश होतो. सारांश, संस्कृती ही एक विस्तृत संकल्पना असून मानवनिर्मित सर्व वस्तूंचा अंतर्भाव या संकल्पनेत केला जातो.

customs - (कस्टम्स) **प्रथा किंवा रूढी :** समाजातील व्यक्तींनी कोणत्या प्रकारे विचार करावयाचा व त्यानुसार प्रत्यक्ष क्रिया करावयाची, यासंबंधीचे स्थापित मार्ग म्हणजे प्रथा किंवा रूढी होत. प्रथा किंवा रूढी यांचा अभ्यास विविध पातळ्यांवर केला जातो. मानवशास्त्रज्ञांच्या दृष्टीने प्रथा म्हणजे त्या त्या समाजाच्या संस्कृतीचे एक अंग असे मानतात. समाजशास्त्रज्ञ प्रथांचा अभ्यास सामाजिक नियंत्रणाचे साधन म्हणून करतात. प्रथा वा रूढी यांच्या संदर्भात तज्ज्ञांनी काढलेला सारांश पुढीलप्रमाणे- १. समाजाने मान्यता दिलेल्या वर्तनाचे विविध प्रकार

म्हणजे प्रथा व रूढी होत. २. समाजाचे समाजमान्य वर्तनाचे प्रकार हे जुन्या पिढीकडून नवीन पिढीकडे संक्रमित वा हस्तांतरित होतात. ३. प्रथांची वारंवार पुनरावृत्ती होते. सारांश, समाजातील व्यक्तींच्या वर्तनाला योग्य मार्गदर्शन करणारा एक घटक म्हणजे प्रथा किंवा रूढी होय.

cyclical change - (सायक्लिकल चेन्ज) **चक्राकार परिवर्तन :** सामाजिक परिवर्तन प्रक्रियेसंबंधीचा एक सिद्धान्तप्रकार म्हणून या सिद्धान्ताचा उल्लेख केला जातो. या सिद्धान्ताचा प्रणेता म्हणून ओस्वाल्ड स्पेंगलर (Oswald Spengler) यांचा उल्लेख केला जातो. १९१८ साली 'पश्चिमेचा ऱ्हास' (The decline of the West) या संशोधनपर ग्रंथात त्यांनी जीवनसंस्कृतीच्या पाच अवस्थांची व्याख्या केली असून, मानवी जीवनसंस्कृतीच्या पाच अवस्थांवर चर्चा केली असून त्या पाच अवस्था क्रमाने- १. जन्म वा उदय, २. बालपण किंवा विकास, ३. तारुण्य किंवा परिपक्वता (स्पेंगलर यांच्या मते, ही अवस्था, मानवी जीवनातील वा समाज जीवनातील एक सुवर्णयुग म्हणजेच सर्वोत्तम अवस्था होय.), ४. वृद्धत्वाकडे वाटचाल किंवा ऱ्हासाचा प्रारंभ, ५. मृत्यू किंवा व्यवस्थेचा नाश. एका जीवाचा मृत्यू किंवा नाश हा दुसऱ्याचा जन्म वा उदय असतो. हे समाजजीवन आणि मानवी जीवन हे सातत्याने फिरत राहते. यात जुन्या विचारांचा ऱ्हास व नवीन विचारांचा उदयपण सामील आहे. स्पेंगलरशिवाय अरनॉल्ड टॉयनबी (Arnold Toynbee) व प्रितिरिम सॉरोकिन (Pritirim Sorokin) यांनीपण चक्राकार सामाजिक परिवर्तन सिद्धान्त मांडले होते. पँरेतो यांचा 'श्रेष्ठिजनांच्या अभिसरणाचा सिद्धान्त' ही चक्राकार परिवर्तनाचा एक भाग होय.

capital - (कॅपिटल) **भांडवल :** आधुनिक अर्थशास्त्रज्ञांच्या मतानुसार उत्पादनाच्या चार घटकांपैकी एक घटक म्हणजे भांडवल होय. अन्य घटकांत क्रमाने, भूमी (land), श्रम (labour) आणि धंदा (enterprise) यांचा समावेश होतो. भांडवल म्हणजे केवळ पैशाचे एकत्रीकरण नव्हे तर त्यात उत्पादनाची साधने, यंत्रे, कारखाने आणि मानवनिर्मित अशा कोणत्याही वस्तू, की ज्यांचा वापर उत्पादनासाठी किंवा उपभोगासाठी केला जातो. अॅडम स्मिथ यांनी दोन प्रकारच्या भांडवलाचा उल्लेख केला आहे. १. अभिसरणात्मक भांडवल आणि २. सुनिश्चित भांडवल. पहिल्या प्रकारात चलनाचा (पैसा) समावेश होतो, की ज्याद्वारे आपण वस्तू खरेदी करतो. दुसऱ्या प्रकारात कच्चा माल, श्रमिकांचे प्रयत्न, वस्तूंची विक्री, नफा इत्यादींचा समावेश होतो. अर्थशास्त्रज्ञ आणि समाजशास्त्रज्ञ सातत्याने, औद्योगिकीकरणासाठी भांडवलनिर्मिती व भांडवलसंचय अत्यावश्यक मानतात.

समाजाच्या प्रगतीचे, परिवर्तनाचे एक साधन म्हणून समाजशास्त्रज्ञ भांडवलाकडे पाहतात व त्या दृष्टीने त्याला महत्त्व प्रदान करतात.

capital accumulation - (कॅपिटल अक्युम्युलेशन) **भांडवलसंचय :** मार्क्सवादी विचारानुसार 'भांडवलसंचय' हा भांडवलशाहीचा आत्मा आहे. भांडवलशाहीच्या विकासाचे ते एक साधन आहे. भांडवलाचा विस्तार हा भांडवल संचयाचाच एक भाग आहे. भांडवलाचा विस्तार, मार्क्सवादी विचारपरंपरेनुसार, अतिरिक्त मूल्याच्या उत्पादनातून , विनियोगातून, पैसा जमा करण्याच्या जाणिवेतून होतो. भांडवलसंचय हा आर्थिक वृद्धीचा आणि सामाजिक परिवर्तनाचा एक अंगभूत घटक होय. भांडवल- संचय ही एक राष्ट्रांची सुनिश्चित गुंतवणूक असून त्यात यंत्रे, वस्तूंची यादी (inventory), मोठ्या इमारती, दरडोई सामाजिक भांडवली खर्च, परकीय गंगाजळी इत्यादींचा समावेश होतो.

capitalist state - (कॅपिटॅलिस्ट स्टेट) **भांडवलदारांचे राज्य :** भांडवलदारांचे राज्य हा राज्याचा एक प्रकार असून यात, मार्क्सवादी विचारानुसार, भांडवलदारांच्या हितसंबंधांचे प्रामुख्याने संरक्षण केले जाते. या राज्यात राज्याची सत्ता भांडवलदारांच्या हातात किंवा त्यांनी पुरस्कृत केलेल्या व्यक्ती किंवा गटाच्या हातात असते. खासगी उद्योग, मुक्त व्यापार, यांना प्राधान्य असते. अधिकाधिक नफा होण्याच्या दृष्टीने राज्याचे धोरण ठरते. नफ्यासाठी उत्पादन, विक्रीसाठी वस्तूंची निर्मिती, मुक्त निर्यातधोरण इत्यादी काही बाबी भांडवलशाही राज्याची वैशिष्ट्ये होय.

carceral organization - (कारसेरल ऑर्गनाइझेशन) **निरीक्षण किंवा देखरेख संघटना :** तुरुंग व्यवस्थेतील किंवा मनोरुग्णालयातील, क्रमाने कैद्यांचे वा मनोरुग्णांचे काळजीपूर्वक निरीक्षण करणाऱ्या निरीक्षकांची संघटनात्मक यंत्रणा यासाठी ही संज्ञा वापरण्यात येते. या संघटनेद्वारे ज्या व्यक्तींना न्यायाधीशांनी शिक्षा दिली आहे, असे कैदी व मनोरुग्णालयातील मनोरुग्ण यांना एकूण विस्तृत समाजातील लोकांशी सामान्य संबंध ठेवण्यास मज्जाव केला जातो. ही संघटना कैदी व मनोरुग्ण यांच्यात सुधारणा करण्याचा प्रयत्न करते; म्हणून काही तज्ज्ञांच्या मते, या संघटनेला 'सुधारणा संघटना' (correction organization) या संज्ञेने संबोधावे असे म्हटले जाते. आधुनिक समाजात कैदी वा मनोरुग्ण यांच्यासंबंधी सहानुभूतीचा दृष्टिकोन असल्यामुळे या प्रकारच्या संघटनांना महत्त्व प्राप्त झाले आहे. ही संज्ञा, काही विद्वानांच्या मते, मायकेल फूको यांच्या 'पॅनोप्टिकॉन'

(Panopticon) म्हणजे 'मनोरा निरीक्षण' या संज्ञेशी साधर्म्य साधणारी आहे. (पहा- panopticon-मनोरा निरीक्षण.)

career - (करि'अर) **कारकिर्द** : जीवनकालावधीत व्यक्तींच्या व्यावसायिक किंवा धंद्याच्या संदर्भात तिने भूषविलेल्या स्थानांची मालिका म्हणजे 'कारकिर्द' होय. कारकिर्द ही प्रगतिनिदर्शक किंवा अधोगतिनिदर्शक, नैतिक-अनैतिक अशा प्रकारची असू शकते. तसेच अपेक्षित कारकिर्द साध्य करण्यात व्यक्तींना यश वा अपयशपण येऊ शकते. व्यापार, उद्योग, राजकारण, समाजकारण, नोकरशाही, साहित्य, विज्ञान, विधी, वाणिज्य, क्रीडा, गायन, नाट्य-नृत्य इत्यादी क्षेत्रांत व्यक्ती तिची कारकिर्द घडवू शकते.

carnival - (का'र्निव्हल) **उत्सव किंवा महोत्सव** : ऐतिहासिक काळापासून सातत्याने चालत आलेल्या सामाजिक व धार्मिक विधींसाठी ही संज्ञा वापरली जाते. या सामाजिक विधींच्या कालावधीत समाजाचे सामाजिक नियम शिथिल केले जातात. या कालावधीत सामाजिक नियमनांच्या उल्लंघनाकडे दुर्लक्ष केले जाते. या महोत्सवाच्या कालावधीत देव-देवतांचे सोंग घेणे किंवा एखाद्या व्यक्तीच्या वर्तनाचे विडंबन करण्याच्या क्रियेकडे कानाडोळा केला जातो. भारतात व विशेषत: महाराष्ट्रात होळी उत्सवाच्या कालावधीत अश्लील संभाषण, अश्लील वर्तन, अश्लील हावभाव यांकडे त्या कालावधीपुरते दुर्लक्ष केले जाते, पण अन्य वेळेस असे वर्तन गुन्हा मानले जाते.

case - (केस) **व्यष्टी** : एखाद्या सामाजिक संशोधकाने निरीक्षणासाठी किंवा विश्लेषणासाठी निवडलेला कोणताही एक एकक यासाठी सामाजिक शास्त्रात 'व्यष्टी' ही संज्ञा वापरतात. उदा. ८० दाम्पत्यांच्या घरगुती कार्याच्या विभाजनांचे अध्ययन करणाऱ्या संशोधकाच्या दृष्टीने प्रत्येक दाम्पत्य म्हणजे एक व्यष्टी होय. तसेच नमुनापाहणीत प्रत्येक मुलाखत देणारी व्यक्तीदेखील एक व्यष्टी आहे. सारांश, संशोधकाचे एकक म्हणजे व्यष्टी होय.

case history - (केस हि'स्टरी) **व्यष्टी इतिहास** : वैद्यकीय क्षेत्रातील व्यष्टी इतिहासाशी साधर्म्य साधणारी समाजशास्त्रातील व्यष्टी इतिहासपद्धती आहे. या पद्धतीद्वारे व्यक्ति-जीवनातील एक किंवा अनेक प्रघटनांद्वारे व्यक्तीच्या कारकिर्दींचा शोध घेतला जातो. यामुळे व्यक्तीचा तुलनात्मक अभ्यास जसा केला जातो, तसेच तिच्या एकूण जीवनाचाही अभ्यास केला जातो. 'व्यष्टी इतिहास' हा एक प्रकारचा व्यक्ती-इतिहास असून व्यक्तींच्या कौटुंबिक, ऐतिहासिक पार्श्वभूमीवर

व्यक्तीची वर्तमानकालीन जीवनपद्धती अवलंबून असते. व्यष्टी अध्ययनपद्धतीचा वापर सामाजिक कार्याचे क्षेत्र, गुन्हेगारीशास्त्र आणि चिकित्सालयीन मानसशास्त्र यांत मोठ्या प्रमाणात केला जातो. त्यामुळे समस्यांचे निदान करणे सोपे जाते.

case study - (केस स्टडी) **व्यष्टी अध्ययन :** कोणत्याही प्रघटनेतील एक प्रसंग निवडून त्या एका प्रसंगाचे स्वतःच्या समाधानासाठी, किंवा एखादी नमुनारूपावली व प्रतिकृती तयार करण्यासाठी अध्ययन करण्याची क्रिया 'व्यष्टी अध्ययन' या संज्ञेला पात्र ठरते. विशिष्ट व्यक्ती विशिष्ट प्रकारानेच का वागतात, याचे विश्लेषण करण्यासाठी ही पद्धती उपयोगी ठरते.

casteism - (का स्टिझम) **जातिवाद किंवा जातीयवाद :** जातिवाद ही तुलनात्मक दृष्टीने विचार करता अलीकडे आलेली संकल्पना होय. पूर्वी जातिव्यवस्था होती, जातिवाद नव्हता. जातिवादात एक जात दुसऱ्या जातीचा द्वेष करते. याचे कारण दुसऱ्या जातीबाबत संशयीवृत्ती व स्वजातीविषयी असुरक्षिततेची भावना हे होय, असे तज्ज्ञ मानतात. उच्च स्थानावर कार्यरत असलेले अधिकारी त्यांच्या अधिकाराचा वापर करून स्वतःच्या जातीतील व उपजातीतील लोकांनाच बढतीत व नेमणुकीत प्राधान्य देतात तेव्हा त्या जातीतील एकात्मता वाढते, पण अन्य जातीतील लोकांत त्या जातीतील लोकांबद्दल द्वेष निर्माण होतो. डॉ. राम आहुजा यांनी जातिवाद निर्माण होण्याची चार कारणे सांगितली आहेत– १. एक जात दुसऱ्या जातीवर जेव्हा वर्चस्व प्रस्थापित करते तेव्हा, २. वरिष्ठ जाती जेव्हा कनिष्ठ जातींचे शोषण करतात तेव्हा, ३. जातीच्या आधारावर जेव्हा निवडणुका लढविल्या व जिंकल्या जातात तेव्हा आणि ४. आंतरजातीय संघर्ष जेव्हा वाढतो तेव्हा जातिवादाचा उदय होतो. आरक्षण, नोकरीतील असमान संधी यांतील दुजाभावपण जातिवादाची निर्मिती करतो.

category - (कॅटेगरी) **वर्गप्रकार :** मापनप्रक्रियेतील महत्त्वपूर्ण पैलू म्हणून वर्गप्रकाराकडे पाहिले जाते. सहभागी लक्षणांच्या आधाराने वर्ग किंवा गट यांचे मापन करताना समाविष्ट घटकांना योग्य स्थानी विराजमान करणे आणि मोजमापनाचे निरीक्षण करणे इत्यादी प्रक्रिया मोजमापनप्रक्रियेत समाविष्ट होतात. म्हणून या ठिकाणी वर्ग (category) म्हणजे तथ्यसंकलनातील एकजिनसी गट होय. उदा. लिंग (sex) या चलाचा विचार करताना त्यात दोन वर्ग (category) अंतर्भूत आहेत– १. पुरुष व २. स्त्रिया. तसेच सामाजिक चलाचा विचार करता त्यात तीन वर्ग (category) समाविष्ट होतात. १. उच्च वर्ग २. मध्यम वर्ग ३. कनिष्ठ वर्ग. सामाजिक प्रघटनेचे मोजमापन करताना तथ्याचे तक्तीकरणाच्या (Tabulation)

माध्यमातून जे विभाजन केले जाते, त्यासही वर्ग (category) म्हणतात.

causal modelling - (कॉ'जल मॉ'डेलिंग) **कार्यकारण प्रतिकृती :** गतिशील वास्तव जगाचे अमूर्त संख्यात्मक प्रतिनिधित्व करणाच्या घटकांसाठी किंवा चलांसाठी 'कार्यकारण प्रतिकृती' ही संज्ञा वापरली जाते. चलसंचातील कार्यकारण आणि अन्य संबंधांचे वर्णन करण्याचा प्रयत्न कार्यकारण प्रतिकृतीद्वारे केला जातो. कार्यकारण प्रतिकृतीचा सर्वोत्कृष्ट प्रकार म्हणजे मार्ग विश्लेषण (path analysis) होय, की ज्यांचा विकास मूलत: जननशास्त्रात झाला, पण १९६० साली ओटिस डडले डन्कन (Otis Dadley Duncan) या समाजशास्त्रज्ञाने या प्रतिकृतीचा वापर समाजशास्त्रात केला होता. बहुसंख्य कार्यकारण प्रतिकृती या सर्वेक्षण संशोधनप्रकाराशी संबंधित आहेत.

causal relationship - (कॉ'जल रिले'शनशिप) **कार्यकारणसंबंध :** कोणत्याही दोन प्रसंगांतील संबंध की जे एकमेकांशी विशिष्ट कारणामुळे अस्तित्वात आले आहेत. सर्वसामान्यपणे कार्यकारणसंबंध पुढील तीन बाबींवर आधारित असल्याचा दावा तज्ज्ञ करतात.

१. कोणत्याही दोन प्रसंगांत अवकाशक्षेत्र आणि प्रापंचिक क्षेत्र यांत सान्निध्य अस्तित्वात असते.

२. एक प्रसंग त्यापुढील घटनांचे किंवा प्रसंगांचे कारण ठरतो.

३. पहिला प्रसंग घडल्याशिवाय दुसरा प्रसंग घडणे शक्य नसते.

तसेच तज्ज्ञांच्या असे लक्षात आले, की विशिष्ट प्रकारचा प्रसंग नेहमी किंवा सर्वसाधारणपणे विशिष्ट मार्गानेच आकाराला येतो. यात कायदासदृश संबंधांचा समावेश होतो. गुन्हा केला की शिक्षा होणारच; यात 'गुन्हा' करणे हा एक प्रसंग असून, शिक्षा देणे हा दुसरा प्रसंग होय. दोन प्रसंगांतील संबंधकारण शोधणे म्हणजे कार्यकारणसंबंध होय.

cause - (कॉज) **कारण :** एखादा प्रसंग घडल्यानंतर आलेल्या निष्कर्षाची तातडीची किंवा अधिक अप्रत्यक्ष कार्यकारणसंबंध शोधणे म्हणजे 'कारण' होय. एखाद्या अतिरेकी हल्ल्याला जबाबदार कोण आहे, याचा शोध घेणेही 'कारण' या संज्ञेत येते.

celibacy - (से'लिबसी) **ब्रह्मचर्य :** व्यक्तीच्या अविवाहित अवस्थेसाठी ब्रह्मचर्य ही संज्ञा वापरली जाते. समाजसातत्यासाठी विवाह जरी आवश्यक असला तरी

समाजातील काही व्यक्ती विवाह न करण्याचा मनोनिग्रह करतात. त्यांच्यासाठी ही संज्ञा वापरली जाते. प्रत्येक धर्मात बाल्यावस्था ही ब्रह्मचर्य अवस्था मानली जाते. हिंदू धर्मातील आश्रमव्यवस्थेनुसार पहिला आश्रम ब्रह्मचर्याश्रम असून (तो कालावधी ८-२५ वर्षे असतो) या काळात व्यक्तीने विवाह करू नये, अशी अपेक्षा असते.

centre and peripheri - (सेन्टर ॲन्ड पेरि'फेरी) **केंद्र आणि परीघ :** केंद्र आणि परीघ हे दोन घटक जगाच्या विभाजनाचे वर्णन करणारे घटक असून यानुसार जग हे प्रामुख्याने दोन गटांत विभागले गेले आहे. एका गटात प्रामुख्याने औद्योगिक व भांडवलशाहीवादी राष्ट्रांचा समावेश होतो; तर दुसऱ्या गटात तिसऱ्या जगातील राष्ट्रांचा समावेश होतो. या तिसऱ्या जगातील राष्ट्रे राजकीय व आर्थिक दृष्टीने दुर्बल असतात. पहिल्या जगातील राष्ट्रे (औद्योगिक व भांडवलशाहीवादी) ही जागतिक व्यवस्थेच्या केंद्रस्थानी असतात; तर तिसऱ्या जगातील राष्ट्रे जागतिक व्यवस्थेच्या परीघस्थानी असतात. केंद्र आणि परीघ या संज्ञांचा वापर मोठ्या प्रमाणात समाजशास्त्रात व इतिहासात केला जातो. १९७४ साली वॉलरस्टीन (Wallerstein) यांनी असा विवाद केला, की १६व्या शतकानंतर जगात भांडवलशाही व्यवस्थेच्या उदयाला सुरुवात झाली; ज्यात इंग्लंड, फ्रान्स, नेदरलँड या राष्ट्रांना 'मध्यवर्ती राष्ट्रे' म्हणून संबोधले जाऊ लागले व अन्य दुर्बल राष्ट्रे 'परीघावरील राष्ट्रे' या संज्ञेने संबोधली जाऊ लागली.

centrism ego - (सेंट्रिझम ईगो) **केंद्रवादी स्वात्म किंवा अहम :** व्यक्तीची अशी प्रवृत्ती, की ज्यात व्यक्ती प्रत्येक गोष्टीसंबंधीचा निर्णय तिच्या स्वतःच्या संबंधातून किंवा दृष्टिकोनातून घेते. यास केंद्रवादी स्वात्म किंवा अहम या संज्ञेने संबोधले जाते.

ceremony - (से'रिमनी) **समारंभ किंवा विधी :** समारंभ किंवा विधी यांचे स्वरूप विविधांगी असले; तरी धार्मिक समारंभ किंवा विधी यांचा मोठा पगडा समाजावर असतो, कारण 'धर्म' हा प्रत्येक समाजाचा अविभाज्य घटक आहे. त्यामुळे समाजजीवनात अनेक धार्मिक विधींना किंवा समारंभांना प्राधान्य प्राप्त झाले आहे. या धार्मिक विधीत प्रामुख्याने धर्मदीक्षा विधी येतो. मातापित्यांचा धर्म हा जरी व्यक्तीला आपोआप प्राप्त होत असला, तरी धर्माचे विधिवत सभासदत्व प्राप्त होण्यासाठी प्रत्येक धर्मात काही विधी सांगितले आहेत. हिंदूतील उपनयन, ख्रिस्ती धर्मातील बाप्तिस्मा, इस्लाममधील सुंता, हे दीक्षाविधी होत. काही

विधींचे स्वरूप धार्मिक, तसेच सामाजिकपण असते. यांत नामकरण, विवाह, सार्वजनिक गणेशोत्सव, सार्वजनिक दुर्गापूजा, नाताळ, रमजान ईद इत्यादी विधी येतात. याशिवाय यात्रा, संगीतमहोत्सव, विविध शर्यती, खेळांच्या स्पर्धा यासंबंधीचे समारंभ सामाजिक विधी म्हणून केले जातात. प्रत्येक देशाचा स्वातंत्र्यसोहळा हा विशिष्ट पद्धतीने साजरा केला जातो. तो किंवा प्रत्येक विद्यापीठात दरवर्षी केला जाणारा पदवीदान सोहळा हापण विशिष्ट तऱ्हेने साजरा केला जातो; म्हणून तेही 'समारंभ' किंवा 'विधी' या संज्ञेत मोडतात.

change - (चेन्ज) **बदल किंवा परिवर्तन :** समाजशास्त्रज्ञांच्या मते, बदल वा परिवर्तन या संज्ञेत गतिशीलता, सुधारणा, लायक बनणे इत्यादी बाबींचा समावेश होतो. तज्ज्ञांच्या मते, परिवर्तन किंवा बदल अशा वेळेस घडून येतो, की जेव्हा त्या समाजाच्या व्यवस्थेच्या संरचनेत, उद्दिष्टात गतिशीलता येते. काही तज्ज्ञांच्या मते, परिवर्तन जीवनाचा स्थायिभाव असून परिस्थितीनुरूप व्यक्ती, संस्था व समाज बदलतो. या सर्वांसाठी 'परिवर्तन' ही संज्ञा वापरतात. (पहा-social change-सामाजिक परिवर्तन.)

chaotic phenomena - (के'ऑटिक फिनॉ'मेना) **गोंधळ किंवा अस्ताव्यस्त प्रघटना :** नैसर्गिक व्यवस्थेत घडणाऱ्या आकस्मिक बदलामुळे निसर्गात असंतुलन निर्माण होते व त्याचा परिणाम समाजजीवनावर होऊन मानवी जीवन अस्ताव्यस्त होते. भूकंप, ज्वालामुखीचा उद्रेक, त्सुनामी लाटा, पूर, वादळ, चक्रीवादळ, झंझावात इत्यादींमुळे त्या त्या परिसरातील मानवी जीवन, सामाजिक व्यवस्था अस्ताव्यस्त होते; म्हणून या प्रघटनांसाठी ही संज्ञा वापरली असावी, असे तज्ज्ञांना वाटते.

charisma or charismatic authority - (कॅरिझ्मा ऑर कॅरिझ्मॅटिक ऑथॉरिटी) **दैवी देणगी किंवा विभूतिमत्त्व अथवा विभूतिमत्त्वाचे अधिकार :** विभूतिमत्त्व म्हणजे व्यक्तींना प्राप्त झालेली दैवी किंवा आध्यात्मिक शक्ती किंवा देणगी होय. ही संज्ञा फार पूर्वी धर्मशास्त्रविषयक साहित्यात वापरण्यात आली होती. समाजशास्त्रात या संज्ञेचा वापर मॅक्स वेबर यांनी चर्चचा इतिहास अभ्यासताना केला होता. नंतर या दैवी शक्तीच्या किंवा देणगीच्या आधारे लोकांकडून जे अधिकार काही व्यक्तींना प्राप्त होतात, त्यांना वेबर यांनी 'विभूतिमत्त्वाचे अधिकार' या संज्ञेने संबोधले आहे. वेबर यांच्या मते, विभूतिमत्त्वाची देणगी ही केवळ धार्मिक क्षेत्रातच असते असे नाही, तर ती अर्थक्षेत्रातही आढळते. राजकारणात महात्मा

गांधी, अब्राहम लिंकन, सर मार्टिन ल्यूथर किंग व डॉ. बाबासाहेब आंबेडकर यांना नेतृत्व त्यांनी त्यांच्या क्षेत्रात जे कर्तृत्व गाजविले, त्याआधारे लोकांनी नेतृत्व केले होते. प्रत्येक क्षेत्रात अशा वलयांकित व्यक्ती असतात व त्यांचे श्रेष्ठत्व लोक स्वत:हून मान्य करतात. त्या सर्वांना प्राप्त झालेले अधिकार लोकमान्य असतात. त्यांनाच विभूतिमत्त्वाचे अधिकार ही संज्ञा लावता येईल.

charity - (चॅ'रिटी) **परोपकार किंवा दानधर्म :** परोपकार किंवा दानधर्म या संज्ञेचे दोन प्रकारे उपयोग किंवा वापर केले जातात– १) ज्या व्यक्ती दुर्दैवाच्या शिकार बनल्या आहेत, त्यांच्याबद्दल सहानुभूतीची भावना बाळगून त्यांना मदत करणे म्हणजे परोपकार होय. २) जे कमनशिबी आहेत, दुर्दैवी किंवा असाहाय्य आहेत त्यांच्याशी वागण्याची विशिष्ट पद्धती म्हणजेपण परोपकार होय. मागील शतकाच्या शेवटी शेवटी परोपकार ह्या संज्ञेत दुर्दैवी व्यक्तींच्या हक्कांचापण समावेश करण्यात आला. समाजात जे लोक असाहाय्य, कमनशिबी, दुर्दैवाच्या फेऱ्यात सापडलेले आहेत त्यांना साहाय्य करणे, त्यांना मदत करणे, त्यांना आधार देणे म्हणजे परोपकार होय. याशिवाय निराधार, गरीब अपंग, परित्यक्त स्त्रिया व मुले, वयोवृद्ध व्यक्ती, रुग्ण व्यक्ती यांना आधार देणे वा आर्थिक मदत करणेही परोपकार या संज्ञेत मोडते.

chicago school - (शिकागो स्कूल) **शिकागो संप्रदाय :** अमेरिकेतील शिकागो विद्यापीठातील अग्रगण्य नागरी समाजशास्त्रज्ञांनी आणि सामाजिक सिद्धान्तकारांनी स्थापन केलेला संप्रदाय (School) 'शिकागो संप्रदाय' म्हणून ओळखला जातो. या संप्रदायातील आधुनिक सामाजिक विचार, तत्त्वज्ञानात्मक फलप्रामाण्यवाद (Pragmatism) आणि सामाजिक आंतरक्रियावाद इत्यादी विषयांच्या अध्ययनाचे केंद्र म्हणजे शिकागो संप्रदाय होय. याशिवाय नागरी परिसर शास्त्र, नागरी समाजशास्त्र इत्यादींच्या अध्ययन, संशोधनाला येथे प्राधान्य दिले होते.

child care - (चाइल्ड के'अर) **बालसंगोपन :** १. सर्वसामान्यपणे नवोदित बालकाचे संगोपन, कल्याण साधण्याची जबाबदारी त्या बालकाच्या मातापिता व अन्य कौटुंबिक नातेवाईक यांच्याकडे दिली जाते. २. समाजशास्त्रज्ञ बालसंगोपन प्रक्रियेकडे सामाजिकीकरणाच्या दृष्टिकोनातून पाहतात. बालकाचे शारीरिक, मानसिक आरोग्य जतन करणे, त्याचे शिक्षण, संस्कृतीचे ज्ञान देणे इत्यादी बाबी या बालसंगोपनात येतात.

child development - (चाइल्ड डिव्हे'लपमेंट) **बालविकास :** बाल्यावस्थेच्या

संपूर्ण कालावधीत होणारे, बालकातील शारीरिक, मानसशास्त्रीय किंवा मानसिक, सामाजिक वर्तनातील बदलाला 'बालविकास' या संज्ञेने संबोधले जाते. बाल–विकासाच्या अध्ययनाचा संबंध हा एकीकडे संरचनात्मक असून दुसरीकडे त्यांचा संबंध पर्यावरणात्मक अध्ययनाशी आहे. विशेषत: वयामध्ये येताना जे शारीरिक बदल होतात (स्त्रीत्व किंवा पुरुषत्व); त्या काळात बालकांची मानसशास्त्रीय काळजी घेणे जरुरी आहे. हा विकास कसा नैसर्गिक आहे, हे बालकाला पटवून देणे आवश्यक आहे.

chi square (x-2) - (काय स्केअर) **काय वर्ग (क्ष–२) :** म्हणजे समाजशास्त्रीय संशोधनातील एक 'सांख्यिकी चाचणी' पद्धती असून, यात निरीक्षित वारंवारता आणि अपेक्षित वारंवारता यांतील भेद सैद्धान्तिक गृहीतासाठी सांख्यिकी दृष्टीने महत्त्वाचा मानला जातो व त्याचे विश्लेषण केले जाते.

christianity - (क्रिस्चिऑनिटी) **क्रिस्ती किंवा ख्रिस्ती धर्म :** सुमारे २००० वर्षांपूर्वी जन्माला आलेल्या येशू ख्रिस्त यांनी स्थापन केलेला धर्म म्हणजे ख्रिस्ती धर्म होय. सर्व दृश्य व अदृश्य वस्तूंच्यामागे एक दिव्य शक्ती आहे. ही दिव्य शक्ती म्हणजेच परमेश्वर होय. हे जग परमेश्वराने निर्माण केलेले असल्यामुळे जगातील प्रत्येक व्यक्ती, प्राणी व वस्तू यांत ईश्वराचा अंश आहे. करुणा, दयाबुद्धी, परोपकार, सेवाभाव, बंधुता, ईश्वरप्रणीत श्रद्धा ही येशू ख्रिस्तप्रणीत ख्रिस्ती धर्माची शिकवण होय. मानव ही ईश्वरनिर्मिती असल्यामुळे मानवामानवांत भेद करू नये, असे हा धर्म सांगतो.

church - (चर्च) **ख्रिस्ती प्रार्थनास्थळ :** ख्रिस्ती धर्मात आढळणारी एक महत्त्वपूर्ण धार्मिक संघटना म्हणजे चर्च होय. चर्च या संघटनेचे व्यवस्थापन हे अत्यंत मजबूत असते. त्यामुळेच चर्चला धर्मप्रसार, धर्मातील कर्मकांड इत्यादी भूमिका सुव्यवस्थित पार पाडणे शक्य झाले. त्याशिवाय राजकीय, सामाजिक; विशेषत: धार्मिक सुधारणा चळवळींत चर्चची भूमिका महत्त्वाची आहे. चर्चच्या विविध भूमिकेनुसार चर्चच्या व्यवस्थापनातही तीन प्रकारच्या चर्च संघटना निर्माण झाल्या. १. रोमन कॅथॉलिक चर्च २. प्रोटेस्टंट चर्च ३. ईस्टर्न ऑर्थोडिक्स चर्च.

circulation of elites - (सर्क्युलेशन ऑफ एलिट्स) **अभिजनांचे अभिसरण :** विल्फ्रेडो पॅरेतो यांनी प्रथम या संज्ञेचा वापर केला होता. त्यांच्या मते, सर्व क्षेत्रांतील अभिजनांचे नूतनीकरण व पुन:स्थापनीकरण यांचे चक्र अखंडितपणे चालू असते. विशेषत: राजकीय क्षेत्रात हे अभिसरण सातत्याने चालू असते. एका

राजकीय पुढाऱ्याची जागा दुसरा राजकीय पुढारी घेतो किंवा सत्तेवर असलेल्या एकाऐवजी दुसरा राजकीय पक्ष सत्तेवर येतो; यास पॅरेतोने अभिजनांचे चक्राकार परिवर्तन या संज्ञेने संबोधले होते. पॅरेतोने आज जे सत्ताधीश आहेत, त्यांच्यासाठी 'सिंह' (Lion) ही संज्ञा वापरली असून त्यांना धूर्तपणे सत्तेवरून हटविणाऱ्यांचा जो गट आहे त्यांच्यासाठी त्यांनी 'कोल्हा' (Fox) ही संज्ञा उपयोगात आणली होती. या दोघांत सातत्याने सत्तापरिवर्तन होते, त्यासाठी वरील संज्ञा पॅरेतो यांनी वापरली होती.

citizen rights - (सि'टिझ्न राइट्स) **नागरिकत्वाचे हक्क :** आधुनिक राज्यातील नागरिकांना त्या त्या राज्याकडून काही हक्क प्रदान केले जातात; त्यांना नागरिकत्वाचे अधिकार या संज्ञेने संबोधले जाते. टी. एच. मार्शल (T. H. Marshall) यांनी १९५० व १९६३ साली या संदर्भात जी अध्ययने केली होती; त्यानुसार त्यांनी नागरिकत्वाच्या हक्कांचे तीन संच वा प्रकार विशद केले आहेत– १. नागरी हक्क (civil rights) : यात विचारस्वातंत्र्य, संघटना तयार करण्याचे स्वातंत्र्य, आणि कायद्यासमोर सर्व समान असण्याचा हक्क इत्यादींचा समावेश होतो. २. राजकीय हक्क (Political rights) : मुक्त निवडणुकीत मतदान करण्याचा अधिकार व निवडणुकीच्याच माध्यमातून राज्याची सत्ता हस्तगत करण्याचा हक्क यात येतो. ३. सामाजिक आणि आर्थिक हक्क : सामाजिक कल्याण व सुरक्षितता प्राप्त करण्याचा हक्क, रोजगार उपलब्ध होण्याचा अधिकार, कोणतीही आर्थिक व्यवस्थापनयंत्रणा आणि संघटना यांच्याकडून भागभांडवल (shares) खरेदी करण्याचा अधिकार किंवा हक्क, व्यवस्थापकांनी त्यांच्या संघटनेचे योग्य व्यवस्थापन करणे आणि भांडवलदारांनी भागधारकांच्या भांडवलाचा योग्य वापर करण्याचा हक्क इत्यादींचा अंतर्भाव यात होतो. आधुनिक समाजात नागरिकांचे हे सर्व हक्क सुरक्षित ठेवण्याची तरतूद त्या त्या राष्ट्राच्या राज्यघटनेत किंवा कायद्यात करण्यात येते.

cities ancient - (सि'टिज एन्'शन्ट) **शहर प्राचीन :** बेबिलोनिया, इजिप्त, ग्रीस, भारत इत्यादी प्रारंभिक प्राचीन संस्कृतीतील नागरी समुदाय म्हणजे प्राचीन शहरे होत.

city - (सि'टी) **शहर :** शहरांची व्याख्या वालेस आणि वालेस यांनी पुढील शब्दांत केली होती, 'बिगरकृषी व्यवसाय करणाऱ्या लोकांचे; दाट घनता असलेले, कायम स्वरूपाचे वस्तिस्थान म्हणजे शहर होय.' याव्यतिरिक्त शहरासाठी अनेक

राष्ट्रांत लोकसंख्येचा निकष लावला जातो. भारतात ५००० किंवा त्यापेक्षा जास्त लोकसंख्या असणाऱ्या वस्तिस्थानाला 'शहर' म्हणतात. लोकसंख्येचा विचार करता लोकसंख्येची मर्यादा वेगवेगळ्या राष्ट्रांत वेगवेगळी आहे. फ्रान्समध्ये २००० पेक्षा जास्त, अमेरिकेत २५०० पेक्षा जास्त, जपानमध्ये ३०००० पेक्षा जास्त, बेल्जियममध्ये ५००० पेक्षा जास्त तर इजिप्तमध्ये ११००० पेक्षा जास्त लोकसंख्या असणाऱ्या वस्तिस्थानाला शहर म्हणतात. बिगरकृषी व्यवसाय, लोकसंख्येची दाट घनता हे दोन निकष शहरासाठी महत्त्वाचे आहेत.

city industrial - (सि'टी इन्ड'स्ट्रिअल) **शहर, औद्योगिक :** ब्रिटनमध्ये झालेल्या औद्योगिक क्रांतीनंतर उत्पादनप्रक्रिया, हस्तव्यवसायाकडून यंत्रोत्पादनाकडे परिवर्तित झाली. त्याचा परिणाम म्हणून जगात यंत्रावर आधारित अनेक उद्योग ज्या शहरात केंद्रित झाले, ते शहर 'औद्योगिक शहर' या संज्ञेला पात्र ठरले. साधारणत: २० व्या शतकाच्या उत्तरार्धात औद्योगिकीकरणाची प्रक्रिया गतिमान झाल्यानंतर औद्योगिक शहरांच्या संख्येत वाढ झाली. एका वाक्यात असे म्हणता येईल, की ज्या वस्तिस्थानावर यंत्रोत्पादनावर आधारित अनेक उद्योगांचे केंद्रीकरण झाले; त्यास 'औद्योगिक शहर' ही संज्ञा दिली गेली. अमेरिकेतील बोस्टन, न्यूयॉर्क, सॅन फ्रान्सिस्को, शिकागो; ब्रिटनमध्ये लंडन, मॅन्चेस्टर; भारतातील मुंबई, कोलकाता; जपानमधील टोकियो इत्यादींना औद्योगिक शहरे म्हणता येईल.

city state - (सि'टी स्टेट) **नागरी राज्य किंवा नगरराज्य :** नगरराज्य हा राज्याचा एक प्रकार उद्योगपूर्व काळात अस्तित्वात होता. ग्रीक तत्त्वज्ञ प्लेटो आणि ॲरिस्टॉटल यांनी ही संकल्पना पूर्व काळात (इ.सन पूर्व ४२७ ते ३४७ व पूर्व ३६४ ते ३२२) मांडली होती. त्या काळात शहराचा आकार लहान असल्यामुळे प्रत्येक शहर हे एक 'राज्य' असावे असा विचार त्यांनी मांडला. अर्थात हे दोन्हीही विचारवंत 'काल्पनिक विचारवंत' (Utopean thinkers) म्हणून ओळखले जातात. त्यामुळे नगरराज्याची त्यांची संकल्पना वास्तवात अस्तित्वात नव्हती.

civil society - (सि'व्हिल सोसायटी) **सभ्य, सुसंस्कृत समाज :** सभ्य किंवा सुसंस्कृत समाज या संज्ञेचा वापर हेगेल आणि मार्क्स यांनी केला होता. त्यांच्या मते, कोणत्याही राज्यातील कुटुंब आणि राज्य यांच्यामधील बाजार आणि आर्थिक संबंध यासाठीही 'सभ्य समाज' वा 'सुसंस्कृत समाज' ही संज्ञा वापरण्यात येत होती. अधिक सामान्यपणे सांगावयाचे झाल्यास, केवळ आर्थिक क्रिया या संकुचित अर्थाऐवजी, सभ्य व सुसंस्कृत समाज म्हणजे राज्यांच्या विस्तृत सामाजिक

संबंधांसाठी आणि राज्याच्या कार्यात लोकांच्या सहभागासाठी सभ्य किंवा सुसंस्कृत समाज ही संज्ञा वापरली जाते. राज्यशास्त्र आणि सामाजिक तत्त्वज्ञान यात 'नैसर्गिक समाज' (natural society) आणि 'समाजाचे स्वरूप' या दोन संज्ञांना विरोध करण्यासाठी 'सुसंस्कृत समाज' व 'सुसंस्कृत किंवा नागरी सरकार' या संज्ञांचा वापर करण्यात आला. परंतु नंतरच्या मार्क्सवाद्यांनी व तसेच समाजशास्त्रज्ञांनी निसर्ग, कुटुंब आणि राज्य यांपासून सुसंस्कृत समाजाच्या वेगळेपणाला सर्व बाजूंनी पाठिंबा देण्यासाठी व त्याचे ऐतिहासिक महत्त्व विशद करण्यासाठी ही संज्ञा वापरली होती. ग्रामसी हे मार्क्सवादी विचारवंत सुसंस्कृत समाज व राज्य यांतील विभेदीकरण स्पष्ट करण्यासाठी, सभ्य वा सुसंस्कृत समाज ही संज्ञा वापरतात. या संदर्भात ग्रामसी म्हणतात की, सुसंस्कृत समाजाच्या स्थापनेसाठी राज्य महत्त्वाची भूमिका बजावते, तर राज्याच्या प्रकाराचे संरक्षण करण्यासाठी व त्यात परिवर्तन करण्यासाठी सुसंस्कृत समाज प्रयत्न करतो. काही समाजशास्त्रज्ञांच्या मते, शहरात राहणाऱ्या सुशिक्षित व वर्तनात शिष्टाचाराला प्राधान्य देणाऱ्या शहरी वा नागरी लोकसंख्येसाठी 'सुसंस्कृत समाज' या संज्ञेचा वापर केला जातो.

class - (क्लास) **वर्ग :** समाजशास्त्रज्ञ वर्गाकडे सामाजिक स्तरीकरणाचा एक प्रकार म्हणून पाहतात. वर्ग या संकल्पनेची सर्वसमावेशक व्याख्या टिशलेर व त्यांच्या अनुयायांनी केली असून ती अशी, 'वर्ग म्हणजे समान संधी, समान आर्थिक व व्यावसायिक दर्जा, समान अभिवृत्ती, समान वर्तन आणि समान जीवनपद्धती असणाऱ्या लोकांचा गट होय.' प्रत्येक वर्गाला समाजात स्वतंत्र स्थान वा दर्जा असतो. मार्क्स यांना प्रामुख्याने आर्थिक वर्ग अभिप्रेत होता. समाजशास्त्रज्ञ मात्र केवळ आर्थिक वर्गाचा विचार करीत नाहीत; अन्य क्षेत्रांतील वर्गाचापण विचार समाजातील एक सामाजिक स्तर म्हणून करतात. भारतातील प्रत्येक जात हापण एक वर्गच होय.

class boundaries - (क्लास बा'ऊन्डरिज) **वर्गमर्यादा :** कोणत्याही समाजातील किंवा विशिष्ट प्रकारच्या समाजातील विविध वर्गांना विभागणारी कमी–अधिक प्रमाणात सुस्पष्टपणे अस्तित्वात असणारी सीमारेषा म्हणजे 'वर्गमर्यादा' होय. वर्गमर्यादावर मोठ्या प्रमाणात वादविवाद मार्क्सवादी विचारांत चालतात. मार्क्सचा वर्गविचार प्रामुख्याने आर्थिक होता व त्याच्या वर्गमर्यादापण सुस्पष्ट होत्या. ज्यांच्याकडे उत्पादनसाधनांची मालकी आहे, अशा भांडवलदार वा कारखानदार यांचा वर्ग; ज्यांच्याकडे उत्पादनसाधनांची मालकी नाही, अशा श्रमिक वर्गापासून

सुस्पष्टपणे वेगळा आहे, हे सहज लक्षात येते. दोन्हीतील हा भेद वर्गमर्यादेचे प्रतीक होय. मार्क्स यांनी याआधारे 'आहे रे वर्ग' व 'नाही रे वर्ग' असे वर्गाचे सुस्पष्ट प्रकार पाडून त्यांच्या कामाच्या, परस्पर संबंधाच्या मर्यादा स्पष्ट केल्या. डाहरेनडॉर्फ यांनी अधिकार असणाऱ्यांचा व अधिकार नसणाऱ्यांचा वर्ग असे वर्गांचे दोन प्रकार पाडताना त्यांच्या कामाच्या मर्यादापण स्पष्ट केल्या होत्या. पहिला वर्ग आज्ञा देतो व दुसरा वर्ग आज्ञा पाळतो. या त्या त्या वर्गाच्या मर्यादा होत.

classless society - (क्लास'लेस सोसायटी) **वर्गविरहित किंवा वर्गविहीन समाज :** वर्गविरहित समाज ही संकल्पना कार्ल मार्क्स यांची. भांडवलशाहीवर आधारित अर्थव्यवस्थेचे व समाजव्यवस्थेचे रूपांतर साम्यवादी अर्थव्यवस्थेत व समाजव्यवस्थेत करण्याचे स्वप्न मार्क्स यांनी पाहिले होते. मार्क्स यांच्या मते, भांडवलशाहीवादी समाजातील वर्गव्यवस्था हा विषमतेचे पोषण करणारा महत्त्वाचा घटक होय. भांडवलशाहीत उच्च वर्ग किंवा भांडवलदारांचा वर्ग समाजातील कनिष्ठ किंवा श्रमिक वर्गाचे शोषण करतो. त्यावर उपाय म्हणजे साम्यवादी समाजरचना स्थापन करणे, की ज्यात सत्ता कामगारांच्या हातात असेल; हे कामगार नेते हळूहळू सर्व व्यवसायांचे, उद्योगांचे सरकारीकरण करतील; खासगी मालमत्ता संपादन करण्यास मान्यता नसेल; समाजात त्यामुळे कोणतेच वर्ग नसतील; 'लायकीनुसार काम व गरजेनुसार दान' हे तत्त्व महत्त्वाचे मानले जाईल; समाजात वर्गच नसल्याने वर्गशोषण नसेल. १९१७ साली सोव्हिएट रशियात झालेल्या राज्यक्रांतीने रशियात लेनिनच्या सरकारने प्रथम विषमतेचे पोषण करणाऱ्या सर्व संस्थांचे अस्तित्व नष्ट करून, संपूर्ण समानतेकडे वाटचाल सुरू केली. रशियात प्रथमत: वर्गविरहित समाज अस्तित्वात आला. परंतु तो प्रयोग अपयशी ठरला. 'वर्गविरहित समाज' ही आदर्शवादी कल्पना असली; तरी ती वास्तवतेत शक्य नाही, याची जाणीव साम्यवाद्यांना झाली. सारांश, समाजव्यवस्थेत एकच कामगारांचा किंवा मजुरांचा वर्ग असणारा समाज, सर्व खासगी मालमत्ता नसणारा समाज, उपभोगासाठी वस्तूंची निर्मिती करणारा समाज म्हणजे वर्गविरहित समाज होय. परंतु त्यांची परिपूर्ती होऊ शकली नाही.

cluster analysis - (क्ल'स्टर अ'नॉलिसिस) **समूहविश्लेषण :** समूह किंवा गट– विश्लेषण हे विश्लेषणाचे एक तंत्र असून ज्याचा वापर, एकाच तथ्यसंकलनातील लोकांच्या किंवा गटांच्या उद्देशांची विविधता किंवा वेगळेपणा लक्षात आणून देण्यासाठी केला जातो. या तंत्राचा वापर प्रामुख्याने बाजारसंशोधनात केला

जातो, की जेथे विविध गटांतील लोकांच्या बाजाराविषयीच्या विविध प्रवृत्तींचा अभ्यास करून बाजारविषयक दृष्टिकोनात योग्य ते बदल केले जातात. समूहविश्लेषणाच्या अनेक पद्धती उपलब्ध आहेत. त्यांतील एक स्तरीकरणात्मक समूहविश्लेषण, तर दुसरी एकत्रित स्तरीकरणात्मक विश्लेषण या पद्धती अधिक महत्त्वाच्या आहेत. धर्म, जाती, वर्ग, राजकीय पक्ष यांवर संशोधन करताना या पद्धतीचा वापर केला जातो. कारण यात एका समूहातील लोकांच्या मताचे दुसऱ्या समूहातील लोकांच्या मताशी तुलनात्मक विश्लेषण अभिप्रेत आहे.

cluster sample - (क्ल‌ॅ'स्टर सॅ'म्पल) **समूह नमुना :** समूह नमुना ही नमुनानिवडीची एक पद्धती आहे. त्यात प्रथम ऐच्छिक पद्धतीने नमुनागटाची निवड केली जाते व नंतर संशोधनासाठी आवश्यक अशा निवड केलेल्या गटाच्या विविध पातळ्या निर्धारित केल्या जातात. विशेषत: निवडणूक काळात मतदानपूर्व व मतदानोत्तर मतदानअभिवृत्ती अध्ययनात ही समूह नमुनापद्धती योग्य ठरते.

cognate - (कॉ'ग्नेट) **आप्त किंवा नातेसंबंध :** समान पूर्वज असणारे सर्व संबंधी नातेवाईक (की ज्यांच्या पूर्वजांचा इतिहास प्रदीर्घ असतो.) व्यक्तींसाठी ही संज्ञा वापरली जाते. हे नातेसंबंध एकरेषीय नसतात तर द्विरेषीय असतात. एक पुरुषाची (वडिलांची) वंशउतरंड, तर दोन स्त्रीची (मातेकडची) वंशउतरंड होय.

cognition - (कॉ'ग्निशन) **माहिती किंवा ज्ञान :** माहिती जमा करण्याची किंवा विचार करण्याची जी प्रक्रिया त्यासाठी ही संज्ञा वापरण्यात येते. ज्ञान हे भावना, प्रयत्न आणि स्वेच्छा या तीन मानसिक प्रक्रियांपेक्षा वेगळे आहे. 'ज्ञान' या प्रक्रियेत आपण ज्या परिस्थितीत (सामाजिक, आर्थिक, सांस्कृतिक, धार्मिक, स्थानिक) राहतो त्यासंबंधीची सर्व माहिती समाविष्ट आहे.

cognitive sociology - (कॉ'ग्निटिव्ह सोशिऑलजी) **स्थितिज्ञानात्मक समाजशास्त्र :** लोकजीवन पद्धतिशास्त्राचे रूपांतर म्हणजे 'स्थितिज्ञानात्मक समाजशास्त्र' होय. यात दैनंदिन जीवनातील अर्थाच्या समस्यात्मक स्वरूपाचे परीक्षण केले जाते आणि त्याचप्रमाणे लोकजीवन पद्धतिशास्त्र (Ethno Methodology) हे एकीकडे भाषाशास्त्राशी, तर दुसरीकडे पारंपरिक समाजशास्त्राशी संलग्नित केले जाते. स्थितिज्ञानात्मक समाजशास्त्राचा प्रमुख प्रणेता म्हणून अमेरिकेतील समाजशास्त्रज्ञ आरॉन व्ही. सिसॉरेल (Aaron V. Cicourel) यांचा उल्लेख करावा लागेल; कारण याअंतर्गत त्यांनी विविध प्रघटनांचे अध्ययन केले होते. यात गुन्हेगारी, बहिरेपण, शिक्षण आणि संशोधनपद्धती यांचा समावेश

होतो. या अध्ययनाद्वारे त्यांनी दैनंदिन जीवनातील सामाजिक संघटनेच्या मुळाशी असलेले घटक आणि मध्यस्थव्यवस्थेतील घटक शोधण्याचा किंवा ओळखण्याचा प्रयत्न केला होता.

cohabitation - (कोहॅबिटे'शन) **सहनिवास :** ज्या स्त्री-पुरुषांचा कायदेशीर विवाह झालेला नाही, अशा स्त्री-पुरुषांनी पती-पत्नीसारखे एकत्र राहण्याची व्यवस्था म्हणजे सहनिवास होय. १९६० नंतर अमेरिका, ब्रिटनमध्ये सहनिवासाच्या घटनेत व प्रवृत्तीत वाढ झाली. काही समाजशास्त्रज्ञांच्या मते, 'सहनिवास व्यवस्था' विवाहाला पर्याय म्हणून उदयाला आली.

collective bargaining - (कले'क्टिव्ह बा'र्गेनिंग) **सामूहिक करार :** सर्वसाधारणपणे मालक आणि नोकर यांच्यात नोकरांच्या सेवाशर्ती, वेतन, रजा या संदर्भात झालेला करार म्हणजे 'सामूहिक करार' होय. यात मालकांचे प्रतिनिधित्व कार्यकारी अधिकारी करतो, तर कामगारांचे वा नोकरांचे प्रतिनिधित्व कामगार संघटनेचे नेते करतात. हा करार विशिष्ट मुदतीसाठी असतो व त्यानंतर त्याचे परत नूतनीकरण केले जाते. सामूहिक कराराच्या अध्ययनात समाजशास्त्रज्ञांना जी अभिरुची आहे, ती कामगार संघटनेच्या संरचनेचे अध्ययन करून त्यांच्या कार्याचा व परिणामांचा औद्यागिक संघटनेवर काय प्रभाव पडतो, हे पाहणे होय. काही तज्ज्ञांच्या मते, 'सामूहिक करार' औद्योगिक किंवा प्रशासकीय क्षेत्रात शांतता स्थापन करण्याचे एक साधन होय. दुसऱ्या शब्दात असेही म्हणता येईल, की 'औद्योगिक कलह' टाळण्याचा एक मार्ग म्हणजेच सामूहिक करार होय.

collective conflict - (कले'क्टिव्ह कॉ'न्फ्लिक्ट) **सामूहिक संघर्ष :** पहा– conflict-संघर्ष.

collective consciences - (कले'क्टिव्ह कॉ'न्शन्सेस) **सामूहिक जाणिवा :** सामूहिक जाणिवा ही संज्ञा, द्युरखेम यांनी विविध मार्गांनी समूहांच्या नैतिक अभिरुचीचे वर्णन करताना वापरली होती. त्यांच्या मते, 'एकाच किंवा समान समाजातील नागरिकांच्या सरासरी भावना, सामान्य विश्वास (श्रद्धा) यांचा साकल्याने विचार करता, त्या गोष्टी एका प्रकारच्या व्यवस्थेचे निर्धारण करतात. त्या व्यवस्थेचे स्वतःचे असे जीवन असते. त्यासच द्युरखेम यांनी 'सामूहिक जाणिवा' या संज्ञेने संबोधले आहे. विशिष्ट जाणिवांपेक्षा सामूहिक जाणिवा वेगळ्या असल्या; तरी सामूहिक जाणिवांतून विशिष्ट जाणिवा आकाराला येतात. जाणिवा ही समाजातील वास्तवता असली, तरी त्या डोळ्यांना दिसत नाहीत, तर मनाला

भावतात किंवा जाणवतात. सामूहिक जाणिवा त्या त्या समाजातील लोकांच्या श्रद्धा आणि संस्कृती यांतून आकाराला येतात.

collective consumption - (कले'क्टिव्ह कन्ज'म्पशन) **सामूहिक उपभोग :** १९६० ते १९७० च्या दरम्यान 'सामूहिक उपभोग' ही संज्ञा नागरी सामाजिक सिद्धान्तांचा विकास करताना नवमार्क्सवाद्यांनी मध्यवर्ती संकल्पना म्हणून वापरली होती. मॅन्युएल् कॅस्टेल्स (Manuel Castells) आणि त्यांचे अनुयायी असा वादविवाद करतात, की प्रगत भांडवलशाहीला अधिकाधिक किंवा वाढत्या राज्याच्या (आर्थिक) गुंतवणुकीची आवश्यकता असते. या वाढत्या गुंतवणूकसाधनांसाठी त्यांनी 'सामूहिक उपभोग' ही संज्ञा वापरली होती. सामूहिक उपभोग या संज्ञेत ज्याप्रमाणे अन्न, वस्त्र यांचा समावेश होतो; त्याचप्रमाणे उत्पादनप्रक्रियेसाठी लागणारी श्रमशक्ती, शिक्षण, वाहतूक यांचाही समावेश होतो. सारांशरूपात असे म्हणता येईल, की सर्वसामान्य जनता ज्या वस्तूंचा वापर करू शकते वा त्यांचा उपभोग घेऊ शकते अशा वस्तूंचे उत्पादन, उत्पादनाची साधने, त्यासंबंधीचे शिक्षण व प्रशिक्षण व प्रशिक्षित श्रमिक या सर्वांचा अंतर्भाव 'सामूहिक उपभोग' या संज्ञेत येतो.

colonialism - (कलो'निऑलिझम) **वसाहतवाद :** आशिया, आफ्रिका, ऑस्ट्रेलिया आणि लॅटिन अमेरिका क्षेत्रात जाऊन विकसित राष्ट्रांनी औपचारिकपणे स्थापन केलेल्या राजकीय अधिकारासाठी किंवा सत्तेसाठी 'वसाहतवाद' ही संज्ञा वापरतात. वसाहतवाद म्हणजे, सोप्या शब्दांत विकसित राष्ट्रांतील लोकांनी राज्यकर्त्यांच्या आज्ञेने अविकसित राष्ट्रांत जाऊन वसाहती करणे व तेथे आपली अधिसत्ता निर्माण करणे होय. स्पेन, पोर्तुगाल, ब्रिटन, फ्रान्स आणि नेदरलँड (हॉलंड) इत्यादी राष्ट्रे वसाहतवादी राष्ट्रे म्हणून परिचित असून १५ व्या शतकानंतर त्यांनी वसाहती स्थापन करण्यास प्रारंभ केला व १९ व्या शतकात संपूर्ण आशिया आणि आफ्रिका खंडांत आपले साम्राज्य उभे केले. वसाहती स्थापन करण्यात ब्रिटन सर्वांच्या पुढे होते. काही तज्ज्ञ वसाहतवादाला समांतर किंवा पर्यायी संज्ञा म्हणून साम्राज्यवादाचा वापर करतात.

commodification - (कमॉ'डिफिकेशन) **वस्तुयीकरण :** कार्ल मार्क्स यांनी विकसित केलेली ही संज्ञा असून, त्याचा अर्थ, त्यांच्या मते, वस्तू आणि सेवा यांचे बाजारासाठी वाढत्या प्रमाणात उत्पादन करणारी प्रक्रिया म्हणजे 'वस्तुयीकरण' असा घेतला जातो. काही मार्क्सवादी तज्ज्ञांच्या मते, वस्तुयीकरणाच्या प्रक्रियेत वस्तूचे उत्पादन विनिमयासाठी केले जाते, उत्पादकाच्या उपभोगासाठी नाही.

commodity - (कमॉडिटी) **वस्तू :** बाजारात खरेदी आणि विक्री करता यावी यासाठी निर्माण करण्यात येणारा आर्थिक माल म्हणजे वस्तू होत. वस्तू या संकल्पनेत कच्चा माल, त्याची उपलब्धता व कच्च्या मालाचे पक्क्या मालात रूपांतर करण्याची प्रक्रिया इत्यादी बाबींचा समावेश होतो.

commodity fetishism - (कमॉडिटी फेटिशिझम) **वस्तूंचे मंतरलेपण :** 'भांडवल' (The capital) या ग्रंथाच्या पहिल्या भागात कार्ल मार्क्स यांनी 'वस्तूंचे मंतरलेपण' ही संज्ञा विकसित केली. मार्क्स यांनी वस्तूंच्या उपयोगीमूल्यात आणि विनिमय-मूल्यात भेद केला होता. उपयोगीमूल्य हे वस्तूच्या उपयोगितेबाबतचा निर्णय होय, तर विनिमयमूल्य म्हणजे बाजारात त्या वस्तूंच्या विनिमयात काय जादू आहे हे तपासून पाहणे होय. मार्क्स यांच्या मते, आपण एखाद्या उपाहारगृहात जातो ते जेवण करण्याची गरज म्हणून, हे उपयोगीमूल्य होय. पण त्यापेक्षा जेवणाचे ताट त्या उपाहारगृहाचे कर्मचारी किती आकर्षकपणे सजवितात हे 'विनिमयमूल्य' म्हणजेच वस्तूतील मंतरलेपण होय. आज वस्तू नुसती उत्पादन करून चालत नाही तर बाजारात ती वस्तू किती आकर्षक पद्धतीने सादर केली जाते यातून त्या वस्तूचे मंतरलेपण जाणवते. बाजारात वस्तूला जास्त ग्राहक मिळावे, म्हणून ती वस्तू लोकांना आवडेल, भावेल अशारीतीने सादर करणे म्हणजे वस्तूंचे मंतरलेपण होय.

common sense knowledge - (कॉमन सेन्स नॉलेज) **व्यवहारज्ञान :** व्यवहार-ज्ञान म्हणजे असे ज्ञान, की जे दैनंदिन जीवनाला मार्गदर्शन करते आणि जीवनात सर्वसाधारण वर्तन कसे असावे यासंबंधीच्या हक्काची वा अधिकाराची जाणीव करून देते. शूट्ज (Schutz) या समाजशास्त्रज्ञांच्या मतानुसार, व्यवहारज्ञान म्हणजे आकलनाचा किंवा अंतर्बोधाचा प्रचंड साठा होय की जो, व्यक्ती सामाजिकीकरणाच्या प्रक्रियेतून आत्मसात करते, की ज्यामुळे सामान्य क्रियेच्या माध्यमांतून व्यक्तींचे सामान्य हेतू सहजरीतीने साध्य होतील. शूट्ज (schutz) यांच्या प्रघटनात्मक समाजशास्त्रात 'व्यवहारज्ञान' या संज्ञेला मध्यवर्ती स्थान प्राप्त झाले होते. बर्जर आणि लुकमन यांनी त्यांच्या सामाजिक सिद्धान्ताचा आधार 'व्यवहारज्ञान' ही संज्ञा होती. ॲन्थनी गिडन्स (Anthony Giddens) यांच्या 'संरचनात्मकता' या सिद्धान्ताची बांधणी या संकल्पनेवरच केली होती.

communism - (कम्युनिझम) **साम्यवाद :** समाजवादी विचारातून उदयाला आलेली एक नवीन राजकीय प्रणाली, की जिचा प्रणेता कार्ल मार्क्स हा होता

व नंतर अन्य मार्क्सवादी विचारवंतांनी ती पुढे नेली. या विचारप्रणालीचे वेगळेपण असे की, मार्क्सवाद्यांना असा समाज निर्माण करावयाचा आहे की ज्यात खासगी मालमत्तेवर आधारित उत्पादन, सामाजिक वर्ग आणि राज्य यांचा अभाव असेल. समाजवादी आदर्शांवर आधारित समाजाचा एक प्रकार म्हणजे 'साम्यवाद' होय. विसाव्या शतकात साम्यवादी पक्षाची सत्ता असलेला कोणताही समाज म्हणजे साम्यवाद होय. मार्क्सवादी नसलेले निरीक्षक असे प्रतिपादन करतात की २० व्या शतकातील साम्यवादी समाज म्हणजे लोकशाहीचा अभाव, समाजाच्या सर्व बाजूंवर किंवा पैलूंवर राज्याचे नियंत्रण, आर्थिक वृद्धीला प्रतिबंध करणारी जटिल अर्थव्यवस्था आणि एका हुकूमशहाची जुलमी सत्ता होय. रशिया, चीन, क्युबा ही राष्ट्रे साम्यवादी राष्ट्रे होत.

community action - (कम्यु'निटी ॲ'क्शन) **समुदायक्रिया :** कोणत्याही समुदायात परिवर्तन घडवून आणण्यासाठी व समुदायाची ध्येये साध्य करण्यासाठी स्थापन करण्यात आलेली गटांची संघटना म्हणजे समुदायक्रिया होय. ही संज्ञा प्रामुख्याने अल्पसंख्याक किंवा अनिष्ट गटांशी संलग्नित आहे. विशेषत: समुदायक्रिया संघटना ही सत्ताविहीन किंवा मागासवर्गीय किंवा पीडित लोकांची अशी संघटना असते, की ज्याद्वारे संबंधितांना एकत्र करून प्रस्थापितांविरुद्ध लढा दिला जातो. भारतातील बॅकवर्ड क्लास फेडरेशन (मागासवर्गीय संघटना), दलित पँथर, अमेरिकेतील निग्रो हक्कसमिती यांचा समावेश समुदायक्रिया संघटनेत करता येऊ शकेल.

comparative method - (कम्पॅरेटिव्ह मेथड) **तुलनात्मक अभ्यासपद्धती :** तुलनात्मक अभ्यासपद्धती म्हणजे अशी अभ्यासपद्धती की ज्यात विविध प्रघटनांतील किंवा वर्गांतील साम्य आणि भेद यांचे परीक्षण समाविष्ट असून त्याचा हेतू सामाजिक प्रघटनांच्या वर्गीकरणाचे किंवा प्रकारशास्त्राचे (Typologies) प्रस्थापन करणे हा असतो आणि कार्यकारणसंबंधांच्या आधाराने सिद्धान्तकल्पनांची चाचणी प्रघटनांच्या आनुभविक संलग्नतेच्या आणि ऐहिक व्यवस्थेच्या परीक्षणाद्वारे घेणे होय. तुलनात्मक अभ्यासपद्धतीत विशेषत: बहुसांस्कृतिक किंवा बहुसामाजिक अध्ययनाला प्राधान्य देताना, सामाजिक प्रघटनांतील भेद व साम्य या साहाय्याने त्यात तुलना केली जाते. सारांश, दोन व अधिक सामाजिक प्रघटनांचा अभ्यास करण्यासाठी तुलनात्मक अध्ययनपद्धती वापरली जाते.

compensatory education - (कॉम्पे'नसेटरी एज्युके'शन) **परिपूरक शिक्षण :** समाजातील समस्याप्रधान गटासाठी, (उदा. सामाजिक व आर्थिक दृष्टीने

मागासलेल्या जाती वा मागासलेले वर्ग इत्यादी) त्यांचा दर्जा उंचवावा यासाठी केलेली विशेष शैक्षणिक तरतूद म्हणजे परिपूरक शिक्षण होय. शैक्षणिक क्षेत्रात मागासवर्गीयांना देण्यात येणारी शिष्यवृत्ती; राजकीय क्षेत्रात, शैक्षणिक क्षेत्रात त्यांना देण्यात येणारे आरक्षण; मुलींच्या शिक्षणाला प्रोत्साहन मिळावे म्हणून त्यांना मोफत शिक्षण देण्याची तरतूद; सकस आहारयोजना इत्यादी बाबी परिपूरक शिक्षणप्रक्रियेत येतात. बोर्द्यू यांनी परिपूरक शिक्षणाचा संबंध ' मानवी भांडवलाशी ' (human capital) जोडला आहे. सारांश दलित, वंचित, अपंग व स्त्रिया यांच्यासाठी जी विशेष तरतूद केली जाते; त्यासाठी ही संज्ञा वापरली जाते.

competition - (कॉम्पीटिशन) **स्पर्धा** : समाजात एकाच वेळेला दोन प्रक्रिया कार्यरत असतात १. संघटनात्मक प्रक्रिया २. विघटनात्मक प्रक्रिया. समाजशास्त्रज्ञांच्या मते, स्पर्धा ही विघटनात्मक सामाजिक प्रक्रिया होय. जेव्हा गरजांच्या प्रमाणात साधने उपलब्ध नसतात, तेव्हा त्यातून स्पर्धेचा जन्म होतो. काही तज्ज्ञांच्या मते, स्पर्धा ही संघर्षाची एक बाजू होय. व्यक्तींना परस्परविरोधात वर्तन करावयास भाग पाडणारी एक दबावशक्ती म्हणजेपण स्पर्धा होय. अर्थात स्पर्धेतील व्यक्ती नेहमीच परस्परविरोधी वर्तन करतात असे नाही. काही समाजशास्त्रज्ञांच्या मते, काही स्पर्धा निकोप असतात. यात व्यक्ती एक वा अनेक व्यक्तींशी स्पर्धा करतात पण त्यात द्वेषाची, विरोधाची भावना नसते. उदा. विविध परीक्षा, स्पर्धा परीक्षा देणारे विद्यार्थी, विविध खेळांत सहभागी होणारे खेळाडू, नाटकात वा चित्रपटात किंवा आज दूरदर्शन मालिकांत काम करणारे नट-नट्या, गायक-गायिका हे परस्परांशी स्पर्धा करतात पण त्यांची जाणीव त्यांना नसते. या निकोप स्पर्धा होत व त्यांतून सहकार्य आकाराला येते. राजकीय/आर्थिक/ सामाजिक क्षेत्रांतील स्पर्धा निकोप नसतात; त्यात स्वत:चा, स्वगटाचा स्वार्थ दडलेला असतो. त्यातून विरोध आकाराला येतो, विरोधाची मात्रा तीव्र झाली की स्पर्धेतून संघर्ष आकाराला येतो.

concentric zone theory - (कॉन्से'न्ट्रिक झोन थिअरी) **मध्यवर्ती विभाग सिद्धान्त** : पहा-urban ecology-नागरी परिसरशास्त्र.

concomitant variation - (कॉन्कॉ'मिटन्ट व्हेअरिए'शन) **सहानुगामी विचलन :** सहानुगामी विचलन म्हणजे असे प्रायोगिक संबंध, की ज्यात पहिल्या चलाचा आकार वा परिमाण हे दुसऱ्या चलाच्या आकारापेक्षा भिन्न असतात. सहानुगामी विचलनाचा किंवा चलातील परस्परसंबंधांचा वापर दोन वा जास्त चलांतील कार्यकारणसंबंधांची चाचणी घेण्यासाठी केला जातो. १८९७ साली दयुरखेम

यांनी त्यांच्या आत्महत्येच्या सिद्धान्तात प्रमुख कार्यकारण सिद्धान्तकल्पनेची चाचणी घेण्यासाठी सहानुगामी विचलनपद्धतीचा वापर केला होता.

conflict - (कॉ'नफ्लिक्ट) संघर्ष : समाजातील किंवा राष्ट्रातील दोन वा जास्त व्यक्ती, दोन वा अधिक गट यांच्यात उघडपणे होणारा झगडा किंवा भांडण यासाठी 'संघर्ष' ही संज्ञा वापरली जाते. समाजशास्त्रज्ञांच्या मते, कोणत्याही समाजातील दोन किंवा अधिक लोकांत संघर्ष होऊ शकतो. विविध सामाजिक दोन भिन्न हितसंबंधी गटांतील झगडे, दोन वर्ग, दोन संघटना, दोन व अधिक संघटना, राजकीय पक्ष आणि त्याचप्रमाणे दोन वा अधिक नैतिक गट, वंश आणि धर्म यांतील भांडणे 'संघर्ष' या संज्ञेला पात्र ठरतात. काही समाजशास्त्रज्ञांच्या मते, दुर्मीळ किंवा दुर्लभ संसाधनांवर मालकी किंवा नियंत्रण प्रस्थापित करण्यासाठी होणाऱ्या स्पर्धेतून कालांतराने संघर्ष आकाराला येतो. सामाजिक प्रक्रियेचे अध्ययन करणाऱ्या तज्ज्ञांच्या मते, संघर्ष ही समाजाचे विघटन करणारी सामाजिक प्रक्रिया आहे. तर मानसशास्त्रज्ञांच्या मते, मानवात ज्या काही सहजप्रवृत्ती आहेत; त्यांतील एक सहजप्रवृत्ती म्हणजे युयुत्सा, की ज्यातून पुढे संघर्ष आकाराला येतो. युद्ध हे संघर्षाचे अत्यंत विदारक उदाहरण असून त्यामुळे युद्ध लढणाऱ्या दोन्ही राष्ट्रांतील समाजजीवन उद्ध्वस्त होते. म्हणून युद्धरूपी संघर्ष टाळण्याचाच प्रयत्न सर्व राष्ट्रे करतात.

conflict theory - (कॉ'नफ्लिक्ट थिअरी) संघर्ष सिद्धान्त : संघर्ष सिद्धान्त म्हणजे असा सिद्धान्त किंवा सिद्धान्तांचा असा समुच्चय, की ज्यात मानवसमाजातील (विशेषत: दोन वा अधिक गट किंवा वर्ग) संघर्षभूमिकेवर भर दिला जातो. विशेषत: १९६० च्या दशकात पार्सन्स यांच्या संरचनात्मक कार्यात्मक सिद्धान्ताची पोहोच कमी करण्यासाठी व या सिद्धान्ताच्या वर्चस्वाला शह देण्यासाठी जे प्रसारणवादी सिद्धान्ताचे समुच्चय आकाराला आले, त्यांना 'संघर्ष सिद्धान्त' ही संज्ञा प्राप्त झाली. कारण या सिद्धान्तकारांनी; पार्सन्स यांच्या संरचनात्मक कार्यात्मक सिद्धान्तात मूल्यांचे मतैक्य आणि मूल्यांचे संस्थीकरण प्रक्रियेद्वारे होणारे आत्मसातीकरण या प्रक्रियेवर जो भर दिला गेला होता; त्याला विरोध केला होता. संघर्ष सिद्धान्ताची काही वैशिष्टच्ये पुढीलप्रमाणे - अ. कार्यात्मकवादी समाजशास्त्रज्ञांनी मानवी समाजातील मूल्ये आणि हितसंबंध यांतील संघर्षाकडे दुर्लक्ष केले, त्याला विरोध करणे. ब. संरचनात्मक कार्यात्मक सिद्धान्ताला असा पर्याय शोधणे की ज्यात सत्ता व जबरदस्ती यांद्वारे समाजात एकात्मता व परिवर्तन अशा दोन्ही गोष्टी घडवून आणणे, पूर्व कालातील पॉलिबस

पासून ते विसाव्या शतकातील रॅन्डल कॉलिन्सपर्यंत अनेकांनी त्यांचे त्यांचे संघर्ष सिद्धान्त मांडले होते. हर्बर्ट स्पेन्सर आदी जीवसेंद्रिय समाजशास्त्रज्ञांचा जैवसामाजिक संघर्ष, मार्क्स यांचा वर्गसंघर्ष, डाहरेनडॉर्फ यांचा अधिकारसंघर्ष असे विविध संघर्ष सिद्धान्त यात येतात.

conspicuous consumption - (कॉन्स्पि क्युअस कन्ज म्पशन) **उघड किंवा ठळक उपभोग** : उघड किंवा ठळक उपभोग ही संज्ञा थर्स्टेन व्हेब्लेन या विचारवंताने त्याच्या 'उच्चभ्रू वर्गाचा सिद्धान्त' (Leisure Class Theory) या प्रबंधात त्यातील नियमांवर विवेचन करताना हा एक नियम प्रतिपादन केला होता. या नियमानुसार समाजातील श्रीमंत किंवा उच्चभ्रू वर्ग हा अन्न, वस्त्र, निवारा आणि फर्निचर यांचा उपभोग इतक्या सढळ हाताने घेतो की बऱ्याच वेळा या उपभोग्य वस्तू वाया घालविल्या जातात. चांगल्या, उत्कृष्ट, मौल्यवान वस्तूंचा उपभोग घेणे हे उच्चभ्रू वर्गाच्या प्रतिष्ठेचे लक्षण मानले जाते. व्हेब्लेन पुढे असे म्हणतात, काही वस्तूंचा उपभोग (उपयोग) केवळ त्या वस्तूंचे प्रदर्शन करून आपला मोठेपणा सिद्ध करण्यासाठी असतो. जी वस्तू इतरांजवळ नाही ती माझ्याकडे आहे; हे इतरांना सांगण्यात त्यांना धन्यता वाटते. अन्न खाण्यापेक्षा ते मोठ्या प्रमाणात वाया घालविले जाते. सारांश, आपल्या श्रीमंतीचे प्रदर्शन करून आमच्याकडे कशा अनेक दुर्मीळ मौल्यवान वस्तू आहेत, हे इतरांना दाखविण्यात त्यांना धन्यता वाटते.

constant capital and variable capital - (कॉन्स्टन्ट कॅपिटल ॲन्ड व्हेअरिएबल कॅपिटल) **स्थिर भांडवल व अस्थिर भांडवल** : मार्क्सवादी विचारवंतांनी प्रथमतः या संज्ञांचा वापर केला तो या दोन्हीतील भेद निर्देशित करण्यासाठी. कच्चा माल, मोठे उद्योग व त्यांतील अवजड यंत्रे यासाठी 'स्थिर भांडवल' ही संज्ञा वापरली; तर श्रमशक्ती विकत घेण्याची मालकाची ताकद यासाठी त्यांनी 'अस्थिर भांडवल' ही संज्ञा वापरली होती. स्थिर भांडवलाच्या माध्यमातून नवीन नवीन मालाचे उत्पादन केले जात असल्यामुळे स्थिर भांडवलाला स्वतःचे असे स्वतंत्र मूल्य असते. श्रमिकांची श्रमशक्ती अस्थिर भांडवल म्हणून संबोधली जाते.

constraint - (कन्स्ट्रेन्ट) **जबरदस्ती किंवा बळजबरी** : व्यक्तीला ताब्यात ठेवणारा कोणताही सामाजिक प्रभावाचा प्रकार म्हणजे जबरदस्ती होय. यामध्ये सर्वसामान्यपणे व्यक्तींना सामाजिक प्रमाणकांना किंवा सामाजिक अपेक्षांना अनुसरूनच वर्तन करावे लागते. तेथे व्यक्तींच्या इच्छेला थारा नसतो. दयुरखेम या

फ्रान्समधील विचारवंतानुसार विशेष स्वरूपाच्या सामाजिक तथ्यात किंवा समाजशास्त्रीय प्रघटनेत व्यक्तीच्या वर्तनावर बाह्य नियमनाचे किंवा प्रमाणकांचे दडपण असते. यावर अधिक स्पष्टीकरण करताना द्युरखेम म्हणतात की, सामाजिक जाणिवांपुढे वैयक्तिक जाणिवांना नमते घ्यावे लागते. समाजाच्या भल्यासाठी किंवा फायद्यासाठी किंवा राष्ट्रासाठी व्यक्तींनी स्वत:चा बळी देणे म्हणजेच एक प्रकारची जबरदस्ती होय. जबरदस्तीत व्यक्तीच्या इच्छा समाजाच्या किंवा राष्ट्राच्या इच्छेत विलीन केल्या जातात. सोप्या शब्दांत असे म्हणता येईल, की समाजात वागताना व्यक्तीला तिच्या इच्छेप्रमाणे वर्तन करता येत नाही; तर समाजाच्या इच्छेनुरूपच वर्तन करावे लागणे म्हणजेही जबरदस्ती होय.

construct - (कन्स्ट्र‌ॅक्ट) **रचना किंवा बांधणी :** कोणत्याही समाजशास्त्रीय संकल्पनेची सिद्धान्ताच्या किंवा संशोधनाच्या माध्यमातून मांडणी करण्याच्या क्रियेसाठी रचना किंवा बांधणी ह्या शब्दाचा वापर केला जातो. बांधणी किंवा रचना या संज्ञेचा वापर समाजशास्त्रात नवीन संकल्पनांचा शोध घेण्यासाठी, त्यांच्या स्पष्टीकरणासाठी केला जातो. समाजशास्त्रात अशा अनेक संकल्पनांची रचना व बांधणी केली जाते की ज्यामुळे विषयाचे आकलन सुलभ होते. रचना किंवा बांधणी यावर चर्चा करताना, एच.पी फेअरचाइल्ड संपादित शब्दकोशात असे म्हणतात की जेव्हा एखादा संशोधक तथ्यसंकलन करतो तेव्हा तो स्वत:चे असे ज्ञानसंवेदनात्मक आणि मानसिक कल्पनात्मक जे जग संघटित करतो तेव्हा त्याला अनेक संवेदनात्मक आणि मानसिक कल्पनात्मक शब्दांची निर्मिती करावी लागते. त्यास बांधणी किंवा रचना या संज्ञेने संबोधले जाते.

consumer goods or consumption goods - (कनज्यू‌ॅमर गुड्स ऑर कन्ज‌ॅम्पशन गुड्स) **उपभोक्ता माल किंवा उपभोग्य वस्तू वा माल :** सर्वसाधारणपणे उपभोक्त्याच्या किंवा ग्राहकाच्या गरजा पूर्ण करण्यासाठी ज्या वस्तूंचे वा मालांचे उत्पादन केले जाते, त्यासाठी ही संज्ञा वापरली जाते. परंतु अन्य वस्तूंच्या निर्मितीसाठी ज्या कच्च्या मालाचा वापर वा निर्मिती करावी लागते, त्यांना 'उपभोग्य वस्तू' ही संज्ञा लावता येत नाही. विविध प्रकारची सौंदर्यप्रसाधने, टूथपेस्ट, दंतमंजन, दूरदर्शनसंच, भ्रमणध्वनी संच, संगणक, कपडे धुण्यासाठी वापरल्या जाणाऱ्या असंख्य साबणांच्या भुकट्या इत्यादींचा समावेश ग्राहकोपयोगी वस्तू म्हणून केला जातो.

consumption - (कन्ज‌ॅम्पशन) **उपभोग :** आपल्या आर्थिक गरजांच्या पूर्ततेसाठी

जेव्हा एखादी व्यक्ती दुसऱ्या व्यक्तीच्या सेवेचा लाभ घेते किंवा जेव्हा एखाद्या उपभोग्य उत्पादित वस्तूचा वापर करते, तेव्हा त्यासाठी 'उपभोग' ही संज्ञा वापरली जाते. उत्पादनाच्या तुलनेने विचार करता समाजशास्त्रज्ञांनी उपभोगाच्या अध्ययनाकडे तसे दुर्लक्षच केल्याचे दिसते. परंतु वार्डे (Warde) या विचारवंतांच्या मते, गेल्या दोन दशकांपासून (म्हणजे १९९० नंतर) उपभोगाच्या अध्ययनातील समाजशास्त्रज्ञांची अभिरुची वाढत आहे व ही चांगली गोष्ट आहे.

contest and sponsored mobility - (कॉन्टेस्ट अॅन्ड स्पॉन्सर्ड मोबिलिटी) **स्पर्धात्मक आणि प्रायोजित गतिशीलता :** १९६० साली आर. एच. टर्नर या विचारवंताने या दोन प्रकारच्या गतिशीलतेची ओळख करून दिली होती. त्यांच्या मते, हे स्पर्धात्मक किंवा प्रायोजित गतिशीलता, पारंपरिक गतिशीलतेपेक्षा वेगळे असून ते शिक्षणाच्या किंवा प्रशिक्षणांच्या माध्यमातून प्राप्त केले जाते. माध्यमिक शाळेत प्रवेश घेताना मूल त्याच्या आवडीच्या विषयांची जी निवड करते ती व त्यासाठी त्याला जी आर्थिक व अन्य स्वरूपाची मदत करून त्याचा शैक्षणिक दर्जा वाढविण्याचा जो जाणीवपूर्वक प्रयत्न केला जातो तो स्पर्धात्मक किंवा प्रायोजित गतिशीलतेत येतो. विविध स्वरूपाच्या स्पर्धा परीक्षा हाही या प्रकारच्या गतिशीलतेचा एक भाग होय.

contigency theory - (कॉन्टिजन्सि थिअरी) **संभवनीय किंवा अनिश्चित सिद्धान्त :** संघटनात्मक सिद्धान्तातील अनुभवाधिष्ठित दृष्टिकोन म्हणजे संभवनीय किंवा अनिश्चित सिद्धान्त होय. हा सिद्धान्त, संघटनात्मक संरचनेची वैशिष्ट्ये आणि पर्यावरणात्मक तंत्रशास्त्राचे पैलू यांच्यात परस्परसंबंध निर्माण करतो आणि संघटनात्मक वर्तनावर आणि कृतीवर काय परिणाम होतो इत्यादींचे अध्ययन करतो. संभवनीय सिद्धान्त हा उत्तम संघटनात्मक तत्त्वाच्या अभिजात कल्पनांना नाकारतो आणि पर्यावरणात्मक आणि तंत्रशास्त्रीय परिस्थितीने निर्धारित केलेल्या संघटनात्मक प्रकारातील बदलाचे स्पष्टीकरण देतो.

contract labour - (कॉन्ट्रॅक्ट लेबर) **करारात्मक किंवा कंत्राटी श्रमिक :** करारात्मक श्रमिक म्हणजे असे कामगार, की ज्यांना विशिष्ट कामासाठी मर्यादित कालावधीसाठी विकत वा भाड्याने घेतले जाते. तिसऱ्या जगातील राष्ट्रांत मात्र कंत्राटी श्रमिकांशी जो करार केला जातो तो ठेकेदाराच्या (मध्यस्थाच्या) मार्फत केला जातो. सोप्या शब्दांत, तिसऱ्या जगातील राष्ट्रांत श्रमिकांसाठी करार हा प्रत्यक्ष श्रमिकांशी न करता ठेकेदाराशी करतात व हा ठेकेदार पाहिजे तेवढे मजूर वा श्रमिक संबंधित मालकांना पुरवितो. ठेकेदारांकडे विविध काम येणारे अनेक

मजूर बांधलेले असतात व त्यांना ठेकेदाराच्या परवानगीशिवाय इतरत्र जाता येत नाही.

contradiction - (कॉन्ट्रेडि'क्शन) **परस्परविरोध किंवा विसंगती :** परस्परविरोध ही संज्ञा प्रथमत: जी. डब्ल्यू. एफ्. हेगेल (G. W. F. Hegel) यांनी त्यांच्या विचाराच्या इतिहासातील द्वंद्वात्मक चळवळीचे स्वरूप स्पष्ट करण्यासाठी वापरली होती. या प्रक्रियेत एखादा सिद्धान्त मांडल्यानंतर कालांतराने त्याला विरोध होतो. सिद्धान्त व सिद्धान्तविरोध यांच्या एकत्रित विचारमंथनातून एक नवसिद्धान्त (synthesis) आकाराला येतो. ज्ञानाच्या क्षेत्रात सिद्धान्तमांडणी (thesis), सिद्धान्तविरोध (antithesis) आणि त्यातून नवसिद्धान्तनिर्मिती (synthesis) ही प्रक्रिया सातत्याने चालू असते. या परस्परविरोध संकल्पनेच्या आधाराने मार्क्स यांनी त्यांचे द्वंद्वात्मक भौतिकवाद आणि ऐतिहासिक भौतिकवाद हे दोन सिद्धान्त विकसित केले होते. दोन परस्परविरोधी घटकांच्या एकत्रीकरणातूनच नवनिर्मिती होते, हे या संकल्पनेचे सार होय.

control - (कन्ट्रो'ल) **नियंत्रण :** पहा-social control-सामाजिक नियंत्रण.

convention - (कन्व्हे'न्शन) **रूढी किंवा संकेत :** संकेत म्हणजे कोणतीही प्रचलित नियमित सामाजिक प्रथा होय किंवा स्वीकाराई नियम होत. समाजशास्त्रात या संज्ञेचा वापर दैनंदिन जीवनापासून मोठ्या प्रमाणात दूर जाण्याच्या क्रियेसाठी केला जात नाही. समाजशास्त्राच्या दृष्टीने संकेत हे सामाजिक जीवनाचा स्थायिभाव होय. राज्यशास्त्रात राजकीय पद्धतीसाठी ही संज्ञा वापरली जाते. उदा. भारतात अर्थसंकल्पीय अधिवेशनाचा प्रारंभ राष्ट्रपतींच्या अभिभाषणानेच होतो, हा संकेत असून त्याचे पालन केले जाते.

conventionalism - (कनव्हे'शनॅलिझम) **संकेतवाद किंवा रूढिवाद :** संकेतवाद किंवा रूढिवाद या संज्ञेचा अर्थ असा, की सामाजिक रूढींना किंवा परंपरांना अत्याधिक प्रमाणात किंवा काल्पनिक स्वरूपात चिकटून राहून त्यावर निष्ठा ठेवणे होय. मानसशास्त्रज्ञांच्या मते, संकेतवाद किंवा रूढिवाद हा अधिकारी व्यक्तींच्या वागणुकीचा एक अंगभूत घटक किंवा प्रकटीकरण होय. उदा. आपल्या देशात आमंत्रित केलेल्या दुसऱ्या देशाच्या राष्ट्रप्रमुखाला सैन्यातर्फे जी मानवंदना दिली जाते, ती संकेतवादाचे किंवा रूढिवादाचे प्रतीक होय. तत्त्वज्ञानानुसार वैज्ञानिक ज्ञानाकडे पाहण्याचा अन्य विद्वानांचा दृष्टिकोन म्हणजे संकेतवाद होय. यात अपरिवर्तनीय अभ्यासपद्धतीशास्त्रीय नियम किंवा कार्यप्रणाली यांचा समावेश

होतो. ज्ञानमीमांसाशास्त्रीय दृष्टिकोनानुसार (Epistemological view) आणि प्राणिमात्रशास्त्र (Ontology) विचारानुसार संकेतवाद किंवा रूढिवाद हा प्रयोगवाद किंवा वास्तववाद यांना अनुकूल आहे.

convergence or convergence thesis - (कनव्हर्जन्स ऑर कनव्हर्जन्स थीसिस) **एककेंद्राभिमुखता किंवा एककेंद्राभिमुख सिद्धान्त :** एककेंद्राभिमुखता ही एक अशी प्रक्रिया आहे की ज्यात असे गृहीत धरले जाते की औद्योगिक समाजाच्या संरचना वाढत्या प्रमाणात एकमेकांशी साम्य दर्शविणाऱ्या असतात व त्यामुळेच औद्योगिक समाजात, भांडवलशाहीविरुद्ध समाजवाद किंवा समाजवाद विरुद्ध साम्यवाद असा होणारा संघर्ष आज अप्रस्तुत किंवा अप्रासंगिक आहे. कारण यामागची कल्पना अशी की या आधुनिक औद्योगिक समाजाची केंद्राभिमुख वैशिष्ट्ये ही तंत्रशास्त्रावर आधारलेली असून त्यात आज सर्वत्र औद्योगिक उत्पादनालाच महत्त्व प्राप्त झाले आहे; हा विचार फ्रान्सचे विचारवंत व आधुनिक समाजशास्त्रज्ञ सेंट सायमन (Saint Simon) यांच्या योगदानातून घेतला असून नंतर विसाव्या शतकात केर (Kerr) यांनी या विचारात काही परिवर्तन घडवून आणले. यानुसार आजच्या आधुनिक समाजाची संरचना केवळ राजकारणाद्वारे निर्धारित न होता ती मोठ्या प्रमाणात तंत्रशास्त्रीय, वैज्ञानिक व आर्थिक घटकाद्वारे निर्धारित होते. यासाठी आजचे समाजशास्त्रज्ञ 'एककेंद्राभिमुखता' या संज्ञेचा वापर करतात. मार्क्सवादी नसलेल्या अनेक विचारवंतांनी मात्र असे म्हटले आहे की एककेंद्राभिमुखतेत, सामाजिक संरचनेचे निर्धारण विविध तंत्रशास्त्रीय घटकाद्वारे होत असल्याने त्यास 'तंत्रशास्त्रीय निर्धारणवाद' (Technological Determinism) या संज्ञेने संबोधावे.

conversational analysis - (कॉन्व्हर्सेशनल अॅनॅलिसिस) **संभाषणात्मक विश्लेषण :** सामाजिक संशोधनप्रक्रियेतील एक दृष्टिकोन म्हणून संभाषणात्मक विश्लेषणपद्धतीचा उल्लेख केला गेला असून, प्रामुख्याने लोकजीवनपद्धतिशास्त्रात यांचा वापर केला जातो; की ज्या माहितीचे विश्लेषण संबंधितांशी केलेल्या बोलण्यातून केले जाते. छोट्या छोट्या टोळ्यांत राहणाऱ्या आदिवासी जमाती किंवा भटक्या जमाती यांचे अध्ययन करताना जेव्हा अन्य अभ्यासपद्धती निरुपयोगी ठरतात, तेव्हा ही पद्धत महत्त्वाची ठरते. माहिती देणाऱ्यांशी संवाद कसा साधावयाचा आणि त्यांच्याशी होणाऱ्या संभाषणातून योग्य माहिती गोळा कशी करावयाची यांचे तंत्र संशोधकाला अवगत असणे जरुरी आहे.

cooperatives - (कोऑपरेटिव्हज) **सहकारी** : भांडवलशाही व्यवस्थेला पर्याय म्हणून निर्माण करण्यात आलेल्या संघटना 'सहकारी' (संघटना) या संज्ञेने संबोधल्या जातात. सहकारी संघटना किंवा सहकारी मंडळे; समाजवादी राज्यात विकेंद्रीकरणाचा एक प्रकार म्हणून उदयाला आली. जरी काही विद्वानांच्या मते, सहकारी मंडळे भांडवलवादी व्यवस्थेला पर्याय म्हणून निर्माण झाली असली; तरी वास्तवात ही सहकारी मंडळे भांडवलशाहीवादी राष्ट्रांतपण निर्माण झाली असून, ती तेथे आजही यशस्वीपणे टिकून आहेत. या सहकारी संघटना दोन प्रकारच्या आहेत– १. उत्पादकांच्या सहकारी संघटना की ज्यांत कामगार स्वव्यवस्थापनाच्याद्वारे त्या चालवितात, २. उपभोक्ता किंवा ग्राहक सहकारी संघटना की ज्या एकीकडे ग्राहकांच्या हितसंबंधांचे जतन करतात तर दुसरीकडे खरेदी – विक्रीतून झालेला नफा ग्राहक सभासदांमध्ये वाटतात. या प्रकारच्या सहकारी चळवळीचा प्रारंभ ब्रिटनमध्ये रॉबर्ट ओवेन (Robert Owen) यांनी, फ्रान्समध्ये चार्ल्स फॉरिअर (Charles Fourier) यांनी केला व नंतर या सहकारी संघटनांचा विस्तार अमेरिकेसहित सर्व जगात झाला. सहकारी क्षेत्रात पुढील संघटना कार्यरत आहेत– १. सहकारी शेती संघटना (की ज्यात बाजार, प्रक्रिया आणि खरेदी यांचा अंतर्भाव आहे.) २. किरकोळ व्यापाऱ्यांच्या घाऊक व्यापार सहकारी संघटना ३. परस्पर विमा सहकारी संघटना ४. सहकारी पतपेढ्या ५. ग्राहक सहकारी विक्रीकेंद्रे इत्यादी. भारतात सहकारी साखर कारखाने, सहकारी दूधसंस्था, सहकारी बँका, महिला सहकारी बचत गट, सहकारी महिला गृहोद्योग इत्यादी सहकारी संघटना कार्यरत आहेत.

correction home - (करेक्शन होम) **सुधारगृह** : जर एखाद्या अल्पवयीन मुलाला एखादा गुन्हा करताना पकडले तर त्याला २४ तासांच्या आत न्यायाधीशासमोर हजर करावे लागते. त्यानंतर गुन्ह्याचा तपास पूर्ण होईपर्यंत आरोपी मुलाला ज्या कारागृहात ठेवले जाते, त्याला 'सुधारगृह' म्हणतात. सुधारगृह ही जशी आरोपी मुलाच्या सुधारणेची जागा आहे, त्यांच्या वर्तनाच्या निरीक्षणाची जागा आहे तशीच ती त्याच्या सुरक्षिततेचीपण जागा आहे. वाईट वातावरणापासून मुलाला मुक्त करून त्याला चांगले वातावरण कसे मिळेल याची दक्षता घेताना सुधारगृहात औपचारिक, तसेच व्यावसायिक शिक्षण दिले जाते. बालगुन्हेगारांना सुधारगृहात ३ ते ७ वर्षांच्या कालावधीसाठीच ठेवले जाते.

counselling - (काऊन्सेलिंग) **समुपदेशन** : व्यक्तीच्या जीवनात असे काही प्रसंग घडतात की किंवा अशी काही परिस्थितिजन्य अवस्था निर्माण होते की

ज्या वेळेला व्यक्तीला स्वत:च्या वर्तनाचे पुनर्मूल्यांकन करावेसे वाटते, परंतु तिला स्वत:ला पुनर्मूल्यांकन कसे करावे, हे समजत नाही. या पेचाच्या प्रसंगी व्यक्तीला योग्य तो सल्ला किंवा मार्गदर्शन आवश्यक असते, त्यासाठी काही संस्था मार्गदर्शनाचे काम करतात. या क्रियेला समुपदेशन म्हणतात. या व्यक्ती सर्वसामान्यपणे त्या त्या क्षेत्रातील तज्ज्ञ असतात. अशी सल्लामंडळे विविध क्षेत्रांत कार्यरत असतात. विवाह, घटस्फोट याबाबत मार्गदर्शन, कारकिर्द मार्गदर्शन, विद्यार्थ्यांचे समुपदेशन, कर्ज व्यवस्थापनाचा सल्ला, शस्त्रक्रियोत्तर मार्गदर्शन इत्यादींचा समुपदेशनात समावेश होतो. काही सल्लामंडळे किंवा समुपदेशन केंद्रे स्वयंसेवी असतात व ती सर्वांना मोफत सल्ला देतात. तर काही 'समुपदेशन केंद्रे' व्यवसाय म्हणून याकडे पाहतात. म्हणून ते सल्ला देण्यासाठी योग्य ते शुल्क आकारून ते सल्ला देतात. आज मानवी जीवनक्षेत्र इतके व्यापक झाले आहे, की व्यक्तींना इतरांच्या मार्गदर्शनाची गरज भासते. ती गरज ही 'सल्लामंडळे' पूर्ण करतात.

counter culture or alternative culture - (काऊंटर कल्चर किंवा ऑल्ट‌रनेटिव्ह कल्चर) **प्रतिसंस्कृती किंवा पर्यायी संस्कृती :** कोणत्याही उपसंस्कृतीसाठी आणि विरोधसंस्कृतीसाठी प्रतिसंस्कृती किंवा पर्यायी संस्कृती ही संज्ञा वापरतात. प्रमुख किंवा वर्चस्व असलेल्या संस्कृतीत स्वत:ची स्वतंत्र अशी वेगळी जीवनशैली, श्रद्धा आणि मूल्य निर्माण करणाऱ्या सांस्कृतिक गटासाठी ही संज्ञा वापरतात. हा सांस्कृतिक गट मुख्य संस्कृतीतील मध्यवर्ती श्रद्धा, आदर्श, संस्था यांना आव्हान देतो. काही तज्ज्ञांच्या मते, असे सांस्कृतिक गट एकाकी पडल्यामुळे, त्यांना मिळणाऱ्या धमकीमुळे किंवा स्वत:च्या गटाच्या हितसंबंधांचे रक्षण करण्यासाठी जे सांस्कृतिक गट उदयाला आले त्यासाठी 'प्रतिसंस्कृती' ही संज्ञा वापरली जाते. प्रत्येक धर्मात आकाराला आलेले विविध पंथ, संप्रदाय, राजकीय पक्षात विचारप्रणालीच्या आधारे पडलेल्या फुटीतून जन्माला आलेले छोटे छोटे राजकीय गट यांचा समावेश यात होतो.

counter movements - (काऊंटर मूव्हमेन्ट) **प्रतिचळवळी :** समाजातील मुख्य प्रवाहाच्या परिवर्तनास विरोध करणाऱ्या चळवळी या 'प्रतिचळवळी' या संज्ञेने संबोधल्या जातात. भारतात पारंपरिक संस्थांत परिवर्तन करणाऱ्या चळवळीला विरोध करणाऱ्या अनेक प्रतिचळवळी निर्माण झाल्या. सतीबंदीचा कायदा करण्यासाठी प्रयत्नशील असलेल्या राजा राममोहन रॉय यांच्या सुधारणावादी चळवळींना त्या काळी कर्मठांनी विरोध करणारी जी चळवळ उभारली, ती या संज्ञेत मोडते. विधवा पुनर्विवाह कायदा, अस्पृश्यतानिर्मूलन कायदा या विरोधात

झालेल्या चळवळी या प्रतिचळवळी म्हणून ओळखल्या जातात. आपल्या जातीला आरक्षण (नोकरी, शिक्षण, राजकारण इत्यादीत) मिळालेच पाहिजे, अशी चळवळ उभारणाऱ्या गटाला विरोध करणारी चळवळ प्रतिचळवळ होय. सारांश, सुधारणा करण्याच्या, परिवर्तन करण्याच्या उद्देशाने सुरू केलेल्या चळवळीच्या विरोधात उभारलेले आंदोलन 'प्रतिआंदोलन' होय.

critical cultural discourse - (क्रि'टिकल क'ल्चरल डि'स्कोर्स) **टीकात्मक सांस्कृतिक चर्चाविश्व :** समाजाच्या कोणत्याही प्रकारच्या सामाजिक प्रश्नावर अनियंत्रित किंवा मुक्त चर्चा म्हणजे टीकात्मक सांस्कृतिक चर्चाविश्व होय. या चर्चेमुळे समाजाच्या विचारप्रणालीवर (Ideological) आधारित समर्थनाचा पाया ढासळवणे शक्य होईल. जर असे झाले तर सामाजिक प्रक्रियांचा सत्य वा वास्तव आढावा घेणे सहज साध्य होईल. वास्तवतेमुळे बंधनमुक्त क्षमता तपासून पाहता येईल. गोल्डनर, हेबरमास या विचारवंतांच्या मतानुसार पारंपरिक बहुजन समाजाच्या विरोधात आधुनिक औद्योगिक समाजात शिक्षित बहुजन समाजाचे प्राबल्य वाढल्यामुळेच टीकात्मक सांस्कृतिक संवादाच्या अध्ययनाला चालना मिळाली.

cross-tabulation - (क्रॉस टॅ'ब्युले'शन) **बहुचल तक्तीकरण किंवा सारिणी :** बहुचल तक्ता किंवा सारिणी, हा तथ्यसंकलनानंतर जमा झालेल्या माहितीचे तक्त्यांच्या आधारे विश्लेषण करणारी एक संभवनीय तक्ता निर्धारणपद्धती होय, की ज्यात दोन विविध चलांतील संबंधाचे परीक्षण करण्यासाठी बहुचल पद्धतीवर आधारित तक्त्याचा वापर केला जातो. १९९१ साली हेथ व इतर संशोधकांनी १९८७ साली इंग्लंडमध्ये ज्या निवडणुका झाल्या त्यात मध्यम वर्ग व कामगार वर्ग यांचा मतदानाचा कल कसा होता याचे विश्लेषण बहुचल तक्त्याद्वारे केले होते. खालील तक्ता पहा.

पक्षाचे नाव	मध्यम वर्ग	कामगार वर्ग
मजूर पक्ष	२०%	८०%
हुजूर पक्ष	६०%	४०%

यात असे दिसून येते, की कामगार वर्गाने मजूर पक्षाला अधिकाधिक केले; तर मध्यमवर्गाने हुजूर पक्षाला. मतदानप्रक्रियेतील विविध चल याद्वारे निर्धारित केले जातात.

cultural capital - (कल्चरल कॅपिटल) **सांस्कृतिक भांडवल :** सांस्कृतिक भांडवल ही संज्ञा बोर्द्यू यांनी त्यांच्या 'क्षेत्र' या संकल्पनेवर चर्चा करताना वापरली होती. बोर्द्यू यांच्या मते, सांस्कृतिक भांडवल या संकल्पनेत ज्ञान किंवा कल्पना या स्वरूपाची किंवा प्रकाराची संपत्ती होय; की जी दर्जा आणि सत्ता यांचे जतन करण्यास वैधानिकता प्राप्त करून देते. बोर्द्यू यांनी सूचित केल्याप्रमाणे, मार्क्स यांच्या 'आर्थिक भांडवल' या संकल्पनेचा विस्तार करून सांस्कृतिक भांडवल ही संकल्पना मांडली. सांस्कृतिक भांडवलात सर्व प्रकारच्या कायदेविषयक ज्ञानाचा समावेश होतो. भांडवल हे संपत्ती, पैसा इत्यादी स्वरूपातच असते असे नाही; तर ते सांस्कृतिक स्वरूपातही (की ज्यात कला, भाषा, शिक्षण इत्यादी) असते. शिक्षण या सांस्कृतिक घटकावर भाष्य करताना बोर्द्यू म्हणतात, की शिक्षणयंत्रणेद्वारे आपण विद्यार्थ्यांना पदवी व पदविका प्रमाणपत्रे प्रदान करतो, की जी क्रिया शिक्षणसंस्थेची प्रमुख क्रिया असून ज्याद्वारे स्थापित व्यवस्थेचे जतन केले जाते. या सर्व प्रक्रिया सांस्कृतिक भांडवलात येतात.

cultural contradiction of capitalism - (कल्चरल कॉन्ट्रॅडिक्शन ऑफ कॅपिटलिझम) **भांडवलवादाची सांस्कृतिक विसंगती :** १९७६ साली बेल (Bell) यांनी 'भांडवलवादाची सांस्कृतिक विसंगती' हा प्रबंध सादर केला. या प्रबंधात बेल असे म्हणतात की आधुनिक भांडवलशाहीवादी समाजातील तीन मूलभूत तत्त्वांवर आधारित संघर्ष अजूनही सोडविला गेला नाही. बेल यांनी त्यांच्या प्रबंधात प्रतिपादन केलेली तीन प्रमुख तत्त्वे खालीलप्रमाणे–

१. आर्थिक (तांत्रिक आणि आर्थिक कार्यक्षमता)

२. राजकीय (राजकीय आणि सामाजिक समानता)

३. सांस्कृतिक (व्यक्तींचे स्वत्वप्रकटन आणि सुखोपभोगपरिपूर्ती) आधुनिक समाजातील मध्यवर्ती समस्या ही, की ही तीन तत्त्वे या समाजाची संसाधने आहेत. ही तिन्ही मूलभूत तत्त्वे परस्परविसंगत असल्याचे बेल यांना वाटते.

cultural shock - (कल्चरल शॉक) **सांस्कृतिक धक्का :** सांस्कृतिक धक्का म्हणजे अशी स्थिती, की ज्यात स्थितिज्ञान नष्ट केले जाते आणि भावनात्मक दु:ख दिले जाते की ज्यामुळे लोक त्यांच्या समाजाच्या संस्कृतीपेक्षा अत्यंत भिन्न असलेल्या संस्कृतीशी लढा देतात. उदा. भारतातील काही लोक, अमेरिकेतून वा पाश्चात्त्य संस्कृतीतून भारतात आलेल्या 'व्हॅलन्टाइन डे' साजरा करण्याच्या भारतीय मुलांच्या परंपरेला विरोध करतात तो सांस्कृतिक धक्क्याचाच एक प्रकार

होय. आपल्या संस्कृतीपेक्षा भिन्न भाषा, प्रथा, प्रमाणक ही त्या प्रदेशात प्रवास करणाऱ्यांना धक्का देणारी ठरतात. त्याचप्रमाणे अन्य संस्कृतीतील भोजनाच्या सवयी, जीवन जगण्याच्या तऱ्हा, त्यांचे पोशाख आपल्याला धक्कादायक वाटतात. हे सर्व 'सांस्कृतिक धक्का' या संज्ञेत मोडते.

cultural theory - (कल्चरल थिअरी) **सांस्कृतिक सिद्धान्त :** सांस्कृतिक सिद्धान्त ही संज्ञा; संस्कृती या संज्ञेचे विविध प्रकारे संकल्पनीकरण करण्यासाठी आणि संस्कृतीतील गतिशीलता अभ्यासण्यासाठी वापरली जाते. ऐतिहासिक दृष्टीने विचार करता सांस्कृतिक सिद्धान्तात; संस्कृती व निसर्ग, संस्कृती व समाज, उच्च व कनिष्ठ संस्कृतीत पडणारी फूट आणि सांस्कृतिक परंपरा, सांस्कृतिक विभेदीकरण आणि सांस्कृतिक भिन्नता; यासंबंधीची अध्ययने समाविष्ट होतात. याशिवाय संस्कृतीचे सिद्धान्त मांडण्यासाठी वेगवेगळे दृष्टिकोन लक्षात घेऊन हे सिद्धान्त मांडले जातात. सांस्कृतिक सिद्धान्तात संस्कृतीचे अध्ययन करताना विचारवंतांनी कार्यात्मक दृष्टिकोन, परिसरशास्त्रीय दृष्टिकोन, उत्क्रांतिवादी दृष्टिकोन इत्यादींचा वापर केला होता.

culture type - (कल्चर टाइप) **संस्कृती प्रकार :** समाजशास्त्रज्ञ, मानवशास्त्रज्ञ हे संस्कृती दोन प्रकारची असल्याचे प्रतिपादन करतात– १. भौतिक संस्कृती (Material culture) २. अभौतिक संस्कृती (Non material culture). याचे विवेचन करताना भारतीय मानववंशशास्त्रज्ञ डॉ. इरावती कर्वे असे म्हणतात की, मानवी समाजाची डोळ्यांना दिसणारी भौतिक वस्तुरूप निर्मिती भौतिक संस्कृतीत येते तर मानवी डोळ्यांना न दिसणारी, परंतु विचारांना आकलन होणारी मनोमय सृष्टी म्हणजे अभौतिक संस्कृती होय.

भौतिक संस्कृती : यामध्ये घरे, इमारती, वाहतुकीची साधने, प्रसारमाध्यमांची विविध साधने, औद्योगिक कारखाने, शेती मशागतीसाठी लागणारी साधने, सौंदर्यप्रसाधने, युद्धात वापरण्यात येणारी शस्त्रे व अण्वस्त्रे इत्यादींचा समावेश होतो.

अभौतिक संस्कृती : यामध्ये विविध धर्मांचे तत्त्वज्ञान, लोकशाही, हुकूमशाही इत्यादी शासनाचे प्रकार, विविध भाषा, विविध विषयांचे ज्ञान, रूढी, परंपरा, कायदा, संगीत इत्यादींचा समावेश केला जातो.

curriculam - (करि'क्युलम) **अभ्यासक्रम :** कोणत्याही शिक्षणसंस्थेत कोणते विषय आणि छोटे छोटे अभ्यासविषय शिकवावयाचे, यासंबंधीचे मार्गदर्शन म्हणजे अभ्यासक्रम होय. प्रत्येक शैक्षणिक पातळीवर त्या त्या विषयाचे अभ्यासक्रम निर्धारित करण्यासाठी एक तज्ज्ञांची समिती नेमली जाते व ती त्या त्या विषयाच्या अभ्यासक्रमाचे निर्धारण करते. अभ्यासक्रमामुळे विशिष्ट विषयात नेमके काय अभ्यासावयाचे, हे शिक्षकांना व विद्यार्थ्यांना समजते.

■

data analysis - (डेटा अनॅलिसिस) **तथ्यविश्लेषण** : जेव्हा अध्ययनाच्या माध्यमातून जमा केलेल्या माहितीचे (उदा. सर्वेक्षण किंवा प्रयोग यांद्वारे) परीक्षण केले जाते किंवा त्यावर विविध प्रक्रिया केल्या जातात, तेव्हा त्यास 'तथ्यविश्लेषण' म्हणतात. तथ्याचे किंवा सामाजिक तथ्याचे विश्लेषण करणाऱ्या अनेक पद्धती आहेत, त्यांत बहुचल सारणी, सांख्यिकी चाचण्या आणि संगणकीय कार्यक्रम, पंच कार्ड (Punch card- विशिष्ट प्रकारच्या पत्राला विशिष्ट ठिकाणी भोक पाडणे) इत्यादींचा सर्वसामान्यपणे वापर केला जातो.

data collection - (डेटा कलेक्शन) **तथ्यसंकलन** : जेव्हा एखादा संशोधक किंवा अभ्यासक त्याच्या संशोधनाशी किंवा सर्वेक्षणाशी संबंधित माहिती विविध साधनांच्या साहाय्याने जमा वा गोळा करतो, तेव्हा त्यास 'तथ्यसंकलन' या संज्ञेने संबोधले जाते. माहिती गोळा करण्याच्या अनेक पद्धती असून त्यांत प्रामुख्याने निरीक्षणपद्धती महत्त्वाची आहे. तथ्यसंकलनासाठी जी साधने वापरली जातात, त्यांत मुख्यत्वेकरून प्रश्नावली, मुलाखत, अनुसूची इत्यादी साधने महत्त्वाची आहेत.

data set - (डेटा सेट) **तथ्यसंच** : तथ्यसंच म्हणजे व्यक्तींच्या गटाने एकत्रितपणे निरीक्षण करून गोळा केलेली माहिती होय, तसेच संशोधकाला ज्या माहितीत अभिरुची आहे अशा काही चलासंबंधीची माहिती होय. तथ्यसंचाशी निगडित तथ्यसंकलन मुलाखती, सर्वेक्षण, प्रयोग यांद्वारे केले जाते.

death rate - (डेथ रेट) **मृत्युदर किंवा मृत्युप्रमाण** : एका वर्षात, कोणत्याही राष्ट्राच्या लोकसंख्येत दर १००० लोकसंख्येमागे मृत्यू पावणाऱ्या व्यक्तींच्या संख्येसाठी 'मृत्युदर' ही संकल्पना वापरली जाते. इंग्लंडमध्ये गेल्या सुमारे १००

वर्षांत मृत्युदरात प्रमुख्याने घट झाल्याचे आढळून येते. विशेषत: ही घट बालमृत्यूच्या प्रमाणात झालेल्या घटीचा परिणाम होय. भारतातही मृत्युदराच्या प्रमाणात स्वातंत्र्यप्राप्तीनंतर घट झाल्याचे तज्ज्ञांच्या लक्षात आले आहे. १९५१ साली भारतात दर हजारी मृत्युदराचे प्रमाण २७.४ एवढे होते. त्यात घट होऊन १९९३ साली ते ९.३ एवढे झाले. तर २००१ साली ते सुमारे ८.६ एवढे होते.

decentralization - (डीसेन्ट्रलाइझे'शन) **विकेंद्रीकरण :** विकेंद्रीकरण ही एक सामाजिक प्रक्रिया असून त्यात खालील बाबी समाविष्ट आहेत– १. राजकीय क्षेत्रात राजकीय सत्तेचे दुय्यम नेत्यांत विभाजन करणे म्हणजे विकेंद्रीकरण होय. २. प्रशासकीय क्षेत्रात कार्यरत असलेल्या प्रमुख अधिकाऱ्याकडे असलेल्या निर्णयप्रक्रियेचे किंवा कामाचे दुय्यम अधिकाऱ्यांत विभाजन करणे म्हणजेपण विकेंद्रीकरण होय. ३. औद्योगिक क्षेत्रात एका शहरात केंद्रित झालेल्या कारखान्यांचे विभाजन करून त्यांचे त्याच शहराच्या उपनगरात किंवा अन्य शहरात स्थलांतर करण्याच्या प्रक्रियेलाही विकेंद्रीकरण म्हणतात. सारांश, विकेंद्रीकरण ही एक विभाजनाची प्रक्रिया होय.

decision making - (डिसि'झन मे'किंग) **निर्णय घेणे :** निर्णय घेणे ही एक प्रक्रिया असून ज्यात व्यक्ती, गट किंवा संघटना त्यांची धोरणे निर्धारित करण्याची क्रिया करतात. संपूर्ण मानवी क्रियेच्या संदर्भात संबंधितांना धोरणात्मक निर्णय घ्यावे लागत असल्यामुळे निर्णय घेण्याचे क्षेत्र खूपच विस्तृत आहे. निर्णय घेण्याच्या प्रक्रियेत आज समाजशास्त्रज्ञ, मनोविश्लेषणतज्ज्ञ आणि राज्यशास्त्रज्ञ विशेष अभिरुची दर्शवितात; कारण निर्णयप्रक्रियेवरच व्यक्तीचा, समाजाचा आणि तसेच राष्ट्राचा विकास अवलंबून असतो. प्रत्येक राष्ट्राची विविधांगी धोरणनिर्धारण प्रक्रिया निर्णय घेण्याच्या क्रियेचाच एक भाग होय. क्रीडाक्षेत्रातील स्पर्धा, आर्थिक क्षेत्र इत्यादी संदर्भात धोरणात्मक निर्णय घेण्याची जबाबदारी संबंधित राष्ट्राच्या सरकारांना स्वीकारावी लागते.

decomposition of capital - (डीकॉम्पोझि'शन ऑफ कॅ'पिटल) **भांडवलाचा विनाश वा नाश :** भांडवलाचा ऱ्हास ही अशी एक प्रक्रिया आहे, की ज्यात भांडवलाच्या वैयक्तिक मालकीऐवजी, भांडवलाची मालकी ही अनेक भागधारकांकडे (share holders) हस्तांतरित केली जाते. मार्क्स यांच्या विचारानुसार खासगी किंवा वैयक्तिक भांडवलाच्या जागी, भांडवलाची मालकी सरकारच्या ताब्यात असेल. सारांशरूपात असे म्हणता येईल, की खासगी किंवा वैयक्तिक

मालकी असलेल्या भांडवलाचा नाश करून त्या जागी सहभागी, किंवा सरकारी मालकी प्रस्थापित करण्याच्या प्रक्रियेसाठी या संज्ञेचा वापर केला जातो.

decomposition of labour - (डीकॉम्पोझि'शन ऑफ लेबर) **कामगारांचा विनाश किंवा नाश :** कामगारांचा विनाश हीपण एक प्रक्रिया असून त्यात कामगार संघटनांमध्ये किंवा कामगारांच्या एकतेत फूट पाडून कामगार संघटनांमध्ये अस्तित्व नष्ट करणे होय. कामगार संघटनाच नष्ट केल्यामुळे कामगारांतील सहभागाच्या जाणिवाच नष्ट केल्या जातात. राल्फ डाहरेनडॉर्फ यांच्या मते, संघर्ष हा कामगार व मालक यांत होत नसून, तो अधिकारी व्यक्ती व अधिकार नसलेल्या व्यक्तीत होतो. अधिकार हे औद्योगिक क्षेत्रातच नव्हे, तर अन्य क्षेत्रांतही आढळतात. या अर्थाने त्यांनी 'कामगारांचा विनाश' ही संज्ञा वापरली होती. कामगारांचा विनाश म्हणजे कामगारांचे अधिकार नष्ट करणे होय.

deconstruction - (डीकन्स्ट्र'क्शन) **निबांधणी किंवा निर्संरचना :** १९६० नंतर फ्रान्स आणि अमेरिकेत असलेल्या आधुनिकोत्तर बुद्धिवाद्यांच्या चळवळीचे फलित म्हणजे 'निबांधणी किंवा निर्संरचना' या संज्ञेची निर्मिती होय. जॉक डेरिडा (Jacques Derrida) यांनी या संज्ञेची निर्मिती केली. हे करताना त्यांनी प्रघटनाशास्त्र, सॉसर (Saussar) यांच्या भाषाशास्त्र, संरचनावाद यांवर टीका केली होती. डेरिडा असे सूचित करतात; की भाषा हे अस्थिर माध्यम आहे, की जे प्रत्यक्षपणे सत्य उघड करू शकत नाही. म्हणून भाषेला महत्त्व देण्यापेक्षा त्याद्वारे जो सुसंवाद किंवा संभाषण साधले जाते त्यास महत्त्व द्या. निबांधणी किंवा निर्संरचना या संकल्पनेचे अनेक अर्थ डेरिडा यांना विविध संदर्भांत अभिप्रेत होते. त्यांतील काही महत्त्वाचे अर्थ पुढीलप्रमाणे– १. निबांधणी किंवा निर्संरचना म्हणजे चौकशीची एक पद्धती होय. २. उपस्थिती व अनुपस्थितीचा खेळ म्हणजेच निबांधणी किंवा निर्संरचना होय. ३. तत्त्वज्ञान, भाषाशास्त्र, साहित्यिक विश्लेषण यांचे संरचनोत्तर मिश्रण म्हणजे निबांधणी किंवा निर्संरचना होय. ४. मूळ ग्रंथाचा टीकात्मक अभ्यास म्हणजे निबांधणी किंवा निर्संरचना होय. थोडक्यात पारंपरिक विचाराला छेद देऊन त्या जागी नवीन विचाराची स्थापना करणे म्हणजेच निबांधणी किंवा निर्संरचना होय.

definition - (डे'फिनि'शन) **व्याख्या :** एखाद्या शब्दाचा किंवा विधानाचा त्या त्या शास्त्रातील अर्थ प्रदान करणारी प्रक्रिया म्हणजे व्याख्या होय. बऱ्याच वेळा शब्द एकच असतो, पण त्याचा अर्थ वेगवेगळ्या शास्त्रांत वेगवेगळ्या स्वरूपात वेगवेगळा प्रतिपादन केला जातो. 'समाज' या संज्ञेचा समाजशास्त्रातील अर्थ आहे,

'आंतरक्रियात्मक सामाजिक संबंधांचे जाळे', पण सर्वसामान्य लोकांच्या दृष्टीने समाज म्हणजे समानधर्मी (समान जात, समान धर्म, समान भाषा इत्यादी) लोकांचे एकीकरण होय.

definition of situation - (डेफिनि'शन ऑफ सिच्यूए'शन) **परिस्थितीची व्याख्या :** विशिष्ट सामाजिक कर्ता, सामाजिक गट किंवा उपसंस्कृती यांच्याकडे सामाजिक परिस्थितीच्या साहाय्याने प्रतिपादन करण्यात येणारा आत्मनिष्ठ विचार म्हणजे 'परिस्थितीची व्याख्या' होय. यांचा अर्थ सामाजिक जीवनातील वस्तुनिष्ठ घटकांचे अस्तित्व किंवा महत्त्व नाकारणे असा होत नाही; तर समाजशास्त्रीय विश्लेषणात विशिष्ट कर्त्यांची परिस्थितीच्या संदर्भातील व्याख्या काय आहे, याचे निर्धारीकरण करणे होय. १९२८ साली यावर भाष्य करताना डब्ल्यू. आय. थॉमस (W. I. Thomas) असे म्हणतात, की समाजशास्त्रीय सूत्रानुसार एखाद्या कर्त्याने 'परिस्थिती वास्तव असते.' अशी व्याख्या केली की त्याचे परिणामही वास्तवच असतात, हे लक्षात घेतले पाहिजे.

degradation ceremony - (डिग्रेडे'शन सेरेमनी) **अधोगती (दर्जात्मक) समारंभ :** १९५६ मध्ये गारफिंकल (Garfinkel) यांनी या समारंभावर विवेचन केले होते. त्यांच्या विचारानुसार हा समारंभ एक संज्ञापनात्मक कार्य असून, त्याद्वारे व्यक्तीचा प्रस्थापित दर्जा व व्यक्तीची प्रस्थापित ओळख यांत घट केली जाते. उदा. एखाद्या आरोपीला न्यायालयातील कारवाईनंतर न्यायाधीश खुनी किंवा चोर म्हणून शिक्षा जेव्हा फर्मावतात, तेव्हा त्या व्यक्तीच्या सामाजिक दर्जातपण अवनति होते. गारफिंकल यांच्या मते, त्या व्यक्तीच्या समग्र अस्मितेतच घट होऊन समाजाचा त्या व्यक्तीकडे पाहण्याचा दृष्टिकोन बदलणे म्हणजे अधोगती समारंभ होय.

de-industrialization - (डीइन्ड'स्ट्रिअलाइझे'शन) **निऔद्योगिकीकरण किंवा वि-औद्योगिकीकरण :** निऔद्योगिकीकरण किंवा वि-औद्योगिकीकरण या संज्ञेचा अर्थ असा की, एखाद्या राष्ट्रातून किंवा अर्थव्यवस्थेतून औद्योगिक कार्यक्रमाचे प्रमाण कमीकमी करीत जाणे होय. निऔद्योगिकीकरण या संज्ञेचा दुसरा अर्थ असा की पूर्वी ज्या समाजाचे, अर्थव्यवस्थेचे किंवा प्रदेशाचे औद्योगिकीकरण पूर्ण झाले होते व ज्यांच्यात औद्योगिकीकरणाची प्रक्रिया विकासाच्या मार्गावर आहे; ते समाज, त्या अर्थव्यवस्था किंवा ते प्रदेश आपल्या मार्गावरून मागे फिरतात आणि औद्योगिकीकरणाच्या विकासाची गती एकतर कमी करतात

किंवा थांबवितात. आंतरराष्ट्रीय आर्थिक स्पर्धेचा अपरिहार्य परिणाम म्हणून निऔद्योगिकीकरणाची प्रक्रिया आकाराला आली. वॉलरस्टेन (Wallerstein) यांनी १९७४ साली केलेल्या अध्ययनाच्याद्वारे ते असे मत व्यक्त करतात की भारत व पोलंड ही निऔद्योगिकीकरणाची प्रक्रिया कार्यरत असलेली व भिन्न अर्थव्यवस्था असलेली दोन उदाहरणे होत. भारतातील अर्थव्यवस्था संमिश्र स्वरूपाची आहे तर पूर्वींच्या पोलंडमधील साम्यवादी स्वरूपाची आहे.

याशिवाय विकसित समाजातपण निऔद्योगिकीकरणाची प्रक्रिया मोठ्या प्रमाणात आढळून येते. पश्चिम युरोपातील काही देशांत कापडगिरण्या व जहाजबांधणीचे कारखाने यांचे प्रमाण आज कमी होत आहे ते या प्रक्रियेमुळेच होय.

delinquency - (डेलिक्रेन्सी) **तरुणांचा अपराध किंवा गुन्हा :** विशेषत: तरुण पुरुषांनी केलेली बेकायदेशीर किंवा असामाजिक क्रिया या संज्ञेत मोडते. काही समाजशास्त्रज्ञांच्या मते, तरुण पुरुषांवर या ठिकाणी भर देण्याची आवश्यकता नाही; परंतु समाजशास्त्रीय अध्ययनात 'तरुण पुरुष अपराधी' यावर अन्य तरुणांच्या अध्ययनाप्रमाणे भर दिला आहे. उदा. तरुण कामगार, समवयस्क तरुणांचा गट, तरुणांच्या टोळ्या, तरुणांची उपसंस्कृती इत्यादीप्रमाणे 'तरुणांनी केलेला अपराध' ही संज्ञा वापरण्यात आली. अमेरिकेतील शिकागो विद्यापीठातील समाजशास्त्रज्ञांनी प्रथमत: 'तरुणांचा अपराध' या संकल्पनेचा सुव्यवस्थित अभ्यास केला. १९२० साली रॉबर्ट पार्क आणि डब्ल्यू. ई. बर्जेस (Robert Park and W. E. Burgess) या शिकागो विद्यापीठातील दोन समाजशास्त्रज्ञांनी, शिकागो शहराला प्रयोगशाळा मानून त्या शहराच्या शेजारच्या परिसरातील गुन्हेगारी टोळ्यांचे अध्ययन केले होते. यानंतर इतर अन्य राष्ट्रांतील समाजशास्त्रज्ञांचे लक्ष तरुण अपराध्यांच्या अध्ययनाकडे वळले.

delinquent sub-culture - (डेलिक्रेन्ट सबकल्चर) **अपराध्यांची उपसंस्कृती :** अपराध्यांची उपसंस्कृती ही संज्ञा अशा उपगटाला लावली जाते की ज्या गटात 'प्रभावी मूल्यव्यवस्था' ही गुन्हेगारी वा असामाजिक असल्याचे मानले जाते. यासंबंधीचे प्रथम अध्ययन अमेरिकेतील शिकागो विद्यापीठात सुरू झाले. १९३० साली शॉ (Shaw) या समाजशास्त्रज्ञाने तेथील तज्ज्ञ प्राध्यापक जी. एच. मीड (G. H. Mead) आणि अन्य अनुयायांच्या आंतरक्रियात्मक दृष्टिकोनाचा विकास करून, अमेरिकेत (इटली, पोलंड, आयर्लंडमधून) स्थलांतरित झालेल्या लोकांतील उच्च गुन्हेगारी प्रवृत्तीचा अभ्यास केला होता. त्याचप्रमाणे शॉ आणि मॅके (Shaw and Makay) यांनी शिकागो शहरांतर्गत या स्थलांतराचा जो अभ्यास केला;

त्यानुसार या लोकांत भटक्या मुलांचे व बालगुन्हेगारांचे प्रमाण ८0% असून समवयस्क मुलांनी गटाने केलेले गुन्हे मोठ्या प्रमाणात असल्याचे लक्षात येते. या गुन्हेगारांची गुन्हा करण्याची पद्धती, त्यासंबंधीचे काही निकष जेव्हा निश्चित होतात तेव्हा त्यासाठी 'अपराध्यांची उपसंस्कृती' ही संज्ञा वापरली जाते. आज अमेरिकेतच नव्हे तर अन्य शहरांतही तरुण गुन्हेगारीला ऊत आला असून; चंगळवाद, झटपट श्रीमंत होण्याची इच्छा यांतून ही तरुण मंडळी गुन्ह्याकडे वळतात.

demography - (डेमोग्राफ्री) **लोकसंख्याशास्त्र :** मानवी लोकसंख्येचा वैज्ञानिक व संख्याशास्त्रीय अभ्यास म्हणजे लोकसंख्याशास्त्र होय. या प्रकारच्या अध्ययनात प्रामुख्याने खालील बाबी समाविष्ट होतात- लोकसंख्येत होणारी वाढ आणि घट, स्थलांतर, जननक्षमता, मर्त्यता इत्यादीतील बदलता अनुबंध याव्यतिरिक्त लोकसंख्येतील स्त्री-पुरुष प्रमाण, परावलंबी लोकसंख्येचे प्रमाण, वयोगटानुसार लोकसंख्येची रचना, लोकसंख्येतील विविध धर्मानुयायांचे प्रमाण, शिक्षित व अशिक्षित लोकसंख्येचे प्रमाण, लोकसंख्येतील साक्षरतेचे प्रमाण, ग्रामीण व नागरी लोकसंख्या, लोकसंख्येची घनता, इत्यादी बाबींचा अभ्यास लोकसंख्याशास्त्राच्या कार्यकक्षेत येतो.

demonstration experiment - (डेमॉन्स्ट्रे'शन एक्स्पे'रिमेंट) **प्रयोग प्रात्यक्षीकरण :** लवचीक स्वरूपाच्या प्रायोगिक संशोधन आराखड्यावर आधारित संशोधनात्मक धोरणाचा एक प्रकार म्हणजे 'प्रयोग प्रात्यक्षीकरण' होय. हे नवीन संशोधनात्मक धोरण किंवा पद्धती कोणत्यातरी एका स्थानासाठी उपयोगात आणले जाते. या स्थानात कारखाना किंवा शाळा यांचा समावेश केला जातो. विशेषत: तुलनात्मक गटाच्या माध्यमातून संशोधनप्रक्रिया पूर्ण केली जाते. यात ज्या विषयाचे अध्ययन करावयाचे त्या नमुन्याचे दोन समान गट केले जातात – १. प्रायोगिक गट २. नियंत्रण गट. संशोधनात नियंत्रण गटाच्या आधारे प्रायोगिक गटातील वर्तनबंधाची तुलना करून जे निष्कर्ष काढले जातात, त्यांसाठी ही संज्ञा वापरतात.

dependency theory - (डीपे'न्डन्सी थिअरी) **– परावलंबन सिद्धान्त :** परावलंबन सिद्धान्त हा आर्थिक, सामाजिक व राजकीय परिवर्तनाचा सिद्धान्त असून त्याद्वारे, सातत्याने गरिबीचा सामना कराव्या लागणाऱ्या राष्ट्रांतील गरिबीची कारणे, वंचित सामाजिक परिस्थितीची कारणे, राजकीय अस्थिरतेची कारणे शोधण्याचा प्रयत्न करण्यात आला होता. १९५0 साली लॅटिन अमेरिकेतील अर्थशास्त्रज्ञांनी

प्रचलित सनातनी धर्मनिष्ठेच्या विरोधात जाऊन हा सिद्धान्त प्रथम विकसित केला होता. त्यांच्या मते, तिसऱ्या जगातील राष्ट्रांनीसुद्धा, औद्योगिकीकरण झालेल्या राष्ट्रांचे उदाहरण डोळ्यांसमोर ठेवून, स्वत:समोर आधुनिकीकरणाचे व औद्योगिकीकरणाचे ध्येय ठेवून आधुनिक व उद्योगसंपन्न बनले पाहिजे. १९७६ साली फ्रॅन्क (Frank) यांनी विकसित केलेल्या सिद्धान्तात ते म्हणतात, की तिसऱ्या जगाचे प्रश्न युरोप व अमेरिका यांचे वसाहतवादी आणि उद्योगवादी असे जे वर्चस्व होते; त्यातून निर्माण झाले होते. तिसऱ्या जगातील राष्ट्रांची अर्थव्यवस्था, अशा रीतीने आकाराला आली की प्रथमत: ती प्रगत किंवा विकसित राष्ट्रांच्या कृषिविषयक आणि खनिजवस्तूविषयक गरजांची पूर्तता करेल व दुसरी बाब म्हणजे उत्तरेकडील राष्ट्रांत उत्पादित झालेल्या वस्तूंना तिसऱ्या जगातील राष्ट्रांतील बाजारपेठ उपलब्ध करून देईल. स्पर्धात्मक आणि राजकीय दडपण यांच्या एकत्रित दडपणाखाली तिसऱ्या जगातील उत्पादनव्यवस्था कार्यरत होती. या सिद्धान्ताचा प्रभाव समाजशास्त्रात १९७० साली दिसून आला, तो स्वत:ला नवमार्क्सवादी समजणाऱ्या विचारवंतांनी मार्क्सवादावर केलेल्या वाढत्या टीकेच्या संदर्भात दिसून आला. सारांशरूपात, तिसऱ्या जगाचे प्रगत देशांवर असलेले विविध प्रकारचे अवलंबन अभ्यासणाऱ्या सिद्धान्तासाठी 'परावलंबन सिद्धान्त' ही संज्ञा वापरण्यात आली होती.

dependent variable - (डीपे'न्डन्ट व्हे'अरिएबल) **अवलंबी किंवा परावलंबी चल :** स्वतंत्र चलाच्या परिमाणाचे मोजमाप करण्यासाठी ज्या चलांचा आधार घेतला जातो, त्या चलाला 'अवलंबी किंवा परावलंबी चल' या संज्ञेने संबोधले जाते. म्हणून एखाद्या प्रयोगात किंवा तथ्यविश्लेषणात स्वतंत्र चल हे अशा रीतीने नियंत्रित केले जातात, की ज्याद्वारे अवलंबी चलात झालेले परिवर्तन अभ्यासता येईल. (पहा-experimental method-प्रायोगिक पद्धती.)

deprivation - (डेप्रिव्हे'शन) **वंचितता :** मानवी मूलभूत गरजांच्या पूर्ततेसाठी आवश्यक असलेल्या आर्थिक व भावनात्मक पाठिंब्याचा अभाव म्हणजे 'वंचितता' होय. उत्पन्न, घर, मातापित्यांकडून घेण्यात येणारी काळजी व योग्य संगोपन यांपासून वंचित ठेवण्याच्या बाबी वंचिततेत समाविष्ट होतात. एकेकाळी अमेरिकेतील काळ्या रंगाच्या लोकांना (निग्रोंना) आणि भारतातील अस्पृश्यांना अनेक गोष्टींपासून वंचित केले होते. त्यांत शिक्षण, वस्तिस्थान, पाणवठा, धार्मिक विधी इत्यादींचा अंतर्भाव होतो. संगोपन, निवारा आणि संरक्षण या मानवी गरजा असून त्या योग्य प्रमाणात न पुरविणे म्हणजेही वंचितता होय.

derivations - (डेरिव्हे'शन्स) **युक्तिवाद किंवा भ्रम :** (पहा–residue and derivations–अवशेष आणि युक्तिवाद.)

descent - (डिसे'न्ट) **वंशपरंपरा :** वंशपरंपरा म्हणजे एका विशेष पूर्वजापासून जन्माला आलेल्या व्यक्तींचा गट होय. जर समाजात वंशपरंपरागत नियम असतील, तर त्यांना वंशपरंपरारचनेच्या आधारे त्यांचे विशेषीकरण करावे लागते. या वंशपरंपरा पितृवंशीय, मातृवंशीय व द्विवंशीय अशा विविध प्रकारच्या असतात.

determinism - (डिट'र्मिनिझम) **निर्धारणवाद :** निर्धारणवाद ही संज्ञा, असे एक गृहीततत्त्व आहे, की ज्यात सर्वज्ञ निरीक्षक विशिष्ट काळी किंवा वेळी (Time) ज्ञानाचा निष्कर्ष (knowledge outcome) काय असू शकेल, यासंबंधी प्राक्कथन करतो. सूत्ररूपात निर्धारणवाद हा t_1, $t_2 = K$ (वेळ १, वेळ २ = ज्ञान). यांचा अर्थ वेळ १ या कालावधीत ज्ञानाची पातळी काय होती, याचे विवेचन निर्धारणवादात केले जाते. सुरुवातीच्या अभिजात समाजशास्त्रज्ञांनी प्रचलित समाजव्यवस्थेच्या आधारे भावी किंवा भविष्यकालीन समाजव्यवस्थेतील सामाजिक संरचनेच्या संबंधीचा दृष्टिकोन निर्धारित करताना निर्धारणवादाचा स्वीकार केला होता. कॉन्त यांचा तीन अवस्थांचा सिद्धान्त, हर्बर्ट स्पेन्सर व त्यांचे अनुयायी यांचा जीवसेंद्रिय सिद्धान्त, सिमेल यांचा आंतरक्रियावाद, चार्ल्स कूले यांचा प्रतीकात्मक आंतरक्रियावाद, मार्क्स यांचा आर्थिक निर्धारणवाद, पार्सन आदींचा संरचनात्मक कार्यात्मक सिद्धान्त इत्यादींचा समावेश निर्धारणवादात केला जातो.

deterrence - (डिटे'रन्स) **निवारक किंवा निरोधक :** गुन्हेगारीशास्त्रात गुन्हेगाराला विशिष्ट स्वरूपाची समाजविरोधी क्रिया करण्यापासून एकतर रोखणे किंवा त्यांच्या हालचालींवर निर्बंध घालणे इत्यादी बाबींसाठी निवारक किंवा निरोधक ही संज्ञा वापरली जाते. निवारक किंवा निरोधक हा गुन्हेगारी वर्तनावर सामाजिक नियंत्रण प्रस्थापित करण्याचा एक मार्ग होय. तुरुंगात पाठविण्याची धमकी, अटक करण्याची धमकी, शिक्षेची भीती इत्यादी बाबींचा समावेश 'निवारक' या घटकात केला जातो. याशिवाय विविध गुन्हाप्रतिबंधात्मक कायद्यांद्वारे, तुरुंगातील सुधारणांतर्गत कार्यक्रमांत कैद्यांना शिक्षण, कलागुण, कौशल्य इत्यादी दर्शविण्यासाठी योग्य वाव दिल्यास ते परत गुन्ह्यास प्रवृत्त होणार नाहीत; यांनाही निवारक ही संज्ञा देता येईल.

development - (डिव्हे'लपमेन्ट) **विकास :** सामाजिक परिवर्तनाचे एक साधन म्हणून 'विकास' या संज्ञेकडे पाहिले जाते. काही तज्ज्ञांच्या मते, वृद्धी (Growth),

प्रगती (progress) आणि विकास (development) या समानार्थी संज्ञा आहेत; परंतु समाजशास्त्रज्ञांना हे मान्य नाही. त्यांच्या मते, प्रगती ही नेहमी एकदिशीय असते, तर विकास सर्वांगीण असतो. (खालील आकृत्या पहा.)

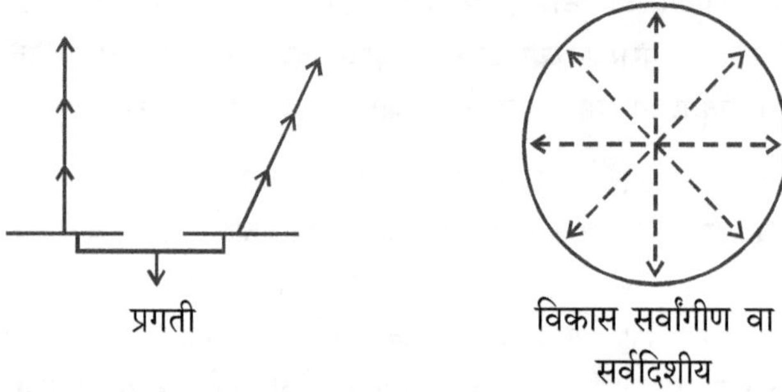

वरील आकृतीवरून तुमच्या असे लक्षात येईल, की प्रगती म्हणजे एका विशिष्ट दिशेने झालेली भरभराट किंवा समृद्धी होय. प्रगती ही नेहमी संख्यात्मक स्वरूपात मोजली जाते; याउलट बहुदिशीय क्षेत्रांत झालेले परिवर्तन म्हणजे विकास होय. काही तज्ज्ञांच्या मते, प्रगतीत संख्यात्मक बदल अपेक्षित असतात, तर विकासात मात्र गुणात्मक बदल महत्त्वाचे मानले जातात. सुप्रसिद्ध भारतीय विचारवंत डॉ. विद्याधर पुंडलिक 'विकास' या संज्ञेवर भाष्य करताना म्हणतात, पूर्वीच्या काळी विकासाचा अर्थ फक्त अर्थशास्त्रीय किंवा आर्थिक घटकांच्या अनुरोधाने निर्माण करण्याची परंपरा होती. परंतु नंतर बशेरा आणि सोबार्ट या दोन अर्थशास्त्रज्ञांनी प्रथमत: विकासातील आर्थिकेतर घटकांकडे लक्ष वेधले व विकासात आर्थिक घटकांसमवेत सामाजिक, सांस्कृतिक, राजकीय, धार्मिक, औद्योगिक इत्यादी घटकही महत्त्वाची भूमिका बजावतात असे प्रतिपादन केले. सारांश समाजात झालेला सर्वांगीण बदल म्हणजे विकास होय.

deviance - (डेव्हिए'न्स) विपथगामित्व किंवा विचलन : प्रचलित समाजातील सामाजिक प्रमाणके, सांस्कृतिक वर्तनबंध किंवा कायदे यांच्या विरोधात वर्तन करण्याची प्रवृत्ती म्हणजे 'विचलन किंवा विपथगामित्व' होय. प्रत्येक समाजाची सामाजिक प्रमाणके, सांस्कृतिक वर्तनबंध आणि कायदे वेगवेगळे असल्याने एका समाजाने एखाद्या व्यक्तीवर मारलेला विपथगामित्वाचा शिक्का, त्या समाजाचे नियम मोडले म्हणून मारला असला तरी दुसऱ्या समाजात ते वर्तन विपथगामी ठरेलच असे नाही. या दृष्टीने विचार करताना विपथगामित्व ही संज्ञा समाजशास्त्रज्ञांच्या दृष्टिकोनातून समाजसापेक्ष आहे; त्याचप्रमाणे एखादे वर्तन पूर्वीच्या काळी जसे

प्रमाणके किंवा सांस्कृतिक वर्तनबंध यांचा भंग करणारे ठरले, तरी आज ते तसे ठरेलच असे नाही. उदा. भारतात पूर्वी जातीच्या बाहेर विवाह करणे समाजमान्य नव्हते; म्हणून असा बहिर्विवाह करणाऱ्या जोडप्याला त्या काळी विपथगामी मानले जात असले; तरी आज मात्र जातिबाह्य विवाह किंवा आंतरजातीय विवाह यास कायद्याची मान्यता असल्याने असे वर्तन करणाऱ्या जोडप्यांवर आज विपथगामित्वाचा शिक्का मारला जात नाही.

deviant career - (डे'व्हिएन्ट करि'अर) **विपथगामी कारकिर्द :** विपथगामी कारकिर्द ही अशी एक (सामाजिक) प्रक्रिया आहे की ज्यात व्यक्ती स्वत:ची ओळख 'विपथगामी' म्हणून करून देते व स्वत:च्या विपथगामित्वाचा स्वीकार करते. एवढेच नव्हे तर ते लोक विपथगामी उपसंस्कृतीच्या द्वारे स्वत:चीही अस्मिता जपतात. दहशतवादी संघटनेचे नेते (उल्फा, अल्पा, नक्षलवादी, एल्टीटीई इत्यादी क्रांतिकारी चळवळीचे प्रणेते व अनुयायी), समाजसुधारक यांच्यावर विपथगामित्वाचा शिक्का मारला जातो व तो ते आनंदाने स्वीकारतात. याशिवाय चोरटा व्यापार करणारे व्यापारी, जुगार किंवा मटका चालविणारे दादा यांनी स्वेच्छेने त्या व्यवसायाचा स्वीकार केलेला असतो, म्हणून त्यांच्यासाठीही वरील संज्ञा वापरली जाते.

dialectic - (डायले'क्टिक) **द्वंद्वात्मकता :** १९७६ साली विलियम यांनी केलेल्या विवेचनानुसार डायले'क्टिक (dialectic) या संज्ञेचा मूळ अर्थ आहे, 'तर्कशास्त्र' (logic) किंवा 'अध्यात्मशास्त्र' (metaphysics); परंतु नंतर जर्मनीतील आदर्शवादी तत्त्वज्ञांनी आणि मार्क्सवाद्यांनी या संज्ञेचा अर्थ विरोध आणि पृथक्करण यांची (की ज्यात समावेशकता आणि तुलनात्मकता अंतर्भूत आहेत) प्रक्रिया होय असा केला. काही मार्क्सवादी विचारवंतांच्या मते, द्वंद्वात्मकता या प्रक्रियेत ठाम मत प्रतिपादन करणे (assertion), त्यास विरोध करणे आणि संमती देणे (thesis, antithesis and synthesis) इत्यादी प्रक्रिया समाविष्ट आहेत. १८ व्या आणि १९ व्या शतकात डायले'क्टिक (dialectic) या संज्ञेसाठी 'आनुमानिक तर्कशास्त्र' (inductive logic) ही संज्ञा वापरली जात होती. परंतु नंतर कांट आणि हेगेल (Kant and Hegel) यांनी प्रथमत: आनुमानिक तर्कशास्त्राला पर्यायी संज्ञा म्हणून 'द्वंद्वात्मक तर्कशास्त्र' (dialectical logic) ही संज्ञा वापरली होती. मार्क्स यांनी हेगेल यांची ही संज्ञा ग्राह्य धरून त्याआधारे 'द्वंद्वात्मक भौतिकवाद' (dilectical materialism) हा सिद्धान्त विकसित केला होता.

dialectical materialism - (डायलेक्टिकल मटेरिअॉलिझम) **द्वंद्वात्मक भौतिकवाद :** मार्क्स आणि एंगेल्स यांनी संयुक्तपणे प्रतिपादन केलेल्या वैज्ञानिक तत्त्वज्ञानाची संकल्पना म्हणजे त्यांचा 'द्वंद्वात्मक भौतिकवाद' होय. या सिद्धान्तानुसार मार्क्स यांनी सर्व प्रकारच्या परिवर्तननियमांचा अनुभवजन्य शोध घेण्याचा प्रयत्न केला होता. आपल्या द्वंद्वात्मक भौतिकवादावर चर्चा करताना मार्क्स असे म्हणतात की, निसर्ग किंवा भौतिक जग प्रथम येते व नंतर मनुष्य, त्याचे मन व विचार येतात. तसेच या भौतिक जगात मानवी जीवन किंवा अस्तित्व प्रथम येते व नंतर त्याआधारे आपण दैवी किंवा आध्यात्मिक जगाची कल्पना मांडतो. भौतिक जग हे वास्तव आहे, त्याचा आपल्याला अनुभव येतो, पण आध्यात्मिक जग मात्र अनुभवातीत असते. यावर अधिक स्पष्टीकरण करताना मार्क्स म्हणतात, मानवाने कल्पिलेले आध्यात्मिक जग किंवा पारलौकिक जग त्याने अनुभवलेल्या भौतिक जगाचे प्रतिबिंब असते. ते वास्तव नसते. द्वंद्वात्मक भौतिकवादात मार्क्स यांनी भौतिक जीवनातील निसर्ग, भौगोलिक गतिमत्त्व, लोकसंख्या, लोकसंख्येची घनता इत्यादी वास्तव घटकांचा समावेश होतो असे सांगितले होते. या भौतिक जगाचा विकास या जगातील परस्परविरोधी घटकांच्या संयोगातून होतो (उदा. कामगार–मालक इत्यादी). हाच मार्क्स यांचा द्वंद्वात्मक भौतिकवाद होय.

dialectical process - (डायलेक्टिकल प्रोसेस) **द्वंद्वात्मक प्रक्रिया :** समाजाची निर्मिती सामाजिक आंतरक्रियांच्या जाळ्यातून होते, असे जर्मनीतील समाजशास्त्रज्ञ सिमेल (Simmel) म्हणतात. मानवी सामाजिक क्रियांची पुनरुक्ती म्हणजे सामाजिक आंतरक्रिया होत. सिमेल यांच्या मते; आंतरक्रिया ही एक सामाजिक प्रक्रिया असून; त्यासाठी कमीतकमी दोन व्यक्ती आवश्यक असतात. या आंतरक्रियात समाविष्ट झालेल्या व्यक्तींचे परस्परांशी असलेले संबंध दोन प्रकारचे असतात. व्यक्ती समाजात जीवन जगत असूनही बऱ्याच वेळी ती समाजाबिरुद्ध उभी राहते. एकीकडे समाजात जीवन जगण्याची गरज व्यक्तीला वाटत असते; पण त्याच वेळेला काही प्रवृत्तींना व्यक्तीचा विरोध असतो. या प्रवृत्तीविरुद्ध उभे राहण्याची किंवा त्याविरुद्ध संघर्ष करण्याची व्यक्तीची इच्छा म्हणजे 'द्वंद्वात्मक प्रक्रिया' होय. समाजात एकाच वेळेला दोन परस्परविरोधी शक्ती कार्यरत असतात. एक–सत्प्रवृत्ती आणि दोन–दुष्ट प्रवृत्ती. या दोन प्रवृत्तिप्रक्रियेतील संघर्ष म्हणजे द्वंद्वात्मक प्रक्रिया होय. कारण संघर्ष ही सतत चालणारी प्रक्रिया होय. अमेरिकेतील निग्रोंचा त्यांच्या हक्कांसाठीचा लढा किंवा भारतातील अस्पृश्यांनी त्यांच्या हक्कांसाठी दिलेला लढा हे द्वंद्वात्मक प्रक्रियेचे उदाहरण होय. समाजातील श्रेष्ठत्व–कनिष्ठत्वाची

भावना या द्वंद्वात्मक प्रक्रियेला प्रोत्साहन देते, असे सिमेल (Simmel) म्हणतात. सारांश, व्यक्ती– व्यक्ती तसेच व्यक्ती व समाज यांच्यात अस्तित्वासाठी जो संघर्ष सातत्याने चाललेला असतो, त्यास 'द्वंद्वात्मक प्रक्रिया' या संज्ञेने संबोधले जाते.

dictatorship of the proletariat - (डिक्टे'टरशिप ऑफ द प्रोलिट'रिअट) **कामगारांची हुकूमशाही :** मार्क्सवादी विचारवंतांनी या संज्ञेचा वापर केला होता. मार्क्स यांच्या विचारानुसार कामगारांची हुकूमशाही हा सरकारचा असा प्रकार आहे, की जो राज्यक्रांतीनंतर भांडवलशाही उखडून टाकल्यानंतर आणि साम्यवाद प्रस्थापित होण्यापूर्वीच्या मधल्या काळात अस्तित्वात येतो. रशियात राज्यक्रांती झाल्यानंतर तेथील साम्यवादी पक्षाच्या माध्यमातून लेनिन यांनी 'कामगारांची हुकूमशाही' ही संज्ञा प्रथमत: उपयोगात आणली; परंतु या संज्ञेतील दडपशाहीच्या स्वरूपाकडे पाहून अनेक मार्क्सवादी मात्र आज या संज्ञेचा वापर करण्याचे टाळतात.

differential association - (डिफरे'न्शल असोसिए'शन) **विभेदित साहचर्य किंवा विभेदित मंडळ :** एडविन एच. सुदरलँड (Edwin H. Sutherland) यांनी 'गुन्हेगारीचा सिद्धान्त' म्हणून हा सिद्धान्त विकसित केला. या सिद्धान्तानुसार गुन्हेगारी वर्तन हे शिकलेले किंवा शिकून आत्मसात केलेले वर्तन आहे आणि ते परिस्थितीशी संबंध आल्यावर आकाराला येते; असा दृष्टिकोन मांडला असून त्यात त्यांनी गुन्हेगारीची अनुकूल किंवा सकारात्मक व्याख्या केली आहे. सुदरलँड या सिद्धान्ताद्वारे असा दावा करतात, की या सिद्धान्तामुळे समाजात किती प्रकारचे गुन्हे घडतात याचा आढावा घेता येईल. शिकागो विद्यापीठ अध्ययनाची परंपरा असलेल्या किंवा लाभलेल्या सुदरलँड यांनी रस्त्यावर भटकणाऱ्या गुन्हेगारी टोळ्यांच्या अध्ययनात अभिरुची दर्शविली होती व त्याआधारे त्यांनी गुन्हेगारीचा सर्वसामान्य सिद्धान्त विकसित केला होता. याचा अर्थ एवढाच की, गुन्हेगारी क्षेत्रात गुन्हेगारांच्या विविध किंवा विभिन्न टोळ्या कार्यरत असतात व त्या त्यांच्या क्षेत्रातील गुन्हेगारांना विविध प्रकारे मदत करतात; त्यांना गुन्हेगारीचे प्रशिक्षण देतात इत्यादी बाबी विभेदित साहचर्य किंवा विभेदित मंडळ यात समाविष्ट होतात.

diffusion - (डिफ्यू'जन) **प्रसार किंवा फैलाव :** एका समाजाच्या किंवा एका गटाच्या सांस्कृतिक गुणवैशिष्ट्यांचे दुसऱ्या समाजात किंवा गटात हस्तांतरण होण्याच्या प्रक्रियेसाठी ही संज्ञा वापरतात. यात धार्मिक श्रद्धा, भाषाप्रकार,

तंत्रशास्त्रीय कल्पना इत्यादींचा समावेश होतो. १८७१ साली ब्रिटिश मानवशास्त्रज्ञ एडवर्ड टेलर (Edward Tylor) यांनी या संज्ञेचा प्रथम वापर केला होता. अनेक समाजांत आढळणाऱ्या एतद्देशीय नसणाऱ्या सांस्कृतिक परंपरांचे स्पष्टीकरण करण्याच्या उद्देशाने त्यांनी ही संज्ञा वापरली असावी. मानवी इतिहासाकडे जर दृष्टिक्षेप टाकला, तर सांस्कृतिक प्रसारप्रक्रिया सर्वत्र मोठ्या प्रमाणात आढळून येते. आज संस्कृतीचा प्रसार अन्य समाजांत इतक्या मोठ्या प्रमाणात सर्वत्र झाला, की ज्यामुळे प्रत्येक समाज जागतिक समाजाचा एक भाग बनला. टॉलकॉट पार्सन्स यांनी संस्कृतीच्या प्रसारणाचा संबंध आर्थिक व सामाजिक विकास आणि तसेच आधुनिकीकरण यांच्याशी जोडला होता. वैद्यकशास्त्रज्ञ संसर्गजन्य रोगाचा फैलाव सर्वत्र होण्याच्या प्रक्रियेसाठी ही संज्ञा वापरतात.

diffusion of innovations - (डिफ्यूजन ऑफ इनोव्हेशन्स) **नवीन शोधांचा प्रसार व फैलाव :** तांत्रिक नवीन शोध, नवीन गोष्टी (फॅशन्स) यांचा स्वीकार करणाऱ्या सामाजिक प्रक्रियेसाठी ही संज्ञा वापरली जाते. नवीन शोधाचा स्वीकार जो समाज करणार आहे, त्या समाजाच्या सामाजिक व मानसशास्त्रीय वैशिष्ट्यांवर प्रकाशझोत टाकणे आवश्यक आहे. १९८३ साली रॉजर्स (Rogers) या विचारवंताने नवीन शोधाच्या स्वीकाराहैतेच्या तीन अवस्था सूचित केल्या होत्या. १. विकासाच्या प्रक्रियेत नवीन शोधाच्या स्वीकारक्षेत्राशी फारच कमी लोकांचे सूर जुळतात. नवीन शोधाच्या स्वीकाराहैतेची ही पहिली अवस्था होय. २. नवीन शोधाच्या स्वीकाराहैतेच्या दुसऱ्या अवस्थेत; नवीन शोधाचा स्वीकार संबंधित लोकसंख्येपैकी बहुसंख्य लोक कसा करतील, या संबंधीचा मार्ग सुलभ करण्याची प्रक्रिया समाविष्ट आहे. परंतु काही कर्मठ लोक जर नवीन शोधाला विरोध करीत असतील तर त्यांचा विरोध डावलून पुढे जाणे गरजेचे आहे. ३. शेवटी नवीन शोधात समाविष्ट असलेल्या विशिष्ट प्रक्रिया समजून घेतल्या पाहिजेत. (या प्रक्रियेत शोधातील वृद्धी, त्यातील सुधारणा, त्यांची तंत्रशास्त्रीय व्यवस्था, तंत्रशास्त्रीय, अर्थशास्त्रीय रूपावली किंवा प्रतिकृती, शोधातील तांत्रिक प्रक्रिया इत्यादी समाविष्ट होतात). नवीन शोधाच्या स्वीकाराहैतेच्या प्रक्रियेसाठी या संज्ञेचा वापर केला जातो.

disability - (डिसॅबिलिटी) **अपात्रता किंवा अयोग्यता :** सर्वसामान्य मानवी व्यक्तीत ज्या प्रकारची क्रियाशीलता आढळते त्याचा अभाव असणाऱ्या व्यक्तींसाठी ही संज्ञा वापरली जाते. या प्रकारच्या अपात्रतेत किंवा अयोग्यतेत विविध प्रकारच्या अपंगत्वांचा समावेश होतो. (यात बहिरेपण, अंधत्व, अपघात किंवा

अन्य कारणाने येणारे पंगुत्व, मंदबुद्धित्व इत्यादी शारीरिक कमतरतांचा समावेश होतो.) अपात्रता किंवा अयोग्यता, समाजशास्त्रीय दृष्टीने विचार करता समाजातील दुर्बळ किंवा अतिकनिष्ठ लोकांवर दबाव टाकून त्यांना विशिष्ट क्रिया करण्यास, विशिष्ट कार्य करण्यास बंदी करणे वा बंदी घालणे होय. काही समाजशास्त्रज्ञांच्या मते, अपात्रता वा अयोग्यता म्हणजे दुर्बळ वर्गातील लोकांच्या सबळ वर्गातील लोकांकडून केल्या जाणाऱ्या शोषणासाठी ही संज्ञा वापरली जाते. उदा. अमेरिकेत गोऱ्या लोकांनी काळ्या लोकांवर अनेक बंधने लादून अनेक क्रिया करण्यापासून त्यांना वंचित केले होते. पूर्वीच्या काळी भारतातही तथाकथित अस्पृश्यांवर स्पृश्यांनी अनेक प्रकारची बंधने लादून विशिष्ट क्रिया करण्यापासून त्यांना वंचित केले होते. त्यात अस्पृश्यांना शिक्षणाचा, धार्मिक क्रिया करण्याचा, स्पृश्यांना स्पर्श करण्याचा, स्पृश्यांच्या वस्तीत राहण्याचा, दुमजली पक्के घर बांधण्याचा, देवळात प्रवेश करण्याचा अधिकार नव्हता. या सर्वांचा अंतर्भाव हा अपात्रता किंवा अयोग्यता या संज्ञेत केला जातो.

discrimination - (डिसक्रिमिने'शन) **विभेदीकरण किंवा भेदभाव :** विभेदीकरण ही अशी एक प्रक्रिया आहे, की ज्यात सामाजिक गटातील सभासदांना वेगळेपणाची वागणूक दिली जाते; कारण त्यांचे गटातील स्थान दुय्यम किंवा कमी अनुकूल समजले जाते. वंश, वांशिकता, लिंगभाव, धर्म आणि जात इत्यादींच्या आधाराने हे विभेदीकरण केले जाते. समाजशास्त्रज्ञ विभेदीकरणाचे दोन प्रकार पाडतात – १. वर्गीकरणात्मक विभेदीकरण (categorical discrimination) : सामाजिक स्तरीकरणात या प्रकारचे विभेदीकरण आढळते. भारतातील जातीजातीतील विभेदीकरण, अमेरिकेतील काळे–गोरे रंगभेदावर आधारित विभेदीकरण यात येते. या विभेदीकरणाचे निश्चित तत्त्व असून ते म्हणजे व्यक्तीचा जन्म होय. यात स्वतःला श्रेष्ठ समजणारा गट कनिष्ठ गटाकडे प्रतिकूल दृष्टिकोनातून पाहतो. जन्मांवर आधारित हे विभेदीकरण निश्चित व कायमस्वरूपी असते. २. सांख्यिकी विभेदीकरण (statistical discrimination) : यातही श्रेष्ठत्व किंवा कनिष्ठत्व असे सामाजिक गट असतात, पण त्यांच्याकडे तुलनात्मक दृष्टीने कमी प्रतिकूलतेच्या दृष्टीने पाहिले जाते. बहुसंख्य व अल्पसंख्य गट (majority and minority) हे या प्रकारच्या विभेदीकरणात येतात. परराष्ट्रीय, परप्रांतीय, परधर्मीय इत्यादी अल्पसंख्य गट असून त्यांना बहुसंख्याकांपासून वेगळे समजले जाते व त्यांना वेगळी वागणूक दिली जाते. याशिवाय लिंगभावावर आधारित स्त्री-पुरुष विभेदीकरण महत्त्वाचे असून ते सर्वत्र आढळते व त्यात स्त्री कनिष्ठ व पुरुष श्रेष्ठ असतो. विभेदीकरणाचे

समर्थन केले जात नाही. अनेक देशांनी विभेदीकरणाला आळा घालण्यासाठी कायदे केले आहेत. १. भारत : जातिनिर्मूलन कायदा २. अमेरिका : लिंगभावनिर्मूलन कायदा इत्यादी.

discursive consciousness - (डिस्क'र्सिव्ह कॉ'न्शसनेस) **संवादात्मक किंवा तार्किक जाणिवा :** सामाजिक परिस्थितीसंबंधी कर्ते काय म्हणू शकतात किंवा त्यासंबंधी काय तोंडी स्पष्टीकरण देऊ शकतात, यासाठी १९८४ साली गिडन्स यांनी 'संवादात्मक' किंवा तार्किक 'जाणिवा' ही संज्ञा वापरली होती. या सामाजिक परिस्थितीत कर्त्याच्या स्वत:च्या क्रियेच्या परिस्थितीचाही समावेश यात करण्यात आला होता. गिडन्स यांच्यासाठी हे नमूद करणे महत्त्वाचे आहे, की सामाजिक जाणिवा या सर्व कर्त्यांना माहिती असतातच असे नाही; परंतु त्याचबरोबर संवादात्मक ज्ञानाबरोबरच व्यावहारिक ज्ञानसुद्धा (समाजात) अस्तित्वात असते, हे मात्र सर्व कर्त्यांना माहिती असणे जरी आवश्यक असले; तरी प्रत्येक वेळी व्यक्त करता येईलच, असे नाही.

disorganized capitalism - (डिसऑर्गनाइज्ड कॅ'पिटलिझम) **असंघटित भांडवलशाही :** असंघटित भांडवलशाही ही संज्ञा जॉन उरे (John Urry), स्कॉट लॅश (Scolt Lash) आणि क्लॉज ऑफी (Claus Offe) या राजकीय समाजशास्त्रज्ञांनी वापरली होती. प्रगत भांडवलशाहीतील राज्य आणि नागरी वा सुसंस्कृत समाज यातील अर्थव्यवस्थेचे सामाजिक आर्थिक विखंडन (fragmentation) करण्यासाठी या संज्ञेचा वापर करण्यात आला होता. असंघटित भांडवलशाहीत संघटित भांडवलांच्या आणि संघटित कामगारांच्या आंतरक्रिया विखंडित करण्याची प्रक्रिया सहभागी आहे. तत्त्वत: असंघटित भांडवलशाही म्हणजे एक प्रकारे भांडवलशाही अर्थव्यवस्थेचे पुनर्संरचनीकरण आणि अपसरण (recession) होय. या संदर्भात असा विवाद केला जातो, की व्यावसायिक संरचनेत झालेल्या परिवर्तनामुळे पूर्णवेळ नोकरीचा मृत्यू (विनाश) झाला असून रोजगार आणि बेरोजगार यांच्यातील भेद वाढत आहे. त्याचप्रमाणे सेवाउद्योगात झालेली वाढ, अनौपचारिक विभागाचा वाढता आकार हे परिणाम प्रामुख्याने उदारमतवादी लोकशाहीतील राजकीय प्रक्रियेवर झाल्याचे दिसून येते. सारांश, आर्थिक व राजकीय क्षेत्रांतील संघटित व्यवस्थेचे क्रमाने असंघटित व्यवस्थेत रूपांतर होणे म्हणजे असंघटित भांडवलवाद होय.

division of labour - (डिव्हिजन ऑफ लेबर) **श्रमविभाजन** : काही तज्ज्ञांच्या मते, श्रमविभाजन ही आर्थिक संस्थेअंतर्गत एक आर्थिक उपसंस्था असून त्यात उत्पादनप्रक्रियेचे व्यक्तींच्या शारीरिक बौद्धिक क्षमतेनुसार जे वाटप केले जाते, त्यास श्रमविभाजन म्हणतात. अर्थसंस्था समाजातील सामाजिक संस्थांपैकी एक सामाजिक संस्था असून, त्यात समाजातील कामाचे वाटप महत्त्वाचे असल्याने समाजशास्त्रज्ञांचे लक्ष श्रमविभाजनाच्या अध्ययनाकडे वेधले गेले. समाजशास्त्रीय दृष्टिकोनातून विचार करता श्रमविभाजन म्हणजे समाजातील विविध कामांचे आणि सेवांचे व्यक्तीच्या कार्यक्षमतेनुसार व लायकीनुसार होणारे वाटप होय. काही समाजशास्त्रज्ञांनी श्रमविभाजनाच्या तीन पायऱ्यांचा किंवा तीन टप्प्यांचा उल्लेख केला होता. १. व्यक्तींच्या गरजा जसजशा वाढत जातात, तसतशा त्या गरजा पूर्ण करणाऱ्या विविध यंत्रणा उदयाला येतात. त्यानंतर समाजातील प्रत्येक व्यक्तिसमूहाने विशिष्ट उत्पादनाची व सेवा प्रदान करण्याची जबाबदारी स्वीकारणे, म्हणजे श्रमविभाजनाची पहिली पायरी होय. २. कालांतराने व्यक्तींच्या व समाजाच्या गरजा जसजशा वाढत जातात; तसतशा त्या गरजा पूर्ण करण्यासाठी आवश्यक असलेल्या यंत्रणापण वाढत गेल्या. त्यातून श्रमविभाजनात गुंतागुंतपण वाढत गेली, ही श्रमविभाजनाची दुसरी पायरी होय. ३. काळानुसार समाजाच्या व व्यक्तींच्या वाढत्या गरजांच्या पूर्ततेसाठी पूर्वीपेक्षा अधिक उच्च स्वरूपाच्या कौशल्याची आवश्यकता भासू लागली व त्यामुळेच श्रमविभाजनातून विशेषीकरणाचा उदय झाला, ही श्रमविभाजनाची तिसरी पायरी होय. द्युरखेम यांनी उत्क्रांतिवादी दृष्टिकोनातून तर मार्क्स यांनी खासगी मालमत्ता, शोषण व दूरीकरण या दृष्टिकोनातून श्रमविभाजनाचे अध्ययन केले होते.

divorce - (डिव्होर्स) **घटस्फोट** : धार्मिक विधी किंवा कायदेशीर तरतुदी यांद्वारे विवाहबद्ध झालेल्या दाम्पत्याचे जर एकमेकांशी पटले नाही तर त्यांना वैवाहिक जीवनातून मुक्त होण्याची कायद्याने मान्य केलेली व्यवस्था, म्हणजे घटस्फोट होय. सर्वसामान्यपणे ज्या समाजात विवाह हा करार किंवा तडजोड आहे, (इस्लाम व ख्रिस्ती धर्मातील प्रोटेस्टंट पंथ) त्या समाजात घटस्फोट चटकन मिळतो; तर ज्या समाजात विवाह एक पवित्र संस्कार आहे, (हिंदू धर्म व कॅथॉलिक पंथ-ख्रिस्ती धर्म) तेथे घटस्फोट मिळविणे अधिक जिकिरीचे काम असते. काही समाजशास्त्रज्ञांच्या मते, घटस्फोट ही कुटुंबाचे व पर्यायाने, समाजाचे विघटन करणारी प्रक्रिया होय. अमेरिका हा सर्वाधिक घटस्फोट देणाऱ्यांचा देश असून, भारतात मात्र घटस्फोटाचे प्रमाण खूपच कमी असले; तरी गेल्या काही

दशकांत सुशिक्षित स्त्री-पुरुषांत घटस्फोट घेण्याच्या प्रवृत्तीत वाढ होत आहे.

domestic labour - (डोमे'स्टिक लेबर) **घरगडी किंवा घरकामगार :** अनेक प्रकारची घरगुती कामे करणाऱ्या कामगारांसाठी 'घरगडी वा घरकामगार' ही संज्ञा वापरतात. धुणे, भांडी, पाणी भरणे, स्वच्छता इत्यादी दैनंदिन कामांबरोबरच लहान मुलांना सांभाळणे व त्यांची काळजी घेणे हीपण कामे घरगड्याला करावी लागतात. घरगड्यांना वेतनश्रेणी नसते. घरगड्याचा व्यवसाय खासगी स्वरूपाचा असतो व तो लिंगभावावर आधारित असतो. घरगड्याचे काम प्रामुख्याने स्त्रियांचे आहे, असे मानले जाते. मार्क्स यांच्या मते, गृहोद्योगातील किंवा कुटिरोद्योगातील कामागारांसाठी ही संज्ञा वापरण्यात आली होती. आपल्या घरात गृहिणीची भूमिका बजावणाऱ्या स्त्रियांसाठीपण, काही तज्ज्ञांनी 'घरगडी' या संज्ञेचा वापर केल्याचे दिसते.

domestic production - (डोमे'स्टिक प्रॉड'क्शन) **गृहोत्पादन :** उत्पादकाच्या स्वतःच्या घरी आर्थिक उत्पादन करण्याच्या क्रियेसाठी 'गृहोत्पादन' ही संज्ञा वापरली जाते. हे गृहोत्पादन; उत्पादकाच्या स्वतःच्या उपयोगासाठी, विक्रीसाठी केले जाते. या प्रकारच्या उत्पादनाला भांडवलदारांकडून जसे आर्थिक साहाय्य मिळते तसेच त्यावर भांडवलदारांचे नियंत्रणपण असते. कारखाना उत्पादनपद्धती सुरू होण्यापूर्वी व भांडवलशाहीच्या प्रारंभिक अवस्थेत गृहोत्पादन ही आर्थिक उत्पादनाची दर्जेदार उत्पादनपद्धती होती. आधुनिक भांडवली समाजात गृहोत्पादन जरी बाजूला पडले असले; तरी काही औद्योगिक समाजशास्त्रज्ञ असे सूचित करतात की, माहिती तंत्रज्ञानाच्या (Information Technology) नवीन प्रकाराला प्रारंभ झाल्यावर, उत्पादक त्यांच्या तंत्रज्ञांना कार्यालयीन काम करण्यास मान्यता देतात, त्यामुळे आज गृहोत्पादन उत्पादनभूमिकेत परत एकदा महत्त्वपूर्ण भूमिका बजावणार असल्याचे दिसून येते.

domestic violence - (डोम'स्टिक व्हायलन्स) **गृहहिंसा :** गृहहिंसा म्हणजे विशेषत्वाने पुरुषांनी स्त्रियांवर केलेले (शारीरिक किंवा मानसिक) अत्याचार होत. १९७० च्या दशकात स्त्रीवादी तत्त्वज्ञांनी ही संज्ञा प्रसिद्धीच्या झोतात आणली होती. काही स्त्रीवादी तज्ज्ञांच्या मते, घरात ज्या स्त्रियांना मारहाण केली जाते, अशा स्त्रियांचे संरक्षण करणे जरुरी आहे. अन्य काही स्त्रीवादी विचारवंत असा विवाद करतात की, गृहहिंसा ही लिंगभाव विषमतेचे प्रतिबिंब असून पुरुष त्यांच्या ताकदीचा वापर स्त्रियांवर दडपशाही करण्यासाठी करतात. अधिक विस्तृतपणे

सांगावयाचे झाल्यास कुटुंबात होणारी हिंसा यात समाविष्ट होते. यात लहान मुलांना होणारी मारझोड, त्यांचा छळ इत्यादी बाबीपण गृहहिंसेत अंतर्भूत आहेत.

dominant culture - (डॉमि'नन्ट कल्चर) **प्रभावी संस्कृती किंवा संस्कृतिप्राबल्य :** काही समाजशास्त्रज्ञ असे मानतात, की पारंपरिक समाज हा सांस्कृतिक गुणधर्म आणि प्रथा यांच्या परस्परसंगतीच्या वैशिष्ट्यांनी भारलेला आहे; तर आधुनिक समाज म्हणजे स्पर्धात्मक संस्कृती, उपसंस्कृती यांचा ढीग होय. विविधतेच्या या परिस्थितीत प्रभावी संस्कृती म्हणजे अशी संस्कृती, की जी आर्थिक किंवा राजकीय सत्तेच्याद्वारे, आपली मूल्ये, आपली भाषा, आपला वर्तनमार्ग इतर संस्कृतींच्या किंवा उपसंस्कृतींच्या लोकांवर लादते. प्रभावी संस्कृती ही वैज्ञानिक वा राजकीय दडपणाद्वारे इतरांवर लादता येते. इंग्रज लोकांनी भारत सोडून सुमारे ६२ वर्षे होतील; पण इंग्रजी भाषेचा प्रभाव आजही भारतीय जनतेवर मोठ्या प्रमाणात आहे. संस्कृतिप्रभावाचे हे उत्तम उदाहरण होय.

dominant ideology - (डॉमि'नन्ट आइडि'ऑलजी) **प्रभावी विचारप्रणाली :** प्रभावी विचारप्रणाली हा असा एक सिद्धान्त आहे, की ज्यात भांडवलशाही समाजात कामगार वर्गावर मालकांनी कसा प्रभाव गाजवायचा यासंबंधी मांडलेले विचार यात येतात. प्रभावी विचारप्रणाली सिद्धान्त हा भांडवलशाहीवादी सत्ताधारी वर्गाने, सांस्कृतिक प्रभावाद्वारे, कामगार वर्गावर कसे वर्चस्व प्रस्थापित केले याचे निर्देशन करतो. प्रभावी विचारप्रणाली सिद्धान्तावर कठोर टीका १९८० साली अबरक्रॉम्बी यांनी (Abercrombie et. al.) केली होती. प्रभावी विचारप्रणाली सिद्धान्तावर टीका करताना अबरक्रॉम्बी म्हणतात की, या सिद्धान्ताच्या प्रणेत्यांनी आधुनिक समाजातील सांस्कृतिक एकात्मतेच्या महत्त्वासंबंधी एकीकडे फाजील अंदाज व्यक्त करताना दुसरीकडे कनिष्ठ गटातील लोकांच्या श्रद्धा आणि मूल्ये यांना कमी लेखून कनिष्ठांच्या क्षमतेवर घाला घातला होता; की ज्याचा परिणाम प्रति-विचारप्रणाली निर्माण करण्यात झाला. संरचनात्मक कार्यात्मक सिद्धान्तासारखाच प्रभावी विचारप्रणाली सिद्धान्त असून दोन्हीतही सहभागी मूल्यांच्या महत्त्वावर अत्याधिक भर दिल्याचे आढळून येते.

domination - (डॉमिने'शन) **प्रभुत्व किंवा वर्चस्व :** प्रभुत्व किंवा वर्चस्व या संज्ञेचा सर्वसामान्य दृष्टीने अर्थ असा की, एका व्यक्तीची किंवा गटाची दुसऱ्या व्यक्तीवर किंवा गटावर सत्ता गाजविण्याची क्रिया होय. प्रभुत्व किंवा वर्चस्व या संज्ञेचा विशेष अर्थ वेबर यांनी १९२२ साली दिला होता. या संज्ञेचा (मूळ जर्मन संज्ञा Herrschaft - हरशॉफ्ट) अर्थ आहे, विशिष्ट समाजातील किंवा संघटनेतील

लोकांवर सत्तेच्याद्वारे प्रभुत्व प्रस्थापित करून त्यांना समाजाच्या आज्ञेचे पालन करण्यास भाग पाडणे होय. (पहा–legitimate authority–वैधानिक अधिकार.)

double descent - (डॅबल डिसेˈन्ट) **दोन किंवा द्वि–वंशपरंपरा :** पहा–bilateral or bilineal descent–द्विपक्षीय किंवा द्विवंशीय वंशपरंपरा.

double hermeneutics - (डॅबल हरमिन्यूटिक्स) **द्विविध स्पष्टीकरण :** १९८४ साली ॲन्थॉनी गिडन्स यांनी 'द्विविध स्पष्टीकरण' या संज्ञेचा वापर केला होता. या द्विविध स्पष्टीकरणाच्या संदर्भात गिडन्स असे नमूद करतात की, समाजशास्त्रात किंवा कोणत्याही सामाजिक शास्त्रात सामाजिक क्रियेचे आकलन दोन पातळ्यांवर किंवा दोन प्रकारांनी केले जाते. १. सामान्य कर्त्यांनी अर्थपूर्ण सामाजिक जगाची रचना ज्या प्रकारे केली त्याचे आकलन करणे, २. समाजशास्त्रज्ञ किंवा सामाजिकशास्त्रज्ञ सामाजिक क्रियेचे आकलन होण्यासाठी किंवा स्पष्टीकरण देण्यासाठी ज्या वर्णनात्मक किंवा विश्लेषणात्मक भाषेचा वापर करतात त्याचे आकलन होणे होय. सोप्या शब्दांत, सर्वसामान्य माणसांना एखाद्या घटनेचे आकलन होण्यासाठी ते जी भाषा वापरतात व त्याच घटनेचे आकलन होण्यासाठी सामाजिक संशोधक जी भाषा वापरतात त्याचा अर्थ वेगळा असतो. संज्ञा एक, पण त्याचे स्पष्टीकरण वेगळे; त्यास द्विविध स्पष्टीकरण या संज्ञेने संबोधले जाते. उदा. 'समुदाय' या शब्दाचे सर्वसामान्य माणसाचे आकलन वेगळे, तर समाजशास्त्रज्ञाचे आकलन वेगळे. सर्वसामान्याच्या दृष्टीने विशिष्ट प्रसंगी विशिष्ट कारणाने जमलेले लोक म्हणजे समुदाय. परंतु समाजशास्त्रज्ञांच्या भाषेत समुदाय म्हणजे व्यक्तींच्या जास्तीतजास्त गरजा पूर्ण करणाऱ्या, विशिष्ट भूप्रदेशावर वास्तव्य करणाऱ्या व त्याबद्दल आत्मीयतेची भावना बाळगणाऱ्या लोकांचा गट होय. (हे द्विविध स्पष्टीकरण होय.)

dramaturgy - (ड्रॅमॅटर्जी) **नाट्यकला :** 'नाट्यकलाशास्त्र' या दृष्टिकोनाचा जनक आहे इर्विंग गॉफमन (Erving Goffman). त्यांनी समाजशास्त्रीय अध्ययनक्षेत्रात याद्वारे एक नवीन दालन उघडले. या दृष्टिकोनाद्वारे गॉफमन यांनी मानवी जीवन आणि नाटकाचा रंगमंच यांची तुलना केली आहे. ही तुलना म्हणजे प्रतीकात्मक आंतरक्रियावादाचा विस्तार होय. या तुलनेत गॉफमन म्हणतात, एखादे नाटक रंगमंचावर सादर करताना नाटकातील विविध पात्रे ज्याप्रमाणे त्यांच्या त्यांच्या भूमिका वठवितात; त्याचप्रमाणे समाज हापण एक हौशी रंगमंच असून, समाजातील प्रत्येक कर्ता (actor) या समाजरूपी रंगमंचावरचे एक पात्र

असून, त्यालाही त्याच्या त्याच्या भूमिका वठवाव्या लागतात. यासाठी गॉफमन यांनी 'नाट्यकला' ही संज्ञा वापरली. त्यांनी समाजासाठी रंगमंचाचे प्रतीक वापरले, तर नाटकातील पात्रांची तुलना समाजातील कर्त्यांशी (actors) केली होती.

dual economies and dual societies - (ड्यूअल इकॉनॉमिज ॲन्ड ड्यूअल सोसायटिज) **द्वि-अर्थव्यवस्था आणि द्वि-समाजव्यवस्था :** एका राष्ट्रात किंवा एका वसाहतीत एकाच वेळेला दोन प्रकारच्या अर्थव्यवस्था किंवा समाजव्यवस्था अस्तित्वात असणे म्हणजे द्वि-अर्थव्यवस्था किंवा द्वि-समाजव्यवस्था होय. १९५३ साली बोएके (Boeke) यांनी या संज्ञेचा प्रथम वापर केला होता. त्यांच्या पूर्वाश्रमीच्या वसाहतवादी राष्ट्रांत भांडवलशाही (capitalist) आणि अभांडवलशाहीवादी (non-capitalist) अर्थव्यवस्था व समाजव्यवस्था एकाच वेळेला अस्तित्वात होत्या व त्यासाठी वेगवेगळे तर्कशास्त्र वापरले जात असे. नंतर आधुनिकीकरणवादी सिद्धान्तकारांच्या मते, तिसऱ्या जगातील समाजात आधुनिक व पारंपरिक अशा दोन वेगवेगळ्या अर्थव्यवस्था व समाजव्यवस्था उदयाला आल्या. स्वातंत्र्यप्राप्तीनंतर भारतातही दोन प्रकारच्या अर्थव्यवस्था आणि समाजव्यवस्था उदयाला आल्या. अर्थव्यवस्थेचा विचार करता भारतात एकाच वेळी भांडवलशाहीवादी व समाजवादी अर्थव्यवस्था कार्यरत आहेत. भारतातील समाजव्यवस्थेचा विचार करता भारतात एकाच वेळेला पारंपरिक जातिव्यवस्थेवर आधारित जशी समाजव्यवस्था आहे; तशीच आधुनिक वर्गव्यवस्थेवर आधारित समाजव्यवस्थापण आहे.

dualism - (ड्यूअलिझम) **द्वैतवाद :** द्वैतवाद हा असा एक सिद्धान्त आहे, की ज्यात कोणत्याही वस्तूचा मूलभूत प्रकार, दोन परस्परविरोधी घटकांत आढळून येतो. उदा. या वस्तूत संपत्ती व वास्तवता यांचा समावेश होतो. कोणत्याही वस्तूचे मूल्य म्हणजे संपत्ती व त्या वस्तूचा प्रत्यक्ष वापर करणे म्हणजे वास्तवता होय. हा एक प्रकारचा द्वैतवाद होय. तज्ज्ञांच्या मते, हे परस्परविरोधी वर्गीकरण करताना कोणत्याही एका वर्गीकरणाला कमी लेखण्याची शक्यता नसते. या संज्ञेचा अर्थ तत्त्वज्ञानशास्त्रात, 'भौतिक वस्तू आणि मानसिक कल्पना यांत करण्यात येणारा भेद' असा घेतला आहे; तर समाजशास्त्रात द्वैतवाद म्हणजे निसर्ग (Nature) आणि संगोपन (Nurture) यांतील किंवा वैयक्तिक कर्ता आणि संरचनात्मक निर्धारणवाद यांतील भेद होय. आजच्या तत्त्वज्ञानशास्त्रात आणि समाजशास्त्रात संपूर्ण द्वैतवादाऐवजी, द्वैतवाद म्हणजे विचाराच्या प्रकारातील

उपयोगितेच्या मान्यतेच्या आधाराने दोन घटकांतील भेद स्पष्ट करणे होय. यात एकीकडे मन व दुसरीकडे पदार्थ किंवा संरचना व कर्ता यांच्यातील द्वंद्वात्मक आंतरक्रियांचा विचार केला जातो. धर्मशास्त्रात परमेश्वराच्या स्वरूपाबद्दल द्वैतवादाचा अवलंब करतात. परमेश्वर सगुण आहे की निर्गुण किंवा तो एक आहे की अनेक, याबाबतचे विचार द्वैतवादात येतात.

duality of structure - (ड्यूऑलिटी ऑफ स्ट्रक्चर) **संरचनेतील द्विविधता :** इ.सन १९८४ साली गिडन्स यांनी लिहिलेल्या 'समाजाची संरचना' (The Constitution of Society) या ग्रंथात कर्ता (actor) आणि संरचना (structure) यांच्यातील द्वैतवादावर किंवा द्विविधतेवर विवेचन केले होते. गिडन्स यांच्या मते, समाजशास्त्रीय सिद्धान्त दोन गटांत विभागला आहे. १. सिद्धान्ताचा एक गट, व्यवस्थेच्या दृष्टिकोनातून समाजाचा विचार करतो. यात गटसंरचना वा उत्पादनसंबंधाचाही विचार केला जातो. या सिद्धान्ताच्या विचारसरणीनुसार कर्ता हा सातत्याने सामाजिक संरचनेच्या हातचे बाहुले बनतो. २. सिद्धान्ताच्या दुसऱ्या गटात सूक्ष्मदर्शी सिद्धान्ताचा अंतर्भाव होतो. गिडन्स यांच्या मते, हा सूक्ष्मदर्शी सिद्धान्त प्रामुख्याने कर्ता या घटकावर भर देतो. या विचारसरणीनुसार कर्ता व कर्त्याच्या एकूण क्रिया समाज बनवितात. कर्त्याच्या स्वायत्ततेशिवाय कोणताही समाज किंवा समाजसंरचना अस्तित्वात येत नाही, या विचारानुसार संरचनेपेक्षा कर्ता महत्त्वाचा मानला गेला. सारांश, समाजसंरचना व कर्ता यांच्यातील द्विविधता यावर गिडन्स यांनी भर दिला असला; तरी या दोन घटकांतील भेदापेक्षा त्यांच्यात एकात्मता कशी प्रस्थापित करता येईल, हा गिडन्स यांच्या अध्ययनाचा हेतू होता.

dual labour market - (ड्यूअल लेबर मार्केट) **दोन श्रमबाजार :** दोन श्रम-बाजार या संज्ञेत असे गृहीत धरले जाते, की 'श्रमबाजार' ही अशी एक व्यवस्था आहे की ती दोन विभागांत विभागली जाते. १. प्राथमिक विभाग आणि २. दुय्यम विभाग. प्राथमिक विभागात सापेक्षत: उच्च वेतन असलेल्या नोकऱ्या व सर्वोत्तम कारकिर्द यांचा समावेश होतो; तर दुय्यम विभागात वरील बाबींचा अभाव असतो. सर्वोत्तम कारकिर्द व उच्च प्रतीच्या नोकऱ्या हे प्राथमिक श्रमबाजाराचे वैशिष्ट्य असल्याने पांढरपेशा पुरुषांना यात संधी दिली जाते; तर दुय्यम श्रमबाजारात स्त्रिया, अल्पसंख्याक, गटाचे सभासद यांचे प्रतिनिधित्व मोठ्या प्रमाणात असते.

dyad and triad - (डायड ऑन्ड ट्रायड) **द्विगट आणि त्रिगट :** जॉर्ज सिमेल (Georg Simmel) या जर्मन शास्त्रज्ञाने त्यांच्या 'गटाचा संख्यात्मक पैलू' (The

Quantitative aspect of the group) या अत्यंत परिणामकारक निबंधात; सामाजिक गटातील सभासदसंख्येचा गटाची संरचना, गटाचे स्वरूप, गटांतर्गत प्रक्रिया व आंतरक्रियात्मक संबंध यांवर काय परिणाम होतो, याचे विवेचन केले आहे. गटाचा पहिला प्रकार म्हणजे दोन सभासद असलेल्या व्यक्तींचा गट द्विगट (dyad) या संज्ञेने संबोधला जातो. ह्या गटात दोनच व्यक्ती सभासद असल्यामुळे तेच फक्त परस्परांच्या पुढे येतात वा समोर येतात. एका सभासदाने जर सभासदत्वाचा त्याग केला तर गटाचे अस्तित्वच नाहीसे होते. गट टिकवावयाचा असेल तर दोन्ही सभासदांचे सभासदत्व टिकणे अत्यावश्यक आहे. दोन व्यक्तींच्या गटात तिसऱ्या सभासदाने प्रवेश केला, तर गटाचे स्वरूप बदलून तो त्रिगट म्हणजे तीन सभासद असलेल्या व्यक्तींचा गट बनतो. परिणामत: द्विगटात न दिसणाऱ्या काही शक्यता त्रिगटात आढळून येतात. यात प्रथमच सभासदांची विभागणी दोन विरुद्ध एक अशी होऊ शकते. तिसरा सभासद अन्य दोन सभासदांत झालेल्या भांडणात मध्यस्थाची भूमिका घेऊन गट दुभंगण्यापासून वाचवितो. किंवा हा तिसरा सभासद अन्य दोन सभासदांतील मतभेदाला खतपाणी घालून स्वत:चा एकतर स्वार्थ साधतो; किंवा अन्य दोन सभासदांवर आपले वर्चस्व प्रस्थापित करतो. सारांश, त्रिगटात एक सभासद वाढल्यामुळे गटातील सामाजिक संबंधातील गुंतागुंतपण वाढते.

dysfunction - (डिस'फंक्शन) **अकार्य किंवा अपकार्य :** कार्यात्मकवादी सिद्धान्तावर चर्चा करताना प्रा. आर. के. मर्टन यांनी कार्यावर चर्चा केली असून त्यानुसार कार्याच्या विरोधी कार्य म्हणून अकार्य, अपकार्य, प्रतिकूल कार्य (dysfunction) यावर विवेचन केले होते. मर्टन यांच्या मते, जी कार्ये समाजव्यवस्थेच्या एक किंवा अनेक गरजापूर्ततेत आंशिक अथवा अंशत: सामाजिक संरचनेत अडथळा निर्माण करीत असतील तर त्या संरचना समाजव्यवस्थेच्या दृष्टीने विचार करता प्रतिकूल क्रिया करीत असतील तर त्यास 'अकार्य किंवा अपकार्य' ह्या संज्ञेने संबोधले जाते. सोप्या शब्दांत असे म्हणता येईल, की समाजव्यवस्था विस्कळीत करण्यासाठी, समाजव्यवस्था अस्थिर करण्यासाठी किंवा समाजव्यवस्थेचे विघटन होण्याच्या दृष्टीने जी जी कार्ये केली जातात; त्यांना अकार्ये, अपकार्ये या संज्ञेने संबोधले जाते. काही तज्ज्ञांच्या मते, प्रत्येक समाजव्यवस्थेची काही प्रमाणके असतात. त्या प्रमाणकांच्या पालनाच्याऐवजी जेव्हा कर्ते प्रमाणकांचे उल्लंघन करतात, तेव्हा त्यासही अकार्य किंवा अपकार्य म्हणतात.

ecological development - (इकॉलॉजिकल डिव्हे'लपमेन्ट) **परिसरशास्त्रीय विकास** : पहा–sustainable development –शाश्वत किंवा चिरंतन विकास.

economic and social development - (इकॉनॉमिक ॲन्ड सो'शल डिव्हे'लपमेन्ट) **आर्थिक व सामाजिक विकास** : आर्थिक उत्पादन आणि समृद्धी यांत होणाऱ्या वाढीमुळे होणाऱ्या परिवर्तनास आर्थिक विकास म्हणतात; तर सामाजिक संरचना आणि संघटना यांत नवनवीन व अधिक जटिलता निर्माण होण्याच्या परिवर्तनक्रियेला 'सामाजिक विकास' असे म्हणतात. या प्रकारच्या विकासाचे अध्ययन हा अभिजात समाजशास्त्राच्या अध्ययनाचा मध्यवर्ती विषय होता. उदा. सामाजिक परिवर्तनाचा उत्क्रांतिवादी सिद्धान्त. आजच्या समकालीन समाजशास्त्रीय योगदानात आर्थिक आणि सामाजिक विकासाचा वापर सर्वसामान्यपणे समाजवादी आणि भांडवलशाही आर्थिक व्यवस्थेतील औद्योगिकीकरणाच्या विशेष प्रक्रियेशी जोडण्यासाठी केला जातो. १९६७ साली बॅरिंग्टन मूर यांच्या तुलनात्मक आणि ऐतिहासिक अध्ययनाचा प्रभाव आजही कायम असला; तरी विकसित भांडवलशाही जगातील परिवर्तनाची नवीन अध्ययने तज्ज्ञांचे लक्ष वेधून घेत आहेत. (एककेंद्राभिमुखतेचा सिद्धान्त, भांडवलोत्तर समाजाचा सिद्धान्त, उद्योगेतर समाजसिद्धान्त यात येतात.) आर्थिक सामाजिक विकासाचा विचार करता आजचे यासंबंधीचे बरचसे सैद्धान्तिक कार्य हे तिसऱ्या जगातील सद्य:कालीन प्रश्न आणि समस्या यांच्या विकासाशी निगडित आहेत.

economic crises - (इकॉनॉमिक क्रा'यसेस) **आर्थिक संकट किंवा आर्थिक आणीबाणी** : भांडवलशाही अर्थव्यवस्थेच्या कार्यात मधूनमधून किंवा अधिक अनियमितपणे येणारी आर्थिक दुरवस्था ही आर्थिक संकट म्हणून संबोधली जाते; ज्यात अर्थव्यवस्थेचे संचयीकरण प्रतिबंधित केले जाते किंवा थांबविले

जाते, याचे कारण अर्थव्यवस्थेच्या नियमित चक्रात एकतर भरभराट किंवा वृद्धी होते वा अवनती होते. काही तज्ज्ञांच्या मते, समाजाच्या दृष्टीने महत्त्वाच्या वस्तूंच्या पुरवठ्यावर एकदम नियंत्रण आणले, की परिणामस्वरूप जगाला आर्थिक संकटाचा सामना करावा लागतो. काही अर्थशास्त्रज्ञांच्या मते, 'आर्थिक संकट' ही भांडवलशाही अर्थव्यवस्थेची कार्यिकता असून त्याद्वारे ही अर्थव्यवस्था उत्पादनाला नवे रूप देते, नफ्याची नव्याने पुनर्स्थापना करते व संचयीकरणाचे पुनरुज्जीवन करते. २१ व्या शतकातील पहिल्याच दशकात जगातील बहुसंख्य राष्ट्रांना सध्या जो आर्थिक मंदीचा सामना करावा लागत आहे, तो आर्थिक संकटाचाच एक प्रकार होय.

economic interpretation of history - (इकॉनॉ'मिक इन्टर'प्रिटे'शन ऑफ हि'स्टरी) **इतिहासाचे आर्थिक स्पष्टीकरण :** इतिहासाचे आर्थिक स्पष्टीकरण ही संज्ञा अशा कोणत्याही दृष्टिकोनाला लावता येईल की ज्यात इतिहासातील आर्थिक बळाच्या (शक्तीच्या) निर्णायक महत्त्वाच्या विश्लेषणावर भर दिला जाईल, सर्वसाधारणपणे इतिहासाचे आर्थिक स्पष्टीकरण हे मार्क्सवादाशी संबंधित आहे. पहा–मार्क्स यांचा ऐतिहासिक भौतिकवाद (Historical materialism) असे असले; तरी मार्क्सवादी नसलेला अमेरिकेतील इतिहासतज्ज्ञ बीअर्ड (Beard) यांनी १९१० साली 'राज्यघटनेचे आर्थिक स्पष्टीकरण' (An Economic Interpretation of the Constitution) या योगदानात; अमेरिकेतील इतिहासालेखांनी (Historiography) पूर्वी दुर्लक्षित केलेल्या आर्थिक घटकांचे नव्याने स्पष्टीकरण करण्याचा केलेला प्रयत्नपण या संज्ञेत येतो.

economics - (इकॉनॉ'मिक्स) **अर्थशास्त्र :** 'अर्थशास्त्र' सामाजिक शास्त्राची अशी एक विशेष ज्ञानशाखा आहे, की ज्यात मानवाच्या आर्थिक वर्तनाचा अभ्यास केला जातो. मूलत: ही संज्ञा ग्रीक भाषेतून घेण्यात आली असून, त्याचा अर्थ आहे कौटुंबिक किंवा घरगुती व्यवस्थापन (household management). परंतु आज मात्र या ग्रीक संज्ञेला पर्याय म्हणून 'अर्थशास्त्र' ही संज्ञा वापरली जाते. ॲडम स्मिथ यांना आधुनिक अर्थशास्त्राचे जनक किंवा संस्थापक मानले गेले आहे. मानवाचे आर्थिक जीवन, समाजाची आर्थिक व्यवस्था, गरजपूर्ततेच्या वस्तूंची निर्मिती, विनिमय व वाटप, त्यातील विषमता, उपलब्ध संसाधने व त्यांचा वापर इत्यादी बाबींचा अभ्यास अर्थशास्त्र करते.

economic sociology - (इकॉनॉमिक सोशिऑलजी) **आर्थिक समाजशास्त्र :**
आर्थिक समाजशास्त्र म्हणजे अर्थव्यवस्था आणि अन्य सामाजिक संस्था यांच्या परस्परसंबंधांचा अभ्यास होय. अर्थशास्त्रातील एक विशेष शाखा बनण्याऐवजी समाजशास्त्राने सर्वसामान्य समाजशास्त्रांतर्गत राहून समाजाच्या आर्थिक जीवनाचे समाजशास्त्रीय विश्लेषण करण्याला मध्यवर्ती स्थान या अध्ययनात दिले. आर्थिक प्रश्नांचे समाजशास्त्रीय विश्लेषण म्हणजे आर्थिक समाजशास्त्र होय.

economic surplus - (इकॉनॉमिक सर्प्लस) **आर्थिक अतिरिक्त किंवा आधिक्य :** आर्थिक अतिरिक्त म्हणजे कोणतेही राष्ट्र वस्तूंचे किती प्रमाणात उत्पादन करते आणि त्यापैकी किती वस्तूंचा प्रत्यक्ष उपभोग घेते यांतील फरक होय. अमेरिकेतील मार्क्सवादी अर्थशास्त्रज्ञ पॉल बॅरन (Paul Baran) यांच्या योगदानातील 'आर्थिक अतिरिक्त' ही संकल्पना गुरूकिल्ली असून ह्या संकल्पनेचा विकास करण्याचे श्रेय पॉल स्वीझि (Paul Sweezy) यांनी १९६७ साली मांडलेल्या 'मक्तेदारी भांडवलशाहीचा सिद्धान्त' याकडे जाते. त्यांनी 'आर्थिक अतिरिक्त' या संकल्पनेची तीन विभागांत विभागणी केली होती.

१. प्रत्यक्ष आर्थिक अतिरिक्त : एखाद्या राष्ट्राचे किंवा समाजाचे प्रत्यक्ष उत्पादन किती व त्यापैकी त्यातील किती वस्तूंचा प्रत्यक्ष उपभोग घेतला, यांतील भेद म्हणजे प्रत्यक्ष आर्थिक अतिरिक्त होय. ही अतिरिक्त रक्कम संकलित केली जाते किंवा त्यांची गुंतवणूक केली जाते.

२. संभवनीय आर्थिक अतिरिक्त : संभवनीय आर्थिक अतिरिक्त म्हणजे प्राप्त पर्यावरणपरिस्थितीत राष्ट्र किती वस्तूंचे उत्पादन करू शकते व त्या उत्पादित वस्तूंपैकी किती वस्तूंचा उपभोग घेऊ शकते, याचा अंदाज व्यक्त करणे होय.

३. नियोजित आर्थिक अतिरिक्त : समाजवादी अर्थव्यवस्थेतील आर्थिकतेचे जे नियोजन केले जाते, त्यासाठी बॅरन यांनी या संज्ञेचा वापर केला होता. त्यांच्या मते, एखादा समाज त्याच्या नैसर्गिक आणि तंत्रशास्त्रीय साधनांच्या द्वारे किती जास्तीतजास्त उत्पादन करू शकतो व त्यातील किती जास्तीतजास्त वस्तूंचा उपभोग घेऊ शकतो, यांतील भेदासंबंधी व्यक्त केलेला नियोजित अंदाज म्हणजे 'नियोजित आर्थिक अतिरिक्त होय.

economic system - (इकॉनॉमिक सिस्टिम) **आर्थिक व्यवस्था :**
समाजव्यवस्थेतील एक उपव्यवस्था म्हणून आर्थिक व्यवस्थेचा उल्लेख अमेरिकेतील समाजशास्त्रज्ञ हॅरी जॉन्सन करतात. परंतु यावर अधिक टिप्पणी करताना जॉन्सन

पुढे असे म्हणतात, की समाजात अशी कोणतीही संरचनात्मक उपव्यवस्था नाही, की जी केवळ आर्थिक स्वरूपाचेच कार्य करते. गिन्सबर्ग या समाजशास्त्रज्ञाच्या मते, आर्थिक व्यवस्था ही गुंतागुंतीच्या सामाजिक संबंधांची अशी व्यवस्था आहे की, त्याद्वारे मानवाच्या आर्थिक क्रिया व्यक्त होतात. आर्थिक क्रिया म्हणजे मानवाने त्याच्या अन्न, वस्त्र, निवारा इत्यादी गरजा पूर्ण होण्याच्या दृष्टीने केलेले प्रयत्न होत. मनुष्याच्या आर्थिक क्रियेवर आधारित आर्थिक व्यवस्थेत चार वैशिष्ट्ये अंतर्भूत आहेत- अ. उत्पादन ब. उपभोग क. विनिमय ड. वितरण. आर्थिक व्यवस्थेला पर्यायी संज्ञा (alternative term to economic system) म्हणून काही विचारवंत आर्थिक संस्था (Economic Institute) ही संज्ञा वापरतात. सारांश, व्यक्तींच्या विविध गरजापूर्ततेचे एक साधन म्हणजे आर्थिक व्यवस्था होय.

economism - (इकॉनॉमिझम) **अर्थवाद :** अर्थवाद म्हणजे असा एक सिद्धान्त किंवा दृष्टिकोन होय, की ज्यात सामाजिक प्रकारांचे किंवा सामाजिक संरचनेचे निर्धारण आर्थिक घटकांच्याद्वारेच फक्त केले जाते. मार्क्स व मार्क्सवाद्यांनी या सिद्धान्ताचा पुरस्कार केला होता. काही विचारवंतांच्या मते, अर्थवाद म्हणजे कामगार संघटनांवर आधारित राजकीय डावपेच होत. परंतु आज मात्र अर्थवाद म्हणजे मितव्ययी विचारवंतांनी व्यक्त केलेला असा विचार की, ज्यात अनावश्यक किंवा फाजील खर्च टाळणे होय.

economy - (इकॉनॉमी) **अर्थव्यवस्था :** मानवी भौतिक संसाधने, वस्तू आणि सेवा यांच्या व्यवस्थापनाची संघटना म्हणजे अर्थव्यवस्था होय. अर्थशास्त्रात हा अर्थ अभिप्रेत आहे. समाजशास्त्रज्ञांच्या दृष्टिकोनातून मानवी संसाधनांचे उत्पादन आणि वितरण यांचे व्यवस्थापन करणारी सामाजिक संस्था म्हणजे अर्थव्यवस्था होय. (पहा-economic system-आर्थिक व्यवस्था.)

education - (एज्युके'शन) **शिक्षण :** शिक्षण ही समाजातील एक सामाजिक संस्था असून शिक्षण या प्रक्रियेचे अनेक अर्थ असून ते शिक्षणाचे स्वरूप लक्षात यावे म्हणून दिले आहेत. त्यांतील काही अर्थ पुढीलप्रमाणे- १. शिक्षण ही एक प्रक्रिया असून ती जीवनभर चालते. २. शिक्षण म्हणजे व्यक्तींचा सर्वांगीण विकास करणे होय. ३. शिक्षण म्हणजे एक प्रकारे संस्कृतीकरण असून त्यात जुनी पिढी नवीन पिढीला संस्कृतीचे ज्ञान प्रदान करते. ४. शिक्षणप्रक्रियेत व्यक्तींची क्षमता वा कुवत महत्त्वाची मानली जाते. ५. ५ ते १८ वयोगटातील व्यक्तींना ज्ञान प्रदान करणारी व्यवस्था म्हणजे शिक्षण होय. शिक्षणप्रक्रियेचे दोन

प्रकार शिक्षणतज्ज्ञ मानतात, अ. औपचारिक शिक्षण की, जे विविध शिक्षणसंस्थांच्या माध्यमातून मुलांना दिले जाते. ब. अनौपचारिक शिक्षण की जे माता-पिता, समवयस्क व्यक्ती, राज्यसरकार यांद्वारे व्यक्तींना प्रदान केले जाते. आज प्रौढ शिक्षण, निरंतर शिक्षण, दूरस्थ शिक्षण इत्यादी शिक्षणाची व्यवस्था सरकारमार्फत काही अनुदान देऊन केली जाते. सारांश, शिक्षण ही व्यक्तीचे व्यक्तिमत्त्व घडविणारी, त्यांना सुसंस्कृत बनविणारी समाजातील एक व्यवस्था किंवा संस्था होय.

egalitarian family - (इगालि'टेरि'अन फॅ'मिली) **समानसत्ता कुटुंब :** इगालि-टेरिअन (egalitarian) या शब्दाचा उगम मूळ फ्रेंच भाषेतील असून त्यातील मूळ शब्द आहे इगल (egal). egal म्हणजे इंग्रजीतील equal म्हणजे समान म्हणून येथे समानसत्ता कुटुंब हा शब्दप्रयोग केला आहे. या प्रकारच्या कुटुंबात कुटुंबाची सत्ता कोण्या एका व्यक्तीच्या हातात नसते; तर ती स्त्री आणि पुरुषात (विशेषत: पतिपत्नीत) समसमान वाटली जाते. आज बहुसंख्य समाजात स्त्रीशिक्षणाला प्रोत्साहन दिल्यामुळे स्त्रिया नुसत्याच शिकल्या नाहीत, तर अनेक क्षेत्रांत त्यांनी त्यांचे कर्तृत्व सिद्ध केले आहे. त्यामुळे आजच्या आधुनिक कुटुंबात केंद्रकुटुंबातील स्त्री पुरुषाइतकीच सुशिक्षित आहे. त्यामुळे कुटुंबाच्या निर्णयप्रक्रियेत तिचा वाटा महत्त्वाचा असतो. त्याचप्रमाणे या कुटुंबातील पती-पत्नीचा दर्जा समान असतो व त्यास समाजाची मान्यता असते. या कुटुंबात सर्व महत्त्वाचे निर्णय परस्परसंमतीने घेतात. म्हणून आधुनिक केंद्रकुटुंबासाठी पर्यायी संज्ञा म्हणून 'समानसत्ता कुटुंब' (Equal right family or Egalitarian family) ही संज्ञा वापरतात.

egoistic suicide - (ई'गोइस्टिक सू'साईड) **आत्मकेंद्रित आत्महत्या :** ली सूइसाईड (le suicide i.e. The Suicide) या संशोधनात द्युरखेम यांनी आत्महत्येचे जे प्रकार पाडले, त्यांतील एक प्रकार म्हणजे आत्मकेंद्रित आत्महत्या होय. ही आत्महत्या अशा वेळेस घडते ज्या वेळी व्यक्तीमध्ये अत्याधिक अहम किंवा अत्याधिक स्वार्थी वृत्ती निर्माण होते. द्युरखेम यांनी सूचित केल्याप्रमाणे समाजाशी एकात्म पावण्याच्या व्यक्तीच्या वृत्तीतून या आत्मकेंद्रित आत्महत्या घडून येतात. उदा. पाश्चिमात्य देशात कॅथॉलिक पंथांच्या अनुयायांपेक्षा प्रोटेस्टंट पंथीयांत या प्रकारच्या आत्महत्येचे प्रमाण जास्त आहे. कारण प्रोटेस्टंट पंथ हा स्वार्थी व्यक्तिवादाला जन्म देतो. सोप्या शब्दांत असे म्हणता येईल, की ज्या वेळेला व्यक्तीला असे वाटते, की ती समाजापासून किंवा सामाजिक गटापासून दूर जात आहे वा अलग पडली आहे; तेव्हा या प्रकारच्या आत्महत्या घडून येतात.

महाराष्ट्र व अन्य काही प्रांतांत शेतकऱ्यांनी केलेल्या आत्महत्या या प्रकारात मोडतात याचे कारण त्या शेतकऱ्यांची अशी भावना की, आपले कोणीच वाली नाही, आपली कोणाला फिकीर नाही. त्यात कर्जफेडीचा तगादा याला कंटाळून त्यांनी आत्महत्येला कवटाळले होते.

electoral register or list - (इलेक्टोरल रजिस्टर ऑर लिस्ट) **मतदार यादी :** स्थानिक स्वराज्य संस्था, राज्याच्या विधानसभा आणि केंद्रीय संसदेने त्या त्या विभागाचे प्रतिनिधी निवडून देण्यासाठी ज्यांना मतदान करण्याचा अधिकार आहे, अशा मतदारांची एखाद्या वहीत नोंदणी करणे किंवा मतदारांची यादी तयार करणे म्हणजे मतदार यादी होय. ही मतदारांची एखाद्या वहीत नोंदणी वा यादी करण्याची परंपरा प्रथम इंग्लंडमध्ये सुरू झाली व जेथे जेथे लोकशाही आहे, तेथे तेथे मतदारांची यादी तयार केली जाते. बहुसंख्य राष्ट्रांत १८ वर्षांपेक्षा जास्त वय असलेल्या नागरिकांचा (काही राष्ट्रांत ही वयोमर्यादा २१ आहे.) या यादीत समावेश केला जातो. परिस्थितीनुसार यादीचे वारंवार नूतनीकरण केले जाते. मतदानप्रक्रिया सुलभ होण्यासाठी ही यादी उपयुक्त आहे.

electoral sociology - (इलेक्टोरल सोशिऑलजी) **मतदारांचे समाजशास्त्र :** निवडणुका आणि मतदान यांचा समाजशास्त्रीय अभ्यास म्हणजे 'मतदारांचे समाजशास्त्र' होय. मतदानाच्या समाजशास्त्रीय अध्ययनाचे क्षेत्र निवडण्याचे धाडस एकतर विद्वान समाजशास्त्रज्ञ आणि वर्तनोद्भव राज्यशास्त्रच करू शकतात. (पहा-political behaviour-राजकीय वर्तन.)

elite - (एलीट) **श्रेष्ठीजन किंवा अभिजन :** शब्दशः सांगावयाचे झाल्यास समाजातील अत्यंत बुद्धिमान सभासदांसाठी 'श्रेष्ठीजन किंवा अभिजन' या संज्ञेचा वापर करतात (उदा. शिक्षणक्षेत्रातील विद्वान). परंतु समाजशास्त्रात मात्र श्रेष्ठीजन किंवा अभिजन या संज्ञेचा, सर्वसाधारणपणे संदर्भ, प्रामुख्याने राजकीय श्रेष्ठीजनांशी किंवा अभिजनांशी (राजकीय नेते) जोडला जातो. याचे कारण म्हणजे अभिजनांच्या किंवा श्रेष्ठीजनांच्या सिद्धान्तात सिद्धान्तकारांनी कोणत्याही आधुनिक समाजाचे विभाजन अपरिहार्यपणे दोनच गटांत होते, असे गृहीत धरले होते. हे दोन गट म्हणजे, एक-श्रेष्ठीजन किंवा अभिजन आणि दोन-बहुजन (Masses). यातून जहाल लोकशाहीवादी असे गृहीत धरतात, की जे सत्ता भोगतात किंवा सत्तेवर असतात ते श्रेष्ठीजन किंवा अभिजन; म्हणूनच केदाचित समाजशास्त्रज्ञांनी राजकीय नेते किंवा पुढारी यांच्यासाठी ही संज्ञा वापरली असावी.

elite theory - (एलीट थिअरी) श्रेष्ठीजनांचा किंवा अभिजनांचा सिद्धान्त : श्रेष्ठीजनांचा किंवा अभिजनांचा सिद्धान्त हा 'आधुनिक जटिल समाजात राजकीय श्रेष्ठीजनांचे किंवा अभिजनांचे अस्तित्व हे अपरिहार्य असते', या गृहीत तत्त्वावर किंवा सिद्धान्तकल्पनांवर (Hypothesis) आधारलेला आहे. लोकशाहीचे स्वत:चे सर्वोच्च उद्देश साध्य करण्यात आधुनिक लोकशाही चळवळीला सापेक्षत: अपयश प्राप्त झाल्याच्या कारणांचा शोध घेण्यासाठी प्राप्त झालेला समाजशास्त्रीय प्रतिसाद म्हणजे अभिजनांचा सिद्धान्त होय. लोकांना किंवा जनतेला सत्ता प्रदान करण्यापेक्षा आधुनिक लोकशाहीच्या आगमनाबरोबरच अभिजनांच्या किंवा श्रेष्ठीजनांच्या सभासदत्वाच्या आधारात नवीन बदल घडून आले. प्रामुख्याने पॅरेतो (Pareto) आणि त्यापेक्षा कमी प्रमाणात मोस्का (Mosca) यांनी आधुनिक लोकशाहीच्या संदर्भात जो निराशावादी दृष्टिकोन स्वीकारला होता; त्यामुळे त्यांच्या मते, श्रेष्ठीजन किंवा अभिजन आणि बहुजन यांच्यातील भेद हा त्यांच्या मानसशास्त्रीय विभेदीकरणाचा अपरिहार्य परिणाम होय. यानंतर अभिजन व श्रेष्ठीजनांच्या संदर्भात निराशावादी सूर काहींनी लावला होता, त्यावर उपाय म्हणून आधुनिक लोकशाहीतील सत्ताधीश श्रेष्ठीजनांच्या निवडीचे नवीन विभिन्न आधार देणारे सिद्धान्त मोस्का, मिशेल (Mosca, Michel) यांनी मांडले होते. परंतु एक गोष्ट मात्र सत्य, की श्रेष्ठीजन किंवा अभिजन अध्ययनक्षेत्र हे नेहमीच वादग्रस्त अध्ययनक्षेत्र ठरले आहे व होते.

emancipation - (इमॅन्सिपेशन) बंधमुक्तता किंवा दास्यमुक्तता : ही संज्ञा, प्रामुख्याने काही देशांतील व विशेषत: वसाहतवादी राष्ट्रांतील गुलामांच्या मुक्ततेसाठी वा त्यांना स्वातंत्र्य देण्यासाठी वापरली जाते. ब्रिटनने १८३३ साली त्यांच्या साम्राज्यांतर्गत असलेल्या प्रदेशात गुलामगिरी नष्ट करणारा कायदा केला. अमेरिकेत मात्र हा कायदा १८६२ साली मंजूर करण्यात आला असला, तरी त्याची प्रत्यक्ष अंमलबजावणी १८६५ नंतर, म्हणजे नागरी युद्धाच्या समाप्तीनंतर झाली. भारतात अस्पृश्यांची स्थिती गुलामांसारखीच होती. स्वातंत्र्यपूर्व काळात महात्मा जोतिबा फुले, डॉ. बाबासाहेब आंबेडकर, महात्मा गांधी, स्वा. सावरकर आदी नेत्यांनी अस्पृश्यता निर्मूलनाची चळवळ केली असली; तरी प्रत्यक्ष तशी वैधानिक तरतूद २६ जानेवारी १९५० पासून अस्तित्वात आलेल्या भारतीय राज्यघटनेत करण्यात आली आहे. राज्यघटनेच्या १७ व्या कलमानुसार अस्पृश्यतेचे निर्मूलन करण्यात आले. याशिवाय १९५५ साली भारत सरकारने मंजूर केलेला अस्पृश्यता अधिनियम व त्यात १९६९ व १९७२ साली करण्यात आलेल्या दुरुस्त्या बंधनमुक्ततेकडे टाकलेले पुढचे पाऊल होय. स्त्रीमुक्ती चळवळ हीपण बंधमुक्ततेची चळवळ होय.

embourgeoisement or bourgeoisification - (इमबुर्ज्वाजिमेंट ऑर बुर्ज्वाजिफिकेशन) **मध्यमवर्गीकरण :** कोणत्याही समाजांतर्गत लोकांचे मध्यम वर्गात रूपांतर करण्याची प्रक्रिया ही 'मध्यमवर्गीकरण किंवा अंतर्गत मध्यमवर्गीकरण' या संज्ञेने संबोधली जाते. विशेषत: मार्क्सवादी विचारवंतांनी भांडवलशाही समाजात मध्यम वर्गाच्या उदयासाठी ह्या संज्ञेचा वापर केल्याचे दिसून येते.

emergent evolution - (इम'जर्न्ट ईव्हॉल्यू'शन) **उत्क्रांतीचा उदय :** मानवी उत्क्रांतीतील एक भिन्नतादर्शक पैलू, की ज्यात सामाजिक आणि सांस्कृतिक मूलभूत घटकांचा अंतर्भव होतो. 'उत्क्रांतीचा उदय' या संज्ञेत केवळ भौतिक आणि जीवशास्त्रीय उत्क्रांतीच्या पलीकडे जाऊन, मानवी सामाजिक उत्क्रांतीतील उत्क्रांतीच्या सामाजिक विकासाच्या पैलूंचा विचार केला जातो. हा सामाजिक विकास प्रामुख्याने संस्कृती व सांस्कृतिक परिवर्तन यांवर आधारित असतो.

emergent properties - (इम'जर्न्ट प्रॉ'पर्टिज) **उदय गुणधर्मांचा :** सामाजिक व्यवस्थेच्या किंवा सामाजिक गटाच्या अशा कोणत्याही गुणधर्मांचा उदय, की ज्याचे स्पष्टीकरण केवळ त्याच्या मूळ रूपात किंवा (समाजाच्या) अंगभूत घटकाच्या स्वरूपात देणे शक्य नसते; म्हणून पुढील कल्पना निर्माण झाली. 'समग्रता ही नेहमीच (अंगभूत) घटकापेक्षा मोठी असते', ही संकल्पना द्युरखेमसारख्या कार्यात्मकवादी विचारवंतांनी प्रचलनात आणली, की ज्यात अन्य सामाजिक शास्त्रशाखांपेक्षा समाजशास्त्राच्या स्वायत्ततेवर जोर देण्यात आला होता. याचा थोडक्यात अर्थ असा की, प्रत्येक सामाजिक व्यवस्थेचे काही गुणधर्म असतात व कालौघात ते उदयाला येतात.

emergent norm perspectives - (इम'जर्न्ट नॉर्म परस्पे'क्टिव्हज) **प्रमाणक दृष्टिकोनाचा उदय :** समाजात किंवा समाजव्यवस्थेत व्यक्तींनी कशा प्रकारचे वर्तन करावयाचे यासंबंधी लोकांनी त्यांचे समूहात एकत्रीकरण झाल्यानंतर स्थापन केलेले मापदंड म्हणजे प्रमाणक दृष्टिकोनाचा उदय होय. उदाहरण म्हणून आपण या ठिकाणी जमावाच्या प्रमाणकसिद्धान्ताच्या उदयाचे देऊ शकू. हा सिद्धान्त असे सूचित करतो की, जमावात विविध अभिवृत्तींची, विविध प्रेरणा असणारी आणि मूल्यधारण करणारी माणसे असतात. जमाव हा विविध गटाच्या प्रमाणकविकासाला प्रोत्साहन देतो, की ज्यातून उद्देशाच्या मतैक्याबद्दल किंवा वर्तनाच्या एकरूपतेबद्दल भ्रामक कल्पना निर्माण होतात. या सर्वांचा समावेश प्रमाणक दृष्टिकोनाचा उदय या संज्ञेत केला गेला आहे.

emphatic understanding - (एम्फॅटिक अन्डरस्टँडिंग) **समानानुभव आकलन किंवा समानानुभविक अंतर्ज्ञान** : समानानुभव आकलन किंवा अंतर्ज्ञान हा आकलनाचा किंवा अंतर्ज्ञानाचा असा एक प्रकार आहे, की ज्यात एखादी व्यक्ती दुसऱ्या एखाद्या सामाजिक कर्त्याच्या भूमिका स्वत: करीत असल्याची कल्पना करून त्याच्या भूमिकांचे आकलन करण्याचा किंवा स्पष्टीकरण करण्याचा प्रयत्न करते. या प्रकारच्या स्पष्टीकरणाचा प्रकार तार्किक आत्मनिरीक्षणात्मक मानसशास्त्रात आढळतो. परंतु, समाजशास्त्रात मात्र स्पष्टीकरणात्मक विवेचनाचा वापर मॅक्सवेबर यांच्या समाजशास्त्रात केला गेला. त्यांच्या मते, प्रचलित सामाजिक प्रमाणके आणि मूल्ये यांच्यानुसार कर्त्याने वर्तन करणे म्हणजे 'समानानुभव आकलन' होय.

empirical - (एम्पिरिकल) **प्रायोगिक किंवा अनुभवाधिष्ठित** : 'अनुभवाधिष्ठित' संज्ञा ही सुव्यवस्थित निरीक्षण किंवा प्रयोग याद्वारे प्राप्त ज्ञानावर आधारित असून, ती काल्पनिक प्रतिपादने किंवा केवळ सैद्धान्तिक ज्ञान यापेक्षा वेगळी असते. अनुभवाधिष्ठित या संज्ञेचा दुसरा अर्थ आहे वस्तुस्थितिनिदर्शक सत्य; की ज्याचे सैद्धान्तिक स्पष्टीकरण शक्य नसते.

empirical sociology - (एम्पिरिकल सोशिऑलजी) **अनुभवाधिष्ठित किंवा प्रायोगिक समाजशास्त्र** : समाजशास्त्राचा असा एक प्रकार आहे, की ज्यात तथ्यसंकलन आणि तथ्यविश्लेषण यावर मोठ्या प्रमाणात भर दिला जातो. परंतु अनुभवाधिष्ठित किंवा प्रायोगिक समाजशास्त्र ही संज्ञा विशेषत्वाने समाजशास्त्राच्या अशा अध्ययनपद्धतीला लावली जाते, की ज्यात सर्वेक्षणपद्धती आणि सहभागी निरीक्षणपद्धतीचा वापर केला जातो. अमेरिकेत आज समाजशास्त्राच्या अध्ययनात प्रायोगिकतेवर आधारित अध्ययनाला महत्त्व प्राप्त झाले असून, सामजिक स्तरीकरण, मतदानवर्ग वर्तन इत्यादींसंबंधीची अध्ययने प्रायोगिक समाजशास्त्राच्या कार्यकक्षेत येतात. परंतु प्रायोगिक समाजशास्त्रावर अशी टीका केली जाते की, सिद्धान्ताच्या काही प्रश्नांची किंवा काही महत्त्वाच्या समस्या उघड करण्यात हा दृष्टिकोन अपयशी ठरला आहे.

empiricism - (एम्पिरिसिजम) **अनुभववाद किंवा अनुभवाधिष्ठितवाद** : अनुभववाद किंवा अनुभवाधिष्ठितवाद या संज्ञेचे वेगवेगळे अर्थ आहेत, ते आपण पाहू. १. पहिला सर्वमान्य अर्थ असा, की सर्वप्रकारच्या ज्ञानाचा उगम काल्पनिकतेतून होण्याऐवजी अनुभवातून होतो. २. या संज्ञेचा दुसरा अर्थ असा, की अधिक योग्य सैद्धान्तिक दृष्टिकोनाचा वापर आनुभविक पद्धतीच्या माध्यमातून

करणे. परंतु या अर्थला तज्ज्ञांची मान्यता नाही. ३. या संज्ञेचा तिसरा अर्थ मार्क्सवादी विचारवंत आणि सद्य:कालीन विज्ञानाचे तत्त्वज्ञानी विद्वान प्रतिपादन करतात. त्यांच्या मते, हा सिद्धान्त अपयशाच्या ओझ्याने दबलेला आहे. या विचारास ते मान्यता देतात आणि या संकल्पनेची बांधणी आणि पुनर्बांधणी शक्य असल्याचे मान्य करतात आणि त्यात तथ्य (facts) आहे, हा विचार ते स्वीकारतात. अनुभवजन्यवाद हा तत्त्वज्ञानात अनेक समस्या निर्माण करत असला; तरी समाजशास्त्रात मात्र अनुभवजन्य पद्धतीचे आणि अनुभवजन्य ज्ञानाचे महत्त्व मोठ्या प्रमाणात स्वीकारण्यात आले आहे.

encounter - (एन्का'ऊन्टर) **आमनेसामने किंवा समोरासमोर :** कोणत्याही दोन किंवा दोनपेक्षा जास्त व्यक्ती जेव्हा समोरासमोर (Face to Face) येऊन परस्परांशी आंतरक्रिया करतात, तेव्हा त्यास 'आमनेसामने' किंवा 'समोरासमोर' ही संज्ञा वापरतात. आपल्या दैनंदिन जीवनात या प्रकारच्या समोरासमोरच्या आंतरक्रियांची एक मालिकाच तयार होते. या प्रकारच्या समोरासमोरच्या आंतरक्रियेत समोर येणाऱ्या काही व्यक्ती आपल्या परिचयाच्या असतात. (उदा. मातापिता-मुले, पती-पत्नी, शिक्षक-विद्यार्थी इत्यादी) तर काही व्यक्ती अनोळखी किंवा अपरिचित असतात. (उदा. दुकानदार-गिऱ्हाईक, रेल्वे वा बसमधील प्रवासी.) पण परिस्थितीनुरूप त्यांच्याशी आंतरक्रिया कराव्या लागतात. या संदर्भात गॉफमन (Goffman) यांनी जी अध्ययने केली होती, त्यांत अशा प्रकारच्या समोरासमोरच्या आंतरक्रियांसाठी 'सहउपस्थिती' (Co-presence) ही संज्ञा वापरली होती. आज मात्र या संज्ञेचा वेगळा अर्थ प्रामुख्याने पोलीसखात्यात घेतला जातो. जेव्हा एखादा पोलीस अधिकारी कुविख्यात गुन्हेगाराचा, त्याच्यासमोर जाऊन बळी घेतात तेव्हा त्यासाठी ही संज्ञा वापरली जाते.

enculturation - (एन'कल्चरे'शन) **संस्करण :** सांस्कृतिक नियमन किंवा प्रमाणक आणि सांस्कृतिक प्रथा यांचे औपचारिक वा अनौपचारिक पद्धतीने आत्मसातीकरण करणे म्हणजे 'संस्करण' होय. समाजशास्त्रात वापरल्या जाणाऱ्या 'सामाजिकीकरण' या संकल्पनेला समांतर अशी ही संज्ञा आहे. सांस्कृतिक मानवशास्त्राच्या अध्ययनात संस्कृतीच्या संकल्पनेचे स्थान मध्यवर्ती स्वरूपाचे आहे.

endogamy - (एन्डो'गेमी) **अंतर्गट-विवाह :** वेगवेगळ्या समाजांत वैवाहिक साथीदार निवडीचे जे नियम आहेत त्यांतील एक नियम आहे अंतर्गट-विवाह. या नियमानुसार आपला वैवाहिक साथीदार निवडताना तो आपल्याच गटाचा सभासद

असणे आवश्यक आहे. उदा. या नियमानुसार वैवाहिक साथीदार निवडताना (त्या त्या समाजानुसार) तो आपल्या जातीचा, धर्माचा, वंशाचा, प्रदेशाचा सभासद आहे हे पाहूनच विवाहास संमती दिली जाते. या प्रकारचे नियम थोड्याफार प्रमाणात सर्वच समाजांत आढळून येतात.

enlightenment - (एन्ला'इटन्मेन्ट) **प्रबोधन** : पहा–age of enlightenment–प्रबोधनाचे युग.

entitlements - (एन्टा'ईटलमेंटस) **अधिकार** : आधुनिक समाजात आजकाल नागरिकांना जवळजवळ सर्व प्रकारच्या राष्ट्रराज्य प्रदान करते व तो त्यांचा हक्कच असतो, या अर्थाने 'अधिकार' ही संज्ञा वापरली जाते. परंतु या संदर्भात तज्ज्ञांमध्ये मतभेद आहेत. मीड यांनी १९८५ साली लिहिलेल्या 'अधिकाराच्या पलीकडे' (Beyond Entitlement) या पुस्तकात असा विचार केला आहे, की अधिकारासंबंधीचा एकांगी दृष्टिकोन (नागरिकांच्या) जबाबदारीकडे किंवा कर्तव्याकडे दुर्लक्ष करतो. सर्व पाश्चिमात्य राज्यांना, कल्याणकारी तरतुदी आणि भांडवलसंचय या दोन्ही गोष्टी चिरंतन ठेवण्यासाठी, काही समस्यांचा सामना करावा लागतो. याउलट दुसरीकडे काही तज्ज्ञ असा विवाद करताना दिसतात की जर आधुनिक नागरिकत्वाची आणि नागरी हक्कांची संज्ञा स्वीकारून तिचे जतन करावयाचे असले तर; राज्यातील सर्व नागरिकांना व कामगारांना उच्च प्रकारचे कमीतकमी मूलभूत अधिकार प्रदान करणे अत्यावश्यक आहे.

environment - (एन्व्हा'इरन्मेन्ट) **पर्यावरण** : ज्या परिसरात आपण राहतो तो सभोवतालचा प्रदेश किंवा त्यासंबंधीचा संदर्भ म्हणजे पर्यावरण होय. पर्यावरणात मनुष्य, प्राणी, अस्तित्वात असलेल्या वस्तू आणि क्रिया यांचा समावेश होतो. मानवी जीवनावर प्रभाव टाकणाऱ्या सर्व बाह्य बाबींचा समावेश 'पर्यावरण' या संकल्पनेत केला जातो. काही पर्यावरणतज्ज्ञांच्या मते, पर्यावरणात मनुष्ये व त्यांच्या सभोवताली असलेली नैसर्गिक व्यवस्था यांचा समावेश होतो. यात हवा, डोंगर, समुद्र, नद्या, भूप्रदेश, भूप्रदेशावरील सर्व सजीव व निर्जीव सृष्टी इत्यादींचा अंतर्भाव होतो.

environmental depletion - (एन्व्हा'इरन्मेन्टल डिप्लीशन) **पर्यावरणात्मक विनाश** : काही तज्ज्ञांच्या मते, 'पर्यावरणात्मक विनाश' ही एक प्रक्रिया असून ज्यात उपलब्ध भौतिक आणि आर्थिक संसाधनांचा अतिरिक्त वापर किंवा गैरवापर करून त्याचे अस्तित्व नष्ट करणे होय. या प्रक्रियेत नैसर्गिक संपत्तीचा

अधिक वापर करणे, खनिज पदार्थांचा अतिरिक्त वापर करणे, औद्योगिक प्रदूषण, एका ठिकाणी अत्याधिक लोकसंख्येचे वा उद्योग वा व्यवसायाचे केंद्रीकरण इत्यादींचा समावेश होतो की, ज्यामुळे पर्यावरणाच्या विनाशास होतो. या पर्यावरणविनाशास कारणीभूत ठरणाऱ्या घटकांत जंगलतोड, खनिज पदार्थांचा अनावश्यक व अतिरिक्त वापर, विविध प्रकारचे प्रदूषण (हवा, पाणी, भूमी, ध्वनी इत्यादी), नैसर्गिक संसाधनांचा गैरवापर, जंगलावर अतिक्रमण, शहरांची बेसुमार वाढ, अत्याधिक वाढती लोकसंख्या इत्यादींचा समावेश होतो.

epistemology - (इपिस्टे'मॉलजी) **ज्ञानमीमांसाशास्त्र** : 'इपिस्टेमॉलजी' हा शब्द 'इपिस्टिम' (episteme) या ग्रीक आणि (logos) 'लॉगस' या ग्रीक शब्दांचा संकर होय. 'इपिस्टिम' या शब्दाचा अर्थ आहे ज्ञान (knowledge), तर logos या शब्दाचा अर्थ आहे विज्ञान वा शास्त्र. या अर्थाने कोणत्याही ज्ञानाची मीमांसा करणारे शास्त्र म्हणजे ज्ञानमीमांसाशास्त्र होय. काही तज्ज्ञांच्या मते, ज्ञानमीमांसाशास्त्र ही तत्त्वज्ञानाची एक शाखा असून ती ज्ञानाच्या सिद्धान्ताशी संबंधित आहे, की जे आपल्याला 'आपण जग कसे ओळखावे', याचे ज्ञान देतात. ज्ञानमीमांसाशास्त्राचे दोन महत्त्वपूर्ण गटात विभाजन होते. १. अनुभवजन्यवाद किंवा प्रायोगिकवाद (empiricism) आणि २. तार्किकतावाद किंवा आदर्शवाद (rationalism or idealism). अनुभवजन्यवादी विचारवंत असे मानतात, की सर्व ज्ञानाचा मूलाधार जगातील आपला अनुभव आहे, तर तार्किकतावादी किंवा आदर्शवादी विचारवंत मानतात, जगासंबंधीच्या आपल्या ज्ञानाचा आधार आहे आपले विचार, आपले आदर्श व आपली तार्किकता. कॉन्त यांनी प्रत्यक्षवादाच्या हेतूंवर विवेचन करताना ज्ञानाची पूर्वतयारी करणाऱ्या ज्ञानशाखेत ज्ञानमीमांसाशास्त्राचा उल्लेख केला होता.

epistemological break - (इपिस्टे'मॉलॉजिकल ब्रेक) **ज्ञानमीमांसाशास्त्रीय परिवर्तन किंवा बदल** : विज्ञानात ज्ञानमीमांसाशास्त्रीय बदल म्हणजे एका सैद्धान्तिक चौकटीच्या जागी दुसरी क्रांतिकारी सैद्धान्तिक चौकट तयार करून बसविणे होय. उदा. रूपावली. थॉमस कुन (Thomas Kuhn) किंवा लुईस अलथुसर (Louis Althusser) यांच्या विचारानुसार प्रतिस्पर्धी किंवा लागोपाठ येणाऱ्या रूपावलीत एक प्रकारच्या सातत्याचा अभाव तरी असतो अथवा त्यात एक प्रकारचे अपूर्णत्व असते, की ज्यात एका रूपावलीतील किंवा महत्त्वपूर्ण संकल्पना किंवा कार्यप्रणाली दुसऱ्या रूपावलीतील भाषेत अस्थिर असतात.

या संदर्भात पॉल फेयराबेंड (Paul Feyerabend) यांचा संदर्भ द्यावयाचा

झाल्यास ते म्हणतात, विभिन्न रूपावलीत (Paradigm) प्रतिकृतीत वेगवेगळे जग सामावलेले असते. अलथुसर यांच्या योगदानात त्यांनी 'ज्ञानमीमांसाशास्त्रीय बदल' ही संकल्पना; सुरुवातीचे मानवतावादाशी निगडित लिखाण व नंतरचे मार्क्स यांचे वैज्ञानिकतेशी निगडित लिखाण यांत तीव्र स्वरूपात केलेल्या भेदासाठी वापरली होती.

equality - (इक्वॅलिटी) **समानता :** सामाजिक दर्जा, हक्क, जबाबदाऱ्या आणि संधी या संदर्भातील सारखेपणा किंवा सादृश्य म्हणजे समानता होय. काही तज्ज्ञांच्या मते, सामाजिक संरचनेच्या संदर्भात विचार करता 'समानता' हे एक आदर्श तत्त्व आहे. परंतु उदारतावादी आणि स्पर्धात्मक तत्त्वाचा विचार करता समानतेचे परिणाम संघर्षात होतात. कारण उदारतावादी आणि स्पर्धात्मक दृष्टिकोनांत सामाजिक निवड, सामाजिक श्रेणी महत्त्वाच्या असल्यामुळे त्यातून विषमता निर्माण होते. समानता प्राप्त करण्यासाठी समान संधी उपलब्ध करून देणे आवश्यक आहे. सामाजिक अल्पसंख्यांकांच्या दृष्टीने समानता प्राप्त करणे हे त्यांचे ध्येय असले; तरी समाजातील श्रेष्ठीजनांत किंवा अभिजनांत मात्र समानतेच्या अभिरुचीचा अभाव असतो. 'समानता' हे तत्त्व म्हणून जरी कितीही आदर्श असले, तरी संपूर्ण समानता प्रस्थापित करण्यात मात्र कोणत्याही समाजाला (अगदी साम्यवादीसुद्धा) यश प्राप्त करता आले नाही, हीपण एक वास्तवता होय.

equality of opportunity - (इक्वॅलिटी ऑफ ऑपॉर्च्यूनिटी) **संधीची समानता :** 'संधीची समानता' या संकल्पनेत तज्ज्ञ मंडळी असा दृष्टिकोन मांडतात की, समाजातील किंवा राष्ट्रातील सर्व नागरिकांना; त्यांचा वर्ग, जात, वंश, धर्म, लिंगभाव याचा विचार न करता, समाजातील कोणत्याही स्थानप्राप्तीसाठी स्पर्धेत उतरण्याचा अधिकार प्रदान करणे होय. विसाव्या शतकात 'संधीची समानता' या संकल्पनेला अत्यंत महत्त्व प्राप्त झाले असून, प्रत्येक व्यक्तीला स्वतःच्या व्यक्तिमत्त्वाचा विकास करण्याची जशी समान संधी दिली जाईल तशीच समाजाची संपत्ती, सुविधा आणि शिक्षण यांचे वितरणही समानपातळीवर केले जाईल. वेगवेगळ्या स्पर्धा परीक्षा, कला, साहित्य क्रीडा, विज्ञान इत्यादी क्षेत्रांतही सर्व नागरिकांना त्यांच्या प्रगतीची समान संधी दिली जाण्यासाठी ही संज्ञा वापरली जाते.

equal appearing intervals - (इक्वल ऑपि‌अरिंग इन्टरव्हल्स) **समदर्शी मध्यांतर :** एल. एल. थर्स्टन (L. L. Thurstone) यांनी प्रतिपादन केलेली एक

अभिवृत्ती मापनसारिणी या गृहीत तत्त्वावर आधारलेली आहे, की व्यक्तींची कोणतीही अभिवृत्ती ही सातत्याने अत्यंत अनुकूलतेकडून अत्यंत प्रतिकूलतेकडे प्रवाहित होते. थर्स्टन यांनी अनुकूल-प्रतिकूलतेच्या ११ श्रेणी प्रतिपादन केल्या असून, त्यांची रचना अनुकूलता उतरत्या क्रमाने, मध्यांतर आणि प्रतिकूलता चढत्या क्रमाने केलेली असते. (खालील आकृती पहा.)

५	४	३	२	१	मध्यांतर	१	२	३	४	५
१००%	८०%	६०%	४०%	२०%	०	२०%	४०%	६०%	८०%	१००%

<table>
<tr><td colspan="5">अनुकूलता उतरत्या क्रमाने</td><td>↓
तटस्थ</td><td colspan="5">प्रतिकूलता चढत्या क्रमाने</td></tr>
</table>

ज्या विषयाच्या संदर्भात व्यक्तींच्या अभिवृत्तीचे मापन करावयाचे आहे, त्या संदर्भात अभिवृत्तिनिदर्शक अशी अनेक विधाने तयार करून ती व्यक्तींना देऊन त्यांना त्यांवर वरीलप्रमाणे श्रेणीप्रदान करण्यास सांगावे. ज्या श्रेणीत जास्त विधाने येतील ती त्या विषयाची अभिवृत्ती होय. समाजशास्त्र, सामाजिक मानसशास्त्र यांत अभिवृत्ती-मापनासाठी ही पद्धत वापरतात. अभिवृत्ती-मापनाच्या या सारिणीत लायकर्ट यांनी सुधारणा करून श्रेणीची संख्या ११ वरून ५ एवढी कमी केली, त्यामुळे अभिवृत्ती मापनात अधिक अचूकता येईल, असे त्यांचे म्हणणे होते.

equilibrium - (इक्विलिब्रिअम) **समतोल किंवा समतुल्यत्व किंवा संतुलन :** समाजातील दोन परस्परविरोधी शक्तीत एखाद्या त्रयस्थ अथवा तटस्थ व्यक्तीच्या माध्यमातून त्यांच्यातील विरोधाची तीव्रता कमी करून त्यांच्यात समेट घडवून आणण्याची प्रक्रिया म्हणजे 'समतोलत्व किंवा संतुलन' होय. कार्यात्मकवादी विचारवंत व विशेषत: टॉलकॉट पार्सन्स यांनी त्यांच्या सामाजिक व्यवस्थेच्या सिद्धान्तात व्यवस्थेचे जतन करणारा महत्त्वाचा घटक म्हणून समतोलत्वाचा किंवा संतुलनाचा उल्लेख केला होता.

eroticism - (इरॉटिसिझम) **शृंगारवाद :** शृंगारवाद म्हणजे लैंगिक उत्तेजना किंवा लैंगिक इच्छा होय. सामाजिक संरचनेच्या बांधणीनुसार या भावनेत परिवर्तन होते. मायकेल फुको यांनी लिहिलेल्या संशोधनात्मक प्रबंध 'लैंगिकतेचा इतिहास' (The History of Sexuality) यात लैंगिकतेच्या विविध पैलूंवर विवेचन केले होते. त्यात लैंगिकता कशी साकारते, शृंगारिकतेसंबंधी विषय कोणते आणि त्याप्रमाणे (विज्ञान आणि साहित्य या दोन्हीत वापरण्यात येणारी) शृंगाराची भाषा

इत्यादींचा समावेश होतो. फूको यांच्या शिवाय अल्फ्रेड किनसे व इतर (Alfred Kinsey et. al.) यांनी शृंगारिक लैंगिक वर्तनावर बहुव्यापक असे संशोधन केले होते. या विचारवंतांच्या मते, शृंगारिक वर्तनाचे मोठे प्रकार किंवा प्रसंग याकडे एक करमणूक म्हणून पाहिले जाते.

esteem - (एस्टी'म) **प्रतिष्ठित :** व्यक्तीच्या गुणवत्तेचे किंवा कार्यक्षमतेचे सकारात्मक आणि नकारात्मक मूल्यमापन करण्यासाठी 'प्रतिष्ठित' (esteem) ही संज्ञा वापरतात. प्रतिष्ठित ही संज्ञा काही वेळेला दर्जाला समानार्थी संज्ञा म्हणून वापरण्यात येते. परंतु दर्जा व प्रतिष्ठा या दोन संज्ञा वेगवेगळ्या आहेत. प्रतिष्ठेत गुणवत्ता व कार्यक्षमता महत्त्वाची ठरते, तर दर्जाचा संबंध हा प्रामुख्याने सामाजिक स्तरीकरणाशी येतो. प्रत्येक व्यक्तीला दर्जा असतो, पण प्रतिष्ठा असतेच असे नाही.

et cetera principle - (एट से'टरा प्रि'न्सिपल) **इत्यादी किंवा वगैरे तत्त्व :** लोकजीवन–पद्धतिशास्त्राचा अभ्यास करताना अरॉन व्ही सिसॉरेल यांनी लोकजीवनपद्धतिशास्त्र (Ethnomethodology) कोणत्या तंत्रापासून दूर जात आहे, यांची यादी केली होती त्यांतील एक तंत्र वा तत्त्व म्हणजे (एट से'टरा) इत्यादी किंवा वगैरे तत्त्व होय. व्यक्तीव्यक्तींतील आंतरक्रियांचे परीक्षण करताना असे लक्षात येते की विशिष्ट प्रसंग, घटना किंवा समस्या या संदर्भात इतरांना माहिती पुरविताना काही गोष्टी कर्त्याच्या लक्षात राहतात, तर काही गोष्टी त्याच्या लक्षात राहत नाहीत. तेव्हा या लक्षात न राहणाऱ्या गोष्टींसाठी कर्ता वगैरे किंवा इत्यादी या शब्दांचा वापर करतो त्यालाच तज्ज्ञांनी (एट से'टरा) 'वगैरे तत्त्व' किंवा 'इत्यादी तत्त्व' या संज्ञेने संबोधले आहे. उदा. स्त्री अत्याचाराबाबत माहिती गोळा करणारा संशोधक हा एखाद्या कर्त्याला स्त्रियांवर होणाऱ्या अत्याचारांची यादी तयार करावयास सांगतो. 'उत्तरकर्ता' (Informant) स्त्रियांना होणारी मारहाण, त्यांच्यावर होणारे बलात्कार, हुंडाबळी, विनयभंग इत्यादी म्हणून ही यादी पूर्ण करतो. या वरील विधानाचे दोन भाग आहेत. एक : कर्ता त्याला आठवणाऱ्या स्त्री अत्याचारांची यादी देतो. दोन, परंतु त्याला न आठवणाऱ्या स्त्री अत्याचारांसाठी तो वगैरे किंवा इत्यादी शब्दांचा वापर करतो. त्यास वगैरे किंवा इत्यादी तत्त्वाने संबोधले जाते. दुसरी गोष्ट संभाषणात आपण निरर्थक शब्दांचा वापर करतो. बऱ्याच वेळा ओळखीच्या माणसाला आपण प्रश्न करतो, 'काय ! कसे काय ?' उत्तरकर्ता उत्तर देतो 'ठीक'. या ठिकाणी प्रश्न व उत्तर दोन्हीही निरर्थक असून त्यासाठीही 'वगैरे किंवा इत्यादी' संज्ञा वापरली जाते.

ethical indifference - (ए थिकल इन्डि फरन्स) **नैतिक औदासीन्य :** नैतिक औदासीन्य हा असा मतप्रवाह आहे की ज्याचे पुरस्कर्ते असे मानतात की समाजशास्त्र, त्याच्या प्रमुख सिद्धान्तात किंवा संशोधनात, नैसर्गिकशास्त्राच्या तुलनेने विचार करता नैतिकतेला केंद्रस्थानी स्थान देत नाही. म्हणजे समाजशास्त्रीय सिद्धान्त वा संशोधने ही नैतिक दृष्टीने विचार करता उदासीन असतात. समाजशास्त्रात त्यांच्या संशोधनात नैतिकतेपेक्षा अनुभवाधिष्ठिततेवर किंवा प्रायोगिकतेवर मोठ्या प्रमाणात भर जातो, हीपण एका स्वरूपाची नैतिक उदासीनताच होय. समाजशास्त्रज्ञ अनुभवाधिष्ठित आकलन, नैतिक आकलनापेक्षा महत्त्वाचे मानतात. नैतिकतेपेक्षा ते वास्तवता महत्त्वाची मानतात. हीपण एक प्रकारची नैतिक उदासीनताच होय.

ethics - (ए थिक्स) **नीतिशास्त्र :** व्यक्तीसाठी किंवा समाजासाठी तयार केलेल्या नैतिक संहितेचा अभ्यास करणारे शास्त्र म्हणजे 'नीतिशास्त्र' होय. काही तज्ज्ञांच्या मते, 'नीतिशास्त्र' ही तत्त्वज्ञानशास्त्राची एक शाखा असून, ज्यात नैतिकतेच्या दृष्टीने कशा प्रकारची क्रिया केली पाहिजे याचे अध्ययन केले जाते. 'नीतिशास्त्र' या तत्त्वज्ञानशास्त्राच्या शाखेचे दोन प्रमुख संप्रदाय आहेत. अ. पहिल्या संप्रदायाच्या अध्ययनात परिणामाच्या विश्लेषणावरून व्यक्तीच्या क्रियेचे योग्य व अयोग्य क्रियेत विभाजन करून त्यासंबंधीच्या बाबींच्यावर भर दिला जातो. ब. दुसऱ्या संप्रदायाच्या अध्ययनात या विचारावर भर दिला जातो की, कमीतकमी व्यक्तींची काही कार्ये ही परिणामापासून स्वतंत्र असतात किंवा परिणामविरहित असतात. काही तज्ज्ञांच्या मते, नीतिशास्त्र हे डॉक्टर्स, वकील यांसारख्या व्यावसायिक गटांतील व्यक्तींनी कोणत्या नैतिक संहितेचे पालन करावे, यासंबंधी त्यांना योग्य ते मार्गदर्शन करते.

ethnic★ group - (ए थनिक ग्रूप) **लोकगट किंवा वांशिक गट :** दुसऱ्या लोकांपेक्षा किंवा राष्ट्रापेक्षा सांस्कृतिक दृष्टीने भिन्न असणारा लोकांचा समूह यासाठी 'लोकगट किंवा वांशिक गट' ही संज्ञा वापरली जाते. या दृष्टीने विचार करता ज्या गटाची स्वत:ची स्वतंत्र ओळख असून ज्या गटाच्या स्वत:च्या स्वतंत्र सांस्कृतिक प्रथा, नियमने (प्रमाणके), श्रद्धा आणि परंपरा आहेत; ज्या गटातील लोक समान भाषा वापरतात त्या गटाला लोकगट किंवा वांशिक गट या संज्ञेने संबोधले जाते.

ethnicity - (ए थनिसिटी) **लोकभावना किंवा वंशभावना :** कोणत्याही गटाची

★ ए थनिक (Ethnic) हा इंग्रजी शब्द एथ्नॉस (Ethnos) या ग्रीक शब्दापासून तयार झाला असून, त्याचा अर्थ आहे 'लोक' किंवा 'राष्ट्र' म्हणून मराठीत 'लोकगट' ही संज्ञा वापरली आहे.

वांशिक, भाषिक व राष्ट्रीय अस्मिता म्हणजे लोकभावना होय. लोकांची आपल्या गटाबद्दलची आत्मीयतेची किंवा राष्ट्राबद्दलची राष्ट्रीयत्वाची भावना म्हणजे लोकभावना होय. काही तज्ज्ञांच्या मते, लोकभावना ही अनिश्चित स्वरूपाची संज्ञा आहे. 'लोकभावना' ही गटवैशिष्ट्यांनी भारलेली असून, ही वैशिष्ट्ये संस्कृतीद्वारे एक पिढीकडून दुसऱ्या पिढीकडे हस्तांतरित होतात. 'लोकभावनेत' सामूहिक अस्मितेच्या अनेक प्रकारांचा समावेश होतो. यात क्रमाने सांस्कृतिक, धार्मिक, राष्ट्रीय आणि उपसांस्कृतिक प्रकार अंतर्भूत होतात. सांस्कृतिक लोकभावना आणि राजकीय लोकभावना यांत फरक आहे. सांस्कृतिक लोकभावनेचे; भाषा, धर्म आणि अन्य प्रकारची सांस्कृतिक मूल्ये व प्रथा या संदर्भात विभाजन केले जाते, तर राजकीय लोकभावनेत राजकीय जाणिवा आणि गतिशीलता यांचा समावेश होतो. लोकभावनेचा (ethnicity) संदर्भ काही तज्ज्ञ वांशिक अस्मितेशी जोडण्याचा (Racial identity) प्रयत्न करतात, पण ते योग्य नाही. (पहा-race-वंश.)

ethnocentrism - (एथनॉसेंट्रिझम) **स्वसमूहश्रेष्ठतावाद :** १९०६ साली डब्ल्यू. जी. सम्नेर यांनी प्रथमत: या संज्ञेचा वापर केला होता. त्यांच्या मते, 'स्वसमूहश्रेष्ठतावाद' ही एक मानवी प्रवृत्ती असून, आपल्या स्वत:च्या गटाच्या किंवा समाजाच्या श्रद्धांचे इतर गटांच्या श्रद्धांच्या संदर्भात मूल्यमापन करताना आपल्या गटाच्या श्रद्धा, परंपरा, धार्मिक तत्त्व या इतर गटांच्या श्रद्धा, परंपरा किंवा धार्मिक तत्त्वे यांपेक्षा श्रेष्ठ वा वरच्या दर्जाच्या आहेत, असे मानणे म्हणजे 'स्वसमूहश्रेष्ठतावाद' होय. यात अनेक लोक मनात अशी श्रद्धा वा विश्वास बाळगतात, की नैतिक प्रश्नाच्या संदर्भात त्यांचा स्वत:चा गट नेहमीच बरोबर असतो आणि अन्य गट चुकीचे असतात. स्वसमूहश्रेष्ठतावाद म्हणजे थोडक्यात, स्वत:चा गट सर्वच क्षेत्रांत अन्य गटांच्या तुलनेने नेहमीच श्रेष्ठ असतो अशी भावना व्यक्त करणे होय.

ethnography - (एथनो ग्राफी) **लोकालेख :** सामाजिक मानवशास्त्र व समाजशास्त्र यांत छोट्याछोट्या लोकगटांचा अभ्यास करण्यासाठी जी अभ्यासपद्धती वापरली जाते, त्यास 'लोकालेखपद्धती' म्हणतात. या पद्धतीत संशोधक छोट्या समाजाचे वा संघटनेचे प्रत्यक्ष निरीक्षण करून त्याआधारे लिखित वर्णनात्मक अहवाल तयार करतो. बऱ्याचवेळा लोकालेखात निरीक्षणासाठी सहभागी निरीक्षणपद्धतीचा वापर केला जातो. सामाजिक मानवशास्त्रात छोट्याछोट्या आदिवासी टोळ्यांच्या अध्ययनासाठी लोकालेखपद्धतीचा आधार घेतला जातो, तर समाजशास्त्रज्ञ समुदायाच्या अभ्यासासाठी या पद्धतीचा वापर करतात.

ethnology - (एथनॉलजी) **लोकशास्त्र किंवा मानवजातिशास्त्र** : विशिष्ट पर्यावरणात राहणाऱ्या लोकांचा व त्यांच्या संस्कृतीचा तुलनात्मक ऐतिहासिक अभ्यास म्हणजे लोकशास्त्र किंवा मानवजातिशास्त्र होय. अमेरिका व युरोप खंडातील काही भागांत 'लोकशास्त्र' ही संज्ञा मानवी अध्ययनाच्या सर्वसमावेशक हेतूंची पूर्तता करते. या अध्ययनात पुराणवस्तुशास्त्राच्या संमिश्रतेचा, भौतिक संस्कृतीचा, भाषाशास्त्राचा, समाजशास्त्राचा अभ्यास समाविष्ट असून त्यांसमवेतच सामाजिक, सांस्कृतिक, शारीरिक मानवशास्त्रांचा अभ्यासही या शास्त्रात केला जातो. रेडक्लिफ ब्राऊन या मानवशास्त्रज्ञाने लोकशास्त्राच्या अध्ययनासाठी लोकालेख अभ्यासपद्धतीचा वापर करण्यासाठी सूचना केली होती. सारांश, विविध लोकांच्या पर्यावरणाबरोबरच त्यांच्या संस्कृतीचा ऐतिहासिक अभ्यास म्हणजे लोकालेख होय.

ethnomethodology - (एथनॉमेथडॉलजी) **लोकजीवनपद्धतिशास्त्र** : हेरॉल्ड गारफिंकल (Harold Garfinkel) हे लोकजीवनपद्धतिशास्त्राचे जनक मानले जातात. लोकजीवनपद्धतिशास्त्र (ethnomethodology) ही संज्ञा स्वत: गारफिंकल यांनी याले (yale) यांच्यासमवेत कार्य करताना संस्कृतिसंमिश्रतेचा जो विचार मांडला त्यातून तयार केली. 'लोकजीवनपद्धतिशास्त्र' ही मराठी संज्ञा 'एथनॉमेथडॉलजी' (ethnomethodology) या इंग्रजी शब्दाचे मराठी रूपांतर होय. हा शब्द पुढीलप्रमाणे तयार झालेला आहे–

Ethnos + Method + Logy ⇒ Ethnomethodology
↓
लोक + जीवनपद्धती + शास्त्र ⇒ लोकजीवनपद्धतिशास्त्र.

या दृष्टीने विचार करता लोकजीवनपद्धतिशास्त्राचा अभ्यासविषय हा सामाजिक जगातील विविध लोकांच्या जीवनपद्धतींचे संवेदनात्मक विश्लेषण करणे हा आहे. काही तज्ज्ञांच्या मतांचे विश्लेषण केल्यास असे लक्षात येते, की लोकजीवनपद्धतिशास्त्र ही समाजशास्त्रात विकसित झालेली एक नवीन शास्त्रशाखा असून लोकसमूहाच्या द्वारे ते समाजातील व्यक्तीव्यक्तींतील परस्परक्रियांचा किंवा आंतरक्रियांचा अभ्यास करते.

ethology - (एथॉलजी) **आचारनीतिशास्त्र** : १. आचारनीतिशास्त्र (Ethology) ही संज्ञा प्रथम जे. एस. मिल (J. S. Mill) यांनी वापरली असून त्याचा अर्थ आहे 'चांगल्या वर्तनाचे शास्त्र'. जे. एस. मिल यांचा असा विश्वास होता, की मनुष्याचे

'नैतिक वर्तन' हा मानवी जीवनाच्या स्पष्टीकरणाचा आधार बनला पाहिजे. त्यासाठी नैतिकशास्त्रात 'व्यस्त अनुमान पद्धती'चा वापर केला जातो. २. आचारनीतिशास्त्र या संज्ञेचा दुसरा अर्थ आहे, प्राणिवर्तनाचे शास्त्र की पुढे याचा वापर मोठ्या प्रमाणात मानवी वर्तनाचा अभ्यास करण्यासाठीपण केला गेला. आचारनीतिशास्त्र हे मोठ्या प्रमाणात वादग्रस्त शास्त्र ठरले असून; जे समाजशास्त्रज्ञ मानवी जाणिवांच्या वेगळेपणावर भर देतात, त्यांनी या शास्त्राला विरोध केला होता. (पहा–socio-biology–सामाजिक जीवशास्त्र.)

Eu. function - (यू॰फं॰क्शन) **सु–कार्य :** समग्र समाजव्यवस्था किंवा समग्र समाजव्यवस्थेतील इतर सामाजिक कार्यक्रम टिकविण्याच्या किंवा जतन करण्याच्या दृष्टीने ज्या कार्यक्रमांचे आयोजन केले जाते अथवा जी कार्ये केली जातात, त्यासाठी पूर्वीचे विद्वान 'सु–कार्य' या संज्ञेचा वापर करीत. आजच्या समाजशास्त्रज्ञांनी या संज्ञेला पर्याय म्हणून 'कार्य' या संज्ञेचाच वापर करण्यास सुरुवात केली आहे. समाजव्यवस्थेचे जतन आणि स्थिरता यांसाठी ज्या क्रिया केल्या जातात त्यांना 'सु–कार्य' म्हणतात.

eugenics - (यू॰जेनिक्स) **सु–प्रजननशास्त्र :** १८७० साली फ्रान्सिस गाल्टन (Francis Galton) यांनी मानवी वंशपरंपरेच्या अध्ययनाची जी पद्धत शोधून काढली ती 'सु–प्रजननशास्त्र' या संज्ञेने संबोधली जाते. यूजेनिक्स (Eu. genics) हा ग्रीक शब्द असून तो दोन शब्दांचा संकर होय. यू (Eu) म्हणजे चांगले व जेन्स (Gens) म्हणजे जन्म देणे वा निर्माण करणे, म्हणून यूजेनिक्स याचा अर्थ चांगली म्हणजे सुदृढ प्रजा वा संतती जन्माला घालणे होय. सुप्रजननप्रक्रियेत मूल निर्दोष किंवा दोषरहित जन्माला यावे म्हणून, काही जन्मपूर्व चाचण्या घेतल्या जातात. यात सोनोग्राफी (sonography), गर्भजलपरीक्षा याद्वारे गर्भातील दोष जाणून घेऊन ते गर्भावस्थेतच दूर करण्याचा प्रयत्न केला जातो. त्याचप्रमाणे गर्भवती मातेच्या आरोग्याची योग्य काळजी घेतली तर मूल सुदृढ जन्माला येते. या सर्वांचा समावेश व त्यासंबंधीचा अभ्यास सुप्रजननशास्त्रात येतो.

evolution - (इव्हॉल्यू॰शन) **उत्क्रांती :** उत्क्रांती म्हणजे परिवर्तनाची एक प्रक्रिया होय, की ज्यात पुढील प्रक्रियेचे मागील प्रक्रियेशी संबंधात्मक सातत्य असते. या सातत्यप्रक्रियेत क्रमाने वृद्धी (growth) आणि विकास इत्यादींचा समावेश होतो.

evolution cultural - (इव्हॉल्यू॰शन क॰ल्चरल) **उत्क्रांती सांस्कृतिक :** सांस्कृतिक उत्क्रांती म्हणजे समाजाच्या संस्कृतीचा (किंवा विशिष्ट संस्कृतीच्या गुणधर्मांचा)

झालेला विकास होय. या विकासाची दिशा ही साधेपणाकडून, कमी एकात्म समाजाकडून अधिक जटिल आणि अधिक एकात्म अशा समाजाकडे सातत्याने प्रवाहित होते. सांस्कृतिक उत्क्रांती म्हणजे त्या त्या समाजाच्या संस्कृतीत होणारी परिवर्तने होत.

evolutionary principles - (इव्हॉल्यू'शनरी प्रि'न्सिपल्स) **उत्क्रांतिवादी तत्त्वे :** उत्क्रांतिवादी सिद्धान्ताचे अभ्यासक वा तज्ज्ञ उत्क्रांतिवादी सिद्धान्ताची दोन तत्त्वे प्रतिपादन करतात. १) उत्क्रांतिवादाची सर्वसामान्य तत्त्वे : यात प्रामुख्याने अ-नियोजित (unplanned) उत्क्रांतिप्रक्रियेचा समावेश होतो. २) उत्क्रांतीची क्रमश: तत्त्वे : यात मुख्यत्वेकरून नियोजनपद्धतीने उत्क्रांती घडवून आणली जाते. समाजातील नियोजनबद्ध सामाजिक परिवर्तने यात येतात.

evolutionary sociology - (इव्हॉल्यू'शनरी सोशिऑलजी) **उत्क्रांतिवादी समाजशास्त्र :** उत्क्रांतिवादी समाजशास्त्र समाजशास्त्राचा असा कोणताही प्रकार, की जो जीवशास्त्रीय उत्क्रांती आणि सामाजिक-सांस्कृतिक उत्क्रांती यांच्यातील सातत्यावर भर देतो. अनुकूलन, सामाजिक विभेदीकरणाचे कार्यिक परिणाम इत्यादी विषयांवर आधुनिक समाजशास्त्रज्ञांनी अध्ययन केले होते. समाजशास्त्रज्ञांनी प्रामुख्याने सामाजिक-सांस्कृतिक उत्क्रांतीच्या अध्ययनावर भर दिला होता. उत्क्रांतिवादी समाजशास्त्राच्या अध्ययनाचे श्रेय प्रामुख्याने हर्बर्ट स्पेन्सर यांना द्यावे लागेल. १८५० साली प्रकाशित झालेल्या त्यांच्या 'सामाजिक स्थितिशास्त्र' (Social Statics) या ग्रंथात प्रथम उत्क्रांतिवादाची सर्वंकष संकल्पना प्रतिपादन केली होती. त्यानंतर सुमारे ८ वर्षांनंतर म्हणजे १८५८ साली चार्ल्स डार्विन यांनी 'जीवाची उत्पत्ती' (Origin of Spacies) या ग्रंथात उत्क्रांतिवादाचा विचार मांडला. या ठिकाणी एक गोष्ट मान्य करावी लागते ती ही, की चार्ल्स डार्विन यांनी त्यांच्या उत्क्रांतिवादी विचाराचे श्रेय हर्बर्ट स्पेन्सर यांना दिले होते. डार्विन यांचा उत्क्रांतिवादी सिद्धान्त हा केवळ वनस्पती व प्राणिसृष्टीशी निगडित होता. तर स्पेन्सर यांच्या उत्क्रांतिवादी सिद्धान्ताच्या तीन बाजू आहेत- १. उत्क्रांतिवादी सिद्धान्ताची भौतिक बाजू किंवा भौतिक उत्क्रांतिवाद. २. उत्क्रांतिवादी सिद्धान्ताची जीवशास्त्रीय बाजू किंवा जैविक उत्क्रांतिवाद. ३. उत्क्रांतिवादी सिद्धान्ताची सामाजिक बाजू किंवा सामाजिक उत्क्रांतिवाद. सामाजिक दृष्टिकोनातून समाजातील उत्क्रांतीचे विश्लेषण करणे, म्हणजे उत्क्रांतिवादी समाजशास्त्र होय व त्याचे श्रेय जाते, हर्बर्ट स्पेन्सर यांच्याकडे.

evolutionary theory - (इव्हॉल्यू'शनरी थिअरी) **उत्क्रांतिवादी सिद्धान्त :** चार्ल्स डार्विन (१८०९-१८८२) व अल्फ्रेड रसेल वॉलेस (१८२३-१९१३) यांनी जीवशास्त्रीय दृष्टिकोनातून जीवाची उत्पत्ती, विकास आणि विभिन्नता यासंबंधी दिलेले स्पष्टीकरण म्हणजे उत्क्रांतिवादी सिद्धान्त होय. डार्विनवादाच्या तत्त्वावर आधारित सामाजिक परिवर्तनासंबंधीचे विवेचनात्मक स्पष्टीकरण म्हणजेही उत्क्रांतिवादी सिद्धान्त होय. 'जो सशक्त किंवा बलवान आहे, तो टिकेल' (Survival the Fittest) हे उत्क्रांतिवादी सिद्धान्ताचे प्रमुख तत्त्व होते. चार्ल्स डार्विन व अल्फ्रेड रसेल वॉलेस यांचा उत्क्रांतिवादी सिद्धान्त 'जैव उत्क्रांतिवाद' या संज्ञेने संबोधला जातो तर दुसरा सिद्धान्त 'सामाजिक उत्क्रांतिवाद' या संज्ञेने ओळखला जातो. सामाजिक उत्क्रांतिवादी सिद्धान्तकारांत प्रामुख्याने मॉर्गन, हॉबहाऊस, टेलर, वार्ड आणि स्पेन्सर यांचा समावेश होतो.

२० व्या शतकाच्या पूर्वार्धात झालेल्या दोन महायुद्धांमुळे सामाजिक उत्क्रांतीचा सिद्धान्त सामाजिक शास्त्रज्ञांच्या मनातून उतरला. परंतु २० व्या शतकाच्या उत्तरार्धात तिसऱ्या जगातील विकासाच्या प्रश्नांनी उग्र रूप धारण केल्यामुळे उत्क्रांतिवादी सिद्धान्ताच्या पुनरुज्जीवनाची आवश्यकता समाजशास्त्रज्ञांना भासू लागली. त्यांनी उत्क्रांतिवादाचा सिद्धान्त नवीन पद्धतीने मांडला. यात नव-कार्यात्मकवाद, सामाजिक-सांस्कृतिक उत्क्रांतिवाद, उत्क्रांतिवादाची सार्वभौमिकता, इत्यादींचा समावेश होतो.

evolutionary universals - (इव्हॉल्यू'शनरी युनिव्हर्सल्स) **उत्क्रांतिवादी सार्वत्रिक :** १९६४ साली टॉलकॉट पार्सन्स यांनी सामाजिक परिवर्तनातील विविध विकासात्मक अवस्थांवर चर्चा करताना 'उत्क्रांतिवादी सार्वत्रिक' या संज्ञेचा वापर केला होता. पार्सन्स यांच्या मते, उत्क्रांतिवादी सार्वत्रिक म्हणजे 'संघटनात्मक विकास' होय. यात प्रामुख्याने मानवी समाजाची वाढती अनुकूलनक्षमता समाविष्ट आहे. पार्सन्स यांच्या मते, अनुकूलन म्हणजे पर्यावरणाशी समायोजन साधणे नव्हे; तर त्यात प्रामुख्याने पर्यावरणात्मक घटकांच्या वाढत्या आटोक्याशी झुंजण्याची किंवा झगडण्याची व्यक्तीला प्राप्त झालेली वांशिक क्षमता होय. एकदा का मानवी विकासाचे एक प्रमुख साधन म्हणून मानवी प्रतीकाची जागा मानवी वांशिक क्षमतेने घेतली, की त्यातून चार मूलभूत सामाजिक तरतुदी आकाराला येतात– अ. दयुरखेम यांनी प्रतिपादन केलेल्या धार्मिक कृती. ब. भाषेद्वारे साध्य केले जाणारे संज्ञापन. क. आप्तसंबंध किंवा नातेगोते संबंध की ज्यात अंतर्विवाहाचे व बहिर्विवाहाचे व तसेच संभोगनिषेध नियम सामील आहेत

आणि ड. तंत्रशास्त्र, की ज्याचे पर्यावरणाशी प्राथमिक स्वरूपात अनुकूलनात्मक संबंध निर्माण होतात. याशिवाय यात पार्सन्स यांनी आणखी दोन बाबींचा अंतर्भाव केला होता. १. काही गट, वंशपरंपरा यांच्याशी निगडित सामाजिक स्तरीकरण, सामाजिक प्रतिष्ठा, आर्थिक फायदे इत्यादी. २. संरचनात्मकतेतील विभेदीकरण, की ज्यात राजकीय आणि सांस्कृतिक वैधानिकता समाविष्ट होते. याव्यतिरिक्त पार्सन्स यांनी उत्क्रांतिवादी सार्वभौमिकतेच्या बांधणीच्या पाच तरतुदी विशद केल्या होत्या. त्यांत नोकरशाही, पैसा आणि बाजार, सार्वभौमिक वैधानिक व्यवस्था, लोकशाही मंडळाचा शोध आणि विज्ञान यांचा समावेश होतो.

exchange - (एक्सचेंज) विनिमय : चलनव्यवस्थेच्या पूर्वीची अवस्था म्हणून विनिमय-अवस्थेचा उल्लेख तज्ज्ञ मंडळी करतात. या विनिमय-अवस्थेत व्यक्ती किंवा व्यक्तींचे समूह, शारीरिक, भौतिक सामग्री किंवा भौतिक वस्तू यांची जी देवाणघेवाण करतात, त्यासाठी 'विनिमय' ही संज्ञा लावली जाते. स्त्री-पुरुषांतील शारीरिक संबंध हीसुद्धा एक प्रकारची देवाणघेवाण होय. सामाजिक व वैयक्तिक गरजांच्या पूर्ततेसाठी सामाजिक सेवा, गरजेच्या वस्तू, विविध भावना यांच्यात होणारी देवाणघेवाण ही 'विनिमय' या संज्ञेखाली येते. हॅरी जॉन्सन या अमेरिकेतील समाजशास्त्रज्ञाच्या मते, विनिमय ही एक आर्थिक क्रिया होय. प्रत्येक अर्थव्यवस्थेत, मग ती व्यवस्था कितीही आदिम असो, त्यात विनिमय असतोच. प्राचीन समाजापासून आजच्या आधुनिक समाजाकडे पहिल्यास विनिमयाचे सहा प्रकारांत वर्गीकरण करता येते. परंतु हे वर्गीकरण मुख्यत: आर्थिक निकषांवर आधारित आहे.

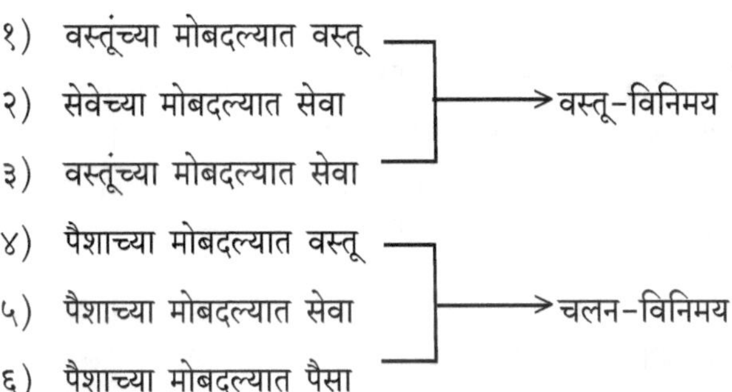

विनिमयाचे पहिले तीन प्रकार प्राचीन आदिवासी व प्राचीन ग्रामीण समाजात मोठ्या प्रमाणात कार्यरत होते; तर विनिमयाचे उर्वरित तीन प्रकार आजच्या आधुनिक समाजात अस्तित्वात आहेत.

समाजशास्त्र मात्र विनिमय ही केवळ आर्थिक क्रियाच आहे, असे मानत नाही. विनिमयात विचारप्रणालीतील सांस्कृतिक बाबींची, शैक्षणिक बाबींची तसेच सामाजिक घटकांतील देवाणघेवाण अभिप्रेत असल्याने विनिमय ही व्यापक क्रिया होय.

exchange theory - (एक्सचेंज थिअरी) **विनिमय सिद्धान्त :** सिमेल (Simmel) या जर्मनीतील विचारवंताच्या विचारावर आधारित सैद्धान्तिक दृष्टिकोन म्हणजे 'विनिमय सिद्धान्त' होय. पीटर एम. ब्लॉ (Peter M. Blau) यांच्या प्रारंभीच्या विचारसरणीनुसार किंवा प्रारंभीच्या सैद्धान्तिक दृष्टिकोनानुसार विनिमय म्हणजे नोकरशाहीतील कर्मचारी, एकमेकांना त्यांच्या कामात कशी वारंवार मदत करतात, त्यास सामाजिक मान्यता कशी मिळवितात व या प्रक्रियेत अभौतिक बक्षिसांची देवाणघेवाण कशी करतात, यासंबधीचा अभ्यास होय. जॉर्ज. सी. होमन्स त्यांच्या विनिमय सिद्धान्तात मानसशास्त्रीय वर्तनवादी दृष्टिकोनातून त्यांच्या सिद्धान्ताची बांधणी करतात. विनिमय या प्रक्रियेचा सैद्धान्तिक दृष्टिकोनातून केलेला अभ्यास व त्याआधारे मांडलेले सिद्धान्त 'विनिमय सिद्धान्त' म्हणून मान्यता पावतात.

exogamy - (एक्झॉगेमी) **बहिर्विवाह :** आपला वैवाहिक साथीदार निवडण्याचे जे काही नियम आहेत, त्यांतील एक नियम म्हणजे बहिर्विवाहाचा नियम होय. या नियमानुसार व्यक्तीला तिचा वैवाहिक साथीदार हा तिच्या गटातून निवडता येत नाही तर तो दुसऱ्या गटातून निवडावा लागतो. उदा. एकाच कुळातील दोन व्यक्तींमध्ये वैवाहिक संबंध प्रस्थापित होऊ शकत नाहीत; तर दुसऱ्या कुळातील (clan or sib) व्यक्तीची वैवाहिक साथीदार म्हणून निवड करावी लागते. विशेषत: आदिवासी समाजात या प्रकारच्या बहिर्विवाहाच्या नियमांचे पालन केले जाते. हिंदू धर्मात एकाच गोत्रातील दोन व्यक्तींत वैवाहिक संबंध निर्माण होत नाहीत, तर दुसऱ्या गोत्रातील व्यक्तीची वैवाहिक साथीदार म्हणून निवड करावी लागते. अंतर्गट विवाहाच्या विरोधी असा हा बहिर्विवाहाचा नियम होय.

experimental hypothesis - (एक्स्पेरिमेन्टल हाइपॉथीसिस) **प्रायोगिक सिद्धान्त-कल्पना किंवा गृहीततत्त्व :** प्रायोगिक सिद्धान्तकल्पना किंवा गृहीततत्त्व हे असे विधान आहे, की ज्यात प्रायोगिक गट आणि नियंत्रित गट यांच्यातील महत्त्वाचे सांख्यिकीय भेद विशद केले जातात. हे भेद संशोधनातील स्वायत्त किंवा स्वतंत्र चलाच्या कारणांच्या द्वारे विश्लेषित केले जातात. जेव्हा

प्रयोगाची संपूर्ण तयारी होते किंवा जेव्हा निरीक्षणात्मक तथ्य संलग्न केले जाते, तेव्हा पूर्वीच्या योगदानाच्या आधारे सध्याच्या सिद्धान्तकल्पनेची अथवा सिद्धान्ताची चाचणी घेतली जाते. ही प्रायोगिक सिद्धान्तकल्पना, दोन गटांतील अपेक्षित भेदांच्या आधारे सिद्धान्त बरोबर आहे किंवा कसे हे विशद करते.

experimental method - (एक्स्पेरिमेन्टल मेथड) **प्रायोगिक अभ्यासपद्धती :** प्रायोगिक अभ्यासपद्धती ही वैज्ञानिक अभ्यासपद्धती असून त्याचा वापर करतांना प्रायोगिक सिद्धान्तकल्पना किंवा गृहीततत्त्व यांची चाचणी प्रायोगिक गट आणि नियंत्रित गट यांच्यात तुलना करून घेतली जाते. ही अभ्यासपद्धती प्रामुख्याने मानसशास्त्राची निवड असली तरी समाजशास्त्रात मात्र या अभ्यासपद्धतीच्या विविध पद्धती विकसित झाल्या असून, त्याद्वारे कमी नियंत्रित तथ्यसंकलनाचे विश्लेषण केले जाते.

explanation - (एक्सप्लनेशन) **स्पष्टीकरण :** स्पष्टीकरण म्हणजे कोणत्याही वृत्तान्ताच्या किंवा सर्वसामान्य प्रघटनेचा सुबोध आढावा घेणे होय. अशा प्रकारे वृत्तान्ताचा किंवा प्रघटनेचा आढावा घेताना त्या वृत्तान्ताची किंवा प्रघटनेची ओळख त्या वृत्तान्ताच्या किंवा प्रघटनेच्या कारणांद्वारे, स्वरूपाद्वारे किंवा आंतरसंबंधाद्वारे करून दिली जाते. अधिक औपचारिक दृष्टीने 'स्पष्टीकरण' या संज्ञेचा अर्थ सांगावयाचा झाल्यास, असे म्हणता येईल, की कोणत्याही वृत्तान्ताचे किंवा प्रघटनेचे विवरणात्मक विवेचन देण्यासाठी 'स्पष्टीकरण' ही संज्ञा प्रामुख्याने भौतिकशास्त्रात वापरली जाते व या संज्ञेत सर्वसामान्यपणे वैज्ञानिक कायदे, स्पष्टीकरणात्मक सिद्धान्त यांचा समावेश होतो. परंतु सामाजिक शास्त्रात मात्र 'स्पष्टीकरण' या संज्ञेत मुख्यत्वेकरून कर्त्यांच्या क्रियेचा अर्थ, त्यांचा कार्यकारणभाव इत्यादी बाबी समाविष्ट होतात आणि म्हणून समाजशास्त्रात स्पष्टीकरण या संज्ञेचे अनेक प्रकार आकाराला आले आहेत. त्यांचा फक्त नामोल्लेख आपण या ठिकाणी करणार आहेत.

१. कारणात्मक स्पष्टीकरण (causal explanation)

२. अनुमानिक स्पष्टीकरण (deductive explanation)

३. संभवनीय स्पष्टीकरण (probablistic explanation)

४. अर्थात्मक आणि उद्देशात्मक स्पष्टीकरण (meaningful and purposive explanation)

५. कार्यिक किंवा कार्यांत्मक स्पष्टीकरण (functional explanation)

६. उत्क्रांतिवादी किंवा परिसरशास्त्रीय स्पष्टीकरण (evolutionary or ecological explanation)

७. घटनाअस्तित्वशास्त्रीय स्पष्टीकरण (teleological explanation)

explanatory mechanism - (एक्सप्लनेटरी मेकॅनिझम) **स्पष्टीकरणात्मक यंत्र किंवा यांत्रिकता :** कोणत्याही प्रघटनेच्या आंतरिक महत्त्वाच्या कारणांचा वैज्ञानिक आढावा घेणे म्हणजे स्पष्टीकरणात्मक यांत्रिकता होय. उदा. उत्क्रांतिवादी सिद्धान्तातील 'नैसर्गिक निवडप्रक्रिया' किंवा उत्पादनसाधनांतील परस्परविरोध व वर्गसंघर्ष (मार्क्सवाद) यासंबंधीचे विवेचन म्हणजे एकप्रकारे स्पष्टीकरणात्मक यांत्रिकता होय. या संज्ञेला समाजशास्त्रात जे महत्त्व प्राप्त झाले, त्यासाठी खालील संशोधकांची 'वैज्ञानिक वास्तवता' (Scientific realism) या विषयावरची अध्ययने महत्त्वाची ठरतात. यात रोम हारे (Rom Harre) यांचे १९७० चे संशोधन, इ. मॅडन यांचे १९७५ सालचे संशोधन, रॉय भास्कर (Roy Bhaskar) यांची १९७५, १९७९ व १९८६ ची या संबंधीची संशोधने समाविष्ट आहेत. या सर्वांनी वैज्ञानिक संशोधनाचा मध्यबिंदू (core) म्हणून स्पष्टीकरणात्मक यांत्रिकता तयार केली होती.

explanatory theory - (एक्सप्लनेटरी थिअरी) **स्पष्टीकरणात्मक सिद्धान्त :** स्पष्टीकरणात्मक सिद्धान्त म्हणजे असा कोणताही सिद्धान्त, की ज्यात प्रघटना किंवा प्रघटनांचे वर्ग या संबंधीचे स्पष्टीकरण दिले जाते. जरी स्पष्टीकरणात्मक सिद्धान्ताचे अनेक प्रकार पाडले जात असले; (पहा-सिद्धान्तकल्पना, अनुमानिक स्पष्टीकरणात्मक सिद्धान्त, समाजशास्त्रीय सिद्धान्त, अर्थपूर्ण आकलनात्मक व विवरणात्मक सिद्धान्त इत्यादी) तरी यांतील सर्वसामान्य गृहीत हे, की प्रघटनांचे स्पष्टीकरण क्वचितच तथ्याच्याद्वारे केले जाते.

exploitation - (एक्सप्लॉइटेशन) **शोषण :** समाजातील कनिष्ठ वर्गांच्या सेवा (यात पगारी नोकर वा सेवक, स्त्रिया आणि अमेरिकेत निग्रो तर भारतात अस्पृश्य यांचा समावेश होतो.) समाजातील वरिष्ठ वर्ग (यात मालक, पुरुष, अमेरिकेत गोरे, तर भारतात स्पृश्य समजल्या जाणाऱ्या जाती यांचा समावेश होतो.) स्वतःच्या आर्थिक वा अन्य फायद्यासाठी जेव्हा वापरतात तेव्हा त्यासाठी 'शोषण' ही संज्ञा वापरली जाते. मार्क्स यांच्या विचाराचा केंद्रबिंदू 'शोषण' असून त्यांच्या मते, ज्यांच्या हातात उत्पादनाची साधने आहेत अशा वर्गातील लोक, (यात जमीन–

मालक, कारखाना-मालक, भांडवलदार इत्यादी येतात) ज्यांच्या हातात उत्पादनाची साधने नाहीत अशा लोकांचा वापर (यात भूदास वा शेतमजूर, कामगार, घरगडी इत्यादी येतात) स्वत:च्या आर्थिक फायद्यासाठी किंवा जास्तीतजास्त नफा मिळविण्यासाठी जेव्हा करतात, तेव्हा त्यासाठीपण 'शोषण' ही संज्ञा वापरतात.

exploratory data analysis - (एक्सप्लॉरे'टरी डेटा अॅ'लिसीस) **संशोधनात्मक तथ्यविश्लेषण :** संशोधनात्मक तथ्यविश्लेषण हा सांख्यिकी विश्लेषणाचा एक प्रकार असून, यात सुव्यवस्थितपणे तयार केलेली सिद्धान्तकल्पना अथवा गृहीततत्त्व सिद्ध करण्यापेक्षा तथ्याचे विश्लेषण करण्यावर भर दिला जातो. तथ्यसंकलनातील तथ्याचे संशोधनात्मक विश्लेषण करताना खालील बाबी महत्त्वाच्या आहेत.
१. विश्लेषण करावयाच्या तथ्याच्या संचाच्या अनुबंधाचे विश्लेषण केले जाते.
२. संशोधनातील तथ्यसंकलनाचा आवाका लक्षात घेतला जातो. त्याचप्रमाणे तथ्यसंकलनाच्या पातळ्या, बाह्य घटक इत्यादींचे विश्लेषण आलेखनापूर्वी किंवा परिवर्तनापूर्वी केले जाते. तथ्यसंकलन गुणवत्तानिदर्शक असो की संख्यानिदर्शक, संशोधनात्मक तथ्यविश्लेषणाचा उद्देश हा सांख्यिकी चौकशीचे विश्लेषण करताना समांतर पद्धतीचा वापर करणे, हा असतो. संशोधनातील गृहीततत्त्वांची किंवा सिद्धान्तकल्पनेची चाचणी घेण्यासाठी किंवा सिद्ध करण्यासाठी ही पद्धत उपयोगी आहे.

expressiveness - (एक्स्प्रे'सिव्हनेस) **प्रदर्शनकारी किंवा आविष्कारी :** आपले विचार किंवा आपल्या भावना दुसऱ्यापर्यंत पोहचविण्याच्या क्रियेसाठी प्रदर्शनकारी किंवा आविष्कारी ही संज्ञा वापरली जाते. व्यक्तिवर्तनाचा एक प्रकार म्हणून प्रदर्शनकारी या संज्ञेकडे पाहिले जाते. मनुष्याच्या वर्तनातील नीटनेटकेपणा, भावनाप्रकटीकरणाच्या विविध तऱ्हा, दिसण्यातील आकर्षकता इत्यादी बाबी 'प्रदर्शनकारी' या संज्ञेत समाविष्ट होतात. सामाजिक वर्तनाचा प्रकार म्हणून समाजशास्त्रज्ञ 'प्रदर्शनकारी' या संज्ञेकडे पाहतात. व्यक्तिमत्त्वाला उठाव देणाऱ्या बाबींपण यात येतात. आकर्षक वेशभूषा, आकर्षक केशभूषा, सौंदर्यप्रसाधनांचा वापर, शिष्टाचार आदी बाबीही 'प्रदर्शनकारी' या संज्ञेत येतात. 'एक्स्प्रे'सिव्हनेस' या इंग्रजी संज्ञेचे मराठी रूपांतर म्हणून काही तज्ज्ञ 'प्रकटीकरण' ही संज्ञापण वापरतात.

extended family - (एक्स्टे'न्डेड फॅ'मिली) **विस्तारित कुटुंब :** कुटुंबातील सभासदसंख्येच्या आधाराने कुटुंबाचा जो एक प्रकार पाडला जातो, तो म्हणजे 'विस्तारित कुटुंब' होय. चीन, जपान या देशांत प्रामुख्याने या प्रकारची विस्तारित

कुटुंबे आढळून येतात. मूळ पुरुषापासून वंशविस्ताराच्या द्वारे जे कुटुंब आकाराला येते, त्यास 'विस्तारित कुटुंब' म्हणतात. विस्तारित कुटुंबाच्या विचाराचे समर्थन करणारे समाजशास्त्रज्ञ विलियम जे. गुड यांनी त्यांच्या 'कुटुंब' (The family) या ग्रंथात विस्तारित कुटुंबाचे दोन प्रकार विशद केले आहेत. १. आनुवंशिक एकरेषीय कुटुंबविस्तार (hereditary unilinear extended family). २. समपातळीवरचा कुटुंबविस्तार (horizontal extendeded family). या दोन प्रकारांचे स्वरूप स्पष्ट होण्यासाठी (खालील आकृती पहा.)

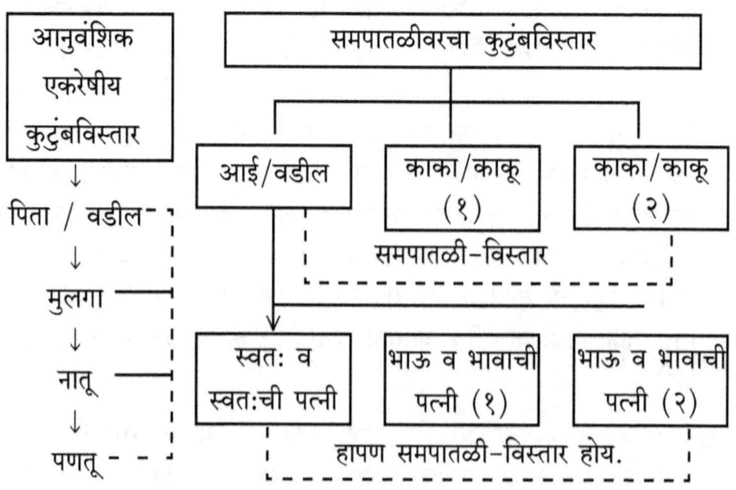

वरील आकृतीवरून विस्तारित कुटुंबाच्या दोन प्रकारांचे स्वरूप व विस्ताराची दिशा लक्षात येईल. भारतातील 'संयुक्त कुटुंब' हेपण एक प्रकारचे समपातळीवरचे विस्तारित कुटुंब होय, असे काही समाजशास्त्रज्ञ मानतात; तर काही समाजशास्त्रज्ञांना हे विधान मान्य नाही.

face to face interaction - (फेस टू फेस इन्टरॅ'क्शन) **समोरासमोरच्या आंतरक्रिया :** सामोरासमोरच्या आंतरक्रिया सामाजिक आंतरक्रियांचा एक प्रकार असून, ज्यात व्यक्ती तातडीच्या परिस्थिती निर्माण झाल्यावर त्या ठिकाणी सहउपस्थित असतात व परस्परप्रतिसादाच्या माध्यमातून आंतरक्रिया करतात. यात व्यक्ती परस्परांच्या समोर येऊन आंतरक्रिया करतात. (पहा-Primary group-प्राथमिक गट.)

face work - (फेस वर्क) **बाह्य काम किंवा कार्य :** बाह्य काम किंवा बाह्य कार्य हा आंतरक्रियांचा असा अनुक्रम आहे, की ज्यात आंतरक्रिया करणाऱ्या व्यक्ती त्यांचा चेहरा गमावतात. गॉफमन (Goffman) यांच्या मते, आंतरक्रियांचा हा अनुक्रम सुयोग्य मापदंडाने युक्त असून, त्यात (अनेक) विधींचा (Rituals) समावेश होतो. उदा. या प्रकारच्या अनुक्रमात क्रमाने-पापी माणसाने त्याच्या विधि-उल्लंघनाच्या क्रियेची माहिती दिल्यावरच त्यास मान्यता दिली जाते; या मान्यतेचा स्वीकार, आंतरक्रियेत सहभागी झालेल्या अन्य व्यक्तींनी करावा लागतो; आणि तसेच अपराध्याने त्याबद्दल कृतज्ञतेची नोंद केली पाहिजे; इत्यादी कार्ये समाविष्ट होतात.

fact - (फॅक्ट) **तथ्य किंवा वस्तुस्थिती :** 'तथ्य' या संकल्पनेचा वापर सर्वसामान्य लोक आणि समाजशास्त्रज्ञ ज्या अर्थाने करतात त्यांत परस्परविरोध नाही. या दोघांच्याही मते, 'तथ्य' म्हणजे असे विधान, की जे सत्य किंवा वास्तव आहे. उदा. पुढील विधाने पहा- १. हे सत्य आहे की भारतीय किंवा ब्रिटिश कायदे हे खून (हत्या) यांना प्रतिबंध करतात. २. रशिया, अमेरिका यांच्याजवळ अण्वस्त्रे आहेत. ३. अमेरिकेत संपत्तीचे वाटप विषमतेवर आधारलेले आहे.

समाजशास्त्र प्रामुख्याने 'सामाजिक तथ्य' ह्या संज्ञेच्या अध्ययनावर भर देते. सारांश, 'तथ्य' म्हणजे सत्य, वस्तुनिष्ठता किंवा वास्तवता आणि त्यांच्याशी निगडित विधान होय.

fact-finding - (फॅक्ट फा'इन्डिंग) **तथ्यनिष्कर्ष :** तथ्यनिष्कर्ष म्हणजे असे गृहीत धरणे होय, की 'तथ्य' ही अशी एक प्रघटना आहे की जी अत्यंत जवळून आणि वारंवार केलेल्या निरीक्षणाद्वारे मान्य केली जाते किंवा स्वीकारली जाते. काही समाजशास्त्रीय तज्ज्ञांच्या मते, 'तथ्यनिष्कर्ष' म्हणजे काही सामाजिक समस्या किंवा काही सामाजिक धोरणे या संदर्भात सुव्यवस्थितपणे आणि बिनचूकपणे (अचूकपणे) जमा केलेले सामाजिक तथ्यसंकलन होय. काही तज्ज्ञांच्या मते, सामाजिक सर्वेक्षण अथवा सामाजिक संशोधनप्रकल्प यातील पहिली पायरी वा पहिली अवस्था म्हणजे 'तथ्यनिष्कर्ष' होय.

faction - (फॅ'क्शन) **तट किंवा दुफळी :** संघर्षगटाचा एक प्रकार म्हणजे तट किंवा दुफळी होय. जेव्हा एखाद्या सामाजिक गटातील किंवा राजकीय पक्षातील सभासदांत मतभेद होतात आणि जेव्हा हे मतभेद विकोपाला जातात तेव्हा त्या सामाजिक गटात वा राजकीय पक्षात जी फूट पडते व गटाचे किंवा पक्षाचे विभाजन होते, त्यासाठी तट किंवा दुफळी ही संज्ञा वापरतात. गटांतर्गत किंवा पक्षांतर्गत संघर्षाचा तो अपरिहार्य परिणाम असतो. स्वातंत्र्यप्राप्तीनंतर भारतातील अनेक राजकीय पक्षांना फुटीची लागण होऊन एका पक्षाचे अनेक पक्षांत रूपांतर झाले. यात काँग्रेस, शिवसेना, रिपब्लिकन पक्ष इत्यादींचा समावेश होतो. त्यासाठी तट किंवा दुफळी ही संज्ञा वापरतात. समाजशास्त्रीय दृष्टीने विचार करता एका संयुक्त कुटुंबाचे (सभासदांतील मतभेदामुळे) अनेक केंद्रकुटुंबात होणाऱ्या विभाजनासाठीपण या संज्ञेचा वापर करतात. याशिवाय प्रत्येक धर्मात निर्माण झालेले विविध पंथफुटीचाच परिणाम होय.

factor - (फॅ'क्टर) **घटक :** कोणताही प्रसंग किंवा परिवर्तनपरिस्थितीला कारणीभूत असणारी, निर्धारण करणारी अत्यावश्यक बाब ही 'घटक' या संज्ञेने संबोधली जाते. 'घटक' या संज्ञेचे वर्गीकरण आणि संदर्भचौकट यांत भेद आहेत. म्हणून कार्यकारण घटकात तीन प्रकारचे वर्गीकरण समाविष्ट आहे. १. संस्कृती २. वांशिकता किंवा निसर्गाचा उगम आणि ३. शरीरलेखात्मक (Physiographic) पर्यावरण इत्यादी. वर्तनात्मक दृष्टिकोनातून विचार करता वर्तनात्मकतेशी निगडित घटकांचे पाच प्रकारांत वर्गीकरण केले जाते– अ. विचार ब. भावना क. क्रिया

ड. अभिवृत्ती इ. उद्देश. सामाजिक परिस्थितीच्या अंतर्गत आंतरक्रियात्मकतेशी निगडित बाबींचे वर्गीकरण हे क्रमाने स्पर्धा, संघर्ष, सहकार्य इत्यादी घटकांच्या आधाराने केले जाते.

factors of production - (फॅक्टर्स ऑफ प्रॉड्क्शन) **उत्पादनाचे घटक :** उत्पादनाचे घटक ही एक अर्थशास्त्रीय संज्ञा असली, तरी समाजशास्त्राच्या दृष्टीने 'आर्थिक संस्था' ही एक सामाजिक संस्था असून समाजशास्त्रज्ञ त्या दृष्टिकोनातून उत्पादनघटकांचे अध्ययन करतात. उत्पादनघटकांत प्रामुख्याने खालील तीन घटकांचा समावेश होतो– १. भूमी किंवा जमीन (नैसर्गिक संसाधन) २. श्रमिक किंवा श्रम आणि ३. भांडवल. मार्क्सवादी विचारवंत हे उत्पादनघटकांचे अध्ययन, हे प्रामुख्याने उत्पादनात समाविष्ट असणाऱ्या सामाजिक आर्थिक संबंधांचे आकलन होण्यासाठी करतात.

fact-value distinction - (फॅक्ट-व्हॅल्यू डिस्टिंक्शन) **तथ्य–मूल्य भेद :** 'तथ्य–मूल्य भेद' ही संकल्पना प्रामुख्याने ह्यूम (Hume and logical positivists) आणि तर्कशास्त्रीय प्रत्यक्षवादी विचारवंत यांच्याशी संबंधित आहे. त्यांनी यात तथ्यनिदर्शक विधाने आणि नैतिक विधाने यांतील भेद स्पष्ट केला होता. दुसऱ्या शब्दात त्यांनी विधानांचे किंवा मानवी मतांचे तथ्यात्मक विचार आणि नैतिक विधाने वा नैतिक मते अशा दोन प्रकारांत वर्गीकरण केले होते. ह्यूम आदी विचारवंतांच्या मते, वस्तुनिष्ठ व तथ्यनिष्ठ विधानांतून नैतिक विधाने काढता येणे तार्किक दृष्टीने शक्य नाही. वेबर आदी समाजशास्त्रज्ञांनी तथ्य–मूल्यभेदाचा स्वीकार केला असला तरी अन्य समाजशास्त्रज्ञांनी तथ्य–मूल्यांवर आधारित भेदाचा स्वीकार करण्यास नकार दिला होता. त्यांच्या मते, सामाजिक शास्त्रात सर्वप्रकारच्या व्यावहारिक उद्दिष्टांसाठी तथ्य आणि सिद्धान्त या दोघांवरही मूल्यांचा प्रभाव दिसून येतो आणि म्हणून सामाजिक शास्त्रज्ञ असे सूचित करतात की, मूल्यातील तर्कविसंगतता असमर्थनीय आहे. १९७३ साली यावर भाष्य करताना गोल्डनर (Gouldner) असे म्हणतात की, 'सामाजिक शास्त्रातील 'वस्तुनिष्ठता' या संज्ञेचा अर्थ जर 'मानवातील मानवी एकता' असा घेतला; तर मूल्यस्वातंत्र्य आणि मूल्यतटस्थता या संज्ञांना काही अर्थ प्राप्त होऊ शकेल.' सारांश, तथ्य–मूल्यभेदाबाबत विद्वानांत मतभेद आहेत.

false consciousness - (फॉल्स कॉन्शसनेस) **सदोष जाणिवा किंवा भ्रामक जाणिवा :** मार्क्स यांनी 'भांडवलशाही समाजाचे सांस्कृतिक पैलू' विशद करताना 'सदोष किंवा भ्रामक जाणिवा' या संकल्पनेवर विवेचन केले होते.

मार्क्स यांच्या मते, भांडवलशाहीत भांडवलदार आणि कामगार हे दोघेही व्यवस्था कसे कार्य करते आणि त्या व्यवस्थेत त्यांची भूमिका आणि त्यांचे त्या व्यवस्थेतील हितसंबंध याबाबत चुकीचे मूल्यमापन या दोन्ही गटांतर्फे जेव्हा केले जाते, तेव्हा त्यास 'सदोष किंवा भ्रामक जाणिवा' या संज्ञेने संबोधले जाते. काही तज्ज्ञांच्या मते, मार्क्स यांनी भ्रामक किंवा सदोष जाणिवा ही संज्ञा प्रत्यक्षात वापरली नाही; तर ती त्यांच्या भांडवलशाहीवरील सिद्धान्तातून आकाराला आली होती.

falsification - (फॉल्सिफिके'शन) भ्रामकता किंवा बतावणी : १. वैज्ञानिक गृहीततत्त्वाचे (सिद्धान्तकल्पनेचे) किंवा सूचित कायद्यांचे निराकरण किंवा खंडन करणे म्हणजे भ्रामकता किंवा बतावणी होय. सर्वसामान्य दृष्टीने विचार करता भ्रामकता किंवा बतावणी म्हणजे सर्वप्रकारच्या विधानांचा प्रायोगिक पडताळा पाहणे किंवा त्या विधानांना बळकटी वा पुष्टी देणे होय. २. भ्रामकता म्हणजे पडताळा पाहण्याची पर्यायी व्यवस्था होय.

family - (फॅ'मिली) कुटुंब : समाजातील मूलभूत सामाजिक संस्था म्हणून कुटुंबाचा उल्लेख केला जातो. दुसरीकडे काही विद्वानांच्या मते, कुटुंब हा एक प्राथमिक स्वरूपाचा सामाजिक गट असून ज्यात एक किंवा अधिक पुरुष, एक किंवा अधिक स्त्रियांसमवेत एकत्र राहतात व त्यांच्या एकत्र राहण्यास समाजाची मान्यता असते. कुटुंबात एकत्र राहणारे स्त्री-पुरुष एकतर वैवाहिक नात्याने किंवा रक्ताच्या नात्याने एकमेकांशी जोडले जातात. कुटुंब हे प्रत्येक समाजाचे एकक आहे, या दृष्टीने विचार करताना 'कुटुंब म्हणजे प्रजोत्पादन व संततिसंगोपन ही उद्दिष्टे साध्य करण्यासाठी निर्माण झालेला व निश्चित स्वरूपाच्या व दीर्घकाळ टिकणाऱ्या शारीरिक संबंधावर आधारित गट होय.' विवाहाचे स्वरूप, सभासदसंख्या या आधारे कुटुंबाचे अनेक प्रकार पाडल्याचे आढळून येते. बाकी काहीही असले, तरी व्यक्तीच्या दृष्टीने कुटुंब हा एक महत्त्वाचा सामाजिक गट होय.

family of orientation - (फॅ'मिली ऑफ ओरिएन्टे'शन) जन्मकुटुंब : कुटुंबाचा एक प्रकार म्हणून जन्मकुटुंबाकडे पाहिले जाते. ज्या कुटुंबात व्यक्तीचा जन्म होतो ते व्यक्तीचे जन्मकुटुंब होय. प्रत्येक व्यक्तीच्या मातापित्याचे कुटुंब हे व्यक्तीचे जन्मकुटुंब होय. या कुटुंबात व्यक्ती मुलगा किंवा मुलगी या नात्याने प्रवेश करते. जन्मकुटुंबात व्यक्तीचे संगोपन, तिचे सामाजिकीकरण, तिचे शिक्षण इत्यादी गोष्टी केल्या जातात. तसेच समाजाची संस्कृती, आदर्श, जीवनोपयोगी शिक्षण, तिच्या कुटुंबात तिचे स्थान, समाजात तिच्या कुटुंबाचे स्थान, सामाजिक स्तरीकरण, विभेदीकरण इत्यादी बाबींचे ज्ञान व्यक्ती याच कुटुंबात प्राप्त करते.

व्यक्ती सज्ञान होऊन, विवाह करून स्वत:चे स्वतंत्र कुटुंब स्थापन करेपर्यंत व्यक्ती ही जन्मकुटुंबाची सभासद राहू शकते.

family of procreation - (फॅ'मिली ऑफ प्रो'क्रिएशन) **जननकुटुंब :** व्यक्ती सज्ञान झाली, सामाजिक जीवन जगण्याची क्षमता तिच्यात निर्माण झाली की मग व्यक्तीचा विवाह करून दिला जातो. विवाह झाल्यानंतर व्यक्ती तिच्या पत्नीसह अथवा पतीसह, स्वत:चे असे स्वतंत्र कुटुंब निर्माण करते. या स्वत:च्या कुटुंबात पती-पत्नी परस्पर सहकार्याने प्रजोत्पादनप्रक्रियेद्वारे संततीची निर्मिती करतात. या कुटुंबातील पती-पत्नी (म्हणजेच माता-पिता) 'संततीचे जन्मदाते' असल्यामुळे या कुटुंबाला 'जननकुटुंब' या संज्ञेने संबोधले जाते. कुटुंबाचा एक प्रकार म्हणूनच जननकुटुंबाचा विचार समाजशास्त्रज्ञ करतात. कुटुंबात जन्मणाऱ्या मुलांचे संगोपन, सामाजिकीकरण करणे, त्यांना योग्य शिक्षण देणे, त्यांचे संरक्षण करणे इत्यादी कार्ये माता-पित्यांतर्फे केली जातात. याशिवाय समाजाच्या संस्कृतीचे ज्ञान, समाजाच्या आदर्शांचे ज्ञान, जीवनोपयोगी शिक्षण मुलांना देऊन सामाजिक जीवन जगण्याची क्षमता त्यांच्यात निर्माण करण्याची जबाबदारी माता-पित्यांची असते. स्वत:च्या जीवनाच्या अखेरीपर्यंत किंवा वैवाहिक साथीदाराचा मृत्यू होईपर्यंत व्यक्ती या कुटुंबाची सभासद असते.

family planning - (फॅ'मिली प्लॅ'निंग) **कुटुंबनियोजन :** देशातील वाढत्या लोकसंख्येला आळा घालण्यासाठी जे विविध उपाय योजले जातात त्यांतील महत्त्वाचा उपाय म्हणजे 'कुटुंबनियोजन' होय. कुटुंबनियोजनात प्रामुख्याने जो भर दिला जातो, तो जन्मदर कमी करण्यावर. आज बहुसंख्य आशियातील राष्ट्रे, आफ्रिकेतील राष्ट्रे, लॅटिन अमेरिकेतील राष्ट्रे यात जन्मदराचे प्रमाण विकसित पाश्चिमात्य राष्ट्रांपेक्षा खूपच जास्त आहे, म्हणून कृत्रिम 'कुटुंबनियोजन' साधनांचा वापर करून जन्मदरात घट घडवून आणण्याचा नियोजनबद्ध प्रयत्न केला जातो. कुटुंबनियोजन याचा शब्दश: अर्थ आहे कुटुंबाच्या विविध कार्यांचे व जबाबदाऱ्यांचे योग्य नियोजन करणे. त्यात कुटुंबाच्या सभासदसंख्येवर नियंत्रण ठेवण्याच्या क्रियेचा समावेश होतो. 'कुटुंबनियोजन' कार्यक्रमात मुख्य भर हा जरी 'जन्मदर' कमी करण्यावर असला तरी त्यात गर्भवती मातेचे आरोग्यरक्षण, गर्भावस्थेत स्त्रीला योग्य आहार मिळणे, नवजात बालकाच्या आरोग्याचे रक्षण, बालकांची कुपोषणापासून मुक्तता करणे इत्यादी बाबीपण आज कुटुंबनियोजनात सहभागी आहेत. जन्म कृत्रिम रीतीने रोखणे हे पाप आहे, असे बहुसंख्य धर्म मानत असल्यामुळे कुटुंबनियोजनाच्या कार्यक्रमाच्या अंमलबजावणीत अडथळे येत

असले; तरी 'कुटुंबनियोजन' कार्यक्रम हा त्या त्या राष्ट्राच्या नियोजनाचा एक भाग बनला आहे, हे सत्य नाकारता येत नाही.

famine - (फॅमिन) **दुष्काळ किंवा अन्नटंचाई :** दुष्काळ म्हणजे विशिष्ट लोकसंख्येत निर्माण झालेली विस्तृत स्वरूपाची अन्नटंचाई, की ज्यातून पुढे उपासमारीची समस्या आकाराला येते. दुष्काळात केवळ उपासमारीनेच लोकांचा मृत्यू होतो; असे नव्हे तर, या काळात अनेक रोगांचा हल्ला त्या राष्ट्रातील लोकसंख्येवर होतो. १९८१ साली सेन ए. (Sen A.) यांनी केलेल्या संशोधनाच्या द्वारे असा दावा केला होता की, उपासमार निर्माण होण्याचे प्रमुख कारण अन्नटंचाई हे नसून अन्नखरेदी करण्याची त्यांची अक्षमता (म्हणजे कुटुंबाची गरिबीची परिस्थिती) होय. सेन पुढे असा वादविवाद करतात की दुष्काळाचा संबंध हा अन्नोत्पादन आणि अन्नवितरण यांच्याशी निगडित आहे. २० व्या शतकात जगात काही देशांना दुष्काळाशी सामना करावा लागला, त्याचे प्रमुख कारण म्हणजे युद्ध होय. १९७० ते १९८० च्या इथोपिया आणि मोझांबिक या देशांतील दुष्काळाचे कारण त्या दोन देशांतील लढाई होय. १९३० साली रशियात जी राजकीय उलथापालथ झाली, तिचा परिणाम दुष्काळ पडण्यात झाला. चीनमध्ये १९५० साली माओंनी जी क्रांती केली, त्याचा परिणाम दुष्काळात झाला. भारताचा विचार करता, भारतात बहुसंख्य लोकांचे जीवन शेतीवर अवलंबून असून भारतातील बहुसंख्य शेती ही कोरडवाहू असून ती पावसाच्या पाण्यावर अवलंबून आहे. पाऊस कमी पडला तर अन्नोत्पादन कमी होते व परिणाम अन्नटंचाईत व दुष्काळात होतो. २० व्या शतकात १९७० ते १९७४ सालचा दुष्काळ सर्वश्रुत आहे. अनावृष्टी व अतिवृष्टी ही भारतातील दुष्काळाची प्रमुख कारणे होत.

farm - (फार्म) **शेतजमीन :** एखाद्या राष्ट्राच्या एकूण भूभागापैकी एखादे छोटे भूक्षेत्र किंवा भूखंड म्हणजे शेतजमीन होय, की ज्याचा वापर कृषी किंवा शेतीकामासाठी केला जातो. शेतकामात पेरणी किंवा लागवड, पिकाच्या वाढीची देखभाल, पिकांचे संरक्षण इत्यादींसमवेतच शेतीकामासाठी लागणाऱ्या पाळीव प्राण्यांचे संगोपन व संवर्धन इत्यादी बाबींचापण समावेश होतो. भांडवलशाही राष्ट्रात शेतीची मालकी खासगी व्यक्तींकडे असते, समाजवादी राष्ट्रात शेतीची मालकी सहकारी संस्थांकडे असते तर साम्यवादी राष्ट्रात शेतीची मालकी सरकारकडे असते. कृषीप्रधान देशात शेतजमिनीला आत्यंतिक महत्त्व असून राष्ट्राच्या अन्नोत्पादनाचा व तसेच आर्थिक कार्याचा तो महत्त्वाचा उगमस्रोत होय.

farm labour - (फार्म लेबर) **शेतमजूर :** शेतमजूर म्हणजे अशा व्यक्ती की शेतीची विविध कामे करण्यासाठी व तसेच शेतमालकाला मदत करण्यासाठी ज्यांची नेमणूक झालेली असते. शेतमजूर हा एकतर पगारी नोकर असतो अथवा शेतमालकाच्या कुटुंबाचा सदस्य असतो. शेतमजुराची नेमणूक नियमित किंवा विशिष्ट कालावधीपुरती केली जाते. शेतमजूर हा स्थानिक वा स्थलांतरित, पूर्णवेळ वा अर्धवेळ असा असतो.

fashion and fad - (फॅशन ऑन्ड फॅड) **नवाळी व टूम :** काही आधुनिक समाजशास्त्रज्ञांनी सामाजिक नियंत्रणाचे एक अनौपचारिक, परंतु आधुनिक साधन म्हणून 'नवाळी व टूम' या दोन घटकांकडे पाहिले आहे. प्रत्येक नवीन पिढी जुन्या पिढीपेक्षा वेगळी असते. नवीन पिढी आचारविचारांचा स्वीकार करताना जुन्या आचारविचारांचा त्याग करते; तर जुन्या पिढीला जुन्या परंपरा, आचारविचार, रीतिरिवाज टिकून राहावे असे वाटते व त्यासाठी त्यांची धडपड चालू असते. 'नवाळी व टूम' नव्या जुन्याचा उत्तम संगम होय, असे विद्वान मानतात. मॅक आयव्हर आणि पेज यांनी नवाळी किंवा फॅशनची व्याख्या पुढील शब्दात केली आहे– 'समाजाने मान्य केलेल्या पारंपरिक रूढी किंवा प्रथा याविषयक नियमनांमध्ये होणारा बदल म्हणजे फॅशन वा नवाळी होय'. तसेच फॅशन वा नवाळीचे अत्यंत अस्थायी रूप म्हणजे टूम किंवा फॅड होय. टूम किंवा फॅडच्या तुलनेने फॅशन वा नवाळीचे अस्तित्व दीर्घकाळ असते. स्त्री-पुरुषांच्या पोशाखातील बदल, केशरचनेतील बदल, अभिवादनपद्धतीतील बदल, भाषा बोलण्याच्या शैलीतील बदल इत्यादींचा समावेश फॅशन वा नवाळी या संज्ञेत करावा लागेल. सध्या संगीतात सुरू झालेले रिमिक्स (Remix)-विविध भाषांतील संमिश्रतेतून तयार झालेले गाणे, भ्रमणध्वनीचा मोठ्या प्रमाणात वापर, इत्यादी बाबी नवाळी किंवा फॅशन या संज्ञेला पात्र ठरतात. याउलट टूम किंवा फॅड याला धूमकेतूची उपमा देता येईल. धूमकेतू जसा काही काळ आकाशात चमकतो व नंतर नाहीसा होतो, तसेच टूमचे आहे. टूम जितक्या आकस्मिक रीतीने उदयाला येतात, तितक्याच आकस्मिक रीतीने नष्ट होतात. टूम म्हणजे एक प्रकारचा नादिष्टपणा होय. तो काही दिवसच चालतो. टूम विचारांपेक्षा भावनांवर आधारित असते. एखाद्या विशिष्ट वर्गातील सर्व मुले एखाद्या दिवशी डोक्यांचा चमन गोटा करून वर्गात आली किंवा शहरातल्या एखाद्या महाविद्यालयाच्या एका विशिष्ट वर्गातील मुली नऊवारी साड्या नेसून वर्गात आल्या, तर या दोघांचेही वर्तन 'खूळ' किंवा 'टूम' या संज्ञेला पात्र ठरेल.

fatalistic suicide - (फॅटॅलिस्टिक सूसाईड) **दैववादी किंवा प्रारब्धवादी आत्महत्या :** आत्महत्येचे जे प्रकार एमिल द्युरखेम यांनी प्रतिपादन केले होते. त्यांतील चौथा प्रकार म्हणजे दैववादी किंवा प्रारब्धवादी आत्महत्या होय. द्युरखेम यांच्या मते, दैववादी किंवा प्रारब्धवादी आत्महत्या अशा वेळी घडून येतात की, जेव्हा समाजातील सामाजिक नियमनव्यवस्था अत्यंत कडक व ताठर असते. खालील परिस्थिती या सर्वसाधारणपणे या प्रकारच्या आत्महत्येस कारणीभूत ठरतात- अ. ज्या व्यक्तीचे भवितव्य अत्यंत निर्दयीपणे जेव्हा थांबविण्यात आलेले असते, तेव्हा अशा व्यक्तींनी केलेल्या आत्महत्या या प्रकारात मोडतात. यात शिक्षण पूर्ण होऊनही योग्य नोकरी न मिळणे, प्रामाणिकपणे नोकरी करूनही कर्मचाऱ्यास बढतीपासून वंचित ठेवणे इत्यादी परिस्थिती यात येतात. ब. जेव्हा अतिशिस्तीमुळे व्यक्तींच्या भावना दाबून टाकल्या जातात, तेव्हा एक दिवस त्याचा स्फोट होऊन व्यक्ती आत्महत्येस प्रवृत्त होतात. उदा. परीक्षेतील यशाचे किंवा अपयशाचे दडपण, कामाच्या ठिकाणी काम पूर्ण करण्याचे दडपण, तसेच सावकार किंवा बँक यांच्याकडून घेतलेल्या कर्जाच्या परतफेडीचे दडपण इत्यादी कारणे या प्रकारच्या आत्महत्येस कारणीभूत ठरतात. या दृष्टीने विचार करता गेल्या २ वर्षांत कर्जफेड करता न आल्यामुळे मराठवाडा, विदर्भातील शेतकऱ्यांनी केलेल्या आत्महत्या या प्रकारात मोडतात. सारांश अतिशिस्तीचे दडपण, परीक्षेतील विशिष्ट यश प्राप्त करण्याच्या अपेक्षेचे दडपण, कर्जफेडीचे दडपण व त्यासंबंधीची असमर्थता इत्यादी बाबी या प्रकारच्या आत्महत्येस कारणीभूत ठरतात.

feminism - (फॅमिनिझम) **स्त्रीवाद :** स्त्रीवाद हा स्त्रियांच्या प्रश्नांवर सर्वांगीण दृष्टिकोनातून केलेला सैद्धान्तिक अभ्यास होय. हा सैद्धान्तिक अभ्यास तीन वेगवेगळ्या दृष्टींनी केला जातो. अ. स्त्रीवादी सिद्धान्ताच्या समग्र दृष्टिकोनातून केलेल्या अध्ययनात, जगातील सर्व पुरुष स्त्रियांवर कसे दडपण आणतात व त्यांना कसा कनिष्ठ दर्जा प्रदान करतात, इत्यादींचा समावेश होतो. ब. स्त्रीवादी सिद्धान्ताचा दुसरा दृष्टिकोन आहे, सामाजिक, राजकीय सिद्धान्त आणि व्यवहार यांची सांगड घालणे होय. या सिद्धान्ताचा प्रमुख हेतू आहे, स्त्रियांना पुरुषांच्या वर्चस्वापासून व त्यांच्या शोषणापासून मुक्त करणे. क. स्त्रीवादी सिद्धान्ताचा तिसरा दृष्टिकोन असा आहे की, लिंगभाव विषमतेच्या व्यवस्थेत स्त्रियांच्या मनात रुजविलेल्या डावपेचात्मक भावनांना कोंडून ठेवण्याच्या प्रक्रियेविरुद्ध सामाजिक चळवळ उभारणे. ड. स्त्रीवादी सिद्धान्ताचा चौथा जो दृष्टिकोन आहे तो विचारप्रणालीनिर्देशक असून ज्यात सर्व प्रकारच्या स्त्री-वर्तनाची हेटाळणीला

विरोध वा टीका करणाऱ्या विचारप्रणाली व व्यवहार यांचा समावेश होतो.

स्त्रीवादी सिद्धान्त अध्ययनाचा इतिहास प्राचीन असून, त्याची सुरुवात १५ व्या शतकात झाल्याचे दिसते व त्याकाळातील स्त्रियांनीसुद्धा त्यांना मिळणाऱ्या दुय्यम स्वरूपाच्या वागणुकीविरुद्ध आवाज उठविला होता. १८ व्या शतकात मेरी वुलस्टोनक्राफ्ट यांच्या योगदानापासून आधुनिक स्त्रीवादी सिद्धान्त अध्ययनाचा प्रारंभ झाला. स्त्रीवादी सिद्धान्ताच्या अध्ययनाला गती प्राप्त झाली ती १९ व्या शतकाच्या मध्यापासून ते २0 व्या शतकाच्या प्रारंभापर्यंत. १८५0 ते साधारणत: १९३0 पर्यंतचा कालावधी स्त्रीवादी सिद्धान्ताच्या अध्ययनाची पहिली लाट म्हणून ओळखला जातो. १९६0 च्या दशकाच्या शेवटी स्त्रीवादी सिद्धान्ताच्या अध्ययनाच्या दुसऱ्या लाटेला प्रारंभ झाला. सारांश, स्त्रीवादी सिद्धान्त म्हणजे स्त्रीला मध्यवर्ती ठेवून तिच्याविषयक सामाजिक जीवनाचा व मानवी अनुभवाचा सर्वसामान्य अभ्यास होय.

feminist theory - (फे'मिनिस्ट थिअरी) **स्त्रीवादी सिद्धान्त :** (पहा- feminism- स्त्रीवाद.)

feminization of occupation - (फे'मिनाइ'झेशन ऑफ ऑक्युपे'शन) **व्यवसायाचे स्त्रीकरण :** व्यवसायाचे स्त्रीकरण ही एक ऐतिहासिक प्रक्रिया असून काही व्यवसाय हे फक्त स्त्रियांचीच मक्तेदारी आहे, असे मानले जाते. उदा. शालेय शिक्षणातील शिकविण्याची प्रक्रिया ही स्त्री शिक्षिकाच चांगल्याप्रकारे पार पाडू शकतात, अशी समजूत. तसेच पारिचारक व्यवसाय हीपण स्त्रियांचीच मक्तेदारी आहे असे मानले जाते. आजही या दोन्ही क्षेत्रांत स्त्री शिक्षक आणि स्त्री पारिचारक यांचीच संख्या तुलनात्मकदृष्ट्या जास्त आहे. आजही सर्व प्रकारच्या सेवाक्षेत्रांत स्त्रियांचे प्रमाण अधिक आहे.

fertility and fertility rate - (फर्टि'लिटी ॲन्ड फर्टि'लिटी रेट) **जन्मसंख्या व जन्मदर :** जन्मसंख्या म्हणजे स्त्री तिच्या जननक्षमतेच्या कालावधीत (fecundity period) प्रत्यक्षात किती अपत्यांना जन्म देते, ती संख्या होय. स्त्रीचा जननक्षमतेचा कालावधी साधारणत: २५ ते ३0 वर्षांचा असतो व त्या कालावधीत काही स्त्रिया १ वा २ किंवा त्यापेक्षा जास्त मुलांना जेव्हा जन्म देतात, तेव्हा त्यास जन्मसंख्या किंवा इंग्रजीत 'फर्टि'लिटी' म्हणतात. कोणत्याही राष्ट्राच्या लोकसंख्येत, दरवर्षी दर हजारी किती मुले जन्माला येतात याचे प्रमाण म्हणजे 'जन्मदर' होय. जन्मदरावरच प्रमुख्याने राष्ट्राची लोकसंख्यावाढ अवलंबून असते. जन्मदर जास्त

लोकसंख्यावाढपण जास्त, जन्मदर कमी लोकसंख्यावाढ कमी.

fetish - (फे'टिश) **दैवीशक्ती किंवा चेतना :** एखाद्या वस्तूमध्ये किंवा मूर्तीमध्ये दैवी वा चेतनाशक्ती आहे असे मानून त्या वस्तूची पूजा करणे, त्या वस्तूला शरण जाणे इत्यादी बाबी यात येतात. भारतातील विविध देवळांत स्थापित केलेल्या त्या त्या देवतांच्या मूर्तीत त्या त्या देवतांचा वास असतो, अशा श्रद्धेने लोक त्यांची पूजा करतात. प्रत्येक धर्मात अशा प्रकारच्या श्रद्धा आढळतात. हिंदूंच्या गायीत ३३ कोटी देवांचा निवास असतो अशी श्रद्धा, दैववादाचे उदाहरण होय. आदिवासी समाजातील काही टोळ्यांत अशी समजूत आहे की काही प्राणी (वाघ, म्हैस, वानर इत्यादी), काही झाडे (वड, उंबर, पिंपळ, तुळस इत्यादी) यांत दैवीशक्ती आहे; असे मानणे या संज्ञेत येते.

fetishism - (फे'टिशिझम) **सर्ववस्तू-चेतनावाद :** सर्ववस्तू-चेतनावाद म्हणजे जगातील सर्व वस्तूंना चेतना देणारी वा त्या वस्तूंचा ताबा घेणारी एक शक्ती असून या शक्तीमुळे काही वस्तूंना सजीवता प्राप्त होते. तर काही वस्तू या शक्तीच्या अभावामुळे निर्जीव राहतात, अशी श्रद्धा बाळगणे होय. ही शक्ती निर्गुण निराकार आणि अमूर्त स्वरूपात असून या जगाच्या पलीकडे तिचे वास्तव्य असते; अशी श्रद्धापण या संज्ञेचे एक अंग होय. या शक्तीलाच कालांतराने आत्म्याचे रूप प्राप्त झाले. ही श्रद्धापण 'सर्ववस्तू-चेतनावादाचा' एक भाग होय. अग्युस्त कॉन्त (Anguste comte) यांनी त्यांच्या तीन अवस्थांच्या सिद्धान्तातील पहिली अवस्था ईश्वरशास्त्रीय असून, या अवस्थेचा प्रारंभ सर्ववस्तू-चेतनावादातून होतो, असे म्हटले आहे.

feudalism and feudal society (प्यु'डॅलिझम ऑन्ड फ्युडल सोसायटी) **सरंजामशाही किंवा जमीनदारी समाज :** सरंजामशाही आणि जमीनदारी समाज हा कृषक समाजाचा एक प्रकार असून, ज्यात जमीन ही सरंजामशहा किंवा जमीनदार किंवा सैनिकीशासक यांच्या मालकीची असते. या प्रकारच्या समाजात राजकीय सत्तेची श्रेणीरचना ही करारात्मक हक्क आणि कर्तव्ये यांवर आधारित असते व सर्व राजकीय सत्ताकेंद्रे राज्याच्या हातात असतात. या पद्धतीत शेतकरी मुक्त नसतो व तो 'भूदास' म्हणून सरंजामशहांच्या शेतात काम करतो. बरेचसे लेखक असे मानतात, की पश्चिम युरोपातील बहुसंख्य राष्ट्रांत १००० ते १४०० (तथाकथित मध्ययुग) च्या कालावधीत ही सरंजामशाही पद्धती अस्तित्वात होती. जपानमध्ये या प्रकारच्या कृषक समाजाला 'टोकुगावा' (Tokugawa) या

संज्ञेने संबोधले जात होते व १६०३ ते १८६८ या कालावधीत ही पद्धत अस्तित्वात होती व जपानमधील 'टोकुगावा' पद्धतीची वैशिष्ट्ये युरोपातील सरंजामशाहीतील वैशिष्ट्यांसारखीच होती. आर्थिक दृष्टीने विचार करता जमीन किंवा शेतीची खासगी मालकीकेंद्रित कृषिव्यवस्था म्हणजे सरंजामशाही होय.

feudal mode of production - (फ्यु‌डल मोड ऑफ प्रॉडक्शन) **सरंजामशाही उत्पादनपद्धती :** मार्क्स व मार्क्स यांचे अनुयायी (मार्क्सवादी विचारवंत) यांनी ही संज्ञा प्रचलनात आणली व त्याचा संबंध त्यांनी भांडवलशाहीशी जोडला. या प्रकारच्या उत्पादनपद्धतीत गावातील सर्व जमीन सरंजामशहाच्या किंवा सैनिकी सत्ताधीशांच्या मालकीची असते. हे सरंजामशहा वा जमीनदार शेतीची विविध कामे करण्यासाठी शेतावर पगारी किंवा करारावर 'भूदासांची' (शेतमजूरांची) नेमणूक करतात. भूदासाकडून विविध कृषिसाधनांचा वापर करून शेतीउत्पादन केले जाते; पण उत्पादनाची मालकी व मिळणारा नफा हा केवळ सरंजामशहांचा असतो. सरंजामशहांतून पुढे भांडवलदार, कारखानदार जन्माला आले, व त्यातून दुर्बलांच्या शोषणाला प्रारंभ झाला. सारांश, सरंजामशाही उत्पादनपद्धती प्रामुख्याने शेतीउत्पादनाशी संबंधित होती.

field (फील्ड) **क्षेत्र :** सवयीबरोबरच बोर्द्यू यांनी 'क्षेत्र' या संकल्पनेवरही विवेचन केले होते. क्षेत्र (field) या संकल्पनेवर बोर्द्यू यांनी संरचनात्मकतेच्या दृष्टिकोनाऐवजी बुद्धिप्रामाण्यवादी दृष्टिकोनातून विचार व्यक्त केले होते. बोर्द्यू यांच्या मते, क्षेत्र म्हणजे समाजातील वस्तुनिष्ठ स्थानातील जाळे होय. हे संबंध वैयक्तिक जाणिवा आणि इच्छा यांच्याशिवाय अस्तित्वात असतात. बोर्द्यू यांच्या मते, या सामाजिक जगात अनेक स्वायत्त किंवा अर्धस्वायत्त क्षेत्रे आहेत. (उदा. कला, साहित्य, धर्म, आर्थिक व राजकीय क्रिया इत्यादी) या सर्वांचे स्वतंत्र असे तर्कशास्त्र असून, ते सर्व कर्त्याच्या वस्तूबाबतच्या श्रद्धेतून जन्माला येतात. या दृष्टीने विचार करता 'क्षेत्र' या संकल्पनेची व्याख्या बोर्द्यू यांनी पुढील शब्दांत केली आहे. 'क्षेत्र म्हणजे संघर्षाचा किंवा युद्धाचा आखाडा किंवा जागा (रणभूमी) होय'. क्षेत्राची संरचना दोन प्रकारची असते. १) सामाजिक संरचनेत ज्यांनी विविध स्थाने भूषविली आहेत. त्यांना त्या स्थानांची पूर्वतयारी करवून घेण्यासाठी, योग्य डावपेचांचा वापर करण्यासाठी व योग्य मार्गदर्शनासाठी आवश्यक त्या क्रिया, प्रक्रिया त्यात समाविष्ट आहेत २) वैयक्तिक व सामूहिक स्थानांना सुरक्षितता प्रदान करून किंवा त्या स्थानाच्या सुधारणेला वाव देऊन स्वत:ला फायदेशीर ठरेल, असे स्तरीकरणाचे तत्त्व संबंधितांवर लादणे इत्यादी कार्ये क्षेत्र करते.

बोर्द्यूच्या मते, 'क्षेत्र' ही एक प्रकारची स्पर्धात्मक बाजारपेठ असून त्यात विविध प्रकारच्या भांडवलांचा उपयोग केला जातो व त्यात वाढही केली जाते. या भांडवलात क्रमाने सांस्कृतिक भांडवल, आर्थिक भांडवल, सामाजिक भांडवल आणि प्रतीकात्मक भांडवल इत्यादींचा अंतर्भाव केला जातो. शेवटी बोर्द्यू म्हणतात, सर्वात महत्त्वाचे क्षेत्र म्हणजे (राजकीय) सत्ताक्षेत्र होय. सारांशरूपात, सामाजिक संरचनेत तुम्ही ज्या पदावर कार्यरत आहात, त्या पदाची भूमिका म्हणजे तुमचे क्षेत्र होय.

field theory (फील्ड थिअरी) **क्षेत्रसिद्धान्त :** १९५१ साली जर्मन अमेरिकन मानसशास्त्रज्ञ कुर्ट लेविन (Kurt Lewin) यांनी मानवी वर्तनाच्या अध्ययनासाठी विशद केलेला सैद्धान्तिक व प्रायोगिक दृष्टिकोन म्हणजे 'क्षेत्र' सिद्धान्त होय. या सैद्धान्तिक दृष्टिकोनानुसार मानवी वर्तनाचे निर्धारण व्यक्तीची समग्र परिस्थिती, तिचे मानसशास्त्रीय क्षेत्र किंवा जीवनकालावधी, यांद्वारे होते. व्यक्तीच्या समग्र परिस्थितीत तिची ध्येये, तिच्या गरजा, त्यासंबंधीचे व्यक्तीचे ज्ञान, पर्यावरण यांचा अंतर्भाव होतो.

field work - (फील्ड वर्क) **क्षेत्रकार्य :** कोणत्याही अभ्यासासाठी किंवा संशोधनासाठी तथ्यसंकलन किंवा माहिती गोळा करण्याची क्रिया म्हणजेच क्षेत्रकार्य होय. या क्षेत्रकार्यातील तथ्यसंकलन क्रियेत लोकांशी संवाद साधणे किंवा त्यांचे कार्यक्षेत्र आणि त्यांचा दृष्टिकोन या संदर्भात त्यांना प्रश्न विचारणे, काही वेळा लोकांच्या वर्तनाचे सुव्यस्थित निरीक्षण करणे इत्यादी बाबींचा समावेश होतो. 'क्षेत्रकार्य' या संकल्पनेत एकीकडे मोठ्या प्रमाणातील सर्वेक्षणात हजारो लोकांच्या मुलाखती, शेकडो व्यावसायिक मुलाखतदार घेण्याची क्रिया जशी समाविष्ट आहे, तशीच दुसरीकडे छोट्या स्वरूपाच्या संशोधनात एकच संशोधक स्वत: सहभागी निरीक्षणाच्या द्वारे ज्या माहितीची नोंदणी करतो, त्याचाही समावेश 'क्षेत्रकार्य' या संकल्पनेत होतो. याव्यतिरिक्त या संज्ञेचा अलीकडे विस्तार करून त्यात एखाद्या कार्यालयातर्फे कार्यालयीन वा प्रशासकीय कामासाठी कोणत्याही स्वरूपाच्या संशोधनासाठी जमा केलेल्या माहितीचाही समावेश होतो.

figurational sociology - (फि'गरेशनल सोशिऑलजी) **बाह्यरूपात्मक समाजशास्त्र :** नारबर्ट एलिआस (Norbert Elias) यांनी त्यांच्या लिखाणातून विकसित केलेला एक समाजशास्त्रीय दृष्टिकोन 'बाह्यरूपात्मक समाजशास्त्र' या संज्ञेने ओळखला जातो. एलिआस यांच्या मते, परस्परावलंबी व्यक्तीच्या

आंतरक्रियातून नकळत बाहेर आलेल्या समाजाचे विश्लेषण करण्याऐवजी सामाजिक बाह्यस्वरूपात म्हणजेच समाजाच्या बाह्यस्वरूपात झालेले परिवर्तन बाह्यस्वरूपात्मक समाजशास्त्र अभ्यासते. त्यांनी १९३९ साली प्रकाशित केलेल्या 'नागरिकीकरणाच्या प्रक्रिया' (civilizing process) या जर्मन भाषेत लिहिलेल्या पुस्तकात बाह्यस्वरूपात्मक समाजशास्त्रावर विवेचन केले होते. पण त्यांच्या या विचाराकडे त्या वेळेला तज्ज्ञांचे दुर्लक्ष झाले. परंतु १९७८ व १९८२ साली या पुस्तकाचे दोन भागांत जेव्हा इंग्रजीत भाषांतर झाले; तेव्हा त्यांच्या विचारांकडे तज्ज्ञांचे लक्ष गेले व बाह्यस्वरूपात्मक समाजशास्त्राकडे ते आकर्षित झाले. बाह्यस्वरूपात्मक समाजशास्त्राच्या 'एलिआस' यांनी केलेल्या अध्ययनाचे दोन पैलू आहेत. १. बाह्यस्वरूपात्मक समाजशास्त्र हे प्रामुख्याने नागरिकीकरणाच्या प्रक्रियेचे आकलन करण्याशी संबंधित आहे. या प्रक्रियेत मानवी वर्तनावर असलेल्या समाजांतर्गत असलेल्या नैतिक नियमनांची जागा बाह्यनियंत्रणाने घेतली आणि या बाह्यनियंत्रणात्मकतेच्या स्वरूपाचे अध्ययन हे शास्त्र करते. २. दुसरीकडे या दृष्टिकोनानुसार त्यांनी संरचनात्मक कार्यात्मक दृष्टिकोनावर टीका केली होती.

finance capital - (फायनान्स कॅपिटल) **आर्थिक भांडवल :** मार्क्सवाद्यांनी 'आर्थिक भांडवल' ही संज्ञा वापरली असून, त्यात भांडवलदारांकडे असलेला पैसा (म्हणजे सावकाराकडे किंवा पतपेढ्यांकडे असलेला पैसा) आणि उद्योजकाकडे असलेला पैसा यांचे एकत्रीकरण अपेक्षित आहे. अशी स्थिती तेव्हाच प्राप्त होईल, जेव्हा भांडवलशाही अधिक प्रगत बनेल व त्यात भांडवलाचे एकत्रीकरण, केंद्रीकरण व मक्तेदारी यांस प्राधान्य मिळेल.

first world - (फर्स्ट वर्ल्ड) **पहिले जग :** पहिले जग किंवा प्रथम जग ही संज्ञा प्रामुख्याने उत्तर अमेरिका, पश्चिम युरोप, जपान आणि ऑस्ट्रेलेशिया★ इत्यादी राष्ट्रांसाठी वापरली जाते. तसेच ही संज्ञा प्रामुख्याने औद्योगिकीकरण झालेल्या, उच्च प्रतीची औद्योगिक वाढ झालेल्या व लोकांच्या राहणीमानाचा दर्जा उच्च असलेल्या राष्ट्रांच्या गटासाठीही वापरण्यात आली होती. (पहा–third world– तिसरे जग.)

★ ऑस्ट्रेलेशिया : (Australasia) यात क्रमाने ऑस्ट्रेलिया, न्यूझिलंड, न्यूगिनी आणि दक्षिण प्रशान्त (पॅसिफिक) महासागरातील बेटे यांचा समावेश होतो. या वरील सर्व देशातील नागरिकांसाठी ऑस्ट्रेलेशियन (Australasian) ही संज्ञा वापरतात.

fixed-choice questionnaire - (फिक्स्ड-चॉ'इस क्रेश्चने'अर) **निश्चित निवड प्रश्नावली :** प्रश्नावलीचा 'निश्चित निवड प्रश्नावली' हा एक प्रकार असून यात उत्तरदात्याला प्रश्नाच्या उत्तराचे अनेक पर्याय प्रश्नकर्त्याकडून दिले जातात व त्या पर्यायांपैकी योग्य पर्याय निवडण्याची संधी उत्तरदात्याला दिली जाते. उदा. येत्या निवडणुकीत तुम्ही कोणत्या पक्षाला मतदान कराल, या प्रश्नाच्या उत्तराचे पर्याय– १. काँग्रेस २. भारतीय जनता पक्ष ३. भारतीय साम्यवादी पक्ष ४. मार्क्सवादी साम्यवादी पक्ष ५. बहुजन समाजपक्ष ६. राष्ट्रवादी काँग्रेस ७. एखादा प्रादेशिक पक्ष. यांपैकी उत्तराचा कोणताही एक पर्याय उत्तरदात्याने निवडावा, अशी अपेक्षा असते.

folk devils - (फोक डे'व्हिल्स) **लोकसैतान :** लोकसैतान, साचेबंद स्वरूपाचा समाजाने बांधणी केलेला संस्कृतीचा असा प्रकार होय की जो समाजातील अन्य (सर्वसामान्य) सभासदांना धोकादायक ठरू शकेल. १९६० च्या दशकात जगातील तरुणांमध्ये उच्च प्रतीच्या, महत्त्वपूर्ण अशा उपसंस्कृतीचा उदय झाला की जी मॉड्स आणि रॉकर्स (Mods and Rockers)★ या संज्ञेने संबोधली जाते. लोकसैतान हा संस्कृतीचा एक प्रकार असून त्यातील व्यक्तींचे वर्तन एखाद्या नायकासारखे (hero) खलनायकासारखे (villain) किंवा मूर्खासारखे (fool) असते. १९७३ साली कोहेन (Cohen) यांनी त्यांच्या लोकसैतान आणि नैतिक भीती (नैतिक दुःख) (Folk davils and Moral Panics) या ग्रंथात, लोकसैतान ही संज्ञा विकसित केली होती. त्यांच्या मते, मॉड्स आणि रॉकर्स यांनाही लोकसैतान ही संज्ञा लावता येईल. पुढे कोहेन असे म्हणतात की मॉड्स आणि रॉकर्स ही एक प्रकारची प्रघटना असून या लोकांवर 'नियम मोडणारे' असे शिक्कामोर्तब करण्यात आले होते. या प्रकारचे लोक सामाजिक विपथगामी असतात व ते सामाजिक व्यवस्थेला धोका निर्माण करतात.

folk society - (फोक सोसायटी) **लोकसमाज :** 'लोकसमाज' ही संज्ञा प्रामुख्याने आदिवासी समाज किंवा साधे समाज यासाठी वापरणे आदर्शात्मक ठरेल. लोक-समाज ही संज्ञा रेडफिल्ड (Redfield) यांनी छोट्या प्रवाहापासून अलग पडलेल्या

★ Mods and Rockers (मॉड्स आणि रॉकर्स) : Mods हा शब्द इंग्रजीतील 'modern' या शब्दाचे संक्षिप्त रूप होय. Rockers म्हणजे कातड्याचे कपडे घालून मोटारसायकली चालविणारा व तसेच रॉक व पॉप संगीताची आवड असणारा तरुण होय. या इंग्रजीतील दोन्ही शब्दांचा एकत्रित अर्थ आहे आकर्षक पोशाख करून अतिवेगाने मोटारसायकल वा कार चालविणारे आधुनिक तरुण होत.

गटासाठी वापरली असून, ते समाज पवित्र मूल्यवैशिष्ट्यांनी व अनौपचारिक नियंत्रणाने युक्त असतात. तसेच या समाजात नातेगोतेसंबंधांचे प्राबल्य असते आणि संस्कृतीचे हस्तांतरण तोंडी प्रक्रियेद्वारे होते. लोकसमाज हे प्रामुख्याने स्थितिशील समाज असतात व त्यात नैतिक व्यवस्था महत्त्वपूर्ण असून, ते स्वजनांवर आधारलेले असतात. परक्यांना त्यात स्थान नसते.

folk ways - (फोक वे'ज) **लोकाचार वा लोकरूढी :** एखाद्या सामाजिक गटाच्या किंवा समुदायाच्या दैनंदिन जीवन जगण्याच्या तऱ्हा किंवा रूढी म्हणजे लोकाचार किंवा लोकरूढी होत. अमेरिकन समाजशास्त्रज्ञ प्रा. विलिअम ग्राहम समनेर (Prof. William Graham Sumner) यांच्यामते, 'लोकाचार किंवा लोकरूढी म्हणजे लोकांच्या वर्तणुकीचे, समाजातील समाजमान्य प्रकार होत.' folk ways या इंग्रजी शब्दाची रचना दोन शब्दांच्या संयोगातून झाली. folk (फोक) म्हणजे समूह वा गट ways (वेज) मार्ग, या ठिकाणी वर्तनमार्ग होय. म्हणून 'फोक वेज' (folk ways) या शब्दाचा अर्थ होतो समूहातील लोकांचा समाजमान्य वर्तनप्रकार होय. फोक वेज 'folk ways' या इंग्रजी शब्दाचे मराठी भाषांतर आहे 'लोकाचार' हा मराठी शब्द दोन शब्दांचा संयोग आहे. लोक म्हणजे समाज वा समूह व आचार म्हणजे या ठिकाणी 'समाजमान्य वर्तन'. लोकाचार याचाही अर्थ इंग्रजीप्रमाणेच 'समाजमान्य वर्तनप्रकार' असाच आहे. समाजशास्त्रज्ञ लोकाचाराकडे सामाजिक नियंत्रणाचे एक अनौपचारिक साधन म्हणून पाहतात.

forced division of labour - (फोर्स्ड डिव्हि'जन ऑफ लेबर) **दमित किंवा जबरदस्तीचे श्रमविभाजन :** फ्रान्सचे समाजशास्त्रज्ञ एमिल दयुरखेम यांनी समाजशास्त्रीय दृष्टिकोनातून 'श्रमविभाजन' या संज्ञेवर चर्चा करताना श्रम– विभाजनाचा एक प्रकार, म्हणून 'श्रमविभाजनाच्या असामान्य किंवा असाधारण प्रकारावर' विवेचन केले होते. असाधारण किंवा असामान्य श्रमविभाजनाचा 'दमित किंवा जबरदस्तीचे श्रमविभाजन' हा उपप्रकार दयुरखेम यांनी विशद केला होता. दयुरखेम यांच्या मते, दमित श्रमविभाजनाची निर्मिती, व्यक्तीचा तिच्या कार्याशी समन्वय न साधण्याच्या क्रियेतून होते. जे कार्य करण्याची व्यक्तीची इच्छा नसते, ते कार्य त्या व्यक्तीवर तिच्या इच्छेविरुद्ध जबरदस्तीने लादले जाते. यावर अधिक विवेचन करताना दयुरखेम म्हणतात; जेव्हा व्यक्तीची योग्यता, तिची पात्रता, तिची आवड आणि प्रत्यक्ष तिच्याकडे सोपविलेले कार्य यांत काहीच समन्वय नसतो; ते काम तिच्या इच्छेविरुद्ध तिच्यावर लादले जाते, तेव्हा त्यास 'दमित श्रमविभाजन' ही संज्ञा दिली गेली. जेव्हा काही कारणाने व्यक्तीला

तिच्या पात्रतेनुसार, योग्यतेनुसार काम मिळत नाही; तेव्हा पोट भरण्यासाठी नाइलाज म्हणून मिळेल ते काम करावे लागते. हेसुद्धा एक प्रकारचे दमित श्रमविभाजन होय. (पहा–division of labour–श्रमविभाजन.)

forces of production - (फो'र्सेस ऑफ प्रॉड'क्शन) **उत्पादनाची शक्ती किंवा ताकद :** उत्पादनाची शक्ती मार्क्सवाद्यांची संकल्पना असून त्यांच्या विचारानुसार कोणत्याही भौतिक वस्तूंच्या उत्पादनाच्या मूलभूत किंवा पायाभूत घटकांत क्रमाने कच्चा माल, उत्पादनासाठी लागणारी विविध हत्यारे व साधने इत्यादींचा समावेश होतो. तसेच, यात तांत्रिक श्रमविभाजनाचापण अंतर्भाव होतो. ही संज्ञा 'उत्पादनाची साधने' या संज्ञेची समानार्थी संज्ञा म्हणूनपण वापरली जाते.

fordism and post-fordism - (फॉर्डि'झम ऑन्ड पोस्ट-फॉर्डि'झम) **फोर्डवाद आणि फोर्डोत्तरवाद :** हेनरी फोर्ड (Henry ford) यांच्या प्रगत औद्योगिक समाजातील उत्पादनसंघटनात्मक पद्धतीशी ही संज्ञा संबंधित आहे. हेनरी फोर्ड यांनी या संदर्भात महत्त्वपूर्ण विवेचन केल्याने त्यास 'फॉर्डि'झम किंवा फोर्डवाद' या संज्ञेने संबोधले होते. या वरील दोन्ही संज्ञांचा संदर्भ उत्पादनप्रक्रियेशी जोडला आहे. या संज्ञेचा वापर काही प्रसंगी, या संज्ञेशी संबंधित राजकीय सामाजिक परिणामांचा अर्थ स्पष्ट करण्यासाठी केला जातो. हेनरी फोर्ड यांनी बहुजन समाजाला उपयोगी पडेल, अशा मालाची निर्मिती करण्यास जशी चालना दिली; तसेच त्यांनी उत्पादित मालाच्या किमती बहुजन समाजातील उपभोक्त्याला परवडतील, अशा ठेवण्याच्या संदर्भात योग्य तो मापदंड निर्माण केला. या मापदंडात खालील गोष्टी निर्धारित आहेत–

अ. भांडवलाची आवश्यकता, अवजड किंवा मोठे कारखाने स्थापन करणे.

ब. अ-लवचीक किंवा ताठर उत्पादनप्रक्रिया यांचा ऱ्हास

क. जटिल श्रेणीरचनात्मक आणि नोकरशाही व्यवस्थापकीय संरचना यांचा ऱ्हास

ड. वारंवार आणि नित्यकर्म करण्याच्या अर्धकुशल कामगारांचा वापर, वैज्ञानिक व्यवस्थापनात शिस्त निर्माण होण्यासाठी करणे.

इ. बळकट कामगार संघटनीकरण करण्याची प्रवृत्ती आणि औद्योगिक क्रियेत उत्पादनव्यवस्थेला मार्गदर्शन न करणे.

फ. राष्ट्रीय बाजाराला संरक्षण देणे.

फोर्डोत्तरवाद या संकल्पनेत, प्रामुख्याने (संगणकात वापरण्यात येणाऱ्या)

सूक्ष्मतबकडीवर आधारित तंत्रशास्त्र, विविध स्वरूपाचे संगणक आणि यंत्रमानवाद्वारे होणारे उत्पादन यांद्वारे नवीन आर्थिक विकासाची शक्यता पडताळून पाहणे, माहिती आणि वस्तू यांची देवाणघेवाण करणे इत्यादी बाबी समाविष्ट होतात. फोर्डोत्तरवाद परंपरेत खालील बाबींचा अंतर्भाव आहे-

अ. जुन्या प्रकारची उत्पादननिर्मिती व्यवस्था आणि धूर ओकणारे (सोडणारे) कारखाने यांचा ऱ्हास.

ब. अधिक लवचीक, विकेंद्रित प्रकारच्या कामगारप्रक्रिया आणि कार्य संघटन.

क. कामगारबाजाराचे अशा रीतीने पुनर्संघटन केले जाईल की ज्या व्यवस्थावर्तुळात नोकरांचे केंद्र लवचीक कौशल्यावर आधारित असेल तर त्या व्यवस्थेचा परीघ हा कामाच्या काळाच्या संदर्भात लवचीक असेल. याचाच दुसऱ्या शब्दात अर्थ असा की फोर्डोत्तर कामगारबाजार व्यवस्थेत नोकरांचे कौशल्य व कामाचा कालावधी निश्चित नसेल. अर्थात हे फक्त असंरक्षित कनिष्ठ कामगार आणि हंगामी किंवा करारी कामगार यांच्या पुरतेच मर्यादित असेल.

कामगारबाजार व्यवस्था-चक्र

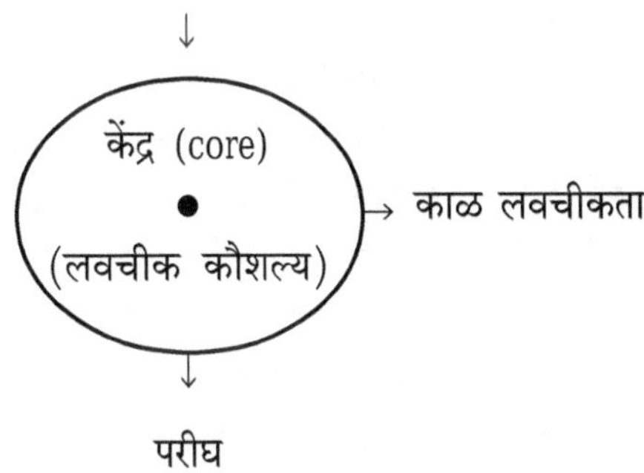

करारी कामगारांचा कालावधी अनिश्चित असतो कारण ते परिघाबाहेर काम करतात.

ड. तसेच क्रमाक्रमाने पारंपरिक श्रमजीवी कामगारांचा ऱ्हास व त्या जागी बुद्धिजीवी व्यावसायिक संरचनेचा उदय अभिप्रेत आहे. या बुद्धिजीवी कामगारांत व्यावसायिक, तंत्रज्ञ, व्यवस्थापक आणि अन्य विभागांतील नोकर यांचा समावेश असेल.

ई. नवीन तंत्रशास्त्रामुळे अनेक कामगारप्रक्रियांचे स्वीकरण करणे.

फ. व्यक्तिवादावर आधारित विविध उपभोगप्रकारांना प्रोत्साहन देऊन व्यक्तींना नवीन जीवनशैली निवडण्याची संधी देणे यात व्यक्तींची अभिरुची, वस्तूंचा वेगळेपणा, उत्तम वेष्टनबांधणी आणि आकर्षकता यावर भर देण्यात आला.

ग. जागतिक भांडवलशाही उत्पादनप्रक्रियेत बहुराष्ट्रीय महामंडळाचे वर्चस्व व त्यांची स्वायतत्ता यांना प्राधान्य.

ह. लवचीकतेवर आधारित नवीन आंतरराष्ट्रीय श्रमविभाजन ज्याद्वारे जागतिक दर्जाचे भांडवलशाहीवादी उत्पादनप्रक्रिया निर्माण करणे इत्यादी.

formal and informal social structure - (फॉर्मल ॲन्ड इन्फॉर्मल सो'शल स्ट्र'क्चर) **औपचारिक आणि अनौपचारिक सामाजिक संरचना :** औपचारिक आणि अनौपचारिक सामाजिक संरचनेतील भेद हा त्या त्या संघटनात्मक संरचनेतील भेद, त्या संरचनेतील कार्यप्रणाली व संज्ञापनव्यवस्था, यांवर आधारित आहे. या भेदाच्या स्वरूपाचे विवेचन लिखित नियमांच्याद्वारे केले असून, हे नियम कार्यकारी गटातील विशिष्ट उद्देशावर आणि वैयक्तिक आंतरक्रियांवर अवलंबून असतात. अनौपचारिक व औपचारिक संरचनातील (किंवा संघटनातील) परस्परविरोधाची निर्मिती वेबर यांच्या नोकरशाहीच्या आदर्श प्रतिमा वा आदर्श प्रारूप यावर जो विवाद किंवा परिसंवाद झाला; त्यातून झाली. शिवाय 'हॉथॉर्न प्रयोग' (Hawthorne Experiment) कामगार गटांच्या आकांक्षा आणि अनौपचारिक प्रमाणके, यांच्या संबंधाचा अभ्यास हे अनौपचारिक संघटनेच्या अध्ययनाचे उदाहरण होय. तसेच संघटनात्मक समाजशास्त्रातील अभ्यास असे प्रतिपादन करतात, की कोणत्या मार्गाने अनौपचारिक प्रथा या औपचारिक नियमांमध्ये बदलता येतील किंवा बदलता येऊ शकतील याचा विचार करणे आवश्यक आहे. सारांश, संरचनेच्या अभ्यासाचे अनौपचारिकता व औपचारिकता हे दोन पैलू असून त्या दृष्टीने संरचनेचे अध्ययन करणे आवश्यक आहे.

formal and substantive rationality (फॉर्मल ॲन्ड स'बस्टॅन्टिव्ह रॅशन'लिटी) **औपचारिक आणि मूलभूत बुद्धिप्रामाण्यवाद किंवा तर्कसंगती :** बुद्धिप्रामाण्यवाद किंवा तर्कसंगती याचे औपचारिक बुद्धिप्रामाण्यवाद व मूलभूत बुद्धिप्रामाण्यवाद हे दोन पैलू असून, त्यांतील भेद पुढीलप्रमाणे विशद करता येईल. औपचारिक बुद्धिप्रामाण्यवाद असे प्रतिपादन करतो, की संख्यात्मक अभिसरणावर किंवा आढाव्यावर आधारित आर्थिक क्रिया ही तांत्रिकदृष्ट्या शक्य असून, जिचा वापर प्रत्यक्षपणे केला जाऊ शकतो. याउलट मूलभूत बुद्धिप्रामाण्यवाद हा

तर्कसंगत सामाजिक क्रियांशी निगडित असून, तो अंतिम मूल्यांच्या काही निकषांवर आधारित असतो. त्या निकषात भूतकाळ, वर्तमानकाळ व संभवनीयता म्हणजे भविष्यकाळ यांचा समावेश होतो. वेबर यांच्या आकलनाच्या पद्धतीचे प्रकार किंवा सामाजिक क्रियांचे प्रकार यावर चर्चा करताना या दोन प्रकारच्या बुद्धिप्रामाण्यवादावर चर्चा करण्यात आल्याचे दिसून येते.

formal sociology - (फॉर्मल सोशिऑलजी) **स्वरूपप्रधान समाजशास्त्र :** स्वरूपप्रधान समाजशास्त्र समाजशास्त्रातील अध्ययनाचा एक सैद्धान्तिक दृष्टिकोन असून, ज्यात सामाजिक स्वरूपाच्या आवर्ती किंवा पुनरावृत्ती होणाऱ्या सार्वभौतिक वा सार्वभौमिक बाबींवर प्रकाशझोत टाकला जातो आणि हे करताना सामाजिक आंतरक्रियेतील विविध आशयांवर भर देतो. स्वरूपप्रधान समाजशास्त्रावर जॉर्ज सिमेल (Georg Simmel) यांनी प्रथम चर्चा १८९० साली केली व त्यांनी स्वरूपप्रधान समाजशास्त्राची व्याख्या पुढीलप्रमाणे केली आहे. 'आंतरक्रिया आणि आंतरसंबंध यांचा अभ्यास म्हणजे स्वरूपप्रधान समाजशास्त्र होय.' सिमेल यावर खुलासा करताना म्हणतात, समाजशास्त्रज्ञांनी आंतरक्रियांचा अभ्यास करताना त्यांच्या बाह्यस्वरूपापेक्षा त्या आंतरक्रियेतील आशयाकडे जास्त लक्ष देणे गरजेचे आहे. आंतरक्रियात्मक संबंधांचे मूळ शोधणे हे समाजशास्त्रज्ञांचे प्रमुख उद्दिष्ट असले पाहिजे. सिमेल पुढे म्हणतात, की सामाजिक आंतरक्रियांचे बाह्यस्वरूप जरी वेगवेगळे असले; तरी त्यातील आशयात समानता असते व ही समानता अभ्यासणे, हे समाजशास्त्राचे लक्ष असले पाहिजे.

formal theory and formalization of theory - (फॉर्मल थिअरी ऑन्ड फॉर्मलाइझेशन ऑफ थिअरी) **औपचारिक सिद्धान्त व सिद्धान्ताचे औपचारिकीकरण :** औपचारिक सिद्धान्त व सिद्धान्ताचे औपचारिकीकरण म्हणजे विशिष्ट प्रघटनांच्या संबंधातील सैद्धान्तिक विधानांचे वर्णन होय. प्रघटनेशी संबंधित ही विधाने एकीकडे तर्कसंगतीचा संच तयार करतात, तर दुसरीकडे ही विधाने अनुमानाने परस्परांशी संबंधित असतात. या विधानांपैकी काही विधाने प्रघटनांचे स्वयंसिद्ध तत्त्व बनतात, की ज्यापासून एखादे प्रमेय काढता येऊ शकेल. एमिल दयुरखेम यांच्या श्रमविभाजनाच्या सिद्धान्ताच्या औपचारिकीकरणाचे उदाहरण देऊन, त्या सिद्धान्तातून १९६५ साली झेटरबर्ग (Zetterberg) यांनी १० विधाने तयार केली आहेत, ती खालीलप्रमाणे- १. गटात श्रमविभाजन जितके जास्त तितक्या जाणिवाही जास्त. २. गटात एकात्मता जितकी जास्त तितक्या जास्त प्रमाणात प्रत्येक सभासदांशी संबंधित संलग्न व्यक्तींची संख्या

जास्त असते. ३. गटातील प्रत्येक सभासदांच्या संलग्न व्यक्तींची संख्या जितकी जास्त तितक्या (सभासदांच्या) जाणिवाही जास्त असतात. ४. गट सभासदात जाणिवा जितक्या जास्त, विपथगामी यांना तितक्या कमी प्रमाणात नाकारले जाते. ५. गटात श्रमविभाजन जितके जास्त, विपथगामीयांना नाकारण्याची संख्या जितकी जास्त तितक्या कमी प्रमाणात असते. ६. गटात प्रत्येक सभासदांशी संलग्न व्यक्तींची संख्या तितक्या कमी प्रमाणात विपथगामीयांना नाकारले जाते. ७. गटात श्रमविभाजन जितके जास्त तितक्या जास्त प्रमाणात गटातील एकात्मता असते. ८. गटात एकात्मता जितकी जास्त तितक्या जास्त प्रमाणात गटात जाणिवा असतात. ९. गटातील प्रत्येक सभासदांच्या संलग्न व्यक्तींची संख्या जितकी जास्त, तितक्या जास्त प्रमाणात श्रमविभाजन आकाराला येते. १०. गटातील सभासदांत एकात्मता जितकी जास्त तितक्या कमी प्रमाणात विपथगामीयांना नाकारले जाते.

दयुरखेम यांच्या श्रमविभाजनाच्या सिद्धान्ताची स्वयंसिद्ध तत्त्वे म्हणून झेटरबर्ग यांनी ही दहा विधाने निवडली होती.

form and content - (फॉर्म अँन्ड कन्टे़न्ट) **स्वरूप आणि आशय :** जर्मनीतील समाजशास्त्रज्ञ जॉर्ज सिमेल यांनी त्यांच्या स्वरूपप्रधान समाजशास्त्रात या दोन संकल्पनांतील (स्वरूप व आशय) भेद स्पष्ट केला आहे. सिमेल यांनी सामाजिक आंतरक्रियांच्या सार्वभौमिक आणि वारंवार स्वरूपाच्या आंतरक्रिया व त्या सामाजिक आंतरक्रियेमागची प्रेरणा, त्यातील आशय यांवर चर्चा केली होती. सिमेल यांच्या मते, समाजातील काही सामाजिक आंतरक्रियांचे स्वरूप वरवर जरी भिन्न वाटत असले; तरी त्यातील आशय मात्र समान असतो. किंवा दुसऱ्या शब्दांत अशा आंतरक्रियात सहभागी होणाऱ्या व्यक्तींच्या प्रेरणा समान असतात. सारांश, सामाजिक आंतरक्रियांचे बाह्य स्वरूप व त्यातील आशय यांवर सिमेल यांनी केलेले विवेचन यात येते. एखाद्या सुप्रीम किंवा सर्वोच्च न्यायाधीशासमोर वकिलाची वर्तणूक, वरिष्ठ पोलीस अधिकाऱ्यासमोर पोलीस शिपायाची वर्तणूक, किंवा पित्यासमोर मुलाची वागणूक या वरवर व बाह्य दृष्टीने वेगवेगळ्या घटना असल्या तरी या सर्वांचा आशय मात्र एकच आहे तो म्हणजे वरिष्ठांच्या आज्ञेचे कनिष्ठांनी पालन करावे.

fourth world - (फोर्थ वर्ल्ड) **चौथे जग :** चौथ्या जगात समकालीन आफ्रिका आणि आशिया खंडांतील अशा काही राष्ट्रांचा समावेश होतो, की जी राष्ट्रे जगात अत्यंत 'गरीब राष्ट्रे' म्हणून ओळखली जातात. १९७० ते १९८० या दरम्यान

जी आर्थिक मंदी आली, त्याचा परिणाम म्हणून वरील दोन खंडांतील काही देश गरीब झाले. तिसऱ्या जगापासून या राष्ट्रांना वेगळे करण्यासाठी ही संज्ञा काही तज्ज्ञांनी वापरली असली, तरी ही संज्ञा अजूनतरी स्थापित झाल्याचे दिसत नाही.

frame of reference - (फ्रेम ऑफ रे'फरन्स) **संदर्भचौकट :** कोणत्याही ज्ञानशाखेच्या किंवा दृष्टिकोनाच्या अभ्यासविषयाला मर्यादा घालणाऱ्या मूलभूत गृहीततत्त्वासाठी 'संदर्भचौकट' ही संज्ञा वापरली जाते. उदा. पार्सन्स आणि शिल्स (Parsons and Shils) असे म्हणतात, की 'क्रियासिद्धान्ताच्या संदर्भचौकटीत कर्ता (actor), क्रियेची परिस्थिती (situation of action) आणि कर्त्याचे स्थितिज्ञान यांचाच फक्त समावेश होतो.

frankfurt school of critical theory - (फ्रॅंकफर्ट स्कूल ऑफ क्रि'टिकल थिअरी) **टीकात्मक सिद्धान्ताचा फ्रॅंकफर्ट संप्रदाय :** टीकात्मक सिद्धान्ताचा फ्रॅंकफर्ट संप्रदाय ही जर्मनीतील मार्क्सवाद्यांची निर्मिती होय. मार्क्सच्या विचारांवर व विशेषत: त्यांच्या आर्थिक निर्धारणवादावर, स्वत:ला मार्क्सवादी म्हणवून घेणाऱ्या विचारवंतांनी, टीकेची झोड उठविली. हे मार्क्स यांच्या विचारांवर टीका करणारे मार्क्सवादी स्वत:ला 'नवमार्क्सवादी' या संज्ञेने संबोधू लागले; तर त्यांनी या संदर्भात व्यक्त केलेले विचार नवमार्क्सवाद म्हणून ओळखले जाऊ लागले. मार्क्स यांच्या विचारांचे पुनर्मूल्यांकन करण्यासाठी जर्मनीतील, मार्क्स यांच्या विचारावर टीका करणारे, विचारवंत एकत्र आलेत व त्यांना त्यांच्या टीकात्मक विचारांची योग्य बांधणी, करण्यासाठी एखाद्या संशोधनसंस्थेची आवश्यकता भासू लागली. त्यांच्या विचारमंथनाचा परिपाक म्हणजे या सर्वांनी एकत्र येऊन जर्मनीतील फ्रॅंकफर्ट शहरात २३ फेब्रुवारी १९२३ रोजी एका सामाजिक संस्थेची स्थापना केली. हीच संशोधनसंस्था पुढे 'फ्रॅंकफर्ट संप्रदाय' (Frankfurt School) या नावाने संबोधली जाऊ लागली. १९३३ साली नाझींच्या हातात जर्मनीची सत्ता आल्याने त्यांच्या सरकारने ही संस्था स्वत:च्या ताब्यात घेतली. याचा परिणाम असा झाला, की संस्थेतील प्रमुख संशोधक विचारवंतांनी जर्मनीचा त्याग करून अमेरिकेत स्थलांतर केले व तेथे न्यूयॉर्क येथील कोलंबिया विद्यापीठात सदरहू संशोधनसंस्थेचे संशोधनाचे कार्य चालू ठेवले होते. दुसऱ्या महायुद्धानंतर संस्था परत जर्मनीत फ्रॅंकफर्ट शहरात हलविण्यात आली. फ्रॅंकफर्ट संप्रदायाशी निगडित विचारवंतांत क्रमाने हॉरखेमर, अडोर्नो मार्क्यूस, बोटॅमोर, फ्रेडमन, हेल्ड, विगरशॉ इत्यादींचा समावेश होतो. मार्क्सवादाव्यतिरिक्त या टीकाकारांनी प्रत्यक्षवाद, समाजशास्त्र, आधुनिक समाज यांनाही टीकेचे लक्ष केले होते.

free will (फ्री विल) मुक्त इच्छा : या संज्ञेचा अर्थ असा की प्रत्येक व्यक्तीला तिच्या स्वतःच्या इच्छेनुसार क्रिया करण्याचे स्वातंत्र्य देणे होय. 'मुक्त इच्छा' सिद्धान्ताचे अनेक प्रकार असून त्यांतील काही महत्त्वाचे प्रकार खालीलप्रमाणे–

अ. त्याच्या स्वतःच्या क्रियेसाठी मनुष्य स्वतःच नैतिकदृष्ट्या जबाबदार असतो. (प्रोटेस्टंट पंथीय नीतिशास्त्रातील एक तत्त्व) ब. मनुष्याजवळ त्याचे स्वतःचे प्रकल्प पूर्ण करण्याची क्षमता आहे आणि ते अशा प्रकारचे वर्तन करतात, की जे वर्तन 'वाईट वा दुष्ट विश्वासावर' आधारित नसते. (अस्तित्ववादी सिद्धान्तकारांचा दृष्टिकोन) क. मनुष्याजवळ प्रतिबिंबिततेची अशी क्षमता आहे, की ज्याद्वारे मनुष्य मानवी क्रियांचे स्वरूप आणि वास्तवतेच्या सामाजिक बांधणीचे आकलन करू शकतो (प्रतीकात्मक आंतरक्रियावाद्यांचा आधुनिक प्रकार आणि स्पष्टीकरणात्मक समाजशास्त्राचा दृष्टिकोन).

मुक्त इच्छा ही संज्ञा कितीही आकर्षक असली; तरी संरचनात्मक समाजशास्त्रात आणि वर्तनात्मक मानसशास्त्रात याला वाव नाही. कारण त्यात व्यक्ती स्वमर्जीने किंवा स्वेच्छेने वागू शकत नाही. समाजात वावरताना व्यक्तींना समाजाचे सामाजिक नियम व राज्याचे कायदे यांचे पालन करावेच लागते. म्हणून समाजशास्त्रात या संज्ञेचा वापर केला जात नाही वा तो करणाचे टाळले जाते.

frequency distribution - (फ्रीक्वेन्सी डिस्ट्रिब्यूशन) वारंवारता वितरण : वारंवारता वितरण म्हणजे एखाद्या निरीक्षणसंचात एक चल परत परत किती वेळा येतो, यासंबंधीचे वितरण होय. ग्रामीण व नागरी लोकसंख्येचे वितरण विविध सामाजिक वर्गांचा संदर्भ देऊन जर करावयाचे असेल, तर ते खालीलप्रमाणे करता येईल–

ग्रामीण व नागरी लोकसंख्येचे, सामाजिक वर्गातील वारंवारता दर्शविणारे वितरण–

अ. क्र.	सामाजिक वर्गाचा प्रकार	ग्रामीण लोकसंख्या		नागरी लोकसंख्या	
		वारंवारता	टक्केवारी	वारंवारता	टक्केवारी
१.	उच्च वर्ग	६०	१५	२०	८
२.	मध्यम वर्ग	३००	७५	२००	८०
३.	कनिष्ठ वर्ग	४०	१०	३०	१२
	एकूण	४००	१००	२५०	१००

वरील तक्ता ग्रामीण व नागरी परिसरातील उच्च, मध्यम व कनिष्ठ सामाजिक वर्गातील लोकसंख्येचे वारंवारता वितरण दर्शवितो.

friendship - (फ्रे'न्डशिप) **मित्रत्व :** समाजशास्त्राच्या भाषेत 'मित्रत्व' हा सामाजिक संबंधाचा एक प्रकार होय. ज्या दोन व्यक्ती परस्परांशी परिचित असून, त्या जेव्हा एकमेकांशी सामाजिक संबंध प्रस्थापित करतात; तेव्हा या सामाजिक संबंधांसाठी मित्रत्व ही संज्ञा वापरली जाते. या दोन परस्परपरिचित व्यक्तींच्या सामाजिक संबंधात त्यांच्यातील समान आवड, परस्परांबद्दल प्रेम आणि परस्परांवर असलेली निष्ठा इत्यादी गोष्टी समाविष्ट आहेत. आप्तसंबंध किंवा अर्पित दर्जातून निर्माण होणारे संबंध यांच्याविरोधी हे मित्रत्वाचे संबंध असून थोडक्यात त्या संबंधांचे खुलासेवार वर्णन करणे अवघड आहे. याशिवाय 'मित्रत्व' या सामाजिक संबंधात प्रवाहितता, ऐच्छिकता, या वैशिष्ट्यांचा समावेश होतो. तसेच मित्रत्वाचा कालावधी व मैत्रीतील तीव्रता यांत मोठ्या प्रमाणात विविधता आढळून येते. १९८६ साली सीमोर स्मिथ (Seymore Smith) यांनी मित्रत्वाच्या सामाजिक संबंधाचा जो अभ्यास केला होता, त्यावरून ते असे प्रतिपादन करतात, की मैत्रीच्या संबंधाचा अभ्यास हा सामाजिक संबंधाच्या जाळ्याच्या, परस्परभावाच्या अभ्यासाचा एक भाग असून; या संबंधाची निर्मिती सामाजिक अवकाशात वावरणाऱ्या व्यक्तींनी केली आहे. मित्रत्वाचे संबंध हा प्रत्येक व्यक्तीच्या जीवनातील महत्त्वाचा पैलू होय. मित्रत्वाच्या संबंधाचा विचार करता लिंगभावानुसार या संबंधाचे स्वरूप बदलते. पुरुषापेक्षा स्त्रियांमध्ये मित्रत्वाच्या संबंधात अधिक जवळीक असते. मुलांमधील मित्रत्वाचे संबंध त्यांच्या सामाजिकीकरण प्रक्रियेचा एक महत्त्वाचा भाग होय.

full employment - (फुल एम्प्लॉ'यमेन्ट) **पूर्णवेळ रोजगार :** १. पूर्णवेळ रोजगार किंवा रोजंदारी, हे बहुसंख्य राष्ट्रांनी १९३० सालानंतर व विशेषत: युद्धोत्तर काळानंतर स्वीकारलेले धोरण असून, त्यानुसार ही सरकारे त्यांच्या राष्ट्रातील रोजगाराच्या उच्च पातळीचे जतन करतात. व्यवहारात मात्र या संज्ञेचा अर्थ असा की, कनिष्ठ रोजगाराची पातळी असलेल्या ज्यांना ज्यांना काम पाहिजे आहे, त्यांना काम वा रोजगार उपलब्ध करून देणे होय. २. कीनीज यांचे अर्थशास्त्र–या अर्थशास्त्रानुसार 'पूर्ण रोजगार' या संज्ञेचा अर्थ असा, की भांडवलशाहीवादी अर्थव्यवस्थेतील रोजगाराची पातळी चिरंतन टिकविण्याचा प्रयत्न करणे होय. कीनीज (Keynes) हे मान्य करतात, की रोजगाराची पातळी

ही नेहमी शून्यापेक्षा (nought) जास्त असली पाहिजे. याचा अर्थ कोणत्या कारणाने कामगार किती संख्येने नोकरी बदलतात, जे काम करण्यास लायक नाहीत अशा किती व्यक्तींना नोकऱ्या मिळतात, यावर रोजगाराची पातळी अवलंबून असते.

function - (फंॅक्शन) **कार्य किंवा प्रकार्य :** सामाजिक घटकांकडून सामाजिक व्यवस्था टिकविण्यासाठी किंवा तिचे जतन करण्यासाठी ज्या क्रिया वा कृती केल्या जातात, त्यांसाठी 'कार्य' या संज्ञेचा वापर केला जातो. प्रा. आर. के. मर्टन यांनी 'कार्य' या संकल्पनेवर सविस्तर चर्चा केली होती. मर्टन यांच्या मते, समाजातील काही घटक समाजसंरचना टिकविण्याचे कार्य करतात, त्यांना 'प्रकार्य' किंवा अनुकूल प्रकार्य म्हणतात; तर समाजातील काही घटक समाजसंरचना विघटित करण्याचे कार्य करतात. त्यांना 'प्रतिकूल कार्य किंवा अ–कार्य' या संज्ञेने संबोधले जाते.

functionalism - (फंॅक्शनॅलिझम) **कार्यात्मकतावाद किंवा कार्यिकतावाद :** कार्यात्मकतावाद किंवा कार्यिकतावाद हा समाजशास्त्र आणि सामाजिक मानवशास्त्र यांतील एक सिद्धान्त असून, ज्यात कोणत्याही सामाजिक संस्थेचे स्पष्टीकरण ती संस्था जी कार्ये पार पाडते, त्या कार्यांच्या माध्यमातून प्रामुख्याने केले जाते. कोणत्याही कार्यासंबंधी बोलावयाचे झाल्यास 'कार्य' म्हणजे सामाजिक कार्यक्रम किंवा प्रघटना यांचा आढावा, अन्य सामाजिक कार्यक्रम, सामाजिक संस्था किंवा समग्र समाज यांच्या संदर्भाचा विचार करून त्यावर होणाऱ्या परिणामाद्वारे घेणे होय. आधुनिक कार्यात्मकतावादी विचारवंतांच्या मते, समाज म्हणजे आंतरक्रियांची व्यवस्था आणि स्व-नियमित भाग होय. १९ व्या शतकातील सामाजिक विचारवंतांनी 'समाज' या संज्ञेचे विश्लेषण किंवा सिद्धान्तीकरण 'सेंद्रिय तुलना' (Organic Analogy) याद्वारे केले. हर्बर्ट स्पेन्सर हा या विचाराचा वा सिद्धान्ताचा प्रणेता होय. त्यांच्या मते, 'मानवी शरीर म्हणजे केवळ पेशींचे एकत्रीकरण नव्हे तर त्यापेक्षा काही तरी वेगळे आहे, त्याचप्रमाणे मानवी समाज म्हणजे केवळ व्यक्तींचे एकत्रीकरण नव्हे, त्यापेक्षा काही तरी जास्त आहे.' विसाव्या शतकाच्या प्रारंभी ब्रिटिश सामाजिक मानवशास्त्रज्ञांनी प्रथम सामाजिक जीवनाचे अध्ययन सामाजिक कार्याला मध्यवर्ती स्थान देऊन केले होते. यात रेडक्लिफ ब्राउन व मॅलिनॉव्हस्की हे दोघे विचारवंत आघाडीवर होते. १९५० ते १९६० च्या दशकात संरचनात्मक कार्यात्मकतावादी सिद्धान्त हा प्रामुख्याने उत्तर अमेरिकेतील समाजशास्त्रातील प्रभावी सिद्धान्त होता. टॉलकॉट पार्सन्स,

आर. के. मर्टन यांच्या सैद्धान्तिक विचारांचा पगडा या दशकात समाजशास्त्रावर होता. १९७० ते १९८० च्या दशकात मात्र या प्रमुख सिद्धान्ताचे महत्त्व कमी कमी होत गेले. त्याला कारण बदलते राजकीय वातावरण होय. सारांश, समाजाचे किंवा सामाजिक व्यवस्थेचे स्पष्टीकरण कार्याच्या माध्यमातून करणे म्हणजे कार्यात्मकतावाद किंवा कार्यिकतावाद होय.

functional or functionalist explanation - (फं'क्शनल ऑर फं'क्शनॅलिस्ट एक्स्प्लनेशन) **कार्यात्मक किंवा कार्यात्मकतावाद्यांचे स्पष्टीकरण :** कार्यिक स्पष्टीकरण म्हणजे कोणत्याही समाजाच्या किंवा सामाजिक व्यवस्थेच्या कोणत्याही वैशिष्ट्यांच्या संबंधात दीर्घप्रयत्नी स्पष्टीकरण होय. या वैशिष्ट्यांतील सर्वांत महत्त्वाचे वैशिष्ट्य, म्हणजे समाज किंवा समाजव्यवस्था यांचे जतन करण्यासाठी दिलेले योगदान महत्त्वपूर्ण आहे. या कार्यात्मक स्पष्टीकरणात सेंद्रिय तुलनेचाही अंतर्भाव होतो. या स्पष्टीकरणानुसार समाज हा एखाद्या जीवशास्त्रीय किंवा सेंद्रिय प्राण्याप्रमाणे असतो. १९५९ साली हेम्पेल (Hempel) या विचारवंताने असे मत व्यक्त केले होते, की कार्यात्मक स्पष्टीकरण म्हणजे एक प्रकारे अनुमानिक शास्त्रीय स्पष्टीकरण होय. कार्यात्मकतावादी सिद्धान्तावर ज्या विविध कार्यात्मकतावादी विचारवंतांनी, जी स्पष्टीकरणे दिली होती व आजही देत आहेत त्या सर्वांचा समावेश या संज्ञेत येतो.

functional alternative or functional equivalent - (फं'क्शनल ऑल्ट'रनेटिव्ह ऑर फं'क्शनल इक्वि'व्हॅलन्ट) **कार्यात्मक पर्याय किंवा कार्यात्मक सारखेपणा :** कार्यात्मक पर्याय किंवा कार्यात्मक सारखेपणा म्हणजे सारख्या किंवा समान कार्याच्या पूर्ततेसाठी केलेली कोणतीही संस्थात्मक व्यवस्था होय किंवा अधिक विस्तृतपणे सांगावयाचे झाल्यास समाज किंवा सामाजिक व्यवस्था यांच्या अत्यावश्यक गरजांची पूर्तता करण्याची जबाबदारी उचलणे होय. कुटुंबासाठी प्रजोत्पादन व संततीसंगोपन हे समान कार्य असून त्यासाठी कुटुंबसंस्था जन्माला आली. तसेच प्रजेचे संरक्षण व त्यांचे नियंत्रण करण्याच्या समान उद्देशाने राज्य (राज्यसंस्था) आकाराला आले आहे. म्हणून आधुनिक धर्मनिरपेक्ष नागरी धर्मालाही पारंपरिक धर्माची काही कार्ये पार पाडावी लागतात. कोणत्याही आधुनिक धर्मनिरपेक्ष नागरी समाजात आजही विवाह हा पारंपरिक धार्मिक विधीनुसारच केला जातो. कार्यिक सारखेपणाची ओळख देणारी परिस्थिती ही विवादात्मक असल्याने त्याचे विशेषीकरण करणे अवघड आहे. परंतु मनुष्याच्या मूलभूत गरजांत समानता असल्याने त्यांच्या पूर्ततेच्या संदर्भातही समानता आढळते.

functional theory of religion - (फं'क्शनल थिअरी ऑफ रिलि'जन) **धर्माचा कार्यिक सिद्धान्त** : धर्माचा कार्यिक सिद्धान्त म्हणजे धर्माचा सैद्धान्तिक आढावा घेणे होय. यात धर्माचा उदय, धर्माचे सातत्य, समाजासाठी धर्माने दिलेले योगदान इत्यादी बाबींचा अंतर्भाव होतो. धर्माचे कार्यिक दृष्टिकोनातून स्पष्टीकरण देणाऱ्या विचारवंतांत क्रमाने विलियम रॉबर्टसन, स्मिथ, एमिल द्युरखेम, रेडक्लिफ ब्राउन, मॉलिनॉव्हस्की इत्यादी अभिजात विचारवंतांचा; तर मॉक्स वेबर, टॉलकॉट पार्सन्स इत्यादी आधुनिक विचारवंतांचा समावेश होतो. समाजव्यवस्था टिकविण्याच्या दृष्टीने प्रत्येक धर्माला खालील काही प्रमुख कार्ये पार पाडावी लागतात. यांत क्रमाने– १. मूल्यांचे रक्षण करून समाजाचे संघटन करणे. २. गटाच्या नीतिमत्तेचे रक्षण करून ताणनिवारण करणे. ३. समाजव्यवस्थेत सामाजिक नियंत्रण करणे इत्यादींचा समावेश होतो. याशिवाय पुढील कार्येपण धर्माला पार पाडावी लागतात. त्यांत, १. नैतिक तादात्म्याचा शोध घेणे सुलभ करणे. २. मानवाच्या पर्यावरणाचे स्पष्टीकरण देणे. ३. सामाजिक संबंध व सामाजिक एकात्मता यांत वाढ करणे इत्यादी कार्ये समाविष्ट होतात. धर्म समाजासाठी किंवा समाजव्यवस्थेसाठी जी कार्ये पार पाडतो, त्याचा सैद्धान्तिक अभ्यास म्हणजे 'धर्माचा कार्यिक वा कार्यात्मक सिद्धान्त' होय.

Functional theory of social stratification - (फं'क्शनल थिअरी ऑफ सो'शल स्ट्रॅटिफिके'शन) **सामाजिक स्तरीकरणाचा कार्यात्मक किंवा कार्यिक सिद्धान्त** : सामाजिक स्तरीकरणाचा सिद्धान्त म्हणजे सामाजिक स्तरीकरणाचा उगम, त्याची प्रदीर्घता यांचा आढावा घेऊन सामाजिक स्तरीकरणाचे मानवी समाजाच्या संदर्भात काय योगदान आहे यांचा सैद्धान्तिक अभ्यास होय. सामाजिक स्तरीकरणाचा अभ्यास कार्यिक दृष्टिकोनातून करणाऱ्या समाजशास्त्रज्ञांत क्रमाने सम्नर (१८८३), डेव्हिस आणि मूरे (१९४५), पार्सन्स (१९३७, १९६४, १९७०) आणि अब्राहमसन (१९६४, १९७०) इत्यादींचा समावेश होतो. काही तज्ज्ञांच्या मते, भारतातील जातिव्यवस्था ही सामाजिक स्तरीकरणाच्या संरचनात्मक कार्यात्मक सिद्धान्ताचे उत्तम उदाहरण होय. कारण जातीवर आधारित स्तरीकरण स्थिर व गतिमत्त्वाचा अभाव असणारे असते. 'सामाजिक स्तरीकरण व्यवस्था' ही सर्वव्यापी आहे; म्हणजे, जगात असा एकही समाज नाही की जेथे स्तरीकरणव्यवस्था नाही. सामाजिक स्तरीकरणाचा कार्यात्मक दृष्टिकोनातून अभ्यास करणारे समाजशास्त्रज्ञ असे मानतात, की सामाजिक स्तरीकरण हे समाजव्यवस्था टिकवून ठेवण्यासाठी जशी काही कार्ये करते; तसेच समाजव्यवस्थेत अस्वस्थता

निर्माण होणारी कार्येही ही सामाजिक स्तरीकरणव्यवस्था करते. सामाजिक स्तरीकरणाच्या कार्याचा अथवा अ-कार्याचा (उपकार्यांचा) आढावा घेण्यापूर्वी सामाजिक स्तरीकरणाची कार्यिक आवश्यकता काय आहे, हे आपण तपासून पाहू. सामाजिक स्तरीकरणाच्या आवश्यकतेवर चर्चा करणारे व कार्यात्मक सिद्धान्ताचा पुरस्कार करणारे विचारवंत असे म्हणतात, की तत्त्वत: प्रत्येक मानवी समाज हा समानतेचा पुजारी असला; तरी जगातील कोणत्याही राष्ट्राला संपूर्ण समानता प्रस्थापित करण्यात यश आले नाही, हीपण एक वास्तवता आहे. याचे विश्लेषण करताना हे समाजशास्त्रज्ञ असे म्हणतात, की 'समाजाला ज्याप्रमाणे समानतेची आवश्यकता आहे; त्याचप्रमाणे विषमतेचीपण आवश्यकता आहे. ज्या विषमतेची समाजाला गरज आहे, त्या विषमतेचे पोषण समाजातील सामाजिक स्तरीकरणव्यवस्था करते.' सामाजिक स्तरीकरणाचे एक कार्यिक अथवा कार्यात्मक तत्त्व आहे. ते म्हणजे 'योग्य व्यक्ती योग्य ठिकाणी' किंवा 'योग्य व्यक्तीला योग्य काम' या सर्वांचा अभ्यास सामाजिक स्तरीकरणाच्या कार्यिक सिद्धान्ताच्या कार्यक्षेत येतो. या विचारवंतांच्या मते, सामाजिक स्तरीकरणव्यवस्था समाजासाठी पुढील कार्ये करते– १. काम करण्यासाठी लोकांचे मन वळविणे. २. श्रेष्ठीजनांचे अभिसरण करणे. ३. व्यक्तींच्या वर्तनबंधाचे जतन करणे. ४. श्रेष्ठीजनांना विशेषाधिकार प्रदान करणे. ५. समान मूल्ये व समान हितसंबंध यांचे रक्षण करणे. ६. सामाजिक स्तरीकरण प्राथमिक स्वरूपात तरी आनुवंशिक दर्जाला प्राधान्य देणे. ७. सामाजिक स्तरीकरणाची सामाजिक नियंत्रणात्मक कार्ये इत्यादी. ही सर्व कार्ये व त्यांचे सामाजिक जीवनावरील होणारे परिणाम यांचा अभ्यास सामाजिक स्तरीकरणाच्या कार्यिक सिद्धान्ताच्या माध्यमातून केला जातो.

functional pre-requisites - (फं'क्शनल प्रीरे'क्विसिट्स) **कार्यिक अथवा कार्यात्मक पूर्वावश्यक तत्त्वे :** कार्यिक पूर्वावश्यक तत्त्वे ही अशी एक तरतूद आहे की ज्यात, कोणताही नवीन समाज निर्माण व्हावयाचा असेल त्या समाजाचे अस्तित्व टिकविण्यासाठी त्या पूर्वीचे समाज ज्या व्यवस्थेचे निर्धारण करतात तशा व्यवस्थेचे निर्धारण करणे होय. पूर्वीच्या समाजातील वैशिष्ट्ये किंवा आवश्यक तत्त्वे नवीन समाजासाठी पूर्वावश्यक तत्त्वे ठरतात. कार्यिक किंवा कार्यात्मक पूर्वावश्यक तत्त्वे या संज्ञेला समांतर अशी 'कार्यिक किंवा कार्यात्मक आज्ञार्थकता' (functional imperative) ही संज्ञापण काही तज्ज्ञ वापरतात; पण ही दुसरी संज्ञा वादग्रस्त ठरल्याने त्याचा वापर मर्यादित प्रमाणातच केला जातो.

अबर्ले (Aberle et al.) यांनी समाजाची व्याख्या प्रथमत: पुढीलप्रमाणे तयार केली होती. 'क्रियांची स्वयंपूर्ण व्यवस्था असणारा मानवांचा गट म्हणजे समाज होय.' समाजाचे अस्तित्व व्यक्तीच्या आयुष्यापेक्षा प्रदीर्घ असते. समाजाचे सातत्य टिकविण्यासाठी प्रजोत्पादन करावे लागते व त्यासाठी साथीदाराची योग्य निवड करावी लागते. अबर्ले यांनी ९ प्रकारच्या पूर्वावश्यक तत्त्वांची ओळख करून दिली; ती पुढीलप्रमाणे– १. पर्यावरणाला आणि प्रजोत्पादनाला योग्य अशा साथीदाराच्या निवडीची तरतूद करणे. २. भूमिकाविभेदीकरण आणि भूमिका वाटप करणे. ३. संज्ञापन वा आशयसंप्रेषण होणे. ४. स्थितिज्ञानात्मक संघटनात सहभागी होणे. ५. विविध ध्येयांचे संयुक्तीकरण करणे. ६. साधनांचे प्रमाणात्मक नियमन करणे. ७. विकार व्यक्त करण्यावर नियमन करणे. ८. सामाजिकीकरण करणे. ९. वर्तनाच्या फूट पाडण्याच्या प्रकाराचे नियमन करणे.

पार्सन्स यांनी त्यांच्या संरचनात्मक कार्यात्मक सिद्धान्तावर चर्चा करताना सामाजिक व्यवस्थेच्या चार पूर्वावश्यक तत्त्वांचा उल्लेख केला होता; ती खालीलप्रमाणे– अ. अनुकूलता ब. साध्यसंप्राप्ती किंवा ध्येयसिद्धी क. एकात्मीकरण ड. समाजबंधाचे जतन व ताणनिवारण इत्यादी. भावी समाजाच्या भविष्याचे चित्र पूर्वावश्यक तत्त्वांमुळे रंगविता येते.

fusion of horizons - (फ्यूझन ऑफ होरा'इझन्स) **क्षितिजांचे एकीकरण अथवा विलीनीकरण :** 'क्षितिजांचे एकीकरण' म्हणजे कोणत्याही ज्ञानशाखेतील दोन किंवा अधिक दृष्टिकोनांचे विलीनीकरण करणे होय. या क्षितिजांच्या विलीनीकरणाच्या अत्यावश्यक वैशिष्ट्यांत 'स्पष्टीकरणात्मक आकलन' (Hermeneutics) हा अर्थ समाविष्ट असून या स्पष्टीकरणात्मक आकलनप्रक्रियेद्वारे आपण आपल्याला अनोळखी किंवा अपरिचित असलेल्या मूळ ग्रंथाचे व संस्कृतीचे आकलन करवून घेऊ शकतो. गडामर (Gadamer) यांच्या मते, अशा प्रकारचे आकलन हे स्वत:च्या क्षितिजाच्या अर्थाचा विसर पडण्यासाठी नसून त्यात परकीय मूळ ग्रंथ वा परकीय समाज यांचे आकलन होण्याची प्रक्रिया समाविष्ट आहे. म्हणून त्यासाठी परकीय मूळ ग्रंथ आणि परकीय समाज यांपासून दूर होणे वा अलग होणे; हा मार्ग नसून, त्यात आपले सध्याचे किंवा वर्तमान जग आणि आपल्यापेक्षा वेगळे असलेले जग यांच्यात सलोखा किंवा समेट घडवून आणण्याची क्रिया समाविष्ट आहे.

तज्ज्ञांच्या मते, 'क्षितिजांचे एकीकरण' ही संज्ञा दोन कल्पनांना विरोध करण्यासाठी उभी राहिली आहे- १. बाह्यजाळ्याच्या साहाय्याने परकीय संस्कृती आणि परकीय समाज यांचे आकलन होण्याची अपेक्षा आपण करू शकतो आणि २. या कल्पनांचे आपल्याला आकलन होणे शक्य नाही, असे गृहीत धरून तशी इच्छा आपल्या मनात बाळगू नये. वास्तविक या दोन्ही कल्पनांच्या एकीकरणाचा किंवा विलीनीकरणाचा परिणाम 'सत्य' समजणे, हा असतो.

■

gambling – (गॅम्बलिंग) **जुगार :** एखाद्या खेळामध्ये किंवा एखाद्या प्रसंगामध्ये कोण जिंकणार वा कोणाची सरशी होणार यावर पैसे लावून पैज मारणे, म्हणजे 'जुगार' होय. अनेक आधुनिक समाजांत 'जुगार' हा कायदेशीर किंवा वैधानिक म्हणून मान्यताप्राप्त आहे. त्यासाठी अनेक आधुनिक राष्ट्रांत 'जुगाराचे अड्डे' (casino centres) यांना त्या त्या सरकारतर्फे अधिकृतपणे मान्यता दिली असून, सरकारला त्याद्वारे मोठ्या प्रमाणात महसूल मिळतो. असे असले तरी, जुगाराला बहुसंख्य धर्मांनी नैतिकतेच्या आधारावर विरोध केला आहे. मानसशास्त्रज्ञ, सामाजिक मानसशास्त्रज्ञ व समाजशास्त्रज्ञ जुगाराकडे एक मानवी प्रवृत्ती म्हणून पाहतात व त्या दृष्टीने त्याचे अध्ययन करतात. जुगारामुळे काही थोड्या लोकांना पैसे मिळत असले; तरी जुगारामुळे अनेकांचे संसार बरबाद होतात हे सत्य नाकारता येत नाही. जुगार हे एक व्यसन आहे. भारतातील मटका, लॉटरी, पैसे लावून पत्ते खेळणे, पैशाच्या आधारे एखाद्या खेळात कोण जिंकेल यावर पैज लावणे इत्यादी बाबी 'जुगार' या संज्ञेत येतात. कुटुंबाचे विघटन करणारा एक घटक म्हणूनही समाजशास्त्रज्ञ जुगाराचे अध्ययन करतात. फुरसतीचा वेळ घालविण्यासाठी लोक जुगाराकडे वळतात; असे १९७६ साली डी. डाऊनेज (D. Downes et al.) यांनी त्यांच्या 'जुगार व फुरसतीचा वेळ' (Gambling Work and Leisure) या संशोधनपर प्रबंधात्मक ग्रंथात नमूद केले होते. सारांश, जुगाराला सरकारांनी अधिकृत मान्यता दिली असली तरी सामाजिक, धार्मिक, नैतिक दृष्टीने जुगार एक अपप्रवृत्ती व विपथगामी वर्तन असल्याचे तज्ज्ञ मानतात.

gangs - (गँग्स) **टोळ्या :** समाजशास्त्रीय दृष्टिकोनातून विचार करता कामगार वर्गातील तरुणांचा जवळीक असलेला एक सामाजिक गट म्हणून टोळ्यांकडे पाहिले जाते व त्यातून नेतृत्वभूमिकांची ओळख टोळीसभासदांना होते व या

टोळ्या, दहशतवादी कारवाया व विपथगामी वर्तन, यांच्याशी संबंधित असतात. अमेरिकेतील शिकागो विद्यापीठांतर्गत कार्यरत असलेल्या शिकागो संप्रदायाने टोळ्यांचा समाजशास्त्रीय अभ्यास प्रथम केला होता. त्यानंतर १९५५ साली कोहेन (Cohen) आणि व्हायट (Whyte) यांनी व्यक्तीच्या सामाजिकीकरणाच्या प्रक्रियेतून टोळ्यांचे अध्ययन केले होते. आज जगातील बहुसंख्य राष्ट्रांत मोठ्या प्रमाणात दहशतवाद बोकाळला असून; तो पसरविण्यात तालिबान, नक्षलवादी, उल्फा, अल्फा, लष्करे तोयबा, इत्यादींची भूमिका महत्त्वपूर्ण आहे. या दहशतवादी टोळ्या त्या त्या राष्ट्राची अस्मिता व अस्तित्व यांना धोका निर्माण करतात; म्हणून त्यांच्यावर बंदी घालण्यात येते. याव्यतिरिक्त गुन्हेगार, चोरटा व्यापार करणाऱ्यांच्या, भुरट्या चोरांच्या व तसेच दरोडेखोरांच्या पण टोळ्या असतात. १९७३ साली टेलर यांनी फुटबॉलच्या सामन्याच्या प्रसंगी प्रेक्षकांनी केलेल्या गुंडगिरीचे (Hooliganism), तर १९८८ साली ड्युनिंग (Dunning et al.) यांनी पांढरपेशा कामगार वर्गातील तरुणांच्या टोळ्यांचे सखोल अध्ययन केले होते.

gatherings - (गॅ'दरिंग्ज) **संमेलन** : ज्या वेळेला समाजातील काही सामाजिक कर्ते विशिष्ट वेळी, विशिष्ट जागी परस्परांशी समोरासमोर आंतरक्रिया करण्यासाठी एकत्र जमतात, त्या वेळेला त्यासाठी 'संमेलन' ही संज्ञा वापरली जाते. गॉफमन (Goffman) या समाजशास्त्रज्ञाने १९६३ साली 'स्नेहसंमेलन' या संज्ञेची व्याख्या वरीलप्रमाणे केली होती. संमेलन हे एकतर अल्पकालीन असते वा दीर्घकालीन. अल्पकालीन संमेलनात राजकीय पक्षांची अधिवेशने, विद्वानांची विविध विषयांवर आयोजित परिसंवादात्मक अधिवेशने, विविध साहित्यसंमलने इत्यादींचा समावेश होतो. कारण अशा संमेलनांचा कालावधी २ ते ३ दिवसांपेक्षा जास्त नसतो. दीर्घकालीन संमेलनात विशिष्ट गटांच्या हेतुपूर्ततेसाठी निर्माण करण्यात आलेली स्थानिक स्वरूपाची मंडळे किंवा स्थानिक स्वरूपाच्या संघटना यांचा अंतर्भाव होतो. यांत विविध कामगार संघटना, स्वयंसेवी मंडळे, राजकीय पक्ष इत्यादींचा समावेश होतो. दीर्घकालीन संमेलनाचे स्वरूप औपचारिक असते व त्यांनी कसे कार्य करावे यासंबंधी नियोजित व्यवस्था, नियम तयार करण्यात आलेले असतात. यातील सभासदांना त्यांच्या ध्येयपूर्तीसाठी वारंवार एकत्रित यावे लागते व त्यांच्या ध्येयपूर्तीचा कालावधी प्रदीर्घ असतो त्याला वेळ-काळाच्या मर्यादा नसतात.

Gemeinschaft and Gesellschaft - (जेमीनशॉफ्ट ॲन्ड जेसेलशॉफ्ट) **प्राथमिक संबंध व दुय्यम संबंध :** या दोन जर्मन भाषेतील संज्ञा असून, त्यांचा वापर प्रथमत: फर्दिनंद टोनिज (Ferdinand Tonnies) यांनी 'समुदाय व समाज'

(Community and Society) या १८८७ साली सामाजिक गटाच्या प्रकारावर चर्चा करताना केला होता. जे संबंध प्राथमिक नाहीत, त्यांसाठी टोनिज यांनी 'जेसेलशॉफ्ट' (दुय्यम संबंध) ही संज्ञा वापरली व नंतर प्राथमिक संबंधासाठी 'जेमीनशॉफ्ट' (Gemeinschaft) ही संज्ञा वापरली होती. प्राथमिक संबंधात आत्मीयता व जवळीक असते, तशी ती दुय्यम गटातील संबंधात नसते. दुय्यम संबंधात एक प्रकारचा दुरावा असतो. प्राथमिक संबंध कायमचे, तर दुय्यम संबंध तात्पुरते असतात. या दोन संबंधांवर आधारित प्राथमिक गट व दुय्यम गट असे गटाचे दोन प्रकार पडतात.

gender - (जेन्डर) **लिंगभाव :** समाजशास्त्रात 'लिंगभाव' (gender) ही संज्ञा ऑन ओकले (Ann Oakley) यांनी प्रथम वापरली व त्याचा अर्थ लिंग (sex) या संज्ञेपेक्षा वेगळा आहे. लिंग (sex) म्हणजे स्त्री किंवा पुरुषातील जीवशास्त्रीय वा शरीरशास्त्रीय भेद वा विभाजन होय. लिंगभाव (gender) म्हणजे स्त्रीत्व आणि पुरुषत्व यांच्यातील सामाजिक असमानतेवर आधारित विभाजन होय. या दृष्टीने विचार करता स्त्री-पुरुष भेदावर आधारित सामाजिक संरचित पैलू म्हणजे लिंगभाव होय. मागरिट मीड या मानवशास्त्रज्ञ व अनेक मानसशास्त्रज्ञ व समाजशास्त्रज्ञ त्यांच्या विचारात या गोष्टीवर भर देतात, की लिंगभावाचे निर्धारण जीवशास्त्रीय दृष्टिकोनातून न करता सामाजिक सांस्कृतिक दृष्टिकोनातून करावे. लिंगभावाचे सामाजिक घटक म्हणून वर्ग, वय, वंश आणि वांशिकता यांचा उल्लेख करावा लागेल. स्त्री-पुरुष हा भेद जरी जीवशास्त्रीय असला, तरी प्रत्यक्ष जीवनात पुरुष श्रेष्ठ व स्त्री कनिष्ठ हे विभाजन सामाजिक असून; त्याआधारे केलेले श्रमविभाजन हेही स्त्री-पुरुषातील विषमता वाढविणारेच आहे, यात शंका नाही. (पहा-feminist theory-स्त्रीवादी सिद्धान्त.)

gender differentiation - (जेन्डर डिफरेन्शिए'शन) **लिंगभाव विभेदीकरण :** 'लिंगभाव विभेदीकरण' ही एक प्रक्रिया आहे, की ज्यात स्त्री पुरुषातील शारीरिक वा जीवशास्त्रीय भेदानुसार त्यांना सामाजिक महत्त्व प्रदान केले जाते आणि त्याचा वापर सामाजिक वर्गीकरणाचे एक साधन म्हणून केला जातो. बऱ्याच माहिती असलेल्या किंवा ओळखीच्या संस्कृतीत व्यक्तीच्या शारीरिक लिंगाचा वापर लिंगभाव विभेदीकरणासाठी केला जातो. काही समाजांत स्त्री-पुरुष लिंग विभेदीकरणाचा अतिरेक केला जातो, तर अन्य काही समाजांत तो कमीतकमी पातळीवर आणून ठेवला जातो. त्यामुळे तज्ज्ञ असे मानतात, की जीवशास्त्रावर आधारित स्त्री-पुरुष विभेदीकरणाला स्वाभाविक किंवा सार्वभौमिक अर्थ असू

शकत नाही. लोकसंख्याशास्त्रात मात्र सांख्यिकी दृष्टीने विचार करता लिंगभाव विभेदीकरण महत्त्वाचे ठरते. उदा. लोकसंख्येतील स्त्री व पुरुषांचे प्रमाण, साक्षरतेत स्त्री व पुरुष साक्षरतेचे प्रमाण, नोकरी करणाऱ्या स्त्री व पुरुषांचे प्रमाण निर्धारित करण्यासाठी स्त्री आणि पुरुष विभेदीकरण महत्त्वाचे ठरते.

gender identity - (जेन्डर आइडेन्टिटी) **लिंगभाव अस्मिता किंवा लिंगभाव ओळख :** स्त्रीत्व आणि पुरुषत्व यांच्याशी संलग्नित सांस्कृतिक जाणिवात्मक स्वत्वाशी निगडित संवेदना म्हणजे 'लिंगभाव अस्मिता' किंवा 'लिंगभाव ओळख' होय. विद्वानांच्या मते, आत्मनिष्ठ अनुभवाच्या द्वारे लिंगभाव अस्मिता कार्य करत नाही. स्त्रीत्व आणि पुरुषत्व या प्रवृत्ती मानसशास्त्रीय आत्मसातीकरणातून व्यक्तींना कळतात. काही अन्य तज्ज्ञांच्या मते, लिंगभाव अस्मिता ही स्वत:चे स्वत्व आणि अन्य (व्यक्ती) यांच्या होणाऱ्या आंतरक्रियांच्या जटिल प्रक्रियेतून उदयाला येतात. तसेच प्रत्येक समाजात काही व्यक्ती अशा असतात, की जन्माने त्या पुरुष असूनही त्यांना भावनिकदृष्ट्या आणि मानसशास्त्रीयदृष्ट्या त्या 'स्त्री' असल्याची भावना त्यांना होते.★ याचा अर्थ 'लिंगभाव अस्मिता' ही केवळ व्यक्तीच्या फक्त लिंगावर अवलंबून नसते, तर सामाजिक संरचनेत सामाजिकीकरण प्रक्रियेद्वारे त्याची बांधणी केली जाते. स्त्रीत्व आणि पुरुषत्व या दोन भावना असून त्या व्यक्तीच्या मनात रुजविणे म्हणजे लिंगभाव अस्मिता होय.

gender ideology - (जेन्डर आयडिऑलजी) **लिंगभाव विचारप्रणाली :** लिंगभाव विचारप्रणाली कल्पनांची अशी एक व्यवस्था आहे, की ज्यात लिंगभाव विभेदीकरण आणि लिंगभाव स्तरीकरण यांना सामाजिक समर्थन प्राप्त करून दिले जाते आणि या समर्थनात, नैसर्गिक विभेदीकरण आणि अतिमानवी श्रद्धा, या संबंधीच्या समर्थनाचा समावेश होतो. नैसर्गिक विभेदीकरण व अतिमानवी श्रद्धा

★ (Transsexual : means a person born with physical characteristics of one sex, who emotionally and psychologically feels that they belong to opposite sex) मराठीत यासाठी लिंगातीत ही संज्ञा वापरू शकतो व त्याचा अर्थ पुरुषात स्त्री असल्याची व स्त्रीत पुरुष असल्याची भावना निर्माण होणे होय. या प्रवृत्तीचे स्त्री / पुरुष सर्वच समाजात थोड्याफार प्रमाणात आढळतात तसेच जन्माने पुरुष असूनही त्यांना स्त्रियांचे कपडे घालण्यात एक प्रकारचा आनंद मिळतो. (Transvestite : means a person typically a man, who derives pleasure from dressing in clothes considered appropriate to the opposite sex i.e. women.) मराठीत यासाठी 'बायल्या' किंवा बायकी वृत्तीचा माणूस ही संज्ञा वापरता येईल. महाराष्ट्रातील तमाशातील 'मावशी' म्हणजे एक प्रकारे बायकी प्रवृत्तीचा पुरुष होय.

याचा अर्थ असा, की स्त्री-पुरुष भेद हा नैसर्गिक स्वरूपाचा असून त्याला अतिमानवी शक्तीचा पाठिंबा आहे; या विचारांना लोकमानसात रुजविणे होय. या संदर्भात १९७४ साली ओकले (Oakley) असा वादविवाद करतात, की काही वेळेला समाजशास्त्रज्ञांची प्रवृत्तीसुद्धा, लिंगभाव व विभेदीकरणाच्या सभोवती असणाऱ्या व्यावहारिक (common sense) विचारप्रणालींची पुनर्स्थापना करण्याकडे असते.

gender role - (जे न्डर रोल) **लिंगभाव भूमिका :** 'लिंगभाव' या संकल्पनेच्या सभोवती वावरणाऱ्या सामाजिक अपेक्षा व त्यानुसार वर्तनाचे प्रकटीकरण त्यातून 'लिंगभाव भूमिका' ही संज्ञा उदयाला आली. या लिंगभाव भूमिकेत भाषा बोलण्याचा प्रकार, वर्तनशैली आचरण, पोशाख आणि हावभाव इत्यादी बाबींचा समावेश होतो. स्त्रीत्वासंबंधी आणि पुरुषत्वासंबंधी कल्पना केवळ परस्परसंबंधी असतात, असे मानले जाते आणि काही समाजात तर स्त्री-पुरुषांच्या भूमिकांचे ध्रुवीकरण केले जाते. उदा. 'स्त्री' च्या भूमिकेतील सहनशीलतेचे समीकरण पुरुषाच्या भूमिकेतील उद्योगतेकडे केले जाते. याचा अर्थ स्त्रीने सहनशील असावे व पुरुषाने उद्योगी, स्त्री-पुरुष भूमिकेसंबंधीचे नियम हे प्रामुख्याने लिंग विभाजनावर आधारित असतात; तसेच ते स्त्री-पुरुषांच्या कामाच्या परिस्थितीवरपण आधारित असतात.

gender stratification - (जे न्डर स्ट्रॅटिफिके शन) **लिंगभाव स्तरीकरण :** लिंगभाव स्तरीकरण ही एक प्रक्रिया असून, त्यात लिंगभाव हा सामाजिक स्तरीकरणाचा एक आधार बनत आहे, की ज्यात व्यक्तींना लिंगभावावर आधारित भेदाचे ज्ञान होते व त्यांना म्हणजे स्त्री-पुरुषांना स्वतंत्र दर्जा दिला जातो आणि या दर्जाचे लिंगभाव विभेदीकरणानुसार मूल्यमापन केले जाते. लिंगभाव दर्जाचा विचार करता बहुसंख्य समाजात पुरुषांचा दर्जा श्रेष्ठ, तर स्त्रियांचा कनिष्ठ असे वर्गीकरण केले जाते. काही तज्ज्ञांच्या मते, प्रारंभीच्या समाजशास्त्रज्ञांनी लिंगभावावर आधारित स्तरीकरणाचे स्वरूप अदृश्य असते; असे जे चित्रण केले, ते विपर्यास करणारे होते. बऱ्याच वेळा लिंगभावस्तरीकरण हे सामाजिक वर्गात किंवा वांशिकतेत अंतर्भूत केले जाते. एक स्तरीकरणव्यवस्था म्हणून जेव्हा आपण लिंगभावाच्या महत्त्वाकडे पाहतो, तेव्हा या स्तरीकरणव्यवस्थेत स्त्रियांना पुरुषांपेक्षा कमी प्रतीचा दर्जा व कमी प्रतीचे स्थान प्रदान केले जाते. या विचारांचा पगडा प्रामुख्याने 'स्त्रीवादी' समाजशास्त्रावर असून, त्यांच्या मते, पितृसत्ताक (कुटुंब) व्यवस्था स्त्रियांवर केल्या जाणाऱ्या अन्यायाचे व दडपणाचे, एक ऐतिहासिक कारण होय.

genealogy - (जीनिअॅ'लॉजी) **वंशावळशास्त्र :** आप्तसंबंधी सिद्धान्ताच्या अध्ययनाचे महत्त्वाचे साधन म्हणून वंशावळशास्त्राकडे पाहिले जाते. तसेच आप्तसंबंधांवर आधारित समाजातील राजकीय संघटनांचा अत्यावश्यक भाग म्हणूनही वंशावळशास्त्राचे अध्ययन केले जाते. दोन पिढ्यांतील किंवा दोन पिढ्यांपलीकडील आप्तसंबंधांचा दुवा शोधण्याचे महत्त्वाचे साधन म्हणजे वंशावळशास्त्र होय. काही तज्ज्ञांच्या मते, आपली वंशपरंपरा व त्याआधारे आपल्या कुळाचा मूळ पुरुष शोधण्याचे शास्त्र म्हणजे वंशावळशास्त्र होय. मानवशास्त्रज्ञांनी आदिवासी समाजाचे जे अध्ययन केले, त्यावरून काही आदिवासी टोळ्यांचा मूळ पुरुष हा काल्पनिक, म्हणजे अमानवी प्राणी असल्याचे आढळून आले. जीवशास्त्रीय दृष्टीने विचार करता हे अशक्य असले; तरी ही कल्पना मात्र वास्तव आहे. सारांश, आपला वांशिक दुवा शोधण्याचे साधन म्हणजे वंशावळशास्त्र होय.

generalized other - (ज'नरलाइज्ड अॅ'दर) **इतरांचे सामान्यीकरण :** या संज्ञेत, समाजात जीवन जगत असताना व्यक्ती वा कर्ता दुसऱ्या किंवा इतर व्यक्ती वा सामाजिक कर्ते यांच्या भूमिकांचे अमूर्त म्हणजे 'मनातल्या मनात' त्यातील काही विशिष्ट मूलभूत बाबींचे अनुकरण करण्याच्या क्रियेचा समावेश आहे. प्रा. जे. एच. मीड यांनी यासाठी 'इतरांच्या किंवा दुसऱ्यांच्या भूमिका धारण करणे' (Role taking of others) या संज्ञेचा वापर केला होता. यावर स्पष्टीकरण करताना मीड म्हणतात, की 'इतरांच्या जागी आपण आहोत' अशी कल्पना प्रत्येक व्यक्ती करीत असते; त्यासाठी ही संज्ञा वापरतात. जे आपण नाही ते असल्याचा आभास वा कल्पना जेव्हा व्यक्ती करते व त्याप्रमाणे तेव्हा ती इतरांच्या भूमिकांची तालीमच करते. उदा. मी अभिनेता असतो तर, मी राष्ट्रपती झालो तर इत्यादी गोष्टींबाबत व्यक्तीच्या मनातील भावना यात येतात.

generation - (जनरे'शन) **पिढी :** पिढी म्हणजे लोकांचा असा गट की ज्यांचा जन्म साधारणत: एकाच कालावधीत झाला होता वा झाला आहे. पिढी या संज्ञेचा दुसरा अर्थ असा, की एकाच कालावधीत जन्मलेल्या लोकांचा गट व त्यांच्या पोटी जन्मलेल्या मुलांच्या गटाचा कालावधी यांतील काळ म्हणजे 'पिढी' होय. लोकसंख्याशास्त्रज्ञांनी हा कालावधी सुमारे ३० वर्षांचा असल्याचे मान्य केले आहे. मॅनहेम (Mannheim) या समाजशास्त्रज्ञाने ठिकाणांवर आधारित पिढी (जन्मस्थान, सेनादल) आणि वास्तवतेवर आधारित पिढी असा पिढ्यांत भेद केला असून, ज्यात गटाबद्दलची आत्मीयतेची संवेदना, समान अनुभव

इत्यादींचा समावेश होतो. उदा. भारतात स्वातंत्र्यप्राप्तीपूर्वी देशाभिमान, देशप्रेम इत्यादी भावना त्या काळातील पिढीत जितक्या तीव्र होत्या, तितक्या तीव्र त्या स्वातंत्र्योत्तर काळातील पिढीत आढळत नाहीत.

geography - (जिऑग्राफी) **भूगोल :** भूगोल सामाजिकशास्त्राची एक अध्ययन-शाखा असून, त्यात मानवाशी परस्परसंबंधित भूप्रदेशीय प्रघटनांतील परिवर्तनशील क्षेत्रीय संबंधांचे वर्णन व स्पष्टीकरण केले जाते. म्हणून काही तज्ज्ञांच्या मते, 'भूगोल' हे भौतिक व तसेच सामाजिक शास्त्र होय. भूगोलाच्या शाखांचा विस्तार त्यामुळे एकीकडे भौतिक भूगोलापासून (भूपृष्ठशास्त्र, हवामानशास्त्र इ.) ते मानवी भूगोलापर्यंत झाला आहे. भूगोल या शाखेचे अध्ययनक्षेत्र हे समाजशास्त्र, सामाजिक मानवशास्त्र व तसेच अर्थशास्त्रासारखी अन्य सामाजिक शास्त्रे यांनी व्यापून टाकले आहे. पूर्वीचे समाजशास्त्रज्ञ मोठ्या प्रमाणात समाजशास्त्रीय दृष्टिकोनाचे निर्धारण करण्यासाठी भूगोलाचा आधार घेत, परंतु आज मात्र दोन्ही शास्त्रांत परस्परविषयांतील देवाणघेवाणीचे प्रमाण वाढल्याचे दिसते. अगदी अलीकडे नागरी समाजशास्त्राच्या माध्यमातून समाजशास्त्र व भूगोल यांत कल्पनांचा विनिमय मोठ्या प्रमाणात होत असल्याचे मत कॅस्टेल्स या भूगोलतज्ज्ञाने १९७८ साली, तर हार्वे (Harvey) या समाजशास्त्रज्ञाने १९८९ साली व्यक्त केले होते. त्यांच्या मते, समाजशास्त्राच्या विकासात भूगोलाचा वाटा मोठा आहे व होता.

gerontology - (जेरन्टॉलजी) **वयोवृद्धांचे अध्ययनशास्त्र :** वयोवृद्धांच्या प्रश्नांचा अभ्यास करणारे शास्त्र म्हणजे 'वयोवृद्धांचे अध्ययनशास्त्र' होय. हे शास्त्र प्रामुख्याने वृद्धांच्या संदर्भात खालील बाबींवर प्रकाशझोत टाकते- अ. एकूण लोकसंख्येत वृद्धांच्या लोकसंख्येच्या वाढत्या प्रमाणाचे सामाजिक परिणाम ब. वृद्धांना येणारे वैयक्तिक अनुभव इत्यादी. अगदी अलीकडचे समाजशास्त्र मात्र प्रामुख्याने वृद्धांच्या पुढील गोष्टींवर चर्चा करण्यावर भर देते- १. वृद्धांशी निगडित समस्या या समाजोद्भव आहेत काय, याबाबत चर्चा २. या विचारप्रणालीनुसार काही समाज वृद्धांना त्यांचा दर्जा व संसाधने देण्यास नकार देतात व त्यातून उद्भवणारे प्रश्नांबाबत चर्चा ३. वृद्धांना बळजबरीने निवृत्त होण्यास सांगून त्यांना एकीकडे परावलंबी करणे, तर दुसरीकडे त्यांना योग्य सामाजिक सुविधा न पुरविणे याविषयी चर्चा. ४. वयोवृद्ध गटातील लोकांच्या सामाजिक दर्जाचा, ऐतिहासिक व सांस्कृतिक, तुलनात्मक अभ्यास करण्याबाबत चर्चा इत्यादी. ५. सामाजिक वर्गीकरणाची व्यवस्था, की जीमध्ये कालक्रमानुसार केलेल्या वर्गीकरणाला सर्वोच्च स्थान दिले जाते. वयोवृद्धांचे गट ६०-६५, ६५-७०, ७०-७५,

७५-८०, ८०-८५ व ८५ पेक्षा जास्त हे कालक्रमावर आधारित वर्गीकरण होय. सारांशस्वरूपात असे म्हणता येईल, की वयोवृद्धांच्या सर्वांगीण प्रश्नांचा अभ्यास या शास्त्रात केला जातो.

gestalt★ theory - (गेस्टा ल्ट थिअरी) **समग्र सिद्धान्त :** विसाव्या शतकाच्या प्रारंभी जर्मनीतील फ्रॅन्कफर्ट संप्रदायातील मानसशास्त्रज्ञांनी गेस्टा ल्ट म्हणजे समग्र सिद्धान्त विकसित केला होता. या सिद्धान्तात या संप्रदायातील मानसशास्त्रज्ञांनी संघटना व ज्ञानप्रक्रियेत संवेदनात्मक किंवा ज्ञानवाहक संकल्पनेचा अर्थ शोधण्यावर भर दिला होता. ज्याप्रमाणे प्रतिपादन केले जाते त्याप्रमाणे गेस्टा ल्ट किंवा समग सिद्धान्त ही संज्ञा असे सूचित करते, की (संघटनेतील) विभागाच्या बेरजेपेक्षा (म्हणजेच एकत्रीकरणापेक्षा) 'समग्रता' (Whole gestalt) मोठी वा अधिक श्रेष्ठ असते. गेस्टा ल्ट मानसशास्त्रज्ञ असा विश्वास व्यक्त करतात, की ज्ञानक्षमतात्मक संघटना या नैसर्गिक असल्या पाहिजेत. परंतु आजचे मानसशास्त्र मात्र समग्र (गेस्टा ल्ट) सिद्धान्त वर्णनात्मक पातळीवरच असावा, या विचाराला सर्वसामान्यपणे मान्यता देतात.

gesture - (जे स्चर) **हावभाव :** जॉर्ज हर्बर्ट मीड यांनी विकसित केलेल्या मन व स्वत्व सिद्धान्ताचा एक भाग म्हणून 'हावभाव' या संकल्पनेकडे पाहिले जाते. मन आणि स्वत्व विकासात 'हावभाव' या संकल्पनेला महत्त्व आहे. मानवी मनात हावभावांचा उदय झाल्याशिवाय त्याला स्वत्व व समाज यांचे अस्तित्व समजणार नाही. मीड यांच्या मते, मानवेतर प्राण्यांतही हावभाव असतात. हावभावातसुद्धा साद-प्रतिसाद असतो. परंतु मानवाचे वैशिष्ट्य हे, की तो हावभावाचा अर्थ जाणून घेऊनच मग त्यास प्रतिसाद देतो. हावभावात नेत्रसंकेत, भुवया उडविणे, हाताची हालचाल, कपाळावरच्या आठ्या इत्यादींचा समावेश होतो. त्याचप्रमाणे मनुष्य हावभावात प्रतीकांचापण वापर करतो. मानवेतर प्राणी मात्र हावभावाचा अर्थ जाणत नाहीत. मानवाने भाषा विकसित करून संज्ञापनक्रिया किंवा आशयसंप्रेषणक्रिया सोपी केली. मीड यांनी भाषिक हावभावाचा उल्लेख केला असून त्यात शब्दातील अर्थांना, शब्दोच्चारांना फारच महत्त्व असते. सारांशरूपात असे म्हणता येईल, की हावभाव स्वत्व विकासातील महत्त्वाचा घटक होय.

★ **gestalt** - (गेस्टा ल्ट) : हा जर्मन भाषेतील शब्द असून त्याचा इंग्रजी अर्थ आहे Whole. मराठीत त्याचे रूपांतर 'समग्र' असे केले आहे. यात गटांतील व समाजातील विविध एककांचे एकत्रीकरण नव्हे, तर विलीनीकरण अभिप्रेत आहे.

ghetto - (गे'टो) शहरातील अल्पसंख्याकांच्या वस्तीची जागा (झोपडपट्टी) : गे'टो ही इंग्रजी संज्ञा प्रामुख्याने विशिष्ट शहरातील, सामान्य वांशिक गट किंवा सांस्कृतिक वैशिष्ट्ये असलेल्या लोकांच्या, स्वतंत्र वस्तिस्थानासाठी वापरण्यात येते. या संज्ञेचा उगम हा युरोपात मध्ययुगात झाला; की जेथील काही शहरांत, ज्यू लोकांना बळजबरीने, त्या शहराच्या विशिष्ट भूभागावर वस्ती करण्यास भाग पाडले. समाजशास्त्रात ही संज्ञा, अधिक सामान्यपणे शिकागो संप्रदायाने प्रथम स्वीकारली व विशेषत: ह्या संज्ञेचा वापर विर्थ (Wirth) यांच्या योगदानात केला गेला. 'गेटो' (अल्पसंख्याकांची वस्ती) या संज्ञेचा वापर आज केवळ वांशिक किंवा सांस्कृतिक गटांच्या एकजिनसी वस्तिस्थानासाठी केला जात नाही, तर तो सामाजिक दृष्टीने हानिकारक असलेल्या आणि अल्पसंख्याकांच्या वस्तिस्थानासाठीही केला जातो. ह्या संज्ञेचा वापर तीव्र भावनात्मक लोकांसाठी, वंशवाद्यांसाठी व तसेच अंदाजाने कुठेही केला जातो. काही तज्ज्ञ शहरातील झोपडपट्ट्यासाठीही ही संज्ञा वापरतात.

gift exchange or gift relationship - (गि'फ्ट एक्स्चें'ज ऑर गि'फ्ट रिले'शनशिप) बक्षीस किंवा भेट-विनिमय अथवा बक्षीस किंवा भेट-संबंध : भेट-विनिमय किंवा भेट-संबंध ही संकल्पना एमिल द्युरखेम यांनी प्रथम मांडली. ऑस्ट्रेलियातील अरुष्ठ आदिवासी समाजाचा अभ्यास करताना भेट-विनिमयाची कल्पना त्यांना सूचली. या अरुष्ठ आदिवासी समाजात त्यांच्याकडे आलेल्या पाहुण्यांचे आदरातिथ्य करताना पाहुण्यांबद्दल आदर म्हणून काही वस्तू भेट किंवा बक्षीस म्हणून दिल्या जातात. जी व्यक्ती ज्या किमतीची वस्तू भेट देते, ती व्यक्ती प्रसंगानुरूप तेवढ्याच किमतीच्या वस्तूच्या परतफेडीची अपेक्षा करते. 'आम्ही जेवढे देतो, तेवढेच तुम्ही परत करा' हे साधे तत्त्व या भेट-विनिमयात आहे. आजचा आधुनिक समाजपण समारंभप्रिय, उत्सवप्रिय आहे. बारसे, वाढदिवस, लग्नसमारंभ यांत अशाप्रकारे भेटीचे आदान-प्रदान किंवा विनिमय होतो; नव्हे, ती एक प्रथाच बनली आहे. मार्कल मॉस (Marcel Mauss) हे त्यांनी लिहिलेल्या 'दि गि'फ्ट' (भेट वा बक्षीस) या पुस्तकात असे म्हणतात, की भेटीची देवाण-घेवाण हा एक सामाजिक बंध असून तो समाज एकात्म करतो. लेव्ही स्ट्रास यांच्या मते, त्या त्या समाजातील भेट देण्याघेण्याच्या प्रथेचा सखोल परिणाम त्या त्या समाजाच्या सामाजिक संरचनेवर सखोल होतो. १९७० साली 'भेट-संबंध' (gift relationship) याचे अध्ययन, थोड्या वेगळ्या दृष्टिकोनातून, टिटम्स (Titmuss) या तज्ज्ञांनी केले होते. टिटमस यांनी अमेरिका, ब्रिटन व सोव्हिएट

रशिया या देशांतील रक्तदात्यांचा (blood donors) अभ्यास केला होता. या अध्ययनाच्या द्वारे टिटमस असा दावा करतात, की रक्तदान करणारा, रक्तदाता कोणत्याही परतफेडीची अपेक्षा करत नाही. एक सामाजिक सेवा किंवा सामाजिक जबाबदारी म्हणून तो रक्तदान करतो. काही वेळेला त्यात उपकाराची भावनापण असते. ऐच्छिक रक्तदात्यांसाठी टिटमस यांचे म्हणणे बरोबर असले, तरी ते संपूर्ण सत्य आहे असे म्हणता येत नाही. काही रक्तदाते व्यवसाय म्हणून पैशाच्या मोबदल्यात आपले रक्त देतात वा विकतात. त्यात विनिमय नसतो. व्यवहार असतो. महाराष्ट्रातील अनेक प्रसंगी आपण आहेर जेव्हा देतो, तेव्हा त्याच्या परतणीची अपेक्षापण करतो. यालाही 'भेट-विनिमय' ही संज्ञा लावता येईल.

glasnost - (ग्लाझनोस्ट) मुक्तता किंवा स्वातंत्र : 'ग्लाझनोस्ट' हा रशियन भाषेतील शब्द असून त्याचा अर्थ आहे 'मोकळेपणा'. विशेषत: १९८५ ते १९९१ या काळात सोव्हिएट रशियाने त्यांच्या नागरिकांना त्यांच्या भावना व्यक्त करण्याच्या क्रियेत व तसेच राजकीय आणि सार्वजनिक क्षेत्रात संघटना स्थापन करण्याच्या क्रियेत स्वातंत्र्य देण्याचे जे धोरण स्वीकारले होते, त्यासाठी 'ग्लाझनोस्ट' ही संज्ञा वापरली होती. रशियन साम्यवादी पक्षाचे मुख्य सचिव व सोव्हिएट रशियाचे त्यावेळेचे अध्यक्ष गोर्बाचेव्ह (Gorbachev) यांनी काही धोरणांत शिथिलता आणली. त्यात नाटक, चित्रपट, वृत्तपत्रे यांच्यावरचे नियंत्रण कमी केले. पूर्वी ज्या पुस्तकांच्या प्रकाशनावर बंदी घातली होती; त्या पुस्तकांच्या प्रकाशनास मान्यता दिली, सर्वसामान्य चर्चेला प्रोत्साहन दिले. काही राजकीय कैद्यांची मुक्तता केली, अधिक प्रमाणात संचारस्वातंत्र्य दिले व पाश्चिमात्य संस्कृती स्वीकारण्याच्या संदर्भात अधिक उदार दृष्टिकोन स्वीकारला. ही धोरणे, म्हणजे स्टॅलिनवादी राजकीय संघटनेला विरोध करण्यासाठी आणि सरकारच्या धोरणांवर उलट चर्चा करण्यासाठी, स्वीकारण्यात आली होती. त्यासाठी वापरण्यात आलेली रशियन भाषेतील संज्ञा पेरिस्ट्रोयका (Perestroika) ही असून त्याचा अर्थ आर्थिक व राजकीय सुधारणा. आर्थिक मंदीतून बाहेर पडण्यासाठी त्यावेळच्या सोव्हिएट रशियाच्या सरकारला काही बंधने उठवावी लागली. १९९१ च्या सुमारास सोव्हिएट रशियाचे अस्तित्व नष्ट झाले. तो या सुधारणांचाच परिणाम होय.

global capitalist - (ग्लो'बल कॅ'पिटलिस्ट) जागतिक भांडवलदार : विशिष्ट भांडवलवादी समाजात किंवा आंतरराष्ट्रीय स्तरावर भांडवली कार्य पार पाडण्यासाठी भूमिका, संस्था आणि स्थाने (वस्तिस्थाने) यांचे एकत्रीकरण म्हणजे जागतिक

भांडवलदारी होय. जागतिक भांडवलदारी याचा दुसरा अर्थ असाही घेतला जातो की, आज मोठ्या प्रमाणात भांडवलाची खासगी मालकी विसर्जित होऊन त्याजागी 'अतिरिक्त मूल्य नियंत्रणव्यवस्था' निर्माण झाली, की ज्यात विविध प्रकारच्या नोकरांच्या श्रेण्या प्रसारित झाल्या (नोकरशाही) आणि भांडवलसंचयातील अनेक अडथळे दूर करण्यात आले. खासगी मालकीचा ऱ्हास, भांडवलनियंत्रणाचा ऱ्हास, म्हणजे पारंपरिक भांडवलदारीत परिवर्तन करण्याची प्रक्रिया म्हणजे जागतिक भांडवलदारी होय. तरी त्यांचा उद्देश भांडवलोत्तर समाजाचे ध्येय साध्य करणे हा नव्हता.

globalization, globalization theory - (ग्लो॑बलायझे॑शन, ग्लो॑बलायझे॑शन थिअरी) **जागतिकीकरण, जागतिकीकरण सिद्धान्त :** जागतिकीकरणाचा सिद्धान्त 'जागतिक सांस्कृतिक व्यवस्थेच्या' उदयाचे परीक्षण करतो. हा सिद्धान्त असे सूचित करतो की जागतिक संस्कृतीमुळे विविध देशांतील सामाजिक आणि सांस्कृतिक विकासाला चालना मिळाली. त्यात जागतिक पातळीवरील माहितीची प्रसारणव्यवस्था, उपभोक्त्यांच्या जागतिक अनुबंधाचा उदय, महानगरीय जीवनशैलीत झालेली वाढ, जागतिकी क्रीडास्पर्धेत झालेली वाढ (उदा. ऑलंपिक क्रीडास्पर्धा, जागतिक फुटबॉलस्पर्धा इत्यादी) जागतिक स्वरूपाच्या दौऱ्यात झालेली वाढ, जागतिक सैनिक व्यवस्थेत झालेली वाढ, जागतिक आरोग्यरक्षणात झालेली वृद्धी (यात एड्स, पोलिओ इत्यादी रोगांचे निर्मूलन येते) इत्यादी विषयांचे अध्ययन समाविष्ट आहे. थोडक्यात, जागतिकीकरण म्हणजे समग्र जगाच्या संरचनेचे एकात्मीकरण होय.

globalization of culture - (ग्लो॑बलायझे॑शन ऑफ क॑ल्चर) **संस्कृतीचे जागतिकीकरण :** सांस्कृतिक अनुबंधाचा जागतिक पातळीवर फैलाव करण्याची प्रवृत्ती म्हणजे संस्कृतीचे जागतिकीकरण होय. १९९४ साली केलेल्या संशोधनाच्या आधारे गिडन्स असे सूचित करतात, की जागतिकीकरणाचे आकलन केवळ पाश्चिमात्यीकरण प्रक्रियेद्वारे करणे योग्य ठरणार नाही. संस्कृतीचे जागतिकीकरण ही एक प्रक्रिया असून जी सांस्कृतिक बहुवादात वृद्धी करते. उदाहरण म्हणून आपण संगीताचे देऊ शकतो. विविध संगीतप्रकारांचे एकत्रीकरण व त्याचा फैलाव हेच आज जागतिक संगीताचे वैशिष्ट्य बनत आहे. पॉप संगीत, रॉक ॲन्ड रोल संगीत, आपल्याकडचे रिमिक्स संगीत हे आज जगभर फैलावत व प्रसारण पावत आहे. संस्कृतीच्या जागतिकीकरणाचे हे एक प्रतीक होय.

globalization of production - (ग्लो'बलायझे'शन ऑफ प्रॉड'क्शन) **उत्पादनाचे जागतिकीकरण :** उत्पादनाचे जागतिकीकरण म्हणजे एक प्रकारचे आर्थिक कार्यक्रमाचे एकीकरण होय, की ज्यात जागतिक श्रेणीचे खासगी भांडवलदार एकत्रितपणे काम करतात. जागतिकीकरण ही फोर्डत्तरवादाची महत्त्वपूर्ण मूलभूत गुरूकिल्ली आहे आणि त्याचे वास्तव्य; बहुराष्ट्रीय कंपन्या किंवा बहुराष्ट्रीय महामंडळे यांच्या उत्पादनक्षमतेवर अवलंबून असून त्यात संवाद, एकात्मता निर्माण करून उत्पादन किती लवचीक, यावर अवलंबून आहे. बहुराष्ट्रीय कंपन्यांची ही उत्पादनक्षमता, संज्ञापन तंत्रज्ञान व यंत्रमानव निर्मितीचे तंत्रज्ञान याद्वारे मोठ्या प्रमाणात वृद्धींगत होऊ शकते. कोणत्याही उत्पादनाचा अंतिम टप्पा हा अनेक वैयक्तिक एककांनी एकत्र येऊन, की जे विविध राष्ट्रांत मोठ्या प्रमाणात तयार केले जातात आणि ज्यांचे उत्पादन इतके लवचीक असते की बदलत्या मागण्यांनुसार व्यक्तींच्या योग्य मागण्या पूर्ण करू शकते. उत्पादन हे जरी विशिष्ट ठिकाणी बनत असले, तरी त्याचे संघटन बहुराष्ट्रीय कंपन्या करतात व तो एक आंतरराष्ट्रीय कार्यक्रम बनतो. भारतासारख्या देशात स्वस्तात मजूर किंवा कामगार मिळत असल्याने भारतातील उत्पादन कमी खर्चात होते. ते उत्पादन जागतिक बाजारपेठेत जेव्हा विकले जाते, तेव्हा उद्योजकाला जास्त नफा मिळतो. जागतिक स्तरावरच्या मागण्या लक्षात घेऊन जेव्हा मालाचे उत्पादन केले जाते, तेव्हा त्यास 'उत्पादनाचे जागतिकीकरण' ही संज्ञा लावली जाते.

goal attainment - (गोल अटे'नमेन्ट) **साध्यसंप्राप्ती किंवा ध्येयसिद्धी :** टॉलकॉट पार्सन्स यांनी त्यांच्या संरचनात्मक कार्यात्मक सिद्धान्तावर विवेचन करताना सामाजिक व्यवस्थेची चार पूर्वावश्यक तत्त्वे (Pre-requisites) विशद केली होती. त्यांतील दुसरे पूर्वावश्यक तत्त्व म्हणजे, साध्यसंप्राप्ती किंवा ध्येयसिद्धी होय. या पूर्वावश्यक तत्त्वांच्या संज्ञेचा अर्थ स्पष्ट करताना पार्सन्स असे म्हणतात की, प्रत्येक समाजव्यवस्थेला परस्परसहकार्याने एक वा अनेक ध्येये साध्य करावी लागतात; त्यासाठी त्यांनी 'साध्यसंप्राप्ती' किंवा 'ध्येयसिद्धी' ही संज्ञा वापरली होती. यासाठी पार्सन्स यांनी दिलेले उदाहरण पाहू. त्यांच्या मते, प्रत्येक समाजव्यवस्थेला राष्ट्रीय सुरक्षितता साध्य करण्याचे ध्येय प्राप्त करावेच लागते. त्यासाठी प्रत्येक समाजव्यवस्था जोरदार प्रयत्न करते. पार्सन्स पुढे असे प्रतिपादन करतात, की जर आपणास 'साध्यसंप्राप्ती' करावयाची असेल; तर समाजव्यवस्थेतील सामाजिक आणि असामाजिक पर्यावरण अनुकूलन हे अत्यावश्यक आहे. तसेच साध्यसंप्राप्तीसाठी सर्व

मानवी व अमानवी साधने, कामाच्या स्वरूपानुसार योग्य प्रकाराने उपयोगात आणणे जरुरी आहे. याव्यतिरिक्त त्या त्या समाजव्यवस्था आपापल्या समाजासाठी खालील गोष्टींच्या संदर्भात साध्यसंप्राप्तीच्या योजना आखू शकतात; यांत लोकसंख्येच्या वाढीला आळा घालणे, गरिबी कमी करणे, बेरोजगारांना रोजगार देणे, समाजातील वाढती व्यसनाधीनता कमी करणे, अन्नोत्पादनात वृद्धी करणे इत्यादींचा समावेश होतो.

goal displacement - (गोल डिस'प्लेसमेन्ट) **ध्येयस्थानांतर किंवा स्थलांतर :** ध्येयस्थानांतरण ही अशी एक प्रक्रिया आहे, की साध्यसंप्राप्तीची आराखडीत साधनेच हेतूत रूपांतरित होतात. ध्येयस्थानांतरण ही संज्ञा प्रथमत: मर्टन यांनी १९४९ साली वापरली होती. ही संज्ञा वापरताना मर्टन असे स्पष्टीकरण देतात की, औपचारिक नियमातील लवचीकता म्हणजे उणिवा होत. व्यक्तींना स्वत:चे अस्तित्व टिकविण्यासाठी, त्यांच्या संघटनेच्या वैधानिक ध्येयांचे स्थानांतरण करावे लागते. हे विधान सिद्ध करण्यासाठी मर्टन पुढील उदाहरण देतात. ते म्हणतात, सरकारी कर्मचारी, जनतेची सेवा वा कामे करण्याऐवजी स्वत:च्या हितसंबंधांचे रक्षण करण्याचा जो प्रयत्न करतात, तो ध्येयस्थानांतराचाच एक भाग होय. ध्येयस्थानांतर प्रक्रियेचा सर्वोत्कृष्ट अभ्यास सेल्झनिक (Selznick) यांनी १९६६ साली 'टेनिसी व्हॅली वॉटर ऑथॉरिटी' (Tennessee Valley Water Authority) या संशोधनप्रकल्पाद्वारे केला होता. या संशोधनातून त्यांच्या असे निदर्शनास आले, की या खात्यातील कर्मचाऱ्यांनी अधिकाराचे लोकशाहीवादी आदर्श पायदळी तुडवून स्वत:च्या विभागाच्या हितसंबंधांचे रक्षण करण्यास प्राधान्य दिले होते. आज राजकीय व प्रशासकीय क्षेत्रांत होणारे भ्रष्टाचार, घोटाळे, फसवणूक इत्यादी गोष्टी म्हणजे ध्येयांचे एक प्रकारे स्थानांतर होय. नोकरशाहीत जबाबदारी पार पाडण्याऐवजी ती टाळणे, म्हणजेसुद्धा ध्येयाचे स्थानांतर होय.

grand-narratives or meta-narratives - (ग्रॅन्ड-नॅरेटिव्हज ऑर मेटा-नॅरेटिव्हज) **मोठे वृत्तान्त किंवा भव्य वृत्तान्त :** आधुनिकतेवर चर्चा करताना लिओटार्ड यांनी, वृत्तान्त (Narrative) या संकल्पनेची तुलना करण्यासाठी 'भव्य वृत्तान्त' ही संकल्पना पुढे आणली व आधुनिक समाजाचे किंवा आधुनिक विज्ञानाचे एक वैशिष्ट्य म्हणून ते या संकल्पनेकडे पाहतात. 'भव्य वृत्तान्त' या संकल्पनेची व्याख्या लिओटार्ड (Lyotard) पुढील शब्दांत करतात. भव्य वृत्तांतात, मोठ्या प्रमाणात तज्ज्ञांनी स्वीकारलेले सिद्धान्त किंवा समाज कसा चालवावयाचा

आणि सामाजिक परिवर्तनाचे स्वरूप कसे असावे यासंबंधीच्या श्रद्धा समाविष्ट आहेत. जी गोष्ट कथन केली जाते वा सांगितली जाते त्यास 'वृत्तान्त' म्हणतात. उदा. कथाकथन. परंतु जेव्हा एखादी गोष्ट अधिक सविस्तरपणे किंवा पाल्हाळ लावून कथन केली जाते, तेव्हा त्यासाठी त्यांनी 'भव्य वृत्तान्त' ही संज्ञा वापरली होती.

gratification - (ग्रॅटिफिके'शन) **समाधान किंवा आनंद :** व्यक्तींच्या गरजा किंवा ध्येये पूर्ण करण्याची प्रक्रिया म्हणजे 'समाधान' होय. माणसाच्या गरजांची अथवा ध्येयांची पूर्तता केल्यामुळे व्यक्तीला जो आनंद मिळतो, त्यास 'समाधान' असे म्हणतात. भुकेल्या माणसाला भोजन मिळाल्यानंतर गरजापूर्तीचा जो आनंद त्याच्या चेहऱ्यावर दिसतो, त्यास 'समाधान' या संज्ञेने संबोधले जाते.

green movement - (ग्रीन मू'व्हमेंट) **हरित चळवळ :** हरित चळवळ हा सामाजिक चळवळीचा एक प्रकार असून, त्याचा संबंध प्रामुख्याने परिसराशी येतो. अधिक विस्तृतपणे सांगावयाचे झाल्यास या चळवळीचा संबंध; पर्यावरणप्रदूषणाला आळा घालणे, जंगली किंवा हिंस्र प्राण्यांचे संरक्षण करणे, ग्रामीण भागाचे रक्षण करणे, मोठ्या इमारतीविकासावर नियंत्रण ठेवणे, जंगलतोड थांबविणे इत्यादींशी जोडला जातो. 'झाडे लावा, झाडे जगवा', 'हरित पुणे, सुंदर पुणे' (वा कोणतेही शहर) इत्यादी घोषणा हरित चळवळीशी संबंधित आहेत.

green revolution - (ग्रीन रेव्होल्यू'शन) **हरित क्रांती :** हरित क्रांती म्हणजे पिकांच्या नवीन जातीची सुरुवात, तसेच नवीन तंत्रज्ञानाची सुरुवात की ज्यामुळे अधिक पिकांचे उत्पादन होईल. हरित क्रांतीची सुरुवात इ.सन. १९५० मध्ये मेक्सिकोमध्ये झाली व १९६० च्या मध्याला अधिक उत्पन्न देणाऱ्या, भाताच्या व गव्हाच्या, नवीन बी-बियाणांच्या पेरणीला तिसऱ्या जगातील राष्ट्रांत प्रारंभ झाला. ही नवीन बियाणे 'संकरित बियाणे' म्हणून ओळखली जाऊ लागली. कमी कालावधीत जास्त उत्पादन देणारी ही बी-बियाणे असल्यामुळे एका मोसमात शेतकऱ्यास दोनदा पीक घेता येऊ लागले. परंतु ही बी-बियाणे पेरण्याच्या काही समस्या निर्माण झाल्यात. त्यांत प्रामुख्याने या पिकांच्या वाढीसाठी मोठ्या प्रमाणात रासायनिक खतांचा वापर, मोठ्या प्रमाणात कीटकनाशकांचा वापर आणि यांत्रिक साधनांचा वापर करणे अत्यावश्यक असल्याने तिसऱ्या जगातील शेतकऱ्यांसाठी हे फार खर्चिक स्वरूपाचे कार्य होते. हरित क्रांतीमुळे श्रीमंत

राष्ट्रातील श्रीमंत शेतकऱ्यांचा आर्थिक फायदा झाला असला; तरी तिसऱ्या जगातील गरीब शेतकरी मात्र भिकेस लागला या वास्तवतेकडे दुर्लक्ष करता येणार नाही. काही तज्ज्ञांच्या मते, हरित क्रांतीमुळे शेतकऱ्यांच्या उत्पादनावर आधारित विषमतेत वाढ झाली, असे असले तरी भारतासारख्या काही विकसनशील राष्ट्रांत मात्र अन्नधान्याच्या संदर्भात स्वयंपूर्णता आली; पण त्याचा फायदा गरीब शेतकऱ्यांपेक्षा श्रीमंत शेतकऱ्यांना जास्त झाला.

grounded theory - (ग्राऊन्डे'ड थिअरी) **पायाभूत सिद्धान्त :** पायाभूत सिद्धान्ताचे प्रणेते आहेत बारने ग्लेसर व अनसेल्म स्ट्रॉस (Barney Glaser and Anselm Strauss) १९६७ साली प्रकाशित झालेल्या या उभयतांच्या 'पायाभूत सिद्धान्ताचा शोध' (The Discovery of Grounded Theory) या पुस्तकात, त्यांनी जगाचे अत्यंत जवळून निरीक्षण केल्यानंतर हा सिद्धान्त विकसित केला होता. स्वरूपप्रधान किंवा अमूर्त सिद्धान्ताच्या विरोधी असा हा पायाभूत सिद्धान्त आहे. या प्रकारच्या स्वरूपप्रधान किंवा अमूर्त सिद्धान्तात अनुमानावर आधारित सिद्धान्तकल्पना वा गृहीततत्त्व मांडले जाते व नंतर निरीक्षणाच्या द्वारे त्याची चाचणी घेतली जाते; तर पायाभूत सिद्धान्तकार असा विवाद करतात, की अनुमानित सिद्धान्त बांधणीचा विकास, हा तथ्यसंकलनाद्वारे केलेल्या निरीक्षणाद्वारे आलेल्या सैद्धान्तिक कल्पनांतून होतो. या संदर्भात ग्लेसर आणि स्ट्रॉस असा विवाद करतात, की या प्रकारचा (पायाभूत) सिद्धान्त, निरीक्षणाच्या माध्यमातून प्रथम 'संवेदनात्मक संकल्पनांची' बांधणी करतात, नंतर त्याआधारे त्या प्रकारच्या अन्य सिद्धान्तांशी त्याची तुलना करतात व शेवटी सिद्धान्ताचा निष्कर्ष प्रतिपादन करतात. पायाभूत सिद्धान्त हे प्रतीकात्मक आंतरक्रियावादी सिद्धान्ताशी जवळचा दुवा साधतात. तसेच काही गुणात्मक तर्कशास्त्रावर आधारित 'विश्लेषणात्मक अनुमानिक' सिद्धान्ताशीही पायाभूत सिद्धान्त संबंधित असतात.

group or social group - (ग्रूप ऑर सो'शल ग्रूप) **गट किंवा सामाजिक गट :** कोणत्यातरी उद्देशपूर्तीसाठी जेव्हा दोन किंवा अधिक व्यक्ती एकत्र येऊन परस्पर सहकार्याने त्या उद्देशाची परिपूर्ती करण्याचा प्रयत्न करतात, तेव्हा त्यास 'गट' म्हणतात. परंतु एकमेकांशी निश्चित प्रकारची भूमिका व दर्जा यांच्याशी संबंधित असलेल्या, काही प्रमाणात स्थायी स्वरूपाच्या प्रमाणकाचे आणि मूल्यांचे पालन करणाऱ्या व्यक्तींच्या एकत्रीकरणास 'सामाजिक गट' असे म्हणतात येईल. गटात व्यक्ती एकत्र येतात, परस्परांशी आंतरक्रिया करतात. पण तेथे निश्चित दर्जे व भूमिका नसतात. सामाजिक गटात निश्चित दर्जे,

निश्चित भूमिका, निश्चित प्रमाणके, निश्चित मूल्ये असतात व त्या चौकटीत राहूनच व्यक्तींना वर्तन करावे लागते. गट असो वा सामाजिक गट, त्यासाठी कमीतकमी दोन व्यक्ती (जास्तीतजास्त कितीही), त्यांच्यात होणाऱ्या आंतरक्रिया व त्यातून आकाराला येणारे सामाजिक संबंध, समान हेतू वा उद्देश यांची जरुरी असते. काही तज्ज्ञांच्या मते, गटामध्ये समान भावना व काही प्रमाणात आत्मीयतेची भावना आवश्यक असते; की जी गटाचे अस्तित्व टिकविण्यास मदत करते. सामाजिक गटाचे अनेक प्रकार समाजशास्त्रज्ञ पाडतात. १. छोटे गट/मोठे गट २. प्राथमिक गट/दुय्यम गट ३. मंडळ/समुदाय ४. जमाव/ जनता इत्यादी.

group dynamics - (ग्रूप डायनॅमिक्स) **गटगतिमत्त्व किंवा गटगतिशास्त्र :** एका दृष्टीने विचार करता संपूर्ण समाजशास्त्र हे एक प्रकारचे गटगतिमत्त्वाचे उदाहरण होय. म्हणून हॅरी जॉन्सन समाजशास्त्राची व्याख्या करताना म्हणतात की, सामाजिक गटाचा अभ्यास करणारे शास्त्र म्हणजे समाजशास्त्र होय. असे जरी असले; तरी 'गटगतिमत्त्व किंवा गटगतिशीलता' ही संज्ञा छोट्या छोट्या गटांतील समोरासमोरच्या (face to face) संरचना आणि प्रक्रिया यांसाठी वापरली जाते. वास्तविकता गटगतिमत्त्वाचे अध्ययनक्षेत्र हे जरी प्रामुख्याने मानसशास्त्राने व्यापले असले तरी ते समाजशास्त्रज्ञ टॉलकॉट पार्सन्स आणि सामाजिक मानसशास्त्रज्ञ रॉबर्ट एफ. बेल्स (Robert F. Bales) यांच्या अध्ययनाद्वारे; समाजशास्त्राशी एकात्म झाले आहे. काही समाजशास्त्रज्ञ गटगतिमत्त्व हे गटाचे एक वैशिष्ट्य असल्याचे मानतात. त्यांच्या मते, गटाच्या संरचनेत व त्यावर आधारित कार्ये यांत जे सतत परिवर्तन होते, ते 'गटपरिवर्तन' संज्ञेस पात्र ठरते. गटातील दर्जे, भूमिका, त्यांवर आधारित वर्तन, सामाजिक प्रमाणके, मूल्ये इत्यादींत सतत जे परिवर्तन होते, त्यासाठीपण गटगतिमत्त्व ही संज्ञा वापरतात. संयुक्त कुटुंबाचे विभाजन होऊन त्यातून आकाराला आलेल्या केंद्र कुटुंबाच्या संरचनेत व कार्यात झालेला बदल गट-गतिमत्त्वाचेच प्रतीक होय.

group marriage - (ग्रूप मॅरेज) **गटविवाह :** आदिवासी समाजातील विवाह- संस्थेचे अध्ययन करणाऱ्या काही विद्वानांच्या मते, मानवसमाजात एकेकाळी गटविवाह प्रथा रूढ होती. गटातील प्रत्येक स्त्री गटातील सर्व पुरुषांशी, तर गटातील प्रत्येक पुरुष गटातील सर्व स्त्रियांशी शरीरसंबंध ठेवू शकत असे. याचा दुसऱ्या शब्दांत अर्थ असा, की गटातील प्रत्येक पुरुषाचा गटातील प्रत्येक स्त्रीशी विवाह झाला आहे, असे मानले जाते. कूक (Cook) या शास्त्रज्ञांच्या मते,

गटविवाहासंबंधीच्या कल्पनेचा उगम १८ व्या शतकात पॉलिनसियन★ समाजात झाल्याची शक्यता होती, कारण अनिर्बंध शारीरिक संबंधाच्या सवयी त्या समाजाचे एक रूप होते. यासंदर्भात लेव्हिस हेन्री मॉर्गन (Lewis Henry Morgan) असे सूचित करतात की, शारीरिक संबंधाचे आणि प्रजोत्पादनाचे अधिकार वा हक्क समाजातील वा गटातील सर्व स्त्रियांना व समाजातील वा गटातील सर्व पुरुषांना प्राप्त झाले होते व तोच कुटुंबाचा मूळ प्रकार होय. एफ. एंगेल्स (F. Engles) यांनी त्यांच्या कुटुंबाच्या उत्क्रांतिवादी सिद्धान्तात आणि राज्याच्या विकासाच्या सिद्धान्तात 'गटविवाह' या संज्ञेचा उल्लेख केला असून, कुटुंबाची ती प्रारंभिक अवस्था असल्याचे नमूद केले आहे.

guttman scaling - (गटमन स्केलिंग) **गटमन मापनसारिणी :** गटमन मापनसारिणीचे तंत्र लुईस गटमन (Louis Guttman) यांनी १९४० च्या दशकाच्या प्रारंभी विकसित केले होते. या पद्धतीसाठी मापनालेख विश्लेषण (scalogram analysis) किंवा मापनालेखपद्धती (scalogram method) वापरण्यात येतात. गटमन यांच्या मते, या पद्धतीनुसार लोकांच्या अभिवृत्तीचे मापन एका पैलूतूनच (unidimensional) करावे. उदा. वांशिक पूर्वग्रह किंवा भारतात जातीय पूर्वग्रह इत्यादी. यात एकआयामी किंवा एकपैलूत्मकमापन अभिप्रेत आहे. जर असे झाले तर, त्या अभिवृत्ती मापनप्रश्नांचे श्रेणीरचनात्मक विवेचन करणे वा विश्लेषण करणे शक्य आहे. या साहाय्याने संशोधक त्या विशिष्ट प्रश्नाच्या तीव्रतेचे मापन (अत्याधिक तीव्रता, तीव्रता इत्यादी प्रकारे) करू शकतो. याचा अर्थ एका वंशाचे व जातीचे दुसऱ्या वंशाविषयीचे किंवा जातीविषयीचे पूर्वग्रह किती तीव्र आहेत वा नाहीत, याचे मापन या मापनश्रेणीद्वारे केले जाते.

★ पॉलिनसियन : पॅसिफिक महासागरातील न्यूझिलंड, हवाई आणि सामोआ इत्यादी बेटांच्या समूहावरील समाजासाठी 'पॉलिनसियन' ही संज्ञा वापरतात.

habitat - (हॅबिटॅट) **वस्तिस्थान :** व्यक्ती, व्यक्तींचे समूह, विविध प्राणी, जाती यांच्या राहण्यासाठी असलेला योग्य भूप्रदेश म्हणजे वस्तिस्थान होय. वस्तिस्थान या संज्ञेला काही प्रमाणात मंडळाचा अर्थ प्राप्त होतो, कारण एकत्र राहणारे लोक परस्परांच्या गरजांच्या पूर्ततेसाठी एकमेकांशी सहकार्य करतात. मनुष्य त्याच्या वस्तिस्थानासाठी अधिक चोखंदळ आहे. मानवी गरजांच्या पूर्ततेसाठी जेथे जास्तीतजास्त नैसर्गिक साधनसामग्री उपलब्ध आहे, तेथे मनुष्य वस्ती करतो. यात पाणी, सुपीक जमीन, जंगल, डोंगरउतार, खनिजसंपत्ती इत्यादींचा समावेश होतो. या दृष्टीने नदीकिनारे हे वस्तिस्थानासाठी चांगले मानले जातात. वस्तिस्थान हे मानवी जीवनाचे एक अत्यावश्यक अंग होय.

habitus - (हॅबिटस) **सवयी :** पेरी बोर्द्यू (Pierre Bourdieu) यांच्या द्विविध संकल्पनांपैकी एक संकल्पना 'सवयी' (Habitus) असून दुसरी संकल्पना आहे 'क्षेत्र' (field). यांपैकी 'सवयी' या संकल्पनेचा बोर्द्यू यांना अभिप्रेत असलेला अर्थ आहे- 'सामाजिक जगातील लोक कसा व्यवहार करतात, यासंबंधीची व्यक्तीची मानसिक किंवा स्थितिज्ञानविषयक संरचना.' बोर्द्यू यांच्या मते, लोकांना व्यवस्थेचे आत्मसातीकरण करण्याची एक नैसर्गिक देणगी प्राप्त झालेली असते व त्यामुळेच ते सामाजिक जगाचे ज्ञान प्राप्त करतात व नंतर हळूहळू त्यांना या सामाजिक जगाचे आकलन होते. या आकलनप्रक्रियेतूनच व्यक्तीची गुणग्राहकता लक्षात येते व त्या आधाराने त्याचे मूल्यमापन केले जाते. या सर्व प्रक्रिया 'सवयी' या संज्ञेत समाविष्ट आहेत. दुसऱ्या शब्दांत 'सवयी' म्हणजे व्यक्तीच्या मनात सामाजिक संरचनेसंबंधी खोलवर रुजलेल्या भावना होत. बोर्द्यू यांच्या मते, वर्गसंरचनेत आत्मसातीकरणाचे वस्तुनिष्ठ प्रतिबिंब उमटते. यात वय, गट, लिंगभाव आणि सामाजिक वर्ग यांचा समावेश होतो. सामाजिक जगातील विशिष्ट स्थान

व्यक्ती दीर्घकाळ भूषवितात व त्यांचा परिणाम म्हणून व्यक्ती सवयी आत्मसात करतात. या दृष्टीने विचार करता व्यक्तीच्या त्या त्या जगातील स्थानाच्या स्वरूपावर सवयीतील विविधता अवलंबून असते. प्रत्येकाला एकाच प्रकारच्या सवयी असतातच असे नाही; परंतु ज्यांना समाजात एकाच स्थानावर विराजमान व्हावे लागते, त्यांच्या सवयी समान असण्याची शक्यता नाकारता येत नाही; म्हणून सवयी म्हणजे एक सामुदायिक प्रघटना होय. सवयी या एकीकडे सामाजिक जगाला निर्माण करतात, तर दुसरीकडे सामाजिक जग सवयी निर्माण करते. सामाजिक जग व सवयी यांत प्रथा या मध्यस्थाची भूमिका बजावतात. बोर्द्यू यांच्या विवेचनानुसार, एकीकडे प्रथांच्या माध्यमातून सवयीची निर्मिती आणि दुसरीकडे असे म्हणता येईल की, प्रथांचा परिणाम म्हणून सामाजिक जग आकाराला येते. 'सवयी' या संकल्पनेवर समारोपाचे भाष्य करताना बोर्द्यू म्हणतात की, सवयी ह्या एकीकडे जाणिवा आणि भाषा यांच्या पातळीच्या खाली जाऊन कार्य करतात; तर दुसरीकडे आत्मपरीक्षण, चौकशी आणि इच्छानियंत्रण यांच्यापलीकडे जाऊन कार्य करतात. शेवटी असे म्हणता येईल की, सवयी कर्त्यांच्या क्रियांचे निर्धारण करीत नसल्या; तरी सवयी या संरचना चालवितात, असे बोर्द्यू यांना वाटते. (पहा–field–क्षेत्र.)

halo effect - (हॅलो इफेक्ट) **अपूर्व यश किंवा तेजोवलय परिणाम :** या संज्ञेचा अर्थ असा की ज्या माणसांना अपूर्व यश मिळते व ज्यांच्यामागे (सत्तेचे, विद्वत्तेचे, धर्मगुरू व संत म्हणून) जे एक तेजोवलय असते; त्यामुळे सर्वसामान्य जनतेत त्यांच्याबद्दल, त्यांच्या कर्तृत्वाबद्दल, त्यांच्या साक्षात्काराबद्दल व त्यांच्या चमत्काराबद्दल एक प्रकारचे कुतूहलात्मक जे पूर्वग्रह असतात, त्यांचा परिणाम सर्वसामान्य जनतेच्या त्यांच्यासंबंधीच्या वर्तनात होतो. त्यांच्याभोवती जे प्रसिद्धीचे वलय असते, त्यास सर्वसामान्य जनता भुलते. परिणामतः या लोकांबद्दल एक प्रकारे चुकीच्या समजुती सर्वसामान्य जनतेत निर्माण होतात. उदा. हुशार माणसे सर्वज्ञानी असतात हा समज बरोबरच आहे असे नाही. यासाठी 'तेजोवलय परिणाम' ही संज्ञा वापरली जाते.

hanging - (हॅंगिंग) **फाशीची शिक्षा :** पूर्वीच्या काळी तसेच आजही खुनी गुन्हेगाराला मरेपर्यंत फासावर लटकविण्याची जी शिक्षा दिली जात असे त्यास 'फाशीची शिक्षा' या संज्ञेने संबोधले जाते. पूर्वीच्या काळी जनतेला जरब बसावी म्हणून व ते खून करण्यासारख्या गुन्ह्याला प्रवृत्त होऊ नयेत म्हणून गुन्हेगाराला मोक्याच्या सार्वजनिक ठिकाणी सर्व जनतेसमोर फासावर लटकवीत. परंतु आज

असे कृत्य क्रूरपणाचे मानले जाते; म्हणून गुन्हेगाराला कारागृहातच न्यायाधीश, तज्ज्ञ डॉक्टर, संबंधित तुरुंगाधिकारी, काही पोलीस अधिकारी यांच्या उपस्थितीतच फासावर लटकविले जाते. आज गुन्हेगारांकडे अधिक उदार व मानवतावादी दृष्टिकोनातून पाहिले जाते. कोणतीही व्यक्ती कायमची गुन्हेगार नसते. विशिष्ट परिस्थितीचा परिणाम म्हणून ती खुनासारखा गुन्हा करून जाते. अशा व्यक्तींना सुधारण्याची व जीवन जगण्याची संधी द्यावी यासाठी काही समाजसेवक, समाजसुधारक, समाजशास्त्रज्ञ फाशीच्या शिक्षेला विरोध करतात. पण सातत्याने खून करणारे सराईत गुन्हेगार, दहशतवादी, निर्घृणपणे छळ करून दुसऱ्याच्या मृत्यूस कारणीभूत ठरणारे गुन्हेगार यांना मात्र फासावरच लटकवावे, या विचाराचे समर्थनही अनेक विद्वान करतात.

harried leisure class - (हॅ'रिड ली'झर क्लास) **छळवादी सुखवस्तू वर्ग किंवा रिकामटेकडा वर्ग :** १९७० साली एस. लिंडर (S. Linder) यांनी केलेल्या अध्ययनात या संज्ञेचा वापर करण्यात आला होता. आधुनिक युगात चैनीच्या वस्तूंची उपलब्धता ज्या वेगाने वाढत असते, त्या प्रमाणात त्या वस्तूंचा उपभोग घेण्यासाठी उपभोक्त्यांजवळ वेळ उपलब्ध होऊ शकत नाही. जेव्हा अशी परिस्थिती निर्माण होते तेव्हा ही संज्ञा वापरली जाते. ज्या वेळेला अशा व्यक्तींची संख्या वाढत जाईल त्या वेळेला त्यांना वेळेचा वापर हा काटकसरीने करावा लागेल, कारण अधिक वेळ उपलब्ध व्हावा म्हणून त्यांना इतरांकडून काही सेवा अधिक मोबदला देऊन मिळवाव्या लागतात, त्यामुळे वस्तूंची खरेदी-किंमत वाढते.

hate crimes - (हेट क्राईम्स) **द्वेषमूलक गुन्हे :** 'द्वेषमूलक गुन्हे' म्हणजे असे गुन्हे की जे विशिष्ट जातीविरुद्ध, वंशाविरुद्ध व लैंगिक गोष्टींच्या पूर्वग्रहातून केले जातात. या प्रकारच्या गुन्ह्यात अल्पसंख्याक गटातील लोकांना लक्ष्य करून त्यांच्यावर अत्याचार केले जातात. या प्रकारच्या गुन्ह्यात विभेदीकरणविरोधी कायद्याचे उल्लंघन केले जाते. १९९२ साली जी. एम. हेरेक आणि के. टी. बेरिल (G. M. Herek and K. T. Berrill) यांनी जे अध्ययन केले होते; त्याआधारे ते असे प्रतिपादन करतात की स्त्रिया, ज्यू धर्मीय, काळे लोक, भडक रंगाचे कपडे घालणारे लोक यांच्याविरुद्ध जे गुन्हे घडतात त्यांस 'द्वेषमूलक गुन्हे' या संज्ञेने संबोधले जाते. भारतात अस्पृश्य समाजातील लोकांविरुद्ध असे गुन्हे घडताना दिसतात. (उदा. खैरलांजी हत्याकांड) प्रत्येक समाज आपल्या समाजातील एखाद्या छोट्या जमातीचा, जातीचा किंवा वांशिक गटाचा द्वेष करतो. त्यांच्याविरुद्ध घडणारे गुन्हे या सदरात मोडतात.

haute bourgeoisie - (ऑट बुर्ज्वा) **उच्चभ्रू मध्यम वर्ग** : मध्यम वर्गातील अत्यंत संपत्तिवादी (श्रीमंत) आणि अत्यंत सामर्थ्यवान लोकांसाठी 'उच्चभ्रू मध्यमवर्ग' ही संज्ञा वापरली जाते.

hawthorne effect - (हॉथॉर्न इफेक्ट) **हॉथॉर्न परिणाम** : एल्टन मेयो या औद्योगिक समाजशास्त्रज्ञाने हॉथॉर्न येथील कारखान्यांमध्ये १९२० सालानंतर जे प्रयोग केले होते; त्या प्रयोगाचे, संशोधकांच्या जे परिणाम लक्षात आले, त्यासाठी या संज्ञेचा वापर केला जातो. हॉथॉर्न प्रयोगाचे वैशिष्ट्य म्हणजे प्रयोगाच्या काळातच, कामगारांच्या वर्तनामध्ये बदल घडण्यास सुरुवात होते हे प्रयोगकर्त्यांच्या लक्षात आले. अशा बदलामुळे होणारे परिणाम दोन प्रकारचे होते. एक, आपली प्रयोगासाठी निवड झाली आहे याची जाणीव कामगारांना झाली असल्याने त्यांच्या वर्तनात अपेक्षित बदल दिसू लागले. दोन, प्रयोगकर्त्या पर्यवेक्षकांचे कामगारांशी मैत्रीपूर्ण संबंध प्रस्थापित झाल्याने कामगारांकडून त्यांना अपेक्षित प्रतिसाद मिळू लागला.

तसेच या हॉथॉर्न प्रयोगामुळे 'वैज्ञानिक व्यवस्थापन' या संकल्पनेतील उणिवा संशोधकांच्या लक्षात आल्या व त्यातून 'मानवी संबंधावर आधारित व्यवस्थापन' ही संकल्पना उदयाला आली. या दोन परिणामांपैकी पहिल्या परिणामांचे तज्ज्ञांनी स्वागत केले; तर दुसऱ्याबाबत तज्ज्ञांमध्ये मतभेद आहेत. सारांश, या प्रयोगामुळे उद्योगक्षेत्रातील सामाजिक घटकांचे महत्त्व तज्ज्ञांच्या लक्षात आले व समाजशास्त्रात 'औद्योगिक समाजशास्त्र' या नवीन शाखेचा जन्म झाला.

head of household - (हेड ऑफ हाऊसहोल्ड) **गृहप्रमुख किंवा कुटुंबप्रमुख** : 'गृहप्रमुख वा कुटुंबप्रमुख' ही संज्ञा प्रामुख्याने आणि परंपरेने कोणत्याही घरातील ज्येष्ठ पुरुषासाठी वापरली जाते. हा ज्येष्ठ पुरुष एकतर त्या घरातील पतीच्या तसेच पित्याच्या भूमिकेत असतो. परंतु एखाद्या घरात वा घरकूलात काही कारणाने पती व पिता अनुपस्थित असेल; तर मात्र ही संज्ञा कुटुंबातील प्रमुख सर्वाधिक कमवत्या पुरुषाला प्रदान केली जाते. पाश्चिमात्यांच्या देशात या संदर्भात जी सर्वेक्षणे झाली, त्यानुसार 'गृहप्रमुख किंवा कुटुंबप्रमुख' ही संज्ञा अशा पुरुषासाठी वापरली गेली की जो एकतर घरमालक (house owner) असो किंवा भाडेकरू (tenant) असो; तसेच जो पुरुष स्वतःच्या मालकीच्या घरात पत्नीसह (वा अन्य नातिवाईक स्त्रियांसह) राहत असेल, तर त्यासाठीसुद्धा 'गृहप्रमुख' ही

संज्ञा उपयोगात आणली जाते. परंतु ज्या घरात स्त्री एकटी वा तिच्या अज्ञान मुलांसह व वृद्ध मंडळीसह स्वत:च्या मालकीच्या किंवा भाड्याच्या घरात राहत असेल, तर त्यासाठी तज्ज्ञ समाजशास्त्रज्ञ 'स्त्री गृहप्रमुख किंवा स्त्री कुटुंबप्रमुख' ही संज्ञा वापरतात. या गृहप्रमुखाच्या व्याखेत संबंधित व्यक्तीच्या आर्थिक व सामाजिक उच्च दर्जाचा व कुटुंबासाठी निर्णय घेण्याच्या प्रक्रियेचा अंतर्भाव आहे. गृहप्रमुख पुरुष आहे की स्त्री हे परिस्थितीनुरूप ठरते. तत्त्वत: हे गृहप्रमुखत्व पुरुषाकडेच असते. परंतु जर घरात काही कारणाने पुरुष नसेल व तो अज्ञानी असेल, तर मात्र हे पद स्त्रीकडे जाते. मातृसत्ताक कुटुंबपद्धतीचे प्रचलन असलेल्या समाजात मात्र कुटुंबप्रमुख हे पद स्त्रीकडेच असते.

headman - (हेडमन) **नायक किंवा नेता :** नायक किंवा नेता ही संज्ञा प्रामुख्याने मानवशास्त्रात वापरली जाते ती एखाद्या छोट्या समुदायाच्या नेत्यासाठी. त्याचप्रमाणे एखाद्या टोळीचा (उदा. दरोडेखोरांची, अतिरेक्यांची) किंवा आदिवासी समाजाचा प्रमुख या दोन्हींसाठी 'नायक किंवा नेता' ही संज्ञा वापरतात. एखाद्या मोठ्या राजकीय व्यवस्थेतील स्थानिक पक्षप्रमुखासाठीही ही संज्ञा वापरतात.

health and medicine - (हेल्थ ॲन्ड मेडिसिन) **आरोग्य व औषधोपचार :** पहा–sociology of health & medicine–आरोग्याचे व औषधोपचाराचे समाजशास्त्र.

hegemony - (हेजिमनी) **वर्चस्व :** मार्क्स यांचे अनुयायी व इटलीतील साम्यवादी राजकारणाशी संबंधित असलेल्या अँटोनिओ ग्रामसी यांनी त्यांच्या 'तुरुंग टिपण पत्रिकेत' (Prison Note Book) 'वर्चस्व' या सिद्धान्तावर विश्लेषण केले होते. 'वर्चस्व' (hegemony) या संकल्पनेचे दोन अर्थ त्यांनी प्रतिपादन केले होते. एक– 'एका सामाजिक गटाने दुसऱ्या सामाजिक गटावर सत्ता गाजविणे म्हणजे वर्चस्व होय.' दोन– 'वर्चस्व म्हणजे एका वर्गाचे दुसऱ्या वर्गावर असलेले विचारप्रणाली-निदर्शक किंवा संस्कृतिनिदर्शक प्रभुत्व होय. हे वर्चस्व दोन्ही गटांच्या किंवा वर्गांच्या बांधणीत सांस्कृतिक प्रकार आणि प्रमुख संस्था यांच्यातील मतैक्याद्वारे प्राप्त करता येते'. या दोन व्याख्यांतील दुसरी व्याख्या ग्रामसीच्या योगदानातून घेतली आहे. मार्क्स यांनी त्यांच्या विचारात फक्त आर्थिक वर्चस्वालाच प्राधान्य दिले होते; पण ग्रामसीच्या मते, वर्चस्व म्हणजे राजकीय, बौद्धिक आणि नैतिक नेतृत्वाचे एकत्रीकरण होय, की ज्यात अधिसंरचना (super structure) किंवा त्यासंबंधीची विचारप्रणाली आणि खासगी, तसेच राजकीय

संस्थांचा समावेश होतो. स्वत:ला मार्क्सचे अनुयायी समजणाऱ्या ग्रामसी यांनी मार्क्स यांचा आर्थिक वर्चस्वाचा विचार नाकारून, आर्थिक वर्चस्वासमवेत राजकीय, सामाजिक, सांस्कृतिक आणि धार्मिक वर्चस्वालाही महत्त्व दिले होते.

heredity - (हेरेडिटी) **आनुवंशिकता :** आनुवंशिकता म्हणजे वनस्पती किंवा प्राणी (यात मनुष्यप्राणीपण आला) यात एका पिढीकडून दुसऱ्या पिढीकडे जन्मत: हस्तांतरित झालेली काही वैशिष्ट्ये होत. एकाच प्रकारच्या प्राण्याने किंवा वनस्पतीने त्याच प्रकारचा प्राणी वा वनस्पती निर्माण करणे म्हणजेच आनुवंशिकता होय. परंतु आज जीवशास्त्रीय समानता हस्तांतरित करण्याची कल्पना जुनाट मानली जाते. परंतु विसाव्या शतकाच्या प्रारंभी (१९०५) 'आनुवंशिकता' ही संज्ञा तयार झाली ती ग्रेगॉर मेंडेल (इ.सन १८२२-१८८४) यांच्या अभिजात अध्ययनाद्वारे मेंडेल यांनी वाटाण्याच्या रोपाचा संकर करून (cross breeding) त्याआधारे वाटाणा पिकातील आनुवंशिकता कशी बदलते, यावर प्रकाशझोत टाकताना 'आनुवंशातील विज्ञान' ही संकल्पना मांडली जी पारंपरिक विचारांना छेद देणारी होती. यानंतर चार्ल्स डार्विन (इ.सन १८०९-१८८२) यांनी 'जीवाची उत्पत्ती' (Origin of Species) ह्या संशोधनात्मक ग्रंथाद्वारे (१८५८) 'जो बलवान तो टिकेल' (survival of the fittest) ही संकल्पना मांडली. त्यात त्यांनी जीवाला जिवंत राहण्यासाठी आनुवंशिक गुणांबरोबरच पर्यावरणीय परिस्थितीही तितकीच महत्त्वाची असल्याचे म्हटले होते. यानंतर डार्विन यांचा पुतण्या फ्रान्सिस गाल्टन (Francis Galton) (इ.सन १८२२–१९११) यांनी मानवी वर्तनात व शरीररचनेत आनुवंशिकतेचे महत्त्व प्रतिपादन करणारे संशोधन केले होते. त्यात त्यांनी 'मानवी व्यक्तिमत्त्व आणि बुद्धिमत्ता यांत आनुवंशिकतेची भूमिका' यावर चर्चा करताना त्यातील विभेदीकरणावर प्रकाशझोत टाकला होता. माणसाची बुद्धिमत्ता व मानवी शरीराची रचना यांतील भेद ही आनुवंशिकतेची देणगी होय, असे गाल्टन म्हणतात. सारांश, आनुंशिकता म्हणजे वनस्पती, प्राणी यांना जन्मत: प्राप्त होणारी एक देणगी होय.

hermeneutics - (हरमिन्यूटिक्स) **स्पष्टीकरण :** 'हरमिन्यूटिक्स' ही ग्रीक भाषेतील एक महत्त्वपूर्ण संज्ञा असून मूलत: त्याचा वापर बायबल या ख्रिस्ती धर्मग्रंथातील तत्त्वांचे स्पष्टीकरण सर्वसामान्य जनतेपुढे करण्यासाठी केला गेला होता. भारतातही प्राचीन धर्मग्रंथ, वेद, स्मृती, भगवद्गीता, सूत्रे व उपनिषदे यांची स्पष्टीकरण करणारी जी प्रवचने होतात ती स्पष्टीकरणे (हरमिन्यूटिक्स) या संज्ञेत मोडतात. समाजशास्त्रादी सामाजिक शास्त्रांत ही संज्ञा मानवी क्रिया व मानवी कलात्मकता

यांसाठी वापरली होती. दिल्थे (Dilthe) या विद्वानांनी या संज्ञेचा वापर सांस्कृतिक शास्त्राच्या अभ्यासपद्धतीच्या संदर्भात केला होता. गडामेर (Gadamer) यांनी त्यांच्या 'प्रघटनाशास्त्रीय स्पष्टीकरण' या विचाराला बळकटी आणण्यासाठी 'स्पष्टीकरणात्मक चक्र' ही संकल्पना वापरण्याची विनंती सहकाऱ्यांना केली होती. अगदी अलीकडे जर्गन हेबरमास यांनी या संज्ञेचा वापर करताना या संज्ञेची दोन महत्त्वपूर्ण वैशिष्ट्ये प्रतिपादन केली होती. एक- हे स्पष्टीकरण आपल्याला अशा समस्यांच्या सामाजिक शास्त्राचे स्मरण करून देते की ज्यांचा उदय त्या त्या अभ्यासविषयाच्या प्रतीकात्मक पूर्वसंरचनेतून झाला होता. दोन- या स्पष्टीकरणामुळे नैसर्गिक शास्त्रांच्या साध्यासोप्या वस्तुनिष्ठ आकलनाचा पाया ढासळला होता. हेबरमास यांनी त्यांच्या 'जीवजगत' (Life-word) या संकल्पनेचे विश्लेषण करताना स्पष्टीकरणाची (Hermeneutics) ही दोन वैशिष्ट्ये विशद केली होती.

heterogeneity - (हेटरो॑जीनिटी) **बहुजिनसीत्व :** जेव्हा एखाद्या वस्तिस्थानावर किंवा भूप्रदेशावर विविध धर्मांचे, विविध भाषांचे, विविध सांस्कृतिक परंपरा असलेले, विविध वंशांचे, विविध देशांचे, विविध जातींचे लोक एकत्र राहतात तेव्हा तो भूप्रदेश वा ते राष्ट्र किंवा तो समाज बहुजिनसी आहे असे म्हटले जाते. भारत हे बहुजिनसीपणाचे एक उत्तम उदाहरण होय. काही आधुनिक समाजशास्त्रज्ञ असे मानतात की, जागतिकीकरणामुळे आजची वस्तिस्थाने प्रामुख्याने बहुजिनसी बनली आहेत.

hetero sexuality - (हेटरो सेक्शुॲलिटी) **भिन्नलिंग लैंगिकता :** भिन्नलिंग लैंगिकता म्हणजे विरोधी लिंगाच्या (स्त्री-पुरुष) व्यक्तीशी शारीरिक संबंध ठेवण्याची किंवा प्रस्थापित करण्याची इच्छा होय. या संज्ञेचा समाजशास्त्रीय उपयोग असा की, यात बहुसंख्य माहिती असलेल्या समाजात लैंगिकतेचे प्रदर्शन करण्याचा व्यक्तीचा विशेषाधिकार व प्रभुत्व मान्य करणे होय आणि याला त्या त्या समाजात मानवी लैंगिक इच्छेचे नैसर्गिक रूप मानले जाते. यात स्त्रीचा शृंगार महत्त्वाचा मानला जातो. पाश्चिमात्य समाजात स्त्री-पुरुषातील शारीरिक संबंध हे सर्वसामान्य व प्राधान्यदर्शक मानले जातात आणि म्हणून विवाहसंस्थेद्वारे ते संस्थीकृत करण्यात आले आहेत.

भिन्नलिंग लैंगिकता ही स्त्रीवादी समाजशास्त्रज्ञांच्या दृष्टीने प्रामुख्याने एक राजकीय संस्था असून, जी पुरुषांपुढे स्त्रियांना लीनता स्वीकारण्यास भाग पाडते. रिच (Rich) यांनी १९८० साली 'अनिवार्य भिन्नलिंग लैंगिकता' या संज्ञेचा वापर करून सामाजिक प्रथा आणि नियम यांद्वारे या प्रथेचे सातत्य टिकविण्यावर भर

दिला असून, नवोदितांना जन्म देण्यासाठी व त्याआधारे समाजाचे सातत्य राखण्यासाठी भिन्नलिंगी लैंगिकता अत्यावश्यक आहे असे म्हटले. बहुसंख्य देशांतील कायदे, प्रथा, परंपरा, धर्मतत्त्वज्ञान हेही भिन्नलिंग लैंगिकतेला मान्यता देतात. ही लैंगिकता नैसर्गिक व समाजोपयोगी असल्याने ती समाजमान्य व धर्ममान्य आहे व त्यासाठीच विवाहसंस्था आकाराला आली.

heuristic device - (ह्यूरिस्टिक डिव्हा'ईस) **स्वह्रससंशोधन किंवा स्व-अध्ययन- साधन** : स्व-संशोधन किंवा स्व-अध्ययनसाधन ही एक सर्वसामान्य संकल्पना असून कोणत्याही घटनेचे विश्लेषण करता यावे म्हणून ही संकल्पना तयार करण्यात आली. वेबर (Weber) यांची 'आदर्श प्रतिमा किंवा आदर्श प्रारूप' ही संकल्पना काही वेळा 'स्व-संशोधन किंवा स्व-अध्ययन' या संज्ञेला पात्र ठरते; कारण त्याआधारे कोणत्याही साकार ऐतिहासिक घटनांचे (प्रकरणांचे) विश्लेषण करता येते, पण तो त्या अध्ययनाचा शेवट नसतो. त्यातून पुढे नवीन संशोधन आकाराला येईल.

hidden curriculum - (हि'डन करि'क्युलम) **छुपा किंवा गुप्त अभ्यासक्रम :** छुप्या किंवा गुप्त अभ्यासक्रमात प्रामुख्याने मूल्यांचा संच, अभिवृत्ती, ज्ञानचौकट की जे संघटनेत किंवा शाळेच्या प्रक्रियेत रुजलेले असतात आणि ते विद्यार्थ्यांपर्यंत त्यांच्या नकळत पोहचविले जातात, त्या सर्वांचा समावेश होतो. काही शिक्षणतज्ज्ञांच्या मते, शिक्षणक्षेत्रात छुप्या वा गुप्त अभ्यासक्रमाचा संबंध हा कोणत्या मार्गाने सांस्कृतिक मूल्ये आणि अभिवृत्ती (उदा. अधिकाऱ्याच्या आज्ञेचे पालन करणे, वक्तशीरपणा, विलंबाने मिळणारे समाधान इ.) हे शिकविण्याची संरचना आणि शाळेची संघटना यांद्वारे हस्तांतरण केले जाण्याशी येतो. हा अभ्यासक्रम प्रकट किंवा औपचारिक अभ्यासक्रमापेक्षा वेगळा आहे; कारण औपचारिक अभ्यासक्रम हा विषयावर आणि प्रकरणावर आधारित असतो. औपचारिक अभ्यासक्रम त्या त्या वर्गात शिक्षकांकडून शिकविला जातो. याउलट छुपा वा गुप्त अभ्यासक्रम औपचारिक अभ्यासक्रमाप्रमाणे शिक्षक वर्गात शिकवत नाही. शाळेच्या परिसरात घडणाऱ्या घटना, शिक्षकांचे वर्तन, मित्राची संगत याद्वारे विद्यार्थी अनेक गोष्टी आत्मसात करतात. या गुप्त अभ्यासक्रमाचे स्वरूप अदृश्य असते.

hierarchy - (हा'यरार्की) **श्रेणिरचना :** प्रत्येक समाजातील व्यक्ती विविध श्रेणीत विभागल्या जातात. सर्वसामान्यपणे श्रेणीची रचना ही उच्चभ्रू व्यक्ती किंवा गट,

मध्यम व्यक्ती वा मध्यम वर्ग, कनिष्ठ व्यक्ती वा कनिष्ठ वर्ग अशा उतरत्या क्रमाने होते. श्रेणीचे व त्यावर आधारित वर्गाचे विभाजन खालील निकषांवर होते. त्यात आर्थिक स्थिती, सामाजिक स्थिती, शिक्षण, राजकीय स्थिती इत्यादींचा समावेश आहे. भारतात व्यक्तीला श्रेणी जन्माने प्राप्त होतात व त्यामुळे बदलता येत नाहीत. याउलट संपत्ती, शिक्षण, राजकीय सत्ता यांद्वारे प्राप्त झालेल्या श्रेणीत बदल

उच्चभ्रू वर्ग

↓

मध्यम वर्ग

↓

कनिष्ठ वर्ग

होऊ शकतो. श्रेणीरचना हा प्रत्येक समाजाचा स्थायिभाव असून श्रेणीविरहित समाज ही संकल्पना संभवत नाही.

hierarchy of credibility - (हाय'रार्की ऑफ क्रेडिबि'लिटी) **विश्वसनीयतेची श्रेणीरचना :** 'विश्वसनीयतेची श्रेणीरचना' ही संज्ञा १९६७ साली हॉवर्ड एस. बेकर (Howard S. Becker) यांनी त्यांचे पुस्तक 'आम्ही कोणाच्या बाजूला आहोत ? सामाजिक समस्या' (whose side are we on? social problems) या संशोधनपर ग्रंथात प्रथमत: वापरली होती. ही संज्ञा वापरण्याचा त्यांचा हेतू सामाजिक विषमता आणि समाजाच्या नैतिक श्रेणीरचना निर्देशित करणे हा होता. बेकर यांच्यासाठी जे (संघटनेच्या किंवा समाजाच्या) सर्वोच्च पदावर किंवा श्रेणीवर कार्यरत असतात, ते तळाशी किंवा कनिष्ठ पदावर असणाऱ्यांपेक्षा अधिक विश्वासार्ह असतात. अर्थात वरिष्ठ पदावर विराजमान होण्याची संभावना नसणारी ही तळागाळातील माणसे (underdogs) बेकर यांच्या मते, अविश्वासार्ह आणि विकृतिनिदर्शक असल्यामुळे त्यांना एकूण समाजात, त्यांचा आवाज अत्यंत क्षीण असल्यामुळे स्थान नसते. बेकर असा विवाद करतात की, विपथगामित्वाच्या सिद्धान्ताच्या 'समाजशास्त्रीय संशोधनाच्या मूल्यभूमिका' यावर झालेल्या चर्चासत्रात अशी विचारधारा मांडण्यात आली की, जे कधीच वरिष्ठ पदावर पोहोचण्याची शक्यता नाही, अशांचा आवाज सर्वांपर्यंत पोहोचविण्याचे लक्ष समाजशास्त्रज्ञांसमोर असले पाहिजे.

hierarchy or classification of sciences - (हाय'रार्की ऑर क्लॅसिफिके'शन ऑफ सा'यन्सेस) **शास्त्रांचे स्तरीकरण किंवा वर्गीकरण :** समाजशास्त्राचा जनक म्हणून ओळखल्या जाणाऱ्या अग्युस्त कॉन्त या विचारवंताचा हा महत्त्वपूर्ण सिद्धान्त असून मानवी ज्ञानाची उत्क्रांती व प्रत्यक्षवाद यांचे मूळ शोधताना तसेच समाजशास्त्र या त्यांच्या नवीन शास्त्राचा पाया रचताना कॉन्त यांनी शास्त्राच्या

स्तरीकरणाचा हा नियम तयार केला होता. हा नियम सांगतो की, शास्त्राचा किंवा विज्ञानाचा विकास हा निश्चित मार्गानेच होत राहील. हा निश्चित मार्ग म्हणजे विज्ञानाच्या विकासाच्या प्रक्रियेत त्या त्या शास्त्राच्या सामान्य तत्त्वात घट होत जाऊन विशिष्ट तत्त्वे आणि गुंतागुंत यात वाढ होत जाते. जगातील सर्व शास्त्रांच्या निर्मितीमागे एकच सामान्य आधार आहे हे दाखविणे व समाजशास्त्राच्या विकासासाठी पार्श्वभूमी तयार करणे, हा या अभ्यासाचा प्रमुख हेतू होता. शास्त्रांचे किंवा मानवी ज्ञानशाखांचे परस्परावलंबन स्पष्ट करताना कॉन्त हे त्यांच्या अपूर्व तत्त्वानुसार ते स्पष्ट करतात.

सर्वोच्च दर्जा व स्थान

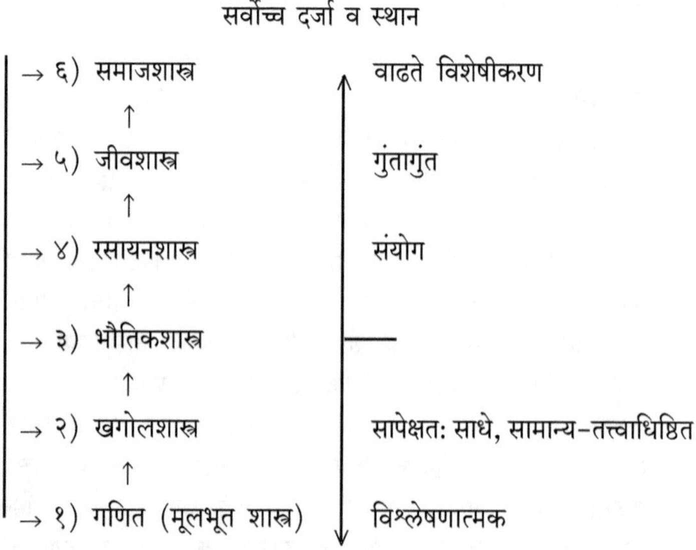

या अपूर्व तत्त्वानुसार कॉन्त यांनी प्रत्येक शास्त्राला एक श्रेणी / वर्ग (दर्जा) बहाल केला होता. कॉन्त यांच्या मतानुसार प्रत्येक शास्त्राला दुसऱ्या शास्त्रावर काही प्रमाणात अवलंबून राहावे लागते. शास्त्रांच्या परस्परावलंबनासंबंधीचा कॉन्त यांचा विचार म्हणजेच शास्त्राच्या श्रेणीरचनेचा किंवा वर्गीकरणाचा विचार होय. शास्त्रांच्या परस्परावलंबनावर चर्चा करताना कॉन्त म्हणतात की शास्त्राच्या अभ्यासाचा विषय जितका विशिष्ट व गुंतागुतीचा तितके ते शास्त्र अधिक परावलंबी असते. याचे कारण विशद करताना कॉन्त म्हणतात की, साध्या व सामान्य घटना प्रथम येतात व त्या घटनांचा अभ्यास करणेही सोपे असते. त्यानंतर प्रत्येक शास्त्रानुरूप शास्त्राच्या अध्ययनविषयाची गुंतागुंत वाढत जाते व शास्त्राचे

अध्ययन कठीण होत जाते. या तत्त्वाच्या आधाराने कॉन्त यांनी प्रत्येक शास्त्राला गुंतागुंतीच्या मात्रांनुसार स्वतंत्र दर्जा दिला होता त्यानुसार त्यांनी पहिली श्रेणी गणिताला दिली व नंतर क्रमाने २. खगोलशास्त्र ३. भौतिकशास्त्र ४. रसायनशास्त्र ५. जीवशास्त्र आणि ६. समाजशास्त्र या शास्त्रांना श्रेण्या प्रदान केल्या होत्या. कॉन्तच्या मते, पहिले शास्त्र गणित असून ते अत्यंत प्राचीन व मूलभूत आहे. नंतरची शास्त्रे त्यापूर्वीच्या शास्त्रावर अवलंबून असतात. या श्रेणीरचनेत सर्वोच्च दर्जा समाजशास्त्राला दिला असून कॉन्त यांच्या मते, हे शास्त्र अत्यंत अलीकडचे असून त्याचा विषय अत्यंत विशिष्ट व गुंतागुंतीचा असून हे शास्त्र गणितापासून ते जीवशास्त्रापर्यंत सर्वांवर अवलंबून आहे. सारांशरूपाने असे म्हणता येईल की, शास्त्रांच्या परस्परावलंबनाचा विचार म्हणजेच कॉन्त यांचा शास्त्राच्या वर्गीकरणाचा सिद्धान्त होय.

hinduism - (हिंदू इझम) **हिंदुत्ववाद :** हिंदू धर्म हा भारतातील एक महत्त्वाचा धर्म असून जगातील सर्व धर्मांपेक्षा तो अत्यंत प्राचीन आहे. हिंदुत्ववाद हा 'कर्म आणि पुनर्जन्म' या तत्त्वावर आधारलेला असून तो जात या संकल्पनेशी संलग्न आहे. जातिव्यवस्था ही जन्मावर आधारित स्तरीकरणव्यवस्था होय. हिंदू धर्म हा अनेकेश्वर विचारप्रणालीचे समर्थन करीत असल्यामुळे या धर्मात अनेक देवदेवतांचे (३३ कोटी देवदेवता) अस्तित्व स्वीकारण्यात आले आहे व त्यामुळेच या धर्मात अनेक पंथ व संप्रदाय निर्माण झाले आहेत. मोक्षप्राप्ती हिंदुत्ववादी अनुयायांचे अंतिम उद्दिष्ट असून त्यासाठी प्रत्येकाची धडपड चालू असते. या धर्माचे आणखी वेगळेपण असे की, हा धर्म त्यागावर आधारित असून तो ऐहिक सुखापेक्षा पारलौकिक किंवा पारमार्थिक सुखाला प्राधान्य देतो.

histogram - (हिस्टो ग्राम) **इतिहासालेख :** वारंवारता वितरणाचे आकृतिनिदर्शक प्रतिनिधित्व करणे म्हणजे इतिहासालेख होय. यात गटातील विविध वर्गांच्या तथ्यसंकलनाद्वारे जमा माहितीचे, मध्यंतराच्या पातळीवर सातत्याने काटकोन चौकोनाच्याद्वारे काढलेल्या आकृतीद्वारे प्रतिनिधित्व करण्याची क्रिया सामील आहे. इतिहासालेखात काटकोन चौकोनाची रुंदी ही विचारात घेतलेल्या वर्गमध्यंतराच्या प्रमाणात असते, तर उंची ही वारंवारतेशी संबंधित असते. त्यामुळे या आलेखातील प्रत्येक स्तंभाचे क्षेत्र प्रत्येक वर्गमध्यंतरातील वारंवारतेच्या प्रमाणात असते. इतिहासालेख स्तंभतक्त्यापेक्षा (bar chart) वेगळे असते, कारण त्यात काटकोन चौकोनाचे क्षेत्र संबंधित किंवा सापेक्ष वारंवारतेचे प्रतिनिधित्व करते. इतिहासालेखाची प्रातिनिधिक म्हणून एक आकृती या ठिकाणी देत आहे.

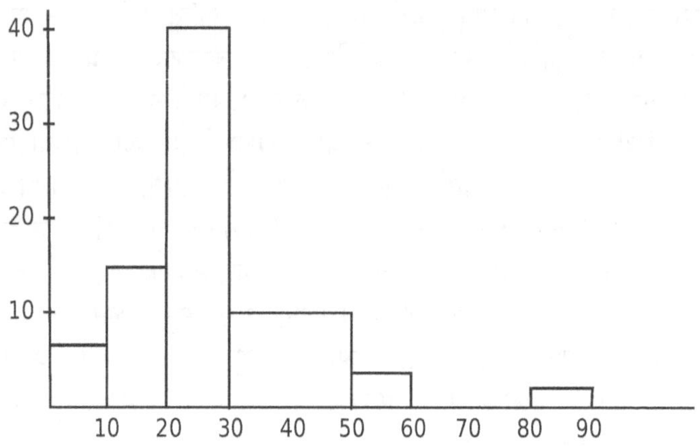

प्रत्येक स्तंभ हा काटकोन चौकोन असून उभी रेषा वारंवारतेचे प्रतिनिधित्व करते, तर आडवी रेषा वर्गाचे प्रतिनिधित्व करते. प्रत्येक काटकोन चौकोन प्रत्येक वर्गाच्या वारंवारतेचे प्रतिनिधित्व करतो. समाजशास्त्रीय संशोधनात तथ्यसंकलनात्मक माहितीचे अशा रीतीने आलेखाच्याद्वारे प्रकटीकरण केले जाते.

historical materialism - (हिस्टॉ'रिकल मटे'रिअॅलिझम) **ऐतिहासिक भौतिकवाद :** 'ऐतिहासिक भौतिकवाद' ही संज्ञा मार्क्स आणि एंगेल्स (Marx and Engels) यांनी ऐतिहासिक, सामाजिक आणि आर्थिक परिवर्तनासाठी वापरली होती. नंतर ती विश्लेषणाची एक अभ्यासपद्धती म्हणून ओळखली जाऊ लागली. काही तज्ज्ञांच्या मते, ऐतिहासिक भौतिकवाद म्हणजे भौतिकवादी विरोध-विकासवादाचा सिद्धान्त समाजासाठी लागू करणे होय. अन्य काही विद्वानांच्या मते, ऐतिहासिक भौतिकवाद म्हणजे इतिहासाचे आर्थिक स्पष्टीकरण होय. ऐतिहासिक भौतिकवादाची सुरुवात एका साध्या तत्त्वापासून झाली होती. हे साधे तत्त्व म्हणजे माणूस हा पोटाची टीचभर खळगी भरण्यासाठी जीवन जगतो, हे होय. मानवाचे अस्तित्व हे तो निसर्गातून त्याला पाहिजे ते उत्पादन करू शकतो की नाही यावर अवलंबून असते. मानवी जीवनातील सर्वात महत्त्वाचा घटक म्हणजे उत्पादन होय. मनुष्य स्वतःच्या गरजांची पूर्तता करण्याच्या प्रयत्नातून समाज निर्माण करतो. मार्क्स यांनी मानवी उत्पादनप्रक्रियेच्या चार अवस्था प्रतिपादन केल्या होत्या. त्या क्रमाने १. रानटी किंवा शिकारी अवस्था २. प्राचीन अवस्था ३. सरंजामशाही अवस्था आणि ४. भांडवलशाही अवस्था. या चारपैकी नंतरच्या तीन अवस्थांत (रानटी अवस्था वगळून) जो वर्ग उत्पादनसाधनांवर नियंत्रण

ठेवतो, तो इतर घटकांवरही नियंत्रण प्रस्थापित करतो. नंतर हा उत्पादनसाधनांची मालकी असणारा वर्ग सत्ताधारी व श्रीमंत बनतो व त्याद्वारे अन्य वर्गांवर नियंत्रण ठेवतो. कालांतराने हा सत्ताधारी व श्रीमंत वर्ग अन्य वर्गांचे शोषण करतो व त्यातून कनिष्ठ वर्गात रोष निर्माण होऊन ते श्रीमंत वर्गाला विरोध करतात त्यातून वर्गसंघर्ष पेटतो. इतिहासाच्या प्रत्येक अवस्थेत हा संघर्ष चालू असतो. या दोन वर्गांना मार्क्स यांनी उत्पादनसाधनांची मालकी असणारा वर्ग व उत्पादनसाधनांची मालकी नसणारा वर्ग, या संज्ञेने संबोधले होते. मार्क्स म्हणतात, 'मानवी समाजाचा इतिहास म्हणजे मानवी वर्गसंघर्षाचा इतिहास होय.' या सर्वांचे अध्ययन ऐतिहासिक भौतिकवादाच्या अध्ययनकक्षेत येते.

historical sociology - (हिस्टॉरिकल सोशिऑलजी) **ऐतिहासिक समाजशास्त्र :** भूतकालीन किंवा गतकालीन समाजावर किंवा ऐतिहासिक संसाधनांच्या वापरावर विशेषत्वाने प्रकाशझोत टाकणारी ज्ञानाशाखा 'ऐतिहासिक समाजशास्त्र' या संज्ञेने संबोधली जाते. अधिक विशेषत्वाने बोलावयाचे झाल्यास असे म्हणता येईल की तुलनात्मक समाजशास्त्राचे जे प्रकार इतिहासकालीन समाजावर, त्यांच्या व्यवस्थेवर, त्यात होणाऱ्या परिवर्तनावर प्रकाशझोत टाकतात; त्यांच्यासाठी ही संज्ञा वापरली जाते. काही तज्ज्ञांच्या मते, सामाजिक परिवर्तनाचे सर्वसामान्य सिद्धान्त हे ऐतिहासिक समाजशास्त्राच्या अध्ययनक्षेत्रात येतात. मूर आणि वालरस्टेन, पी. अब्राम्स, डी. स्मिथ इत्यादींनी ऐतिहासिक समाजशास्त्राचे विविध पैलूंतून अध्ययन केले होते.

historicism - (हिस्टॉरिसिझम) **इतिहासवाद :** कार्ल पॉपर यांच्या मते, इतिहासवाद सामाजिक शास्त्राकडे पाहण्याचा एक दृष्टिकोन असून त्यात असे गृहीत धरले जाते की, ऐतिहासिक प्राक्कथनाचा मुख्य हेतू हा ऐतिहासिक उत्क्रांतीच्या मुळाशी असलेल्या अनुबंधात्मक, वैधानिक आणि कलात्मक (trends) प्रवृत्तींचा शोध घेणे हा असतो. त्यामुळे काही तज्ज्ञांच्या मते, इतिहासवाद म्हणजे इतिहासाचे कायदे, सामाजिक विकासाचे कायदे, प्रगती इत्यादींवर श्रद्धा ठेवणे होय. म्हणून आत्यंतिक उजवा एकाधिकारवाद, साम्यवाद इत्यादी राजकीय प्रणाली या ऐतिहासिक पायावर उभारण्यात आल्या आहेत. अन्य काही तज्ज्ञांनी इतिहासवादावर भाष्य करताना असे म्हटले आहे, की इतिहासवाद म्हणजे इतिहासाचे आकलन होण्यासाठी निर्माण झालेला कोणताही दृष्टिकोन होय, की ज्यात प्रामुख्याने प्रत्येक ऐतिहासिक युगारंभाच्या अध्ययनावर भर दिला जातो. परंतु पॉपर यांच्या मते, ही ऐतिहासिक प्राक्कथने काळाच्या ओघात चुकीची ठरू शकतात.

उदा. मार्क्स यांनी इतिहासाच्या आधारे, वर्गविरहित समाजसंरचनेसंबंधी वर्तविलेले प्राक्कथन चुकीचे ठरले, तसेच त्यांचा आर्थिक निर्धारणवादही चुकीचा ठरला. सारांशरूपाने असे म्हणता येईल, की ऐतिहासिक काळातील समाज, समाजजीवन त्यांचा अनुबंध, परस्परमेळ वा समायोजन इत्यादींचे अध्ययन इतिहासवादात समाविष्ट आहे. एका वाक्यात इतिहासवाद म्हणजे इतिहासाने निर्धारित केलेल्या सामाजिक आणि सांस्कृतिक प्रघटनांसंबंधीचे सिद्धान्त होत.

historicity - (हिस्टॉ'रिसिटी) **ऐतिहासिक सत्यता :** ऐतिहासिक सत्यता म्हणजे सामाजिक संदर्भात प्रतिपादन करण्यात आलेले विशेष गुणधर्म किंवा विशेष वैशिष्ट्ये होत. सामाजिक सत्यतेच्या या पैलूवर ते समाजशास्त्रज्ञ भर देतात की जे सामाजिक आढाव्यात ऐतिहासिक दृष्टिकोनाचे महत्त्व मान्य करतात वा त्यावर भर देतात. ऐतिहासिक सत्यतेचा दुसरा अर्थ असा की समाजाची प्रतिबिंबात्मक क्षमता व त्यानुसार त्यावर प्रत्यक्ष क्रिया करण्याची क्षमता होय. ऐतिहासिक सत्यता ही संज्ञा प्रथम सात्र (Sartre) या तज्ज्ञाने वापरली व नंतर त्याचा वापर गिडन्स यांनी ऐतिहासिक समाजाची गुणात्मकता बाळगण्याच्या क्षमतेचा अभ्यास करण्यासाठी केला.

history - (हि'स्टरी) **इतिहास :** इतिहास म्हणजे सामाजिक शास्त्र ज्ञानशाखेतील एक ज्ञानशाखा, की ज्यात प्रामुख्याने खालील गोष्टींचे अध्ययन केले जाते-

१. संपूर्ण भूतकालीन किंवा गतकालीन घटना.

२. भूतकाळाचा किंवा गतकाळाचा घेतलेला लेखी वा लिखित आढावा.

३. नोंद किंवा लिहून ठेवलेला भूतकाळ किंवा गतकाळ. उदा. साक्षर समाजाचा इतिहास. यात प्रामुख्याने टिकून राहिलेले लेखी दस्तावेज तसेच तोंडी माहितीची केलेली नोंदणी होय.

४. गतकालाचा किंवा भूतकाळाचा अभ्यास करणारी व्यावसायिक विद्यापीठीय ज्ञानशाखा.

काही तज्ज्ञ म्हणतात, की ऐतिहासिक लेखन अनेक प्रकारचे असते त्यांत लोकप्रिय, प्रचारात्मक आणि विद्वत्तापूर्ण इत्यादी लेखनाचा समावेश होतो. विद्वत्तापूर्ण ज्ञानशाखा म्हणून समाजशास्त्र व इतिहास याचे संबंध बेचैन किंवा अस्वस्थ करतात. गतकालीन किंवा भूतकालीन घटनांचा किंवा बाबींचा अभ्यास इतिहास करतो; तर समाजशास्त्र हे मात्र वर्तमान समाजातील सामाजिक संबंधांच्या

अध्ययनावर भर देते. सारांश रूपात असे म्हणता येईल, की गतकालीन किंवा भूतकालीन घटनांचा अभ्यास करणारे शास्त्र म्हणजे इतिहास होय.

holism★ - (हो॑लिझम) **समष्टिवाद किंवा समग्रतावाद :** समग्रतावाद अथवा समष्टिवाद म्हणजे समाजशास्त्रीय सिद्धान्ताचा असा कोणताही प्रकार की ज्यात सामाजिक निष्कर्षांचे आणि समाजशास्त्रीय स्पष्टीकरणाचे निर्धारण प्रामुख्याने सामाजिक संरचना, सामाजिक व्यवस्था इत्यादींद्वारेच होते. या समष्टिवादाच्या विरोधी स्थिती म्हणजे 'पद्धतिशास्त्रीय व्यक्तिवाद' होय. १९५७ साली पॉपर यांनी म्हटल्याप्रमाणे ही संज्ञा अमान्यतादर्शक आहे. समग्रतावाद या संज्ञेचा तटस्थ संवेदनांतून विचार करता, इतर कोणत्याही विशेष सामाजिक शास्त्रांपेक्षा समाजशास्त्राची प्रवृत्ती ही सामाजिक प्रघटनेत सर्वांना सामावून घेण्याची, सर्वसमावेशक म्हणजेच समष्टिवादाला पोषक आहे.

holocaust - (हॉ॑लोकास्ट) **संपूर्ण संहार किंवा संपूर्ण विनाश :** हिटलर (Hitler) आणि नाझी (Nazi) पक्ष यांनी दुसऱ्या महायुद्धाच्या काळात युरोपखंडात जे दुष्ट कृत्य (atrocity) केले होते, त्यासाठी ही संज्ञा सर्वसामान्यपणे वापरली जाते. विशेषत: त्यांनी सहा दशलक्ष (६० लाख) ज्यूंना एका बंद विषारी वायू असलेल्या खोलीत कोंडून त्यांचा अत्यंत क्रूरपणे जो संहार केला, त्यासाठी प्रामुख्याने वापरली जाते. ही 'हॉ॑लोकास्ट' (holocaust) संज्ञा मूलत: ग्रीक भाषेतील असून ती पुढील दोन शब्दांचा संकर होय; यातील पहिला शब्द आहे, हॉलो (holo) म्हणजे संपूर्ण (whole), तर दुसरा शब्द आहे कॉस्टन (kaustone-caust) म्हणजे जाळून ठार करणे होय. एखाद्या संपूर्ण समाजाला जाळून ठार मारण्याच्या क्रियेसाठी या शब्दाचा उपयोग केला जातो. 'संपूर्ण संहार' ही संज्ञा प्रामुख्याने युरोपातील ज्यूंपासून व नाझींना न आवडणाऱ्या गटांना युरोपखंडातून संपूर्णपणे नष्ट करण्यासाठी वापरली जात होती. झिगमंट बाऊमन (Zygmunt Bauman) यांनी ही संज्ञा जरा वेगळ्या अर्थाने वापरली होती. बाऊमन यांच्या मते, आधुनिकोत्तरता म्हणजे पारंपरिक समाजाचा एक प्रकारचा संहारच होय. आधुनिकोत्तरतेतील वास्तवतेची आधुनिक रूपावली, म्हणजे झटपट अन्नपदार्थ तयार करणारी (fast food

---

restaurants) उपाहारगृहे होत. झटपट अन्नपदार्थ हे कालांतराने मानवी जीवनाच्या संपूर्ण संहारास कारणीभूत ठरतील. झटपट अन्न तयार करणारी उपाहारगृहे व त्यांची वाढती संख्या अंतिमत: मानवी संहारास कारणीभूत ठरणार आहे. बाऊमन यांच्या मते, आधुनिकोत्तरता अनेक पारंपरिक वा आधुनिक संस्थांच्या संहारास किंवा विनाशास कारणीभूत ठरणार आहे. समाजशास्त्रीय दृष्टीने विचार करता नोकरशाहीकडून आधुनिक वास्तवतेकडे वाटचाल करताना नोकरशाहीचाच संहार होण्याची शक्यता नाकारता येत नाही. मोठमोठे घोटाळे, नोकरशाहीत वरिष्ठांपासून कनिष्ठांपर्यंत बोकाळलेला भ्रष्टाचार, विलंबाने निर्णय घेण्याची किंवा निर्णय टाळण्याची प्रवृत्ती, लालफीत इत्यादी बाबीत नोकरशाहीचा विनाश सामावलेला आहे. विवाहाशिवाय एकत्र राहणे (live in relationship without marriage) ही गोष्ट कुटुंबसंस्था, विवाहसंस्था, सामाजिकीकरण इत्यादी संस्थाच्या व पर्यायाने समाजाच्या संहारास कारणीभूत ठरू शकेल. या दृष्टीने विचार करता बाऊमन यांच्या मते, संहार किंवा विनाश (holocaust) हे आधुनिकतेचे अपत्य होय. मध्यंतरी महाराष्ट्रात खैरलांजी येथे घडलेले अस्पृश्यांचे हत्याकांड हेही संपूर्ण विनाश या संज्ञेला पात्र ठरते.

homelessness - (हो'मलेसनेस) **बेघर** : बेघर ही अशी एक स्थिती आहे की ज्यात लोकांना राहण्यासाठी घरेच नाहीत. बेघर यात रस्त्याच्या बाजूला असलेल्या पायी चालणाऱ्यांच्या (footpath) रस्त्यावर राहणारे, वस्तिगृहात राहणारे, बिनमालकीच्या जागेवर राहणारे व भाड्याच्या घरात राहणारे लोक बेघर या संज्ञेला पात्र ठरतात. युरोप, उत्तर अमेरिका, ऑस्ट्रेलिया, भारत व इतर अनेक राष्ट्रांत गृहहीनता व बेघर ही एक प्रमुख समस्या बनत आहे. इंग्लंडचा विचार करता १९७८ साली ५3000 लोक बेघर होते. १९९१ साली बेघरांची संख्या १,४९,००० एवढी झाली. भारतातही यापेक्षा वेगळी स्थिती नाही. भारतात इ. १९८८ साली 'हिंदुस्थान टाइम्स' या वृत्तपत्राने केलेल्या पाहणीनुसार भारतात इ.सन. १९८८ साली एकूण कुटुंबाच्या १५% कुटुंबे बेघर आहेत; तर झोपडपट्टीत राहणाऱ्यांची संख्या फार मोठी असून त्यात सातत्याने वाढ होत आहे. १९९१ सालच्या जनगणना अहवालानुसार भारतातल्या प्रमुख ९ महानगरांतील सुमारे ३०.२६ टक्के लोक झोपडपट्टीत राहतात. झोपडपट्टीत राहणारेही 'बेघर' या संज्ञेत मोडतात. सारांशरूपात बोलावयाचे झाल्यास, म्हणजे राहण्यासाठी जागाच नसणे किंवा स्वत:च्या मालकीचे घर नसणे होय.

homeostasis - (हो'मिओस्टेसिस) **स्थिर समतोलत्व :** ज्या समाजात समाजव्यवस्था कार्यरत आहे त्या व्यवस्थेच्या बदलत्या पर्यावरणातही सामाजिक व्यवस्थेचे नियमन करणारी किंवा जतन करणारी यंत्रणा सामाजिक व्यवस्थेतील स्थिरता व समतोलत्व टिकविण्याचा जो प्रयत्न करते, त्यासाठी 'स्थिर समतोलत्व' (होमियास्टेसिस) (Homeostasis) ही संज्ञा वापरली जाते. कार्यात्मकवाद व संरचनात्मक कार्यात्मकवाद यांसारख्या काही समाजशास्त्रीय सिद्धान्तांचे गृहीततत्त्व हे जरी स्थिर समतोलत्व असले; तरी ते स्व-जतनात्मक किंवा स्व-समतोलात्मक मार्गाने प्राप्त करण्याच्या संदर्भात मात्र तज्ज्ञांत मतभेद आहेत.

homework - (हो'मवर्क) **गृहोद्योग (घरकाम) :** गृहोद्योग किंवा घरकाम हा पगारी कामगारांचा एक प्रकार असून त्यात व्यापाऱ्याने किंवा उद्योजकाने दिलेल्या मालाचे हाताच्या साहाय्याने पक्क्या मालात रूपांतर करणे व त्यासाठी उद्योजकाकडून योग्य मोबदला प्राप्त करणे होय. उद्योगपूर्व काळात विविध वस्तूंच्या उत्पादनासाठी या पद्धतीचा वापर होत असे. युरोप खंडात गृहोद्योगाची परंपरा २० व्या शतकापर्यंत चालू होती. भारतात आजही काही उत्पादने गृहोद्योगाद्वारे केली जातात. विड्या वळणे, फटाके तयार करणे, हातमागावर कापड तयार करणे, घरगुती घाण्यावर तेल गाळणे इत्यादी व्यवसाय घरच्याघरी केले जातात व त्यासाठी संबंधितांना मोबदला मिळतो.

homicide - (हॉ'मिसाईड) **मनुष्यवध किंवा मानवी हत्या :** एका मनुष्याने दुसऱ्या माणसाला ठार मारणे म्हणजे मनुष्यवध किंवा मानवी हत्या होय. वैधानिक दृष्टीने विचार करता मानवी हत्या वा मनुष्यवध हा कायदेशीर व बेकायदेशीर किंवा समर्थनीय वा असमर्थनीयपण असू शकतो. उदा. शत्रुराष्ट्राच्या सेनेतील सैनिकांना ठार मारणे ही कायदेमान्य व तशीच समर्थनीय मनुष्यवध किंवा मानवी हत्या होय. या संदर्भात न्यायालयात खटला दाखल करता येत नाही. परंतु काही कारणाने जर एखादा मनुष्य दुसऱ्या माणसास ठार मारत असेल, तर ही मानवहत्या वा मनुष्यवध बेकायदेशीर वा असमर्थनीय ठरतो. अशा प्रकारच्या मनुष्यवध करणाऱ्या व्यक्तीविरुद्ध न्यायालयात खटला दाखल करून न्यायालय दोषी व्यक्तीला योग्य शिक्षा करते.

homogeneity - (होमोजी'निटी) **एकजिनसीपणा किंवा समानधर्मीपणा :** लोकसंख्येचे एक गुणनिर्देशक वैशिष्ट्य म्हणजे एकजिनसीपणा किंवा समानधर्मीपणा होय. यात व्यक्तीव्यक्तींत जीवशास्त्रीय सारखेपणा किंवा समान सांस्कृतिक गुणधर्म यांचा समावेश होतो. शिवाय समानवंश, समानभाषा, समानधर्म, समानप्रदेश या

आधारानेही व्यक्ती-व्यक्तींत एकजिनसीपणा निर्माण होतो. समाजव्यवस्था किंवा सामाजिक गट यांचे अस्तित्व टिकविण्यात एकजिनसीपणाची भूमिका महत्त्वाची ठरते.

homosexuality - (होमो से क्श्युऑलिटी) **समलैंगिक संबंध :** एकाच लिंगाच्या दोन व्यक्तींनी परस्पराशी लैंगिक संबंध ठेवण्याची इच्छा बाळगणाऱ्यांसाठी 'समलिंगी संबंध' ही संज्ञा वापरली जाते. समलैंगिकता किंवा होमो से क्श्युऑलिटी ही संज्ञा फक्त दोन पुरुषांमधील समलैंगिक संबंधासाठी उपयोगात आणली जाते. दोन स्त्रियांतील समलैंगिक संबंधासाठी ग्रीक भाषेतून इंग्रजीत आलेली 'लेस बियन' (Lesbian) ही संज्ञा वापरतात. मराठीत मात्र दोन पुरुषांतील किंवा दोन स्त्रियांतील लैंगिक संबंधासाठी समलिंगी संबंध हीच संज्ञा वापरतात. दोन पुरुषांतील समलिंगी संबंधांसाठी अगदी अलीकडे फ्रेंच भाषेतून इंग्रजीत रूपांतरित झालेल्या गे (gay) या शब्दाचा वापर केला जातो. (gay men) गे मेन म्हणजे समलिंगी पुरुष होय. अगदी सातव्या शतकापासून किंवा त्यापेक्षा पूर्वीपासून जगात जरी समलिंगी संबंध आढळत असले; तरी त्यास धर्माची, समाजाची तसेच कायद्याचीही मान्यता नाही. विकृत मनोवृत्तीचे प्रतीक म्हणून पूर्वी या संबंधांकडे पाहिले जात असे. परंतु यासंबंधीचा दृष्टिकोन आज अधिकाधिक उदार बनत चालला आहे, यात शंका नाही. अमेरिकेने १९७९ साली समलिंगी संबंधांना वैधानिक मान्यता दिली. भारतातही नुकतीच म्हणजे २ जुलै २००९ साली या संदर्भात दिल्ली हायकोर्टांत दाखल झालेल्या खटल्याचा निकाल देताना दोन प्रौढ पुरुषांतील समलिंगी संबंधांना मान्यता देऊन इतिहास रचला, असे म्हणावे लागेल. भारतातील इंडियन पिनल कोडमधील कलम ३७७ प्रमाणे समलिंगी संबंध बेकायदेशीर मानले होते. परंतु दिल्ली हायकोर्टाने त्यास मान्यता दिली आहे. सारांश, या संबंधांकडे पाहण्याचा समाजाचा दृष्टिकोन बदलत आहे, हे वास्तव होय.

horizontal group - (हॉरिझॉन्टल ग्रूप) **समपातळी गट :** समपातळीचा गट म्हणजे असा गट की ज्यात सारखा सामाजिक दर्जा असणाऱ्या व्यक्तींनाच फक्त सामाजिक सभासद म्हणून निवडले जाते. उदा. प्राध्यापकांची संघटना, प्राध्यापक या पदावर कार्यरत असणाऱ्यालाच फक्त या संघटनेचा सभासद होता येते. तसेच व्यापाऱ्यांची संघटना, हमालांची संघटना इत्यादी.

horizontal mobility - (हॉरिझॉन्टल मोबि लिटी) **समपातळीवरचे गतिमत्त्व :** सामाजिक गतिमत्त्वाचा एक प्रकार. 'समपातळीवरचे गतिमत्त्व' म्हणजे समाजात सामाजिक समान दर्जा असणाऱ्या व्यक्तीचे किंवा गटाचे एकाच सामाजिक

स्तरात एका पदावरून त्याच दर्जाच्या दुसऱ्या पदावर जाणे होय. उदा. सरकारी क्षेत्रात काम करणारा कारकून ती नोकरी सोडून एखाद्या खासगी कंपनीतही जर कारकून म्हणूनच जाणार असेल, तर हे गतिमत्त्व 'समपातळीवरचे गतिमत्त्व' या संज्ञेला पात्र ठरते. या प्रकारच्या गतिमत्त्वात व्यक्तीच्या दर्जात वरवर जरी बदल झाला असला; तरी व्यक्तीचा समाजातील सामाजिक स्तर मात्र बदलत नाही. समतल गतिमत्त्वात व्यक्तीच्या कामाची जागा बदलते, पण समाजातील तिचा दर्जा व स्तर तोच राहतो.

household - (हा'ऊसहोल्ड) **घरकूल :** घरकूल म्हणजे व्यक्तीचा असा गट की जो एका घरात वास्तव्य करतो किंवा एकत्र जीवन जगतो, ते त्यांचे उत्पन्न एकत्र करतात व त्यातून सर्वांसाठी एकत्र खर्चही करतात, तसेच घरकूलातील व्यक्तींचा स्वयंपाक एकाच समान चुलीवर होतो व ते एकत्र भोजन करतात. तज्ज्ञांच्या मतानुसार घरकूल या संकल्पनेत स्वतंत्रपणे राहणारी व्यक्ती, केंद्र कुटुंब, विस्तारित कुटुंब, संयुक्त कुटुंब, नातेवाईक नसलेल्या पण एकत्र जीवन जगत असलेल्या व्यक्तींचा समूह इत्यादीचा समावेश होतो. काही तज्ज्ञ, नातेवाईक नसणाऱ्या लोकांच्या एकत्र राहण्याच्या कृतीला घरकूल मानण्यास तयार नाहीत. समाजशास्त्रज्ञ घरकूलाचे दोन आधार मानतात. पहिला आधार आहे, कौटुंबिक संरचना की ज्याची ओळख सभासदसंख्या, आकार आणि प्रकार होय. दुसरा आधार आहे, घरकुलातील सभासदांचे वय आणि लिंग संरचना जसे की, मूल, प्रौढ व ज्येष्ठ व्यक्ती की ज्याद्वारे घरकुलाची ओळख होते.

household allocative system - (हा'ऊसहोल्ड ॲलॉके'टिव्ह सिस्टिम) **घरकूल-वितरणव्यवस्था :** ह्या घरकूल वितरणव्यवस्था संज्ञेचा प्रथम वापर १९८० साली जान पहल (Jan Pahl) यांनी केला होता. या संज्ञेचा त्यांच्या मते, अर्थ असा, की कुटुंबातील आर्थिक संसाधनाचे वितरण करणे होय. पहल यांनी लिहिलेल्या 'पैसा आणि विवाह' (Money and Marriage) या पुस्तकात घरकूलातील आर्थिक उत्पादनवितरणाचा विचार मांडला होता. घरकूलातील अर्थवितरणव्यवस्था दोन प्रकारची आहे. त्यांपैकी पहिल्या प्रकारात घरकूलातील पती-पत्नी असे दोघेही कुटुंबाची किंवा घरकूलाची आर्थिक जबाबदारी स्वीकारतात व दोघेही संयुक्तपणे घरकूलातील खर्चावर नियंत्रण ठेवतात. दुसऱ्या प्रकारात मात्र पती किंवा पत्नी यांपैकी एक कुटुंबाच्या आर्थिक खर्चाची जबाबदारी उचलतो. घरकूलातील वितरणव्यवस्थेचा विचार करता त्या त्या समाजातील कौटुंबिक परंपरा विचारात घेतल्या जातात. पितृसत्ताक परंपरा असलेल्या समाजात

घरकूलाची आर्थिक जबाबदारी प्रामुख्याने पुरुषाची असते. परंतु आधुनिक केंद्र कुटुंबात मात्र घरकूलाच्या आर्थिक खर्चाची जबाबदारी पतीह्रपत्नी अशा दोघांकडेही असते.

housewife - (हा॑ऊसवाईफ) **गृहिणी** : कुटुंबातील किंवा घरकूलातील कर्त्या पुरुषाच्या पत्नीसाठी 'गृहिणी' या संज्ञेचा वापर केला जातो व घरातील सर्व कामांची जबाबदारी तिच्यावर सोपविली जाते. ज्या कुटुंबात (उदा. संयुक्त कुटुंबात) एकापेक्षा जास्त स्त्रिया आहेत, त्या कुटुंबात कुटुंबातील किंवा घरातील कामाचे वाटप करण्याची जबाबदारी गृहिणीवर येऊन पडते. या घरकामात (housework) स्वयंपाक, मुलांचे संगोपन, घराची स्वच्छता व सजावट, कपडे धुणे, कुटुंबातील सर्व सभासदांच्या व विशेषत: मुलांच्या आरोग्याची काळजी घेणे, पाणी भरणे, शेतकरी कुटुंबात व मेंढपाळ कुटुंबात पाळीव प्राण्यांच्या स्वच्छतेची देखभाल करणे, गोठा स्वच्छ करणे इत्यादी घरकामाची जबाबदारी गृहिणीचीच असते. आजच्या आधुनिक कुटुंबातील स्त्री शिकलेली असली तरी वरीलपैकी अनेक घरकामांची जबाबदारी या सुशिक्षित गृहिणीची असते. 'गृहिणी' ही संज्ञा केवळ अशा स्त्रियांना लावावी की ज्या स्त्रिया कोणताही व्यवसाय वा नोकरी न करता केवळ घरकामाला वाहिलेल्या असतात. या अशाच स्त्रियांना त्या जे घरकाम करतात त्यासाठी कोणताही आर्थिक मोबदला मिळत नाही. केवळ सेवा–वृत्तीने व कुटुंबातील सदस्यांच्या आपुलकीने ती हे घरकाम विनामोबदला करते. सारांशरूपात असे सांगता येईल की, सर्व प्रकारचे घरकाम विनामोबदला करणारी स्त्री म्हणजे गृहिणी होय.

housework - (हा॑ऊसवर्क) **घरकाम** / *sociology of housework* - (सोशिऑलजी ऑफ हा॑ऊसवर्क) **घरकामाचे समाजशास्त्र** : १९७० नंतर 'घरकामाचे समाजशास्त्र' ही संज्ञा आकाराला आली व त्याचे श्रेय खालील दोन समाजशास्त्रज्ञांच्या संशोधनात्मक योगदानाला द्यावे लागेल. एक म्हणजे १९७१ साली हेलेन झेड. लॉपटा (Helene Z. Lopata) यांचे 'घरकाम, एक व्यवसाय' (Occupation, Housework) या संबंधीचे योगदान, तर दुसरे, ॲन ओकले (Ann Oakley's) यांचे 'घरकामाचे समाजशास्त्र' (Sociology of Housework) हे योगदान या विषयाला चालना देणारे ठरले. पहिल्या मांडणीत घरगुती कामगार हे उद्योगाच्या आणि कामाच्या समाजशास्त्राची साधने कशी वापरतात याचे विश्लेषण केले होते, तर दुसऱ्या मांडणीत गृहिणींच्या घरकामातील समाधान व असमाधानाच्या बाबींचा विचार करता विविध घरगुती कामे, घरातील

स्वच्छतेचा दर्जा जतन करण्याचे दैनंदिन कार्य, स्त्रियांची स्वत:संबंधीची कल्पना, स्त्रियांच्या कामातील नीरसता व तोचतोचपणा किंवा एकसुरीपणा इत्यादी बाबींवर विवेचन करण्यात आले होते. सारांश, घरकामाचे समाजशास्त्र म्हणजे त्यासंबंधीच्या सामाजिक आंतरक्रियांचा अभ्यास होय.

housing, sociological study of - (हाॅऊसिंग, सोशिऑलॉजिकल स्टॅडी ऑफ) **गृहनिर्माण, समाजशास्त्रीय अभ्यास :** गृहनिर्माणाच्या समाजशास्त्राची कोणतीही अशी अद्वितीय व्याख्या नाही व तशी ती असू शकत नाही. कारण गृहनिर्माण ही भौतिक स्वरूपाची मानवनिर्मित कलाकृती आहे. परंतु गृहनिर्माणाचे क्षेत्रीय वितरण, गृहांचा ताबा घेणे (ज्यात भौतिक, वैधानिक आणि आर्थिक बाबी सामील होतात.) इत्यादींवर सामाजिकतेचा म्हणजे पर्यायाने समाजाचा प्रभाव असतो. म्हणून समाजशास्त्रज्ञांच्या मते, गृहनिर्माण ही एकीकडे सामाजिक बांधणी आहे; तर दुसरीकडे ती सामाजिक समस्याही आहे. गृहनिर्माणासंबंधीची समाजशास्त्रीय संशोधने विस्तृत प्रमाणात वरील दोन घटकांशी संबंधित आहेत. गृहनिर्माणाच्या समाजशास्त्राच्या अध्ययनाची पाच क्षेत्रे ओळखली जातात– १. गृहनिर्माणाच्या आराखड्यावर संस्कृतीचा आणि सामाजिक भेदाचा (यांत वर्ग, लिंगभाव, जात इत्यादी अंतर्भूत आहेत.) काय परिणाम होतो याचे अध्ययन. २. निवासी स्थानाच्या पलीकडे जाऊन या सामाजिक विभेदीकरणाचा सामाजिक संरचना व सामाजिक प्रक्रिया यावर काय परिणाम होतो याचे अध्ययन. यात नागरी परिसरशास्त्राची (urban ecology) अध्ययने येतात. ३. गृहनिर्माणाचे भौतिक स्वरूप आणि क्षेत्रीय संबंध यांचा सूक्ष्म पातळीच्या सामाजिक आंतरक्रियांवर कसा परिणाम होतो याचे अध्ययन. ४. गृहनिर्माण-तरतुदीचे निर्धारण विविध प्रकारच्या समाजांची रचना तयार करतात (उदा. विकसित, समाजवादी, साम्यवादी, भांडवलशाहीवादी इत्यादी). या समाजरचना बहुराष्ट्रीय, अल्पकालीन असतात हे लक्षात येते. ५. शेवटी सामाजिक विभाजन किंवा सामाजिक एकात्मता निर्माण करण्यात व त्यांचे जतन करण्यात गृहनिर्माणाची भूमिका महत्त्वाची असून त्याद्वारे आपण गृहनिर्माण आणि वर्ग, समुदाय, दर्जा, लिंगभाव, वंश आणि उपभोक्त्यांचे प्रकार इत्यादींतील सामाजिक संबंधांचे अध्ययन करू शकतो. पारंपरिक 'शेजारी' या संकल्पनेत बहुमजली गृहनिर्मितीमुळे कसा बदल झाला याचे अध्ययनही यात समाविष्ट आहे.

human capital - (ह्युमन कॅपिटल) **मानवी भांडवल :** उत्पादन संसाधनांची गुंतवणूक मोठमोठ्या प्रकल्पांमध्ये किंवा यंत्रसामग्रीत करण्याऐवजी मानवावर

किंवा मनुष्यावर करणे म्हणजे 'मानवी भांडवल' होय. अर्थशास्त्रात या प्रकारच्या मानवी संसाधनांवर केलेल्या गुंतवणुकीचे मूल्यमापन इतर स्वरूपाच्या गुंतणुकीतून मिळणाऱ्या आर्थिक मिळकतीच्या आधारे केले जाते. स्पष्टपणे सांगावयाचे झाल्यास मानवी भांडवलाच्या गुंतवणुकीची सुरुवात कुटुंबापासून होते व ती शाळा, उच्च शिक्षण देणाऱ्या संस्थांपर्यंत चालू असते. तसेच मानवी आरोग्याची काळजी घेणाऱ्या तरतुदींचाही समावेश मानवी भांडवलात होतो. १९७५ साली प्रकाशित झालेल्या जी. बेकर (G. Becker) यांच्या 'मानवी भांडवल' या संशोधनपर ग्रंथात त्यांनी त्याचा मानवी भांडवलाचा सिद्धान्त मांडला. तो आर्थिक सिद्धान्ताचा एक भाग होता व तो प्रायोगिक संशोधनाशी संबंधित होता. या सिद्धान्तात बेकर यांनी उत्पन्नातील फरक, मानवी भांडवलाद्वारे होणारे उत्पन्न यांवर स्पष्टीकरण करताना औपचारिक शिक्षणात खर्च झालेला कालावधी आणि प्रत्यक्ष मनुष्याचे उत्पन्न यांची सांगड घालण्याचा प्रयत्न केला होता. थोडक्यात असे म्हणता येईल की, मनुष्याची शारीरिक क्षमता, त्यांची शैक्षणिक पात्रता, त्याआधारे माणसाची प्राप्ती, त्याचा व्यवसाय इत्यादींच्या परस्परसंबंधाचा अभ्यास मानवी भांडवल सिद्धान्तात केला जातो.

human ecology - (ह्यु'मन इकॉ'लॉजी) **मानवी परिसरशास्त्र :** मानवी परिसरशास्त्र म्हणजे व्यक्ती, सामाजिक गट आणि त्यांचे सामाजिक पर्यावरण यांच्या परस्पर- संबंधांचा अभ्यास होय. मानवी परिसरशास्त्राच्या सुव्यवस्थित अध्ययनाचा प्रारंभ रॉबर्ट पार्क (Robert Park) आणि शिकागो संप्रदायातील समाजशास्त्रज्ञ यांनी केला असून, वनस्पती आणि प्राणी परिसरशास्त्राप्रमाणे मानवी सामाजिक परिवर्तनाच्या अध्ययनासाठी 'मानवी परिसरशास्त्र' ही संज्ञा वापरली होती. १९५० साली या सिद्धान्ताला अमोज हावले (Amos Hawley) यांनी चेतना देण्याचा प्रयत्न केला. त्यांनी त्यांच्या अध्ययनात प्रामुख्याने दुर्मीळ संसाधनांच्या प्राप्तीसाठी गटागटांत होणाऱ्या स्पर्धेऐवजी व्यावसायिक विभेदीकरणक्षेत्राच्या परस्परावलंबनावर भर दिला होता. थोडक्यात असे म्हणता येईल, की मनुष्य आणि त्याच्या सभोवतालचे पर्यावरण यांचा अभ्यास मानवी परिसरशास्त्रात येतो.

human nature - (ह्यु'मन ने'चर) **मानवी स्वभाव :** 'मानवी स्वभाव' ह्या संकल्पनेचा अर्थ विविध समाजशास्त्रज्ञांनी वेगवेगळ्या संदर्भात वेगवेगळा दिला आहे. परंतु बऱ्याच वेळा मानवी क्रिया आणि मानवी जाणिवा यांना आधारभूत ठरलेल्या काही महत्त्वाच्या गोष्टी व काही निर्धारक वैशिष्ट्ये यासाठी 'मानवी स्वभाव' ही संज्ञा वापरली गेली असावी. थॉमस हॉब्ज, चार्ल्स डार्विन, सिगमंड

फ्राईड यांसारख्या सामाजिक आणि राजकीय सिद्धान्तकारांनी मानवी स्वभावातील स्वार्थी व अहंकारी वृत्तीचा शोध लावला होता; तर जीन जॅक रूसो, कार्ल मार्क्स आणि पीटर क्रॉपॉटकिन यांनी मानवी स्वभावाचा संबंध विविध प्रकारचे सहकार्य आणि परार्थवाद यांच्याशी जोडला होता. मॅक्स वेबर यांचा मानवी स्वभावासंबंधीचा दृष्टिकोन समाजशास्त्रात अधिक प्रभावशाली असून, त्यानुसार मानवी इतिहास आणि मानवी अनुभव यांचा परिणाम म्हणजे मानवी स्वभाव होय. परंतु फूको, सामाजिक संरचनावादी तज्ज्ञ आणि आधुनिकोत्तर विचारवंत मात्र आज 'मानवी स्वभाव' ही संकल्पनाच नाकारतात. असे असले तरी शेवटी 'मानवी वर्तन' म्हणजे मानवी व्यक्ती वा मानवजातीची काही वेगळी वैशिष्ट्ये की जी अन्य प्राण्यांपेक्षा स्वतंत्र असतात. मानवी स्वभावावर संस्कृती, नागरिकता व सामाजिकीकरण यांद्वारे नियंत्रण ठेवता येते. मानवी स्वभावात प्रतिबिंबितता, तार्किक क्रिया आणि तार्किक सामाजिक विकास इत्यादी बाबी समाविष्ट होतात.

humanism - (ह्यु'मॉनिझम) **मानवतावाद** : १. मानवतावाद म्हणजे धार्मिक संकल्पनांचा आधार न घेता मानवी गरजा व त्यांची पूर्तता यांवर प्रकाशझोत टाकणे होय. २. मानवतावाद म्हणजे मानवाची निर्मितिक्षमता, त्याची स्वायत्तता व मानवी व्यक्ती यांच्यावर भर देणे होय. ३. मार्क्सवाद्यांच्या मते, मानवतावादाचा संबंध प्रामुख्याने मार्क्स यांच्या सुरुवातीच्या लेखनाशी येतो व विशेषत: त्यांच्या दूरीकरणासंबंधीच्या विचाराशी जोडला जातो. अगदी सोप्या शब्दांत माणसाला माणसासारखे वागविणे म्हणजे मानवतावाद होय. सुनेला जाळून मारणे, स्त्रियांवर अत्याचार करणे, कनिष्ठांना तिरस्काराची वागणूक देणे इत्यादी बाबी मानवतेविरोधी आहेत व त्या टाळणे म्हणजे मानवतावाद होय.

human relations movements - (ह्यु'मन रिले'शन्स मू'व्हमेन्ट) **मानवी संबंधाच्या चळवळी** : दुसऱ्या जागतिक युद्धापूर्वी अमेरिकेतील उद्योगाच्या समाजशास्त्रातून उदयाला आलेला एक संप्रदाय म्हणजे मानवी संबंधाच्या चळवळ होय. या चळवळीचा प्रभाव नंतर ब्रिटनवरसुद्धा पडला होता. मानवी संबंधांत विविध गुणवत्ता असलेले विद्वत्तादर्शक साहित्य आणि व्यवस्थापकीय व्यवहाराचे नियंत्रण यांचा समावेश होतो. शिकागो संप्रदायात १९२० ते १९४० च्या दरम्यान 'वेस्टर्न इलेक्ट्रिक कंपनीत' हॉथॉर्न यांनी जो प्रयोग केला त्यातून 'मानवी संबंध' ही संकल्पना साकार झाली. विद्यापीठीय अभ्यासाचा विचार करता; कामगारांचा असंतोष, कामगार संघटनांचा लढा, औद्योगिक कलह तसेच प्रमाणकशून्यता यांच्या कारणांचा शोध घेऊन त्यांवर योग्य उपाय शोधण्यासाठी मानवी संबंधाच्या

अभ्यासाला महत्त्व प्राप्त झाले. काही तज्ज्ञांच्या मते, मानवी संबंध आणि औद्योगिक समाजशास्त्र ह्या वस्तुत: समानार्थी संज्ञा आहेत. यात उद्योगक्षेत्रातील विविध मानवी संबंधांचा अभ्यास केला जातो. यात विशेषत: कामगार–मालक, कामगार–कार्यकारी, कामगार–पर्यवेक्षक, कामगार–कामगार, कामगार–कामगार संघटना नेते इत्यादीतील मानवी संबंध येतात. हॉथॉर्न प्रयोगानंतर १९४९ साली एफ. जे. रॉथलिसबर्जर आणि डब्ल्यू. डिकसन (F. J. Rocthlisberger and W. Dickson) यांनी त्यांच्या 'व्यवस्थापन आणि कामगार' (Management and Labour) यात मानवी संबंधांवर प्रकाशझोत टाकला होता. औद्योगिक क्षेत्रातील मानवी संबंधांचे अध्ययन या कार्यकक्षेत येते.

human rights - (ह्यु'मन राइट्स) **मानवी हक्क :** नागरी हक्कांचा एक भाग म्हणून मानवी हक्कांकडे पाहिले जाते. जगातील वैरभावावर उपाय म्हणून व त्या संदर्भात आंतरराष्ट्रीय जागृती निर्माण व्हावी म्हणून अमेरिकेच्या संसदेच्या सर्वसाधारण सभेत १० डिसेंबर १९४८ रोजी 'मानवी हक्काचा सार्वभौमिक जाहीरनामा' प्रसिद्ध करण्यात आला. त्यानुसार मानवी हक्कांत पुढील बाबींचा समावेश होतो– १. मानवी जीवन जगण्याचा, मानवी स्वातंत्र्याचे जतन करण्याचा, व्यक्तीचे संरक्षण करण्याचा हक्क. २. कायद्यासमोर प्रत्येक व्यक्तीला समानता देण्याचा हक्क. ३. संचार–स्वातंत्र्याचा हक्क. ४. राष्ट्रीयत्वाचा हक्क. ५. विचार, जाणिवा आणि धार्मिक स्वातंत्र्य यांचा हक्क. ६. शांततामय कामासाठी एकत्र येण्याचा आणि मंडळ स्थापन करण्याचा हक्क. ७. सरकारी कामकाजात सहभागी होण्याचा हक्क इत्यादी. नागरी किंवा नागरिक हक्क (civil or citizen rights) त्या त्या देशापुरते मर्यादित असतात तर मानवी (human) हक्क सर्व जगातील मानवांसाठी असतात. २६ जानेवारी १९५० रोजी मंजूर झालेल्या भारतीय राष्ट्रघटनेतही या मानवी हक्कांचा समावेश करण्यात आला आहे.

humanistic sociology - (ह्यु'मॅनिस्टिक सोशिऑलजी) **मानवतावादी समाजशास्त्र :** जे समाजशास्त्र यांत्रिकतेला, अत्याधिक तांत्रिकतेला, विचारमग्रतेला कारकिर्दीच्या मागे धावणाऱ्या विचारांना किंवा दृष्टिकोनाला विरोध करते आणि जे मानवतावादी सेवेतील सामाजिक विश्लेषणाचा प्रयत्न करण्याऐवजी टीका करणारे, विषयाचे सोप्या शब्दात निरूपण करणारे, अभिप्राय व स्पष्टीकरण करणारे असते ते समाजशास्त्र 'मानवतावादी समाजशास्त्र' म्हणून ओळखले जाते. सी. राईट मिल्स (C.Wright Mills) यांचा उल्लेख मानवतावादी विचारवंत म्हणून केला जातो व १९७० पासून ते 'मानवतावादी समाजशास्त्राच्या परिषदेशी' संलग्र

असून ही परिषद अमेरिकेत कार्यरत आहे. या परिषदेचे मुखपत्र आहे, 'मानवता आणि समाज' (Humanity and Society). याच्याशीही मिल्स संबंधित आहेत. केन प्लमर (Ken Plummer) यांनी १९८३ मध्ये प्रकाशित केलेल्या त्यांच्या 'जीवनाचा दस्तऐवज' (Documents of Life) या ग्रंथात मानवतावादी अभ्यासपद्धतीच्या समस्या व साहित्य या संदर्भात मानवतावादी समाजशास्त्राने चार निकष प्रतिपादन केले आहेत ते असे, १. मानवतावादी समाजशास्त्र, मानवाच्या आत्मनिष्ठतेला आणि वस्तुनिष्ठतेला सलाम करते आणि मनुष्य हा सामाजिक विरोधाला सामाजिक जगाला एकत्र करून कसे तोंड देतो याचे अध्ययन करते. २. मानवतावादी समाजशास्त्र साकार मानवी अनुभवाचे (ज्यात बोलणे, भावना प्रकटीकरण आणि क्रिया येतात) अध्ययन, सामाजिक व विशेषत: आर्थिक संघटनांद्वारे करते. ३. मानवतावादी समाजशास्त्र अशा अनुभवातून स्वत:ची प्राणिशास्त्रज्ञ म्हणून ओळख निर्देशित करते. ४. शेवटी, मानवतावादी समाजशास्त्रज्ञ त्यांच्या अंतिम नैतिक व राजकीय भूमिकांसाठी अशा सामाजिक संरचनेकडे वळतात की ज्या सामाजिक संरचनेत कमी शोषण, कमी दडपण आणि कमी अन्याय असेल.

थोडक्यात, मानवतावादी समाजशास्त्रात मानवी कल्याणासाठी निगडित सर्व विषयांचे, प्रघटनांचे अध्ययन केले जाते.

hunter - gatherer, hunting and gathering societies - (हन्टर गॅॅदरर, हंटिंग अँड गॅॅदरिंग सोसायटिज) **मृगया अन्नसंकलन, मृगया व अन्नसंकलन करणारे समाज :** मानवी समाजाची प्रारंभिक व प्राचीन अवस्था म्हणजे शिकार करणे वा अन्नसंकलन करणे होय. या अवस्थेत मनुष्य उपजीविकेसाठी तो ज्या परिसरात वास्तव्य करीत असेल, त्या परिसरातील उपलब्ध नैसर्गिक साधनसामग्रीचा वापर करीत होता. यात जंगलातील पाळीव वा हिंस्र प्राण्यांची शिकार करून त्यांचे मांस खाणे, मासे पकडणे आणि जंगलातील कंदमुळे व फळे गोळा करून त्यांचे सेवन करणे हे या अवस्थेचे महत्त्वाचे अंग होय. शिकार करणारे व अन्नसंकलन करणारे लोक एखाद्या छोट्याशा समूहात किंवा परस्परनात्याने जोडलेल्या नातेवाइकांच्या तयार झालेल्या गटात एकत्र राहत. परंतु अन्नाच्या उपलब्धतेनुसार त्यांना भटकेपणाचा स्वीकार करावा लागतो. त्यांच्यातही लिंगभावावर आधारित श्रमविभाजन होते. प्राण्यांची शिकार करण्याचे काम पुरुषांचे तर कंदमुळे, फळे गोळा करण्याचे काम स्त्रियांचे होते. आजही अतिदूर जंगलात राहणारे आदिवासी मृगया व अन्नसंकलन अवस्थेत जीवन जगतात व त्यांची संख्या सुमारे ३०,००० एवढी आहे.

hydraulic society - (हाइड्रॉलिक सोसायटी) **प्रवाही किंवा भटका समाज :**
इ.सन १९५५ साली विटफॉगेल (Wittfogel) या तज्ज्ञाने आशिया खंडातील
समाजासाठी या संज्ञेचा वापर केला होता. विटफॉगेल यांच्या मते, आशिया
खंडातील बहुसंख्य समाज हे केंद्रित व जुलमी राज्यसत्तेने पुरविलेल्या कामावर,
जलसिंचन योजनेवर व पूरनियंत्रण व्यवस्थेवर पूर्णपणे अवलंबून असतात. परंतु या
विचाराच्या पुष्ट्यर्थ त्यांनी कोणत्याही प्रायोगिक संशोधनात्मक परीक्षणाचा दाखला
दिला नाही. या संज्ञेचा दुसरा अर्थ आहे की, आशिया खंडातील समाजातील
लोक वस्ती करताना ज्या काही गोष्टी पाहतात; त्यांत पाण्याची उपलब्धता
महत्त्वाची मानली जात होती. एका ठिकाणचा पाण्याचा साठा आटला तर ते
दुसरीकडे जिथे पाणी उपलब्ध असेल तिथे जाऊन वस्ती करतात. म्हणून मराठीत
त्यासाठी 'प्रवाही (भटका) समाज' ही संज्ञा वापरली आहे. विटफॉगेल असा
दावा करतात, की त्यांनी मार्क्स यांच्या विचारांचा पाया कमकुवत केला. त्यांच्या
मते, रशिया व चीनमधील साम्यवादी सरकारांनी त्यांच्या एकाधिकारशाहीने व
जुलमी वृत्तीने लोकांचे सरकारवरचे अवलंबन (विशेषत: पाण्यासाठीचे) वाढवून
लोकांना फसविले व राज्य सरकारच्या जुलमी सत्तेला आव्हान देण्याची त्यांची
(रशियातील व चीनमधील) क्षमताही नष्ट केली.

hypergamy - (हाइपरगेमी) **अनुलोम विवाह :** प्राचीन भारतातील हिंदू समाजात
विवाहाचा हा एक प्रकार अस्तित्वात होता. भारतात जातिबाह्य विवाहाला जरी
मान्यता नसली, तरी काही विशिष्ट परिस्थितीत मात्र ते मान्य करण्यात आले होते.
या विवाहपद्धतीनुसार उच्च जातीतील पुरुष जेव्हा त्याच्या जातीपेक्षा कनिष्ठ
जातीतील स्त्रियांशी विवाह करतो, तेव्हा त्यास 'अनुलोम विवाह' म्हणतात. पूर्वी
या प्रकारच्या विवाहाची अनेक उदाहरणे सापडतात. क्षत्रिय राजा दशरथ यांची
तिसरी पत्नी सुमित्रा एक शूद्र कन्या होती. या विवाहामुळे स्त्रीचा कनिष्ठ दर्जा
उंचावण्यास मदत होते. सारांशरूपात असे म्हणता येईल, की कनिष्ठ जातीतील
वा वर्णातील स्त्रीचा उच्च जातीतील पुरुषाशी झालेला विवाह म्हणजे अनुलोम
विवाह होय.

hyper rationality - (हाइपर रॅशनॅलिटी) **अतिबुद्धिप्रामाण्यवाद किंवा
अतितार्किकता :** आपल्या जीवजगतातील तार्किकतेच्या मोबदल्यात तार्किकतेच्या
पातळीव्यवस्थेचा एकांगी वापर करणे म्हणजे अतितार्किकता वा अतिबुद्धि-
प्रामाण्यवाद होय. सोप्या शब्दांत असे म्हणता येईल, की तार्किकतेचा किंवा
बुद्धिप्रामाण्यवादाचा अतिप्रमाणात वापर करणे म्हणजे 'अतिबुद्धिप्रामाण्यवाद'

होय. १९९१ साली रिट्झर आणि लेमॉयने (Ritzer and Lemoyne) यांनी असे म्हटले होते, की तार्किकतेवर मोठ्या प्रमाणात अवलंबून राहणे वा त्यावर अभूतपूर्व भरवसा ठेवणे म्हणजेही 'अतितार्किकता' होय. या लेखकांच्या मते, युद्धोत्तर काळात जपानमध्ये जो आर्थिक चमत्कार घडून आला, त्यात या संकल्पनेच्या उदयाची बीजे आढळून येतात. त्याचप्रमाणे या दोन लेखकांच्या मते, पाश्चिमात्य आणि एतद्देशीय व्यवस्था यांच्या एकत्रीकरणातून जपानचे यश आणि अतितार्किकता यांचा उदय झाला होता. या दोन व्यवस्थांच्या एकीकरणामुळे औपचारिक तार्किकतेची जागा ही मूलभूत, सैद्धान्तिक आणि व्यावहारिक तार्किकतेने घेतली होती आणि हेच अतितार्किकतेच्या उदयाचे कारण होय.

hyper reality - (हाइ'पर रिऑ'लिटी) **अतिवास्तवता किंवा अतिवास्तविकता :** अतिवास्तवतेची संकल्पना जीन बॉड्रिलार्ड (Jean Baudrillard) यांनी त्यांच्या अतिवास्तव जग (Hyper reality world) या मांडणीद्वारे १९८३ साली पुढे आणली. त्यांच्या मते, अतिवास्तवता म्हणजे स्व संदर्भीय चिन्हांचे जग होय ज्यात समाजाच्या नवीन भाषाशास्त्रीय परिस्थितीची निर्मिती होते; ज्यामुळे वास्तव गोष्ट ही खऱ्या अर्थाने वास्तव राहत नाही, तर ते एक ढोंग बनते. बॉड्रिलार्ड याचे उदाहरण प्रसारमाध्यमांचे देतात. पूर्वी प्रसारमाध्यमे वास्तवतेचा आरसा मानली जात असत; पण आज मात्र बातम्या देताना त्या अधिकाधिक अतिरंजित स्वरूपात सादर केल्या जातात, त्यामुळे गुन्हेगारही मोठे बनतात, हे अतिवास्तवतेचे उदाहरण होय. मुंबई बॉम्बस्फोटातील आरोपी अझमल कसाब हा जणू कोणी नेता वा अभिनेता आहे अशारीतीने त्याला प्रसारमाध्यमांनी प्रसिद्धी दिली; तीही अतिवास्तवता होय. थोडक्यात, वास्तव घटनांना अतिरंजिततेचा मुलामा देऊन त्याला अवाजवी प्रसिद्धी देणे म्हणजे अतिवास्तवता होय.

hypogamy - (हाइपो'गेमी) **प्रतिलोम विवाह :** प्राचीन भारतातील हिंदू धर्मीय अनुयायांत सापडणारा आणखी एक विवाहप्रकार म्हणजे 'प्रतिलोम विवाह' होय. या प्रकारच्या विवाहात उच्च जातीतील स्त्री कनिष्ठ जातीतील पुरुषाबरोबर जेव्हा विवाह करते, तेव्हा त्यास 'प्रतिलोम विवाह' म्हणतात. मनूने मनुस्मृतीत प्रतिलोम विवाहाची निंदा केली होती, कारण अगोदरच कनिष्ठ असलेला स्त्रीचा सामाजिक दर्जा या विवाहाने अधिक खालावतो. परंतु मनूनंतरच्या धर्मशास्त्रज्ञांनी या विवाहास मान्यता दिली होती. आज मात्र भारतातील 'हिंदू विवाह कायदा १९५५' अन्वये अनुलोम व प्रतिलोम विवाहास मान्यता दिलेली आहे.

hypothesis - (हाइपॉ'थीसिस) **सिद्धान्तकल्पना, गृहीततत्त्व :** कोणत्याही सिद्धान्त बांधणीतील विविध संकल्पनांच्या संबंधांच्या संदर्भात, सिद्धान्त मांडण्यापूर्वी संभाव्य निष्कर्षांसंबंधी कोणतीही चाचणी न घेता केलेले अनुमानित विधान म्हणजे 'गृहीततत्त्व किंवा सिद्धान्तकल्पना' होय. प्रत्येक सामाजिक शास्त्रातील संशोधकाला संशोधन करण्यापूर्वी प्रथम सिद्धान्तकल्पना वा गृहीततत्त्व प्रतिपादन करावे लागते व नंतर तथ्यसंकलनाच्या माध्यमातून ते सिद्ध होते किंवा होत नाही. 'सिद्धान्तकल्पना' ही संज्ञा अशा विधानाला उद्देशून वापरली जाते, की ज्याची सत्यासत्यता भौतिकदृष्ट्या तपासून पाहावयाची आहे. असे विधान एक असेल किंवा परस्परावलंबी विधानांचा संच असेल. बहुधा ही विधाने, 'असे असेल तर असे असे होईल' या स्वरूपाचीही असतात. संशोधनाच्या माध्यमातून पुरेशा प्रमाणात चाचण्या घेऊन ही विधाने सिद्ध झाल्यास सिद्धान्तकल्पनेचे रूपांतर हे सिद्धान्तात होते.

hypothetico deductive explanation and method - (हाइपॉथे'टिको डिड'क्टिव्ह एक्सप्लने'शन अँड मेथड) **गृहीततत्त्वात्मक निगमनात्मक स्पष्टीकरण किंवा पद्धती :** सिद्धान्तकल्पनात्मक किंवा गृहीततत्त्वात्मक निगमनात्मक स्पष्टीकरण किंवा पद्धती ही 'सिद्धान्तकल्पना किंवा गृहीततत्त्व (Hypothesis) हे विज्ञानामध्ये अत्यावश्यक आहे,' या अनुमानावर आधारित विधानाला किंवा अनुमानाला एक पर्याय होय. कारण या दोन्ही पद्धती (म्हणजे अनुमानात्मक व निगमनात्मक) प्रस्तावित सामान्यीकरण आणि त्यांच्या चाचण्या, या कल्पनांवर आधारित आहेत. ह्या प्रकारच्या दृष्टिकोनानुसार किंवा अभ्यासपद्धतीनुसार सिद्धान्तकल्पना (गृहीततत्त्व) आणि सिद्धान्त हे प्रगत असून सामान्यीकरण आणि प्राक्कथन यांचा आधार पुढील दोन निगमनात्मक विधाने आहेत— १. यशस्वी प्राक्कथन हे सिद्धान्तकल्पना किंवा गृहीततत्त्व आणि सिद्धान्त यांची योग्य चाचणी किंवा पुरेशी चाचणी घेतल्यानंतरच केले जाते. २. एकदा का यशस्वी प्राक्कथन साध्य झाले की मग त्यासंबंधी स्पष्टीकरण दिले जाते.

तज्ज्ञांच्या मते, सिद्धान्तकल्पनात्मक (गृहीततत्त्वात्मक) निगमनात्मक स्पष्टीकरण आणि अभ्यासपद्धती जेव्हा त्यांच्या परिपूर्ण अवस्थेत पोहोचतात, तेव्हा त्यातून परस्परसंबंधित विधाने आणि सिद्धान्त यांचे निगमनात्मक जाळे तयार होते.

id - (इड) **विशेष गुणधर्म** : सिगमंड फ्राईड (Sigmund Freud) यांनी त्यांच्या स्वत्वविकासाच्या ज्या तीन बाजू प्रतिपादन केल्या, त्यांतील पहिली बाजू आहे इड (id). इड (id) हा लॅटिन भाषेतील शब्द असून त्याची ओळख 'विशेष गुणधर्म' या संज्ञेने केली जाते. हा विशेष म्हणजे स्वत्वाचे जीवशास्त्रीय केंद्र की जेथे व्यक्तीच्या सर्व इच्छा किंवा प्रेरणा केंद्रित झालेल्या असतात. मानवी मनाचा अजाण किंवा अजाणीवपूर्वक भाग म्हणजे इड (id) होय. वर म्हटलेल्या जीवशास्त्रीय प्रेरणांचा विचार करता, फ्राईड यांच्या मते, त्या दोन आहेत– १. लैंगिकता २. आक्रमकता १. फ्राईड यांनी लैंगिकतेचा संबंध शृंगाराशी जोडला असून शृंगार म्हणजे जीवन व जीवनाचे सातत्य. २. आक्रमकतेचा संबंध मृत्यूशी असून मृत्यू मानवी इच्छेचा विचार न करता मानवी जीवनावर आक्रमण करतो व मानवी जीवन नष्ट करतो.

ideal - (आइडि'अल) **आदर्श** : आदर्श म्हणजे काल्पनिक, अस्तित्वात नसलेले सांस्कृतिक दृष्टीने व्याख्या केलेले वर्तनाचे अनुबंध होत, की जे व्यक्तीसमोर काही वर्तनवैशिष्ट्ये ठेवतात. भारतीय धर्मग्रंथांत विशद केल्याप्रमाणे हरिश्चंद्र किंवा कर्ण यांचा दानशूरपणा, सावित्रीची पतिनिष्ठा, रामाचे एकपत्नीत्व, महात्मा गांधींची सत्य व अहिंसा तत्त्वे, येशू ख्रिस्ताचे 'शत्रूवरही प्रेम करा' आदी विचार 'आदर्श' या संज्ञेला पात्र ठरतात. आदर्श हे व्यक्तींनी कसे वागावे याचे मार्गदर्शन करतात, म्हणूनच ते अनिवार्य नसतात.

ideal primary - (आइडि'अल प्रा'इमरी) **आदर्श प्राथमिक** : विशिष्ट संस्कृतीत जीवन जगणाऱ्या व्यक्तींनी तिच्या स्वतःच्या आणि तिच्या गटाच्या कल्याणासाठी संस्कृतीने निर्धारित केलेले अत्यावश्यक आदर्श म्हणजे 'प्राथमिक आदर्श' होत. हे आदर्श कुटुंबात अस्तित्वात असलेल्या अत्यंत घनिष्ठ कौटुंबिक संबंधातून

आकाराला येतात. हिंदू धर्मातील पातिव्रत्याचे आदर्श, पती परमेश्वररूप असल्याचे आदर्श कुटुंबाचे अस्तित्व चिरकाल टिकण्यास मदत करतात.

ideal of society - (आइडि'अल ऑफ सोसायटी) **समाजाचे आदर्श :** समाजाचे आदर्श हा आदर्शांचा असा एक प्रकार आहे, की समाजाने मान्य केलेला व लोकांनी साध्य करण्याची अपेक्षा बाळगणारा वर्तनबंध होय. उदा. अनेक तज्ज्ञांच्या मते, लोकशाही हा सरकारचा असा एक प्रकार आहे, की ज्यात समाजातील वा राज्यातील सर्व जनतेला सर्व प्रकारच्या सामाजिक सेवा आणि अत्यावश्यक कार्य करण्यासाठी समाजातील जनतेला अशा रीतीने संघटित आणि प्रेरित केले जाते, की त्यांनी समानतेचा आदर्श डोळ्यासमोर ठेवून सर्वांना समान पातळीवर मदत करावी. कायद्यासमोर सर्व नागरिक समान आहेत हा आदर्श, सर्वांना शिक्षणाची (त्यांची जात, वर्ग, धर्म, लिंग, वंश इत्यादींचा विचार न करता) समान संधी मिळणे हा आदर्श 'समाजाचे आदर्श' या संज्ञेला पात्र ठरतो.

ideal type - (आइडि'अल टाईप) **आदर्श प्रतिमा किंवा आदर्श प्रारूप :** आदर्श प्रतिमा किंवा आदर्श प्रारूप (ideal type) या संकल्पनेचा पाया जर्मनीतील समाजशास्त्रज्ञ मॅक्स वेबर यांनी रचला. त्यांनी त्यांच्या 'अभ्यासपद्धतिशास्त्रावरील प्रबंध' (Methodological Treatise) यात आदर्श प्रतिमा किंवा आदर्श प्रारूप या संकल्पनेवर सविस्तर चर्चा केली होती. वेबर यांच्या मते, 'आदर्श प्रतिमा' ही संशोधकांच्या दृष्टीने कोणत्याही साकार घटनेतील समानता आणि विभिन्नता मोजण्याचे एक साधन होय. अधिक खोलात न जाता वेबर यांनी 'आदर्श प्रतिमा' या संकल्पनेची चार वैशिष्ट्ये विशद केली होती– १. आदर्श प्रतिमा म्हणजे मूल्य धारण करणे होय. २. आदर्श प्रतिमा म्हणजे ध्येय साध्य करणे होय. ३. आदर्श प्रतिमा म्हणजे सर्व प्रकारचे हिशेब वा मोजमापन करणे होय. ४. आदर्श प्रतिमा म्हणजे साधनांचा वापर करणे होय. याशिवाय वेबर यांनी आदर्श प्रतिमांचे तीन प्रकारही प्रतिपादन केले होते ते पुढीलप्रमाणे– अ. ऐतिहासिक तपशिलाची आदर्श प्रतिमा. ब. सामाजिक वास्तवतेचे अमूर्त घटक दर्शविणारी आदर्श प्रतिमा. क. विशिष्ट प्रकारच्या वर्तनाची सयुक्तिक पुनर्रचना करणारी आदर्श प्रतिमा.

शेवटी मॅक्स वेबर त्यांच्या 'आदर्श प्रतिमा' या संकल्पनेच्या संदर्भात असे म्हणतात, की एकीकडे आदर्श प्रतिमा या आपला समाज व आपले विज्ञान यांना एकत्र बांधतात, तर दुसरीकडे या आदर्श प्रतिमा इतिहास आणि समाजशास्त्र यांचे संबंध विशद करतात.

identification - (आइडेन्टिफिकेशन) **ओळख :** एखाद्या दुसऱ्या व्यक्तीच्या वर्तनाची जवळजवळ तशीच नक्कल करण्याचा प्रयत्न करणे, म्हणजे ओळख होय. मुलाला आपण आपल्या वडिलांसारखे आहोत असे वाटणे किंवा मुलीला ती तिच्या आईसारखी आहे असे वाटणे म्हणजे ते त्यांच्या लिंगभावाची एक प्रकारे ओळखच होय. यात मुले नकळतच (मुलगा) वडिलांच्या वर्तनाची, तर (मुली) आईच्या वर्तनाची नक्कल करताना एकाला पुरुष असल्याची, तर दुसऱ्याला ती स्त्री असल्याची ओळख पटते. मोठेपणी आपले पद किंवा दर्जा आपल्या ओळखीचे साधन बनते. नेता, शिक्षक, प्राध्यापक, प्रशासकीय अधिकारी, डॉक्टर, वकील, न्यायाधीश इत्यादी भूमिकांच्याद्वारे व्यक्तीची समाजाला ओळख होते. यासाठी फ्राईड यांनी 'स्वत्वजाणीव' (self conscience or super ego) ही संज्ञा वापरली होती.

identity - (आइडेन्टिटी) **अस्मिता किंवा ओळख :** अस्मिता म्हणजे स्वत्वाची अशी संवेदना किंवा सातत्य, की ज्याचा विकास जेव्हा मूल स्वत:ला ते त्याच्या मातापित्यांपेक्षा वेगळे आहे असे समजावयास लागणे व समाजात स्वत:चे वेगळे स्थान निर्माण करणे होय. नवफ्राईडवादी सिद्धान्तकार एरिक एरिकसन (Erik Erikson) असे सूचित करतात, की प्रौढपणी व्यक्तीच्या अस्मितेत संकट निर्माण होते. प्रौढत्वाचा कालावधी हा व्यक्तीच्या जीवनातील विकासाचा कालावधी होय. या कालावधीत व्यक्ती तिच्या अस्मितेचा शोध घेण्याचा प्रयत्न करते. यात माता-पित्यांचे आदर्श, गटातील विविध मित्रांचे वर्तन व त्यांची जीवनशैली, विविध कारकिर्द घडविणाऱ्या योजना यात व्यक्ती कुठेतरी स्वत:ची अस्मिता शोधत असते. या संदर्भात पूर्णपणे असे म्हणता येईल, की प्रौढावस्थेच्या शेवटी व्यक्तीत तिची स्वत:ची ओळख स्थिर झालेली असते आणि तरुण व्यक्ती त्याच्या किंवा तिच्या अस्मितेचा स्वीकार करतात. एरिकसन यांच्या मते, अस्मितेची निर्मिती ही व्यक्तीच्या सामाजिक आंतरक्रियांचा परिणाम होय. तसेच समाजात जीवन जगताना अस्मितेच्या संदर्भात काही समस्या निर्माण झाल्या तर व्यक्तीत त्या दूर करणाच्या भावनेची निर्मिती होऊन व्यक्ती समाजापासून दूर जाते. वांशिक, जातीय विभेदीकरण किंवा बेरोजगारी यामुळे अस्मितेत काही प्रश्न निर्माण होतात. सारांश, अस्मिता म्हणजे समाजात व्यक्तीची निर्माण होणारी ओळख होय. असे असले तरी आधुनिक समाजशास्त्रात अस्मिता किंवा ओळख दर्शविणारी सुस्पष्ट संकल्पना आढळत नाही. 'अस्मिता ओळख' ही संकल्पना आधुनिक समाजशास्त्रज्ञ, विस्तृतपणे व लवचीक स्वरूपात स्वत्वाची

संवेदना, एखाद्याच्या भावना किंवा एखाद्याच्या कल्पना इत्यादी अर्थाने वापरतात. उदा. लिंगभाव अस्मिता, वर्ग अस्मिता इत्यादी. काही आधुनिक समाजशास्त्रज्ञ असे गृहीत धरतात की आपली अस्मिता ही आपण ज्या समाजात राहतो त्या समाजातील आपल्या सामाजिक भूमिकेवर अवलंबून असते व ती भूमिका सामाजिकीकरणाच्या प्रक्रियेद्वारे आपण आत्मसात करतो.

ideology - (आइडि'ऑलजी) **विचारप्रणाली :** १. 'विचारप्रणाली' ह्या संज्ञेचा पहिला अर्थ असा की विचारप्रणाली म्हणजे सामाजिक आणि राजकीय क्रियांच्या दृष्टीने आंतरिक महत्त्वाच्या आणि माहिती पुरवणाऱ्या कल्पनांची व्यवस्था होय. २. 'विचारप्रणाली' ह्या संज्ञेचा दुसरा अर्थ असा की विचारप्रणाली म्हणजे, अधिक विशेषत्वाने सांगावयाचे झाल्यास, कल्पनांची अशी व्यवस्था की ज्यात एक गट दुसऱ्या गटाच्या कनिष्ठत्वाचे एकीकडे समर्थन करतो; तर दुसरीकडे त्यास मान्यता किंवा वैधानिकता प्रदान करतो. ३. 'विचारप्रणाली' या संज्ञेचा तिसरा अर्थ असा, की विचारप्रणाली म्हणजे सर्वसमावेशक विश्वकोशीय ज्ञान होय की ज्यामुळे सर्व समाजातील पूर्वग्रह भंग पावतील व त्याचा वापर सामाजिक सुधारणांसाठी केला जाईल. विचारप्रणाली या संज्ञेचा हा तिसरा अर्थ जेव्हा मूलत: या संज्ञेचा उगम झाला तेव्हाच करण्यात आला होता. 'विचारप्रणाली' ही संज्ञा प्रथमत: अँटोनि देस्तत दी त्रेसी (Antoine Destutt de Tracy) यांनी फ्रान्सच्या प्रबोधनयुगाच्या सामाजिक आशावादी कालखंडात वापरली होती.

मार्क्स आणि एंगेल्स (Marx and Engels) यांच्या योगदानाचा वाटा विचार– प्रणालीच्या सिद्धान्ताच्या विकासात मोठा आहे व त्याचा प्रभाव आजही सर्वत्र आहे. या संज्ञेचे अनेक गर्भितार्थ आहेत. जर्मनीच्या विचारप्रणालीत, मार्क्स आणि एंगेल्स यांनी दोन मुद्द्यांवर भर दिला होता. यांतील पहिला मुद्दा हा, की या दोघांच्या विचारप्रणालीने सत्ताधारी पक्षाच्या दृष्टिकोनातून जगाचे चित्र रंगविले होते. यांतील दुसरा मुद्दा असा की या दोघांनी रंगविलेले हे वरील चित्र अर्थाचा विपर्यास करणारे असून त्यात सत्ताधारी पक्षाच्या हितसंबंधांना तत्त्वत: तरी प्राधान्य देण्यात येऊन सर्वसामान्य जनतेच्या मानवी हितसंबंधांकडे त्यात दुर्लक्ष करण्यात आले होते. मॅनहेम (Mannheim) यांनी त्यांच्या 'ज्ञानाचे समाजशास्त्र' या मांडणीद्वारे मार्क्स यांच्या विचाराला आव्हान दिले होते. मॅनहेम यांच्या मते, विचारप्रणालीत साम्यवादी आणि समाजवादी विचारांबरोबर कर्मठवादी विचारांचाही समावेश होतो.

आधुनिक मार्क्सवाद्यांच्या विचारप्रणालीत प्रमुख्याने पुढील तीन प्रकारच्या विचारप्रणालींचा समावेश होतो– १. टीकात्मक सिद्धान्ताच्या फ्रॅन्कफर्ट संप्रदायाची विचारप्रणाली. २. ग्रामसी यांच्या वर्चस्व (hegemony) सिद्धान्ताची विचारप्रणाली. ३. अलथुसर यांची 'विचारप्रणालीय राज्यसाधन' या संकल्पनेवर आधारित विचारप्रणाली.

थोडक्यात असे म्हणता येईल की, विचारप्रणाली ही अनेक अर्थ असणारी एक संज्ञा होय.

image of society - (इमेज ऑफ सोसायटी) **समाजाची प्रतिमा :** १९६६ साली ब्रिटनचे समाजशास्त्रज्ञ डेव्हिड लॉकवूड (David Lockwood) यांनी तेथील 'समाजशास्त्रीय समालोचन' (Sociological Review) या नियतकालिकात प्रकाशित केलेल्या 'समाजाच्या कामगार वर्गातील प्रतिमांच्या भेदांचे उगमस्रोत' (Sources of Variation in Working Class Images of Society) या लेखात त्यांनी सामाजिक कल्पनांच्या प्रचलित अध्ययनातील व्याप्ती, मतदार वर्तन, औद्योगिक समाजशास्त्र आणि समुदायजीवन यांच्यात सापडलेल्या काही बाबींचे चित्र रंगविले होते. या साहाय्याने लॉकवूड यांनी जागतिक दृष्टिकोनाच्या (कामगारांच्या) प्रभावी प्रकारशास्त्राचे (प्रकारवर्गीकरणशास्त्राचे- Typology) किंवा हस्तव्यावसायिकांच्या सामाजिक जाणिवांचे चित्र पारंपरिक मध्यम वर्गीय कामगार, विविध परंपरावादी आणि खासगी साधनसामग्रीच्या मार्फत काम करणारे यांच्यातील भेदांच्या आधारे रंगविले होते.

या प्रकारच्या मंडळात प्रथमत: खाणकामगार, जहाजबांधणी कामगार आणि तत्सम उद्योगातील श्रमशक्तींना एकत्र आणून त्यांचे एकसंध समुदायात रूपांतर केले. याचा परिणाम असा झाला, की हा कामगारांचा एकसंध समुदाय विस्तृत समाजापासून अलग पडला. ह्या कामगारांची एकूण प्रवृत्ती ही ते व्यावसायिक समुदायाचे सभासद असून सामाजिक जाळ्यात त्यांचा दर्जा इतर कामगारांपेक्षा उच्च प्रतीचा आहे, त्यांना त्यांच्या कामापासून अधिक समाधान मिळते, त्यांची त्यांच्या कामाशी असलेली बांधिलकी अत्यंत मजबूत आहे आणि ते त्यांच्या कामाशी वचनबद्ध आहेत इत्यादी जाणिवा त्यांना इतर पारंपरिक हस्तव्यावसायिक कामगारांपासून वेगळे करतात. यासाठी लॉकवूड यांनी 'समाजाची प्रतिमा' ही संज्ञा वापरली कारण हे एक कल्पनाचित्र आहे, वास्तवता नाही.

immigration - (इमिग्रे'शन) **परदेशगमन :** पहा-migration-स्थलांतर.

imperative co-ordination - (इम्प रेटिव्ह को-ऑर्डिने'शन) **आज्ञार्थक समन्वय :** एखाद्या संघटनेने किंवा समाजाने त्यांच्या सभासदांना दिलेल्या आज्ञेचे पालन करणे म्हणजे 'आज्ञार्थक समन्वय' होय. वेबर यांच्या जर्मन भाषेतील हरशॉफ्ट (Herrschaft) या शब्दाचे टिमाशेफ (Timasheff) यांनी केलेले इंग्रजी भाषांतर म्हणजे 'इम्प रेटिव्ह को-ऑर्डिने'शन' (आज्ञार्थक समन्वय) होय. पार्सन्स यांनीसुद्धा ही संज्ञा स्वीकारली होती. वेबर यांच्या योगदानातील सत्ता (Power) आणि क्षमता (Capacity) या दोन संकल्पनांतील भेद स्पष्ट करण्याचा प्रयत्न करताना या संकल्पनेचा वापर केला होता. हरशॉफ्ट या जर्मन संकल्पनेचा वेबर यांना अभिप्रेत असलेला अर्थ आहे वैधानिक अधिकार. पार्सन्स यांनी त्यासाठी इंग्रजीत 'Legitimate Authority' ही संज्ञा वापरली होती. अगदी अलीकडे जर्मनीत जन्मलेले, पण नंतर इंग्लंडमध्ये स्थायिक झालेले राल्फ डाहरेनडॉर्फ यांनी त्यांच्या संघर्षसिद्धान्तावरील मांडणीत सामाजिक व्यवस्थेच्या प्रतिमेचे चित्र रंगविताना 'आज्ञार्थक समन्वयात्मक मंडळ' (Imperative Coordinated Association) ही संकल्पना मांडताना असे मांडले की, संघर्ष हा नेहमी अधिकार असणारे व अधिकार नसणारे यांच्यात होतो. अधिकारसंरचना प्रत्येक सामाजिक व्यवस्थेचा एक भाग असून, आज्ञा देणाऱ्याचा व आज्ञा पाळणाऱ्याचा समन्वय साधला गेला तर व्यवस्था टिकते; अन्यथा व्यवस्थेत संघर्ष जन्माला येऊन समाजव्यवस्थेचे आरोग्य धोक्यात येते. संघर्षावर नियंत्रण ठेवणारी यंत्रणा म्हणून डाहरेनडॉर्फ आज्ञार्थक समन्वयात्मक मंडळाकडे पाहतात.

imperialism - (इम्पे'रिऑलिझम) **साम्राज्यशाही किंवा साम्राज्यवाद :** एका देशाचे वा अनेक देशांचे दुसऱ्या एका देशावर असलेले राजकीय आणि आर्थिक वर्चस्व म्हणजे 'साम्राज्यवाद' होय. यात कालांतराने हे परकीय देश त्यांच्या आर्थिक वर्चस्वामुळे व त्यांनी केलेल्या स्थानिक जनतेच्या शोषणामुळे संबंधित देशांवर स्वतःची राजकीय सत्ता जबरदस्तीने लादतात व परिणामतः तेच राज्यकर्ते बनतात. इंग्लंड हे जगातील सर्वात मोठे साम्राज्यशाहीवादी राष्ट्र होय. पूर्वेकडून पश्चिमेकडच्या अनेक राष्ट्रांवर ब्रिटिशांची सत्ता होती. समाजशास्त्रात आणि अन्य सामाजिक शास्त्रांत साम्राज्यशाहीकडे पाहण्याचे दोन दृष्टिकोन आहेत. पहिला दृष्टिकोन हा वर्चस्वाच्या राजकीय पैलूवर भर देतो आणि त्याचा उगम प्राचीन संस्कृतीत शोधण्याचा प्रयत्न करतो, जो साम्राज्यवाद विस्तारवादावर आधारित होता. उदा. रोमन साम्राज्यशाही. दुसऱ्या दृष्टिकोनात आर्थिक पैलूवर भर देण्यात

आला असून, त्यांच्या दृष्टीने साम्राज्यशाही हे प्रामुख्याने विसाव्या शतकाचे वैशिष्ट्य असून, भांडवलशाहीतून साम्राज्यशाहीचा उदय झाल्याचे मानण्यात येते. स्वातंत्र्य, समता, बंधुभाव इत्यादी संकल्पनांमुळे, स्वदेशी जनतेच्या जागृतीमुळे राजकीय साम्राज्यवाद जरी लयाला गेला असला; तरी आर्थिक साम्राज्यवाद मात्र आजही टिकून आहे. अनेक विकसनशील, अविकसित देशांच्या आर्थिक नाड्या या आजही अमेरिकादी श्रीमंत राष्ट्रांच्या हातात आहेत हे सत्य नाकारता येत नाही.

impression* management - (इम्प्रे'शन मॅनेजमेंट) **मतप्रणाली व्यवस्थापन :** इर्विंग गॉफमन यांनी नाट्यकलाशास्त्रासंबंधीच्या अध्ययनाद्वारे आंतरक्रियांच्या अध्ययनाचे एक नवीन दालन उघडले, की ज्यात त्यांनी मानवसमाज व नाटकाचा रंगमंच यांची तुलना केली होती. ही तुलना करताना गॉफमन यांनी 'मतप्रणाली व्यवस्थापनाची प्रक्रिया' (Process of Impression Management) या संकल्पनेवर प्रकाशझोत टाकण्याचा प्रयत्न केला होता. गॉफमन यांच्या मते, प्रत्येक आंतरक्रियेत व्यक्ती स्वत:ची ओळख इतरांना केवळ करून देते असे नाही, तर समाज ज्या प्रकारच्या प्रतिमा सादर करण्याची अपेक्षा करतो, त्या प्रकारचे वर्तन प्रकट करण्याचा कर्ता (व्यक्ती) प्रयत्न करतो. सोप्या शब्दात असे म्हणता येईल की, आंतरक्रियेत पहिली व्यक्ती दुसऱ्या अन्य व्यक्तीच्या वा समाजाच्या अपेक्षांना अनुरूप असे वर्तन करतो. त्यासाठीच गॉफमन यांनी 'मतप्रणाली व्यवस्थापन प्रक्रिया' या संज्ञेचा वापर करून आंतरक्रियांच्या एकूण स्वरूपावर प्रकाशझोत टाकण्याचा प्रयत्न केला होता.

incest taboo - (इ'नसेस्ट टॅबू) **संभोग निषेध नियम किंवा विवाहसंबंध निषेध नियम :** प्रत्येक समाजात विवाहासंबंधी दोन प्रकारचे नियम असतात- १. प्राधान्यदर्शक नियम किंवा संमतिदर्शक नियम : यात कोणत्या स्त्री-पुरुषांनी परस्परांशी विवाहबद्ध व्हावे; हे सांगितले असून, अशा विवाहास समाजाची मान्यता असते. २. निषेधात्मक नियम : या नियमात कोणी कोणाशी किंवा कोणत्या स्त्री-पुरुषांनी परस्परांशी विवाहबद्ध होऊ नये असे सांगितले जाते. ज्या दोन स्त्री-पुरुषांमध्ये विवाह होऊ नये असे समाजाला वाटते, अशा दोन स्त्री-पुरुषांचा परस्परांशी जर विवाह झाला तर समाज अशा विवाहाचा निषेध करतो.

★ impression : याचा मराठीत अर्थ होतो; भावना, कल्पना व मत किंवा मतप्रणाली. या ठिकाणी इंग्रजीतील Opinion हा अर्थ अन्य दोन अर्थांपिक्षा योग्य वाटल्याने त्याचे मराठी भाषांतर 'मतप्रणाली' असे या ठिकाणी केले असून ते अधिक योग्य आहे.

जगातील सर्वच समाजांत परस्परांशी विशिष्ट नात्याने जोडल्या गेलेल्या स्त्री-पुरुषांना परस्परांशी वैवाहिक संबंध प्रस्थापित करता येत नाहीत. यात वडील-मुलगी, आई-मुलगा, सख्खे भाऊ-बहीण यांचा समावेश होतो. संभोग निषेध नियमनांचे स्वरूप समाजासमाजानुरूप वेगवेगळे असते. हिंदू समाजात ते अधिक ताठर आहे, तर मुस्लिम समाजात ते तुलनात्मकदृष्ट्या लवचीक आहे. शेवटी कोणत्या स्त्री-पुरुषांनी परस्परांशी विवाहबद्ध होऊ नये, हे सांगणारे नियम म्हणजे संभोग निषेध नियम होत.

incommen-surability - (इन्कॅमेन-शरॅबिलिटी) **अह्निर्णयक्षमता किंवा अपूर्णता :** १. या संकल्पनेचा पहिला अर्थ असा की विविध वैज्ञानिक सिद्धान्ताचे संबंध, की ज्यात विधाने व सिद्धान्ताचा एकूण आशय यांची प्रत्यक्ष तुलना करणे शक्य नसते; हीच एक प्रकारची अ-निर्णयक्षमता वा अपूर्णता होय. २. वैज्ञानिक सिद्धान्ताच्या संकल्पना असे धरून चालतात, की सिद्धान्तसंबंधी सर्व निरीक्षणे तसेच सिद्धान्त संबंधी अनुमानित, तार्किक प्रत्यक्षवादी किंवा विज्ञानासंबंधी भ्रामक संकल्पना यासंबंधी सिद्धान्त-तटस्थभाषा अस्तित्वात नसते, हे विधानही अ-निर्णयक्षमतेचे अथवा अपूर्णतेचे प्रतीक होय. अ-निर्णयक्षमता किंवा अपूर्णता ही संज्ञा थॉमस कुन (Thomas Kuhn) आणि पॉल फेयराबेंड (Paul Feyerabend) यांच्या संकल्पनेशी संबंधित असून ते त्यात अधिक प्रमाणात सापेक्षतावाद गृहीत धरतात.

incorporation - (इनकॉर्पोरेशन) **अंतर्भाव किंवा एकीकरण :** अंतर्भाव किंवा एकीकरण ही अशी एक प्रक्रिया की ज्याद्वारे अनेक सामाजिक गट, अनेक सामाजिक वर्ग व अनेक व्यक्ती यांना अधिक मोठ्या सामाजिक व्यवस्थेत परिवर्तित करणे होय. ही एकीकरणाची किंवा अंतर्भावाची प्रक्रिया दोन मार्गांनी साध्य करता येईल. पहिला मार्ग म्हणजे हे एकीकरण हक्कांच्या विस्तारातून साध्य केले जाऊ शकेल व नंतर दुसरा मार्ग म्हणजे हे एकीकरण नागरी समुदायाला; सामाजिक गतिमत्त्वाच्या यंत्रणेच्या माध्यमातून, आंतरजातीय विवाहाच्या माध्यमातून आणि नागरी विलगीकरणाच्या माध्यमातून प्राप्त होऊ शकेल. या संदर्भात आणखी काही तज्ज्ञ असे म्हणतात की, अंतर्भाव किंवा एकीकरण म्हणजे अशी प्रक्रिया आहे की ज्यात कामगार वर्गाच्या राजकीय आणि व्यावसायिक संघटनांना भांडवलशाही समाजात समाविष्ट करून घेणे होय. याशिवाय काही विद्वान असा दावा करतात की, कामगार वर्गाच्या जाणिवांना अशारितीने आकार दिला जातो की त्यांनी वर्चस्ववादी गटांची किंवा वर्गाची मूल्ये आणि हितसंबंध यांचा

स्वीकार करणे म्हणजे एकीकरण होय. या संकल्पनेला कामगार वर्गाच्या जाणिवा आणि त्यांच्या कल्पना यांत स्थान देण्यात आले होते. यातील पहिल्या प्रकारच्या संकल्पनांचा वापर, १२ व्या शतकात कामगार वर्गात 'श्रमिक अमीर उमराव' या नावाचा स्वतंत्र दर्जागट (status group) आकाराला आला होता, त्यासाठी केला जाई आणि दुसऱ्या दृष्टिकोनानुसार या संकल्पनेचा संबंध हा वर्चस्वगटाशी तुलना करण्यासाठी जोडला गेला होता. त्याचप्रमाणे इंग्लंडमध्ये राजकीय क्षेत्राव्यतिरिक्त अन्य क्षेत्रांतील विद्वानांना, तज्ज्ञांना, कलाकारांना राजकीय क्षेत्रात समाविष्ट करून घेण्यासाठी वरिष्ठ सभागृह (House of Lords) निर्माण करण्यात आले; त्याच धर्तीवर भारतात राज्यसभेची निर्मिती करण्यात आली.

independent variable - (इन्डिपे'न्डन्ट व्हे'अरिएबल) **स्वतंत्र वा स्वायत्त चल :** विशिष्ट अध्ययनात, विश्लेषणात, प्रतिकृतीत सामाजिक मूलभूत घटक म्हणून स्वतंत्र वा स्वायत्त चलाकडे पाहिले जाते व त्याचे महत्त्वाचे वैशिष्ट्य म्हणजे त्याचे निर्धारण स्वतंत्रपणे केले जाते. परावलंबी चलापेक्षा स्वतंत्र किंवा स्वायत्त चल वेगळा असतो. काही तज्ज्ञांच्या मते, स्वतंत्र किंवा स्वायत्त चल याचा उल्लेख बऱ्याच वेळा 'स्पष्टीकरणात्मक चल' म्हणून केला जातो. उदा. प्रत्येक सामाजिक वर्ग हा स्वतंत्र चल आहे, कारण प्रत्येक सामाजिक वर्गाचे अस्तित्व स्वतंत्र असते व ते कोणावर अवलंबून नसते. याउलट सामाजिक वर्गातील सभासदांचा राजकारणात सहभाग हा 'परावलंबी चल' आहे, कारण सामाजिक वर्गाच्या दर्जावर सभासदांचा राजकारणातील सहभाग अवलंबून असतो. उदा. उच्च वर्गातील लोक तुलनात्मकदृष्ट्या राजकारणात कनिष्ठ वर्गातील लोकांपेक्षा मोठ्या संख्येने सहभागी होतात, हे परावलंबी चलाचे उदाहरण होय.

index - (इन्डेक्स) **सूची किंवा सूचिपत्र :** सूची किंवा सूचिपत्र म्हणजे सामाजिक आर्थिक किंवा राजकीय घटकांचे संख्यात्मक मोजमापन होय. या क्षेत्रातील अभिरुचीचा किंवा हितसंबंधाचा निर्देशक घटक म्हणूनही 'सूची'चा उल्लेख केला जातो. अनेक देशांत किरकोळ किमतीचा निर्देशक घटक असतो ज्याद्वारे जीवनोपयोगी वस्तूंची भाववाढ किती प्रमाणात झाली होती वा आहे, हे संबंधितांच्या लक्षात येते. लोकसंख्येची वाढ, लोकसंख्येतील शिक्षितांचे प्रमाण व त्यानुसार वर्गीकरण, स्त्री-पुरुषांचे प्रमाण इत्यादी बाबी निर्देशित करण्यासाठी सूचीचा वापर केला जातो. याशिवाय प्रत्येक राष्ट्र, राष्ट्रातील लोकांची वांशिकता, उत्पन्न, कुटुंबाचा प्रकार व आकार इत्यादींचा निर्देश करण्यासाठी सूचीचा वापर केला जातो. सारांश, सूचीच्या माध्यमातून राष्ट्रातील व समाजातील विविध चलांचे संख्याशास्त्रीय चित्र रंगविले जाते.

indigenous group - (इन्डि'जनस ग्रूप) **स्वदेशी गट :** वसाहतवाद्यांची सत्ता असलेल्या राष्ट्रांत, वसाहतीकरणानंतरही मूळच्या स्वदेशी लोकांनी टिकवून ठेवलेले त्यांचे स्वतंत्र अस्तित्व म्हणजे स्वदेशी गट होय. उत्तर अमेरिकेतील भारतीय (रेड इंडियन्स किंवा अमेरिकन इंडियन्स), ऑस्ट्रेलियातील आदिवासी व न्यूझिलंडमधील मूळचे मावरी (Maori) आदिवासी यांनी त्या त्या राष्ट्रात त्यांचे अस्तित्व आजही टिकवून ठेवले आहे व त्याच्यासाठी 'स्वदेशी गट' ही संज्ञा वापरतात. भारतातही इंग्रज, फ्रेंच, पोर्तुगीज इत्यादींना वगळून मूळच्या भारतीय वंशाच्या लोकांसाठीही 'स्वदेशी गट' ही संज्ञा वापरली जाते. काही मराठी भाषांतरकार 'एतद्देशीय' ही संज्ञाही स्वदेशीला पर्याय म्हणून वापरतात.

individual level data - (इन्डिव्हि'ज्यूअल ले'व्हल डे'टा) **वैयक्तिक तथ्यसंकलन पातळी :** कोणत्याही प्रकारच्या संशोधन अभ्यासपद्धतीच्या माध्यमातून व्यक्तीकडून जमा करण्यात आलेल्या माहितीसाठी 'वैयक्तिक तथ्यसंकलन पातळी' ही संज्ञा वापरण्यात येते. ही माहिती गोळा करताना मुलाखत, निरीक्षणात्मक अध्ययन, प्रश्नावली यांपैकी कोणत्याही तंत्राचा वापर केला जातो. वैयक्तिक तथ्यसंकलन पातळी एकत्र केल्यास ती गटपातळीवरची माहिती होऊ शकेल. यामध्ये गटासंबंधी, शाळेतील वर्गासंबंधी किंवा सामाजिक वर्गासंबंधीच्या माहितीचा समावेश होतो.

industrial action - (इन्ड'स्ट्रिअल ॲ'क्शन) **औद्योगिक क्रिया :** औद्योगिक क्रिया म्हणजे कामगारांच्या नेमणुकीच्या अटींच्या संदर्भात कामगार संघटना आणि कारखानदार यांच्यात निर्माण झालेल्या मतभेदाला काही प्रमाणात मान्यता देण्याची क्रिया होय. संप, कामगारांनी काम चालू ठेवण्यास नकार देणे, कामाच्या ठिकाणाहून निघून जाणे इत्यादी कृती 'औद्योगिक क्रिया' संज्ञेत येतात. तसेच कामगार संघटनांची औपचारिक मान्यता न घेता अनधिकृतपणे संप पुकारणे, कामबंद संप, कारखान्यात किंवा कामाच्या जागी येणे; परंतु काम न करणे इत्यादींचाही समावेश औद्योगिक क्रियेत येतो. याशिवाय नियमानुसार काम, सामान्य गतीपेक्षा कमी गतीने काम करणे यांनाही 'औद्योगिक क्रिया' ही संज्ञा दिली जाते. कामगारांच्या या क्रियांना प्रतिशह देण्यासाठी कामगार नेत्यांची बडतर्फी, कारखाना बंद करण्याची कृती, संपकरी कामगारांविरुद्ध शिस्तभंगाची कारवाई जेव्हा कारखाना मालक करतात तेव्हा त्यासही 'औद्योगिक क्रिया' या संज्ञेने संबोधले जाते.

industrial conflict - (इन्ड॑स्ट्रिअल कॉ॑नफ्लिक्ट) **औद्योगिक कलह किंवा औद्योगिक संघर्ष :** औद्योगिक कलह म्हणजे कामगार संघटना व कारखानदार यांच्यात नोकरीसंबंधीच्या अटी, वेतनश्रेणी, कामाचे तास, कामगारांच्या सुविधा या संदर्भात जेव्हा मतभेद होतात; तेव्हा त्यातून संघर्षाची ठिणगी पडते. काही औद्योगिक समाजशास्त्रज्ञ, अर्थतज्ज्ञ यांच्या मते, वरील प्रश्नांवर कामगारांकडून छेडण्यात येणारे आंदोलन म्हणजे 'औद्योगिक संघर्ष' होय. औद्योगिक संघर्ष हे छुपे आणि उघड अशा दोन्ही प्रकारचे असतात. औद्योगिक संघर्ष थांबविण्यासाठी त्याचे अध्ययन अत्यावश्यक ठरते. औद्योगिक कलहाचा अभ्यास समाजशास्त्रज्ञ पुढील तीन दृष्टिकोनांतून करतात- १. औद्योगिक कलहाच्या विविध प्रकारांचे अध्ययन. औद्योगिक कलह दोन प्रकारचे असतात- अ. उघड संघर्ष-यात संप व टाळेबंदी याचा समावेश होतो. ब. सुप्त वा गुप्त संघर्ष-यात 'नियमानुसार काम' यांचा अंतर्भाव होतो. २. औद्योगिक कलहाचे उगमस्रोत व औद्योगिक कलहाचे परिणाम यांचे अध्ययन. ३. औद्योगिक कलह ह्या संज्ञेची व्याख्या करण्यासाठी किंवा 'औद्योगिक कलह' हा शिक्का मारण्यासाठी सामाजिक प्रक्रियेतील परिस्थितिनिदर्शक कोणत्या क्रिया प्रत्यक्षत: कारणीभूत आहेत, याचे अध्ययन.

समाजशास्त्राच्या दृष्टिकोनातून विचार करता औद्योगिक समाजशास्त्र ही सामाजिक शास्त्राची अशी एक शाखा आहे की ती औद्योगिक कलहाचा अभ्यास; औद्योगिक कलहाचे उगमस्रोत, त्याचे प्रकार व परिणाम या दृष्टिकोनातून करते. काही समाजशास्त्रज्ञांच्या मते, औद्योगिक संघर्ष हा औद्योगिक उत्पादनक्षेत्र, आर्थिक क्षेत्र, सामाजिक क्षेत्र यांतील विघटनास कारणीभूत ठरतो; तर कामगारांच्या हक्कांचे जतन, त्यांच्या समस्यांची सोडवणूक इत्यादींसाठी हा संघर्ष फायदेशीर ठरतो.

industrial democracy - (इन्ड॑स्ट्रिअल डेमॉ॑क्रसी) **औद्योगिक लोकशाही :** या ठिकाणी औद्योगिक लोकशाही म्हणजे उद्योगसंघटनांतील निर्णयप्रक्रियेत कामगारांना सहभागी करून घेणे होय. हा सहभाग संपूर्ण किंवा मालक आणि व्यवस्थापकीय हितसंबंध यांच्यासमवेत सहभागी स्वरूपाचा असावा. शिवाय निर्णयप्रक्रिया ही समग्र औद्योगिक संघटनेशी किंवा त्यातील उपगटाशी संबंधित असावी. निर्णयप्रक्रियेच्या प्रमुख प्रकारांत कामगारांचे स्व-व्यवस्थापन, उत्पादकांच्या सहकारी संस्था आणि सहनिर्धारण इत्यादींचा अंतर्भाव होतो. उपगटाच्या पातळीवर निर्णयप्रक्रियेचा विचार करता स्वायत्त कार्यगटाची निर्मिती, कामगार जीवन कार्यक्रमाची गुणवत्ता यांचा समावेश होतो व ही औद्योगिक लोकशाहीची काही

उदाहरणे होत, की जी पुले (Poole) यांनी १९८६ साली केलेल्या संशोधनातून आकाराला आली.

औद्योगिक लोकशाहीच्या सर्वसामान्य संकल्पनेवर बहुसत्तावाद्यांनी व मार्क्सवाद्यांनी टीका केली होती. बहुसत्तावादी टीकाकार असा विवाद करतात, की व्यवस्थापनातील कामगारांच्या सहभागामुळे सामूहिक करारात आपल्या कामगारांचे योग्य प्रतिनिधित्व करण्याची कामगार संघटनेच्या नेत्याची क्षमता सौम्य होते. मार्क्सवादी यावर टीका करताना म्हणतात, की भांडवलशाही समाजात व्यापारी संघटनांमध्ये कामगारांचा वाढता सहभाग शक्य नाही.

ऐतिहासिक दृष्टीने विचार करता औद्योगिक लोकशाहीची मुळे ही फ्रान्समधील कार्यात्मकवादी विचारात असून, त्याचा प्रभाव अमेरिका व इंग्लंडमधील समाजवादी विचारांवर व कामगार संघटनांवर २० व्या शतकाच्या प्रारंभीच्या काही दशकांत पडला होता. औद्योगिक लोकशाही म्हणजे थोडक्यात, उद्योगक्षेत्रातील व्यवस्थापनाच्या निर्णयप्रक्रियेत कामगारांचा सहभाग होय.

industrialization - (इन्ड'स्ट्रिअलिझेशन) **औद्योगिकीकरण :** पारंपरिक शेतीव्यवसायावर आधारित हस्तोद्योग, हस्तव्यवसाय, कुटीरोद्योग यांच्या जागी यंत्रावर किंवा यंत्राद्वारे उत्पादन करण्याची प्रक्रिया म्हणजे 'औद्योगिकीकरण' होय. काही समाजशास्त्रज्ञांच्या मते, औद्योगिक क्रांतीनंतर जेव्हा यंत्रोत्पादनाला प्राधान्य मिळाले व यंत्रोत्पादनाशी निगडित उत्पादन करणाऱ्या कारखान्यांचे एखाद्या शहरात जेव्हा केंद्रीकरण होते; तेव्हा त्यातून 'औद्योगिकीकरण' ह्या संकल्पनेचा जन्म होतो. एक भारतीय औद्योगिक समाजशास्त्रज्ञ कुँवरसिंह तिलारा म्हणतात, औद्योगिकीकरण म्हणजे लघु उद्योगाचे मोठ्या अवजड उद्योगात रूपांतर करणे होय. तिलारा यांच्या मते, औद्योगिकीकरण हे प्रामुख्याने तेल, नैसर्गिक वायू, कोळसा यांसारख्या खनिज पदार्थांच्या उत्पादनाशी संबंधित आहे व मोठमोठी यंत्रे चालविली जाऊन मोठ्या प्रमाणात उत्पादन केले जाते. सारांशरूपात बोलावयाचे झाल्यास, औद्योगिकीकरणात पुढील गोष्टींचा समावेश होतो– १. हस्तोद्योगाच्या जागी यंत्रोत्पादन करणे. २. यंत्रोत्पादनासाठी मोठ्या प्रमाणात भांडवल गुंतवणूक करणे. ३. उत्पादित मालाच्या विक्रीसाठी नवीन नवीन बाजारपेठांचा शोध घेणे. ४. श्रमकौशल्यावर आधारित श्रमविभाजन व श्रमिकांना वस्तूऐवजी रोख पैशाच्या स्वरूपात मजुरी वा वेतन देणे इत्यादी.

industrial relations - (इन्ड'स्ट्रिअल रिले'शन) **औद्योगिक संबंध :**
उद्योगक्षेत्रातील कामगार व मालक यांचे संबंध व त्या संबंधांचा अभ्यास हा
औद्योगिक सामाजिक संबंधांच्या कार्यकक्षेत येतो. उद्योगक्षेत्रातील विविध पदांवर
काम करणारे कर्मचारी, मालक यांचा अभ्यास समाजशास्त्रीय दृष्टिकोनातून करणारे
औद्योगिक समाजशास्त्र ही सामाजिक शास्त्रांची एक शाखा आहे. याशिवाय
अर्थशास्त्र, राज्यशास्त्र, मानसशास्त्र हेही उद्योगक्षेत्रातील कामगारसंबंधांचा अभ्यास
त्यांच्या त्यांच्या दृष्टिकोनातून करतात. समाजशास्त्रज्ञ औद्योगिक क्षेत्रातील सामाजिक
संबंधांचा अभ्यास हा दोन बाजूंनी करतात. एक म्हणजे अंतर्गत औद्योगिक
सामाजिक संबंध, व दुसरी म्हणजे, बहिर्गत औद्योगिक सामाजिक संबंध. पहिल्या
प्रकारच्या औद्योगिक सामाजिक संबंधांत एकाच कारखान्यात किंवा उद्योगात
काम करणाऱ्या कामगारांसहित विविध पदांवर कार्यरत असलेल्या कर्मचाऱ्यांच्या
सामाजिक संबंधांचा अभ्यास समाविष्ट आहे. उदा. कापड–उद्योग, खनिज–
उद्योग इत्यादी. दुसऱ्या प्रकारच्या औद्योगिक सामाजिक संबंधांत उद्योगक्षेत्रातील
कर्मचाऱ्यांचे उद्योगक्षेत्राबाहेरील लोकांशी कसे व काय संबंध आहेत, याचे
अध्ययन केले जाते. उद्योगक्षेत्राबाहेरील औद्योगिक सामाजिक संबंधात उद्योग व
राजकीय क्षेत्र, उद्योग व बँका, उद्योग व बाजारपेठा, उद्योगउत्पादन व मागणी
इत्यादींचे अध्ययन येते.

industrial society - (इन्ड'स्ट्रिअल सोसायटी) **औद्योगिक समाज :** औद्योगिक
समाजशास्त्रज्ञांच्या मते, औद्योगिक समाज म्हणजे समाजाचा किंवा कोणत्याही
विशिष्ट समाजाचा असा एक प्रकार, की ज्यात औद्योगिकीकरणाची व
आधुनिकीकरणाची प्रक्रिया घडून आली आहे किंवा पूर्ण झाली आहे. 'औद्योगिक
समाज' या संज्ञेचा वापर प्रथम सेंट सायमन या फ्रान्समधील विद्वानाने केला होता.
१८ व्या शतकातील युरोप खंडातील उद्योगपूर्व समाज व कृषी समाज यांच्या
जागी औद्योगिक उत्पादन हीच मध्यवर्ती उत्पादनप्रक्रिया आहे अशी भूमिका
स्वीकारून त्यातून जो नवा समाज निर्माण झाला होता त्यासाठी सेंट सायमन यांनी
या संज्ञेचा वापर केला होता. अधिक सविस्तर चर्चा न करता औद्योगिक
समाजाच्या काही वैशिष्ट्यांचा आपण येथे नामनिर्देश करणार आहोत–
१. व्यापक यांत्रिकीकरण २. स्वयंचलन व वैयक्तिक योग्यतेचे हस्तांतरण
३. विशेषीकरणावर आधारित श्रमविभाजन ४. नफ्यासाठी उत्पादन ५. सामूहिक
मालकी ६. कृषी उत्पादन व औद्योगिक उत्पादन यांतील भिन्नता ७. विवेकीकरण
८. औद्योगिक नियोजन ९. राजकीय हस्तक्षेप १०. वर्गसंघर्ष ११. सामूहिक

करार व सौदेबाजी-व्यवस्था इत्यादी. सारांशरूपात असे म्हणता येईल की, ज्या समाजात कृषी उत्पादनाऐवजी औद्योगिक उत्पादनावर उपजीविका करणाऱ्या लोकांचे प्रमाण जास्त असते, असे समाज 'औद्योगिक समाज' म्हणून ओळखले जातात.

industrial sociology - (इन्डस्ट्रिअल सोशिऑलजी) **औद्योगिक समाजशास्त्र :** औद्योगिक समाजशास्त्र ही समाजशास्त्राची एक व्यावहारिक व उपयोगी शाखा असून, त्यात उद्योगक्षेत्रातील सामाजिक संबंधांचा सर्वांगपरिपूर्ण अभ्यास केला जातो. काही समाजशास्त्रज्ञांच्या मते, समाजातील उद्योग या उपव्यवस्थेचा, त्यांच्या संरचनेचा व कार्याचा तसेच त्यात वेळोवेळी होणाऱ्या बदलांचा सविस्तर अभ्यास औद्योगिक समाजशास्त्रात केला जातो. अन्य काही तज्ज्ञांच्या मते, उद्योगक्षेत्रात निर्माण होणाऱ्या मानवी संबंधांचा व त्या संबंधांच्या होणाऱ्या परस्पर परिणामांचा अभ्यासही औद्योगिक समाजशास्त्रात केला जातो. यावर स्पष्टीकरण करताना हे तज्ज्ञ म्हणतात की, उद्योगक्षेत्रात कार्यरत असलेला कामगार संपूर्ण समाजाचाही एक सभासद असतो. त्याच्या समाजातील स्थितीचा किंवा दर्जाचा परिणाम जसा त्याच्या उद्योगक्षेत्रातील स्थानावर किंवा दर्जावर होतो, तसाच त्याच्या उद्योगातील स्थानाचा व दर्जाचा परिणाम कामगाराला समाजात प्रतिष्ठा प्राप्त करून देण्यास साहाय्यभूत ठरू शकतो. या दोन्ही गोष्टींचा अभ्यास औद्योगिक समाजशास्त्र करते. याशिवाय औद्योगिक व्यवस्थापन, औद्योगिक नोकरशाही, कामगार संघटना, कामगारांचे शोषण, उद्योगक्षेत्रातील अधिकाधिक यांत्रिकीकरण, स्वयंचलन व त्याचा एकूण रोजंदारीवर होणारा परिणाम, कामातील तोचतोचपणा, कामगाराला माणूस न मानता यंत्र मानण्याची कारखानदारांची वृत्ती, या संदर्भात सरकारचे उदासीन वा धरसोडीचे धोरण इत्यादी बाबींचे अध्ययनही औद्योगिक समाजशास्त्राच्या अध्ययन कार्यकक्षेत येते.

inequality - (इनइक्वॉलिटी) **असमानता किंवा विषमता :** असमानता किंवा विषमता ही अशी एक स्थिती आहे ज्यात लिंग, वय, मानसिकतेचा प्रभाव, सामाजिक आर्थिक स्तरीकरण (वर्ग, जात आणि श्रेणी यांवर आधारित) याद्वारे निर्माण झालेली वैयक्तिक विभेदीकरण अवस्था होय. काही तज्ज्ञ या अवस्थेसाठी सरकारला जबाबदार धरतात. समाजातील विविध गटांतील सभासदांना मिळणाऱ्या असमान संधीतून विषमता आकाराला येते. समानतेच्या विरुद्ध अशी ही स्थिती असून समाजधारणेसाठी काही तज्ज्ञांच्या मते, विषमता ही अत्यावश्यक आहे. वैयक्तिक विषमतेतून सामाजिक विषमता आकाराला येते. व्यक्तीची बुद्धिमत्ता, तिच्या शरीराचा बांधा, तिचे लिंग, तिची एकूण कार्यक्षमता यांतून वैयक्तिक

विषमता आकाराला येते. शिक्षणाची समान संधी मिळूनही बौद्धिक भेदामुळे काही व्यक्ती पुढे जातात. उच्च दर्जा प्राप्त करतात तर काही व्यक्ती मागे राहतात व त्यांना नकळतच कनिष्ठ दर्जा प्राप्त होतो व त्यातून सामाजिक विषमता प्राप्त होते. शिक्षणक्षेत्राप्रमाणे व्यापारक्षेत्राचेही तसेच आहे. पैसा असूनही व्यापार करण्याचे कौशल्य सर्वांजवळच असते असे नाही. ज्यांच्याजवळ व्यापारकौशल्य आहे ते व्यापारात यशस्वी होतात; ज्यांच्याजवळ ते नाही ते व्यापारात अपयशी ठरतात. त्यातून समाजात सामाजिक विषमता आकाराला येते. सामाजिक वर्ग, लिंगभाव, वांशिकता, वस्तिस्थान, उत्पन्नाचे वाटप, सामाजिक न्याय इत्यादी क्षेत्रे विषमतेचे पोषण करतात, असे म्हणता येईल.

informal care - (इन्फॉर्मल केअर) **अनौपचारिक काळजी :** आजारी व्यक्ती, वृद्ध व्यक्ती, परावलंबी व्यक्ती (अपंग, मनोरुग्ण व लहान मुले इत्यादी) यांच्या एकूण आरोग्याची काळजी घेणे यात येते. काळजी घेणाऱ्या औपचारिक संघटनेच्या बाहेर राहून (औपचारिक काळजी संघटनेत अपंगासाठीच्या संस्था, वृद्धाश्रम, मनोरुग्णालये, बालमंदिरे व दवाखाने इत्यादी येतात.) संबंधितांची देखभाल केली जाते. अनौपचारिक स्वरूपात काळजी घेणाऱ्यांत संबंधित व्यक्तीच्या जवळच्या नातेवाइकांचा सहभाग महत्त्वाचा मानला जातो व ही माणसे त्यासाठी कोणत्याही मोबदल्याची अपेक्षा करीत नाहीत. स्त्रिया या जात्याच मायाळू, कनवाळू, प्रेमळ व सेवाभावी वृत्तीच्या असल्यामुळे अनौपचारिक काळजीप्रक्रियेत त्यांची भूमिका महत्त्वाची मानली जाते.

informant - (इन्फॉर्मन्ट) **माहिती देणारा किंवा बातमीदेणारा :** पहा- respondent-प्रतिसाद देणारा.

information - (इन्फर्मेशन) **माहिती किंवा वृत्तान्त :** माहिती किंवा वृत्तान्त म्हणजे ज्ञानाचा किंवा तथ्यसंकलनाचा कोणताही एक एकक होय. समाजाला उपलब्ध करून देण्यात येणाऱ्या ध्वनिमुद्रित माहितीची गुणवत्ता आणि विस्तार हा समाजाच्या प्रकाराच्या विभेदीकरणाच्या वैशिष्ट्यावर अवलंबून असतो. उदा. अशिक्षित लोकांच्या संस्कृतीपेक्षा किंवा त्यांच्या तुलनेने शिक्षित लोकांच्या संस्कृतीत असलेल्या लिखित नोंदणीमुळे दोन्ही संस्कृतींतील माहितीत फरक पडतो व शिक्षित समाजाजवळची माहिती अधिक समृद्ध असते. त्याचप्रमाणे ज्या राज्यात माहितीची नोंदणी आणि लिखाण यांचा विकास झालेला असतो, ती राज्ये इतरांवर श्रेष्ठत्व प्रस्थापित करतात. आधुनिक समाजात माहितीचे व्यवस्थापन आणि साठा करण्याची क्षमता, अलीकडे लागलेल्या तंत्रशास्त्रीय शोधामुळे,

मोठ्या प्रमाणात वाढली आहे. यात छापील–माहितीचे दृक्श्राव्य संकलन आणि संगणक यांचा समावेश होतो. ज्ञानाचे आणि माहितीचे मोठ्या प्रमाणात केंद्रीकरण करण्याच्या प्रवृत्तीमुळे आधुनिक भाष्यकार, आधुनिक तंत्रशास्त्रीय आणि उच्चप्रतीच्या प्रशासकीय व्यवस्थापन असलेल्या समाजासाठी 'माहिती समाज' (information society) ही संज्ञा देण्यास तयार झाले. संगणक, प्रसारमाध्यमे, भ्रमणभाष इत्यादींद्वारे माहितीचे संकलन करणे व त्याचा साठा करून ठेवणे सोपे झाले.

informal sector theories - (इन्फॉर्मल सेक्टर थिअरिज) **अनौपचारिक विभाग सिद्धान्त :** तिसऱ्या जगातील शहरात असलेल्या गरिबीचे आणि विषमतेचे स्पष्टीकरण यांविषयी 'वर्चस्वाची रूपावली' (dominant paradigm) वापरून मांडण्यात आलेले सिद्धान्त 'अनौपचारिक विभाग सिद्धान्त' या संज्ञेत मोडतात. अनौपचारिक विभाग सिद्धान्त १९७१ साली प्रथम मांडल्यानंतर त्यांची त्यानंतर मांडणी अनेक प्रकाराने करण्यात आली. यात प्रामुख्याने उत्पादनक्षमता व मिळकत यांच्यातील विभेदीकरणावर प्रकाशझोत टाकण्यात आला होता. हे विभेदीकरण प्रामुख्याने छोटे व मोठे उद्योग यांच्याशी निगडित होते. मोठ्या उद्योगांतील नोकऱ्या या मुख्यत्वेकरून उच्च वेतन, उच्च कौशल्य पातळी, आधुनिक तंत्रज्ञान, कामगार संघटनीकरण आणि सामाजिक सुरक्षा यांच्याशी संबंधित होत्या; तर छोट्या उद्योगांतील नोकऱ्यांत या सर्वांचा अभाव होता. 'औपचारिक विभाग' ही संज्ञा प्रामुख्याने पगारी व वेतनदार श्रमिकांवर आधारित उद्योगासाठी वापरली जाते; तर याउलट 'अनौपचारिक विभाग' ही संज्ञा स्वयंरोजगार कारागिरीवर आधारित उत्पादन आणि घरगुती सेवा यांसाठी वापरली जात होती. या ठिकाणी याची नोंद घेणे जरुरी आहे की पारंपरिक साहित्यात या दोन्ही संज्ञा नोंदणीकृत वेतनधारी नोकरदारावर आधारित उद्योगांसाठी वापरण्यात येत होत्या. परंतु आजच्या औद्योगिक समाजात मात्र 'अनौपचारिक काम' याचा अर्थ जे काम अधिकृतपणे जाहीर केलेले नाही, करव्यवस्थेत ज्याचा समावेश नाही, ज्यात घरगुती विनावेतन कामांचा समावेश होतो असा घेतला जातो.

information society - (इन्फर्मेशन सोसायटी) **माहिती समाज :** माहिती समाज म्हणजे असा समाज की जेथे कमी खर्चात माहितीतंत्रज्ञान, संगणक, दूरसंचार यांचा राष्ट्रीय व आंतरराष्ट्रीय संज्ञापनासाठी वापर केला जातो. या समाजात या प्रकारच्या माहितीचा उपयोग ग्रंथालयांना, तथ्यसंकलन दफ्तरांना, अन्य माहितीसाठी केंद्रांना होतो. मग ही माहिती खासगी वा सरकारी संघटनक्षेत्रातर्फे पुरविली जाते. १९९० च्या उत्तरार्धात माहिती आणि संज्ञापन तंत्रज्ञानाचे सूक्ष्मतम

पातळीवर एकत्रीकरण झाल्यामुळे माहिती समाजाकडे किंवा माहिती समाज तयार करण्याकडे आपण एक पाऊल पुढे टाकले. यामुळे आर्थिक विभागाला ऊर्जा प्राप्त झाली, नवीन उत्पादनाच्या शक्यतेची संभाव्यता उघड किंवा स्पष्ट झाली आणि २१ व्या शतकात प्रवेश करताना व्यापार, प्रसारमाध्यमे, कला व लोकप्रशासनक्षेत्रात आपल्याला विकासाची मोठी संधी प्राप्त झाली आहे. काही तज्ज्ञ असा दावा करतात की, या २१ व्या शतकात आपण माहिती-अर्थव्यवस्थेकडून ज्ञान-समाजाकडे वाटचाल करू, की ज्यात शिक्षणातील जीवनभर शिकणे व संशोधन यांवर भर दिला जाईल. माहिती समाजात या प्रगत तंत्रशास्त्रीय ज्ञानामुळे पांढरपेशीय वर्गाच्या कामात आमूलाग्र बदल होऊन ते पाहिजे तेथे त्यांचे काम करू शकतील व त्यातून उद्योगाचे जागतिकीकरण साध्य होईल.

information technology - (इन्फर्मेशन टेक्नॉलॉजी) **माहिती तंत्रशास्त्र :**
मानवी संज्ञापनातील सर्व प्रकारच्या संगणकीय तंत्रशास्त्रावर आधारित माहितीच्या वितरणासाठी 'माहिती तंत्रशास्त्र' ही संज्ञा वापरली जाते. नवीन तंत्रशास्त्राचा एक विस्तृत उपप्रकार म्हणूनही माहिती तंत्रशास्त्राकडे पाहिले जाते. माहिती तंत्रशास्त्र विस्तृत प्रमाणात अमलात आणणारा प्रकार म्हणजे कार्यालयाचे स्वयंचलनीकरण होय. स्वयंचलनीकरणाच्या अंमलबजावणीमुळे कारकुनी कामाच्या अनुभवात व संघटनेत मोठे परिवर्तन झाले. माहिती तंत्रज्ञान क्षेत्रातील या विकासप्रक्रियेमुळे समाजशास्त्रज्ञ या क्षेत्राचे समाजशास्त्रीय अध्ययन करण्यासाठी प्रेरित झाले. विशेषत: या तंत्रज्ञानामुळे मनुष्याचे निकौशल्यीकरण कसे झाले, तसेच कारकुनी कामाचे कामगारीकरण व स्त्रीकरण कसे झाले यासंबंधीच्या अध्ययनात समाजशास्त्रज्ञांना अधिक रुची असल्याचे जाणवले. गेल्या काही वर्षांत माहिती तंत्रज्ञान क्षेत्रातील समाजशास्त्रीय अभिरुची ही कार्यालयाचे स्वयंचलनीकरण व संघटनात्मक नियंत्रण यापलीकडे जाऊन त्यात काही नवीन अध्ययनक्षेत्राचा समावेश झाला आहे. या नवीन अध्ययनक्षेत्रात पहिले अध्ययनक्षेत्र आहे ते माहिती तंत्रज्ञानातील उत्क्रांतीचा परिणाम उद्योगोत्तर समाजाच्या उत्क्रांतीवर किती झाला हे पाहणे व दुसरे अध्ययनक्षेत्र आहे, माहिती तंत्रज्ञान क्षेत्र हे तंत्रशास्त्रीय निर्धारणापेक्षा सामाजिक घडणीत किती उपयोगी आहे हे पाहणे. माहिती तंत्रज्ञानाला १९४३ साली ब्रिटनमध्ये सुरुवात झाली. ब्रिटनने या साली 'कोलोसस' (Colossus) संगणक यंत्राची बांधणी व निर्मिती केली. १९५० साली संगणकाचा वापर ब्रिटनमधील बँकांत सुरू झाला. १९७० साली जपानने ह्या तंत्रज्ञानाचा स्वीकार केला. नंतर क्रमाने अमेरिका, युरोप व आशिया खंडातील राष्ट्रांत या माहिती तंत्रज्ञानाचा प्रसार झाला.

infrastructure - (इन्फ्रा॑स्ट्र॑क्चर) **पायाभूत संरचना :** कोणत्याही समाजाची किंवा संघटनांची मूलभूत भौतिक संरचना ही 'पायाभूत संरचना' या संज्ञेने संबोधली जाते. या पायाभूत संरचनेत देशातील निश्चित भांडवली साधनसामग्रीचा समावेश होतो. काही तज्ज्ञांच्या मते, यात वाहतुकीची साधने, शाळा आणि कारखाने इत्यादींचा अंतर्भाव होतो. परंतु प्रख्यात साम्यवादी विचारवंतांच्या विचारानुसार, समाजाची आर्थिक व्यवस्था हीच खऱ्या अर्थाने समाजाची पायाभूत संरचना असते.

in-group and out-group - (इन-ग्रूप अँड आऊट-ग्रूप) **अंतर्गट व बहिर्गट :** सम्नेर या समाजशास्त्रज्ञाने गटाचे दोन प्रकार प्रतिपादन केले आहेत ते म्हणजे अंतर्गट व बहिर्गट होय. व्यक्ती ज्या गटाची सभासद असते, तो व्यक्तीचा अंतर्गट होय. व्यक्तीचे कुटुंब, धर्म, जात, वर्ग, वंश, राष्ट्र इत्यादी व्यक्तीचे अंतर्गट होत. व्यक्ती ज्या गटाची सभासद नसते, ते व्यक्तीचे बहिर्गट होत. दुसऱ्याचे कुटुंब, धर्म, जात, वर्ग, वंश, राष्ट्र इत्यादी व्यक्तीचे बहिर्गट होत. अंतर्गटातील व्यक्तींना आपले मानले जाते; तर बहिर्गटातील व्यक्तींना परके मानले जाते. अंतर्गटातील सभासदांबद्दल आत्मीयतेची भावना असते; तर बहिर्गटातील सभासदांबद्दल उदासीनतेची वा परकेपणाची भावना असते.

inheritance - (इनहे॑रिटन्स) **वारसा :** सर्वसाधारणपणे मालमत्तेचे अधिकार एका पिढीकडून दुसऱ्या पिढीकडे हस्तांतरित करण्याच्या प्रथा, परंपरा किंवा तत्संबंधीचे कायदे 'वारसा' या संकल्पनेत येतात. स्वतःच्या मृत्यूनंतर आपल्या वडिलोपार्जित व स्वकष्टार्जित मालमत्तेचे हक्क कोणत्या वारसाकडे कसे जावेत, हे निर्धारित करणारे नियम वा कायदे वारसा या संकल्पनेत येतात.

inner city - (इनर सिटी) **आतले शहर :** या संज्ञेचा या ठिकाणी अर्थ असा की, कोणत्याही शहरातील असे वस्तिस्थान की जिथे प्रचंड सामाजिक समस्या व दारिद्र्य (गरिबी) असते. काही नागरी समाजशास्त्रज्ञ 'आतले शहर' (inner city) ही संज्ञा 'स्थलांतरितांचे वस्तिस्थान' या पर्यायी सांकेतिक शब्दाने संबोधतात. हे स्थलांतरित त्या शहरात अल्पसंख्य असतात व त्यातून अल्पसंख्याकांची संस्कृती व तत्संबंधी समस्या यांना त्या शहरातील लोकांना तोंड द्यावे लागते.

inner directedness - (इनर डिरे॑क्टडनेस) **अंतर-मार्गदर्शन किंवा सूचना :** पहा–other directedness–अन्य (इतरांचे) मार्गदर्शन किंवा सूचना.

initiation rites - (इनिशिए'शन राईट्स) **दीक्षाविधी :** मूल बाल्यावस्थेतून तारुण्यावस्थेत प्रवेश करताना जो विधी केला जातो, त्यासाठी 'दीक्षाविधी' ही संज्ञा वापरली जाते. एका वयोगटातून दुसऱ्या वयोगटात प्रवेश करताना पवित्र समाजाचे सभासदत्व बहाल करताना हा विधी केला जातो. हा विधी एकीकडे धार्मिक, दुसरीकडे सामाजिक तर तिसरीकडे शारीरिक परिवर्तनाचे प्रतीक होय. हिंदू धर्मातील उपनयन संस्कार, ख्रिस्ती धर्मातील बाप्तिस्मा, तर इस्लाम धर्मातील सुंता हे तिन्ही विधी 'दीक्षाविधी' या संज्ञेने संबोधले जातात. काही धार्मिक विधी मुलींसाठी व स्त्रियांसाठी असले; तरी त्यातही पुरुषांचे वर्चस्व व नियंत्रण महत्त्वाचे समजले जाते.

institution or social institution - (इन्स्टिटट्यू'शन ऑर सो'शल इन्स्टिटट्यू'शन) **संस्था किंवा सामाजिक संस्था :** एक किंवा अनेक कार्यांच्या भोवती रचल्या गेलेल्या आणि परस्परांत गोवल्या गेलेल्या लोकरूढी, लोकनीती, प्रथा, कायदे यांचा संच म्हणजे संस्था होत. समाजशास्त्रज्ञांना 'संस्था' या संज्ञेचा अर्थ सामाजिक संस्था म्हणून अभिप्रेत असतो. प्रातिनिधिक म्हणून सामाजिक संस्था या संकल्पनेचा अर्थ अधिक सुस्पष्ट व्हावा म्हणून टिशलेर, व्हायटन आणि हंटर या तिघांनी संयुक्तपणे केलेली सामाजिक संस्थेची व्याख्या आपण पाहू. समाजाच्या मूलभूत सामाजिक गरजा भागविणाऱ्या क्रियांचे संघटन करणाऱ्या; मूल्ये, नियमने, दर्जे आणि भूमिका यांतून निर्माण होणाऱ्या सुव्यवस्थित सामाजिक संबंधांना 'सामाजिक संस्था' असे म्हणतात. या दृष्टीने विचार करता सामाजिक संस्था समाजासाठी पुढील कार्ये करतात- १. व्यक्तिमत्त्वाचा विकास करणे. २. सामाजिक वारसा प्राप्त करणे. ३. सामाजिक नियंत्रण करणे. ४. सामाजिक परिवर्तन करणे. ५. सामाजिकीकरण करणे. ६. कर्तव्ये-निश्चिती करणे. ७. मानवी गरजांची पूर्तता करणे.

कुटुंब, अर्थ, राज्य, शिक्षण आणि धर्म या पाच सामाजिक संस्था महत्त्वाच्या असून त्यांचे स्वरूप सार्वभौमिक असते. तसेच प्रत्येक समाजाच्या स्वतःच्या अशा स्वतंत्र सामाजिक संस्था असतात (उदा. हिंदू समाज- जातिसंस्था). सामाजिक संस्था म्हणजे व्यक्तीच्या वर्तनावर, त्यांच्या सामाजिक संबंधांवर नियंत्रण ठेवणारा नियमनांचा समुच्चय असल्याने सामाजिक संस्थेचे स्वरूप हे अमूर्त असते. याशिवाय प्रत्येक सामाजिक संस्थेचे उद्देश निश्चित जसे असतात तसेच प्रत्येक सामाजिक संस्थेची स्वतःची अशी रचना व स्वतःचे असे तत्त्वज्ञान असते. सारांश, समाज व व्यक्ती या उभयतांच्या दृष्टीने सामाजिक संस्था महत्त्वाच्या आहेत.

institutionalization - (इन्स्टिट्यू'शनलाइझेशन) **संस्थीकरण :** सामाजिक मानदंड किंवा सामाजिक नियमने अस्तित्वात येण्याची, स्पष्टीकृत होण्याची व ती रूढ होऊन समाजात स्थिरावण्याची जी प्रक्रिया असते, त्या प्रक्रियेलाच 'संस्थीकरण' असे म्हणतात. एका वाक्यात असे म्हणता येईल की, प्रत्येक समाजाची सामाजिक नियमने त्या समाजातील व्यक्तीच्या मनावर बिंबविणे म्हणजेही 'संस्थीकरण' होय. संस्थीकरण या प्रक्रियेत सर्वसाधारणपणे पुढील बाबींचा अंतर्भाव असतो— १. संस्थीकरणप्रक्रियेत नवीन सामाजिक नियमनांची निर्मिती, त्या नियमनांच्या अर्थाचे स्पष्टीकरण व नंतर त्या नियमनांचे समाजात रूढीकरण होणे इत्यादी गोष्टी समाविष्ट आहेत. २. संस्थीकरणप्रक्रियेत निर्माण झालेले नियम समाजाने किंवा समूहाने व्यापक प्रमाणात स्वीकारून त्या नियमनांना समाजाचा अविभाज्य भाग बनविणे हे अंतर्भूत असते. ३. संस्थीकरण झालेल्या नियमांनीच दर्जे आणि भूमिका यासंबंधीचे हक्क व कर्तव्ये निर्धारित होतात. ४. संस्थीकृत नियमनांमुळेच समाजातील व्यक्तीच्या वर्तनाला नियमितता प्राप्त होते.

institutionalization of (class) conflict - (इन्स्टिट्यू'शनलाइझेशन) ऑफ (क्लास) कॉं'नफ्लिक्ट) **(वर्ग) संघर्षाचे संस्थीकरण :** (वर्ग) संघर्षाचे संस्थीकरण हा असा एक प्रगत भांडवलशाही समाजातील सिद्धान्त आहे की ज्यामुळे (वर्ग) संघर्षावर नियंत्रण ठेवता येते व परिणामत: (वर्ग) संघर्षाचे प्रमाण कमी होते. यावर भाष्य करताना तज्ज्ञ म्हणतात की, राजकीय आणि औद्योगिक संघर्षाला एकमेकांपासून वेगळे केल्यामुळेच आणि नागरिकत्वाचे हक्क व संधीची समानता यांचा विस्तार केल्यामुळेच संघर्ष नियंत्रित करणे शक्य झाले. १९५० ते १९६० च्या दशकात उदारमतवादी राजकीय सिद्धान्तकारांनी वरील सिद्धान्त पुढे नेला. समाजशास्त्रातील या सिद्धान्ताचे उत्तम उदाहरण म्हणजे राल्फ डाहरेनडॉर्फ यांनी मांडलेला १९६७ चा 'वर्गामागून संघर्ष (conflict after class)' हा सिद्धान्त होय. थोडक्यात या सिद्धान्ताचा मथितार्थ असा की संघर्ष जर नियंत्रित केला, राजकारणापासून वेगळा केला तर त्याची तीव्रता व प्रमाण कमी होते.

institutionalized discrimination - (इन्स्टिट्यू'शनलाईज्ड डिसक्रिमिने'शन) **संस्थीकृत विभेदीकरण :** समाजशास्त्राच्या अध्ययनाची प्रदीर्घ परंपरा असे दर्शविते की, समाजातील काही बहुसंख्येने असलेले सामाजिक गट केवळ बहुसंख्येच्या जोरावर प्रचलित संघटनात्मक आणि संस्थात्मक नियमांना अथवा सामाजिक प्रमाणकांना चिकटून राहतात व इतर काही गटांना स्वत:पेक्षा कनिष्ठ

मानून विभेदीकरणाचे प्रदर्शन करतात. पूर्वग्रह, साचेबंद कल्पना, गुप्त किंवा उघड वैरभाव हेच केवळ एका गटाने दुसऱ्या गटाचे शोषण करण्याचे किंवा अन्याय्य वितरण करण्याचे कारण नाही; तर त्यासाठी संस्थीकृत नियम कारणीभूत आहेत. संस्थीकृत लिंगाधारित विभेदीकरण व संस्थीकृत वांशिकतावादी विभेदीकरण हे या प्रकारच्या विभेदीकृत शोषणाच्या प्रघटनांचे सामान्य प्रकटीकरण होय. स्त्री-पुरुष भेद, जातिभेद, वर्गभेद हे संस्थीकृत विभेदीकरणाचे अवशेष होय.

institutional reflexivity - (इन्स्टिट्यूशनल रिफ्लेक्सिव्हिटी) **संस्थात्मक किंवा संस्थीकृत प्रतिबिंबितता :** १९९० साली 'आधुनिकता' या संकल्पनेचे विश्लेषण करताना प्रतिबिंबितता किंवा प्रतिक्षेपता यावर गिडन्स यांनी विवेचन केले होते. त्यांनी आधुनिकतेच्या संदर्भात विचार मांडताना, आज आधुनिक स्वत्वाचा उदय झाला असल्याचे प्रतिपादन केले होते. त्यांच्या मते, आधुनिक समाजात आज प्रतिक्षेपतेच्या किंवा प्रतिबिंबितेच्या प्रक्रियेमुळे संस्थात्मक आणि वैयक्तिक पातळीच्या संबंधात बदल झाला आहे ज्याचा परिणाम म्हणून आधुनिक व्यवस्था आणि सामाजिक संघटनेचे प्रकार यांत बदल झाले आहेत. या दृष्टीने विचार करता ॲन्थनी गिडन्स यांनी 'प्रतिबिंबितता' या संकल्पनेची व्याख्या पुढील शब्दांत केली आहे- 'प्रतिबिंबितता म्हणजे ज्ञानाचा असा नियमित वापर करणे की, ज्यामुळे संस्था आणि व्यक्ती ते ज्ञान सातत्याने प्राप्त करू शकतील व ज्यामुळे समाज संघटित व परिवर्तित होऊ शकतो.' गिडन्स यांनी त्यांच्या संरचनात्मक सिद्धान्ताचे एक प्रमुख वैशिष्ट्य म्हणून प्रतिबिंबितता याचा उल्लेख केला असून कर्त्यांच्या (व्यक्तीच्या) अंतर्गत स्वत्वाचे प्रकटीकरण करण्याच्या प्रक्रियेवर प्रतिबिंबितेचा प्रभाव पडतो. या दृष्टीने ज्ञान हे समाजाच्या संस्कृतीचे एक महत्त्वाचे अंग असून, तेसुद्धा संस्थीकृत केले जाते व त्याचे प्रतिबिंब व्यक्तीच्या वर्तनात उमटते. यासाठी गिडन्स यांनी ही संज्ञा वापरली होती.

instrumental rationality - (इन्स्ट्रमेन्टल रॅशनॅलिटी) **साधनात्मक तर्कसंगतता :** १९८८ साली गेलनर (Gellner) यांनी 'साधनात्मक तर्कसंगतता' या संकल्पनेची व्याख्या पुढील शब्दांत केली होती. साधनात्मक तर्कसंगतता म्हणजे परिणामकतेच्या एका निकषाशी संबंधित कार्यक्रमाची ताबेदारी होय. आधुनिकपूर्व किंवा उद्योगपूर्व समाजाचे आधुनिक औद्योगिक समाजात रूपांतर करताना या प्रकारच्या तर्कसंगततेचे महत्त्व हे तर्कसंगतिकीकरणप्रक्रियेत आंतरिक स्वरूपाचे आहे हे नक्की.

integration - (इन्टिग्रे'शन) **एकात्मता :** एकात्मता म्हणजे व्यक्तीची प्रमाणके, मूल्ये, श्रद्धा इत्यादी गुणधर्मांच्या आधारे स्वत:चा गट किंवा समुच्चय यांच्याशी वैयक्तिक अनुभवाच्याद्वारे तादात्म्य पावण्याची व संबंधित गटाचा मी सभासद असल्याची जाणीव होय. एकात्मता ही द्युरखेम यांच्या आत्महत्या सिद्धान्तातील प्रमुख संकल्पना असून त्यांनी एकात्मतेचा संबंध सामूहिक भावनांशी जोडण्याचा प्रयत्न केला व त्यांच्या मते, 'परार्थवादी आत्महत्या' ही एकात्मतेच्या उच्च मात्रांशी संबंधित आहे; तर 'आत्मकेंद्रित आत्महत्या' ही एकात्मतेच्या कमीतकमी मात्रांशी निगडित आहे. पार्सन्स यांनी सामाजिक व्यवस्थेची जी चार पूर्वावश्यक तत्त्वे प्रतिपादन केली आहेत, त्यांतील एक पूर्वावश्यक तत्त्व म्हणजे एकात्मता होय. प्रचलित गटातील श्रमविभाजनानुसार वेगवेगळ्या उत्पादन व सेवाकार्यात गुंतलेल्या व्यक्तीव्यक्तींतील कार्यात योग्य समन्वय साधणे म्हणजे एकात्मता होय. सामाजिक गट, समाज यांची व्यवस्था टिकवून ठेवण्याचे महत्त्वपूर्ण कार्य एकात्मतेद्वारे केले जाते. पार्सन्स यांच्या मते, एकात्मता या प्रक्रियेला कार्यिक महत्त्व आहे.

intellectual labour - (इन्टले'क्च्यूअल लेबर) **बुद्धिजीवी श्रमिक किंवा कामगार :** 'बुद्धिजीवी श्रमिक किंवा कामगार' ही संज्ञा मार्क्स आणि त्यांचे अनुयायी यांनी प्रचलनात आणली. बुद्धिजीवी श्रमिक किंवा कामगार त्यांच्या कामात हाताचा (श्रमाचा) वापर करण्याऐवजी बुद्धीचा वापर करतात. मार्क्सवाद्यांच्या मते, आधुनिक भांडवलशाही समाजाचे एक महत्त्वाचे वैशिष्ट्य म्हणजे बुद्धिजीवी कामगारांचे उत्पादनातील महत्त्वाचे स्थान होय. वास्तविकत: मार्क्स यांनी त्यांच्या विवेचनात श्रमिकांचे दोन प्रकार प्रतिपादन केले होते– १. श्रमिक वर्ग (blue collar workers) २. पांढरपेशा वर्ग (white collar workers). पांढरपेशा वर्गाला पर्यायी संज्ञा म्हणून 'बुद्धिजीवी वर्ग' ही संज्ञा वापरतात. आधुनिकपूर्व, उद्योगपूर्व समाजात विविध वस्तूंचे उत्पादन मनुष्याच्या हातांद्वारे केले जाई; म्हणून श्रमजीवी कामगारांना महत्त्व होते. भूदास, शेतमजूर, हमाल व अन्य शारीरिक कष्टाची कामे करणारे कामगार हे सर्व 'श्रमजीवी' या संज्ञेत मोडतात. याउलट प्रशासकीय काम करणारे लिपिक, टंकलेखक, दुय्यम व उच्च अधिकारी इत्यादी सर्व पांढरपेशा कामगार किंवा बुद्धिजीवी कामगार या संज्ञेत मोडतात. आजच्या आधुनिक औद्योगिक समाजात औद्योगिकीकरणप्रक्रियेचा परिणाम म्हणून उत्पादनक्षेत्रात श्रमशक्तीऐवजी यांत्रिक शक्तीचा वापर केला जातो. यंत्र चालविण्यासाठी, ते बिघडल्यास दुरुस्ती करण्यासाठी विशेष प्रशिक्षित कामगारांची आवश्यकता असते. त्या अर्थाने आजच्या आधुनिक औद्योगिक

समाजात श्रमजीवी कामगारांपेक्षा बुद्धिजीवी कामगारांचे प्रभुत्व आढळते. स्वयंचलित यंत्राचा वापर, उद्योगाचे व व्यवसायाचे संगणकीकरण इत्यादींमुळे सर्व क्षेत्रांत बुद्धिजीवी कामगारांचे महत्त्व वाढले आहे.

intellectuals - (इन्टलेक्च्यूअल्स) **विद्वान किंवा बुद्धिवान :** 'विद्वान किंवा बुद्धिवान' म्हणजे अशा व्यक्ती ज्या सर्वसाधारणपणे त्या त्या ज्ञानशाखेत सर्वोच्च पदवीधारक असतात व त्या स्वतःला विविध बौद्धिक व संशोधनकार्यात गुंतवून घेतात. इंग्रजी भाषेत 'इन्टलेक्च्यूअल्स' ही नामवाचक (noun) संज्ञा १९ व्या शतकात प्रथम वापरण्यात आली असली; तरी या संज्ञेच्या वापराचा स्वीकार त्या वेळेच्या इंग्रजी भाषातज्ज्ञांनी केला नव्हता. विविध सामाजिक गटांच्या केंद्रस्थानी असलेल्या विद्वानांच्या अध्ययनात समाजशास्त्राला अभिरुची होती. याशिवाय फ्रान्समधील सामाजिक विचाराच्या तीन संशोधनात्मक मालिका, या ठिकाणी, या संज्ञेच्या वापरासाठी नमूद करणे अत्यावश्यक आहे. १. फ्रान्समधील तत्त्वज्ञ सेंट सायमन यांनी १९ व्या शतकात सैन्यदलातील प्रथम दर्जाच्या अधिकाऱ्यांसाठी (van.guard) किंवा आघाडीवरील अधिकाऱ्यांसाठी ही संज्ञा वापरली होती. पण त्यांना 'विद्वान' या संज्ञेऐवजी 'शास्त्रज्ञ' (scientist) हा अर्थ अभिप्रेत होता. २. १८९६ साली फ्रान्समधील राजकारणपटू किंवा मुत्सद्दी क्लेमेनसीऊ (Clemenceau) यांनी ड्रेफस★ (Dreyfns) यांचे संरक्षण करणाऱ्यासाठी किंवा त्यांना पाठिंबा देणाऱ्यासाठी 'विद्वान' या संज्ञेचा वापर केला. ३. ज्यूलियन बेंडा (Julien Benda) या विदुषींनी मात्र विशिष्ट सामाजिक व राजकीय क्षेत्रात 'विद्वान' या संज्ञेचा वापर करण्याच्या संदर्भात नाराजी व्यक्त केली होती. इटालीतील मार्क्सवादी विचारवंत अंटोनिओ ग्रामसी (Antonio Gramsci) यांनी त्यांच्या वर्चस्व सिद्धान्तात (hegemony) विद्वान या संज्ञेचा वापर केला होता. त्यांच्या मते, राजकीय, बौद्धिक व नैतिक क्षेत्रात आपले वर्चस्व प्रस्थापित करणारे लोक विद्वान होत. सारांश, विद्वान संज्ञेबद्दल विचारवंतांत जरी मतभेद असले; तरी आज 'विद्वान' ही संज्ञा सर्वमान्य असून त्या त्या ज्ञानशाखेतील तज्ज्ञ म्हणजे विद्वान होय.

intelligence - (इन्टेलिजन्स) **बुद्धिमत्ता किंवा बुद्धी :** कोणत्याही व्यक्तीची बौद्धिक क्षमता किंवा तर्कसंगत विचार आणि वर्तन करण्याची क्षमता म्हणजे

★ ड्रेफस : १८५९ ते १९३५ या काळातील सैन्यदलातील एक ज्यू अधिकारी, ज्याला सैन्याच्या लवादाने सदोष कागदपत्र तयार केल्याबद्दल दोषी ठरविले होते. ड्रेफसला पाठिंबा देणाऱ्यांना जहालवादी तर, विरोध करणाऱ्यांना कर्मठ म्हणून संबोधले गेले.

'बुद्धिमत्ता किंवा बुद्धी' होय. सामाजिक शास्त्रात बुद्धिमत्तेची मोजणी आणि बुद्धिमत्तेचे स्वरूप हा विषय एक अत्यंत वादग्रस्त विषय राहिला आहे. बुद्धिमत्ता या संकल्पनेचा आपल्याला अभिप्रेत असलेला अर्थ कोणता, याभोवती ही वादग्रस्त चर्चा केंद्रित झाली आहे. या संदर्भातील सुरुवातीचे सिद्धान्त हे अत्यंत संकुचित अशा क्षेत्रापुरते मर्यादित होते. त्या क्षेत्रात गूढ विषयासंबंधीच्या, आकलनासंबंधीच्या आणि स्मृतीसंबंधीच्या स्थितिज्ञान-क्षमतेचा समावेश होतो. स्पीअरमन (Spearman) यांनी यात बुद्धिमत्तेचे सर्वसामान्य घटक, व्यक्तीतील सर्व प्रकारची समान कौशल्ये इत्यादींचा अस्तित्वासाठीच्या आवश्यक बाबीं म्हणून अंतर्भाव केला होता; तर या विरोधात थस्टर्न (Thurstone) यांनी 'प्राथमिक मानसिक क्षमता' हा वेगळा विचार प्रतिपादन केला होता. बुद्धिमत्तेसंबंधीच्या चर्चेचा दुसरा मुद्दा हा की जीवशास्त्रीय वारशाद्वारे बुद्धिमत्ता किती प्रमाणात प्राप्त होते किंवा व्यक्तीच्या पर्यावरणात्मक परिस्थितीचा आणि सामाजिकीकरणाचा बुद्धिमत्तेवर किती प्रभाव पडतो हा होता. यासाठी अनेक संशोधनात्मक अभ्यासपद्धतींचा वापर करण्याचा सल्ला तज्ज्ञांनी दिला होता. या अभ्यासपद्धतीत एकांडबीज जुळ्या मुलांचा अभ्यास, दत्तक घेतलेल्या मुलांचा अभ्यास महत्त्वपूर्ण असला; तरी बुद्धिमत्तेवर अनुवंश आणि पर्यावरण यांचा किती प्रभाव पडतो हे मात्र स्पष्ट होत नाही. बुद्धिमत्तेसंबंधी वादाचा तिसरा मुद्दा हा की शैक्षणिक प्रक्रियेद्वारे बुद्धिमत्तेच्या स्वरूपावर काय परिणाम होतो हे अभ्यासणे होय. या प्रकारच्या अभ्यासात आनुवंशिक क्षमता आणि पर्यावरणात्मक अनुभव यांच्या महत्त्वावर भर देऊन शैक्षणिक प्रक्रिया स्थितिज्ञान विकासात किती उपयोगी आहे, याचे अध्ययन केले गेले.

intelligentsia - (इन्टे'लिज'न्सिया) **विद्यावंतांचा किंवा विद्वानांचा वर्ग :** समाजातील विद्वानांचा सामाजिक स्तर म्हणजे विद्यावंतांचा वर्ग होय, की ज्यांनी स्वत:हून स्वेच्छेने राष्ट्राच्या विकासाची आणि कल्याणाची जबाबदारी स्वीकारलेली असते. १९ व्या शतकाच्या मध्याला पोलंड व रशियातील तज्ज्ञांनी ही संज्ञा, समाजातील उच्चशिक्षितांसाठी प्रथम वापरली आणि काही समाजशास्त्रज्ञांच्या मते, विद्वानवर्गाचे स्वरूप एखाद्या जातीसारखे (caste) असते, तर अन्य काहींच्या मते, या वर्गाचे स्वरूप जातीपेक्षा अधिक विस्तारित आहे. वर म्हटल्याप्रमाणे पूर्वाश्रमीच्या पोलंड या देशाचे १९ व्या शतकात विभाजन होऊन त्यातून तीन राष्ट्रे आकाराला आली- १. पोलंड (मूळ राष्ट्र) २. प्रुशिया (Prussia) म्हणजे सध्याचा जर्मनी व ३. रशिया. मूळचे जे पोलंडचे रहिवासी होते, की जे पोलिश

साहित्य व इतिहास यांत तज्ज्ञ होते, त्यांनी स्वतःला राष्ट्रीय संस्कृतीचे मार्गदर्शक असल्याची समजूत करून घेऊन स्वतःसाठी ही संज्ञा वापरली. ब्रिटन व इतर अन्य देशांत बुद्धिमान, विद्वान लोक आहेत; पण तेथे विद्वानांचा वर्ग नाही. १९७९ साली गोल्डनर (Gouldner) यांनी असे प्रतिपादन केले की, आधुनिक समाजात विद्वानांचा एक नवा वर्ग आकाराला येत असून, त्यात सामाजिक, आर्थिक व्यवस्थेतील विद्वान, मानवतावादी विद्वान, माहिती–तंत्रज्ञान क्षेत्रातील तज्ज्ञ इत्यादींचा समावेश होतो.

intended and unintended consequences of social action - (इन्टे[•]न्डेड अँड अन[•]इन्टे[•]न्डेड कॉ[•]न्सिक्न्सेस ऑफ सो[•]शल अॅक्शन) **सामाजिक क्रियांचे सहेतुक व अहेतुक परिणाम :** पहा–un-anticipated consequences of social action–सामाजिक क्रियेचे अनपेक्षित परिणाम.

intentionality (इन्टे[•]न्शनॅलिटी) **बुद्धिपुरःसरता किंवा जाणीवपूर्वकता :** मानवी क्रियांच्या हेतूंची किंवा उद्देशांची पूर्तता करण्याचे प्रयत्न 'जाणीवपूर्वक' या संज्ञेत समाविष्ट आहेत. लोकजीवनपद्धतिशास्त्राचा (ethnomethodology) प्रणेता अल्फ्रेड शूट्झ असे ठासून सांगतो की बुद्धिपुरःसरता किंवा जाणीवपूर्वकता ही काही वेळेला असे सूचित करते की, वैयक्तिक वेगळ्या उद्दिष्टांची मालिका असतेच असे नाही. कर्त्यांच्या ज्ञानाचा गर्भित प्रकार म्हणून बुद्धिपुरःसरतेचे अस्तित्व असते. १९८४ साली गिडन्स यांनी कर्त्यांच्या 'गर्भित ज्ञान' या संज्ञेसाठी 'व्यावहारिक ज्ञान' किंवा 'व्यावहारिक जाणिवा' ही पर्यायी संज्ञा वापरली होती.

inter-action - (इन्टरॅक्शन) **आंतरक्रिया किंवा परस्परक्रिया :** जेव्हा एखाद्या व्यक्तीने वा कर्त्याने केलेल्या क्रियेला दुसरी व्यक्ती त्याच प्रकारची क्रिया करून प्रतिसाद देते, तेव्हा त्यास 'आंतरक्रिया' या संज्ञेने संबोधले जाते. आंतरक्रिया या प्रक्रियेत साद (stimulation) आणि प्रतिसाद (response) या दोन बाबी समाविष्ट आहेत. आंतरक्रियेसाठी कमीतकमी दोन व्यक्ती आवश्यक असतात. अमेरिकेतील समाजशास्त्रज्ञ टॉलकॉट पार्सन्स यांचा 'क्रियासिद्धान्त' हा क्रिया व आंतरक्रिया या दोन परस्परसंबंधांवर आधारित असून, त्यातूनच पुढे सामाजिक संरचना, सामाजिक व्यवस्था आकाराला येतात. समाजशास्त्रात म्हणूनच आंतरक्रियांच्या स्वरूपाचा, त्यांच्या प्रकाराचा अभ्यास केला जातो. त्याचप्रमाणे समाजशास्त्रज्ञांच्या मते, समाज म्हणजे व्यक्तीव्यक्तींतील आंतरक्रियांतून आकाराला आलेल्या सामाजिक

संबंधांचे जाळे होय. सारांश ; समाज, सामाजिक संरचना आणि सामाजिक व्यवस्था यांच्या अध्ययनात आंतरक्रिया किंवा परस्परक्रिया महत्त्वाच्या असून त्यांच्या स्वरूपाचे अध्ययन केल्याशिवाय वरील तीन घटकांच्या अध्ययनाला परिपूर्णता येणार नाही.

interests - (इन्टरेस्ट्स) **हितसंबंध किंवा अभिरुची :** हितसंबंध म्हणजे विशिष्ट व्यक्ती किंवा गट यांचा ज्यात फायदा आहे, असे सामाजिक निष्कर्ष होत. या प्रकारच्या हितसंबंधांना व्यक्तीची किंवा गटाची मान्यता असावी लागते आणि त्यांनी त्यांचा पाठपुरावा करणे अत्यावश्यक असते. तसेच एका व्यक्तीचे किंवा गटाचे हितसंबंध इतर व्यक्ती किंवा गट यांनी ओळखणे आवश्यक असते. तसेच हितसंबंधांच्या आंतरिक किंवा वस्तुनिष्ठतेबद्दल सामाजिक शास्त्रज्ञांसहित संबंधित व्यक्तीही अनभिज्ञ असतात. मार्क्स व मार्क्सवादी विचारवंतांनी हितसंबंधाबाबतचे सिद्धान्त मांडताना दिखाऊ हितसंबंध आणि आंतरिक, वस्तुनिष्ठ हितसंबंध यांत भेद जरी केला असला ; तरी कामगारक्षेत्रात कामगारांना प्रेरित करणारा घटक म्हणून हितसंबंधांची भूमिका महत्त्वाची आहे. आज उद्योगक्षेत्राव्यतिरिक्त अन्य क्षेत्रांतही त्या त्या क्षेत्रात कार्यरत असलेल्या व्यक्ती वा गट यांच्या हितसंबंधांनाही महत्त्व प्राप्त झाले आहे. राजकीय, धार्मिक, सामाजिक, शैक्षणिक क्षेत्रांतही हितसंबंधांची निर्मिती झाली असून त्यांची पूर्तता महत्त्वाची मानली जाते.

intergenerational and intragenerational mobility - (इंटरज नरेशनल अँड इन्ट्राज नरेशनल मोबि लिटी) पहा–social mobility–सामाजिक गतिमत्त्व.

intermediate classes or intermediate strata - (इन्टर मेडि एट क्लासेस ऑर इन्टर मेडि एट स्ट्रे टा) **मध्यम वर्ग किंवा मध्यम स्तर :** मार्क्सवादी विचारवंतांच्या मतानुसार भांडवलशाही समाजात भांडवलदारांचा वर्ग आणि कामगारांचा वर्ग या दोहोंत असलेल्या तिसऱ्या वर्गासाठी 'मध्यम किंवा मधला वर्ग' ही संज्ञा वापरली जाते. या मधल्या वर्गाचा स्तर वा दर्जा भांडवलदार वर्गापेक्षा कनिष्ठ, तर कामगार वर्गापेक्षा श्रेष्ठ असतो. मार्क्सवादानंतर १९६१ साली हॉजेस (Hodges) यांनी या मध्यम वर्गाचे चार गटांमध्ये विभाजन करण्याचा प्रयत्न चार आधारांद्वारे केला असून ; त्यासाठी त्यांनी 'संक्रमण' किंवा 'स्थित्यंतर वर्ग' (Transitional class) ही संज्ञा वापरली होती. हॉजेस यांनी मध्यम वर्गाचे जे चार प्रकार पाडले, ते खालीलप्रमाणे आहेत. (खालील आकृती पहा.)

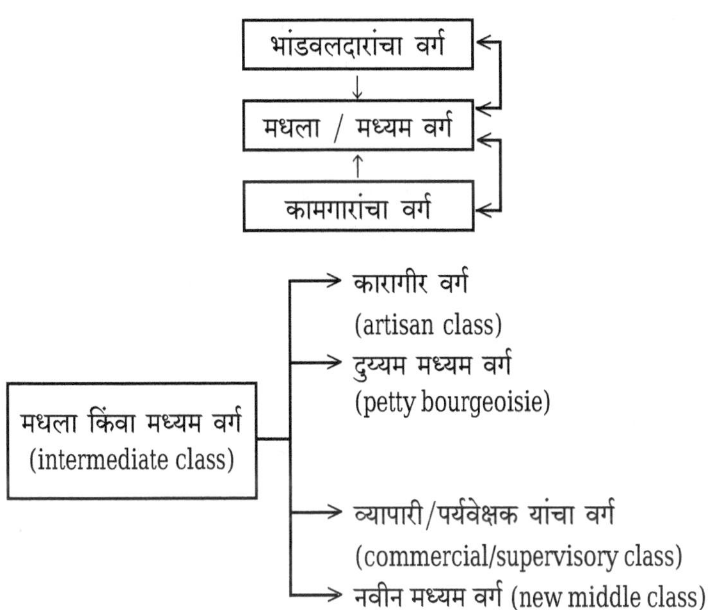

कारागीर वर्ग (artisan class) : जे कोणालाही नोकरीला ठेवत नाहीत व जे कोणाकडे नोकरीही करीत नाहीत, असे कारागीर या वर्गात येतात. त्यामुळे त्यांचे स्थान भांडवलशाही समाजाच्या बाहेर असते.

दुय्यम मध्यम वर्ग (petty bourgeoisie) : हा वर्ग तुलनात्मक दृष्टीने विचार करता छोटा उद्योजक असतो व भांडवलाचा मर्यादित प्रमाणात वापर करतो. म्हणून भांडवलशाहीत त्यांच्यावर दडपण आणले जाते.

व्यापारी/पर्यवेक्षक यांचा वर्ग (commercial/supervisory class) : हा मध्यम वर्ग भांडवलदारांच्यातर्फे क्रिया वा काम करतो. अतिरिक्त मूल्याच्या उत्पादकांपेक्षा या वर्गाला अतिरिक्त मूल्याचे ज्ञान जास्त असते व ते त्याचा फायदा कामगारांचे शोषण करण्यासाठी घेतात. या वर्गावरही भांडवलदारांचे दडपण असते व काही प्रसंगी अतिरिक्त मूल्य निर्माण करण्यात यांचाही वाटा मोठा असतो.

नवीन मध्यम वर्ग (new middle class) : यात विविध व्यावसायिक, विविध तंत्रज्ञ यांचा समावेश होतो. ह्या वर्गातील लोक अंशत: उत्पादक असतात; ते या अर्थाने की ते अतिरिक्त मूल्याची निर्मिती करतात, पण त्याचबरोबर त्यांना वेतन

मिळत असल्याने भांडवलदार त्यांचेही शोषण करतात. भांडवलदार या वर्गाच्या हातात पूर्ण सत्ता देत नाहीत, त्यामुळे भांडवलशाही बदलण्यात त्यांचे हितसंबंध गुंतलेले असतात.

intermediate group or secondary group - (इंटर'मेडि'एट ग्रूप ऑर से'कन्डरी ग्रूप) : **मध्यम गट किंवा दुय्यम गट :** मध्यम गट म्हणजे असा कोणताही (ऐच्छिक) गट की जो मध्यवर्ती राज्यसंस्था आणि कुटुंबासारखा प्राथमिक गट किंवा अन्य समोरासमोरचे संबंध असणारे गट यांतील मधला गट होय. मध्यम वा दुय्यम गटांची संख्या व त्यांची विविधता यांवर आधुनिक औद्योगिक समाजातील प्रतिसंतुलन अवलंबून असते, असे काही तज्ज्ञ सूचित करतात.

intermediate societies - (इंटर'मेडि'एट सोसायटिज) **मध्यम समाज :** साधे समाज व आधुनिक औद्योगिक समाज यांच्यामध्ये आकार व जटिलता यांनी भिन्न असलेले समाज म्हणजे मध्यम समाज होत. मध्यम समाजाचा आकार व जटिलता साध्या समाजापेक्षा जास्त; तर आधुनिक औद्योगिक समाजापेक्षा कमी असते, म्हणून त्यांना या संज्ञेने संबोधले जाते.

internal colonialism - (इंट'र्नल कलो'निऑलिझम) **अंतर्गत वसाहतवाद :** अंतर्गत वसाहतवाद म्हणजे वर्चस्ववादी गटात सांस्कृतिक दृष्टीने वेगळ्या असलेल्या गटाचे विलीनीकरण होणे होय. या विलीनीकरणानंतर विलीन झालेल्या गटाची राष्ट्रीय अस्मिता, केंद्रीय राजकीय सत्ता आणि राष्ट्रीय अर्थव्यवस्था ह्याही वर्चस्ववादी गटासारख्याच असतात. अनेक विश्लेषणवादी विचारवंतांच्या मतानुसार वसाहतीकरणाची प्रक्रिया बाह्यवसाहतवादाप्रमाणेच असते; की ज्यात एक प्रबळ राष्ट्र दुसऱ्या दुबळ्या राष्ट्रांवर सत्ता गाजविते. वसाहतवादाच्या संदर्भात समकालीन साहित्यात या विषयाच्या विश्लेषणाची दोन प्रमुख क्षेत्रे आहेत. एक लॅटिन अमेरिकेतील विद्वानांच्या मतानुसार या संज्ञेचा अर्थ असा की, युरोपीयन सामाजिक गट आणि स्वदेशी गट यांच्यातील संबंधांच्या विश्लेषणाचे अध्ययन करणे होय. या विश्लेषणाचे महत्त्वाचे घटक म्हणजे भाषेतील, श्रद्धेतील आणि जीवनशैलीतील विभिन्नता होय. स्टॉव्हनहॅगन (Stavenhagen) यांनी १९७५ साली केलेल्या अध्ययनाद्वारे असा दावा केला होता की, लॅटिन अमेरिकेतील राष्ट्रांत 'अंतर्गत वसाहतवाद' हा १९ व्या शतकात ही राष्ट्रे स्पेन आणि पोर्तुगाल यांच्या वर्चस्वातून स्वतंत्र झाल्यावर आणि भांडवलवादी अर्थव्यवस्थेच्या विकासानंतर उदयाला आला होता.

internal colonization of life world - (इंटर्नल कॉलनाइझेशन ऑफ लाईफ वर्ल्ड) **जीवजगताचे अंतर्गत वसाहतीकरण :** १९८४ ते १९८८ या दरम्यान जर्गन हेबरमास यांनी लिहिलेल्या 'संज्ञापन क्रियेचा सिद्धान्त' (Theory of Communicative Action) या ग्रंथात जीवजगताचे वसाहतीकरण म्हणजे संज्ञापन व्यवहाराचे असे क्षेत्र की ज्यात आर्थिक आणि प्रशासकीय तर्कसंगततेच्या प्रकारावर सूक्ष्मदृष्टीने विचार केला असून, सांस्कृतिक संक्रमणावर विशेष भर दिला आहे किंवा होता. हेबरमास यांच्या मते, या प्रक्रियेचा परिणाम असा झाला की, लोकांच्या दैनंदिन जीवनात सांस्कृतिक दुर्बलता आली ज्यामुळे जीवनाचा (जीवन जगण्याचा) अर्थ व स्वातंत्र्य नष्ट झाले व व्यक्ती परावलंबी बनल्या.

internal migration - (इंटर्नल माइग्रेशन) **अंतर्गत स्थलांतर :** अंतर्गत स्थलांतर म्हणजे एकाच राष्ट्रराज्यातील किंवा देशातील लोकसंख्येचे एका विभागातून दुसऱ्या विभागात जाणे होय. विशेषत: काम मिळविण्यासाठी श्रमिक किंवा मजूर, जो विभाग तुलनात्मक दृष्टीने आर्थिक क्षेत्रात अधिक विकसित आहे तिकडे जातात. (उदा. ग्रामीण भागातून शहरी वा नागरी भागात होणारे स्थलांतर) काही तज्ज्ञांच्या मते, अंतर्गत स्थलांतराची प्रक्रिया १९५० सालानंतर प्रामुख्याने विकसनशील राष्ट्रांत गतिमान झाली. विशेषत: अंतर्गत स्थलांतराची प्रक्रिया ही त्या त्या देशातील नागरिकीकरण व औद्योगिकीकरण प्रक्रियेशी निगडित आहे. विशेषत: या दोन प्रक्रियांमुळे, कामगारीकरणाची (proletarianization) प्रक्रिया व त्याबरोबर निर्शेतकरीकरण प्रक्रिया (de.peasantization) वाढीस लागली. यांचा सोप्या शब्दांत अर्थ असा की, शेतीवर आपल्या कुटुंबाची उपजीविका होणे शक्य नाही, हे जेव्हा शेतकऱ्यांच्या लक्षात आले तेव्हा त्यांनी पारंपरिक शेती व्यवसायाचा त्याग करून, शहरात स्थलांतर केले व तेथे त्यांनी श्रमिकाची व मजुरीची कामे सुरू केली. काही अभ्यासकांच्या मते, अंतर्गत स्थलांतराचे पुढील प्रकार आहेत– १. तालुकांतर्गत स्थलांतर २. जिल्हांतर्गत स्थलांतर ३. प्रातांतर्गत स्थलांतर ४. देशांतर्गत स्थलांतर.

internalization - (इन्टर्नलायझेशन) **आत्मसातीकरण :** कोणत्याही व्यक्तीतर्फे दुसऱ्या व्यक्ती, दुसरा समाज यांचे मापदंड किंवा श्रद्धा यांचा स्वीकार करणे व त्यांना आपल्या विचारात समाविष्ट करून घेणे म्हणजे 'आत्मसातीकरण' होय. फ्राईड यांच्या 'व्यक्तिमत्त्वविकास' सिद्धान्तातील 'आत्मसातीकरण' ही एक मूलभूत संकल्पना होय. काही तज्ज्ञांच्या मते, पालकांची वैयक्तिक मूल्ये आणि मापदंड की ज्यांचे प्रतिनिधित्व समाजाच्या लोकनीती करतात, त्यांचे

आत्मसातीकरण करण्याच्या प्रक्रियेतून मुलांमध्ये जाणिवांची निर्मिती होते. समाजशास्त्रज्ञ आत्मसातीकरणाकडे सामाजिकीकरण प्रक्रियेचा एक अत्यावश्यक घटक म्हणून पाहतात. कारण आत्मसातीकरणाच्या प्रक्रियेत नवोदित बालकाच्या मनात एखादी गोष्ट बिंबवून त्याचा स्वीकार करण्यास त्याला भाग पाडणे इत्यादींचा समावेश होतो.

internet - (इंटर'नेट) **संगणकीकृत जाळे :** राष्ट्रीय, आंतरराष्ट्रीय माहितीचे, बातम्यांचे संगणक, दूरदर्शन, भ्रमणध्वनी इत्यादींच्याद्वारे प्रसारण, वितरण करण्याच्या क्रियेसाठी ही संज्ञा वापरली जाते. यासाठी संगणकाच्या क्षेत्रात इंग्रजीत www (world wide web) या संज्ञेचा वापर केला जातो व आज अनेक उद्योजकांनी, सरकारी व खासगी पतपेढ्यांनी, वृत्तपत्रांनी, व्यापारकेंद्र संचालकांनी सरकारी खात्यांनी आपली, आपल्या मालाची, एखाद्या उपक्रमाची माहिती जनतेपर्यंत पोचविण्यासाठी स्वतंत्र वेबसाईट (website)★ उघडल्या आहेत. मैत्री, विवाह, ओळख, क्रीडा, साहित्य, नाट्य इत्यादींच्या वेबसाईट निघाल्या असून त्याचा फायदा संबंधित व्यक्ती घेतात. संगणकीकृत माहितीचे जाळे जगात सर्वत्र पसरले असून त्यामुळे माहिती वितरणाची प्रक्रिया सुलभ बनली. माहितीच्या संगणकीकृत जाळ्यामुळे माहितीचा प्रसार, वितरण क्षणार्धात होते. याशिवाय नोकरी उपलब्धतेच्या संदर्भातही वेबसाईट असून अमेरिकेत केवळ या संदर्भातील ३५०० वेबसाईट आहेत. विविध प्रकारच्या माहिती संकलनाचा उगमस्रोत म्हणून संगणकीकृत जाळ्याकडे आज पाहिले जाते.

interpellation - (इन्टर'पिलेशन) **अंतरसमाविष्टीकरण :** अंतरसमाविष्टीकरण ही लुईस अलथुसर (Louis Althusser) यांच्या मते, एक प्रक्रिया असून ज्यामध्ये त्यांनी व्यक्तीचा समावेश सामाजिक अध्ययनाचा विषय म्हणून केला होता. १९७१ साली केलेल्या अध्ययनाच्या माध्यमातून अलथुसर असे प्रतिपादन करतात की, लोक हे संरचनेचा स्वायत्त विषय असण्यापेक्षा ते संरचनेचे प्रत्यक्ष धारणकर्ते आहेत हे आपण लक्षात ठेवले पाहिजे. पुढे अलथुसर असे म्हणतात की, जर उत्पादनाशी संबंधित भांडवलवाद्यांचा फैलाव करावयाचा असेल तर प्रत्येक व्यक्तीला स्वतंत्र व्यक्ती म्हणून तयार करावे लागेल. अलथुसरच्या मते,

---

★ web site : संगणकाचे केंद्र, ज्या ठिकाणी जाऊन आपण आपल्याला पाहिजे ती माहिती मिळवू शकतो वा वितरित करू शकतो. संगणकातील माहिती वितरणकेंद्रासाठीही ही संज्ञा वापरतात. उदा. याहू, गुगल इत्यादी.

विचारप्रणालीचे हे कार्य आहे. तुमच्या कार्यात जर व्यक्तींना सामील करून घ्यावयाचे असेल तर त्यांना मोठ्या सन्मानाने संबोधा. (उदा. सज्जन गृहस्थांनो! सभ्यजनांनो! बंधुभगिनींनो! इत्यादी) म्हणजे ते तुमच्या कार्यात सहभागी होतील. अलथुसर यांच्या मते, सामाजिक संरचना ज्या घटकांची बनते, त्या घटकांचे अलगीकरण होऊ शकत नाही. याचाच अर्थ असा की, समाजातील विविध घटकांच्या समाविष्टतेमुळे सामाजिक संरचनेला अर्थ प्राप्त होतो. समाजसंरचनेतील विविध अंतर्घटकांच्या एकत्रीकरणासाठी अल्थुसर यांनी 'अंतरसमाविष्टीकरण' (interpellation) ही संज्ञा वापरली होती.

interpretation or interpretive understanding - (इन्ट'रप्रिटे'शन ऑर इन्टर'प्रिटिव्ह अन्डरस्टॅ'डिंग) **स्पष्टीकरणात्मकता किंवा स्पष्टीकरणात्मक आकलन :** स्पष्टीकरणात्मकता किंवा स्पष्टीकरणात्मक आकलन ही अशी एक अभ्यासपद्धती आहे ज्यात मानवी क्रियांच्या हेतूच्या आकलनाच्या महत्त्वावर भर दिला जातो. भाषिक दृष्टीने विचार करता भाषेतील प्रत्येक शब्दाच्या अर्थाचे स्पष्टीकरण द्यावे लागते, त्याशिवाय त्या शब्दाच्या अर्थाचे आकलन होऊ शकणार नाही. अर्थात अपरिहार्यपणे ह्या स्पष्टीकरणात्मक प्रतिकृती द्युरखेम यांच्या 'सामाजिक तथ्य' या संकल्पनेच्या विरोधात आहेत. वेबर यांनी मात्र त्यांच्या समाजशास्त्रावरील विवेचनात समाजशास्त्राची व्याख्याच स्पष्टीकरणात्मक रूपावली किंवा प्रतिकृती वापरून केली होती. वेबर यांनी समाजशास्त्राची व्याख्या पुढील शब्दात केली आहे- समाजशास्त्र म्हणजे असे शास्त्र की जे (सामाजिक) व्यवस्थेतील सामाजिक क्रियांचे स्पष्टीकरणात्मक आकलन करण्याचा (verstehen) प्रयत्न करते ज्यामुळे त्यासंबंधीच्या मार्गांचे व निष्कर्षांचे कारणात्मक स्पष्टीकरण देणे शक्य होते. वेबर यांनी आकलनाचे (understanding) जे दोन प्रकार प्रतिपादन केले होते, त्यांतील दुसरा प्रकार आहे- स्पष्टीकरणात्मक आकलन. वेबर यांच्या मते, जेव्हा आपण व्यक्तीच्या क्रियांचे आकलन हे प्रेरणेच्या संकल्पनेद्वारे करतो, तेव्हा त्यास स्पष्टीकरणात्मक आकलन म्हणतात. काही तज्ज्ञ 'लोकजीवनपद्धतिशास्त्राचे' वर्गीकरण हे स्पष्टीकरणात्मक समाजशास्त्र म्हणून करतात.

interpretative sociology - (इंटरप्रिटे'टिव्ह सोशिऑलजी) **स्पष्टीकरणात्मक समाजशास्त्र :** समाजशास्त्राच्या विविध प्रकारांपैकी एक प्रकार म्हणजेच स्पष्टीकरणात्मक समाजशास्त्र होय. समाजशास्त्राच्या अन्य प्रकारांत प्रतीकात्मक आंतरक्रियावाद, समाजशास्त्रीय प्रघटनाशास्त्र आणि वेबर यांचे सामाजिक क्रियांचे

आकलन करणारे किंवा आकलनास उपयोगी पडणारे शास्त्र म्हणजे स्पष्टीकरणात्मक समाजशास्त्र होय. दयुरखेम यांनी समाजशास्त्राच्या अभ्यासपद्धतीचे नियम केले असून, त्यानुसार सामाजिक तथ्य आणि सामाजिक घटना यांच्या स्पष्टीकरणातही आणि पृथक्करणासाठी आत्मनिष्ठ विचारप्रवाह पाहिजेत; हे जरी खरे असले तरी त्यासंबंधीचे वैयक्तिक दृष्टिकोन जाणीवपूर्वक दूर ठेवले पाहिजेत. प्रत्येक सिद्धान्तकल्पना, तथ्याच्या कसोटीवर घासून खोलवर अभ्यासणे आवश्यक आहे. तसेच कोणतीही सिद्धान्तकल्पना प्रतिपादन करण्यापूर्वी अभ्यासकाने आपल्या अभ्यासाच्या उद्दिष्टांची काळजीपूर्वक व्याख्या केली पाहिजे व त्यानंतर ती सिद्धान्तकल्पना वस्तुस्थितिनिदर्शक माहितीच्या आधारे पडताळून पाहिली पाहिजे. यावर अधिक स्पष्टीकरण करताना दयुरखेम म्हणतात की, घटनेचा अभ्यास करताना संशोधकाने कोणत्याही परिस्थितीत आत्मनिष्ठ विचारांना बाजूला सारून प्रामाणिकपणे वस्तुनिष्ठ विचारांनाच चिकटून राहिले पाहिजे. यासंबंधीचे स्पष्टीकरण, पृथक्करण हे वस्तुस्थितिनिदर्शक विचार, आकडेशास्त्र व मानवजातिशास्त्र (Ethnology) यायोगे समृद्ध असले पाहिजे. दयुरखेम यांच्याप्रमाणेच वेबर यांनीही स्पष्टीकरणात्मक समाजशास्त्रावर भाष्य करताना असे म्हटले होते की, सामाजिक क्रियांचे वर्णन करताना व स्पष्टीकरण देताना त्यासंबंधीच्या कर्त्याच्या आकलनाला पुरेसे महत्त्व देण्याची तरतूद असणे आवश्यक आहे. वेबर यांच्या मते, स्पष्टीकरणात्मक समाजशास्त्र हे व्यक्ती आणि तिच्या क्रिया यांना मूलभूत घटक मानून त्यांचा विचार करते. याचाच दुसऱ्या शब्दात अर्थ असा की, 'राज्य', 'मंडळ', 'सरंजामशाही' यांसारख्या अन्य संज्ञा समाजशास्त्राच्या दृष्टीने विचार करता 'मानवी आंतरक्रिया' या प्रकारात मोडतात. म्हणून या प्रत्येक संज्ञेतील मानवी आंतरक्रियांचा अर्थ वा त्या अर्थाने स्पष्टीकरण करण्याची आवश्यकता आहे. या सर्वांसाठी 'स्पष्टीकरणात्मक समाजशास्त्र' ही संज्ञा वापरण्यात येते.

intersocietal system - (इन्टर'सोसा'ईटल सि'स्टिम) **अंतर्सामाजिक व्यवस्था :** कोणतीही सामाजिक मांडणी किंवा कोणतीही सामाजिक व्यवस्था, की जी समाज आणि सामाजिक साकल्यता यांच्यातील प्रचलित विभाजनरेषा ओलांडून पलीकडे जाते; तेव्हा त्यासाठी गिडन्स यांनी १९८४ साली 'अंतर्सामाजिक व्यवस्था' ही संज्ञा वापरली होती. या संदर्भात गिडन्स असा दावा करतात की, बहुसंख्य समाजशास्त्रज्ञांनी अंतर्सामाजिक व्यवस्थेचे महत्त्व समजून घेण्याचा प्रयत्नच केला नाही. १९८६ साली मॅन (Mann) असा दावा करतात की, समाजशास्त्रज्ञांनी अनेक वेळा असा समज करून घेतला, की समाज हा

समस्याविरहित (किंवा असमस्याप्रधान) एक साकल्यता आहे आणि विश्लेषणाचे एकूण एकक म्हणून वास्तविक ही संज्ञा 'आधुनिक राष्ट्रराज्य' यासाठी वापरणे सर्वोत्तम ठरेल. परंतु सर्वसाधारणपणे ऐतिहासिक दृष्टीने विचार करता समाजात अशा प्रकारच्या स्पष्ट सीमांचा अभाव आढळतो. या सर्व चर्चेचा मथितार्थ हा की समाजशास्त्रज्ञांनी सामाजिक व्यवस्थांचे अध्ययन करताना अंतर्सामाजिक व्यवस्थेच्या अध्ययनाकडे दुर्लक्ष केले होते.

intervening variable - (इंटरव्हि निंग व्हे अरिएबल) **मध्यस्थ चल :** परावलंबी चलावर स्वतंत्र चलाच्या होणाऱ्या परिणामात मध्यस्थी करणाऱ्या चलासाठी ही संज्ञा वापरण्यात आली होती. काही तज्ज्ञांच्या मते, मध्यस्थ चल ही एक अंतर्गत यंत्रणा असून ज्याच्या अस्तित्वाच्या संदर्भात असे गृहीत धरले जाते की, एका व्यक्तीच्या क्रियेवर दुसऱ्या व्यक्तीची क्रिया अवलंबून असते. उदाहरणार्थ, एका व्यक्तीने एखादी क्रिया केली की दुसऱ्या व्यक्तीला तशाच प्रकारची क्रिया करून प्रतिसाद (response) देणे जरूरी असते. पण हे जरी खरे असले, तरी प्रतिसाद देणारी व्यक्ती प्रतिसाद देताना पहिल्या व्यक्तीचे उत्पन्न, तिचा दर्जा, सामाजिक वर्ग इत्यादींचा विचार करूनच प्रतिसाद देईल वा देणार नाही. या दृष्टीने विचार करता क्रिया या चलात उत्पन्न, दर्जा, वर्ग इत्यादी घटक मध्यस्थ चलाची भूमिका बजावतात.

interview - (इन्टरव्हू) **मुलाखत :** सामाजिक संशोधनात तथ्यसंकलनाची किंवा माहिती गोळा करण्याची (data collection) एक पद्धत म्हणजे मुलाखत होय. यात मुलाखत घेणारा संशोधक मुलाखत देणाऱ्या व्यक्तीच्या समोर बसून त्याच्याकडून आवश्यक ती माहिती गोळा करतो. या पद्धतीत मुलाखत घेणारा व मुलाखत देणारा यांचे संबंध समोरासमोरचे, प्रत्यक्ष स्वरूपाचे असल्याने यात पोस्टल प्रश्नावली तंत्रापेक्षा माहिती देणाऱ्यांचा प्रतिसाद तुलनात्मक दृष्टीने जास्त असतो. परंतु या पद्धतीत मुलाखत घेणाऱ्या संशोधकाचे असणारे पूर्वग्रह हे काही वेळेला जमा माहितीच्या गुणवत्तेवर, खरेपणावर व विश्वसनीयतेवर परिणाम करू शकतात. काही तज्ज्ञांच्या मते, मुलाखत ही संरचित (structured) आणि असंरचित (un-structared) अशा दोन्ही प्रकारची असते. संरचित मुलाखत पद्धतीत संशोधनकर्ता मुलाखत देणाऱ्यांना कोणते प्रश्न विचारावयाचे अशा प्रश्नांची यादी करतो व तेवढेच प्रश्न विचारून त्या प्रश्नांच्या उत्तरांची नोंद करतो; त्यामुळे माहिती देणाऱ्यांच्या माहितीचे वर्गीकरण सोपे जाते. यात संशोधकांच्या व तसेच उत्तरकर्त्यांच्या पूर्वग्रहांना फारच कमी थारा मिळतो. असंरचित मुलाखत

पद्धतीत विचारावयाच्या प्रश्नांची यादी वा पूर्वरचना केली जात नाही. ऐन वेळी संशोधक सुचतील ते प्रश्न विचारतो. त्यामुळे जमा झालेली माहिती परिपूर्ण असेलच असे नाही.

intimacy - (इ'न्टिमसी) **जवळीक किंवा आत्मीयता :** सामाजिक संबंधाचा एक प्रकार म्हणून 'जवळीक किंवा आत्मीयता' याकडे पाहिले जाते. प्राथमिक गटातील (विशेषत: कुटुंबातील) सभासदांचे संबंध आत्मीयतेचे, वैयक्तिक स्वरूपाचे आणि समोरासमोरचे असतात. काही तज्ज्ञांच्या मते, लैंगिक संबंध, वैयक्तिक संबंध हे अत्यंत जवळीकतेचे व आत्मीयतेचे असतात. १९९२ साली गिडन्स यांनी 'आत्मीयतेतील बदल' या ग्रंथात, आधुनिक समाजातील जोडी-संबंधाच्या (pair relationship) बदलत्या स्वरूपावर प्रकाशझोत टाकला होता. जोडी-संबंधाचा विचार करताना पारंपरिक द्विलिंगी (male female sexual relationship) लैंगिक संबंधाबरोबर आधुनिक समाजातील वाढत्या समलिंगी संबंधावरही विचार मांडले आहेत. गिडन्स यांच्या मते, जवळिकीचे किंवा आत्मीयतेचे संबंध तीन स्वरूपाचे असतात- १. शुद्ध संबंध (Pure relationship): या संबंधात व्यक्ती केवळ स्वत:चा आनंद किंवा स्वत:चे सुख शोधतात. या संबंधात प्रजोत्पादनापासून लैंगिकतेला वेगळे केले जाते. शारीरिक सुख तर उपभोगावयाचे, पण प्रजोत्पादनाची जबाबदारी टाळावयाची. २. लवचीक लैंगिकता (Plastic sexuality) : यात मालमत्तासंबंधातून लैंगिकतेला मुक्त केले जाते. ३. एकत्रित प्रेम (confluent love) : प्रेम करणाऱ्या दोन्ही पक्षांच्या परस्परवचनबद्धता, परस्परविश्वास, स्वजाणिवा इत्यादींवर या प्रकारचे संबंध अवलंबून असतात. या तिन्ही संबंधांत शारीरिक संबंधांना प्राधान्य प्रदान करण्यात आले असून, त्यातून येणाऱ्या अन्य जबाबदाऱ्या टाळण्याचा यात प्रयत्न दिसतो. या अन्य जबाबदाऱ्या म्हणजे प्रजोत्पादन, मातृत्व, पितृत्व, संतती संगोपन व सामाजीकरण इत्यादींचा अंतर्भाव होतो.

invisible religion - (इन्व्हि'जिबल रिलि'जन) **अदृश्य धर्म :** १९६३ साली थॉमस लुकमन (Thomas Luckmann) यांनी लिहिलेल्या 'अदृश्य धर्म' (Invisible Religion) या ग्रंथात या संज्ञेवर सविस्तर विवेचन केले होते. या ग्रंथात लुकमन म्हणतात की, आधुनिक समाजाचे एक महत्त्वाचे प्रभेदक वैशिष्ट्य म्हणजे धर्म होय. परंतु ते पुढे म्हणतात, व्याख्या केवळ प्रार्थनास्थळांना भेट देणाऱ्या व्यक्तीचे वर्तन एवढ्या संकुचित दृष्टीने न करता त्यात धर्माचा अर्थ जाणून घेणे, संस्कृतीची

उद्दिष्टे माहिती करून घेणे आणि अनुभवातील बाबीचा अनुभव घेणे (उदा. एखाद्या गोष्टीचा साक्षात्कार होणे) इत्यादी बाबी या अदृश्य धर्मात येतात.

introversion - (इन्ट्रोव्हर्जन) **अंतर्मुखता :** पहा–extraversion, introversion –बहिर्मुखता व अंतर्मुखता.

Islam - (इस्लाम) **इस्लाम :** जगातील दुसऱ्या क्रमांकाचा सर्वांत मोठा धर्म होय. इ.सन ६१० साली हजरत महम्मद पैगंबर यांनी या धर्माची स्थापना केली. एकेश्वरवाद हे या धर्माचे प्रमुख तत्त्व होय. त्या वेळच्या अरबस्तानात (आजच्या सौदी अरबस्तानमधील) मक्का शहरात या धर्माची स्थापना झाली. 'इस्लाम' या शब्दाचा अरबी भाषेत हुकूम मानणे, आत्मसमर्पण करणे व आज्ञापालन करणे असा अर्थ घेतला जातो. 'इस्लाम' या शब्दाचा दुसरा अर्थ आहे शांती, कुशलता, संरक्षण, शरण इत्यादी. जेव्हा मनुष्य स्वत:ला अल्लाहला म्हणजे ईश्वराला अर्पण होतो, (सर्वस्व देतो किंवा समर्पण करतो) व परमेश्वराच्या आदेशानुसार आपले जीवन जगतो तेव्हा अशा वृत्तीमुळे मनुष्याला खऱ्या अर्थाने शांतता लाभते. इस्लामचे पवित्र ग्रंथ आहेत– १. कुराण : हा इस्लामचा सर्वश्रेष्ठ व पवित्र ग्रंथ असून तो अपौरुषेय मानला जातो. महम्मद पैगंबर यांना दिव्य वाणीतून जे ईश्वरी संदेश आले तेच कुराणात ग्रथित केले आहेत असे मानतात. कुराणचा संदेश ईश्वराचा अखेरचा शब्द आहे अशी श्रद्धा आहे. २. हदीस : कुराणानंतर इस्लाम धर्मात 'हदीस' या ग्रंथाची पूज्यता व श्रेष्ठता मानली जाते. हजरत महम्मद पैगंबर यांनी सांगितलेल्या गोष्टींचा, वचनांचा त्यात समावेश आहे.

इस्लामचा आचार धर्म किंवा इस्लामची मूलभूत तत्त्वे : इस्लामची पाच मूलभूत तत्त्वे असून त्यांना 'पंच अर्कान' असे म्हणतात ती पुढीलप्रमाणे– १. तोहिद : यात दोन मंत्र येतात. अ. कलम–ए–तय्यबा–एका अल्लाह व्यतिरिक्त दुसरा ईश्वर नाही व महम्मद त्याचा प्रेषित आहे. ब. कलम ए शहादत (साक्षवचन)– मी अशी साक्ष देतो की अल्लाहखेरीज दुसरा कोणी उपास्य नाही व महम्मद हे त्या परमेश्वराचे सेवक व प्रेषित आहेत. २. नमाज : नमाज म्हणजे परमेश्वराची प्रार्थना. दिवसा व रात्री मिळून पाच वेळा नमाज पढणे आवश्यक मानले जाते. ३. जकात : आपल्या संपत्तीचा १/४० वा भाग अथवा संपत्तीच्या अडीच टक्के भाग दरवर्षी गोरगरिबांना दानधर्म म्हणून दिला पाहिजे. याला पूर्वी जकात म्हणत. आज मात्र जकात म्हणजे आपल्या संपत्तीतील काही वाटा राज्याला कराच्या स्वरूपात देणे होय. ४. रोजा : रमजानच्या पवित्र महिन्यात उपवास करणे हे

पवित्र कार्य मानले जाते. त्यामध्ये सूर्योदयापासून ते सूर्यास्तापर्यंत अन्न, पाणी वर्ज्य केले जाते. ५. हज : म्हणजे मक्का या शहराची यात्रा करणे होय. प्रत्येक इस्लामच्या अनुयायाने जीवनात एकदा तरी मक्केला जावे असे सांगितले जाते.

सारांशरूपात असे म्हणता येईल की, एकेश्वरवादावर आधारित व शांततेचा संदेश देणारा जगातील दुसऱ्या क्रमांकाचा धर्म म्हणजे 'इस्लाम' होय.

jail - (जेल) **तुरुंग किंवा कारागृह :** स्थानिक शहर, परगणा किंवा जिल्हा येथील असे ठिकाण की जेथे गुन्हेगारांना किंवा आरोपींना ठेवले जाते. मूलत: सर्व कारागृहे ही आधुनिक तुरुंगासारखीच असतात की जेथे आरोपींना त्यांचा खटला न्यायालयात चालू आहे, तोपर्यंत किंवा खटला संपेपर्यंत ठेवले जाते. आज तुरुंगातर्फे दोन उद्दिष्टांची पूर्तता केली जाते, एक म्हणजे ज्या आरोपींना जामीन नाकारला जातो किंवा ज्या आरोपींना जामीन मिळण्याची शक्यताच नसते, अशा आरोपींना ताब्यात ठेवणे होय. दुसरे म्हणजे किरकोळ गुन्ह्यातील आरोपींना ताब्यात ठेवण्याची क्रिया होय. परंतु आज मात्र कारागृहात ज्यांच्यावर खटला चालू आहे असे कैदी, गुन्ह्यात सहा महिने ते एक वर्षापर्यंत शिक्षा झालेले कैदी किंवा जन्मठेप किंवा फाशीची शिक्षा झालेल्या कैद्यांनाही ज्या ठिकाणी ठेवले जाते ती जागापण तुरुंग किंवा कारागृह या संज्ञेने संबोधली जाते. पोलीस कोठडी, न्यायालयीन कोठडी, तालुका-जिल्हा कारागृह व राज्याच्या पातळीवर मध्यवर्ती कारागृह असे तुरुंगाचे प्रकार आज अस्तित्वात आहेत. सारांशरूपात असे म्हणता येईल की, ज्यांच्यावर न्यायालयात खटला चालू आहे असे आरोपी, किरकोळ गुन्हे करणारे गुन्हेगार किंवा दरोडे, खून, दहशत निर्माण करणारे गुन्हेगार या सर्वांना सरकारच्या नियंत्रणाखाली ठेवण्याची जागा म्हणजे तुरुंग किंवा कारागृह होय.

jainism - (जैनीझम) **जैनवाद किंवा जैनधर्म :** शरीर, इंद्रिये व वाणी यांना संयमपूर्वक जिंकणाऱ्या व्यक्तींना 'जिन' म्हटले जाते. अशा जितेंद्रिय महापुरुषाची उपासना करणाऱ्या, त्याचे अनुयायित्व स्वीकारणाऱ्या व्यक्तींना 'जैन' म्हटले जाते. जैन धर्मात सर्व साधू, उपाध्याय, आचार्य, सिद्ध व अरिहंत यांना नमन केले आहे. या पाचांना 'पंचपरमश्रेष्ठी' असे म्हटले असून जैन धर्म या पंचपरमश्रेष्ठींची तत्त्वे प्रमुख मानतो. परमपद पावलेला शुद्ध आत्मा म्हणजे 'परमेष्ठी' होय. तो

मलरहित असतो. केवळ ज्ञानी, विशुद्ध आत्माच 'परमजिन' असतो असे मानले जाते. या पंचपरमश्रेष्ठींचे स्वरूप पुढीलप्रमाणे- १. आत्मशुद्धीसाठी सदाचार करणारा तो 'साधू'. २. धर्मकार्य करणारा तो 'उपाध्याय'. ३. मोक्षविद्येचे अध्यापन, दीक्षादान व संघाचे अनुशासन करणारा तो 'आचार्य'. ४. शरीर व कर्म यांच्या उपाधीपासून मुक्त तो 'सिद्ध'. ५. आत्मज्ञान, आत्मदर्शन, आत्मसुख यांनी परिपूर्ण असा सर्वश्रेष्ठ मुक्तात्मा म्हणजे 'अर्हत किंवा अरिहंत' होय.

जैन धर्म हा तीर्थंकर धर्म आहे. तीर्थ म्हणजे धर्म. धर्माचे प्रकटीकरण, प्रवर्तन करणारे महापुरुष म्हणजेही तीर्थंकर होत. तीर्थंकरांमुळे हा संसारसागर तरून जाता येतो अशी जैन धर्माच्या अनुयायांची श्रद्धा आहे. देवाहून श्रेष्ठ असा जो धर्माध्यक्ष, केवळ ज्ञानी संत म्हणजे तीर्थंकर होत. तीर्थंकर या संज्ञेचा आणखी एक अर्थ असा की तीर्थ★ उत्पन्न करणारा किंवा शोधून काढणारा तो तीर्थंकर होय.

आतापर्यंत जैन धर्माचा संस्थापक म्हणून भगवान महावीरांच्या नावाचा उल्लेख केला जात होता. परंतु नंतर झालेल्या संशोधनातून असे आढळून आले की, भगवान महावीरांपूर्वींहीं जैन धर्म अस्तित्वात असल्याचे अनेक पुरावे आढळतात. तीर्थंकर एकूण २४ असून भगवान महावीर हे २४ वे तीर्थंकर असून पहिले तीर्थंकर म्हणून ऋषभदेव किंवा आदिनाथ यांचा उल्लेख करावा लागेल. भगवान महावीर यांनी जैन धर्माला सुव्यस्थित रूप दिले. त्यांच्याच कालावधीत जैन धर्माला प्रतिष्ठा प्राप्त झाली. जैन धर्माची प्रमुख तत्त्वे पुढीलप्रमाणे-

१. विश्वात चेतन असे एक तत्त्व आहे ते म्हणजे 'जीव'.

२. त्याचबरोबर अचेतन वा जड असेही दुसरे तत्त्व आहे ते म्हणजे 'अजीव'.

३. ही दोन्ही तत्त्वे काही कारणाने परस्परांच्या संपर्कात येतात ते म्हणजे 'आस्रव'.

४. या उभयतांच्या परस्परसंबंधातून काही विकृत शक्ती निर्माण होतात ते म्हणजे 'बंध'.

५. ही परस्परसंबंधांची क्रिया योग्य त्या उपायांनी थांबविता येते ते म्हणजे 'संवर'.

६. या एकूण प्रक्रियेतून पूर्वसंचित अशा विकृत शक्तींचा व त्यामागे असलेल्या कारणांचा ऱ्हास करता येतो ते म्हणजे 'निर्जरा'.

★ 'तीर्थ' म्हणजे नदीस जेथे उतार असतो ती जागा होय.

७. परिणामत: चेतन तत्त्व म्हणजे जीव हा अजीवाच्या बंधनातून पूर्णपणे मुक्त होतो. ही अवस्था म्हणजे 'मोक्ष' होय.

जैन धर्म आणि वैदिक हिंदू धर्म यांच्यातील काही तत्त्वे समान असली तरी जैन धर्म वेदप्रामाण्य मानत नाही. म्हणून काही तज्ज्ञांनी जैन धर्माचा उल्लेख 'नास्तिक' असा केला आहे. परंतु कालांतराने तीर्थंकरप्रणीत ४५ जैन आगम किंवा सिद्धान्त यांना जैनांनी पुढे वेदांच्या जागी बसविले. म्हणून अन्य काही तज्ज्ञांच्या मते, जैनांना नास्तिक म्हणणे योग्य नाही.

jati - (जाती) **जाती :** भारतातील सामाजिक स्तरीकरणाचा एक प्रकार. इंग्रजीत यासाठी caste (कास्ट) ही संज्ञा वापरतात. जाती ही स्तरीकरणव्यवस्था जन्मावर आधारित असते, तर जातींचा श्रेष्ठ-कनिष्ठ दर्जा धर्माद्वारे किंवा परमेश्वराद्वारे निर्धारित केला जातो, अशी हिंदू धर्मीयांची श्रद्धा असल्याने अनेक स्थित्यंतरे होऊनही जातिव्यवस्था टिकून आहे. (पहा–caste–जाती.)

job evaluation - (जॉब इव्हॅल्युएशन) **कामाचे मूल्यमापन :** कामाचे मूल्यमापन ही एक कामाच्या वर्गीकरणाची व्यवस्था असून त्यात कामगारांच्या श्रेणीसंरचना, त्यांच्या वेतनश्रेणी यांचे निर्धारण केले जाते. या निर्धारणप्रक्रियेत कामगारांचे कौशल्य योग्यायोग्यता किंवा लायकी आणि जबाबदारी या वैशिष्ट्यांचा विचार केला जातो. कामगाराधारित पूर्वग्रह टाळण्यासाठी व त्यांच्या कामाचे योग्य मूल्यमापन करता यावे; म्हणून कामाची मूल्यमापनव्यवस्था 'संधीची समानता' या तत्त्वाला पाठिंबा देते. कोणत्याही क्षेत्रात काम करणाऱ्या विविध श्रेणींतील कर्मचाऱ्यांच्या कामाचे टीकात्मक विश्लेषण करणे म्हणजे 'कामाचे मूल्यमापन' करणे होय.

job satisfaction (जॉब सॅटिस्फॅ'क्शन) **कामाचे समाधान :** कामाचे समाधान हे सांस्कृतिक दृष्टीने विचार करता सर्वेक्षणाच्या माध्यमातून घेतलेल्या मुलाखततंत्राद्वारे कामगारांना किंवा कर्मचाऱ्यांना पुढील प्रश्न विचारून मोजता येते. तो प्रश्न म्हणजे- तुमच्या कामात तुम्ही किती प्रमाणात समाधानी आहात? या संदर्भात तज्ज्ञांच्या किंवा संशोधकांच्या अनेक सर्वेक्षणांनंतर असे लक्षात आले की, सर्वसाधारणपणे ८० ते ९० टक्के कामगार वरील प्रश्नांचे उत्तर होकारार्थी देतात. कामाबद्दल ते समाधानी असतात; परंतु वेतन, बढतीच्या संधी, कामाच्या तासांतील लवचीकता याबाबत मात्र बरेचसे कर्मचारी वा कामगार असमाधानी असतात व ते त्यांचे असमाधान वारंवार व्यक्त करतात. काही तज्ज्ञांच्या मते,

कामाच्या असमाधानाचा प्रश्न व्यवस्थापनाशी संबंधित नसून तो कामगारांच्या वर्तनाशी संबंधित असतो.

joint conjugal role relationship - (जॉइन्ट काँजुगल रोल रिले'शनशिप) **संयुक्त (सामाजिक) वैवाहिक भूमिका-संबंध :** संयुक्त (सामाजिक) वैवाहिक भूमिका संबंध म्हणजे घरकामाचे पतीह्रपत्नीमध्ये होणारे एक प्रकारचे श्रमविभाजन होय. १९५७ साली एलिझाबेथ बॉट (Elizabeth Bott) या समाजशास्त्रीय विदुषीने या संज्ञेचा पहिल्यांदा वापर केला होता. याद्वारे त्या असे सूचित करतात की ज्या समुदायात उच्चप्रतीचे किंवा मोठ्या प्रमाणात भौगोलिक आणि सामाजिक गतिमत्त्व आढळते त्या समाजात या प्रकारचे भूमिका-संबंधांवर आधारित श्रमविभाजन सापडते. कौटुंबिक संबंध आणि नातेसंबंध यांचे विभाजन झाल्याचा परिणाम म्हणून पारंपरिक स्त्री-पुरुष भेदांवर आधारित वैवाहिक भूमिका-संबंधांच्या अनुबंधाला तडा गेला आणि पूर्वी स्त्रियांच्या समजल्या जाणाऱ्या घरकामाच्या भूमिका आज पुरुष पार पाडताना दिसतात. याचे कारण प्रतिपादन करताना तज्ज्ञ म्हणतात की, आज काम करणाऱ्या स्त्रियांच्या संख्येत वाढ झाल्यामुळे, पुरुषांमध्ये बेरोजगाराचे प्रमाण वाढल्यामुळे, नवीन सामाजिक मूल्ये अस्तित्वात आल्यामुळे विसाव्या शतकाच्या उत्तरार्धात लिंगभाव भूमिकेत (स्त्री-पुरुषाच्या भूमिकेत) परस्पर परिवर्तन झाले असून पूर्वी केवळ स्त्रियांच्या समजल्या जाणाऱ्या अनेक भूमिका आज पुरुष पार पाडताना दिसतात.

joking relationship - (जोकिं'ग रिले'शनशिप) **चेष्टा-मस्करीचे किंवा थट्टा-मस्करीचे संबंध :** नातेसंबंधाचा किंवा आप्तसंबंधांचा एक प्रकार म्हणून चेष्टा-मस्करीचे किंवा थट्टा-मस्करीचे नातेसंबंध किंवा आप्तसंबंधांचा उल्लेख केला जातो. या प्रकारच्या नातेसंबंधात दोन किंवा अधिक नातेवाइकांत जवळकीचे किंवा आपुलकीचे संबंध प्रस्थापित होणे जरुरीचे असते. तसेच ज्या प्रकारच्या दोन किंवा अधिक नातेवाइकांत या प्रकारचे संबंध प्रस्थापित होतात त्या व्यक्ती सर्वसाधारणपणे समवयस्क असतात. त्यामुळेच त्यांच्यात चेष्टा-मस्करी किंवा थट्टा-मस्करी होणे शक्य होते. ज्या मानवशास्त्रज्ञांनी व समाजशास्त्रज्ञांनी आदिवासी समाजाचा व भारतापुरता विचार करता हिंदी भाषिक क्षेत्रातील समाजजीवनाचा जो अभ्यास केला त्यावरून असे निदर्शनास येते की, पुढील नातेसंबंधांवर चेष्टा-मस्करीचे अथवा थट्टा-मस्करीचे नातेसंबंध हा शिक्का मारला जातो. यात धाकटा दीर व वडीलभावाची बायको यांचे संबंध, एखाद्या स्त्रीचा नवरा व त्या स्त्रीची धाकटी बहीण (मराठीत-मेहुणी, हिंदीत-साली) किंवा भाऊ, नवऱ्याचा धाकटा

भाऊ आणि बायकोची धाकटी बहीण इत्यादी नातेवाइकांचा समावेश होतो. याव्यतिरिक्त आते-मामे भावंडांचे संबंध हे थट्टा-मस्करीचे असतात, असेही निदर्शनास येते. प्रा. टी. बी. नाईक यांनी झबुआ (गुजरात) आणि घार (मध्यप्रदेश) या जिल्ह्यांतील भिल्ल आदिवासी जमातीचा जो अभ्यास केला; त्यावरून असे लक्षात येते की, या आदिवासी जमातीत ज्या दोन व्यक्तींत वैवाहिक संबंध प्रस्थापित होण्याची शक्यता असते, त्यांचे नातेसंबंध थट्टा-मस्करीचे असतात.

joint family - (जॉइन्ट फॅमिली) **संयुक्त कुटुंब :** कुटुंबाच्या सभासदसंख्येवर आधारित कुटुंबाचा एक प्रकार म्हणून संयुक्त कुटुंबाचा उल्लेख केला जातो. खऱ्या अर्थानि संयुक्त कुटुंब हे पारंपरिक भारतीय समाजाचे महत्त्वाचे वैशिष्ट्य मानले जाते. आजही ग्रामीण भारतात व शहरातही संयुक्त कुटुंबाचे अवशेष आढळतात. भारताव्यतिरिक्त चीन, जपान या देशांतही संयुक्त कुटुंबे आढळतात. पण तेथे त्यांचा उल्लेख 'विस्तारित कुटुंबे' (Extended Family) असा केला जातो. संयुक्त कुटुंबाची सर्वसमावेशक व संयुक्त कुटुंबांच्या अनेक वैशिष्ट्यांचा निर्देश करणारी व्याख्या डॉ. इरावती कर्वे यांनी पुढीलप्रमाणे केली होती – 'ज्या व्यक्ती परस्परांशी विशिष्ट नात्यांनी जोडल्या जातात, ज्या व्यक्ती सर्वसाधारणपणे, एकाच वास्तूत (घरात) राहतात, ज्या एकत्रितरीत्या शिजविलेले अन्न खातात, ज्यांचा सामाईक मालमत्तेवर समान हक्क असतो, ज्या कौटुंबिक व धार्मिक कृत्ये एकत्रितरीत्या साजरे करतात, त्या व्यक्तींच्या समूहाला संयुक्त कुटुंब म्हणतात.' पाश्चिमात्य समाजशास्त्रज्ञ जे. जॉली (J. Jolly) यांनीही संयुक्त किंवा एकत्र कुटुंबाची व्याख्या पुढील शब्दांत केली आहे– 'संयुक्त कुटुंब म्हणजे सामाजिक मालमत्तेवर अवलंबून असणाऱ्या आई-वडील, त्यांची मुले, सख्खे अथवा सावत्र भाऊ या व्यक्तींचाच समूह नव्हे तर त्यांचे वंशज व समकालीन यांचाही त्यात समावेश होतो.' यावरून असे लक्षात येईल की, संयुक्त कुटुंबात आईढवडील, त्यांची लग्न झालेली मुले, सुना, नातवंडे, तसेच त्यांची लग्न न झालेले मुले व मुली, कुटुंबप्रमुखाचे भाऊ (काका) त्यांच्या पत्नी (काकू), विवाहित पुतणे व त्यांच्या पत्नी, अविवाहित पुतण्या व पुतणी, कुटुंबप्रमुखाची विधवा बहीण व तिचे मुलगे व मुली, इत्यादी तीन ते चार पिढ्यांतील सभासदांचा समावेश होतो. भारतातील हिंदू समाजाचे संयुक्त कुटुंब एक महत्त्वाचे वैशिष्ट्य मानले जाते. काही अपवाद वगळता भारतातील बहुसंख्य संयुक्त कुटुंबे ही पितृसत्ताक असल्यामुळे पित्याची अधिसत्ता किंवा कर्त्या पुरुषाचा अधिकार हे या कुटुंबाचे वैशिष्ट्य असून, स्त्रियांना सतत पुरुषाच्या आधिपत्याखाली राहावे लागते. कुटुंबाच्या मालमत्तेवर जरी कुटुंबातील

सर्व प्रौढ पुरुषांचा अधिकार असला तरी सर्व मालमत्ता ही कर्त्या पुरुषाच्या नावे असते. नागरिकीकरण, औद्योगिकीकरण, शेती, व्यवसायाऐवजी नोकरीला प्राधान्य प्राप्त झाल्यामुळे पारंपरिक संयुक्त कुटुंबाच्या विघटनास प्रारंभ झाला असला; तरी भारतीय प्रवृत्ती मात्र आजही संयुक्त कुटुंबाला अनुकूल आहे.

judaism - (ज्यु॒डॅईझम) **ज्यूवाद किंवा ज्यू धर्म :** जागतिक किंवा जगातील सर्व धर्मांपैकी तीन एकेश्वरवादी धर्मांतील (ज्यू, ख्रिस्ती व इस्लाम) सर्वांत प्राचीन धर्म म्हणजे ज्यू धर्म होय. इ.सन पूर्व सुमारे १००० वर्षांच्या कालावधीत प्राचीन हिब्रू समाजातील भटक्या आदिवासी जमातीचा धर्म म्हणून हा धर्म उदयाला आला; पण इतर आदिवासी धर्मांपेक्षा ज्यू धर्माचे स्वरूप वेगळे होते. कारण भटक्या हिब्रू आदिवासींनी सर्वसामर्थ्यवान अशा एका ईश्वरावर श्रद्धा ठेवावी, असा संदेश दिला होता. वेबर यांनी ज्यू धर्माच्या उदयाबाबत जे स्पष्टीकरण दिले होते; त्यानुसार हिब्रूंच्या राजकीय दुर्बलतेचा सामना करता यावा म्हणून हा धर्म आकाराला आला. 'ज्यू' लोक म्हणजे सर्वसत्ताधीश परमेश्वराने निवडलेले लोक होते. मानवाच्या नैतिक वर्तनातील कमतरतेसाठी हा सर्वसत्ताधीश परमेश्वर मनुष्याला शिक्षाही करतो. या धर्माचा धर्मग्रंथ म्हणून 'जुना करार' (old Testament - बायबल मधील) याचा उल्लेख केला जातो. एकेकाळी 'ज्यू'चे स्वतंत्र राष्ट्र वा भूमी नसतानाही, ख्रिस्ती व इस्लाम हे ज्यूंना विरोध करीत असतानाही हा धर्म टिकून राहिला तो 'ज्यू' लोकांच्या जबरदस्त इच्छाशक्तीमुळे.

jurisprudence - (ज्युरिस्प्रू॒डन्स) **न्यायतत्त्वशास्त्र :** सर्वसमावेशक अशा वैधानिक आणि समाजशास्त्रीय सिद्धान्तासाठी या 'न्यायतत्त्वशास्त्र' संज्ञेचा वापर केला जातो. ज्यामध्ये कायद्याची संविधाने व कायद्याच्या संस्था यांचे सामाजिक संदर्भात अध्ययन केले जाते आणि म्हणून न्यायतत्त्वशास्त्र हे काही प्रमाणात कायद्याच्या समाजशास्त्राला व्यापून टाकते. ऐतिहासिक दृष्टीने विचार करता न्यायतत्त्वशास्त्राचे खालील उपविभाग ओळखणे किंवा पाडले जाणे शक्य आहे- १. वैधानिक प्रत्यक्षवाद (legal positivism) : या उपविभागाचे उदाहरण म्हणून, केलसन (Kelson) यांची वस्तुनिष्ठ अथवा स्थिर कायद्याची संकल्पना किंवा प्रमाणकाची श्रेणीरचनात्मक व्यवस्था किंवा हार्ट (Hart) यांची आधारभूत प्रमाणकावर कायदे अवलंबून असतात, या संकल्पनांचे देता येईल २. नैसर्गिक कायदा सिद्धान्त (natural law theories) : यात मेन (Maine) यांचे सिद्धान्त आणि सॅव्हिग्री (Savigny) यांचा प्रथांचे प्रतिबिंब पडणाऱ्या कायद्याचा आढावा घेणारे सिद्धान्त येतात. ३. संघर्ष सिद्धान्त (conflict theory) : यात अशा

सिद्धान्ताच्या अध्ययनावर भर दिला जातो की ज्यात हितसंबंधांवर आधारित अंतर्गत संघर्ष तयार करणारी व्यवस्था आणि त्यावर सामाजिक नियंत्रण ठेवणारी व्यवस्था यांच्या अध्ययनाचा समावेश होतो. ४. वैधानिक वास्तवता (legal realism) : अमेरिकेतील व्यवहारवादी किंवा वास्तववादी विचारवंतांनी मांडलेला हा दृष्टिकोन सर्वत्र प्रभावित झाला असून, त्यात कायद्याच्या सामाजिक मूलाधाराच्या बदलत्या प्रवाहाच्या आणि जीवनशैलीच्या अध्ययनावर भर दिला आहे.

न्यायतत्त्वशास्त्राच्या सर्व अध्ययनाच्या दृष्टिकोनावर कायद्याच्या समाजशास्त्राच्या अध्ययनाचा प्रभाव आहे. परंतु अलीकडे सामाजिक वैधानिक क्षेत्रातील अध्ययनाचे पुनरुज्जीवन करण्यात येऊन त्यानुसार वैधानिक व्यवस्थेच्या आणि कायद्याच्या अंमलबजावणीला प्रायोगिक समाजशास्त्रीय अध्ययनाच्या नवीन वृत्तीला प्राधान्य देण्यास सुरुवात झाली आहे.

justice - (जस्टिस) **न्याय** : सर्वसामान्य तत्त्वानुसार व्यक्तीच्या लायकीनुसार किंवा पात्रतेनुसार जे जे इच्छित ते ते तिला प्राप्त होणे म्हणजे 'न्याय' होय. व्यावहारिक दृष्टिकोनातून न्याय या संकल्पनेची व्याख्या करताना, ऑरिस्टॉटलपासून ते कांत (from Aristotle to Kant) पर्यंतचे अभिजात तत्त्वज्ञही असे म्हणतात की, व्यक्तीला इच्छित गोष्टी प्राप्त होणे म्हणजे न्याय होय. १९७१ साली अमेरिकेतील तत्त्वज्ञ जॉन रावल्स (John Rawls) यांचा 'न्यायाचा सिद्धान्त' (A Theory of Justice) या ग्रंथातील संकल्पनांचा आणि विचारांचा प्रभाव मोठ्या प्रमाणात अमेरिकेतील विद्वानांवर होता. न्यायाचे काही प्रकार पुढीलप्रमाणे- १. वैधानिक न्याय (legal justice) : न्यायाचा एक प्रकार म्हणून वैधानिक न्यायाचा उल्लेख केला जातो. वैधानिक न्यायालाच काही तज्ज्ञ शुद्धीकारक किंवा सुधारणात्मक न्याय, कायद्याची अंमलबजावणी आणि वैधानिक संस्थांचे प्रशासन या संज्ञेने संबोधतात. या न्यायाची अंमलबजावणी करण्याची जबाबदारी प्रशिक्षित कायदा व्यावसायिकांवर टाकण्यात आली असून आधुनिक समाजाचे ते एक वैशिष्ट्य मानले जाते. वैधानिक न्यायात किंवा वैधानिक न्यायाच्या संकल्पनेत प्रामाणिकपणावर आधारित स्वरूपप्रधानता किंवा कार्यप्रणाली यांना सर्वश्रेष्ठ स्थान देण्यात आले आहे. याचा अर्थ असा की, कायद्याचा वापर किंवा कायद्यांची अंमलबजावणी किंवा कायद्याचा वापर नियमतत्त्वांनुसार किंवा योग्य प्रक्रियेनुसार व्हावा. उदा. 'कायद्यासमोर सर्व जण समान' हे तत्त्व इथे महत्त्वाचे. २. सामाजिक न्याय (social justice) : सामाजिक प्रामाणिकपणाशी किंवा सामाजिक वाजवीपणाशी निगडित सर्वसामान्य संकल्पना म्हणजे 'सामाजिक

न्याय' होय. ही संकल्पना 'वैयक्तिक न्याय' किंवा 'प्रचलित न्याय' या संकल्पनांच्या विरोधात असू शकते किंवा नसू शकते. वरील संकल्पनेशी स्पर्धा करणारी 'सामाजिक न्यायाची' आणखी एक अर्थ प्रतीत करणारी संकल्पना अस्तित्वात आहे व ती म्हणजे सामाजिक न्यायाची संकल्पना उपयुक्ततावादी असल्याचे तज्ज्ञ मानतात. या उपयुक्ततावादी 'सामाजिक न्यायाच्या' संकल्पनेत सामूहिक सुविधा किंवा सामूहिक न्याय हा वैयक्तिक सुविधा व वैयक्तिक न्याय यांना पायदळी तुडवीत नाही ना, यावर भर देताना दुसरीकडे सामाजिक न्याय व वैयक्तिक न्याय यांत योग्य ते संतुलन साधले जाणेही महत्त्वाचे आहे. सोप्या शब्दांत असे म्हणता येईल की, सामाजिक न्याय करताना समाजातील अन्य व्यक्तींवर अन्याय तर होत नाही ना, हे पाहण्यावर भर देणे अत्यावश्यक आहे.

समाजशास्त्रज्ञांना 'सामाजिक न्यायाच्या' तात्त्विक व्याख्येशी काही देणेघेणे नाही. सामाजिक न्यायाच्या अध्ययनक्षेत्रातील समाजशास्त्रज्ञांच्या योगदानाचा विचार करता समाजशास्त्रज्ञ प्रामुख्याने, राजकीय व नागरी हक्क आणि विशेषत: कल्याणात्मक आणि सामाजिक धोरणे यासंबंधीच्या चर्चेवर भर देतात.

सारांशरूपात बोलावयाचे झाल्यास, न्याय या संकल्पनेत व्यक्तींच्या आणि समूहाच्या सर्व प्रकारच्या नागरी, राजकीय, वैधानिक, वैयक्तिक आणि सामाजिक हक्कांचे समान नागरिकत्वाच्या तत्त्वावर जतन करण्याची प्रक्रिया समाविष्ट आहे.

juvenile court - (जु‌व्हेनाईल कोर्ट) **बालन्यायालय :** सर्वसाधारणपणे बालगुन्हेगारांना प्रौढ गुन्हेगारांच्या तुलनेने वेगळी वागणूक देण्याची आवश्यकता असते, या जाणिवेतून 'बालन्यायालयाची' स्थापना झाली. बाल-कायद्यातील तरतुदीनुसार १६ वर्षांखालील व्यक्तींनी केलेल्या गुन्ह्यांची प्रकरणे या न्यायालयातर्फे हाताळली जातात. या बालन्यायालयात वकिलाला बालगुन्हेगाराची वकिली करता येत नाही. तसेच जनतेला या न्यायालयात खटला ऐकण्याची परवानगी नाही. तसेच या न्यायालयात पोलिसांनी त्यांच्या नेहमीच्या सरकारी पोशाखात हजर न राहता सर्वसामान्य माणसांच्या पोशाखात हजर राहिले पाहिजे असा नियम आहे. या न्यायालयातील न्यायाधीशाला बालकांच्या समस्या कशा सोडवावयाच्या याचे आणि बालमानसशास्त्राचे विशेष प्रशिक्षण दिले जाते. बालन्यायालयाचे कामकाज सर्वसामान्यपणे बाल-कायद्यानुसार चालते.

juvenile delinquency - (जु‌व्हेनाईल डेलि‌क्केन्सी) **बालगुन्हेगारी :** बालगुन्हेगार कोणास म्हणावयाचे असा प्रश्न निर्माण होतो. सर्वसाधारणपणे १६ वर्षांखालील

मुलगा व १८ वर्षांखालील मुलगी 'अज्ञान' या संज्ञेखाली मोडतात. या दृष्टीने विचार करता १६ ते १८ वर्षे वयांखालील व्यक्तींनी इतर व्यक्तींना किंवा समाजाला घातक ठरेल अशा रीतीने केलेले समाजविघातक कृत्य म्हणजे बालगुन्हेगारी होय. प्रौढ गुन्हेगार ज्या प्रकारचे गुन्हे करतात, त्याच प्रकारचे गुन्हे बालगुन्हेगारही करतात. बालगुन्हेगार कोणत्या प्रकारचे गुन्हे करतात, (इ.सन १९७१ ते १९७५ या कालावधीत) त्याची यादी सर्वेक्षणाच्या आधारे जाहीर करण्यात आली. त्यानुसार खून, अपहरण, दरोडे, जबरदस्तीची चोरी, सांघिक चोरी, वैयक्तिक चोरी, दंगली घडविणे, विश्वासघात, ठगविणे, जुगार, विनातिकीट प्रवास इत्यादी प्रकारचे गुन्हे मुले करतात. काही वेळा स्वतंत्रपणे, तर काही वेळा प्रौढ गुन्हेगारांच्या मार्गदर्शनाखाली हे गुन्हे घडतात. बालगुन्हेगारीसाठी अनेक कारणे कारणीभूत असून त्यांत आनुवंशिकता, कौटुंबिक अस्वस्थता, मानसिक विकृती, वातावरणाचा परिणाम, वाईट संगत, गरिबी इत्यादींचा समावेश होतो.

juvenile detention - (जु‍व्हेनाईल डिटे‍न्शन) **बालगुन्हेगार अटक किंवा कैद :** कोणत्याही गुन्ह्याखाली बालगुन्हेगाराला अटक केल्यानंतर, प्रौढ गुन्हेगाराप्रमाणे त्याला पोलीस वा न्यायालयीन कोठडीत न ठेवता, बालसुधारगृहात ठेवले जाते व त्याच्या गुन्ह्याचा तपास पूर्ण होईपर्यंत तसेच त्याच्या प्रकरणाचा अंतिम निकाल लागेपर्यंत त्याला सुधारगृहात ठेवले जाते. त्याठिकाणी मुलाच्या वर्तनावर पर्यवेक्षक, अधिकारी, सामाजिक कार्यकर्ते, मानसोपचारतज्ज्ञ यांच्यामार्फत लक्ष ठेवले जाते. बालगुन्हेगाराला अटक केल्यानंतर पोलिसांकडून त्याचा छळ होऊ नये म्हणून ही तरतूद करण्यात आली आहे.

juvenile law - (जु‍व्हेनाईल लॉ) **बालगुन्हेगारी कायदा :** बालगुन्हेगारीचे निर्मूलन व्हावे यासाठी व बालगुन्हेगारीला प्रतिबंध व्हावा म्हणून भारत सरकारने या संदर्भात काही कायदे मंजूर केले होते. या सर्व कायद्यांचा उद्देश बालगुन्हेगारांना शासन करावे हा नव्हता, तर त्यांच्या वर्तनाला चांगले वळण लागावे हा होता. या संदर्भात भारतातील काही कायद्यांचा आपण धावता आढावा घेऊ– १. १८५०चा उमेदवारी कायदा : बालगुन्हेगारीला प्रतिबंध करण्याची पहिली पायरी म्हणून या कायद्याचा उल्लेख करावा लागेल. या कायद्यातील तरतुदीनुसार १० ते १८ वर्षे वयोगटातील मुलामुलींना व्यावसायिक शिक्षण अनिवार्य करण्यात आले होते. यामुळे नकळतच त्यांच्या भावी जीवनाची तरतूद झाल्यामुळे मुलामुलींना गुन्ह्याकडे वळण्याची आवश्यकता भासणार नाही. २. १८९७ सालचा सुधारगृह कायदा : बालगुन्हेगारीच्या संदर्भातील दुसरा महत्त्वाचा कायदा म्हणजे १८९७

सालचा सुधारगृह कायदा होय. या कायद्यान्वये न्यायाधीशाला असे अधिकार प्रदान करण्यात आले की ते १५ वर्षांखालील कोणत्याही बालगुन्हेगाराला कमीतकमी तीन वर्षे व जास्तीतजास्त ७ वर्षे सुधारगृहात पाठवू शकतात.

३. १८९८ चा बालगुन्हेगारी कायदा : या कायद्यात बालगुन्हेगारीच्या संदर्भात अनेक तरतुदी आहेत. या कायद्याच्या ३९९ कलमानुसार १५ वर्षांखालील गुन्हेगारास तुरुंगात पाठविण्याऐवजी सुधारगृहात पाठविण्याची तरतूद आहे.

○ बालन्यायालय, प्रमाणित शाळा यांची स्थापना करणारा बाल कायदा : बालगुन्हेगारीची प्रकरणे स्वतंत्रपणे हाताळता यावी म्हणून बालन्यायालयाची, प्रमाणित शाळांची निर्मिती करणारे 'बालकायदे' भारतात १९२० ते १९३०च्या दशकात मोठ्या प्रमाणात मंजूर करण्यात आले. त्यानुसार प्रथम १९२० साली त्यावेळच्या मद्रास प्रांतात (आजचा तमिळनाडू) बालकायदा आला. त्यानंतर क्रमाने १९२२ साली बंगाल (आजचा पश्चिम बंगाल), तर १९२४ साली मुंबई प्रांतात (आजचा पश्चिम महाराष्ट्र, उत्तर महाराष्ट्र, कोकण, गुजरात, सौराष्ट्र, सिंध बलुचिस्थान, बेळगाव, कारवार, धारवाड, विजापूर इ.) हा कायदा मंजूर करण्यात आला.

○ १९४८ चा मुंबई प्रांताचा (महाराष्ट्र व गुजरात) बालकायदा : या कायद्यातील महत्त्वाची तरतूद म्हणजे, या कायद्यानुसार कोणत्याही बालगुन्हेगाराला फाशीची वा जन्मठेपेची शिक्षा देता येत नाही. तसेच १२ वर्षांखालील मुलांना कनिष्ठ प्रमाणित शाळेत तर १२ ते १६ वयोगटांतील गुन्हेगार मुलांना वरिष्ठ प्रमाणित शाळेत पाठविण्याची तरतूद करण्यात आली आहे.

○ १९६० चा बालकायदा : भारताच्या संसदेने जम्मू-काश्मीर व नागालँड वगळता संपूर्ण केंद्रशासित प्रदेश व सर्व राज्ये यांना लागू होणारा हा कायदा मंजूर करताना त्यात वरील कायद्याच्या बहुसंख्य तरतुदींचे एकत्रीकरण करण्यात आले.

○ १९८६ सालचा बालगुन्हेगारी कायदा : या संदर्भातील राज्याराज्यांत व केंद्रशासित प्रदेशात असलेले बालगुन्हेगारी संदर्भातले सर्व पूर्वीचे कायदे रद्दबातल करून त्याची जागा घेणारा, सर्वकष तरतुदी असणारा व संपूर्ण देशाला लागू होणारा हा बालगुन्हेगारी कायदा मंजूर करण्यात आला.

kibbutz - (किबूत) **कृषक समुदाय :** आधुनिक इस्राईलमध्ये स्थापन करण्यात आलेले छोटे-छोटे समाजवादी शेती किंवा कृषक समुदाय वरील संज्ञेने संबोधले जातात. या प्रकारच्या समुदायात ५० ते १००० (क्वचित प्रसंगी अधिकही) सभासद असतात. या सामुदायिक शेती समुदायाचा उद्देश पारंपरिक कुटुंबव्यवस्थेला पर्याय शोधणे हा होता. याव्यतिरिक्त स्त्री व पुरुष यांच्यात संपूर्ण समानता प्रस्थापित करण्याचे उद्दिष्ट डोळ्यांसमोर ठेवताना मुलांच्या संगोपनाची व अन्य कार्याची जबाबदारीही समुदायाची जबाबदारी आहे हा विचार 'किबूत'च्या सभासदांवर बिंबविण्यात आला. किबूतच्या कार्याचे मूल्यमापन करताना तज्ज्ञांच्या असे लक्षात आले, की मुलांच्या संगोपन व संरक्षणकार्यात जरी किबूत यशस्वी झाली असली; तरी श्रमविभाजनप्रक्रियेत व विशेषत: स्त्री-पुरुषांत संपूर्ण समानता प्रस्थापित करण्यात मात्र किबूत अपयशी ठरली आहे.

kidnap - (किॅडनॅप) **अपहरण किंवा पळविणे :** गुन्हेगारीशास्त्राच्या भाषेत अपहरण हा गुन्ह्याचा एक प्रकार असून यात एखाद्या मुलाला व व्यक्तीला त्याचा बळजबरीने ताबा घेऊन, जबरदस्तीने उचलून नेऊन किंवा एखाद्या गोष्टीची लालूच दाखवून पळवून नेण्याच्या क्रियेचा समावेश होतो. लहान मुले व मुली यांना चॉकलेट किंवा आइसक्रीमची लालूच दाखवून पळवून नेले जाते. त्यांनी विरोध केल्यास बळजबरीने उचलून नेले जाते. तरुणांना नोकरी देण्याचे, तरुण स्त्रियांना विवाहादी बाबींचे आमिष दाखवून पळविण्यात येते. गेल्या काही वर्षांत अपहरणाचा एक वेगळा पैलू पुढे आला आहे. त्यात झटपट पैसा मिळविण्यासाठी एखादे लहान मूल, घरातील कर्ता पुरुष वा स्त्री, एखादा बांधकाम व्यावसायिक, एखादा श्रीमंत व्यापारी यांना पळवून नेऊन त्यांच्या नातेवाइकांकडे त्यांच्या जीवाच्या मोबदल्यात खंडणी मागितली जाते. आज अपहरण हा सांघिक गुन्हा झाला आहे. अपहरण करणाऱ्या टोळ्या तयार झाल्या आहेत. तरुण मुलींना

वाममार्गाला लावण्यासाठीही पळवून नेले जाते.

kinship - (किं‍नशिप) **नातेसंबंध किंवा आप्तसंबंध :** प्रथा, हक्क आणि जबाबदाऱ्या यांचा सुव्यवस्थित अर्थ सांगणारी व्यवस्था, ज्यामुळे व्यक्ती परस्परांशी एकत्र बांधल्या जातात आणि वांशिक गट आणि सामाजिक संबंध ही वैशिष्ट्ये धारण करणारी यंत्रणा म्हणजे नातेसंबंध होय. मानवशास्त्रात नातेसंबंधांच्या अध्ययनाला खूपच महत्त्व आहे. कारण आदिवासी समाजरचनेचा तो मूलभूत आधार होय. सुप्रसिद्ध भारतीय मानवशास्त्रज्ञ डॉ. इरावती कर्वे असे म्हणतात की, भारतीय समाजात 'संयुक्त कुटुंब' ही व्यवस्था संपूर्णपणे नातेवाइकांवर किंवा नातेसंबंधावर आधारित असून आप्तसंबंधांचे निर्धारण हे अनेक घटकांच्याद्वारे होत असल्याने नातेसंबंध ही यंत्रणा व या यंत्रणेचा अभ्यास गुंतागुंतीचा बनला आहे. सर्वसामान्यपणे नातेसंबंधांचे निर्धारण खालील घटकांच्याद्वारे केले जाते-

१. विवाहसंबंधी नातेवाईक : शारीरिक गरजांच्या पूर्ततेसाठी, प्रजोत्पादनासाठी स्त्रीपुरुषांना एकत्र बांधणारी यंत्रणा म्हणजे विवाह होय. यातून निर्माण होणारे नातेवाईक यात पती-पत्नी, सासू-सून, सासरा-सून, नणंद-भावजयी, दीर-भावजया, सासरा-सासू व जावई, मेहुणा-मेहुणी इत्यादींचा समावेश होतो.

२. रक्तसंबंधी नातेवाईक : यात आई-वडील व त्यांची मुले, भाऊ-बहीण, भाऊ-भाऊ, बहिणी-बहिणी, काका, आत्या, मामा, मावशी, आजोबा, आजी इत्यादी नातेवाईक अंतर्भूत होतात.

३. द्विशाखीय किंवा वंशपरंपरेने निर्माण झालेले आप्त : प्रत्येक व्यक्तीला माता-पिता असतात. त्या उभयतांचे आप्त आपलेही आप्त बनतात. आईकडच्या नातेवाइकांत आईचे आई-वडील (आजोबा-आजी), मामा-मामी, मावशी इत्यादींचा समावेश होतो; तर वडिलांकडच्या नातेवाइकांत वडिलांचे आई-वडील, काका-काकू, आत्या इत्यादींचा अंतर्भाव होतो.

४. प्राथमिक स्वरूपाचे नातेवाईक : ज्या नातेवाइकांचे संबंध अत्यंत घनिष्ठ, जिव्हाळ्याचे, आपुलकीचे असतात; जे सतत इतरांच्या सान्निध्यात राहतात व जे मूलभूत गरजांच्या पूर्ततेसाठी अत्यावश्यक असतात; असे नातेवाईक यात समाविष्ट होतात. पती-पत्नी, वडील-मुलगा-मुलगी, आई-मुलगा-मुलगी, भाऊ-बहीण, भाऊ-भाऊ, बहिणी-बहिणी इत्यादी नातेसंबंध प्राथमिक असतात.

५. दुय्यम स्वरूपाचे नातेसंबंध : दुय्यम स्वरूपाच्या नातेवाइकांत आई-वडिलांचे

नातेवाईक, व्यक्तीच्या पतीचे किंवा पत्नीचे नातेवाईक यात येतात. व्याख्येच्या स्वरूपात सांगावयाचे झाल्यास आपल्या प्राथमिक आप्तांचे जे आप्त, ते आपले दुय्यम नातेवाईक होत. यांत आत्या, काका, आते-चुलत-मामे-मावस-भावंडे, मामा, मावशी, दोन्हीकडचे आजोबा-आजी इत्यादी येतात.

६. तृतीय किंवा तृतीयक स्वरूपाचे आप्त : आपल्या दुय्यम नातेवाइकांचे प्राथमिक नातेवाईक यासाठी ही संज्ञा वापरली जाते. यांत चुलत-चुलत भाऊ वा बहीण, मामे-भाऊ वा बहीण, मावस-मावस भाऊ वा बहीण, काकू, मामी यांच्या भाऊ-बहिणी यांचा उल्लेख तृतीय नातेवाईक म्हणून केला जातो.

याशिवाय नातेवाईकांनी एकमेकांशी कसे वागावयाचे या आधारे नातेवाईकांचे वर्गीकरण करण्यात आले आहे. अ. वर्जनता किंवा टाळाटाळीचे आप्तसंबंध : यात सासरा-सून, सासू-जावई, मोठा दीर-धाकटी भावजय यांचे संबंध यात येतात. ब. चेष्टा-मस्करी वा थट्टा-मस्करी यावर आधारित आप्तसंबंध : हे नातेवाईक सर्वसामान्यपणे समवयस्क असतात. व्यक्ती व व्यक्तीच्या पत्नीची धाकटी बहीण, स्त्री व तिचा धाकटा दीर यांचे नातेसंबंध यात येतात. क. मातुलेय किंवा मातुलप्रधान नातेवाईक : मातुल म्हणजे मामा व आलय म्हणजे मामाचे घर. मातृसत्ताक कुटुंबात या नातेसंबंधांना महत्त्व असते. यात माता जरी कुटुंबप्रमुख असली; तरी खरी सत्ता मामाच्या हातात असते. म्हणून यात मामा, मावशी या नात्यांना महत्त्व प्राप्त होते. ड. आत्याप्रधान आप्तसंबंध : आत्या म्हणजे वडिलांची बहीण. तिला तिच्या भावाच्या कुटुंबात महत्त्वाचे स्थान असते. ती जर विधवा असेल, तर ती तिच्या भावाकडे तिच्या मुलांसह येऊन राहते व कुटुंबावर स्वत:चे प्रभुत्व निर्माण करते. ई. सहप्रसविता : एकाच आईच्या पोटी जन्माला येणाऱ्या मुलांसाठी ही संज्ञा वापरली जाते. सख्खे भाऊ-बहीण हे नातेसंबंध यात येतात.

आज संयुक्त कुटुंबाच्या होत असलेल्या विघटनामुळे व केंद्र कुटुंबाच्या उदयामुळे आधुनिक समाजशास्त्रज्ञांनी नातेसंबंधांच्या अभ्यासाकडे जेवढे लक्ष द्यावयास पाहिजे होते, तेवढे लक्ष दिल्याचे दिसत नाही. कुटुंबाच्या अध्ययनात समाजशास्त्रज्ञांनी आप्तसंबंधांच्या अध्ययनापेक्षा त्यांनी कुटुंबाची कार्ये, भूमिका आणि संरचना यांच्या अध्ययनावर अधिक भर दिला होता.

Kismat - (किस्मत) **नशीब किंवा दैव :** इस्लाम धर्माचा दैववाद 'किस्मत' या संज्ञेने संबोधला जातो. तज्ज्ञांच्या मते, हा दैववाद अभौतिक गुणवत्तेचे किंवा गुणधर्माचे प्रतीक असून, ज्यात धार्मिक चौकटीअंतर्गत हस्तक्षेप क्षम्य मानला

जातो. इस्लामच्या श्रद्धेनुसार मानवावर किंवा मानवी समाजावर नियंत्रण ठेवणारी एकमेव शक्ती दैव असून; त्यापुढे मानवी प्रयत्न, मानवी योजना किंवा या शक्तीच्या उल्लंघनाचे प्रयत्न तोकडे पडतात. इस्लामच्या सिद्धान्तानुसार सर्वशक्तिमान अशा अल्लाहला (म्हणजे ईश्वराला) शरण जा आणि तसेच मेंढपाळाच्या किंवा कृषिप्रधान अवस्थेच्या जीवनशैलीत वैज्ञानिक पद्धतीचा व नियंत्रणाचा वापर टाळा.

knowledge society - (नॉलेज सोसायटी) **ज्ञान (ज्ञानी) समाज :** पहा- information society-माहिती समाज.

kula ring - (कुला रिंग) **कुला–रिंगण किंवा कुला-चक्र :** मॉलिनॉव्हस्की (Malinowski) यांनी विविध आदिवासी जमातीतील विनिमयपद्धतीला 'कुला–रिंगण' (कुला चक्र) या संज्ञेने संबोधले आहे. 'कुला रिंग' या संज्ञेचे स्पष्टीकरण करताना मॉलिनॉव्हस्की म्हणतात की, 'कुला रिंग' म्हणजे एक बंद वर्तुळ होय. 'बंद वर्तुळ' हे या आदिवासी जमातीतील विविध गटांचे निवासक्षेत्र होय. या वर्तुळात राहणारे आदिवासी जेव्हा परस्परांशी एखाद्या वस्तूचा विनिमय करतात तेव्हा त्याची सुरुवात ही बाजूबंद (हातात घालावयाचे सोन्याचे वा चांदीचे कंकण-bracelet) आणि कंठमाळा किंवा गळसरी (necklace) यांच्या विनिमयानेच होते. बंद वर्तुळक्षेत्रात राहणाऱ्या या ट्रोब्रियांड आदिवासींमध्ये एका गटातील दोन व्यक्ती परस्परविरुद्ध बाजूने चालावयास सुरुवात करतात. जेथून ते चालावयास सुरुवात करतात तो प्रारंभबिंदू. तेथून ते परस्परविरोधी दिशेने चालत चालत, मार्ग वर्तुळाकार असल्याने एका विशिष्ट ठिकाणी परस्परांना भेटतात. या ठिकाणी ते कंकण असलेली व्यक्ती स्वत:जवळ असलेले कंकण दुसऱ्या व्यक्तीस देऊन त्या मोबदल्यात कंठमाला घेते. ज्या ठिकाणी वस्तूंची देवाणघेवाण होते तो 'विनिमयबिंदू' होय. (खालील आकृती पहा.) विनिमय झाल्यावर हे दोन आदिवासी आलेल्या मार्गाने प्रारंभ बिंदूकडे परत जातात व एक विनिमयचक्र पूर्ण होते व यानंतर याच पद्धतीने अन्य वस्तूंचाही विनिमय होतो. सुरुवातीचा विनिमय हा समारंभपूर्वक होतो. वस्तूंची देवाणघेवाण करणे हाच या कुला-रिंगणचा उद्देश होय. ट्रोब्रियांड (Trobriand) आदिवासींचे बेट दक्षिण पॅसिफिक महासागरातील मेलानिया विभागात आहे. कुला हे केवळ भौतिक किंवा आर्थिक विनिमयाचे प्रतीक नसून, त्यात अभौतिक किंवा प्रतीकात्मक विनिमयपण होतो. या दोन्ही विनिमयप्रथेमुळे सामाजिक संबंधांचे जाळे घट्ट होते. कुला-रिंगणच्या प्रथेनुसार कुला व्यवस्थेत एकदा का देवाणघेवाणीचा व्यवहार झाला की तो कायमचा असतो.

यासंदर्भात सारांशरूपाने बोलावयाचे झाल्यास दक्षिण पॅसिफिक महासागरातील ट्रॉब्रियांड बेटावर राहणाऱ्या आदिवासींच्या विनिमयाची विशिष्ट पद्धती म्हणजे 'कुला रिंग' किंवा 'कुला-रिंगण' होय.

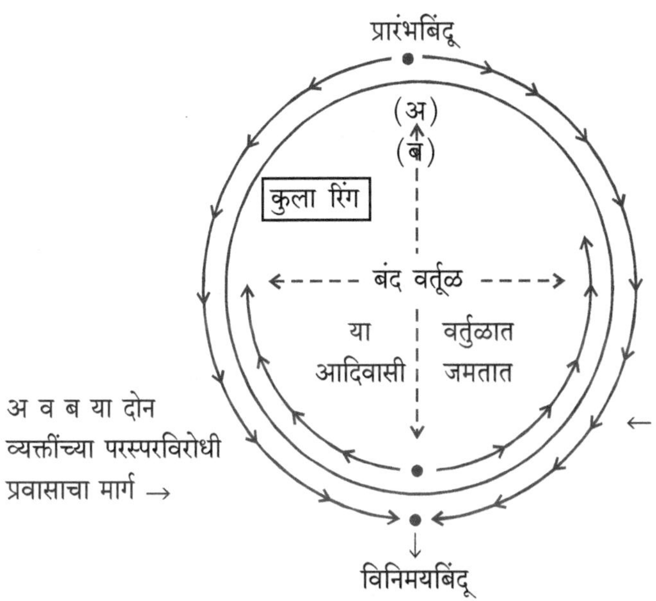

प्रारंभबिंदू : ज्या ठिकाणाहून व्यक्ती परस्परविरोधी दिशेने प्रवास करण्यास सुरुवात करतात ती जागा.

विनिमयबिंदू : ज्या ठिकाणी या दोन व्यक्ती परस्परांना भेटतात व वस्तूंची देवाण-घेवाण करतात ती जागा.

labelling★ theory - (ले'बलिंग थिअरी) **विशेष गुणधर्म सिद्धान्त किंवा शिक्कामोर्तब सिद्धान्त :** विशेष गुणधर्मात्मक सिद्धान्त म्हणजे सामाजिक प्रक्रियेचे असे विश्लेषण, की ज्यात क्रिया, व्यक्ती किंवा गट यांच्यावर सकारात्मक किंवा अधिक सामान्यपणे सांगावयाचे झाल्यास नकारात्मक गुणवैशिष्ट्यांच्या (attributes) आधारे शिक्कामोर्तब केले जाते. या दृष्टिकोनाचा प्रभाव प्रामुख्याने 'विपथगामित्वाचे समाजशास्त्र' अध्ययनक्षेत्रात जाणवतो. याशिवाय आंतरक्रियावादी दृष्टिकोनात या विशेष गुणधर्म सिद्धान्ताचा विकास झाला असून काही वेळेला हा सिद्धान्त 'सामाजिक प्रतिक्रिया सिद्धान्त' (Social Reaction Theory) म्हणूनही संबोधला जातो.

एच. एस. बेकर (H. S. Becker) यांनी १९६३ साली विशेष गुणधर्म सिद्धान्ताच्या संदर्भातील उत्कृष्ट विधानात त्यांनी त्यांच्या पूर्वीचे सिद्धान्तकार टॅनेनबम (Tannenbaum) आणि लिमर्ट (Lemert) यांच्या सूक्ष्मदृष्टीचे अनुसरण करताना ते असा दावा करतात की, कोणतीही क्रिया ही स्वाभाविकत: चांगली किंवा वाईट नसते. सामान्य आणि विपथगामी वर्तनाचे अर्थ सामाजिकतेद्वारे

★ labelling : या इंग्रजी शब्दाचे अनेक अर्थ आहेत. या ठिकाणी हा शब्द व्यक्तिवर्तनातील विशेष गुणधर्म (attribution) या अर्थी वापरला आहे. तर वैद्यकीय समाजशास्त्रात किंवा आरोग्याच्या समाजशास्त्रात हा शब्द 'वर्गीकरण' (classification) या अर्थाने वापरला आहे. रुग्णालयात रुग्णांचे वेगवेगळ्या रोगांनुसार जे वर्गीकरण (classification) केले जाते, त्यासाठी labelling ही संज्ञा वापरतात. थोडक्यात, संदर्भाचा विचार करूनच संज्ञेचा वेगवेगळा अर्थ घ्यावा. या दोन्ही ठिकाणी एकच मराठी प्रतिशब्द द्यावयाचा असेल तर तो 'शिक्कामोर्तब सिद्धान्त' असा घेता येईल. व्यक्तिवर्तनावर चांगला, वाईट, रागीट, दुष्ट, प्रेमळ असे शिक्कामोर्तब केले जाते, तर रुग्णांवर कर्करोगी, क्षयरोगी, हृदयरोगी असे शिक्कामोर्तब केले जाते.

निश्चित केले जातात. बेकर यांच्या सुप्रसिद्ध सूत्रानुसार 'व्यक्ती विपथगामित्वाची जी क्रिया करते ती व्यक्तींच्या गुणधर्माचे अंग नसून, इतरांनी केलेल्या नियमांचा आणि मान्यतेचा तो परिणाम होय. गुन्हेगारीशास्त्रानुसार जन्मत: कोणी गुन्हेगार नसतो. परंतु व्यक्ती ज्या सामाजिक परिस्थितीत राहते ती सामाजिक परिस्थिती, व्यक्तीवर गुन्हेगारीचा शिक्का मारते व त्यातूनच विपथगामित्वाची ओळख, विपथगामित्व कारकिर्द आणि विपथगामित्वाची उपसंस्कृती इत्यादी संज्ञांचे शिक्के संबंधित व्यक्तीवर मारले जातात. विशेष गुणधर्म सिद्धान्त किंवा शिक्कामोर्तब सिद्धान्त दृष्टिकोनास १९६० ते १९७० च्या दशकात महत्त्व प्राप्त झाले आणि त्याद्वारे प्रत्यक्षवादाच्या दृष्टिकोनापासून 'विपथगामी' अभ्यासकांना दूर नेण्याची ही एक चळवळ तयार झाली. विशेष गुणधर्म सिद्धान्ताच्या किंवा शिक्कामोर्तब सिद्धान्ताच्या अध्ययनाचा महत्त्वाचा निष्कर्ष म्हणजे सामाजिक समस्यांच्या अध्ययनात वेगळा आंतरक्रियात्मक विचार प्रस्थापित करणे हा होता. आंतरक्रियात्मक दृष्टिकोनाच्या विचारवंतांनी या संदर्भात दोन प्रश्न उपस्थित केले- एक, शिक्के कोणावर मारले जातात? किंवा शिक्के कोणाला मिळतात? (Who gets labelled?) आणि दोन, शिक्के कोण मारतो? (Who labels?) या दोन प्रश्नांच्या उत्तरातच या सिद्धान्ताचे सार सामावलेले आहे.

labour - (लेबर) **श्रम :** विशिष्ट समाजमान्य ध्येय साध्य करण्यासाठी मानवी शक्तीचा वापर जाणीवपूर्वक करणे म्हणजे 'श्रम' होय. श्रम हा संपत्ती उत्पादन एककाचा किंवा व्यापाराचा एक मूलभूत घटक असून, दुसरा मूलभूत घटक आहे भूमी. संस्कृतीचा जसजसा विकास होत गेला, तसतसा 'श्रम' या संकल्पनेत भांडवल, संघटना व मालकी या घटकांचा अंतर्भाव झाला. श्रमाचा विचार करता श्रम हे दोन प्रकारचे असतात- १. शारीरिक श्रम : यात शारीरिक कष्टाची कामे येतात. शेतमजूर, बांधकामावरील मजूर, हमाली करणारे श्रमिक इत्यादी येतात. २. बौद्धिक श्रम : यात केले जाणारे श्रम बुद्धीशी निगडित असतात. यात कारकून, शिक्षक, वकील, डॉक्टर इत्यादी क्षेत्रांत कार्यरत असणाऱ्या व्यक्तींचा समावेश होतो. या क्षेत्रांत कार्यरत होण्यासाठी विशिष्ट शिक्षण किंवा प्रशिक्षणाची गरज असते. श्रमाचा आणखी एक प्रकारही आजकाल लक्षात येता घेऊ शकतो व तो म्हणजे, यांत्रिक श्रम. २० व्या शतकाच्या उत्तरार्धात हा वर्ग अस्तित्वात आला. यासाठीही प्रशिक्षण गरजेचे असून विविध यंत्रे चालविणारे, ती दुरुस्त करणारे तंत्रज्ञ यात येतात.

labour, child - (लेबर, चाइल्ड) **बालकामगार :** समाजाने किंवा कायद्याने निर्धारित केलेल्या वयापेक्षा कमी वयाच्या मुलांना एखाद्या कारखान्यात किंवा शेतात पूर्णवेळ कामावर ठेवणे हे 'बालकामगार' या संज्ञेला पात्र ठरते. अमेरिकेत व त्याचप्रमाणे भारतातही १६ वर्षांपेक्षा कमी वयाच्या मुलांना कामावर ठेवण्यास बंदी आहे. या संदर्भात विविध देशांत कायदे असूनही त्या कायद्याचे उल्लंघन केले जाते. भारतात विविध उपाहारगृहे, बांधकामाचे व्यवसाय, घरकाम, फटाके तयार करणारे कारखाने, किराणा दुकाने यांत बालकामगारांचे प्रमाण मोठे आहे. अविकसित व गरीब राष्ट्रांत बालकामगारांचे प्रमाण, हे विकसित व श्रीमंत राष्ट्रांपेक्षा निश्चितच जास्त आहे.

labour, division of - (लेबर, डिव्हिजन ऑफ) **कामगार, श्रमविभाजन :** पहा–division of labour–श्रमविभाजन.

labour dispute - (लेबर डिस्प्यूट) **कामगार कलह :** 'कामगार कलह' म्हणजे उद्योगक्षेत्रात निर्माण झालेली अशी परिस्थिती, की ज्यामुळे कारखानदार अथवा मालक आणि कामगारांचे गट यांच्यात त्यांच्या-त्यांच्या हितसंबंधांच्या पूर्ततेसाठी निर्माण झालेला संघर्ष होय. (पहा–industrial conflict–औद्योगिक कलह.)

labour force - (लेबर फोर्स) **श्रमशक्ती :** कोणत्याही एखाद्या काळी श्रमबाजारात उपलब्ध असलेली कामगारांची किंवा श्रमिकांची एकूण संख्या म्हणजे श्रमशक्ती होय. जनगणना अधिकाऱ्यांनी श्रमशक्तीची जी व्याख्या केली होती, त्या व्याख्येनुसार श्रमशक्तीत खालील श्रमिकांचाही अंतर्भाव होतो. १. जे श्रमिक त्यांच्या पदावर नेमले गेले असले; तरी सध्या त्यांना तात्पुरते कोणतेही काम नाही असे श्रमिक. २. जे श्रमिक सार्वजनिक किंवा सरकारी अत्यावश्यक सेवेत कार्यरत आहेत असे श्रमिक. ३. जे श्रमिक उत्साहाने प्रत्यक्ष विविध क्षेत्रांत कार्यरत आहेत असे श्रमिक. याशिवाय श्रमशक्तीत अशाही श्रमिकांचा समावेश होतो, की ज्यांच्यात काम वा श्रम करण्याची क्षमता आहे व जे काम करण्यास तयार आहेत, पण जे प्रत्यक्ष कोणतेही काम करीत नाहीत वा काम मिळविण्याचा स्वत:हून प्रयत्नही करीत नाहीत. साधारणत: १५ ते ५९ वयोगटातील लोकसंख्या ही काम करण्यास योग्य लोकसंख्या मानली जाते. १९८१ च्या खानेसुमारीनुसार भारतातील श्रमशक्तीचे स्वरूप खालील तक्त्यावरून तुमच्या लक्षात येईल.

या तक्त्याचा आधार घेताना असे दिसते की ग्रामीण समाजाच्या तुलनेने नागरी समाजातील लोक शिक्षण, घरकाम यांत अधिक प्रमाणात व्यग्र असल्याने नागरी समाजातील श्रमशक्ती ग्रामीण समाजाच्या तुलनेने कमी आहे.

भारतातील श्रमशक्ती दर्शविणारा तक्ता (१९८१ चा खानेसुमारी अहवाल)

एकूण श्रमशक्ती (दशलक्षात)				
अ. क्र.	लिंग	ग्रामीण	नागरी	एकूण
१.	पुरुष	१३६.८	४०.७	१७७.५
२.	स्त्रिया	३९.६	५.४	४५.०
	एकूण	१७६.४	४६.१	२२२.५

labour market - (लेबर मार्केट) **कामगार बाजार किंवा श्रमबाजार :** श्रमबाजार म्हणजे खरीददार (मालक) आणि श्रमशक्ती विक्रेता (Sellers of labour power) यांच्यातील आर्थिक संबंधांच्या देवाणघेवाणीचे ठिकाण होय. अभिजात अर्थशास्त्रात असे गृहीत धरले जाते, की श्रमाचा किंवा श्रमिकांचा पुरवठा श्रमाची किंवा श्रमिकांची मजुरी निर्धारित करतो. १९७० च्या दशकात समाजशास्त्रज्ञांचे लक्ष श्रमबाजाराच्या विश्लेषणाकडे गेले. विविध सामाजिक वर्गांतील नोकरांच्या अनुभवातील विविधतेचे चांगल्या तऱ्हेने स्पष्टीकरण देण्याचा प्रयत्न या समाजशास्त्रज्ञांनी केला होता. या सामाजिक वर्गीकरणात समाजशास्त्रज्ञांनी स्त्रिया, वांशिक गट आणि तरुण कामगार यांच्या अनुभवाचा विशेषत्वाने अभ्यास केला होता. सुरुवातीला हे अध्ययन 'द्विविध श्रमबाजार प्रतिकृती'वर आधारित अनुभवाच्या संदर्भात करण्यात आले होते. या द्विविध श्रमबाजार प्रतिकृतीत दोन विभाग स्पष्ट होतात. एक प्राथमिक व दुसरा दुय्यम. ही द्विविध श्रमबाजार प्रतिकृती सुरुवातीला १९७१ साली डोअरिंगर आणि पिओरे (Doeringer and Piore) या दोन अर्थशास्त्रज्ञांनी विकसित केली असून ते असे मांडतात, की जर मालकांनी कामगारांना उच्च वेतन आणि उत्तम कारकिर्दीचे आश्वासन दिले तर हे कामगार त्यांचा स्थिर स्वरूपाचा गट तयार करतील. ह्या कामगारांजवळ आवश्यक ते कौशल्य, वचनबद्धता असते की ज्यामुळे ते कोणत्याही प्रकारच्या तंत्रशास्त्रीय बदलास स्वीकारतात. दुय्यम विभागात मात्र सर्वसाधारणपणे तरुण कामगार, स्त्रिया, काळे (निग्रो-अमेरिका) आणि विविध वांशिक गट यांचा समावेश होतो व त्यांच्याकडून जास्तीतजास्त उत्पादनाची अपेक्षा मालक करतात.

labour migration - (लेबर माइग्रेशन) **कामगार किंवा श्रमिक स्थलांतर :**
कामगार स्थलांतर म्हणजे देशांतर्गत किंवा देशाबाहेर नोकरी मिळण्याच्या उद्देशाने लोकांनी केलेले भ्रमण होय. समाजशास्त्रज्ञ असा दावा करतात, की आर्थिक विकासासाठी श्रमिकांचे स्थलांतर ही एक महत्त्वपूर्ण प्रक्रिया आहे. ज्या देशात नोकरीच्या रिकाम्या पदांचे प्रमाण जास्त आहे, पण कामगारांची कमतरता आहे त्या देशात वा प्रदेशात श्रमिक नोकरीसाठी जातात; तर ज्या देशात वा प्रदेशातून मोठ्या प्रमाणात बेकारी वा छुपी बेकारी आहे त्या देशातून वा प्रदेशातून लोक बळजबरीने दुसऱ्या देशात व प्रदेशात नोकरीच्या शोधार्थ जातात. या दृष्टीने विचार करता अविकसित, विकसनशील राष्ट्रांतील लोक, तसेच भारत व चीनसारख्या अत्याधिक लोकसंख्या असलेल्या देशातील जनता अमेरिकादी राष्ट्रांत नोकरी मिळविण्यासाठी जाण्याची क्रिया 'कामगार स्थलांतर' या संज्ञेत मोडतो.

labour movement - (लेबर मूव्हमेन्ट) **कामगार चळवळ :** कामगार चळवळ म्हणजे कामगारांचे प्रतिनिधित्व करणाऱ्या संघटनांच्या माध्यमातून मालकांच्या किंवा श्रमबाजाराच्या विरोधात लढा उभारण्याची क्रिया होय. कामगार चळवळ ही मुख्यत्वेकरून दोन विभागांत विभागली जाते. १. कामगार चळवळीची पहिली बाजू आहे, औद्योगिक स्वरूपाच्या कामगार चळवळी. २. राजकीय स्वरूपाच्या कामगार चळवळी ही कामगार चळवळीची दुसरी बाजू होय. औद्योगिक स्वरूपाच्या कामगार चळवळी या कामगार संघटनांतर्फे किंवा ऐच्छिक संघटनांच्या मदतीने चालविल्या जातात व या चळवळीचा उद्देश वेतनवाढ, औद्योगिक क्षेत्रात अधिक प्रमाणात लोकशाही मूल्यांची स्थापना व औद्योगिक प्रशिक्षणाची व्यवस्था, इत्यादी मागण्यांची पूर्तता करणे हा असतो. दुसऱ्या राजकीय चळवळीत एक किंवा अधिक राजकीय पक्ष सहभागी होतात व त्यांचा उद्देश कामगारांच्या माध्यमातून राज्याची सत्ता हस्तगत करणे हा असतो. ऐतिहासिक दृष्टीने विचार करता कामगार चळवळ ही सतत गटागटांत विभागली गेली, त्यामुळे त्यावर सातत्याने चर्चा होत असली तरी त्याचे कारण कामगार संघटनांवर असलेला मार्क्सवाद्यांचा व समाजवाद्यांचा सखोल प्रभाव होय. भारतापुरता विचार करता भारतातील सरकारी, औद्योगिक किंवा खासगी क्षेत्रांतील कामगारांच्या संघटना विविध राजकीय पक्षांच्या आधिपत्याखाली असून, त्यांनी कामगारांच्या हितसंबंधांपेक्षा आपल्या राजकीय पक्षाच्या हितसंबंधांना अधिक प्राधान्य दिल्यामुळे बऱ्याच वेळा या कामगार चळवळींना अपयशाचा सामना करावा लागला, तर काही वेळेला कामगारनेत्यांच्या वैयक्तिक अस्मिता जपण्यामुळेही कामगार चळवळी

अपयशी ठरल्याचे दिसते. यांची दोन उदाहरणे म्हणजे १९६० चा केंद्र कर्मचाऱ्यांचा संप समाजवादी व साम्यवादी नेत्यांच्या हट्टामुळे अपयशी ठरला; तर १९८२-८३ साली डॉ. दत्ता सामंत यांच्या अधिपत्याखाली लढविलेले कापडगिरणी कामगारांचे आंदोलन त्यांच्या हट्टामुळे एक वर्ष चालले व परिणामी अनेक कामगारांचे संसार उद्ध्वस्त झाले ही वास्तवता नाकारता येणार नाही.

labour power - (लेबर पावर) **श्रमसत्ता किंवा श्रमसामर्थ्य :** श्रमसत्ता किंवा श्रमसामर्थ्य या संज्ञेचा सर्वसामान्य अर्थ असा, की एखाद्या औद्योगिक अथवा अन्य संघटनेत कार्यरत असलेल्या कामगार व कर्मचारी यांची संघटित ताकद होय. मार्क्सवादी विचारांनुसार कामगारांची काम करण्याची क्षमता की ज्यामुळे त्याला भांडवलशाही व्यवस्थेत काम मिळते व त्यातून कामगारांच्या शोषणप्रक्रियेतून आकाराला आलेले 'अतिरिक्त मूल्य' हे या संकल्पनेत समाविष्ट आहे. मार्क्स यांनी त्यांच्या विचारांच्या माध्यमातून श्रमिक व श्रमसत्ता वा श्रमसामर्थ्य या दोन संज्ञांत भेद केला असून, मार्क्स यांच्या अर्थव्यवस्थेत आणि त्यांच्या भांडवलदार आणि भांडवलशाही उत्पादनव्यवस्था सिद्धान्तात या दोन संज्ञांना आत्यंतिक महत्त्व दिले आहे. श्रमिकांप्रमाणेच श्रमसत्तेचा किंवा श्रमसामर्थ्याचाही व्यापार श्रमबाजारात केला जातो व ही श्रमसत्ता ताब्यात ठेवणे हा भांडवलशाहीचा उद्देश असतो. तसेच भांडवलशाही अंतर्गत श्रमसत्ता अथवा श्रमसामर्थ्य खरेदी करणे वा भाड्याने घेणे म्हणजे विशिष्ट कालावधीत श्रमिकांनी मालकासमोर लीन वा नतमस्तक होणे होय. परिणामी मालकाला, त्याच्या ताब्यातील श्रमशक्तीचा किंवा श्रमसामर्थ्याचा वापर स्वत:च्या फायद्यासाठी करण्याचे स्वातंत्र्य मिळते; त्यामुळे मालक त्याच्या इच्छेनुसार अतिरिक्त मूल्य निर्माण करू शकतो. या दृष्टीने विचार करता श्रमसत्ता अथवा श्रमसामर्थ्य हे अतिरिक्त मूल्याचे उगमस्रोत होत.

labour problems - (लेबर प्रॉब्लेम्स) **कामगार समस्या :** आधुनिक औद्योगिक समाजातील कामगार वर्गाचे सामाजिक संबंध व कामगारांची परिस्थिती यांवर परिणाम करणारे घटक 'कामगार समस्या' या संज्ञेला पात्र आहेत. अधिक विस्ताराने सांगावयाचे झाल्यास 'कामगार समस्या' ही संज्ञा कामगार क्षेत्रातील कामगारांच्या सर्व पैलूंना किंवा बाजूंना स्पर्श करते. यात पूर्वीच्या व आजच्या कामगार व मालक संघटनांच्या संबंधाबाबतचे प्रश्न, सामूहिक सौदेबाजी, संप आणि टाळेबंदी, बंद आणि खुला बाजार, कामगारांचा वैधानिक दर्जा, प्रतिबंधात्मक आणि सामाजिक सुरक्षा कायदे इत्यादींचा समावेश होतो. याशिवाय स्त्रिया, बालके, वांशिक अल्पसंख्याक, जीवनदर्जा, अनिवार्य व ऐच्छिक लवाद, श्रमिक

व सरकार इत्यादी विशेष गटांतून निर्माण होणारे प्रश्नही 'कामगार समस्या' या संज्ञेत समाविष्ट होतात.

labour relations - (लेबर रिले॑शन्स) **कामगार किंवा श्रमिक संबंध :** 'कामगार संबंध' या संज्ञेचा त्या काळात ब्रिटनमध्ये घेतलेला अर्थ असा होता की संबंध म्हणजे आंतरशाखीय आणि काही प्रमाणात विस्तृत अशा श्रमबाजार संस्थांचे आणि तसेच नियम निश्चितीकरणप्रक्रियेचे अध्ययन करणे होय. कामगार किंवा श्रमिक संबंधांच्या अध्ययनाचा गाभा हा कामगारांची संघटना किंवा कर्मचाऱ्यांची सदृश संघटना एकीकडे तर मालक व मालकांच्या संघटना दुसरीकडे यांच्यात झालेला सामूहिक करार हा होय. परंतु गेल्या काही वर्षांत श्रम संबंधांच्या अध्ययनाची व्याप्ती रुंदावली असून; त्याचा परिणाम म्हणून या अध्ययनात, संघटित कामगार आणि मालक यांच्या वैधानिक, ऐतिहासिक, आर्थिक, राजकीय आणि समाजशास्त्रीय संदर्भातील अभ्यास समाविष्ट करण्यात आला आहे. सारांशरूपात असे म्हणता येईल, की उद्योगक्षेत्रातील कामगार व मालक यांच्या संबंधांचा परिपूर्ण अभ्यास म्हणजे 'कामगार संबंध' होय.

labour theory of value (लेबर थिअरी ऑफ व्हॅ॑ल्यू) **मूल्याचा श्रमसिद्धान्त :** 'मूल्याचा श्रमसिद्धान्त' यातील प्रमुख विचार हा की सर्व प्रकारच्या संपत्तीचा अंतिम स्रोत हा श्रमिक असून सुरुवातीच्या राजकीय अर्थशास्त्रात या विचाराला सामान्य स्थान होते. उदा. ॲडम स्मिथ असा दावा करतात, की बाजारावर आधारित समाजात कामगार स्वत:च्या मालकीची उत्पादनसाधने बाळगतात, तसेच जेवढे श्रम ते माल उत्पादनासाठी करतात त्या प्रमाणात मालाची किंमत ते निश्चित करतात. परंतु जो अश्रमिक (non-labouring) वर्ग आहे (यास बुद्धिजीवी कामगार असेही म्हणतात.) तेथे भांडवलदार श्रम करण्यासाठी संपत्तिहीन श्रमिकांचे श्रम विकत घेतात की ज्यामुळे बाजारात नफ्याचा दर सरासरीइतका राहील, तसेच भांडवलदार–उत्पादित मालाची किंमत अशा तऱ्हेने निश्चित करतात, की ज्यामुळे ते त्यांच्या कामगारांना किंवा श्रमिकांना सुयोग्य वेतन देऊ शकतील, या प्रकारे ॲडम स्मिथ (डेव्हिड रिकार्डो) यांनी खासगी मालमत्तेच्या मालकीच्या अस्तित्वाच्या संकल्पनेचे समर्थन केले, की ज्यात त्या संदर्भातील विशेष अधिकाराचाही समावेश केला होता. नंतर मात्र नवीन अभिजात अर्थशास्त्रज्ञांनी त्यांच्या मनातील संदिग्धतेमुळे स्वत:ला 'मूल्याचा श्रम सिद्धान्त' यापासून स्वत:ला वेगळे केले; कारण हा सिद्धान्त आध्यात्मिक स्वरूपाचा आणि अमाप (immeasurable) स्वरूपाचा असून त्यांनी विवाद करण्याऐवजी उत्पादनप्रक्रियेत श्रमिकांची भूमिका

किमतीच्या आधारे निर्धारित करणे अशक्य आहे, या विचाराला प्राधान्य दिले होते. याउलट कार्ल मार्क्स यांनी हा सिद्धान्त पुनर्रचित करून, असे प्रतिपादन केले की, हा सिद्धान्त म्हणजे समाजाकडे पाहण्याचा संपूर्ण नवीन दृष्टिकोन आहे व तसेच त्यांनी या सिद्धान्ताच्या माध्यमातून खासगी मालमत्तेच्या मालकीव्यवस्थेवर टीका केली होती. या पुनर्रचित सिद्धान्ताच्या संदर्भात मार्क्सवादी असे प्रतिपादन करतात की, या सिद्धान्तात भांडवल हे भूतकाळाचे प्रतिनिधित्व करते; तर भांडवलासहित नवीन श्रम आणि भूमी या दोहोंच्या एकीकरणातून उत्पादनप्रक्रिया आकाराला येते. या सिद्धान्तावर उलटसुलट चर्चा सर्वसाधारणपणे झाली असली; तरी मार्क्सवादी विचारवंतांतही या सिद्धान्तातील विचाराबाबत मतभेद आहेत. या ठिकाणी अधिक खोलात न जाता आपण एवढेच म्हणू की, 'मूल्याचा श्रम सिद्धान्त' हा या गोष्टीकडे निर्देश करतो की मूल्याचा स्रोत फक्त श्रमिक (म्हणजे त्याचे श्रम) आहेत व त्याचा संबंध उत्पादित मालाच्या किमती निर्धारित करण्याशी आहे.

larceny - (लार्सनी) मालमत्ता चौर्यकर्म : अनधिकृतपणे किंवा बेकायदेशीरपणे दुसऱ्याची मालमत्ता हडप करून मूळ मालकाला मालमत्तेच्या धारणेपासून वंचित करणे म्हणजे 'मालमत्ता चौर्यकर्म' होय. मालमत्ता हडप करणाऱ्या चौर्यकर्माचे दोन वर्गांत वर्गीकरण केले जाते. १. मोठ्या मालमत्तांची चोरी करणे. २. लहान वा छोट्या मालमत्तेची चोरी करणे. भारतात नागरी समाजात बांधकाम व्यावसायिक जुन्या वाड्यांच्या किंवा वारसारूपातील जमिनी जबरदस्तीने वा दमदाटी करून स्वतःच्या ताब्यात घेतात, तेव्हा ते कृत्य पहिल्या प्रकारात मोडते. या प्रकारचे चौर्यकर्म करणाऱ्याच्या हातात एक तर सत्ता असते किंवा सत्ताधीशांचा त्यांना भरभक्कम पाठिंबा असतो. मोटार सायकली, भ्रमणध्वनी, घरातील वापरावयाचे दागिने, इतर वस्तू इत्यादींचे चौर्यकर्म दुसऱ्या प्रकारात मोडते. समाजशास्त्राच्या भाषेत या दोन्ही कृती विपथगामी असल्यामुळे समाजशास्त्राची एक शाखा गुन्हेगारीशास्त्र किंवा गुन्हेगारांचे समाजशास्त्र याद्वारे याचे अध्ययन केले जाते.

large scale industry - (लार्ज स्केल इन्डस्ट्री) मोठ्या प्रमाणातील उद्योग : आधुनिक औद्योगिक समाजातील अशी परिस्थिती की ज्याअंतर्गत मोठ्या प्रमाणात मालाचे उत्पादन करणारी औद्योगिक संघटना 'मोठ्या प्रमाणातील किंवा मोठे उद्योग' या संज्ञेने संबोधली जाते. 'मोठे उद्योग' ही संज्ञा कारखाना उत्पादनपद्धती सुरू होण्याच्या पूर्वीही वापरली जात असे. उदा. जहाजबांधणी उद्योग. आज मात्र 'मोठे उद्योग' ही संज्ञा अधिक लवचीकपणे वापरली जाते, की

ज्यात एकाच मालकाच्या नियंत्रणाखाली असलेल्या उद्योगांचा समावेश होतो. उदा. बँक उद्योग, विमा उद्योग, बांधकाम उद्योग, वाहतूक व्यवसाय इत्यादी. परंतु सर्वसामान्यपणे 'मोठे उद्योग' या संज्ञेचा वापर मोठ्या प्रमाणात उत्पादनक्षेत्रात व तसेच खाणीच्या खोदकामात वापरण्यात येणाऱ्या यंत्रसामग्रीद्वारे आधुनिक तंत्रज्ञानाचा उपयोग करून केलेल्या उत्पादनासाठी केला जातो. यासाठी मोठ्या प्रमाणात तज्ज्ञ कामगारांची नेमणूक करावी लागते, तसेच ह्या सर्व प्रक्रिया समान व्यवस्थापनाद्वारे नियंत्रित व्हाव्या लागतात.

langue - (लँग्वि) **बोलीभाषा :** या ठिकाणी बोलीभाषा म्हणजे भाषेची ठरावीक स्वरूपाची व्याकरण भाषाव्यवस्था होय. 'लँग्वि' याचा दुसरा अर्थ आहे ध्वनिशास्त्र-व्यवस्था किंवा स्वरशास्त्र-व्यवस्था (Phonics) होय. या दोन्ही व्यवस्था भाषाशास्त्राच्या संबंधांवर नियंत्रण ठेवतात. सॉसर (Saussar) आणि त्यांचे अनुयायी यांचा भाषेच्या निर्धारक कायद्यावर (नियमांवर) विश्वास होता. सॉसरच्या काळापासून भाषाशास्त्र हे नियमांच्या शोधातून उदयाला आले होते.

parole - (पॅरोल)★ **भाषा बोलण्याची शैली :** लँग्वि किंवा बोलीभाषा यामुळे 'पॅरोल' या संकल्पनेचे अस्तित्व शक्य झाले. पॅरोल म्हणजे प्रत्यक्ष भाषा बोलण्याची विशिष्ट शैली, ढब किंवा तऱ्हा होय. आपल्या स्वत:च्या (भावनांच्या) प्रकटीकरणासाठी व्याख्याता (बोलणारा) भाषेचा वापर करतो. भाषा बोलताना कोणता मार्ग स्वीकारावयाचा हे सर्वस्वी व्याख्यात्यावर किंवा कत्र्यावर अवलंबून असते. सर्वसाधारणपणे लोक आत्मनिष्ठ दृष्टिकोनातून किंवा स्वभाववैचित्र्यानुसार भाषेचा जो वापर करतात; त्यास सॉसरची जरी मान्यता असली तरी त्यांचा असा विश्वास होता की, लोक किंवा व्यक्ती भाषेचा वापर करतात, परंतु तो भाषाशास्त्राच्या वैज्ञानिक स्थितिशास्त्रानुसारच असेल असे नाही.

latent function - (लेंटन्ट फंक्शन) **अप्रकट कार्य :** प्रा. आर. के. मर्टन यांनी प्रतिपादन केलेला कार्याचा एक प्रकार म्हणजे अप्रकट कार्य होय. अप्रकट कार्यावर विवेचन करताना प्रा. आर. के. मर्टन म्हणतात की, जी कार्ये हेतुपूर्ण व

★ पॅरोल (Parole) : हा शब्द गुन्हेगारीशास्त्रात अत्यंत वेगळ्या अर्थाने वापरला जातो. त्या शास्त्रात पॅरोल म्हणजे प्रतिज्ञापत्र किंवा वचननामा होय. काही विशिष्ट परिस्थितीत गुन्हेगाराकडून प्रतिज्ञापत्रावर सही घेऊन जेव्हा त्याची तुरुंगातून काही विशिष्ट कालावधीसाठी सुटका केली जाते तेव्हा त्यासाठी 'पॅरोल' ही संज्ञा वापरली जाते. भाषाशास्त्रात मात्र 'पॅरोल' म्हणजे भाषा बोलण्याची विशिष्ट शैली होय. हा फरक लक्षात ठेवणे गरजेचे आहे.

समाजमान्य नसतात त्या कार्यांना 'अप्रकट कार्ये' या संज्ञेने संबोधले जाते. अप्रकट कार्यावर अधिक स्पष्टीकरण करताना मर्टन म्हणतात, की अप्रकट कार्ये म्हणजे कोणत्याही (समाजव्यवस्थेतील) एककाशी निगडित अदृश्य वा गुप्त स्वरूपाची क्रिया होय. म्हणूनच अप्रकट कार्ये डोळ्यांसमोर ठेवून कोणत्याही सामाजिक संस्थेची निर्मिती केली जात नाही. अप्रकट कार्याचे अस्तित्व लोकांच्या मनात असते व त्यानुसार लोक वागतात. समाजातील निषेधनियम हे अप्रकट कार्याचे एक अंग होय. निषेधनियमांचे व्यक्तींच्या मनावर एक दडपण असते. परिणामत: सर्वसामान्य मनुष्य निषेध नियमांचे उल्लंघन करण्याचे धाडस करीत नाही. चिंतन करणे, मनन करणे, विचार करणे इत्यादी कार्ये अप्रकट कार्ये या संज्ञेला पात्र ठरतात.

law of three stages - (लॉ ऑफ श्री स्टे जेस) **तीन अवस्थांचा कायदा किंवा नियम :** या कायद्याचा जनक अग्युस्त कॉन्त (Auguste Comte) असून १८२२ साली वयाच्या अवघ्या २४ व्या वर्षी कॉन्त (Comte) यांनी हा नियम प्रतिपादन केला. काही तज्ज्ञांच्या मते, तीन अवस्थांचा नियम ही कॉन्त यांनी समाजशास्त्राला दिलेली एक अत्यंत वैशिष्ट्यपूर्ण व असामान्य अशी देणगी होय. हा नियम 'मानवी प्रगतीचा नियम' (law of human progress) या संज्ञेनेही संबोधला जातो.

या नियमावर स्पष्टीकरण करताना कॉन्त (Comte) म्हणतात, की मानवी बुद्धीशी निगडित असलेली प्रत्येक ज्ञानशाखा विकसित होत असताना ती प्रामुख्याने तीन वेगवेगळ्या, परंतु एकानंतर एक विशिष्ट क्रमाने येणाऱ्या तीन तात्त्विक स्वरूपाच्या अवस्थांतून मार्गक्रमण करते. या तीन तात्त्विक अवस्था पुढीलप्रमाणे– अ. ईश्वरशास्त्रीय किंवा असत्य अवस्था किंवा काल्पनिक अवस्था (Theological or Fictitious Stage) : यानुसार या विश्वात घडणाऱ्या प्रत्येक घटनेचे पहिले आणि शेवटचे कारण अतिमानवी म्हणजे ईश्वरी शक्ती होय. सोप्या शब्दात, या अवस्थेत माणूस सर्व गोष्टी परमेश्वरात पाहतो. ब. आध्यात्मिक किंवा अमूर्त अवस्था (Mataphysical or Abstract Stage) : या अवस्थेत मानवाने परमेश्वराच्या संकल्पनेला तिलांजली देऊन त्याऐवजी एका अमूर्त शक्तीच्या संकल्पनेचा पाठपुरावा केला. क. वैज्ञानिक किंवा प्रत्यक्ष अवस्था (Scientific or Positive Stage) : या अवस्थेत कॉन्त यांनी परमेश्वर व अमूर्त शक्ती या दोन गोष्टींचा त्याग करून त्याऐवजी प्रत्येक घटनेचा अभ्यास हा निरीक्षण, कारणमीमांसा या दोन घटकांच्याद्वारेच करावा; असे आवर्जून प्रतिपादन केले होते. या तीन अवस्थांच्या नियमानुसार

असे म्हणता येईल, की मानवी ज्ञानाची उकल करण्याचे हे तीन वेगवेगळे मार्ग असून प्रत्येक मार्ग हा त्यापुढच्या यशस्वी मार्गक्रमणाची सुरुवात होय.

law, sociology of - (लॉ, सोशिऑलजी ऑफ) **कायदा, समाजशास्त्राचा :** पहा-sociology of law-कायद्याचे समाजशास्त्र.

law of value - (लॉ ऑफ व्हॅल्यू) **मूल्यांचा कायदा :** 'मूल्यांचा कायदा' ही संज्ञा मार्क्स यांच्या विचारांशी संबंधित आहे. मूल्यांचा कायदा हा असा एक सिद्धान्त आहे की ज्यात उत्पादित वस्तूतच श्रमाचे मूल्य अंतर्भूत आहे; परंतु उत्पादनप्रक्रियेत झालेल्या तांत्रिक बदलाच्या परिणामस्वरूप वस्तूंचे मूल्य किंवा वस्तूंची किंमत कमी होईल व अंतिमत: त्याचा परिणाम श्रमाचे किंवा श्रमिकांचे मूल्य कमी होण्यात होईल. (पहा-labour theory of value-मूल्याचा श्रमसिद्धान्त.)

legal positivism (लीगल पॉझिटिव्हिझम) **कायदेशीर प्रत्यक्षवाद :** कायदेशीर प्रत्यक्षवाद हा कायदेशीर सिद्धान्ताचा एक प्रकार असून, ज्यात सर्वसामान्य तत्त्वाच्या श्रेणीरचनात्मक व्यवस्थेत कायद्यांचे प्रकटीकरण हे औपचारिक आणि वस्तुनिष्ठ स्वरूपात करून त्याद्वारे कायद्याची क्षमता दर्शविली आहे.

legal rational authority - (लीगल रॅशनल ऑथॉरिटी) **कायदेशीर सयुक्तिक अधिकार :** पहा-legitimate authority-कायदेविषयक अधिकार.

legitimate authority - (लेजिटिमेट अथॉरिटी) **कायदेशीर अधिकार :** कायदेशीर अधिकार म्हणजे राजकीय सत्तेचा एक प्रकार असून, ज्यात सत्ताधीश यशस्वीपणे असे मान्य करतात की ते कायदा, परंपरा व अन्य काही आधार यांद्वारे ते योग्य तऱ्हेने लोकांवर सत्ता गाजवू शकतात. वेबर यांनी कायदेशीर अधिकाराचे शुद्ध स्वरूपात तीन प्रकार प्रतिपादन केले होते-

१. कायदेशीर सयुक्तिक अधिकार (legal rational authority) : कायदेशीर सयुक्तिक अधिकार याचा अर्थ असा की जे अधिकार कायदा, हुकूमनामा, ठराव यांद्वारे प्राप्त होतात. आधुनिक समाजात हे अधिकार उच्च-नीचतेच्या वा श्रेष्ठ-कनिष्ठतेच्या तत्त्वावर आधारलेले असतात. २. पारंपरिक अधिकार (traditional authority) : पारंपरिक प्रथा, श्रद्धा इत्यादींद्वारे मिळणारे अधिकार हे या प्रकारात मोडतात. प्रामुख्याने आधुनिकपूर्व काळात या प्रकारच्या अधिकारांचे वर्चस्व होते. वारसापद्धतीचे हे अधिकार नवीन पिढीला जुन्या पिढीकडून प्राप्त होतात. आधुनिकपूर्व काळात राजाला प्राप्त होणारे अधिकार हे या प्रकारात मोडतात. ३. विभूतिमत्त्वाचे अधिकार (charismatic authority) : या प्रकारचे अधिकार व्यक्तीला जनतेकडून,

त्या व्यक्तीत असलेल्या विलक्षण सद्गुणांमुळे स्वयंप्रेरणेने प्राप्त होतात. व्यक्तीचा हा सद्गुण नैतिक क्षेत्रातील असो वा शौर्याच्या क्षेत्रातील. उदा. महात्मा गांधी, विविध संत, धर्मसंस्थापक यांना मिळालेले अधिकार हे विभूतिमत्त्वाचे अधिकार होत. हे अधिकार लोकांवर लादलेले नसतात. तर लोकांनी स्वत:हून स्वीकारलेले असतात.

legitimation - (लेजि‘टिमेशन) **कायदेशीरपणा :** ‘कायदेशीरपणा’ या संज्ञेचा संदर्भ या प्रक्रियेशी आहे की ज्यात सत्ता केवळ संस्थीकृत करून चालत नाही तर अधिक महत्त्वाचे म्हणजे सत्तेत नैतिक पार्श्वभूमी गरजेची असते. कायदेशीरपणा (किंवा अधिकार) म्हणजे एका अर्थाने सत्तेचे किंवा अधिकाराचे स्थिर स्वरूपाचे वितरण होय. या संदर्भात भाष्य करताना वेबर म्हणतात की माणसे अधिकारावर हक्क का सांगतात आणि इतर व्यक्तींच्या आज्ञा पाळणे व त्यांच्या वर्चस्वाखाली राहणे हे कायदेशीर असल्याचे का मानतात याचे कारण ‘आदर्श प्रतिमा’ (ideal types) होत. यावर स्पष्टीकरण करताना फ्रान्सचे समाजशास्त्रज्ञ रेमंड अराँ (Raymond Aron) म्हणतात, की माणसांच्या अधिकार पालन करण्याच्या प्रवृत्तीतून अधिकार आकाराला येतात. दुसऱ्या शब्दात असेही म्हणता येईल की इतरांवर अधिकार गाजविण्याचा त्यांचा हक्क कायदेशीर असल्याचे ते समजतात. (पहा–legitimate authority–कायदेशीर अधिकार.)

leisure - (ली‘झर) **रिकामपण किंवा फुरसत :** १. नियमित कामातून किंवा दैनंदिन घरगुती जबाबदारीतून प्राप्त झालेला रिकामपणाचा किंवा फुरसतीचा वेळ किंवा कालावधी म्हणजे ‘रिकामपण’ होय. या रिकामपणाच्या वेळेचा वापर लोक प्रकृतिस्वास्थ्य प्राप्त होण्यासाठी, विश्रांतीसाठी, छंद जोपासण्यासाठी, करमणूक करवून घेण्यासाठी तसेच सांस्कृतिक व कलात्मक उद्योग जपण्यासाठी करतात. फुरसतीचा अभ्यास करणारे सिद्धान्तकार सी. रोजेक (C. Rojek) त्यांच्या १९८५ साली प्रकाशित झालेल्या ‘भांडवलशाही आणि फुरसतीचा सिद्धान्त’ (Capitalism and Leisure Theory) या संशोधनात्मक ग्रंथाद्वारे असा दावा करतात, की वैचारिक स्वातंत्र्य हे फुरसतीत समाविष्ट आहे. याउलट कौटुंबिक जबाबदाऱ्यांतून मुक्त होण्याची संकल्पना हा एक भ्रम आहे.

इ.सन १९८० सालापासून समाजशास्त्रज्ञांनी फुरसतीच्या अध्ययनात रस घ्यावयास प्रारंभ केला, हे जरी खरे असले तरी त्यापूर्वी म्हणजे १९५० साली औद्योगिक समाजशास्त्राच्या अध्ययनक्षेत्रातून फुरसतीच्या समाजशास्त्राचा विकास झाला.

परंतु फुरसतीच्या समाजशास्त्राच्या अध्ययनक्षेत्राबद्दल विद्वानांत एकमत नाही. १९५५ साली डुबिन (Dubin) यांनी असा दावा केला होता, की जीवनाचे मध्यवर्ती हितसंबंध कामाच्या ऐवजी फुरसत हे बनले आहे. त्यानंतर १९७० साली रॉबर्टस् (Roberts) यांनी तर १९७१ साली पार्कर यांनी काम आणि फुरसत यांच्या संबंधाबाबत कसून शोध घेण्यावर प्रकाशझोत टाकला होता. अगदी अलीकडे फुरसतीच्या संशोधनातील अभिरुचीचा (interest) उदय दोन टीकात्मक सैद्धान्तिक परंपरांतून झाला. १. मार्क्सवादी संरचनात्मकवाद २. जहाल किंवा तर्कसंगत (Radical) अध्ययने, या त्या दोन परंपरा होत. अगदी अलीकडे आधुनिकोत्तरता, आधुनिकोत्तरवाद, उपभोक्ता संस्कृती इत्यादी दृष्टिकोनांतून फुरसतीचे अध्ययन केले जाते.

leisure class - (ली'झर क्लास) **उच्चभ्रू वर्ग :** ली'झर क्लास किंवा उच्चभ्रू वर्ग ही संकल्पना थस्टेंन व्हेब्लेन यांनी प्रथम मांडली. त्यांच्या मते, समाजाच्या परिवर्तनाच्या किंवा विकासाच्या प्रामुख्याने दोन संस्था उदयाला आल्या व समाजजीवनात त्यांचा वरचष्मा राहिला. अ. खासगी मालमत्ता : जी आर्थिक घटकाशी संबंधित असते. ब. तांत्रिक पद्धती : ही प्रामुख्याने उत्पादनाशी संबंधित असून लोकांना त्यांच्या गरजांच्या पूर्ततेसाठी सर्व प्रकारच्या मालाचा पुरवठा करण्याचे कार्य या संस्थेला करावे लागते. या दोन्ही संस्थांवर समाजातील जो वर्ग आपला एकाधिकार व आपली मक्तेदारी प्रस्थापित करतो तो वर्ग 'उच्चभ्रू वर्ग' (leisure class) म्हणून ओळखला जातो. समाजातील दडपणात्मक पर्यावरणाचा आसरा या वर्गाला मिळालेला असतो. व्हेब्लेन यांच्या शब्दात असे म्हणता येईल, की हा श्रीमंत वा उच्चभ्रू वर्ग त्यांच्या जवळ असलेल्या आर्थिक शक्तीच्या साहाय्याने समाजात परिवर्तन आणि पुनर्निर्माण घडवून आणू शकतो. त्यांच्या जवळ असलेला पैसा हे त्यांचे समाजजीवनातील छत होय. हा उच्चभ्रूवर्ग त्यांच्या जवळ असलेल्या पैशाच्या आधाराने किंवा आसऱ्याने स्वतःला पाहिजे तसे बदल, सामाजिक संस्था आणि समाज यांत घडवून आणू शकतात. समाजाच्या आर्थिक नाड्या या उच्चभ्रू वर्गाच्या हातात असतात. म्हणूनच ते इतरांवर वर्चस्व प्रस्थापित करतात.

leisure society - (ली'झर सोसायटी) **फुरसत किंवा रिकामा वेळ असलेला समाज :** 'फुरसत असलेला समाज' ही संज्ञा विद्वानांनी अशा समाजासाठी वापरली की ज्या समाजात कामाचे मानवी जीवनातील मध्यवर्ती स्थान आज नष्ट होत आहे. १९ व्या शतकातील तज्ज्ञांनी ही संज्ञा कमी अचूकपणे व अर्थात

सातत्य नसल्यासारखी वापरली होती. विसाव्या शतकातील समाजशास्त्रज्ञांनी ही संज्ञा उद्योगोत्तर समाज किंवा भांडवलोत्तर समाज यांच्याबरोबर वापरली होती. या संज्ञेत असे सूचित करण्यात आले आहे, की नोकरांना सरासरी कमी वेळ कामासाठी पगार दिला जातो. परिणामत:अशा समाजात लोकांना किंवा नोकरदारांना जास्त रिकामा वेळ मिळतो. याचा आणखी एक अर्थ असा की आधुनिक औद्योगिक समाजात पूर्वीच्या समाजापेक्षा कमी वेळेच्या कामासाठी खर्च केला जातो व उर्वरित वेळ फुरसतीची वेळ ठरते. सारांशरूपात असे म्हणता येईल की, या समाजातील लोक कामात कमी वेळ खर्च करतात तर फुरसतीत जास्त, म्हणून अशा समाजासाठी ही संज्ञा वापरण्यात आली असावी.

lethal chamber - (लीथ'ल चे'म्बर) **फाशी देण्याची खोली किंवा फाशीकक्ष :** तुरुंगात असलेली किंवा तुरुंगाच्या बाहेर, पण तुरुंगाजवळ असलेली, मृत्युदंडाची शिक्षा झालेल्या किंवा फाशीची शिक्षा झालेल्या कैद्यांना फाशी देण्याची जागा किंवा खोली म्हणजे फाशीकक्ष होय.

levirate - (लेव्हि'रेट) **दीर-विवाह :** विवाहातील वधूवर निवडीतील प्राधान्यदर्शक नियमाचा एक प्रकार म्हणून 'दीर-विवाह' ही प्रथा उदयाला आली. या नियमानुसार एखाद्या स्त्रीचा पती निधन पावल्यावर जर त्या विधवा स्त्रीला पुनर्विवाह करावयाचा असेल तर तिला तिच्या ज्येष्ठ किंवा कनिष्ठ दिराला प्राधान्य द्यावे लागते. जर या विधवा स्त्रीने ज्येष्ठ दिराशी विवाह केला; तर त्यास 'ज्येष्ठ दीर-विवाह' (senior levirate) म्हणतात पण जर विधवा स्त्रीने कनिष्ठ दिराशी विवाह केला, तर त्यास 'कनिष्ठ दीर-विवाह' (junior levirate) असे म्हणतात. काही आदिवासी टोळ्यांत विधवा स्त्रीला पुनर्विवाह करावयाचा असल्यास तिचा ज्येष्ठ किंवा कनिष्ठ दीर यापैकी कोणा एकालाच पती म्हणून निवडण्याचे स्वातंत्र्य असते. तेव्हा हा विवाह 'अनिर्बंधित दीर-विवाह' (unrestricted levirate) या संज्ञेने संबोधला जातो. याउलट काही आदिवासी टोळ्यांत मात्र असे स्वातंत्र्य दिले जात नाही. काही टोळ्यांत विधवा स्त्रीला जर पुनर्विवाह करावयाचा असेल तर तिला केवळ तिच्या ज्येष्ठ दिरालाच पती म्हणून प्राधान्य द्यावे लागते. तर अन्य काही टोळ्यांत विधवा स्त्रीला जर पुनर्विवाह करावयाचा असेल तर केवळ कनिष्ठ दिरालाच पती म्हणून प्राधान्य द्यावे लागते म्हणून यास 'निर्बंधित दीर-विवाह' (restricted levirate) म्हणतात. याला प्राचीन भारतात 'नियोग' अशी संज्ञा होती. पुढे अनेक धर्मशास्त्रकारांनी तिला विरोध केल्यामुळे नि लोकांच्या नीतिनिष्ठेला अनिष्ट वाटल्यामुळे ती प्रथा बंद झाली. (भारतीय संस्कृतिकोश, खंड ५, पृ. ११०) हिंदू

समाजात पूर्वी ही पद्धत थोड्या वेगळ्या स्वरूपात अस्तित्वात होती. हिंदू समाजात पुत्रप्राप्तीला खूपच महत्त्व होते. पुत्रप्राप्तीशिवाय मोक्षप्राप्ती नाही हा समज त्याकाळी रूढ होता. एखाद्या स्त्रीचा पती जर पुत्रप्राप्तीशिवाय मरण पावला तर त्याला मोक्ष मिळणार नाही, या भावनेने त्या विधवा स्त्रीला पुत्रप्राप्तीसाठी तिच्या दिराशी शारीरिक संबंध ठेवण्यास परवानगी देण्यात येत होती. पुत्रप्राप्तीनंतर हे संबंध आपोआपच संपुष्टात येत. महाराष्ट्रातील भिल्ल, कोरकू, गोंड, गोवारी, वंजारी, आदी जमातीत ही विवाहप्रथा आढळते.

libel - (लाइ'बेल) **अब्रूनुकसानी किंवा बेअब्रू :** एखाद्या मान्यवर अथवा प्रतिष्ठित व्यक्तीची बदनामी करणारे भाषण करणे, लेख लिहिणे वा एखादी छापील पुस्तिका प्रकाशित करणे की ज्यामुळे सदरहू प्रतिष्ठित व्यक्ती हास्यास्पद ठरेल, अथवा तिचा अवमान होईल किंवा त्यात त्या व्यक्तीचा उपहास होईल असे कृत्य म्हणजे बेअब्रू होय. याविरुद्ध सदरहू व्यक्ती स्वत:च्या बदनामीवरून अब्रूनुकसानीचा दावा न्यायालयात (कोर्टात) दाखल करू शकते. राष्ट्रांच्या निवडणुकीच्या काळात विविध राजकीय पक्षांच्या नेत्यांची प्रतिस्पर्धी राजकीय नेत्यांची बदनामी करणारी भाषणे या संज्ञेत येतात.

liberal - (लि'बरल) **उदार :** उदारमतवादी वैशिष्ट्ये असलेली व्यक्ती म्हणजे उदार होय. उदार म्हणजे इतरांना सढळ हाताने मदत करणारी व्यक्ती होय. मानवाच्या सर्वसाधारण कल्याणात अभिरुची असलेली व्यक्ती 'उदार' या संज्ञेला पात्र ठरते. याशिवाय सदोष समायोजनांवर उपाय सुचविणारी आणि सामाजिक संरचनेच्या ध्येयवादी पुनर्संघटनेला मान्यता देणारी व्यक्ती ही 'उदार' या संज्ञेला पात्र ठरते.

liberalism - (लि'बॅरलिझम) **उदारमतवाद :** उदारमतवाद ही एक सामाजिक अभिवृत्ती असून ज्यात, सामाजिक संरचनेत कोणत्याही जहाल परिवर्तनाशिवाय वाढत्या आणि विस्तृत कल्याणकारी कल्पनांचा प्रसार वा फैलाव करण्याच्या वैशिष्ट्यांत अभिरुची दर्शविणे समाविष्ट असते. उदारमतवादी तत्त्व आणि पारंपरिक पूर्वग्रहविरहित अनिर्बंधित सिद्धान्त उदारमतवादात समाविष्ट होतात. उदारमतवाद म्हणजे बौद्धिक सहिष्णुतेचा सिद्धान्त होय की ज्यात आर्थिक, राजकीय आणि अन्य सामाजिक धोरणे तयार करताना स्वार्थी प्रवृत्ती, अन्याय्य प्रसंग आणि पूर्वग्रह यांना थारा मिळणार नाही. उदारमतवाद म्हणजे असे क्षेत्र की जे वैज्ञानिकता आणि बौद्धिकता इत्यादी प्रमुख शब्दांद्वारे ओळखले जाते. उदारमतवाद म्हणजे कोणताही मानवतावाद, परोपकार, लोकशाहीवादी व समाजवादी सिद्धान्त की ज्यांचा आज मोठ्या प्रमाणात स्वीकार केला जातो. कामगार संघटना,

उपभोक्ता किंवा ग्राहक सहकारी संस्था, साम्यवाद, गणराज्यवाद आणि तत्संबंधी अन्य सिद्धान्त उदारमतवादाचे एक अंग होय.

libertarianism - (लिब॑ँटेरिअनिझम) **स्वातंत्र्यवादी किंवा स्वातंत्र्यवाद :** राज्यनियंत्रणविरोधी विचारप्रणाली की जी उदारमतवादी तत्त्वावर आधारित असते आणि काही वेळेला ती अतितार्किक रूप धारण करते, त्यास 'स्वातंत्र्यवाद' या संज्ञेनेही संबोधले जाते. स्वातंत्र्यवाद या संज्ञेची मुळे १७ व्या शतकातील इंग्लिश राजकीय तत्त्वज्ञ जॉन लॉक (John Locke) (इ.सन १६३२-१७०४) यांच्या लिखाणात रुजलेली असून त्यांचा असा आग्रह होता की, जीवन जगण्याचा व्यक्तींचा अधिकार स्वातंत्र्य, मालमत्ता यांना प्राधान्य देतो तर राज्याच्या दडपशाही हस्तक्षेपाचा ऱ्हास होण्याची आवश्यकता प्रतिपादन करतो. शिवाय त्यांनी त्यांच्या लिखाणात वैयक्तिक स्वातंत्र्याला सर्वोच्च स्थान दिले होते आणि हा विचार कर्मठ विचाराच्या समग्रतेचा एक भाग बनतो ज्यातून पुढे इंग्लंड व अमेरिकेत कर्मठ जहाल हक्कांची निर्मिती झाली. आधुनिक स्वातंत्र्यवादी विचारवंतांत अमेरिकेतील तत्त्वज्ञ रॉबर्ट नॉझिक (Robert Nozick) यांचा समावेश होतो. त्यांनी १९७४ साली लिहिलेल्या 'बेबंदशाही, राज्य आणि आदर्शवाद (काल्पनिकता)' (Anarchy, State and Utopia) या ग्रंथात राज्याच्या भूमिकेचे महत्त्व कमी करून ते पुढे म्हणतात, की राज्य म्हणजे केवळ (नागरिकांचे) संरक्षण करणारी संस्था होय. फ्रेड्रिक हायेक (Friedrich Hayek) हे अर्थशास्त्रज्ञ या वरील विचारांचे जतन करताना म्हणतात, की आदर्श अर्थव्यवस्था व आदर्श धोरण म्हणजे मुक्त बाजारासारखी उत्स्फूर्तपणे आकाराला आलेली संघटना होय की ज्यात, बाजार-विनिमयात आंतरवैयक्तिक संबंधच प्रतिकृती बनले व राज्याचे किंवा सरकारचे कार्य केवळ कायद्याचे जतन करणे आणि लोकांना अशा सेवा पुरविणे की ज्यांची निर्मिती उत्स्फूर्तपणे होणे शक्य नाही इथवरच मर्यादित राहिले.

शेवटी या संदर्भात एवढेच म्हणता येईल, की स्वातंत्र्यवादी तज्ज्ञ असा दावा करतात की वैयक्तिक हक्कांना जास्तीतजास्त प्रोत्साहन देणे, सरकारचा हस्तक्षेप कमीतकमी पातळीवर आणणे आणि मुक्त बाजार अर्थव्यवस्थेचा पाठपुरावा करणे म्हणजे स्वातंत्र्यवाद होय.

liberties, civil - (लि॑बर्टिज, सि॑व्हिल) **नागरी स्वातंत्र्य :** नागरी स्वातंत्र्य म्हणजे व्यक्तींना भाषण, लिखाण, प्रकाशन, जमाव जमविणे आणि संघटित होणे यांत राज्याचा हस्तक्षेप न होता संपूर्ण मुक्तता असणे होय. राजकीय लोकशाहीच्या प्रथेतून ही संज्ञा इंग्लंडमध्ये उदयाला आली. नागरी स्वातंत्र्यात नागरी सत्ता ही

नेहमी सैनिकी सत्तेवर वर्चस्व गाजविते, तसेच यात सर्व कैद्यांच्या न्यायालयीन परीक्षणाची तरतूद असून, त्यासाठी कैद्याला न्यायालयासमोर हजर करण्याचा आदेश न्यायालय देऊ शकते. त्यात सरकार हस्तक्षेप करू शकत नाही.

liberty - (लि'बर्टी) स्वातंत्र्य : स्वातंत्र्य म्हणजे कोणत्याही प्रकारचा सर्वसामान्य आणि विशेष दबाव वा नियंत्रण यांचा अभाव होय. नागरी हक्कांत, सरकारी सत्ता किंवा काही सरकारी संस्था यांच्या संदर्भात विशेष वैधानिक हक्कांची व नियंत्रणाची हमी देणाऱ्या बाबींचा समावेश होतो. याचा उद्देश तथाकथित नैसर्गिक स्वातंत्र्याचे किंवा हक्कांचे संरक्षण करणे हा असतो. सर्वसामान्यपणे कायदेशीर वैयक्तिक स्वातंत्र्य निरंकुश नसते; तर त्यावर इतरांच्या समान स्वातंत्र्याच्या हितसंबंधांच्या मर्यादा असतात. याचा अर्थ असा की, आपले वैयक्तिक स्वातंत्र्य जपताना आपण इतर कोणावर अन्याय तर करीत नाही ना म्हणजे इतरांच्या स्वातंत्र्याची गळचेपी तर करीत नाही ना हे पाहणेही महत्त्वाचे ठरते. सर्वसाधारणपणे स्वातंत्र्याची धोरणे ही सामाजिक नियंत्रणाचा अनुबंध असून त्यात विविध तंत्रांचा वापर केला जातो. यात भावनांचे मुक्त प्रकटीकरण, व्यक्तिमत्त्वाचे जतन, प्रयोग वा परीक्षा घेणे इत्यादींचा अंतर्भाव होतो.

liberty, religious - (लि'बर्टी रिलि'जस) स्वातंत्र्य, धार्मिक किंवा धार्मिक स्वातंत्र्य : धार्मिक स्वातंत्र्य म्हणजे आपल्या सदसद्विवेकबुद्धीनुसार परमेश्वराची पूजा वा प्रार्थना करणे होय आणि त्यासाठी, सरकारच्या नियंत्रणापासून मुक्त अशा संघटनेची स्थापना करून त्या माध्यमातून धर्माची तत्त्वे, धर्मश्रद्धा व्यक्त करण्याचे स्वातंत्र्य होय. पण हे करीत असताना इतर धर्मांच्या तत्त्वांना, श्रद्धांना धक्का बसणार नाही ना, त्यावर अतिक्रमण होणार नाही ना, याची काळजी संबंधितांनी घ्यावी, अशी अपेक्षा असते. तुमच्या धर्माच्या स्वातंत्र्याचे रक्षण करताना इतर धर्मीयांच्या धार्मिक भावनांना ठेच पोचणार नाही याची काळजीही प्रत्येक धर्म संघटनेने घेणे आवश्यक आहे. धार्मिक हक्कांत देवाचे अस्तित्व नाकारणे, धार्मिक संकल्पनांना किंवा श्रद्धांना विरोध करणे इत्यादींचाही समावेश होतो.

life chances - (लाइफ चा'न्सेस) जीवनसंधी : 'जीवनसंधी' ही संज्ञा प्रथम मॅक्स वेबर यांनी, वर्गपरिस्थितीच्या संदर्भात वर्ग आणि दर्जा (class and status) यांचे विश्लेषण करताना वापरली होती. संपत्तीची मालकी आणि बाजारात माल आणि सेवा यांची विक्री किंवा विनिमय जे समाजातील सत्तेच्या वितरणाचे किंवा वाटपाचे परिणाम असतात व ज्याद्वारे सामाजिक क्रियेतील व्यक्तींची ध्येये यासंबंधीच्या संधींचे निर्धारण केले जाते, त्यासाठीही ही संज्ञा उपयोगात आणली होती.

वेबर यांची वर्गाची संकल्पना प्रामुख्याने आर्थिक घटकांशी निगडित आहे. सामाजिक वर्ग म्हणजे असा गट की ज्यात जीवन जगण्याच्या समान संधी उपलब्ध होतात व ज्याचे निर्धारण प्रामुख्याने व्यक्तींच्या आर्थिक स्थितीच्या साहाय्याने केले जाते. जीवनसंधीचा विचार करता सामाजिक वर्गासंबंधी पुढील गोष्टी लक्षात ठेवणे जरुरी आहे- १. जेव्हा अनेक लोकांना जीवन जगण्याची संधी एका विशिष्ट कार्यकारक घटकाद्वारे प्राप्त होते. २. जेव्हा हा घटक पूर्णत: आर्थिक अभिरुचीचे प्रतिनिधित्व करून लोकांना मालमत्तेचे संपादन करण्याची किंवा आर्थिक प्राप्तीची सुसंधी मिळवून देतो. ३. आणि जेव्हा हा घटक उपभोग्य वस्तूंची व श्रमबाजाराची उपलब्धता करून देतो; तेव्हा या घटकांच्या एकत्रीकरणाला 'सामाजिक वर्ग' म्हणतात. थोडक्यात, वेबरच्या मते, सामाजिक वर्गाद्वारेच व्यक्तींना जीवनसंधी प्राप्त होतात. वेबर यांच्या विचारानुसार बाजार हाही एक सामाजिक गट असून, तेथे व्यक्तींना मालाच्या खरेदी-विक्रीची जी संधी मिळते, तीदेखील जीवनसंधीचा एक भाग होय.

life course - (लाइफ कोर्स) **जीवनमार्ग किंवा जीवनगती :** जीवनमार्ग किंवा गती म्हणजे बाल्यावस्थेपासून ते वृद्धावस्थेपर्यंत (म्हणजेच जन्मापासून ते मृत्यूपर्यंत) व्यक्तीच्या जीवनात होणाऱ्या परिवर्तनाची एक प्रक्रिया होय. ही प्रक्रिया जीवनविषयक घटना आणि सामाजिक घटना यांच्या परस्पर आंतरक्रियांचा परिणाम होय. कालांतराने जीवनमार्ग या संज्ञेची जागा 'जीवनचक्र' (life cycle) या संज्ञेने घेतली.

life cycle - (लाइफ साइकल) **जीवनचक्र :** व्यक्ती, संस्था किंवा कोणतीही घटना यात होणाऱ्या परिवर्तनाच्या आणि विकासाच्या प्रक्रियेसाठी प्रामुख्याने 'जीवनचक्र' ही संज्ञा वापरण्यात येते. जीवनचक्रात घटनांची पुनरावृत्ती अभिप्रेत असते. यात चार गोष्टी महत्त्वाच्या मानल्या जातात. त्या क्रमाने जन्म किंवा उदय → विकास (शारीरिक- भौतिक) → ऱ्हास (शारीरिक - भौतिक) → नाश किंवा मृत्यू व नंतर परत जन्म → उदय हा क्रम प्रत्येक जैविक व भौतिक घटकात सातत्याने चालू असतो. 'जीवनचक्र' ही संज्ञा जीवनमार्ग (life course) आणि जीवनावस्था (life stages) यांना समानार्थी म्हणून वापरली जाते. काही

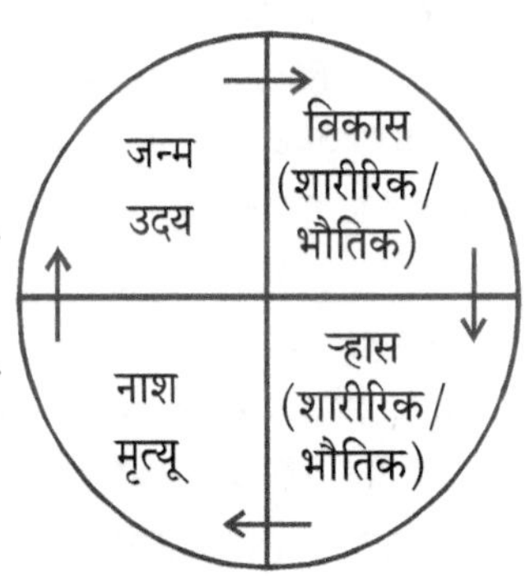

समाजात जीवनचक्राची सांगड मनुष्याच्या वय-श्रेणीशी किंवा वय-संचाशी घालण्याचा प्रयत्न केला आहे. उदा. पाश्चिमात्य समाजात वयानुसार मानवी विकासाचे संधिकालीन मुद्दे (transitional points) प्रतिपादन केले आहेत. त्यात शारीरिक संबंधाच्या अनुमतीचा कालावधी, वैधानिक दृष्टीने वयात येण्याचा कालावधी, शिक्षण अनिवार्यपणे थांबविण्याचा कालावधी किंवा थांबविण्याचे वय इत्यादींचा समावेश केला जातो व त्याला कायद्याने नियमित केले जाते. पारंपरिक किंवा प्राचीन हिंदू समाजात मानवी जीवनाच्या किंवा जीवनचक्राच्या चार अवस्था विशद केल्या असून, त्याची आजच्या जीवनाशी सांगड घालण्याचा प्रयत्न या ठिकाणी केला आहे. १. ब्रह्मचर्याश्रम : शिक्षण आत्मसात करण्याचे व जीवनाची पूर्वतयारी करण्याचे वय. २. गृहस्थाश्रम : शिक्षण पूर्ण झाल्यावर उपजीविकेसाठी एखादा व्यवसाय किंवा नोकरी निवडून, विवाहाद्वारे संसारात पडून जीवनातील विविध सुखोपभोग घेण्याचा कालावधी. ३. वानप्रस्थाश्रम : जीवनातून निवृत्त होण्याची पूर्वतयारी करण्याचा कालावधी. या कालावधीत किंवा वयात जीवनातील एकेका सुखोपभोगांचा त्याग करून जीवनाची सर्व सामाजिक, आर्थिक, धार्मिक जबाबदारी मुलांवर टाकून त्यांतून मुक्त होणे होय. ४. संन्यासाश्रम : सर्वसंगपरित्याग करून निरिच्छ जीवन जगण्याचा कालावधी म्हणजेच जीवनाचा अखेरचा कालावधी.

प्रशासन, नोकरशाही, राजकारण, शिक्षणक्षेत्र, व्यापार इत्यादी सर्व क्षेत्रांत जीवनचक्रांचा प्रभाव आढळतो. ०-१५ वयोगट- बाल्यावस्था, १५-५८ वयोगट- तारुण्य व प्रौढावस्था, तर ५८ नंतरचा वयोगट हा वृद्धावस्था म्हणून समजला जातो. यांतील १५ ते ५८ वयोगट 'उमेदीचा कालावधी' म्हणून गणला जातो. जन्म-मृत्यू वा उदय-नाश हाही जीवनचक्राचाच एक भाग होय.

life crisis - (लाइफ क्रा'इसिस) **जीवनसंघर्ष :** जीवनसंघर्ष म्हणजे जीवनात फूट पाडणारा किंवा जीवन उद्ध्वस्त करणारा कोणताही प्रसंग होय. यात प्रामुख्याने एखाद्या जवळच्या नातेवाइकाचा मृत्यू (यात पती, पत्नी, माता, पिता, तरुण मुलगा इत्यादी येतात) आणि तुमच्या सामाजिक दर्जात झालेली घसरण इत्यादींमुळे वैयक्तिक समायोजन साधणे शक्य होत नाही व परिणामत: त्यामुळे स्वत:च्या प्रतिष्ठेला धोका निर्माण होतो; त्याचप्रमाणे सामाजिक संबंधातही बाधा येते. धोकादायक प्रसंगांची यादी द्यावयाची झाल्यास त्यात क्रमाने जोडीदाराचा मृत्यू, घटस्फोट, विवाह, नोकरी सुटणे वा त्यात बदल होणे, अपंगत्व येणे, सेवानिवृत्ती, स्थलांतर आणि हकालपट्टी इत्यादींचा समावेश होतो. यामुळे व्यक्तीच्या जीवनात

तणाव व त्यातून चिंता निर्माण होतात व त्याचा परिणाम म्हणून व्यक्तीला एखाद्या रोगाशी सामना करावा लागतो. जीवनसंघर्ष हा आरोग्याचे व औषधाचे समाजशास्त्र यांच्या अध्ययनाचे प्रमुख व महत्त्वाचे अध्ययनक्षेत्र होय.

life style - (लाइफ स्टाइल) **जीवनशैली :** व्यक्ती किंवा व्यक्तींचा गट कोणत्या पद्धतीचे जीवन जगतो यासाठी 'जीवनशैली' ही संज्ञा वापरली जाते. ही संज्ञा तज्ज्ञ विविध संदर्भात वापरतात. ब्रिटनच्या समाजशास्त्रात या संज्ञेचा वापर ब्रिटिश वर्गीय संरचनेतील मध्यमवर्गीयीकरणाच्या स्वरूपावर चर्चा करण्यासाठी केला गेला. या विशिष्ट संदर्भात ब्रिटिश समाजशास्त्रज्ञ असा दावा करतात की कामगार वर्गातील लोक, वाढत्या प्रमाणात मध्यम वर्गीय लोकनीतीचा आणि अभिवृत्तींचा स्वीकार करावयास लागल्यामुळे या दोन वर्गांतील जीवनशैलीतील भेदाचे महत्त्व आज कमी झाल्याचे दिसते. अगदी अलीकडे ही संज्ञा, जाहिरात संस्था आणि बाजार संशोधन– संघटना यांच्या संभाषणात आणि चालीरीतीत मोठ्या प्रमाणात वापरल्याचे दिसून येते. दुसऱ्या महायुद्धाच्या कालावधीनंतर बाजार आणि जाहिरातीच्या क्षेत्रात 'जीवनशैली' या संज्ञेला महत्त्व प्राप्त झाले; याचे कारण म्हणजे लोकप्रिय करमणुकीच्या नवीन प्रकाराचा एकीकडे विकास झाला, तर दुसरीकडे बहुजनांच्या प्रसारमाध्यमाच्या साधनांमुळे लोकांपर्यंत पोहोचणी सोपे व सहजसाध्य झाले. प्रसारमाध्यमात आज रेडिओ, सिनेमा, दूरदर्शन याचबरोबर संगणक, भ्रमणध्वनी, लॅपटॉप (Laptop - भ्रमणसंगणक) यांचाही अंतर्भाव होतो. भ्रमणध्वनी हा आज मानवाच्या जीवनशैलीचा एक अविभाज्य भाग बनला आहे. उपभोक्ता संस्कृती आणि नवीन उपभोग्य वस्तू (यात मोटारसायकल्स, सौंदर्यप्रसाधने, सिगारेट्स इत्यादींचा समावेश होतो) यांच्या उदयामुळे त्यांच्या विक्रीचीसुद्धा एक जीवनशैली तयार झाली.

तसेच जीवनशैलीचा विचार करता ग्रामीण व नागरी लोकांच्या जीवन जगण्याच्या पद्धतींत भेद असल्याचे दिसून येते. जॉर्ज सिमेल आणि लुईस विर्थ (Louis Wirth) यांच्या 'नगरवाद एक जीवनशैली' (Urbanism, a way of life) या योगदानात नागरी लोकांच्या जीवनशैलीवर चर्चा करताना तिचे वेगळेपण स्पष्ट केले होते. याशिवाय तरुणांची जीवनशैली, वृद्धांची जीवनशैली, बेरोजगारांची जीवनशैली, गुन्हेगारांची जीवनशैली, स्त्रियांची जीवनशैली, प्रत्येक आदिवासी जमातीची जीवनशैली, सुशिक्षितांची व अशिक्षितांची जीवनशैली वेगवेगळी असते. थोडक्यात, जीवनशैली म्हणजे प्रत्येकाची जीवन जगण्याची पद्धती होय.

life world - (लाइफ वर्ल्ड) **जीवजगत** : 'जीवजगत' या संज्ञेत मनुष्याच्या नैसर्गिक अभिवृत्तीचा समावेश होतो. यात व्यक्तीला सामना कराव्या लागणाऱ्या दैनंदिन जीवनातील वास्तवता येते. या वास्तवतेत केवळ निसर्ग वा अनुभव यांचाच समावेश होतो असे नाही; तर त्यात मनुष्य राहत असलेल्या सामाजिक जगाचापण अंतर्भाव होतो. हसरल यांनी प्रथमतः त्यांच्या प्रघटनाशास्त्रात जीव-जगतावर चर्चा केली होती. यानंतर अल्फ्रेड शूट्झ यांनी त्यांच्या सामाजिक प्रघटनाशास्त्रात सामाजिक जीवनातील नैसर्गिक वस्तिस्थानाचा आधार उघड करताना जीवजगतावर चर्चा केली होती. जीवजगत म्हणजे (या दोघांच्या विचारानुसार) आपल्या सभोवतालच्या जगाचे आपल्याला झालेले आकलन होय. त्यासाठी शूट्झ यांनी 'ज्ञानभांडार' (Stock of Knowledge) ही संज्ञा वापरली होती.

likert scale - (लायकर्ट स्केल) **लायकर्ट मापनसारिणी** : व्यक्तींच्या अभिवृत्ती-मापनातील थर्स्टन (Thurstone) यांच्यानंतर विकसित झालेली मापनसारिणी म्हणजे लायकर्ट यांची मापनसारिणी होय. या अभिवृत्ति मापनसारिणीचा तोंडावळा जरी थर्स्टन यांच्या मापनसारिणीसारखा असला; तरी लायकर्ट यांनी थर्स्टन यांच्या अभिवृत्तिसारिणीतील क्लिष्टता कमी करण्याचा प्रयत्न केला होता. १९३२ साली लायकर्ट यांनी विकसित केलेल्या त्यांच्या अभिवृत्ती मापनसारिणीत थर्स्टन यांनी विशद केलेल्या ११ मापनश्रेणींची संख्या कमी करून ती फक्त ५ एवढीच ठेवली होती. अभिवृत्तिमापनासंबंधी विविध विधानांचे लायकर्ट हे केवळ पाच श्रेणींत विभाजन करीत असले; तरी या विधानांची रचना अनुकूलतेकडून प्रतिकूलतेकडे अशीच केली जाते ती पुढीलप्रमाणे- अत्यंत अनुकूल, अनुकूल, तटस्थ, प्रतिकूल व अत्यंत प्रतिकूल. (खालील आकृती पहा.)

(+) ०२	(+) ०१	० ह्न ०	(−) ०१	(−) ०२
अत्यंत अनुकूल	अनुकूल	तटस्थ (मध्यंतर)	प्रतिकूल	अत्यंत प्रतिकूल
(+) १०० % (+) ६०−४०		५०−५०	(−) ४० ह्न ६०% (−) १००%	
अनुकूलता उतरत्या क्रमाने		समसमान गुण	प्रतिकूलता चढत्या क्रमाने	

थर्स्टन यांच्या अभिवृत्तिमापनातील ११ श्रेणींमुळे अभिवृत्तीचे काटेकोर विभाजन करणे अशक्य होते. काही तज्ज्ञांच्या मते, लायकर्ट यांनी अभिवृत्तिमापनातील गोंधळ, श्रेणींची संख्या पाच करून टाळण्याचा प्रयत्न केला

होता. या मापनसारिणीमुळे व्यक्तींच्या विविध अभिवृत्तींचे अधिक काटेकोर मापन शक्य झाले. (पहा-thurstone's equal appearing interval type scale or Thurstone's scale-थर्स्टन यांची समतल मध्यंतर प्रकारची मापनसारिणी.)

lineage and lineage group - (लि'निएज ॲन्ड लि'निएज ग्रूप) **वंश आणि वंशगट** : वंश किंवा वंशगट म्हणजे लोकांचा असा समूह, की जे असा दावा करतात, की त्यांची उत्पत्ती एकाच मूळ पुरुषापासून किंवा पूर्वजापासून झाली आहे. या वंशगटाचा आधार पितृवंशीय, मातृवंशीय, द्विवंशीय किंवा एकवंशीय असा कोणताही असू शकतो. वंशसिद्धान्त हा १९४० ते १९६० च्या कालावधीत सामाजिक मानसशास्त्रातील अध्ययनाचा मध्यवर्ती विषय होता. या संदर्भात रेडक्लिफ ब्राउन, इव्हान्स प्रितचार्ड आणि एम. फोर्टेज यांचे योगदान महत्त्वपूर्ण होते.

lineage mode of production - (लि'निएज मोड ऑफ प्रॉड'क्शन) **वंश उत्पादनाची पद्धती** : पहा-non-capitalist and pre-capitalist mode of production-अभांडवलशाहांच्या किंवा उद्योगपूर्व भांडवलशहांच्या उत्पादनाच्या पद्धती.

lions and foxes - (ला'यन्स ॲंड फॉक्सेस) **सिंह आणि कोल्हा** : पॅरेतो या विचारवंताने सामाजिक परिवर्तनाचा चक्राकार सिद्धान्त किंवा श्रेष्ठिजनांच्या अभिसरणाचा सिद्धान्त मांडताना (Cyclical Theory of Social Change or Theory of Circulation of Elites) सिंह व कोल्हा या दोन संज्ञांचा वापर केला होता. अवशेष किंवा अवशिष्ट (residues) यात प्रतिपादन केलेल्या पहिल्या दोन वर्गांशी या दोन संज्ञा निगडित आहेत. १. एकीकरणात्मक अवशेषावर आधारित वर्ग, की जो राजकीय सत्ताधीश असतो. राजकीय सत्ता ही सर्वसाधारणपणे समाजातील आर्थिक व राजकीयदृष्ट्या सबळ किंवा प्रबळ लोकांच्या किंवा वर्गाच्या हातात असते व त्याद्वारे ते अन्य सामान्य लोकांवर वर्चस्व प्रस्थापित करतात. या वर्गातील सभासदांसाठी पॅरेतो यांनी सिंह (Lion) ही संज्ञा वापरली होती. २. एकीकरणात्मक अवशेषावर आधारित नसलेला जो वर्ग की ज्याच्या हातात सत्ता नसते, पण धूर्तता असते. या वर्गातील माणसे राज्यकर्त्यांविरुद्ध, त्यांच्या अन्यायांविरुद्ध आवाज उठवितात. अशा राजकीय धूर्त परंतु सत्ताहीन असलेल्या माणसांसाठी पॅरेतो यांनी 'कोल्हा' (Fox) ही संज्ञा वापरली होती. (पहा-circulation of elites-अभिजनांचे किंवा श्रेष्ठिजनांचे अभिसरण.)

local labour market - (लोकल लेबर मार्केट) **स्थानिक श्रमबाजार :** नोकरी किंवा काम मिळण्याचे विशिष्ट गावातील किंवा वस्तिस्थानातील विशिष्ट ठिकाण म्हणजे स्थानिक श्रमबाजार होय. स्थानिक पातळीवर स्थानिक श्रमबाजाराचे विश्लेषण करावयाचे झाल्यास असे म्हणता येईल की या बाजारात कुटुंबाच्या भूमिका, सामाजिक (संबंधाचे) जाळे, आणि मालक यांच्यातील स्थानिक व्यक्तिनुरूप सामाजिक पर्यावरणातील विकासाची प्रक्रिया आणि कामाच्या अपेक्षा, कामाची अभिवृत्ती आणि व्यक्तींचे आणि गटांचे वर्तन या सर्वांचा मेळ घातला जातो. स्थानिक श्रमबाजाराचे स्वरूप स्थानिक परिस्थितीनुसार व प्रभावानुसार वेगवेगळे असते ज्यात व्यक्ती, गट आणि मालक यावर बाह्य श्रमबाजाराचे दडपण असते. (उदा. आर्थिक मंदी) जर आर्थिक क्षेत्रातील श्रमिकांची मागणी कमी झाली तर त्याचा प्रभाव स्थानिक श्रमबाजारावरही जाणवतो. स्थानिक श्रमबाजाराच्या अध्ययनामुळे, श्रमबाजारातील गतिशीलता, त्यातील वितरण आणि सामाजिक ऐतिहासिक आणि सांस्कृतिक अनुबंध यांचे आकलन होण्यास मदत होते.

logical action and nonlogical action - (लॉजिकल ॲक्शन ॲन्ड नॉनलॉजिकल ॲक्शन) *तार्किक क्रिया व अतार्किक क्रिया किंवा तर्कसंगत क्रिया आणि तर्कविसंगत क्रिया :* समाजशास्त्रासंबंधी स्वत:चे विचार व्यक्त करताना विल्फ्रेड पॅरेतो यांनी सामाजिक क्रियांचे तर्कसंगत क्रिया व तर्कविसंगत क्रिया असे दोन प्रकार विशद केले होते. पॅरेतो हे तर्कसंगत क्रियेवर विवेचन करताना म्हणतात की, 'तार्किक किंवा तर्कसंगत क्रिया म्हणजे अशा क्रिया की ज्यात योग्य अशा साधनांचा हेतुपुर्ततेसाठी उपयोग करणे आणि साधने व हेतू यांच्यात तार्किकतेच्या आधाराने योग्य दुवा प्रस्थापित करणे होय.' पॅरेतो यांच्या मते, तर्कसंगत किंवा तार्किक क्रिया या आत्मनिष्ठ व वस्तुनिष्ठ अशा दोन्ही प्रकारच्या असतात. यानंतर तर्कविसंगत किंवा अतार्किक क्रियेच्या संदर्भात विवेचन करताना पॅरेतो म्हणतात 'ज्या क्रिया या तर्कसंगत किंवा तार्किक क्रियेच्या व्याख्येत बसत नाहीत, अशा सर्व क्रियांचा समावेश हा तर्कविसंगत किंवा अतार्किक क्रियेत करावा.' अशा सर्व प्रकारच्या तर्कविसंगत किंवा अतार्किक क्रियांचा समावेश पॅरेतो यांनी अवशेष किंवा अवशिष्ट (Residual Category) वर्गात केला होता.

logical positivism - (लॉजिकल पॉझिटिव्हिझम) *तार्किक प्रत्यक्षवाद :* आर. कार्नॅप (R.Carnap), ओ. न्यूरथ (O. Neurath) यांच्यासह अनेक

तत्त्वशास्त्रज्ञांच्या गटाने प्रतिपादन केलेला एक तत्त्वशास्त्रीय सिद्धान्त हा 'तार्किक प्रत्यक्षवाद' या संज्ञेने संबोधला जातो. 'व्हिएन्ना मंडळ' (Vienna Circle) या संज्ञेनेही हा तार्किक प्रत्यक्षवादाचा सिद्धान्त ओळखला जातो. काही तज्ज्ञांच्या मते, तार्किक प्रत्यक्षवाद हा तार्किक अनुभववादाशी निगडित असून ती एक वैचारिक चळवळ होय. तार्किक अनुभववादापेक्षा हा दृष्टिकोन थोडासा भिन्न आहे, तो या अर्थाने, की यामध्ये अनुभवावर आधारित विचारांचे अत्यंत आग्रही विवेचन केलेले आहे. 'निरीक्षण क्षमता' (observation ability) हे तत्त्व तार्किक प्रत्यक्षवाद्यांचा आधारस्तंभ होय. जी विधाने परीक्षण करण्यायोग्य नसतात, त्यांचा त्याग केला पाहिजे, असे मत मांडून तार्किकप्रत्यक्षवाद्यांनी आध्यात्मिक (Metaphysical) व ईश्वरशास्त्रीय (Theological) विधाने करण्याचे टाळणे अत्यावश्यक आहे. (पहा–vienna circle–व्हिएन्ना मंडळ.)

longitudinal study - (लॉन्जिट्यू‍डिनल स्ट‍डी) **(सामाजिक) अंतराचा अभ्यास :** (सामाजिक) अंतराचा अभ्यास हे एक प्रकारचे विशेष स्वरूपाचे संशोधन असून त्यात एकाच गटातील सभासदांच्या वर्तनाचे निरीक्षण करून; नंतर वारंवार, पण विशिष्ट कालावधीनंतर या प्रकारची संशोधनमलिका चालू ठेवण्याची क्रिया समाविष्ट आहे. या संदर्भात कोहोर्ट (Cohort) यांनी केलेल्या मुलांच्या वर्तनाच्या अध्ययनाचे उदाहरण देता येईल. मुले ज्या सामाजिक वर्गाची सदस्य आहेत; त्या सामाजिक वर्गाची मुलांच्या शाळेतील अध्ययन अभ्यासप्रक्रियेवर काय परिणाम होतो याचे अध्ययन याअंतर्गत केले जाते. ब्रिटनमधील 'राष्ट्रीय बालक मंडळाने' केलेल्या 'सामाजिक अंतराच्या अध्ययनाच्या' माध्यमातून मुलांच्या विकासाच्या विविध पैलूंची नोंद एका नोंदवहीत करण्यात आली. सामाजिक अंतराचा अभ्यास, केवळ मानवी विकासाचा वा परिवर्तनाचा अभ्यास नसून एकाच संघटनेत विविध कालावधीत कसेकसे बदल घडून येतात, याच्याशीही हे अध्ययन संबंधित आहे. व्यक्तीव्यक्तींतील, गटागटांतील सामाजिक अंतर हा त्या त्या समाजाचा स्थायिभाव असून त्याचे अध्ययन याअंतर्गत केले जाते. लॉन्जिट्यूडिनल (Longitudinal) या इंग्रजी शब्दाचा मूळ अर्थ आहे– रेखांश, रेखांतर. समाजातील विविध गटांमध्ये असलेल्या भेदभावामुळे दोन व्यक्ती व दोन गट यांत जे श्रेणीरचनात्मक अंतर असते त्यासाठी इथे 'लॉन्जिट्यूडिनल स्टडी' या संज्ञेचा वापर केला असून, मराठीत जाणीवपूर्वक या शब्दाचे भाषांतर '(सामाजिक) अंतराचा अभ्यास' असे केले आहे.

looking - glass self - (लूकिंगग्लास सेल्फ) **प्रतिबिंबित स्वत्व :** अमेरिकेतील समाजशास्त्रज्ञ चार्ल्स कूले यांनी प्रथमत: 'प्रतिबिंबित स्वत्व' ही संकल्पना मांडली होती. कूले यांच्या मते, प्रत्येक व्यक्तीत एक स्व किंवा स्वत्व असते, स्वत्व म्हणजे व्यक्तीच्या मनोव्यापाराचा एक घटक होय. व्यक्तीच्या सभोवताली वावरणाऱ्या व्यक्ती किंवा सान्निध्यात असणाऱ्या वस्तू व्यक्तीच्या मनोव्यापारात येतात. कूले यांच्या मते, स्व व समाज हे एखाद्या जुळ्याप्रमाणे असून, एकाच वेळी त्यांचा जन्म झाला असावा. प्रा. कूले यांनी माणसाच्या किंवा व्यक्तीच्या 'स्व' ची तुलना आरशाशी केली होती. त्यांच्या मते, आरशासमोर जाणाऱ्या प्रत्येक व्यक्तीचे प्रतिबिंब ज्याप्रमाणे आरशात पडते त्याचप्रमाणे व्यक्तीच्या सान्निध्यात येणाऱ्या दुसऱ्या सर्व व्यक्तींचे प्रतिबिंब पहिल्या व्यक्तीच्या मनोरूपी किंवा स्वत्वरूपी आरशात पडते. या दृष्टीने विचार करता प्रतिबिंबित स्वत्वात कूले यांनी पुढील चार गोष्टी महत्त्वाच्या मानल्या आहेत– १. एका व्यक्तीच्या दुसऱ्या व्यक्तीच्या 'स्व' विषयीच्या कल्पना. २. व्यक्तीच्या स्वत:च्या स्वत्वाविषयीच्या कल्पना. ३. दुसऱ्या व्यक्तीचा आपल्या 'स्व' वर होणारा परिणाम. ४. आपल्या 'स्व' चा इतर व्यक्तींवर होणारा परिणाम.

याआधारे आपण असे म्हणू शकतो की, इतर व्यक्तींचे आपल्या मनात जे प्रतिबिंब पडते, त्या आधाराने आपण त्या व्यक्तिविषयी आपले जे मत आपण बनवितो त्यास कूले यांनी 'प्रतिबिंबित स्वत्व' या संज्ञेने संबोधले होते.

lumpenproletariet - (लम्पेनप्रोलिटरेट) **तळागाळातील किंवा अत्यंत कनिष्ठ वर्ग :** 'लम्पेनप्रोलिटरेट या शब्दाचा अर्थ आहे फाटके कपडे धारण करणारे किंवा घालणारे लोक. हा शब्द जर्मन भाषेतून आला असून 'लम्पेन' म्हणजे फाटके कपडे घालणारे व 'प्रोलिटरेट' म्हणजे कनिष्ठ वर्ग; म्हणून मराठीत या शब्दाचे रूपांतर तळागाळातील लोक असे केले आहे. १९ व्या शतकात मार्क्स आणि एंगेल्स या दोन विचारवंतांना अत्यंत हलाखीत जीवन जगणाऱ्या या लोकांचे किंवा वर्गाचे अस्तित्व जाणवले व त्यांनी ते मान्य केले. मार्क्स व एंगेल्स यांच्या मते, या वर्गातील लोक वर्गव्यवस्थेच्या सीमेवर किंवा परिघावर राहतात, त्यांना त्यांच्या उपजीविकेसाठी निश्चित व नियमित असे रोजगाराचे कोणतेही साधन नसते. म्हणून ते गुन्हेगारी (चोऱ्यामाऱ्या) करून कसेतरी जीवन जगतात. मार्क्स यांच्या विचारानुसार पॅरिस शहरातील तळागाळातील वर्गात क्रमाने भटके वा उडाणटप्पू, निलंबित सैनिक, वारंवार तुरुंगाची वारी करणाऱ्या व्यक्ती, जहाजावरून पळून आलेले गुलाम, ठग, खिसेकापू, फसवेगिरी करणारे,

जुगारी, वेश्यांचे दलाल, कुंटणखाना चालविणारे, चिंध्या जमा करणारे व भिकारी इत्यादींचा समावेश होतो. मार्क्स यांनी १९ व्या शतकातील पॅरिस शहरातील तळागाळातील लोकांची यादी दिली असली; तरी वाढत्या औद्योगिकीकरणामुळे २०व्या व २१व्या शतकातील अनेक महानगरांत या लोकांचे अस्तित्व आढळते. मार्क्स यांच्या मते, औद्योगिक क्षेत्रातील नियमित वेतन घेणाऱ्या कामगारांपेक्षा या गटातील लोकांचे वेगळेपण चटकन नजरेत भरते. मार्क्स आणि एंगेल्स यांचा या तळागाळातील लोकांवर विश्वास नव्हता. कारण या लोकांनी समाजवादाच्या निर्मितीच्या व कामगारांच्या लढ्यात योगदान दिले नव्हते. म्हणून या तळागाळातील लोकांचा किंवा वर्गाचा उल्लेख मार्क्स व एंगेल्स यांनी 'धोकादायक वर्ग' किंवा 'कुचकामी सामाजिक वर्ग' असा केला होता. त्यांचे जीवन एखाद्या बांडगुळासारखे असून सत्ताधारी वर्गाच्या लोकांनी त्यांचा उल्लेख 'लाच घेणारे प्रतिनिधी' म्हणून केला होता.

मार्क्स यांच्या या मताला आफ्रिकेतील समाजवादी तज्ज्ञ फॅनन (Fanon) यांनी त्यांच्या १९६७ साली लिहिलेल्या 'जगाचे भिकारी किंवा दरिद्री' (The Wretched of the Earth) या पुस्तकात या तळागाळातील लोकांचा किंवा वर्गविरहित आळशी लोकांचा उल्लेख करताना असे म्हटले की, ह्या वर्गातील लोक तिसऱ्या जगातील समाजातील झोपडपट्ट्यांच्या गावात राहतात आणि क्रांतीवर आधारित संघर्षात ते महत्त्वाची भूमिका बजावू शकतात.

macro-sociology - (मॅक्रो सोशिऑलजी) *स्थूल समाजशास्त्र :* स्थूल समाजशास्त्र ही समाजशास्त्राची एक शाखा असून त्यात समग्र समाज, समग्र समाजरचना यांचे मोठ्या प्रमाणात अध्ययन केले जाते. स्थूल समाजशास्त्र आणि सूक्ष्म समाजशास्त्र या दोन संज्ञा समाजशास्त्रात जरी वापरल्या जात असल्या; तरी स्थूल अर्थशास्त्र व सूक्ष्म अर्थशास्त्र (macro economics and micro economics) यांसारख्या त्या समाजशास्त्रांत सुस्थापित झाल्याचे दिसत नाही. समाजशास्त्रात स्थूल व सूक्ष्म समाजशास्त्राची सीमारेषा फारच अस्पष्ट आहे, हे याचे कारण होय.

madness - (मॅ'डनेस) **वेडेपणा अथवा खूळ :** वेडेपणा म्हणजे व्यक्तीच्या मानसिक असंतुलनाचा एक प्रकार असून ज्यामुळे व्यक्तीच्या सामाजिक कार्यात अडथळा आणला जातो. याचा परिणाम व्यक्तीचे वर्तन चमत्कारिक आणि अनपेक्षित असे असते. आधुनिक वैद्यकशास्त्रात तसेच मनोरुग्णशास्त्रात वेडेपणा हा अनेक शारीरिक व्याधींपैकी एक शारीरिक व्याधी असून त्या व्याधीचे निदान चिकित्सालयात केले जाते व औषधोपचाराने ती बरी होऊ शकते. प्रसिद्ध समाजशास्त्रज्ञ फूको यांनी वेडेपणा हाताळण्याची आधुनिक पद्धती विशद केली असून, वेडेपणाचे अध्ययन हे सामाजिक सत्तेची प्रघटना, निरीक्षण आणि सामाजिक बहिष्कार या पैलूतून करावे. फूको यांच्या मते, वेडेपणा म्हणजे अतार्किक किंवा समंजसपणा यावर आधारित व्यक्तीचे वर्तन होय. आधुनिक पूर्व समाजात वेडेपणाकडे भगतवाद (Shamanism) किंवा चेटूक या दृष्टिकोनातून पाहिले जात होते. आज मात्र वेडेपणा ही एक मनोरुग्णता असून औषधाने ती पूर्ण बरी होऊ शकते. मनोरुग्णता किंवा वेडेपणा ही प्रत्येक समाजातील सामाजिक प्रघटना असून त्याकडे पूर्णपणे दुर्लक्ष झाले होते. फूको यांनी या दुर्लक्षित विषयाकडे आपले लक्ष वेधले व त्यांनी स्वत: या प्रघटनेचे समाजशास्त्रीय अध्ययन व विश्लेषण केले होते.

magic - (मॅजिक) **जादू :** विधींसाठी वापरल्या जाणाऱ्या साधनांच्या माध्यमातून विशिष्ट निष्कर्षांना किंवा उद्दिष्टांना प्राप्त करण्यासाठी अतिनैसर्गिक किंवा दैवी शक्तीला कृतिशील करण्याचा प्रयत्न करणे म्हणजे जादू होय. काही तज्ज्ञांच्या मते, जादू आणि धर्म यांत भेद करणे सोपे नाही. कारण धर्म आणि जादू यांच्यातील काही गोष्टी समान दिसत असल्या; तरी जादू ही धर्मापेक्षा अनेक बाबतींत वेगळी आहे. जादूची उद्दिष्टे ही ऐहिक स्वरूपाची असतात; तसेच जादूचे स्वरूप वैयक्तिक असते. या ऐहिक उद्दिष्टांत आरोग्य, दीर्घायुष्य, संपत्तीची प्राप्ती इत्यादींचा समावेश होतो. ही सर्व उद्दिष्टे प्रामुख्याने वैयक्तिक स्वरूपाची असतात व ती चटकन साध्य झाली पाहिजेत अशी अपेक्षा बाळगली जाते. आजारातून बरे होणे, स्वतःच्या शेतात उत्तम पीक येणे, व्यवसायात यश प्राप्त होणे, प्रेमाला सुयोग्य प्रतिसाद मिळणे, शत्रूचा नायनाट होणे वा त्याचा मृत्यू होणे इत्यादींसाठी सर्वसाधारणपणे जादूचा वापर केला जातो. जादूचे स्वरूप हे अधिक नैमित्तिक व सामान्य स्वरूपाचे असते. जादूत जादूगार किंवा भगत हा हुकूम देतो आणि अतिनैसर्गिक शक्तींनी त्याचे पालन करावे अशी अपेक्षा बाळगतो. जादूत जादूगार किंवा भगत आपल्या भावना मोठ्याने मंत्रोच्चार करून किंवा जादूचा एखादा विधी करून व्यक्त करतो. यात जादूगाराचा नाट्यमय अभिनय, भीतिदायक कृत्य इत्यादी बाबींचा समावेश होतो. याद्वारे जादूगार प्रेक्षकांच्या भावनांना आवाहन करतो. प्रेक्षकांच्या या भावनांत प्रेम, राग, तिरस्कार, भीती इत्यादींचा समावेश होतो.

काही तज्ज्ञांच्या मते, जादूचे महत्त्व केवळ तथाकथित प्राचीन वा आदिवासी समाजापुरतेच होते असे नाही तर आजच्या आधुनिक समाजातही जादूचा वापर कार्यरत आहे. उदा. आजही फलज्योतिषशास्त्राला मानवी जीवनात खूपच महत्त्व असून या तथाकथित कृत्रिम शास्त्राच्या आधाराने (Pseudo Sciences) अनेक निर्णय घेतले जातात. उदा. आजच्या लोकशाहीत निवडणुका हा लोकशाहीचा आधार असून निवडणुकांतील यशापयश, निवडणुकीत उमेदवारी अर्ज दाखल करण्याचा मुहूर्त, वैवाहिक साथीदाराची निवड इत्यादी अनेक बाबी ज्योतिषाद्वारे जेव्हा निश्चित केल्या जातात; तेव्हा तो जादूचाच प्रभाव होय, असे म्हटल्यास चूक ठरू नये.

mal.adjustment - (माल'ॲडजे'स्टमेंट) **असमायोजन :** असमायोजन ही अशी एक परिस्थितिनिदर्शक प्रक्रिया आहे, की ज्यात व्यक्ती किंवा गट सातत्याने एकूण समाजाशी आपल्या प्रश्नांची तड लावण्यास जेव्हा असमर्थ ठरतो; त्यासाठी

समाजशास्त्रज्ञांनी असमायोजन ही संज्ञा वापरली होती. काही समाजशास्त्रज्ञांच्या मते, असमायोजनप्रक्रियेतून अनेक सामाजिक समस्या आकाराला येतात. यांत घटस्फोट, गुन्हेगारी, ज्येष्ठांच्या समस्या, नोकरीतील निलंबन किंवा व्यवसायातील अपयश, लिंगभावसंबंधित प्रश्न, शेतकऱ्यांच्या व अन्य व्यक्तींच्या आत्महत्या इत्यादींचा समावेश होतो.

mal.integration - (माल इंटिग्रे शन) सदोष एकीकरण : सदोष एकीकरण म्हणजे एकीकरणाचा किंवा एकात्मतेचा अथवा एकीकरणयंत्रणेचा अभाव होय. उदा. द्युरखेम यांनी विशद केलेल्या आत्मकेंद्रित आत्महत्या या प्रकाराचे एक कारण म्हणजे गटाशी तादात्म्य साधण्यात संबंधित व्यक्तीला आलेले अपयश होय. एकात्मीकरणाच्या विरोधी अशी ही संकल्पना असून व्यक्तीच्या किंवा गटाच्या अपयशाशी याचा संबंध जोडला जातो. जेव्हा समाज बहुविधतेने नटलेला असतो, तेव्हा बऱ्याच वेळा त्यात एकात्मतेचा अभाव आढळतो.

manifest function - (मॅनिफेस्ट फं क्शन) प्रकट कार्य : सामाजिक कार्याचे विश्लेषण करताना आर. के. मर्टन यांनी कार्याचा 'प्रकट कार्ये' हा प्रकार विशद केला होता. मर्टन यांच्या मते, ज्या कार्याचे परिणाम वस्तुनिष्ठ असतात व जी सामाजिक व्यवस्थेच्या समायोजनात व अनुकूलनात योगदान देतात आणि जी कार्ये हेतुपूर्ततेसाठी केली जातात व ज्या कार्यांना समाजाची मान्यता असते; त्या सर्व कार्यांना 'प्रकट कार्ये' या संज्ञेने संबोधले जाते. यावर अधिक विवेचन करताना मर्टन म्हणतात की ज्या क्रिया दृश्य स्वरूपाच्या, प्रत्यक्ष निरीक्षण करणाऱ्या असतात; त्यांनाही 'प्रत्यक्ष कार्ये' या संज्ञेने संबोधले जाते. खेळणे, वाचणे, बोलणे, चालणे, लिहिणे इत्यादी क्रिया दृश्य असल्याने त्यांचा समावेश प्रकट कार्यात केला जातो.

maoism - (माओ इझम) माओवाद : माओ–त्सेह्तुंग (Mao-Tse-Tung) हे चीनच्या साम्यवादी पक्षाचे (इ.सन १९२१ साली) एक संस्थापक सभासद होते. त्यांनी १९२७ ते १९४९ या कालावधीत चीनमधील ग्रामीण चळवळीचे नेतृत्व केले होते. त्या आधाराने माओह्त्सेह्तुंग यांनी 'शेतकऱ्यांची प्रमुख भूमिका' (Leading role of peasantry) यावर आधारित जो समाजवादी क्रांतीचा सिद्धान्त विकसित केला होता तो 'माओवाद' (Maoism) म्हणून संबोधला जातो. माओ असा विवाद करतात की, चीनमधल्या परिस्थितीप्रमाणे त्या काळातील संख्येने कमी तळागाळातील लोक आणि गावातील दुर्बळ व परावलंबी वसाहतवादी किंवा तिसऱ्या जगातील मध्यम वर्गीय आणि क्षेत्रसंपन्न अमीर उमराव यांच्यातील

वर्गसंघर्ष साम्राज्यवाद्यांनी अक्षरश: कुजविला होता. यासंबंधीचे माओ यांनी मांडलेले विचार 'माओवाद' या संज्ञेने संबोधले जातात. याचा परिणाम म्हणून १९४९ साली माओंच्या नेतृत्वाखाली चीनमध्ये राज्यक्रांती झाली.

marginality - (मार्जिनॅलिटी) **सीमान्तकता :** जे लोक सामाजिक गटाच्या आत व सामाजिक गटाच्या बाहेर आहेत, पण ज्यांना मुख्य समाजाच्या प्रवाहात समाविष्ट केले जात नाही त्यांच्यासाठी 'सीमान्तकता' ही संज्ञा वापरली जाते. सीमान्तकता या संज्ञेचा पहिल्यांदा वापर पार्क (Park) या समाजशास्त्रज्ञाने १९२८ साली केला होता. त्यांच्या या संज्ञेद्वारे त्यांनी सांस्कृतिक संकरावर प्रकाशझोत टाकताना, जे लोक दोन वेगवेगळ्या गटांच्या जीवनपद्धती व परंपरा यांचे पालन करतात, पण हे दोन्हीही गट त्यांचा स्वीकार करत नाही तेव्हा अशा लोकांसाठी सीमान्तकता या संज्ञेचा वापर केला जातो. त्याचप्रमाणे जे लोक सामाजिक गटात राहतात पण तो सामाजिक गट त्यांना स्वीकारत नाही अशांसाठीही या संज्ञेचा वापर केला जातो. अमेरिकेतील काळे, भारतातील अस्पृश्य, अल्पसंख्य, यांच्यासाठीही सीमान्तक ही संज्ञा वापरता येईल.

market capitalism or free market capitalism - (मार्केट कॅपिटलिझम ऑर फ्री मार्केट कॅपिटलिझम) **बाजार भांडवलवाद किंवा मुक्त बाजार भांडवलवाद :** यासाठी पूर्वी 'स्पर्धात्मक भांडवलवाद' या संज्ञेचा वापर केला जात होता. स्पर्धात्मक भांडवलवाद ही भांडवलशाहीची एक आदर्श प्रतिमा (Ideal Type) असून यात स्पर्धात्मक व्यापारी संबंधांचे वर्चस्व असते आणि म्हणून आज त्यासाठी बाजार- भांडवलवाद किंवा मुक्त बाजार भांडवलवाद या संज्ञांचा वापर केला जातो. मुक्त बाजार भांडवलवाद म्हणजे बाजारावर नियंत्रण नसलेला किंवा अनियमित बाजार असलेला भांडवलवाद होय.

market situation - (मार्केट सिच्युएशन) **बाजार परिस्थिती :** बाजार परिस्थिती म्हणजे 'सामाजिक स्तरीकरणातील' व्यक्तींच्या किंवा सामाजिक गटांच्या स्थानाचे निर्धारण बाजाराच्या शक्तीद्वारे होते. लॉकवूड यांनी १९५८, १९६६ साली केलेल्या अभ्यासाद्वारे आणि तसेच लॉकवूड व गोल्डथोर्पे (Lockwood and Goldthorpe) यांनी संयुक्तपणे १९६८-६९ साली केलेल्या अभ्यासाद्वारे असे निष्कर्ष काढलेत, की सामाजिक स्तरीकरणाच्या तीन बाजूंपैकी एक बाजू म्हणजे बाजार परिस्थिती होय. मार्क्स यांच्या दृष्टीने उत्पादनसाधनांची मालकी असणे किंवा नसणे या बाबी व्यक्तीच्या एकूण स्थाननिर्धारणात निर्णायक भूमिका बजावतात. लॉकवूड व गोल्डथोर्पे यांच्या विश्लेषणावर वेबर यांच्या विचारांचा

मोठा पगडा होता. सामाजिक स्तरीकरणाच्या परस्परसंबंधी तीन बाजू (की ज्या नेहमी विचारात घ्याव्या लागतात) म्हणजे काम-परिस्थिती, दर्जा-परिस्थिती आणि बाजार-परिस्थिती होय.

marriage - (मॅरेज) **विवाह :** प्रौढ पुरुष आणि प्रौढ स्त्री यांच्यातील शारीरिक संबंधांना समाजाची व काही प्रमाणात कायद्याची मान्यता मिळणे म्हणजे विवाह होय. समाजशास्त्रज्ञ विवाहाकडे केवळ स्त्री-पुरुषाच्या कामवासनापूर्तेचे साधन म्हणून पाहात नाहीत; तर त्यांच्या दृष्टीने मातृत्व-पितृत्व प्राप्त करण्याचा समाजमान्य परवाना म्हणजे विवाह होय. कोणताही समाज हा विवाहानंतर झालेल्या संततीलाच मान्यता देतो व त्या संततीला औरस संतती म्हणून स्वीकारतो. विवाहपूर्व किंवा विवाहबाह्य स्त्री-पुरुष संबंधातून जन्माला आलेल्या संततीला समाजाची मान्यता नसते. ती संतती अनौरस संतती किंवा अनैतिक संतती म्हणून संबोधली जाते.

समाजशास्त्रज्ञ विवाहाकडे एक सामाजिक संस्था म्हणून पाहतात. संस्था म्हणून विवाहाचा विचार करता त्यात विवाहाचे प्रकार, वैवाहिक साथीदार निवडीचे नियम, घटस्फोटाचे नियम व विवाहविषयक दृष्टिकोन यांचा समावेश होतो.

विवाह ही जरी प्रत्येक समाजातील अनिवार्य संस्था असली; तरी विवाहाकडे पाहण्याचा प्रत्येक धर्माचा दृष्टिकोन वेगवेगळा असतो. हिंदू धर्मानुसार विवाह एक पवित्र संस्कार आहे. ख्रिस्ती धर्मातील प्रोटेस्टंट पंथीयांनुसार विवाह ही स्त्री-पुरुष शारीरिक संबंधासाठी केलेली तडजोड होय. तर इस्लामनुसार विवाह एक करार होय. एक संस्था म्हणून विवाह एकीकडे समाजाला प्रजोत्पादनाद्वारे नवीन सभासदांचा पुरवठा करते; तर दुसरीकडे विवाह समाजात कुटुंबांची निर्मिती करण्याचे कार्य करतो.

marriage certificate - (मॅरेज सर्टिफिकेट) **विवाह प्रमाणपत्र किंवा विवाह दाखला :** नवोदित वैवाहिक जोडप्याच्या विवाहाची नोंदणी करून त्या संदर्भात जे प्रमाणपत्र प्रदान करण्यात येते, त्यास विवाह प्रमाणपत्र किंवा विवाह दाखला या संज्ञेने संबोधले जाते. विवाहनोंदणीचे पहिले प्रमाणपत्र १८३७ साली 'इंग्लंड आणि वेल्स' सरकारने प्रदान केले होते. या प्रमाणपत्रात पुढील माहितीची नोंद केली जाते- १. प्रत्येक वैवाहिक साथीदाराचे पूर्ण नाव २. त्या उभयतांचे वय ३. त्यांचा व्यवसाय ४. त्यांचा पूर्ण पत्ता ५. त्या उभयतांच्या वडिलांचा व्यवसाय व पत्ता इत्यादी.

समाजशास्त्रज्ञांच्या दृष्टीने विचार करता विवाह प्रमाणपत्र किंवा विवाह दाखला हा वैवाहिक अनुबंधाचे परीक्षण करणाऱ्या तथ्यसंकलनाचा स्रोत होय, तसेच या विवाह प्रमाणपत्राद्वारे संबंधितांच्या व्यावसायिक गतिशीलतेची माहितीही उपलब्ध होते. भारतातही विवाहनोंदणी करणे व त्याआधारे विवाह प्रमाणपत्र प्राप्त करणे अनिवार्य ठरविण्यात आले आहे. परंतु असे कायदे करण्याचा अधिकार भारताच्या केंद्र सरकारने राज्य सरकारांना दिले होते. त्यानुसार महाराष्ट्र सरकारने 'महाराष्ट्र विवाह मंडळाचे विनिमय आणि विवाहनोंदणी कायदा १९९८' मंजूर केला. या कायद्याला महाराष्ट्राच्या राज्यपालांनी सन १९९९ चा अधिनियम क्रमांक २० नुसार, प्रत्यक्ष अध्यादेश काढून २० मे १९९९ रोजी प्रत्यक्ष मान्यता दिल्यानंतर विवाह विषयक गैरव्यवहारांना आणि विवाहनोंदणी सुविधांच्या गैरवापराला प्रतिबंध करण्यात आला. तसेच या अधिनियमानुसार नोंदणी सक्तीची करण्यात आली. या अधिनियमाच्या कलम क्रमांक ६ (अ) नुसार विवाह झाल्यानंतर, विवाहाच्या तारखेपासून ९० दिवसांच्या आत विहित नमुन्यात विवाहनोंदणीचे ज्ञापन केले जावे व सर्व प्रकारच्या औपचारिकता पूर्ण झाल्यानंतर विवाह निबंधकाने या अधिनियमाच्या कलम क्र. ६ (इ) नुसार संबंधितांना विवाहनोंदणी प्रमाणपत्र प्रदान करावे. परंतु काही कारणाने विवाहनोंदणी होऊ शकली नाही तर या अधिनियमाच्या कलम क्रमांक ९ नुसार, केवळ नोंदणी झाली नाही म्हणून हा विवाह बेकायदेशीर ठरणार नाही. तसेच अधिनियमाच्या कलम क्र. २० नुसार हे अधिनियम ख्रिस्ती व पारशी धर्मांत होणाऱ्या विवाहाला लागू नाहीत. भारतातील अन्य राज्यांतही याच धर्तीवर कायदे झालेले आहेत.

marxism - (मार्क्सिझम) **मार्क्सवाद :** मार्क्सवाद म्हणजे खऱ्या अर्थाने मार्क्स यांच्या मूळ योगदानाचा विकास करणे, दुरुस्त्या करणे व त्यात सुधारणा करणे या दृष्टीने मांडलेले प्रमुख सैद्धान्तिक योगदान होय. 'मार्क्सवादी' (marxist) ही संज्ञा अशा योगदानासाठी किंवा तसे लेखन करणाऱ्या लेखकांसाठी वापरली जाते, की ज्यांनी मार्क्स यांच्या विचारप्रणालीशी व कार्याशी राजकीय वचनबद्धता असल्याचे मान्य केले आहे. उदा. काही विद्वान समाजशास्त्रज्ञ मार्क्सवादी प्रश्नांवर अध्ययन करीत असले; तरी ते स्वतःला मार्क्सवादी तज्ज्ञ संबोधण्यास नकार देतात. कारण त्यांची मार्क्सवादी राजकीय संघटनांशी एकतर वचनबद्धता नसते वा त्यांना कोणताही राजकीय हेतू साध्य करावयाचा नसतो. २० व्या शतकात विविध प्रकारचे मार्क्सवाद उदयाला आले. त्यांचा आपण थोडक्यात आढावा घेऊ.

१. सोव्हिएट मार्क्सवाद (Soviet Marxism) : सोव्हिएट मार्क्सवाद १९३० नंतर स्टॅलिनवादाच्या प्रभावाखाली आला, की ज्याच्या विकासात पुढील गोष्टी महत्त्वाच्या ठरतात. अ. जटिल वैज्ञानिक आणि भौतिक दृष्टिकोन ब. केवळ नैसर्गिक विज्ञान हेच ज्ञानाच्या अभ्यासपद्धतीचा मुळाधार होय.

२. ट्रॉटस्किझम (Trotskyism) : ट्रॉटस्किझम हा विचार युएसएसआरच्या (म्हणजे युनायटेड स्टेट्स ऑफ सोव्हिएट रशिया) स्वरूपाचे टीकात्मक विश्लेषण आणि २० व्या शतकातील भांडवलशाहीचे बदलते स्वरूप याच्याशी संबंधित आहे. या विचारप्रणालीचे प्रमुख वंशज आहेत मार्क्सवादी–लेनिनवादी परंपरा जपणारे विद्वान, जे सातत्याने क्रांतिकारी व्हॅनगार्ड पक्षाच्या (Revolutionary Vanguard Party) आणि कामगार वर्गाच्या क्रांतिकारी क्षमतेच्या महत्त्वावर भर देतात.

३. पाश्चिमात्य मार्क्सवाद (Western Marxism) : यात युरोप खंडातील काही प्रमुख तज्ज्ञांचा समावेश होतो व जी प्रामुख्याने शैक्षणिक क्षेत्रात प्रभावी होती. त्यात पुढील तज्ज्ञ येतात- अँटोनिओ ग्रामसी, कार्ल कोरच, जॉर्ज लुकास, हर्बर्ट मार्क्युस आणि फ्रॅन्कफर्ट संप्रदायातील टीकात्मक सिद्धान्तकार येतात. या सर्व विचारवंतांचा भर प्रामुख्याने पुढील गोष्टींचे अध्ययन करण्यावर होता- अ. मार्क्सवादाचे मानवतावादी किंवा वैज्ञानिक स्वरूप यावर तत्त्वज्ञानविषयक वादविवाद करणे. ब. मार्क्सवादाच्या संबंधात हेगेल यांच्या आधाराचे पुनर्परीक्षण करणे. क. सोव्हिएट मार्क्सवादाच्या अपक्क भौतिकवादावरच्या प्रतिक्रिया व्यक्त करणे. ड. मार्क्सवादांतर्गत संस्कृती, साहित्य आणि मानसशास्त्र यांच्या विकसनशीलतेचे विश्लेषण करणे.

४. तिसऱ्या जगातील मार्क्सवाद (Third World Marxism) : तिसऱ्या जगातील मार्क्सवाद हा प्रामुख्याने पुढील बाबींशी संबंधित आहे- अ. महानगरातील भांडवलवाद आणि वसाहतवादी व नववसाहतवादी राष्ट्रांतील भांडवलवाद यांतील भेदाचा शोध घेणे. ब. राष्ट्रीय निर्धारणवाद आणि समाजवादी ध्येयसिद्धी यांतील भेदाचा शोध घेणे. क. समाजवादाच्या ध्येयसिद्धीत शेतकऱ्याची भूमिका व त्याचे राजकीय क्रिया व राजकीय संघटना यांवर होणारे परिणाम शोधणे. परंतु एक गोष्ट लक्षात ठेवणे गरजेचे आहे, की तिसऱ्या जगाच्या मार्क्सवादी अध्ययनावर प्रामुख्याने युरोप खंडातील मार्क्सवादी विचारांचा पगडा आहे.

सारांशरूपात असे म्हणता येईल, की मार्क्सवादाची विविध रूपे असून ती मूल मार्क्सवादी विचारांचे प्रत्येकाने स्वत:च्या दृष्टिकोनातून केलेले विश्लेषण होय.

marxist sociology - (मार्क्सिस्ट सोशिऑलजी) **मार्क्सवादी समाजशास्त्र :** मार्क्सवादी विचारांचा उपयोग करून समाजशास्त्रज्ञाने अवलंबिलेला विद्यापीठीय किंवा पांडित्यपूर्ण दृष्टिकोन म्हणजे मार्क्सवादी समाजशास्त्र होय. १९६० च्या दशकात युरोप व अमेरिका येथे विशेषत: मार्क्सवादी समाजशास्त्राचे महत्त्व वाढले ते संरचनात्मक कार्यात्मक सिद्धान्ताच्या प्रभावाच्या ज्ञानावर प्रतिक्रियास्वरूप म्हणून व राजकीय कर्मठवादातून समाजशास्त्राची स्थापना झाल्यामुळे होय. विसाव्या शतकात मार्क्सवादाचा बौद्धिक विकास हा विद्यापीठबाह्य (शिक्षण) संस्थांत प्रामुख्याने झाला व त्याचा मर्यादित प्रत्यक्ष प्रभाव सामाजिक शास्त्रांवर पडला होता. १९६० च्या दशकात समाजाच्या मतैक्यप्रतिकृतीवर मोठ्या प्रमाणात प्रश्न उपस्थित करण्यात आले होते. आणि त्याऐवजी सामाजिक परिवर्तनाच्या उत्क्रांतिवादी स्वरूपाला गृहीत धरले होते. मार्क्सवादी समाजशास्त्र हे केवळ समाजाच्या संघर्षप्रतिकृतीच्या भोवतीही विकसित झाले असे नसून, ते अभ्यासपद्धतिशास्त्रीय आव्हानांच्या भोवतीपण विकसित झालेले आहे. कर्मठ सामाजिक शास्त्रज्ञांच्या गृहीतमूल्य तटस्थतेमुळे, मार्क्सवादी समाजशास्त्राच्या समाजातील विशेषाधिकारस्थानाला सुरुंग लावल्याचे आढळून येते आणि त्यामुळे त्यांना मोठ्या संघटना व सरकार यांना सल्ला देण्याची भूमिका घ्यावी लागली होती. समाजशास्त्रज्ञांची व्यावसायिक नजर ही जरी कनिष्ठ लोकांकडे असली तरी समाजशास्त्रज्ञांचा हात मात्र वरिष्ठ लोकांपुढे पसरला गेला होता.

इ.सन १९७० ते १९८० च्या कालावधीत मार्क्सवादी योगदानाचा मोठा प्रभाव प्रथम समाजशास्त्रावर आणि ऐतिहासिक अभ्यासावर पडला होता व नंतर अन्य सामाजिकशास्त्रे आणि साहित्य यांच्या अध्ययनावर.

mass culture - (मास कल्चर) **बहुजन समाज संस्कृती :** बहुजन समाज संस्कृती म्हणजे सापेक्षत: प्रमाणभूत आणि एकजिनसी सांस्कृतिक उत्पादन होय आणि जे सांस्कृतिक अनुभवांच्या द्वारे मोठ्या जनसमुदायाला आवाहन करण्याच्या दृष्टीने तयार केले जाते.

बहुजन समाज संस्कृती या संकल्पनेतील महत्त्वाची गोष्ट ही आहे, की बहुजन समाजासाठी मालाचे वा वस्तूंचे उत्पादन केले जाते की ज्याचा वापर बहुजन समाज सहजपणे करू शकेल. (पूर्वी त्यात ग्रामोफोन रेकॉर्ड्स, मोठ्या कलाकृतींची पुनर्छपाई किंवा पुनर्निर्मिती यांचा समावेश होतो; तर आज त्यात भ्रमणध्वनिसंच, व्हीसीडीज, दूरदर्शनसंच इत्यादींची निर्मिती अंतर्भूत आहे.)

सर्वसामान्यपणे समाजशास्त्र बहुजन समाजसंस्कृतीकडे एक अधिक जटिल प्रघटना म्हणून पाहते.

mass media of communication - (मास मी'डिआ ऑफ कम्युनि'केशन) **प्रसारमाध्यमे :** प्रसारमाध्यमे म्हणजे असे तंत्रज्ञान किंवा अशी संस्था की जी प्रसारणाचे किंवा माहितीच्या वितरणाचे केंद्र बनून माहितीचा पुरवठा करते. या प्रसारमाध्यमांचा प्रेक्षकवर्ग बहुजिनसी व भौगोलिक दृष्टीने सर्वत्र विखुरलेला असतो. १५ व्या शतकात प्रथम फिरत्या वा भ्रमण स्वरूपाच्या प्रसारमाध्यमांचा शोध लागून ते वापरात आले. परंतु त्यांची किंमत, सरकारी बंधने आणि प्रसारसाहित्याचा कनिष्ठ दर्जा यामुळे या साधनांचा वापर काही छोट्या व सापेक्षत: विशेष गटांपुरताच मर्यादित राहिला. प्रसारमाध्यमांच्या संदर्भातील ही परिस्थिती १९ व्या शतकाच्या उत्तरार्धापर्यंत कायम होती. १९ व्या शतकाच्या अखेरी प्रसारमाध्यमाशी संबंधित काही पुस्तके आणि वृत्तपत्रे छापली गेली आणि नंतर २० व्या शतकात लागलेल्या शोधातून ग्रामोफोन, रेडिओ, सिनेमा, दूरदर्शन आणि व्हिडिओ इत्यादी प्रसारमाध्यमांची साधने आकाराला आली.

आज प्रसारमाध्यमांना विकसित आणि विकसनशील समाजात आर्थिक, राजकीय व सामाजिक क्षेत्रांत आत्यंतिक महत्त्व प्राप्त झाले आहे. प्रसारमाध्यमांना आज मोठ्या संघटनांचे स्वरूप प्राप्त झाले असून; त्यांची मालकी आज राज्याकडे, छोटे मालक व भागभांडवलधारकांकडे आहे की ज्यात त्यांचे आर्थिक हितसंबंध गुंतलेले असतात. प्रसारमाध्यमे आज एकूण राष्ट्रीय उत्पादनात महत्त्वाचे योगदान देतात आणि बहुविध सांस्कृतिक प्रकारांवर प्रकाशझोत टाकण्याचा प्रयत्न करतात. प्रसारमाध्यमातील कामगारांची व्यावसायिक संस्कृती, त्यांनी पुढील भूमिका वठवाव्यात, यावर भर देते. या भूमिकांत करमणूक, माहिती व भाषणस्वातंत्र्य, माहितीचा अधिकार आणि अशी सर्व तत्त्वे जी लोकशाही समाजाचा आधारस्तंभ आहेत अशांना उचलून धरतात, किंवा मान्यता देतात. परंतु आज प्रसारमाध्यमांवर अशी टीका केली जाते, की प्रसारमाध्यमांच्या बहुसंख्य वाहिन्या तटस्थ नसतात; तर कोणत्यातरी एका बाजूला झुकलेल्या असतात. तसेच त्या नको त्या गोष्टीला प्राधान्य देऊन चुकीचा संदेश जनतेपर्यंत पोहचविता. उदा. गुन्हेगारांचे उदात्तीकरण इत्यादी.

mass production - (मास प्रॉड'क्शन) **बहुजन समाज उत्पादन :** बहुजनांच्या बाजारात दर्जेदार उत्पादन म्हणून जे उत्पादन दीर्घकाळ टिकेल त्यासच 'बहुजनसमाज

उत्पादन' या संज्ञेने संबोधले जाते. ह्या तथाकथित उत्पादनाच्या फॉर्डिस्ट (Fordist-हेन्री फोर्ड यांच्या विचाराचे अनुयायी) प्रकारचे उत्पादन की जे सु-विकसित श्रमविभाजनाशी संलग्न आहे आणि ज्यांची प्रवृत्ती, श्रमप्रक्रियेचे ठराविकीकरण किंवा साचेबंदीकरण (routinization) करण्याकडे होती. नंतर फोर्डोत्तर वाद कालखंडात व विशेषत: संगणकीय तंत्रशास्त्राचा प्रारंभ झाल्यानंतर उत्पादनप्रक्रियेत लवचीकता आल्यानंतर बहुजनसमाज उत्पादन हलके हलके लयाला गेले. (पहा–fordism and post-fordism–फोर्डवाद व फोर्डवादोत्तरवाद.)

mass society - (मास सोसायटी) **बहुजन समाज :** बहुजन समाज ही समाजाची अशी प्रतिकृती आहे; की ज्यात आधुनिकीकरणामुळे जे बदल घडवून आणण्यात आले आहे त्याचे निराशावादी दृष्टिकोनातून वर्णन करते, की ज्या प्रक्रियेत व्यक्ती पुढीलप्रमाणे बनण्याची शक्यता असते. (आधुनिकीकरण प्रक्रियेत नागरिकीकरण, राजकारणाचे लोकशाहीकरण, प्रसार साधनांची वृद्धी आणि लोकप्रिय शिक्षण इत्यादी बाबी समाविष्ट आहेत.) १. आधुनिकीकरणात व्यक्ती तिच्या पूर्वीच्या किंवा पूर्वाश्रमीच्या सामाजिक गटापासून अलग होते, म्हणजे यात सामाजिक विभाजनाची व स्वयंचलनाची प्रक्रिया समाविष्ट आहे. २. आधुनिकीकरणाच्या प्रक्रियेमुळे व्यक्तींना, केंद्रीय श्रेष्ठिजनांतर्फे वाढत्या प्रमाणात व्यापारी आणि राजकीय क्षेत्रात खोट्या गोष्टींचा आश्रय घेण्यास भाग पाडले जाते.

या प्रक्रियेत लोकांना वाढत्या प्रमाणात बहुजन स्वरूपात स्वीकारले जाते व सर्वांना एकसारखी वागणूक दिली जाते. यालाच दुसऱ्या शब्दात 'समाजाचे बहुजनीकरण' असे संबोधले जाते.

बहुजन समाजाचा प्रमुख उद्देश हा सामाजिक मूल्ये व समुदाय यांचा ऱ्हास करणे, नैतिक मूल्यांचा अभाव आणि वाढत्या प्रमाणात सामाजिक दूरीकरण घडवून आणणे, हा असतो. बहुजन समाजात लोकांतील परस्परसंबंध दुर्बळ केले जातात, की जेणेकरून त्यांना हाताळणे सोपे जाईल. उजव्या विचाराचे सिद्धान्तकार (उदा. टी. एस. एलिऑट–T. S. Eliot) बहुजन संस्कृतीने निर्माण केलेल्या उच्चसंस्कृतीचा धोका बहुजन समाजाला असल्याच्या विचारावर भर देतात. तर डाव्या विचाराचे सिद्धान्तकार (टीकात्मक सिद्धान्ताचा फ्रँकफर्ट संप्रदाय– Frankfurt School of Critical Theory) मात्र या विचारावर प्रकाशझोत टाकतात की बहुजन समाजामुळे या समाजाची राजकीय हाताळणी करण्याची संधी उजव्या शक्तींना प्राप्त झाली. (उदा. उजवी एकाधिकारशाही–Fascism) अधिक सामान्यपणे बहुजन समाजावर 'नव अभिजात आधुनिक सिद्धान्तकारांनी' जी चर्चा केली

होती त्याला सी. राइट मिल्स (C. Wright Mills) विरोध करतात. ते म्हणतात, 'एके काळी विशिष्ट परिस्थितीत कदाचित बहुजन समाजरूपी जनता अस्तित्वात होती. (आज नाही असा अर्थ) मिल्स असा दावा करतात की, आज बहुजन समाजात खालील गोष्टींचा अंतर्भाव आहे–

१. लोकांना जी माहिती मिळते त्यावर फारच कमी लोक आपले मत व्यक्त करतात.

२. आज मत व्यक्त करण्याचे मार्ग सापेक्षत: फारच कमी आहेत व जे आहेत ते केंद्राद्वारे (केंद्र सरकारद्वारे) नियंत्रित आहेत.

३. सामाजिक कर्त्यांचे स्वातंत्र्य जे एके काळी अस्तित्वात होते, ते आज नष्ट झाले आहे.

सारांशरूपात असे म्हणता येईल की बहुजन समाजात बहुजनांच्या विचारांची, स्वातंत्र्याची गळचेपी केली जाते.

material culture - (मटे'रिअल क'ल्चर) **भौतिक संस्कृती :** कोणत्याही समाजाच्या संस्कृतीचा एक प्रकार म्हणजे भौतिक संस्कृती होय. प्रा. अल्विन ए. बंट्रॉंड हे भौतिक संस्कृतीवर भाष्य करताना म्हणतात, की भौतिक संस्कृतीत अशा वस्तूंचा समावेश होतो ज्या दृश्य स्वरूपाच्या असून ज्यांची निर्मिती मानवाने स्वत:च्या गरजांच्या पूर्ततेसाठी केली होती किंवा आजही करीत आहेत. या भौतिक संस्कृतीत प्राचीन मानवाने निर्माण केलेल्या मातीची भांडी, दगडाची हत्यारे यांपासून ते आधुनिक वैज्ञानिकांनी बनविलेल्या आणि अंतराळात सोडलेल्या अंतराळ यानापर्यंतच्या सर्व वस्तूंचा समावेश करता येईल. भौतिक संस्कृतीत समाविष्ट होणाऱ्या वस्तूंचा आकार तिच्या निर्मितीतील गुंतागुंत, वस्तुनिर्मितीचा हेतू आणि वस्तूंचे विविध प्रकार या कोणत्याही बाबींचा विचार न करता त्या वस्तू साकार व दृश्य स्वरूपाच्या आहेत; म्हणून त्यांचा समावेश भौतिक संस्कृतीत केला जातो. आपली घरे, आपले पोशाख, विविध स्वयंचलित वाहने, जहाजे, मोठ्या इमारती, दूरदर्शनसंच, संगणक, भ्रमणध्वनिसंच, घरसजावटीच्या वस्तू, सर्व प्रकारची सौंदर्यप्रसाधने, जीवनोपयोगी सर्व प्रकारच्या वस्तू यांचा समावेश भौतिक संस्कृतीत होतो.

material interpretation of history - (मटे'रिअल इन्टरप्रिटे'शन ऑफ हि'स्टरी) **इतिहासाचे भौतिक स्पष्टीकरण :** पहा–Historical Materialism– ऐतिहासिक भौतिकवाद.

materialism - (मटे'रिअॉलिझम) **भौतिकवाद :** 'भौतिकवाद' म्हणजे असा सिद्धान्त की, जे अस्तित्वात नाही ते पदार्थ नाहीत असा विचार प्रतिपादन करणे होय. भौतिकवादाचा हा सैद्धान्तिक अर्थ तत्त्वज्ञानशास्त्रात घेतला जातो. 'भौतिकवाद' हा असा सिद्धान्त आहे, की ज्यात पदार्थ हा प्राथमिक असून विचार आणि जाणिवा या दुय्यम स्वरूपाच्या असतात. भौतिकवादावर अधिक सोप्या शब्दांत विवेचन करावयाचे झाल्यास असे म्हणता येईल की, 'भौतिक' या शब्दाचा अर्थ आहे दृश्य पदार्थ जे डोळ्यांना प्रत्यक्ष दिसते त्याचेच अस्तित्व फक्त मान्य करावयाचे यालाच 'भौतिकवाद' ही संज्ञा दिली गेली आहे. उदा. या ठिकाणी आपण मानवी शरीर व आत्मा यांच्या संबंधांचा विचार करू. शरीर हे दृश्य म्हणून भौतिक, तर आत्मा अदृश्य म्हणून अभौतिक. शरीर दृश्य म्हणून त्याचे अस्तित्व मान्य करावयाचे; तर आत्मा अदृश्य म्हणून त्याचे अस्तित्व नाकारावयाचे. सर्वसामान्यपणे जगातील सर्व प्रघटनांचे दोन विभागात विभाजन केले जाते– अ. पहिल्या प्रकारच्या प्रघटना जागा व्यापतात, त्या प्रसरणशील असतात. त्यांचे निरीक्षण करता येते. तसेच त्या डोळ्यांनी प्रत्यक्ष पाहता येतात, त्यांचा अनुभव येतो, त्या कानांनी आपण ऐकू शकतो. या प्रकारच्या प्रघटनांना आपण 'भौतिक प्रघटना' ही संज्ञा देतो. ब. दुसऱ्या प्रकारच्या प्रघटनांना आपण डोळ्यांनी पाहू शकत नाही, त्याचा आपल्याला अनुभव येत नाही. त्याचे निरीक्षण करता येत नाही, त्यांना आपण 'अभौतिक प्रघटना' म्हणतो. उदाहरण म्हणून आपण मानवी मन व मानवी संवेदनांचा विचार करू. मानवी बुद्धी वा मानवी मन आपल्याला दिसत नाही; परंतु यांच्या अस्तित्वाबाबत कोणताही संदेह नाही. डेकॉर्टने यावरच मनुष्याच्या अस्तित्वाचा विचार केला आहे. या संदर्भात डेकॉर्ट असे म्हणतात की 'मी विचार करतो म्हणून मी आहे.' तरीपण मनुष्याच्या चिंतनाला स्पर्श केला जात नाही, त्याचा कोणताही रंग असत नाही, त्याचे मोजमाप करता येत नाही. या प्रकारच्या प्रघटनांना मानसशास्त्रीय वा साध्या शब्दात 'आध्यात्मिक प्रघटना' असे म्हणतात. सर्व वस्तूंच्या उगमाचा आधार मानवी मन आहे की भौतिक पदार्थ? कोण पहिल्या प्रथम येतो, कोण नंतर? भौतिक पदार्थातून बुद्धीची व मानवी मनाची निर्मिती झाली की मानवी मनाने किंवा बुद्धीने भौतिक पदार्थाला निर्माण केले? या प्रश्नांतच अनेक प्रश्नांची उत्तरे

सामावलेली आहेत. त्यासाठी विश्वाच्या खालील साखळीचा विचार आपण करू. त्यावरून भौतिक पदार्थाचे स्वरूप लक्षात येईल.

आकाररहित पदार्थ → सूर्य → पृथ्वी → निर्जीव सृष्टी → सजीव सृष्टी → मनुष्य → मनुष्याची बुद्धी

या साखळीतून एकच अर्थ निघतो की, प्रथम मनुष्य (सजीव भौतिक पदार्थ), नंतर त्यांची बुद्धी, त्यानंतर बौद्धिक कल्पना आकाराला आल्या. भौतिकता प्रथम व नंतर कल्पना अस्तित्वात आल्या. भौतिक वस्तूचे अस्तित्व स्वीकारणे, त्यास मान्यता देणे म्हणजे भौतिकवाद होय. (पहा-non material culture-अभौतिक संस्कृती.)

mathematical sociology - (मॅथेमॅटिकल सोशिऑलजी) **गणितीय समाजशास्त्र** : गणितीय समाजशास्त्र म्हणजे गणितीय पद्धती आणि गणितीय प्रतिकृतींचा वापर समाजशास्त्रात करणे होय. कारणमीमांसेच्या संचाचा विचार करता, जेम्स कोलेमन (James Coleman) यांनी त्यांच्या 'गणिती समाजशास्त्र परिचय' या ग्रंथात असे प्रतिपादन केले होते, की गणिती समाजशास्त्रातील गणित, भाषेच्या ऊर्जेची अशी तरतूद करते की जी कल्पनांच्या संचात घट्ट बसते. त्याचप्रमाणे गणिती समाजशास्त्राला मोठ्या प्रमाणात शक्ती प्रदान करते. सामान्यपणे गणितीय समाजशास्त्र उच्चप्रतीच्या आकांक्षा बाळगत नाही, तर समाजशास्त्रात गणिती कायदे स्थापित करते.

समाजशास्त्रावर प्रभाव टाकणाऱ्या गणिती दृष्टिकोनाची काही उदाहरणे किंवा अध्ययने पुढीलप्रमाणे- १. खेळ सिद्धान्त (Theory of Games) हे हर्बर्ट सायमन आणि अन्य अनुयायी यांचे योगदान. २. संभवनीयतेशी संबंधित 'स्टोचास्टिक प्रोसेस मॉडेल' (Stochastic Process Model) की ज्यात मॉर्कोव्ह (Markov) साखळीचा असा वापर, की ज्यात लोकसंख्याप्रक्रियेच्या प्रतिकृतींचा आणि सामाजिक गतिमत्त्वाचा अभ्यास समाविष्ट आहे. ३. 'कारणमीमांसा प्रतिकृती' (causal modelling) की जी ब्लॉलॉक यांच्या योगदानातून प्राप्त झाली. ४. हॅरिसन व्हाइट (Harrison White) यांनी केलेल्या विश्लेषणानुसार समाजशास्त्रात आप्तसंबंधी संरचनेच्या गुणधर्मांच्या अध्ययनासाठी गणिती प्रतिकृतींचा वापर मर्यादित स्वरूपात केला जाऊ शकतो. ५. सामाजिक जाळ्याचे विश्लेषण करण्यासाठी 'गणिती आलेख सिद्धान्ताचा' वापर समाजशास्त्रज्ञ करतात.

अधिक खोलात न जाता असे म्हणता येईल की, गणिती तत्त्व आणि

गणिती सिद्धान्त यांचा वापर समाजशास्त्रात, सामाजिक घटनांचे विश्लेषण करण्यासाठी जेव्हा केला जातो तेव्हा त्यांच्या संयुक्त अध्ययनासाठी 'गणितीय समाजशास्त्र' ही संज्ञा वापरण्यात आली.

matriarchy - (मे'ट्रिआर्की) **मातृसत्ताक :** स्त्रीसत्तेवर आधारित कोणतीही सामाजिक संघटना म्हणजे मातृसत्ताक होय. 'मातृसत्ताक' या संज्ञेचा शब्दश: अर्थ असा, की कुटुंबाची प्रमुख म्हणून कुटुंबावर आईची सत्ता असते. पितृसत्ताक कुटुंबाच्या विरोधी हे कुटुंब असते. या संज्ञेच्या वापरण्याच्या संदर्भात समाजशास्त्रज्ञ आणि स्त्रीवादी सिद्धान्तकार यांत बरेच मतभेद आहेत. मातृसत्ताक या संज्ञेचा वापर ऐतिहासिक दृष्टीने विचार करता १९ व्या शतकातील मानवशास्त्रज्ञांनी आणि सामाजिक संघटना व कुटुंब यांच्या उदयाशी संबंधित सामाजिक सिद्धान्तकारांनी केला होता. बाचोफेन, मॅक लेलन, ल्युईस हेनरी मॉर्गन इत्यादी विचारवंत असा दावा करतात, की सामाजिक संघटनेचा उदय मातृसत्ताक संरचनेच्या वैशिष्ट्यातून झाला होता. एंगेल्स या संदर्भात असे म्हणतात की, स्त्रीलिंगाचा पराभव पुरुषांनी केल्यावर मातृसत्ताक हक्क फेकून देण्यात आले व त्या जागी पुरुषसत्ता किंवा पितृसत्ता अस्तित्वात आली व त्यांनी स्त्रिया आणि मुले यांना कनिष्ठ दर्जा प्रदान करून त्यांच्यावर प्रौढ पुरुषांचे वर्चस्व व सत्ता निर्माण केली. समकालीन समाजात 'मातृसत्ताक' या संज्ञेचा विस्तृत अर्थ विशद केला आहे. त्या अर्थात आज स्त्रियांचे श्रेष्ठत्व, स्त्रियांवर प्रकाशझोत टाकणारे किंवा स्त्रीनिर्मित समाज आणि स्त्री-केंद्रित संस्कृती इत्यादींचा समावेश होतो.

'मातृसत्ताक' या संज्ञेची सुरुवात मातानिर्मित कुटुंबापासून झाली असून, मातृसत्ताक कुटुंबाच्या वैशिष्ट्यांचा नामोल्लेख या ठिकाणी करणार आहोत. तो पुढीलप्रमाणे- १. मातेची अधिसत्ता वा मातेचे अधिकार २. मातृस्थानीय वंशपरंपरा व वारसा ३. मातृस्थानीय निवासपद्धती ४. प्रामुख्याने रक्तसंबंधावर आधारित गट इत्यादी.

matrilateral or uterine - (मे'ट्रिलॅ'टरल ऑर यू'टेरिन) **मातेच्या बाजूचा किंवा सहोदर :** मातेच्या बाजूचे नातेवाईक किंवा एकाच आईच्या उदरातून जन्माला आलेली मुले यांच्यासाठी ही संज्ञा वापरतात. आजी (आईची आई), आई, मावशी, मामा इत्यादी नातेवाईक यात समाविष्ट होतात. या संज्ञेच्या विरोधी संज्ञा म्हणून 'पित्याच्या बाजूचे नातेवाईक' या संज्ञेचा वापर केला जातो.

matrilineal or uterine descent - (मे'ट्रिलि'निअल ऑर यु'टेरिन डिसे'न्ट) **मातृवंशीय किंवा सहोदरउत्पत्ती किंवा कुळे :** स्त्रीच्या द्वारे एकदिशीय किंवा

एकरेषीय वंशपरंपरा किंवा कुळाची व्यवस्था शोधणे म्हणजे मातृवंशीय उत्पत्ती होय. (खालील आकृती पहा.) या प्रकारच्या वंशपरंपरेचा किंवा कुळाचा अर्थ असा नव्हे की यातील स्त्रियांच्या हातात राजकीय किंवा आर्थिक सत्ता असते. स्त्रियांच्या हातात सत्ता असणाऱ्या (कुटुंब) व्यवस्थेला 'मातृसत्ताक' कुटुंब किंवा कुळे या संज्ञेने संबोधले जाते. प्रारंभीचे मानवशास्त्रज्ञ मात्र असे सूचित करतात की मातृवंशीय कुळाची परंपरा हा

<table>
<tr><td>पणजी (आईची आजी)
↓
आजी (आईची आई)
↓
आई
↓
मुलगी
↓
नात (मुलीची मुलगी)
↓
पणती (मुलीची नात)</td></tr>
<tr><td>मातृवंशीय परंपरा दर्शविणारी आकृती</td></tr>
</table>

वंशपरंपरेचा मूळ प्रकार होय, परंतु आज असे लक्षात येते की या संदर्भात असा कोणताही पुरावा उपलब्ध नाही. मातृवंशीय वंशपरंपरेच्या विरोधी जी परंपरा आहे त्यास पितृवंशीय वंशपरंपरा म्हणतात.

matrilocal or uxorilocal residence - (मे'ट्रिलो'कल ऑर युक्सो'रिलो'कल रे'सिडन्स) **मातृस्थानीय किंवा पत्नीस्थानीय निवास :** विवाहानंतर नवविवाहित जोडप्याने कोठे राहावयास जावयाचे या संदर्भातील अनेक निवासपद्धतींपैकी एक निवासपद्धती म्हणजे मातृस्थानीय किंवा पत्नीस्थानीय निवासपद्धती होय. यात विवाहानंतर नवविवाहित पती-पत्नी एकतर मातेच्या घरी किंवा पत्नीच्या घरी राहावयास जातात. मातृस्थानीय निवास म्हणजे पत्नीच्या आईच्या घरी राहावयास जाणे होय. पण हे नेहमीच असे घडते असे नाही. मातृस्थानीय व पत्नीस्थानीय निवास हा पत्नीच्या पित्याचे घरही असू शकते. भारतात 'घरजावई' करण्याची परंपरा असून या परंपरेनुसार नवोदित पती हा त्याच्या सासऱ्याच्या, म्हणजेच पत्नीच्या पित्याच्या घरी राहावयास जातो, तेव्हा ते खऱ्या अर्थाने पत्नीस्थानीय (uxorilocal) निवास होय. काही तज्ज्ञांच्या मते, मातृस्थानीय (matrilocal) निवासपद्धतीचे आणखी एक वेगळेपण हे की, या पद्धतीत विवाहानंतरही नवोदित पती त्याच्या आईच्या घरी राहतो; तर त्याची पत्नी तिच्या आईच्या घरी राहते. यात पती-पत्नींचा निवास वेगवेगळा असतो. पती मधूनमधून त्याच्या सासूच्या घरी (पत्नीची आई) पत्नीला भेटावयास येतो, म्हणून त्याला सासूच्या 'घरचा पाहुणा' म्हणून संबोधतात.

mc Donaldization (of society) - मॅक डोनाल्डिझेशन (ऑफ सोसायटी)
समाजाचे मॅक–डोनाल्डीकरण : १९९३ साली जॉर्ज रिट्झर या अमेरिकेतील
समाजशास्त्रज्ञाने या संज्ञेचा प्रथम वापर केला होता. त्यांच्या मते, गेल्या काही
वर्षांत अमेरिकेतील समाजात व भारतासहित जगातील राष्ट्रांत झटपट अन्न तयार
करणाऱ्या उपाहारगृहांची (Fastfood restaurant) संख्या वाढत असून त्याचे
सेवन करणाऱ्या जगातील लोकांची व विशेषत: तरुणांची संख्या दिवसेंदिवस
वाढत चालली असून या झटपट अन्न (Fastfood) तयार करणाऱ्या उपाहारगृहांची
संख्या व वर्चस्व सतत वाढत आहे. जॉर्ज रिट्झर यामागच्या प्रवृत्तीचे वर्णन
करताना म्हणतात, की मानवी शक्तीच्या जागी अमानवी तंत्रज्ञानाची किंवा
यंत्राची स्थापना झाल्यामुळे या उपाहारगृहाची मापनक्षमता, कार्यक्षमता व
प्राक्थनक्षमता यांत मोठ्या प्रमाणात वाढ झाल्याचे आढळून येते. या प्रक्रियेबद्दल
विद्वानांमध्ये मतभेद आहेत. काहींच्या मते, या प्रक्रियेत अन्नाचा दर्जा घसरतो वा
नष्ट होतो. याला प्रतिवाद करण्यासाठी या प्रक्रियेच्या समर्थकांनी मोठ्या प्रमाणात
जाहिरातींचा आधार घेऊन आपले अन्न कसे पौष्टिक, पण चविष्ट आहे हे
लोकांच्या मनावर बिंबवून त्यांना आपल्याकडे आकर्षित करून घेतले; ही
वास्तवता असल्यामुळे अधिकाधिक तरुण पिढी या झटपट अन्नाच्या दुष्परिणामांचा
विचार न करता झटपट अन्नाच्या मागे धावते आहे. मॅक–डोनाल्डीकरण ही
प्रक्रिया आज केवळ अन्नाच्या क्षेत्रांपुरतीच मर्यादित राहिली नसून अन्य क्षेत्रांतही
तिने जाळे विणावयास सुरुवात केली आहे. झटपट शिक्षण, झटपट पैसा मिळविणे,
झटपट नेता बनणे या प्रवृत्तीमुळे शिक्षण, अर्थ, राजकारण या क्षेत्रांतही या
पद्धतीचा विस्तार होतो आहे. त्यातून बनावट शिक्षणसंस्था, बनावट पतपेढ्या,
बनावट राजकीय नेते, बनावट डॉक्टर्स व औषधे यांची निर्मिती हेदेखील एक
प्रकारचे 'मॅक–डोनाल्डीकरण' होय.

meaningful interpretation - (मी'निंगफुल इन्टरप्रिटे'शन) **अर्थपूर्ण स्पष्टीकरण :**
पहा–meaningful understanding and explanation–अर्थपूर्ण आकलन व
स्पष्टीकरण.

meaningful social action or meaningful action - (मी'निंगफुल सो'शल
ॲक्शन और मी'निंगफुल ॲक्शन) **अर्थपूर्ण सामाजिक क्रिया किंवा अर्थपूर्ण
क्रिया :** पहा–action, verstehen–क्रिया व वर्स्टेहेन.

meaningful sociology (मीनिंगफुल सोशिऑलजी) **अर्थपूर्ण समाजशास्त्र :**
अर्थपूर्ण समाजशास्त्र हा समाजशास्त्राचा असा कोणताही प्रकार, की जो पुढील प्रतिज्ञास्वरूप गृहीतांवर आधारित असतो- अ. सामाजिक कर्ता त्याच्या वस्तिस्थानाचा विचार न करता त्याच्या क्रियेला सार्वभौमिक किंवा सार्वत्रिक सामाजिक अर्थ प्रदान करतो. ब. सामाजिक क्रिया ही अर्थपूर्ण क्रिया आहे. क. कर्त्याचा विविध संज्ञांचा अर्थ (उदा. श्रद्धा, प्रेरणा, उद्देश, कारण इत्यादी संदर्भातील) त्यास त्यासंबंधीच्या क्रिया करण्यास प्रवृत्त करतो. 'अर्थपूर्ण समाजशास्त्र' ही संज्ञा प्रामुख्याने जरी वेबर यांच्या क्रियासिद्धान्तासाठी वापरण्यात येत असली; तरी ती तितकीच प्रतीकात्मक आंतरक्रियावादाशीही संबंधित आहे.

meaningful understanding and explanation (मीनिंगफुल अन्डरस्टँडिंग ऑन्ड एक्सप्लेनेशन) **अर्थपूर्ण आकलन आणि स्पष्टीकरण :** अर्थपूर्ण आकलन आणि स्पष्टीकरण म्हणजे सामाजिक कर्त्याला झालेला एखाद्या प्रघटनेचा बोध होय. (यात कर्त्याच्या श्रद्धा, प्रेरणा, उद्देश, कारणे इत्यादींचा अर्थ कोणत्याही सामाजिक संदर्भात उमजण्याच्या क्रियेचा अंतर्भाव होतो.) जेव्हा कर्ता त्याच्या क्रियेचे स्पष्टीकरण देतो, तेव्हा त्यातून सामाजिक प्रसंग किंवा घटना उदयाला येतात. सोप्या शब्दात या संज्ञेचा अर्थ सांगावयाचा झाल्यास कर्त्याला तो एखादी क्रिया का करतो यांचा अंतर्बोध होणे व ती क्रिया का केली याचे स्पष्टीकरण कर्त्याने देणे या दोन्ही बाबी या संज्ञेत अंतर्भूत आहेत.

means of production - (मीन्स ऑफ प्रॉडक्शन) **उत्पादनाची साधने :** मार्क्सवादी विचारवंतांनी वापरलेली ही संज्ञा असून उत्पादनासाठी वापरण्यात येणारी हत्यारे, यंत्रसामग्री आणि यंत्रे इत्यादींसाठी ही संज्ञा वापरण्यात आली होती. मार्क्स यांच्या भांडवलवादाचे वैशिष्ट्य म्हणून उत्पादन साधनांची मालकी असणे व उत्पादन साधनांची मालकी नसणे ही बाब भांडवलदार आणि तळागाळातील कामगार यात भेद करणारा मध्यवर्ती वा महत्त्वाचा मुद्दा होय. परंतु या संदर्भात मार्क्सवादी विचारांत मोठ्या प्रमाणात संदिग्धता आहे. ही संदिग्धता प्रामुख्याने या संदर्भात आहे की, उत्पादनाची साधने, उत्पादनाची शक्ती (यात उत्पादन साधनांचे प्रकार, त्यांची तांत्रिक विकासाची पातळी यांचा समावेश होतो) आणि उत्पादनसंबंध यांना कोणत्याही प्रकारच्या सामाजिक परिवर्तनाची निर्मिती करण्याचे सामर्थ्य आहे का? हा प्रश्न मार्क्सवादाचा मध्यवर्ती प्रश्न आहे. असे असले तरी बहुसंख्य मार्क्सवादी सिद्धान्तकार उत्पादनशक्ती व उत्पादनसंबंध यांच्या महत्त्वावरच भर देतात.

measures of central tendency - (मे'झर्स ऑफ सें'ट्रल टे'न्डन्सी) **मध्यवर्ती प्रवृत्तीचे (कलाचे) मोजमापन :** मध्यवर्ती प्रवृत्तीचे मोजमापन म्हणजे संकल्पनीकरणाचे विविध मार्ग होत की ज्याद्वारे निरीक्षण करावयाच्या गटाची मध्यस्थिती निर्धारित केली जाते. मध्यवर्ती प्रवृत्तीच्या मोजमापनाच्या तीन पद्धती आहेत- १. बहुलक किंवा वारंवारता (mode) २. मध्यमा (median) ३. मध्यांक (mean), यांवर थोडक्यात विवेचन करू.

१. बहुलक किंवा वारंवारता (mode) – वारंवारता म्हणजे असे मूल्यवर्ग की ज्यांची बऱ्याच वेळा पुनरावृत्ती होते.

२. मध्यगा किंवा मध्यमा (median) – मध्यमा किंवा मध्यगा म्हणजे असे मूल्य की जे मध्यस्थानी विराजमान असते. म्हणजे या मूल्यांपेक्षा जास्त किंवा कमी घटक तेथे असतात.

३. मध्यांक (mean) – मध्यांकाला बहुसंख्य विद्वान सरासरी मूल्य या संज्ञेने संबोधतात. मध्यांक म्हणजे प्रत्येक व्यक्तीच्या मूल्यांची बेरीज करून त्या बेरजेला व्यक्तींच्या संख्येने भागल्यानंतर जो आकडा येईल तो मध्यांक होय. उदा. आपण निरीक्षणासाठी आठ व्यक्तींची निवड केली; त्या आठ व्यक्तींचे मूल्य क्रमाने प्रत्येकी २४, ३२, ४०, १६, ४८, ५६, ६४, ८० एवढे असून त्या सर्वांची एकूण बेरीज ३६० येते म्हणून या संख्येला 8 ने भागल्यास मध्यांक ४५ येतो. जेव्हा समाजशास्त्रीय संशोधन अभिवृत्तिनिदर्शक असेल तेव्हा निरीक्षणानंतर जमा झालेल्या माहितीचे सांख्यिकीशास्त्राच्या माध्यमातून वरील तीन पद्धतींच्या साहाय्याने विश्लेषण केले जाते.

मध्यवर्ती प्रवृत्तीच्या मोजमापन साधनांचा वापर हा पुढील दोन घटकांच्या द्वारे निर्धारित केला जातो- अ. मोजमापनाची पातळी ब. निरीक्षणसंचातील जमामाहितीच्या प्रसरणाचे परिणाम. तुमच्या संशोधनाच्या स्वरूपावरून कोणता मोजमापनघटक निवडावयाचा हे संशोधकाने ठरवावे.

measures of dispersion - (मे'जर्स ऑफ डिस्प'र्जन) **प्रसारणाचे मोजमापन :** प्रसारणाचे मोजमापन मापनपद्धतीच्या विविध मार्गांपैकी हा एक मार्ग आहे. या मापनपद्धतीनुसार मध्यबिंदूच्या सभोवती एकत्र झालेल्या समूहातील निरीक्षण किंवा संख्या-संचाच्या आधारे मोजमापन करण्याची क्रिया समाविष्ट आहे. प्रसारणाच्या मोजमापनाची पद्धती ही मध्यवर्ती प्रवृत्तीच्या मोजमापनाशी संबंधित आहे. या पद्धतीत मोजमापनाचे एकूण सहा प्रकार विशद केले असून ते पुढीलप्रमाणे-

१. पल्ला किंवा परिक्षेत्र २. प्रसरण ३. प्रमाणक विचलन ४. प्रमाणक चूक ५. तिरका किंवा उतरता ६. वक्रता. या सहा मापनांवर आपण थोडक्यात चर्चा करू.

१. पल्ला किंवा परिक्षेत्र : पल्ला किंवा परिक्षेत्र ही प्रसारणाच्या मापनाची सोपी पद्धत असून या पद्धतीचा संबंध, प्रत्यक्ष मूल्यविस्तार आणि सर्वाधिक मूल्य वजा सर्वात कमी मूल्य यांच्या मूल्याच्या समानतेशी आहे.

२. प्रसरण : मध्यांकाकडून मूल्यांच्या संचाचे मोजमापन प्रसरण- पद्धतीद्वारे केले जाते. या पद्धतीचा वापर फक्त मध्यांतर पातळीच्या मोजमापनात केला जातो. तसेच या पद्धतीत मध्यांकाच्या सभोवती वैयक्तिक मूल्यांचा जो समूह असतो, त्याचे मोजमापन केले जाते.

३. प्रमाणक विचलन : प्रमाणविचलन म्हणजे केवळ प्रसारणाचे वर्गमूळ होय. या पद्धतीचा वापर प्रामुख्याने प्रसारणात केला जातो, कारण प्रसारणाचे स्पष्टीकरण देणे सोपे असते.

४. प्रमाणक चूक : प्रमाणक चूक म्हणजे समग्र लोकसंख्येच्या खऱ्या मध्यांकाची गणना होय. हा नमुना मध्यांक गणनासंचातून काढलेला असून काही अंशी तो एक प्रकारचा अंदाज होय. या पद्धतीचा वापर केवळ मध्यांतर पातळीच्या मोजमापनासाठी केला जातो.

५. तिरका किंवा उतरता : तिरकी किंवा उतरती मोजमापनपद्धती म्हणजे सामान्य वितरण वक्रतेच्या प्रमाणबद्धतेच्या किंवा सममितीच्या डाव्या किंवा उजव्या बाजूच्या मोजमापनात विचलनाच्या स्वरूपात वक्रता मूल्य काढले जाते. या ठिकाणी मोजमापनाच्या वक्रतेचा कल उजव्या बाजूला स्थित किंवा डाव्या बाजूला झुकलेला असेल तर वक्रतेचे मूल्य हे नकारात्मक वा उणे असते.

६. वक्रता : वक्रता म्हणजे ज्यात वक्रशून्य आहे अशा सर्वसामान्य वितरणाच्या वक्रतेच्या निरीक्षणाचा संच होय. हा काही प्रमाणात सपाट पातळीवर असतो किंवा अत्युच्च शिखरपातळीवर तरी असतो. अत्युच्च किंवा अरुंद पातळीच्या वितरणाचे मूल्य सकारात्मक असते; तर सपाट पातळीवरच्या वक्रतेचे मूल्य नकारात्मक असते.

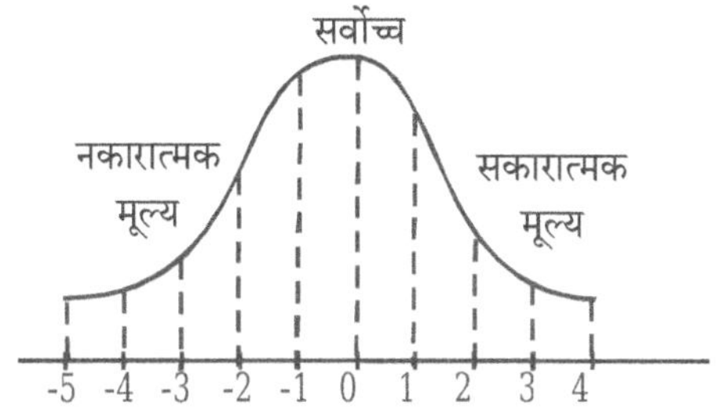

mechanical and organic solidarity - (मेकॅनिकल ॲन्ड ऑरगॅनिक सॉलिडॅरिटी) **यांत्रिक आणि सेंद्रिय (अथवा जैविक) एकात्मता :** एमिल द्युरखेम यांनी श्रमविभाजनावर चर्चा करताना समाजाचे दोन प्रकार प्रतिपादन केले होते. एक, यांत्रिक एकात्मतेवर आधारित समाज आणि दोन, जैविक वा सेंद्रिय एकात्मतेवर आधारित समाज. या दोन्हींवर आपण थोडक्यात चर्चा करू.

१. यांत्रिक एकात्मता (mechanical solidarity) : 'यांत्रिक एकात्मता' या संकल्पनेत समाज हा त्यातील समान घटकांमुळे एकत्र येतो. या प्रकारात व्यक्तीचे व्यक्तिमत्त्व हे सामूहिक व्यक्तिमत्त्वात समाविष्ट केले जाते. व्यक्तीच्या इच्छा या समाजाच्या इच्छेशी एकरूप केल्या जातात. समान भाषा, समान धर्म, समान वंश, समान राष्ट्र इत्यादी गोष्टींतून या प्रकारची एकात्मता आकाराला येते. द्युरखेम यांच्या मते, प्राचीन समाजात प्रामुख्याने यांत्रिक एकात्मता अस्तित्वात होती.

२. जैविक वा सेंद्रिय एकात्मता (organic solidarity) : जैविक अथवा सेंद्रिय एकात्मतेवर आधारलेल्या समाजात विविधतेतून किंवा विषमतेतून एकात्मता आकाराला येते. विविधतेतून एकात्मतेचे उत्तम प्रतीक किंवा उत्तम उदाहरण म्हणजे आपला भारत देश होय. विविध धर्मांचे, विविध जातींचे, विविध वंशांचे, विविध भाषा बोलणाऱ्या गटांचे, विविध पंथांचे लोक आपल्या या भारत देशात राहतात. हे सर्व विविधतेने नटलेले लोक भारतीय नागरिकत्व या एका धाग्याने गुंफलेले असल्यामुळे ते एकात्म आहेत. १९६२ सालच्या चीन युद्धात, १९६५ सालच्या पाकिस्तान युद्धात व २६ नोव्हेंबर २००८ रोजी झालेल्या मुंबईवरील अतिरेक्यांच्या हल्ल्यात आम्ही आमचे सर्व मतभेद विसरून एकात्मतेचे अभूतपूर्व दर्शन जगाला घडविले. ही जैविक वा सेंद्रिय एकात्मता होय. द्युरखेम यांच्या मते, आधुनिक समाजात प्रामुख्याने जैविक किंवा सेंद्रिय एकात्मता आढळते.

mediated class location - (मी'डिएटेड क्लास लोके'शन) **अप्रत्यक्ष वर्गस्थान :** व्यक्तीच्या वर्गसंरचनेत व्यक्तीच्या स्थानाची एक बाजू किंवा एक पैलू म्हणजे अप्रत्यक्ष वर्गस्थान होय. तज्ज्ञांच्या मते, अप्रत्यक्ष वर्गस्थानाचा उदय, हा व्यक्तीच्या उत्पादनप्रक्रियेशी असलेल्या प्रत्यक्ष संबंधांवर आधारित नसून लोकांच्या नातेगोते संबंधाचे जाळे आणि कुटुंबसंरचना यांतून झाला आहे. १९८९ मध्ये राइट (Wright) यांनी या संकल्पनेची सूचना करताना असे म्हटले आहे, की या प्रकारच्या स्थानाच्या महत्त्वाचा प्रभाव व्यक्तींच्या स्थितिज्ञानावर आणि राजकीय वर्तनावर पडत असल्याचे पुरावे राइट, गोल्डथॉर्पे आणि लॉकवूड यांना सापडले आहेत.

medical sociology - (मे'डिकल सोशिऑलजी) **वैद्यकीय समाजशास्त्र :** वैद्यकीय समाजशास्त्र ही समाजशास्त्राची शाखा असून त्यामध्ये प्रामुख्याने वैद्यकीय क्षेत्रातील व वैद्यकीय क्षेत्राशी संबंधित अशा सर्व सामाजिक संबंधांचा अभ्यास केला जातो. सर्वसाधारणपणे दुसऱ्या महायुद्धानंतरच्या काळात वैद्यकीय समाजशास्त्र हे स्वतंत्र उपयोजित किंवा उपयोगीशास्त्र म्हणून आणि समाजशास्त्राची स्वतंत्र शाखा म्हणून उदयास आले. १९४५ ते १९५० च्या कालावधीत समाजशास्त्राच्या बऱ्याच विद्यार्थ्यांनी वैद्यकीय क्षेत्रात प्रवेश करून रोगी व डॉक्टर, डॉक्टर व परिचारिका, परिचारिका व रोगी, डॉक्टर्स व रोग्याचे नातेवाईक इत्यादींच्या मानवी व सामाजिक संबंधांचा अभ्यास केला. त्यानंतर १९५७ साली बार्बर यांनी तर १९६५ साली मर्टन यांनी या नव्या शाखेला स्वतंत्र शास्त्राचा दर्जा दिला व तशी मान्यता प्रदान केली. टॉलकॉट पार्सन्स यांनीही 'आजाऱ्याची भूमिका' (Role of sickness) यावर सविस्तर चर्चा केली. १९६५ च्या सुमारास सुमारे २५ समाजशास्त्रज्ञांना वैद्यकीय व्यवसायात महत्त्वाची पदे मिळाली. त्यांनी विविध रोग, उपचार व उपचारपद्धती, औषधे, स्वच्छता, आरोग्य इत्यादी वैद्यकीय प्रश्नांचा समाजशास्त्रीय दृष्टिकोनातून अभ्यास केला आणि वैद्यकीय क्षेत्रात कार्यरत असलेल्या विविध श्रेणीतील कर्मचाऱ्यांचा, त्यांच्या परस्परसंबंधांचाही अभ्यास केला. या सर्व अभ्यासासाठी ही संज्ञा वापरली जाते. थोडक्यात 'वैद्यकीय समाजशास्त्र' म्हणजे समाजशास्त्राचा वापर वैद्यकीय क्षेत्रातील सामाजिक संबंधांचा अभ्यास करण्यासाठी करणे होय.

megalopolis - (मे'गालोपॉलिस) **महानगर :** प्राचीन ग्रीक देशात या संज्ञेचा अर्थ आहे नियोजनबद्ध मोठे गाव (Large Town). १९४० साली लेविस ममफोर्ड (Lewis Mumford) यांनी त्यांच्या 'शहरांची संस्कृती' (The culture of cities) या ग्रंथात या संज्ञेचा वापर करताना असे म्हटले आहे, की अनियंत्रित वाढते शहर

म्हणजे महानगर होय. आज महानगर म्हणजे आत्यंतिक मोठे शहर म्हणजे सर्व–साधारणपणे १० लाखांपेक्षा जास्त लोकसंख्या असलेल्या शहरासाठी ही संज्ञा वापरतात.

melting point - (मेल्टिंग पॉइन्ट) **वितळण बिंदू :** 'वितळण बिंदू' ही संकल्पना मूळची विज्ञानातील असून समाजशास्त्रज्ञांनी त्याचा समाजशास्त्रात खुबीने वापर केला आहे. त्यानुसार विविध संस्कृती, विविध धर्म आणि विविध वांशिक गट एखाद्या विशिष्ट प्रदेशात स्थलांतर करून स्थलांतरितांचा स्वतंत्र समाज जेव्हा तयार करतात, तेव्हा ते नवीन संकरित सामाजिक व सांस्कृतिक समाज निर्माण करतात. त्यासाठी या संज्ञेचा वापर केला जातो. यात दोन समाजांचे विलीनीकरण अभिप्रेत आहे. दुधात जशी साखर पूर्ण विरघळते तेव्हा तिचे वेगळे अस्तित्व नष्ट होते; त्याप्रमाणे दोन स्थलांतरित समाज एकमेकांत पूर्णपणे विलीन होतात तेव्हा त्यासाठी समाजशास्त्रज्ञांनी या संज्ञेचा वापर केला होता.

meritocracy - (मेरिटॉक्रसी) **गुणवानसत्ताधीश :** गुणवानसत्ताधीश हा समाजाचा एक प्रकार असून, ज्यात शैक्षणिक व सामाजिक यश हे व्यक्तीच्या क्षमतेचा आणि प्रयत्नाचा परिणाम होय. गुणवानसत्ताधीश ही संज्ञा १९५८ साली मायकेल यंग यांनी नुसतीच वापरात आणली नाही; तर त्या संज्ञेला महत्त्व प्राप्त करून दिले. गुणवानसत्ताधीश हे निष्कर्षाच्या समानतेपेक्षा स्पर्धेच्या समानतेवर भर देतात. ते असे गृहीत धरतात की व्यावसायिक श्रेणीरचना ही वय, लिंगभाव, वंश किंवा वंशपरंपरागत संपत्ती यांसारख्या अर्पित घटकांवर आधारित असण्यापेक्षा गुणवत्तेच्या साहाय्याने साध्य केलेल्या कर्तृत्वावर आधारलेली असते. गुणवत्ता, स्पर्धात्मकता व योग्य वर्तणूक यांमुळे कोणत्याही व्यक्तीला समपरिणामांच्या आधारे त्यांना पाहिजे ते साध्य करण्याची संधी प्राप्त करण्यापासून कोणीही रोखू शकणार नाही. थोडक्यात व्यक्ती गुणवान असेल तर हवे ते साध्य करण्यापासून तिला परावृत्त करता येणार नाही.

meso structure - (मेसो स्ट्रक्चर) **मध्यम संरचना :** मध्यम संरचना ही संज्ञा काही प्रतीकात्मक आंतरक्रियावादी समाजशास्त्रज्ञांनी वापरली होती. ही संज्ञा वापरण्याचा त्यांचा हेतू हा दोन आंतरक्रियात्मक क्षेत्रांतील लोकांनी अचानक समोरासमोर गाठ पडल्यानंतर आणि एकूण विस्तृत सामाजिक संरचनेवर त्यांच्या होणाऱ्या परिणामांचे वर्णन करणे हा होता. या समाजशास्त्रज्ञांच्या मते, मध्यम संरचना म्हणजे एक प्रकारची मध्यस्थ व्यवस्था असून ज्याच्या साहाय्याने विस्तृत

समाजाची बांधणी केली जाते आणि म्हणून काही विचारवंत असे म्हणतात, की बहुसंख्य समाजशास्त्रज्ञ सूक्ष्म विरुद्ध स्थूल हा जो भेद करतात; त्याची अपकीर्ती करण्यासाठी जाणीवपूर्वक या संज्ञेचा उपयोग केला गेला. अन्य काही समाजशास्त्रीय साहित्यात 'नागरी किंवा सुसंस्कृत समाज' (Civil Society) मध्यम संरचनेची जागा घेतो आणि समाजरचनेत एका मध्यम पातळीच्या संरचनेची किंवा मध्यम क्षेत्राची निर्मिती करतो.

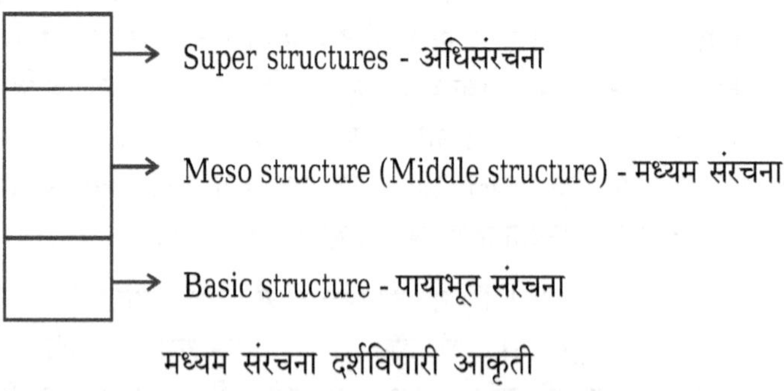

मध्यम संरचना दर्शविणारी आकृती

वरील आकृतीत पर्यायी संज्ञा म्हणून क्रमाने खालून वर १. ग्रामीण समाज (खेडेगाव) २. मध्यम नागरी समाज (छोटी शहरे) ३. नागरी समाज (मोठी शहरे व महानगरे) यांचा समावेश होतो.

metaphysics - (मेटाफिजिक्स) **अध्यात्मविद्या किंवा तत्त्वज्ञान :** अध्यात्मविद्या तत्त्वज्ञानाची एक शाखा असून ज्यात प्रामुख्याने अस्तित्वाचा, सजीवांचा आणि जाणिवांचा अभ्यास केला जातो. प्रत्यक्षवाद ज्यास मान्यता देत नाही अशा काल्पनिकतेचा, अवैज्ञानिकतेचा सिद्धान्त म्हणजे अध्यात्मविद्या होय.

methodological individualism - (मेथडॉलजिकल इन्डिव्हिज्यूअलिझम) **पद्धतिशास्त्रीय व्यक्तिवाद :** पद्धतिशास्त्रीय व्यक्तिवाद म्हणजे अशी सैद्धान्तिक स्थिती धारण करणे की ज्यात कोणत्याही समाजशास्त्रीय बाबींचा आढावा घेताना त्यात व्यक्तींचा संदर्भ, त्यांच्या परिस्थितीचे स्पष्टीकरण, त्यांच्या क्रियेची कारणमीमांसा व प्रेरणा यांचा समावेश अत्यावश्यक ठरतो. वेबर आणि पॉपर (Weber and Popper) या दोन्ही समाजशास्त्रज्ञांनी या विशेषीकरणाची सूचना केली असून, त्यात सर्व प्रकारच्या सामाजिक वर्गांचा संदर्भ द्यावा लागेल. यात त्यांनी भांडवलवाद आणि राज्य या दोन्ही वर्गांचा समावेश केला असून त्यात

व्यक्तींच्या वास्तव किंवा अमूर्त विचाराचे स्पष्टीकरण देणे आवश्यक असल्याचे प्रतिपादन केले आहे. अधिक कठोर शब्दाचा वापर करण्याच्या प्रकाराद्वारे सांगावयाचे झाल्यास असे म्हणता येईल की प्रत्येक पद्धतिशास्त्रीय व्यक्तिवादात असे सूचित करण्यात येते, की सर्व प्रकारच्या समाजशास्त्रीय स्पष्टीकरणाची सुरुवात व शेवट व्यक्तीच्या संदर्भातच केला गेला पाहिजे. या सर्वाला आदर्शात्मक रूपात जो आक्षेप घेतला जातो, त्यानुसार सर्वसाधारणपणे व्यक्ती तिच्या स्वत:जवळ असलेल्या काही लक्षणांबाबत (नियतीचा किंवा निसर्गाचा) ऋणी असली पाहिजे; कारण तिच्या क्षमतेत मानसिक स्वभाव, तिचा सांस्कृतिक व संरचनात्मक संदर्भ यांचा समावेश होत असल्याने ते समाजशास्त्रीय सामान्यत्वाचा अंत करू इच्छितात.

methodology - (मेथडॉल'जी) **पद्धतिशास्त्र :** पद्धतिशास्त्र म्हणजे कोणत्याही ज्ञानशाखेतील संशोधनात्मक तंत्राचे तत्त्वज्ञानात्मक मूल्यमापन होय की ज्याचा संबंध ज्ञानाच्या संकल्पनात्मक, सैद्धान्तिक आणि संशोधनात्मक बाजूशी येतो. कोणत्याही ज्ञानशाखेतील तथ्यसंकलनाची हाताळणी करण्यासाठी व संपादित ज्ञानासाठी कोणते तंत्र आणि डावपेच वापरावयाचे हे सांगणे म्हणजे पद्धतिशास्त्र होय. संकुचित दृष्टिकोनातून विचार करता संशोधकाने त्यांच्या अध्ययनासाठी ज्या संशोधनपद्धतीचा वापर केला होता, त्यासाठी पद्धतिशास्त्र ही संज्ञा वापरतात. आणि त्यामुळेच संशोधकाने हाती घेतलेल्या संशोधनाच्या विश्वासार्हतेबद्दल ते कोणतेच प्रश्न उपस्थित करीत नाहीत.

पद्धतिशास्त्राचा वापर करण्याच्या संदर्भात काही अंशी असे म्हणता येईल की, पद्धतिशास्त्र हे समाजशास्त्राच्या वैज्ञानिक दर्जाशी संबंधित असून ते ज्ञानमीमांसाशास्त्राची एक बाजू होय. द्युरखेम, मार्क्स आणि वेबर यांच्या योगदानात पद्धतिशास्त्राला महत्त्वाचे स्थान होते. या तिघांनी अत्यंत विनम्रतेने असे निर्देशित करण्याचा प्रयत्न केला होता, की त्यांनी समाजाच्या आणि म्हणूनच ज्ञानाच्या अध्ययनाचा एक अद्वितीय दृष्टिकोन विकसित केला होता. नवीन संशोधनतंत्राच्या प्रदर्शनासाठी त्यांनी समाजशास्त्र ही कशी अद्वितीय ज्ञानशाखा म्हणून विकसित झाली आहे हे त्यांच्या योगदानातून दाखवून दिले होते.

समाजशास्त्रात अभ्यासपद्धतीची प्रमुख बाजू ही की पद्धतिशास्त्र हे समाजशास्त्र आणि अन्य नैसर्गिक शास्त्रे यांच्यात तुलना करते. नैसर्गिकशास्त्र हे प्रामुख्याने प्रायोगिक पद्धतीशी संबंधित असून ज्यात एका चलाची (विशेषत: स्वतंत्र

चलाची) हाताळणी दुसऱ्या चलावर नियंत्रण ठेवून करता येते. जर सुसंगत निष्कर्ष आले तर मग वैज्ञानिक, त्याआधारे पूर्वनिर्धारित सिद्धान्तकल्पना किंवा गृहीततत्त्व हे सिद्ध झाले किंवा नाकारले गेले, असा निष्कर्ष काढू शकतात. प्रायोगिक पद्धती ही सामाजिक शास्त्रे व समाजशास्त्र यांत सर्वसामान्यपणे निरुपयोगी असल्यामुळे, समाजशास्त्रज्ञांनी अधिक मात्रेत विश्वासार्हता प्राप्त करणारे नवीन तंत्र विकसित केले होते. यात दयुरखेम यांनी विकसित केलेल्या तुलनात्मक पद्धतीचा अंतर्भाव होतो. सारांश, अभ्यासपद्धतीमुळे समाजशास्त्रादी सामाजिक शास्त्रांना वैज्ञानिक दर्जा (विज्ञान म्हणून दर्जा) प्रदान करणे शक्य झाले.

metropolis - satellite relationship - (मेट्रोपॉलिस – सॅटलाईट रिलेशनशिप)
महानगर–उपनगर संबंध : कोणत्याही महानगराची ही क्षेत्रीय आणि सामाजिक आर्थिक संरचना असून या मध्यस्थानी असलेल्या मुख्य शहराचे (metropolis) त्याच्या परिघावर वसलेल्या उपनगरांवर (satellite) वर्चस्व असते; ही संकल्पना फ्रॅन्क (Frank) यांनी विकसित केली असून त्यांनी या संकल्पनेचे वर्णन करताना असे म्हटले आहे, की ही संकल्पना अशी एक प्रक्रिया आहे की ज्यात तिसऱ्या जगातील अतिरिक्त आर्थिक भांडवल औद्योगिक भांडवलशाही राष्ट्राकडे प्रवाहित होते. या ठिकाणी औद्योगिक भांडवलशाही राष्ट्रे केंद्रस्थानी आली तर तिसऱ्या जगातील राष्ट्रे त्यांचे उपग्रह बनतील. यावर अधिक स्पष्टीकरण करताना फ्रॅन्क असे म्हणतात, की तिसऱ्या जगातील राष्ट्रांचा विचार करता तेथेही अतिरिक्त भांडवलाचा प्रवाह, ग्रामीण वा प्रांतीय क्षेत्राकडून नागरी व केंद्रीय क्षेत्राकडे प्रवाहित होतो. या दृष्टीने विचार करता 'महानगर–उपनगर संबंध' ही संकल्पना वर वर्णन केल्याप्रमाणे अनेक क्षेत्रांत वापरता येते.

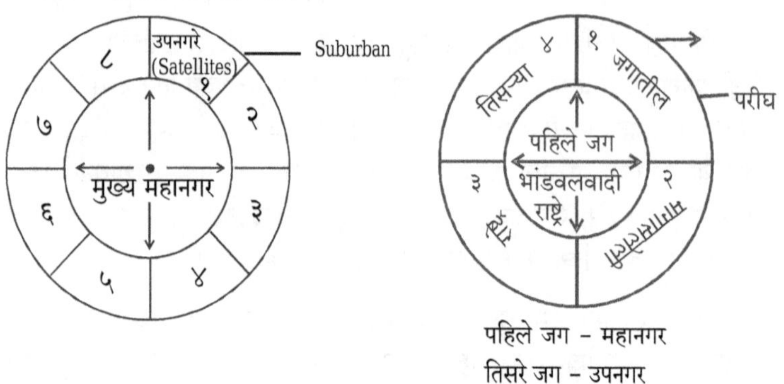

पहिले जग – महानगर
तिसरे जग – उपनगर

महानगर–उपनगर संबंध दर्शविणारी आकृती

micro-sociology - (माइक्रो-सोशिऑलजी) **सूक्ष्म समाजशास्त्र :** जेव्हा आपण संपूर्ण समाजाचे, एखाद्या मोठ्या संस्थेचे अध्ययन करतो तेव्हा ते स्थूल समाजशास्त्र (macro-sociology) याअंतर्गत येते. पण जेव्हा आपण समाजातील एक छोटा घटक वा गट निवडून त्याचेच फक्त अध्ययन करतो तेव्हा ते सूक्ष्म समाजशास्त्र या संज्ञेस पात्र ठरते. (खालील आकृती पहा.)

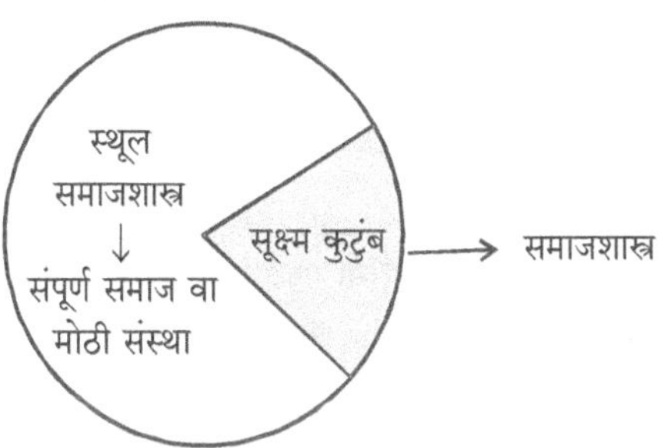

समाजातील कुटुंब या गटाचे अध्ययन सूक्ष्म समाजशास्त्रात येते. जेव्हा आपण समाजातील एक छोटा एकक निवडून त्याचेच फक्त अध्ययन करतो तेव्हा ते सूक्ष्म समाजशास्त्रात मोडते. यात संपूर्ण घटकाऐवजी एका छोट्या घटकाचा अभ्यास केला जातो. स्थूल व सूक्ष्म या शब्दांचे अर्थ सापेक्ष आहेत. तसेच त्यांच्या सीमारेषा अस्पष्ट आहेत. (पहा–macro sociology–स्थूल समाजशास्त्र.)

middle class - (मि'डल क्लास) **मध्यम वर्ग :** मध्यम वर्ग म्हणजे असा वर्ग, की जो सर्वसाधारणपणे शारीरिक श्रमाशी निगडित नसलेले व्यवसाय करतो व ज्याचे स्थान उच्च वर्ग आणि श्रमिक वर्ग यांच्या मधले असते. मध्यम ही संज्ञा सर्वसामान्यपणे विचार करता सर्वांना ज्ञात असून त्याचा श्रेणीरचनेतील दर्जा मध्यम असून श्रमापेक्षा, शारीरिक श्रमावर आधारित नसलेल्या (म्हणजे बुद्धिजीवी) कामाला समाजात प्रतिष्ठा असते; परंतु सामाजिक दृष्टीने विचार करता राजकीय अभिरुची असलेल्या राजकारणी लोकांपेक्षा यांचा दर्जा कमी प्रतीचा असतो. मध्यम वर्गाचे भांडवलशाही समाजातील अस्तित्व अनेक कारणांनी तज्ज्ञांच्या अभ्यासाचा विषय बनला आहे. व्यावसायिक संरचनेत झालेले महत्त्वाचे बदल की ज्यात प्रामुख्याने बुद्धिजीवी व्यवसायाची वाढती संख्या तज्ज्ञांना सामाजिक वर्ग या संज्ञेचे पुनर्परीक्षण करण्यास भाग पाडते व विशेषत: या वर्गाच्या राजकीय व सामाजिक भूमिका तपासून पाहण्याची गरज वाटते.

१९ व्या शतकापर्यंत मध्यम वर्गात काही विशेष व्यावसायिक भूमिका असलेल्या सामाजिक गटाचा अंतर्भाव होता. उदा. हिशेबनीस, शिक्षक व परिचारिका इत्यादी. परंतु अभ्यासकांच्या असे लक्षात आले, की गेल्या सुमारे १०० वर्षांत बुद्धिजीवी व्यवसाय करणाऱ्या सामाजिक गटात लक्षणीय वाढ झाली. या सामाजिक वर्गाचे प्राबल्य उद्योग आणि सरकारी क्षेत्रांत मोठ्या प्रमाणात वाढले असून त्या तुलनेने श्रमावर आधारित व्यवसायांच्या क्षेत्रात घट झाली आहे.

बुद्धीवर आधारित व्यवसायात वाढ झाल्यामुळे व छोटे व्यापारी, छोटे व्यावसायिक यांच्या व्यवसायातील चिकाटीमुळे वर्ग आणि सामाजिक स्तरीकरण, यासंबंधीच्या पारंपरिक दृष्टिकोनाच्या संदर्भांत काही सैद्धान्तिक समस्या निर्माण झाल्या. परंतु मार्क्सवादी सिद्धान्तकारांनी मध्यम वर्गाच्या स्वरूपाचे आणि महत्त्वाचे सुविकसित अध्ययन केल्याचे दिसत नाही. बुद्धिजीवी व्यावसायिकांतील मोठ्या प्रमाणातील विविधतेमुळे या वर्गाच्या अध्ययनाचा प्रश्न संमिश्र बनला. या मध्यम वर्गाचे क्षेत्र दैनंदिन स्वरूपाच्या कारकुनी कामापासून ते सापेक्षत: प्रबळ अशा व्यवस्थापक आणि व्यावसायिकांपर्यंत तसेच छोटे स्वतंत्र व्यवसाय करणारे व्यावसायिक मालक इथपर्यंत पसरलेले असून पारंपरिक मार्क्सवाद्यांनी त्याकडे दुर्लक्ष केल्याचे दिसते.

सारांशरूपात असे म्हणता येईल की, एकीकडे उत्पादनसाधनांची मालकी असणारा जमिनदारांचा, कारखानदारांचा वर्ग तर दुसरीकडे त्यांच्यावर अवलंबून असणारा श्रमिकांचा वर्ग यांच्यामध्ये असलेल्या प्रशासकीय कार्य करणाऱ्या व्यवस्थापकापासून ते पर्यवेक्षकापर्यंतच्या सर्व कर्मचाऱ्यांचा समावेश मध्यम वर्गांत केला जातो.

middle class radicalism - (मिॅडल क्लास रॅॅडिकॅलिझम) **मध्यम वर्गीय जहालवाद** : मध्यम वर्गीय जहालवाद हा राजकीय जहालवादाचा एक प्रकार असून, बुद्धिजीवी लोकांनी डाव्या पक्षांना मतदान करणाऱ्यांचा त्यात समावेश होतो. १९६८ साली पार्किन (Parkin) यांनी या संज्ञेचा प्रथम वापर करताना त्यांच्यासमोर 'अण्वस्त्र नि:शस्त्रीकरणाची चळवळ' लढविणाऱ्या सभासदांचा संदर्भ होता व या लोकांसाठी त्यांनी ही संज्ञा वापरली होती. मध्यम वर्गीय जहालवाद्यांचे हितसंबंध हे कर्मठ श्रमिक वर्गाच्या हितसंबंधांच्या मार्गाने जाणारे होते, की ज्यात वर्ग-विपथगामी राजकीय क्रियेला महत्त्व होते. मध्यम वर्गीय वर्ग-विपथगामी राजकीय क्रियेची ओळख दोन प्रकारांनी करून दिली जाते.

अ. डावा कनिष्ठ मध्यम वर्ग : डाव्या विचारसरणीला मतदान करणारा व डाव्यांच्या क्रियेत सहभागी होणाऱ्या सीमान्त मध्यम वर्गीयांचा यात समावेश होतो. (सीमान्त मध्यम वर्गीय म्हणजे ठरावीक काम करणारे श्रमिक होत.)

ब. डावा वरिष्ठ मध्यम वर्ग : डावा वरिष्ठ मध्यम वर्ग म्हणजे डाव्या बाजूच्या राजकीय कार्यक्रमाचा एक प्रकार. प्रामुख्याने तो व्यावसायिक व सार्वजनिक क्षेत्रातील कर्मचाऱ्यांच्या सभासदत्वाशी संबंधित आहे.

migration - (मा'ईग्रे'शन) **स्थलांतर किंवा देशांतर :** जेव्हा एका देशातील लोक दुसऱ्या देशात, तेथे स्थायिक होण्याच्या दृष्टीने जातात तेव्हा त्यासाठी 'स्थलांतर' ही संज्ञा प्रामुख्याने वापरली जाते. हे स्थलांतर दोन प्रकारचे असते. अ. देशांतर (emigration): स्वदेश सोडून दुसऱ्या देशात जाऊन राहणाऱ्या लोकांसाठी ही संज्ञा वापरतात. ब. देशांतर्गत स्थलांतर (immigration) : यात प्रामुख्याने एकाच देशातील लोक जेव्हा त्यांचा प्रांत, विभाग किंवा गाव सोडून दुसरा प्रांत, दुसरा विभाग किंवा दुसरा गाव येथे व्यवसाय करण्यासाठी किंवा उपजीविकेसाठी जातात, तेव्हा त्यासाठी ही संज्ञा वापरतात. आंतरराष्ट्रीय दृष्टिकोनातून विचार करता जो मनुष्य वा माणसांचा गट जेव्हा आपला देश सोडून दुसऱ्या देशात कमीतकमी एक वर्षाच्या वास्तव्यास जाण्याचे निर्देशित करतो, तेव्हा त्यास स्थलांतर असे म्हणतात. इंग्रजीतील एमिग्रे'शन (emigration) या शब्दाचा अर्थ आहे आपल्या देशातून दुसऱ्या देशात जाऊन स्थायिक होणे होय. तर इंग्रजीतील इमिग्रे'शन (immigration) या शब्दाचा एक अर्थ आहे, दुसऱ्या देशातून आपल्या देशात स्थायिक होणे होय. त्याचप्रमाणे देशांतर्गत स्थलांतरासाठीही हा शब्द वापरतात. दुसऱ्या महायुद्धांतर आपला देश सोडून दुसऱ्या देशात स्थायिक होणाऱ्या स्थलांतरितांच्या संख्येत सातत्याने वाढ होत होती. १९४८ साली इस्त्राईलची स्थापना झाल्यानंतर युरोप खंडातील अनेक देशांतून इस्त्राईलमध्ये येणाऱ्या ज्यू धर्माच्या अनुयायांमुळे इस्त्राईलच्या लोकसंख्येत २४% वाढ झाली. १८८० ते १९१० या कालखंडात युरोप खंडातील अनेक राष्ट्रांतील लोक अमेरिकेत स्थायिक झाल्यामुळे अमेरिकेच्या लोकसंख्येत मोठ्या प्रमाणात वाढ झाली. ही वाढ सुमारे २८ दशलक्ष एवढी होती. त्याचप्रमाणे अगदी अलीकडे, म्हणजे १९७० च्या दशकात मध्यपूर्वेतील राष्ट्रांतून (म्हणजे उत्तर आफ्रिका तुर्कस्थान, ग्रीस, युगोस्लाव्हिया इत्यादीतून) अनेक लोक युरोप खंडातील विविध राष्ट्रांत स्थायिक झाले. हेसुद्धा एक प्रकारचे स्थलांतर होय.

या आंतरराष्ट्रीय स्थलांतराप्रमाणे देशांतर्गत स्थलांतरही तितकेच महत्त्वाचे होय. यात प्रामुख्याने कनिष्ठ वर्गातील लोक उपजीविकेसाठी आपल्या प्रदेशातून वा प्रांतातून दुसऱ्या प्रदेशात वा प्रांतात स्थलांतरित होतात किंवा कायमच्या वास्तव्यासाठी जातात. लोकसंख्याशास्त्रज्ञ स्थलांतरितांकडे लोकसंख्येतील एक प्रक्रिया म्हणून पाहतात. देशांतर्गत स्थलांतरामुळे देशाच्या लोकसंख्येत जरी वाढ होत नसली; तरी लोकसंख्येचा प्रादेशिक समतोल बिघडतो. भारतातल्या अन्य प्रांतांतून उपजीविकेसाठी मुंबईत स्थलांतरित होणाऱ्या लोकांच्या प्रमाणात मोठ्या प्रमाणात वाढ झाल्यामुळे मुंबईची लोकसंख्या आज सुमारे दीड कोटीच्या घरात गेली आहे.

military and industrial society - (मि'लिटरी ॲन्ड इंड'स्ट्रिअल सोसायटी) **सैनिकी आणि औद्योगिक समाज :** हर्बर्ट स्पेन्सर या ब्रिटिश समाजशास्त्रज्ञाने समाजांतर्गत विनिमयव्यवस्था व नियमनव्यवस्था या आधाराने समाजाचे पुढील दोन प्रकार प्रतिपादन केले होते– १. सैनिकी समाज (Militant Society) २. औद्योगिक समाज (Industrial Society). हर्बट स्पेन्सर यांनी समाजाचे केलेले हे वर्गीकरण म्हणजे एक प्रकारे समाजाचे संरचनात्मक प्रकार होत. एका समाजाचे दुसऱ्या समाजांशी असलेले संबंध एक तर शांततामय स्वरूपाचे असतात किंवा सैनिकी स्वरूपाचे असतात. या दोन्ही समाजांचे स्पेन्सर यांनी केलेले वर्णन आपण थोडक्यात पाहू.

१. सैनिकी समाज (Militant Society) : सैनिकी समाजाचे प्रमुख लक्षण म्हणजे या समाजात सभासदांवर सक्ती किंवा जबरदस्ती करतात. सोप्या शब्दात असे म्हणता येईल की, या समाजातील नागरिकांच्या सर्व इच्छा सरकारच्या इच्छेत समाविष्ट केल्या जातात. वैयक्तिक स्वातंत्र्याचा अभाव व कामाची जबरदस्ती हे या समाजाचे स्वरूप होय.

२. औद्योगिक समाज (Industrial Society) : औद्योगिक समाजाचे प्रमुख लक्षण म्हणजे हे समाज ऐच्छिक सहकार्यावर व वैयक्तिक आत्मनिग्रहावर आधारित असतात. या समाजातील नागरिकांना सर्वप्रकारचे स्वातंत्र्य प्रदान केले जाते.

समाजातील सामाजिक गुंतागुंतीच्या मात्रांवर एखादा समाज हा सैनिकी आहे की औद्योगिक हे निर्धारित केले जाते. स्पेन्सर यांच्या मतानुसार अव्यवच्छिन्न समाज हे प्रामुख्याने औद्योगिक असतात. आज आपण 'औद्योगिक समाज' ही संज्ञा ज्या अर्थाने वापरतो, तो अर्थ स्पेन्सर यांना अभिप्रेत नव्हता. स्पेन्सर यांच्या

मते, आदिवासी किंवा प्राचीन समाज हे औद्योगिक असतात तर आधुनिक समाज मात्र प्रामुख्याने सैनिकी असतात.

military society - (मि'लिटरी सोसायटी) **सैनिकी समाज :** सैनिकी समाज हा समाजाचा असा एक प्रकार आहे की ज्यात सैनिकांचे, म्हणजे सैनिकी शासनाचे वर्चस्व असते आणि त्याची भूमिका सर्वव्यापक असते.

minority group - (माईनॉ'रिटी ग्रूप) **अल्पसंख्याक गट :** अल्पसंख्याक गट ही संज्ञा १९३० सालापासून वापरण्यात येऊ लागली. दबाव गट किंवा कलंकित गट असा शिक्का मारलेल्या वांशिक, जातीय, जीवशास्त्रीय आणि अन्य काही सामाजिक गटांसाठी या संज्ञेचा वापर केला जातो; कारण राष्ट्राच्या लोकसंख्येत या गटांची लोकसंख्या नगण्य असते. लुइस विर्थ (Louis Wirth) या समाजशास्त्रज्ञाने अल्पसंख्याक गटाची व्याख्या ही पुढील शब्दांत केली आहे- 'लोकांचे जे सामाजिक गट त्यांच्या शारीरिक किंवा सांस्कृतिक दृष्टीने असलेल्या वेगळेपणामुळे समाजात भिन्नतेची आणि असमानतेच्या वागणुकीचा अनुभव घेत असतात व जे सामूहिक विभेदीकरणाचे लक्ष्य बनतात; त्यांना 'अल्पसंख्याक गट' ही संज्ञा लावली जाते.' या अल्पसंख्याक गटात आफ्रिका, अमेरिकेतील काळ्या रंगाचे लोक (black people) भारतात दलित आणि हिंदू धर्माव्यतिरिक्त अन्य धर्माचे अनुयायी इत्यादींचा समावेश होतो.

misogyny - (मि'सो'जिनी) **स्त्रियांचा तिरस्कार किंवा तिरस्कृत स्त्री :** समाजात ज्या स्त्रियांना तिरस्काराची वागणूक दिली जाते त्यासाठी या संज्ञेचा वापर केला जातो. १९७० साली प्रकाशित झालेल्या केट मिलेट (Kate Millet) यांच्या 'लैंगिक राजकारण' (Sexual Politics) या पुस्तकात त्यांनी 'तिरस्कृत स्त्री' (misogyny) या संज्ञेचा प्रथम वापर केला होता. केट मिलेट यांचे हे पुस्तक वांशिक स्त्रीवादाचा सैद्धान्तिक आधार बनला होता. वरील पुस्तकाच्या लेखिका केट मिलेट असा विवाद करतात की, पितृसत्ताक पद्धतीतून लिंगभावावर आधारित समाज निर्माण झाला. त्यातून पुढे लैंगिक राजकारणाला लिंगभावाची एक पार्श्वभूमी लाभली की ज्यामुळे खासगी जीवनात व तसेच सामाजिक संस्थेत स्त्रियांवर दबाव टाकण्यात येऊ लागला. विशेषत: समाजाच्या वर्गव्यवस्थेत आणि शिक्षणसंस्थेत या दबावाचे प्रमाण जास्त होते. ऑन्ड्रिआ ड्वॉर्किन (Andrea Dworkin) आणि सुसान ब्राऊनमिलर (Susan Brownmiller) या दोन लेखिकांनी स्त्रियांचा तिरस्कार आणि पुरुषांद्वारे स्त्रियांवर होणारे लैंगिक हिंसाचार यांतील दुवा

तज्ज्ञांच्या निदर्शनास आणून दिला आहे. शिवाय सुसान ग्रिफिन (Susan Griffin) यांनी सैनिकीवाद आणि स्त्रियांचा तिरस्कार यांतील संबंध विशद केले आहेत. ॲड्रीन रिच (Adrienne Rich) यांनी स्त्रियांचा तिरस्कार (misogyny) म्हणजे संस्थीकृत, संघटनाकृत, सामान्यीकृत स्त्रीविरुद्ध वैरभाव आणि हिंसाचार करण्याचे एक साधन होय. सारांशरूपात असे म्हणता येईल की, स्त्री-तिरस्काराचे बीज लहानपणापासूनच सामाजिकीकरण प्रक्रियेद्वारे मुलांच्या मनावर बिंबवून त्यांची मनोवृत्ती स्त्री-अत्याचारास प्रोत्साहन देणारी बनविली जाते. स्त्रियांच्या मनावर त्या कशा अबला आहेत, हे बिंबवून पुरुषांचे अत्याचार सहन करण्याची त्यांची मनोवृत्ती बनविली जाते.

mixed economy - (मिक्स्ड इकॉनमी) **संमिश्र अर्थव्यवस्था :** संमिश्र अर्थव्यवस्था हा अर्थव्यवस्थेचा असा एक प्रकार आहे की ज्यात बाजारी अर्थव्यवस्थेचे मूलभूत घटक आणि अधिकार किंवा नियंत्रित अर्थव्यवस्थेचे घटक यांचे एकत्रीकरण केले जाते. सोप्या शब्दांत असे म्हणता येईल की, भांडवलशाही अर्थव्यवस्था आणि समाजवादी अर्थव्यवस्था यांचे एकीकरण म्हणजे संमिश्र अर्थव्यवस्था होय. संमिश्र अर्थव्यवस्थेत काही कार्यक्रमांचे संघटन राज्यातर्फे केले जाते. यात उत्पादन, वितरण आणि विनिमय यांचा समावेश होतो. याव्यतिरिक्त अर्थव्यवस्थेचे धोरण निर्धारित करण्यात, त्यासंबंधीचे नियम वा कायदे बनविण्यात, अर्थव्यवस्थेची उद्दिष्टे ठरविण्यात आणि श्रमिकांवर नियंत्रण ठेवण्यात राज्याची भूमिका महत्त्वाची ठरते.

भारतापुरता विचार करता स्वातंत्र्यप्राप्तीनंतर भारताने संमिश्र अर्थव्यवस्थेचा स्वीकार व अंगीकार केला होता. परंतु १९९१ साली पी. व्ही. नरसिंहराव सरकारने 'संमिश्र अर्थव्यवस्थे'चा त्याग करून 'मुक्त अर्थव्यवस्थे'चा स्वीकार केला होता.

mobility - (मोबिलिटी) **गतिमत्त्व किंवा गतिशीलता :** कोणत्याही समाजाच्या सामाजिक स्तरीकरणव्यवस्थेत सर्वसाधारणपणे लोकांकडून, पण काही प्रसंगी सामाजिक गटांकडून त्यांचे स्थान बदलविण्यासाठी जे प्रयत्न केले जातात; त्यास सामाजिक गतिमत्त्व किंवा गतिशीलता या संज्ञेने संबोधित केले जाते. गतिमत्त्वाचे सामाजिक स्तरीकरणाचा विचार करता दोन प्रकार पाडले जातात- १. समपातळीचे गतिमत्त्व किंवा समस्तर गतिमत्त्व (horizontal mobility) २. उर्ध्वरेषी व अधोरेषी गतिमत्त्व (upward and downward mobility).

१. समपातळीचे गतिमत्त्व किंवा समस्तर गतिमत्त्व : यात व्यक्तीचा दर्जा किंवा वर्ग तोच राहतो, पण व्यक्तीच्या व्यावसायिक वा नोकरीविषयक क्षेत्रातील संबंधात जेव्हा बदल होतात, तेव्हा त्यास समपातळीचे गतिमत्त्व म्हणतात. उदा. सरकारी कार्यालयात कार्यरत असलेला एखादा कारकून जेव्हा सरकारी नोकरी सोडून थोडा जास्त पगार मिळतो म्हणून खासगी क्षेत्रात कारकून म्हणून जातो तेव्हा त्याचा दर्जा तोच राहतो पण (सामाजिक) संबंधाचे क्षेत्र बदलते, तेव्हा त्यास समपातळीचे अथवा समस्तर गतिमत्त्व म्हणतात.

(समपातळीचे गतिमत्त्व दर्शविणारी आकृती)

२. ऊर्ध्वरेषी व अधोरेषी गतिमत्त्व :
ऊर्ध्वरेषी गतिमत्त्वात व्यक्तीचा दर्जा सध्या आहे त्या दर्जापेक्षा उंचावतो, तर अधोरेषी गतिमत्त्वात व्यक्तीचा दर्जा आहे त्या दर्जापेक्षा खालावतो. पहिल्या प्रकारात जेव्हा एखादा शिपाई स्वकर्तृत्वाने राज्याचा मुख्यमंत्री होतो, तेव्हा त्यास ऊर्ध्वरेषी गतिमत्त्व म्हणतात. याउलट एखाद्या उच्च पदावर असलेली व्यक्ती तिच्या नाकर्तेपणामुळे जेव्हा तिचे उच्च पद गमावते व खालच्या पदावर येते तेव्हा त्यास अधोरेषी गतिमत्त्व म्हणतात. एखादा

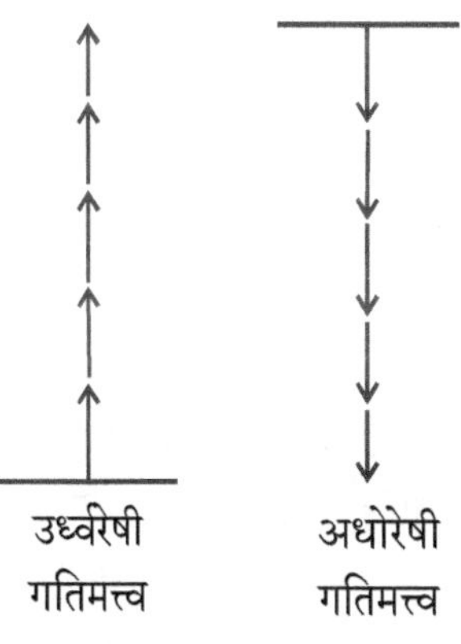

बांधकाम व्यावसायिक बांधकामात आलेल्या तोट्यामुळे वा नुकसानीमुळे दरिद्री बनतो, तेव्हा ते अधोरेषी गतिमत्त्व होय. सामाजिक स्तरीकरणाचे एक अत्यावश्यक अंग म्हणून गतिमत्त्वाकडे पाहिले जाते.

mobilization - (मोबिलाइझे'शन) **एकीकरण किंवा एकत्रीकरण :** एकीकरण किंवा एकत्रीकरण ही अशी एक प्रक्रिया आहे की ज्यात निष्क्रिय व्यक्तींना एकत्र आणून विशिष्ट कार्य करण्यासाठी सक्रिय किंवा कृतीशील केले जाते व त्यांना सार्वजनिक जीवनात सहभागी होण्यास प्रवृत्त केले जाते. या प्रकाराने या संज्ञेचा वापर केल्यामुळे समाजशास्त्रात या संज्ञेचा मोठ्या प्रमाणात प्रचार झाला असून 'सामूहिक क्रियेच्या' अध्ययनात एकीकरण संज्ञेला महत्त्व प्राप्त झाले आहे.

विशेषत: सामाजिक चळवळीत व क्रांतीत सहभागी होण्यासाठी लोकांना एकत्र आणून त्यांना विशिष्ट कार्यासाठी कृतिशील करणे महत्त्वाचे असते. समाजातील संसाधनांचे एकीकरण महत्त्वाचे असून त्यासाठी अमूल्य संसाधनांवर नियंत्रण ठेवणे गरजेचे आहे. अमूल्य संसाधनांत विविध वस्तू, पैसा, माहिती, शस्त्रास्त्रे, सैनिकदल, तंत्रज्ञान, निष्ठा आणि कर्तव्ये इत्यादींचा समावेश होतो.

mode of production - (मोड ऑफ प्रॉड‌क्शन) **उत्पादनपद्धती :** मार्क्सवादी विचारवंत आणि मार्क्स यांनी वापरलेली ही संज्ञा असून मार्क्स यांच्या सिद्धान्तानुसार उत्पादनपद्धती त्या त्या समाजाची वैशिष्ट्ये एकीकडे निर्धारित करताना, दुसरीकडे ती सामाजिक–आर्थिक व्यवस्थेचा आधार बनते. मार्क्स यांना तीन प्रकारच्या उत्पादनपद्धती अभिप्रेत होत्या. १. भांडवलशाहीवर आधारित उत्पादनपद्धती २. सरंजामशाहीवर आधारित उत्पादनपद्धती ३. समाजवादावर आधारित उत्पादन–पद्धती. याशिवाय उत्पादनपद्धतीचे अन्य काही प्रकार मार्क्सवादी विचारवंत विशद करतात. त्यात आशियातील उत्पादनपद्धती, प्राचीन वा आदिवासी समाजातील उत्पादनपद्धती इत्यादी येतात. उत्पादनपद्धतीचा विचार करताना उत्पादनसंबंध व उत्पादनाची शक्ती म्हणजेच उत्पादनसाधनांची मालकी इत्यादी बाबींकडे दुर्लक्ष करता येत नाही.

modernism - (मॉ‌डर्नि‌झम) **आधुनिकवाद :** आधुनिकवाद म्हणजे समकालीन विचारप्रणालीत किंवा विचारपद्धतीत आधुनिक संस्कृतीला प्राधान्य देणे होय. हे प्राधान्य प्रामुख्याने वास्तुविद्या, संगीत आणि कला या क्षेत्रांत प्रदान करणे जरुरी आहे. वास्तुविद्याक्षेत्रात ग्रोपिअस आणि ली कॉर्ब्युझिअर (Gropius and Le-corbusier) यांचा आधुनिकवाद हा एकीकडे कार्यात्मकतेच्या संमारंभाशी (Celebration of functionality) संबंधित आहे; तर दुसरीकडे या श्रद्धेशी संबंधित आहे की माणसाकडे त्याच्या सभोवतालच्या परिस्थितीवर नियंत्रण ठेवण्याची अंतिम क्षमता आहे. कलेच्या क्षेत्रात, सर्वसामान्यपणे आधुनिकवाद म्हणजे वास्तववाद्यांच्या रूपावलीला नकार देण्याशी संबंधित आहे. १९८८ साली फीदरस्टोन (Featherstone) यांनी आधुनिकवादाची मूलभूत वैशिष्ट्ये खालीलप्रमाणे सारांशरूपात प्रतिपादन केली आहेत. या वैशिष्ट्यात क्रमाने पुढील बाबींचा समावेश होतो. अ. सौंदर्यात्मक स्वत्व जाणिवा आणि प्रतिबिंबितता. ब. एककालिकतेवर आधारित तसेच वेगवेगळ्या सिनेमांतील पुनरपिकरण यावर आधारित हकिगतींच्या किंवा वृत्तान्तांच्या संरचनेला नाकारणे. क. वास्तवतेच्या स्वरूपातील विरोधाभास, संदिग्धता आणि अनिश्चितता यांचा कसून शोध घेणे.

ड. निसर्गरचनेशी संबंधित किंवा अमानवीकरणाशी (निर्मानवीकरणाशी) संबंधित मानवी वर्तनाच्या अनुकूलतेवर आधारित वर्तनाला विरोध करणे इत्यादी. फ्रेडरिक जेमसन (Frederic Jamson) यांच्या विचारानुसार आधुनिकवादात सर्वसामान्यपणे सैद्धान्तिक अध्ययनात रूपावलीचे (paradigm) वर्णन करण्यात अडथळा आणणे आणि उदार भांडवलशाहीशी संलग्न असलेल्या वास्तववाद्यांच्या बाह्य स्वरूपाचा भंग करणे होय. त्याचप्रमाणे फ्रान्समधील चिन्हशास्त्रज्ञ (semiologist) रोलँड बार्थेस (Roland Barthes) यांनी आधुनिकवादाची व्याख्या पुढील शब्दांत केली आहे- '१९ व्या शतकाच्या मध्यात जगामध्ये जे नवीन वर्ग, नवीन तंत्रज्ञान आणि नवीन संज्ञापन उत्क्रांत झाले त्यासंबंधीच्या जागतिक दृष्टिकोनाचे बहुविधीकरण (pluralization) करणे म्हणजे आधुनिकवाद होय.' तर ब्रिटिश कादंबरीकार व निबंधकार व्हर्जिनिया वूल्फ (Virginia Woolf) यांच्या मतानुसार 'मानवी संबंध आणि मानवी स्वभाव यांतील बदलाची ऐतिहासिक संधी म्हणजे आधुनिकवाद होय.' या सर्वांवरून तुमच्या सर्वांच्या एक गोष्ट लक्षात येईल, आधुनिकवादाची सर्वसमावेशक व्याख्या करणे अवघड आहे. एका पाश्चिमात्य तज्ज्ञानुसार आधुनिकवादात खालील चळवळींचा समावेश होतो-

१. चित्रकलेतील दृश्यांचे चित्र रेखाटण्यातून होणारा परिणामवाद (impressionism)

२. भावनांचे प्रकटीकरण किंवा व्यक्तिकरणवाद (expressionism)

३. कलाक्षेत्रातील नवरंगकामवाद किंवा नवचित्रकलावाद (cubism)

४. भविष्यकाळवाद (futurism)

५. प्रतीकात्मकवाद (symbolism)

६. कल्पनावाद (imaginism)

७. विसाव्या शतकातील एक चळवळ की ज्यात परंपरांचा उपहास केला जातो व तर्कविसंगतता व हास्यास्पदता यांवर भर दिला जातो (dadism).

८. अ-जाणिवात्मक मनाच्या क्षमतेला प्रकट करणारी कला व साहित्यक्षेत्रातील एक चळवळ. (surrealism)

या सर्व चळवळी १८ व्या शतकाच्या उत्तरार्धात व २० व्या शतकात झाल्या होत्या व त्यांचा समावेश आधुनिकवादात होतो.

modernity - (मॉडर्निटी) **आधुनिकता :** ॲन्थनी गिडन्स यांनी त्यांचे लक्ष १९९० च्या सुमारास आधुनिकतेच्या अध्ययनाकडे वळविले होते. त्यांच्या मते,

आधुनिकता म्हणजे सरंजामोत्तर (post feudal) कालावधीत युरोप खंडातील संस्था व वर्तनपद्धती यांत झालेला बदल होय. गिडन्स यांच्यापूर्वीही अनेक समाजशास्त्रज्ञांनी आधुनिकतेची व्याख्या केली असली तरी त्यात एकवाक्यता व एकसूत्रता नव्हती. खालील काही व्याख्यांवरून आधुनिकतेच्या अर्थातील बहुविधता तुमच्या लक्षात येईल.

१. कार्ल मार्क्स : आधुनिकता म्हणजे वस्तुयीकरण (commodification) होय.

२. मॅक्स वेबर : आधुनिकता म्हणजे बुद्धिप्रामाण्यवाद किंवा तार्किकतावाद होय.

३. एमिल द्युरखेम : आधुनिकता म्हणजे विभेदीकरण वा स्पष्टीकरण होय.

४. जॉर्ज सिमेल : आधुनिकता म्हणजे शहरी जीवन अर्थव्यवस्था होय.

काही आधुनिक समाजशास्त्रीय तज्ज्ञांच्या मते, अभिजात समाजशास्त्रज्ञांनी केलेल्या आधुनिकतेच्या या व्याख्या १९२० नंतर मृतवत झाल्या असून २१ व्या शतकात योग्य ठरू शकतील अशा नवीन दृष्टिकोनातून आधुनिकतेचा विचार होणे गरजेचे आहे.

या दृष्टीने गिडन्स यांनी विसाव्या शतकाच्या शेवटी आधुनिकतेची खालील चार वैशिष्ट्ये विशद केली असून ती महत्त्वपूर्ण आहेत.

१. भांडवलवाद : वस्तूंचे उत्पादन केवळ बाजारात विकण्यासाठीच केले जाते; तसेच यात श्रमिकाचे श्रमसुद्धा एक विक्रेय वस्तू बनते.

२. औद्योगिकीकरण : निसर्गात परिवर्तन घडवून आणण्यासाठी उत्पादनतंत्रामध्ये अमानवीशक्ती स्रोताचा वापर करणे.

३. समन्वयात्मक प्रशासकीय सत्ता : माहितीचे व माहितीवितरणाचे नियंत्रण आणि लोकांच्या कार्यक्रमाबाबत सूचना ह्या राज्य व अन्य संघटनांतर्फे करणे.

४. सैनिकी सत्ता : याचा अर्थ हिंसेची सर्व साधने राज्याच्या हातात केंद्रित करणे होय. भारतीय तज्ज्ञ डॉ. एस. एल. दोशी यांनी आधुनिकतेवर चर्चा करताना असे म्हटले होते की आधुनिकता ही एक प्रक्रिया असून त्यात पुढील घटकांचा समावेश होतो. १. औद्योगिकीकरण व नागरीकरण २. विकास ३. लोकशाही ४. भांडवलवाद ५. सत्तेची श्रेष्ठता ६. मुक्त व्यापार ७. आशावाद ८. विज्ञान, तंत्रज्ञान, समाज व राजकारण यांच्याशी संबंधित निरंकुश ज्ञानाचा शोध ९. सर्व ज्ञानाचा पाया केवळ स्वत्वनिर्धारित ज्ञान मानणे १०. बुद्धिप्रामाण्यवाद इत्यादी.

भारतीय समाजशास्त्रज्ञ डी. पी. मुखर्जी म्हणतात, की पाश्चिमात्यांची आधुनिकतेची संकल्पना भारताच्या संदर्भात अयोग्य आहे. त्यांनी आधुनिकतेची एक प्रतिकृती तयार केली होती ती पुढीलप्रमाणे-

आधुनिकतेचा भारतीय संयोग = पाश्चिमात्य उदारमतवाद व मार्क्सवाद + वेदान्त व भारतीय संस्कृती

यांशिवाय डॉ. एम. एन. श्रीनिवास, योगेंद्रसिंग, दीपंकार गुप्ता इत्यादींनीही भारतीय आधुनिकतेवर चर्चा करताना ती पाश्चिमात्यांपेक्षा वेगळी आहे, या विचारावर भर दिला होता.

modernization - (मॉ'डर्नाइ'झेशन) **आधुनिकीकरण :** आधुनिकीकरण ही औद्योगिकीकरणासहित सर्वसमावेशक अशी सामाजिक प्रक्रिया असून ज्यात कृषी, ऐतिहासिक आणि समकालीन समाजाचा विकास केला जातो. या आधुनिकीकरण-प्रक्रियेत आधुनिकपूर्व समाज व आधुनिक समाज यांच्यातील परस्परविरोधाचे चित्र सर्वसामान्यपणे रंगविले जाते. १९५० ते १९६० च्या दशकातील अमेरिकेतील कार्यात्मकवादी समाजशास्त्रज्ञांनी विशेषकरून सामाजिक विकासाची एक विशिष्ट प्रतिकृती सूचित केली होती, की ज्यात आधुनिकीकरणाचा निर्णायक घटक म्हणून पुढील गोष्टींचा उल्लेख केला जातो. त्यात पारंपरिक मूल्यांवर मात करून, त्यांना बदलून त्यांच्या जागी सामाजिक परिवर्तन आणि आर्थिक वृद्धी या गोष्टी स्थापित केल्या जातात. संरचनात्मक कार्यात्मक सिद्धान्ताच्या सिद्धान्तकारांनी या संदर्भात मांडलेले मुद्दे पुढीलप्रमाणे- अ. आधुनिक समाजाच्या विरोधात पारंपरिक समाज असून ते आर्थिक विकासात अडथळा आणतात. ब. (समाजात) परिवर्तन हे उत्क्रांतिवादी टप्प्यांच्या द्वारे होते व हे उत्क्रांतीचे टप्पे सर्व समाजात सारखेच असतात. क. तिसऱ्या जगातील राष्ट्रांना अशा एखाद्या प्रतिनिधीची आवश्यकता असते, की जो परंपरांचा भंग करू शकेल किंवा परंपरा तोडू शकेल. ड. हा परिवर्तन घडवून आणणारा प्रतिनिधी एकतर समाजातील असावा किंवा समाजाबाहेरील असला तरी चालतो. इ. समकालीन तिसऱ्या जगातील राष्ट्रांत द्विविध अर्थव्यवस्था व द्विविध समाज अस्तित्वात असू शकतात. उदा. एकाच राष्ट्रातील काही प्रदेश पारंपरिक प्रकारांना चिकटून राहतील (ग्रामीण व आदिवासी विभाग), तर नागरी विभाग हे आधुनिकीकरणाचा अनुभव घेतील. फ. दोन्हीही समाज (ग्रामीण व नागरी) पश्चिम युरोप आणि अमेरिका यांच्या निष्कर्षांचे अनुकरण करतील.

सारांशरूपात असे म्हणता येईल की, आधुनिक किंवा नवसंस्कृती जीवन-

पद्धतींचे अवलंबन करणारी व सर्व समाजात कार्यरत असलेली परिवर्तनप्रक्रिया म्हणजे आधुनिकीकरण होय.

modes of motivational orientation - (मोड्स ऑफ मो'टिव्हेशनल ओरिएन्टे'शन) **प्रेरणात्मक स्थितिज्ञानाच्या पद्धती :** १९५१ साली पार्सन्स आणि शिल्स (Parsons and Shils) यांनी प्रेरणात्मक स्थितिज्ञानाच्या पद्धतीचे तीन प्रकार प्रतिपादन केले होते किंवा लक्षात आणून दिले होते. ते पुढीलप्रमाणे- १. ज्ञानात्मक (cognitive) : मराठीत याला पर्यायी शब्द म्हणून 'ज्ञानवर्धक' ही संज्ञा वापरली जाते. या ठिकाणी ज्ञानवर्धक या संज्ञेचा अर्थ आहे, कर्ता ज्या परिस्थितीत जीवन जगतो ती परिस्थिती होय. त्या परिस्थितीची कर्त्याला पूर्ण माहिती असणे गरजेचे आहे.   २. भावनात्मक (cathectic) : कर्ता ज्या ठिकाणी जीवन जगतो त्या ठिकाणी तो भावनात्मक रीतीने गुंतला जातो. या भावनात्मकतेची जाणीव या प्रकारच्या स्थितिज्ञानात येते. माझे राष्ट्र, माझे गाव, माझा धर्म, माझी जात इत्यादी. ३. मूल्यनात्मक (evaluative) : कर्त्याला आपल्या क्रियेचे मूल्यमापन करता येणे गरजेचे आहे. आपली कोणती क्रिया चांगली व कोणती वाईट यांची जाणीव कर्त्याला असणे हे मूल्यमापनात्मकतेत येते. योग्य-अयोग्यतेचे भान ठेवण्याची क्रियाही यात समाविष्ट आहे. पार्सन्स आणि शिल्स यांच्या मते, कोणत्याही सामाजिक क्रियेच्या प्रसंगात हे सर्व तिन्हीही प्रेरणात्मक स्थितिज्ञानाचे प्रकार समाविष्ट असतात. (पहा–pattern variables–वर्तनबंध पर्याय.)

mods and rockers (मॉड्स ॲन्ड रॉकर्स) **आधुनिक आणि रॉक संगीतावर नृत्य करणारा :** मॉड्स आणि रॉकर्स म्हणजे १९६० साली उदयाला आलेली तरुणांची एक उपसंस्कृती होय. मॉड्स शैलीच्या तरुणांचा असा गट की जे मोटार-स्कूटर चालवितात आणि अत्यंत आकर्षक असा शैलीदार पोशाख घालतात. आणि रॉकर्स म्हणजे तरुणांचा असा गट की जे शक्तिशाली मोटारसायकल चालवितात आणि कातड्याचा अवजड पोशाख घालतात. हॉल आणि क्लार्क (Hall et al. and Clarke et al.) यांच्या मते, मॉड्स यांच्या संदर्भात जर स्पष्टीकरण करावयाचे असेल तर ते नवीन कामगार वर्गाच्या संपन्नतेचे प्रतीकात्मक प्रतिनिधित्व करतात आणि उघडपणे उपभोक्ताप्रवृत्तीचा प्रसार व प्रदर्शन करतात. तर रॉकर्स हे पारंपरिक कामगार वर्गाची मूल्ये, की ज्यात कामगार वर्ग समुदाय आणि आक्रमक पुरुष स्वाभिमान यांचा समावेश होतो, यांचे प्रतिनिधित्व करतो. या प्रकारच्या युवा सांस्कृतिक प्रघटनेचा अभ्यास विशेषत: ब्रिटनमध्ये समाजशास्त्रीय

छाननीचे अंग बनले होते व त्याची सुरुवात १९७३ साली एस. कोहेन यांच्या 'लोकसैतान व नैतिक धसका' (Folk Davil and Moral Panic) यावरील संशोधनात्मक योगदानापासून झाली. १९६४ ते १९६६ या कालावधीत ब्रिटनच्या समुद्रकिनाऱ्यावर मॉड्स आणि रॉकर्स यांच्या गटाकडून घडलेल्या अनेक प्रसंगांचा तेथील वृत्तपत्रे आणि प्रसारमाध्यमे यांनी निषेध केला होता, या प्रसंगाचे एस. कोहेन यांनी, प्रसारमाध्यमांनी या गटांना विपथगामित्वाची जी वागणूक दिली होती त्याचे व्यष्टी अध्ययनपद्धतीद्वारे परीक्षण केले होते. त्याआधारे कोहेन असा दावा करतात की, प्रसारमाध्यमांनी या गटाच्या संदर्भात स्वीकारलेल्या साचेबंद कल्पना, काल्पनिकता इत्यादींमुळे या गटातील तरुणांत सैतानी प्रवृत्ती निर्माण होण्यास मदत झाली होती.

सारांशरूपात, मॉड्स आणि रॉकर्स गटांत प्रामुख्याने मौजमजा करणाऱ्या, छंदीफंदी तरुणांचा समावेश होतो की जे आकर्षक पोशाख करून मोटारसायकली भरधाव वेगात पळवितात. भारतातील महानगरातही या प्रवृत्तीच्या तरुणांचा प्रभाव वाढत आहे.

moiety - (मॉइटी) **कुलद्वयपद्धती (गोत्रार्ध) :** ज्या वेळेला परस्परांशी बेटी व्यवहार होऊ शकणारी फक्त दोन कुळेच एकत्र राहतात; त्या वेळेला त्या प्रत्येक कुलासाठी कुलद्वय (मॉइटी) अशी संज्ञा वापरतात. मॉइटी हा इंग्रजी शब्द फ्रान्स भाषेतील मॉइटी (moietie) पासून तयार झाला असून, त्याचा अर्थ आहे अर्धा भाग. कुलद्वयपद्धती दोन प्रकारच्या आहेत. ज्या समाजात मातृसत्ताक पद्धती असते तेथे 'मातृकुलद्वय पद्धती' असते, पण ज्या समाजात पितृसत्ताक पद्धती आहे त्या समाजात मात्र 'पितृकुलद्वय पद्धती' अस्तित्वात असते. ऑस्ट्रेलिया, मेलॅनेशिया आणि विशेषत: उत्तर अमेरिकेत आढळणाऱ्या आदिवासी जमातीत बहिर्विवाहपद्धती रूढ असून त्या जमातींत 'कुलद्वयपद्धती' (moiety) सर्वत्र आढळतात. परंतु आफ्रिका खंडातील आदिवासी जमातीत मात्र कुलद्वयपद्धती आढळत नाही. थोडक्यात बहिर्विवाहाने एकत्र आलेली दोन कुले जेव्हा एकत्र किंवा परस्परांच्या सान्निध्यात राहतात, तेव्हा त्यांना 'कुलद्वयपद्धती' (मॉइटी) या संज्ञेने संबोधतात.

monoculture - (मोनोकल्चर) **एकसंस्कृती :** कृषिक्षेत्रात सर्वसामान्यपणे ही संज्ञा वापरली जाते. ज्या प्रदेशात शेतातून फक्त एकच पीक काढले जाते त्यासाठी प्रामुख्याने 'एकसंस्कृती' ही संज्ञा वापरली जाते. पूर्वश्रमीच्या जीवनावश्यक

पिकांच्या उत्पादनाऐवजी आज व्यापारी शेती आणि नगदी पिके यांच्या वाढीबरोबर कृषिक्षेत्रात एकसंस्कृतीचा उदय झाला. एकसंस्कृती ही जरी काही पिकांसाठी फायदेशीर ठरत असली; तरी काही प्रकारच्या संमिश्र पिकांसाठी ती तोटेदायक ठरते. काही संमिश्र पिकांसाठी कीटकनाशकांचा वापर करणे आवश्यक नसल्याने जमिनीची सुपीकता टिकून राहते, याउलट एकसंस्कृतीमुळे शेतात एकच पीक घेतले जाते व चांगले उत्पादन व्हावे म्हणून त्यावर कीटकनाशकांचा मारा केला जातो, कृत्रिम खतांचा वापर केला जातो व परिणामत: जमिनीचा कस (सुपीकता) कमी होतो. थोडक्यात, शेतात एकाच प्रकारचे पीक मोठ्या प्रमाणावर घेण्याच्या प्रवृत्तीसाठी सर्वसामान्यपणे ही संज्ञा वापरतात.

monogamy - (मोनो'गेमी) **एकविवाह** : जगात सर्वमान्य असलेला, जगातील बहुसंख्य राष्ट्रांच्या कायद्यांनी स्वीकारलेला व समाजातील स्त्री-पुरुष प्रमाणात समतोल राखणारा विवाहाचा प्रकार म्हणजे एकविवाह होय. यात एकाच वेळेला एक पुरुष एका स्त्रीशी जेव्हा विवाह करतो तेव्हा त्या विवाहास 'एकविवाह' या संज्ञेने संबोधले जाते. आजचे बहुसंख्य समाज प्रामुख्याने एकविवाहालाच मान्यता देतात.

monotheism - (मोनो'थिइझम) **एकेश्वरवाद** : या जगात फक्त एकच परमेश्वर आहे या सिद्धान्तावर श्रद्धा किंवा विश्वास ठेवणे आणि त्या श्रद्धेवर आधारित धार्मिक श्रद्धा-सिद्धान्त मांडणे म्हणजे एकेश्वरवाद होय. जगातील प्रमुख धर्मांपैकी ज्यू, ख्रिस्ती आणि इस्लाम हे धर्म एकेश्वरवादी धर्म असून या तिन्ही धर्मांचे मूळ एकच आहे. १९७० साली लेन्स्की आणि लेन्स्की यांनी या संदर्भात जे अध्ययन केले होते, त्याआधारे ते असे प्रतिपादन करतात, की शिकारी व अन्नसंकलन अवस्थेत ईश्वराची संकल्पना अभावानेच आढळत असली तरी कृषी व बागायती समाजात ती मोठ्या प्रमाणात विस्तारित झाली होती. एकेश्वरवाद आणि वैयक्तिक नैतिक ईश्वरावर श्रद्धा या दोन्ही गोष्टी पूर्वेकडील समाजात आकाराला आल्या होत्या. एकेश्वरवादाची संकल्पना ज्यू धर्मात आढळते. अशी श्रद्धा आहे की, या धर्माचा देव यावे (Yahweh) असे म्हणतो की 'माझ्याशिवाय दुसरा कोणताही देव नाही.' हे उद्गार एकेश्वरवादाचे समर्थन करणारे आहेत. माझ्या व्यतिरिक्त जगात एकच ईश्वर आहे या संकल्पनेला मान्यता देणे म्हणजेच एकेश्वरवाद होय.

moral community - (मॉ'रल कम्यू'निटी) **नैतिक समुदाय** : नैतिक समुदाय ही संज्ञा प्रथम एमिल द्युरखेम यांनी शहरांच्या विरोधी असलेल्या पारंपरिक ग्रामीण समुदायाचे वर्णन करण्यासाठी वापरली होती. नैतिक समुदाय हा पुढील वैशिष्ट्यांनी

भरलेला असतो. १. सामाजिक एकात्मता : यात दूरगामी स्वरूपाचे आणि अत्यंत प्रेमाचे व जवळचे संबंध समाविष्ट आहेत. २. नैतिक एकात्मता : यात नैतिकता आणि वर्तन यांच्यासंबंधीच्या श्रद्धासंचाचा अंतर्भाव आहे. या संज्ञेच्या आधुनिक काळातील वापराचा विचार करता वरील दोन वैशिष्ट्यांचा समावेश असलेले धार्मिक पंथ आणि सैनिकी पलटण यांना नैतिक समुदाय ही संज्ञा लावता येईल.

moral crusade - (मॉरल क्रुसे'ड) **नैतिक मोहीम (चळवळ) :** नैतिक मोहीम ही एक प्रकारची सामाजिक चळवळ असून ती प्रतीकात्मक किंवा नैतिक प्रश्नाच्या भोवती गुंफलेली असते. उदा. दारूबंदीची चळवळ किवा अश्लील साहित्य किंवा पीतसाहित्यविरोधी चळवळी नैतिक मोहिमेत येतात. यात मेरी व्हाईट हाऊस यांनी स्थापन केलेले 'प्रेक्षक आणि श्रोते यांचे राष्ट्रीय मंडळ' समाविष्ट होते की ज्यांच्या सभासदांनी संरक्षणदलात नैतिक आणि सामाजिक मूल्यांची अंमलबजावणी करावी आणि त्यांच्या हक्कांची पुनर्बजावणी करावी; कारण ते त्यांचे मूलभूत नैतिक मूल्य आहे यासंबंधात केलेली चळवळ याअंतर्गत येते. नैतिक मोहिमेच्या अभिजात समाजशास्त्रीय आढाव्यात जोसेफ आर. गसफिल्ड यांचा मितपान चळवळीचा अभ्यास समाविष्ट होतो. याशिवाय प्रतीकात्मक मोहिमा आणि लुईस ए. झरशर (Louis A. Zurcher et al.) यांची 'सौंदर्यासाठी नागरिक' यासंबंधीच्या मोहिमा नैतिक चळवळीत अंतर्भूत होतात.

moral entrepreneur - (मॉरल आंत्रेप्रिनर) **नैतिक व्यापारी :** समाजातील असे सभासद की ज्यांच्याजवळ कायदा किंवा नियम तयार करण्याची व त्यांची अंमलबजावणी करण्याची शक्ती आहे. त्यासाठी ही संज्ञा वापरतात. या संदर्भात बेकर यांनी १९६३ साली केलेल्या 'परके : विपथगामित्वाच्या समाजशास्त्राचे अध्ययन' याचा दाखला देता येईल. बेकर यांच्या मते, विपथगामित्वाचा शिक्का अशा लोकांवर मारता येईल, की जे सार्वजनिक ठिकाणी चुकीचे काम करतात. बेकर यांच्या मते, कोणत्याही धंद्याचे उत्पादन विपथगामित्व होय; ते या दृष्टीने की जे कायदा तयार करण्याचे काम करतात. आणि जे कायदा अस्तित्वात आल्यावर त्याचा वापर करतात, की ज्यामुळे अमूर्त कायदा गुन्हेगाराची ओळख पटवितो. जे लोक नियम तोडतात अशा लोकांवर सामाजिक संशोधन करण्यात बेकर यांना अभिरुची होती. या संदर्भात बेकर असे सूचित करतात की, 'विपथगामित्वाकडे आपण लोकांमधील आंतरक्रियात्मक प्रक्रियांचा परिणाम या दृष्टीने पाहिले पाहिजे, कारण जे काही लोक सेवेत असताना त्यांच्या स्वतःच्या

हितसंबंधाचे जतन करण्यासाठी कायदा तयार करतात तसेच स्वत:च्या हितसंबंधाचे संरक्षण करण्यासाठीच त्यांना (म्हणजे विपथगामित्वांना) पकडतात व त्यांनी केलेल्या तथाकथित गुन्ह्यांमुळे त्यावर गुन्हेगारीचा किंवा विपथगामित्वाचा शिक्का मारतात. या ठिकाणी 'व्यापारी' किंवा व्यावसायिक (entrepreneurs) हा शब्द कायदा तयार करणारे व त्याची अंमलबजावणी करणारे सत्ताधीश राजकारणी व प्रशासकीय अधिकारी या दृष्टीने वापरला असून त्यांच्या दृष्टीने विपथगामित्व किंवा गुन्हेगारी हाही एक धंदा किंवा व्यापार असल्याचे मान्य करण्यात आले असावे.

mores - (मोरे'झ्) **लोकनीती :** सामाजिक नियंत्रणाचे एक अनौपचारिक साधन म्हणून समाजशास्त्रज्ञ लोकनीतीचे अध्ययन करतात. डब्ल्यू. जी. सम्नेर (W. G. Sumner) यांनी लोकनीतीचा अभ्यास केला असून त्यांच्या मते, लोकाचार किंवा लोकरूढी (Folkways) जेव्हा अधिक बंधनकारक होतात, तेव्हा अशा लोकाचार किंवा लोकरूढीतून लोकनीती उदयाला येतात. म्हणून लोकनीतीमध्ये पुढील बाबी समाविष्ट होतात— अ. लोकनीती लोकांवर जबरदस्तीने लादल्या जातात. ब. लोकनीती अनिवार्य असतात. क. लोकनीतीचे स्वरूप हे वैयक्तिक नसते; तर सामाजिक असते व त्यात सामाजिक कल्याण आणि सामाजिक नैतिकता यांवर भर दिला जातो.

motherhood - (म'दरहूड) **मातृत्व किंवा आईपण :** 'मातृत्व' ही संज्ञा प्रामुख्याने आईचे सामाजिक महत्त्व विशद करण्यासाठी व मातृत्वाच्या व्यावहारिक वास्तवतेचे स्पष्टीकरण करण्यासाठी वापरली जाते. आई होण्याची प्रक्रिया व मातृत्व यांच्या अध्ययनातील समाजशास्त्रज्ञांची अभिरुची विविध प्रकारची आहे. १९७० पूर्वी मातृत्वाच्या अध्ययनाचा प्रकाशझोत प्रामुख्याने लोकसंख्याशास्त्रीय होता ज्यात जन्मदर आणि मुलांचे संगोपन, या प्रक्रियांना महत्त्व देण्यात आले होते. या दोन्ही प्रकरणांत अध्ययनाचा प्रमुख हेतू आईपेक्षा मुलांचा जन्म हाच होता. मातृत्वाचा अभ्यास करताना स्त्रीची जननक्षमता, प्रत्यक्ष जननक्षमतेचा कालावधी, दोन मुलांच्या जन्मातील अंतर, कुटुंबाचा आकार, संततिनियमनांच्या साधनांचा वापर, अनौरस मुलाला जन्म इत्यादींवर एकीकडे प्रकाशझोत टाकण्यात आला होता; तर दुसरीकडे आईच्या वर्तनाचा (तर कमी प्रमाणात वडिलांच्या वर्तनाचा) मुलांवर होणारा परिणाम यांच्या अध्ययनाला महत्त्व होते. याव्यतिरिक्त मुलांच्या संगोपनात सामाजिकीकरणाची भूमिका, लिंगभाव, प्रचलित सामाजिक प्रमाणके इत्यादी बाबींचा अभ्यास मातृत्वाच्या अभ्यासाचे समाजशास्त्रीय पैलू बनले.

इ.सन १९७० नंतर मात्र मातृत्वाच्या समाजशास्त्रीय अध्ययनात पितृसत्ताक श्रमविभाजनाच्या संदर्भात काही प्रश्न उपस्थित करून त्यांच्या प्रायोगिक अध्ययनावर भर देण्यात आला. मुलाच्या पालनपोषणात पालकत्वाची जबाबदारी प्रामुख्याने महत्त्वाची ठरत असल्यामुळे या कालावधीत मातृत्वाच्या अध्ययनात लिंगभाव विभेदीकरणाला महत्त्व प्राप्त झाले. या काळातच स्त्रीवादी समाजशास्त्रीय अध्ययनास प्राधान्य प्राप्त झाल्यामुळे मातृत्वाच्या अध्ययनात स्त्रीची कारकिर्द (career), व्यक्तिमत्त्व, समाजातील तिचे स्थान, लिंगभावावर आधारित श्रमविभाजन व सामाजिकीकरण इत्यादी विषयांचा अंतर्भाव यात झाला. मातृत्व ही वास्तवता आहे आणि आजच्या युगात ते आव्हानही आहे. या दोन्हींचा समन्वय मातृत्वाच्या अभ्यासात होणे गरजेचे आहे.

movement - (मू'व्हमेन्ट) **चळवळ किंवा आंदोलन :** पहा–social movement. –सामाजिक चळवळ.

multiculturalism - (मल्टिकँ'ल्चरॅलिझम) **बहुसंस्कृतिवाद किंवा बहुसांस्कृतिकता :** सांस्कृतिक बहुवादाला मान्यता देणे आणि त्यास प्रोत्साहन देणे म्हणजे बहुसंस्कृतिवाद किंवा बहुसांस्कृतिकता होय. याउलट आधुनिक प्रवृत्ती ही संस्कृतींचे एकीकरण आणि सार्वत्रिकीकरण करण्याकडे आहे. बहुसंस्कृतिवाद हा सांस्कृतिक विविधतेचे संरक्षण करतो. उदा. अल्पसंख्याकांच्या भाषेला संरक्षण देणे. परंतु त्याचबरोबर बहुसंस्कृतिवाद, अल्पसंख्याकांची संस्कृती (बहुसंख्याकांच्या) मूळ सांस्कृतिक प्रवाहापासून कशी वेगळी आहे व त्यांचे संबंध कसे असमानतेवर आधारलेले आहेत, यावरही प्रकाशझोत टाकतो. गेल्या अनेक वर्षांपासून बहुसंस्कृतिवादाच्या गांजवणुकीपासून स्वदेश समाज दूर जात असून परदेश संस्कृतीचा स्वीकार करण्याकडे लोकांचा कल वळू लागल्याने आंतरराष्ट्रीय लोकमत व आंतरराष्ट्रीय समुदाय हे आज बहुसंस्कृतिवादाचा पुरस्कार करताना दिसतात. भारत, अमेरिका ही राष्ट्रे बहुसंस्कृतीचे प्रतीक म्हणता येतील.

multi-dimensional analysis of social stratification - (म'ल्टिडाइमे'न्शनल अनॅ'लिसिस ऑफ सो'शल स्ट्रॅटिफिके'शन) **सामाजिक स्तरीकरणाचे बहुमितीय विश्लेषण :** कोणत्याही व्यक्तीच्या किंवा विशिष्ट वर्गातील व्यक्तींच्या एकूण सामाजिक आर्थिक दर्जाचे किंवा वर्गस्थानाचे निर्धारण करण्यात अनेक घटकांचे महत्त्व लक्षात घेऊन समाजाच्या सामाजिक स्तरीकरणाचे विश्लेषण करणारा एक दृष्टिकोन निर्देशित करण्यासाठी ही संज्ञा वापरली जाते. काही तज्ज्ञांच्या मते,

सामाजिक स्तरीकरणाचे बहुमितीय विश्लेषण हे मार्क्सच्या योगदानाऐवजी वेबर यांच्या योगदानातून उदयाला आले होते. ही संज्ञा तयार करण्यासाठी प्रभावी योगदान दिले ते डेव्हिड लॉकवूड (David Lockwood) यांनी. त्यांनी त्यांच्या 'काळ्या आवरणाचे कामगार' (Black coated workers) या योगदानात त्यांच्या वर्गस्थानाचे विश्लेषण करताना तीन स्वतंत्र परिस्थितींचा उल्लेख केला. त्या परिस्थिती म्हणजे १. बाजार परिस्थिती २. कामाची परिस्थिती ३. क दर्जा परिस्थिती. स्तरीकरणातील बहुमितीय महत्त्व आणि वर्गजाणिवांवर त्यांच्या प्रभावाचे महत्त्व हा समृद्ध कामगारांच्या अभ्यासाचा मध्यवर्ती विषय बनला आहे व लॉकवूड आणि जॉन गोल्डथॉर्पे हे दोघे याचे प्रमुख संशोधक होते. याशिवाय युरोप खंडातील सरंजामशाही व्यवस्थेवर आधारित स्तरीकरणव्यवस्था, भारतातील जातिव्यवस्थेवर आधारित स्तरीकरणव्यवस्था, औद्योगिक समाजातील वर्गावर आधारित समाजव्यवस्था हेही सामाजिक स्तरीकरणाच्या अध्ययनाचे बहुमितीय घटक होत.

multi-dimensional scaling - (म॑ल्टिडाइमे॑न्शनल स्केलिंग) **बहुमितीय मापनसारिणी :** बहुमितीय मापनसारिणी म्हणजे बऱ्याच वेळा तथ्यसंकलनांचा संच होय. उदा. अभिवृत्तीच्या अध्ययनाचे अनेक पैलू असल्याने त्याचे एकमितीय अध्ययन अशक्य असते. व्यक्तींच्या अभिवृत्तीचे अध्ययन करतानाच संशोधकाला सर्वसमावेशक अभिवृत्तिनिदर्शक बाबींचे विश्लेषण करण्यासाठी बहुमितीय मापनसारिणीचा वापर करावा लागतो. नंतर संशोधनात्मक प्रकरणात योग्य बाबींची निवड व सुधारणा केल्या जातात ज्यामुळे त्या बाबी योग्य प्रतिनिधित्व करू शकतील, (यात बाबींचे विश्लेषण व मापनसारिणीची रचना व निर्मिती समाविष्ट आहे) किंवा पर्यायी स्वरूपात प्रतिनिधित्वाची निवड करताना ते दोन वा अधिक बाजूंच्या बाबींचे निर्देशन करू शकतील. बहुमितीय मापनसारिणींचा उद्देश तथ्य–संकलनात सर्व घटकांना शक्यतो योग्य प्रतिनिधित्व मिळावे हा असतो.

एखाद्या साध्या प्रकरणाचा विचार करता तथ्यसंकलनाच्या माध्यमातून दोन उद्देशांतील समानता व असमानता यांची माहिती होते. उदा. सकारात्मक सहसंबंधांचे स्पष्टीकरण 'समानता' म्हणून केले जाते. उदा. एखाद्या गोष्टीचे मूल्य जितक्या उच्च प्रतीचे, तितक्या अधिक प्रमाणात चलातही समानता दिसून येते. बहुमितीय मापनसारिणीचा दुसरा हेतू हा की चलामध्ये जितक्या कनिष्ठ बाजूंचा समावेश जास्त, तितक्या प्रमाणात तथ्यसंकलनात समानता–असमानतेचे प्रतिबिंब उमटते. काही तज्ज्ञांच्या मते, सर्वसामान्यपणे कुटुंबासंबंधींच्या संशोधनात बहुमितीय

मापनसारिणीचा वापर करणे अधिक सुयोग्य ठरते.

multi-level models - (मल्टि लेव्हल मॉडेल्स) **बहुपातळीय प्रतिकृती :**
बहुपातळीय प्रतिकृतीत सामाजिक प्रघटनेतील स्थूल आणि सूक्ष्म पातळीत योग्य
त्या दुव्याचे परीक्षण करण्याशी या प्रतिकृती-संचाचा जवळचा संबंध आहे.
समाजशास्त्रात बहुपातळीय प्रतिकृतीचा वापर वैयक्तिक पातळीच्या निष्पत्तीवर
सामाजिक संदर्भाचा परिणाम ओळखण्यासाठीही केला जातो. यातील आणखी
एक महत्त्वाची बाब म्हणजे एक ज्ञानशाखा म्हणून समाजशास्त्रात व्यक्तीच्या
जीवनावर तिच्या सभोवताली असलेल्या सामाजिक परिस्थितीचा काय परिणाम
होतो व व्यक्तींकडून त्यास काय प्रतिसाद मिळतो यांचे अध्ययन मूलभूत स्वरूपाचे
आहे. दयुरखेम यांनी समुदाय संरचनेचा आत्महत्येवर होणाऱ्या परिणामाचे केलेले
अध्ययन; तर वेबर यांनी धार्मिक समुदायाचा आर्थिक रचनेवर होणाऱ्या परिणामाचा
केलेला अभ्यास ही बहुपातळीय प्रतिकृतीची उदाहरणे होत. परंतु १९८० च्या
दशकाच्या मध्यात नवीन सिद्धान्ताचा विकास झाला आणि नवीन सांख्यिकीशास्त्रीय
तंत्राचा वापर सुरू झाल्यामुळे विविध प्रकारच्या समाजशास्त्रीय समस्यांच्या
अध्ययनात नवीन बहुपातळीय प्रतिकृती सिद्धान्त विकसित झाले की ज्यांचा
दृष्टिकोन पूर्वीच्या दृष्टिकोनापेक्षा अधिक प्रगत होता.

multi - variate analysis - (मल्टि व्हेरिएट अनॅलिसिस) **बहुचलीय विश्लेषण :**
बहुचलीय विश्लेषण म्हणजे असे विश्लेषण की ज्यात तथ्यसंकलनाद्वारे जमा
केलेल्या माहितीचे विविध चलांच्या किंवा घटकांच्या आधाराने विश्लेषण केले
जाते. उदा. घरासंबंधीच्या तरतुदीच्या अभ्यासाच्या संदर्भात जर तुम्हाला तथ्यसंकलन
करावयाचे असेल तर त्यात अनेक चलांचा किंवा घटकांचा माहिती जमा
करताना विचार करावा लागणार आहे. उदा. या जमा करण्यात येणाऱ्या माहितीत
संबंधित व्यक्तीचे वय, उत्पन्न, कुटुंबाचा आकार, धर्म, जात, स्थान इत्यादींचा
अंतर्भाव करणे महत्त्वाचे ठरते. या सर्व घटकांचे एकूण लोकसंख्येतील प्रमाण व
त्यांना मिळणाऱ्या गृह तरतुदीचे प्रमाण यांचे विश्लेषण यात अभिप्रेत आहे. याशिवाय
समुदाय अध्ययने, जाती-अध्ययने, आर्थिक व्यवस्थेसंबंधीची अध्ययने, शैक्षणिक
दर्जाबाबतची अध्ययने यांत बहुचलीय विश्लेषण आवश्यक व महत्त्वाचे ठरते.

mutual knowledge - (म्युच्युअल नॉलेज) **परस्परज्ञान :** ज्ञान ही एक व्यापक
संकल्पना होय. ज्ञान म्हणजे एक प्रकारे आपल्या सभोवतालच्या परिस्थितीसंबंधीची
माहिती प्राप्त करणे होय. ज्ञानाकडे समाजशास्त्रज्ञ, संस्कृतीचा एक घटक म्हणून

पाहतात. समाजशास्त्रज्ञांच्या दृष्टीने संस्कृती समाजाचे ज्ञानभांडार होय. अमेरिकेतील सुप्रसिद्ध समाजशास्त्रज्ञ प्रा. हॅरी जॉन्सन असे म्हणतात, की अगदी रानटी जीवन जगणाऱ्या आदिवासींना (उदा. अंदमानातील आदिवासी किंवा उत्तर ध्रुव प्रदेशात राहणारे एस्किमो लोक) जिवंत राहण्यासाठी काय करावयाचे याचे ज्ञान असते. या ज्ञानात घर कसे बांधावयाचे; अन्न कसे मिळवावयाचे; प्रवास कसा करावयाचा; त्यासाठी कोणते साधन वापरावयाचे; वादळ, पाऊस, जंगली जनावरे आणि शत्रू यांपासून स्वत:चे संरक्षण कसे करावयाचे याचे ज्ञान होते. हे ज्ञान किंवा ही माहिती जुनी पिढी नवीन पिढीला देते. ज्ञान प्राप्त करण्यासाठी एका व्यक्तीला किंवा व्यक्तीच्या एका गटाला इतर अनेक व्यक्ती व गट यांवर अवलंबून राहावे लागते. ज्ञानाची दोन व्यक्तींत, दोन गटांत जेव्हा देवाणघेवाण होते तेव्हा त्यास 'परस्परज्ञान' (mutual knowledge) असे म्हणतात. एका ज्ञानक्षेत्रात तज्ज्ञ असलेली व्यक्ती दुसऱ्या ज्ञानक्षेत्रात तज्ज्ञ असेलच असे नाही. वैद्यकीय क्षेत्रात तज्ज्ञ असलेली व्यक्ती यांना कायदेविषयक सल्ल्यासाठी वकिलांवर अवलंबून राहावे लागते. हे परस्परज्ञान होय. आजच्या आधुनिक समाजात माहिती तंत्रज्ञानाची झालेली प्रचंड प्रगती, त्यात निर्माण झालेली विविध साधने इत्यादी बाबी परस्परज्ञानाचे प्रतीक होत. आज आपण संगणक, भ्रमणध्वनी, दूरदर्शन केंद्र यांद्वारे पाहिजे ते ज्ञान व पाहिजे ती माहिती आत्मसात करू शकतो किंवा आपल्याजवळची माहिती वितरित करू शकतो, हेही एक प्रकारचे परस्परज्ञान होय. आज ज्ञानाचे क्षेत्र इतके विस्तारित झाले आहे की कोणताही मनुष्य सर्वज्ञानी असू शकत नाही. त्यामुळे त्याला इतर तज्ज्ञांवर अवलंबून राहावेच लागते. त्या दृष्टीने विचार करता वृत्तपत्रे, नियतकालिके, पुस्तके, संशोधनपर प्रबंध, संगणक, भ्रमणध्वनी, दूरध्वनी, दूरदर्शन, आकाशवाणी इत्यादी साधने परस्परज्ञानाचे वाहक होत.

mutually dependent group - (म्यु'च्युअली डिपे'न्डन्ट ग्रूप) **परस्परावलंबी गट :** ज्या समूहातील व्यक्ती परस्परांवर अवलंबून असतात, ज्या समूहात किंवा गटात व्यक्ती परस्परांच्या सहकार्याने आपल्या गरजा पूर्ण करण्याचा प्रयत्न करते, ज्या गटात वा समूहात परस्परांचे हितसंबंध जपणे हा गटाचा पाया आहे, असे मानले जाते; अशा समूहाला किंवा गटाला 'परस्परावलंबी गट' या संज्ञेने संबोधले जाते. परस्परावलंबी गट हा श्रेणीबद्ध असल्याने गटाचे हितसंबंध सामान्य स्वरूपाचे असतात. अशा समूहात किंवा गटात भावनिक ऐक्य मर्यादित स्वरूपाचे असते. गटातील सभासदांत असलेला परस्पर आदरभाव बऱ्याच प्रमाणात बाह्यात्कारी स्वरूपाचा किंवा वरवरचा असतो. एखाद्या कारखान्यातील,

किंवा व्यापारी वा सरकारी क्षेत्रातील नोकरशाही ही या प्रकारच्या परस्परावलंबी गटाचे महत्त्वाचे उदाहरण होय. यात व्यवस्थापक, वरिष्ठ व कनिष्ठ अधिकारी, पर्यवेक्षक, वरिष्ठ व कनिष्ठ लिपिक, संशोधक, पर्यवेक्षक आणि सर्वसामान्य कामगार इत्यादी विविध श्रेणीतील कर्मचारी समाविष्ट असतात. त्यांना त्यांचे कार्य पार पाडताना इतर वरिष्ठ वा कनिष्ठ कर्मचाऱ्यांवर अवलंबून राहावे लागते. तेव्हा नोकरशाही हा परस्परावलंबी समूह होय. परस्परसंबंधांचा विचार करून क्राऊट या समाजशास्त्रज्ञाने गटाचे जे प्रकार पाडले होते, त्यांतील हा एक प्रकार होय. याशिवाय समुदाय, मंडळ, संघटना इत्यादींचाही अंतर्भाव परस्परावलंबी गटात करावा लागतो.

nation - (ने'शन) **राष्ट्र किंवा देश :** १९२० साली 'राष्ट्र' या संकल्पनेची व्याख्या करताना मॅक्स वेबर म्हणतात की, राष्ट्र म्हणजे भावनात्मकतेचा समुदाय होय; तर बी. ॲन्डरसन (B. Anderson) यांच्या मते, राष्ट्र म्हणजे एक कल्पित समुदाय होय की जो खालीलपैकी एका वा अधिक भावनांवर आधारलेला असतो. यात वंश, वांशिकता, भाषा, धर्म, प्रथा, राजकीय स्मृती आणि इतरांच्या अनुभवात सहभाग घेणे इत्यादींचा समावेश होतो. जेव्हा लोकांना असे वाटते की, ते एक आहेत आणि त्यांच्या एकात्मतेला इतर मान्यता देतात तेव्हा ते राष्ट्र बनते. वेबर यांच्या मतानुसार आधुनिक राष्ट्रांना याची आवश्यकता वाटते की राज्याने राष्ट्रांची एकात्मता आणि हितसंबंध यांचे रक्षण करावे. राष्ट्राभिमान, राष्ट्र अस्मिता व राष्ट्रप्रेम हे राष्ट्राचे आवश्यक घटक असून त्याशिवाय राष्ट्र अस्तित्वात येऊ शकत नाही. काही शास्त्रज्ञांच्या मते, एका राज्यात अनेक राष्ट्रे असतात की जी राज्याच्या एकात्मतेला धोका निर्माण करतात. उदा. आतंकवादी संघटना. उदा. श्रीलंकेतील एल. टी. टी. ई. संघटनेचे सभासद श्रीलंकेत वास्तव्य करूनही त्यांची अस्मिता श्रीलंकेशी नसून स्वतःच्या संघटनेशी आहे. श्रीलंकेत वास्तव्य करून ते स्वतःला वेगळे मानतात. सारांशरूपात असे म्हणता येईल की, आपल्या गटाच्या किंवा समुदायाच्या भावनेचे, हितसंबंधांचे किंवा अस्मितेचे जतन करणे म्हणजे राष्ट्र होय.

national deviance conference - (नॅ'शनल डे'व्हिएन्स कॉ'न्फरन्स) **राष्ट्रीय विपथगामी परिषद :** १९६० ते १९७० या दशकात प्रामुख्याने काही ब्रिटनमधील समाजशास्त्रज्ञांच्या एका गटाने (पारंपरिक गुन्हेगारीशास्त्र व विपथगामित्वांचे समाजशास्त्र या विषयात अभिरुची असणाऱ्यांनी त्या विषयाची पुनर्रचना करण्यासाठी) एक संघटना स्थापना केली असून ती 'राष्ट्रीय विपथगामी परिषद' (NDC) या

संज्ञेने संबोधली जाते. या परिषदेचा एक संस्थापक सभासद कोहेन यांनी या परिषदेची अभिरुचिनिदर्शक चार प्रमुख वैशिष्ट्ये प्रतिपादन केली होती, ती पुढीलप्रमाणे –

अ. गुन्हेगारीशास्त्राच्या समाजशास्त्रीय बाजूंवर भर देणे आणि समाजशास्त्रीय अभिरुचीच्या प्रमुख प्रवाहाशी एकात्मता साधणे होय.

ब. 'शिक्षामोर्तब सिद्धान्त' (Labelling theory) आणि 'सामाजिक प्रतिक्रिया सिद्धान्त' (Societal reaction theory) यांच्यातील सूक्ष्मदृष्टीचा विस्तार करून त्यांच्यात सामाजिक आणि राजकीय जाणिवा निर्माण करणे होय.

क. स्वतःच्या आकलनशक्तीद्वारे व अर्थाद्वारे (meaning) विपथगामित्वाचे महत्त्व जाणून घेण्यावर भर देणे होय.

ड. गुन्हा आणि विपथगामित्व यांची व्याख्या आणि अभ्यास करून त्या दोन्हींच्या राजकीय वैशिष्ट्यांना मान्यता देणे होय.

कोहेन असा विवाद करतात की, त्यांनी दिलेले रा.वि.प. (NDC) हे या संघटनेचे नाव जरी ओबडधोबड वाटत असले; तरी विपथगामित्वाच्या नवीन दृष्टिकोनाचा विकास करण्याचे एक महत्त्वाचे साधन म्हणून (काही वेळेला हा सिद्धान्त सुधारणावादी (radical) विपथगामी सिद्धान्त म्हणून उल्लेखिला जातो.) जसे ओळखले जाते तसेच तो प्रथमतः टीकात्मक गुन्हेगारीशास्त्र व नंतर बळीशास्त्र (victimology) यांच्या अध्ययनाचा आधार बनतो. सारांशरूपात असे म्हणता येईल की विपथगामित्वाच्या सर्व पैलूंचा अभ्यास करण्याचे कार्य ही 'रा.वि.प.' संघटना करते.

nationalization - (नॅ॑शनलाइझे॑शन) **राष्ट्रीयीकरण :** एका राष्ट्रीयत्वाच्या गुणधर्माचे दुसऱ्या राष्ट्रीयत्वाच्या गुणधर्मात बदल करणारी प्रक्रिया म्हणजे एका अर्थाने राष्ट्रीयीकरण होय. विशेषतः एका राष्ट्रातील लोक किंवा नागरिक दुसऱ्या राष्ट्रात जेव्हा कायमच्या वास्तव्यासाठी जातात, तेव्हा त्या नवीन राष्ट्रातील सामाजिक पर्यावरणाशी जुळवून घ्यावे लागण्याची जी प्रक्रिया आहे; त्याला राष्ट्रीयीकरण ही संज्ञा वापरली जाते. काही तज्ज्ञांच्या मते, राष्ट्रीयीकरण एकतर अंशतः असते किंवा पूर्णतः असते. राष्ट्रीयीकरणात आपल्या मूळ देशाच्या किंवा स्वदेशीच्या वैयक्तिक वर्तनात बदल करून ज्या राष्ट्रात तुम्ही कायमचे स्थायिक होणार आहात, त्या राष्ट्राच्या पारंपरिक व प्रचलित वर्तनाप्रमाणे तुम्ही वर्तन करणे

अभिप्रेत आहे. परंतु काही विद्वानांच्या मते, संपूर्ण राष्ट्रीयीकरण हे क्वचितच आढळून येते; कारण बरेच नागरिक परदेशात कायमचे वास्तव्य करूनही स्वदेशीच्या परंपरांचे जतन करतात. अर्थशास्त्रात समाजवादी अर्थव्यवस्थेचे एक वैशिष्ट्य म्हणून राष्ट्रीयीकरणाच्या प्रक्रियेकडे पाहिले जाते. यानुसार खासगी मालकीच्या उद्योगांचे हस्तांतरण करून त्यावर सरकारी मालकी प्रस्थापित करणे म्हणजे राष्ट्रीयीकरण होय. १९४५ साली ब्रिटनमध्ये सत्तेवर आलेल्या मजूरपक्षाच्या सरकारने राष्ट्रीयीकरणाचा एक व्यापक कार्यक्रम हातामध्ये घेऊन कोळसा आणि गॅस, लोखंड आणि स्टील, वीज आणि विमानवाहतूक इत्यादी खासगी व्यक्तींच्या ताब्यात असलेल्या उद्योगांचे सरकारची मालकी असलेल्या उद्योगांत जे हस्तांतरण केले ते या प्रक्रियेचा एक भाग होय. स्वातंत्र्यप्राप्तीनंतर भारतातही अनेक खासगी उद्योगांचे रूपांतर सरकारी उद्योगात केले गेले. यात विमान, रेल्वे, बस वाहतूक कंपन्यांचे सरकारने सरकारी उद्योगात रूपांतर केले. शिवाय कृष्णम्माचारी हे अर्थमंत्री असताना त्यांनी खासगी विमाकंपन्यांचे, आयुर्विमा महामंडळात रूपांतर केले तर स्वर्गीय इंदिरा गांधींनी खासगी बँकांचे राष्ट्रीयीकरण करण्याचा निर्णय घेतला होता. परंतु विसाव्या शतकाच्या शेवटी मात्र समाजवादी विचार व सरकारी मालकी या विचाराची पीछेहाट होऊन परत बरीचशी राष्ट्रे खासगीकरणाकडे वळली आहेत. याला रशिया व चीनसुद्धा अपवाद नाहीत. भारतापुरता विचार करता १९९१ साली पी. व्ही. नरसिंहराव सरकारच्या कालखंडात भारतात राष्ट्रीयीकरणाची जागा परत खासगीकरणाने घ्यावयास सुरुवात झाली आहे.

natural selection - (नॅ'चरल सिले'क्शन) **नैसर्गिक निवड :** नैसर्गिक निवड ही उत्क्रांतिवादाची एक प्रक्रिया असून त्यात 'जो बलवान तो टिकेल' (Survival the fittest) या संकल्पनेचाही समावेश आहे. अनेक नैसर्गिक शास्त्रांचे व जीवनशास्त्राचे शास्त्रज्ञ 'जो बलवान तो जीवनसंघर्षात टिकेल' (Survival the fittest) या संज्ञेच्या निर्मितीचे श्रेय चार्ल्स डार्विन यांना देतात. काही प्रमाणात ते सत्य असले तरी ते संपूर्ण सत्य नाही. चार्ल्स डार्विन यांच्यापूर्वी सुमारे ८ वर्षे अगोदर म्हणजे १८५० साली ब्रिटिश समाजशास्त्रज्ञ हर्बट स्पेन्सर यांनी लिहून प्रकाशित केलेल्या 'सामाजिक स्थितिशास्त्र' (Social Statics) या ग्रंथात उत्क्रांतिवादी विचाराची सर्वंकष संकल्पना प्रतिपादन करताना 'उत्क्रांतिवादाचे जीवशास्त्रीय स्वरूप' विशद करताना वरील संकल्पना मांडली होती. त्यानंतर १८५८ साली चार्ल्स डार्विन यांनी लिहून प्रकाशित केलेल्या 'जीवांची उत्पत्ती' (Origin of Species) या ग्रंथात जीवशास्त्रीय उत्क्रांतिवादाची संकल्पना मांडून

त्यात 'जो बलवान तो टिकेल' हा विचार मांडला होता. स्पेन्सर यांनी स्वत: डार्विन यांच्या या ग्रंथाचे व त्यातील विचारांचे स्वागत केले होते. तर स्वत: डार्विन यांनी मात्र त्यांच्या विचारांचे श्रेय स्पेन्सर यांना दिले होते. या दोन विद्वानांच्या विचाराचा आढावा घेताना एक गोष्ट मान्य करावी लागते ती ही की, स्पेन्सर यांचे हे विचार अनुमानित होते; तर डार्विन यांचे विचार पूर्णपणे वैज्ञानिक आधारावर निर्धारित होते. निसर्गात जीवन जगत असताना प्रत्येक प्राणिमात्राला पर्यावरणाशी, आजूबाजूला असलेल्या प्राण्यांशी जो संघर्ष करावा लागला व या संघर्षात जे टिकले ते जिवंत राहिले व जे हरले ते जीव नष्ट झाले. डायनोसॉरसारख्या प्राण्यांचा आज आढळ दिसत नाही ते यामुळेच. आपली शरीररचना, वातावरणाशी समायोजन करण्याची जीवाची ताकद इत्यादींची निवड वा निर्धारण निसर्ग करतो व म्हणून त्यासाठी 'नैसर्गिक निवड' (natural selection) ही संज्ञा वापरण्यात आली.

needs - (नीड्स) **गरजा :** मानवी जीवन जगण्यासाठी किंवा जिवंत राहण्यासाठी आवश्यक त्या मूलभूत वस्तूंची पूर्तता करण्याची व्यवस्था 'गरजा' या संकल्पनेत येते. १९५४ साली मास्लो (maslow) या विचारवंताने गरजांची श्रेणीरचना (hierarchy of needs) ही संकल्पना सुचविली. यात मूलभूत शारीरिक गरजांपासून यात अन्न, सुरक्षितता व निवारा इत्यादींचा अंतर्भाव होतो) ते मानसशास्त्रीय गरजांपर्यंत (यात मालकीहक्क, स्वअस्तित्वाला मान्यता, प्रेम आणि स्ववास्तविकीकरण (self - actualization) इत्यादींचा समावेश होतो.) सर्व प्रकारच्या गरजांचा समावेश केला जातो. फक्त शारीरिक गरजांची पूर्तता करणे अत्यावश्यक असते कारण त्यांचा संबंध जिवंत राहण्याशी किंवा अस्तित्व टिकविण्याशी आहे आणि म्हणून मास्लो यांच्या मते, या शारीरिक गरजांच्या पूर्ततेला, अन्य गरजांच्या तुलनेने सर्वोच्च प्राधान्य देणे महत्त्वाचे आहे. काही समाजशास्त्रज्ञ असा वादविवाद करतात की कोणत्याही समाजाचे अस्तित्व टिकविण्यासाठी गरजांची ओळख ही 'सार्वत्रिक कार्यिक पूर्वावश्यक तत्त्वे' (Universal Function Pre-requisites) या संज्ञेने निर्देशित केली पाहिजे. गरजा यांचा दुसरा अर्थ आहे कोणत्याही स्व–संपादित वैयक्तिक प्रेरणा होत. उदा. ध्येयप्राप्तीच्या प्रेरणा. गरजांवर भाष्य करताना काही तज्ज्ञ असे मानतात, की मूलभूत गरजा आणि भासणाऱ्या गरजा यात भेद करणे जरुरी आहे. अर्थशास्त्रात 'मागणी' (wants) किंवा 'गरजा' या संकल्पनेत, मानसशास्त्रीय व सामाजिक भासमान गरजांचा संदर्भ दिला असून या गरजांना प्रेरणा देणाऱ्या वस्तूही त्यात येतात.

परंतु अनेक समाजशास्त्रज्ञांनी मात्र 'गरजा' (needs) या संज्ञेच्या वापरण्याच्या संदर्भात त्यांचे असमाधान व्यक्त केले आहे. समाजशास्त्रज्ञ असा विवाद करतात की, मानवी गरजा या सार्वभौमिक नाहीत तर त्या समाजात तयार केल्या जातात. मानवी गरजा ही संकल्पना केवळ मानसशास्त्रज्ञ किंवा कार्यात्म समाजशास्त्रज्ञ यांच्यापुरती मर्यादित ठेवता उपयोगी नाही. त्याचा अधिक व्यापक अर्थ घेणे जरुरी आहे.

negotiated order - (निगो'शिएटेड ऑर्डर) **मध्यस्थ किंवा लवादव्यवस्था :** कोणत्याही संघटनेच्या अध्ययनातील प्रभावी संकल्पना म्हणजे मध्यस्थ किंवा लवादव्यवस्था होय; की ज्यात व्यक्तीव्यक्तींतील किंवा गटागटांतील संघर्ष सोडविण्यासाठी उदयाला आलेली मध्यस्थांची सामाजिक व्यवस्था अंतर्भूत आहे. (या मध्यस्थव्यवस्थेत क्रमाने एकत्रित विचारविनिमय करणे, सौदेबाजी करणे, समायोजनाची तयारी करणे, समझोता करणे व करार करणे इत्यादी गोष्टींचा समावेश होतो.) मध्यस्थव्यवस्था ही व्यक्ती आणि गट यांच्या परस्परसंबंधांची व्यवस्था होय. सामाजिक व्यवस्था ही निश्चित स्वरूपाची व अपरिवर्तनीय नसते तर त्यात उघडपणे सुधारणा करता येते आणि त्याचप्रमाणे या मध्यस्थव्यवस्थेचे पुनर्संघटनही करता येते. वैयक्तिक कलहात, गटविषयक कलहात आणि प्रामुख्याने आजच्या औद्योगिक क्षेत्रातील कामगार–मालक संघर्षात लवादाची भूमिका नेहमीच महत्त्वपूर्ण ठरली आहे किंवा ठरत आहे.

negligence - (ने'ग्लिजन्स) **उपेक्षा किंवा दुर्लक्ष :** स्वयंचलित वाहने किंवा सार्वजनिक वाहतुकीतील वाहने यांना जेव्हा अपघात होतो तो तत्संबंधी उपलब्ध कायद्याकडे दुर्लक्ष केल्यामुळे व तसेच अपघातानंतरही संबंधित तपास अधिकारीही तत्संबंधी कायद्याच्या तरतुदीकडे जी डोळेझाक करतात, त्यासाठी ही संज्ञा वापरली जाते. आजकाल सर्वच जनता, सरकारी अधिकारी अनेक बाबतींत कायद्यातील तरतुदीकडे दुर्लक्ष करतात हे सत्य नाकारता येत नाही. सोप्या शब्दांत कायद्यातील अनेक बाबींची आज उपेक्षा केली जाते. एखादा गुन्हा अजामीनपात्र असूनही जेव्हा आरोपीला जामीन मिळतो तेव्हा ती कायद्याची एक प्रकारची उपेक्षाच होय. चोरटा व्यापार, अन्नभेसळ, वाहतूक नियमांचे उल्लंघन, भ्रष्टाचार, स्त्री अत्याचार, दहशतवाद, करभरणा इत्यादी क्षेत्रांत कायद्याची उघड–उघड उपेक्षा होते. सारांशरूपात असे म्हणता येईल, की जनता, सरकार यांच्यातर्फे जेव्हा संबंधित कायद्याचे पालन केले जात नाही तेव्हा त्यासाठी '(कायद्याची) उपेक्षा' ही संज्ञा वापरतात. समाजशास्त्रज्ञ मात्र ही संज्ञा व्यापक अर्थाने वापरतात.

कौटुंबिक क्षेत्रात कुटुंबातील व्यक्ती नातेसंबंधातील आपुलकीकडे डोळेझाक करतात. नोकरशहा जनतेच्या कामाकडे दुर्लक्ष करतात. शिक्षक विद्यार्थ्यांच्या वर्तनाकडे गंभीरतेने पाहत नाहीत, तेव्हा या सर्वांसाठी 'उपेक्षा' (negligence) ही संज्ञा वापरली जाते.

neighbourhood - (ने'बरहूड) **शेजार :** शेजार हा एक छोटा समुदाय असून त्याची पुढील तीन वैशिष्ट्ये विशद केली आहेत- १. मर्यादित क्षेत्र वा भूप्रदेश २. उच्च प्रतीचे वैयक्तिक संबंध ३. समोरासमोरचे संबंध. प्रा. चार्ल्स कुले यांनी प्राथमिक गटासंबंधी विवेचन करताना प्राथमिक गटाचा एक प्रकार 'शेजारी' यावर भाष्य केले आहे. कुले म्हणतात, मानवाने या पृथ्वीवर कायम वस्ती करावयास जेव्हा सुरुवात केली; तेव्हापासून ते आजच्या आधुनिक औद्योगिक समाजाच्या निर्मितीनंतरही 'शेजार' या प्राथमिक गटाचे महत्त्व नाकारता येत नाही. लोकांची सामाजिक जीवनातील हृदये एकत्र आणून कुटुंबाकुटुंबांत साहचर्य प्रस्थापित करण्याचे कार्य 'शेजार' या गटाने पार पाडले, हे सत्य नाकारता येणार नाही. याशिवाय 'शेजार' या गटकल्पनेत शेजारी कुटुंब, शेजारचा प्रांत, शेजारचे राष्ट्र इत्यादींचा अंतर्भाव होतो.

neo-evolutionism - (नी'ओ-इव्हॉल्यू'शनिझम) **नव-उत्क्रांतिवाद :** नव-उत्क्रांतिवाद हा सिद्धान्त (school of theory) २० व्या शतकाच्या मध्याला उदयाला आला असून, त्यात उत्क्रांतिवादी तत्त्वानुसार सामाजिक परिवर्तनप्रक्रियेला नवसंजीवनी देण्याचा प्रयत्न केला होता. १९६४, १९६६ आणि १९७१ साली पार्सन्स यांनी या संदर्भात जे जटिल स्पष्टीकरण दिले होते, त्यातून नव-उत्क्रांतिवादाची संकल्पना साकार झाली असावी. पार्सन्स यांच्या मूलभूत योगदानातील प्रमुख गोष्ट ही, की त्यांनी सुव्यवस्थितपणे असे दर्शविण्याचा प्रयत्न केला; की कार्यात्मकवाद हा योग्य प्रमाणात सामाजिक परिवर्तनाचा आढावा घेऊ शकतो आणि नव-उत्क्रांतिवादी सिद्धान्त त्यात अग्रगामी असलेल्या उणिवांवर मात करू शकतो. १९ व्या शतकातील उत्क्रांतिवादाला तीन प्रमुख तत्त्वविषयक समस्यांशी तडजोड करावी लागली. तत्त्वाशी निगडित तीन समस्या पुढीलप्रमाणे- १. उत्क्रांतिवादाची एकदिशीय गृहीते. २. साधे समाज व जटिल समाज यांच्या विकासातील मध्यवर्ती अवस्था कोणती त्याचे योग्य विशेषीकरण करण्याची उत्क्रांतिवादाची असमर्थता. ३. प्रगतीतील किंवा प्रगतीचा नैतिक व स्वसमूहश्रेष्ठतावादी दृष्टिकोन.

यातील एकदिशीय दृष्टिकोनाशी निगडित समस्येचा संबंध नव-उत्क्रांतिवादाशी असून त्यात सर्वसामान्य उत्क्रांतिवाद (General Evolutionism) आणि साकार उत्क्रांतिवाद (Concrete Evolutionism) यांतील भेदावर विचार केला जातो. सर्वसामान्य प्रकारच्या उत्क्रांतिवादात या विचाराचा समावेश आहे की, ज्यानुसार (समाजाच्या) सांस्कृतिकतेत, संस्थात्मकतेत आणि संरचनात्मकतेत आकस्मिक विकासात्मक बदल होतात. (यात प्रामुख्याने भाषा, लिखाण, कायदेशीर व्यवस्था, बाजारव्यवस्था, नोकरशाही, स्तरीकरणव्यवस्था इत्यादींतील आकस्मिक बाबी समाविष्ट होतात) हे बदल वेगवेगळ्या समाजात वेगवेगळ्या वेळी आकाराला येतात. तर साकार उत्क्रांतिवाद म्हणजे कोणत्याही विशेष समाजातील बदल होत. या ठिकाणी अधिक खोलात न जाता असे म्हणता येईल, की पारंपरिक किंवा प्राचीन उत्क्रांतिवादी विचारांचे २० व्या शतकातील विचारवंतांनी नव्या दृष्टिकोनानुसार केलेले विश्लेषण म्हणजे 'नव-उत्क्रांतिवाद' होय.

neo-imperialism - (नी'ओ-इम्पीरिऑलिझम) **नव-साम्राज्यवाद** : पहा–neo-colonialism–नव-वसाहतवाद.

neo-colonialism - (नी'ओ-कलो'निऑलिझम) **नव-वसाहतवाद** : नव-वसाहतवाद या संकल्पनेचा पहिला अर्थ आहे पूर्वाश्रमीच्या वसाहती असलेल्या राष्ट्रात सत्ता गाजविणारी राष्ट्रे. जरी त्यांना सत्ता गमवावी लागली तरी त्या राष्ट्रांवर आजही आर्थिक आणि राजकीय वर्चस्व प्रस्थापित करण्याचा किंवा ते वर्चस्व कायम ठेवण्याचा जो प्रयत्न करतात, त्यास नव-वसाहतवाद ही संज्ञा वापरली जाते. नव-वसाहतवाद या संकल्पनेच्या दुसऱ्या अर्थानुसार नव-वसाहतवाद ही एक प्रक्रिया असून प्रगत औद्योगिक राष्ट्रे तिसऱ्या जगातील राष्ट्रांवर आपले वर्चस्व निर्माण करतात मग ती राष्ट्रे पूर्वाश्रमीच्या वसाहती असोत वा नसोत. नव-वसाहतवादासाठी काही तज्ज्ञ 'नव-साम्राज्यवाद' (neo-imperialism) ही पर्यायी संज्ञा वापरतात. ही संज्ञा मार्क्सवादी विचारांशी संलग्नित आहे.

neo-liberalism - (नी'ओ-लि'बरॅलिझम) **नव-उदारमतवाद** : नव-उदारमतवाद म्हणजे कल्पनांचे असे लवचीक जाळे, की जे १९८० च्या दशकात प्रभावी होते. अभिजात उदारमतवादी सिद्धान्तावर पुनर्विचार करणे व त्याचे पुनर्मूल्यांकन करणे म्हणजे नव-उदारमतवाद होय. बहुसंख्य नव-उदारमतवादी तज्ज्ञ हे व्यक्तींचा दडपशाही राज्याविरुद्ध लढा देण्याचा हक्क मान्य करतात. या विचाराचे समर्थन करणाऱ्या महत्त्वाच्या तज्ज्ञ विचारवंतांत क्रमाने मिल्टन फ्रीडमन, फ्रेडरिच हायेक

आणि रॉबर्ट नोझिक इत्यादींचा समावेश होतो. ही विद्वानांची नावे पाहिल्यानंतर असे लक्षात येते की, या नव-उदारमतवादाचा प्रभाव समाजशास्त्रापेक्षा अर्थशास्त्र व राज्यशास्त्र यांत अधिक प्रमाणात दिसून येतो. (पहा-neo-right-नव-उजवे.)

neolithic age - (नी'ओलिथिक एज) **नव-अश्मयुग** : नव-अश्मयुग ही मानवाच्या जीवशास्त्रीय आणि सांस्कृतिक उत्क्रांतीची एक अवस्था असून त्यात कृषी, पशुपालन आणि नवीन प्रकारची दगडाची हत्यारे इत्यादी विकासात्मक वैशिष्ट्यांचा समावेश होतो. मानवी विकासातील नव-अश्मयुग ही पहिली सांस्कृतिक क्रांती असून, ज्यात मानवाने शिकार करण्यासाठी दगडापासून अनेक शस्त्रे वा हत्यारे तयार केली.

neo-machiavellians - (नी'ओ-मॅकिअव्हेलिअन्स) **नव-मॅकिअव्हेलीवादी** : 'नव-मॅकिअव्हेलीवादी' ही संज्ञा काही वेळा राजकीय समाजशास्त्रज्ञांच्या व राजकीय सिद्धान्तकारांच्या गटासाठी वापरण्यात येते. या विचारवंतांच्या गटात विशेषत: पॅरेतो, मोस्का, मायकेल इत्यादींचा समावेश होतो की जे मॅकिअव्हेली यांच्या तुलनात्मक मार्गाचा अवलंब करण्यात स्वत:ला धन्य मानीत व त्याआधारे राजकीय सत्तेचे वास्तव विश्लेषण करीत. उदा. या सर्वांनी श्रेष्ठिजनांच्या भूमिकेवर भर दिला होता.

neo-marxism - (नी'ओ-माक्सिझिझम) **नव-माक्सवादी** : विसाव्या शतकाच्या पूर्वार्धात माक्स यांचे अनुयायींनी माक्स यांच्या विचारांवर टीका केली होती. या विचारवंतांच्या टीकेचे लक्ष हे प्रामुख्याने माक्स यांच्या आर्थिक निर्धारणवादाचा सिद्धान्त होता. माक्स यांनी सामाजिक जीवनात सर्वात महत्त्वाचा घटक म्हणून आर्थिक घटकाला जे महत्त्व दिले होते ते टीकाकारांना मान्य नव्हते. टीकाकारांच्या मतानुसार माक्स यांच्या आर्थिक निर्धारणवादाचा सिद्धान्त एकांगी असून त्यांनी समाजातील सामाजिक, सांस्कृतिक, धार्मिक इत्यादी अन्य घटकांकडे दुर्लक्ष केले होते. म्हणून स्वत:ला माक्सवादी म्हणविणाऱ्या तज्ज्ञांनी माक्स यांच्या विचाराचे पुनरुज्जीवन व पुनर्मूल्यांकन केले, अशा सर्व विचारवंतांसाठी व त्यांच्या सिद्धान्तासाठी अनुक्रमे 'नव-माक्सवादी' व 'नव-माक्सवाद' ही संज्ञा वापरली जाते. या नव-माक्सवाद्यांत सार्त्र (Sartre) व त्याचा 'अस्तित्ववादी माक्सवाद', जर्गन हेबरमास व त्यांचा 'टीकात्मक सिद्धान्त' यांचा समावेश होतो. याशिवाय मारक्यूस, बोटॅमोर, फ्रेडमन, डेल्ड, जे स्टेलर इत्यादींचे विचार 'नव-माक्सवाद' या संज्ञेला पात्र ठरतात.

neo-positivism - (नी'ओ-पॉ'झिटिव्हिझम) **नव-प्रत्यक्षवाद :** अमेरिकेतील समाजशास्त्रात २० व्या शतकाच्या प्रारंभी सुरू झालेली एक चळवळ म्हणजे नव-प्रत्यक्षवाद होय. या चळवळीने अमेरिकेतील तीन महत्त्वपूर्ण विषयांचे संमिश्रण केले होते. ते तीन विषय म्हणजे १. संख्यात्मकता (quantification) २. वर्तनवाद (behaviourism) ३. प्रत्यक्षवादी ज्ञानमीमांसाशास्त्र (positivist epistemology) हे होत. या विचाराचे प्रमुख प्रणेता म्हणून फ्रॅन्कलिन एच. गिडिंग्स (Franklin H. Giddings) आणि जॉर्ज ए. लुन्डबर्ग (George A. Lundberg) यांचा उल्लेख केला जातो. याशिवाय गणिती समाजशास्त्राचे लेखक असलेले जॉर्ज के. झिप (George K. Zipf) यांनाही नव-प्रत्यक्षवादी सिद्धान्ताच्या विकासाचे श्रेय द्यावे लागेल.

इ.सन १९२२ साली प्रकाशित झालेल्या गिडिंग्स (Giddings) यांच्या 'मानवी समाजाच्या सिद्धान्तातील अध्ययन' (Studies in the Theory of Human Society) या ग्रंथात वर्तनवादाचे समर्थन करताना त्यांनी असा विवाद केला होता, की मानसशास्त्र हे अनुभवाधिष्ठित आणि वस्तुनिष्ठ बनले आहे. त्यांनी त्यांच्या या पुस्तकात प्रतिबिंबितता आणि स्थितिस्थापकत्व या दोन संकल्पनांत भेद केला होता. ते पुढे आग्रहाने असे प्रतिपादन करतात की, समाजशास्त्र हे सांख्यिकी अभ्यासपद्धतीचे विज्ञान असून कोणत्याही घटनेचे वास्तव आणि परिपूर्ण वर्णन ते (समाजशास्त्र) करू शकते. त्याचप्रमाणे लुंडबर्ग या विचाराचे जतन करतात की, समाजशास्त्र हे नैसर्गिक शास्त्राची प्रतिकृती बनू शकते आणि सामाजिक परिस्थितीत मानवी वर्तनाचे निरीक्षण करताना समाजशास्त्रज्ञांनी जाणीवपूर्वक त्यातील भावना, उद्दिष्टे, प्रेरणा, मूल्य आणि इच्छा यांचा संदर्भ देण्याचे टाळले पाहिजे. या दोन विचारवंतांचे हे विचार 'नव-प्रत्यक्षवाद' या संज्ञेला पात्र ठरतात. याउलट मार्क्सवाद्यांच्या दृष्टिकोनातून प्रत्यक्षवाद म्हणजे तथ्यांच्या निरंकुशीकरणाचा आणि प्रचलित व्यवस्थेच्या साकारीकरणाचा परिणाम होय. प्रत्यक्षवादात प्रत्यक्षवादी विचारवंतांनी कर्त्याकडे दुर्लक्ष करून त्याच्या सामाजिक क्रियेला महत्त्व दिले होते. प्रत्यक्षवाद हा कर्त्यांना व सामाजिक वैज्ञानिकांना निष्क्रियतेकडे घेऊन जातो. टीकात्मक संप्रदायातील विचारवंतांच्यानुसार प्रत्यक्षवादी विचारावर करण्यात आलेली टीका म्हणजे नव-प्रत्यक्षवाद होय.

network, social network, network theory - (ने'टवर्क, सो'शल ने'टवर्क ने'टवर्क थिअरी) **गुंफण (जाळे), सामाजिक गुंफण (जाळे), गुंफण (जाळे) सिद्धान्त :** गुंफण किंवा जाळे (network) या संज्ञेचा संदर्भ व्यक्तींशी असून त्या

व्यक्ती एक किंवा अनेक सामाजिक संबंधांनी परस्परांशी जोडल्या जातात. तेव्हा त्यातून सामाजिक जाळे आकाराला येते. जाळे किंवा सामाजिक जाळे या संकल्पनेत नातेसंबंध, संज्ञापन, मैत्री, अधिकार आणि शारीरिक संबंध इत्यादींचा समावेश होतो. जेव्हा गुंफण किंवा दुवा निर्माण करण्याचे श्रेय व्यक्तींकडे जाते तेव्हा यासाठी जो मार्ग वापरला जातो. त्यासाठी आलेखन सिद्धान्ताच्या प्रतिकृतीचा वापर केला जातो. जेव्हा जोडीपद्धती संधी किंवा संबंध याबाबतच्या जाळ्याचा अभ्यास करताना जी पद्धत वापरली जाते, त्यास समाजमिती (Sociomatrix) म्हणतात व जमलेल्या माहितीचे आलेखन करण्याच्या पद्धतीला 'समाजालेख' (Sociograph) असे म्हणतात. उदा. विविध जातींतील वा धर्मांतील स्त्री-पुरुषांच्या विवाहवयाचे अध्ययन करताना समाजमिती व समाजालेख या पद्धतींचा वापर करता येतो. गुंफण सिद्धान्तात विसाव्या शतकात जे परिवर्तन झाले त्याचे स्वरूप पुढीलप्रमाणे–

१. इ.सन १९४० : गुंफण किंवा जाळे विश्लेषणाचा गणिती आधार, या कालावधीत आलेखन सिद्धान्त (Graph Theory) होता.

२. इ.सन १९५० : गुंफण वा जाळे विश्लेषण, या कालखंडात प्रामुख्याने त्या त्या प्रघटनेच्या संरचनात्मक वैशिष्ट्याभोवती केंद्रित झाले होते.

३ . इ.सन १९६० व नंतर : या व यानंतरच्या कालखंडात सामाजिक गुंफण किंवा जाळे संबंधांच्या अध्ययनावर किंवा त्याच्या विश्लेषणावर गणिती समाजशास्त्राचा मोठा प्रभाव होता व या गणिती समाजशास्त्राचे प्रणेते होते हॅरिसन व्हाइट (Harrison White).

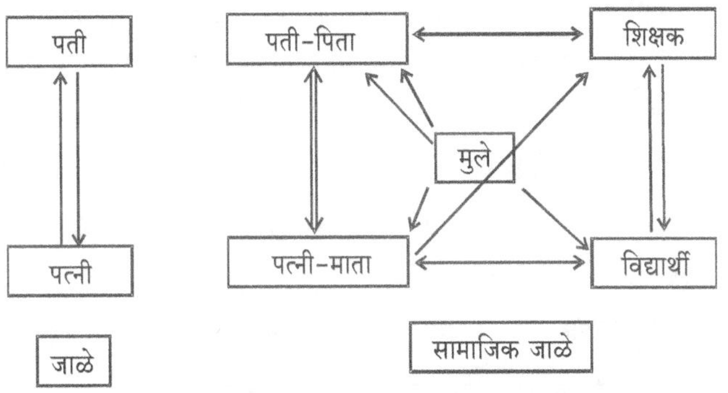

सारांशरूपात, दोन व्यक्तींतील संबंध त्या दोघांपुरतेच मर्यादित असल्याने (उदा. पती-पत्नी) त्यास जाळे ही संज्ञा वापरली जाते.

सामाजिक जाळ्यात सामाजिक संबंधांचे स्वरूप अधिक विस्तृत व गुंतागुतीचे बनते. जाळे व सामाजिक जाळे या संदर्भात झालेली अध्ययने व मांडलेले सिद्धान्त हे गुंफण किंवा जाळे सिद्धान्त म्हणून ओळखले जातात. यांत खालील गुंफण वा जाळे सिद्धान्ताचा उल्लेख महत्त्वपूर्ण ठरेल- १. ई. बॉट (E. Bott) यांचे 'कुटुंब आणि सामाजिक जाळे' (Family and Social Network). २. मार्क ग्रॅनोव्हेटर्स (Mark Granovetters) यांचे 'नोकरी मिळणे' (Getting a job). ३. पीटर व्ही. मार्सडन (Peter V. Marsden) आणि नॅन् लीन (Nan Lin) यांचे 'सामाजिक संरचना आणि जाळे-विश्लेषण' (Social Structure and Network Analysis) इत्यादी.

neutralization of deviance - (न्यूट्रलाइझे'शन ऑफ डेव्हि'अन्स) **विपथ- गामित्वाचे तटस्थीकरण :** विपथगामित्वाचे तटस्थीकरण म्हणजे स्वतःच्या विपथगामी क्रियेचे तर्कसंगततेच्या आधारे समर्थन करण्याचा प्रयत्न करणे होय.

new class - (न्यू क्लास) **नवीन वर्ग :** 'नवीन वर्ग' ही संज्ञा युगोस्लाव्हियातील भिन्नमतवादी तज्ज्ञ मिलोव्हन जिलास (Milovan Djilas) यांनी १९५७ साली प्रथम तयार केली. त्यांच्या मतानुसार पूर्व युरोपातील समाज हा वर्गसत्ता फेकून देण्यास यशस्वी ठरला नाही आणि वास्तवतेत या समाजात दक्ष नोकरशहाचा एक प्रभावी नवीन वर्ग निर्माण झाला.

अगदी अलीकडे म्हणजे १९७९ साली गोल्डनर यांनी 'वर्ग' या संकल्पनेचे सामान्यीकरण करून असे सूचित केले, की मार्क्स यांनी त्यांच्या सिद्धान्तात गृहीत धरल्यानुसार समाजातील कनिष्ठ वर्ग कोणत्याही क्रांतीनंतर कधीच सत्ताधीश झाला नाही व यापुढेही तो सत्ताधीश होण्याची शक्यता नाही. गोल्डनर यांनी आधुनिक समाजात दिसलेल्या 'नवीन वर्ग' प्रकाराचे पाच सिद्धान्त ओळखले वा पुढे आणले होते.

अ. उपयुक्त लोकशाहीवादी आणि व्यवस्थापक यांचा नवीन वर्ग यासंबंधी गालब्रेथ, बेल आणि बार्ले व मीन्स यांचे सिद्धान्त प्रसिद्ध आहेत.

ब. तज्ज्ञ किंवा निष्णात लोकांचा नवीन वर्ग, की ज्याचे पुढे एका क्षणी ऐतिहासिक श्रेष्ठिजनांच्या अभिसरणात रूपांतर झाल्यावर हाही वर्ग शोषक वर्ग बनला.

क. जुन्या वर्गाच्या एकत्रीकरणातून निर्माण झालेल्या 'नवीन वर्ग' या गटात आपापल्या व्यवसायात समर्पित झालेल्या वा झोकून दिलेल्या व्यावसायिकांचा

समावेश होतो. या वर्गातील जुन्या श्रीमंत वा पैसेवाल्या वर्गातील लोकांनी एकत्र येऊन नवीन समुच्चयोद्भव व्यवसाय सुरू केले. (सामुदायिक शेती, सामुदायिक बाजार इत्यादी.)

ड. सत्ताधीश सेवकांचा नवीन वर्ग निर्माण झाला, ज्यात पैसेवाले किंबा भांडवलशहा यांनीच सत्ता स्वत:कडेच ठेवली.

ई. गोल्डनर यांच्या मतानुसार आजचा नवीन वर्ग म्हणजे वैगुण्यसहित सार्वभौमिक वर्ग (Flawed Universal class) होय. हा नवीन वर्ग आपमतलबी किंवा स्वार्थी लोकांचा असणार असून, हा वर्ग त्यांच्या स्वत:च्या कार्यपद्धतीवर त्यांचे नियंत्रण नसलेला असतो. परंतु गोल्डनर असे म्हणतात की इतिहासाने आपल्याला हातात आज हे हुकुमाचे पान सत्ता खेळण्यासाठी दिले आहे.

या नवीन वर्ग प्रकाराच्या संदर्भात गोल्डनर असे सूचित करतात की, आज हा पाचवा नवीन वर्ग (म्हणजे आपमतलबी लोकांचा वर्ग) अधिकाधिक शक्तिशाली बनत आहे.

new deviancy theory - (न्यू डे'व्हिअन्सी थिअरी) **नवीन विपथगामी सिद्धान्त :** विपथगामित्वाचा अभ्यास करणारा जहाल दृष्टिकोन म्हणजे नवीन विपथगामी सिद्धान्त होय, ज्यात पर्यायी प्रत्यक्षवादी विचारांचे सादरीकरण अशा तऱ्हेने करण्यात आले आहे की ज्यात असे सूचित करण्यात आले की एखादी व्यक्ती किंवा एखादा संशोधक हा विपथगामित्वाचे जीवशास्त्रीय, शरीरशास्त्रीय, मानसशास्त्रीय आणि सामाजिक, निर्धारक घटक वैज्ञानिकदृष्ट्या स्थापित करू शकतो. हा वैज्ञानिक दृष्टिकोन विपथगामित्वाचे वस्तुनिष्ठ आणि राजकारणविरहित विश्लेषण करण्यासाठी अत्यावश्यक आहे. निर्धारणवादी तज्ज्ञांच्या दृष्टिकोनाच्या विरोधात जाऊन नव-विपथगामी सिद्धान्त आंतरक्रियात्मक विचारांवर भर देतात, की ज्यात विपथगामी वर्तन करणाऱ्या कर्त्याच्या वर्तनाचे प्रथम आकलन केले जाते व नंतर त्याआधारे विपथगामी वर्तनाला केंद्रीभूत मानून मग त्यांची सामाजिक संरचना वा सामाजिक बांधणी केली जाते. नवीन विपथगामी सिद्धान्त तज्ज्ञांचा प्रारंभबिंदू हा 'शिक्कामोर्तब-सिद्धान्त' (Labelling Theory) असून ज्यात विपथगामित्वाचा निर्धारक घटक म्हणून मानवी स्वभावाच्या ऐवजी सामाजिक प्रतिक्रियात्मक घटकांवर भर दिला आहे. १९६० च्या दशकाच्या शेवटी शेवटी व १९७० च्या दशकाच्या प्रारंभी उदयाला आलेले नवीन विपथगामी सिद्धान्त असा विवाद करतात की, विपथगामित्वाच्या राजकीय परिणामांचे आकलन होणे

महत्त्वाचे आहे आणि नंतर मग सामाजिक संशोधकांनी आपले राजकीय डावपेच उघड केले पाहिजेत. नवीन विपथगामी सिद्धान्तातील वर्चस्ववादी किंवा प्रबळ राजकारण हे की, हे सिद्धान्त उदारमतवादी असून अधिकारवादविरोधी आहेत. कुटुंब, पोलीस, न्यायालय, तुरुंग आणि राज्य यांच्या विविध प्रतिक्रियांच्या विरोधात जाऊन हे सिद्धान्तकार विपथगामी व्यक्तींची बाजू घेतात. या प्रकारच्या राजकीय डावपेचांचे अनेक सामाजिक परिणाम झाल्याचे दिसून येते. त्यातला एक परिणाम म्हणजे ते सिद्धान्त सामाजिक नियंत्रणाच्या प्रभावाचे नुकसान करण्यावर भर देतात. उदा. तुरुंगात कैद्याला दिल्या जाणाऱ्या क्रूर वागणुकीला यांचा विरोध असतो. कैद्याबाबत किंवा विपथगामित्वाबाबत ताठर दृष्टिकोनाऐवजी लवचीक दृष्टिकोन स्वीकारण्यावर नवीन विपथगामी सिद्धान्तकार भर देतात.

new international division of labour - (न्यू इन्टरनॅशनल डिव्हिजन ऑफ लेबर) **नवीन आंतरराष्ट्रीय श्रमविभाजन :** 'नवीन आंतरराष्ट्रीय श्रमविभाजन' ही संज्ञा जागतिक अर्थव्यवस्थेत गेल्या काही दशकांत जे परिवर्तन झाले, त्या संदर्भात वापरली जाते. या परिवर्तित जागतिक अर्थव्यवस्थेत काही उत्पादनप्रक्रिया तिसऱ्या जगातील राष्ट्रात स्थलांतरित झाल्या. १९८० साली फ्रॉबेल (Frobel et al.) यांनी या प्रक्रियेचे सुव्यवस्थित विश्लेषण केल्यानंतर ते असा विवाद करतात की, १९७० च्या दशकात संज्ञापन आणि वाहतूक क्षेत्रात जे परिवर्तन झाले व त्याचा एकत्रित परिणाम अत्यंत प्रगत भांडवलशाहीवादी औद्योगिक राष्ट्रांतील उत्पादनवाढीचे प्रमाण एकीकडे मंद झाले; तर दुसरीकडे नफ्याच्या प्रमाणात घट झाली व त्यामुळे त्यांनी उत्पादनप्रक्रिया फायदेशीर ठरावी म्हणून उत्पादनप्रक्रियेचे स्थानांतरण तिसऱ्या जगातील राष्ट्रांत केले. अधिक सामान्यपणे असे म्हणता येईल, की कापड उद्योग आणि विजेच्या वस्तूचे उत्पादन उद्योग, राष्ट्रातीत किंवा बहुराष्ट्रीय कंपन्यांनी (Transnational Companies) अशा तिसऱ्या जगातील राष्ट्रांत हलविले जेथे श्रमशक्तीवर राजकीय दडपण असल्यामुळे स्वस्तात श्रमशक्ती उपलब्ध होते. ज्या राष्ट्रात 'मुक्त व्यापार विभाग' आहेत व जेथे उत्पादनांवर कोणताही जकातकर नसतो व उत्पादनप्रक्रियेत व तसेच आयातनिर्यात प्रक्रियेत कोणतेच अडथळे नाहीत, या राष्ट्रांत उत्पादन करण्यात आलेला सर्वच्यासर्व माल अन्य राष्ट्रांत निर्यात केला जातो व त्यातून जागतिक बाजार कारखाने आणि निर्यातोद्भव औद्योगिकीकरण या संज्ञा आकाराला आलेल्या आहेत. उत्पादनव्यवस्था, दूरसंचारव्यवस्था आणि वाहतूकव्यवस्था यांत झालेल्या परिवर्तनामुळे मोठ्या उत्पादनसंस्था एकीकडे प्रगत राष्ट्रातील कुशल व तांत्रिक

कामगारांचा वापर करून घेताना, दुसरीकडे अप्रगत राष्ट्रातील स्वस्त दरातील अकुशल व अप्रशिक्षित कामगारांचाही वापर करीत. या मोठ्या कंपन्या अनेक राष्ट्रांत उत्पादित झालेल्या वस्तूंच्या विविध घटकांचे एकत्रीकरण करून कोणत्याही वस्तूची निर्मिती कोणत्याही देशात करीत. लॅटिन अमेरिकेतील राष्ट्रे, आफ्रिका खंडातील राष्ट्रे, दक्षिणपूर्व आशियातील राष्ट्रे यांतील अकुशल व अप्रशिक्षित श्रमिक तर प्रगत राष्ट्रांतील कुशल व तांत्रिक प्रशिक्षित श्रमिक अशा दोहोंचा वापर मोठे उत्पादक करून घेत. यातून आंतरराष्ट्रीय श्रमविभाजन आकाराला आले.

new left (न्यू लेफ्ट) **नवीन डावे :** १९५० च्या नंतर अमेरिका व इंग्लंड या राष्ट्रांतील बुद्धिवाद्यांच्या गटाने केलेली एक विस्कळीत चळवळ; की एकीकडे मार्क्सवादाचे चित्र रंगविताना त्याआधारे समाजवादाला प्रोत्साहन देते. अमेरिका व नवीन डाव्या गटाने सोव्हिएट रशियावर टीका केली व स्वत:ला जाणीवपूर्वक जटिल मार्क्सवादापासून अलग केले. १९५६ साली झालेल्या हंगेरीतील क्रांतीत रशियाच्या दडपणाचे प्रतिसाद उमटून त्यातून युरोपात 'नवीन डावा मार्क्सवादी पक्ष' कार्यरत किंवा क्रियाशील झाला. ब्रिटनमध्ये तेथील अनेक प्रमुख बुद्धिवादी या नवीन डाव्या चळवळीशी संलग्न झाले. या प्रमुख बुद्धिवाद्यांत इतिहासकार एडवर्ड थॉम्पसन (Edward Thompson) आणि पेरी ॲन्डरसन (Perry Anderson), सांस्कृतिक सिद्धान्तकार रेमण्ड विलियम्स (Raymond Williams) आणि समाजशास्त्रज्ञ स्टुअर्ट हॉल (Stuart Hall) यांचा समावेश होता. या चळवळीचे प्रमुख सैद्धान्तिक नियतकालिक म्हणून 'नवीन डावे समालोचन' (The New Left Review) आकाराला आले.

याशिवाय या नवीन डाव्या चळवळीने अधिक विस्तृत दृष्टीने विचार करता अनेक जहाल सामाजिक व राजकीय चळवळीचे नेतृत्व केले होते. या चळवळींत अण्वस्त्रांचे नि:शस्त्रीकरण चळवळ आणि स्त्रीवादी चळवळ यांचा अंतर्भाव होतो. अमेरिकेत नवीन डाव्यांच्या चळवळीत नागरी हक्क चळवळ व व्हिएतनाम युद्धाला विरोध करणारी चळवळ इत्यादी समाविष्ट होतात. १९८० साली अमेरिकेत व ब्रिटनमध्ये आकाराला आलेल्या नवीन उजव्या चळवळीमुळे डाव्या व उजव्या यांच्या चळवळींत संतुलन प्रस्थापित झाले.

new middle class - (न्यू मि'डल क्लास) **नवीन मध्यम वर्ग :** १९७० च्या कालावधीत वर्गाचे विश्लेषण करताना काही गटांना वर्गव्यवस्थेत नेमके कोणते स्थान प्रदान करावे या संदर्भात काही प्रश्न निर्माण झाले. या वर्गातील व्यक्ती 'मध्यम

स्वरूपाची भूमिका' (Intermediate roles) बजावत होते. ह्या वर्गातील व्यक्ती उत्पादनसाधनांचे मालकही नव्हते व उपजीविकेसाठी श्रम विकणारे श्रमिकही नव्हते. मार्क्स यांच्या वर्गीकरणानुसार ते मध्यम वर्गाचे घटक नव्हते, तसेच ते खालच्या वर्गाचेही सभासद नव्हते. अशा गटांत प्रामुख्याने व्यवस्थापक, पर्यवेक्षक, पगारी व्यावसायिक, अन्य व्यावसायिक, तंत्रज्ञ, शाळा-महाविद्यालयातील शिक्षक इत्यादींचा समावेश होतो. या सर्वांसाठी राईट यांनी 'नवीन मध्यम वर्ग' ही संज्ञा वापरली होती. राइट (Wright) यांनी नवीन मध्यम वर्गाचे खालील १२ गटांत विभाजन केले होते. राइट यांनी या संदर्भांत केलेला तक्ता पुढीलप्रमाणे–

	उत्पादन-साधनांचे मालक	उत्पादनसाधनांची मालकी नसणारे (पगारी कामगार)		
अ. यांच्या जवळ कामगारांना विकत घेण्याइतके भांडवल असते, पण ते स्वत: काम करीत नाहीत.	१. मध्यम वर्ग (bour-geoisie)	४) तज्ज्ञ व्यवस्थापक	७) आंशिक अधिकारी असलेले व्यवस्थापक	१०) अधिकार–विरहित व्यवस्थापक
ब. यांच्या जवळ जरी कामगारांना विकत घेण्याइतके भांडवल असले तरी ते स्वत:ही काम करतात.	२. छोटे/लघु मालक (small employers)	५) तज्ज्ञ पर्यवेक्षक	८) आंशिक अधिकार असलेले पर्यवेक्षक	११) अधिकार–विरहित पर्यवेक्षक
क. स्वत: काम करून उत्पादन करण्याइतके भांडवल यांच्या जवळ असते, पण ते कामगारांना विकत घेऊ शकत नाहीत.	३. दुय्यम मध्यम वर्ग (petty bourgeoisie)	६) तज्ज्ञ व्यवस्थापक नसलेले अधिकारी	९) आंशिक अधिकार असलेले कामगार	१२) कनिष्ठ कामगार

वरील तक्त्यातील ४ ते ११ गटातील कर्मचाऱ्यांना 'नव मध्यमवर्ग' ही संज्ञा लावता येईल, असे राईट यांना वाटते.

new petty bourgeoisie - (न्यू पेटि बूर्ज्वा) **नवद्वितीयम मध्यम वर्ग :** नवीन दुय्यम मध्यम वर्गात प्रामुख्याने पर्यवेक्षक वर्गातील तसेच बुद्धिजीवी वर्गातील लोक (उदा. अनेक कार्यालयीन कारकून) यांचा समावेश करावा, असे मत नव मार्क्सवादी विचारवंत किंवा सिद्धान्तकार पॉलन्ताझाज (Paulantazas) यांनी १९७५ साली व्यक्त केले होते. हा दुय्यम मध्यम वर्ग कामगार वर्गाच्या बाहेर असतो असे असले तरी हा वर्ग पारंपरिक मध्यम वर्गाचा भाग नसतो; कारण ते उत्पादनसाधनांचे मालक किंवा उत्पादनसाधनांवर नियंत्रण ठेवणारे नसतात. पॉलन्ताझाज यांच्या मते, या दुय्यम मध्यम वर्गातील सभासदांना कामगारांबद्दल एक प्रकारचा द्वेष असतो. पारंपरिक दुय्यम मध्यम वर्गाप्रमाणेच नव दुय्यम मध्यम वर्गाचे स्थान भांडवलदारांपेक्षा कनिष्ठ तर श्रमिकांपेक्षा श्रेष्ठ असते.

new right - (न्यू राइट) **नवे उजवे :** 'नवे उजवे' ही संज्ञा प्रामुख्याने खालील विचारप्रणाली क्षेत्राचा व विचारप्रणाली गटांचा हेतू व्यक्त करण्यासाठी वापरली जाते. या विचारप्रणालीचे अनुयायी मुक्त व्यापार, कल्याणकारी विरोधी, स्वातंत्र्यवादी किंवा मुक्तिवादी आणि काही वेळेला विरोधाभासात्मक वाटले; तरी सामाजिक अधिकार धोरणाच्या दृष्टिकोनाला प्रोत्साहन देतात.

या संदर्भात अनेक लेखक असा प्रश्न उपस्थित करतात की 'नवे उजवे' असे कोण अस्तित्वात आहेत? की जुन्या उजव्यांना त्यांचे वर्चस्वाचे हक्क परत प्रदान करणे होय. ब्रिटनमध्ये ॲडम स्मिथ संस्थेने त्यांच्या संशोधनाद्वारे असा दावा केला की नवे उजवे विजयी मूल्यांची पुनर्स्थापना करण्याचा प्रयत्न करतात.

या नवे उजव्यांत एक नवीन महत्त्वाची संवेदना आकाराला आली. युद्धोत्तर कालावधीनंतर आर्थिक आणि सामाजिक कल्याणाच्या संदर्भातील मतैक्यात खंड पडला. ही मंडळी स्वतःला 'जहाल उजवे' या संज्ञेने संबोधू लागली. कारण त्यांच्या मते, समानतावाद किंवा संसाधनांचे समान वाटप या बाबी समाजाला वैयक्तिक स्वातंत्र्य, आर्थिक वृद्धी आणि नफ्याचे अधिकाधिकीकरण इत्यादी ध्येयापासून मार्गच्युत करते. या जहाल उजव्यांची अनेक प्रमुख मूल्ये ओळखणे सहजशक्य आहे. त्यांपैकी काही महत्त्वाची मूल्ये खालीलप्रमाणे-

अ. जहाल किंवा नवे उजवे मुक्त व्यापार सिद्धान्तावर भर देतात आणि राज्याच्या सीमा (विशेषतः कल्याणकारी राज्याच्या) पुनर्निश्चित करण्याचा प्रयत्न करतात.

ब. बाजारात वितरणकार्यक्षमता दाखविणाऱ्यांना योग्य बक्षीस व प्रोत्साहन द्या, पण ते नोकरशाहीतील नियोजनाप्रमाणे नको. हायेक (Hayek) या तज्ज्ञाच्या

मतानुसार कोणत्याही सरकारच्या नोकरशाहीतील आर्थिक नियोजन गुलामगिरीकडे जाणारे पहिले पाऊल होय, जे टाळून वैयक्तिक पुढाकाराला प्राधान्य म्हणजे सामाजिक समृद्धीचे प्रमुख साधन होय.

क. खासगी अर्थव्यवस्थेला लागलेले बांडगूळ म्हणजे सार्वजनिक खर्च होय. तेव्हा तो टाळावा. सार्वजनिक खर्च हा जनतेवर कर बसवून जनतेकडूनच वसूल करावा. सार्वजनिक प्रोत्साहन भत्ता, सार्वजनिक अनुदान पूर्णपणे बंद करावे.

सारांशरूपात असे म्हणता येईल, की नवे उजवे सर्व क्षेत्रांतील खासगीकरणाचे समर्थन करतात.

new structuralism, new structuralists - (न्यू स्ट्र‌ॅक्चर‌ॅलिझम, न्यू स्ट्र‌ॅक्चर‌ॅलिस्ट्स) **नव–संरचनात्मकवाद :** 'नव–संरचनात्मकवाद' ही संज्ञा अमेरिकेतील तज्ज्ञांनी अशा संशोधकांना बहाल केली, की ज्यांनी १९८० नंतर संशोधनकार्य हातात घेतले होते व ज्यांनी त्यांच्या संशोधनकार्याद्वारे, व्यावसायिक प्राप्ती किंवा लाभ या प्रक्रियेवर संरचनात्मक दडपणाचा किती प्रभाव पडतो याचे परीक्षण करण्याचा प्रयत्न केला होता. या दडपणात विभाजित श्रम बाजाराचा वाटा किती? तसेच व्यावसायिक विभाजन आणि द्विविध अर्थव्यवस्थेत प्रचलन यांचा वाटा किती यांचे अध्ययन करणारे संशोधक यात येतात व त्यांच्यासाठी ही संज्ञा वापरली होती. हे संशोधक प्रामुख्याने अर्थिक व्यवस्थेच्या काही प्रभेदक लक्षणांशी संबंधित असून सामाजिक संरचनेचा संधीच्या वितरणात, दडपणात्मक अडथळा येतो का? ह्याचे परीक्षण करणे महत्त्वाचे आहे असे मानतात. व्यावसायिक संधीचे वितरण करताना श्रेष्ठ-कनिष्ठ हा भेद (अमेरिकेत काळे-गोरे वर्गभेद, भारतात स्पृश्य-अस्पृश्य हा जातिभेद) कोणत्या प्रकारची दडपणे आणतात हे अभ्यासले जाते व त्यासाठी वरील संज्ञा वापरली जाते.

new town - (न्यू टाऊन) **नवीन छोटे शहर किंवा नवीन छोटे नगर :** नवीन छोटे शहर म्हणजे नवीन नागरी केंद्राची बांधणी १९४६ च्या नवीन शहर कायद्यानुसार करणे होय. यानंतर जे कायदे झालेत त्यानुसार नवीन शहराची बांधणी संपूर्ण नवीन जागेवर करा किंवा प्रचलित शहराचा विस्तार करून करा. जुनी शहरे (Twin cities or towns) ही संकल्पना यात येते. महाराष्ट्रातील पुणे, पिंपरी-चिंचवड, आंध्रप्रदेशातील हैद्राबाद, सिकंदराबाद, केरळातील अर्नाकुलम, कोची इत्यादी शहरे या संकल्पनेत येतात. 'नवीन शहर' ही संकल्पना एबेनझर हॉवर्ड (Ebenzer Howard) यांच्या 'बगिचा शहर' (Garden city) यात शोधली जाते. वाढत्या

लोकसंख्येला समाविष्ट करून घेण्यासाठी ही संकल्पना साकारली; तरी शहराची संरचना व जनतेला पुरवावयाच्या सामाजिक सेवासुविधा यांत संतुलन साधणे गरजेचे आहे, अन्यथा उद्दिष्टपूर्ततेत ही नवीन शहरे कमी पडल्याची टीका केली जाईल.

new universities - (न्यू यूनिव्ह'र्सिटिज) **नवीन विद्यापीठे :** नवीन विद्यापीठांची निर्मिती इंग्लंड आणि वेल्स या देशात १९९१ साली झाली व त्या विद्यापीठांच्या नावाचे पुनर्नामांकन करण्यात येऊन ती बहुशाखीय विद्यापीठे (Polytechnic Universities) या संज्ञेने संबोधली जाऊ लागली. स्कॉटलंडमध्ये मात्र विद्यापीठाचे पुनर्नामांकन करताना ती विना–विद्यापीठ केंद्र संस्था (non-university central institution) या संज्ञेने संबोधली जाऊ लागली. भारतात रुजू लागलेली मुक्त विद्यापीठे ही संकल्पना नवीन विद्यापीठे या संज्ञेत मोडते. राष्ट्रीय पातळीवरचे 'इंदिरा गांधी राष्ट्रीय मुक्त विद्यापीठ', नवी दिल्ली, किंवा महाराष्ट्रातील 'यशवंतराव चव्हाण महाराष्ट्र मुक्त विद्यापीठ', नाशिक ही वा यांसारखी अन्य विद्यापीठे यात येतात. या नवीन विद्यापीठांनी प्रत्यक्ष विद्यापीठात वा संलग्न महाविद्यालयात जाऊन शिक्षण या पारंपरिक शिक्षणप्रक्रियेला छेद देऊन 'घरबसल्या शिक्षण' ही संज्ञा या क्षेत्रात रुजविली. या मुक्त विद्यापीठांचे स्वरूपही इंग्लंड व वेल्सप्रमाणे बहुशाखीय विद्यापीठे (Polytechnic Universities) असेच आहे.

new working class - (न्यू व'र्किंग क्लास) **नवीन कामगार वर्ग :** नवीन कामगार वर्ग हा कामगार वर्गातील एक स्तर असून तो पारंपरिक कामगार वर्गापेक्षा दोन बाबतींत वेगळा आहे. एक म्हणजे या नवीन कामगार वर्गातील कामगार तंत्रज्ञानावर आधारित उद्योगात तंत्रज्ञ म्हणून कार्यरत असतात. आणि दुसरी गोष्ट ही की हे कामगार शुद्ध आर्थिक प्रश्नाऐवजी मोठ्या स्वरूपाच्या कामगार संघटनांनी निर्देशित केलेल्या सैनिकी स्वरूपाच्या सत्ता आणि नियंत्रण यांचेद्वारे मार्गदर्शित केले जातात.

'नवीन कामगार वर्ग' ही संज्ञा प्रथमत: फ्रान्समधील लेखक व तज्ज्ञ सर्गे मॅलेट (Serge Mallet) यांनी १९६३ साली उदयाला आणली. नंतर ही संज्ञा ऑलन तुरीन व ऑन्द्रे गोर्झ (Alain Touraine and Andre Gorz) यांनी वेगवेगळ्या मार्गांनी स्वीकारली होती. या दोघांनाही असे दिसून आले की (औद्योगिक) कामाच्या ठिकाणी वापरण्यात आलेल्या तंत्रज्ञानाचा परिणाम हा आधुनिक विकासाचा पाया रचण्यात कारणीभूत ठरला असला तरी त्याचे निष्कर्ष मात्र मूलत: विभिन्न किंवा अनपेक्षित होते. ब्लॉनर यांच्या मतानुसार आधुनिक औद्योगिक

प्रक्रिया ही कामगारांचे समाधान व कामाच्या ठिकाणचे ऐक्य निर्माण करते. त्याचप्रमाणे मिलेट असा दावा करतात, की जुन्या कामगार वर्गाची कामाच्या ठिकाणच्या परिस्थितीची तुलना नवीन कामगारांच्या परिस्थितीशी करता नवीन स्वयंचलित उद्योगातील कामावर, अपरिहार्यपणे अधिक नियंत्रणाची मागणी नवीन कामगार करतो व ही मागणी सर्व उद्योगांत पसरल्याचे दिसते.

newly industrializing countries - (न्यु'ली इन्ड'स्ट्रिअलायझिंग क'न्ट्रिज) **नवीन किंवा नूतन औद्योगिकीकरणात्मक राष्ट्रे :** नवीन औद्योगिकीकरण झालेल्या राष्ट्रांत दक्षिण युरोपातील, आशियातील आणि लॅटिन अमेरिकेतील अनेक राष्ट्रांचा समावेश होतो, की ज्यांनी १९६० च्या दशकापासून त्यांच्या त्यांच्या राष्ट्रांत औद्योगिक उत्पादनक्षमतेचा विकास केला. या नवीन औद्योगिकीकरण झालेल्या राष्ट्रांत खालील राष्ट्रे सामील केली जाऊ शकतात. यात युरोप खंडातील स्पेन, पोर्तुगाल, ग्रीस व आशियातील हाँगकाँग, सिंगापूर, तैवान आणि दक्षिण कोरिया व लॅटिन अमेरिकेतील अर्जेंटिना, ब्राझील, मेक्सिको इत्यादींचा समावेश होतो. असे असले तरी या प्रत्येक खंडातील नवीन औद्योगिकीकरण झालेल्या राष्ट्रांपुढचे प्रश्न वेगवेगळे असून ते त्यांनाच त्यांच्या राष्ट्रांतील परिस्थितीच्या मर्यादा लक्षात ठेवून सोडविण्याची आवश्यकता आहे. या ठिकाणी अधिक खोलात न जाता एवढेच म्हणता येईल, की १९६० नंतर ज्या राष्ट्रांत औद्योगिकीकरणाची प्रक्रिया सुरू झाली ती राष्ट्रे नवीन औद्योगिक राष्ट्रे म्हणून ओळखली जातात.

nomads and nomadism - (नो'मॅड्स ऑन्ड नोमॅ'डिझम) **भटके व भटकी वृत्ती :** भटके लोक किंवा भटका समाज यासाठी सर्वसाधारणपणे ही संज्ञा वापरली जाते. उत्तर आफ्रिकेतील वाळवंटात राहणारे भटके अरब बेदू'इन (Bedouin) लोक की ज्यांनाही राहण्यासाठी कायमचे वस्तिस्थान नाही; त्यामुळे ते अन्नाच्या किंवा गायरानाच्या शोधासाठी एका ठिकाणाहून दुसऱ्या ठिकाणी सतत भटकत असतात. भारतातही अनेक भटक्या जमाती असून त्याही उपजीविकेसाठी ठिकठिकाणी भटकत असतात. भारतातील भटक्या जमातीची संख्या २१६ असून, त्यांपैकी तब्बल १९८ जमातींचा उल्लेख, भटक्या गुन्हेगारी जमाती असा करण्यात आला होता. त्यांतील काही भटक्या जमातींची नावे पुढीलप्रमाणे— साँसी (Sansi), मीना (Meena), कंजार (Kanjar), बावरिआ (Bavaria), बोरिआ (Boria), डोम (Dom), हबूरा (Haboora) इत्यादी. महाराष्ट्रपुरता विचार करता महाराष्ट्रात वैदू, कोल्हाटी, डोंबारी, कैकाडी, बंजारा, पारधी इत्यादी भटक्या

जमाती आहेत. या कोणालाच कायमचे वस्तिस्थान नसल्याने उपजीविकेसाठी ते गावोगाव भटकतात. 'भटकी वृत्ती' (Namadism) ही संज्ञा, या शिकारी किंवा अन्नसंकलन करण्यासाठी गावोगाव भटकणे ही या लोकांची जीवनशैली बनते वा एक जीवनमार्ग बनतो त्यासाठी वापरण्यात आली आहे.

non-capitalist and pre-capitalist modes of production - (नॉन-कॅ'पिटलिस्ट ॲन्ड प्री-कॅ'पिटलिस्ट मोड्स ऑफ प्रॉड'क्शन) **अभांडवलशाही आणि भांडवलशाहीपूर्व उत्पादनाची साधने :** मार्क्सवादाने विकसित केलेली ही संज्ञा आहे. भांडवलशाहीचा उदय होण्यापूर्वींच्या ऐतिहासिक काळात अस्तित्व असलेल्या अर्थव्यवस्थेचा आणि समाजव्यवस्थेचा एक प्रकार म्हणजेच अभांडवलशाहीवादी व भांडवलशाहीपूर्व उत्पादनाची साधने होत. काही मार्क्सवादी तज्ज्ञांच्या मते, ह्या प्रकारची उत्पादनाची साधने आजही भांडवलशाहीवादी उत्पादनांच्या साधनांबरोबरच अस्तित्वात आहेत. मार्क्स आणि मार्क्सवादी विचारवंत ग्रनड्रिसे (Grundrisse) यांनी बिगरभांडवलशाही व भांडवलपूर्व उत्पादनसाधनांच्या चार प्रकारांची ओळख करवून दिली होती. ती पुढीलप्रमाणे- १. आदिम साम्यवादी (primitive communism) २. प्राचीन (ancient) ३. आशियाई (asiatic) ४. सरंजामशाहीवादी (feudal). या चारी प्रकारच्या उत्पादनपद्धतींत विविधता असली; तरी शेवटच्या तीन उत्पादनपद्धतींत भांडवलशाही उत्पादनपद्धतीचा विचार करता एक महत्त्वपूर्ण भेद आहे आणि तो म्हणजे श्रमिकांकडून अतिरिक्त मूल्यांचे शोषण करण्यासाठी राजकीय सत्तेचा वापर केला जातो आणि ज्या उत्पादनपद्धतीत विविध प्रकारच्या स्वातंत्र्याचा अभाव असतो. या संदर्भात मार्क्स असा दावा करतात, की भांडवलशाहीचा आधार मुक्त पगारी श्रमिक असून केवळ आर्थिक साधनांच्या माध्यमातून श्रमिकांचे शोषण केले जाते.

non-material culture- (नॉन-मटे'रिअल क'ल्चर) **अभौतिक संस्कृती :** संस्कृतीचा एक प्रकार म्हणून अभौतिक संस्कृतीकडे पाहिले जाते. डॉ. इरावती कर्वे अभौतिक संस्कृतीचे वर्णन करताना म्हणतात, की डोळ्यांना न दिसणारी पण विचारांना आकलन होणारी मनोमय सृष्टी म्हणजे अभौतिक संस्कृती होय. म्हणूनच अभौतिक संस्कृतीत ज्ञान, श्रद्धा, नियमने, मूल्ये, विचारप्रणाली, कौशल्य इत्यादींचा अंतर्भाव होतो. काही समाजशास्त्रज्ञ केवळ अभौतिक संस्कृतीच खऱ्या अर्थाने संस्कृती आहे असे मानतात; कारण या संस्कृतीच्या माध्यमातूनच समाजातील व्यक्तींच्या वर्तनावर नियंत्रण ठेवता येते. विविध मानवी संवेदना, भावना इत्यादींचा समावेशही अभौतिक संस्कृतीत केला जातो. अभौतिक

संस्कृतीबद्दल त्या त्या समाजातील व्यक्तींना एक प्रकारचा अभिमान, एक प्रकारची आपुलकी वाटते म्हणून ती अधिक चिरस्थायी असते.

non-response - (नॉन-रिस्पॉन्स) **अस्वीकार किंवा अनुत्तर :** सामाजिक शास्त्रे व विशेषत: समाजशास्त्र यांच्या संशोधनकार्यात आढळणारी एक समस्या म्हणजे अनुत्तर होय. संशोधकाने संशोधनाच्या संदर्भात पाठविलेल्या प्रश्नावलीचा उत्तरदात्याकडून एकतर अस्वीकार केला जातो किंवा प्रश्नावलीतील प्रश्नांची उत्तरे देण्याचे टाळले जाते. विशेषत: पोस्टाने जेव्हा प्रश्नावली पाठविली जाते, तेव्हा त्याला केवळ ५०% लोकच प्रतिसाद देतात व बाकीचे दखलच घेत नाही. परंतु काही तज्ज्ञांच्या मते, प्रश्नावलीला मिळालेला ५०% प्रतिसाद चांगलाच आहे. प्रश्नावलीला प्रतिसाद न मिळण्याची अनेक कारणे संभवतात. त्यात चुकीचा पत्ता, माहिती देणारा गाव सोडून जातो वा मृत पावतो, माहिती देणाऱ्याचा निष्काळजीपणा इत्यादींचा समावेश होतो. काहींना संशोधनविषयाचे महत्त्वच माहिती नसल्याने प्रश्नावली भरून देण्याकडे दुर्लक्ष करतात. म्हणूनच सामाजिक शास्त्रात व समाजशास्त्रातही संशोधनाचे निष्कर्ष १००% अचूक नसतात.

non-unilineal descent - (नॉन-युनि'लि'निअल डिसे'न्ट) **अन-एकदिशीय वंशपरंपरा :** नातेसंबंधाचे स्वरूप विशद करणारी एक वंशपरंपरा असून यात नातेसंबंधी गटाचे सभासदत्व हे केवळ मातेकडच्या नातेवाइकांवर किंवा पित्याकडच्या नातेवाइकांवरच केवळ प्राप्त होते असे नाही; तर ते दोघांकडूनही अवलंबून असते म्हणून त्यासाठी 'अन्-एकदिशीय वंशपरंपरा' ही संज्ञा वापरली जाते.

norm - (नॉर्म) **प्रमाणक किंवा नियमन :** सामाजिक पार्श्वभूमीत व्यक्तीच्या वर्तनाला नियमित करणारे मापदंड किंवा नियम म्हणजे प्रमाणक किंवा नियमन होत. हॅरी जॉन्सन यांच्या मतानुसार '(व्यक्तीच्या) वर्तनावर काही मर्यादा घालणारा व मनात बाळगलेला अमूर्त विचार किंवा भावनात्मक आदर्श म्हणजे प्रमाणक वा नियमने होत.' काही तज्ज्ञांच्या मते, सामाजिक जीवनाची कल्पना, एक सुव्यवस्थित व सातत्यपूर्ण प्रक्रिया म्हणून पाहता, आकांक्षा आणि कर्तव्ये यांवर अवलंबून असते आणि समाजशास्त्रीय दृष्टिकोनात ती सर्वसामान्यपणे सापडते. द्युरखेम यांच्या सिद्धान्तानुसार समाज एक नैतिकव्यवस्था आहे. द्युरखेम यांचा हा दृष्टिकोन आधुनिक कार्यात्मकवादाच्या विकासात प्रभावी ठरला होता. काही समाजशास्त्रज्ञ प्रमाणकांकडे किंवा नियमनांकडे सामाजिक नियंत्रणाचे एक साधन म्हणून पाहतात. पार्सन्स यांनी त्यांच्या क्रियासिद्धान्तात सामाजिक व्यवस्थेच्या ज्या चार संरचनात्मक बाजू विशद केल्या होत्या; त्यांत प्रमाणकांचा समावेश

केला होता. पार्सन्स यांच्या मते, समाजाच्या सामाजिक संरचनेत व्यक्तीने कोणत्या भूमिका पार पाडाव्यात व कोणत्या भूमिका पार पाडू नयेत हे सांगणारे नियम म्हणजे प्रमाणक होत. समाजात व्यक्तीने कोणत्या प्रकारचे वर्तन करावे हे सांगणारी प्रमाणके 'आदर्शात्मक प्रमाणके' म्हणून संबोधली जातात, तर समाजात व्यक्तीने कसे वागू नये हे सांगणारी प्रमाणके ही 'निषेधात्मक प्रमाणके' म्हणून ओळखली जातात. याशिवाय प्रमाणकांचे वैयक्तिक स्वरूपाची व सामाजिक स्वरूपाची प्रमाणके असे दोन प्रकार पाडले जातात. सारांशरूपात असे म्हणता येईल, की समाजात व्यक्तीच्या वर्तनाला निर्बंध घालणारे नियम म्हणजे प्रमाणके होत.

normal distribution - (नॉर्मल डिस्ट्रिब्यूशन) **सामान्य वितरण :** यादृच्छिक चलांच्या सातत्यपूर्ण होणाऱ्या वितरणाला 'सामान्य वितरण' ही संज्ञा लावतात, ज्यात मध्य (mean), मध्यगा किंवा मध्यमा (median) आणि बहुलक (mode) हे तिन्ही समान असतात. म्हणून काही तज्ज्ञांच्या मते, सामान्य वक्र हेही सममित असतात व ते आकाराने घंटेसारखे (Bell shape) असतात. (खालील आकृती पहा.)

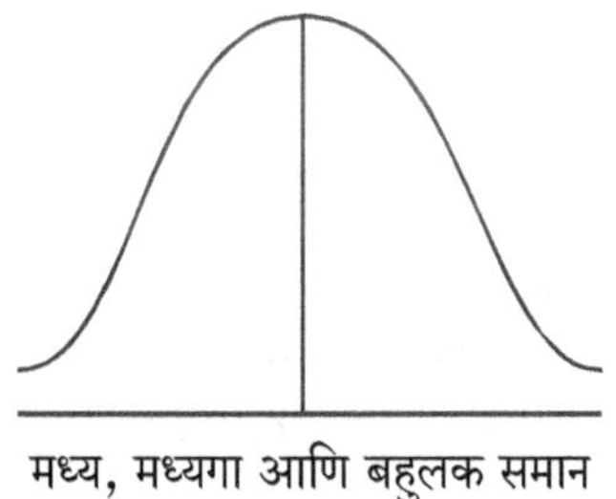

मध्य, मध्यगा आणि बहुलक समान

परिमितीय सांख्यिकीशास्त्र असे गृहीत धरते, की कोणत्याही समाजातील पालकांची किंवा मातापित्यांची संख्या सामान्य वितरणात येते. परंतु वास्तविकतेत सामान्य वितरण केवळ एक अंदाज असतो आणि त्याचा स्वीकार, परिमितीय चाचण्यांच्या गरजा पूर्ण करण्यासाठी केला जातो.

normal science and revolutionary science - (नॉर्मल सायन्स ॲन्ड रेव्होल्यूशनरी सायन्स) **सामान्य विज्ञान आणि क्रांतीसाठी विज्ञान :** १९६२ साली कुन (Kuhn) या तज्ज्ञाने सामान्य विज्ञान आणि क्रांतिकारी विज्ञान यांतील महत्त्वाचा भेद अधोरेखित केला होता. हा भेद पुढील दोन घटकांवर आधारित होता. पहिला कालावधी आहे संकल्पनेच्या स्थिरतेचा आणि विज्ञानांतील गृहीतांचा आणि दुसरा कालावधी आहे उन्नतीचा आणि अतिजलद परिवर्तनाचा. या

दृष्टिकोनाला विरोध करणाऱ्या विचारानुसार सर्व विज्ञान म्हणजे सिद्धान्त चुकीचे ठरविण्याचा एक धाडसी प्रयत्न होय. कुन (Kuhn) यांच्या असे निदर्शनास आले की सामान्य विज्ञानात सर्वसामान्यपणे कोडी सोडविण्याची क्रिया समाविष्ट असून, ज्यात विशिष्ट वैज्ञानिक रूपावलीतील (Paradigm) गृहीतांच्या अंतर्गततेचा स्वीकार केला जातो आणि त्यानुसार कार्य केले जाते. जेव्हा स्थापित रूपावली नवीन कोडे जन्माला घालण्यास किंवा निर्माण करण्यात अपयशी ठरते किंवा प्रमुख (वैज्ञानिक) नियमाविरुद्ध हल्ला करण्यास अपयशी ठरते, तेव्हा काही वैज्ञानिक क्रांतिकारी विज्ञानाकडे वळतात ; की ज्यात नवीन रूपावली (Paradigm) निर्माण केली जाते. या प्रकारच्या क्रांतिकारी बदलाचे उदाहरण म्हणून कुन (Kuhn), कोपरनिकस (Copernicus) आणि न्यूटन यांच्या क्रांतिकारी सिद्धान्ताचे देतात. त्याचप्रमाणे डॉल्टन यांचा रसायनशास्त्रातील नवीन व्यवस्थासिद्धान्त आणि आईनस्टाईन यांच्या योगदानाचाही ते या संदर्भात उल्लेख करतात. सामान्य विज्ञानाच्या कालावधीत वैज्ञानिक योगदान हे मानसशास्त्रीय व सामाजिक अनुचलनाच्या आणि गट एकात्मतेच्या वैशिष्ट्यांनी भारलेले होते. याउलट वैज्ञानिक क्रांती ही राजकीय क्रांतीप्रमाणे असून अनुचलनावर मात करण्यासाठी त्याला संघर्ष करावा लागला.

normative - (नॉर्में'टिव्ह) **प्रमाणकानुसारी :** प्रमाणकांशी संबंधित किंवा प्रमाणकांवर आधारित वर्तन म्हणजे प्रमाणकानुसारी होय. (पहा–norms–प्रमाणके.)

normative functionalism - (नॉर्में'टिव्ह फ'क्शनॅलिझम) **प्रमाणकानुसारी कार्यात्मकवाद :** प्रमाणकानुसारी कार्यात्मकवाद हा कार्यात्मकवादाचा असा एक प्रकार आहे, की ज्यात एकूण समाजाच्या एकात्मतेसंबंधीच्या मूल्य आणि मूल्य–जाणिवा यांनी जी भूमिका पार पाडली त्यांच्या महत्त्वावर भर दिला जातो. या संदर्भात बऱ्याच वेळा असा आरोप केला जातो की कार्यात्मकवादाचे हे प्रकार सामाजिक एकात्मता निर्माण करण्यातील मूल्यांचे महत्त्व आणि प्रमाणकानुसारी एकात्मतेचे महत्त्व प्रमाणहीन करते. याचे उदाहरण म्हणून टॉलकॉट पार्सन्स यांच्या संरचनात्मक कार्यात्मक सिद्धान्ताचा दाखला दिला जातो.

normative order - (नॉर्में'टिव्ह ऑर्डर) **प्रमाणकानुसारी व्यवस्था :** प्रमाणकानुसारी व्यवस्था म्हणजे प्रचलित सामाजिक परिस्थितीत सुयोग्य नियम आणि मापदंड यांची व्यवस्था होय. पार्सन्स यांच्या योगदानानुसार प्रमाणकानुसारी व्यवस्थेत दोन मूलभूत घटक अंतर्भूत आहेत. एक मूल्य व दोन प्रमाणके. प्रमाणके म्हणजे असे नियम की जे प्रचलित सामाजिक परिस्थितीत निश्चित भूमिका बजावतात.

ख्रिस्ती धर्मांतील ख्रिसमसची मेजवानी यात येते. प्रमाणके ही गटातील किंवा व्यवस्थेतील व्यक्तींच्या क्रिया आणि संबंध यांना नियमित करतात. मूल्येसुद्धा नैतिक आणि शिस्तबद्ध स्वरूपाची असतात, परंतु प्रमाणकांपेक्षा मूल्याचे स्वरूप हे विस्तृत व महत्त्वपूर्ण असते आणि विशिष्ट परिस्थितीच्या पलीकडे जाण्याची क्षमता मूल्यात असते. तसेच मूल्यांपेक्षा प्रमाणकांची माहिती ही वेगवेगळ्या संदर्भात वेगवेगळी दिली जाते. पार्सन्स यांच्या शब्दात असे सांगता येईल, प्रमाणकानुसारी व्यवस्थेची मूल्यात्मक बाजू ही समाजबंधाचे जतन करण्याच्या दृष्टीने महत्त्वाची आहे.

normative theory - (नॉर्मे'टिव्ह थिअरी) **प्रमाणकानुसारी सिद्धान्त :** प्रमाणकानुसारी सिद्धान्त ही संज्ञा अशा कोणत्याही सिद्धान्ताला लावली जाते, की जो सिद्धान्त हे स्थापित करण्याचा प्रयत्न करतो, की मूल्ये किंवा प्रमाणके समाजाच्या सर्वसमावेशक गरजा आणि अपेक्षा चांगल्या रीतीने पूर्ण करण्यास सक्षम आहेत मग त्या गरजा वा अपेक्षा सर्वसामान्य स्वरूपाच्या किंवा विशिष्ट स्वरूपाच्या असोत, त्याचे नैतिक पातळीवर समर्थन करता आले पाहिजे. जे विद्वान असे मानतात, की आधुनिक सामाजिक शास्त्राचा हेतू कायदेशीर असू नये ; तर वर्णनात्मक आणि स्पष्टीकरणात्मक असावा, परंतु या विद्वानांचा हा उद्देश सामाजिक शास्त्रे व समाजशास्त्र यांना स्वीकाराह वाटत नाही, म्हणून या परिस्थितीत 'प्रमाणकानुसारी सिद्धान्त' ही संज्ञा अमान्य करण्यात आली.

norm of reciprocity - (नॉर्म ऑफ रेसिप्रॉ'सिटी) **परस्परभावाची किंवा प्रतिसादांची प्रमाणके (नियमने) :** परस्परभावाची किंवा प्रतिसादाची प्रमाणके, ही अनेक साध्या समाजांत, नातेसंबंधांत आणि आधुनिक समाजातील मित्रत्वाच्या संबंधात अस्तित्वात आहेत. या प्रकारच्या प्रमाणकात एखाद्याला काही भेटवस्तू दिल्या, सामाजिक कार्यात विस्तृत सेवा केली तर त्या मोबदल्यात संबंधितांकडून योग्य त्या परतफेडीची अपेक्षा केली जाते. अर्थात या प्रकारच्या व्यवहाराला काही तज्ज्ञांनी 'विनिमय' ह्या संज्ञेने संबोधले असून शुद्ध आर्थिकोद्भव विनिमयापेक्षा हा विनिमय वेगळा आहे. कारण या विनिमयात सद्भावना, प्रेमभावना महत्त्वाची असते.

noumena and phenomena - (नॉऊ'मेना आणि फिनॉ'मेना) **अदृश्य किंवा स्थलकालातीत घटना आणि प्रघटना :** इमॉन्यूअल कांत (Immanuel Kant) यांनी प्रघटनाशास्त्रावर चर्चा करताना प्रघटनावादाला विरोध दर्शविणारी संज्ञा म्हणून नॉऊ'मेना (noumena) या ग्रीक शब्दाचा वापर केला. नॉऊ'मेना या

संज्ञेचा अर्थ आहे अशी घटना की जी काळ आणि स्थळ यात बांधली जात नाही; म्हणजेच स्थलकालातीत असते. तर फिनॉमेना म्हणजे स्थलकालबद्ध घटना होत. सोप्या शब्दात नॉऊमेना (noumena) म्हणजे अदृश्य घटना, तर फिनॉमेना म्हणजे दृश्य घटना होत. मानवातील आत्मा किंवा मन अस्तित्वात आहे याबद्दल शंका जरी नसली तरी त्याचे स्वरूप अदृश्य असते. मानवी मनाला स्थलकालाचे बंधन नसते म्हणून त्यांचा उल्लेख नॉऊमेना असा करावा लागेल; तर एखादा अपघात, मोर्चा, धार्मिक मिरवणूक या बाबी दृश्य स्वरूपाच्या व स्थलकालबद्ध असल्यामुळे त्यांना फिनॉमेना (प्रघटना) या संज्ञेने संबोधता येईल. फिनॉमेना (प्रघटना) या भौतिक जगाचा एक भाग आहेत; नॉऊमेना यांना मात्र भौतिक जगाच्या मर्यादित बांधता येत नाही.

nuclear family - (न्यूक्लिअर फॅमिली) **केंद्र कुटुंब :** कुटुंबाचा एक प्रकार म्हणून केंद्र कुटुंबाकडे पाहिले जाते. पारंपरिक संयुक्त व विस्तारित कुटुंबातून कालांतराने नागरिकीकरण व औद्योगिकीकरण यांचा परिणाम म्हणून केंद्र कुटुंबाची निर्मिती झाली. सर्वसाधारणपणे हे कुटुंब समाजाच्या केंद्रस्थानी असते, म्हणून त्यास 'केंद्र कुटुंब' या संज्ञेने संबोधले जाते. या कुटुंबात पती-पत्नी (वडील-आई) व त्यांची विवाह न झालेली मुले व मुलीच वास्तव्य करतात. हे कुटुंब प्रामुख्याने शहरी समुदायात आढळते व आधुनिक समाजाचे ते प्रतीक बनल्यामुळे केंद्र कुटुंबाला 'आधुनिक कुटुंब' या संज्ञेनेही संबोधले जाते.

null hypothesis - (नल हाइपॉथीसिस) **निरर्थक किंवा निष्फळ सिद्धान्तकल्पना किंवा गृहीततत्त्व :** निरर्थक किंवा निष्फळ सिद्धान्तकल्पना म्हणजे कामचलाऊ सिद्धान्तकल्पना होत, की ज्यात असे सांगितले जाते की प्रायोगिक गट आणि नियंत्रित गट यांच्यात सांख्यिकी दृष्टीने कोणताच महत्त्वपूर्ण भेद नसतो.

जेव्हा एखाद्या संशोधकातर्फे प्रयोग करण्याचे ठरविले जाते किंवा निरीक्षणात्मक तथ्यसंकलन केले जाते तेव्हा ते सर्व सिद्धान्तकल्पनेची किंवा सिद्धान्ताची चाचणी घेण्यासाठी आराखडित केले जाते व सिद्धान्ताचा विकास पूर्वीच्या योगदानाद्वारे केला जातो. ही सिद्धान्तकल्पना दोन्ही गटांतील अपेक्षित भेद प्रतिपादन करते. विरोधी किंवा उलटी सिद्धान्तकल्पना जेव्हा सांकेतिक स्वरूपात सांगितली जाते, तेव्हा त्यास निरर्थक वा निष्फळ सिद्धान्तकल्पना म्हणतात आणि त्यात सिद्धान्तातून काढलेले प्राक्कथन चुकीचे असते, त्याचप्रमाणे ज्या चलाचे संशोधन केले जाते त्या चलातील गटात कोणताच भेद नसतो.

object and subject - (ऑब्जे'क्ट ऑन्ड सब्जे'क्ट) **वस्तुबाह्यता आणि आत्मनिष्ठता :** पहा–subject and object–आत्मनिष्ठता व वस्तुनिष्ठता.

objective – (ऑब्जे'क्टिव्ह) **वस्तुनिष्ठता :** १. आपल्या ज्ञानाच्या व्यतिरिक्त स्वतंत्रपणे अस्तित्वात असलेली वा अस्तित्वात येऊ शकणारी कोणतीही गोष्ट म्हणजे वस्तुनिष्ठता किंवा वस्तुबाह्यता होय. उदा. कोणतीही भौतिक वस्तू. वस्तुनिष्ठतेचा किंवा वस्तुबाह्यतेचा हा अर्थ तत्त्वज्ञानात घेतला जातो. २. आत्मनिष्ठ (वैयक्तिक किंवा भावनात्मक) पूर्वग्रहाच्याद्वारे अर्थाचा विपर्यास करण्यापासून मुक्त गोष्ट म्हणजे वस्तुबाह्यता किंवा वस्तुनिष्ठता होय.

objective class - (ऑब्जे'क्टिव्ह क्लास) **वस्तुनिष्ठ वर्ग :** पहा–subjective & objective class–आत्मनिष्ठ व वस्तुनिष्ठ वर्ग.

objectivism - (ऑब्जे'क्टिव्हिझम) **वस्तुनिष्ठवाद :** वस्तुनिष्ठवाद हा असा एक दृष्टिकोन आहे, की ज्याद्वारे भौतिक आणि सामाजिक जगाचे प्रतिनिधित्व करणे व त्यांचा आढावा घेणे होय. या प्रतिनिधित्वाद्वारे जगाची अचूकता आणि विश्वसनीयता कोणत्याही पूर्वग्रहाशिवाय, प्राधान्याशिवाय अभ्यासता येते. आज ह्या गोष्टीची कबुली दिली जाते, की कोणताही साधा सिद्धान्त की ज्याचे आपण प्रत्यक्ष प्रतिनिधित्व करतो आहे; त्या सिद्धान्तातील वस्तुनिष्ठता प्रत्यक्षात किती प्रमाणात आत्मसात करू शकू हे सांगणे अवघड आहे. वस्तुनिष्ठतावादाला नकार देणे म्हणजे, त्यांच्या विरोधातील सापेक्षतावादाचा स्वीकार करणे नव्हे. सारांशरूपात असे म्हणता येईल की, वस्तुनिष्ठतावाद म्हणजे भौतिक व सामाजिक जगाचे वास्तव चित्र रंगविणे होय.

objectivity - (ऑब्जे'क्टिव्हिटी) **वस्तुनिष्ठता :** वस्तुनिष्ठता या संकल्पनेचा

पहिला अर्थ आहे, ज्या बाह्य जगात आपण राहतो ते जग आपल्या संकल्पनेनुसार स्वतंत्रपणे अस्तित्वात आहे. वस्तुनिष्ठता या संकल्पनेचा दुसरा अर्थ असा की, वस्तुनिष्ठता म्हणजे असे ज्ञान की जे सत्यता आणि विश्वसनीयता या निष्कर्षावर असून ते पूर्वग्रहमुक्त असले पाहिजे. बहुसंख्य ज्ञानशाखांनी वस्तुनिष्ठता या संकल्पनेचा कामचलाऊ निकष स्थापित करून दुसरा अर्थ स्वीकारला, परंतु त्याचबरोबर वस्तुनिष्ठता कशी तयार होते या प्रश्नाचे सांकेतिक उत्तर देण्यास वस्तुनिष्ठतेच्या दुसऱ्या अर्थाचे समर्थन अपयशी ठरले.

या ठिकाणी प्रश्न असा निर्माण होतो की 'वस्तुनिष्ठता' हे उद्दिष्ट भौतिकशास्त्रात तरी साध्य करता येते का? अगदी अलीकडे तत्त्वज्ञानी तज्ज्ञांनी या प्रश्नाचे उत्तर नकारार्थी दिले आहे. कारण वास्तवतेसंबंधीच्या आपल्या दृष्टिकोनाचे माध्यम आपली मर्यादित स्थितिज्ञानक्षमता होय, शिवाय सतत बदलणारे सिद्धान्त आणि संकल्पना वास्तवतेसंबंधीच्या आपल्या दृष्टिकोनाच्या संरचनेतही योग्य बदल करतात. त्यामुळे वस्तुनिष्ठतेचा नेमका अर्थ सांगणे अवघड होते.

सामाजिक शास्त्रांचा विचार करता, वस्तुनिष्ठतेच्या पहिल्या अर्थामुळे काही अधिक अडचणींचा सामना त्यांना करावा लागतो. आपल्या सामूहिक संकल्पनेनुसार सामाजिक वास्तवता स्वतंत्रपणे अस्तित्वात नसते. परंतु असे दिसून येते की, कोणत्याही व्यक्तीच्या वैयक्तिक संकल्पनेत वस्तुनिष्ठता ही स्वतंत्रपणे अस्तित्वात असते. म्हणून असा प्रश्न निर्माण होतो की, पहिल्या अर्थानुसार सामाजिक शास्त्रांनी वस्तुनिष्ठतेची आकांक्षा बाळगू नये काय? परंतु सामाजिक कर्त्यांच्या क्रियेचा वस्तुनिष्ठ आढावा कर्त्यांच्या आत्मनिष्ठ दृष्टिकोनातून घेणे वस्तुनिष्ठतेत असले पाहिजे. सारांशरूपात एवढेच म्हणता येईल की, कोणत्याही ज्ञानशाखेत परिपूर्ण वस्तुनिष्ठता सापडणे अवघड असते.

occupational communities - (ऑक्युपे'शनल कम्यू'निटिज) **व्यावसायिक समुदाय :** या ठिकाणी व्यावसायिक समुदाय म्हणजे पारंपरिक कामगारांचा वर्ग की ज्यांना उद्योगातर्फे स्थिर नोकरी देण्याची तरतूद असते. यापैकी काही उद्योग (उदा. दगडीकोळशाच्या खाणी, जहाजबांधणी कारखाने) एका विशिष्ट प्रदेशात केंद्रीकरण झालेले असतात, तर अन्य व्यवसाय उदा. छपाईकाम, वृत्तपत्रे यांत कामाचे तास समाजाला गैरसोयीचे असतात. लॉकवूड यांनी व्यावसायिक समुदायात सापडणाऱ्या कामगारांच्या वर्गासाठी 'पारंपरिक कनिष्ठवर्ग' किंवा 'तळागाळातील लोक' ही संज्ञा वापरली होती. पारंपरिक भारतीय खेड्यांत आढळणारी व्यवसायावर

आधारित बलुतेदारी पद्धती किंवा विशिष्ट व्यवसाय करणाऱ्या जातींनाही 'व्यावसायिक समुदाय' ही संज्ञा लावता येईल. यात महार, चांभार, कुंभार, न्हावी, जोशी, गुरव, परीट, कोळी, लोहार, सुतार, सोनार व चौगुला (मांग) यांचा समावेश होतो व त्याचा व्यवसाय, व्यवसाय समुदाय क्षेत्र निश्चित होते. उद्योगपूर्व भारतात ही पद्धती होती व आजही तिचे अवशेष दिसतात.

occupational mobility - (ऑक्युपे'शनल मोबि'लिटी) **व्यावसायिक गतिशीलता :** व्यावसायिक गतिशीलता म्हणजे व्यक्तीची एका व्यावसायिक श्रेणीस्थानातून दुसऱ्या व्यावसायिक श्रेणीस्थानात जाण्याची प्रक्रिया होय. व्यावसायिक गतिशीलतेचे स्वरूप व्यक्ती कोणत्या स्वरूपाच्या वर्गव्यवस्थेत कार्यरत आहे यावरून ठरते. बंद वर्गव्यवस्थेत (जातिव्यवस्था) गतिशीलतेचा अभाव असतो, तर मुक्त वर्गव्यवस्थेत गतिशीलतेलाही बऱ्याच प्रमाणात मुक्तद्वार असते. व्यावसायिक गतिमत्त्व हे ऊर्ध्वरेषी किंवा अधोरेषी अशा दोन्ही प्रकारचे जसे असते; तसेच ते व्यक्तिगत अथवा सामूहिक स्वरूपाचे असू शकते. सामूहिक स्वरूपाची गतिशीलता ही व्यवसाय थांबविण्याच्या डावपेचातून आकाराला येते. या डावपेचात व्यवसायाचे व्यावसायिकीकरण करण्यास प्राधान्य दिले जाते. १९ व्या शतकातील वैद्यकीय व्यवसायात व्यावसायिकीकरणाचे डावपेच यशस्वी झाल्यामुळे हा व्यवसाय करणाऱ्या डॉक्टरांच्या उत्पन्नात व दर्जात वाढ होऊन त्याचा परिणाम म्हणजे त्यांना समाजात प्रतिष्ठा प्राप्त झाली. त्यामुळे पारंपरिक 'कुटुंबाचा डॉक्टर' (Family doctor) ही संकल्पना लयाला गेली. वैद्यकीय व्यवसायातील व्यक्तीप्रमाणेच शैक्षणिक, व्यापारी, औद्योगिक, प्रशासकीय क्षेत्रांतील व्यवसायाचे व्यावसायिकीकरण झाल्यामुळे त्यांनाही सामूहिक स्वरूपाची गतिशीलता सहजसाध्य झाली. व्यवसायातील बदल, नोकरीत बढती वा अवनती, राजकीय क्षेत्रातील सत्ताप्राप्ती वा सत्ताविहीनता इत्यादी बाबीही व्यावसायिक गतिमत्त्वात येतात.

occupational prestige - (ऑक्युपे'शनल प्रेस्टि'ज) **व्यावसायिक प्रतिष्ठा :** व्यावसायिक प्रतिष्ठा, म्हणजे सामाजिक सन्मानाचे त्या व्यवसायाशी संबंधित आत्मनिष्ठ मूल्यमापन होय. व्यावसायिक मापनश्रेणी किंवा मापनसारिणीची बांधणी व रचना करण्यात व्यावसायिक प्रतिष्ठा महत्त्वाची भूमिका बजावते.

occupational scale - (ऑक्युपे'शनल स्केल) **व्यावसायिक मापनसारिणी (मापनश्रेणी) :** विविध व्यवसायांतील सामाजिक वर्गाचे स्थान किंवा व्यवसायाची

प्रतिष्ठा, दर्जा आणि सामाजिक योग्यता यांचे मापन करण्याची पद्धती म्हणजे 'व्यावसायिक मापनपद्धती' होय. व्यावसायिक मापनपद्धतीचा वापर प्रामुख्याने सामाजिक स्तरीकरणाच्या आणि सामाजिक गतिशीलतेच्या अध्ययनात केला जातो. व्यावसायिक मापनसारिणीची बांधणी पुढील चारपैकी कोणत्याही एका प्रकाराने केली जाते- १. स्वयंकर्तृत्व २. निवेदनात्मक ३. रचनात्मक ४. नावलौकिकात्मक.

स्वयंकर्तृत्व दृष्टिकोनानुसार संशोधक, समुदायातील व्यक्तीच्या नावलौकिकानुसार तिच्या व त्याच्या आत्मनिष्ठ मूल्यमापनाच्या आधाराने व्यवसायाला श्रेणी प्रदान करतो. निवेदनात्मक दृष्टिकोनानुसार व्यवसायाची श्रेणी या गृहीतत्वावर निर्धारित केली जाते की, स्वत:च्या सामाजिक नावलौकिकानुसार त्याच प्रकारचा नावलौकिक असलेल्या समकक्ष व्यावसायिकांत व्यक्ती किती प्रमाणात मिळून मिसळून राहते. रचनात्मक दृष्टिकोनानुसार व्यवसायाच्या श्रेणीचे निर्धारण करताना अनेक विविध घटकांचा वापर केला जातो. या विविध घटकांत उत्पन्न, शैक्षणिक पातळी विचारात घेतली जाते. नावलौकिकात्मक दृष्टिकोनानुसार संशोधक यादृच्छिक रीतीने लोकांच्या गटाची निवड करून समुदायातील त्यांच्या प्रतिष्ठेनुसार त्यांच्या व्यवसायाला दर्जा देण्यास सांगतो आणि त्यांनी दिलेल्या उत्तरांच्या आधाराने संबंधित व्यवसायाचा दर्जा मोजला जातो.

व्यावसायिक मापनसारिणीचा मोठ्या विस्तृत प्रमाणात वापर ब्रिटनमध्ये झाल्याची नोंद आहे. ब्रिटनमधील सर्वसामान्य नोंदणी निबंधक यांनी स्वयंकर्तृत्व दृष्टिकोनाच्या आधाराने १९११ च्या जनगणनेत तेथील व्यावसायिकांचे खालील ५ वर्गांत वर्गीकरण केले होते.

अ. वर्ग १- (वरिष्ठ व्यावसायिक) यात डॉक्टर्स, वकील, हिशेबनीस इत्यादींचा समावेश होतो.

ब. वर्ग २- (मध्यम व्यावसायिक) यात शिक्षक, परिचारिका, व्यवस्थापक यांचा अंतर्भाव होतो.

क. वर्ग ३- यात कौशल्याधारित व्यवसायातील सर्व लोकांचा आणि त्याचप्रमाणे पांढरपेशा वर्ग आणि श्रमजीवी वर्ग (white and blue collar classes) समाविष्ट होतात.

ड. वर्ग ४- यात अर्धकुशल कामगार म्हणजे शेतमजूर व यंत्रज्ञ यांचा समावेश होतो.

इ. वर्ग ५- अकुशल व्यवसायातील सर्व कामगार व अन्य श्रमिक यांत सामील केले जातात.

वर्ग ३ मधील कामगार वर्गाचे वर्ग ३ (N) (यात कारकून, दुकानातील मदतनीस इत्यादी पांढरपेशी कामगार येतात.) आणि वर्ग ३ (M) (यात हस्तव्यावसायिक म्हणजे खाणकामगार, लोहार आणि सुतार इत्यादी कारागीर येतात.) असे उपविभाजन होते. १९६१ साली प्रमुख नोंदणी निबंधक यांनी वर्गव्यवस्थेची नव्याने पुनर्रचना करून पुढील ६ वर्ग तयार केले- व्यावसायिक (वर्ग १), मालक आणि व्यवस्थापक (वर्ग २), मध्यम आणि कनिष्ठ यंत्रज्ञ (वर्ग ३), कुशल हस्तव्यावसायिक, पर्यवेक्षक आणि हिशेबनीस (वर्ग ४), अर्धकुशल कामगार व वैयक्तिक सेवा देणाऱ्या व्यक्ती (वर्ग ५), अकुशल हस्तव्यावसायिक (वर्ग ६).

इ.सन १९८१ साली प्रमुख नोंदणी निबंधकांनी केलेल्या वर्गीकरणाचे नूतनीकरण अशा प्रकारे करण्यात आले की जे आंतरराष्ट्रीय मापदंडाशी तुलना करू शकेल. या वर्गीकरणाची एक समस्या ही की, त्याचा वापर समाजशास्त्रीय सिद्धान्ताचा पडताळा पाहण्यासाठी करता येत नाही. यावर उपाय म्हणून १९७४ साली गोल्डथॉर्पे (Goldthorpe) व १९७७ साली लेवेलिन (Lewellyn) यांनी स्वत:च्या व्यावसायिक मापनसारिणी तयार करून त्याचा समाजशास्त्रीय संशोधनात वापर करावयास सुरुवात केली. या उभयतांनी सामाजिक वर्गाचे सात प्रकारांत विभाजन केले होते ते असे- उच्च श्रेणीचे व्यावसायिक, व्यवस्थापक, प्रशासक आणि मोठ्या व्यवसायाचे मालक (वर्ग १), कनिष्ठ श्रेणीचे व्यावसायिक, व्यवस्थापक आणि उच्च श्रेणीचे तंत्रज्ञ (वर्ग २), ठराविक काम करणारे यंत्रकामगार (वर्ग ३), छोटे मालक व स्वयंरोजगार (वर्ग ४), कनिष्ठ श्रेणीचे तंत्रज्ञ आणि हस्तव्यवसायातील पर्यवेक्षक (वर्ग ५), कुशल हस्तव्यावसायिक कामगार (वर्ग ६), अर्धकुशल व अकुशल हस्तव्यावसायिक कामगार (वर्ग ७).

सामाजिक संशोधक समाजिक वर्गाचे संशोधन करण्यासाठी या दोन मापनसारिणींचा वापर करतात.

occupational structure - (ऑक्युपेशनल स्ट्रक्चर) **व्यावसायिक संरचना :** व्यावसायिक संरचना म्हणजे अर्थव्यवस्थेतील श्रमविभाजन होय, की ज्याचा विस्तार नंतर समाजातही झाला ज्यात क्षेत्रीय विभागातील व दर्जातील श्रेणी येतात. क्षेत्रीय विभागातील श्रमविभाजनात व्यवसायाचे वर्गीकरण येते की, जे

प्राथमिक, द्वितीय व तृतीय विभाग या संज्ञेने संबोधले जातात. औद्योगिकीकरण किंवा उद्योगोत्तर समाज यांच्या अध्ययनासाठी समाजशास्त्रज्ञ त्याचा वापर करतात. दर्जात्मक संज्ञेच्या दृष्टिकोनातून विचार करताना सामाजिक, आर्थिक वर्गाचा अभ्यास करण्यासाठी हे विभाजन केंद्रस्थानी आहे. १९७१ साली पार्किन्स (Parkins) या समाजशास्त्रज्ञाने एक उत्तम विधान केले आहे ते म्हणजे 'आधुनिक पाश्चिमात्य समाजातील वर्गसंरचनेच्या अध्ययनाचा कणा म्हणजे व्यावसायिक व्यवस्था होय.' सामाजिक गतिमत्त्वाच्या अभ्यासासाठी ब्रिटनमध्ये प्रामुख्याने गोल्डथॉर्पे यांच्या व्यावसायिक मापनसारिणीचा उपयोग केला जात होता.

occupational segregation - (ऑक्युपे'शनल सेग्रिगे'शन) **व्यावसायिक अलगीकरण :** व्यावसायिक अलगीकरण श्रमविभाजनाचा एक प्रकार असून त्याचा संबंध प्रामुख्याने पगारी नोकरांच्या श्रेणीविभाजनाशी येतो व ज्यात स्त्री व पुरुष यांच्यासाठी वेगवेगळे व्यवसाय निर्धारित केले जातात. तसेच वेगवेगळ्या वांशिक गटांसाठीही वेगवेगळे निकष लावले जातात. स्त्री–पुरुषांच्या श्रम–विभाजनाचा जेव्हा प्रश्न येतो, तेव्हा स्त्रियांसाठी त्या काळी टंकलिपिक किंवा लिपिक हे व्यवसाय निश्चित केले जात. पुरुषांसाठी अभियांत्रिकी हा व्यवसाय होता. त्याचप्रमाणे युरोप–अमेरिकेत त्या काळी गोऱ्या लोकांना उच्च दर्जाच्या नोकऱ्या दिल्या जात; तर काळ्या लोकांना कनिष्ठ दर्जाच्या नोकरीसाठी प्राधान्य दिले जाई. भारतातही श्रेष्ठ दर्जाच्या नोकऱ्या उच्च जातीसाठी तर कनिष्ठ जातीसाठी निकृष्ट दर्जाच्या नोकऱ्या दिल्या जात. पुरुष स्त्रियांपेक्षा तर गोरे काळ्यांपेक्षा, स्पृश्य अस्पृश्यांपेक्षा श्रेष्ठ मानले जात व त्यानुसार त्यांना उच्च स्वरूपाच्या नोकऱ्या दिल्या जात होत्या. आज मात्र लिंगभावावर, वंशावर व धर्मावर आधारित वेगळेपण वा उच्चनीचत्व स्वीकारले जात नाही; म्हणून अनेक उच्च पदांवर स्त्रिया, कनिष्ठ वर्गातील व कनिष्ठ जातीतील लोक काम करताना दिसतात.

old age - (ओल्ड एज) **वयोवृद्ध :** जीवनाच्या संध्याकाळचा किंवा जीवनाच्या अंतिम कालावधीसाठी ही संज्ञा वापरतात. साधारणत: वयाच्या ६० किंवा ६५ वर्षांनंतरचा कालावधी हा 'वयोवृद्ध' म्हणून संबोधला जातो. या कालावधीतील व्यक्ती या प्रामुख्याने सामाजिक कार्यभागापासून, सामाजिक सक्रियतेपासून आणि पूर्वीच्या सामाजिक वचनबद्धतेपासून दूर जातात. वयोवृद्ध अवस्था ही काही तज्ज्ञांच्या मते, जीवशास्त्रीय अवस्थेपेक्षा सामाजिक रचितावस्था असून समाजच वयोवृद्धांकडे निरुपयोगी घटक म्हणून पाहतो.

ontological security and insecurity - (ऑन'टॉलजिकल सिक्यु'रिटी ॲन्ड इन्सिक्यु'रिटी) **प्राणिमात्रविचारशास्त्रीय सुरक्षितता व असुरक्षितता :** प्राणिमात्र- विचारशास्त्रीय सुरक्षितता व असुरक्षितता ही संज्ञा प्रामुख्याने व्यक्तीच्या मनोविकारात्मक व बौद्धिक भावनांच्या सुरक्षितता व असुरक्षितता यांच्याशी निगडित असून त्याचा उगम, कुटुंबातील प्रारंभिक व्यक्ती संगोपनाच्या परिणामकतेत किंवा अपरिणामकतेत सापडतो. मनोविश्लेषणात्मक सिद्धान्तकारांच्या मते, व्यक्तीची सुरक्षितता ही प्रामुख्याने पालक आणि मुले यांच्यात होणाच्या सातत्यपूर्ण आणि दैनंदिन काळजी घेण्याची प्रक्रिया व भावनात्मक विनिमय यांवर अवलंबून असून यांत प्रौढांना मुलांची (म्हणजे त्यांच्या भवितव्याची) चिंता वाटते म्हणून मुलांनी पालकांच्या या भावनांचे त्यांच्या सहनशक्तीनुसार पुनर्आत्मसातीकरण करणे गरजेचे आहे. सारांशरूपात असे म्हणता येईल की, 'प्राणिमात्रविचारशास्त्रीय सुरक्षितता व असुरक्षितता' ही संकल्पना कुटुंबातील पालक–मूल संबंधांशी निगडित असून, मुलाच्या प्रारंभिक काळात त्याचे पालकांशी असलेले संबंध भावनात्मक दृष्टीने किती सुरक्षित होते व आहेत यावर अवलंबून असते.

ontology - (ऑन'टॉलजी) **प्राणिमात्रविचारशास्त्र :** प्राणिमात्रविचारशास्त्र ही तत्त्वज्ञानाची (आणि अध्यात्मवादाची) एक शाखा असून तिची स्थापना जगातील अस्तित्वात असलेल्या सर्व प्राण्यांच्या मूलभूत स्वभावाच्या अध्ययनासाठी करण्यात आली होती. तत्त्वज्ञानशास्त्रीय दृष्टीने प्राणिमात्रशास्त्राचे उदाहरण द्यावयाचे झाल्यास प्लेटो यांच्या 'रचना सिद्धान्ताचे' (Plato's Theory of Forms) देता येईल किंवा अगदी अलीकडे मांडलेल्या 'वैज्ञानिक वास्तवतावादाचा सिद्धान्त' ही याचे उदाहरण असून त्याद्वारे असा प्रश्न विचारला आहे की, वैज्ञानिक सिद्धान्त कोणत्या प्रकारच्या वस्तू अस्तित्वात असल्याचे गृहीत धरतात.

प्राणिमात्रविचारशास्त्रीय सिद्धान्तकार असा युक्तिवाद करतात की समाजशास्त्रीय सिद्धान्ताची लक्षणे ही बाह्य (किंवा अंतर्गत) स्वरूपाची असतात. उदा., द्युरखेम यांचा सामाजिक तथ्याचा सिद्धान्त, वेबर यांचा 'वैयक्तिक कर्ता' या संकल्पनेवर भर देणारा सिद्धान्त तर मार्क्स यांचा भौतिकवादाचा व उत्पादनपद्धती व उत्पादनसाधनांवर भर देणारा सिद्धान्त इत्यादी.

ह्युम (Hume) यांचा या संदर्भात विवादाचा एक मुद्दा असा, की प्राणिमात्रविचारशास्त्र–चिकित्सा ही निष्कर्षविरहित आणि मुद्दाविरहित असते. या विरोधात आंतरिक गृहीतांच्या स्पष्टीकरणाचे महत्त्व जाणणे महत्त्वाचे आहे.

प्राणिमात्रविचारशास्त्रात निसर्ग व निसर्गाचे स्वरूप स्पष्ट करण्याचा प्रयत्न केला आहे. त्याचबरोबर या शास्त्राने सामाजिक वास्तवतेच्या (सामाजिक क्रिया, सामाजिक संरचना इत्यादींच्या) अत्यंत मोठ्या जटिलतेवर भर दिला होता. कॉन्त (Comte) या समाजशास्त्रज्ञाने प्राणिमात्रविचारशास्त्रावर विवेचन करताना असे म्हटले होते, की प्राचीन दृष्टीने विचार करता प्राणिमात्रविचारशास्त्र म्हणजे अमूर्त विचारांचा पद्धतशीरपणे अर्थ लावण्याचा केलेला प्रयत्न होय. आधुनिक दृष्टीने विचार करता प्राणिमात्रविचारशास्त्र म्हणजे कोणत्याही ज्ञानशाखेच्या सुसंगत व तथ्याच्या अनुभवावर आधारित पद्धतशीर अभ्यासाची व्यवस्था होय.

open societies - (ओ'पन सोसायटिज) **मुक्त किंवा खुला समाज :** ‘मुक्त समाज’ ही संज्ञा कार्ल पॉपर (Karl Popper) यांनी १९४५ साली ‘मुक्त समाज व त्याचे शत्रू’ (The open Society and its Enemies) यात प्रथम वापरली व नंतर १९५७ साली ‘इतिहासवादाचे दारिद्र्य’ (The poverty of Historicism) यात ‘खुला समाज’ या संज्ञेचा शोध घेतला. या संदर्भात पॉपर असा विवाद करतात, की विज्ञान आणि मानवी इतिहास हे दोन्हीही अनिर्धारक व प्रवाही आहेत. पॉपर असे प्रतिपादन करतात की, असे सर्व सिद्धान्त की जे अधिकारीवृत्तीचे आणि अमानुष प्रवृत्तीचे समर्थन करतात; त्यासाठी ‘बंद समाज’ (Closed society) ही संज्ञा वापरतात. याउलट खुल्या समाजात व्यक्तीच्या कार्यक्रमावर, निर्मितिक्षमतेवर आणि संशोधनप्रक्रियेवर कोणतेच बंधन नसते व सामाजिक अभियांत्रिकीच्या तुकडेजोडीतून प्राक्कथनविरहित विकास साधला जातो. सोप्या शब्दात असेही म्हणता येईल, की समाजवादी व साम्यवादी समाज हे बंद समाज असतात; कारण त्यात उत्पादन, वितरण, शिक्षण, प्रशिक्षण, व्यापार इत्यादींवर समाजाच्या सरकारचे नियंत्रण असते. याउलट उदारमतवादी किंवा लोकशाहीवादी समाज हे मुक्त वा खुले समाज असतात व ज्यात उत्पादन, वितरण, शिक्षण, प्रशिक्षण, व्यापार, संचार इत्यादींवर कोणतेच बंधन नसते.

open class societies - (ओ'पन क्लास सोसायटिज) **मुक्त वर्ग समाज :** सामाजिक स्तरीकरणाशी निगडित अशी ही असून, जगात सामाजिक स्तरीकरणाचे निर्धारण करणारे दोन घटक आहेत. एक म्हणजे जातिव्यवस्था, जी भारतीय समाजाचे महत्त्वाचे वैशिष्ट्य असून जातीवर आधारित समाजात सामाजिक गतिमत्त्वाचा पूर्ण अभाव असून व्यक्तीवर विवाह, धार्मिक क्रियाकर्म, शिक्षण, भोजन, जातीजातींतील सामाजिक संबंध यासंबंधात कडक बंधने असतात. म्हणून जातीवर आधारित समाज हे बंद वर्ग समाज ठरतात.

याउलट पाश्चिमात्य समाज हा वर्गव्यवस्थेवर आधारित असून तात्त्विक दृष्टीने वर्गाचे स्वरूप कर्तृत्वावर निर्धारित होते. त्यामुळे वर्गव्यवस्थेत सामाजिक गतिमत्त्वाला पूर्ण वाव असून यात व्यक्तीवर विवाह, धार्मिक क्रिया, शिक्षण, भोजन, वर्गावर्गांतील सामाजिक संबंध यांवर नियंत्रण नसते. म्हणून वर्गावर आधारित समाज हे 'मुक्त वर्ग समाज' ह्या संज्ञेला पात्र ठरतात. पाश्चिमात्य समाज हे या मुक्त वर्ग समाज या प्रकारात येतात.

open ended question - (ओ'पन एन्डे'ड के'श्चन) **मर्यादामुक्त प्रश्न :** प्रश्नावलीतील प्रश्नाचा एक प्रकार म्हणजे मर्यादामुक्त प्रश्न होय की ज्यात उत्तरकर्त्याने प्रश्नाचे उत्तर त्याच्या इच्छेनुसार द्यावे, अशी अपेक्षा केली जाते. त्यामुळे 'मर्यादामुक्त प्रश्न' हे पूर्वसंरचित नसतात. मर्यादामुक्त प्रश्नाचे एक उदाहरण म्हणून पुढील प्रश्न पहा– 'भारतातील सरकारसमोर सध्या असलेली कोणती समस्या तुमच्या दृष्टीने महत्त्वाची आहे व ती कशी सोडवावी असे तुम्हास वाटते?' या प्रश्नाचे उत्तर देणाऱ्या उत्तरकर्त्यांवर उत्तराच्या संदर्भात कोणतेही बंधन नसते. तो त्याचे मत खुलेपणाने मांडू शकतो. यात प्रत्येक उत्तरकर्ता प्रश्नाचा उद्देश लक्षात घेऊन प्रश्नाचे उत्तर मुक्तपणे, उत्स्फूर्तपणे आणि त्याच्या स्वत:च्या भाषेत देऊ शकतो. मर्यादामुक्त प्रश्नाचे स्वरूप म्हणूनच लवचीक असते.

oral history - (ओ'रल हि'स्टरी) **मौखिक किंवा तोंडी इतिहास :** मौखिक इतिहास ही विशेषत: सामाजिक इतिहासातील एक ऐतिहासिक संशोधनपद्धती असून त्यात जीवित व्यक्तींच्या आठवणींचे किंवा स्मृतींचे संकलन केले जाते. यात तथ्यसंकलन हे विशेषत: सर्वसामान्य लोकांकडून केले जाते; की जे संशोधनाला अशी अमूल्य माहिती, त्याच्या दफ्तरात नोंद करण्यासाठी पुरवितात, की ज्या माहितीचा उपयोग सद्य:कालीन आणि भविष्यकालीन इतिहासकारांना व सामाजिक संशोधकांना होऊ शकेल. कोणत्याही ऐतिहासिक संशोधनाप्रमाणे, मौखिक ऐतिहासिक माहितीचे, विश्वसनीयता आणि प्रातिनिधिकता या आधारे योग्य ते मूल्यमापन करण्याची आवश्यकता आहे.

oral tradition - (ओ'रल ट्रॅडिशन) **मौखिक किंवा तोंडी परंपरा :** मौखिक किंवा तोंडी परंपरा हा समाजाच्या संस्कृतीचा असा एक पैलू आहे, की ज्यात संस्कृतीचे हस्तांतरण शब्दांच्याद्वारे मौखिकतेच्या माध्यमातून एका व्यक्तीकडून दुसऱ्या व्यक्तीकडे किंवा एका पिढीकडून दुसऱ्या पिढीकडे केले जाते. काही समाज (विशेषत: निरक्षर) केवळ याच मौखिकतेवर अवलंबून राहून त्यांचा इतिहास व वंशावळ मुखोद्गत करतात, तसेच याद्वारे हे समाज त्यांचे संगीत,

काव्य व कथा यांचे जतन करतात. साक्षर समाजात मात्र मौखिक परंपरांची भूमिका वाढत्या प्रमाणात कमी-कमी होत असून, ते या परंपरेच्या विरोधात उभे राहतात. मानववंशशास्त्रज्ञ मात्र अजूनही लोकसंगीताने व कथाकथनाने भारले गेले असून समाजशास्त्रज्ञ, सामाजिक इतिहासतज्ज्ञसुद्धा आज या पद्धतीचा वापर करीत आहेत. संगीत, म्हणी, लोककला, लोकनृत्य, लोकगीते यांत आजही मौखिक परंपरा महत्त्वाची मानली जाते.

organic analogy : (ऑरगॅनिक ॲनालॉजी) **सेंद्रिय साम्य किंवा सेंद्रिय तुलना :** 'सेंद्रिय साम्य' किंवा 'सेंद्रिय तुलना' ही संज्ञा ही यांत्रिक एकात्मता आणि जैविक (सेंद्रिय) एकात्मता यांच्यातील भेद स्पष्ट करण्यासाठी एमिल द्युरखेम यांनी वापरली होती. ती अलीकडे सामाजिक अवयवांची एकात्मता दर्शविण्यासाठी वापरली जाते. द्युरखेमच्या पूर्वी हर्बर्ट स्पेन्सर यांनी 'समाजाचा सेंद्रिय सिद्धान्त' या योगदानात सेंद्रिय प्राणी व मानवी समाज यांची तुलना करताना असे म्हटले होते, की समाजाची रचना व समाजाचे कार्य हे एखाद्या जीवशास्त्रीय योजनेनुसार मानवी शरीरासारखे असते. म्हणून समाजाचा अर्थ जर समजून घ्यावयाचा असेल, तर आपण मानवी समाजाची तुलना मानवी शरीराशी केलीच पाहिजे. या तुलनेत स्पेन्सर म्हणतात की, शरीराप्रमाणेच समाजातसुद्धा विकासाचे विशिष्ट टप्पे असून हा विकास साधेपणाकडून गुंतागुंतीकडे वाटचाल करतो. एखाद्या शरीराप्रमाणेच समाजातसुद्धा कार्याचे व्यवच्छेदन (Differentiation of function) आणि रचनेतील एकात्मता (Intergration in structure) आढळते. त्याचप्रमाणे श्रमविभाजनाच्या संदर्भात द्युरखेम यांनी जैविक वा सेंद्रिय एकात्मतेवर चर्चा केली होती.

organic composition of capital - (ऑरगॅनिक कॉम्पोझिशन ऑफ कॅपिटल) **भांडवलाची सेंद्रिय संरचना :** 'भांडवलाची सेंद्रिय संरचना' ही मार्क्स यांची संकल्पना असून त्यात त्यांनी उत्पादनाची बहुजनांसाठी असलेली साधने व उत्पादनप्रक्रियेत श्रमिकांची केलेली नेमणूक यांच्या सापेक्ष प्रमाणाचे मोजमापन मूल्यांच्या संदर्भात करण्याचा प्रयत्न केला होता. सोप्या शब्दांत हे मापन म्हणजे स्थिर भांडवल व फिरते भांडवल यांतील प्रमाण होय. मार्क्स यांच्या भांडवलवादी गतिशीलतेच्या विश्लेषणाची मध्यवर्ती कल्पना ही आहे की आज भांडवलाच्या सेंद्रिय संरचनेची प्रवृत्ती वाढत आहे. याचे कारण म्हणजे भांडवलशाही ही वैयक्तिक भांडवलशाहीकडे मार्गस्थ झाल्यामुळे हे भांडवलदार श्रमिकांची उत्पादनक्षमता वाढवितात व उत्पादित मालाच्या किमती कमी करून त्याद्वारे

यंत्रसामग्रीतील गुंतवणूक वाढवून स्थिर भांडवलातही वाढ करतात. सारांशरूपात असे म्हणता येईल की, स्थिर भांडवल व फिरते भांडवल यांचे मूल्याच्या संदर्भातील प्रमाण म्हणजेच भांडवलाची सेंद्रिय रचना होय.

organic solidarity - (ऑर्गॅनिक सॉलिडॅरिटी) **सेंद्रिय वा जैविक एकात्मता :** पहा–mechanical and organic solidarity–यांत्रिक आणि सेंद्रिय (जैविक) एकात्मता.

organization - (ऑर्गनाइझे'शन) **संघटना :** 'संघटना' हा सामाजिक गटाचा एक प्रकार आहे. काही समाजशास्त्रज्ञांच्या मते, संघटनेचे स्वरूप हे दुय्यम गटाशी मिळतेजुळते असते. विशिष्ट हेतू वा उद्दिष्टे साध्य करण्यासाठी स्थापन झालेला समुच्चय म्हणजे संघटना होय. संघटनेची काही वैशिष्ट्ये समाजशास्त्रज्ञ प्रतिपादन करतात ती पुढीलप्रमाणे– १. नियमांची औपचारिक संरचना २. अधिकारसंबंध ३. श्रमविभाजन ४. मर्यादित सभासदांना प्रवेश. सर्वसाधारणपणे 'संघटना' ही संज्ञा मोठ्या स्वरूपाच्या व गुंतागुंतीच्या सामाजिक गटांसाठी वापरतात व आधुनिक समाजात मोठ्या स्वरूपाच्या गटांचे प्रमाण जास्त आहे. म्हणून या प्रकारच्या संघटनेत व्यापारी पेढ्या, शाळा, दवाखाने, चर्च, मठ, कारागृह, सैन्यदल, राजकीय पक्ष, कामगार संघटना इत्यादींचा समावेश होतो. या सर्व प्रकारच्या संघटनांत सामाजिक संबंधांचा अंतर्भाव असतो जे कुटुंब, मित्रमंडळ, शेजारी या सामाजिक गटातील संबंधांपेक्षा वेगळे व औपचारिक असतात. याउलट कुटुंब, शेजारी, मित्रमंडळ यांचे सामाजिक संबंध अनौपचारिक, उत्स्फूर्त, अनियोजित असतात. काही तज्ज्ञ, संघटना व नोकरशाही समानधर्मी असल्याचे मानतात; पण ते अयोग्य असून आधुनिक नोकरशाहीचा तोंडावळा हा जरी संघटनांसारखा दिसत असला तरी सर्व संघटना नोकरशाही नाहीत. सारांशरूपात असे म्हणता येईल, की संघटना सामाजिक गटाचा एक प्रकार असून मोठ्या आकाराचे काही दुय्यम गट म्हणजे संघटना होत.

organizational crime - (ऑर्गनाइझे'शनल क्राईम) **संघटनात्मक गुन्हे :** कोणत्याही संघटनेद्वारे कायदा मोडण्याचे केले जाणारे कृत्य म्हणजे संघटनात्मक गुन्हे होत. उदा. व्यापारी संघटना किंवा राज्याची नोकरशाही जेव्हा कायद्याचा भंग करणारी कृती करते तेव्हा त्यास ही संज्ञा लावतात. अन्नधान्याचे व्यापारी अन्नपदार्थांत जेव्हा भेसळ करतात, तेव्हा ते कृत्य जसा कायद्यांचा भंग करणारे ठरते व नोकरशाहीतील अधिकारी, कर्मचारी जेव्हा जनतेचे काम करण्यासाठी

लाच स्वीकारतात तेव्हा ते कृत्यही कायदा मोडणारे असून त्यासाठी 'संघटित गुन्हा' ही संज्ञा लावली जाते. १९८३ साली एस. बॉक्स (S. Box) यांनी 'गुन्हा आणि घोटाळा' (Crime and Mystification) या पुस्तकात आरोग्य, स्वच्छता आणि सुरक्षितता नियम यांचा जो उपमर्द होतो किंवा प्रदूषणनियंत्रणाच्या पालनाची जी पायमल्ली होते, त्या सर्वांचा समावेश संघटित गुन्हा यात केला जावा असे म्हटले आहे. १९८८ साली जे. हॅगन (J. Hagan) यांनी लिहिलेल्या 'संरचनात्मक गुन्हेगारी' या ग्रंथात उद्योजकांच्या हलगर्जीपणामुळे उद्योगक्षेत्रात किंवा कारखान्यात जे अपघात होतात किंवा जी औद्योगिक हानी होते व त्यामुळे दरवर्षी सुमारे ४०% कामाचे तास जेव्हा वाया जातात, तेव्हा उद्योजकांची ही कृतीदेखील 'संघटित गुन्हा' या सदरात मोडते असे म्हटले आहे.

संघटित गुन्हे (किंवा प्रबळ लोकांचे गुन्हे) हे पांढरपेशा किंवा बुद्धिजीवी लोकांनी केलेल्या गुन्ह्यांपेक्षा वेगळे करणे गरजेचे आहे की ज्यात (बुद्धिजीवींच्या गुन्ह्यात) संघटनेविरुद्ध केलेले गुन्हेगारी कृत्य (उदा. पैशाचा अपहार) सर्वसाधारणपणे अंतर्भूत आहे, जे कृत्य संघटनेचा कर्मचारी करतो. यात गुप्त माहिती, गुप्त कागदपत्रे शत्रुपक्षाला पोहचविणे इत्यादी गैरकृत्यांचाही अंतर्भाव होतो. राष्ट्रविरोधी असे हे कृत्य असते. संघटनात्मक गुन्हे व संघटित गुन्हे यातही भेद आहे. संघटित गुन्ह्यात (organized crime) गुन्हेगारांच्या टोळ्या किंवा गुन्हेगारीचे जाळे यांचा समावेश होतो जे अनैतिक माल (उदा. मादक पदार्थ) आणि अनैतिक सेवा यांत कार्यरत असतात. उदा. मादक पदार्थांचा अनैतिक व्यापार करणाऱ्या आंतरराष्ट्रीय टोळ्या यात येतात. एकत्रित येऊन दरोडा टाकणे, एखादी बँक लुटणे, बस अडवून बस प्रवाशांना मारहाण करून लुटणे इत्यादी संगनमताने केलेले गुन्हे 'संघटित गुन्हे' म्हणून संबोधिले जातात.

organizational culture - (ऑर्गनाइझे'शनल क'ल्चर) **संघटनात्मक संस्कृती :** संघटनेतील व्यक्तींनी व गटांनी परस्परांशी वागताना कोणत्या विशिष्ट बाह्य स्वरूपाच्या प्रमाणकांचा, मूल्यांचा, श्रद्धांचा आणि एकूण वर्तनपद्धतीचा स्वीकार करावयाचा, की ज्यामुळे त्या संघटनेच्या सर्वसामान्य सभ्यतेचे वैशिष्ट्य दृग्गोचर होईल, याची विशिष्ट पद्धती म्हणजे संघटनात्मक संस्कृती होय. १९८० च्या दशकात अमेरिका व ब्रिटनमध्ये असलेल्या व्यवस्थापन विद्यालयात संघटनात्मक संस्कृती, पुढील तीन घटकांच्यामुळे अत्यंत महत्त्वपूर्ण ठरली- अ. जपानी स्पर्धेला आव्हान देण्यासाठी. ब. औद्योगिक आर्थिक वसुलीशी संबंधित घटक नियंत्रित करण्यासाठी. क. संघटनात्मक अकार्यक्षमतेच्या संदर्भात पूर्वीचे प्रयत्न

उघडपणे अपयशी ठरल्यामुळे पर्यायी संघटनात्मक आराखडा तयार करण्यासाठी.

डील आणि केनेई (Deal and Kenney) यांनी १९८२ साली केलेल्या संशोधनाच्या आधारे संघटनात्मक संस्कृतीत पाच मूलभूत घटक असल्याचे विशद केले होते. १. व्यापारी पर्यावरण २. मूल्ये ३. शूरत्व ४. विधी आणि ५. सांस्कृतिक जाळे (माहिती तंत्रज्ञान) इत्यादी. १९८५ साली हँडि (Handy) यांच्या संशोधनाद्वारे संघटनात्मक संस्कृतीचे खालील पर्यायी घटक विशद केले होते ते असे– सत्ता, भूमिका, लक्ष, व्यक्ती इत्यादी. पेटिग्रेयू (Pettigrew) यांनी संघटनात्मक संस्कृतीत पुढील बाबींचापण अंतर्भाव व्हावा असे म्हटले आहे. त्यात भाषा, विचारप्रणाली, श्रद्धा इत्यादी येतात. शेवटी असे म्हणता येईल, की संघटनात्मक संस्कृतीचे अस्तित्व मान्य करण्यात आले असले; तरी त्याच्या घटकांबद्दल विविध मते आहेत. भारतातही माहिती तंत्रज्ञानाच्या विकासाबरोबर संघटनात्मक संस्कृती आकाराला येत आहे, पण पाश्चिमात्य देशांप्रमाणे आपल्याकडे त्यासंबंधीची अध्ययने झाल्याचे दिसत नाही.

organizational sociology - (ऑर्गनाइझे'शनल सोशिऑलजी) **संघटनात्मक समाजशास्त्र :** पहा–organization theory–संघटना सिद्धान्त.

organization man - (ऑर्गनाइझे'शन मॅन) **संघटना मनुष्य :** १९५६ साली विलियम व्हाइट (William Whyte) यांनी व अन्य काही तज्ज्ञांनी 'संघटना मनुष्य' ही कल्पना केली असून तो विशिष्ट वैशिष्ट्यांनी युक्त आहे व तो आधुनिक उद्योगक्षेत्र, व्यापारक्षेत्र, काही वैज्ञानिक क्षेत्रे आणि सरकारी संघटना यांत सापडतो. विशेषत: वरील संघटनांतील कार्यकारी आणि व्यवस्थापक यांना आत्यंतिक महत्त्व आहे, ते या अर्थाने की ते संघटनेचे पाईक असतात व त्यांच्यावर व्यक्तिगत नैतिकतेऐवजी सामाजिक नैतिकतेचा प्रभाव असतो. 'संघटना मनुष्य' ही संकल्पना वेबर यांनी त्यांच्या आधुनिक नोकरशाहीची संकल्पना व त्यासंबंधीची भीती या संदर्भातही वापरली होती.

organization theory - (ऑर्गनाइझे'शन थिअरी) **संघटना सिद्धान्त :** 'संघटना सिद्धान्त' या संकल्पनेचा पहिला अर्थ आहे संघटनात्मक संरचनेचे समाजशास्त्रीय व बहुशाखीय विश्लेषण तसेच संघटनेतील सामाजिक संबंधांतील गतिशीलता याचे अध्ययन होय. या दृष्टीने विचार करता संघटना सिद्धान्त अध्ययनात पुढील विषयांचे अध्ययन महत्त्वाचे ठरते– १. नियंत्रणाची औपचारिक व अनौपचारिक संरचना. २. कामाच्या वाटपाची व वितरणाची प्रक्रिया. ३. निर्णय घेण्याची

क्षमता. ४. संघटनेतील व्यवस्थापक आणि व्यावसायिक. ५. शोधाची प्रक्रिया. ६. तंत्रशास्त्रीय व संघटनात्मक परिवर्तने. समाजशास्त्राव्यतिरिक्त मानसशास्त्र, अर्थशास्त्र, व्यवस्थापनशास्त्र आणि प्रशासकीय सिद्धान्त यातही संघटनात्मक सिद्धान्त मांडले जातात. संघटना सिद्धान्ताच्या विशेष अध्ययनक्षेत्रासाठी पर्यायी संज्ञा म्हणून 'संघटनेचे समाजशास्त्र' (Sociology of organization) किंवा 'संघटनात्मक समाजशास्त्र' (Organizational sociology) या संज्ञांचा वापर केला जातो. यांचा अभ्यासविषय निर्विवादपणे संघटना सिद्धान्ताच्या उपयोगी सिद्धान्ताशी संबंधित आहे. शिवाय विद्यापीठीय समाजशास्त्राच्या (संघटना) अध्ययनाचा प्रमुख प्रवाह आहे, वेबर यांचे नोकरशाहीच्या आदर्श प्रतिमा किंवा आदर्श प्रारूप होय. याशिवाय समाजशास्त्रज्ञ त्यांच्या संघटनेचे समाजशास्त्र यात संघटनेच्या सर्वप्रकारच्या वर्गीकरणांचे अध्ययन करते आणि त्याचप्रमाणे ज्या संघटना फायदा देणाऱ्या नाहीत अशा शाळा, दवाखाने, कारागृह व मनोरुग्ण संस्था यांच्या अध्ययनातही अभिरुची दर्शविते. १९५६ साली पार्सन्स यांनी संघटनेच्या प्रकारशास्त्राचा विकास करून संघटनात्मक संरचनेतील साम्यभेदांवर प्रकाशझोत टाकला होता. शेवटी असे म्हणता येईल, की संघटनात्मक सिद्धान्त म्हणजे समाजातील संघटनांचे सर्वांगपरिपूर्ण अध्ययन करणे होय.

organized crime - (ऑर्गनाइज्ड क्राईम) **संघटित गुन्हे :** पहा-organizational crime-संघटनात्मक गुन्हे.

organized labour - (ऑर्गनाइज्ड लेबर) **संघटित कामगार :** पहा-trade union-कामगार संघटना.

orientalism - (ओरिएन्टेलिझम) **प्राच्यविद्याध्ययनवाद :** प्राच्यविद्याध्ययनवादाचा पहिला अर्थ असा की पूर्वेकडच्या समाजाचा विद्यापीठीय वा शैक्षणिक अभ्यास होय. पूर्वेकडच्या समाजात मध्यपूर्व, अतिपूर्व आणि विशेषत: मोठ्या प्रमाणात आशिया खंडातील देशांचा समावेश असून त्यांचे अध्ययन यात येते. प्राच्यविद्याध्ययनवादाचा अधिक सर्वसामान्य दृष्टिकोनातून अर्थ असा की जगाचे जे पूर्व आणि पश्चिम विभागात विभाजन झाले त्यातील बौद्धिक, कलात्मक व राजकीय भेदांचे अध्ययन करणे होय. प्राच्यविद्याध्ययनवादाचा तिसरा अर्थ असा की पश्चिमेकडच्या जीवनशैलीमुळे पौर्वात्य जीवन कसे प्रभावित झाले, त्यामुळे त्यांनी कोणकोणत्या क्षेत्रात पुनर्रचना केली आणि पाश्चिमात्यांनी पौर्वात्यांवर कसा अधिकार गाजविला याचे अध्ययन होय.

या संदर्भात सैद (Said) यांनी प्राच्यविद्याध्ययनवाद्यांच्या तिसऱ्या अर्थाचे विश्लेषण केले असून ते म्हणतात की, १८ व्या शतकाच्या अखेरीस पाश्चिमात्य लेखकांनी अशा एका प्रतिमेची बांधणी केली की ज्यानुसार पौर्वात्यांनी, पौर्वात्य मन हे कसे अद्वितीय आहे याभोवती त्यांचे लक्ष केंद्रित केले व त्याचबरोबर त्यांनी पाश्चिमात्य मनाला (म्हणजेच विचारप्रणालीला) विरोध केला. याबाबत सैद (Said) असा दावा करतात की, पाश्चिमात्य जग हे पौर्वात्य जगापेक्षा भाषा, संस्कृती, सामाजिक रचना आणि राजकीय संरचना इत्यादी बाबतीत पूर्ण वेगळे आहे. शेवटी पौर्वात्य जगाचा पाश्चिमात्य जगाच्या पार्श्वभूमीवर अभ्यास करणे म्हणजे प्राच्यविद्याध्ययनवाद होय.

orientation of work - (ओरिएन्टे'शन ऑफ वर्क) **योगदानाचे किंवा कार्याचे स्थितिज्ञान :** योगदानाचे किंवा कार्याचे स्थितिज्ञान म्हणजे विशिष्ट व्यवसायाची किंवा गटांची अभिवृत्ती, प्रेरणा आणि कार्याचा एकूण आत्मनिष्ठ अनुभव यांचे अध्ययन होय. या क्षेत्रातील समाजशास्त्रीय योगदानाचे महत्त्व हे मार्क्स यांच्या दूरीकरणावरच्या विचाराचा विस्तार आणि विकास करण्याचे कार्य ज्या विचारवंतांनी केले त्यांच्यासाठी आहे. १९६४ साली ब्लॉनर (Blauner) या विद्वानाने असा विवाद केला, की तंत्रशास्त्रीय विकासामुळे कामगारांवरचे नियंत्रण नष्ट होण्याऐवजी त्यात वाढ झाल्याचेच निदर्शनास येते. या संदर्भात गोल्डथॉर्पे आणि लॉकवूड (Gold thorpe and Lockwood) यांनी संपन्न कामगारांच्या अध्ययनाच्या माध्यमातून असा मुद्दा मांडला की, कामगारांचे स्थितिज्ञानच त्यांना त्यांच्या कामाच्या ठिकाणी खेचून आणते. याउलट अभिजात समाजशास्त्रीय संशोधनाचे क्षेत्र हे हस्तव्यावसायिक क्षेत्रातील कामगारांवर त्यांनी केलेल्या कामाच्या संदर्भात नियंत्रणाचा अभाव याबाबत होते.

सारांशरूपात आपण म्हणू की, स्थितिज्ञानाच्या आधाराने त्या क्षेत्रातील व काळातील कामगारांच्या योगदानाचे विश्लेषण या प्रकारच्या अध्ययनात येते.

other directedness - (अ'दर डिरे'क्टेडनेस) **अन्य मार्गदर्शक :** अन्य मार्गदर्शक म्हणजे अभिवृत्तिनिदर्शक स्थितिज्ञान किंवा व्यक्तिमत्त्वप्रकार होय, की ज्यात व्यक्तीच्या व्यक्तिमत्त्वाच्या सामाजिक ओळखीची संवेदना इतर व्यक्तींच्या मान्यतेवर अवलंबून असणे होय. या द्विपदरी रूपरेषेत राईसमन (Riesman) असे सूचित करतात की, 'अन्य मार्गदर्शक' ही संज्ञा 'अंतर्मार्गदर्शक' (inner directedness) यांच्या विरोधी असून; त्यात व्यक्तीची सामाजिक ओळख प्रामुख्याने तिच्या

आत्मसातीकरणाचा मापदंड व तिच्या जाणिवा यांतून होते व त्यात इतरांचा संबंध येत नाही. राईसमन या संदर्भात असे सूचित करतात की, अमेरिकेसारख्या आधुनिक समाजात की जेथे बहुजन उपभोक्ता पद्धती आहे तेथे अन्य मार्गदर्शकाकडे लोक जातात. उदा. प्रसारमाध्यमावरच्या जाहिराती हे अन्य मार्गदर्शक तत्त्वाचे उत्तम उदाहरण होय.

otherness - (अ'दरनेस) **अन्यत्व किंवा इतरत्व** : जीवनाच्या द्विविधतेतील विरोधी घटक म्हणजे अन्यत्व किंवा इतरत्व होय. उदा. स्वत:-इतर, पूर्व-पश्चिम, स्त्री-पुरुष इत्यादी. व्यक्तिमत्त्वाचे विभेदन करताना फ्राईड आणि लॅकन यांनी ही महत्त्वाची संकल्पना वापरली होती.

out-group and in-group - (आउट-ग्रूप ॲन्ड इन-ग्रूप) **बहिर्गट व अंतर्गट :** समनेर यांनी गटाचे हे दोन प्रकार गटाच्या सभासदत्वाच्या आधाराने प्रतिपादन केले आहेत. बहिर्गट म्हणजे ज्या गटाचे आपण सभासद नसतो ते होत. उदा. दुसऱ्याचे कुटुंब, दुसऱ्याचा धर्म, दुसऱ्याचा वर्ग, दुसऱ्याची जात, दुसऱ्याचा देश इत्यादी. व्यक्ती बहिर्गटाची सभासद नसल्याने तिला परके समजले जाते. यांच्या विरोधी गट म्हणजेच अंतर्गट होय. व्यक्ती ज्या गटाची सभासद असते तो व्यक्तीचा अंतर्गट होय. आपले कुटुंब, आपला धर्म, आपला वर्ग, आपली जात, आपला देश इत्यादी. अंतर्गटातील सभासदांना आपले मानले जाते म्हणून त्यांना आत्मीयता वाटते. थोडक्यात गटाचे सभासद असणे वा नसणे या आधारे गटाचे अंतर्गट व बहिर्गट असे वर्गीकरण करण्यात आले.

over determination - (ओ'व्हर डिटरमिने'शन) **अत्याधिक निर्धारण :** अत्याधिक निर्धारण या संज्ञेचा फ्राईड यांच्या विचारानुसार अर्थ असा, की ही एक प्रक्रिया असून ज्यात अनेक जटिल वा संमिश्र विचारांचे दृढीकरण होऊन त्यातून विचाराची एक कल्पना उदयाला येते. या संकल्पनेचा दुसरा अर्थ लुईस अल्थुसर यांनी प्रतिपादन केला असून त्यानुसार कोणत्याही एखाद्या काळी सामाजिक रचनेच्या विविध क्षेत्रांतील अस्तित्वात असलेल्या बहुविध परस्परविरोधी विचारांची तुलना करून त्यांच्यात संयोग घडवून आणणे होय. अल्थुसर यांच्या मतानुसार प्रत्येक परस्परविरोधी विचार सामाजिक समूहाच्या संरचनेपासून वेगळा होऊ शकत नाही आणि दोघांद्वारेही (परस्परविरोधी विचार) एकूण सामाजिक संरचनेचे निर्धारण होते. अशा प्रकारच्या अत्याधिक निर्धारणप्रक्रिया असमान विकासाच्या प्रघटनेत आढळतात. तसेच संमिश्र किंवा जटिल अत्याधिक निर्धारण म्हणजे केवळ सामाजिक संरचनेचा विकास न होणे होय.

oversocialized conception of man - (ओ'व्हरसो'शलाइज्ड कन्से'प्शन ऑफ मॅन) **मनुष्याच्या अति-सामाजिकीकरणाची संकल्पना :** १९६० साली डेनिस राँग (Dennis Wrong) यांनी वरील संकल्पनेच्या वापराच्या संदर्भात असा आरोप केला होता, की दयुरखेम, पार्सन्स यांसहित सर्व कार्यात्मकवादी सिद्धान्तकारांनी, हॉब्ज यांनी उपस्थित केलेल्या प्रश्नाचे उत्तर देताना, मूल्याच्या आत्मसातीकरणावर अत्याधिक भर दिला होता. हॉब्ज यांचा प्रश्न होता 'चिरस्थायी समाज तयार करणे कसे शक्य आहे?' जटिल समाज, गटातील संघर्षाचे व्यवस्थापन, नियमन आणि नियंत्रण कसे करतात या प्रश्नाचे उत्तर देताना मार्क्सवादी समाजशास्त्र बऱ्याच वेळा अति एकात्मतेच्या दृष्टिकोनाचा जो आधार घेतात, तो या संज्ञेत समाविष्ट आहे.

palaeolithic age - (पॉलिओ लिथि क एज) **अश्म युग :** मानवाच्या जीवनशास्त्रीय व सांस्कृतिक विकासाची प्रारंभिक अवस्था म्हणजे अश्मयुग होय. कृषीपूर्व जीवनशैली आणि दगडी हत्यारांचा वापर हे या युगाचे एक वैशिष्ट्य होय. शिकार आणि अन्नसंकलन, हे या युगाच्या जीवनशैलीचा गाभा होय.

panel study - (पॅनल स्ट डी) **समूह-अध्ययन :** नमुनापद्धतीने निवडलेल्या लोकांच्या मतांमध्ये किंवा अभिवृत्तीत काळानुसार होणाऱ्या परिवर्तनाच्या अध्ययनासाठी वापरण्यात येणारे संशोधनात्मक तंत्र म्हणजे समूह अध्ययनपद्धती होय. समूह अध्ययनपद्धती म्हणजे रेखांतर अध्ययनपद्धतीचा एक प्रकार असून त्यात कमी अधिक कालावधीतील अभिवृत्ती परिवर्तन प्रक्रियेवर प्रकाशझोत टाकला जातो. समूह-अध्ययनाचे उत्तम उदाहरण म्हणजे लाझर्सफेल्ड, बेरेल्सन आणि गॉडेट (Lazarsfeld, Berelson, Gaudet) यांनी १९४० च्या दशकात अमेरिकेतील मतदारांचा कौल अजमावण्यासाठी अमेरिकेतील जनतेची वारंवार घेतलेली मतदार अभिवृत्तीचाचणी होय. भारतातही गेल्या दोन तीन दशकात मतदानपूर्व व मतदानोत्तर मतदानाचा कल निर्देशित करणाऱ्या चाचण्या घेतल्या जातात. या चाचण्या निवडणुका जाहीर झाल्यापासून ते मतदान झाल्यानंतरच्या कालावधीत वारंवार घेतल्या जातात व या प्रकारच्या चाचण्यांत विविध प्रसारमाध्यमांच्या वाहिन्यांची भूमिका महत्त्वाची ठरते. काही तज्ज्ञांच्या मते, रेखांतर अध्ययनपद्धतीसमवेत जर समूह अध्ययनपद्धतीचा वापर केल्यास ते अधिक फायदेशीर ठरू शकते. कारण या प्रकारचा अभ्यास 'बहुविभागीय अभ्यास' या सदरात मोडतो. काही सामाजिक प्रश्नासंबंधी लोकांच्या अभिवृत्तीचे मापन या पद्धतीद्वारे केले जाऊ शकते.

panoptican - (पॅनो'प्टिकन) **निरीक्षण मनोरा :** आधुनिक काळात वर्तुळाकार प्रकारच्या तुरुंगात तुरुंग अधिकाऱ्याला गुन्हेगाराचे संपूर्ण निरीक्षण करता येईल अशी मनोरा आकाराची एक इमारत किंवा ठिकाण म्हणजे निरीक्षणगृह किंवा निरीक्षण मनोरा होय. १९७७ साली प्रकाशित झालेल्या 'शिस्त आणि शिक्षा' (discipline and punish) या फूकोलिखित ग्रंथात ही संकल्पना मांडली असली; तरी त्याचा उगम १७५७ ते १८३० या काळातील तुरुंगव्यवस्थेशी आहे. त्या काळी कैद्यांना कारागृहात केवळ यातनाच दिल्या जात. त्यात परिवर्तन करून कैद्यांवर केवळ निरीक्षणाच्या माध्यमातून नियंत्रण ठेवणे महत्त्वाचे मानले गेल्यामुळे त्यातून ही निरीक्षण मनोऱ्याची वा निरीक्षणगृहाची कल्पना साकार झाली. फूको यांच्या मते, निरीक्षणगृह किंवा निरीक्षण मनोरा हा तुरुंगाचा मध्यबिंदू असून, या ठिकाणाहून रखवालदाराला किंवा निरीक्षण अधिकाऱ्याला तुरुंगाचे (म्हणजेच तुरुंगातील कैद्यांचे) सर्व बाजूंनी निरीक्षण करणे शक्य होते. निरीक्षण मनोरा हा तुरुंग संरचनेच्या विकासाचा एक पैलू होय.

फूकोपूर्वी १९ व्या शतकाच्या प्रारंभी इंग्लंडमधील उपयोगितावादी तत्त्वज्ञ जेरेमी बेन्थम (Jeremy Bentham) यांनी 'निरीक्षण मनोरा' या संकल्पनेचा शोध लावला. त्यांच्या मते, 'निरीक्षण मनोरा' हा तुरुंगाचा नवीन तर्कसंगत किंवा बुद्धिप्रामाण्यवादी आराखडा होय.

paradigm - (पॅराडाईम) **रूपावली किंवा प्रतिकृती :** प्रा. आर. के. मर्टन यांनी रूपावली (पॅराडाईम) ही संज्ञा प्रथम वापरली होती. समाजशास्त्रीय विश्लेषणपद्धतीतील संक्षिप्त माहितीसंकलन प्रक्रियेचे साधन म्हणून रूपावली या संज्ञेचा वापर व विकास प्रा. मर्टन यांनी केला होता. त्यांच्या मते, 'रूपावली' (पॅराडाईम) म्हणजे समाजशास्त्रीय विश्लेषणाचे मूळ अध्ययनक्षेत्र किंवा सैद्धान्तिक दृष्टिकोन यातील प्रमुख संकल्पना, गृहीततत्त्वे, कार्यप्रणाली, विधाने व समस्या यांबाबतची रूपरेषा होय. प्रा. मर्टन यांच्या मते, समाजशास्त्रात तथ्याचा सारांश काढणे, मध्यस्थी करणे, सैद्धान्तिक निष्कर्ष काढणे कठीण असते. बऱ्याच वेळा संशोधक विषयांतर करतात. ते टाळण्यासाठी 'रूपावली' ही संज्ञा मर्टन यांनी वापरली होती.

parallel cousin - (पॅरलल क'झन) **चुलत भावंडे किंवा आते–मामेभावंडे :** आप्तसंबंधव्यवस्थेत किंवा आप्तसंबंध सिद्धान्तात या संज्ञेचा वापर करण्यात आला होता. यात वडिलांच्या भावाची मुले म्हणजे चुलत भावंडे आणि बहिणीची मुले म्हणजे आतेभावंडे; तर आईच्या भावाची मुले म्हणजे मामेभावंडे तर

बहिणीची मुले म्हणजे मावस भावंडे यांचा समावेश होतो. या सर्वांचा उल्लेख आते-मामेभावंडे किंवा चुलत-मावस भावंडे (parallel cousin) या संज्ञेने केला जातो. काही समाजात या प्रकारच्या भावंडांत विवाह करण्यास मान्यता नसते; तर काही समाजात आते-मामेभावंडातील लग्न जरी समाजमान्य असले; तरी चुलत-मावस भावंडातील लग्नास मान्यता नसते. यासाठी 'समांतर भावंडे' ही संज्ञाही वापरली जाते.

parallel descent - (पॅ'रलल डिसे'न्ट) **समांतर वंशपरंपरा :** 'समांतर वंशपरंपरा' ही अशी एक व्यवस्था आहे की ज्यात पुरुष हे पुरुषांच्या वंशपरंपरेच्या दुव्याने ओळखले जातात; तर स्त्रिया या स्त्रियांच्या वंशपरंपरेने ओळखल्या जातात. द्विविध वंशपरंपरेपेक्षा ही समांतर वंशपरंपरा वेगळी असून, यात पुरुष व स्त्रिया यांचे वंश व वंशपरंपरा वेगवेगळ्या असतात.

parareligion - (पॅरा'रीलि'जन) **समांतर धर्म :** १९६० नंतर मोठ्या प्रमाणात विविध पंथ, संप्रदाय, खासगी धर्म, अदृश्य धर्म आणि गूढ श्रद्धा यांचे पीक आल्याने धर्माच्या समाजशास्त्राच्या अभ्यासकांपुढे धर्माच्या समाजशास्त्राचा गाभा नेमका काय असावा, याबाबत संभ्रम निर्माण झाला आहे. धर्म केवळ चर्चमध्ये (मंदिरात, मशिदीत, इ.) असतो असे गृहीत धरणे योग्य नाही. या संदर्भात १९९४ साली ए. एल. ग्रेल आणि टी. रॉबिन यांनी 'पवित्र आणि धर्मनिरपेक्ष' या संशोधनात एका बाजूला मूळ धर्म व दुसऱ्या बाजूला समांतर धर्म किंवा आंशिक धर्म यांत भेद केल्याचे दिसते. समांतर धर्म प्रघटना ह्या जरी अंतिम सत्याशी संबंधित असल्या तरी त्या 'धर्म' असल्याचा दावा करीत नाहीत कारण त्यात कोणत्याही दैवी शक्तीचा समावेश नसतो. अमेरिकेतील लोक वर्गीकरणात्मक धर्म, गूढवाद, नवयुगातील अध्यात्मवाद, फलज्योतिषशास्त्र आणि स्वधर्मविज्ञानशास्त्र इत्यादींचा समावेश समांतर धर्मात करतात. याव्यतिरिक्त जपानचा ओशो कल्ट, हरे कृष्ण हरे राम संप्रदाय इत्यादीही 'समांतर धर्म' या संज्ञेत मोडतात.

parasuicide or attempted suicide - (पॅरा'सू'साईड ऑर अटे'म्प्टेड सू'साईड) **ढोंगी आत्महत्या किंवा आत्महत्येचा प्रयत्न :** जेव्हा एखादी व्यक्ती आत्महत्येचे ढोंग करते किंवा आत्महत्या करण्याचा प्रयत्न करते तेव्हा त्यासाठी ही संज्ञा वापरली जाते. आत्महत्येचा प्रयत्न करणे व प्रत्यक्ष आत्महत्या करणे या दोन वेगवेगळ्या प्रघटना आहेत. ढोंगी आत्महत्येत (parasuicide) आत्महत्या करणारी व्यक्ती आरडाओरडा करते व स्वत: जखमी होण्याच्या किंवा स्वत:ला इजा

पोहोचविण्याचा त्यांचा यत्किंचितही उद्देश नसतो. आत्महत्येचा प्रयत्न करणारी व्यक्ती आत्महत्येची धमकी देऊन आत्महत्या करण्याचे नाटक किंवा देखावा निर्माण करते, पण प्रत्यक्ष आत्महत्या मात्र करीत नाही.

pariah - (पॅरिआ) **शूद्र किंवा अस्पृश्य :** या संज्ञेचा पहिला अर्थ आहे, कनिष्ठ जातीतील व्यक्ती. या संज्ञेचा दुसरा अर्थ आहे, कोणत्याही बहिष्कृत जातीतील किंवा कलंकित गटांतील सभासद. या गटांतील किंवा जातीतील लोकांवर एकतर सामाजिक बहिष्कार टाकला जातो किंवा त्यांना समाजाच्या मूळ प्रवाहापासून दूर ठेवले जाते.

parole - (पॅरोल) **अभिवचन :** गुन्हेगारीशास्त्रात अभिवचन (parole) या संकल्पनेचा अर्थ आहे, जे कैदी तुरुंगात शिक्षा भोगत आहेत त्यांच्याकडून अभिवचन म्हणजेच प्रतिज्ञापत्र लिहून घेऊन काही विशिष्ट अटींवर कैद्याला तुरुंगातून काही कालावधीसाठी घरी जाण्यास परवानगी देणे. काही तज्ज्ञांच्या मते, अभिवचन किंवा परिवीक्षा ही एकीकडे वैयक्तिक स्वरूपाची उपचारपद्धती असून, दुसरीकडे ती समुदाय उपचार–पद्धतीपण आहे. विशेषत: बालगुन्हेगारांना अभिवचनावर किंवा परिवीक्षेवर सोडताना दुसऱ्या स्वरूपाच्या उपचारपद्धतीला प्राधान्य दिले जाते. यात या कालावधीत त्या बालगुन्हेगारावर निरीक्षक वा परिवीक्षा अधिकारी (Supervisor) लक्ष ठेवतो. बर्नेस आणि टीटर्स (Bernes and Teeters) या शास्त्रज्ञांच्या मते, अभिवचन किंवा परिवीक्षा हा कैद्यांच्या सुटकेचा एक प्रकार असून या काळात निरीक्षकांचे त्यांच्यावर सतत लक्ष असते.

भाषाशास्त्रात मात्र पॅरोल (parole) ही संज्ञा स्विस भाषातज्ज्ञ फर्दिनंद दी सॉसर (Ferdinand De-Saussar) यांनी त्यांच्या संरचनात्मक भाषावाद विकासाच्या संदर्भात ज्या जोड्यांचा (pairs) वापर केला होता त्यात 'लँग्वी' (langue) आणि पॅरोल (parole) या जोडीचापण समावेश होता. या भाषाशास्त्रानुसार पॅरोल म्हणजे भाषा बोलण्याची शैली वा ढब होय. (पहा–langue and paroles–बोलीभाषा व भाषा बोलण्याची शैली.)

participant observation - (पार्टिसिपन्ट ऑब्झर्व्हेशन) **सहभागी निरीक्षण :** सहभागी निरीक्षण ही सामाजिक संशोधनाची एक अभ्यासपद्धती असून त्यात संशोधक सामाजिक कार्य सर्वेक्षणात इतरांप्रमाणेच एक सहभागी बनून कार्याचे जवळून निरीक्षण करतो. सहभागी निरीक्षणात तथ्यसंकलन अनौपचारिकपणे केले जाते. यात संशोधक माहिती देणाऱ्या गटाचाच वा त्या गटाच्या सामाजिक

जीवनाचा एक भाग बनून आवश्यक त्या माहितीचे संकलन करतो. काही तज्ज्ञांच्या मते, 'सहभागी निरीक्षणपद्धती' ही नियंत्रित निरीक्षण अभ्यासपद्धती होय. काही तज्ज्ञांच्या मते, या 'सहभागी निरीक्षण अभ्यासपद्धती'ने संशोधक ज्या समाजाचे, समूहाचे वा संघटनेचे संशोधन करणार आहे, त्यांचा प्रथम सभासद बनून अन्य सभासदांच्या घनिष्ठ सान्निध्यात येतो, त्यांच्याशी मैत्रीचे संबंध प्रस्थापित करतो की ज्यामुळे त्यांच्या प्रश्नांचे जवळून निरीक्षण करता येते व त्यांच्या प्रश्नांची वास्तवता तो जाणू शकतो. इतर निरीक्षणपद्धतीप्रमाणे या सहभागी निरीक्षणपद्धतीतही वस्तुनिष्ठता, सत्यता व विश्वसनीयता इत्यादी नियम महत्त्वाचे आहेत. विविध क्षेत्रांतील कामगारांचे प्रश्न, वांशिक प्रश्न, नैतिकतेसंबंधीचे प्रश्न इत्यादींच्या अध्ययनात, ही सहभागी निरीक्षणपद्धती उपयोगी पडते.

अगदी अलीकडे म्हणजे विसाव्या शतकाच्या उत्तरार्धात खालील संशोधकांनी सहभागी निरीक्षण अभ्यासपद्धतीचा वापर त्यांच्या संशोधनात केला होता.

अ. १९५५ साली विलियम फूट व्हाईट (William Foote Whyte) यांनी त्यांच्या 'रस्त्यावरील अडचणीत सापडलेला समाज' (Street corner society) या संशोधनपर ग्रंथात रस्त्यातील टोळ्यांचे अध्ययन करताना या पद्धतीचा वापर केला होता.

ब. १९६६ साली जॉन लॉफलॅन्ड (John Lofland) यांनी डूम्सडे संप्रदायातील (doomsday cult) मुनींच्या अध्ययनात ही पद्धती वापरली होती.

क. १९७० लँड हमफ्रे (Land Humphrey) यांनी समलिंगी संभोगवाद्यांच्या अध्ययनात ही पद्धती वापरली होती.

औद्योगिक समाजशास्त्रात ही पद्धती 'हेर अभ्यासपद्धती' (Spy Method) म्हणून ओळखली जाते. कामगारांच्या प्रश्नांचा अभ्यास या पद्धतीद्वारे केला जातो.

particularism - (पर्टिक्यूलॉरिझम) **विशिष्टीकरणवाद :** विशिष्टीकरणवाद हे कोणत्याही संस्कृतीचे किंवा मानवी गटाचे असे स्थितिज्ञान की ज्यात क्रियेचे मूल्यमापन करण्यासाठी ज्या मूल्यांचा किंवा निकषांचा वापर केला जातो, ती गटांतर्गत असतात आणि त्या मूल्यांचा व निकषांचा वापर हा सार्वभौमिक संदर्भविरहित केला जावा. म्हणून काही तज्ज्ञ असे मानतात, की पारंपरिक संस्कृती या विशिष्टीकरणवादी आहेत. आधुनिक संस्कृती या मात्र वाढत्या प्रमाणात सार्वभौमिकतेच्या वर्चस्वाने भारलेल्या आहेत.

pastoralism and pastoral society - (पॅस्टोरॅलिझम अॅन्ड पॅस्टोरल सोसायटी) **मेंढपाळवादी किंवा गुराखीवादी आणि मेंढपाळ किंवा गुराखी समाज :** दक्षिण सुदानमध्ये उपजीविकेचे एक साधन म्हणून तेथील न्यूअर आदिवासी यांनी जी आर्थिक आणि सामाजिक संघटना स्थापन केली, त्यासाठी गुराखीवाद किंवा मेंढपाळवाद ही संज्ञा वापरतात. आर्थिक तज्ज्ञांच्या किंवा अर्थशास्त्रज्ञांच्या मते, केवळ सुदानमध्येच नव्हे; तर जगात सर्वत्र आर्थिक प्रगतीची दुसरी अवस्था म्हणून मेंढपाळ, गुराखी किंवा पशुपालन अवस्थेचा उल्लेख करतात. गुरांना आवश्यक असलेल्या चाऱ्याचा शोध घेण्यासाठी या लोकांना सतत भटकावे लागते. पाळीव प्राण्यांचे दुधदुभते व जंगलातील कंदमुळे यांवर त्यांची उपजीविका चालते. गुराखीवाद किंवा मेंढपाळवाद हा समता व स्वातंत्र्य यांच्याशी निगडित असल्याचे प्रतिपादन स्पूनर (Spooner) या संशोधकाने त्याच्या अभ्यासाद्वारे आपल्या निर्देशनास आणताना गुराखी समाजाचे एक वैशिष्टच म्हणून पितृसत्ताकपद्धतीचा उल्लेख केला होता.

paternalism - (पॅटर्नलिझम) **पितृसत्ताकवाद किंवा अधिकारवाद :** एखाद्या पितृसत्ताक कुटुंबात कुटुंबप्रमुख पुरुषाचा त्या संपूर्ण कुटुंबातील सर्व सभासदांवर अधिकार किंवा वर्चस्व गाजविण्याचा ज्याप्रमाणे हक्क असतो, त्याच धर्तीवर कोणतेही सरकार किंवा संघटना स्वतःचे सभासद व नोकर यांच्यावर अधिकार वा वर्चस्व स्थापित करण्याचा प्रयत्न करतात. पिता जसा त्याच्या मुलांशी वागतो, तसेच सरकारी संघटनेतील अधिकारी त्यांच्या नोकरांशी वागतात. अशा संबंधात गुलाम–मालक संबंध, शिक्षक–विद्यार्थी संबंध व संघटनाधिकारी–कनिष्ठ कर्मचारी संबंध हे या प्रकारच्या संबंधांचे प्रतीक होय.

patriarchy - (पेट्रिआर्की) **पितृसत्ताकता :** कुटुंबरूपी सामाजिक संघटनेचा एक प्रकार की ज्यात कुटुंबाचा किंवा घरकुलाचा प्रमुख हा पुरुष असतो व तो कुटुंबातील स्त्रिया, मुले यांच्यावर सत्ता गाजवितो, त्यास 'पितृसत्ताकता' या संज्ञेने संबोधतात. (उदा. रोमन समाजातील किंवा हिंदू समाजातील कुटुंबे) 'पितृसत्ताकता' ह्या संज्ञेचा दुसरा अर्थ असा की अशी कोणतीही व्यवस्था की ज्यात पुरुष त्या व्यवस्थेतील स्त्रिया व तरुण मुले यांच्यावर सामाजिक, आर्थिक आणि सांस्कृतिक वर्चस्व प्रस्थापित करतात. पितृसत्ताकता किंवा पुरुषसत्ताकता या पद्धतीचा संदर्भ प्रामुख्याने कुटुंबातील आणि घरकुलातील किंवा संपूर्ण समाजातील संघटनात्मक वर्तनबंधाशी निगडित आहे.

समाजशास्त्रज्ञांनी ही संज्ञा ऐतिहासिक दृष्टीने जरी प्रामुख्याने वर्णनात्मक स्वरूपात वापरली असली, तरी आज स्त्रीवादी समाजशास्त्रज्ञ या संज्ञेच्या नकारात्मक बाजूंवर किंवा वैशिष्ट्यांवर मोठ्या प्रमाणात भर देतात. समाजशास्त्रात या संज्ञेचे विश्लेषण करताना समाजशास्त्रज्ञ हे प्रामुख्याने 'पितृसत्ताक' या संज्ञेचा उगम व परिणाम यांच्याशी संबंधित होते. या संज्ञेच्या विश्लेषणात जरी स्त्री-पुरुषातील जीवशास्त्रीय भेद (उदा. त्यांची शारीरिक ताकद) हा काही वेळा पितृसत्ताकपद्धतीचा मूळ आधार असला; तरी त्यातील सांस्कृतिक आणि सामाजिक उगमस्रोत तितकेच महत्त्वाचे व समान घटक आहेत.

स्त्रीवादी सिद्धान्तात 'पितृसत्ताकता' ह्या संज्ञेचा वापर हा लिंगभाव संबंधांच्या चर्चेच्या आधारे स्त्री-पुरुष संबंधातील राजकारण आणि स्त्रियांच्या दडपणुकीमध्ये असलेली पितृसत्ताकव्यवस्थेची केंद्रीय भूमिका उघड करण्यासाठी सातत्याने केला जातो.

patrilateral - (पेट्रि‌लॅटरल) **पित्याच्या बाजूचे :** ही आप्तसंबंध निर्देशक संज्ञा असून या संज्ञेत प्रामुख्याने पित्याच्या बाजूच्या नातेवाइकांचा अंतर्भाव होतो. (यात काका, आत्या, आजोबा, आजी हे येतात. ही संज्ञा मातेच्या बाजूच्या नातेसंबंधांच्या (matrilateral) विरोधात असून त्यातून दोन्ही बाजूचे नातेसंबंध (bilateral) आकाराला आले व या व्यवस्थेला कालांतराने महत्त्व प्राप्त झाले.

patrilineal descent - (पेट्रि‌लिनिअल डिसे‌न्ट) **पितृवंशीय वंशपरंपरा :** ही पद्धत एकरेखीय वंशपरंपरा म्हणून ओळखली जाते. यात व्यक्तीच्या वंशाचा शोध हा पित्याच्याद्वारे घेतला जातो. मातृवंशीय परंपरेच्या (matrilineal) विरोधी ही संज्ञा असून पुढील आकृतीच्या साहाय्याने पितृवंशीय वंशपरंपरा विद्यार्थ्यांना समजू शकेल.

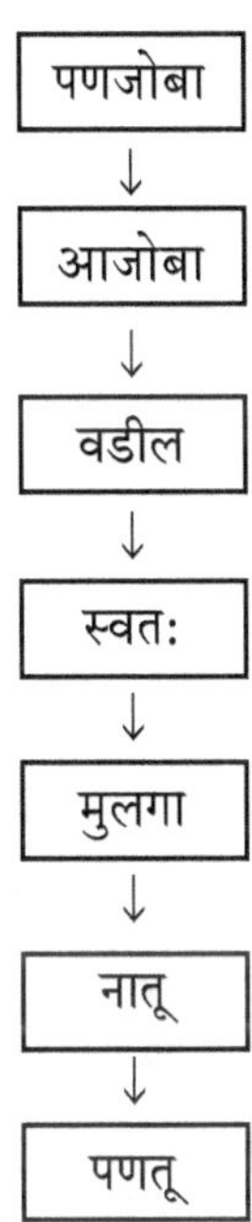

patri-local - (पे'ट्रि-लोकल) **पितृस्थानीय :** नवविवाहित दाम्पत्याने विवाहानंतर कोठे निवासास किंवा राहावयास जावे हे निर्देशित करणारी ही एक निवासपद्धती होय. या निवासपद्धतीनुसार विवाहानंतर नवोदित दाम्पत्य (म्हणजे वधूवर) हे वराच्या वडिलांच्या घरी कायमच्या निवासास जातात. मातृस्थानीय निवासपद्धतीपेक्षा ही पद्धत वेगळी आहे. प्रामुख्याने सर्व पितृसत्ताक कुटुंबांत ही निवासपद्धती प्रचलित आहे. अपवाद केंद्र कुटुंबपद्धती.

patri-monialism - (पे'ट्रि-मोनिऑलिझम) **वडिलोपार्जितवाद किंवा पैतृकवाद :** वडिलोपार्जितवाद म्हणजे राजकीय वर्चस्वाचा किंवा राजकीय अधिकाराचा एक प्रकार असून प्रामुख्याने राजघराण्यात सत्ता हस्तांतरणप्रक्रियेचा हा एक भाग होय. आणि म्हणूनच पितृसत्ताकवादी संबंध ही एक विस्तृत संज्ञा असून ती कोणत्याही एका विशिष्ट राजकीय व्यवस्थेशी संबंधित नाही. 'पितृसत्ताकवाद' ही संज्ञा वेबर या जर्मन समाजशास्त्रज्ञाने वापरात आणली होती. काही तज्ज्ञांच्या मते, या संज्ञेच्या अर्थात सत्तेचे, मालमत्तेचे हस्तांतरण हे पित्याकडून मुलाकडे होते. वेबर यांच्या मते, या पद्धतीच्या काही मर्यादा आहेत. उदा., अस्थिरता, राजकीय चढउतार इत्यादी. राजसत्ताकपद्धती नष्ट होऊन लोकशाही निर्माण झाली असली

तरी लोकशाहीतही पितृसत्ताक घराणेशाही आहेच. लोकशाहीवादी भारतात नेहरू, गांधी घराण्याची सत्ता आजही चालूच आहे.

patri-clan - (पेट्रि-क्लॉन) **पितृकूल** : आदिवासी समाजात ही संज्ञा वापरतात. एकाच मूळ पुरुषापासून किंवा गोत्रापासून उगम पावलेल्या समगोत्री कुटुंबांचा समूह म्हणजे पितृकूल होय. आदिवासी समाजात गोत्र महत्त्वाचे असून, व्यक्तीच्या पितृप्रधान गोत्राच्या कुटुंबाचा, त्या गावातील वा परिसरातील समूह म्हणजे पितृकूल होय.

pattern maintenance - (पॅटर्न मेंटेनन्स) **समाजबंधाचे जतन** : टॉलकॉट पार्सन्स यांनी सामाजिक व्यवस्थेची जी कार्यिक पूर्वावश्यक तत्त्वे किंवा ज्या कार्यिक समस्या प्रतिपादन केल्या होत्या, त्यांतील एक तत्त्व किंवा एक समस्या म्हणजे समाजबंधाचे जतन करणे होय. पार्सन्स यांच्या मते, कोणत्याही सामाजिक व्यवस्थेतील समाजबंधाचे जतन करणे अत्यावश्यक असून त्या सामाजिक व्यवस्थेतील भूमिकाधारकाने किंवा उपगटाने (म्हणजेच उपगटातील सभासदांनी) समाजबंध काय आहेत, हे शिकून घेतले पाहिजे व आपल्या प्रत्येक अभिवृत्तीत त्यांना योग्य प्रतिष्ठा प्राप्त करून देण्याचा प्रयत्न केला पाहिजे. साध्या वा सरळ शब्दांत असे म्हणता येईल, की प्रत्येक समाजात समाजव्यवस्था टिकविण्यासाठी व्यक्तींनी कसे वागावे किंवा वागू नये हे सांगणारी प्रमाणके निर्माण झालेली असतात. जेव्हा ही प्रमाणके संस्थीकृत होतात तेव्हा त्यांना समाजबंधाचे रूप प्राप्त होते व त्याचे जतन करणे हे सामाजिक व्यवस्था स्थिर राहण्यासाठी महत्त्वाचे असते. इस्लामचा रमजान ईद, ख्रिस्ती लोकांचा नाताळ, हिंदू धर्मातील अनेक सण व उत्सव इत्यादी बाबी आजही टिकून आहेत, त्या समाजबंधाच्या जतनप्रक्रियेमुळे होय.

pattern variable - (पॅटर्न व्हेअरिएबल) **द्विपर्यायी वर्तनबंध** : समाजव्यवस्थेतील क्रियासंरचनेचे चित्र रेखाटताना पार्सन्स यांनी ही द्विपर्यायी वर्तनबंधाची संकल्पना सुचवली होती. प्रा. टोनिज या जर्मन समाजशास्त्रज्ञांच्या प्राथमिक व दुय्यम समाज (Semeinschaft and Gessellschaft) या संकल्पनेवरून त्यांना ही संकल्पना सुचली होती. समाजात वर्तन करताना व्यक्तीसमोर नेमके कोणत्या प्रकारचे वर्तन करावे असा पेच निर्माण होतो. या पेचाची सोडवणूक म्हणजे हे पाच द्विपर्यायी वर्तनबंध होत. त्यांचा आपण थोडक्यात विचार करू.

१. भोगपरता विरुद्ध भोगतटस्थता   (Affectivity vs. Affectives) : या

द्विपर्यायात कर्त्यासमोर जो पेच निर्माण होतो तो स्वत:च्या समाधानासाठी क्रिया करावयाची की समाजाच्या शिस्तपालनासाठी क्रिया करावयाची. क्रिया करताना स्व-आनंद किंवा शिस्तपालन यांपैकी एक पर्याय व्यक्तीला निवडावाच लागतो.

२. विवक्षितता विरुद्ध विकीर्णता (Specificity vs. Diffusion) : कर्त्यासमोर क्रिया करताना उभा राहणारा हा दुसरा पेच होय. समाजात आंतरक्रिया करताना विशिष्ट संबंधाला प्राधान्य द्यावे की व्यापक किंवा अमर्यादित सामाजिक संबंधांना प्राधान्य द्यावे; याबाबतही योग्य पर्याय व्यक्तीला निवडावाच लागतो.

३. विशेषपरता विरुद्ध विश्वपरता (Particularism vs. Universalism) : क्रिया करताना कर्त्यासमोर उभा राहणारा हा तिसरा पेच होय. समाजाच्या नैतिक नियमनांशी हा पेच संबंधित असून नैतिक नियम व मूल्ये सापेक्ष असतात, तर तशीच ती सार्वभौमिक वा वैश्विक असतात. क्रिया करताना सापेक्षतेला महत्त्व द्यायचे की निरपेक्षतेला याचा निर्णय व्यक्ती घेते.

४. सिद्ध अभिमुखता विरुद्ध साधित अभिमुखता (Quality vs. Performance) : क्रिया करताना कर्त्यासमोर उभा राहणारा हा चौथा पेच होय. यात आंतरक्रिया करताना जन्मावर आधारित दर्जाला महत्त्व की कर्तृत्वाने प्राप्त झालेल्या दर्जाला याचा निर्णय व्यक्तीला घ्यावा लागतो.

५. स्वकेंद्री अभिमुखता विरुद्ध समूहकेंद्री अभिमुखता (Self orientation vs. Collective orientation) : क्रिया करताना कर्त्याला पडणारा हा पाचवा पेच होय. यात कर्त्याने क्रिया व आंतरक्रिया करताना वैयक्तिक उद्दिष्टांना प्राधान्य द्यावयाचे की सामाजिक उद्दिष्टांना याचा निर्णय कर्त्याला घ्यावा लागतो.

peace movement - (पीस मूव्हमेन्ट) **शांतता आंदोलन :** काही तज्ज्ञांच्या मते, जगात शांतता प्रस्थापित व्हावी हा उद्देश डोळ्यांसमोर ठेवून केलेले जागतिक स्तरावरचे आंदोलन म्हणजे 'शांतता आंदोलन' होय. दुसऱ्या महायुद्धाच्या विदारक अनुभवानंतर जगात सर्वच अण्वस्त्र नि:शस्त्रीकरणाच्या आंदोलनाला महत्त्व प्राप्त झाले. या आंदोलनांना जगातील सर्वच बुद्धिवाद्यांनी, सामाजिक कार्यकर्त्यांनी, शांतताप्रिय राष्ट्रांनी पाठिंबा दिला. गेल्या काही दशकांत जगात सर्वत्र दहशतवाद, आतंकवाद मोठ्या प्रमाणात फोफावला असून त्याविरुद्ध आंदोलने करण्याचा जो विचार तज्ज्ञ व्यक्त करतात तो शांतता आंदोलनाचाच प्रकार होय. जगाला हिंसाचारापासून परावृत्त करून शांततामय जीवन जगण्यासाठी भाग पाडणे म्हणजे 'शांतता आंदोलन' होय.

peasants - (पे'झन्ट्स) **शेतकरी किंवा कृषक :** शेतकरी म्हणजे छोट्या प्रमाणात शेतीचे उत्पादन करणारा शेती उत्पादकांचा गट होय. हा छोटा शेती उत्पादक गट शेतीतून उत्पादन घेताना साध्या साधनसामग्रीची मदत घेतो; उत्पादनात स्वत:च्या कुटुंबातील व्यक्तींच्या श्रमाचा वापर करतो व कुटुंबाच्या उपजीविकेसाठी अधिकाधिक उत्पादन करतो. १९६० पर्यंत कृषकांकडे किंवा शेतकऱ्यांकडे समाजशास्त्राने दुर्लक्षच केले होते. परंतु १९६६ साली वोल्फ (Wolf) यांनी, तर १९६७ साली बॅरिंग्टन मूर (Barrington Moore) यांनी शेतकऱ्यांच्या संदर्भात केलेल्या अध्ययनामुळे समाजशास्त्राच्या शेतकऱ्यांविषयीच्या दृष्टिकोनात बदल होऊन, शेतकऱ्यांसंबंधीचे ज्ञान आपण प्राप्त केले पाहिजे याची प्रेरणा मिळाली. त्याचप्रमाणे या अध्ययनामुळे मानवशास्त्रात व राजकीय अर्थशास्त्रात शेतकऱ्यांसंबंधीच्या ज्ञानप्राप्तीच्या संबंधीच्या विचारांचा विकास करण्यासही प्रारंभ झाला. व्हिएतनाम युद्धात शेतकऱ्यांची भूमिका, लॅटिन अमेरिकेतील व आशिया खंडातील राष्ट्रांत शेतकऱ्यांच्या राजकीय कार्यक्रमात झालेल्या वाढीमुळे शेतकऱ्यांकडे सकारात्मक दृष्टिकोनातून पाहावयास प्रारंभ झाला. मार्क्सवादी योगदान व विशेषत: माओवादाच्या प्रभावाखाली १९४९ च्या सुमारास चीनमध्ये जी राज्यक्रांती झाली, त्यातून पुढे असा प्रश्न उपस्थित करण्यात आला की तिसऱ्या जगातील शेतकरी, खरोखरच समाजवादी क्रांतिकारी शक्तीचे प्रतिनिधित्व करू शकतील का ? या आधारे शेनिन यांनी १९८२ व १९८८ साली शेतकऱ्यांचे जे अध्ययन केले होते; त्याआधारे त्यांनी शेतकऱ्यांची चार वैशिष्ट्ये विशद केली होती. ती पुढीलप्रमाणे-

१. कौटुंबिक शेती हा शेतकऱ्यांचा प्रमुख आर्थिक एकक असून त्याआधारे ते उत्पादन, श्रम आणि उपभोग यांचे संघटन करतात.

२. शेतावरील कामात काटकसर करणे ही शेतीची प्रमुख क्रिया असून, त्याचबरोबर कमीतकमी विशेषीकरण व कमीतकमी कुटुंबप्रशिक्षण यांद्वारे लक्ष्य गाठण्यावर भर दिला जातो.

३. त्या त्या ठिकाणच्या स्थानिक ग्रामीण समुदायानुसार शेतकऱ्यांची विशिष्ट अशी जीवनशैली असते, की जी त्यांचे संपूर्ण सामाजिक जीवन व्यापते. ही जीवनशैली नागरी जीवनापेक्षा व अन्य सामाजिक जीवनापेक्षा वेगळी असते.

४. बिगरशेतकरी गटापेक्षा शेतकरी हे राजकीय, आर्थिक व सामाजिक दृष्टीने विचार करता कनिष्ठ स्तरावर असतात.

५. शेतकऱ्यांत एक विशिष्ट सामाजिक गतिशीलता असते की ज्यात पिढ्यान्पिढ्या चालणाऱ्या चक्राकार गतिमत्त्वाचा समावेश होतो; की ज्यामुळे जमीन विभाजनातून आणि कुटुंबश्रमाच्या उपलब्धतेसंबंधीच्या चढउतारातून निर्माण झालेल्या विषमतेला नष्ट करण्याची संधी साधणे महत्त्वाचे आहे.

६. विशेषत: समकालीन जगात शेतकऱ्यांच्या संरचनात्मकतेच्या बदलाचा समान अनुबंध आकाराला आला असून, त्यानुसार एखाद्या बाह्य संघटनेच्या प्रभावामुळे (उदा. कृषिव्यापार समिती) शेतकऱ्याचा संबंध बाजाराशी प्रस्थापित करताना त्यांना राष्ट्रीय राजकारणात समाविष्ट करून घेतले जाते.

थोडक्यात, जमिनीपासून अन्नधान्यादी मालाचे उत्पादन करणाऱ्या कष्टकरी सामाजिक गटासाठी 'शेतकरी' ही संज्ञा वापरली जाते.

peasant society - (पे'झन्ट सोसायटी) **कृषक किंवा शेतकरी समाज :** कृषक किंवा शेतकरी समाज म्हणजे शेतकऱ्यांचे वर्चस्व असणारी छोट्या स्वरूपाची सामाजिक संघटना होय, की जी अन्य सामाजिक गटांपेक्षा वेगळी वैशिष्ट्ये धारण करते. काही वेळेला 'कृषक समाज' किंवा 'शेतकरी समाज' ही संज्ञा ज्या समाजात बहुसंख्येने शेतकरी राहतात अशा मोठ्या समाजासाठीही वापरली जाते. उदा. भारतीय समाज. आजही भारतात ७०% लोक शेती करतात. म्हणून भारत हा शेतीप्रधान समाज वा राष्ट्र होय. काही तज्ज्ञ असे मानतात, की शेतकरी हे विविध समाजांत वास्तव्य करतात, की जेथे अन्य व्यावसायिक सामाजिक गटही राहतात. तेव्हा अशा समाजाची वैशिष्ट्ये कृषक समाजासारखी नसतात. परंतु एखाद्या खेडेगावात किंवा प्रदेशात जेव्हा कृषक समाजाचे वर्चस्व असते, तेव्हा त्यासाठी 'कृषक समाज' ही संज्ञा वापरली जाऊ शकते.

कोणत्याही कृषक समुदायात काही लोक असे असतात, की पृथक्करणात्मक दृष्टीने विचार करता त्यांना 'कृषक' ही संज्ञा लावता येत नाही. असे लोक म्हणजे व्यापारी मालवाहतूकदार, सावकार, भूमिहीन कामगार जे शेतकऱ्यांच्या उत्पन्नावर नियंत्रण ठेवतात; तसेच ह्या सर्व व्यावसायिकांचा शेतकऱ्यांशी सामाजिक आणि आर्थिक दुवा साधलेला असतो. तसेच पृथक्करणात्मक दृष्टीने विचार करता काही शेतकरीसुद्धा उपव्यवसाय म्हणून वरीलपैकी कोणत्याही एका व्यवसायकार्यात मग्न असू शकतो. विशेषत: आधुनिक जगातील लोक, जे आर्थिक व सामाजिक दृष्टीने शेतकऱ्यापेक्षा पूर्णपणे वेगळे असतात. अधिक महत्त्वाची गोष्ट अशी, की आधुनिक समाजात अधिकारी, राष्ट्रीय व परदेशी महामंडळांचे प्रतिनिधी, ट्रॅक्टर्सपासून

ते औषधापर्यंत कोणत्याही वस्तूंची विक्री करणारे, स्वतंत्र व्यावसायिक म्हणजे वकील, वैद्यकिय व्यावसायिक इत्यादींचापण समावेश होतो. यांपैकी काही लोक खेडेगाव व बाहेरचा विस्तृत समाज यांच्या संबंधात मध्यस्थांची भूमिका बजावतात. या सर्व विवेचनाचा निष्कर्ष असा की संपूर्ण शेतीसमाज अशक्य जरी असला; तरी अन्य व्यावसायिकांच्या तुलनेने केवळ शेती व्यवसायच करणाऱ्यांचे प्रमाण तुलनात्मकदृष्ट्या (५०% पेक्षा) जास्त असेल, अशा समाजाला 'कृषक समाज' ही संज्ञा लावता येईल.

peer group - (पिअर ग्रूप) **समउद्देश गट :** 'समउद्देश गट' हा व्यक्तींचा असा संच आहे की ज्यातील व्यक्ती, वय, वांशिकता किंवा व्यवसाय इत्यादी समान वैशिष्ट्यांमुळे एकत्र येतात आणि ते स्वतःला अन्य सामाजिक समुच्चयापासून वेगळे समजतात आणि मानतात. या समउद्देश गटाची स्वतःची अशी संस्कृती, प्रतीके, मान्यता आणि धार्मिक विधी असतात. आणि ज्यात त्यानुसार नवीन सभासदांचे सामाजिकीकरण केले जाते, परंतु जे सभासद गटांची प्रमाणके स्वीकारण्यास अपयशी ठरतात त्यांना बहिष्काराचा सामना करावा लागतो.

perception - (पर्सेप्शन) **समज किंवा ज्ञान :** कोणत्याही प्रेरणांचा स्वीकार आणि स्पष्टीकरण करण्याची क्रिया म्हणजे 'समज' किंवा 'ज्ञान' होय. या प्रक्रियेत संवेदनात्मक यंत्रणा आणि स्थितिज्ञानात्मक मूल्यमापन यांचा समावेश होतो आणि यावर शिक्षणपूर्व अनुभव, भावनात्मक अवस्था आणि सद्यःकालीन अपेक्षा यांचा प्रभाव पडतो. समाजशास्त्रज्ञांच्या दृष्टीने या संज्ञेचे महत्त्व हे, की सामाजिक आणि सांस्कृतिक प्रभावाखाली असलेल्या प्रसंगाचे वैयक्तिक स्पष्टीकरण करणाऱ्या क्रियेची पावती देणे हे होय. म्हणून अभिवृत्ती, वंशवाद, पूर्वग्रह, साचेबंद कल्पना यांच्या स्पष्टीकरणात्मकतेसाठी ही ज्ञानात्मक किंवा आकलनात्मक बाजू महत्त्वाची आहे.

perestroika - (पेरिस्त्रोयका) **रशियातील आर्थिक व राजकीय सुधारणा :** 'पेरिस्त्रोयका' ही रशियात वापरण्यात आलेली रशियन संज्ञा असून तिचा अर्थ आहे पुनर्बांधणी किंवा पुनर्संरचना. १९८५ ते १९८९ या कालखंडात रशियाचे त्या वेळचे अध्यक्ष गोर्बाचेव्ह (Gorbachev) यांनी ही संज्ञा प्रथम स्वीकारली व त्यानुसार त्यांना व इतरांना अपेक्षित असलेले राजकीय, आर्थिक व सामाजिक बदलाचे कार्यक्रम हाती घेतले, परंतु नंतर त्यांच्या असे लक्षात आले की गेल्या दोन दशकांतील आर्थिक वृद्धी मंद आहे. या मंद बदलाचे गोर्बाचेव्ह सरकारने स्पष्टीकरण जरी दिले असले; तरी या सुधारणाकार्यक्रमात सर्वसामान्यपणे स्टॅलिन

यांच्या काळात उगम पावलेल्या अनेक राज्यधोरणांत व राज्यनियोजनात सुधारणा करण्यात आली. त्यानुसार अनेक वैयक्तिक व्यापाऱ्यांना मोठ्या प्रमाणात स्वायत्तता प्रदान करण्यात आली, बाजाराच्या भूमिकेला प्राधान्य देण्यात आले, कौटुंबिक व सहकारी व्यापार यांना वाढते स्वातंत्र्य प्रदान करण्यात आले. परदेशी व्यापार आणि परदेशी व्यापारी संस्था यांना रशियात त्यांचा व्यवसाय सुरू करण्यास मान्यता देण्यात आली. गोर्बाचेव्ह यांनी आणखी एक संज्ञा वापरली ती म्हणजे 'ग्लाझ्नोस्ट' (Glasnost). याचा अर्थ आहे 'अधिक खुले सरकार'. त्यांनी लोकांना सरकारी कार्यक्रमात उघडपणे सहभागी व्हा, स्वतःच्या जीवनाचे पुनर्परीक्षण करा आणि नवीन जीवनशैली आत्मसात करा असे आवाहन केले. जरी गोर्बाचेव्ह यांच्या पहिल्या विचारानुसार हा सुधारणाकार्यक्रम जलद गतीने साध्य करण्याची योजना आखली असली, तरी १९९० पर्यंत सोव्हिएट रशियाची अर्थव्यवस्था (गतिशील बनण्याऐवजी) गतिहीन बनली व परिणामतः १९९१ साली गोर्बाचेव्ह यांची सत्तेतून हकालपट्टी झाली व हा सुधारणाकार्यक्रम मागे पडला.

periphery - (पेरि'फेरी) **परीघ :** पहा–centre and peripheri–केंद्र व परीघ.

permanent revolution - (प'र्मनन्ट रेव्होल्यू'शन) **स्थायी किंवा टिकाऊ क्रांती :** स्थायी किंवा टिकाऊ क्रांती ही एक मार्क्सवादी संकल्पना असून ट्रॉटस्की (Trotsky) यांनी तिचा वापर केला. त्यांच्या मते, स्थायी क्रांती ही की जी, लोकशाहीवादी क्रांतीकडून समाजवादी क्रांतीकडे प्रवाहित होते. ट्रॉटस्की यांनी १९०५ साली स्थायी क्रांतीची ही संकल्पना रशियन क्रांतीला प्रतिसाद देताना विकसित केली. कर्मठ मार्क्सवादी स्पष्टीकरणाच्या विरोधात विवाद करताना ट्रॉटस्की म्हणतात, की रशियात यापुढे होणारी क्रांती लोकशाहीत मध्यम वर्गीय क्रांतीची ओळख करून देणारी असणार नाही आणि बंधनरहित भांडवलशाहीशी संबंधित असणार नाही. त्यांच्या मते, (त्या काळचा) रशियातील मध्यम वर्ग इतका दुबळा आहे, की तो अमीर उमराव व झार (Czar) यांच्या विरोधात उभाच राहू शकत नाही.

नंतर १९३० साली ट्रॉटस्की यांनी त्यांचा सिद्धान्त अधिक रुंदावला आणि तो वसाहतवादी व नववसाहतवादी समाजासाठीही लागू केला, की जेथे राष्ट्राच्या स्वातंत्र्याच्या चळवळीत अनेक स्वदेशी मध्यम वर्गीय सामील झाले होते. सारांश, मार्क्स यांच्या क्रांतिवादी विचाराच्या विरोधात ट्रॉटस्की यांनी लोकशाहीतून समाजवाद निर्माण करण्यासाठी 'स्थायी क्रांती' ही संकल्पना मांडली होती.

personal construct theory - (प'र्सनल कन्स्ट्र'क्ट थिअरी) **वैयक्तिक बांधणी सिद्धान्त :** 'वैयक्तिक बांधणी' सिद्धान्त हा व्यक्तिमत्त्व आणि सामाजिक ज्ञान यासंबंधीचा सामाजिक मानसशास्त्रीय सिद्धान्त होय. हा सिद्धान्त प्रघटनाशास्त्रीय मानसशास्त्र संप्रदायाचा एक भाग होय. हा सिद्धान्त या घोषणेवर आधारित आहे, की प्रत्येक व्यक्ती तिच्या अद्वितीय वैयक्तिक बांधणीव्यवस्थेद्वारे या प्रकारचा सिद्धान्त विकसित करताना द्विस्तंभीय बांधणीतून आनंदी संबंध तयार करते. या बांधणीव्यवस्थेचा अर्थ असा लावला जातो, की हा सिद्धान्त सामाजिक आणि असामाजिक भावी घटनांचे अनुमान आणि प्राक्कथन करतो आणि म्हणून हा सिद्धान्त व्यक्तीची अशी प्रतिकृती तयार करतो; की ज्याद्वारे वैज्ञानिक कार्यक्रमांची किंवा क्रियाशीलतेची तुलना व्यक्तिमत्त्वाच्या वैशिष्ट्यांशी केली जाईल.

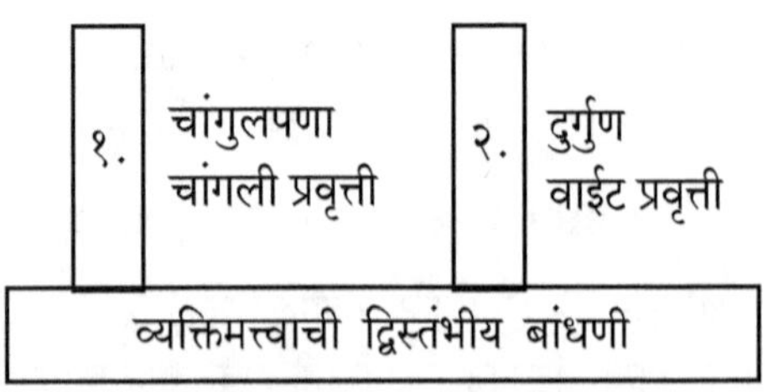

वैयक्तिक बांधणी सिद्धान्त निश्चितपणे तयार करण्याचे कार्य १९५५ मध्ये जॉर्ज केली यांनी केले होते. हा सिद्धान्त तयार करताना जॉर्ज केली (Georges Kelly) यांनी मूलभूत गृहीततत्त्वे आणि सुधारणात्मक उपसिद्धान्त यांचा आधार घेतला होता. केली यांच्या मते, व्यक्ती स्वत:तील सारखेपणा व भेद ओळखतात आणि प्रत्येक ओळखीचा एक घटक बांधणीचा घटक म्हणून प्रकट केला जातो आणि या सर्व घटकांच्या आधारे संपूर्ण (समाजरूपी) जाळ्याची निर्मिती होते. वैयक्तिक बांधणी सिद्धान्ताचा वापर मनोविश्लेषणासाठी आणि वर्तनात्मक समस्यांचे विश्लेषण करण्यासाठी केला जातो.

petty bourgeoisie or petit bourgoisie (पे'टि बुर्ज्वा ऑर पेटि'ट बुर्ज्वा) **छोटा-मध्यम भांडवलदार वर्ग :** छोट्या किंवा लहान व्यापाऱ्यांच्या वर्गासाठी या संज्ञेचा वापर करण्यात आला. या छोट्या-मध्यम भांडवलदार वर्गात, काही तज्ज्ञांनी स्वरोजगार कलाकार, मध्यम वा छोटे शेतकरी आणि अन्य लघुशेतीधारक किंवा अल्पभूधारक यांचाही अंतर्भाव केला आहे. या संज्ञेचा उगम, मार्क्स यांच्या योगदानात आहे हे सत्य नाकारता येत नाही. मार्क्स यांनी मोठ्या आणि

छोट्या व्यापाऱ्यांच्या सामाजिक व आर्थिक परिस्थितीच्या भेदावर प्रकाश टाकला असून, ते असा विचार मांडतात की भांडवलशाहीतील स्पर्धा आणि आर्थिक कलहाचे तर्कशास्त्र जर यांना समजले, तर त्यांचा व्यापार हा मक्तेदारीवर आधारित मोठ्या व्यापारात रूपांतरित होण्यास एक प्रकारे प्रोत्साहन मिळेल. व्यवहारात मात्र असुरक्षितता व अस्थिरता यांचा सामना करूनही हे छोटे उद्योजक व व्यापारी नुसतेच टिकून राहिले नाहीत; तर गेल्या काही वर्षांत या छोट्या उद्योजकीय व व्यापाऱ्यांच्या प्रमाणात वाढ झाल्याचे दिसते.

इ.सन १९७३ साली पॉलन्टझाझ (Paulantzaz) यांनी या संकल्पनेच्या सैद्धान्तिक पुनर्विकासाचे अध्ययन केले होते. त्या अध्ययनाच्या आधाराने ते असे सूचित करतात की, यंत्रोद्योगात कार्यरत असलेल्या मध्यम वर्गाला नवमध्यम वर्ग (neo petty bourgeioise) या संकल्पनेने संबोधावे. पॉलन्टझाझ यांच्या मते, या नवमध्यम वर्गाने भांडवलवादांचे मदतनीस म्हणून कार्य करावे. कारण त्यांच्या जवळ स्वत:ची उत्पादनाची साधने नसतात.

petty commodity production - (पे'टि कमॉ'डिटि प्रॉड'क्शन) **छोट्या वस्तू उत्पादन :** ‘छोट्या वस्तू उत्पादन’ ही एक मार्क्सवादी संकल्पना असून, यानुसार अशा लोकांकडून बाजारासाठी वस्तूंची निर्मिती केली जाते की जे उत्पादनसाधनांचे मालक असतात, जे स्वत: उत्पादन करतात कारण कुटुंबबाह्य श्रमिकांचे श्रम विकत घेण्याची त्यांची आर्थिक कुवत नसते. मार्क्सवादी नसणारे तज्ज्ञ मात्र यासाठी ‘स्वयंरोजगार उत्पादन’ या संज्ञेचा वापर करतात. सर्वसामान्यपणे स्वयंरोजगार उत्पादनासाठी पर्यायी संज्ञा म्हणून ‘साध्या वस्तू उत्पादन’ या संज्ञेचाही वापर केला जातो. मार्क्सवादानुसार काही उत्पादनसाधनांची मालकी असणारे छोटे उत्पादक बाह्य श्रमिकांचे श्रम विकत न घेता, स्वश्रमावर जेव्हा विक्रीसाठी वस्तूंचे उत्पादन बाजारात करतात; तेव्हा ही संज्ञा वापरली जाते.

phenomenalism - (फिनॉ'मेनॉ'लिझम) **प्रघटनावाद :** प्रघटनावाद हा अनुभवाधिष्ठितवाद्यांचा सिद्धान्त असून त्यानुसार वस्तू या संवेदनांच्या कायमस्वरूपी किंवा अनिवार्य शक्यता आहेत. ‘प्रघटनावाद’ ह्या संज्ञेचा संबंध प्रघटनाशास्त्राशी जोडून इतरांच्या मनात गोंधळ निर्माण करू नका, असे तज्ज्ञ सांगतात. दयुरखेम यांच्या विचारांवर प्रघटनावादाचा प्रभाव होता.

phenomenological sociology - (फिनॉमे'नॉलॉ'जिकल सोशिऑलजी) **प्रघटनाशास्त्रीय समाजशास्त्र :** अल्फ्रेड शूट्ज यांच्या योगदानातून काढण्यात

आलेला समाजशास्त्रीय दृष्टिकोन 'प्रघटनाशास्त्रीय समाजशास्त्र' या संज्ञेने संबोधिला जातो. परंतु अधिक स्पष्टपणे सांगावयाचे झाल्यास असे म्हणता येईल, की समकालीन प्रघटनाशास्त्रीय समाजशास्त्राचे प्रकटीकरण खऱ्या अर्थाने बर्जर आणि लूकमन यांच्या 'वास्तवतेची सामाजिक बांधणी' यात दिसून येते. ज्ञानाच्या समाजशास्त्राच्या ह्या मूळ ग्रंथाच्या प्रभावात असा विवाद करण्यात आला, की सर्व ज्ञानाची रचना वा बांधणी सामाजिक आहे आणि परिस्थितीनुरूप ते विशिष्ट व्यावहारिक समस्यांचा सामना करतात. म्हणून तथ्य हे कधीच तटस्थ नसते; तर ते नेहमी प्रतिबिंबात्मक असते की ज्यात हे ज्ञान का पाहिजे? हा प्रश्न उपस्थित केला जातो. या प्रश्नाच्या उत्तरासाठीच कदाचित अल्फ्रेड शूट्ज यांना 'ज्ञानभांडाराची' (stock of knowledge) ही संकल्पना सुचली असावी. सारांशरूपात असे प्रतिपादन करता येईल, की सामाजिक कर्त्यांच्या विचारातून सामाजिक क्रियेचे आकलन करणे म्हणजे 'प्रघटनाशास्त्रीय समाजशास्त्र' होय.

phenomenology - (फिनॉमे'नॉलजी) **प्रघटनाशास्त्र :** 'प्रघटनाशास्त्र' या संकल्पनेचा पहिला अर्थ आहे, अनुभवाचा म्हणजेच प्रघटनांचा वर्णनात्मक अभ्यास. यात अनुभवाशी किंवा प्रघटनेशी निगडित कोणत्याही गोष्टींचे ज्ञान आपल्या संवेदनांना झाले पाहिजे व संवेदनांनी ते स्वीकारले पाहिजे हे अपेक्षित असते. उदा., १८०७ साली हेगेल यांनी 'मनाचे प्रघटनाशास्त्र' (Phenomenology of mind) ही संज्ञा वापरली होती. यात प्रघटनाशास्त्राच्या अगदी अलीकडच्या दृष्टिकोनात एडमंड हसरल (Edmund Husserl) यांच्या तत्त्वज्ञानविषयक दृष्टिकोनाचा समावेश होतो की ज्यात तत्त्वज्ञान हे मूलत: कोणत्याही व्यक्ती स्वत: प्रघटनांचा जो अनुभव घेतात त्यातील बौद्धिक प्रक्रियांच्या आत्मपरीक्षणात्मक परीक्षणावर आधारलेले असते. प्रघटनाशास्त्रज्ञांचा या संदर्भातला मध्यवर्ती सिद्धान्त असे प्रतिपादन करतो की, ज्ञानाची उद्दिष्टे की केवळ जाणिवा असून चालणार नाहीत तर त्या जाणिवा कोणत्यातरी विशिष्ट प्रघटनांशी संबंधित असणे गरजेचे आहे. सारांशरूपात, या दृष्टिकोनाच्या संदर्भात असे म्हणता येईल, की व्यक्तींनी अनुभवलेल्या प्रघटनांच्या संदर्भात व्यक्तीच्या मनात निर्माण होणाऱ्या संवेदनात्मक जाणिवांचा अभ्यास म्हणजे प्रघटनाशास्त्र होय. आज मात्र प्रघटनाशास्त्र ही संकल्पना अधिक विस्तृत स्वरूपात उपयोगात आणली जाते. आजच्या विचारानुसार या संज्ञेचा संदर्भ हा व्यक्तींना प्रघटना कशा अनुभवाला येतात याचा शोध घेणे म्हणजे प्रघटनाशास्त्र होय. उदा., व्यक्तीच्या कलात्मक योगदानाचा अनुभव किंवा व्यक्तीच्या वास्तुविद्याशास्त्रातील अनुभव यांचा संशोधनात्मक अभ्यास म्हणजे प्रघटनाशास्त्र होय.

प्रघटनाशास्त्र ही मराठी संज्ञा इंग्रजीतील फिनॉमेनॉलजी (phenomenology) या शब्दांचे रूपांतर होय. फिनॉमेनॉलजी, फेनिन (phainein) या शब्दाचा अर्थ आहे दृश्य वा निरीक्षण करता येणारी वस्तू तर लॉगस (logos) म्हणजे विज्ञान वा शास्त्र. या दोन शब्दांच्या संयोगातून फिनॉमेनॉलजी (phenomenology) हा शब्द आकाराला आला. या दृष्टीने विचार करता संवेदनांच्या साहाय्याने ज्यांचे केवळ निरीक्षणच करता येत नाही, तर त्यांना अनुभवताही येते, अशांना प्रघटना म्हणतात व या प्रघटनांचे अध्ययन करणारे शास्त्र म्हणजे प्रघटनशास्त्र होय.

phratry - (फ्रॅ'ट्री) **भ्रातृक :** 'भ्रातृक' म्हणजे दोन किंवा अधिक कुळांचा असा समूह की ज्यांचा पूर्वज एकच असल्याचा दावा केला जातो. हा पूर्वज एक तर पौराणिक (mythical) तरी असतो किंवा एखादा मानवेतर प्राणी तरी असतो. (यात वाघ, रेडा, इत्यादी येतात.) पौराणिक पूर्वजात एखाद्या पौराणिक पुरुषाचा उल्लेख केला जातो. भारतातील काही आदिवासी, पांडवांना त्यांचे पूर्वज मानतात. पुराणकालीन अनेक ऋषींना भारतात पूर्वज मानले जाते. (या ऋषींत अत्री, अगस्ती, जमदग्नी, वसिष्ठ, विश्वामित्र इत्यादी येतात.) मानवेतर प्राण्याचा विचार करता वर प्रतिपादन केलेल्या वाघ, रेडा याव्यतिरिक्त कुत्रा किंवा हरिण आपले पूर्वज असल्याचे काही आदिवासी मानतात. सारांशरूपात आपण असे म्हणू की, एका समान पूर्वजापासून निर्माण झालेल्या कुळासाठी 'भ्रातृक' ही संज्ञा वापरतात.

piecemeal social engineering - (पी'समील सो'शल इंजिनि'अरिंग) **खंडात्मक सामाजिक अभियांत्रिकी :** खंडात्मक सामाजिक अभियांत्रिकी म्हणजे मर्यादित प्रमाणात केलेल्या सामाजिक आर्थिक नियोजनाचा एक प्रकार होय. या संदर्भात कार्ल पॉपर (Karl Popper) असा विवाद करतात, की ह्या सर्व नियोजनाचे सामाजिक शास्त्रांच्या ज्ञानाने समर्थन केले जाते. पॉपर यांनी वर केलेला दावा हा या भ्रामक ज्ञानमीमांसाशास्त्राच्या समजुतीतून उदयाला आला आणि त्यांच्या मते, ज्ञान (म्हणजेच याठिकाणी त्यावर आधारित सामाजिक जीवन यांच्याबाबत) भविष्य वर्तविता येत नाही. पॉपर पुढे असा विवाद करतात, की जीवशास्त्रीय उत्क्रांतीच्या द्वारे याबाबतचे समांतर चित्र रंगविता येईल की जे भविष्य वर्तविण्यास असमर्थ ठरेल. सामाजिक उत्क्रांती या पुढील छोटी पायरी होय.

pie graph or pie chart - (पाय ग्राफ ऑर पाय चार्ट) **वर्तुळालेख किंवा वर्तुळाकार तक्ता :** एखाद्या तथ्यसंकलित माहितीचे माहितीच्या प्रतिनिधी स्वरूपात वर्तुळस्वरूपी आलेखात किंवा तक्त्यात विभाजन करणे म्हणजे 'वर्तुळालेख' होय. खालील वर्तुळालेखात विद्यापीठात उच्च शिक्षणासाठी प्रवेश

घेणाऱ्या विद्यार्थ्यांच्या पालकांच्या सामाजिक वर्गाच्या पार्श्वभूमीवर विभाजन केलेले आहे. यात विद्यार्थ्यांच्या पालकांचे केवळ चार वर्गांत विभाजन केले आहे.

पगारी नोकर	६०%
कारकून	०८ %
कामगार	२२%
स्वयंरोजगार	१०%
एकूण	१००%

पारंपरिक स्तंभतक्त्याला पर्याय म्हणून वर्तुळाकार तक्ता, माहिती मर्यादित असल्यास वापरता येतो.

pillarization - (पिलरायझेशन) **स्तंभीकरण :** समाजाचे स्तंभात्मक विभाजन करणे की जे सर्वसामान्यपणे कायमस्वरूपी असते, त्यासाठी ही संज्ञा वापरली जाते. कामगार संघटना, राजकीय पक्ष यांसहित राजकीय संघटना यांचे विभाजन स्तंभात्मक असते. याशिवाय धार्मिक संघटना (पंथ अथवा संप्रदाय), भाषिक गट यांचे विभाजन स्तंभात्मक असते. हॉलंड या देशात कॅलव्हिनिस्ट, रोमन कॅथॉलिक आणि धर्मनिरपेक्ष संघटना यांचे स्वरूप स्तंभीकरणात्मक असून त्यांचे मोठ्या प्रमाणात खंडात्मक विभाजन झाल्याचे दिसते. भारतातील जातिव्यवस्थेचे विभाजन खंडात्मक असून प्रत्येक जातीचा एक खंड दुसऱ्या जातीपेक्षा ठळकपणे वेगळा असतो. म्हणून हेसुद्धा एक प्रकारचे स्तंभीकरणच होय. या सर्व संघटनांचे सर्वच मोठ्या प्रमाणात संस्थीकरण झाले असून त्यांचा स्वत:चा स्वतंत्र असा वर्तनबंध (pattern of behaviour) तयार होतो. लेबनॉन आणि उत्तर आयर्लंड इत्यादी काही देशांत स्तंभीकरण हे काही प्रसंगी अस्थिरता आणि सत्तासहभागातील अपयश यांच्याशी संबंधित असते.

pilot study - (पायलट स्ट्डी) **पथदर्शक किंवा मार्गदर्शक अभ्यास :** पथदर्शक किंवा मार्गदर्शक अभ्यास म्हणजे नियोजनबद्ध अनुभवाधिष्ठितता आणि निरीक्षण यांचे छोटे स्वरूप होय, की ज्यांचा वापर मोठ्या आणि जटिल कामातील समन्वयाची चाचणी घेऊन व त्याआधारे योग्य आराखडा तयार करण्यासाठी

केला जातो. मुख्य प्रश्नावली व अनुसूची यांना मार्गदर्शन करण्यासाठी उपनमुनापद्धतीच्या माध्यमातून एकूण नमुनापद्धतीतील एखाद्या विशिष्ट प्रश्नाच्या स्पष्टीकरणात काही समस्या निर्माण होतात का किंवा प्रश्नाचे उत्तर देताना उत्तरकर्त्याचा काही गोंधळ होतो का, की ज्यामुळे तथ्यसंकलनाचे एकूण स्पष्टीकरण करणे अवघड बनते, हे पाहणे हा या पथदर्शक अभ्यासाचा उद्देश असतो. जर आराखडा प्रश्नविरहित किंवा समस्याविरहित असेल तर मूळ संशोधन पुढे नेता येईल, परंतु त्यात जर काही समस्या लक्षात आल्या तर त्यात योग्य त्या दुरुस्त्या करून मूळ संशोधनकार्य पुढे न्यावे लागेल. पथदर्शक किंवा मार्गदर्शक अभ्यास हा मूळ संशोधनात संशोधन विस्तारासाठी अनेक महत्त्वपूर्ण सूचना करतो.

plural elitism - (प्लु॒रल एलि॑टिझम) **बहुअभिजनवाद :** 'बहुअभिजनवाद' हा एक सिद्धान्त असून त्यानुसार आधुनिक लोकशाहीत सत्ता ही अनेक योग्य अभिजनांमध्ये वाटली जाते किंवा सोप्या शब्दांत, सत्तेत अनेक अभिजन किंवा श्रेष्ठिजन सहभागी होतात. बहुअभिजनवादी सिद्धान्तकार असे कबूल करतात की जटिल किंवा संमिश्र आधुनिक औद्योगिक समाजात अभिजनांचे अपरिहार्यपणे वर्चस्व असते. अभिजनांच्या वर्चस्वाच्या संदर्भात आधुनिक अभिजनवादी सिद्धान्तकार हे अभिजात अभिजनवादी सिद्धान्तकारांच्या बरोबर असतात. असे जरी असले तरी; आधुनिक बहुअभिजन सिद्धान्त हे खालील दोन प्रमुख मुद्द्यांवर अभिजात बहुअभिजन सिद्धान्तापेक्षा वेगळे आहेत.

अ. आधुनिक उदार लोकशाही समाजातील अभिजन हे समाजाच्या प्रतिनिधी स्वरूपात असतात आणि म्हणून हे प्रतिनिधी लोकांच्याऐवजी सत्ता राबवितात. ते जन्मामुळे सत्ताधीश होत नाहीत.

ब. हे सिद्धान्तकार ठासून असे प्रतिपादन करतात की, आधुनिक उदार लोकशाहीत सत्ता ही एकतर बहुअभिजनांमध्ये वाटली जाते किंवा हे विविध अभिजन परस्परांशी उघड स्पर्धा करून (निवडणुकीच्या माध्यमातून) राजकीय सत्ता हस्तगत करतात; की ज्यात अभिजनांचा एक गट दुसऱ्या गटावर मात करून सत्ता मिळवितो. या दृष्टीने विचार करता आधुनिक बहुअभिजन सिद्धान्त लोकशाहीवादी समाजातील अभिजन व लोकशाही नसलेल्या समाजातील अभिजन यांत तुलना करतो.

pluralism - (प्लुर॑लिझम) **बहुजनवाद किंवा अनेकजनवाद :** 'बहुजनवाद' ही राज्यातील अशी एक स्थिती आहे की ज्यात सत्ता ही अनेक गट किंवा अनेक संघटना यात विभागली जाते. या संज्ञेच्या वापराचा उगम हा हेगेलवादी संज्ञा

'एकाधिकारशाही राज्य' (unitary state) या संज्ञेला विरोध करण्यासाठी झाला होता. समाजवादी विचारवंतांच्या मतानुसार 'बहुजनवाद' ही संज्ञा 'संघसमाजवाद' (Guild socialism) या अर्थाने वापरली जाते की ज्यात व्यावसायिक गटांना आदर्श मानून आर्थिक आणि राजकीय सत्तेचे प्रसरण केले जाते. परंतु बहुजनवाद या संज्ञेचा, आधुनिक समाजशास्त्र आणि राज्यशास्त्र यांत जो वापर केला जातो तो हे सूचित करण्यासाठी की आधुनिक पाश्चिमात्य लोकशाही या बहुराजकारणी असून त्यात गटाचे किंवा अभिजनांचे बाहुल्य किंवा बहुमत यामुळे ते सत्तेत सहभागी होतात किंवा सत्ता हस्तगत करण्यासाठी सतत इतरांशी स्पर्धा करतात.

plural society - (प्लु'रल सोसायटी) **बहुसमाज** : 'बहुसमाज' म्हणजे असा कोणताही समाज की ज्यात वेगवेगळ्या गटांत झालेले विभाजन हे एकतर स्तंभात्मक (vertical) किंवा समपातळीचे (horizontal) अशा दोन्ही प्रकारचे असते. बहुसमाजाचे उत्तम उदाहरण म्हणजे भारत. भारत हा बहुभाषिक, बहुवंशीय, बहुजातीय, बहुप्रांतीय अशा वेगवेगळ्या लोकांच्या एकीकरणातून आकाराला आला, म्हणून तो बहुसमाजाचे प्रतीक होय.

polarization - (पोल'रायझेशन) **ध्रुवीकरण** : 'ध्रुवीकरण' ही प्रत्येक समाजातील वा राष्ट्रांतील जनतेची अशी प्रवृत्ती आहे, की ज्यानुसार समाजातील लोकांचे दोन परस्परविरोधी टोकाच्या गटांत विभाजन होते. १९८४ साली आर. ई. पहल (R. E. Pahl) यांनी शेपीच्या बेटावर राहणाऱ्या (Isle of Sheppy) लोकांच्या श्रमविभाजनाच्या संदर्भात जे संशोधन केले, त्यावरून त्यांच्या असे लक्षात आले की या समाजातही ब्रिटिश समाजाच्या धर्तीवर समाजाचे दोन परस्परविरोधी गटांत विभाजन झालेले आहे व हे परस्पराविरोधी गट म्हणजे एकीकडे श्रीमंतांचा गट, तर दुसरीकडे गरिबांचा गट होय. या दोन गटांची घरेही वेगवेगळ्या टोकाला असतात. समाजशास्त्राचा विचार करता अनेक समाजशास्त्रज्ञांनी ध्रुवीकरण प्रकारच्या अत्यंत परस्परविरोधी गटांवर आधारित श्रमविभाजनावर चर्चा केली होती. यात पहिले नाव घ्यावे लागेल जर्मन समाजशास्त्रज्ञ एफ. टोनिज यांचे. त्यांनी समाजाचे दोन परस्पर-विरोधी गटांचे श्रमविभाजन; जर्मन संज्ञा 'Gemeinschaft' (community-समुदाय) आणि 'Gesellschaft' (association-मंडळ) याद्वारे केले होते.

याशिवाय मार्क्स यांनी, समाज हा अंतिमत: दोन अत्यंत परस्परविरोधी गटांत विभागला जाईल असे म्हटले होते. मार्क्स यांच्या मतानुसार समाज हा उत्पादनसाधनांची मालकी असणारा श्रीमंत वर्ग (म्हणजे जमीनदार–कारखानदार) आणि उत्पादनसाधनांची मालकी नसणारा गरीब वर्ग (म्हणजे शेतमजूर, भूदास किंवा कामगार) या दोन टोकाच्या गटांत विभागलेला आहे. हे वर्ग परस्परविरोधी, परस्परांचा द्वेष करणारे; पण परस्परावलंबी असतात.

policy research - (पॉलिसी रिसर्च) **धोरणात्मक संशोधन :** विद्यापीठाशी संबंधित किंवा संलग्रित नसलेल्या सामाजिक संशोधकांनी सर्वसामान्य जनतेसाठी हातात घेतलेला संशोधनप्रकल्प यात येतो. (अर्थात या प्रकारच्या संशोधनाच्या निष्कर्षात शिक्षणक्षेत्रातील विद्वानांनाही अभिरुची असते.) उदा., भारतातील 'राष्ट्रीय नमुना सर्वेक्षण' (National Sample Survey) ही संस्था विद्यापीठीय कार्यकक्षेच्या बाहेर असून त्यावर सरकारचे नियंत्रण असले तरी अनेक तज्ज्ञांना या संस्थेच्या संशोधनात अभिरुची असते. या प्रकारच्या संशोधनप्रकल्पाचा बराचसा भाग सामाजिक शास्त्रज्ञ हे एखाद्या अशिलाच्या सामाजिक प्रश्नाच्या सोडवणुकीसाठीचा प्रयत्न म्हणून खर्च करतात. 'उपयोगी समाजशास्त्र' ही संज्ञासुद्धा या प्रकारच्या संशोधनाच्या प्रयत्नातूनच आकाराला आली.

धोरणात्मक संशोधन हे प्रामुख्याने विश्लेषणात्मक, वर्णनात्मक असते आणि त्याद्वारे कारणप्रक्रिया व स्पष्टीकरण या संदर्भातील बाबींशी असलेला संबंध विशद केला जातो. धोरणात्मक संशोधनप्रकल्प हे प्रामुख्याने प्रचलित व नवीन धोरण कार्यक्रम राबविणे, उत्तम व्यवहाराच्या उदाहरणाचे वर्णन करणे, सामाजिक परिवर्तनाचे उपाय शोधणे, मोठ्या प्रकारच्या प्रतिकृतीच्या आधारे विकासप्रकल्प राबविणे, गेल्या काही वर्षांतील वा दशकांतील वास्तव जीवनावर मोठ्या प्रमाणात प्रायोगिक संशोधन हातात घेणे इत्यादी विषयांशी संबंधित असतात. तत्त्वत: धोरणात्मक संशोधन हे सैद्धान्तिक संशोधनापेक्षा सामाजिक घटकातील कार्यशीलतेवर व अनुकूलतेवर प्रकाशझोत टाकण्यावर भर देते. धोरणात्मक संशोधन हे प्रामुख्याने सार्वजनिक शिक्षणव्यवस्था, मुलांच्या परिवर्तनासंबंधीच्या ज्ञानाशी व समाजाशी संबंधित आहे. कोणत्याही सामाजिक धोरणाच्या संदर्भात निर्णय घेणे सुलभ जावे, म्हणून या प्रकारचे संशोधन महत्त्वाचे ठरते.

political culture - (पॉलिटिकल कल्चर) **राजकीय संस्कृती :** राजकीय व्यवस्थेतील प्रमाणके, श्रद्धा (विश्वास), मूल्य म्हणजे एक प्रकारे 'राजकीय

संस्कृती' होय. या संदर्भात सर्वसामान्यपणे असे गृहीत धरले जाते की विशिष्ट राजकीय संस्कृतीची बांधणी ही राष्ट्राच्या प्रदीर्घ ऐतिहासिक विकासावर आधारलेली असते; तसेच त्या त्या राष्ट्राच्या राजकीय व्यवस्थेवर राजकीय संस्कृतीचा प्रभाव किती असतो, यालाही महत्त्व प्राप्त होते. काही वेळेला विशिष्ट राजकीय पक्षाचा प्रभाव त्या त्या देशाच्या राजकीय संस्कृतीवर पडतो, कारण त्या पक्षाने राष्ट्रबांधणीत व अन्य राजकीय क्रिया–प्रक्रियेत महत्त्वाची भूमिका बजावलेली असते. भारतापुरता विचार करता भारतीय राजकीय व्यवस्थेत 'अखिल भारतीय राष्ट्रीय काँग्रेस' या १८८५ साली स्थापन झालेल्या पक्षाच्या 'राजकीय संस्कृती'चा प्रभाव आज १२५ वर्षांनंतरही (पक्षाला अनेक पक्षफुटिरांचा सामना करावा लागूनही भारतीय राजकीय व्यवस्था व जनमानस यांत) मोठा आहे; याचे कारण पक्षाने भारताच्या स्वातंत्र्य आंदोलनात बजावलेली महत्त्वाची भूमिका व आखलेली दूरगामी धोरणे होत.

राजकीय संस्कृतीचा अभ्यास करणारे सिद्धान्तकार एक मध्यवर्ती गृहीततत्त्व विशद करतात, ते म्हणजे विशिष्ट नागरी संस्कृतीने ब्रिटन, अमेरिकादी राष्ट्रांतील उदारमतवादी लोकशाहीच्या मुळाशी असलेल्या तत्त्वाचा अभ्यास करून असे प्रतिपादन केले, की राजकीय विभिन्नतेवर आधारित सहभागी स्थितिज्ञानात्मक स्वभाववैचित्र्यामुळे राजकीय स्थैर्य व या व्यवस्थेची परिणामकता निर्माण करणे शक्य झाले. काही तज्ज्ञांच्या मते, राजकीय संस्कृतीतही कालांतराने सांस्कृतिक आणि विचारप्रणालीत्मक वर्चस्वाचा उदय झाला.

political crime - (पोलि‌टिकल क्राईम) **राजकीय गुन्हा :** ऐतिहासिक दृष्टीने विचार करता, 'राजकीय गुन्हा' ही संज्ञा राजा किंवा धर्मगुरू यांच्या विरुद्ध कटकारस्थान करणाऱ्यांसाठी आणि राजा किंवा धर्मगुरू यांच्या आदेशाचे उल्लंघन करणाऱ्यांसाठी वापरली जात होती. राजकीय गुन्हेगारांना सर्वसामान्य गुन्हेगारांपेक्षा भयंकर शिक्षा ठोठावली जात असे. परंतु काळाच्या ओघात 'राजकीय गुन्हा' या संज्ञेचा अर्थ आणि अर्थातच त्यांच्याकडे पाहण्याच्या अभिवृत्तीत मोठ्या प्रमाणात बदल झाला. उदा. राजकारणाने प्रेरित गुन्हे यांची पुनर्व्याख्या करण्यात येऊन 'राजकीय गुन्हा' म्हणजे असा अपराध की जो १९ व्या शतकात पश्चिम युरोप खंडात त्या त्या राष्ट्रांच्या विरोधात केला गेला. 20 व्या शतकाच्या उत्तरार्धातील शेवटच्या काही दशकांत राजकीय गुन्हेगारांचे स्वरूप बदलले आणि ते 'धूर्त गुन्हेगारी'च्या स्वरूपात प्रकट झाले की ज्यात आतंकवादी समाविष्ट होतात की जे निरापराध नागरिकांच्या विरुद्ध अनैतिकतेने हिंसाचाराचा वापर करतात. यात

भारतातील नक्षलवादी संघटना, अखिल आसाम विद्यार्थी संघटना, तर जागतिक पातळीवर लष्करे तोयबा, हिज्ब उल् मुझ्झाहीद्दिन, मुस्लिम जापाईस फोर्स, इत्यादी आतंकवादी संघटना स्वत:च्या फायद्यासाठी व संबंधित सरकारांना धडा शिकविण्यासाठी सर्वसामान्य नागरिकांना वेठीला धरतात. परंतु मानवी हक्कांसाठी लढणारे आंदोलक आणि काही गुन्हेगारशास्त्रज्ञ असा प्रश्न उपस्थित करतात, की अनेक राष्ट्रे सामाजिक, राजकीय आणि सैनिकी उद्दिष्टे साध्य करण्यासाठी त्यांच्या मक्तेदारी सत्तेचा गुन्हेगारी मार्गाने वापर करतात. (उदा. कैद्याला नष्ट करणे किंवा वंशहत्या इ.) भारतासारख्या पूर्वाश्रमीच्या वसाहतवादी राष्ट्रांत स्वातंत्र्याची चळवळ चालविणारे व लढणाऱ्या स्वातंत्र्यसैनिकांचा तत्कालीन ब्रिटिश सरकारने त्यांच्याजवळ असलेल्या सत्तेच्या जोरावर जो अनन्वित छळ केला; तो आजच्या भाषेत गुन्हेगारी स्वरूपाचाच होता. काही तज्ज्ञ लेखक असा विवाद करतात, की राष्ट्र हे खऱ्या अर्थाने आतंकवादी असून वर्चस्व व सत्ता या जोरावर ते नागरिकांचा छळ करते.

political legitimacy - (पोलि'टिकल लेजि'टिमसी) **राजकीय कायदेशीरपणा :** पहा–legitimate authority–कायदेशीर अधिकार.

political mobilization - (पोलि'टिकल मोबिलाइझे'शन) **राजकीय एकत्रीकरण :** 'राजकीय एकत्रीकरण' म्हणजे राज्याने किंवा राजकीय पक्षाने किंवा सामाजिक चळवळीने लोकांचे व संबंधित साधनसामग्रीचे एकत्रीकरण व विस्तारीकरण करणे होय. राज्य, राजकीय पक्ष आणि सामाजिक चळवळ यांच्या यशस्वितेसाठी लोकांचे व तत्संबंधी संसाधनांचे एकत्रीकरण अत्यंत महत्त्वाचे आहे. यासाठी ही संज्ञा वापरतात.

political modernization - (पोलि'टिकल मॉ'डर्नाइझेशन) **राजकीय आधुनिकीकरण :** 'राजकीय आधुनिकीकरण' म्हणजे आर्थिक आधुनिकीकरणाने सर्वसामान्यपणे निर्णायक ठरणारी प्रक्रिया असून, ज्यात पारंपरिक किंवा वसाहतवादी राजकीय संघटनेच्या प्रकाराचे किंवा राज्याच्या प्रकाराचे रूपांतर पाश्चिमात्य राज्यप्रकारांत होते, की ज्यात आधुनिक राजकीय पक्षांचाही समावेश होतो.

इ.सन १९५० ते १९६० च्या दशकातील राजकीय आधुनिकीकरणाच्या जागी सामाजिक-आर्थिक गरजांची ओळख कशी निर्माण करावयाची हा राज्यशास्त्र व राजकीय समाजशास्त्र यांच्यापुढील मध्यवर्ती अभ्यासविषय होता व या अभ्यासविषयावर व्यवस्थासिद्धान्त आणि तसेच संरचनात्मक कार्यात्मक सिद्धान्त

यांचा प्रभाव होता. या प्रकारचे राजकीय आधुनिकीकरणाचे सिद्धान्त हे सर्वसामान्यपणे सामाजिक विकासाच्या प्रतिकृतीस चिकटून राहतात, की ज्यात असे दर्शविण्याचा प्रयत्न केला होता की उदार लोकशाहीचा पाश्चिमात्य युरोपखंडातील अनुबंध, हा युरोपखंडात नसलेल्या अन्य खंडांतील राष्ट्रांच्या राजकीय विकासासाठी अत्यंत सयुक्तिक व सुयोग्य प्रकार होय. परंतु पाश्चिमात्य केंद्रित राजकीय आधुनिकीकरणाची संकल्पना मोठ्या प्रमाणात टीकाकारांच्या टीकेला पात्र ठरली आहे. म्हणून 'राजकीय आधुनिकीकरण' ही संज्ञा आज सर्व प्रकारच्या राजकीय आधुनिकीकरण प्रक्रियेसाठी उघडपणे वापरली जाते.

political right - (पोलि'टिकल राइट) **राजकीय हक्क :** पहा–citizen right– नागरिक हक्क.

political science - (पोलि'टिकल सा'यन्स) **राज्यशास्त्र :** राज्य व राज्याचे सरकार यांचा वैज्ञानिक अभ्यास म्हणजे 'राज्यशास्त्र' होय. राज्यशास्त्र ही एक अत्यंत प्राचीन सुव्यवस्थित ज्ञानशाखा आहे. राज्यशास्त्राच्या अध्ययनाने परस्परविरोधी संमिश्र विचारांचे मोठ्या प्रमाणात प्रकटीकरण केले असून या दृष्टीने विचार करता राज्यशास्त्राच्या अभ्यासाने दोन संप्रदाय निर्माण झाले. अ. राज्यशास्त्राच्या अध्ययनाचा पहिला संप्रदाय हा की जो राज्यशास्त्राला नैसर्गिकच काय, तर सामाजिक शास्त्रदेखील मानावयास तयार नाही. ब. राज्यशास्त्राच्या दुसऱ्या संप्रदायानुसार राज्यशास्त्राला समाजशास्त्र, अर्थशास्त्र, सामाजिक मानसशास्त्र यांच्यासारखा सामाजिक शास्त्रांचा दर्जा मिळालाच पाहिजे. आज दुसऱ्या संप्रदायाचा दृष्टिकोन सर्वमान्य आहे.

political socialization - (पोलि'टिकल सो'शलाइझे'शन) **राजकीय सामाजिकीकरण :** 'राजकीय सामाजिकीकरण' ही कोणत्याही समाजातील एक प्रक्रिया असून ज्यात राजकीय प्रमाणके, मूल्य, श्रद्धा यांचा स्वीकार व आत्मसातीकरण केले जाते. थोडक्यात राजकीय संस्कृतीचा स्वीकार करणे म्हणजे राजकीय सामाजिकीकरण होय. बालकांच्या सामाजिकीकरणाच्या (child socialization) समावेशासहित राजकीय सामाजिकीकरणाचा अभ्यास हा प्रामुख्याने राज्यशास्त्र व राजकीय समाजशास्त्र या दोन शाखांच्यासाठी महत्त्वाचा आहे; कारण या शाखा राजकीय व्यवस्थेच्या स्थिरतेसाठी राजकीय संस्कृतीच्या भूमिकेवर भर देऊन त्यांचे महत्त्व अधोरेखित करतात.

political sociology - (पोलिटिकल सोशिऑलजी) **राजकीय समाजशास्त्र :**
'राजकीय समाजशास्त्र' समाजशास्त्राची एक शाखा असून ज्यात समाजाची एक उपव्यवस्था म्हणून राजकारण किंवा राजकीय उपव्यवस्था यांचा अभ्यास केला जातो. समाजशास्त्राची शाखा असली, तरी राजकीय समाजशास्त्राचा राज्यशास्त्रातील दृष्टिकोन वेगळा आहे. कर्मठ राज्यशास्त्राच्या तुलनेने राजकीय समाजशास्त्र आणि राज्यशास्त्रातील राजकीय समाजशास्त्रीय दृष्टिकोन हे दोघेही या मुद्द्यावर भर देतात, की राजकीय संस्थांचे संशोधन, एक व्यवस्था म्हणून न करता समाजाचा एक अंतर्भूत घटक म्हणून करावे. राजकीय समाजशास्त्राच्या कार्यकक्षेत खालील प्रमुख अध्ययनक्षेत्रांचा समावेश होतो-

अ. राज्य व राजकीय व्यवस्था यांचे सर्वसामान्य स्वरूप व कार्य.

ब. सर्व प्रकारच्या राजकीय पक्षांचे, दबाव गटांचे, राजकीय संघटनांचे आणि राजकीय चळवळींचे स्वरूप.

क. व्यक्तींचा राजकीय सहभाग किंवा अ-सहभाग आणि राजकीय वर्तन (की ज्यात मतदार वर्तनाचाही अंतर्भाव होतो) यांच्या अनुबंधाचा प्रयोगपद्धतीचा वापर करून अभ्यास.

ड. विविध राजकीय व्यवस्थांच्या प्रकारांचा, त्यांच्या सापेक्ष परिणामांचा त्याच्यांतील स्थिरता-अस्थिरतेचा तुलनात्मक संशोधनपर अभ्यास.

इ. राज्या-राज्यांतील संबंधाचे सर्वसाधारण व विशेष अध्ययन की ज्यात कल्याणकारी राज्य, जागतिक व्यवस्थेत राज्याचे स्थान इत्यादींसंबंधीचे अध्ययन.

फ. त्यात राजकीय श्रेष्ठिजन व बहुजन यांच्या संबंधाचे अध्ययन करताना आधुनिक समाजात सत्ताधारी या दोन वर्गांवर किती प्रमाणात वर्चस्व प्रस्थापित करतात याचे अध्ययन.

थोडक्यात, राजकीय समाजशास्त्र अध्ययनाचे क्षेत्र हे खूपच व्यापक आहे.

political system and sub-system - (पोलिटिकल सिस्टिम ऑन्ड सब-सिस्टिम) **राजकीय व्यवस्था आणि उपव्यवस्था :** 'राजकीय व्यवस्था' म्हणजे समाजातील राजकीय निर्णय घेणारी सर्वसामान्य व्यवस्था आणि सरकारची यंत्रणा होय. राजकीय उपव्यवस्थेचा विचार करता सामाजिक व्यवस्थेतील एक उपव्यवस्था म्हणून पार्सन्स यांनी राजकीय यंत्रणेचा उल्लेख केला असून, ह्या उपव्यवस्थेचा संबंध ध्येयसिद्धीशी जोडला आहे. यात समाजासाठी धोरणाची

स्थापना करणे आणि समाजाच्या प्रमुख सामूहिक ध्येयसिद्धी निर्धारित करणे; तसेच समाजातील अन्य सामाजिक प्रमुख उपव्यवस्थेसाठीही ध्येय निश्चित करणे इत्यादी कार्ये राजकीय उपव्यवस्थेकडे येतात.

इ.सन १९५० ते १९६० च्या दशकात उत्तर अमेरिकेतील राज्यशास्त्रज्ञ आणि समाजशास्त्रज्ञ यांनी राजकीय विश्लेषणासाठी व्यवस्था–दृष्टिकोनाचा विचार पुढे नेला होता. या सिद्धान्तकारांत प्रामुख्याने गॅब्रिएल अलमंड, रॉबर्ट इस्टॉन, कॉर्ल ड्युश (Gobriel Almond, Robert Easton and Karl Deutsch) यांचा समावेश होतो. या प्रगत दृष्टिकोनाच्या विचारवंतांनी गेल्या काही वर्षांत विकसित झालेल्या व्यवस्था– सिद्धान्तातील संगणकीय व्यवस्थेचाही (Cybernetic System) उल्लेख केला आहे.

राजकीय व्यवस्था व उपव्यवस्था दर्शविणारी आकृती

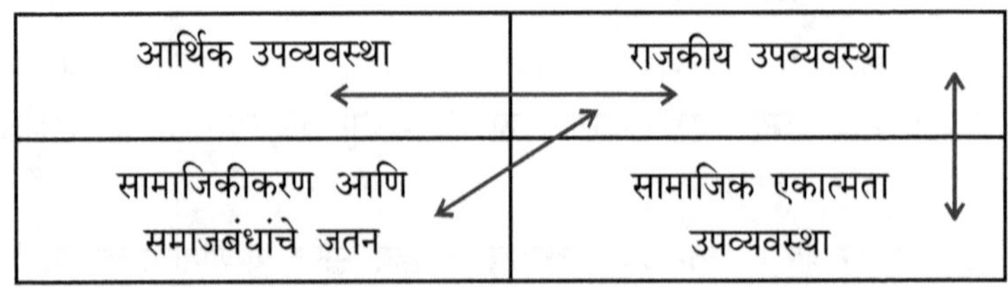

या आकृतीत दर्शविल्या गेलेल्या सर्व उपव्यवस्था या जरी स्वतंत्र असल्या, तरी त्या परस्परांवर अवलंबूनदेखील आहेत.

politics - (पॉलिटिक्स) **राजनीती किंवा राजकारण :** राज्य किंवा संघटना यातील प्रक्रिया म्हणजे 'राजनीती' किंवा 'राजकारण' होय, की जी ध्येयधोरणांचा यांचा आशय व अंमलबजावणी यांच्यावर प्रभाव टाकण्याशी संबंधित आहे. राजकारण त्याच्या सरकारच्या धोरणांच्या अंमलबजावणीसाठी सतत पाठलाग करते. राजनीती एक विज्ञान असून, त्यात सरकारचा अभ्यास केला जातो.

polity - (पॉलिटी) **राज्यकारभार :** पॉलिटी हा इंग्रजी शब्द पॉलिस (polis) या ग्रीक शब्दापासून आला असून त्याचा अर्थ आहे, नगरराज्य. आज मात्र हा शब्द आधुनिक राज्याला (modern state) पर्यायी शब्द म्हणून वापरला जातो. राजनीतीशी संबंधित सामाजिक व्यवस्थेचा एक भाग म्हणूनही राजकारणाकडे पाहिले जाते.

poll book - (पोल बुक) **मतदार पुस्तिका किंवा मतदार पुस्तक :** 'मतदार पुस्तक' म्हणजे अशी नोंदवही की ज्यात संसदीय किंवा अन्य निवडणुकांच्या मतदारांची नावे आणि त्यांनी कसे मतदान केले यांची सविस्तर नोंद या पुस्तकात असते. परंतु नंतर गुप्त मतदानाची प्रथा ब्रिटनमध्ये सुरू झाल्यावर मतदार पुस्तकांचे, त्यातील नोंदणीचे महत्त्व व त्याद्वारे मिळणाऱ्या माहितीचा उगमस्रोत यांचे महत्त्व किंवा मूल्य नगण्य झाले. आज मतदार पुस्तकांची जागा मतदार याद्यांनी घेतली असली; तरी त्याआधारे मतदारांचा मतदानासंबंधीचा कल लक्षात येत नाही.

polyandry - (पॉलिअँड्री) **बहुपतिविवाह :** जेव्हा एक स्त्री दोन किंवा दोनपेक्षा जास्त पुरुषांशी विवाह करते तेव्हा त्या विवाहास 'बहुपतिविवाह' या संज्ञेने संबोधले जाते. सर्वसाधारणपणे ज्या समाजात स्त्रियांची संख्या कमी व पुरुषांची संख्या जास्त असते त्या समाजात ही विवाहप्रथा आढळून येते. भारतातील तोडा, संताळ, खवासा, कमाल, कोटा, नायर, कुर्ग इत्यादी आदिवासी जमातीत बहुविवाहाची प्रथा प्रचलित आहे. या विवाहाचे दोन प्रकार आढळतात, ते पुढीलप्रमाणे–

अ. बांधविक बहुपती विवाह (Fraternal Polyandry) : या विवाहपद्धतीत स्त्रीचे अनेक पती परस्परांचे सख्खे, सावत्र आणि क्वचित प्रसंगी चुलत भाऊ असतात. यात स्त्रीचा विवाह एखाद्या कुटुंबातील वडीलभावाशी जेव्हा होतो, तेव्हा त्याचे सर्व धाकटे भाऊ तिचे आपोआपच पती बनतात. यातील आणखी एक गमतीचा प्रकार म्हणजे समजा त्या कुटुंबात वडीलभावाच्या लग्नानंतर एखाद्या नवीन भावाचा जन्म झाला तर हा नवोदित भाऊसुद्धा त्या स्त्रीचा पती बनतो. या स्त्रीच्या पोटी जन्माला येणारी मुले सर्व भावांची समान अपत्ये संबोधली जातात.

ब. अबांधविक बहुपती विवाह (Non Fraternal Polyandry) : या प्रकारात स्त्रीचे अनेक पती परस्परांशी कोणत्याही नात्याने जोडलेले नसतात. तर ते वेगवेगळ्या कुटुंबाचे सभासद असतात. यात पत्नी एकानंतर एक पतीसमवेत कमीतकमी एक महिना तर जास्तीतजास्त ६ महिने कालावधीपर्यंत प्रत्येक पतीच्या घरी राहते. या भ्रमंतीच्या कालावधीत एखाद्या विशिष्ट पतीकडे राहत असताना तिच्या असे लक्षात आले की तिला गर्भधारणा झाली आहे; तर तो पती त्या जन्माला येणाऱ्या मुलाचा पिता बनतो.

polyarchy - (पॉलिआर्की) **बहुसत्ताकपद्धती :** या संज्ञेचा शब्दश: अर्थ आहे अनेकांची सत्ता. या संज्ञेचा विस्तृत प्रमाणात वापर हा राज्यशास्त्र व समाजशास्त्र

यात केला जातो, की ज्यानुसार सत्ता ही अनेकांत वितरित केली जाते, त्यामुळे ही संज्ञा एकपक्षीय सत्तेच्या विरोधात आहे. बहुसत्ताकपद्धतीचे उत्तम उदाहरण म्हणजे उदारमतवादी लोकशाही होय. लोकशाहीत बहुमत मिळालेल्या पक्षाच्या हातात सत्ता येते व तो पक्ष अनेक नेत्यांच्या साहाय्याने ती राबवितो.

polygamy - (पॉलि॑गेमी) **बहुविवाह किंवा बहुपती-पत्नीविवाह :** जेव्हा एक पुरुष दोन वा अधिक स्त्रियांशी विवाह करतो किंवा जेव्हा एखादी स्त्री दोन वा अधिक पुरुषांशी विवाह करते तेव्हा त्यास 'बहुविवाह' किंवा 'बहुपती-पत्नी विवाह' म्हणतात. याचे दोन प्रकार पडतात. एक-बहुपती-विवाह व दोन-बहुपत्नी-विवाह.

polygyny - (पॉलि॑जिनी) **बहुपत्नी-विवाह :** ज्या वेळेला एक पुरुष एकापेक्षा जास्त स्त्रियांशी विवाह करतो तेव्हा त्यास बहुपत्नी-विवाह म्हणतात. जेव्हा समाजात पुरुषांपेक्षा स्त्रियांची संख्या जास्त होते, तेव्हा अशा समाजात या विवाहाची प्रथा उदयाला आली. पूर्वी युद्धात प्रामुख्याने पुरुष मारले जात व परिणामत: त्यांची संख्या स्त्रियांपेक्षा कमी झाल्याने बहुपत्नी-विवाहाचा उदय झाला. काही पारंपरिक समाजांत एकापेक्षा जास्त स्त्रियांशी विवाह करणे हे प्रतिष्ठेचे, पुरुषार्थाचे लक्षण मानले जाई. पूर्वी बहुसंख्य धर्मांनी हा विवाह मान्य केला होता. आज मात्र बहुसंख्य राष्ट्रांनी कायद्याने बहुपत्नी-विवाहास बेकायदेशीर ठरविले असून कायदा मोडणाऱ्यास योग्य शिक्षेची तरतूदही आहे.

popular culture - (पॉ॑प्युलर क॑ल्चर) **लोकप्रिय संस्कृती :** लोकप्रिय संस्कृती याचा शब्दश: अर्थ आहे लोकांच्या आवडीनुसार आणि मागणीनुसार वर्तनप्रथांची निर्मिती करणे होय. लोकप्रिय संस्कृती ही उच्चभ्रू किंवा श्रेष्ठिजनांच्या संस्कृतीच्या संदर्भात चालविली जाते व असे करताना या संस्कृतीला काही वेळेला तडजोडीचा, संघर्षाचा व प्रतिक्रियांचा सामना करावा लागतो व त्यातून या लोकप्रिय संस्कृतीला प्रेरणा मिळते. या संदर्भातील काही लिखाणातून असे दिसून येते, की लोक या संस्कृतीचे प्रकटीकरण करण्यात धन्यता मानतात. उदा. १९८९ साली फिस्के (Fiske) यांनी लिहिलेल्या 'लोकप्रिय संस्कृतीचे आकलन' आणि 'लोकप्रिय संस्कृतीचा अर्थ' या दोन ग्रंथांत या विचारावर भर दिला गेला की लोकप्रिय संस्कृतीत लोकांची मूल्य साधण्याची किंवा जोडण्याची क्षमता आहे. परंतु त्याचबरोबर लोकप्रिय संस्कृतीचे, उच्चभ्रू लोकांकडून व बाजारशक्तीद्वारे जे बाजारीकरण केले जाते त्याला फिस्के यांचा विरोध होता. १९७२ साली ऑडोर्नो

आणि हॉरखेमर (Adorno and Horkheimer) यांनी त्यांच्या 'संस्कृती उद्योग' या ग्रंथात एक सर्वोत्कृष्ट विधान केले होते ते म्हणजे लोकप्रिय संस्कृतीचे व्यवस्थापन हे जाहिरातदार, दूरदर्शन, चित्रपट, पॉप संगीत आणि प्रसारमाध्यमे यांद्वारे केले जाते. हे विधान आजही तितकेच सत्य आहे. आज दूरभाषद्वारे सतत प्रसारित होणारे छोटे संदेश (SMS), दूरभाषसंचाचा होणारा अतिरिक्त वापर, संमिश्र (Remixed) संगीत, हे आजच्या लोकप्रिय संस्कृतीचे काही पैलू आहेत.

positive discrimination - (पॉं'झिटिव्ह डिस्क्रिमिने'शन) **सकारात्मक विभेदीकरण :** 'सकारात्मक विभेदीकरण' म्हणजे अशा प्रकारची सामाजिक धोरणे की जी समाजातील अल्पसंख्याक गटांना फायदेशीर वा अनुकूल ठरू शकतील. यात शिक्षण, नोकऱ्या व गृहनिर्मिती इत्यादी क्षेत्रांतील उदार सामाजिक धोरणांचा अंतर्भाव होतो. भारतातील 'आरक्षणनीती' हे सकारात्मक विभेदीकरणाचे उत्तम उदाहरण होय. या सकारात्मक विभेदीकरणाचे वैशिष्ट्य हे, की ऐतिहासिक काळातील विभेदीकरणावर आधारित समाजाचे रूपांतर समानतेवर आधारित समाजात करणे होय.

अमेरिकेने १९६४ साली मंजूर झालेल्या 'मानवी हक्क' च्या अनुसार तेथील अल्पसंख्याकांच्या दर्जात वाढ व्हावी या दृष्टीने काही सकारात्मक कार्यक्रमाचे आयोजन करून समानता निर्माण करण्याच्या दृष्टीने एक पाऊल पुढे टाकले. त्यात त्यांना अनेक विरोधांचा व सरकारविरोधी दाव्याचा सामना करावा लागला. (अमेरिकेत काळे अल्पसंख्य असून त्यांना गोऱ्यांइतकेच अधिकार प्रदान करणारा कायदा मंजूर केला होता.)

भारतात स्वतंत्र भारताची घटना २६ जानेवारी १९५० साली अस्तित्वात आली असून त्यात विषमता नष्ट करून समानता निर्माण करण्याच्या दृष्टीने अनेक घटनात्मक वैधानिक तरतुदी केल्या गेल्या आहेत. सकारात्मक विभेदीकरणाकडे टाकलेले ते एक पाऊल होय. मंडल आयोगाला मान्यता देऊन आरक्षणनीतीचा केलेला विस्तार हादेखील सकारात्मक विभेदीकरणाचाच एक भाग होय.

positivism - (पॉं'झिटिव्हिझम) **प्रत्यक्षवाद :** 'प्रत्यक्षवाद' हा सिद्धान्त फ्रान्सचे समाजशास्त्रज्ञ अग्युस्त कॉन्त (Auguste Comte) यांनी तयार केला असून, त्यांच्या मते, खरे ज्ञान म्हणजेच वैज्ञानिक ज्ञान होय. म्हणून प्रत्यक्षवादासाठी विज्ञानवाद ही पर्यायी संज्ञाही वापरली जाते. ज्ञान म्हणजे ज्यात निरीक्षणात्मक प्रघटनांच्या सहअस्तित्वाचे आणि परंपरांचे वर्णन व स्पष्टीकरण केले जाते. या

निरीक्षणात्मक प्रघटना या भौतिक व सामाजिक अशा दोन्ही प्रकारच्या असतात. कॉन्त यांच्या प्रत्यक्षवादाला दोन बाजू आहेत. १. अभ्यासपद्धतीशास्त्रीय (Methodological) २. सामाजिक राजकीय (Social Political)

प्रत्यक्षवादाचा दुसरा अर्थ म्हणजे तार्किक किंवा तर्कशास्त्रीय प्रत्यक्षवाद (Logical Positivism). हा प्रत्यक्षवाद १९२० ते १९३० या दशकातील तत्त्वज्ञांच्या गटाचा तत्त्वज्ञानशास्त्रीय दृष्टिकोन असून हा तत्त्वज्ञांचा गट सामूहिकतेने 'व्हिएन्ना मंडळ' (Vienna Circle) या संज्ञेने संबोधला जातो. या मंडळाच्या विचाराचा गाभा हा जरी कॉन्त यांचा प्रत्यक्षवाद असला तरी त्यांनी कॉन्त यांच्या प्रत्यक्षवादाला अधिक निश्चित असा तार्किक आधार प्रदान केला आहे. 'व्हिएन्ना मंडळ' या गटाचा मध्यवर्ती सिद्धान्त हा पडताळातत्त्व असून हा सिद्धान्त असे प्रतिपादन करतो की, 'खरे ज्ञान म्हणजे असे ज्ञान की जे संवेदनात्मक अनुभवाद्वारे पडताळून पाहता येते.' अधिक अचूकपणे सांगावयाचे झाल्यास असे म्हणता येईल की वैज्ञानिक ज्ञान हे अंतिमत: सर्वसामान्य विधानांच्या तार्किक परस्परसंबंधांच्या पायावर तयार करण्यात आले असून त्यासंबंधीची 'मूलभूत तथ्ये' वास्तव संवेदनात्मक भाषेवर आधारित आहेत. व्हिएन्ना मंडळाच्या काही सभासदांनी कॉन्त यांच्या भौतिकशास्त्राच्या अभ्यासपद्धतीचा विस्तार सामाजिक शास्त्रांपर्यंत करावा, या प्रकल्पाचा किंवा विचाराचा स्वीकार केला होता.

प्रत्यक्षवादाचा तिसरा अर्थ असा की, कोणताही समाजशास्त्रीय दृष्टिकोन की जो या सर्वसामान्य गृहीततत्त्वावर चालतो की, भौतिकशास्त्राची अभ्यासपद्धती सामाजिक शास्त्रापर्यंत पुढे नेता येणे शक्य होईल. प्रत्यक्षवाद या संकल्पनेचा चौथा आणि शेवटचा अर्थ असा की, अमान्यतेचा विचार करता कोणताही समाजशास्त्रीय दृष्टिकोन, भौतिकशास्त्राच्या अभ्यासपद्धतीचे अनुकरण सदोषतेने करीत असल्याचे निदर्शनास येणे होय.

'प्रत्यक्षवाद' या संज्ञेची निवड करून कॉन्त यांनी ज्ञानाचा आधार म्हणून असलेला धर्मावरचा विश्वास किंवा काल्पनिक अध्यात्मिकता या दोन घटकांना नाकारण्याचा इरादा स्पष्ट केला होता. तसेच कॉन्त यांनी वैज्ञानिक ज्ञान म्हणजे निरंकुश ज्ञान नसून सापेक्ष ज्ञान असल्याचे मान्य केले होते. निरंकुश ज्ञान हे नेहमीच अनुपलब्ध होते व असते. कॉन्त यांचा सामाजिक आणि राजकीय कार्यक्रम, सामाजिक प्रश्न आणि समाजाचे पुनर्संघटन करताना नवीन जाणिवांची निर्मिती ही समाजशास्त्र हे नवीन शास्त्र आहे, या रेषेने वा मार्गाने झाली पाहिजे

असे सूचित करतात. समाजशास्त्रज्ञांची सरकार व शिक्षण यांतील भूमिका ही नवीन मानवतावादी धर्माची स्थापना करणे ही असावी.

आपल्या प्रत्यक्षवादी तत्त्वज्ञानाचा सारांश काढताना कॉन्त म्हणतात, की त्यांचा प्रत्यक्षवाद हा ज्याप्रमाणे अनीश्वरवादाशी निगडित नाही, त्याचप्रमाणे त्यांचा संबंध हा अलौकिक शक्तीशीही नाही. प्रत्यक्षवाद कशाशी संबंधित आहे हे सांगताना कॉन्त म्हणतात की, प्रत्यक्षवाद हा काल्पनिकतेपेक्षा वास्तविकतेशी निगडित आहे. तो सर्वज्ञानापेक्षा उपयुक्त ज्ञानाशी निगडित आहे. प्रत्यक्षवाद हा अशा तथ्याशी निगडित आहे की जी निश्चित स्वरूपाची असून, त्यामुळे काही प्रमाणात दूरदृष्टी प्राप्त होऊ शकेल. प्रत्यक्षवाद हा अस्पष्ट मताशी निगडित नसून निश्चित किंवा असंदिग्ध ज्ञानाशी निगडित आहे. प्रत्यक्षवाद हा शाश्वत सत्याशी संबंधित नसून, सतत परिवर्तनशील अशा सेंद्रिय सत्याशी संबंधित आहे. आणि शेवटी प्रत्यक्षवाद परिपूर्णतेपेक्षा सापेक्षतेशी संबंधित आहे.

शेवटी कॉन्त म्हणतात, की प्रत्यक्षवाद ही एक बुद्धिप्रामाण्यवादावर आधारलेली अभ्यासपद्धती आहे की जी प्रत्यक्षवादाचा अभ्यास करणाऱ्यांना एकत्र बांधते.

postal questionnaire - (पोस्ट'ल केश्चने'अर) **टपाल प्रश्नावली** : प्रश्नावलीचा एक प्रकार म्हणजे टपालाने पाठवावयाची प्रश्नावली होय. जेव्हा संशोधनाचे क्षेत्र अत्यंत विस्तृत असते व उत्तरदाते वेगवेगळ्या शहरांत व गावांत राहतात व जेव्हा मुलाखतीद्वारे संशोधनासंबंधी माहिती गोळा करणे हे काम वेळखाऊ तसेच खर्चिक असते, तेव्हा टपालाने उत्तरदात्याला प्रश्नावली पाठवून माहिती मागविली जाते. पोस्टाने प्रश्नावली पाठवितांना संशोधकाने त्यासमवेत, स्वत:चा पत्ता लिहिलेले पाकीट, त्यावर योग्य तेवढी पोस्टाची तिकिटे लावून पाठवावे म्हणजे उत्तरदाता ती प्रश्नावली योग्य ती माहिती भरून पाठवेल.

post-capitalism or post capitalist society - (पोस्ट-कॅ'पिटलिझम ऑर पोस्ट कॅ'पिटलिस्ट सोसायटी) **उत्तर-भांडवलशाहीवाद आणि भांडवलशाहीवादोत्तर समाज** : 'उत्तर-भांडवलशाहीवाद' किंवा 'भांडवलशाहीवादोत्तर समाज' हा समाजवादी नसलेल्या समाजाचा एक नवीन प्रकार असून, त्यात भांडवलवाद हा आर्थिक संघटनांवरच्या वर्चस्वाचा प्रमुख आधार असून तो पूर्वीसारखा आज राहिला नाही आणि त्याचप्रमाणे पूर्वीप्रमाणे आज भांडवल आणि श्रमिक हेही राजकारणाचे प्रमुख आधार असल्याचे दिसत नाही. उदा., डाहरेनडॉर्फ यांचा संघर्षसिद्धान्त की ज्याचा आधार पदाचे अधिकार

हा आहे. या प्रकारच्या समाजाची कल्पना ज्ञानावर आधारित उद्योगोत्तर समाजासारखी असून, ज्यात पारंपरिक भांडवलवादी वर्गाच्या वर्चस्वाऐवजी शिक्षित व्यावसायिक वर्गाचे वर्चस्व असते.

post-empiricism - (पोस्ट-एम्पि रिसिझम) **अनुभवजन्योत्तरवाद किंवा अनुभवोत्तरवाद** : 'अनुभवजन्योत्तरवाद' या संकल्पनेचा अर्थ असा की, अनुभवजन्यवाद व प्रत्यक्षवाद यांनी सूचित केल्याप्रमाणे कोणतेही ज्ञान व विज्ञान संपूर्णपणे तटस्थ निरीक्षण सिद्धान्तावरच आधारित असते, हा विचार नाकारणे होय. कुन (Kuhn) आणि फेअरबेन्ड (Feyerabend) यांनी सूचित केल्याप्रमाणे अनुभवजन्योत्तरवादात 'विज्ञानाची चिकित्सा' या विचारांचा स्वीकार करण्यात आला आहे. याचा अर्थ मात्र असा नाही की, ज्ञान व विज्ञान हे अतार्किक किंवा अ–बुद्धिप्रामाण्यवादी किंवा सापेक्ष स्वरूपाचे आहे. त्याचप्रमाणे वैज्ञानिक व सामाजिक वैज्ञानिक, एखादा विशिष्ट सिद्धान्त का स्वीकारला व दुसरा एखादा सिद्धान्त का नाकारला यासंबंधीच्या कारणमीमांसेपासून किंवा त्यासंबंधी निर्माण होणाऱ्या विवादापासून पळून जाऊ शकत नाहीत.

post-fordism - (पोस्ट-फोर्डि झम) **फोर्डोत्तरवाद** : पहा–Fordism and Post Fordism–फोर्डवाद आणि फोर्डोत्तरवाद.

post industrial society - (पोस्ट इन्ड स्ट्रिअल सोसायटी) **उद्योगोत्तर समाज :** 'उद्योगोत्तर समाज' ही संकल्पना २० व्या शतकाच्या शेवटच्या दशकात विकसित झाली असून त्याचा अर्थ आहे, उत्पादित मालाच्या उद्योगावर समाजाचे जे अवलंबन होते त्याचा ऱ्हास झाला; कारण समाजात नवीन सेवा प्रदान करणारे उद्योग, उत्पादन, उपभोग व फुरसत या भूमिकेवर भर देणारी यंत्रणा यांचा उदय झाला. १९७४ साली प्रसिद्ध झालेल्या 'उद्योगोत्तर समाज येत आहे' (The coming of Post-Industrial Society) या संशोधनपर ग्रंथात असे म्हटले आहे की अमेरिका, युरोपातील अनेक राष्ट्रे ही वाढत्या प्रमाणात 'माहिती समाज' (information society) बनत आहेत. याचा अर्थ, आजच्या समाजाचा केंद्रबिंदू, ज्ञान व ज्ञानावर आधारित नवीन उत्पादन हे बनत चालले आहेत. हे या गोष्टीचे निर्देशक आहे की, आज समाजात उच्च शिक्षणाचे महत्त्व वाढत आहे. बेल (Bell) यांच्या मतानुसार 'ज्ञान' हे आजच्या समाजात सामाजिक संघटनांचा आधार आणि नवीन संशोधनांचा मुख्य उगमस्रोत बनत आहे. असे होत असल्यामुळे नवीन ज्ञानावर आधारित व्यावसायिक आणि औद्योगिक गट या समाजातील वर्गव्यवस्थेवर आपले वर्चस्व वाढत्या प्रमाणात साध्य करीत आहेत.

या दृष्टीने विचार करता उद्योगोत्तर समाज हा भांडवलोत्तर समाजाचाच एक भाग असून, भांडवलोत्तर समाजात आज भांडवलदार मालकांनी त्यांच्या उद्योगातील त्यांची सत्ता व्यावसायिक व्यवस्थापकांकडे हस्तांतरित केली आहे, की जे आज उद्योगाचे व्यवस्थापन करतात. याचाच अर्थ असा, की उद्योगोत्तर समाजात उद्योगाच्या मालकापेक्षा उद्योगाचे व्यवस्थापन करणाऱ्या व्यवस्थापकांना तुलनेने महत्त्व प्राप्त झाले असून यात पैशापेक्षा संबंधित उत्पादनप्रक्रियेतील ज्ञान महत्त्वाचे मानले जाते.

post-modernity and post-modernism - (पोस्ट–मॉडर्निटी अँण्ड पोस्ट मॉडर्निझम) **आधुनिकोत्तरता आणि आधुनिकोत्तरवाद :** 'आधुनिकोत्तरता' आणि 'आधुनिकोत्तरवाद' या दोन्ही परस्परसंबंधी संज्ञा असून त्यांच्या अर्थाचा वेगवेगळा संदर्भ खालीलप्रमाणे–

१. आधुनिकोत्तरता (Post-modernity) : आधुनिकतेची जागा घेणारी सांस्कृतिक व विचारप्रणालीनिदर्शक प्रघटना म्हणजे 'आधुनिकोत्तरता' होय.

२. आधुनिकोत्तरवाद (Post-modernism) : 'आधुनिकोत्तरवाद' म्हणजे असे सिद्धान्त, की जे आधुनिकतावादाकडून आधुनिकोत्तरवादाकडे होणाऱ्या परिवर्तनात गुंतलेले असून ते अशा परिवर्तनाची चिकित्सा करतात. (अशा प्रकारच्या सिद्धान्तात नवीन सिद्धान्त आणि वास्तुविद्या आणि कला यासंबंधीच्या नवीन चळवळी; तसेच नवीन सामाजिक सिद्धान्त समाविष्ट आहेत.)

आधुनिकोत्तरता आणि आधुनिकोत्तरवाद यांच्या अर्थाबाबत तज्ज्ञांमध्ये प्रचंड मतभेद असले, तरी आधुनिकतेची जागा घेणारा नवीन विचार म्हणजे 'आधुनिकोत्तरता' होय. व त्यासंबंधी मांडलेले नवीन सिद्धान्त म्हणजे 'आधुनिकोत्तरवाद' होय.

post structuralism - (पोस्ट स्ट्रक्चरॅलिझम) **संरचनोत्तरवाद :** १९६० नंतर फ्रान्समध्ये विस्तृत प्रमाणात प्रभावी बौद्धिक चळवळ संरचनात्मकवादातून उदयाला आली. नंतर या चळवळीचे प्रमुख गृहीततत्त्व होते, भाषा आणि समाज यांचे हावभावात्मक व्यवस्था म्हणून स्पष्टीकरण करणे. या दृष्टीने विचार करता संरचनात्मकवादाचा उपयोग सॉसर आणि लेव्ही स्ट्रॉस यांसहित प्रमुख संरचनात्मकवाद्यांवर वर्चस्व प्रस्थापित करून त्यांना आव्हान देण्यासाठी केला गेला. याच कालावधीत तत्त्वज्ञानात्मक आणि भाषात्मक सिद्धान्ताच्या पारंपरिक अध्ययनपद्धतीच्या संदर्भात काही मूलभूत व काही उपप्रश्न उपस्थित करून प्रमुख

सामाजिक सिद्धान्तालाही आव्हान देण्यात आले व ते प्रामुख्याने मार्क्सवादाला होते.

आधुनिकोत्तरवादाशी संबंधित प्रमुख सिद्धान्तकारांत डेरिडा आणि फूको यांचा समावेश होतो. पूर्वीच्या भाषाविषयक सिद्धान्ताचा मध्यवर्ती पैलू होता, निर्संरचनीकरण (Deconstruction) की जो संरचनोत्तरवादाचा परिणाम होता. निर्संरचनीकरणाच्या संदर्भात तज्ज्ञ वा टीकाकार काही प्रश्न उपस्थित करतात ते पुढीलप्रमाणे-

अ. विभेदीकरणाच्या किंवा व्यवच्छेदनाच्या संदर्भात भाषाशास्त्रीय संज्ञेच्या अंमलबजावणीबाबत प्रश्न विचारताना तज्ज्ञ म्हणतात की, डेरिडा यांनी सॉसर (भाषातज्ज्ञ) यांच्या आध्यात्मिक गृहीततत्त्वाच्या संदर्भात व्यक्ती आणि भाषा यांना आव्हान देताना असे मत मांडले की, सॉसर यांनी संभाषणापेक्षा लिखाणाला अधिक प्राधान्य दिले आहे.

ब. वस्तुनिष्ठता आणि संस्कृती यांच्या कोणत्याही उगमस्रोताचा आधार हा लिखाण आहे, या दृष्टिकोनाबाबतही प्रश्न उपस्थित केले जाऊ शकतात. याचे प्रमुख कारण म्हणजे निर्देशक भाषा व हावभावात्मक भाषा यांच्यातील स्वच्छंदी संबंधाबाबत जे विवेचन केले ते संशयास्पद असून, पुढे ते असे प्रतिपादन करतात की, निर्देशक भाषेतील संबंधही (व्यवच्छेदनाच्या मार्गाने विचार करता) संशयास्पद असून, काही निर्देशक दुसऱ्या अन्य निर्देशकांवर (सतत) घसरत असतात, की ज्याची अंतिम व्याख्या करता येत नाही.

लेव्ही स्ट्रॉस यांच्या विचारानुसार संरचनात्मकतावादानंतरची अवस्था वा स्थिती म्हणजे 'संरचनोत्तरवाद' होय. ज्या विषयांना पूर्वी समाजाच्या संरचनेचे घटक म्हणून स्वीकारले नव्हते, त्याचा स्वीकार करून त्यांचे अध्ययन करणे म्हणजे संरचनोत्तरवाद होय. यात भाषा, दंतकथा, फूको यांचे 'वेडेपणा व संस्कृती', ज्ञानाचे पुराणवस्तुशास्त्र, चिकित्सालयाचा जन्म इत्यादींचा अंतर्भाव संरचनोत्तरवादात होतो.

postulate of ad'equacy - (पॉ'स्च्युलेट ऑफ ॲ'डिक्वसी) **पर्याप्ततेची गृहीततत्त्वे :** 'पर्याप्ततेची गृहीततत्त्वे' हा (विशेषत: सामाजिक प्रघटनाशास्त्रातील) एक सिद्धान्त असून त्यानुसार समाजशास्त्रीय आढावा व स्पष्टीकरण याचे आकलन हे सामाजिक कर्ता ज्या सामाजिक परिस्थितीचे वर्णन वा स्पष्टीकरण करतो त्यानुसार केले गेले पाहिजे. पर्याप्ततेची गृहीततत्त्वे हा सिद्धान्त दुसरीकडे (विशेषत: वेबर)

असे प्रतिपादन करतो की, समाजशास्त्रीय स्पष्टीकरण हे आकलनाच्या पातळीपर्यंत पर्याप्त आहे, परंतु याशिवाय त्यांनी कार्यकारण पर्याप्तादेखील प्राप्त केली पाहिजे. याचा अर्थ असा की, ज्या प्रसंगाचे वर्णन करण्यात येणार आहे; त्याचा पाया अनुभवाशी, त्यातील नियमिततेशी जोडणे आवश्यक असले; तरी काही शक्यता अपरिहार्य असल्याचे गृहीत धरावे लागणार आहे.

अर्थात शूट्झ किंवा वेबर यांचे विचार सर्वच समाजशास्त्रज्ञांनी स्वीकारलेले नाहीत. ते समाजशास्त्रज्ञ असा विवाद करतात की कर्त्यांचे आकलन बऱ्याच वेळा विसंगत असते व ही विसंगती हुसकून लावल्यावर त्याचे समाजशास्त्रीय स्पष्टीकरण केले, तरी ते केवळ वरवरचे स्पष्टीकरण ठरणार आहे. १९७६ साली गिडन्स यांनी मात्र या विचाराला जो प्रतिसाद दिला तो शूट्झ आणि वेबर यांच्या विचारांचे काही मार्गाने शुद्धीकरण करण्यासाठी. गिडन्स यांच्या मते, समाजशास्त्रीय आढावा हा नेहमी कर्त्यांच्या आकलनापासून सुरू करणे गरजेचे असले तरी बऱ्याच वेळा त्या पलीकडे जाणे गरजेचे आहे.

postulate of functional indispensability - (पॉॅस्च्युलेट ऑफ फंॅक्शनल इन्डिस्पेॅन्सेबिलिटी) **कार्यिक अपरिहार्यतेची गृहीततत्त्वे :** 'कार्यिक अपरिहार्यतेची गृहीततत्त्वे' हा कार्यात्मकवादी सिद्धान्ताचा एक प्रकार होय. या सिद्धान्तानुसार प्रत्येक प्रकारच्या संस्कृतीला, प्रथेला, भौतिक वस्तूला, कल्पना व श्रद्धा यांना काही अत्यावश्यक कार्य पार पाडणे अपरिहार्य असते आणि कोणताही संस्कृतीचा प्रकार तोपर्यंत टिकणार नाही जोपर्यंत ती संस्कृती समायोजन किंवा अनुकूलन यांना प्रतिसाद देत नाही. द्युरखेम, क्लकखोलन व मर्टन हे या विचाराचे समर्थक होत.

रॉबर्ट मर्टन हे विशेषत: कार्यिक विश्लेषणाच्या संहितीकरणासाठी प्रसिद्ध होते. त्यांच्या मते, सर्व दर्जेदार संस्कृतींना सकारात्मक कार्ये पार पाडावी लागतात, तीच 'कार्यात्मकतेतील अपरिहार्यता' होय.

postulate of universal functionalism - (पॉॅस्च्युलेट ऑफ यूनिव्हॅर्सल फंॅक्शनॅलिझम) **वैश्विक (सार्वभौमिक) कार्यात्मकवादाचे गृहीततत्त्व :** या गृहीततत्त्वानुसार मर्टन असे प्रतिपादन करतात, की सर्व प्रमाणबद्ध सामाजिक व सांस्कृतिक प्रकारांना सकारात्मक कार्ये करावी लागतात. ही सकारात्मक कार्ये एकीकडे समाजव्यवस्थेचे जतन करतात तर दुसरीकडे ज्या कार्याची सहजगत्या ओळख होऊ शकत नाही ते कार्य टिकविण्यासाठी योग्य प्रयत्न करतात. याचे

उत्तम उदाहरण म्हणून मर्टन यांनी मॅलिनॉव्हस्की यांच्या विचाराचा दाखला दिला आहे. मॅलिनॉव्हस्की यांच्या विचारानुसार प्रत्येक प्रकारची संस्कृती, प्रथा, भौतिक उद्दिष्टे, कल्पना आणि श्रद्धा कोणत्या ना कोणत्या प्रकारची कार्ये करतात. अशा प्रकारे संस्कृतीचे स्वरूप वैश्विक असल्यामुळे त्या संबंधीच्या कार्याचे स्वरूपही वैश्विकच असते.

power - (पॉ॑वर) सत्ता किंवा सामर्थ्य : सत्ता किंवा सामर्थ्य या संकल्पनेचे अनेक अर्थ तज्ज्ञांनी प्रतिपादन केले आहेत. १. गिडन्स यांनी १९८५ साली विशद केलेल्या अर्थानुसार व्यक्तीतील परिवर्तनक्षमता म्हणजे 'सत्ता' होय. याचा अर्थ असा, की विशिष्ट प्रसंगात योग्य तो हस्तक्षेप करून विरोधकांना आपल्या मर्जीनुसार वागावयास भाग पाडण्याची क्षमता म्हणजे सत्ता होय. २. १९२२ मध्ये वेबर यांनी असे प्रतिपादन केले की, सामाजिक संबंधातील कर्ता, विरोधाचा सामना करूनही आपल्या इच्छा अन्य कर्त्यांच्या गळी जेव्हा उतरवितो, तेव्हा ती क्रिया 'सत्ता' या संज्ञेस पात्र ठरते. ३. सामाजिक संरचनांनी धारण केलेली उत्पादनात्मक व परिवर्तनात्मक क्षमता की ज्यामुळे व्यक्तींना सामाजिक संरचनेच्या नियमनांच्या इच्छेपुढे नमावे लागते, त्यासाठी 'सत्ता' या संज्ञेचा वापर केला गेला. भांडवलशाहीतील बाजाराची उत्पादकांवरची सत्ता यात येते. ४. शिस्तीसंबंधीचे ज्ञान म्हणजे 'सत्ता' होय.

वरील अर्थापैकी २ ते ४ क्रमांकांत दिलेला 'सत्ता' या संकल्पनेचा अर्थ नकारात्मक स्वरूपाचा असून त्यात दडपण आणि हितसंबंधी संघर्ष यांचा समावेश होतो. पार्सन्स यांनी १९६३ साली या संदर्भात असे प्रतिपादन केले की सत्ता म्हणजे सामाजिक स्वरूपाची व समाजाची उद्दिष्टे साध्य करण्याची व्यक्तीची क्षमता होय. काही संशोधकांच्या मते, सामाजिक स्तरीकरणप्रक्रियेत सत्ता व सत्तास्थाने महत्त्वाची ठरतात. काही स्त्रीवादी विचारवंतांच्या मते, बहुसंख्य समाजातील पितृसत्ताक कुटुंबपरंपरेमुळे पुरुष स्त्रियांवर सत्ता गाजवितात. नोकरशाहीत श्रेष्ठ-कनिष्ठ अधिकारी यांच्यातील संबंध सत्तानिर्देशक आहेत. राजकारणातही सत्ताधारी पक्षाची सत्ता इतरांवर असते. तसेच समाजातील तथाकथित श्रेष्ठिजन बहुजनांवर सत्ता गाजवितात. सत्ता-विरोध हा संघर्षाचे कारण ठरतो. मार्क्स यांनी आर्थिक सत्ता महत्त्वाची मानली होती. सी. डब्ल्यू. मिल्स, रॉबर्ट दाहल, लिपसेट, लुक्स इत्यादींनी 'सत्ता' या घटकावर विविध पैलूंतून संशोधन केले होते.

power elite (पॉवर एलीट) **सत्ताधारी श्रेष्ठिजन :** १९५६ साली सी. राइट मिल्स यांनी आधुनिक अमेरिकेतील सत्ताधाऱ्यांच्या अंतर्वतुळातील किंवा अंतर्गोटातील व्यक्तींचा गट 'सत्ताधारी श्रेष्ठिजन' या संज्ञेने संबोधला आहे. मिल्स यांनी या गटाचे जे चित्र रंगविले होते, त्यानुसार हा गट तीन लवचीक दुव्यांनी जोडला असून त्यांनी आधुनिक अमेरिकेतील समाजाच्या महत्त्वाच्या जागा व्यापल्या आहेत. हे तीन गट म्हणजे १. उद्योगाचे प्रमुख (मालक) २. सैनिकी नेते आणि ३. प्रमुख राजकारणी होत. मिल्स यांच्या मते, या तिन्ही गटांच्या एकत्रीकरणातून सत्ताधारी श्रेष्ठिजनांची निर्मिती होते. सत्ताधारी वर्गापेक्षा सत्ताधारी श्रेष्ठिजन वेगळे असतात. सत्ताधारी वर्ग जरी उघड वा प्रत्यक्ष सत्ता गाजवीत असला तरी या सत्ताधाऱ्यांना पाठिंबा देण्याचा व त्यांच्यामागे गुप्तपणे, पण ठाम स्वरूपात उभा राहणारा गट म्हणजे 'सत्ताधारी श्रेष्ठिजन' होय.

praxis - (प्राक्सिस) **लोकव्यवहार किंवा लोककृती :** मनुष्याच्या स्वत:च्या समावेशासहित भौतिक आणि सामाजिक जगात बदल किंवा परिवर्तन करण्याच्या उद्देशाने केलेली जाणीवपूर्वक क्रिया (राजकीय क्रियेसहित) म्हणजे 'लोकव्यवहार' किंवा 'लोककृती' होय. या संकल्पनेचा गाभा मार्क्सवाद असून त्याद्वारे आपले लक्ष, आर्थिक आणि सामाजिक संस्थांच्या सामाजिक बांधणीकडे वेधण्यात आले आहे; की ज्याचा उद्देश मानवाची स्वातंत्र्याची क्षमता वाढविणे हा असतो, कारण व्यक्ती वैयक्तिक पातळीवर या उद्देशांची प्राप्ती करू शकत नाही. Praxis हा इंग्रजी शब्द मूळ ग्रीक भाषेतील असून उद्देशपूर्ततेसाठी सतत क्रिया करणे असा त्याचा अर्थ होय.

precapitalist modes of production - (प्रिकॅपिटलिस्ट मोड्स ऑफ प्रॉडक्शन) **उत्पादनाच्या भांडवलशाहीपूर्व पद्धती :** पहा–non-Capital or pre-capital modes of production–अभांडवलशाही समाजातील किंवा उद्योगपूर्व समाजातील उत्पादनाच्या पद्धती.

prejudice - (प्रेज्युडिस) **पूर्वग्रह :** पूर्वग्रह म्हणजे असे मत किंवा अशी अभिवृत्ती की जी तथ्याद्वारे असमर्थनीय किंवा अन्याय्य असे मानणे होय. सोप्या शब्दांत, पूर्वग्रह म्हणजे पुराव्याचा विचार न करता एखाद्या व्यक्तीबाबत, गटाबाबत, वंशाबाबत किंवा समाजाबाबत तयार झालेले मत होय. काही तज्ज्ञांच्या मते, 'पूर्वग्रह' ही एक प्रकारची सामाजिक अभिवृत्ती असून वस्तुनिष्ठ पुराव्याचा विचार न करता ती तयार होते. पाश्चिमात्य जगात ज्यूंविषयी, निग्रो लोकांबद्दल काही

स्थापित पूर्वग्रह आहेत. भारतात तथाकथित अस्पृश्यांबद्दल काही पूर्वग्रह आहेत. थोडक्यात, पुराव्याचा आधार न घेता अन्य व्यक्ती, गट, समाज यासंबंधात तयार झालेल्या सकारात्मक व नकारात्मक अभिवृत्ती म्हणजे पूर्वग्रह होय.

prestige - (प्रेस्टिज) **प्रतिष्ठा :** समाजरचनेतील ज्या स्थानांना सभासदांच्या दृष्टीने महत्त्व प्राप्त झालेले असते, ज्या स्थानांकडे लोक आदराच्या भावनेने पाहतात, ज्यांना समाजात आदर्श मानले जाते असे दर्जे म्हणजे प्रतिष्ठा होय. प्रतिष्ठा ही दर्जाशी निगडित असते, तर दर्जा हा व्यक्तीशी. समाजातील प्रत्येक व्यक्तीला दर्जा हा असतोच, पण प्रत्येक दर्जाला प्रतिष्ठा असतेच असे नाही. उदा. नोकरशाहीत 'शिपाई' हा एक दर्जा आहे, पण त्याला समाजात प्रतिष्ठा नसते; तर सचिवालयातील सचिव हाही दर्जा असून त्याला मात्र प्रतिष्ठा आहे. समाजातील अनेक सर्वोच्च पदांना प्रतिष्ठा असते. उदा. कुलगुरू, प्राध्यापक, डॉक्टर्स, वकील, मोठे उद्योजक, गायक, गायिका, खेळाडू, कलाकार इत्यादी. परंतु कनिष्ठ वर्गातील वा जातीतील व्यक्ती, समाजात हीन समजले जाणाऱ्या व्यवसायातील व्यक्ती इत्यादींना दर्जे असले तरी त्या दर्जांना प्रतिष्ठा नसते.

primary group - (प्रा'इमरी ग्रूप) **प्राथमिक गट :** कुटुंब, मित्रमंडळी किंवा सहकारी यांचा छोटा गट म्हणजे प्राथमिक गट होय. अमेरिकेतील समाजशास्त्रज्ञ चार्ल्स कूले यांनी १९०९ साली प्राथमिक गटाची कल्पना मांडली. गटाचा लहान आकार, समोरासमोरचे संबंध, आत्मीयतेची भावना ही प्राथमिक गटाची प्रमुख वैशिष्ट्ये होत.

primary sector - (प्रा'इमरी से'क्टर) **प्राथमिक विभाग :** या ठिकाणी प्राथमिक विभाग आर्थिक विभागाचा (की ज्यात कृषी आणि खनिजे समाविष्ट होतात.) एक प्रकार असून तो उत्पादन व कच्च्या मालाचा शोध घेणे या प्रक्रियेशी संबंधित आहे.

primitive society - (प्रि'मिटिव्ह सोसायटी) **प्राचीन समाज :** प्राचीन समाज हा मानवी समाजाचा प्रारंभिक प्रकार असून त्यांच्यात कमीतकमी अंतर्गत भेद असतात. या समाजासाठी अनेक पर्यायी संज्ञा जरी वापरल्या जात असल्या; तरी (यात साधा समाज, रानटी समाज, आदिवासी समाज इत्यादी संज्ञा येतात.) प्राचीन समाज ही संज्ञा, तंत्रशास्त्रीय किंवा सामाजिक संघटनात्मक जटिलता यांची मूलभूत किंवा आधारभूत पातळी सूचित करते. १९२३ साली लेव्ही ब्रुहल (Levy Bruhl) यांनी प्राचीन मानसिकतेचा तर्कशास्त्रपूर्व प्रकारही सूचित केला

होता, की ज्यात या समाजाच्या तंत्रशास्त्रीय व सामाजिक संघटनात्मक पातळीशी संलग्न असल्याचा उल्लेख होता.

primogeniture - (प्राइमोजे'निचर) **ज्येष्ठत्व :** कुटुंबात जन्माला येणाऱ्या पहिल्या मुलासाठी (किंवा अपत्यासाठी) 'ज्येष्ठत्व' ही संज्ञा वापरतात. कुटुंबात जन्माला येणाऱ्या पहिल्या मुलाला मिळणारे वारसाहक्क किंवा वंशपरंपरागत हक्क म्हणजेही ज्येष्ठत्व होय. वारसाहक्क व्यवस्था वेगवेगळ्या समाजांत वेगवेगळी असली तरी समाजात तिचे आत्यंतिक महत्त्वाचे स्थान आहे, ते मालमत्तेचे हस्तांतरण व संचयन यामुळे. अनेक उत्तर युरोप खंडातील समाजात ज्येष्ठत्वाची प्रथा महत्त्वाची असून या प्रथेतूनच पुढे संपत्ती व मालमत्तासंचयाची कल्पना साकारली गेली. काही तज्ज्ञांच्या मते, ज्येष्ठत्वामुळे जमिनीचे छोट्या छोट्या तुकड्यांत विभाजन होण्यास प्रतिबंध होतो; कारण मालमत्तेवर जरी कुटुंबातील सर्व प्रौढ (विशेषत: पुरुष) सभासदांचा हक्क असला तरी मालमत्तेची मालकी ज्येष्ठांकडे असते. जगातील बहुसंख्य समाजांत पहिला जन्म म्हणजे कुटुंबातील पहिल्या मुलाचा (male child) जन्म होय, की ज्याला कुटुंबात ज्येष्ठत्व प्राप्त होते. पितृसत्ताक परंपरा हे याचे कारण असावे.

private and public spheres - (प्रॉइव्हेट ॲण्ड प'ब्लिक स्पि'अर्स) **खासगी आणि सार्वजनिक कार्यक्षेत्र :** सामाजिक संबंधाची परस्परविरोधी प्रतिकृती म्हणून खासगी व सार्वजनिक कार्यक्षेत्राचा उल्लेख केला जातो. यात प्रामुख्याने कुटुंबाचे घरगुती क्षेत्र आणि सामाजीकृत कामगार क्षेत्र आणि राजकीय कार्यक्षेत्र यांतील वेगळेपण सूचित केले जाते. व्यावहारिक ज्ञानाच्या दृष्टीने विचार करता या प्रतिकृतीत काही वाक्प्रचारांचा वापर केला जातो. स्त्रियांची जागा म्हणजे तिचे घर आहे असे सामाजिक शास्त्रज्ञ एलशटेन (Elshtain) मानतात. इतिहासकार आणि सामाजिक शास्त्रज्ञ असा विवाद करतात, की औद्योगिकीकरण किंवा नागरिकीकरण प्रक्रियांचा परिणाम होऊन घर आणि काम (कार्याची जागा) यांत जशी फारकत झाली त्याचप्रमाणे वैयक्तिक कार्यक्षेत्र आणि राजकीय कार्यक्षेत्र यांनाही वेगळे करण्यात आले. हे जे वेगळेपण होते ते लिंगभावनिदर्शक होते. त्यानुसार स्त्रियांचे कार्यक्षेत्र हे घर व मूल हे होते, तर पुरुषांचे कार्यक्षेत्र हे प्रामुख्याने सार्वजनिक कार्य बनले. काही तज्ज्ञांच्या मते, आर्थिक आणि राजकीय क्षेत्रापासून घरगुती किंवा गृहक्षेत्राला अलग करण्याची क्रिया ही पूर्वीही आणि आजही सातत्याने सुरू असलेली दिसते.

इ.सन १९७९ साली केलेल्या संशोधनाच्या आधारे डेव्हिडॉफ (Davidoff) आणि समर्स (Summers) यांनी सार्वजनिक व खासगी क्षेत्राच्या इतिहासकालीन अस्तित्वाबद्दल काही प्रश्न उपस्थित केले होते. डेव्हिडॉफ असा दावा करतात की, १९ व्या शतकातदेखील सार्वजनिक व खासगी क्षेत्राचे विभाजन पूर्णपणे झाले आहे असे म्हणता येत नाही. कोणते क्षेत्र पूर्णपणे खासगी व पूर्णपणे सार्वजनिक असे विभाजन अवघड आहे. तसेच समर्सही असा विवाद करतात की, मध्यम व उच्च मध्यम वर्गीय स्त्रियांच्या कामाच्या संदर्भात खासगी व सार्वजनिक अशा प्रकारचे विभाजन अशक्य आहे.

इ.सन १९८४ साली सिल्तानेन आणि स्टॅनवर्थ (Siltanen and Stanworth) यांनी खासगी व सार्वजनिक क्षेत्राच्या सीमेच्या अनिवार्यतेला आव्हान करताना राजकीय आणि औद्योगिक समाजांवर ही द्विविधता गृहीत धरल्याबद्दल टीका केली होती. १९६० च्या दशकाच्या शेवटी स्त्रीवादी चर्चा विश्वात 'खासगी व सार्वजनिक क्षेत्राचे विभाजन' हा मुद्दा केंद्रस्थानी आलेला दिसतो. कौटुंबिक व्यवहारांना खासगी ठरवून त्याबाबत सार्वजनिक जीवनात चुप्पी साधणे व स्त्रियांच्या दडपणुकीला या माध्यमातून समर्थन देणे या पुरुषसत्ताक व्यवस्थेच्या खेळीला स्त्रीवादी अभ्यासकांनी छेद दिलेला आढळतो. त्यामुळेच त्यांनी 'जे जे व्यक्तिगत ते ते राजकीय' या मुद्द्यावर भर दिलेला आहे.

private property - (प्रॉ‌इव्हेट प्रॉ‌पर्टी) **खासगी मालमत्ता :** समाजशास्त्रज्ञ मालमत्तेकडे एक सामाजिक संस्था म्हणून पाहतात. ज्या कोणत्याही वस्तूंवर व्यक्तींची वा एखाद्या गटाची पूर्ण मालकी असते, अशी वस्तू म्हणजे मालमत्ता. मालमत्तेचा एक प्रकार म्हणजे खासगी मालमत्ता होय. खासगी मालमत्ता म्हणजे मालमत्तेचे सर्व अधिकार एकाच व्यक्तीच्या हातात असणे होय. परंतु हे सत्य नसून वास्तवतेत मालमत्तेचे सर्व अधिकार एका व्यक्तीच्या हातात कधीच नसतात. तर ते अनेक व्यक्तींच्या हातीही असू शकतात. म्हणून तज्ज्ञांच्या मते, खासगी मालमत्ता म्हणजे अशी मालमत्ता, की जी एक व्यक्ती किंवा गट त्या मालमत्तेचा उपयोग स्वत:साठीच करतात. परंतु खासगी मालमत्तेच्या धारणेसंबंधीचे जे अधिकार आहेत ते बदलविण्याचा, त्यावर नियंत्रण ठेवण्याचा अधिकार सरकारला देण्यात आला असून व्यक्तीची इच्छा असो वा नसो, व्यक्तीला त्याप्रमाणे वागावेच लागते.

privatization - (प्रा‌इव्हेटायझे‌शन) **खासगीकरण :** खासगीकरण या संकल्पनेचा एक अर्थ आहे, राष्ट्रकृत किंवा सार्वजनिक मालकीचे जे उद्योग आहेत त्या उद्योगांतील उत्पादित मालाची विक्री, हस्तांतरण हे खासगी मालकाच्या ताब्यात

देणे होय. ब्रिटनमध्ये खासगीकरणाची ही प्रक्रिया थॅचरवादाच्या सामाजिक व आर्थिक (परिवर्तन) सिद्धान्ताशी संलग्नित आहे. ब्रिटिश दूरसंचार खाते, ब्रिटिश खनिज तेल व वायू, ब्रिटिश विमान वाहतूक आणि अन्य कंपन्यांना खासगीकरणाचा सामना करावा लागला. भारतात १९९१ नंतर खासगीकरणाला चालना मिळाली त्यानुसार विमा, क्षेत्र, विमानवाहतूक क्षेत्र, पतपेढ्या, काही प्रमाणात रस्तेवाहतूक, शिक्षणसंस्था, आरोग्यसेवा, अनेक उद्योग इत्यादी क्षेत्रांत खासगीकरणाला चालना मिळाली. खासगीकरणाचा दुसरा अर्थ आहे, राजकीय व सार्वजनिक कार्यक्रमांत सहभागी होण्यापासून व्यक्तींना परावृत्त करणे. ३. खासगीकरणाचा तिसरा अर्थ आहे, लोकांना त्यांच्या कामगारवर्गाच्या जीवनपद्धतीपासून दूर नेऊन त्या जागी त्यांना घरगुती व कुटुंबकार्यात मोठ्या प्रमाणात सहभागी होण्यास भाग पाडणे होय.

खासगीकरण म्हणजे थोडक्यात सर्व सरकार-नियंत्रित घटकांचे खासगी मालकांच्या नियंत्रणाखाली आणण्याची प्रक्रिया होय. मुक्त अर्थव्यवस्था, मुक्त व्यापार, मुक्त आयात-निर्यात धोरण, मुक्त वाहतूकव्यवस्था इत्यादी बाबी खासगीकरणाचे काही पैलू होत.

probability - (प्रोबॅबि'लिटी) संभवनीयता किंवा शक्यता : 'संभवनीयता' ही संकल्पना मूलत: सांख्यिकीशास्त्रातील असली तरी समाजशास्त्रीय संशोधनप्रक्रियेत संशोधकाला अनेक शक्यता किंवा संभवनीयता तथ्यसंकलनप्रसंगी गृहीत धराव्या लागतात. संख्याशास्त्रात शून्यापासून (0-अशक्यता) ते एकपर्यंत (१-निश्चितता) असे निर्देशित करतात की विशिष्ट निष्कर्ष काढण्याची प्रक्रिया कशी प्रदीर्घ आहे. संभवनीयता सिद्धान्त हा संभवनीयता तयार करण्यासाठी आणि जटिल प्रसंगातील शक्यतेचे मापन करण्यासाठी नियमनांचे संच तयार करण्याशी संबंधित आहे. हा सिद्धान्त, यादृच्छिक चल कशा प्रकारचे वर्तन करतील आणि संख्याशास्त्रीय अंदाजाची तरतूद कशी करता येईल, यासंबंधीचे प्राक्कथन करतो. समाजशास्त्रापुरता विचार करता हा सिद्धान्त नमुना-निवडपद्धतीसाठी व संख्याशास्त्रीय अनुमानासाठी विशेष महत्त्वाचा आहे.

'संभवनीय नमुना' ही संज्ञा 'यादृच्छिक नमुना' या संज्ञेचे दुसरे नाव होय. यात नमुन्याची निवड अशा पद्धतीने केली जाते, की लोकसंख्येतील प्रत्येक एककाला नमुनानिवडीत योग्य ती संधी मिळू शकेल. म्हणून समाजशास्त्रीय संशोधनात संभवनीय किंवा यादृच्छिक नमुनानिवडीला महत्त्व प्राप्त झाले आहे.

सांख्यिकी अनुमान (Statistical Inference) दोन प्रश्नांशी संबंधित आहे. पहिला प्रश्न म्हणजे, लोकसंख्येचा अंदाज घेण्यासाठी कोणती मापनपद्धती वापरावयाची? आणि दुसरा प्रश्न, तथ्यसंकलित नमुन्याच्या आधाराने सिद्धान्तकल्पनेची चाचणी कशी घ्यावयाची? या दोन प्रश्नांच्या उत्तरात सांख्यिकी अनुमान सामावलेले आहे.

problematic - (प्रॉब्लेमॅटिक) **समस्याप्रधान किंवा वादात्मक** : समस्याप्रधान किंवा वादात्मक म्हणजे प्रश्न आणि संकल्पना यांची अशी एक व्यवस्था की ज्या साहाय्याने कोणतेही विज्ञान आकाराला येऊ शकते. लुईस अल्थुसर यांच्या योगदानात 'संकल्पना' (concept) तुल्यबळ भूमिका बजावतात, तर थॉमस कुन यांनी त्यांच्या योगदानात 'रूपावली' (paradigm) या संकल्पनेवर भर दिला होता; तर फूको यांनी त्यांच्या योगदानात 'ज्ञानमीमांसा' (episteme) या संकल्पनेला महत्त्व दिले होते. अल्थुसर यांच्या दृष्टिकोनानुसार कुन (kuhn) यांच्या नवीन वैज्ञानिक समस्याप्रधानतेच्या विचारात, पूर्वीच्या विचारमार्गाचा भंग झाला, तो अर्थातच क्रांतिकारी ज्ञानमीमांसाशास्त्रीय विचाराने; म्हणून अल्थुसर असा दावा करतात की, १८४५ साली मार्क्स यांनी हेगेलच्या कल्पनांचा भंग केल्यावरच मार्क्सवादात काही वैज्ञानिक समस्या जन्माला आल्या. सारांश, जुन्या संकल्पनांचा भंग करताना संबंधितांना ज्या प्रश्नांचा सामना करावा लागतो, त्यासाठी ही संज्ञा वापरली जाते.

process - (प्रो'सेस) **प्रक्रिया** : प्रक्रिया म्हणजे असे कोणतेही परिवर्तन की ज्यात निरीक्षकाला गुणवत्तेचे सातत्य किंवा गुणवत्तेची दिशा अनुभवास येते. समाजशास्त्रात प्रक्रिया ही बाजूला दाखविलेल्या आकृतीप्रमाणे मार्गक्रमण करते. यात कर्ता प्रथम क्रिया करतो, नंतर दुसरा कर्ता पहिल्या कर्त्याने केलेल्या क्रियेला तशाच प्रकारची क्रिया करून प्रतिसाद देतो व त्यातून आंतरक्रियात्मक कृती जन्माला येतात. त्यासाठी 'प्रक्रिया' ही संज्ञा वापरली जाते. म्हणून 'सतत चालणारी क्रिया व आंतरक्रिया म्हणजे 'प्रक्रिया' होय.' अशी प्रक्रियेची व्याख्या समाजशास्त्राचे अभ्यासक करतात. समाजशास्त्रज्ञ हे प्रामुख्याने सामाजिक प्रक्रियेच्या अध्ययनात अभिरुची दर्शवितात.

productive labour and unproductive labour - (प्रॉडक्टिव्ह लेबर ॲण्ड अनप्रॉडक्टिव्ह लेबर) **उत्पादक श्रमिक व अनुत्पादक श्रमिक :** ही मार्क्सवादी संज्ञा असून भांडवलशाही व भांडवलशाही उत्पादनपद्धती यांतील परस्परविरोधी

श्रमिकांच्या प्रकारांवर यात चर्चा केली असून त्यावरच मूल्याचा कामगार सिद्धान्त (Labour theory of Value) आधारित असून, त्यात त्याच्या परिणामांचाही स्वीकार केला आहे. मार्क्सवाद्यांच्या विचारानुसार 'उत्पादक श्रमिक' म्हणजे श्रमिकांचा असा प्रकार की जे अतिरिक्त मूल्य निर्माण करतात; तर 'अनुत्पादक श्रमिक' म्हणजे श्रमिकांचा असा प्रकार की जे अतिरिक्त मूल्य निर्माण करीत नाहीत. सोप्या शब्दांत असे म्हणता येईल, की जे श्रमिक उत्पादनप्रक्रियेशी प्रत्यक्ष संबंधित असून उत्पादनप्रक्रियेत प्रत्यक्ष सहभागी होतात ते उत्पादक श्रमिक, तर जे श्रमिक उत्पादनप्रक्रियेत जरी प्रत्यक्ष सहभागी होत नसले तरी प्रशासकीय कामासाठी ते आवश्यक असतात (उदा. कारकून, हिशेबनीस इत्यादी) ते अनुत्पादक श्रमिक होत.

profane - (प्रोफे'न) **अपवित्र :** द्युरखेम यांनी त्यांच्या धर्माच्या सिद्धान्तात पवित्रतेबरोबरच अपवित्रतेची चर्चा केली होती. द्युरखेम यांच्या विचारानुसार जी गोष्ट अमंगल, दुष्ट, हानिकारक किंवा वाईट आहे ती अपवित्र मानली जाते. द्युरखेम यांनी 'अपवित्र' या संकल्पनेची व्याख्या पुढील शब्दात केली आहे, 'अपवित्रतेत मानवी संस्कृतीच्या अशा अनिष्ट पैलूंचा समावेश होतो की ज्या मनुष्याच्या दैनंदिन जीवनातील अनुभवाचा एक भाग बनतात.'

धर्म सर्वसाधारणपणे अपवित्रतेला प्रतिबंध करतो. ज्या गोष्टी पवित्र नाहीत त्यासाठी 'अपवित्र' ही संज्ञा वापरतात. अपवित्र बाबी वेगवेगळ्या समाजांत वेगवेगळ्या असतात. जसे की, ख्रिस्ती धर्मात १३ हा आकडा अपवित्र समजतात; सर्व धर्मात स्मशान अपवित्र समजले जाते; हिंदू धर्मात अमावास्या अपवित्र समजतात इत्यादी.

profession - (प्रोफे'शन) **व्यवसाय :** व्यवसाय म्हणजे कोणताही मध्यम वर्गीय व्यावसायिक गट की जो पुढील वैशिष्ट्यांनी युक्त असतो. या वैशिष्ट्यांत उच्च प्रतीची तांत्रिक आणि बौद्धिक तज्ज्ञता, नोकरभरतीत स्वायत्तता आणि शिस्त, सार्वजनिक सेवांशी वचनबद्धता इत्यादींचा समावेश होतो. पारंपरिक व्यवसाय; की ज्यात वकील, डॉक्टर्स, चर्चमधील पाद्री, सैन्यदलातील अधिकारी इत्यादी येतात. ते व्यवसाय आहेत का, याबाबत प्रश्न विचारले जातात व त्यावरही आज वादविवाद चालू आहेत. याचे महत्त्वाचे कारण असे की आज या क्षेत्रात नवीन दालने उघडली असून आज तंत्रशास्त्रीय ज्ञान व ज्ञानाचे विशेषीकरण व त्यांचा दैनंदिन जीवनातील वापर यांचा संदर्भ हा सर्व धंद्यांशी जोडला असून; त्याद्वारे एखाद्या विषयात तज्ज्ञ असलेली व्यक्ती व तज्ज्ञ नसलेली व्यक्ती यांत भेद केला जातो. समाजशास्त्रीय

साहित्यात या संदर्भात जे विवाद होतात ते व्यवसायाची व्याख्या व व्यवसायाची महत्त्वाची वैशिष्ट्ये याबाबतचे निर्धारण करण्यासाठी होतात.

इ.सन १९७० पर्यंत समाजशास्त्रीय योगदानाचा कल हा त्यांच्या स्वत:च्या संज्ञेच्या आधारे व्यवसायांवर चर्चा करण्यापुरताच मर्यादित असल्यामुळे त्यावर कार्यात्मकवादी विचारप्रणालीचे प्रतिबिंब पडणे अपरिहार्य होते. १९६४ साली टॉलकॉट पार्सन्स यांनी व्यवसायात व्यावसायिकांचे तज्ज्ञ म्हणून असलेले गुणधर्म आणि ज्ञान, व्यावसायिकाचे अन्य सर्वसाधारण माणसांवर असलले प्रभुत्व आणि त्याचप्रमाणे व्यावसायिकवाद इत्यादी अतिरिक्त वैशिष्ट्यांचा समावेश केला होता. १९७६ साली पेरी आणि पेरी (Parry and Parry) यांनी वैद्यकीय व्यावसायिकांचे अध्ययन करून असा विवाद केला की, या व्यवसायात उत्पादक-उपभोक्ता संबंध कमी महत्त्वाचे असून व्यवसायात मक्तेदारी स्थापन करण्यात त्यांना अधिक अभिरुची असते.

समाजशास्त्रीय दृष्टीने विचार करता व्यवसायाची, व्यावसायिकांची अनेक रूपे असून त्या प्रत्येकाची स्वतंत्र गुणवैशिष्ट्ये, नीतितत्त्वे असतात व त्यांचे ते पालन करतात. व्यवसायातील ही व्यावसायिक भिन्नता अभ्यासण्यात अर्थातच समाजशास्त्रज्ञांना अभिरुची होती व आजही आहे.

professionalization - (प्रोफे'शनलायझे'शन) **व्यावसायिकीकरण :** व्यावसायिकीकरण ही एक प्रक्रिया असून ज्यात कोणत्या ना कोणत्या कारणाने धंद्यात यश मिळते व परिणामस्वरूप त्या धंद्याला समाजात दर्जा किंवा प्रतिष्ठा प्राप्त केल्याचा दावा केला जातो आणि म्हणून त्या धंद्याला योग्य बक्षिसी आणि विशेष सवलती मिळतात. धंद्याचे रूपांतर व्यवसायात होण्याची प्रक्रिया म्हणजे 'व्यावसायिकीकरण' होय.

progress - (प्रो'ग्रेस) **प्रगती :** सामाजिक परिवर्तनाचा एक प्रकार म्हणून समाजशास्त्रज्ञ 'प्रगती' या संकल्पनेवर चर्चा करतात किंवा त्या दृष्टीने प्रगतीचे अध्ययन करतात. काही तज्ज्ञांच्या मते, जीवशास्त्रीय उत्क्रांतीच्या प्रारंभापासून प्रगतीची संकल्पना उत्क्रांतिवादाच्या संकल्पनेशी जवळीक साधणारी होती. १९ व्या शतकातील सामाजिक उत्क्रांतिवादी विचारवंतांच्या मते, सामाजिक उत्क्रांती ही सामाजिक प्रगतीचा परिणाम होय. याच शतकातील तत्त्वज्ञ आणि समाजशास्त्रज्ञ

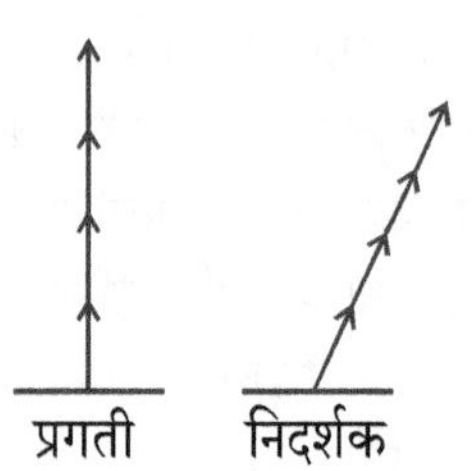

यांच्या मते, तंत्रशास्त्रीय प्रगतीमुळे समाजातील सामाजिक प्रघटनांत जे जे बदल झाले ते सर्व सामाजिक प्रगतीचे निदर्शक होते. या संदर्भात लुमले (Lumlay) यांची व्याख्या महत्त्वपूर्ण आहे. त्यांच्या मते, 'प्रगती म्हणजे परिवर्तन, परंतु हे परिवर्तन एका विशिष्ट दिशेने होते, कोणत्याही दिशेने नाही.' प्रगती म्हणजे सर्वसाधारणपणे ऊर्ध्वरेषी परिवर्तन होय. प्रा. एच. टी. मुजुमदार म्हणतात की, 'प्रगती म्हणजे एका विशिष्ट दिशेने झालेली भरभराट वा समृद्धी होय.' (बाजूची आकृती पहा.) प्रगती नेहमी संख्यात्मक स्वरूपात मोजली जाते. उदा. स्वातंत्र्यप्राप्तीनंतर भारताच्या साक्षरतेच्या प्रमाणात कशी वाढ झाली हे खालील तक्त्यावरून तुमच्या लक्षात येईल. ही वाढ प्रगतिनिदर्शकच आहे, असे तज्ज्ञ मानतात.

भारतातील साक्षरतेच्या प्रमाणात झालेली वाढ दर्शविणारा तक्ता

अ.क्र.	जनगणनेचे वर्ष	साक्षरतेचे प्रमाण		
		पुरुष	स्त्री	एकूण
१.	१९५१	२७.१६	८.६६	१८.३३%
२.	१९६१	४०.४०	१५.३५	२८.३०%
३.	१९७१	४५.९६	२१.९७	३४.४५%
४.	१९८१	५६.३८	२९.७६	४३.५७%
५.	१९९१	६४.१३	३९.२९	५२.२१%
६.	२००१	७५.८५	५४.१६	६४.८४%

भारतात स्वातंत्र्यानंतर साक्षरतेत झालेली वाढ ही जरी प्रगतिनिदर्शक असली; तरी तिचे स्वरूप केवळ संख्यात्मक आहे, गुणात्मक नाही हे लक्षात ठेवले पाहिजे. या दृष्टीने विचार करता 'प्रगती' संकल्पनेशी संबंधित काही वैशिष्ट्ये खालीलप्रमाणे –

१. प्रगती म्हणजे परिवर्तन; परंतु हे परिवर्तन एकाच दिशेने होते. या प्रगतिनिदर्शक परिवर्तनाचा हेतू 'हेतुपूर्तता' हा असला पाहिजे.

२. प्रगती ही सामुदायिक असते. याचा अर्थ प्रगतीचा संबंध हा सामाजिक व्यवस्थेशी असतो.

३. प्रगती इच्छित असते. त्यासाठी इच्छा व संकल्पनांची आवश्यकता असते.

४. प्रगतीची संकल्पना ही बदलती असते. आज ज्या बाबींचा समावेश प्रगति–निर्देशक चिन्हात केला जातो त्याच बाबी उद्या अप्रगतीच्या चिन्हांचे निदर्शक मानल्या जातील.

५. मानवी प्रगतीला कोणत्याही मर्यादा नसतात.

शेवटी असे म्हणता येईल की, एका विशिष्ट दिशेने व विशिष्ट हेतूच्या पूर्ततेसाठी समाजाची होणारी भरभराट म्हणजे 'प्रगती' होय.

proletarianization - (प्रोलिटे'रिअनायझे'शन) **कनिष्ठ वर्गीकरण** : 'कनिष्ठ वर्गीकरण' या मार्क्सवादी प्रक्रियेचा अर्थ असा की, समाजातील मध्यम वर्गीय गटांच्या जागी मक्तेदारीकरण आणि भांडवलशाहीकरण याद्वारे पगारी कामगार वर्गाची निर्मिती करावयाची. अलीकडच्या समाजशास्त्रीय अध्ययनानुसार तज्ज्ञांच्या असे लक्षात आले की, कनिष्ठ वर्गीकरणप्रक्रियेत काही मध्यम वर्गीय कामगारांच्या स्थितीची तुलना हस्तव्यावसायिक कामगारांबरोबर करण्यात येऊ लागली त्याचा परिणाम म्हणून कामगार संघटनांच्या राजकीय अभिवृत्ती आकाराला आल्या.

अगदी अलीकडे समाजशास्त्रीय क्षेत्रात जी अध्ययने झाली ती वरील विचारांचे समर्थन करणारीच आहेत. यात डेव्हिड लॉकवुड यांचे १९५६ चे योगदान 'काळ्या मुलाम्याचे कामगार' (The black-coated Workers) या ग्रंथाच्या सारांशात ते लिहितात, की कनिष्ठ वर्गीकरणाच्या प्रक्रियेमुळे मध्यम वर्गीय कामगार व कनिष्ठवर्गीय कामगार यांची परिस्थिती समान पातळीवर आणण्यात आली. अशाच प्रकारचा निष्कर्ष हॅरी ब्रेव्हरमॅन (Harry Braverman) यांनी त्यांच्या संशोधनाद्वारे काढला. त्यांच्या मते, तथाकथित पांढरपेशा कामगारांची स्थिती ही श्रमजीवी कामगारांइतकी खालावली. या सर्व विवेचनाचा मथितार्थ असा, की मध्यम वर्गाचा दर्जा नष्ट करून त्यांना श्रमजीवी कामगारांसारखा दर्जा प्रदान करणे, म्हणजे 'कनिष्ठ वर्गीकरण' होय.

proletariat - (प्रोलिटे'रिअट) **कनिष्ठ किंवा श्रमिक वर्ग** : मालमत्ता नसलेल्या कामगारांचा किंवा श्रमिकांचा वर्ग की जो स्वतःची श्रमशक्ती भांडवलदारांना किंवा कारखानदारांना विकून त्या मोबदल्यात स्वतःच्या उपजीविकेसाठी मजुरी मिळवितो. या कामगारांच्या कामाची एकंदरित परिस्थिती म्हणजे त्यांचे मालकांकडून होणारे शोषण होय. ज्या प्रमाणात श्रमिक श्रम करतात, त्या तुलनेने त्यांना फारच

कमी मजुरी दिली जाते. त्यातून अतिरिक्त मूल्याची निर्मिती होऊन मालकांचा नफा वाढतो. याचा परिणाम म्हणून या श्रमिकांचे मालकाशी असलेले संबंध वैरभावनेवर आधारलेले असतात.

property - (प्रॉप'र्टी) **मालमत्ता किंवा संपत्ती :** समाजशास्त्रज्ञ मालमत्तेकडे एक सामाजिक संस्था म्हणून पाहतात. 'ज्या कोणत्याही वस्तूवर व्यक्तीची पूर्ण मालकी असते, अशी वस्तू म्हणजे त्या व्यक्तीची मालमत्ता होय.' त्यामुळे स्वत:ची मालकी असलेली वस्तू व्यक्ती विकते, गहाण टाकते, दान करते किंवा अन्य तऱ्हेने तिची विल्हेवाट लावते.

कायद्याच्या भाषेत बोलावयाचे झाल्यास 'मालमत्ता म्हणजे मालमत्तेच्या मालकीसंबंधीचे अधिकार होत.' यात कर्तव्याचाही समावेश होतो. मालमत्तेच्या संकल्पनेत सामाजिक मान्यतेला फारच महत्त्व आहे. समाज जेव्हा मालमत्तेचा हक्क मान्य करतो, तेव्हा मालमत्तेच्या सुरक्षिततेची जबाबदारी समाजावर येऊन पडते. या सुरक्षिततेच्या जाणिवेमुळेच लोकांना मालमत्ता जमा करण्यास प्रोत्साहन मिळते. मालमत्तेत कोणत्या प्रकारच्या वस्तूंचा समावेश होतो, यावर अमेरिकेतील समाजशास्त्रज्ञ हॅरी जॉन्सन यांच्या विचाराचे स्वरूप खालील आकृतीवरून तुमच्या लक्षात येईल.

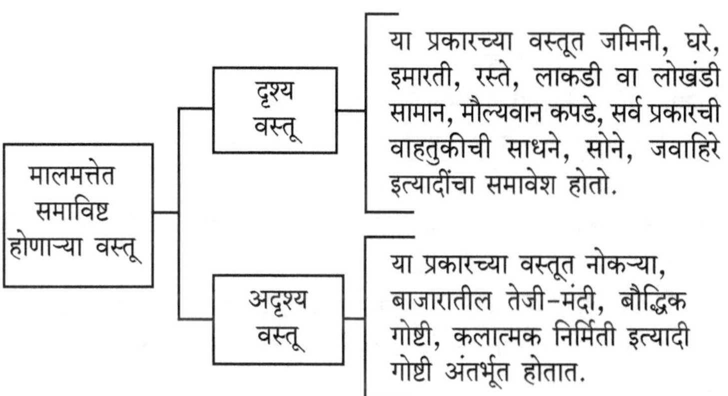

प्रा. किंग्जले डेव्हिस यांनी मालमत्ता ही दोन प्रकारची असल्याचे म्हटले आहे, १. खासगी मालमत्ता (private property) २. सार्वजनिक मालमत्ता (public property). (Please see Private property and Public property. कृपया पहा– खासगी मालमत्ता व सार्वजनिक मालमत्ता.)

prostitution - (प्रॉस्टिटच्यू॑शन) **शरीरविक्रय किंवा वेश्याव्यवसाय :** 'शरीरविक्रय' या संज्ञेत 'लैंगिक सेवा' पैशाच्या मोबल्यात वा अन्य मोबदल्यात इतरांना पुरविण्याच्या संकल्पनेचा अंतर्भाव आहे. कायदेशीर दृष्टीने विचार करता विशिष्ट स्वरूपाचा लैंगिक अपराध यात येतो. वेश्या म्हटली की, आपल्या डोळ्यासमोर येते ती शरीरविक्री करणारी स्त्री. यामागे असा समज आहे की, स्त्री ही उपभोग देणारी व पुरुष हा उपभोग घेणारा. परंतु हे सत्य नाही. प्राचीन भारतातील कायदा बनविणारे याज्ञवल्क्य ऋषी आणि विष्णू यांनी त्यांच्या संहितेत 'पुरुष वेश्या' यांचा उल्लेख केला होता. त्यांच्या मते, पुरुष वेश्या म्हणजे श्रीमंत, सरदार व राजघराण्यातील स्त्रियांची अतृप्त कामवासना, पैशाच्या मोबदल्यात पूर्ण करणारा पुरुष होय. याशिवाय कौटिल्यांनी त्यांच्या अर्थशास्त्रात पुरुष वेश्यांचा उल्लेख केला असून, त्यांचे उत्पन्न करपात्र होते. ही काही अपवादात्मक उदाहरणे वगळल्यास वेश्याव्यवसायाचा संबंध हा स्त्रियांनी त्यांचे शरीर पैशाच्या मोबदल्यात परपुरुषाला काही काळ उपभोगासाठी देण्याच्या क्रियेशी आहे.

सारांशरूपात असे म्हणता येईल की, स्वत:च्या उपजीविकेसाठी स्वत:चे शरीर स्त्रिया इतरांना पैशाच्या मोबदल्यात वापरण्यास देतात ती क्रिया म्हणजे वेश्याव्यवसाय होय.

protestant ethic - (प्रोटे॑स्टंट ए॑थिक) **प्रोटेस्टंट नीतितत्त्व :** ख्रिस्ती धर्मातील प्रोटेस्टंट पंथ आणि भांडवलशाहीचा विकास यांची सांगड घालताना प्रोटेस्टंट नीतिवादाची तत्त्वे बेंजामिन फ्रॅन्क्लीन यांच्या आत्मचरित्रातून निवडली गेली होती. ख्रिस्ती धर्मातील प्रोटेस्टंट पंथ हा सुधारणावादी पंथ असून वेबरच्या मते, त्यातील काही तत्त्वे ही आधुनिक समाजातील भांडवलशाहीच्या विकासाला पोषक आहेत. मॅक्स वेबर यांच्या मते, भांडवलशाहीव्यवस्थेत 'काम हेच जीवन' आणि 'कार्यक्षमता हीच संपत्ती' ही तत्त्वे महत्त्वाची आहेत. प्रोटेस्टंट नीतितत्त्वांत या तत्त्वांना अप्रत्यक्षपणे पाठिंबा दिल्याचे दिसून येते. आधुनिक भांडवलशाहीला पाठिंबा देण्यासाठी वेबर यांनी पुढील प्रोस्टेस्टंट नीतितत्त्वांची निवड केली होती- १. काळ हा पैसा आहे. २. पैशामागे पैसा धावतो. ३. एका पैशाची बचत करणे हे एक पैसा मिळविण्यासारखे आहे. ४. प्रामाणिकता हे उत्तम व्यवहारचातुर्याचे लक्षण होय. ५. काळजीपूर्वक हिशेब ठेवणे ही उत्कृष्ट व्यापाराची गुरुकिल्ली होय. ६. व्यवस्थित वर्तणूक आणि प्रामाणिकपणा, व्यासंगीवृत्ती, कार्यक्षमता, सत्यता, व्यवस्थितपणा, प्रांजळपणा आणि सचोटी या मूल्यांची सर्व क्षेत्रांत आवश्यकता आहे. व्यापाराचे क्षेत्रही याला अपवाद नाही. ७. लवकर निजे लवकर उठे त्यास आरोग्य लाभे.

या सर्व नीतितत्त्वांमागच्या विशिष्ट प्रेरणा पाहण्याचा जर आपण प्रयत्न केला, तर वेबर आपल्या असे लक्षात आणून देतात की, या सर्व नीतितत्त्वांत एका विशिष्ट मुद्द्यावर भर दिला असून तो विशिष्ट मुद्दा म्हणजे 'काम करणे हा एक सद्गुण असून तो आपण स्वीकारला पाहिजे.' हा मुद्दा किंवा याच्याशी संबंधित नीतितत्त्वे भांडवलशाहीतही महत्त्वाची ठरतात व भांडवलशाहीच्या विकासाला उपयुक्त ठरतात. या सर्व विवेचनाचा मथितार्थ हा की प्रोटेस्टंट नीतितत्त्वे एकीकडे समाजात व्यक्तींनी कसे वागावे हे सांगताना, अधिक पैसा मिळविणे हे अनैतिक नाही; तर त्यांची गुंतवणूक केल्यास ते भांडवलशाहीला पोषक ठरू शकेल हेदेखील सांगतात.

protestantism - (प्रोटे'स्टंटि'झम) **प्रोटेस्टंटवाद :** 'प्रोटेस्टंटवाद' ही पाश्चिमात्य चर्चमधून उदयाला आलेली वेगळी अशी, सुधारणावादी कालखंडातील सुधारणावादी संस्था होय. सुधारणावादी तत्त्वांवर आधारित ख्रिस्ती श्रद्धा आणि प्रथा यांनुसार सत्य उघड करणारा एकमेव उगमस्रोत म्हणजे 'बायबल' होय, धर्मातच केवळ न्यायाची संकल्पना आहे, आणि प्रत्येक श्रद्धाळूचा सार्वभौमिक धर्मगुरूही एकच (येशू ख्रिस्त) आहे, या विचारांना प्राधान्य दिले जाते. काही अभ्यासकांच्या मते, प्रोटेस्टंटवाद हा नकारात्मक विचारांवर आधारित आहे म्हणून तो 'चर्च एक स्वायत्त अधिकार आहे' ही संकल्पना नाकारतो. प्रोटेस्टंटवादाच्या वृद्धीचा संबंध हा पाश्चिमात्य युरोपच्या विकासाशी संलग्न करण्याचा प्रयत्न केला गेला. विशेषत: वेबर असा दावा करतात की, पश्चिम युरोपमध्ये भांडवलवादाचे जे रूप तयार झाले ते परावलंबी होते व त्यासाठीच त्यांनी 'प्रोटेस्टंट नीतितत्त्व' संज्ञा वापरली. या सर्व प्रक्रियांचा समावेश 'प्रोटेस्टंटवाद' या संज्ञेत होतो.

psychology - (सायकॉ'लजी) **मानसशास्त्र :** वर्तनाचा वैज्ञानिक अभ्यास म्हणजे 'मानसशास्त्र' होय. वर्तनाच्या अभ्यासात मानव आणि प्राणी अशा दोघांच्याही वर्तनाचा समावेश होतो. परंतु वर्तनाच्या माध्यमातून उघड झालेले मानसिक प्रसंग हा मानसशास्त्राच्या अध्ययनाचा केंद्रबिंदू असून यात आत्मपरीक्षणाचाही समावेश होतो. एक स्वतंत्र शाखा म्हणून मानसशास्त्राला १९ व्या शतकात अस्तित्व प्राप्त झाले, परंतु त्या काळात मानसशास्त्राच्या अनेक प्रभावी विचारसंप्रदायांना आत कोंडून ठेवले गेले, म्हणजे त्यांना प्रकट होऊ दिले नाही. ज्या मानसशास्त्राच्या शाखांना कोंडून ठेवले गेले त्यात मनोविश्लेषण, वर्तनवाद, मानसिक चाचणी आंदोलने आणि मानवतावादी आंदोलने, इत्यादी शाखांचा समावेश होतो. या सर्वांसाठी मानसशास्त्राचा मुख्य प्रवाह (मुख्य अभ्यासविषय) हा समाजशास्त्रापेक्षा

अधिक एकजिनसी, अधिक व्यावसायिक शिक्षण प्रदान करणारा असून त्यात समाजशास्त्राच्या तुलनेने प्रयोगपद्धतीचे आणि सांख्यिकीपद्धतीचे महत्त्व अधिक प्रमाणात आहे, यावर अनेक तज्ज्ञांची सहमती आहे. मानसशास्त्रात अनेक प्रमुख अध्ययनक्षेत्रांचा समावेश होत असून त्यात क्रमाने तुलनात्मक मानसशास्त्र (मानव व प्राणी यांच्या वर्तनाची तुलना), विकासात्मक मानसशास्त्र, ज्ञानात्मक मानसशास्त्र (ज्यात समज, स्मृती, भाषा आणि समस्या सोडविणे इत्यादींचा समावेश होतो), असामान्य मानसशास्त्र आणि सामाजिक मानसशास्त्र यांचा अंतर्भाव होतो. याशिवाय मानसशास्त्राच्या अनेक विशेष उपयोगी शाखा असून त्यांत चिकित्सात्मक मानसशास्त्र, शैक्षणिक मानसशास्त्र, औद्योगिक मानसशास्त्र यांचा समावेश होतो. या सर्व विवेचनाचा मथितार्थ असा, की मानसशास्त्राचे अध्ययनक्षेत्र खूपच विस्तृत असले तरी अभ्यासविषयाचे प्रमुख घटक; व्यक्ती आणि तिचे वर्तन, व्यक्ती व तिचे मन हे आहेत. याशिवाय समज, शिक्षण, प्रेरणा, स्मृती इत्यादी व्यक्ती- वर्तनाचे घटकही मानसशास्त्राच्या अध्ययनात येतात. विल्बेम वून्ट (Wilbelm Wundt) यांनी लिपझिंग या शहरात पहिली मानसशास्त्रीय प्रयोगशाळा स्थापन केली होती.

public - (प'ब्लिक) **सार्वजनिक किंवा जनता :** 'प'ब्लिक' या इंग्रजी संज्ञेचा एक सर्वमान्य मराठी रूपांतरित शब्द आहे, 'सार्वजनिक'. सार्वजनिक म्हणजे जे खासगी नाही ते. त्यामुळे सार्वजनिकतेचा विचार करता ज्या विषयाचे परीक्षण कोणताही परका मनुष्य करू शकतो, ते सार्वजनिक. जे सर्वांसाठी खुले ते सर्व सार्वजनिक होय. यात सार्वजनिक बागा, सार्वजनिक पर्यटनस्थळे, समुद्रकिनारे, शाळा, महाविद्यालये, बसस्थानक, चित्रपटगृहे, नाट्यगृहे, क्रीडांगणे इत्यादी सर्व ठिकाणे 'सार्वजनिक' या संज्ञेत येतात. 'प'ब्लिक' या इंग्रजी शब्दाचा दुसरा मराठी प्रतिशब्द आहे 'जनता'. समाजशास्त्रज्ञ प्रामुख्याने दुसरा अर्थ अधिक ग्राह्य मानतात व त्या दृष्टीने 'जनता' या संज्ञेचे विश्लेषण करतात. एका समाजशास्त्रज्ञाच्या मतानुसार 'जनता म्हणजे असंघटित स्वरूपाचा विस्कळीत जमाव होय की ज्यांना समाजातील प्रश्नांवर काही स्वतंत्र अभिरुचिनिदर्शक मत असते.' काही तज्ज्ञांच्या मते, 'जनता' ही संज्ञा 'लोक' (people) या संज्ञेमुळे आपल्याला गोंधळात टाकते. सर्वसामान्य भाषेत बोलावयाचे झाल्यास असे म्हणता येईल की समान मतप्रणाली, समान इच्छा, समान अभिरुची बाळगणाऱ्या, असंघटित असणाऱ्या आणि स्वाभाविकत: सर्वत्र विखुरलेल्या लोकांना जनता म्हणतात. तज्ज्ञांच्या मते, 'जनता' (public) या शब्दापेक्षा (people) हा शब्द अधिक व्यापक आहे.

उदा. जेव्हा आपण वाचनप्रेमी जनता किंवा क्रीडाप्रेमी जनता याबाबत बोलतो तेव्हा ती जनतेची रूपे होत. समाजशास्त्रज्ञांच्या दृष्टीने जनता (public) हा एक सामाजिक गट असून त्या दृष्टीनेच ते 'जनता' या संज्ञेची व्याख्या करतात. सर्व समाजशास्त्रज्ञांच्या व्याख्या येथे देणे शक्य नाही, पण नमुना म्हणून ऑगबर्न यांनी केलेली 'जनता' या संकल्पनेची व्याख्या आपण पाहू. ऑगबर्नच्या मते, एखाद्या सामाजिक समस्येबाबत अभिरुची असलेला, पण विविध मते धारण करणाऱ्या लोकांचा गट म्हणजे 'जनता' (public) होय.

public or collective goods - (प॑ब्लिक ऑर कले॑क्टिव्ह गूड्स) **सार्वजनिक किंवा सामूहिक माल** : अर्थशास्त्रात प्रामुख्याने ही संज्ञा वापरतात. समाजशास्त्रज्ञ मालमत्तेचा एक प्रकार म्हणून 'सार्वजनिक माल' किंवा 'सामूहिक माल' या संकल्पनेचा अभ्यास करतात. सार्वजनिक माल म्हणजे अशा वस्तू किंवा सेवा, की जेव्हा त्या एका व्यक्तीला पुरविल्या जातात, तेव्हा त्या समाजातील इतर सर्व व्यक्तींनाही पुरविल्या जाणे अत्यावश्यक ठरते. यांत प्रामुख्याने संरक्षणसेवा, सार्वजनिक बागा, शुद्ध हवा व पाणी, सार्वजनिक वापराची ठिकाणे इत्यादींचा समावेश होतो. याउलट वैयक्तिक किंवा खासगी माल किंवा मालमत्ता यांचा उपभोग, कमीतकमी सैद्धान्तिक दृष्टीने तरी, खासगी स्वरूपात व्यक्ती घेतात. १९७७ साली हर्श (Hirsch) या संशोधकाने केलेल्या अध्ययनावरून त्यांच्या असे लक्षात आले, की या संदर्भात मध्यवर्ती प्रश्न आहे तो हा की खासगी आणि सार्वजनिक मालाची तरतूद करताना त्यांतून आणखी काही जास्त प्रश्न तयार होतात. हर्श पुढे म्हणतात की, काही व्यक्ती व्यक्तिश: ज्या काही वस्तू वा माल प्राप्त करतील त्या सर्व व्यक्तींना किंवा समाजाला नेहमी मिळतीलच असे नाही; तर याउलट समाज ज्या काही वस्तू किंवा माल प्राप्त करेल तो सामूहिक क्रियेशिवाय प्राप्त करता येणे शक्य नाही. हर्श यांच्या मते, यातील महत्त्वाचा प्रश्न आहे, उत्पादनात असलेला समन्वय किंवा समन्वयाचा अभाव. सारांशरूपात असे म्हणता येईल, की मालमत्ता म्हणजे अशा वस्तू की ज्याचा वापर समाजातील वा समुदायातील सर्वांना करता येईल.

public administration - (प॑ब्लिक ॲड॑मिनिस्ट्रे॑शन) **लोकप्रशासनशास्त्र** : सामाजिक शास्त्रांतील एक शाखा म्हणून लोकप्रशासनशास्त्राचा उल्लेख केला जातो की ज्यात प्रामुख्याने नोकरशाहीची व्यवस्था, नोकरशाहीची पद्धती यांचा अभ्यास वैज्ञानिक दृष्टिकोनातून केला जातो. प्रशासनव्यवस्था नोकरशाहीव्यवस्थेच्या माध्यमातून, सरकारने विविध क्षेत्रांत आखलेल्या विविध धोरणांची अंमलबजावणी

कशी करते, याचाही अभ्यास लोकप्रशासनशास्त्र करते. याशिवाय नोकरशाहीतील पदे, त्यातील श्रेष्ठत्व-कनिष्ठत्व, कार्यालयीन कार्यपद्धती, त्यातून निर्माण झालेली लाल फीत, नोकरांचा कामचुकारपणा इत्यादींचे अध्ययन हे शास्त्र करते.

public property - (प'ब्लिक प्रॉ'पर्टी) **सार्वजनिक मालमत्ता :** 'सार्वजनिक मालमत्ता' हा मालमत्तेचा एक प्रकार असून ही मालमत्ता निरनिराळ्या समुदायांच्या मालकीची असते आणि व्यक्ती किंवा गट हे या मालमत्तेचे संरक्षण करतात व तिची देखभाल करतात, ते समुदायाचा एक प्रकार म्हणून. सार्वजनिक मालमत्तेच्या हक्कात सरकार सहसा ढवळाढवळ करीत नाही, कारण ही मालमत्ता संपूर्ण समुदायाच्या मालकीची असते आणि या मालमत्तेचा उपभोग संपूर्ण समुदायाला घेता येतो. सार्वजनिक बागा, नदीचे घाट, समुद्रकिनारे, सार्वजनिक तलाव, क्रीडांगणे इत्यादींचा समावेश सार्वजनिक मालमत्तेत होतो.

puberty - (प्यू'बर्टी) **तारुण्यप्रवेश :** तारुण्य हा व्यक्तीच्या जीवनातील असा कालावधी आहे की ज्या कालावधीत व्यक्ती जीवशास्त्रीय दृष्टीने परिपक्व बनते. तज्ज्ञांच्या मते, ही जीवनशास्त्रीय परिपक्वता प्रजोत्पादनासाठी अत्यावश्यक आहे. काही तज्ज्ञांच्या मते, मुलींना मुलांच्या तुलनेने लवकर परिपक्वता येते.

purposive explanation - (प'रपजिव्ह एक्स्प्ल'नेशन) **उद्देशात्मक किंवा हेतुपूर्ण स्पष्टीकरण :** 'उद्देशात्मक' किंवा 'हेतुपूर्ण स्पष्टीकरण' म्हणजे कर्त्याने स्वत: केलेल्या क्रियेच्या पाठीमागचा उद्देश किंवा हेतू काय आहे, हे सांगण्यासाठी केलेले विवेचन होय. तत्त्वज्ञान आणि समाजशास्त्र यांमध्ये सतत एक चर्चा चालू आहे की, या प्रकारचे स्पष्टीकरण हे प्रासंगिक स्वरूपाचे स्पष्टीकरण आहे की नाही. काही अन्य तज्ज्ञांच्या दृष्टीने हे स्पष्टीकरण प्रासंगिक स्वरूपाचे नाही. सारांशरूपात असे म्हणता येईल, की कर्त्यांनी वेगवेगळ्या प्रसंगी केलेल्या प्रत्येक प्रासंगिक क्रियेच्या उद्देशाचे स्पष्टीकरण करणे हे 'हेतुपूर्ण स्पष्टीकरण' या संज्ञेत मोडते.

putting-out system - (पुटिंग-आऊट सि'स्टिम) **घरगुती उत्पादनपद्धती :** युरोप खंडामध्ये सतराव्या शतकापासून एकोणिसाव्या शतकाच्या सुरुवातीपर्यंत जी उत्पादनपद्धती कार्यरत होती ती 'घरगुती उत्पादनपद्धती' या संज्ञेने संबोधली जात होती. कारागीर आपापल्या निवासस्थानी विविध वस्तूंचे उत्पादन करीत. हत्यारे (म्हणजेच उत्पादनाची साधने) कारागिरांच्याच मालकीची होती. कच्चा माल ग्राहकाच्या इच्छेप्रमाणे वापरून मागणीप्रमाणे वस्तू बनविण्याचे कार्य

कारागिराचे होते. सुरुवातीच्या काळात कारागीर व ग्राहक यांच्यात प्रत्यक्ष संबंध होते. परंतु व्यापार जसजसा वाढू लागला, तसतसे कारागीर तत्त्वत: स्वतंत्र असला, तरी त्याला अनेक तडजोडी करूनच त्याचा व्यवसाय करता येई. एकोणिसाव्या शतकात कारखाना उत्पादनपद्धती जशी वाढत गेली, तसे या व्यवस्थेतील कारागिरांचे काम बंद पडले.

युरोप खंडाबाहेरही अनेक ठिकाणी आधुनिक कारखानदारी सुरू होत्या. पूर्वी साधारणत: अशीच घरगुती उत्पादनव्यवस्था अस्तित्वात होती. भारतात त्यासाठी 'कुटीर उद्योग' ही संज्ञा वापरली जात होती व ती पूर्णपणे भारतातील जातिव्यवस्थेशी जोडली गेली होती.

purdah - (पर'दाह) **पडदा** : 'परदाह' हा उर्दू भाषेतील शब्द असून त्याचा अर्थ आहे पडदा. पडदा ही इस्लाम धर्मातील एक परंपरा असून, त्याचा संदर्भ स्त्रीवादी अभ्यासकांद्वारे लिंगभाव विभेदीकरणाशी संबंधित भूमिकांशी जोडला गेला आहे. त्यांच्या मते, या पडदापद्धतीमुळे इस्लाम धर्मातील स्त्रियांचे शारीरिक व सामाजिक अलगीकरण करण्यात आले. स्त्रियांना त्यांच्या घरात जरी स्वतंत्र जागा मिळाली तरी घराबाहेर पडताना स्त्रियांना बुरखा घालावा लागतो. अशा प्रकारे पडदापद्धती इस्लाम धर्म व संस्कृती यांच्याशी संबंधित असून तिच्या पालनाचे स्वरूप वेगवेगळ्या इस्लाम राष्ट्रांत वेगवेगळे आहे.

qualifying association - (क्वा'लिफाइंग असोसिए'शन) **गुणदर्शक मंडळ :**
'गुणदर्शक मंडळ' म्हणजे कोणताही व्यावसायिक गट की ज्याने प्रशिक्षणाच्या
काळात वैधानिक संरक्षणात्मक मक्तेदारी स्थापित करण्यात यश प्राप्त केले आणि
जेणेकरून व्यवसायाच्या क्षेत्रात प्रवेश केला आहे. वेगवेगळ्या व्यवसायांचे प्रशिक्षण
देणाऱ्या विविध व्यावसायिक प्रशिक्षणसंस्थांचा समावेश यात होऊ शकतो.

qualitative comparative analysis (QCA) - (क्वा'लिटेटिव्ह कम्पॅ'रेटिव्ह
अनॅ'लिसिस) **गुणवत्तादर्शक तुलनात्मक विश्लेषण :** १९८७ साली चार्ल्स
रेगिन (Charls Ragin) यांनी प्रथमत: 'गुणवत्तादर्शक तुलनात्मक विश्लेषण' या
संज्ञेचा वापर केला होता, तो तुलनात्मक स्थूल समाजशास्त्रज्ञांसाठी समस्यांची
सोडवणूक करणारे तंत्र म्हणून सूचित केला होता. वास्तविकत: त्यांनी बऱ्याच
वेळा छोट्या छोट्या प्रकरणांच्या साहाय्याने कार्यिक वा प्रासंगिक स्वरूपात
मध्यस्थी केली होती. हे तंत्र बूलीम यांच्या बीजगणिताच्या (Booleom's
algebra) द्विविधतेवर आधारलेले आहे आणि ते जास्तीतजास्त द्विविध घटकांच्यात
तुलना करण्याचा प्रयत्न करतात. उदा. कोणत्याही चलाची उपस्थिती व अनुपस्थिती,
स्त्री-पुरुष दर्जातील तुलना, श्रीमंत-गरीब वर्गातील राहणीमानाची तुलना
इत्यादींसंबंधीची अध्ययने यात येतात. रेगिन असा दावा करतात की, या तंत्राच्या
साहाय्याने तुलनात्मक समाजशास्त्र हे समाजशास्त्रातील गुणात्मकता, संख्यात्मकता
या दोन घटकांतील तुलनात्मकतेचे अध्ययन करते. असे द्विविध पद्धतीचे सुमारे
१२८ घटक रेगिन यांनी शोधून काढले होते. सारांशरूपात असे म्हणता येईल की,
तुलनात्मक समाजशास्त्रात 'गुणवत्तादर्शक तुलनात्मक विश्लेषण' या तंत्राचा
वापर करताना समाजातील दोन परस्परविरोधी व तसेच परस्परावलंबी घटकांच्या
अध्ययनावर भर दिला जातो.

qualitative research technique - (क्वालिटेटिव्ह रिसर्च टेक्निक) **गुणात्मक संशोधनतंत्र :** 'गुणात्मक संशोधनतंत्र' म्हणजे असे कोणतेही संशोधन, की ज्यात समाजशास्त्रज्ञ हे प्रामुख्याने त्यांच्या परिणामकारक मुलाखत घेण्याच्या किंवा निरीक्षण करण्याच्या कौशल्यावर अवलंबून राहतात; की ज्यामुळे ते ज्या समस्येचे संशोधन करणार आहेत, त्यासंबंधीची त्यांनी जमा केलेली माहिती दर्जेदार ठरते. संशोधकाने, उत्तरदात्याकडून कोणत्या प्रकारची माहिती गोळा करावयाची व त्यांच्याशी कोणत्या विषयावर चर्चा करावयाची याची एक यादी तयार करावी की, ज्यामुळे ऐनवेळी काही बाबींचा विसर पडणार नाही. विशेषत: असंरचित मार्गाने जर माहिती गोळा करावयाची असेल तर संशोधकाकडून वरील प्रकारची दक्षता आवश्यक आहे व त्यामुळेच संशोधनाची गुणवत्ता टिकण्यास मदत होणार आहे. त्याचप्रमाणे संशोधक ज्या निरीक्षणतंत्राचा वापर करणार आहे, ते कमी-अधिक प्रमाणात गुणात्मक असणे अत्यावश्यक आहे व तज्ज्ञांच्या मते, 'पूर्ण सहभागी निरीक्षण' हे अत्याधिक गुणवत्तादर्शक असते.

लोकजीवनपद्धतिशास्त्रात व लोकालेखात गुणवत्तादर्शकपद्धतीवर मोठ्या प्रमाणात भर दिला जातो. संख्यात्मक संशोधनतंत्रापेक्षा गुणात्मक संशोधनतंत्र वेगळे असून गुणात्मक संशोधनतंत्रात गुणवत्तेवर अधिक भर दिला जातो. अशा प्रकारे संशोधनाची गुणवत्ता टिकविण्यासाठी गुणवत्ता संशोधनतंत्राचा वापर केला जातो.

quality and performance - (क्वालिटी ॲण्ड परफॉर्मन्स) **गुणवत्ता आणि कृती :** पहा-pattern variables-वर्तनबंध पर्याय.

qualitative versus quatitative debate - (क्वालिटेटिव्ह व्हर्सस क्वान्टिटेटिव्ह डिबेट) **गुणात्मकता विरुद्ध संख्यात्मकता वादविवाद :** गुणात्मकता विरुद्ध संख्यात्मकता हा समाजशास्त्रातील अभ्यासपद्धतीय प्रश्न असून, या दोन्हींच्या बाजूने व विरोधात विवाद करणारे तज्ज्ञ गुणात्मकता, संख्यात्मकता या दोन घटकांतील मूलभूत भेदाचे अध्ययन करण्यावर भर देतात. समाजशास्त्रात या दोन घटकांतील भेदावर विवाद करण्याचा उदय झाला तो ज्ञानमीमांसाशास्त्रातील स्थानांच्या किंवा स्थितीच्या विभेदीकरणातून. काही तज्ज्ञांच्या मते, संख्यात्मक अभ्यासपद्धतिशास्त्र हे सर्वसामान्यपणे प्रत्यक्षवादी ज्ञानमीमांसाशास्त्राशी संलग्रित किंवा संबंधित असते आणि जे सर्वसाधारणपणे संख्यात्मक तथ्यसंकलन व विश्लेषण करते. याउलट गुणात्मक अभ्यासपद्धतिशास्त्र हे स्पष्टीकरणात्मक

ज्ञानमीमांसाशास्त्राशी संबंधित असते, की ज्यात तथ्यसंकलनाचा प्रकार आणि त्याचे विश्लेषण हे संबंधित घटकाच्या अर्थाच्या आकलनावर अवलंबून असते. गुणात्मकता आणि संख्यात्मकता यांतील भेदाच्या संदर्भातील वादविवादाचा प्रारंभ १९७० साली झाला आणि त्यांच्या उदयाची काळसर छटा, जेव्हा समाजशास्त्राच्या पाठ्यपुस्तकात वैज्ञानिक किंवा प्रत्यक्षवादी अभ्यासपद्धतिशास्त्राला सर्वोच्च प्राधान्य देण्याच्या प्रक्रियेवर भर देण्यात आला; तेव्हा त्यातून दृग्गोचर झाली.

१९८१ साली मायकेल मन (Michael Mann) हे या दोन परस्परविरोधी विचारप्रणालींत समेट घडवून आणण्याचा प्रयत्न करताना ते असा दावा करतात, की समाजशास्त्रीय संशोधन हे समाजशास्त्रीय तर्कशास्त्राच्या विस्तृत चौकटीत समाविष्ट केले पाहिजे. याला समांतर असा विवाद काही अंशी किंवा काही प्रमाणात सूक्ष्म समाजशास्त्र आणि स्थूल समाजशास्त्र यांच्यातील अभ्यासपद्धतिशास्त्रातही करता येतो.

अगदी अलीकडे म्हणजे १९९४ साली गेरी किंग (Gary King et al.) यांनी या विवादात हस्तक्षेप करून असे पुनर्प्रतिपादन केले होते की जरी, सामाजिक वैज्ञानिक संशोधनात अनेक तऱ्हा असल्या तरी त्यात ढवळाढवळ करता येईल, असे एकच वैज्ञानिकतेचे तर्कशास्त्र आहे. हे तर्कशास्त्र म्हणजे चांगल्या संख्यात्मकतेचे तर्कशास्त्र किंवा चांगल्या गुणवत्तेचा संशोधन आराखडा यात भेद करता येत नाही, हे होय.

quantification - (क्वा न्टिफिके शन) **संख्यात्मककरण :** ‘संख्यात्मककरण’ ही एक अशी प्रक्रिया आहे की जीमध्ये निरीक्षणाच्या माध्यमातून जमा केलेल्या माहितीचे आकडेवारीत रूपांतर करून त्याआधारे त्याचे विश्लेषण वा तुलना केली जाते.

quantitative research technique - (क्वा न्टिटेटिव्ह रिस र्च टेक्नि क) **संख्यात्मक संशोधनतंत्र :** अशी कोणतीही संशोधन अभ्यासपद्धती होय, की ज्यात तथ्य-संकलनाचे विश्लेषणात्मक प्रकटीकरण हे केवळ आकड्यांच्या माध्यमातूनच केले जाईल.

या संदर्भात क्रमवारी तथ्यसंकलनाचा (ordinal data) समावेश करावा की नाही, या संदर्भात विद्वानांत मतभेद असून, यात केवळ निरीक्षणाच्या वर्गीकरणाला जी क्रमवारी दिली जाते; त्याच्या परिस्थितीचे वर्णन करण्यावर भर दिला जातो.

तेव्हा या प्रकारचे तथ्यसंकलन हे संख्यात्मक असल्याचे स्वीकारले जाते. तसेच या पद्धतीत मध्यस्थाचा दर्जा आणि तथ्यसंकलनाचे प्रमाण या संदर्भात मात्र कोणतेच मतभेद नाहीत. या संदर्भात शेवटी असे म्हणता येईल, की संख्यात्मक संशोधनपद्धतीत माहितीच्या आकलनापेक्षा त्यातील आकडेवारीला महत्त्व दिले जाते.

quasi-experimental method - (क्वा'सी–एक्स्पेरिमे'न्टल मेथड) **आंशिक प्रायोगिक अभ्यासपद्धती :** पहा–comparative method–तुलनात्मक अभ्यासपद्धती.

questionaire - (क्वेश्चने'अर) **प्रश्नावली :** संशोधनक्षेत्रात तथ्यसंकलनाचे एक महत्त्वाचे तंत्र म्हणून प्रश्नावलीचा आधार घेतला जातो. जेव्हा संशोधनाचे क्षेत्र व्यापक असते, असंख्य व्यक्तींकडून जेव्हा माहिती गोळा करावयाची असते तेव्हा या तंत्राचा वापर संशोधक करतात. या तंत्रानुसार संशोधक अभ्यासविषयाशी संबंधित प्रश्नांची रचना करून ती क्रमाने प्रश्नावलीत समाविष्ट केली जाते व त्यात प्रश्नांची योग्य उत्तरे उत्तरदात्याने प्रश्नावलीत भरून द्यावयाची असतात.

सामाजिक शास्त्रज्ञ किंवा संशोधक पुढील कारणांचा शोध घेण्यासाठी प्रश्नावलीचा वापर करतात– १. लोकसंख्येच्या सर्वसाधारण वैशिष्ट्यांचे परीक्षण करण्यासाठी. (यात क्रमाने वय, लिंग, व्यवसाय, उत्पन्न इत्यादी माहितीचा समावेश अपेक्षित आहे.) २. व्यक्तींच्या किंवा उत्तरदात्यांच्या अभिवृत्तीचे परीक्षण करण्यासाठी. ३. कोणत्याही दोन चलांतील संबंध स्थापित करण्यासाठी. ४. सिद्धान्ताची चाचणी वा पडताळा घेण्यासाठी.

प्रश्नावलीतील प्रश्न लिहिताना वा प्रश्न तयार करताना प्रश्नकर्त्यासमोर म्हणजेच संशोधकासमोर अनेक समस्या उभ्या राहतात. त्यांपैकी पहिली समस्या आहे, प्रश्नावलीतील प्रश्नांची शब्दरचना व प्रश्नातील शब्दयोजना करण्याची. यात काळजी घ्यावयाची ती ही की प्रश्नाचा जो अर्थ संशोधकाला अभिप्रेत आहे तोच अर्थ उत्तरदात्यानेही घेतला पाहिजे. याचा अर्थ असा की प्रश्न लिहिताना प्रश्नकर्त्याने त्याच्या अभ्यासाचा लक्ष्यगट कोणता आहे हे पाहूनच प्रश्नातील शब्दांची योजना करावी. उदा. मुलांवर किंवा बालकांवर जर संशोधन करावयाचे असेल तर संशोधकाने प्रदीर्घ व जटिल शब्दांचा मोह टाळून सोप्या शब्दयोजनेचा आधार घेणे चांगले. प्रश्नावली तयार करण्यातील दुसरी समस्या म्हणजे, असंरचित प्रश्नावलीचा (म्हणजे असीमित किंवा अमर्यादित प्रश्न असलेली प्रश्नावली)

वापर करावयाचा की संरचित प्रश्नावलीचा (म्हणजे मर्यादित प्रश्न की ज्यांत उत्तराचे अनेक पर्याय दिले जातात व त्यांपैकी योग्य पर्याय उत्तरदात्याने निवडावयाचा) वापर करावयाचा ही होय. कोणत्या प्रकारच्या प्रश्नावलीचा वापर करावयाचा, हे संशोधनाचा विषय कोणता आहे यावर; तसेच प्रशासकीय साधनांच्या उपलब्धतेनुसार ठरते. प्रश्नावली तयार करण्यातील तिसरी समस्या ही की, प्रश्नावलीतील प्रश्नांची क्रमवारी कशी लावावयाची तसेच कोणता प्रश्न आधी विचारावयाचा व कोणता नंतर. सर्वसामान्यपणे तार्किकदृष्ट्या विचार करता, प्रश्न एकानंतर एक विचारताना त्यांचा योग्य क्रम लावणे की ज्यामुळे पहिल्या प्रश्नाच्या उत्तराचा परिणाम त्यानंतरच्या प्रश्नांच्या उत्तरावर होणार नाही, याची दक्षता संशोधकाने घेणे आवश्यक आहे; तसेच वैयक्तिक माहितीशी संबंधित प्रश्न प्रश्नावलीच्या शेवटी विचारणे चांगले. हे वैयक्तिक प्रश्न व्यक्तीचे वय, लिंग, व्यवसाय व उत्पन्न इत्यादींशी संबंधित आहेत.

प्रश्नावलीचे वाटप विविध प्रकाराने केले जाते- अ. मुलाखत परिस्थितीत संशोधक उत्तरदात्याला तोंडी प्रश्न विचारून त्याची उत्तरे मिळवू शकतो. ब. संशोधक स्वत: प्रश्नावलीचे वाटप उत्तरदात्याला करून त्यांच्याकडून प्रश्नावली भरून घेतो. उदा. एखादा शिक्षक संशोधक म्हणून त्याच्या वर्गातील विद्यार्थ्यांना प्रश्नावली देऊन ती त्यांच्याकडून भरून घेतो. क. प्रश्नावली ही उत्तरदात्यांना पोस्टाने किंवा टपालाने पाठवून ती त्यांना भरून परत पोस्टाने पाठविण्याची विनंती करतो. (या पद्धतीत संशोधकाने स्वत:चा पत्ता लिहिलेले व तिकीट लावलेले पाकिट उत्तरदात्याला प्रश्नावलीसमवेत पाठवणे गरजेचे आहे.)

quota sample - (को'टा सॅ'म्पल) **निश्चित गट नमुनानिवड** : हा नमुनानिवडीचा एक प्रकार असून यात लोकसंख्येतील एक भाग निवडून त्यांच्याकडून संशोधनाशी संबंधित माहिती गोळा केली जाते. उदा. मागासवर्गीय लोकसंख्या, अल्पसंख्याक लोकसंख्या, दारिद्र्यरेषेखाली जीवन जगणारी लोकसंख्या इत्यादी. काही तज्ज्ञांच्या मते, 'निश्चित गट नमुनानिवडपद्धती' (quota sample) हा यादृच्छिक नमुनानिवडपद्धतीला (random sampling) शोधलेला एक पर्याय असून निश्चित गट नमुनानिवडपद्धतीचा वापर मतदानाचा कौल जाणून घेण्यासाठी केला जातो. यात निश्चित गट नमुनानिवड म्हणजे मतदारयादीत नाव असलेलेच मतदार होत. काही तज्ज्ञांच्या मते, निश्चित गट नमुनानिवडपद्धतीच्या माध्यमातून यासाठी फक्त तीन चलांचीच निवड केली जाते. १. वय (बालके, तरुण, प्रौढ किंवा ज्येष्ठ नागरिक इत्यादी निश्चित गट.) २. लिंग (स्त्री-पुरुष), आणि ३. सामाजिक,

आर्थिक दर्जा. या संदर्भात थोडक्यात असे म्हणता येईल, की लोकसंख्येतील विशिष्ट वैशिष्ट्ये असलेल्या एखाद्या निश्चित गटाची नमुना म्हणून निवड करून त्यांची माहिती गोळा करण्यासाठी या नमुनानिवडपद्धतीचा वापर केला जातो.

qur'an - (कुरआन) **कुराण किंवा कुरआन :** इस्लाम धर्माचा पवित्र धर्मग्रंथ मूळ कुरआन हा अरबी भाषेत असून विविध राष्ट्रांतील इस्लाम धर्मीयांच्या सोयीसाठी त्या ग्रंथाची भाषांतरे उर्दू, हिंदी, गुजराती, मराठी व इंग्रजी इ. भाषांत झालेली आहेत. 'कुरआन' या ग्रंथात इस्लामचे सर्व तत्त्वज्ञान सामावलेले आहे. इस्लामच्या श्रद्धेनुसार सर्वोच्च अल्लाहने अरबस्तानातील मक्का शहरातील एका दासाला निवडले व आपले शहर व आपले वंशीय (कुरेश) यांच्यापासून आवाहनास प्रारंभ करण्याची त्याला आज्ञा दिली. हे कार्य सुरू करण्यासाठी प्रारंभी ज्या आदेशांची जरुरी होती, केवळ तेच देण्यात आले. त्यामध्ये तीन विषयांचा समावेश होता–

१. पैगंबरांनी या वैभवशाली कार्यासाठी स्वत:ला कशाप्रकारे तयार करावे आणि कोणत्या पद्धतीने कार्य करावे, याबाबतचे शिक्षण.

२. यथार्थ वास्तवतेसंबंधी प्राथमिक माहिती आणि त्यासंबंधी सभोवतालच्या लोकांत ज्या गैरसमजुती पसरल्या होत्या व ज्यामुळे त्यांचे वर्तन अयोग्य होत होते त्याचे खंडन.

३. योग्य वर्तनाचे आवाहन व ईश्वरी मार्गदर्शनातील विविध नैतिक मूलतत्त्वांचे प्रतिपादन ज्यांच्या अनुसरणामध्ये माणसाचे कल्याण व सुदैव आहे.

race - (रेस) **वंश :** इंग्रजीतील 'race' (वंश) ही संज्ञा शास्त्रीय दृष्टीने विचार करता अवमानकारक समजली जाते आणि पूर्वींच्या काळी ही संज्ञा, जीवशास्त्रीय दृष्टीने व्यक्तींच्या वेगवेगळ्या गटांसाठी वापरली जात होती. ही जीवशास्त्रीय वैशिष्ट्ये अपरिवर्तनीय स्वरूपाची असल्याचे स्वीकारले गेले होते. 'race' (वंश) ही संज्ञा इंग्रजी भाषेत १६ व्या शतकापासून वापरात होती. या संज्ञेच्या अर्थात गेल्या ४०० वर्षात अनेक वेळेला बदल झाले असून, हे बदल भौतिक आणि सांस्कृतिक बदलाच्या स्वरूपानुसार होत गेले असले; तरी या संज्ञेचा विचारप्रणालीनिदर्शक वापर हा मुख्यत्वेकरून, श्रेष्ठत्व आणि शोषणासंबंधीच्या संबंधाचे समर्थन करण्यासाठी करण्यात आला होता. १९८७ साली बॅन्टन (Banton) यांनी लिहिलेल्या 'वांशिक सिद्धान्त' (Racial Theories) या संशोधनपर ग्रंथात वंश (race) या संज्ञेच्या बहुसमावेशक किंवा बहुव्यापक स्वरूपाचा विविध प्रकारे वापर केला होता.

समाजशास्त्रज्ञ आज हे मान्य करतात, की वंश (race) हा पूर्णपणे सामाजिक बांधणीच्या वर्गीकरणातून आकाराला आलेला व स्वत:ची वेगळी ओळख निर्माण करणारा एक सामाजिक वर्ग आहे. आज अलीकडे समाजशास्त्रज्ञ race या इंग्रजी संज्ञेच्या जागी इंग्रजीतील 'ethnicity' (वांशिकता) किंवा 'ethnic group' (वांशिक गट) या संज्ञा वापरणे अधिक पसंत करतात. रेस (race - वंश) या इंग्रजी संज्ञेच्या वापराबाबत जरी अपकीर्ती झाली असली; तरी दैनंदिन भाषेत आणि विचारप्रणालीत 'race' (वंश) ही संज्ञा आजही तितकीच प्रभावी आहे.

race relations - (रेस रिले'शन्स) **वंशसंबंध :** वंशावंशांतील सामाजिक संबंध म्हणजे 'वंशसंबंध' होय. या वरील प्रकारच्या सामाजिक संबंधांचा विद्वत्तापूर्ण अभ्यास म्हणजे वंशसंबंधांचा अभ्यास होय.

समाजशास्त्रात वंशसंबंधाचा अभ्यास करताना प्रामुख्याने प्रकाशझोत टाकला जातो तो गटागटांतील वांशिक सापत्न भावनेच्या व वांशिकतेच्या परिणामावर. काही तज्ज्ञांच्या मते, 'वंशसंबंध' ही संज्ञा पुढील दोन मुद्द्यांचा विचार करता वादग्रस्त आहे. यातील पहिला मुद्दा हा की, काही समाजशास्त्रज्ञ असा विवाद करतात की, 'वंशसंबंध' ही संज्ञा वंशाच्या जीवशास्त्रीय संकल्पनेवर विश्वास ठेवण्यास भाग पाडते ज्यास कोणतीही वैज्ञानिक पार्श्वभूमी नाही. यातील दुसरा मुद्दा असा की, 'वंशसंबंध' सामाजिक संबंधाचे वेगळे क्षेत्र नाही. पण त्याचे आकलन राजकीय आणि विचारप्रणालीनिदर्शक प्रक्रियेसारख्या विस्तृत संदर्भात झाले पाहिजे.

racism or racialism - (रे'सिझम ऑर रेशियालिझम) **वंशवाद** : 'वंशवाद' हा श्रद्धा, विचारप्रणाली आणि सामाजिक प्रक्रिया यांचा असा एक संच आहे, की जो त्यांच्या स्वत:च्या वांशिक गटाच्या सभासदत्वाच्याद्वारे स्वत:ला अन्य वांशिक गटांपेक्षा वेगळा मानतो. 'वंशवाद' ही संज्ञा विविध मार्गांनी वापरण्यात आली असून, त्यातील विचारप्रणाली आणि सिद्धान्त याद्वारे एका सामाजिक गटाचे (म्हणजे वंशाचे) दुसऱ्या सामाजिक गटांच्या तुलनेत असलेल्या जीवशास्त्रीय श्रेष्ठत्वाच्या भावनेचे समर्थन केले जाते व त्यातून निर्माण झालेल्या वांशिक विभेदीकरणाच्या प्रथेचे व अभिवृत्तीचे वर्णन केले जाते. या संदर्भात काही तज्ज्ञांची मते खालीलप्रमाणे-

१. इ.सन १९७७ साली प्रकाशित झालेल्या 'वंशाची कल्पना' (The Idea of the Race) या ग्रंथात मायकेल बॅन्टन (Michael Banton) असे सूचित करतात, की वंशवाद हा एक सिद्धान्त असून त्यात असे ठासून प्रतिपादन करण्यात आले होते, की गटांमधील स्थिर जीवशास्त्रीय विभेदीकरणातून श्रेष्ठत्वह्वकनिष्ठत्व संबंध आकाराला आले आहेत.

२. याशिवाय मार्टिन बार्कर (Martin Barker), जॉन रेक्स (John Rex), आणि रॉबर्ट माईल्स (Robert Miles) ह्या विचारवंतांच्या मते, वंशवादातील सभासदांच्या विभेदीकरणाची निर्मिती त्यांच्या जवळच्या विशिष्ट वैशिष्ट्यांमुळे, सामाजिक वर्गीकरणाच्या माध्यमातून झाली होती.

युरोपात विविध वांशिक वसाहतवादी विचारप्रणाली त्यांच्याकडून अल्पसंख्याकाबाबत होणाऱ्या शोषणाचे, आक्रमणाचे, दडपणाचे समर्थन करतात ते वंशवादामुळेच. वसाहतकाळात ब्रिटिश, फ्रेंच, पोर्तुगीज आदी राष्ट्रांनी अन्य

राष्ट्रांवर स्वत:ची सत्ता स्थापन करून त्याद्वारे एक प्रकारे वंशवादाला खतपाणीच घातले होते. त्याचप्रमाणे जर्मनीतील उजव्या राष्ट्रवादाचा उदय व त्यांचे वर्चस्व यांत जर्मन वंशवादाची भूमिका महत्त्वपूर्ण ठरली. जर्मन राष्ट्र हाच 'शुद्ध वंश' आहे, या श्रद्धेतून त्यांनी त्यांच्या दृष्टीने कनिष्ठ असलेल्या सहा दशलक्ष ज्यूंची हत्या केली व त्याचे समर्थनही केले.

शेवटी असे म्हणता येईल, की समाजशास्त्रीय दृष्टीने विचार करता सामाजिक विभेदीकरणाचा एक प्रमुख घटक म्हणजे 'वंशवाद' होय.

race conflict - (रेस कॉनफ्लिक्ट) **वंशसंघर्ष :** वेगवेगळ्या वंशांतील दोन गटांमध्ये होणारा संघर्ष म्हणजे 'वंशसंघर्ष' होय. या वंशसंघर्षाची निर्मिती प्रामुख्याने वांशिक जाणिवांतून होते. वांशिक प्रघटना, वांशिक प्रेरणा या प्रामुख्याने वंशसंघर्षाच्या मुळाशी असतात. अमेरिकेतील व दक्षिण आफ्रिकेतील काळे व गोरे या लोकांतील संघर्ष, अरब-ज्यू संघर्ष ही वंशसंघर्षाची काही उदाहरणे होत.

race consciousness - (रेस कॉन्शसनेस) **वांशिक जाणीव :** आपण एका विशिष्ट वांशिक गटाचे सभासद असून त्या विशिष्ट वांशिक गटाशी आपण संलग्नित आहोत, यासंबंधीची सभासदांच्या मनातील जाणीव म्हणजे वांशिक जाणीव होय. या वांशिक जाणिवांतूनच वंश विभेदीकरणाची भावना तीव्र होते असे काही तज्ज्ञांना वाटते. वांशिक विभेदीकरणाच्या जाणिवेतच श्रेष्ठत्व-कनिष्ठत्व या भावना अंतर्भूत आहेत.

racket - (रॅकेट) **गैरव्यवहारी गट :** सर्वसाधारणपणे गैर मार्गाने पैसा मिळविण्याची व्यवस्था करणारा गट म्हणजे 'गैरव्यवहारी गट' होय. हे लोक समाजात सभ्यतेचा बुरखा पांघरून पैसे मिळविण्याचा प्रयत्न करतात. बऱ्याच वेळा या प्रकारचा व्यवहार समाजातील काही प्रतिष्ठित व्यक्तींकडून केला जातो. झटपट श्रीमंत होण्याच्या व्यक्तीच्या मनोवृत्तीतून गैरव्यवहार करणाऱ्या भावनेला प्रोत्साहन मिळते. चोरटा व्यापार करणारे व्यापारी, मादक पदार्थांची खरेदीविक्री करणारे व्यावसायिक गट, लोकांच्या भोळेपणाचा फायदा घेऊन त्यांना लीलया फसविणाऱ्या व्यक्ती, लोकांचे काम करवून देण्याचे आमिष दाखवून पैसा खाणाऱ्या व्यक्ती, नोकरी मिळवून देण्याचे आमिष दाखवून गरजूंकडून पैसा उकळणाऱ्या सर्वांचा समावेश कूटयोजनेत केला जातो. आज कूटयोजनेच्या किंवा गैरव्यवहाराच्या मार्गाने पैसा मिळविणाऱ्या आंतरराष्ट्रीय टोळ्याही उदयाला आल्या आहेत.

radical - (रॅ'डिकल) **जहाल :** जहाल ही एक प्रवृत्ती आहे. 'जहाल' या संज्ञेचा समाजशास्त्रीय दृष्टिने विचार करता, या संज्ञेचा वापर प्रामुख्याने सामाजिक परिस्थितीत सुधारणा घडवून आणण्यासाठी प्रखर परिवर्तनावर भर देणाऱ्या विचारप्रणालीसाठी केला जातो. ज्या व्यक्ती वा विचारवंत, अभ्यासक समाजाच्या राजकीय किंवा आर्थिक संरचनेतील झटपट परिवर्तनावर एकतर विश्वास ठेवतात; नाहीतर त्याचे समर्थन करतात, अशांसाठी या संज्ञेचा वापर केला जातो. 'जहाल' ही संज्ञा सर्वसाधारणपणे डाव्या विचारसरणीचे लोक किंवा साम्यवादी लोक यांच्यासाठी वापरतात. ज्यामध्ये क्रांती हे जहालांचे हत्यार असते.

radicalism - (रॅ'डिकॅलिझम) **जहालवाद किंवा मूलभूत सुधारणावाद :** समाजाच्या मूलभूत व्यवस्थेत प्रखर स्वरूपाचे सामाजिक परिवर्तन घडले पाहिजे, या विचारांवर विश्वास ठेवणाऱ्या लोकांसाठी 'जहालवाद' ही संज्ञा वापरली जाते. राजकीय क्षेत्राचा विचार करता समाजवाद आणि साम्यवाद या विचारप्रणालीचे लोक या संज्ञेचा अवलंब करतात व वर्गावर आधारित समाजरचनेत आमूलाग्र बदलाची अपेक्षा व्यक्त करतात. काही वेळेला या संज्ञेचा गैरवापर आत्यंतिक उजव्या राजकीय पक्षांच्या अनुयायांसाठीही केला जातो, कारण ही आत्यंतिक उजव्या विचारसरणीची माणसे समाजातील प्रचलित सामाजिक संबंधाचे परिवर्तनाऐवजी जतन करण्याचा प्रयत्न करतात.

random sample - (रॅ'न्डम सॅ'म्पल) **यादृच्छिक नमुना :** संशोधनप्रकल्पात उत्तरदात्यांची निवड करताना ती कोणत्या पद्धतीने करावयाची हा प्रश्न संशोधकासमोर असतो. त्यासाठी नमुनानिवडीच्या ज्या पद्धती तज्ज्ञांनी निश्चित केल्या आहेत, त्यांपैकी एक नमुनानिवडपद्धती म्हणजे यादृच्छिक नमुनानिवड होय. जेव्हा संशोधकाला असे कळते की आपला नमुना लोकसंख्येच्या सर्व घटकांचे प्रतिनिधित्व करणारा असावा, तसेच लोकसंख्येतील प्रत्येक घटकाला त्यात निवडीची समान संधी मिळावी तेव्हा संशोधक यादृच्छिक नमुनानिवड या पद्धतीचा वापर करतात. यादृच्छिक नमुनानिवडीचा सोपा मार्ग म्हणजे संशोधनक्षेत्रातील सर्व लोकांची नावे एका चिठ्ठीवर लिहिणे व नावे लिहिलेल्या सर्व चिठ्ठ्या एका मोठ्या बरणीत टाकणे. व नंतर त्या एकत्र करणे. त्यानंतर त्यातून आवश्यक तेवढ्या चिठ्ठ्या एखाद्या त्रयस्थ व्यक्तीकडून काढून घेणे. या काढलेल्या चिठ्ठ्या म्हणजे तुमच्या संशोधनाची यादृच्छिक नमुनानिवड होय. जर संशोधनाचे क्षेत्र खूप व्यापक असेल तर मोठ्या आकाराच्या लोकसंख्येतून यादृच्छिकपद्धतीने नमुनानिवड करणे अवघड होते. समजा एका वर्गात ५० विद्यार्थी आहेत व त्यातून १०% प्रमाणे ५ मुलांची

निवड करावयाची असेल तर ती खालीलप्रमाणे करता येईल. वरील ५० मुलांपैकी ४, १३, २९, ३२, ४७ या क्रमांकाच्या मुलांच्या चिठ्ठ्या निघाल्या आहेत असे समजा. तेव्हा ही निवड यादृच्छिक निवड होय. या नमुनानिवडीला कोणताही वेगळा नियम नाही. काही तज्ज्ञांच्या मते, संशोधनाचे क्षेत्र जर छोटे असेल, तर या पद्धतीने नमुनानिवड करणे हे फायदेशीर ठरते. (खालील तक्ता पहा.)

१	२	३	④	५	६	७	८	९	१०
११	१२	⑬	१४	१५	१६	१७	१८	१९	२०
२१	२२	२३	२४	२५	२६	२७	२८	㉙	३०
३१	㉜	३३	३४	३५	३६	३७	३८	३९	४०
४१	४२	४३	४४	४५	४६	㊼	४८	४९	५०

randomization - (रॅन्डमिझेशन) **यादृच्छिकीकरण :** 'यादृच्छिकीकरण' ही एक प्रक्रिया असून ज्याद्वारे प्रायोगिक गटात आणि नियंत्रित गटात कोणाला सामील करावयाचे याचे निर्धारण केले जाते. यादृच्छिकीकरणाच्या प्रक्रियेची पूर्तता अनेक मार्गांनी करता येऊ शकते. १. एखाद्या नाण्याच्या साहाय्याने छाप व काटा करून, २. यादृच्छिक आकड्यांच्या सांख्यिकी शास्त्रज्ञांनी केलेल्या तक्त्याच्या आधाराने, ३. आणि याशिवाय कोणतीही अन्य पद्धती की ज्यामुळे समान संभाव्य चलाची निवड करण्याची खात्री देता येईल; की ज्यातून प्रायोगिक आणि नियंत्रित गटांतील सभासदांची संख्या सारखी असेल. विशेषत: प्रयोगपद्धतीत यादृच्छिकीकरणाची प्रक्रिया महत्त्वपूर्ण ठरते.

range - (रेंज) **परिक्षेत्र किंवा पल्ला :** 'परिक्षेत्र' म्हणजे चलातील सर्वोच्च मूल्य व नीचतम मूल्य यांच्या वितरणातील भेदाचे मोजमापन करणे होय. उदा. खालील निरीक्षण संचातील चलाचे मूल्य पुढीलप्रमाणे नोंदले गेले आहे–

४, ६, ८, ९, १७

यात १७ हे सर्वोच्च मूल्य आहे, तर ४ हे अतिकनिष्ठ वा नीचतम मूल्य आहे. यातील भेद (१७ व ४ = १३) १३ हा असून ते मूल्य या संशोधनातील परिक्षेत्र होय. जेथे माहितीचा अभाव असेल (म्हणजे योग्य माहिती मिळणे शक्य

नाही) व त्यामुळे वास्तवतेचा विपर्यास होण्याची शक्यता असते त्याठिकाणी परिक्षेत्राला विशेष महत्त्व असते. उदा. दोन कारखान्यांतील कर्मचाऱ्यांचे सरासरी वार्षिक वेतन परिक्षेत्र जर रु. १५०००/- असेल आणि त्यांच्या वेतनांतील तफावत कमीतकमी वेतन परिक्षेत्र रु. २०००/- ते जास्तीतजास्त वेतन परिक्षेत्र रु. ९०००/- असेल तर कोणतीही अधिक माहिती उपलब्ध नसतानाही आपण असे अनुमान काढू शकतो, की दोन्ही कारखान्यांतील वेतनश्रेणी समान आहे.

rank - (रँक) **श्रेणी किंवा हुद्दा :** कोणत्याही सामाजिक दर्जाच्या श्रेणीरचनेतील कर्त्याचे स्थान म्हणजे त्याची 'श्रेणी' वा त्याचा 'हुद्दा' होय. विशेषत: सैन्यदलामध्ये प्रत्येक कर्मचाऱ्याच्या हुद्द्याला आत्यंतिक महत्त्व असते व त्यानुसार त्यांच्या परस्परसंबंधाचे निर्धारण होते. सैन्यातील ही श्रेणीरचना श्रेष्ठत्व व कनिष्ठत्व या निकषावर आधारलेली असते. काही समाजशास्त्रज्ञ सामाजिक स्तरीकरणाचे एक अंग म्हणून श्रेणीकडे पाहतात. पण या श्रेणी कर्त्याशी निगडित नसून गटाशी संबंधित असतात. परंतु इंग्रजीतील रँक (rank) या संकल्पनेत कर्त्याच्या वैयक्तिक हुद्द्यालाही महत्त्व आहे.

ranking - (रँकिंग) **श्रेणीप्रदानीकरण :** 'श्रेणीप्रदानीकरण' म्हणजे निरंकुश मापनाच्या ऐवजी पसंतीक्रमानुसार श्रेणीप्रदानीकरणाची व्यवस्था करणे होय. उदा. भारताचा पंतप्रधान म्हणून तुम्ही कोणाला प्रथम पसंती द्याल या प्रश्नाचा विचार करता येईल. त्याची संभाव्य पसंतीक्रम खालीलप्रमाणे घेता येतील.

पंतप्रधानाचे संभाव्य नाव	पसंतीक्रम
१. मनमोहनसिंग	२
२. राहुल गांधी	१
३. सोनिया गांधी	४
४. मायावती	३
५. लालकृष्ण अडवाणी	५
६. नीतिन गडकरी	७
७. मुलायमसिंग यादव	६

अशी माहिती जमा झाल्यावर वरीलपैकी ज्या व्यक्तीला पहिल्या पसंतीची जास्त मते पडतील, त्याला पहिली श्रेणी प्रदान करून त्यानुसार अन्य श्रेण्या प्रदान केल्या जातात.

प्रश्नावलीत काही प्रश्न श्रेणीप्रदानात्मक विचारले जातात.

उदा. तुमच्या मते, आजच्या जगासमोरची सर्वांत महत्त्वाची समस्या कोणती?

१. जागतिक उष्णतावाढ (Global Warming)

२. वाढता दहशतवाद/आतंकवाद

३. वाढता आंतरराष्ट्रीय चोरटा व्यापार

४. वाढते प्रदूषण

५. वाढत्या नैसर्गिक आपत्ती

६. राजकीय क्षेत्रातील वाढता भ्रष्टाचार

या ठिकाणीही उत्तरात पसंतीची क्रमवारी देणे, म्हणजे श्रेणीप्रदानीकरण होय.

rank status - (रँक स्टे'ट्स) **श्रेणीदर्जा :** नोकरशाहीची संरचना व सामाजिक स्तरीकरणात्मक संरचना यांत श्रेणीदर्जाला महत्त्व असते. श्रेणीदर्जाची रचना ही श्रेष्ठत्वाकडून कनिष्ठत्वाकडे सातत्याने प्रवाहित होते. भारतीय प्रशासनातील श्रेणीदर्जाचा विचार करता त्याचे स्वरूप सर्वसाधारणपणे श्रेणींच्या उतरत्या क्रमाने प्रवाहित होते. खालील श्रेणीक्रम पहा.

मंत्रालयीन सचिव → आयुक्त → उपायुक्त → जिल्हाधिकारी → उपजिल्हाधिकारी → मामलेदार (तहसीलदार) → उपविभागीय अधिकारी (नायब तहसीलदार) → तलाठी

यातील प्रत्येक पदाचा हुद्दा वा श्रेणी निश्चित असते. व्यक्ती येतात जातात; पद व पदाचा दर्जा (हुद्दा) कायम असतो.

सामाजिक स्तरीकरणाचा विचार करता यात श्रेणीचा संबंध गटाशी असतो व त्याचीही रचना श्रेष्ठत्व/कनिष्ठत्व या निकषावर आधारित असते. खालील उदाहरण पहा.

जातीव्यवस्था → ब्राह्मण → क्षत्रिय → वैश्य → शूद्र → अस्पृश्य

सरंजामशाही व्यवस्था → सरंजामशहा/जमीनदार → सर्वसामान्य जनता → भूदास

वर्गव्यवस्था →   उच्च वर्ग → मध्यम वर्ग → कनिष्ठ वर्ग

श्रीमंत → मध्यम → गरीब

श्रेणीदर्जा प्रदान करणयाचे निकष दोन प्रकारचे असतात. एक- जातिव्यवस्था व सरंजामशाही व्यवस्था यांत श्रेणीदर्जा जन्माद्वारे निर्धारित होतात. दोन- वर्ग- व्यवस्थेतील दर्जे मात्र कर्तृत्वाद्वारे निर्धारित केले जातात.

ranking scale - (रँकिंग स्केल) **श्रेणी मापनसारिणी :** लोकांच्या अभिवृत्तीचे किंवा मनोवृत्तीचे मोजमाप करणयाच्या ज्या विविध मापनसारिणी आहेत त्यांतील एक आहे, 'श्रेणी मापनसारिणी'. यात ज्या घटकांचे मापन करावयाचे आहे त्याच्या निकषांचे निवडीनुसार उद्दिष्टांच्या यादीप्रमाणे विविध श्रेणीत विभाजन केले जाते. उदा., शहराच्या बाबतीत तेथे निवास करणाऱ्या रहिवाशांच्या संख्येच्या आधारे (म्हणजे लोकसंख्येच्या आधारे) अ ते ड (अ, ब, क, ड) ह्यांपैकी एक श्रेणी प्रदान करून त्यानुसार त्याचे मोजमापन केले जाते. त्याचप्रमाणे विवाहित दाम्पत्यांना श्रेणी प्रदान करताना वैवाहिक जीवनातील सुखसमाधान व समायोजन याद्वारे श्रेणी प्रदान केल्या जातात. तसेच विद्यार्थी, कामगार, राजकीय नेते यांना त्या त्या क्षेत्रातील त्यांच्या कार्याच्या आधारे श्रेणी प्रदान करून मूल्यमापन व मोजमापन केले जाते. श्रेणी मापनसारिणीचा हा एक भाग आहे. या मापनसारिणीचा दुसरा भाग हा मुख्यत्वेकरून आत्मनिष्ठ बाबींच्या संदर्भात विचार करता, यात विद्यार्थ्यांना श्रेणी प्रदान करणयात त्यांचे सहकारी म्हणजे वर्गमित्र त्यांच्या वैयक्तिक अनुभवावरून इतरांना श्रेणी प्रदान करतात. व्यक्तींना बरेचदा व्यवसायाच्या प्रतिष्ठेतून श्रेणी प्रदान केल्या जातात. परंतु सर्वसामान्यपणे श्रेणी प्रदान करणयाच्या मालिकेत गुणवत्तेला एक बाह्य निकष म्हणून स्वीकारले जाते. सारांशरूपात असे म्हणता येईल, की श्रेणीच्या मार्गाने व्यक्तीच्या अभिवृत्तीचे मापन करणयाची पद्धती म्हणजे 'श्रेणी मापनसारिणी' होय.

rapport - (रॅपो) **संवाद :** संवाद म्हणजे दोन किंवा अधिक लोकांनी परस्परांना प्रतिसाद देण्याची क्रिया होय. या क्रियेचे वेगळेपण हे की येथे प्रत्येक जण ताबडतोब प्रतिसाद देण्याची क्षमता बाळगतो व हा प्रतिसाद दुसऱ्याकडून उत्स्फूर्तपणे व सहानुभूतिपूर्वक असतो. संवादाचा हा पहिला अर्थ आहे. संवाद या संकल्पनेचा दुसरा अर्थ असा की संवाद म्हणजे संमोहनशास्त्रज्ञ आणि जिला संमोहित करावयाचे अशी व्यक्ती यांच्यातील संबंध होय की ज्यामध्ये संमोहित अवस्थेत व्यक्तीच्या सर्व प्रेरणांना प्रतिसाद देणे होय. संवाद या संकल्पनेचा तिसरा महत्त्वाचा अर्थ असा, की (समाजशास्त्रीय) संशोधक आणि उत्तरकर्ता यांच्यात मुलाखतप्रसंगी किंवा प्रश्नावली भरून घेण्याच्या प्रसंगी होणारी विचारांची किंवा प्रश्नोत्तरांची देवाणघेवाण. दोघांत उत्तम संवाद असेल तर संशोधन यशस्वी ठरते.

rate – (रेट) **दर किंवा भाव :** लोकसंख्येतील विविध घटकांचे निर्धारण करण्याच्या प्रक्रियेसाठी 'दर' या शब्दाचा वापर केला जातो. उदा. जन्मदर, मृत्यूदर, साक्षरता दर किंवा लोकसंख्यावाढीचा दर. आर्थिक क्षेत्राचा विचार करता एकीकडे त्याचा अर्थ आहे, वस्तूंचे मूल्य व त्यात होणारी वाढ किंवा घट. बाजारात कोणत्याही वस्तूंची खरेदी करताना त्या वस्तूंचा भाव किंवा किंमत आपण विचारतो. त्यासाठीही 'दर' ही संज्ञा वापरली जाते. याशिवाय भाववाढीचा दर, चलनवाढीचा दर, ठेवीवरील व्याजदर, कर्जावरील व्याजदर इत्यादींसाठीही ही संज्ञा वापरतात.

rape - (रेप) **बलात्कार :** जगातील सर्व समाजात आढळणारा स्त्री अत्याचाराचा एक प्रकार म्हणजे 'बलात्कार' होय. बलात्कार म्हणजे स्त्रीच्या इच्छेविरुद्ध जबरदस्तीने स्त्रीशी शारीरिक संबंध प्रस्थापित करणे होय. बलात्कार म्हणजे जबरी संभोग होय. अमेरिकेसहित जगातील बहुसंख्य राष्ट्रांनी बलात्कार हा गुन्हा मानला आहे. १९८० साली अमेरिकेत तेथील राष्ट्रीय गुन्हा सर्वेक्षण संस्थेने केलेल्या सर्वेक्षणाद्वारे असा अंदाज व्यक्त केला होता, की अमेरिकेतील १२ वर्षे वयापेक्षा जास्त वयाच्या मुलींपैकी २० ते ३० टक्के मुली बलात्काराच्या शिकार बनतात. एखादा दुसरा अपवाद वगळता बहुसंख्य बलात्कार हे पुरुषांनी स्त्रियांवर केले आहेत. भारतातही बलात्काराचे प्रमाण तुलनात्मक दृष्टीने विचार करता वाढत आहे. भारतातील 'गुन्हे' या नियतकालिकात स्त्री अत्याचारासंबंधी जे गुन्हे १९९४ साली नोंदविले गेले त्यांत बलात्काराचे गुन्हे १२,३५१ एवढे होते. या सर्वेक्षणात असे म्हटले आहे की, भारतात दर ५४ मिनिटांत बलात्काराचे एक प्रकरण घडते. तसेच सर्वाधिक बलात्काराची प्रकरणे १६ ते ३० वयोगटांतील स्त्रियांबाबत (सुमारे ६४%) घडतात. स्त्री अत्याचारांतर्गत एक सामाजिक समस्या म्हणून समाजशास्त्रज्ञ बलात्काराकडे पाहतात व त्याचे अध्ययन करतात.

rate of profit - (रेट ऑफ प्रॉफिट) **नफ्याचा दर :** ही मार्क्सवादी संकल्पना आहे. अतिरिक्त मूल्य संकल्पनेतून 'नफ्याचा' दर ही संकल्पना आकाराला आली. त्याचे सूत्र पुढीलप्रमाणे–

उत्पन्नातून निर्माण झालेले अतिरिक्त मूल्य ÷ स्थिर आणि बदलत्या भांडवलाची संख्या = नफ्याचा दर.

काही तज्ज्ञांच्या मते, नफ्याचा दर अप्रत्यक्षपणे मोजला जातो, म्हणून श्रमिकांचे मूल्यही सैद्धान्तिक दृष्टीनेच निर्धारित केले जाते. नफ्याचा दर निर्धारित करण्याच्या पद्धती या स्थलकालानुसार बदलतात.

rating - (रे'टिंग) **श्रेणीनिर्धारण किंवा वर्गवारी :** सांख्यिकी मापनसारिणीचा वापर करून निरंकुश मूल्याचा निर्णय घेताना वस्तूच्या सुव्यवस्थेचा विचार करणे म्हणजे 'श्रेणीनिर्धारण' होय.

rating scale - (रे'टिंग स्केल) **श्रेणी मापनसारिणी :** सामाजिक शास्त्रात सर्वेक्षणातील प्रश्न विचारताना आत्यंतिक सामान्यपणे वापरण्यात येणारे प्रश्नाचे स्वरूप म्हणजे 'श्रेणी मापनसारिणी' होय. श्रेणी मापनसारिणीचा वापर अशा वेळेस केला जातो की ज्या वेळेला उत्तरदात्याला प्रश्नावलीतील प्रश्नाचे उत्तर देताना संशोधकाने नमूद केलेल्या संभाव्य उत्तरातील योग्य पर्याय निवडावा लागतो व त्यासंबंधीचा निर्णय हा उत्तरदात्यालाच घ्यावा लागतो. खालील प्रश्न पहा.

प्रश्न : वेगमर्यादिचे उल्लंघन करणाऱ्या मोटारचालकाची संपूर्ण तपासणी करण्याचा अधिकार पोलिसांना द्यावा का?

संभाव्य उत्तरे :

१.	संपूर्ण मान्य	१००% अनुकूल
२.	मान्य	६०% अनुकूल
३.	अमान्य	६०% प्रतिकूल
४.	संपूर्ण अमान्य	१००% प्रतिकूल
५.	माहिती नाही.	५०% अनुकूल वा प्रतिकूल

ही पाच संभाव्य उत्तरे म्हणजे ५ प्रकारच्या श्रेणी असून यांपैकी कोणत्या संभाव्य उत्तर–श्रेणीची निवड करावयाची याचा निर्णय उत्तरदात्याला घ्यावा लागतो.

ratio level measurement - (रे'शिओ ले'व्हल मे'जरमेन्ट) **प्रमाण पातळीमापन :** ज्या घटकांचा नैसर्गिक शून्य बिंदूपासून प्रारंभ होतो त्याचे मापन 'प्रमाण पातळीमापनाद्वारे' केले जाते. शून्य बिंदूपासून प्रारंभ होणाऱ्या घटकात वजन, वेळ, लांबी, क्षेत्र यांचा समावेश होतो व त्यांचे मापन प्रमाण पातळीमापनपद्धतीने केले जाते. या पातळीवर कोणत्याही दोन क्रमांकाचे प्रमाण मापनाचा स्वतंत्र एकक असतो. यामध्ये मध्यंतर पातळी व प्रमाण पातळी या समान असतात आणि (काही अपवाद वगळता) ज्या नियमांच्याद्वारे क्रमांक प्रदान केले जातात, ते नियमही समानच असतात. प्रमाण पातळीमापनासाठी एकूण रक्कमेचे क्रमांक निरंकुश शून्य बिंदूपासून मोजतो. मध्यंतरासाठी किंवा

मध्यंतर पातळीसाठी आपण विभिन्न कृतींचा व्रापर करतो, की ज्यात एकतरी बिंदू संशोधकाच्या इच्छेवर अवलंबून असतो. प्रमाण पातळी मोजमापनपद्धती प्रामुख्याने भौतिकशास्त्रात वापरली जाते व त्याची सिद्धी तेव्हाच होते, जेव्हा पुढील सर्वच्यासर्व चारीही संबंध कृतिशीलतेच्या दृष्टीने साध्य करणे शक्य होईल. हे चार संबंध म्हणजे– १. समानता २. पेक्षा मोठा ३. दोन मध्यंतरातील माहिती असलेले अंतर ४. सत्य वा वास्तव शून्य बिंदू.

rational action - (रॅ'शनल ॲ'क्शन) **सयुक्तिक क्रिया किंवा बुद्धिप्रामाण्यवादी क्रिया :** वेबर यांनी सामाजिक क्रियेचे जे चार प्रकार प्रतिपादन केले होते त्यांतील पहिला प्रकार म्हणजे सयुक्तिक किंवा बुद्धिप्रमाण्यवादी क्रिया होय. वेबर यांच्या मते, मानवी क्रियेला 'बुद्धिप्रामाण्यवादी क्रिया' ही संज्ञा अशा वेळेस देता येते, की जेव्हा व्यक्ती जाणीवपूर्वक आपली साधने आणि ध्येये यांच्यात योजनापूर्वकतेने समायोजन प्रस्थापित करून क्रिया करते. उदा., एखाद्या व्यक्तीला कारखाना काढण्याची इच्छा आहे. कारखाना प्रत्यक्ष सुरू करण्यापूर्वी ती व्यक्ती तिच्या उत्पादित मालाचे स्वरूप प्रथम ठरविते. नंतर बाजारात त्या मालाला मागणी किती येईल, मालाच्या वाटपाचे किंवा वितरणाचे मार्ग व उपाय कोणते इत्यादींचा सखोल विचार करेल. नंतरच त्यासंबंधात योग्य निर्णय घेईन. वेबर या संदर्भात पुढे असे म्हणतात, की ज्या वेळेला व्यक्ती स्वतःच्या अधिकाधिक फायद्याचा विचार करून व कारखान्यातील कामगारांच्या कार्यक्षमतेचा विचार करून या संदर्भात निर्णय घेते, त्या वेळेला त्या व्यक्तीची ही सर्व क्रिया बुद्धिप्रामाण्यवादी होय. थोडक्यात कोणतीही क्रिया करण्यापूर्वी त्यासंबंधी योजनाबद्ध रीतीने, सर्वांगपरिपूर्ण विचार करून मगच प्रत्यक्ष क्रिया करण्याच्या दृष्टीने वाटचाल करणे म्हणजे 'बुद्धिप्रामाण्यवादी क्रिया' होय.

rational choice theory - (रॅ'शनल चॉ'ईस थिअरी) **बुद्धिप्रामाण्यवादी निवड सिद्धान्त :** 'बुद्धिप्रामाण्यवादी निवड सिद्धान्त' हा सापेक्षतः समाजशास्त्रीय आणि सामाजिक शास्त्रीय सिद्धान्तीकरणाच्या या औपचारिक दृष्टिकोनात या विचाराचे जतन केले जाते की, सामाजिक जीवन हे प्रामुख्याने अशा गोष्टीचे स्पष्टीकरण करण्याची क्षमता दर्शविते, ज्याचा निष्कर्ष हा, वैयक्तिक कर्त्याची निवड बुद्धिप्रामाण्यवादी निकषावर आधारित असते; असा असतो.

जेव्हा लोकांना एकाच वेळेला अनेक क्रियामार्गांचा सामना करावा लागतो, तेव्हा लोक सर्वोत्कृष्ट निष्कर्षासाठी, ते ज्यावर श्रद्धा ठेवतात त्याच अनुषंगाने क्रिया करतात. बुद्धिप्रामाण्यवादी निवड सिद्धान्त हा फसव्या व साध्या वाक्याचा

सारांश काढण्याचे कार्य करतो. बुद्धिप्रामाण्यवादी निवड सिद्धान्त हा सिद्धान्तीकरणाच्या वैशिष्ट्यांनी युक्त असा सिद्धान्ताचा प्रकार असून, त्यात सामाजिक वर्तनाच्या प्रतिकृतीच्या तांत्रिक कठोर वापरावर भर दिला जातो, की ज्यातून बुद्धिप्रामाण्यवादी वर्तनावर आधारित प्रारंभिक सैद्धान्तिक गृहीततत्त्वाच्या आधारे सापेक्षत: छोट्या स्वरूपाचे निश्चित निष्कर्ष काढले जातात. काही तज्ज्ञांच्या मते, बुद्धिप्रामाण्यवादी सिद्धान्त गेल्या काही दशकांत जरी लोकप्रिय झाले असले; तरी स्थूललक्ष्यी आणि संरचनात्मक स्वरूपाच्या प्रतिकृतीच्या काही क्षेत्रांत मात्र हा सिद्धान्त असमाधानी ठरला असून, अर्थशास्त्रीय आणि राजकीय जीवनक्षेत्रात मात्र या सिद्धान्ताला मध्यवर्ती स्थान प्राप्त झाले आहे. १९८७ साली हॉलिस (Hollis) यांनी या सिद्धान्ताच्या मर्यादा नमूद केल्या आहेत त्या खालीलप्रमाणे -

अ. अनेक तंत्रशास्त्रीय अडचणींवर मात करण्याच्या यशाचा सापेक्ष अभाव की ज्यामुळे या सिद्धान्ताच्या उपयोगावर मर्यादा पडतात.

ब. या सिद्धान्ताच्या प्रत्यक्षवादी आणि व्यग्र स्वरूपाच्या ज्ञानमीमांसाशास्त्राशी असलेल्या संबंधामुळे; प्रमाणक मार्गदर्शन, नियमपालन व नियमपरिवर्तन यासंबंधीच्या सामाजिक वर्तनविषयक क्रियांच्या विश्लेषणाकडे लक्ष देण्यावर मर्यादा पडतात.

rationalism - (रॅशनॅ'लिझम) **बुद्धिप्रामाण्यवाद :** या संज्ञेचे अनेक अर्थ विद्वानांनी प्रतिपादन केले आहेत. त्यांतील काही महत्त्वपूर्ण अर्थ खालीलप्रमाणे- १. 'बुद्धिप्रामाण्यवाद' म्हणजे ज्ञानाच्या शक्तीवरील विश्वास होय. ज्ञानात सर्वसामान्य तत्त्वाविषयीचे व अनुमानिक ज्ञान किंवा प्रायोगिक ज्ञान यांचा समावेश होतो. हे ज्ञान, जगाचे वर्णन व स्पष्टीकरण करते आणि जगातील समस्या सोडविते. उदा. तथाकथित कारणमीमांसेचे युग. २. तत्त्वज्ञानशास्त्रात 'बुद्धिप्रामाण्यवाद' म्हणजे कोणतीही ज्ञानमीमांसाशास्त्रीय परिस्थिती, की जी ज्ञानाच्या पूर्वाधारावर व अनुमानावर आधारित सिद्धान्तावर भर देते. ३. १७ व १८ व्या शतकातील सिद्धान्ताशी बुद्धिप्रामाण्यवाद संबंधित आहे. १७ व १८ व्या शतकात या प्रकारचे सिद्धान्त मांडणाऱ्या विचारवंतांत देकार्त (Descarte), स्पिनोझा (Spinoza) आणि लेबनिझ (Leibniz) यांचा समावेश होतो, की ज्यांनी ज्ञानाचे एकत्रीकरण करण्यासाठी अनुमानिक पद्धतीचा वापर केला होता. त्यांच्या मते, फक्त कारणमीमांसेच्या साहाय्यानेच एकीकरणात्मक ज्ञान प्राप्त वा आत्मसात करता येते. ४. कांत यांचा ज्ञानमीमांसाशास्त्रावर आधारलेला विचार वरील

तिसऱ्या मुद्द्याची जागा घेतो. याचा अर्थ असा की वास्तव जगाचा विचार करताना स्थलकालातीत घटनांचा अभ्यास करणे शक्य नसल्याने संशोधकाने वास्तव जगातील वास्तव प्रघटनांच्या अध्ययनाकडे लक्ष केंद्रित करणे आवश्यक आहे; कारण तोच बुद्धिप्रामाण्यवाद ठरेल.

सारांशरूपात असे म्हणता येईल, की अवास्तवाचा शोध घेण्यात वेळ दवडण्यापेक्षा वास्तवाचा अभ्यास करणे चांगले. ५. हेगेल यांच्या विचारानुसार कारणांचे कौशल्य (म्हणजे प्रत्येक बाबीची कारणमीमांसा करणे) हे केवळ व्यक्तींच्या विचारांनाच कृतिशील करत नाही; तर इतिहासाच्या सर्वसामान्य व प्रगतिशील प्रक्रियेला, तार्किक ऐतिहासिक आराखड्याला कृतिशील करून इतिहासाच्या विकासाची खात्री देते. कारण तार्किकतावाद ही संकल्पना सोपी करून सांगणे हे बुद्धिप्रामाण्यवादात येते.

वास्तवतेचा वा तार्किकतेचा ध्यास, तर अवास्तवता व अतार्किकता यांचा त्याग म्हणजे बुद्धिप्रामाण्यवाद होय.

rationality - (रॅशनॅलिटी) **सयुक्तिकता किंवा बुद्धिप्रामाण्यकता :** जी उद्दिष्टे व्यक्तीच्या डोळ्यांसमोर आहेत ती उद्दिष्टे परिणामकारकरीत्या साध्य करण्यासाठी केलेली क्रिया 'सयुक्तिकता' किंवा 'बुद्धिप्रामाण्यकता' या संज्ञेशी संबंधित असल्याचे म्हटले आहे. वेबर यांनी त्यांच्या सयुक्तिकता किंवा बुद्धिप्रामाण्यकता या संकल्पनेच्या तीन पैलूंवर चर्चा केली आहे.

१. सयुक्तिक आकलन (rational understanding) : मानवाने त्याच्या क्रियेतील आशय व उद्दिष्ट जाणून घेणे म्हणजे 'सयुक्तिक आकलन' होय.

२. बुद्धिप्रामाण्यवादी क्रिया (rational action) : आपली साधने व ध्येये यांच्यात समायोजन साधून केलेली क्रिया म्हणजे 'बुद्धिप्रामाण्यवादी क्रिया' होय.

३. बुद्धिप्रामाण्यवादी अधिकार (rational authority) : जे अधिकार कायदा, हुकूमनामा, ठराव यांद्वारे प्राप्त होतात त्यांना 'बुद्धिप्रामाण्यवादी अधिकार' असे म्हणतात.

शिवाय जे ज्ञान किंवा ज्या श्रद्धा वैज्ञानिक दृष्टीने स्थापित झाल्या आहेत, त्या प्रकारच्या अशा वैज्ञानिकतेचा स्वीकार करणे म्हणजे सयुक्तिकता किंवा बुद्धिप्रामाण्यकता होय.

rationalization - (रॅ'शनलायझे'शन) **बुद्धिप्रामाण्यीकरण :** आधुनिक भांडवलशाही समाजातील एक सर्वसामान्य प्रवृत्ती, ज्यानुसार जीवनातील सर्व संस्था आणि अत्याधिक क्षेत्रे येथे बुद्धिप्रामाण्यकतेचा स्वीकार करणे, म्हणजे 'बुद्धिप्रामाण्यीकरण' होय. वेबर यांच्या मते, बुद्धिप्रामाण्यीकरण ही समाजातील एक निष्णात प्रक्रिया असून त्याद्वारे पाश्चिमात्य समाजातील (वेबरच्या कालावधीनंतर पौर्वात्य समाजातील) आर्थिक, राजकीय आणि वैधानिक क्षेत्रांत परिवर्तन घडवून आणणे होय. नोकरशाही, हिशेबव्यवस्था इत्यादी क्षेत्रांत हे परिवर्तन महत्त्वाचे होय. बुद्धिप्रामाण्यीकरणाच्या प्रक्रियेत विज्ञानावर अतिरिक्त अवलंबन, विज्ञानवादाचा स्वीकार जसा महत्त्वाचा मानला जातो; तद्वतच अतिकर्मठपणा, अंधश्रद्धा, काही प्रमाणात जुन्या परंपरा यांचा त्यागही अभिप्रेत आहे. वेबर यांनी बुद्धिप्रामाण्यीकरणाबाबत थोडा कठोर निर्बंधात्मक निर्णय घेताना, असे मांडले की, ही प्रक्रिया म्हणजे एक लोखंडी पिंजरा असून तो व्यक्तिमत्त्वावर वाढते बंधन लादतो. वेबर व्यतिरिक्त अन्य विचारवंतांनी बुद्धिप्रामाण्यीकरणाच्या संदर्भात आशावादी दृष्टिकोन स्वीकारला होता. उदा. हेबरमास बुद्धिप्रामाण्यीकरणाच्या प्रक्रियेच्या संदर्भात असे सूचित करतात, की मानवी हितसंबंधाची, वास्तववादी लोकशाही टीकात्मक सिद्धान्ताच्या अस्तित्वाच्या संदर्भात ओळख करून देणे, म्हणजे बुद्धिप्रामाण्यवाद होय. काही तज्ज्ञांच्या मते, कोणत्याही क्रियेचे क्रियेनंतर केलेले समर्थन हेसुद्धा बुद्धिप्रामाण्यीकरणप्रक्रियेचे एक अंग होय. पॅरेतो यांच्या मते, तर्कसंगत क्रियेशी संबंधित सर्व प्रक्रिया या वास्तवतेशी निगडित असल्याने त्यांचे जतन करणे आवश्यक आहे. त्यासाठी त्यांनी 'बुद्धिप्रामाण्यीकरण' या संज्ञेचा वापर केला होता.

realism - (रि'अलिझम) **वास्तवतावाद किंवा यथार्थवाद :** 'वास्तवतावाद' किंवा 'यथार्थवाद' या संज्ञेचे वेगवेगळ्या ज्ञानशाखांत वेगवेगळे अर्थ घेतले जातात ते आपण पाहू. १. तत्त्वज्ञानात प्राणिमात्रविचारशास्त्र (ontology) असे ठामपणे प्रतिपादन करते, की जगातील प्रत्येक प्राणी वा वस्तू यांना आपल्या संकल्पनेनुसार वा ज्ञानानुसार स्वतंत्र अस्तित्व आहे, असे मानणे म्हणजे 'वास्तवतावाद' होय. या प्रकारचा वास्तवतावाद हा तत्त्वज्ञानात्मक अत्यल्पवाद, संशयवाद, प्रघटनावाद, तटस्थ एकवाद, कृतिवाद, साधनात्मकवाद या सर्वांच्या; तसेच कांत (Kant) यांच्या तत्त्वज्ञानाच्या विरोधात आहे. २. आदर्शवादी तत्त्वज्ञानातील वास्तववादी प्रकार या विचारानुसार अमूर्त प्रकाराचा किंवा अमूर्त विश्वाच्या स्थलकालातीत अस्तित्वाचा ठामपणे स्वीकार करणे म्हणजे

'वास्तवतावाद' होय. यात हवा किंवा वायू, सूक्ष्मातीत जीवजंतू यांचा अंतर्भाव होतो. हे घटक जरी अमूर्त असले तरी त्यांचे अस्तित्व विज्ञानाने सिद्ध केले आहे.

३. समाजशास्त्रीय वास्तविकतावादी विचारवंत वैयक्तिक कर्त्यांच्या अस्तित्वाच्या वर किंवा वेगळे असे सामाजिक वास्तविकतेचे, सामाजिक संरचनेचे, सामाजिक प्रवाहाचे अस्तित्व असल्याचे ठामपणे मान्य करतात. द्यूरखेम यांचा सामाजिक तथ्याचा सिद्धान्त सामाजिक वास्तविकतेच्या विचाराचेच प्रतिनिधित्व करतो.

४. वाङ्मयीन व सांस्कृतिक सिद्धान्त यानुसार वाङ्मयीन मूळ ग्रंथात समाजातील वास्तवतेचा योग्य आढावा घेण्याची तरतूद असणे म्हणजे वाङ्मयीन व सांस्कृतिक क्षेत्रातील वास्तवता होय, की ज्याचे वास्तवतेच्या निकषाद्वारे विश्लेषण करणे शक्य होते.

शेवटी असे म्हणता येईल, की दैनंदिन जीवनात ज्या ज्या घटकांचे अस्तित्व आपल्याला जाणवते, ज्यांचा आपल्याला अनुभव येतो, ज्यांचे विश्लेषण करता येते व जे विज्ञानाने सिद्ध करता येते अशा प्रघटनांचा अभ्यास म्हणजे 'वास्तवतावाद' होय.

real socialism - (रिअल सो॑शलिझम) **वास्तव समाजवाद :** 'वास्तव समाजवाद' ही संज्ञा 'समाजवाद' किंवा 'साम्यवाद' या संज्ञांच्या संदर्भात उपयोगात आणणे योग्य नाही. खरे बोलावयाचे झाल्यास 'प्रचलित समाजवाद', 'विकसित समाजवाद' आणि 'राज्य समाजवाद' या केवळ त्यांच्या समर्थकांनी व निंदकांनीही सूचित केलेल्या संज्ञा असून वास्तव समाजवादाशी त्याचा संबंध नाही.

वास्तव समाजवादाची व्याख्या करताना तज्ज्ञांनी त्यामध्ये अर्थशास्त्रापेक्षा राज्यशास्त्राला प्राधान्य दिले असून या दोन्हीत जाळे विणण्याचा प्रयत्न केला आहे. वास्तव समाजवादात जरी भांडवलशाहीची वैशिष्ट्ये (उदा., अद्वितीय किंवा वेगळे मालमत्ता हक्क, बाजारासाठीच्या वस्तूंची निर्मिती, भांडवलाची उपलब्धता आणि श्रमिक इत्यादी.) अनुपस्थित असली तरी तेथे समाजवादाचे अस्तित्व सूचित होत नाही. भांडवलशाहीतही सहकार्यावर आधारित आर्थिक संघटना, की ज्यात प्रत्यक्ष उत्पादकांच्या हितसंबंधांचे अभिव्यक्तिकरण केले जाते आणि उपभोग, उत्पादन आणि गुंतवणूक यांना एकत्र बांधले जाते. हे करताना मानवी गरजांचे तर्कसंगत पद्धतीने प्रकटीकरण केले जाते. यात गरजा व्यक्तींवर लादल्या जात नाहीत. उत्पादनसाधनांवर राज्याची मालकी म्हणजे एक प्रकारे राज्यात मालमत्तेची पोकळी निर्माण होण्याकडे होणारी वाटचाल होय. मालमत्तेच्या

हक्काचा अभाव हा भ्रष्टाचाराला उत्तेजन देतो, प्रेरणा नष्ट करतो, व्यवस्थापकीय अंगभूत तत्त्वांना नष्ट करतो. त्यामुळे राज्याची शक्ती ही नियोजनात व मार्गदर्शक कार्यात खर्च होण्याऐवजी या सर्वांवर नियंत्रण करण्यातच खर्च होते.

त्याचप्रमाणे वास्तव समाजवाद म्हणजे रुडोल्फ बाहन (Rudolf Bahn) यांच्या मते, एक प्रकारे मार्क्सवादावर व विशेषत: पूर्व जर्मन राज्यावर केलेली टीका होय.

reason - (री'झ़न) **तर्क** : 'तर्क' म्हणजे मानवी मनाची तार्किक अनुमान काढण्याची, तार्किक वादविवाद करण्याची, जगाचे आकलन करण्याची आणि प्रश्न सोडविण्याची क्षमता होय. निसर्ग म्हणजे काय? त्याचे सामाजिक निर्धारक घटक कोणते व त्यांच्या मर्यादा कोणत्या इत्यादीसंबंधी मानवी मनाच्या क्षमतेवर खूप विवाद झाले असून त्यांचा अंतर्भाव 'तर्क' या संकल्पनेत केला जातो.

reciprocity - (रेसिप्रॉ'सिटी) **परस्परप्रतिसाद किंवा देवाणघेवाण** : 'परस्परप्रतिसाद' किंवा 'देवाणघेवाण' म्हणजे दोन पक्ष किंवा वस्तू यांच्यातील परस्परसंबंध किंवा परस्पर देवाणघेवाण की ज्यात अन्योन्य भावना किंवा वस्तू देणेव्द‌घेणे या क्रिया समाविष्ट असतात. विनिमय प्रक्रियेत या परस्पर भावनांची किंवा वस्तूंची देवाणघेवाण अभिप्रेत असते. समाजशास्त्रात सामाजिक संबंधात सहभागी व्यक्तींच्या क्रिया-प्रतिक्रियांची देवाणघेवाण, सामाजिक आंतरक्रियांची एक अवस्था असून ज्यात एका व्यक्तीने केलेल्या क्रियेला दुसरी व्यक्ती तशीच क्रिया करून जे प्रोत्साहन देते त्यास परस्परप्रतिसाद असे म्हणतात. कायद्यात विविध समानतेच्या विशेषाधिकाराच्या विविध सरकारातील किंवा राज्यातील वैधानिक करारांचे देणे-घेणे ही या 'परस्परप्रतिसाद' प्रकियेत येते. आप्तसंबंध व्यवस्थेत परस्परसंबंधात दोन नातेवाइकांतील (प्रामुख्याने दोन पिढ्यांतील) परंपरा, श्रद्धा, प्रथा यांचा देवाण-घेवाणीत समावेश होतो.

reintegration★ - (रि'इन्टिग्रे'शन) **पुनर्ऐकीकरण** : 'पुनर्ऐकीकरण' या संज्ञेचा शब्दश: अर्थ आहे, आंतरक्रियात्मक प्रक्रियेत व्यक्तींनी अजाणीवपूर्वक किंवा नकळत आत्मसात केलेल्या वर्तन अनुबंधांची पुनर्निमिती करणे होय. बऱ्याच वेळा 'पुनर्ऐकीकरण' या संज्ञेचा अर्थ 'अनुकरण' असा चुकीचा घेतला जातो. उदा. काही व्यक्तींनी आत्मसात केलेली जोर देऊन बोलण्याची सवय, काही

★ reintegration : मूळ शब्द red.integration (रे'डिन्टिग्रेशन) असा असून त्याचा अर्थ re.integration (पुनर्ऐकीकरण) असा होतो.

(अति) शिष्टाचारदर्शक पद्धती किंवा तथाकथित वाङ्मयचौर्य करण्याची सवय इत्यादींच्या संदर्भात वर्तनाचे पुनरऐक्कीकरण आवश्यक आहे.

reference group - (रे'फरन्स ग्रूप) **संदर्भ गट :** शेरिफ या समाजशास्त्रज्ञांच्या विचारानुसार 'संदर्भ गट' म्हणजे असा गट की, ज्याच्याशी व्यक्ती स्वत: गटाचा एक भाग म्हणून संबंधित असते. संदर्भ गट ही संकल्पना समाजशास्त्रात प्रथम हेमन यांनी प्रतिपादन केली होती. हेमन यांच्या मते, 'समाजात अशा काही व्यक्ती असतात की, त्यांचे आदर्श, त्यांची मूल्ये इतर व्यक्तींचेही आदर्श बनतात आणि त्या इतर व्यक्ती त्याचे विशिष्ट आदर्शांचे अनुकरण करतात. ज्या गटाचे इतर व्यक्ती अनुकरण करतात तो गट हा संदर्भ गट होय. संदर्भ गटावर भाष्य करताना लिंटन हे विचारवंत असे मत व्यक्त करतात, की प्रत्येक समाजात काही दर्जे व काही भूमिका अशा असतात, की प्रत्येक जण ते साध्य करण्याचा प्रयत्न करते. संदर्भ गट तो वर्तनासाठी दोन कारणे प्रतिपादन केली जातात. एक म्हणजे, व्यक्तींची सामाजिक व आर्थिक परिस्थिती व दुसरे म्हणजे, गटाची किंवा व्यक्तींची मानसशास्त्रीय पातळी. सर्वसामान्यपणे असे निदर्शनास आले आहे, की गरीब व्यक्ती श्रीमंत आणि समृद्ध व्यक्तींचे जीवन आदर्श मानतात व तसे जीवन जगण्याची अभिलाषा बाळगतात; अशावेळी श्रीमंत व्यक्तींचा गट हा गरिबांसाठी 'संदर्भ गट' ठरतो. भारतात पूर्वी पुढारलेल्या जाती किंवा उच्चभ्रू जाती या मागासवर्गीय किंवा कनिष्ठ जातींसाठी आदर्श असल्याने त्या मागासवर्गीयांचा किंवा कनिष्ठ जातींचा संदर्भ गटच होत्या असे म्हणता येईल.

reference individual - (रे'फरन्स इन्डिव्हि'ज्यूअल) **संदर्भ वैयक्तिक :** व्यक्ती गटामध्ये वा समूहामध्ये जीवन जगत असताना स्वत:च्या काही स्वतंत्र इच्छा व आकांक्षा यांचेही जतन करते. या इच्छा-आकांक्षा गटांच्या इच्छा-आकांक्षांशी साधर्म्य साधतील असे नाही. या व्यक्तींचे आदर्श असतात, अन्य क्षेत्रांत यशाच्या शिखरावर पोहोचलेल्या अन्य काही सुप्रसिद्ध व्यक्ती त्यांच्यासारखे बनण्याचे स्वप्न त्या पाहतात. सर मार्टिन ल्यूथर किंग, अब्राहम लिंकन, महात्मा गांधी, जवाहरलाल नेहरू, लता मंगेशकर, सचिन तेंडुलकर, डॉ. बाबासाहेब आंबेडकर, महात्मा जोतिबा फुले, जयंत नारळीकर इत्यादी व्यक्ती अनेकांचे व्यक्तिश: आदर्श असतात. प्रति महात्मा गांधी, प्रति लता मंगेशकर, प्रति सचिन तेंडुलकर, प्रति नाडेल इत्यादी संज्ञा संबंधित व्यक्तीच्या त्या क्षेत्रातील यशाची पावती देतात. एखादी गायिका जेव्हा उत्कृष्ट गाणे सादर करते तेव्हा तेथील परीक्षक त्या गायिकेला प्रति लता मंगेशकर या संज्ञेने जेव्हा संबोधतात, तेव्हा

गायिकेला स्वत:च्या जीवनाचे सार्थक झाल्यासारखे वाटते. या उदाहरणात लता मंगेशकर ही गायिका नवोदित गायिकेचा वैयक्तिक आदर्श ठरते व लता मंगेशकरसारखे गाणे हे त्या गायिकेचे स्वप्न ठरलेले दिसते. हा संदर्भ वैयक्तिक स्वरूपाचा आहे. राजकारण, समाजकारण, अर्थकारण, संस्कृती, कला, साहित्य, क्रीडा इत्यादी विस्तृत कार्यक्षेत्रातील एखाद्या कर्तृत्ववान व्यक्तीला डोळ्यांसमोर ठेवून त्याप्रमाणे कर्तृत्व गाजविण्याचा प्रयत्न करणे हेही वैयक्तिक संदर्भात मोडते.

reflexive or reflective action - (रिफ्ले'क्सिव्ह ऑर रिप्ले'क्टिव्ह ऑक्शन) **प्रतिबिंबात्मक क्रिया :** आंतरक्रियात्मक समाजशास्त्र, प्रतीकात्मक आंतरक्रियावाद आणि प्रघटनाशास्त्र या समाजशास्त्राच्या अभ्यासपद्धतीत 'प्रतिबिंबात्मक आंतरक्रिया' ही संकल्पना विकसित झाली. इतर व्यक्तींच्या क्रियांचा आपल्यावर जो प्रभाव पडतो, त्यानुसार आपण त्या व्यक्तींच्या क्रियांना प्रतिसाद देतो. सोप्या शब्दांत, एका व्यक्तीच्या क्रियेचे जे प्रतिबिंब दुसऱ्या व्यक्तीच्या मनात ज्या प्रमाणात उमटते; त्या प्रमाणात प्रतिसाद देण्याची क्रिया दुसरी व्यक्ती करते, तेव्हा त्यासाठी ही संज्ञा वापरतात. प्रा. टर्नर यांच्या मते, सर्व प्रकारच्या धार्मिक क्रिया या प्रतिबिंबात्मक असतात. यावर स्पष्टीकरण करताना प्रा. टर्नर असे विशद करतात, की प्रत्येक धर्म आपल्याला असे मार्गदर्शन करतो की परमेश्वर आहे. या श्रद्धेचा आपण धर्माचे अनुयायी म्हणून स्वीकार करतो तेव्हा ती क्रिया प्रतिबिंबात्मकच असते. धर्माव्यतिरिक्त इतर बहुसंख्य आंतरक्रिया प्रतिबिंबित स्वरूपाच्याच असतात. मनुष्य जेव्हा सूचना, हावभाव, भाषणे, धार्मिक प्रवचन वा कीर्तन यांद्वारे परस्परक्रियांचे अनुकरण करतो तेव्हा त्या अनुकरणात्मक क्रिया या प्रतिबिंबात्मकच असतात. काही तज्ज्ञांच्या मते, लोक गृहीततत्त्वांचे जतन करण्यासाठी परस्परांशी आंतरक्रिया कशा करतात, ज्या विशिष्ट वास्तवतेद्वारा मार्गदर्शित केल्या जातात या गोष्टीवर प्रतिबिंबितता ही संकल्पना प्रकाशझोत टाकते. बहुसंख्य लोकजीवनपद्धतिशास्त्रीय चिकित्सा ही प्रतिबिंबात्मक आंतरक्रिया आकाराला कशा येतात या प्रश्नाच्या उत्तराभोवती फिरते आहे. प्रतिबिंबात्मक आंतरक्रियांच्या संदर्भात थोडक्यात विवेचन करावयाचे झाल्यास असे म्हणता येईल, की वास्तव जगातील मानवी आंतरक्रियांचे प्रतिबिंब हे त्यांच्या धार्मिक, आध्यात्मिक वा श्रद्धा यासंबंधीच्या मानवी क्रियांवर कसे पडते, याचे अध्ययन याद्वारे केले जाते.

reflexivity - (रिफ्ले'क्सिव्हिटी) **प्रतिक्षेपितता किंवा प्रतिबिंबितता :** 'प्रतिक्षेपितता' किंवा 'प्रतिबिंबितता' म्हणजे एखादा सिद्धान्त किंवा विचाराचा

आढावा स्वत:च स्वत:च्या संदर्भात धारण करण्याची क्षमता होय. उदा. ज्ञानाचे समाजशास्त्र, समाजशास्त्राचे समाजशास्त्र इत्यादी होय. प्रतिक्षेपितता किंवा प्रतिबिंबितता याचा (विशेषत: लोकजीवनपद्धतिशास्त्र आणि प्रतीकात्मक आंतरक्रियावाद यांतील) अर्थ असा की आपल्या दैनंदिन व्यावहारिक जीवनाचा आढावा हा केवळ प्रतिबिंबात्मक नसतो आणि स्वसंदर्भाचाही नसतो; परंतु सामाजिक संरचित असतो की ज्या संरचना सामाजिक परिस्थितीशी संदर्भित असतात. या दृष्टिकोनातून विचार करता प्रतिक्षेपितता किंवा प्रतिबिंबितता म्हणजे सामाजिक कर्त्याने धारण केलेली क्षमता, ज्यातून मानवी कर्त्याला, प्राण्यांपासून तो वेगळा आहे याची निर्णायक जाणीव होते.

reflexive modernization - (रिफ्ले'क्सिव्ह मॉ'डर्नाइझे'शन) **प्रतिक्षेपित किंवा प्रतिबिंबित आधुनिकता :** १९९४ साली बेक (Beck et al.) यांनी 'प्रतिक्षेपित आधुनिकता' किंवा 'प्रतिबिंबित आधुनिकता' ही संकल्पना मांडताना असे प्रतिपादन केले की, अधिकाधिक समाज हे आधुनिक बनत आहेत, परिणामत: अधिकाधिक सामाजिक कर्ते त्यांचे अस्तित्व टिकविण्यासाठी सामाजिक परिस्थिती त्यांच्या वर्तनात प्रतिबिंबित करून ती आत्मसात करताना आधुनिकतेच्या मार्गावर वाटचाल करण्यासाठी स्वत:त परिवर्तन घडवून आणतात. म्हणून प्रतिक्षेपित किंवा प्रतिबिंबित आधुनिकतेचे एक माध्यम आहे, ज्ञान व त्याचे विविध प्रकार. त्यात वैज्ञानिक ज्ञान, प्राविण्य किंवा विशेष ज्ञान, दैनंदिन ज्ञान इत्यादींचा समावेश होतो. प्रतिक्षेपित आधुनिकतेचा परिणाम हा अज्ञान, स्वाभाविक गतिशीलता, अदृश्यता आणि नाखुषी यांत झाला व त्यातून संबंधित बाबी स्पष्ट करून औद्योगिक समाजात त्याचे वैज्ञानिकीकरण करण्याचा प्रयत्न करण्यात आला. म्हणून बेक (Beck) यांच्या मतानुसार प्रतिक्षेपित आधुनिकता एक संमिश्र अनुगृहीतता होय.

reformism - (रिफॉ'र्मिझम) **सुधारणावाद :** 'सुधारणावाद' हा राजकीय व सामाजिक सुधारणेवर मारलेला असा शिक्का होय, की ज्याचे उद्दिष्ट राजकीय व सामाजिक संरचनेच्या मूलभूत ढाच्यात बदल न करता राजकीय प्रथा आणि सामाजिक कायद्याचे (काही) पैलू यांत सुधारणा घडवून आणणे होय. उदा., भांडवलशाही समाजातील कल्याणकारी राज्याच्या संदर्भात सुधारणा म्हणजे अशा सामाजिक धोरणाचा अवलंब करणे की, ज्यामुळे सामाजिक असमानतेच्या परिस्थितीत सुधारणा जरी झाली, तरी भांडवलशाही अर्थव्यवस्थेवर त्याचा विपरीत परिणाम होणार नाही, याची दक्षता घेतली जाते. ब्रिटनमध्ये दुसऱ्या

महायुद्धानंतर जी सामाजिक धोरणे निर्धारित केली होती; त्यात प्राथमिक गरिबीत सुधारणा करण्याच्या कार्यक्रमाचा जरी समावेश करण्यात आला असला तरी उत्पादनाच्या व संपत्तीच्या असमान वितरणाच्या मूलभूत संरचनेत बदल झाल्याचे दिसत नाही.

reform - (रिफॉर्म) **सुधारणा :** विशिष्ट सामाजिक अनुबंधात बदल घडवून आणताना संरचनात्मकतेच्या ऐवजी कार्यात्मकतेत बदल घडवून आणण्यावर भर देणे, म्हणजे सुधारणा होय. सुधारणा चळवळीचा हेतू, समाजाच्या स्वतःच्या मूलभूत योजनेत कोणताही बदल न करता समाजातील विपत्ती कमी व्हाव्यात आणि असमायोजन प्रक्रियेत दुरुस्त्या करणे हा असतो.

regionalism - (रिजनलिझम) **प्रादेशिकतावाद किंवा प्रादेशिकवाद :** एकूण समाजाचा अंगभूत आणि संरचनात्मक घटक म्हणून विविध प्रादेशिक समाजांचा अभ्यास म्हणजे 'प्रादेशिकवाद' होय. या अभ्यासात प्रादेशिक संतुलन आणि त्यांच्यातील आंतरक्रियात्मक प्रक्रिया यांचाही समावेश होतो. भारताच्या संदर्भात प्रादेशिकवादाच्या संदर्भात असे म्हटले जाते, प्रादेशिकवाद म्हणजे स्वतःच्या प्रदेशाबद्दल आत्यंतिक प्रेम व आसक्ती; तर दुसऱ्याच्या प्रदेशाबद्दल तिरस्कार वाटणे होय. प्रादेशिकवादामुळे आत्तापर्यंत एकसंध असलेल्या प्रदेशाचे लोकभावनेच्या आत्यंतिक प्रेमामुळे वा तिरस्कारामुळे दोन किंवा तीन प्रदेशांत विभाजन झाल्याची अनेक उदाहरणे आहेत. पूर्वाश्रमीच्या युनायटेड स्टेट्स ऑफ सोव्हिएट रशियाचे जे ११ राज्यांत विभाजन झाले तसेच युगोस्लाव्हिया या देशाचेही चार राज्यांत विभाजन झाले ते प्रादेशिकवादाचे प्रतीक होय. भारतातही झारखंड, छत्तीसगड, उत्तरांचल इत्यादी नवीन प्रांतांच्या निर्मितीपाठीमागे प्रादेशिकवादच होता यात दुमत नाही. सध्या चालू असलेले स्वतंत्र तेलंगणा आंदोलन (आंध्रप्रदेश), स्वतंत्र विदर्भाची मागणी आंदोलन हेही प्रादेशिकवादाचे उदाहरण होय. भारताला स्वातंत्र्य मिळाल्यानंतर भारतात ३०० जिल्हे होते. १९९७ साली जिल्ह्यांची संख्या ४६० एवढी झाली. आज २०१० च्या प्रारंभी जिल्ह्यांची संख्या ही ६१९ एवढी झाली आहे. जिल्ह्यांची नवनिर्मिती हे ही प्रादेशिकवादाचे एक अंग होय. प्रादेशिकवादाची पुढील कारणे तज्ज्ञ प्रतिपादन करतात– १. भौगोलिक वेगळेपण २. ऐतिहासिक पार्श्वभूमी ३. राजकीय आकांक्षा व अभिलाषा ४. मानसशास्त्रीय भावना किंवा संवेदना आणि ५. अन्य कारणे ज्यात सांस्कृतिक भिन्नता, सामाजिक व आर्थिक मागासलेपण, भाषिक समानता इत्यादींचा समावेश होतो.

regionalization of action - (रिजनलायझेशन ऑफ ॲक्शन) **क्रियांचे प्रादेशिकीकरण :** 'क्रियांचे प्रादेशिकीकरण' ही संज्ञा १९८४ साली गिडन्स यांनी मांडली. त्यांच्या मतानुसार प्रदेशाच्या ऐहिक, क्षेत्रीय आणि स्थलकालावर आधारित विभेदीकरण किंवा विविध सामाजिक विशिष्ट स्थाने यांतील विभेदीकरण यावर क्रियांचे प्रादेशिकीकरण अवलंबून असते. बलभीर, अल्थुसर, गिडन्स या सिद्धान्तकारांना प्रादेशिकीकरण आढळून आले ते समाज नेहमी एकसंध समाजव्यवस्थेवर अवलंबून असतो या गृहीताला प्रतिसंतुलित करण्यासाठी. 'क्रियांचे प्रादेशिकीकरण' या प्रक्रियेत विशिष्ट प्रदेशातील लोकांनी विशिष्ट प्रकारच्या क्रियाच अंगीकारण्यास महत्त्व दिले जाते. महाराष्ट्रात दुकाने, व्यापारी संस्था, पतपेढ्या, शिक्षणसंस्था इत्यादींच्या पाट्या मराठीतच असल्या पाहिजेत असा आग्रह धरणे म्हणजेसुद्धा क्रियांचे प्रादेशिकीकरण होय.

reification - (रिफिकेशन) **मूर्तकरण :** एखाद्या अमूर्त संकल्पनेचे (उदा. राज्य किंवा समाज) वास्तवतेच्या आधाराने स्पष्टीकरण करणे म्हणजे 'मूर्तकरण' होय. विशेषत: जेव्हा या संकल्पना अनैतिक किंवा दिशाभूल करणाऱ्या आहेत असे लक्षात येते तेव्हा वास्तवतेच्या आधाराने विश्लेषण करणे म्हणजेही मूर्तकरण होय. म्हणून अभ्यासपद्धतिशास्त्रीय व्यक्तिवादी तज्ज्ञ असा दृष्टिकोन धारण करतात की, कार्यात्मकवादी विद्वान सर्वसामान्य संकल्पना जशा समाज किंवा संरचना याचे मूर्त स्वरूपात स्पष्टीकरण करतात.

'मूर्तकरण' या संकल्पनेचा उगम मार्क्सवादात सापडतो. असे जरी असले तरी अनेक मार्क्सवादी नसलेले विचारवंत आणि काही मार्क्सवादी विचारवंत 'दर्जा' सारख्या जटिल संकल्पनेच्या विशेष गुणधर्मांचे विश्लेषण करताना म्हणतात, की सामाजिक संबंध संचाच्या जटिल आणि परिवर्तनशील बाबींचे यथायोग्य वास्तव स्पष्टीकरण करणे अत्यावश्यक आहे व मूर्तकरण प्रक्रियेच्या माध्यमातून ते करणे सोपे जाते. परंतु एखाद्या समाजशास्त्रज्ञास मूर्तकरण स्वीकाराई वाटणार नाही, तर दुसऱ्या समाजशास्त्रज्ञाला मात्र पूर्णपणे स्वीकाराई वाटेल. जर सर्वच सर्वसामान्य संकल्पना केवळ अमूर्त आहेत असे मानले; (समाज ही संकल्पना समाजशास्त्रात अमूर्त असली तरी ज्या सामाजिक संबंधाद्वारे समाज बनतो ते सामाजिक संबंध याच मूर्त (वास्तव) असतात) पण त्यांना वास्तवतेचा संदर्भ देण्याची क्षमता असेल आणि नैतिक व अनैतिकतेत स्थायी स्वरूपाचा भेद असेल, तर मात्र मूर्तकरण कोसळून पडते आणि म्हणून समाजशास्त्रात मूर्तकरणातील काय स्वीकाराई आणि काय अस्वीकाराई याची मापदंडरेषा नाही.

rehabilitation - (रि'हॅबिलिटे'शन) **पुनर्वसन :** 'पुनर्वसन' या संज्ञेचा अर्थ आहे, एखाद्या संकटात सापडलेल्या व्यक्तीचे जीवन जेव्हा बरबाद होण्याची शक्यता असते, तेव्हा अशा व्यक्तीत जीवन जगण्याची प्रेरणा निर्माण करून नवीन आयुष्य जगण्यासाठी साहाय्य करणे अत्यंत गरजेचे होय. मानवी जीवनात काही निसर्गनिर्मित, काही मानवनिर्मित संकटाचा सामना मानवाला करावा लागतो. निसर्गनिर्मित आपत्तींत भूकंप, ज्वालामुखीचा उद्रेक, महापूर, त्सुनामी, भूस्खलन, चक्रीवादळ इत्यादी येतात तर मानवनिर्मित आपत्तींत अपघात व त्यामुळे येणारे अपंगत्व, गंभीर आजार व त्यातून येणारे अपंगत्व इत्यादींचा अंतर्भाव या दोन्ही प्रकारच्या आपत्तीत होतो. जीवन बरबाद झालेल्या व्यक्तींना पुन्हा उभे करणे, अपंगांना त्यांच्या अपंगत्वावर मात करून जीवन जगण्याची उभारी देणे इत्यादी कार्ये पुनर्वसनात येतात. पुनर्वसनाचेही अनेक प्रकार आहेत, जसे– १. धरणग्रस्तांचे पुनर्वसन २. भूकंपग्रस्तांचे पुनर्वसन ३. त्सुनामीग्रस्तांचे पुनर्वसन ४. अपंगांचे पुनर्वसन इत्यादी.

rejection - (रिजे'क्शन) **नापसंती किंवा नकार :** या ठिकाणी 'नापसंती' किंवा 'नकार' या संज्ञेचा संबंध व्यक्तीच्या भूमिकांशी आहे. या संदर्भात गॉफमन (Goffman) यांनी लोक त्यांच्या भूमिका का नाकारतात ? या विषयावर संशोधन केले होते. लोक त्यांच्या भूमिका का नाकारतात याचे स्पष्टीकरण करण्यासाठी गॉफमन यांनी 'भूमिका अंतर' (Role distance) ही संज्ञा प्रचारात आणली. या संज्ञेचा अर्थ की विशिष्ट भूमिका पार पाडणाऱ्या व्यक्तीचे स्वत्व (self) आणि तिची भूमिका यांतील संलग्नता नष्ट होते, परिणामत: विशिष्ट भूमिका पार पाडणे ही तिच्या पदाची जबाबदारी असली तरी 'स्वत्व' मात्र ती भूमिका पार पाडण्यास नकार देते. व्यक्तीचे स्वत्व व तिची भूमिका यांच्यात जेव्हा समन्वय नसतो तेव्हा भूमिकेला नकार दिला जातो. विद्यार्थी अभ्यास करूनही ऐनवेळी परीक्षेला बसत नाहीत, म्हणजे भूमिकेला एक प्रकारे नकार देणेच होय. गॉफमन यांनी या संदर्भात अनेक उदाहरणे दिली आहेत. त्या सर्वांचा आढावा घेणे येथे शक्य नाही. पण एक गोष्ट सत्य आहे की व्यक्तीचे स्वत्व व तिची भूमिका यांत जेव्हा अंतर पडते तेव्हा त्यातून भूमिकेला नकार दिला जातो.

relations of production - (रिले'शन्स ऑफ प्रॉड'क्शन) **उत्पादनाचे संबंध :** ही मार्क्सवादी संज्ञा आहे. आर्थिक उत्पादनप्रक्रियेत उत्पादक व अनुत्पादक यांच्यात स्थापित झालेल्या आर्थिक व सामाजिक संबंधांसाठी 'उत्पादन संबंध' ही संज्ञा वापरण्यात आली. यामध्ये विशिष्ट उत्पादनसाधनांच्या साहाय्याने उत्पादनाची

पद्धती ठरते. त्याचप्रमाणे भांडवलशाही व बिगर भांडवलशाहीत उत्पादनाची पद्धती यांतील संबंधाबाबतही भेद करणे महत्त्वाचे आहे. भांडवलशाही उत्पादनपद्धतीत उत्पादकांना, उत्पादनसाधनांच्या मालकीपासून वेगळे केले जाते. याउलट बिगर भांडवलशाही व्यवस्थेत, उत्पादक म्हणजे शेतकरी हा अनेक उत्पादनसाधनांचा मालक असतो व अनुत्पादक गटाचा त्यांना विरोध असतो.

relationship - (रिले'शनशिप) **संबंध :** दोन किंवा अधिक व्यक्तींतील कोणत्याही प्रकारची संलग्नता म्हणजे 'संबंध' होत. संबंध जसे दोन व्यक्तींत प्रस्थापित होतात तसेच ते दोन वा अधिक समुच्चय किंवा गट यांतही निर्माण होतात. हे संबंध संघटित किंवा असंघटित स्वरूपाचे, प्रत्यक्ष वा अप्रत्यक्ष स्वरूपाचे, जवळचे किंवा दूरचे आणि वास्तव किंवा काल्पनिक अशा विविध प्रकारचे असू शकतात. संबंध निर्माण होण्यासाठी कमीतकमी दोन व्यक्ती, दोन गट वा समुच्चय यांची आवश्यकता असते. जेथे जेथे व्यक्ती वा गट आहेत तेथे तेथे संबंध निर्माण होतात. संबंधांच्या माध्यमातून समाज, नोकरशाही, राजकीय पक्ष, धर्म, शिक्षणसंस्था, व्यापारी संस्था, उद्योग इत्यादी क्षेत्रे कार्यरत होतात. समाजजीवनाचा पाया म्हणजे संबंध. याशिवाय आप्तसंबंधही संबंधाचे एक अंग असते व त्या आधाराने कुटुंबाचे कार्य चालते. सारांशस्वरूपात असे म्हणता येईल, संबंधाशिवाय समाज कार्यरत होऊ शकत नाही.

relative autonomy - (रि'लेटिव्ह ऑटो'नमी) **सापेक्ष स्वायत्तता :** सापेक्ष स्वायत्तता ही संज्ञा मार्क्सवाद्यांनी राज्याच्या संदर्भात वापरली असून त्यांच्या मतानुसार केवळ आर्थिक पायाभूत आधाराच्या साहाय्याने राज्याचे पूर्णपणे निर्धारण होत नाही, हा या संकल्पनेचा अर्थ मार्क्सवाद्यांना अभिप्रेत आहे.

relative deprivation - (रि'लेटिव्ह डेप्रिव्हे'शन) **सापेक्ष वंचितता :** जेव्हा व्यक्ती किंवा गटाचे सभासद त्यांना स्वत:ला किंवा त्यांच्या सामाजिक परिस्थितीला इतर व्यक्ती किंवा गट यांच्याशी तुलना करताना, त्यांची स्थिती प्रतिकूल असल्याची भावना निर्माण होणे म्हणजे 'सामाजिक वंचितता' होय. गरीब जेव्हा श्रीमंतांशी, स्वत:ची तुलना करतात तेव्हा श्रीमंतांपेक्षा आपली सामाजिक परिस्थिती किती खालावलेली आहे याची जाणीव गरिबांना होणे, हे सामाजिक वंचिततेत येते. १९४९ साली स्टॉऊफर (Stouffer et al.) यांनी संदर्भात असे निर्देशित केले होते, की सापेक्ष वंचितता, काही प्रमाणात विरोधाभासात्मक असली तरी बऱ्याचवेळा लोक आपल्या प्रतिकूल परिस्थितीची तुलना इतरांच्या परिस्थितीशी

करताना ते वास्तवतेचा व काल्पनिकतेचा आधार घेतात तेव्हा त्यांच्या असे लक्षात येते की आपली परिस्थिती त्यांच्यासारखी नाही, त्यांच्यापेक्षा कमी प्रतीची आहे. यातून आपल्या गटाकडे दुर्लक्ष होत असल्याची भावना म्हणजे सापेक्ष वंचितता होय. थोडक्यामध्ये व्यक्ती व व्यक्तींचे गट आपली व आपल्या गटाच्या परिस्थितीची तुलना इतर सुस्थितीतील व्यक्ती व गट यांच्याशी जेव्हा करतात, तेव्हा त्यांच्यापेक्षा आपल्यातील वा आपल्या गटातील कमतरता त्यांच्या लक्षात येणे म्हणजे एक प्रकारची सापेक्ष वंचितता होय.

relative mobility - (रि'लेटिव्ह मोबि'लिटी) **सापेक्ष गतिशीलता किंवा गतिक्षमता :** पहा–mobility and social mobility–गतिशीलता आणि सामाजिक गतिशीलता.

relative poverty - (रि'लेटिव्ह पॉ'व्हर्टी) **सापेक्ष गरिबी :** गरिबीचा एक प्रकार म्हणून सापेक्ष गरिबीचा उल्लेख केला जातो. सापेक्ष गरिबीत व्यक्ती, समाज, गट, राष्ट्र, दुसरी व्यक्ती, दुसरा समाज, दुसरा गट, दुसरे राष्ट्र यांच्या तुलनेने स्वत:चे उत्पन्न सापेक्षत: कमी असते तेव्हा ही संज्ञा लावली जाते. उदा. एकाच कार्यालयात कार्यरत असलेल्या दोन व्यक्तींपैकी एका व्यक्तीचे उत्पन्न दुसऱ्या व्यक्तीपेक्षा सापेक्षत: किंवा तुलनात्मकदृष्ट्या जेव्हा कमी असते तेव्हा त्यास 'सापेक्ष गरिबी' म्हणतात. अमेरिका, इंग्लंड, रशिया, फ्रान्स, कॅनडा इत्यादी देशांतील नागरिकांपेक्षा भारतातील नागरिकांचे सरासरी उत्पन्न कमी असते, म्हणून भारताला 'गरीब राष्ट्र' म्हणून संबोधले जाते. हीपण एक प्रकारची सापेक्ष गरिबीच होय.

relative surplus value - (रि'लेटिव्ह स'रप्लस व्हॅ'ल्यू) **सापेक्ष अतिरिक्त मूल्य :** मार्क्सच्या अतिरिक्त मूल्यावर त्याची सापेक्ष अतिरिक्त मूल्याची संकल्पना आधारित आहे. मार्क्स यांच्या मते, कामगाराचे त्याच्या श्रमाचे अपेक्षित मूल्य – त्याला मिळालेले प्रत्यक्ष मूल्य = अतिरिक्त मूल्य होय.

रु. १००–रु. ७० = रु. ३०

वरील उदाहरणात सुधारणा करून असे म्हणता येईल की, उत्पादनक्षेत्रात यंत्राचा वापर करावयास सुरुवात झाल्यानंतर यंत्रामुळे कामगाराची उत्पादनक्षमता वाढली. प्रत्यक्ष उत्पादनातही वाढ झाली, पण कामगारांची मजुरी मात्र पूर्वीइतकीच राहिली. याचाच अर्थ, कामगार त्याला प्रत्यक्ष मिळणाऱ्या वेतनाच्या तुलनेने किंवा मजुरीच्या तुलनेने कितीतरी अधिक उत्पादन करतो, पण त्याचा फायदा कामगाराला होण्याऐवजी मालकाला होतो व त्यासाठी मार्क्स यांनी सापेक्ष

अतिरिक्त मूल्य ही संकल्पना वापरली होती. मार्क्स यांच्या मते, 'सापेक्ष अतिरिक्त मूल्य' ही भांडवलशाहीची देणगी आहे. मार्क्स यांना अभिप्रेत असलेल्या समाजवादी व साम्यवादी अर्थव्यवस्थेत अतिरिक्त मूल्य वा सापेक्ष अतिरिक्त मूल्य असणारच नाही; कारण तेथे उत्पादन हे 'ना नफा, ना तोटा' तत्त्वावर केले जाते.

reliability - (रिलायबि'लिटी) **विश्वसनीयता :** या ठिकाणी विश्वसनीयतेचा संबंध तथ्यसंकलनाशी असून संकलित तथ्यावर किती प्रमाणात अवलंबून राहावे किंवा त्याची चाचणी कशी घ्यावी किंवा तथ्यसंकलनासाठी कोणती मापनसारिणी वापरली जावी, इत्यादींचा विचार या संज्ञेअंतर्गत केला जातो. विश्वसनीय मापनसारिणी ती की जी जरी काही व्यक्तींचे मापन एकापेक्षा जास्त प्रसंगी करत असली तरी प्रत्येक वेळी त्याचे निष्कर्ष सारखेच असतील.

'विश्वसनीयता' हे सातत्यतेचे वर्णन करते आणि ह्याचे मापन सर्वसामान्यपणे परस्परसंबंध सहगुणकांच्या (correlation co.efficient) साहाय्याने केले जाते. विश्वसनीयतेचे मापन करताना सामाजिक सर्वेक्षणात तथ्यसंकलन जेव्हा दोन नमुनानिवडींच्या माध्यमातून त्या लोकसंख्येचे एकाच वेळेला मापन केले जाते, तेव्हा तथ्यसंकलनातील विश्वसनीयता महत्त्वाची ठरते. किंवा जेव्हा त्याच लोकसंख्येची चाचणी दोन वेगवेगळ्या प्रसंगी जमा करूनही जर निष्कर्ष समान येत असतील तर तथ्यसंकलन विश्वसनीय आहे असेच म्हणावे लागेल.

थोडक्यात एकाच लोकसंख्येच्या संदर्भात विविध प्रसंगी, विविध काळी, विविध स्थळी जमा केलेल्या तथ्यसंकलनातून जमा माहितीच्या आधारे तथ्यसंकलनाचे निष्कर्ष समान असतील, तर तथ्यसंकलन विश्वसनीय आहे असे म्हणावे लागेल.

religion - (रिलि'जन) **धर्म :** 'धर्म' म्हणजे अलौकिक शक्तीवरील श्रद्धा होय. पवित्र वस्तूंच्या संदर्भात श्रद्धा आणि प्रथा यांची एकसंध व्यवस्था म्हणजे धर्म होय, ही धर्माची व्याख्या द्युरखेम यांनी केली असून त्यांनी धर्मसंबंधीची सर्व चर्चा पवित्र व अपवित्र या संकल्पनेभोवती केंद्रित केली होती. ज्या प्रश्नांचे प्रायोगिक अनुभवाच्याद्वारे, परमेश्वराच्या अंतिम शक्तीबद्दल व त्याच्या अस्तित्वाबाबत मनात उत्सुकता आहे, त्यासाठी मांडलेले सिद्धान्त म्हणजे धर्म होय.

परमेश्वराच्या शक्तीबद्दल, त्याच्या अस्तित्वाबद्दल लोकांच्या मनात व विशेषत: वैज्ञानिकांच्या मनात शंका असली तरी प्रत्येक समाजातील धर्माचे

अस्तित्व, धार्मिक विधी, प्रथा, परंपरा यांचा समाजजीवनातील प्रभाव ही वास्तवता आहे. म्हणून समाजशास्त्रज्ञ धर्माचा अभ्यास एक सामाजिक संस्था म्हणून करतात. सामाजिक नियंत्रणाचे एक साधन म्हणूनही ते धर्माच्या अध्ययनात अभिरुची दर्शवितात.

representative sample - (रिप्रेझे'न्टेटिव्ह सॅम्पल) **प्रातिनिधिक नमुना :** 'प्रातिनिधिक नमुना' म्हणजे असा नमुना होय की ज्यात मूळ लोकसंख्येचे सत्य किंवा वास्तव प्रतिबिंब पडेल. म्हणजे यात विशेष गुणधर्मांचे जसे आहे तसेच चित्र उमटेल. या विशेष गुणधर्मांत प्रामुख्याने वयाची संरचना, वर्गाची संरचना, शैक्षणिक पार्श्वभूमी इत्यादींचा समावेश होतो. प्रातिनिधिक नमुना निवडताना याचे आश्वासन देणे गरजेचे आहे की नमुनानिवड ही पूर्णपणे यादृच्छिक पद्धतीने करावी. उदा. एखाद्या शहराचे सामाजिक आर्थिक सर्वेक्षण करताना मूळ लोकसंख्येतील सर्व गटांना योग्य प्रतिनिधित्व मिळेल याची दक्षता संबंधित संशोधकाने घेणे गरजेचे आहे. लोकसंख्येच्या संदर्भात नमुनानिवड करताना सर्व वयोगटांतील लोक, सर्व सामाजिक व आर्थिक दर्जांचे लोक सर्व शैक्षणिक दर्जांतील व्यक्ती, लिंगभाव इत्यादींना संशोधनाच्या गुणवत्तेनुसार योग्य प्रतिनिधित्व देणे हे या नमुनापद्धतीचे वैशिष्ट्य होय.

reproduction - (रिप्रॉड'क्शन) **प्रजनन किंवा प्रजोत्पादन :** कोणत्याही समाजात कुटुंबाचे एक अत्यावश्यक कार्य म्हणून प्रजननाचा उल्लेख केला जातो. सर्वसामान्यपणे समाज परस्परांशी विवाहाने बद्ध झालेल्या स्त्री-पुरुषांना (पती-पत्नीला) परस्परांशी शारीरिक संबंध ठेवण्यास मान्यता देतो व अशा संबंधातून जन्माला येणाऱ्या संततीलाच समाजमान्य संतती म्हणून संबोधले जाते. समाजात वयोवृद्ध व्यक्ती या काळाच्या उदरात गडप होतात, म्हणजेच मृत्यूमुखी पडतात. या मृत पावलेल्या सभासदांच्या जागी नवीन सभासद पुरविण्याची जबाबदारी कुटुंबाकडे सोपविण्यात आली आहे. कुटुंबाशिवाय अन्य कोणत्याही मार्गाने जन्माला येणाऱ्या संततीला 'समाजमान्य वा कायदेमान्य संतती' म्हणून मान्यता मिळत नाही.

research - (रिस'र्च) **संशोधन :** एखाद्या विशिष्ट प्रश्नावर अत्यंत सखोल असे अध्ययन करताना त्या प्रश्नाच्या मुळाशी जाऊन तो प्रश्न सोडविण्याच्या दृष्टीने केलेले प्रयत्न म्हणजे 'संशोधन' होय. हे संशोधन करताना संशोधकाचा हेतू हा सिद्धान्तकल्पनांची किंवा गृहीततत्त्वांची चाचणी घेऊन त्या सिद्ध करण्याचा प्रयत्न करणे, नवीन प्रघटनांचा शोध घेणे, प्रचलित प्रघटनांतील नवीन संबंध शोधणे इत्यादी असतो. काही संशोधक तज्ज्ञांच्या मते, नवीन ज्ञान प्राप्त करण्यासाठी

केलेल्या सुव्यवस्थित प्रयत्नांना 'संशोधन' असे म्हणतात. जे. डब्ल्यू. बेस्ट (J. W. Best) यांच्या मते, एक अर्थाने संशोधन म्हणजे वैज्ञानिक पद्धती प्रत्यक्षात कार्यान्वित करण्यासाठी अधिक नियमबद्ध, अधिक आकारबद्ध, अधिक सुव्यस्थित व सखोल प्रक्रिया होय. प्रत्येक ज्ञानशाखा आज संशोधनमार्गाचा अवलंब करीत असली तरी प्रत्येकाच्या संशोधनपद्धतीची तंत्रे व साधने वेगवेगळी असतात, हे लक्षात ठेवणे गरजेचे आहे.

research design - (रिस'र्च डिझा'ईन) **संशोधन आराखडा :** सर्वसाधारणपणे संशोधनप्रक्रियेतील तिसरी पायरी म्हणजे 'संशोधन आराखडा' होय. संशोधन आराखडा हा असा एक मार्गदर्शक कार्यक्रम आहे, की जो संशोधकाला निरीक्षणप्रक्रियेत तथ्यसंकलन, तथ्याचे विश्लेषण आणि स्पष्टीकरण यात मदत वा साहाय्य करतो. संशोधन आराखडा ही पुराव्याची प्रतिकृती असून ती संशोधकाला संशोधनांतर्गत चला-चलातील कार्यकारण संबंधाबाबत अनुमान काढण्यास साहाय्य करते. संशोधन आराखडा सर्वसामान्य क्षमतेच्या क्षेत्राची व्याख्या करतो आणि त्याआधारे जमा केलेल्या माहितीच्या स्पष्टीकरणाचे मोठ्या लोकसंख्येच्या संदर्भात किंवा विविध परिस्थितीच्या संदर्भात सामान्यीकरण करणे शक्य आहे का याचे अनुमान काढतो. डॉ. बोधनकर संशोधन आराखड्यावर विवेचन करताना म्हणतात की, 'श्रम, वेळ, पैसा यांचा जास्तीतजास्त उपयोग करून संशोधनाच्या उद्दिष्टांच्या पूर्ततेसाठी तथ्यांचे संकलन, विश्लेषण, निर्वचन (तथ्याचा अर्थ शोधणे) करून सिद्धान्ताची मांडणी करण्यासाठी निर्णय घेण्याच्या नियोजन प्रक्रियेला संशोधन आराखडा असे म्हणतात.' कोणत्याही प्रकारच्या संशोधनात पुढील कारणांसाठी संशोधन आराखड्याची आवश्यकता आहे– १. अचूक निष्कर्ष काढण्यासाठी. २. तथ्यांचे संकलन करून त्याचा अर्थ लावण्यासाठी. ३. तंत्रासंबंधीचा विचार करण्यासाठी. ४. संशोधनाची आदर्श रूपरेषा ठरविण्यासाठी. ५. चौकशीतंत्रे निर्माण करण्यासाठी. थोडक्यात, संशोधनाची संशोधनपूर्व रूपरेषा म्हणजेच संशोधन आराखडा होय.

research methods - (रिस'र्च मेथड्स) **संशोधन अभ्यासपद्धती :** संशोधन अभ्यासपद्धती म्हणजे कोणत्याही विद्यापीठीय ज्ञानशाखेत शोधासाठी वापरण्यात येणारे तंत्र होय. समाजशास्त्रात अभ्यासपद्धतीचे क्षेत्र अत्यंत विस्तृत असून इतर ज्ञानशाखांतील काही संशोधन अभ्यासपद्धतींचा वापर समाजशास्त्रातही केला जातो. उदा. समाजशास्त्रज्ञ, मानव्यशास्त्रीय शाखेत वापरले जाणारे टीकात्मक तंत्रही वापरतात की ज्यामुळे मूलभूत ग्रंथ, चित्रकला, इमारती इत्यादीसंबंधात

प्रश्न उपस्थित केले जाऊ शकतात. लोकालेखाचे तंत्र समाजशास्त्रज्ञांनी मानवशास्त्रज्ञांकडून उसने घेतले असून त्यांचा वापर आज आधुनिक समाजाचा अभ्यास करण्यासाठी केला जातो; तर ऐतिहासिक पद्धतीचा वापर सामाजिक प्रकारच्या मुळांचे आकलन होण्यासाठी केला जातो.

समाजशास्त्रज्ञांकडून वापरण्यात येणाऱ्या काही शक्तिशाली तंत्रात केंद्रीय व स्थानीय सरकारच्या अनेक ज्ञानशाखांतील संशोधनात सहभागी होणे, नमुनापद्धतीवर आधारित सामाजिक सर्वेक्षण अभ्यासपद्धतीही समाजशास्त्रात उपयोगात आणल्या जातात. समाजशास्त्रात ज्या संख्यात्मक व गुणात्मक संशोधनपद्धतीचा मोठ्या प्रमाणात वापर केला जातो त्यात सहभागी निरीक्षण, प्रत्यक्ष निरीक्षणाचे अन्य प्रकार, सखोल मुलाखती, अभिवृत्ती मापनपद्धती, आशय विश्लेषणपद्धती, दस्तावेज विश्लेषणपद्धती, दुय्यम तथ्य विश्लेषणपद्धती, प्रश्नावलीपद्धती इत्यादींचा समावेश होतो.

विशिष्ट स्वरूपाच्या अध्ययनात ज्या अभ्यासपद्धतीची निवड करावयाची ती अनेक परिस्थितींचा विचार करून, करावी लागते. या परिस्थिती पुढीलप्रमाणे-

अ. ज्या समस्येचे अध्ययन करावयाचे त्याचे स्वरूप निश्चित करणे. (उदा. वयोवृद्धांच्या अनारोग्याचे अध्ययन करावयाचे असेल तर प्रश्नावलीचा वापर परिणामकारक होऊ शकतो किंवा त्यांचे वैद्यकीय कागदपत्र उपयोगी पडू शकतात. जर विपथगामी वर्तनाचे अध्ययन करावयाचे असेल तर सहभागी निरीक्षण उपयोगी ठरेल.)

ब. सैद्धान्तिक अभिवृत्ती (stance) जर अभ्यासावयाची असेल तर त्यासाठी संशोधन किंवा संशोधकांच्या गटाने त्यांच्या पसंतीची अभ्यासपद्धती निवडावी. (उदा. प्रतीकात्मक आंतरक्रियावादी संशोधक प्रत्यक्ष निरीक्षणपद्धतीची निवड करण्याची शक्यता जास्त असते.)

क. संशोधनासाठी उपलब्ध पैसा व वेळ यांनुसार अभ्यासपद्धतीची निवड करावी. (उदा. टपालाने पाठवावयाची प्रश्नावली ही समोरासमोरच्या मुलाखतीपेक्षा स्वस्त पडते, तर नवीन सर्वेक्षण करण्यापेक्षा दुय्यम तथ्याचे विश्लेषण स्वस्त पडते.)

ड. संशोधनाचा प्रकार आणि पुरावा मिळण्याची खात्री, संशोधनाचे प्रायोजक आणि संशोधनासाठी निवडलेले श्रोते या आधारे संशोधन अभ्यासपद्धतीची निवड करावी. (उदा. संशोधन जर प्रायोजित केले असेल, तर गुणात्मक तथ्यसंकलनापेक्षा संख्यात्मक तथ्यसंकलन करणे जास्त चांगले.)

सारांशरूपात असे म्हणता येईल की, संशोधनाचा विषय, त्याचे स्वरूप, त्याचा विचार, उपलब्ध वेळ व पैसा या आधाराने संशोधकाने योग्य अभ्यासपद्धतीची निवड करावी.

residence - (रे'सिडन्स) **निवासव्यवस्था :** 'निवासव्यवस्था' या संज्ञेचा सरळ, साधा, सोपा अर्थ आहे तो म्हणजे तुम्ही ज्या परिसरात राहता त्या परिसरातील तुमचे राहण्याचे ठिकाण होय. निवासव्यवस्थेचा विचार करता साध्या झोपडीपासून ते आलिशान बंगल्यापर्यंत तुमचे घर असू शकते. तुम्ही ज्या प्रकारच्या घरात राहता त्यावरून तुमचा आर्थिक, सामाजिक दर्जा लक्षात येतो. परिसराचा विचार करता ग्रामीण, नागरी परिसर हाही तुमच्या निवासव्यवस्थेचे एक अंग होय. परंतु समाजशास्त्रात 'निवासव्यवस्था' या संज्ञेचा विशिष्ट अर्थ आहे. विवाह ही प्रत्येक समाजातील एक महत्त्वपूर्ण संस्था. विवाहानंतर नवविवाहित दाम्पत्याने राहण्यासाठी किंवा निवासासाठी कोठे जावे यासंबंधी काही नियम असतात व त्यानुसार ते निवासासाठी विशिष्ट ठिकाणी जातात. त्यासाठी निवासव्यवस्थेचे काही नियम असतात- (पहा–patrilocal residence and matrilocal residence–पितृस्थानीय निवास व मातृस्थानीय निवास.)

residues - (रे'सिड्यूज) **अवशेष :** विल्फ्रेडो पॅरेतो यांच्या घटक सिद्धान्ताचा एक घटक म्हणजे 'अवशेष' होय. पॅरेतोच्या मते, अवशेष या विशिष्ट प्रकारच्या प्रेरणा होत. अवशेष या प्रेरणास्वरूप घटकाची तीन वैशिष्ट्ये पॅरेतो प्रतिपादन करतात, १. सापेक्षतेने विचार करता अवशेष हे स्थिर घटक आहेत. २. अवशेषाचा उल्लेख जरी सहजप्रवृत्ती व भावना म्हणून करता येत नसला, तरी अवशेष हे सहजप्रवृत्तीचे किंवा भावनांचे प्रकटीकरण होय. ३. अवशेष हे बुद्धिप्रामाण्यावर आधारलेले नाहीत किंवा बुद्धिप्रामाण्याच्या आधाराने त्यांचे समर्थन करता येत नाही.

अवशेषावर अधिक स्पष्टीकरण करताना पॅरेतो म्हणतात, की एखाद्या तापमापिकेतील पारा उष्णता वाढली की प्रसरण पावून स्वत:चे अस्तित्व जसे प्रकट करतो; तसेच प्रेरणांच्या साहाय्याने अवशेष त्यांच्यातील भावना व सहजप्रवृत्ती यांचे प्रकटीकरण करतात. (पहा–derivations–युक्तिवाद.)

resocialization - (रिसो'शलाइझेशन) **पुनर्सामाजिकीकरण :** ज्या समाजव्यवस्थेत व्यक्तीवर सामाजिकीकरणाची प्रक्रिया पूर्ण करण्यात आली होती त्या समाजव्यवस्थेपेक्षा वेगळ्या समाजव्यवस्थेत जीवन जगण्याचा जेव्हा व्यक्तीवर प्रसंग येतो; तेव्हा त्या वेगळ्या प्रकारच्या समाजव्यवस्थेतील परंपरा, रीतीरिवाज,

श्रद्धा, आचार या संबंधी त्या व्यक्तीवर परत एका सामाजिकीकरणाची प्रक्रिया करून या नवीन सांस्कृतिक बाबी तिच्या मनावर बिंबवाव्या लागतात. यासाठी 'पुनर्सामाजिकीकरण' या संज्ञेचा वापर केला जातो. सैनिक प्रशिक्षण केंद्रात सहभागी झालेल्या प्रशिक्षणार्थींना त्यांच्या नागरी श्रद्धा, नागरी वर्तन याकडून सैनिकी श्रद्धा, सैनिकी वर्तन यांकडे वळविणे म्हणजे एक प्रकारचे पुनर्सामाजिकीकरण करणे होय. वैद्यकीय महाविद्यालयातील विद्यार्थ्यांना वैद्यकीय शरीरशास्त्रज्ञांत सापडणाऱ्या श्रद्धा आणि वर्तनप्रकारांची माहिती देऊन त्यापासून दूर राहण्याचा सल्ला म्हणजेच एक प्रकारचे पुनर्सामाजिकीकरण होय.

resource - (रिसोर्स) **साधनसंपत्ती किंवा साधनसामग्री :** समाजात जीवन जगताना जीवन जगण्यासाठी आवश्यक म्हणून अनेक साधनसामग्रींचा वापर करावा लागतो. यात उत्पादनासाठी लागणारी यंत्रणा, वाहतुकीसाठी लागणारी यंत्रणा, आपले घर, घरातील आपले जीवन सुखी करणाऱ्या असंख्य वस्तू, आपली शिक्षणव्यवस्था, अर्थव्यवस्था इत्यादी सर्वांचा समावेश 'साधनसामग्री' वा 'साधनसंपत्ती' या संज्ञेत केला जातो. तज्ज्ञांनी साधनसामग्रीचे सर्वसामान्यपणे दोन प्रकारांत विभाजन केले आहे. १. नैसर्गिक साधनसामग्री आणि २. सामाजिक साधनसामग्री होय. या दोन प्रकारांवर आपण थोडक्यात चर्चा करू.

१. नैसर्गिक साधनसामग्री : नैसर्गिक साधनसामग्रीत जमीन, खनिज तेल, खनिज पदार्थ, पाणी इत्यादींचा समावेश होतो व या साधनसामग्रीच्या एकूण उपलब्धतेवर देशाचा आर्थिक विकास अवलंबून असतो. विपुल खनिजतेलाच्या साठ्यामुळे आखाती देश कसे श्रीमंत झाले यांचा अनुभव जग घेत आहेच.

२. सामाजिक साधनसाम्रगी : समाजातील अशा सर्व व्यक्ती किंवा संघटना की ज्या व्यक्तींना किंवा सामाजिक कार्य गटाला, सामाजिक समस्या सोडविण्यासाठी मदत करू शकतील अशा सर्वांचा समावेश सामाजिक साधनसामग्रीत होतो. काही तज्ज्ञांच्या मते, मनुष्य हा सर्वश्रेष्ठ सामाजिक साधनसामग्री होय. मानवी वापराच्या सर्व वस्तूंचा निर्माता मनुष्य आहे. मानवाची निर्मितिक्षमता, त्याची एकूण बौद्धिक पातळी यांचा अंतर्भावही सामाजिक साधनसामग्रीत होतो.

respondent or informant - (रिस्पॉन्डन्ट ऑर इन्फॉर्मन्ट) **प्रतिवादी किंवा उत्तरदाता :** सामाजिक सर्वेक्षणातील प्रश्नावलीला किंवा मुलाखत घेणाऱ्या संशोधकाने विचारलेल्या प्रश्नांना उत्तरे देणारी कोणतीही व्यक्ती 'प्रतिवादी' वा 'उत्तरदाता' या संज्ञेला पात्र ठरते. सामाजिक शास्त्रात व विशेषत: समाजशास्त्रात

उत्तरदात्याने दिलेल्या उत्तरावरच व त्यातील सत्यासत्येवरच संशोधनाचे यशापयश अवलंबून असते. न्यायशास्त्रात प्रतिवादी म्हणजे त्याच्या विरुद्ध कोर्टात किंवा न्यायालयात खटला दाखल करण्यात आला आहे अशी व्यक्ती व व्यक्तींचा गट होय.

response - (रिस्पॉन्स) **प्रतिसाद :** टॉलकॉट पार्सन्स यांनी त्यांच्या क्रियासिद्धान्तात आंतरक्रियेच्या निर्मितीसाठी अत्यावश्यक म्हणून 'प्रतिसाद' या संकल्पनेचा वापर केला होता. पार्सन्स यांच्या मते, एका व्यक्तीने केलेल्या क्रियेला किंवा एका कर्त्याने केलेल्या क्रियेला दुसरी व्यक्ती सर्वसाधारणपणे तशाच प्रकारची क्रिया करण्याची जी कृती करते त्यास 'प्रतिसाद' म्हणतात. पहिली व्यक्ती जी क्रिया करते त्यास 'साद' (stimulent) असे म्हणतात. यानंतर पहिल्या कर्त्याने केलेल्या क्रियेसारखीच कृती करतो त्यास 'प्रतिसाद' (response) म्हणतात. (खालील आकृती पहा.)

पहिला कर्ता → अभिवादनाची क्रिया → साद →

दुसरा कर्ता ← अभिवादनाची तशीच ← प्रतिसाद ←

शिक्षक-विद्यार्थी, बँक कारकून-ग्राहक, बसवाहक-प्रवासी, माताह्रापिताह्रामुले, नेता-अनुयायी इत्यादी क्षेत्रांत आकृतीत दाखविल्याप्रमाणे साद-प्रतिसाद सातत्याने चालू असतात, त्यास क्रिया-आंतरक्रिया म्हणतात व ती एक व्यवस्था बनते.

response rate - (रिस्पॉन्स रेट) **प्रतिसाद प्रमाण किंवा दर :** सामाजिक किंवा समाजशास्त्रीय संशोधनात 'प्रतिसाद प्रमाण' या संकल्पनेला खूपच महत्त्व आहे. उदा. एखाद्या सामाजिक संशोधनात संशोधकाने किती व्यक्तींना मुलाखतीला येण्याचे आमंत्रण दिले व प्रत्यक्षात किती व्यक्ती उपस्थित राहिल्यात किंवा संशोधकाने किती व्यक्तींना संशोधनाशी संबंधित प्रश्नावली दिल्यात व प्रत्यक्षात किती व्यक्तींनी त्या भरून पाठविल्यात, यावरून प्रतिसाद प्रमाण संशोधकाच्या लक्षात येतो. समजा एखाद्या संशोधकाने ५०० संबंधित व्यक्तींना प्रश्नावली भरण्यासाठी दिल्या व त्यांपैकी फक्त १६६ लोकांनी त्या भरून पाठविल्या; बाकीच्यांनी प्रतिसादच दिला नाही. म्हणजे या ठिकाणी प्रतिसादाचे प्रमाण किंवा प्रतिसाद दर केवळ ३२.२% एवढा होता. संशोधकाला संशोधनामध्ये जितकी अभिरुची असते, तितकी अभिरुची माहिती देणाऱ्याला नसते. माहितीचा दुरुपयोग होण्याची भीतीही माहिती देणाऱ्यांना वाटते व परिणामत: प्रतिसादाचे प्रमाण कमी होते.

responsibility - (रिस्पॉन्सिबि'लिटी) **जबाबदारी किंवा उत्तरदायित्व :** व्यक्तींनी केलेल्या क्रिया आणि त्यांचे परिणाम यांचा हिशेब देणे वा सादर करणे म्हणजे 'जबाबदारी' होय. या संज्ञेत काही प्रमाणात क्रियेच्या आकलनशक्तीच्या स्वरूपाचा आणि परिणामाचा निर्देश केला जातो. मग ती क्रिया जाणीवपूर्वक (मुद्दाम) केलेली असो वा ऐच्छिक स्वरूपाची असो. जबाबदारी या संज्ञेचा संबंध पार्सन्स यांनी दर्जा व भूमिकांशी जोडला आहे. उदा. आपल्या मुलांचे संगोपन करणे ही मातापित्यांची जबाबदारी किंवा कर्तव्य आहे. विद्यार्थ्यांनी अभ्यास करणे, शिक्षकांनी शिकविणे, राज्यकर्त्यांनी राज्याच्या हितसंबंधांचे रक्षण करणे ही संबंधितांची जबाबदारी होय व त्यांचे त्यांनी पालन करणे अपेक्षित आहे.

retreatism - (रेट्री'टीझम) **माघार घेणे किंवा आश्रय देणे :** मर्टन यांनी प्रतिपादन केलेल्या प्रमाणकशून्यतेच्या प्रकारांपैकी एक प्रकार म्हणजे 'माघार घेणे' किंवा 'आश्रय देणे' होय. यात संबंधित व्यक्तीला समाजाच्या सभासदत्वापासून अलग केले जाते. मनोरुग्ण व्यक्ती, दारुड्या व्यक्ती, फिरस्त्या किंवा भटक्या व्यक्ती या सर्वांना समाजापासून वेगळे जेव्हा केले जाते तेव्हा अशा व्यक्तींसाठी ही संज्ञा वापरतात. या व्यक्ती स्वत:ची काळजी घेण्यास असमर्थ असल्यामुळे समाजापासून जरी त्यांना वेगळे केले, तरी त्यांना आश्रय देऊन त्यांच्यात सुधारणा घडवून आणण्याचा प्रयत्न केला जातो.

reverse discrimination - (रिव्ह'र्स डिसक्रिमिने'शन) **विरुद्ध विभेदीकरण :** (पहा–positive discrimination–प्रत्यक्षवादी विभेदीकरण.)

revisionism - (रिव्हि'जनिझम) **सुधारणावाद :** बदलत्या आर्थिक आणि सामाजिक परिस्थितीच्याद्वारे मार्क्स यांच्या क्रांतिकारी विचारात समाजवादी (socialist) विचारवंतांनी पुनर्मूल्यमापन आणि सुधारणा करण्याचा केलेला प्रयत्न म्हणजे 'सुधारणावाद' होय. सर्व सुधारणावादी विचारवंतांत अत्यंत प्रसिद्ध असलेला सुधारणावादी विचारवंत म्हणजे जर्मनीतील सामाजिक लोकशाहीवादी विचारवंत एडवर्ड बरस्टन (Edward Berstein) हा होय. १८९० च्या दशकाच्या शेवटी शेवटी बरस्टन असा विवाद करतात, की मार्क्स यांचे बहुसंख्य आर्थिक सिद्धान्त आणि भविष्यकालासंबंधीची सर्व प्राक्कथने नवीन भांडवलशाहीव्यवस्थेने अमान्य असल्याचे सिद्ध केले होते. याचा परिणाम शेतीव्यवसाय बुडणार नाही, मध्यम वर्ग नष्ट होणार नाही, संघर्ष किंवा कलह वाढणार नाहीत, विपत्तीत आणि गुलामगिरीत वाढ होणार नाही, असे त्याचे मत होते. बरस्टन शेवटी या निष्कर्षाप्रत

पोहोचतात, की कामगार चळवळीचा अंतिम उद्देश आज महत्त्वाचा मानला जात नाही. दैनंदिन जीवन-संघर्षात महत्त्वाचे काय आहे, तर भांडवलशाही अंतर्गत समाजात कार्यरत असलेल्या किंवा जीवन जगत असलेल्या कामगारांच्या स्थितीत सुधारणा घडवून आणणे होय. समाजवादी उत्क्रांतीत, कामगार वर्गाच्या हिंसात्मक क्रांतीपेक्षा संसदीय सुधारणा-कार्यक्रम महत्त्वाचा मानला जातो. १९६० च्या दशकात अनेक पश्चिम युरोपातील पक्षांच्या सुधारणावादी कल्पनांत मोठ्या प्रमाणात वाढ झाली होती.

revolution - (रिव्होल्यूशन) **क्रांती** : 'क्रांती' म्हणजे राजकीय व सामाजिक क्षेत्रातील राज्यसत्ता ही बहुजन चळवळीच्या नेत्याद्वारे हिंसेच्या मार्गाने बळकावणे होय आणि नंतर त्या सत्तेचा वापर सामाजिक सुधारणेच्या प्रमुख प्रक्रियांचा प्रारंभ करण्यासाठी केला जाणे होय. क्रांती ही आकस्मिक उठावापेक्षा वेगळी असते. आकस्मिक उठावात सत्ता हस्तगत करण्यासाठी शक्तीचा वापर केला जातो परंतु यात वर्गसंरचना किंवा राजकीय व्यवस्था यात कोणतेही परिवर्तन केले जात नाही; तसेच या हिंसात्मक आकस्मिक उठावाला बहुजनांचा किंवा जनतेचा पाठिंबापण नसतो. विसाव्या शतकात झालेल्या बहुसंख्य क्रांती या औद्योगिक समाजात न होता रशिया (१९१७), चीन (१९४९) आणि उत्तर व्हिएतनाम (१९५४) इत्यादी ग्रामीण, कृषी समाजात झाल्याचे आढळून आले आहे. क्रांतिकारी परिवर्तनाचे स्पष्टीकरण करणारे विविध सिद्धान्त अस्तित्वात असून त्यांपैकी अत्यंत प्रभावी सिद्धान्त म्हणजे मार्क्सवाद होय. मार्क्सवादाचा प्रत्यक्ष वापर करण्याचे महत्त्वाचे उदाहरण म्हणजे रशियाच्या संदर्भात लेनिन यांनी निर्माण केलेली क्रांतिकारी परिस्थिती होय. लेनिन स्वत: असा विवाद करीत होते, की जेव्हा तीन मूलभूत घटक पुढील भूमिका बजावतात तेव्हा क्रांतिकारी परिस्थिती निर्माण होते, अ. जेव्हा जनता किंवा बहुजन जुन्या पद्धतीने जीवन जगण्यास तयार नसतात. ब. सत्ताधारी पक्ष जेव्हा जुन्या पद्धतीने राज्य करण्यास तयार नसतो. क. जेव्हा शोषित आणि दलित वर्गातील लोकांच्या जीवनातील अडचणी आणि दारिद्र्य यांत वाढ होऊन ते अधिक तीव्र बनतात तेव्हा क्रांतीला पोषक परिस्थिती तयार होते.

क्रांतीचा दुसरा (सामाजिक) अर्थ आहे, समाजाच्या कोणत्याही महत्त्वाच्या पैलूत व स्वरूपात होणारे प्रमुख बदल. याचा संदर्भ हा आर्थिक परिवर्तनाशी असून त्यात औद्योगिक क्रांती समाविष्ट आहे. यात व्यक्तीच्या वैयक्तिक वर्तनात, त्यांच्या लैंगिक वर्तनात किंवा शैक्षणिक वर्तनात होणारे बदल हे आधुनिक क्रांती,

लैंगिक किंवा ज्ञानाच्या क्षेत्रातील क्रांती म्हणून ओळखल्या जातात. वैज्ञानिक क्षेत्रात झालेले बदल, लागलेले नवनवीन शोध, त्यांमुळे सामाजिक जीवनात झालेली उलथापालथ इत्यादींचा उल्लेख वैज्ञानिक क्रांती म्हणून केला जातो.

मूलत: क्रांतीचा उगम हा समाजात होणाऱ्या चक्राकार परिवर्तनप्रक्रियेतून १७ व्या शतकात झाल्याचे पुरावे सापडतात.

reward system - (रिवॉर्ड सि'स्टिम) **बक्षीस व्यवस्था :** सर्वसाधारण समाजशास्त्रीय संकल्पना म्हणून जेव्हा आपण बक्षीस व्यवस्थेचा विचार करतो तेव्हा त्यात मूल्यवान वस्तू व सेवा या मोबदल्यात रकमेचा समावेश होतो आणि समाज आपल्या अंगभूत घटकांना अशा प्रकारच्या बक्षिसाचा स्वीकार, सामाजिक सेवेत सहभागी झाल्याचा मोबदला म्हणून करण्यास मान्यता देतो. उदा. कामगारांना मिळणारे वेतन त्यांच्या सेवेचे बक्षीस होय. जमीनमालक किंवा घरमालकांना प्राप्त होणारे भाडे, त्यांच्या जमीन वा घर वापरल्याच्या मोबदल्यात मिळणारे बक्षीसच होय. या प्रकारे गुंतवणुकीवर मिळणारे व्याज, उत्पादनावर मिळणारा नफा हेही एक प्रकारचे बक्षीस होय. याशिवाय विशिष्ट क्षेत्रात उल्लेखनीय कामगिरी केल्याबद्दल दिले जाणारे पारितोषिक म्हणजेही एक प्रकारचे बक्षीस होय. शिक्षण, नाट्य, नृत्य, गायन, व्यवस्थापन, उद्योग, क्रीडा या व यांसारख्या अनेक क्षेत्रांत सर्वोत्कृष्ट कार्य केल्याबद्दल दिले जाणारे पुरस्कार बक्षीसच होय. भारतात दरवर्षी दिले जाणारे भारतरत्न, पद्मविभूषण, पद्मभूषण, पद्मश्री इत्यादी पुरस्कार एक प्रकारचे बक्षीस होय. तसेच जागतिक पातळीवर दिले जाणारे नोबेल पारितोषिक हेही एक प्रकारचे बक्षीस होय. चांगल्या कार्याचे कौतुक म्हणजे बक्षीस होय. याशिवाय समाजशास्त्रात सामाजिकीकरणप्रक्रियेचे महत्त्वाचे अंग म्हणून बक्षीस व शिक्षा या दोन तत्त्वांचा उल्लेख केला आहे. मुलाचे सामाजिकीकरण करताना मुलावर योग्य संस्कार व्हावेत, त्याला योग्य वळण लागावे म्हणून बक्षिसांची व्यवस्था आहे. केवळ स्मित, शाबासकी, एखादे चॉकलेट हेही 'बक्षीस' या संज्ञेला पात्र ठरतात. प्रत्येक समाजात कोणत्या ना कोणत्या स्वरूपात बक्षीस देण्याची व्यवस्था असतेच.

right - (राइट) **हक्क किंवा अधिकार :** हक्क किंवा अधिकार ही संकल्पना संपूर्ण इतिहासात विविध प्रकारांनी अग्रस्थानी असल्याचे आढळून येते. परंतु हक्काच्या आधुनिक पाश्चिमात्य संकल्पनेचा शोध आपल्याला इंग्रजांच्या मॅग्ना कार्टा (Magna Carta) यात, अमेरिकेच्या स्वातंत्र्याच्या जाहीरनाम्यात, तर

मानवाचे व नागरिकाचे हक्क यासंबंधीच्या फ्रान्सच्या जाहिरनाम्यात घ्यावा लागतो. १० डिसेंबर १९४८ रोजी युरोप खंडात नाझी हिटलर यांनी ज्यू लोकांचा जो संहार केला त्याविरुद्ध आंतराष्ट्रीय पातळीवर जी जागृती निर्माण झाली, त्याचा परिणाम म्हणून राष्ट्रसंघाच्या सर्वसाधारण सभेने मानवी हक्कांच्या संदर्भात सार्वभौतिक जाहीरनामा प्रसिद्ध केला की ज्यात जीवन जगण्याचा, स्वातंत्र्याचा, व्यक्तीच्या सुरक्षिततेचा, कायद्यासमोर प्रत्येक व्यक्ती समान या तत्त्वांच्या हक्काला मान्यता, संचारस्वातंत्र्याचा हक्क, राष्ट्रीयत्वाचा हक्क, विचारस्वातंत्र्याचा हक्क, सदसद्विवेकबुद्धी व धर्मस्वातंत्र्याचा हक्क, शांततामय सहजीवनात सहभागी होण्याचा व एकत्र येण्याचा हक्क, सरकारी कार्यक्रमात सहभागी होण्याच्या हक्कास मान्यता इत्यादींचा समावेश करण्यात आला होता.

समाजशास्त्रात मात्र हक्काचा उदय विशेष समुदायाचा विकास होण्याच्या भावनेतून विकसित झाल्याचे दिसून येते. हक्क हा एक सामाजिक शोध असून त्याने राजकीय जीवनात महत्त्वाची स्पर्धात्मक भूमिका बजावल्याचे दिसते.

भारतापुरता विचार करता भारताच्या राज्यघटनेद्वारा मूलभूत अधिकारांसहित किंवा हक्कांसहित अनेक हक्क भारतीय जनतेला बहाल करण्यात आले. यात समता, स्वातंत्र्य, बंधुता इत्यादींसंबंधीच्या अधिकारांचा समावेश आहे. हक्क केवळ जनतेला प्रदान करून चालत नाही तर हक्कांसंबंधी जनतेत जागृती निर्माण होणे गरजेचे आहे. अशा हक्कांत मानवी हक्क, नागरी हक्क, मालमत्तेसंबंधीचे हक्क, शिक्षणाचे हक्क इत्यादींचाही अंतर्भाव केला आहे.

right wing - (राइट विंग) **उजवा पक्ष किंवा उजवी बाजू :** कोणत्याही विचारप्रणालीदर्शक गटाचा असा भाग की ज्याचा कल सापेक्षत: कर्मठवादाकडे किंवा प्रतिक्रियावादाकडे झुकलेला असतो आणि जो गटातील कर्मठतेच्या वैशिष्ट्यांना किंवा तत्त्वांना पाठिंबा देतो. त्या गटासाठी प्रामुख्याने उजवा पक्ष किंवा उजवी बाजू ही संज्ञा वापरण्यात येते. राजकारणाचा विचार करता साम्राज्यशाही, भांडवलशाही, मुक्त व्यापार यांना पाठिंबा देणाऱ्या विचारांचा समावेश उजव्या बाजूत केला जातो. अमेरिका, इंग्लंड, जर्मनी, फ्रान्स, कॅनडा इत्यादी राष्ट्रे उजव्या पक्षात वा उजव्या बाजूत समाविष्ट आहेत.

risk society - (रिस्क सोसायटी) **जोखीम समाज :** 'जोखीम समाज' ही संज्ञा किंवा संकल्पना आधुनिक समाजाच्या परिस्थितीच्या संदर्भात वापरली जाते की ज्यात असे ठासून प्रतिपादन केले जाते की आज आपण प्रत्येक ठिकाणी

वस्तुनिर्मितीच्या क्षेत्रात एक प्रकारची अनिश्चितता अनुभवतो की जी मानवी ज्ञानाच्या आणि त्याचा जगभर झालेल्या परिणामाच्या वृद्धीची निर्मिती होय. आधुनिक जगाला आज धोका आहे तो आण्विक युद्धाचा आणि विज्ञाननिर्मित परिसर आपत्तीचा, पर्यावरण प्रदूषणाचा. या वरील सर्व बाबी आधुनिक समाजातील मानवी जीवनाचा धोका वाढविण्यास मदत करतात. या अर्थाने आधुनिक समाज हा जोखीम समाज होय.

ritualism - (रिच्युअलिझम) **धार्मिक विधिवाद :** धार्मिक विधी व्यवहारात आणणे, त्यांचा जीवनात वापर करणे किंवा धार्मिक विधींचे पालन करणे इत्यादींसाठी निर्माण झालेली व्यवस्था म्हणजे 'धार्मिक विधिवाद' (ritualism) होय. चर्च, मशिदी, मठ, सैनिक संघटना; तसेच अनेक अन्य संघटित गट विशिष्ट प्रकारच्या वर्तनाला चिकटून राहतात. यासाठीही 'धार्मिक विधिवाद' ही संज्ञा वापरली जाते. धर्मगुरूचा विशिष्ट पोशाख, मिरवणुकीने त्यांना विशिष्ट स्थानी आणून उच्चासनावर बसविणे, विवाहविधीतील वधूचा विशिष्ट स्वरूपाचा पोशाख इत्यादींचा समावेश विशिष्ट वर्तनप्रक्रियेत होतो व त्यासाठीही ही संज्ञा वापरतात.

ritual or rite - (रिच्युअल ऑर राईट) **धार्मिक विधी किंवा संस्कार :** प्रत्येक धर्माचे क्रियाशील अंग म्हणजे त्या त्या धर्मामध्ये केले जाणारे धार्मिक विधी किंवा संस्कार होत. प्रत्येक धर्मात आढळणारा सर्वमान्य विधी म्हणजे व्यक्तीला धर्माची दीक्षा देणे होय. रूढार्थाने मातापित्यांचा जो धर्म, तोच मुलांचाही धर्म ठरत असला; तरी धर्माची विधिवत दीक्षा घेतल्याशिवाय त्या मुलांना धर्माचे सभासदत्व व त्या अंगाने मिळणारे धर्माचे इतर फायदे मिळत नाहीत. हिंदूंचा उपनयन संस्कार, इस्लामचा सुंता विधी, ख्रिस्ती धर्मीयांचा बासिस्मा विधी, बौद्ध धर्मातील प्रव्रज्या व जैन धर्मातील प्रव्रज्या जैन धर्मातील प्रव्रज्या किंवा उपनीती वा उपनयन हे विधी दीक्षाविधी म्हणूनच ओळखले जातात.

हॅरी जॉन्सन व अन्य समाजशास्त्रीय तज्ज्ञांनी धार्मिक विधींची पुढील वैशिष्ट्ये विशद केली आहेत– १. धार्मिक विधी हा एखाद्या पवित्र वस्तूंच्या संदर्भात केलेल्या हातचलाखीच्या क्रियेचा एक भाग असतो. २. धार्मिक विधी हे त्या त्या धर्माच्या व्यवस्थेचा एक भाग असतात. ३. काही धार्मिक विधी हे कदाचित सुखकारक किंवा आनंददायी असतीलही परंतु ते समाजाच्या करमणुकीचा हिस्सा मानला जात नाहीत. एमिल द्युरखेम या तज्ज्ञांच्या शब्दांत सांगावयाचे झाल्यास धार्मिक विधी मानवी जीवनाचे एक गंभीर अंग होय. ४. विशिष्ट उद्देशप्राप्तीसाठी केलेल्या धार्मिक विधीत कोणता ना कोणता तरी कार्यकारणभाव

व त्या संबंधीच्या निर्देशित क्रिया यांचा समावेश असतो. ५. धार्मिक विधीचे स्वरूप कालमान व परिस्थितीनुसार बदलते. ६. धार्मिक विधी हे नैतिक क्रियेपासून वेगळे आहेत.

धार्मिक विधी प्रत्येक धर्माच्या संरचनेचे एक अंग असले तरी त्याचे प्रकटीकरण विधींच्या कार्यात्मकतेद्वारेच होते. आदिवासी जमातीत मात्र धार्मिक विधीच्या प्रकटीकरणाला अधिक महत्त्व आहे.

rivalry - (रा'इव्हल्री) **स्पर्धा किंवा चुरस** : नियमाच्या अंतर्गत (यात लोकनीती, कायद्याच्या संहिता इत्यादींचा समावेश होतो.) वैयक्तिक पातळीवर चालणारी स्पर्धा यात येते. त्यासाठी 'चुरस' या संज्ञेचा वापर केला जातो. या चुरशीचा उद्देश संघर्षाची तीव्रता कमी करणे हा असतो; की ज्यामुळे कालांतराने संघर्षाला प्रतिबंध करणे शक्य होऊ शकेल. चुरस ही जशी वैयक्तिक पातळीवर असते, तसेच ती गटात्मक पातळीवरही असते. दोन गटांतील खेळाचा सामना, दोन राजकीय पक्षांतील सत्ता हस्तगत करण्यासाठी निवडणूक जिंकण्यासाठीची चुरस महत्त्वाची असून ती नियमानुसार चालते.

role - (रोल) **भूमिका** : 'भूमिका' ही मूळ कल्पना नाट्यसृष्टीतील असून वेबस्टर या विचारवंतानुसार नाटकात एखाद्या नटाने किंवा नटीने वठविलेले किंवा केलेले काम म्हणजे भूमिका होय. बर्जेस या समाजशास्त्रज्ञाने प्रथमत: 'भूमिका' या संज्ञेचा वापर समाजशास्त्रात करताना व्यक्ती तिच्या दर्जानुरूप जे कार्य करते, त्यास भूमिका असे संबोधले. काही समाजशास्त्रज्ञांच्या मते, दर्जाशी अनुरूप वर्तनप्रकार म्हणजे किंवा दर्जाचे क्रियाशील रूप म्हणजे भूमिका होय. या दृष्टीने विचार करता दर्जाशिवाय भूमिकेला काहीच अर्थ नसतो. प्रत्येक व्यक्तीला समाजात एक दर्जा असतो व त्यानुसार त्याला त्यासंबंधातील त्याची भूमिका पार पाडावी लागते.

role behaviour - (रोल बिहे'व्हिअर) **भूमिकावर्तन** : व्यक्तीला तिच्या दर्जानुरूप भूमिका वठवावी लागते. प्रत्येक भूमिकेच्या वर्तनाचा एक बाज किंवा एक साचा असतो व त्यासाठी 'भूमिकावर्तन' ही संज्ञा वापरली जाते. उदा. आईची भूमिका पार पाडणाऱ्या स्त्रीचे वर्तन मुलांसमोर आदर्शच असले पाहिजे. त्यामुळे आईने तिच्या मुलाच्या संदर्भातील भूमिका पार पाडताना त्यांच्यासमोर शृंगारिक वर्तन करण्याचे टाळावे, अन्यथा तिच्या आईच्या प्रतिमेला धक्का बसेल. तसेच विद्यार्थ्यांसमोर शिक्षकांचे वर्तन ज्ञानसंपन्न व आदर्शच असले पाहिजे. शिक्षकांनी

विद्यार्थ्यांनी विचारलेल्या कोणत्याही शंकेचे उत्तर दिले पाहिजे, उत्तर देण्याची टाळाटाळ करू नये. नाहीतर त्यांच्याबद्दलच्या शिक्षकरूपी प्रतिमेला धक्का बसेल. याच धर्तीवर धर्मगुरू, शिष्य, नेता, अनुयायी, अधिकारी, अन्य कर्मचारी यांच्या भूमिकांबाबत व त्या भूमिकेशी निगडित वर्तनाबाबत म्हणता येईल. कोणत्याही अधिकाराची भूमिका बजावताना त्यांचे वर्तन नियमबद्ध, कनिष्ठांना प्रेरणा देणारे व आदर्शात्मक असावे अशी अपेक्षा असते. भूमिकेनुरूप आपल्या वर्तनाचा साचा निर्धारित करणे म्हणजे भूमिकावर्तन होय.

role conflict - (रोल कॉ'नफ्लिक्ट) **भूमिकासंघर्ष :** भूमिकासंघर्ष हा अशा वेळेस आकाराला येतो की एकाच व्यक्तीच्या दोन भूमिकांत वेगवेगळ्या प्रकारच्या वर्तनाची अपेक्षा केली जाते. उदा. एक व्यक्ती एकीकडे न्यायाधीश आहे, तर दुसरीकडे पिता. न्यायाधीशाची भूमिका वठविताना त्या व्यक्तीचे वर्तन भावनाविरहित, वस्तुनिष्ठ दृष्टिकोन असणारे असावे. परंतु पिता म्हणून भूमिका वठविताना त्यांच्या वर्तनात भावनात्मकता महत्त्वाची ठरते. परंतु जोपर्यंत या भूमिका वेगवेगळ्या आहेत तोपर्यंत त्यांच्या वर्तनाची दिशा वेगवेगळी असते. न्यायाधीश म्हणून कोर्टात अपराध्याला, दयामाया न करता, कठोर शिक्षा करणारे हे गृहस्थ घरी मात्र पित्याची भूमिका बजावणारे वर्तन करताना हळवे बनतात. परंतु एक दिवस या न्यायाधीशासमोर त्यांचा मुलगा किंवा मुलगी यांनाच आरोपी म्हणून जेव्हा उभे केले जाते, तेव्हा त्या गृहस्थाची न्यायाधीशाची भूमिका व पित्याची भूमिका यात संघर्ष निर्माण होतो. न्यायाधीशाची भूमिका प्रामाणिकपणे पार पाडावयाची तर पिता म्हणून मुलांवर अन्याय केल्यासारखे होईल व जर पित्याची भूमिका पार पाडावयाची म्हटले तर न्यायाधीशाच्या भूमिकेला बट्टा लागण्याची शक्यता असते. व्यक्तीची ही द्विधा स्थिती म्हणजे 'भूमिकासंघर्ष' होय. जीवनात प्रत्येक व्यक्तीला अशा संघर्षाचा केव्हा ना केव्हा सामना करावाच लागतो. महाभारतात कौरव-पांडव युद्धात पांडवांचा सेनापती अर्जुन याच्या मनात, युद्ध लढवावे की लढवू नये या प्रकारचा संघर्ष निर्माण झाला होता. या प्रकारच्या संघर्षावर 'गीतारहस्य'मध्ये भाष्य करताना लोकमान्य टिळक यांनी याचे वर्णन 'विमोह' या संज्ञेने केले असून लोकमान्य टिळक म्हणतात, अर्जुनापुढे आलेला हा विमोहाचा प्रसंग अद्वितीय असा नसून प्रत्येकाला अशा विमोहाच्या किंवा संघर्षाच्या प्रसंगाचा सामना करावाच लागतो.

role conjugal - (रोल कॉ'जुगल) **भूमिका वैवाहिक :** यात कुटुंबातील पती-पत्नींच्या वेगवेगळ्या भूमिकांचा उल्लेख असून त्याचा परिणाम म्हणून कुटुंबात

श्रमविभाजन आकाराला येते. एलिझाबेथ बॉट (Elizabeth Bott) यांनी १९५७ साली केलेल्या 'कुटुंब आणि सामाजिक जाळे' (Family and Social Network) या उत्कृष्ट संशोधनपर ग्रंथात असे नमूद केले आहे, की कुटुंबातील पती (पुरुष) हा सर्वसाधारणपणे कुटुंबाची आर्थिक जबाबदारी उचलतो, तर पत्नी (स्त्री) घरकाम व मुलाची देखभाल करण्याची भूमिका स्वीकारते. परंतु या संदर्भात या भूमिकेच्या वाटपाच्या संदर्भात समाजासमाजानुरूप खूपच भेद आहेत. या संदर्भात झालेल्या विविध अध्ययनांतून असे लक्षात येते, की कुटुंबातील पती-पत्नीच्या भूमिकेत उच्चभ्रूच नव्हे; तर कामगार वर्गातही बदल होत असले तरी त्यांच्या सर्वच मूळ भूमिका कायमच आहेत. स्त्री आज जरी कमावती झाली असली तरी कुटुंबासंबंधीचे प्रमुख आर्थिक निर्णय पतीच घेतो, तर घरकाम (स्वयंपाक इत्यादी) आजही स्त्रीच करते.

role distance - (रोल डि'स्टन्स) **भूमिका अंतर :** इर्विंग गॉफमन यांनी सामाजिक आंतरक्रियेचा अभ्यास करताना त्यांच्या निरीक्षणातून त्यांना 'भूमिका अंतर' संकल्पना सुचली. ते म्हणतात, समाजशास्त्रज्ञ सर्वसाधारणपणे असे लक्षात आणून देतात की मानवी आंतरक्रियात त्यांना परिचित स्वरूपाच्या सामाजिक भूमिका आढळल्या. उदा., या परिचित भूमिकांत शरीरशास्त्रज्ञ, मातापिता किंवा पालक, धर्मगुरू किंवा पोलीस अधिकारी इत्यादींचा समावेश होतो. गॉफमन यांच्या असे लक्षात आले की लोक त्यांच्या भूमिका आणि ते स्वत: यांत अंतर ठेवतात. या अर्थाने गॉफमन यांनी सामाजिक क्षेत्रातील भूमिका अंतर ही संकल्पना प्रथम प्रतिपादन केली. त्यांच्या मते, भूमिका अंतर म्हणजे असे वर्तन (conduct) की जे असे सूचित करते की व्यक्ती तिच्या भूमिका पार पाडताना ती स्वत: (self) आणि तिची भूमिका यात जो भेद करते तो होय. उदा., एखादा शिक्षक स्वत: (self) त्याच्या शिक्षक या भूमिकेपेक्षा वेगळा आहे, याची जाणीव शिक्षकाला ठेवावी लागते. व्यक्तीच्या शिक्षकाच्या भूमिकेमुळे त्याला त्याच्या स्वत:च्या काही इच्छा माराव्या लागतात. यासाठी गॉफमन यांनी 'भूमिका अंतर' ही संकल्पना मांडली होती.

role demand - (रोल डिमान्ड) **भूमिका मागणी :** समाजातील प्रत्येक व्यक्तीने तिच्या दर्जानुसारच तिची भूमिका पार पाडावी अशी समाजातील लोकांची मागणी असते. व्यक्तींनी कोणती भूमिका पार पाडावी हे समाज जरी ठरवत असला; तरी त्याचे दोन निकष सर्वच समाजात असून, त्या निकषानुसारच व्यक्तींनी भूमिका कराव्यात अशी समाजाची मागणी असते. हे दोन निकष

म्हणजे एक जन्म व दोन कर्तृत्व. भारतात पूर्वी आणि आजही जात महत्त्वाची असून प्रत्येक जातीचा व्यवसाय जातिप्रथेनुसार ठरतो व व्यक्तींनी आपल्या जातीचाच व्यवसाय करावा अशी समाजाची मागणी असते. आजही पुरोहिताचा व्यवसाय ब्राह्मण जातीत जन्मलेल्या व्यक्तीपुरताच मर्यादित असून ब्राह्मण जातीतील व्यक्तींनीच तो करावा ही अपेक्षा वा मागणी असते. इतरांना तो करता येत नाही. युरोपातील सरंजामशाहीशी निगडित भूमिका जन्मावरच आधारित होत्या व आहेत. याउलट संशोधक, प्राध्यापक, डॉक्टर, अभियंता, वकील, हिशेबनीस, शिक्षक, परिचारिका इत्यादी भूमिका कर्तृत्वावर व त्यासंबंधी घेतलेल्या प्रशिक्षणावर अवलंबून आहेत. समाजाची जशी मागणी तशी भूमिका संबंधित व्यक्तीने पार पाडली पाहिजे.

role discontinuity - (रोल डिस्कन्टि'न्यूटी) **भूमिका खंड किंवा भूमिका सातत्यविच्छेद :** समाजशास्त्रज्ञांच्या मते, भूमिका ही सतत चालणारी प्रक्रिया आहे. परंतु काही सामाजिक, राजकीय, धार्मिक, कौटुंबिक परिस्थितीमुळे काही व्यक्तींना त्यांच्या भूमिका खंडित कराव्या लागतात. उदा. राजकारणात आज पंतप्रधान या पदाची भूमिका पार पाडणारी व्यक्ती पुढच्या निवडणुकीत जर निवडून आली नाही, तर त्या व्यक्तीला पंतप्रधानपदाचा राजीनामा द्यावा लागतो व परिणामत: पंतप्रधानाची त्या व्यक्तीची भूमिका खंडित होते. तसेच नोकरशाहीत विविध पदांवर कार्यरत असलेल्या (म्हणजे भूमिका पार पाडत असलेल्या) व्यक्तीची भूमिका त्या व्यक्तीच्या सेवानिवृत्तीनंतर खंडित होते. तद्वतच एखाद्या व्यक्तीच्या मृत्यूनंतर ती पार पाडत असलेल्या पती, पत्नी, पिता, माता इत्यादी भूमिका खंडित होतात. भूमिकेचा संबंध दर्जा वा पदाशी आहे. विशिष्ट पदावर काम करणाऱ्या व्यक्तीला त्या पदावरून किंवा दर्जावरून हटविले, की त्या व्यक्तीची भूमिकाही आपोआप खंडित होते.

role expectation - (रोल एक्स्पेक्टे'शन) **भूमिका अपेक्षा किंवा आकांक्षा :** विशिष्ट दर्जावर कार्यरत असलेल्या कर्त्याने कोणत्या प्रकारच्या भूमिका वठविल्या पाहिजेत या संदर्भात प्रत्येक समाजात काही नियमन किंवा प्रमाणके तयार झालेली असतात. त्या नियमनानुसारच किंवा प्रमाणकानुसारच व्यक्तीने (कर्त्याने) भूमिका पार पाडाव्यात अशी समाजाची अपेक्षा असते. अशा भूमिकांना कायदेमान्य किंवा समाजमान्य भूमिका असे म्हणतात. उदा. शिक्षकाने ज्ञानी, अभ्यासू, आदर्शवत असावे अशी समाजाची अपेक्षा असते. समाजाच्या नियमाच्या चौकटीत राहूनच प्रत्येक कर्त्याने त्याची भूमिका पार पाडणे म्हणजे 'भूमिका अपेक्षा' होय.

विद्यार्थ्याने नियमित वर्गात उपस्थित राहावे, अभ्यासू असावे. पत्नी गृहकृत्यदक्ष असावी, अधिकारी कार्यक्षम असावा, नेता समाजसेवी व कर्तव्यदक्ष असावा इत्यादी अपेक्षा समाज कर्त्याकडून करतो.

role insulation - (रोल इन्स्युले'शन) **भूमिका आवेष्टन किंवा पृथकीकरण :** समाजात ज्याप्रमाणे असंख्य दर्जे असतात त्याचप्रमाणे दर्जाशी निगडित भूमिकाही असंख्य असतात. समाजातील दर्जे जसे वेगळे किंवा पृथक, तसेच भूमिकाही वेगवेगळ्या किंवा पृथक असतात. कुटुंबाचेच उदाहरण द्यावयाचे झाल्यास कुटुंबात आईच्या भूमिकेपेक्षा वडिलांची भूमिका वेगवेगळी असते. एखाद्या महाविद्यालयात प्राचार्याच्या भूमिकेपेक्षा प्राध्यापकाची भूमिका वेगळी असते. प्राचार्याची भूमिका बहुआयामी असते, तर प्राध्यापक मात्र त्याच्या विषयात तज्ज्ञ असणे अपेक्षित असते. एखाद्या राजकीय नेत्याची भूमिका सरकारी अधिकाऱ्यांपेक्षा वेगळी असते. यासाठी समाजशास्त्रज्ञांनी भूमिका आवेष्टन किंवा पृथकीकरण ही संज्ञा वापरली होती.

role model - (रोल मॉडेल) **भूमिका प्रतिकृती :** विशिष्ट सामाजिक भूमिकेत व्यक्ती तिच्या किंवा त्याच्या वैयक्तिक अनुबंधात इतरांच्या कोणत्या भूमिकेला महत्त्व देते आणि त्यातील कोणत्या योग्य वर्तनात्मक अभिवृत्तीचा स्वीकार करते यास 'भूमिका प्रतिकृती' म्हणतात. ज्या व्यक्तीच्या भूमिका प्रतिकृतीचा आपण स्वीकार करणार आहोत, ती तुमच्या व्यक्तिश: ओळखीची असलीच पाहिजे असे नाही. काही लोक, विशिष्ट भूमिकेसाठी त्यांच्या वर्तनाची प्रतिकृती तयार करतात की कालांतराने त्यास कल्पित किंवा वास्तवरूप प्राप्त होते. उदा. ऐतिहासिक महत्त्वाच्या व्यक्ती. (भारतात महात्मा गांधी, डॉ. बाबासाहेब आंबेडकर, अमेरिकेत अब्राहम लिंकन, सर मार्टिन ल्यूथर किंग इत्यादी व्यक्ती यात येतात.) भूमिका प्रतिकृतीचा कल हा विशिष्ट भूमिकेच्या संदर्भात आदर्श निर्माण करणे एवढाच मर्यादित असतो. व्यक्तीचे जीवन आणि तिचे स्वत्व यांच्या अंगभूत भूमिकेत अनुबंधात्मक स्पर्धा निर्माण करणे हा नसतो.

role performance - (रोल परफॉर्मन्स) **भूमिका कृती :** या ठिकाणी 'भूमिका कृती' म्हणजे व्यक्ती प्रत्यक्षत: त्यांच्या भूमिका कशा पार पाडतात ह्याचे निरीक्षण करणे होय. भूमिका अपेक्षेपेक्षा भूमिका कृती वेगळी आहे. विद्यार्थ्यांनी अभ्यासू असावे, त्यांनी नियमितपणे वर्गात उपस्थित राहावे, त्यांनी परीक्षेत चांगले गुण प्राप्त करावे इत्यादी गोष्टी भूमिका अपेक्षेत येतात; परंतु प्रत्यक्षात हे विद्यार्थी

अभ्यास करतात का? ते प्रत्यक्षात वर्गात नियमित उपस्थित राहतात का? आणि प्रत्यक्षात अपेक्षेनुरूप त्यांना गुण प्राप्त होतात का, इत्यादी बाबी भूमिका कृती यात येतात. आपल्या हॉकी किंवा क्रिकेट संघाने जागतिक करंडक स्पर्धा जिंकावी ही भूमिका अपेक्षा, प्रत्यक्षात या प्रकारच्या स्पर्धेत संघाची एकूण कामगिरी कशी होती ही भूमिका कृती किंवा कार्यशीलता होय. १९८१ साली डोनाल्ड रित्झेस (Donald Reitzes) यांनी भूमिका कृती किंवा भूमिका कार्यशीलता या संदर्भात केलेल्या संशोधनाचा निष्कर्ष असा की त्यांनी अभ्यासलेल्या विद्यार्थ्यांपैकी केवळ ३५% विद्यार्थी प्रत्यक्षात त्यांच्या भूमिकेनुसार कृती वा कार्यशीलतेचे पालन करतात, असे आढळून आले.

role playing - (रोल प्ले'इंग) **भूमिका वठविणे किंवा भूमिका पार पाडणे :** समाजात प्रत्येक व्यक्तीला एक विशिष्ट दर्जा असतो. त्या दर्जाशी निगडित जबाबदाऱ्या पार पाडण्याच्या दृष्टीने कार्य करणे म्हणजे 'भूमिका वठविणे' होय. या दृष्टीने विचार करता प्रत्येक दर्जाशी संबंधित भूमिका ही वेगळी असते. डॉक्टर म्हणून एखाद्या व्यक्तीची भूमिका ही वकिलाच्या भूमिकेपेक्षा वेगळी असल्यामुळे दोघांच्या भूमिका वठविण्याच्या क्रिया वेगवेगळ्या असल्या तरी आपापल्या क्षेत्रात महत्त्वाच्या असतात. या दृष्टीने विचार करता शिक्षक, अधिकारी, राजकीय नेते, कलाकार इत्यादींच्या भूमिका वठविण्याच्या प्रक्रियेत भेद असतो. भूमिका वठविण्याचे ज्ञान व्यक्तींना सामाजिकीकरणाच्या प्रक्रियेद्वारे एकतर दिले जाते किंवा इतरांच्या सान्निध्यातून प्राप्त होते.

role primacy - (रोल प्रा'इमसी) **भूमिका प्राधान्य :** समाजात एकाच व्यक्तीला अनेक दर्जे असतात व त्या दर्जानुरूप तिला तिच्या अनेक भूमिका वठवाव्या लागतात. त्या वेळी त्या वठविताना कोणत्या भूमिकेला प्राधान्य द्यावयाचे यांचा निर्णय कर्त्याला घ्यावा लागतो. उदा. कुटुंबाच्या क्षेत्रात आईच्या व वडिलांच्या भूमिकांना प्राधान्य द्यावे लागते तर कुटुंबबाह्य क्षेत्रात या भूमिका दुय्यम ठरतात. एखाद्या शिक्षणसंस्थेत स्त्री शिक्षिकेला तिच्या शिक्षकाच्या भूमिकेला प्राधान्य देताना तिथे तिची मातृत्वाची भूमिका मात्र दुय्यम ठरते. या दृष्टीने विचार करता समाजाच्या विविध क्षेत्रात विविध भूमिकांना प्राधान्य प्राप्त होते. उदा., कुटुंबात माता, पिता, विद्यापीठीय क्षेत्रांत कुलगुरू, साहित्याच्या क्षेत्रात कादंबरीकार वा कवी, नाट्यक्षेत्रात नाटककार वा एखादा नट वा नटी यांच्या भूमिकांना प्राधान्य प्राप्त होते. विशेषत: ज्या भूमिका समाजात आदर्शवत ठरतात, लोक ज्या भूमिकांचा सन्मान करतात त्या भूमिकांना समाजात प्राधान्य प्राप्त होते. अशा

भूमिकांसाठी समाजशास्त्रज्ञांनी 'भूमिका प्राधान्य' ही संज्ञा वापरली होती.

roleless role - (रोल लेस रोल) **भूमिकाविरहित भूमिका :** १९८० साली लेविन जॅक आणि लेविन विलियम सी. (Levin Jack and Levin Willlam C.) यांनी त्यांच्या 'वयोवृद्धता, ज्येष्ठांविषयीचे पूर्वग्रह आणि विभेदीकरण' या ग्रंथात 'भूमिकाविरहित भूमिका' ही संज्ञा वापरली होती. या दोघांच्या मते, ज्येष्ठ नागरिकांना बऱ्याच वेळा भूमिकाविरहित भूमिकेच्या तुरुंगवासाची शिक्षा दिली जाते. याचा अर्थ समाजाच्या श्रमविभाजनात या ज्येष्ठांना कोणतीच भूमिका प्रदान केली जात नाही. वास्तविकता सेवानिवृत्ती कायद्याच्या आदेशानुसार ज्येष्ठांना विशिष्ट वयानंतर (अमेरिकेत ही वयोमर्यादा ६५ ते ७० आहे, तर भारतात ही वयोमर्यादा ५५ ते ६५ एवढी आहे.) सक्तीने त्यांच्या नोकरीतून किंवा व्यवसायातून बाजूला केले जाते. एवढेच नव्हे तर ज्येष्ठांच्या अनुभवांनाही फारशी किंमत दिली जात नाही. समाजाच्या किंवा कुटुंबाच्या कार्यात या ज्येष्ठांनी लुडबुड करू नये, अशीच समाजाची अपेक्षा असते. त्यांनी भूमिकाविरहित जीवन जगावे असे इतरांना वाटते. यासाठी लेविन व लेविन यांनी 'भूमिकाविरहित भूमिका' ही संज्ञा वापरली होती.

role set - (रोल सेट) **भूमिकासंच :** जेव्हा एकाच व्यक्तीला तिच्या सामाजिक जीवनात एकाच वेळेला अनेक दर्जे प्राप्त होतात व त्या दर्जानुरूप एकाच वेळेला अनेक भूमिका वेगवेगळ्या क्षेत्रांत जेव्हा पार पाडाव्या लागतात, तेव्हा त्यास 'भूमिकासंच' या संज्ञेने संबोधले जाते. खालील तक्त्यावरून तुम्हास त्याची कल्पना येईल. एकाच वेळेला व्यक्तीला तिच्या विविध भूमिका वठविताना तिच्या विविध भूमिकांत संतुलन साधावे लागते, तसे न झाल्यास त्याचा परिणाम भूमिकासंघर्षात होऊ शकतो.

भूमिकासंच दर्शविणारा तक्ता

अ. क्र.	व्यक्तीचा व कर्त्यांचा दर्जा (पुरुष कर्ता)	दर्जानुसार पार पाडावयाच्या विविध भूमिका	
अ.	पती	अ. पत्नीच्या विविध गरजांची पूर्तता करणे.	
ब.	पिता	ब. अपत्यांचे संगोपन, संरक्षण आणि सामाजिकीकरण करणे.	
क.	पुत्र	क. वृद्ध माता-पित्यांना आधार देणे व त्यांचे संगोपन, संरक्षण करणे.	भूमिकासंच (Role Set)
ड.	कार्यालयीन अधीक्षक	ड. संबंधित कार्यालयातील हाताखालच्या सर्व कर्मचाऱ्यांकडून काम करवून घेणे.	
इ.	सहकारी संस्थेचा सचिव	इ. सचिवाशी संबंधित सर्व कर्तव्यांचे पालन करणे.	
फ.	हौशी गायक	ई. विविध गायनांचे कार्यक्रम आयोजित करून त्यात गायन सादर करणे व गायनाचा सतत सराव करणे इत्यादी	

role strain - (रोल स्ट्रेन) **भूमिका तणाव :** जेव्हा व्यक्तीच्या एकाच भूमिकेत जर संघर्षात्मक आकांक्षा अंतर्भूत असतील तर व्यक्ती भूमिकेतील तणावाची शिकार बनू शकते. वॉलेस आणि वॉलेस, भूमिका संघर्षाची व्याख्या करताना म्हणतात, की जेव्हा एका भूमिकेत क्रियाविषयक संघर्षात्मक परिस्थिती निर्माण होते तेव्हा 'भूमिका-तणाव' आकाराला येतो. उदा., एखादा व्यापारी हा एकीकडे उत्पादनमूल्य कमीतकमी ठेवून नफा अधिक प्रमाणात मिळविण्यासाठी जसा जबाबदार असतो; तसाच दुसरीकडे नोकरांना योग्य पगार किंवा मोबदला दिला जातो की नाही हे पाहण्यासही जबाबदार असतो. या दोन वेगवेगळ्या जबाबदाऱ्या पार पाडताना काही वेळेला व्यापाऱ्याला त्याच्या भूमिकेत तणाव निर्माण

झाल्यासारखी परिस्थिती उद्भवू शकते. एका भूमिकेतील दोन परस्परविरोधी गरजांतून तणाव निर्माण होतो.

role theory - (रोल थिअरी) **भूमिकासिद्धान्त :** समाजशास्त्रातील असा कोणताही दृष्टिकोन की जो भूमिकांचे आणि भूमिका धारणप्रक्रियेवर भर देऊन सामाजिक व्यवस्था आणि सामाजिक संघटना यांना आकार देण्याचे व त्यांचे जतन करण्याचे कार्य करतो, तो सिद्धान्त 'भूमिकासिद्धान्त' या संज्ञेला पात्र ठरतो. भूमिकासिद्धान्ताचा विचार करता भूमिकासिद्धान्ताचे दोन दृष्टिकोन आहेत. पहिला दृष्टिकोन सामाजिक मानवशास्त्रज्ञ राल्फ लिंटन (Ralph Linton) यांनी विकसित केला होता आणि त्यांनी या सिद्धान्तात सामाजिक व्यवस्थेतील भूमिकांचा संरचनात्मक आढावा घेतला होता. दुसऱ्या दृष्टिकोनात प्रमाणकांचे हक्क आणि कर्तव्ये यांच्या पुंजक्याचे भूमिकेच्या माध्यमातून संस्थीकरण होते, या विचाराला प्राधान्य दिले होते. या विचारावर आधारित 'आजाऱ्याची भूमिका' (Sick Role) हा सिद्धान्त पार्सन्स यांनी मांडला होता. याशिवाय प्रतीकात्मक आंतरक्रियावादी व नाट्यकलाशास्त्रज्ञांनी सामाजिक जीवनाचे आकलन होण्यासाठी भूमिकासिद्धान्त मांडले होते. सारांशरूपात असे म्हणता येईल, की भूमिकेला केंद्रस्थानी ठेवून त्यांच्या विविध पैलूंचे अध्ययन करून मांडलेले सिद्धान्त 'भूमिकासिद्धान्त' होत.

routinization - (रुटीनायझे'शन) **नित्यकर्मीकरण किंवा परिपाठीकरण :** 'नित्य- कर्मीकरण' किंवा 'परिपाठीकरण' या संज्ञेचा पहिला अर्थ असा आहे की कोणत्याही सामाजिक परिस्थितीत सामाजिक क्रियांची पुनरावृत्ती करताना त्यापासून अलग राहणे किंवा त्यात समाविष्ट होण्याचा अभाव असणे होय. नित्यकर्मीकरण किंवा परिपाठीकरण या संकल्पनेचा दुसरा अर्थ शूट्झ, (लोकजीवनपद्धतिशास्त्रज्ञ) आणि गिडन्स (समाजशास्त्रज्ञ) यांनी प्रतिपादन केला असून त्यानुसार दैनंदिन सामाजिक जीवनातील बऱ्याचशा कार्यक्रमांत सवयीने काही गोष्टी गृहीत धरल्या जातात, त्यासाठी त्यांनी ही संज्ञा वापरली होती. नोकरशाहीत वरिष्ठ अधिकारी कनिष्ठांना आदेश देऊन त्यांच्या मर्जीप्रमाणे वागावयास लावण्याचा परिपाठ सर्वत्र असून त्या गोष्टी गृहीत धरल्या जातात व स्वीकारल्याpण जातात.

rule - (रुल) **कायदा :** समाजात व्यक्तींनी कसे वागावे आणि वागू नये हे सांगणारे नियम म्हणजे 'कायदा' होय. कायदा व प्रमाणके यांत भेद आहे. प्रमाणके ही झरंपरेने चालत आलेले वर्तनबंध होत व त्यांचे स्वरूप अनौपचारिक असते व ती अलिखित असतात. याउलट कायद्याचे स्वरूप हे औपचारिक, लिखित असते व

कायदा मोडणाऱ्याला शिक्षा देण्यासाठी न्यायसंस्था व कार्यकारी संस्था निर्माण करण्यात आल्या असून गुन्हेगाराला प्रत्यक्ष शिक्षा देऊन (तुरुंगवास, दंड इत्यादी) इतरांवर जरब बसवली जाते. समाजशास्त्रज्ञ मात्र कायद्याचा अभ्यास सामाजिक नियंत्रणाचे एक साधन म्हणून करतात.

rules and rules following - (रुल्स ॲण्ड रुल्स फॉ‌लोइंग) **कायदे व कायद्याचे पालन करणारे :** 'कायदे व कायद्याचे पालन करणारे' ही प्रमाणात्मक संहिता, महत्त्वाच्या संहिता, खेळाचे नियम आणि यांसारख्यासाठी वापरण्यात येणारी सर्वसामान्य संज्ञा असून राज्यघटनेत त्यांची भूमिका अत्यंत मध्यवर्ती स्वरूपाची असते आणि सामाजिक जीवनाच्या प्रत्येक विशिष्ट प्रकारांत कायद्याचे स्वरूप हे वेगवेगळे असते. (उदा. गुन्हेगारी कायदा, क्रीडाक्षेत्रात चांगल्या खेळाचे नियम यांत भेद असतो.) कायदे हे वरवर पाहता उघड दिसत असले तरी त्यांचा गर्भित अर्थ वेगळा असतो; परंतु संरचनात्मकदृष्ट्या ते अत्यंत सखोल असतात.

सर्व प्रकारच्या कायद्यांचे महत्त्वाचे वैशिष्ट्य हे की ते व्यक्तींच्या क्रिया किंवा वर्तन यांचे निर्धारण करीत नाहीत, परंतु क्रिया किंवा वर्तनाची निवड करण्याचे स्वातंत्र्य किंवा निवड करण्याची संधी ते व्यक्तींना देतात. परंतु त्याचबरोबर व्यक्तींनी त्यांच्या विशिष्ट क्रिया करताना कायद्याचे योग्य प्रकारे पालन करणे आवश्यक आहे. या दृष्टीने विचार करता कायद्याचे पालन करणे ही व्यक्तींची अशी एक क्रिया आहे की जी कायद्याला अनुसरून आपल्या वर्तनाची दिशा ठरविते. कायद्यानुसार वर्तन करण्याची क्रिया ही पूर्वनिर्धारित नसते. तर ती परिस्थितीनुसार निर्धारित केली जाते. कायद्याचे अनुसरण करणे किंवा पालन करणे मानवी सामाजिक संरचनेचा आधार आहे. या दृष्टीने विचार करता इतर प्रकारच्या व्यवस्थांपेक्षा मानवी सामाजिक व्यवस्था वेगळी आहे हे या ठिकाणी लक्षात ठेवणे गरजेचे आहे.

ruling and dominant class - (रु‌लिंग ॲण्ड डॉ‌मिनन्ट क्लास) **सत्ताधारी व प्रभावी वर्ग :** मार्क्सवाद्यांच्या विचारांनुसार कोणत्याही समाजात वा समाजरचनेत जो वर्ग सांस्कृतिक, राजकीय आणि त्याचप्रमाणे आर्थिक वर्चस्व त्यांच्या उत्पादनसाधनांच्या मालकीमुळे व त्यांच्यावरच्या नियंत्रणामुळे समाजावर आपल्या वर्गाचे वर्चस्व प्रस्थापित करतो, तो वर्ग 'सत्ताधारी प्रभावी वर्ग' या संज्ञेला पात्र ठरतो. मार्क्सवादी नसलेल्या राजकीय समाजशास्त्रज्ञांच्या विचारांनुसार सत्ताधारी वर्ग म्हणजे अल्पसंख्याकांचा असा वर्ग, की कोणत्याही समाजात तो राजकीय सत्ताधारी वर्ग बनू शकतो. हा वर्ग श्रेष्ठिजनांचा किंवा अभिजनांचा असू शकतो.

काही मार्क्सवादी विचारवंत ज्या दोन संज्ञा वापरतात, सत्ताधारी वर्ग आणि प्रभावी वर्ग या समानार्थी आहेत. मार्क्स आणि एंगेल्स यांनी तयार केलेल्या साम्यवादी जाहीरनाम्यात ते म्हणतात, की आधुनिक प्रातिनिधिक राज्यात राज्याचे सर्व अधिकार हे मध्यमवर्गीयांच्या हातात असतील व त्यांच्या मते, राज्य म्हणजे मध्यमवर्गीयांची कार्यकारी समिती होय. परंतु बहुसंख्य मार्क्सवाद्यांच्या विचारानुसार जेथे या प्रकारचा सत्ताधारी किंवा प्रभावी वर्ग प्रत्यक्षपणे सत्ता गाजवीत नसला; (उदा. उदार लोकशाहीत, सरकार अशा व्यक्तीच्या हातात असते की ज्या अनेक वर्गांतून आलेल्या असतात) तरी तेथे आर्थिकदृष्ट्या प्रबळ वर्ग हा सत्ताधारी वर्ग नसतो. परंतु असे असले तरी तो त्याच्या विचारप्रणालीद्वारे व आर्थिक सामर्थ्याद्वारे अप्रत्यक्ष सत्ता गाजवितो.

सारांशरूपात असे म्हणता येईल, की विशेषतः लोकशाही राज्यात प्रत्यक्ष सत्ता ही कोणत्याही राजकीय पक्षाच्या हातात असली तरी अप्रत्यक्ष सत्तेवर आर्थिकदृष्ट्या प्रबळ वर्गाचे वर्चस्व असते. लोकशाहीत सत्ताधारी वर्ग व प्रभावी वर्ग वेगवेगळे असतात, तर साम्यवादी राज्यात मात्र उत्पादनाची सर्व साधने सत्ताधारी पक्षाच्या ताब्यात असतात, उत्पादनावर सत्ताधारी पक्षाचेच वर्चस्व असल्याने तेथे मात्र सत्ताधारी वर्ग आणि प्रभावी वर्ग एकच असतात.

rural - (रु'रल) ग्रामीण : अमेरिकेत २५०० पेक्षा कमी लोकवस्तीची ठिकाणे, भारतात ५००० पेक्षा कमी लोकवस्तीची ठिकाणे, 'ग्रामीण' या संज्ञेला पात्र ठरतात. भारताचा विचार करता भारत आजही 'ग्रामीण' या संज्ञेला पात्र असून २००१ च्या खानेसुमारी अहवालानुसार भारतातील एकूण लोकसंख्येपैकी ७२.२२ टक्के लोक ग्रामीण आहेत. आजही त्यांचा प्रमुख व्यवसाय शेती हाच आहे.

rural community or rural society - (रु'रल कम्यू'निटी ऑर रुरल सोसायटी) ग्रामीण समुदाय किंवा ग्रामीण समाज : ज्या भूप्रदेशाची लोकसंख्या २५०० पेक्षा कमी (अमेरिका), तर ५००० पेक्षा कमी (भारत) आहे; अशा भूप्रदेशाला किंवा गावाला 'ग्रामीण समाज' म्हणतात. ग्रामीण समुदायासाठी लोकसंख्या हा महत्त्वाचा निकष असून अमेरिका व भारत याव्यतिरिक्त 'ग्रामीण समुदाय' ही संज्ञा प्राप्त होण्यासाठी अन्य काही देशांचे यासंबंधीचे निकष पुढीलप्रमाणे- १. फ्रान्स-२००० पेक्षा कमी लोकसंख्येची गावे. २. जपान-३०००० लोकसंख्येपेक्षा कमी लोकसंख्येची गावे. ३. बेल्जीयम-५००० पेक्षा कमी लोकसंख्येची गावे. ४. इजिप्त-११००० पेक्षा कमी लोकसंख्या असलेली गावे.

समाजशास्त्रज्ञांनी ग्रामीण समुदायाची पुढील वैशिष्ट्ये विशद केली आहेत- अ. कुटुंबप्रधान व विस्तारित कुटुंबांचे प्रभुत्व असलेला समुदाय ब. अलिप्त समुदाय क. शेतीप्रधान समुदाय ड. विशेषीकरणाचा अभाव असलेला समुदाय इ. सामाजिक एकात्मतेवर आधारित समुदाय ई. मंदस्वरूपाची गतिशीलता उ. धर्म, रूढी, परंपरा इत्यादींचा प्रभाव ऊ. स्त्रियांचा कनिष्ठ व गौण दर्जा इत्यादी.

rural sociology - (रुरल सोशिऑलजी) **ग्रामीण समाजशास्त्र :** 'ग्रामीण समाजशास्त्र' ही समाजशास्त्राची एक शाखा असून या शाखेत ग्रामीण समुदाय, कृषक समाज यांचा प्रामुख्याने अभ्यास केला जातो. याशिवाय ग्रामीण परिसरात राहणारी कुटुंबे, त्यांचे सामाजिक जीवन, त्यांची संस्कृती, त्यांचा धर्म, त्यांच्यातील श्रद्धा वा अंधश्रद्धा यांचा अभ्यासही ग्रामीण समाजशास्त्राच्या कार्यकक्षेत येतो. भारतातील ग्रामीण समुदायाच्या अभ्यासात जातीव्यवस्थेच्या अभ्यासाबरोबरच ग्रामीण अर्थव्यवस्थेचा आधार असलेल्या बलुतेदार, अलुतेदार व्यवस्था व त्यांचे परस्परांतील सामाजिक संबंध यांचे अध्ययनही महत्त्वाचे ठरते. काही तज्ज्ञांच्या मते, 'ग्रामीण समाजशास्त्र' ही शाखा फक्त अमेरिकेतच समाजशास्त्राची उपशाखा म्हणून विकसित झाली असून, ग्रामीण समाजाचा अभ्यास हा अर्थशास्त्र, मानवशास्त्र, शेती–अध्ययने आणि विकासात्मक अध्ययने यांत समाविष्ट केलेला आढळतो. हे संपूर्ण सत्य नसले, तरी त्यात काही प्रमाणात तथ्यांश आहे.

rurality - (रुरॅलिटी) **ग्रामीणत्व :** विशिष्ट समुदायात किंवा विशिष्ट क्षेत्रात अंदाजे किती क्षेत्राला संपूर्णपणे ग्रामीण दर्जा देता येईल, याचे प्रमाण निर्धारित करण्यासाठी 'ग्रामीणत्व' या संज्ञेचा वापर केला जातो. शहरात राहूनही किंवा शहराचा एक भाग असूनही काही लोकांनी ग्रामीणत्व जपलेले असते. त्यांचा पोशाख, त्यांची भाषा, त्यांचे रीतिरिवाज यांत ग्रामीणत्वाचे प्रतिबिंब आढळते.

ruralization - (रुरलायझेशन) **ग्रामीणीकरण :** 'ग्रामीणीकरण' ही एक प्रक्रिया असून ज्याद्वारे नागरी वर्तनातही ग्रामीण अभिवृत्ती, ग्रामीण प्रथा व परंपरा यांचे जतन व पालन करणे होय. नागरीकरणाचा एक भाग म्हणून अनेक खेडी जवळच्या शहराचा एक भाग बनली असली तरी त्यांच्या वर्तनात ग्रामीणत्वाची जी झलक दिसते, त्यासाठी ही संज्ञा वापरण्यात आली होती.

rural-urban continuum - (रुरल अर्बन कन्टिनम) **ग्रामीण नागरी सातत्य :** 'ग्रामीण नागरी सातत्य' ही संकल्पना १९२० साली प्रथम सॉरोकिन व झिम्मरमॉन यांनी वापरात आणली होती. नंतर रेडफिल्ड यांनी या संकल्पनेचा उपयोग करताना

ती 'लोक-नगर सातत्य' (folk-urban continuum) या वेगळ्या संज्ञेचा वापर केला असला तरी या संकल्पनेचा मूळ गाभा एकच आहे. या संकल्पनेत केवळ ग्रामीण नागरी भेद वा विरोध दर्शविण्याऐवजी त्यात समुदायांच्या प्रकारांचे श्रेणीकरण; समुदायाचा आकार, लोकसंख्येची घनता, अलगीकरण, समुदाय एकात्मतेची संवेदना, सामाजिक परिवर्तनाचा दर वा वेग इत्यादी बाबींच्या अस्तित्वाचा समावेश करण्यात आला आहे. रेडफिल्ड यांचे या संकल्पनेसंबंधीचे विचार त्यांनी मेक्सिको देशातील युकाटन द्वीपकल्पातील चार समुदायांचे अध्ययन करून त्याआधारे प्रतिपादन केले होते. हे अध्ययन १९२७ ते १९३६ या १० वर्षांतले होते. त्यांनी जे समुदाय निवडले त्यांचे स्वरूप पुढीलप्रमाणे-

अ. मेरिडा (Merida) : १,००,००० लाख लोकसंख्या असलेले मोठे शहर.

ब. झिटास (Zitas) : १२०० लोकसंख्या असलेले मेरिडा शहराजवळचे गाव. मेरिडा शहरातील अनेक लोकांच्या जमिनी या गावात होत्या. रस्ता व रेल्वे या माध्यमातून सदराशी जोडेले.

क. शॉन कॉम (Chan kom) : लोकसंख्या केवळ २५०. जवळच्या रेल्वे स्टेशनपासून गावात जाण्यासाठी कमीतकमी दिवसभर चालावे लागे. लोकांचा मुख्य व्यवसाय होता मक्याची शेती. शहरी संपर्कापासून दूर.

ड. टुसिक (Tusik) : १०६ व्यक्तींचे आदिवासी खेडे. शॉन कॉम या खेडेगावापासून टुसिकला पोहोचण्यासाठी घोड्यावरून प्रवास केला, तर तीन दिवस लागत. त्यामुळे या गावचे रहिवासी बाह्य जगापासून पूर्ण अलिप्त होते.

या चार विविध पार्श्वभूमींच्या समुदायांच्या प्रत्यक्ष अध्ययनाद्वारे रेडफिल्ड यांनी काढलेले ग्रामीण–नागरी सातत्याचे निष्कर्ष पुढीलप्रमाणे-

१. कमी अलगता किंवा दूरत्व २. अधिक बहुजिनसीपणा ३. अधिक जटिल श्रमविभागणीची वैशिष्ट्ये ४. चलन अर्थव्यवस्थेचा पूर्णत्वाने विकास ५. धर्मनिरपेक्ष वर्तनास प्राधान्य ६. सामाजिक नियंत्रणात नातेगोतेसंबंध व परमेश्वरनिर्मित संस्था यांचा प्रभाव कमी ७. सार्वजनिकतेला प्राधान्य ८. नैतिकता व प्रथा यांचा भंग केल्यास आजारपण येते, या विचाराचा कमी प्रभाव ९. क्रिया व संधी यात अधिक स्वातंत्र्य इत्यादी.

रेडफिल्ड म्हणतात, शहरी समुदायातील ही वैशिष्ट्ये ग्रामीण समुदायात आढळत नाहीत. यासाठीच त्यांनी वरील संज्ञा वापरली होती.

rurbanization - (रुर्बनिझे'शन) **ग्रामीण नागरीकरण :** 'ग्रामीण नागरीकरण' म्हणजे ग्रामीण व नागरी समुदायांतील आंतरक्रिया किंवा एखाद्या मध्यस्थामार्फत त्यांच्यात झालेला सलोखा होय. ग्रामीण नागरीकरण याचा आणखी एक अर्थ काही तज्ज्ञ सांगतात तो म्हणजे, शहराजवळ असलेल्या पूर्वाश्रमीच्या खेड्यांचे संबंधित शहरांत विलीनीकरण होणे म्हणजेही ग्रामीण नागरीकरण होय. शिवाय ग्रामीण–नागरी समुदायातील अंतर कमी होऊन ग्रामीण लोकांनी नागरी जीवनपद्धती, नागरी सुविधा, नागरी संस्कृतीचा स्वीकार करणे म्हणजेही 'ग्रामीण नागरीकरण' होय.

sacrament - (सॅक्रामेन्ट) **पवित्र संस्कार :** संस्कार हे प्रत्येक धर्माच्या कार्यात्मकतेचे एक महत्त्वाचे अंग होय. संस्कारात एकीकडे धार्मिकता असते, दुसरीकडे नैतिकता असते; तिसरीकडे समाजातील सामाजिक संस्था टिकवून ठेवण्याची क्षमता असते. संस्कार हा नेहमी मानवी व्यक्तींवर केला जातो. मानवी आयुष्याचा प्रारंभ हा जन्मापासून होतो, तर शेवट मृत्यूनंतर होतो. मानवी विकासाचे काही टप्पे असतात. त्यांत जन्म, शिक्षणप्रक्रियेला प्रारंभ, विवाह व मृत्यू या प्रत्येक टप्प्यावर संस्कार केले जातात. असे असले तरी प्रत्येक धर्मातील संस्कारांची संख्या वेगवेगळी असते. पण काही संस्कार सर्व धर्मांत आढळतात.

१. नामकरण : व्यक्ती जन्माला आल्यानंतर तिचे स्वत:चे वेगळे अस्तित्व निर्माण होण्यासाठी, तिची स्वतंत्र ओळख होण्यासाठी प्रत्येक व्यक्तीचे नाव ठेवले जाते. त्याला 'नामकरण संस्कार' असे म्हणतात. नामकरण हा संस्कार धार्मिक कमी, सामाजिक व कौटुंबिक जास्त असतो. नामकरण संस्कारानंतर व्यक्तीचे स्वतंत्र अस्तित्व खऱ्या अर्थाने निर्माण होते.

२. दीक्षाविधी : जन्मत: जरी व्यक्तीचा धर्म हा तिच्या मातापित्यांचा असला, तरी त्या त्या धर्माची दीक्षा देणारे संस्कार त्या त्या धर्मात असतात. हिंदूंचा उपनयन संस्कार, इस्लामचा सुंता संस्कार, ख्रिस्ती धर्माचा बाप्तिस्मा, जैन धर्मातील उपनीती आणि बौद्ध धर्मातील प्रव्रज्या हे दीक्षाविधी असून त्यानंतरच ते खऱ्या अर्थाने त्या धर्माचे अनुयायी बनतात.

३. विवाह : हिंदू धर्मात विवाह एक पवित्र संस्कार असून त्यामुळे विवाहाचे पावित्र्य टिकते व विवाहसंबंध अनेक वर्ष टिकून राहतात. इस्लाममध्येही त्यांचा पुरोहित काझी काही धार्मिक संस्कार नवोदित वधू-वरांवर करतो. ख्रिस्ती धर्मातही

चर्चमध्ये जाऊन विवाह केला जातो तो ख्रिस्ती पुरोहित प्राद्र्यांच्या उपस्थितीत. तोही वधूवरांवर काही धार्मिक संस्कार करतो. विवाह हाही एकीकडे धार्मिक संस्कार आहे तर दुसरीकडे सामाजिक.

४. अंत्यसंस्कार : मानवी जीवनात मृत्यू अटळ आहे. मृत्यूनंतर मृत मानवी शरीराची विल्हेवाट लावण्यासाठी जी क्रिया केली जाते त्यास अंत्यसंस्कार म्हणतात. हिंदू धर्मात मृत शरीराचे दहन केले जाते, तर इस्लाम व ख्रिस्ती धर्मात दफन केले जाते.

हिंदू धर्मात एकूण संस्कार १६ आहेत, तर बौद्ध धर्मात एकूण ५२ संस्कार असल्याचे बौद्ध आचार्य प्रतिपादन करतात. व्यक्तीचा जीवन जगण्याचा मार्ग व त्यासंबंधीचे मार्गदर्शन म्हणजे संस्कार होत.

sacred - (सेˈक्रेड) **पवित्र :** प्रत्येक धर्माच्या स्वरूपाचे एक अत्यावश्यक अंग म्हणजे पवित्र व अपवित्र या संकल्पना होत. धर्माचे मूलभूत प्रकार विशद करताना एमिल द्युरखेम या फ्रान्सच्या समाजशास्त्रज्ञाने वरील दोन संकल्पनांवर सविस्तर चर्चा केली होती. द्युरखेम यांच्या मते, सर्व धर्म हे प्रामुख्याने पवित्रतेशी संबंधित असतात. पवित्र वस्तू समाजाच्या प्रतीक असतात. पवित्रतेचे आणखी एक वैशिष्ट्य, म्हणजे त्या अपवित्रतेला प्रतिबंध करतात व अपवित्रतेपासून आपले संरक्षण करतात. हिंदू धर्मात पवित्र व अपवित्र या संकल्पनांसाठी पुण्य व पाप या संकल्पना वापरल्या असून, जे जे चांगले ते ते पवित्र असे मानतात. परमेश्वर, त्याची प्रार्थनास्थळे, काही प्राणी, काही नद्या वा जलाशये केवळ पवित्रच मानले जात नाहीत; तर परमेश्वररूप मानले जाते. मंदिर, मशीद, चर्च इत्यादी प्रार्थनास्थळे पवित्र मानली जातात. भारतात गंगा, यमुना, नर्मदा, गोदावरी, कृष्णा, कावेरी इत्यादी नद्या पवित्र असल्याचे समजले जाते. मक्का, मदिना, जेरुसलेम, काशी, अमरनाथ, बद्रीकेदार, पंढरपूर, नाशिक इत्यादी शहरे तीर्थस्थळे म्हणून पवित्र समजली जातात. पवित्र-अपवित्रतेचे निकष प्रत्येक धर्माचे वेगवेगळे असतात व एका धर्मातील पवित्र वस्तू, दुसऱ्या धर्मातही पवित्र असेलच असे नाही. सर्वसाधारणपणे जे जे चांगले, समाजमान्य, समाजहितकारक ते ते सर्व पवित्र होय.

sacrifice - (सॅˈक्रिफाइस) *त्याग :* एखाद्या अतिनैसर्गिक शक्तीला किंवा एखाद्या पवित्र कार्याच्या वापरासाठी स्वत:चे बलिदान देणे किंवा स्वत:ला समर्पित करणे म्हणजे त्याग होय. युद्धप्रसंगी त्या त्या राष्ट्राचे सैनिक राष्ट्रासाठी जे बलिदान

करतात त्यासाठी ही संज्ञा वापरली जाते. पूर्वीच्या काळी यज्ञयागाला फार महत्त्व होते. यज्ञात अग्नीला भात, समिधा, तूप इत्यादी वस्तू अर्पण केल्या जातात. त्यासाठीही 'त्याग' ही संज्ञा वापरली जाते. पूर्वीच्या काळी यज्ञात नरबळी, पशुबळी अर्पण करण्याची प्रथा होती. त्यासाठीही ही संज्ञा वापरतात. शिवाय जेथे जेथे विस्तारित किंवा संयुक्त कुटुंबपद्धती अस्तित्वात होती तेथे वडीलभावाला किंवा बहिणीला कुटुंबातील इतर सदस्यांसाठी आपल्या अनेक इच्छा-आकांक्षा माराव्या लागतात. तोही एक प्रकारचा त्यागच होय.

sampling and sample - (सॅ'म्पलिंग ॲण्ड सॅ'म्पल) **नमुनानिवड आणि नमुना :** नमुनानिवड ही एक माहिती जमा करण्याची आणि त्याआधारे मोठ्या लोकसंख्येच्या संदर्भात किंवा विश्वाच्या संदर्भात अनुमान काढण्याची पद्धती होय. या जमा केलेल्या माहितीच्या आधारे लोकसंख्येच्या काही घटकांचे विश्लेषण करणे म्हणजे नमुना होय. उदा., दर दहा वर्षांनी आपण लोकसंख्येची गणना करताना लोकसंख्येच्या विविध पैलूंची जी माहिती गोळा करतो किंवा एखादा संशोधक एखाद्या विभागाचे सामाजिक आर्थिक सर्वेक्षण करताना जी माहिती जमा करतो त्या सर्वांचा समावेश नमुनानिवडीत येतो (sampling). परंतु जेव्हा या माहितीतील एकेका पैलूंचे जे विश्लेषण केले जाते त्यास 'नमुना' (sample) असे म्हणतात. एकूण जनगणनेसंबंधी माहिती गोळा करणे नमुनानिवडीत येते; पण त्यांपैकी स्त्री-पुरुष प्रमाण, ग्रामीण-नागरी लोकसंख्या, धर्मानुसार लोकसंख्येचे प्रमाण, साक्षर-निरक्षर लोकसंख्या इत्यादी लोकसंख्येच्या पैलूंचे विश्लेषण हे नमुना संकल्पनेत येते. या संदर्भात आणखी एक खुलासा तज्ज्ञ करतात. एखादा संशोधक संशोधनासाठी जेव्हा एखाद्या विषयाची निवड करतो, तेव्हा त्याच्याकडून नमुना सर्वेक्षण क्षेत्रातील काही लोकांकडून (संपूर्ण लोकसंख्येचा प्रतिनिधी म्हणून) फक्त माहिती गोळा केली जाते. त्यास नमुना म्हणतात. नमुना हा विविध प्रकारचा असतो.

१. यादृच्छिक नमुना (Random Sample) किंवा सुव्यवस्थित नमुना (Systematic Sample)

२. स्तरीकरणात्मक नमुना (Stratified Sample)

३. समूह नमुना (Cluster Sample)

sampling error - (सॅ'म्पलिंग ए'रर) **नमुनानिवड चूक :** 'नमुनानिवड चूक' म्हणजे एकूण लोकसंख्येतील वैशिष्ट्यांचे वास्तव मूल्य आणि लोकसंख्या

निवडीतील अंदाजे मूल्य यांच्यातील भेद होय. या चुका होतात कारण कोणताही नमुना एकूण लोकसंख्येचे परिपूर्ण प्रतिनिधित्व करू शकत नाही. या संदर्भात झालेली पहिली चूक १९३६ च्या अमेरिकेमधील सार्वजनिक निवडणुकीच्या विजयाच्या अंदाजाबाबत झाली. 'लिटररी डायजेस्ट' (Literary Digest) या नियतकालिकाने निवडणुकीच्या अंदाजासंबंधी ही पाहणी केली होती. फ्रँक्लीन डेलानो रूझवेल्ट हे पहिल्यांदाच अध्यक्षपदाची निवडणूक लढवीत होते. या नियतकालिकाच्या अंदाजानुसार या निवडणुकीत रूझवेल्ट यांना ५७% मते पडतील, तर त्यांच्या विरोधी उमेदवाराला ४३% मते पडतील, असा अंदाज व्यक्त करण्यात आला होता. वास्तवतेत रूझवेल्ट यांना ६२% तर त्यांच्या विरोधकाला केवळ ३८% मते मिळाली. यात नमुना निवडताना चूक झाल्याने हा अंदाजही चुकला. आज दूरदर्शनच्या विविध वाहिन्यांतर्फे जे निवडणूकपूर्व व निवडणुक झाल्यानंतरचे अंदाज व्यक्त केले जातात ते व प्रत्यक्ष निवडणूक निकाल यांत जी तफावत असते, त्यास 'नमुनानिवड चूक' म्हणतात.

sampling frame - (सॅम्पलिंग फ्रेम) **नमुनानिवड चौकट :** एकूण लोकसंख्येच्या यादीतून अभ्यासासाठी काही सभासदांची निवड करण्याची क्रिया म्हणजे 'नमुनानिवड चौकट' होय. उदा. संशोधनाच्या स्वरूपानुसार मतदार याद्या या नमुनानिवड चौकटीचा एक अत्यावश्यक भाग असून, त्यांतून यथायोग्य सभासदांची निवड माहिती गोळा करण्यासाठी केली जाते. आरोग्य-सर्वेक्षणात कुटुंब व्यावसायिकांची यादी तर वाहनांच्या सर्वेक्षणात रस्ते वाहतूक निबंधकाजवळ असलेली यादी नमुनानिवड चौकट बनते इत्यादी.

sanction - (सॅंक्शन) **अनुज्ञा किंवा मान्यता :** अनुज्ञा म्हणजे असे कोणतेही साधन की ज्याद्वारे नैतिक संहिता आणि सामाजिक प्रमाणके त्या त्या समाजातील सभासदांवर लादली जातील. या अनुज्ञा बक्षिसाच्या स्वरूपात सकारात्मक असतील किंवा शिक्षेच्या स्वरूपात नकारात्मकही असू शकतील. अनुज्ञा या जशा औपचारिक असतात (उदा. वैधानिक दंड) तशाच त्या अनौपचारिकही (उदा. सामाजिक बहिष्कार किंवा हकालपट्टी) असू शकतात. सामाजिक संबंधातील घटकांचा विचार करता सामाजिक अनुज्ञेची कृती ही सर्वसमावेशक असते.

savagery - (सॅव्हेजरी) **रानटीपणा किंवा क्रूरपणा :** सामाजिक उत्क्रांतीच्या सुरुवातीच्या सिद्धान्तात मानवी विकासाची एक अवस्था म्हणून या अवस्थेची ओळख करून देण्यात आली. विशेषत: मॉन्टेस्क्यू (montesquie) यांनी सामाजिक

विकासाच्या तीन प्रमुख अवस्था सुचविल्या होत्या त्या पुढीलप्रमाणे- १. मृगया अवस्था किंवा रानटी अवस्था (Hunting) २. पशुपालन अवस्था किंवा गुराखी अवस्था (Herding) ३. नागरी अवस्था किंवा सुसंस्कृत अवस्था (Civil).

या संकल्पनेला १९ व्या शतकात मान्यता मिळाली, ती साधा वा प्राचीन समाज आणि जटिल वा आधुनिक समाज यांतील भेदावर आधारित उत्क्रांतिवादी सिद्धान्त मांडताना. परंतु ही संज्ञा अपरिहार्यपणे अमान्य करण्यात आली, कारण तज्ज्ञांना उत्क्रांतिवादी सिद्धान्तात नागरिकीकरणाच्या प्रक्रियेच्या समावेशासहित सामाजिक विकास दिसून आला. या संज्ञेच्या 'अमान्यता' या सूचित अर्थाशिवाय किंवा गर्भित अर्थाशिवाय त्याचा चुकीचाही अर्थ घेण्यात आला. साधे समाज हे ज्या प्रकारे युरोपियनांनी त्याचा अर्थ जाणला; तसे ते रानटी वा क्रूर नव्हते. वसाहतवादाच्या विस्ताराच्या कालावधीत किंवा युगात या संज्ञेचा राजकीय वापर करण्यात येऊन वसाहतवादी सरकारांनी एतद्देशीयांवर जे अत्याचार केले, त्यासाठी ही संज्ञा वापरण्यात आली होती. भारतात स्वातंत्र्यपूर्व काळात ब्रिटिशांनी स्वातंत्र्यासाठी लढणाऱ्या सेनानींचा कसा छळ केला हे सर्वश्रुतच आहे. शिवाय हिटलरने असंख्य ज्यूंची जी हत्या केली तीसुद्धा रानटीपणाचेच प्रतीक होय. १९ व्या शतकाच्या विचारधारेनुसार रानटीपणा ही एक प्रवृत्ती असून ती कोणातही आढळते. २० व्या शतकात जगात पसरलेला आतंकवाद, त्यांची हिंसात्मक वृत्ती हेही रानटीपणाचेच द्योतक होय.

scaling - (स्केलिं'ग) **मोजमापन :** सामाजिक शास्त्रात, व्यक्तिमत्त्वाच्या गुणधर्माचे किंवा व्यक्तींच्या अभिवृत्तीचे मापन करण्यासाठी वापरण्यात येणारी अभ्यासपद्धती म्हणजे 'मोजमापन' होय. 'सातत्याची संकल्पना' (Continuum) ही या मापनपद्धतीची मध्यवर्ती बाब होय. याचा अर्थ असा, की व्यक्तिमत्त्वाचे प्रकार हे द्विविध पद्धतीने मोजता येतात. (उदा. बहिर्मुखता व अंतर्मुखता) अभिवृत्तीचा विचार करता अनुकूलता ते तटस्थता ते प्रतिकूलता या दृष्टिकोनातूनही ते मोजता येतात, ते खालीलप्रमाणे-

अत्यंत अनुकूल	→	अनुकूल	→	तटस्थ	→	प्रतिकूल	→	अत्यंत प्रतिकूल
↓		↓		↓		↓		↓
१००%	→	६०%	→	५०/५० %	→	६०%	→	१००%

या पद्धतीने मोजमापन करणे शक्य नसेल व मापनाचे असंख्य पैलू असतील,

तेव्हा अचूक मापनासाठी बहुआयामी मापनपद्धतीचा वापर केला जातो.

या प्रकारच्या मोजमापनपद्धतीची रचना करण्याचे अनेक मार्ग असले तरी व्यक्तिमत्त्वाचे गुणधर्म व व्यक्तींच्या अभिवृत्तीचे मापन करताना संशोधकाला उत्तरदात्याच्या, तुमच्या विधानांना किंवा प्रश्नांना दिलेल्या प्रतिसादावरच अवलंबून राहावे लागते. मोजमापनाचे सर्वांत चांगले साधन प्रश्नावली हे असले; तरी काही प्रसंगी मोजमापनासाठी आशय विश्लेषणाचाही वापर केला जातो.

scalogram analysis or scalogram method - (स्केलोग्रॅम अनॅलिसिस ऑर स्केलोग्रॅम मेथड) **मापनालेख विश्लेषण किंवा मापनालेख पद्धती :** (पहा–Guttman Scale–गटमन मापनपद्धती.)

scapegoat - (स्केपगोट) **बळीचा बकरा :** एखाद्या व्यक्तीला किंवा गटाला जेव्हा इतरांच्या संदर्भातील समस्यांना किंवा दुर्घटनेला अन्यायी पद्धतीने जबाबदार धरून त्यांना उगीचच दोष दिला जातो, तेव्हा अशा व्यक्तीसाठी 'बळीचा बकरा' या संज्ञेने संबोधले जाते. पाश्चिमात्य संस्कृतीचा विचार करता या संज्ञेचा उगम बायबलमधील ज्यूंच्या प्रथेत असून त्यानुसार एखाद्या व्यक्तीवरचे पाप एखाद्या बकऱ्याकडे विधिवत हस्तांतरित करून पापी म्हणून त्या बकऱ्याचा (प्रत्यक्ष पापी माणसाऐवजी) छळ केला जात असे, तेव्हा ही संज्ञा वापरली जात होती.

भारतातही 'बळीचा बकरा' ही संज्ञा वापरली जात होती व त्याचा उगम हिंदूंच्या यज्ञयागाच्या प्रथेत सापडतो. यज्ञात बळी कोणाचा द्यावयाचा तर गरीब (दुर्बळ या अर्थाने) बिचाऱ्या बकऱ्याच्या पिलाचा (अजापुत्र) या संदर्भातील पुढील संस्कृत श्लोक पहा.

'अश्वं नैव, गजं नैव।
व्याघ्रं नैव च नैव च॥
अजापुत्रं बलिं दद्यात्।
देवो दुर्बलघातकः ॥'

श्लोकाचा अर्थ पुढीलप्रमाणे–

यज्ञात घोड्याला नाही, हत्तीला नाही, सिंहाला तर नाहीच नाही; तर (बिचाऱ्या गरीब) बकऱ्याच्या पुत्राला (पिलाला) बळी दिले जाते; कारण देवसुद्धा दुर्बलांचा घात करणारा असतो.

एखाद्या मोठ्या जबाबदारीच्या कामासाठी एखाद्या गरीब बिचाऱ्या, दुर्बळ

कारकुनाला तो प्रत्यक्ष जबाबदार नसताना, जबाबदार धरले जाऊन नोकरीतून निलंबित करणे म्हणजे 'बळीचा बकरा' बनविणे होय. वांशिक संदर्भांचा विचार करता एखाद्या दुर्घटनेची किंवा नैराश्याची जबाबदारी (सत्ताधारी गट) सापेक्षत: सत्ताहीन गटाकडे हस्तांतरित करतो. विशेषत: अनेक वेळा अल्पसंख्याक गट (उदा. ज्यू, काळे, आशियातील नागरिक (पाश्चिमात्य देशात) तर भारतात मुस्लिम, अस्पृश्य इत्यादींना) बळीचा बकरा बनवल्याचे अनेक दाखले इतिहासात मिळतात. या सर्व विवेचनाचा मथितार्थ असा की समाजातील सबळ गट त्यांच्या अपयशाचे खापर दुर्बळ गटांवर फोडून स्वत: नामानिराळे राहणे म्हणजे बळीचा बकरा बनविणे होय.

scatter diagram or scatter-gram – (स्कॅटर डॉयग्रॅम ऑर स्कॅटर-ग्रॅम) **विकीर्ण रेखाकृती किंवा विकीर्ण-आलेख :** 'विकीर्ण रेखाकृती' किंवा 'विकीर्ण-आलेख' म्हणजे आलेखाद्वारे निर्मित अशी रेखाकृती होय, की जी प्रत्येक नमुन्यातील प्रत्येक प्रकरणात त्यांची मूल्ये निर्देशित करून दोन चलांतील संबंध विशद करते. काही तज्ज्ञांच्या मते, विकीर्ण रेखाकृती म्हणजे तथ्यविश्लेषणातील पहिली पायरी होय की, जी एका दृष्टिक्षेपात कोणत्याही मंडळाच्या किंवा सहसंबंधाच्या दोन चलांतील निरीक्षणात्मक तथ्याला मान्यता देते. थोडक्यात असे म्हणता येईल, की विकीर्ण रेखाकृती म्हणजे असे आलेखात्मक साधन होय की जे दोन चलांतील संबंधाबाबत प्रथमत: अंदाज व्यक्त करते.

schedule - (शे'ड्यूल) **अनुसूची किंवा परिशिष्ट :** संशोधनात्मक तथ्याची (माहितीची) नोंदणी करण्यासाठी खास तयार करण्यात आलेला नोंदणीअर्ज, नोंदणी करणारा कागदाचा ताव, नोंदणी करणारा जाड कागद (किंवा कार्ड) किंवा एखादी पुस्तिका म्हणजे 'अनुसूची' किंवा 'परिशिष्ट' होय. प्रश्नावलीला समांतर म्हणून अनुसूचीचा उल्लेख केला जातो. काही तज्ज्ञांच्या मते, तांत्रिक दृष्टीने विचार करता प्रश्नावली हा अनुसूचीचाच एक प्रकार होय. अन्य काही तज्ज्ञांच्या मते, अनुसूचीचा वापर संरचित आणि असंरचित मुलाखतीतही केला जातो. संरचित मुलाखतीसाठी जी अनुसूची तयार केली जाते त्यातील प्रश्नांचे स्वरूप, शब्दयोजना आणि त्यांची क्रमवारी निश्चित असते. असंरचित मुलाखतीसाठी तयार करण्यात आलेल्या प्रश्नांत या सर्वांचा अभाव असतो.

schism - (सिझ्'म) **मतभेद किंवा वाद :** सामाजिक गटांत पडलेली फूट किंवा सामाजिक गटाचे झालेले विभाजन म्हणजे 'मतभेद', 'वाद' होय. ही संज्ञा प्रथम

खिस्ती चर्च किंवा पंथ यासाठी वापरली जात होती, कारण खिस्ती धर्मात फूट पडून अनेक पंथ, उपपंथ निर्माण झालेत. कर्मठवादी खिस्ती चळवळ ही मतभेदासाठी प्रसिद्ध असून ज्यात कर्मठ श्रद्धा आणि प्रथा यांच्या अनुसरणावर विशेष भर दिला जातो की जो प्रोटेस्टंट पंथाला विरोध करण्याच्या म्हणजेच मतभेदाच्या प्रक्रियेतून जन्माला आला. आज मात्र ही संज्ञा राजकीय मतभेद किंवा राजकीय वाद यासाठी मोठ्या प्रमाणात वापरली जाते. उदा. साम्यवाद, समाजवाद, भांडवलवाद, उदारमतवाद, अतिरेकीवाद इत्यादी.

science - (सा'यन्स) विज्ञान किंवा शास्त्र : विज्ञान किंवा शास्त्र या संकल्पनेचे विविध अर्थ आहेत ते पुढीलप्रमाणे– १. अधिक सर्वसामान्य दृष्टिकोनातून विचार करता कोणत्याही भौतिक आणि शारीरिक प्रघटनेचा सुव्यवस्थित अभ्यास म्हणजे 'विज्ञान' होय. २. अधिक नियंत्रित दृष्टिकोनातून विचार करता विज्ञान म्हणजे भौतिक व सामाजिक प्रघटनेचा अभ्यास की ज्यात निरीक्षण, प्रयोग, योग्य सांख्यिकीकरण आणि शोध यांचा अंतर्भाव होतो. हा शोध घेताना सार्वभौतिक सर्वसामान्य कायदे व स्पष्टीकरण यांचा आधार घेतला जातो. ३. वरील विचारांशी बांधिलकी असणारी कोणतीही विशिष्ट ज्ञानशाखा 'विज्ञान' या संज्ञेला पात्र ठरते. यात सर्व सामाजिक शास्त्रांचा समावेश करताना त्याची तुलना विचारप्रणाली, जादू व धर्म यांच्याशी केली जाते.

समाजशास्त्रात आणि इतरत्रही विज्ञान या संकल्पनेच्या दुसऱ्या क्रमांकाच्या अर्थावर विवाद चालू असून, विज्ञानाची परिपूर्ण किंवा अचूक व्याख्या करणे शक्य आहे का, हा या विवादाचा केंद्रबिंदू असून कोणतीही व्याख्या भौतिकशास्त्रासाठी व सामाजिक शास्त्रासाठी योग्य कशी आहे हे निश्चित करावे लागते. त्याप्रमाणे विज्ञानाच्या दुसऱ्या क्रमांकाच्या स्पष्टीकरणानुसार विज्ञानाची व्याख्या करण्यातील आणि त्याची ओळख होण्यातील सर्वसामान्य समस्या आज वाढल्या असून, ज्ञानाचे पारंपरिक तत्त्वज्ञान आणि विज्ञान यांवर टीकात्मक हल्ले मोठ्या प्रमाणात झाले आहेत. या समस्यांचा उगम कुन (Khun) यांच्या योगदानातून झाला असून, त्यांच्या मते, विज्ञान हे विविध किंवा बहुविध दृष्टिकोनांचे आणि अनेक गट व संप्रदाय यांचे उत्पादन असून विज्ञानाची ओळख करून देणारा कोणताही एक संच किंवा निकष हा समग्र विज्ञानाच्या मर्यादा स्पष्ट करू शकत नाही. आज विज्ञान वा शास्त्र ही संकल्पना अत्यंत व्यापक अर्थाने वापरली जाते व त्यात पुढील ज्ञानशाखांचा अंतर्भाव होतो. (खालील आकृती पहा.)

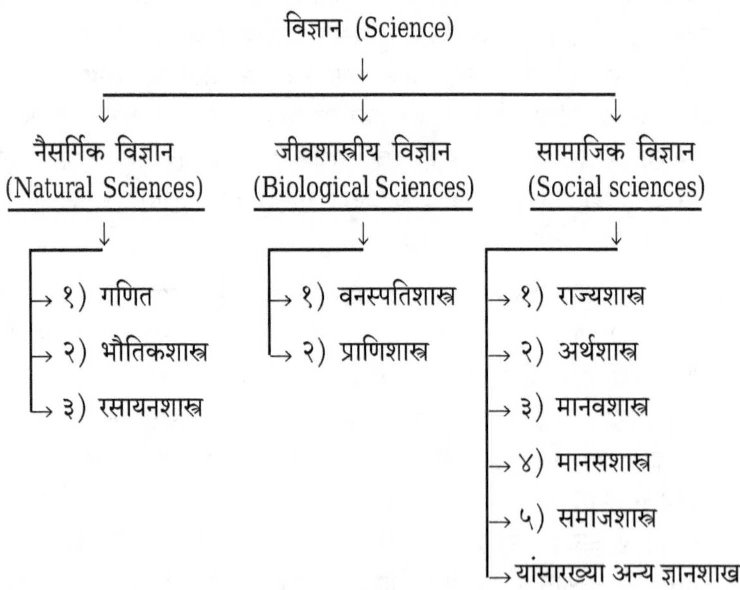

या सर्व ज्ञानशाखांमध्ये पद्धतीशास्त्राचा वापर करून संशोधन केले जाते. फक्त फरक आहे तो निष्कर्षात. नैसर्गिक शास्त्रे व जीवशास्त्रे यांच्या संशोधनाचे निष्कर्ष १००% अचूक असण्याची शक्यता असते; याउलट सामाजिक शास्त्रांचे निष्कर्ष १००% अचूक असणे अशक्य असते, पण ते ६० ते ७०% टक्के अचूक असू शकतात. या दृष्टीने विचार करता कोणत्याही ज्ञानशाखेचा सुव्यस्थित अभ्यास म्हणजे 'विज्ञान', ही व्याख्या म्हणूनच सर्वसमावेशक आहे.

scientific law - (साएन्टि'फिक लॉ) **वैज्ञानिक नियम :** 'वैज्ञानिक नियम' म्हणजे अनुभवजन्य प्रघटनातील एकसारख्या संबंधाबाबत केलेले विधान होय, की ज्याचा परिणाम विशिष्ट परिस्थिती जेव्हा जेव्हा व जेथे जेथे असेल त्यासंबंधी केलेल्या प्राक्कथनावर होतो. उदा., एखाद्या विशिष्ट परिस्थितीचा सामना 'अ' जेव्हा करतो, तेव्हा त्या परिस्थितीचे अध्ययन करून तशाच प्रकारची परिस्थिती दुसरीकडे निर्माण झाल्यास 'ब'लाही त्याच परिस्थितीचा सामना करावा लागेल, यासंबंधी केलेले विधान म्हणजे वैज्ञानिक नियम होत. ६.५ ते ७ पेक्षा जास्त रिश्टर स्केलचा भूकंप झाला, तर मानवी जीविताची व मालमत्तेची प्रचंड हानी होते, हे अनुभवजन्य विधान सार्वभौमिक स्वरूपाचे असल्याने ते 'वैज्ञानिक नियम' या संज्ञेला पात्र ठरते.

काही तज्ज्ञांच्या मते, वैज्ञानिक नियम हे आनुभविक, सैद्धान्तिक आणि आदर्शात्मक स्वरूपाचे असतात.

scientific paradigm - (साएन्टिफिक पॅराडाइम) **वैज्ञानिक रूपावली :** 'वैज्ञानिक रूपावली' म्हणजे वैज्ञानिक ध्येयसिद्धीला मिळालेली वैश्विक मान्यता होय, ज्यात समुदायाच्या समस्या व त्यांची सोडवणूक यांच्या प्रतिकृतीसाठी काळाची/ वेळेची तरतूद केली जाते. 'वैज्ञानिक रूपावली' या संज्ञेची निवड करताना कुन (Kuhn) असे सूचित करतात, की काही वैज्ञानिक प्रत्यक्ष वैज्ञानिक सरावाच्या उदाहरणाचा स्वीकार करतात. या प्रकारच्या उदाहरणात कायदा, सिद्धान्त, उपयोग व साधने यांचा समावेश होतो व ही सर्व एकत्रितपणे वैज्ञानिक संशोधनाच्या विशिष्ट सुसंगत परंपरेला जन्म देतात. यांचा अर्थ असा की रूपावलीचा अभ्यास, संशोधक वैज्ञानिकांना विशिष्ट वैज्ञानिक समुदायाचे सभासदत्व स्वीकारण्यासाठी तयार करतो की ज्यांचा उपयोग प्रत्यक्ष व्यवहारात (किंवा व्यवसायात) होऊ शकेल. कुन यांच्या मते, ज्या वैज्ञानिकांचे संशोधन सहभागी रूपावलीवर आधारित आहे ते वैज्ञानिक काही नियम, प्रमाणके आणि वैज्ञानिक सरावाचा मापदंड यांच्याशी मानसशास्त्रीय दृष्टीने वचनबद्ध असतात. ही वचनबद्धता आणि स्पष्ट मतैक्य यांतूनच सामान्य विज्ञानाची पूर्वावश्यक तत्त्वे आकाराला येतात.

याशिवाय पूर्वग्रहविरहित वैज्ञानिकांच्या दृष्टीने सामान्य विज्ञान हे वैज्ञानिक समुदायाचे जे चित्र रंगवितात; ते सुस्थापित व्यवस्था किंवा रूपावली यांचे समर्थन व संरक्षण करतात. कुन यांच्या मते, रूपावलीचे अनुयायी हे वैज्ञानिक प्रगतीत अडथळा बनत नाहीत. तसेच कुन यांच्या मते, सामान्य विज्ञानात रूपावली अत्यावश्यक असून त्याशिवाय कोणतेही वैज्ञानिक संशोधन परिपूर्ण होऊ शकत नाही.

scientific revolution - (साएन्टिफिक रिव्होल्यूशन) **वैज्ञानिक क्रांती :** (पहा– normal and revolutionary science–सामान्य आणि क्रांतिकारी विज्ञान.)

secondary analysis - (सेकन्डरी अनॅलिसिस) **दुय्यम विश्लेषण :** पूर्वीच्या संशोधन तथ्यसंकलनाचे परत नव्याने पुनर्विश्लेषण करण्याची क्रिया व त्याआधारे केलेली किंवा त्या संदर्भात केलेली कोणतीही चिकित्सा 'दुय्यम विश्लेषण' या संज्ञेने संबोधली जाते. उदा. जनगणना अहवालाद्वारे प्राप्त झालेल्या माहितीचे किंवा तथ्यसंकलन पतपेढीकडून प्राप्त झालेल्या माहितीचे वारंवार जे पुनर्मूल्यांकन किंवा पुनरावलोकन केले जाते, त्यासाठी ही संज्ञा वापरली जाते. दुय्यम विश्लेषणाचा

फायदा हा की यात माहिती सुलभतेने उपलब्ध होते व संशोधकाचे तथ्यसंकलनाचे कष्ट व त्यासाठी खर्च होणारा वेळ वाचतो. या पद्धतीचा प्रमुख तोटा हा, की संशोधकाला चलाच्या रचनेवर फार कमी प्रमाणात नियंत्रण ठेवता येते आणि त्याला तथ्यसंकलन कोणत्या परिस्थितीत केले, यासंबंधी मर्यादित ज्ञान असल्याने त्याचा परिणाम संशोधनावर होतो.

secondary data analysis - (से'कन्डरी डे'टा अॅनॅलिसिस) **दुय्यम तथ्यसंकलन विश्लेषण :** (पहा–secondary analysis-दुय्यम विश्लेषण.)

secondary group - (से'कन्डरी ग्रूप) **दुय्यम गट :** १९०९ साली चार्ल्स कूले यांनी त्यांचे पुस्तक 'मानवी संघटना' (Human Organization) यात प्राथमिक गटांवर चर्चा करताना, ज्या गटात प्राथमिक गटाची लक्षणे नाहीत; ते गट प्राथमिक नाहीत, असे प्रतिपादन केले होते; परंतु त्यासाठी कूले यांनी कोणत्याही संज्ञेचा वापर केला नव्हता. परंतु त्यापूर्वी म्हणजे १८८७ साली जर्मन समाजशास्त्रज्ञ एफ. टोनिज यांनी जर्मन भाषेतील दोन संज्ञा वापरल्या होत्या- १. Gemeinschaft (जेमिनशॉफ्ट)- प्राथमिक संबंध २. Gessellschaft (जेसेलशॉफ्ट)- दुय्यम संबंध.

प्राथमिक स्वरूपाच्या सामाजिक संबंधातून प्राथमिक गटाची निर्मिती होते, तर दुय्यम स्वरूपाच्या सामाजिक संबंधातून दुय्यम गट आकाराला येतो. टोनिज यांनी त्यांच्या विवेचनात स्पष्टपणे असे म्हटले होते, की ज्या गटात प्राथमिक लक्षणे नाहीत त्यासाठी किंवा अशा गटासाठी त्यांनी 'दुय्यम गट' ही संज्ञा वापरली होती. दुय्यम गटाची निर्मिती जाणीवपूर्वक, विशिष्ट उद्देशाच्या पूर्ततेसाठी व मुद्दाम करण्यात आलेली असते. या दृष्टीने विचार करता दुय्यम गटाची पुढील लक्षणे विशद केली जातात- १. गटाचा मोठा आकार २. व्यक्ती-निरपेक्ष संबंध ३. संबंधात भावनात्मकतेचा आणि घनिष्ठतेचा अभाव ४. औपचारिक स्वरूपाचे सामाजिक संबंध ५. अप्रत्यक्ष स्वरूपाचे संबंध ६. मर्यादित स्वरूपाचे संबंध ७. स्वार्थी व स्पर्धात्मक स्वरूपाचे संबंध इत्यादी.

secondary poverty - (से'कन्डरी पॉ'व्हर्टी) **दुय्यम गरिबी :** गरिबीचे जे दोन प्रकार समाजशास्त्रज्ञांनी प्रतिपादन केले, त्यातील दुसरा प्रकार म्हणजे (सापेक्ष) 'दुय्यम गरिबी' हा होय. पहिल्या प्रकारात निरंकुश किंवा प्राथमिक गरिबी (absolute or primary poverty) अंतर्भूत आहे. सापेक्ष किंवा दुय्यम गरिबी यावर चर्चा करताना तज्ज्ञ असे म्हणतात, की 'दुय्यम गरिबी' या संज्ञेचा वापर

प्राथमिक किंवा निरंकुश गरिबीतील उणिवा निर्देशित करण्यासाठी केला जातो. दुय्यम गरिबीत व्यक्तींच्या आणि कुटुंबाच्या अत्यावश्यक गरजा एकूण समाजाच्या तुलनेने किती प्रमाणात पूर्ण होतात यासाठी 'सापेक्ष गरिबी' किंवा 'दुय्यम गरिबी' या संज्ञेचा वापर केला जातो. भारत हा गरीब देश आहे, असे म्हणताना अमेरिका, फ्रान्स, इंग्लंड, कॅनडा इत्यादी राष्ट्रांपेक्षा भारतीय व्यक्तींचे दरडोई राष्ट्रीय उत्पन्न सरासरीचा विचार करता खूपच कमी आहे असे मानले जाते. या दृष्टीने भारत सापेक्षत: गरीब असल्याने त्यासाठी 'दुय्यम गरिबी' हा शब्दप्रयोग करतात. जी. आर. मदन यांनी 'सापेक्ष गरिबी' या संकल्पनेची व्याख्या करताना असे म्हटले आहे, की आपल्याच गटातील अन्य व्यक्तींच्या तुलनेने आपले उत्पन्न जर कमी असेल तर त्यासाठी 'सापेक्ष गरिबी' किंवा 'दुय्यम गरिबी' ही संज्ञा वापरतात. सापेक्ष गरिबीचा विचार नेहमी इतर गट, इतर समाज वा इतर राष्ट्रे या संदर्भातच केला जातो.

second order construct - (से'कन्ड ऑर्डर कन्स्ट्र'क्ट) **दुय्यम व्यवस्था रचना :** 'दुय्यम व्यवस्था रचना' म्हणजे सिद्धान्तावरचे सिद्धान्त (पहा–महासिद्धान्त metatheory) सर्व सामाजिक कर्ते स्वत: स्वत:संबंधीचे सिद्धान्त धारक आहेत. म्हणून त्यांच्यासंबंधीचे सर्व समाजशास्त्रीय सिद्धान्त हे दुय्यम व्यवस्था रचना सिद्धान्त असून या समाजशास्त्रज्ञाला प्रथम व्यवस्थारचनेतील सामाजिक कर्त्यांचे आकलन झाल्याशिवाय द्वितीय व्यवस्था रचनेवर आधारित सिद्धान्तबांधणी करता येणार नाही.

second world - (से'कन्ड वर्ल्ड) **दुसरे जग :** जगाचे तीन विविध गटांत विभाजन करण्याची कल्पना २० व्या शतकाच्या मध्याला समाजशास्त्रज्ञांना सुचली होती. जगाचे तीन गटांत विभाजन करताना प्रामुख्याने दोन निकष वापरले गेले होते. एक राजकीय आणि दुसरा आर्थिक. या दोन्ही निकषांच्या आधारे जगाचे तीन गटांत कसे विभाजन झाले, याचे चित्र खालील तक्त्यावरून तुमच्या लक्षात येईल.

अ.	जगाचे स्वरूप	निकष	
क्र.	वा प्रकार	राजकीय	आर्थिक
१.	पहिले जग (First world)	अमेरिकेच्या आधिपत्या- खालील राष्ट्रे (भांडवलशाही)	विकसित राष्ट्रे (Developed countries)
२.	दुसरे जग (Second world)	रशियाच्या आधिपत्याखालील राष्ट्रे (साम्यवादी)	विकसनशील राष्ट्रे (Developing countries)
३.	तिसरे जग (Third world)	या दोन्ही गटांत न येणारी तटस्थ राष्ट्रे	अविकसित राष्ट्रे (Undeveloped countries)

आज राजकीय निकषांवर आधारित विभाजन दुबळे झाले याचे कारण साम्यवादावर आधारित राष्ट्रांवर आलेली आर्थिक संकटे व त्यातून रशियाचे झालेले विभाजन व त्यांचा अन्य साम्यवादी राष्ट्रांवर झालेला परिणाम हे होय. परंतु आर्थिक निकषांवर आधारित विभाजन आजही महत्त्वाचे मानले जाते. हे जरी खरे असले, तरी कोणते राष्ट्र नेमक्या कोणत्या गटांत येते हे ठरविणे अवघड आहे. परंतु स्वत:ला 'विकसनशील' म्हणवून घेणारी राष्ट्रे दुसऱ्या जगात मोडतात.

sect - (सेक्ट) धार्मिक संप्रदाय किंवा पंथ : धर्माच्या समाजशास्त्रात 'संप्रदाय' ही संज्ञा विशिष्ट प्रकारची धार्मिक संघटना या अर्थाने वापरली जाते. काही अन्य समाशास्त्रज्ञांच्या मते, संप्रदाय ही एक प्रकारची धार्मिक, धर्मनिरपेक्ष सामाजिक चळवळ असून तिचे महत्त्वाचे वैशिष्ट्य म्हणजे ती धर्मातील कर्मठवादाला एकीकडे जसा विरोध करते तसेच धर्मनिरपेक्ष संस्थांच्या निर्मितीलाही विरोध करते. सर्वसाधारणपणे दैनंदिन जीवनात आपण ज्या अर्थाने 'संप्रदाय' ही संज्ञा वापरतो, त्यापेक्षा अधिक असंदिग्ध, निश्चित आणि अधिक तांत्रिक अशा अर्थाने ही संज्ञा धर्माच्या समाजशास्त्रात वापरली जाते. धार्मिक संघटनांचा एक प्रकार म्हणूनही संप्रदायाचा उल्लेख केला जातो. ख्रिस्ती धर्माच्या चर्च व संप्रदाय या दोन्ही धार्मिक संघटना असल्या तरी चर्च व संप्रदाय यांत काही भेद आहेत ते खालीलप्रमाणे-

१. चर्च म्हणजे मनुष्य व ईश्वर यांत संबंध प्रस्थापित करण्याचे साधन होय, तर संप्रदाय हा धर्मातील अपप्रवृत्तींवर प्रकाशझोत टाकून धर्मात सुधारणा करण्याचा प्रयत्न करतो.

२. चर्चचे सभासदत्व व्यक्तीला जन्मतः प्राप्त होते, तर संप्रदायाचे सभासदत्व हे ऐच्छिक असते.

३. धर्म कर्मठतेचे जतन करण्याचा प्रयत्न करतो, तर संप्रदाय कर्मठतेला; तसेच एकूणच धार्मिकतेला विरोध करतो.

काही तज्ज्ञांच्या मते, संप्रदाय हा धर्मातील एक सुधारणावादी गट असल्यामुळे संप्रदायाने ज्या घटकांना मान्यता दिली व ज्या घटकांना विरोध केला ते घटक खालीलप्रमाणे –

अ. एकविवाहास मान्यता व बहुविवाहास संप्रदाय विरोध करतो.

ब. संप्रदाय, बाह्य व्यक्तींना संप्रदायाच्या सामाजिक कार्यात भाग घ्यावयास विरोध करतो.

क. काही संप्रदाय त्यांच्या अनुयायांवर विशिष्ट प्रकारच्या आहाराची सवय लावून घ्यावी म्हणून सक्ती करतात. तसेच त्यांनी संयमी आणि मितभोगी जीवन जगावे यासाठी प्रयत्न करतात, तर अनुयायांनी विशिष्ट प्रकारचाच पोशाख करावा अशा प्रकारची अपेक्षा करतात. उदा. जैन धर्मातील श्वेतांबर संप्रदाय शाकाहाराचा आग्रह धरतो व त्यांच्या साधूंनी पांढऱ्या रंगाचाच पोशाख करावा अशी सक्ती करतो.

जगातील प्रत्येक धर्मामध्ये समाजाच्या बदलत्या स्वरूपानुसार अनेक संप्रदाय उदयाला आले. काही संप्रदाय धर्मतत्त्व, धर्मपरंपरा याचे जतन झाले पाहिजे या विचाराचे पोषण करतात ते सकारात्मक संप्रदाय होत. तर जे संप्रदाय कर्मठतेला विरोध करतात, धर्मातील अपप्रवृत्ती, अपपरंपरा व अंधश्रद्धा नष्ट झाल्या पाहिजेत यासाठी प्रयत्न करतात. ते नकारात्मक संप्रदाय होत. हिंदू धर्मातील चार्वाक संप्रदाय, बौद्ध संप्रदाय (धर्म), ब्राह्म, प्रार्थना व आर्यसमाज हे सुधारणावादी म्हणून 'नकारात्मक संप्रदाय' होत.

sectarianism - (सेक्टेरिअ‌निझम) **सांप्रदायिकतावाद किंवा पक्षाभिमान :** 'सांप्रदायिकतावाद' म्हणजे संप्रदायाच्यामार्फत राजकीय अलगीकरणाच्या धोरणाला बढावा देणे किंवा प्रोत्साहन देणे होय. स्पष्टपणे बोलावयाचे झाल्यास जेव्हा समाजातील स्थापित धार्मिक गट भंग पावतो, तेव्हा त्यातून सांप्रदायिक चळवळ प्रकट झाली की त्यातून जो नवीन संप्रदाय आकाराला येतो तो सांप्रदायिक वादाचेच प्रतीक होय. प्रचलित धार्मिक संघटना सर्वसाधारणपणे जी भंग पावते,

त्याचे कारण म्हणजे सैद्धान्तिक श्रद्धा किंवा धार्मिक प्रथा यातील मतभेदामुळे 'सांप्रदायिकतावाद' ही संज्ञा अधिक मोठ्या प्रमाणात वापरली जाते ती कोणत्याही प्रकारच्या अलगाववादी चळवळीला जेथे राष्ट्रीय किंवा राजकीय; तसेच धार्मिक ओळख प्राप्त होते; तेथे संप्रदायाला आधार मिळतो व सांप्रदायिकतावाद आकाराला येतो. लष्करे तोयबा, जमाते इस्लामी, अल कायदा इत्यादी संघटना सांप्रदायिकतावादाचे प्रतीक होत. यातील काही सांप्रदायिक संघटनांनी त्यांच्या उद्दिष्टपूर्ततेसाठी अतिरेकीवादाचा आसरा घेतला आहे.

secularization - (सेक्युलरायझेशन) **धर्मनिरपेक्षता :** धर्माचे समाजशास्त्रज्ञ असे मानतात की विज्ञानाच्या क्षेत्रात जसजशी प्रगती होत गेली तसतशा प्रमाणात धार्मिक श्रद्धा, कल्पना, समजुती यांना धक्का बसून त्या खोट्या असल्याचे निदर्शनास आले. मानवी जीवनातील किंवा समाजजीवनातील अनेक गोष्टींचा संबंध अतिमानवीशक्ती, दैवीशक्ती म्हणजेच धर्म यांच्याशी नसून, मानवाचे इतर मानवाशी असलेले संबंध, यांच्याशी आहे यांची वाढती जाणीव झाल्यामुळे त्यातून धर्मनिरपेक्षतेची कल्पना उदयाला आली.

हे जरी सत्य असले तरी या संकल्पनेचा उदय १९ व्या शतकात इंग्लंडमध्ये झाला. त्याचे श्रेय जॉर्ज जेकब हॉलिओक यांच्याकडे जाते. त्यांनी प्रथम १८४६ साली 'धर्मनिरपेक्षता' (secularization) ही संकल्पना उपयोगात आणली. त्या काळी त्यांनी धर्मनिरपेक्षतेचा जो अर्थ दिला होता तो म्हणजे विचारस्वातंत्र्य. 'वर्तमान काळ हेच खरे सत्य होय याशिवाय काहीही सत्य नाही', हे धर्मनिरपेक्षतेचे तत्त्व त्या काळात प्रतिपादित केले होते. धर्मनिरपेक्षतेचा उद्देश मानवी जीवनातील अनेक क्षेत्रांत असलेला धर्माचा प्रभाव कमी करणे होय. धर्मनिरपेक्षतेचा दुसरा अर्थ आहे सर्वधर्मसमभाव. सर्वधर्मसमभाव म्हणजे समाजातील वा राष्ट्रातील जनतेला, त्यांच्या धर्माचा विचार न करता, समान अधिकार प्रदान करणे होय. याचा दुसऱ्या शब्दांत अर्थ असा की प्रत्येक धर्माला त्याच्या धर्मतत्त्वाचा प्रचार करण्याचा, धर्माप्रमाणे आचरण करण्याचा, धर्मानुसार धार्मिक सण व उत्सव साजरा करण्याचा पूर्ण अधिकार असेल. तसेच राष्ट्रांचा स्वतःचा असा राष्ट्रीय धर्म असणार नाही.

धर्मनिरपेक्षतेचा अर्थ मात्र असा नाही की धर्मनिरपेक्षतेचा पुरस्कार करणारे समाज वा राष्ट्रे धर्माचे अस्तित्व नाकारितात. धर्म नष्ट करणे हा धर्मनिरपेक्ष तत्त्वज्ञानाचा हेतू नाही. परंतु धर्माचा, धर्मगुरूचा राज्यकर्त्यांवर किंवा राजकारणावर

प्रभाव कमी करणे हा हेतू मात्र धर्मनिरपेक्षतेचे अनुयायी बाळगतात. समाजशास्त्राच्या दृष्टीने धर्मनिरपेक्षता ही एक परिवर्तनशील सामाजिक प्रक्रिया आहे. धार्मिकतेवर आधारित संरचनेचे रूपांतर धर्मनिरपेक्ष सामाजिक संरचनेत करणे हा धर्मनिरपेक्ष तत्त्वज्ञानाचा उद्देश असतो.

secular society - (से'क्युलर सोसायटी) **धर्मनिरपेक्ष समाज :** 'धर्मनिरपेक्ष समाज' म्हणजे असा समाज की ज्यात कमी निर्बंध, सर्वसामान्य प्रमाणकाचा स्वीकार, कमीतकमी सामाजिक नियंत्रण आणि धर्मतत्त्वाच्या प्रभावाचा अभाव याला प्राधान्य असते. या प्रकारच्या समाजात, पवित्र समाजाच्या किंवा कर्मठ समाजाच्या तुलनेने परिवर्तनाला (विशेषत: धार्मिक स्वरूपाच्या) विरोध सर्वसाधारणपणे फारच कमी असतो. तज्ज्ञांच्या मते, धर्मनिरपेक्ष समाजात प्रामुख्याने संवेदनात्मक समाज, नागरी समाज, सुसंस्कृत समाज, दुय्यम संबंधांचे प्राबल्य असणारे समाज, करारात्मक समाज व आधुनिक समाज व आधुनिकोत्तर समाज इत्यादींचा समावेश होतो.

segmental social structure - (से'गमेंटल सो'शल स्ट्र'क्चर) **विभागीय सामाजिक संरचना :** द्युरखेम यांनी प्रथम 'विभागीय सामाजिक संरचना' ही संकल्पना मांडली. त्यांनी यांत्रिक एकात्मकतेवर आधारित समाजाची जी वैशिष्ट्ये प्रतिपादन केली त्यांत एकजिनसी विभागीय व्यवस्थेवर जो भर दिला ते या संरचनेचे प्रतीक होय. या संज्ञेशी समांतर किंवा एकरूप असणाऱ्या संज्ञांत त्यांनी कुळे, भूप्रदेशीय जिल्हे व त्या व्यवस्थेत राहणाऱ्या व्यक्ती यांचा समावेश या संरचनेत केला आहे.

segmentary societies - (से'गमेंटरी सोसायटिज) **खंडात्मक समाज :** 'खंडात्मक समाज' म्हणजे राज्यविरहित समाजाचा एक प्रकार होय. यात सामाजिक संघटनेची विशिष्ट मूलभूत पद्धती आहे. उदा., वंशावळ पद्धती (lineage system) की ज्यात वांशिक गट-सभासदत्वाची व्याख्या ही काही वेळेला कल्पनात्मक, तर काही वेळेला समान पूर्वजाच्या आधाराने केली जाते. या प्रकारच्या व्यवस्थेत श्रेणीरचनात्मक संरचना समाविष्ट आहे. अधिक खोलात खंडात्मक समाज कसा आकाराला येतो, हे खालील आकृतीवरून लक्षात येईल.

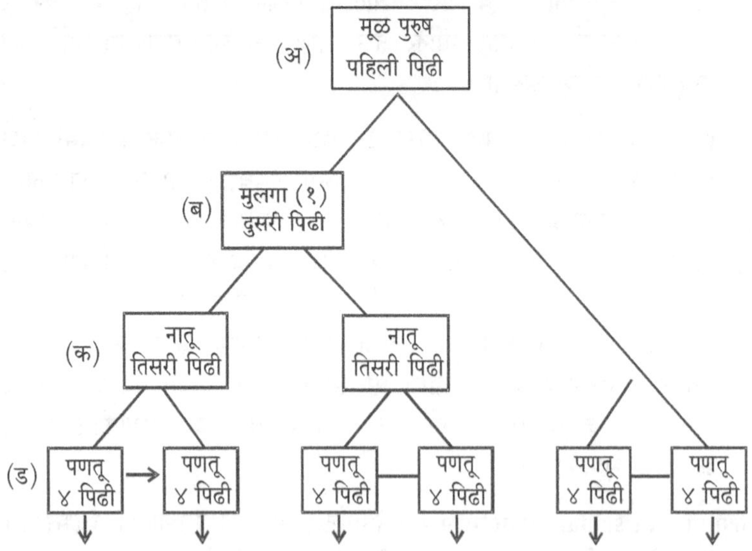

याप्रकारे एका वंशाच्या विस्तारातून अनेक पिढ्या व त्यांचे समाज आकाराला येतात. वंशविस्ताराची व त्यातून नवीन समाज आकाराला येण्याची प्रक्रिया अखंडपणे चालू असते. यासाठी 'खंडात्मक समाज' ही संज्ञा वापरली होती.

segmentary labour market - (से'गमेंटरी लेबर मा'र्केट) **खंडात्मक श्रमबाजार :** 'खंडात्मक श्रमबाजार' म्हणजे श्रमबाजाराच्या सर्वसामान्य पातळीवर आढळणारी संरचनात्मक विविधता होय. विविधतेच्या या पातळीत कर्मचाऱ्यांचे वेतन, कारकिर्दीत पुढे जाण्याची संधी, कामाच्या ठिकाणची परिस्थिती, औपचारिक कौशल्याची अपेक्षा, कामातील दर्जा आणि प्राथमिक व दुय्यम श्रमबाजार विभाग इत्यादींचा समावेश होतो. 'खंडात्मकवाद' ही संज्ञा, काही श्रम अर्थशास्त्रज्ञांना झालेल्या पुढील जाणिवेतून वृद्धिंगत झाली. ही जाणीव म्हणजे विविध उत्पादक कंपन्या, अंतर्गत श्रमबाजार संरचना प्रदर्शित करतात की जी विविध प्रकारच्या कामगारांत भेद करते. या प्रतिकृतिचा उपयोग समाजशास्त्रात विविध कंपन्यांतील आणि उद्योगांपलीकडील भेदांवर संशोधन करण्यासाठी करण्यात येतो. खंडात्मकवादाच्या मध्यस्थांनी ज्या बाबींवर विचार करावयाचा त्यांत प्रामुख्याने दोन समस्याप्रधान बाबी येतात– १. कौशल्य २. नियंत्रण. कौशल्याचा विचार करता कौशल्य हे मोठ्या प्रमाणात सामाजिक संरचित प्रघटना होय की ज्यात

ज्ञानाचा संग्रह आणि हस्तकौशल्य यांचा समावेश होतो. तसेच आपले कौशल्य व त्याच्याशी संबंधित दर्जा हा सर्वसामान्यपणे उच्च पातळीवरच्या कामात व स्वायत्ततेत टिकविण्याची व्यक्तीची क्षमता व या सर्वांवर नियंत्रण ठेवण्याची कामगारांची क्षमता हा समाजशास्त्रज्ञांच्या अभ्यासाचा विषय होय. समाजशास्त्रांच्या मते, कौशल्य हा समाजाने संरचित केलेला घटक असून प्रत्येक व्यक्तीची कौशल्यक्षमता, ज्ञानग्रहणक्षमता वेगवेगळी असल्यामुळे त्यांच्या कामाच्या दर्जात जरी विभिन्नता असली तरी प्रत्येकाला आपले कौशल्य प्रकट करण्याची समान संधी मिळणे गरजेचे आहे. विशेषत: स्त्रिया व अल्पसंख्याक गट यांना अशी समान संधी मिळणे आवश्यक आहे. (पहा–labour market and dual labour market–श्रमबाजार आणि द्विविध श्रमबाजार.)

segregated conjugal role relationship - (से'ग्रिगेटेड काँ'जुगल रोल रिले'शनशिप) **अलग वैवाहिक भूमिका संबंध :** 'अलग वैवाहिक भूमिका संबंध' म्हणजे घरातील स्त्री-पुरुषांमधील श्रमविभाजन होय, की ज्यानुसार कुटुंबातील जोडीदाराला वेगवेगळी भूमिका पार पाडावी लागते. 'अलग वैवाहिक भूमिका संबंध' ही संज्ञा प्रथम १९५७ साली एलिझाबेथ बॉट (Elizabeth Bott) यांनी वापरली आणि त्या असे सूचित करतात, की या प्रकारचे संबंध, ज्या समुदायात कुटुंब आणि मित्रमंडळी यांच्या संबंधांचे जाळे घट्ट विणलेले असते व ज्या समुदायात स्त्री व पुरुषाच्या कामांची वेगवेगळी कार्यक्षेत्रे असतात तेथे आढळतात. पुढे त्या असा दावा करतात की, कुटुंबातील हे कार्यवाटप लिंगभावावर आधारित असून, बहुसंख्य समुदायात घरकामाची जबाबदारी स्त्रियांवर टाकण्यात आली आहे. तर अन्य जबाबदाऱ्या पुरुषांकडे सोपविण्यात आल्या आहेत.

segregation - (सेग्रिगे'शन) **अलगीकरण किंवा विलगीकरण :** विभेदीकरणांच्या साधनांच्या साहाय्याने वंश, वर्ग, लोकगट यांचे क्षेत्रीय विभाजन म्हणजेच 'अलगीकरण' किंवा 'विलगीकरण' होय. दक्षिण अमेरिकेप्रमाणे वंशाचे अलगीकरण कायद्याच्याद्वारे लोकांवर लादले जाते. (अर्थात ही स्थिती १९५० पर्यंतच अस्तित्वात होती.) या अलगीकरणामुळे लोकांना मिळणाऱ्या सवलतींतही अलगता येते. या सवलतीत शाळा, समुद्रकिनारे, वाहतूक इत्यादींमधील भेदांचा समावेश होतो. भारतात जातिसंस्था वा जातिव्यवस्था प्रबळ असून तेथे पूर्वी आणि काही प्रमाणात आजही अस्पृश्य समजल्या जाणाऱ्या जातींना गावकुसाबाहेर अलग ठेवून त्यांच्याशी संपर्क ठेवण्याचे टाळले जाते. कायद्याने अस्पृश्यता नष्ट केली असली तरी सामाजिक मानसिकता अस्पृश्यांना अलग ठेवण्याच्याच बाजूची

आहे. आजही बऱ्याच राष्ट्रांत निवासी व शैक्षणिक अलगता आहे. साधारणत:
श्रीमंत, उच्चभ्रू, उच्च मध्यम वर्गीय लोक आलिशान बंगल्यात वा सदनिकेत
राहतात तर कनिष्ठवर्गीय, गरीब लोक मात्र एका खोलीच्या घरात किंवा झोपडपट्टीत
राहतात. त्याचप्रमाणे उच्चशिक्षित व शिक्षित लोकांचे जग हे अल्पशिक्षित किंवा
अशिक्षित लोकांपेक्षा वेगळे आहे, हे सत्य स्वीकारावेच लागते.

self administered questionnaire - (सेल्फ ॲडमि'निस्टर्ड क्वेश्चने'अर)
स्वरचित प्रश्नावली : जेव्हा एखादा संशोधक मार्गदर्शकाच्या सल्ल्याशिवाय
स्वत:च प्रश्नावलीची रचना करतो तेव्हा त्या प्रश्नावलीला 'स्वरचित प्रश्नावली'
म्हणतात. विशेषत: गुन्हेगारी क्षेत्रामध्ये बळीकरणाचे सर्वेक्षण करताना
(victimization survey) वा त्यावर प्रकाशझोत टाकताना संशोधकाला त्या
संदर्भात जी माहिती इतरांकडून समजली त्या आधारावर तो जी प्रश्नावली तयार
करतो, ती 'स्वरचित प्रश्नावली' या संज्ञेला पात्र ठरते व तो जो संशोधनात्मक
अभ्यास वा संशोधन करतो ते स्ववृत्तान्त अध्ययन म्हणून ओळखले जाते.
समाजशास्त्रीय संशोधनात संशोधकाला इतरांनी दिलेल्या माहितीच्या आधारेच
प्रश्नावलीची रचना करावी लागते ती प्रश्नावली स्वरचित प्रश्नावली ठरते. परंतु
गुन्हेगारी क्षेत्रात स्ववृत्तान्त अध्ययनात या प्रकारच्या प्रश्नावलीला महत्त्व असते.

self fulfilling and self destroying prophecy - (सेल्फ फुलफि'लिंग ॲण्ड
सेल्फ डिस्ट्रॉ'इंग प्रो'फेसी) **स्व-सिद्धी आणि स्व-विनाशी भविष्यवाणी :**
सामाजिक किंवा समाजशास्त्रीय अशा कोणत्याही संशोधनात सामान्यीकरण व
प्राक्कथन करण्याच्या कोणत्याही प्रक्रियेतील प्रयत्नाच्या संदर्भातील शक्यता 'स्व-
सिद्धी' किंवा 'स्व-विनाशी' या दोन संज्ञांद्वारेच होऊ शकते. एक म्हणजे, दृढतेने
किंवा जाणीवपूर्वक बनावट किंवा खोटी निवेदने करून येणारे निष्कर्ष हेही खोटे
वा बनावट असू शकतात. उदा. शेअर बाजारातील खोट्या जाहिरातींमुळे शेअर
गुंतवणूकदारांचे किंवा शेअर भागीदारांचे प्रचंड नुकसान होऊ शकते. दुसरे
म्हणजे, उपलब्ध ज्ञानाच्याद्वारे किंवा साहाय्याने जर योग्य गोष्टींना सुरुंग लावला,
तर परिणाम विनाश असला; तरी तो पूर्वसूचनेनुसार थांबविता येऊ शकतो. उदा.
रेल्वे किंवा वैमानिकांच्या संपाच्या संदर्भात प्रवाशांना जर योग्य वेळी पर्यायी
वाहतुकीच्या संदर्भात सूचना मिळाली तर प्रवासात ऐन वेळी होणारी गर्दी टाळता
येते.

स्व-परिपूर्तता व स्व-विनाश यासंबंधीच्या प्राक्कथनाचा वृत्तान्त हा ऐच्छिकवादाचे किंवा सामाजिक वर्तनातील निवडीचे निर्देशन करतो. काही वेळेला यातील तथ्य हे सर्वसामान्य तत्त्वावर जरी उभारलेले असले, तरी त्याचे महत्त्व समाजशास्त्रीय सामान्यीकरणात व समाजशास्त्रीय कायद्यात आवश्यक असले; तरी समाजशास्त्र व सामाजिकशास्त्रांत ते शक्य नाही ही वास्तवताही नाकारता येत नाही. परंतु हेही या ठिकाणी लक्षात ठेवले पाहिजे, की सामाजिक कार्यात सहभाग म्हणजे कर्त्याच्या क्रियेत परिवर्तनक्षमता आहे असे समजणे होय. परंतु त्याचा अर्थ मात्र असा नाही की कर्त्याची प्रत्येक क्रिया ही परिवर्तनक्षम असतेच असे नाही. म्हणून समाजशास्त्रीय सामान्यीकरणाच्या बनावट नसलेल्या व यशस्वी शक्यता गृहीत धरता स्व-परिपूर्ती व स्व-विनाश यासंबंधीच्या सिद्धान्तकल्पनांच्या किंवा गृहीततत्त्वाच्या अस्तित्वाला नकार देता येत नाही.

self esteem - (सेल्फ एस्टी'म) **स्व-प्रशंसा :** ‘स्व-प्रशंसा’ ही संकल्पना जाणून घ्यावयाची तर आपल्याला ‘आदर्श स्व’ व ‘वास्तव स्व’ या दोन संकल्पनांचा अर्थ समजून घेणे जरुरी आहे. सामाजिकीकरणाच्या प्रक्रियेत बालकाचे पालक व अन्य प्रौढ नातेवाईक बालकाला त्याच्या व्यक्तिमत्त्वात कोणते गुणधर्म चांगले वा अपेक्षित तर कोणते गुणधर्म वाईट वा अनपेक्षित यांचे ज्ञान देऊन बालकाच्या वर्तनात चांगल्या गुणधर्मांचा विकास कसा होईल यासाठी प्रयत्न करतात. आपले बालक आदर्शाचा पुतळा व्हावा असे पालकांना वाटते. त्या बालकाला त्याच्या समाजाच्या संस्कृतीची मूल्ये शिकवून मुलांच्या मनात ‘आदर्श स्व’ ही संकल्पना रुजवितात. परंतु समाजातील सांस्कृतिक मूल्ये आत्मसात करूनही चांगले आदर्श शिकूनही बालक त्याप्रमाणे वर्तन करेलच असे नाही. काही वेळेला त्याचे प्रत्यक्ष सांस्कृतिक सामाजिक आदर्श तो त्याच्या प्रत्यक्ष वर्तनात पायदळी तुडविण्याची शक्यता नाकारता येत नाही. याला ‘वास्तव स्व’ म्हणतात. आदर्श स्व आणि वास्तव स्व यांतील भेद म्हणजे स्व-प्रशंसा किंवा स्व-प्रतिष्ठा होय. आदर्श स्वत्व विचाराचे द्योतक आहे, तर वास्तव स्वत्व आचाराचे प्रतीक आहे. व्यक्तीने विचारांप्रमाणे आचरण करावे त्यातच व्यक्तीची, तिच्या कुटुंबाची प्रतिष्ठा आहे. विचारांप्रमाणे आचरण केले तर व्यक्तीची समाजात प्रशंसा होईल. व्यक्तीला चांगले वर्तन करावयास प्रेरित करण्यासाठी ‘स्व-प्रशंसा’ ही संज्ञा वापरली जाते.

self gratification - (सेल्फ ग्रॅटिफिके'शन) **स्व-संतोष किंवा स्व-समाधान :** ‘स्व-संतोष’ किंवा ‘स्व-समाधान’ म्हणजे व्यक्तीच्या बौद्धिक आणि भावनात्मक

गरजांच्या परिपूर्तीतून व्यक्तीला मिळणारे समाधान होय. याशिवाय अपेक्षित दर्जाची साध्यसंप्राप्ती किंवा ध्येयसिद्धी आणि त्यास समाजाची मान्यता मिळण्याच्या क्रियेतून व्यक्तीला जो आनंद होतो, त्यासाठीही 'स्व-संतोष' किंवा 'स्व-समाधान' ही संज्ञा वापरली जाते. जीवनात विविध क्षेत्रांत व्यक्तीला जे यश मिळते, कीर्ती प्राप्त होते, व्यक्तीचा नावलौकिक होतो व त्यामुळे व्यक्तीला जो आनंद होतो, तोदेखील 'स्व-संतोष' किंवा 'स्व-समाधान' या संज्ञेला पात्र ठरतो.

self orientation versus collective orientation - (सेल्फ ओरिएन्टे'शन व्हर्सस कले'क्टिव्ह ओरिएन्टे'शन) **स्वकेंद्री अभिमुखता विरुद्ध समूहकेंद्री अभिमुखता :** टॉलकॉट पार्सन्स यांनी वर्तनबंध पर्यायाचे (pattern variables) जे पाच प्रकार प्रतिपादन केले होते, त्यांपैकी एक वर्तनबंध पर्याय म्हणजे 'स्वकेंद्री अभिमुखता विरुद्ध समूहकेंद्री अभिमुखता' होय. प्रत्येक वर्तन पर्यायात वर्तनाचे दोन पर्याय व्यक्तीसमोर असतात व त्यांतील एक पर्याय व्यक्तींनी निवडावा अशी अपेक्षा असते. म्हणून काही तज्ज्ञ याचा उल्लेख द्विपर्यायी वर्तनबंध असा करतात.

हा स्वकेंद्री व समूहकेंद्री अभिमुखतेचा प्रकार प्रामुख्याने सामाजिक प्रमाणके यांच्याशी संबंधित आहे. कर्त्याने आंतरक्रिया करताना किंवा सामाजिक प्रमाणकांचे पालन करताना स्वत:च्या वैयक्तिक हितसंबंधांना प्राधान्य द्यावे की समूहाच्या हितसंबंधांना प्राधान्य द्यावे असा पेच कर्त्यासमोर असतो. यावर स्पष्टीकरण करताना पार्सन्स म्हणतात, की कर्त्याने त्यांच्या दर्जानुसार भूमिका पार पाडताना कोणत्या पर्यायाला प्राधान्य द्यावयाचे हे निश्चित करावे. उदा. एखादा विक्रेता किंवा दुकानदार दुकानातील एखाद्या उत्पादनाची विक्री करताना हे उत्पादन इतर तशाच प्रकारच्या उत्पादनांपेक्षा कसे दर्जेदार, टिकाऊ पण तुलनेने स्वस्त कसे आहे हे ग्राहकाला पटवून देताना मात्र माल विकला गेला तर स्वत:चा किती फायदा होणार आहे याचाच विचार करतो, ही स्वकेंद्री अभिमुखता होय. दुकानदार किंवा विक्रेता यांना त्यांची भूमिका पार पाडताना स्वकेंद्री अभिमुखता हाच पर्याय निवडावा लागतो. परंतु डॉक्टरची भूमिका पार पाडणाऱ्या कर्त्याला त्याच्यासमोर तपासणीसाठी येणाऱ्या रुग्णाच्या संदर्भात रुग्णाला त्याचा रोग बरा होण्याच्या दृष्टीने कोणते उपचार सर्वोत्कृष्ट आहेत, हे सांगताना वैयक्तिक स्वार्थाचा विचार न करता रुग्णाच्या हितसंबंधाचा विचार करावा लागतो. या दृष्टीने विचार करता डॉक्टरला नेहमी समूहकेंद्री अभिमुखता हाच पर्याय निवडावा लागतो. उद्योजक, व्यापारी, दुकानदार, विक्रेता इत्यादी कर्ते स्वकेंद्री अभिमुखता हा पर्याय निवडतील;

तर डॉक्टर, शिक्षक, समाजसेवक, समाजसुधारक समूहकेंद्री अभिमुखतेचा पर्याय निवडतील.

semi peripheri - (सेमी पेरि॑फेरी) **अर्ध-परीघ :** जागतिक व्यवस्थेतील सिद्धान्तकारांनी मूलत: जागतिक सत्तेचे संकल्पनीकरण करताना भांडवलशाही राज्याच्या सत्तासंबंधाचे विभाजन करताना ते केंद्र (core) व परीघ (peripheri) या दोन घटकात केले. यामध्ये राजधानीचे शहर, व्यापारी-सरकारी कार्यालये, उद्योगधंदे हे शहराच्या मध्यवर्ती भागात असतात, तर गरिबांची, निम्न मध्यमवर्गीयांची घरे ही शहरांच्या सीमेवर असतात, त्याचप्रमाणे राज्याचा वा शहराचा अविकसित, अर्धविकसित भाग हा केंद्र व परीघ (सीमा) यांच्या मधल्या पट्ट्यांत असतात व त्यासाठी 'अर्ध-परीघ' ही संज्ञा वापरतात. या संज्ञेचा अर्थ प्रतिपादन करताना तज्ज्ञांनी केंद्र व परीघ या दोन संज्ञा विकसित केल्या होत्या. केंद्रावर परीघ हा सतत अवलंबून असतो ही संकल्पना त्या पाठीमागे होती. नंतर मात्र काही तज्ज्ञांना या मूळ द्विखंडात्मक (Bipolar) विभाजनात काही उणिवा आढळल्या. या संदर्भात हे तज्ज्ञ राष्ट्रराज्य या द्वि-संकल्पनेचे उदाहरण देतात की ज्यात गाभाही नाही व परीघही नाही, तर समाज हा या दोघांमध्ये कुठेतरी आहे. हे समाज परस्परावलंबी असतात आणि काही प्रमाणात विकसनशील असतात. परंतु त्याचबरोबर काही प्रमाणात त्यांचे औद्योगिकीकरणही झालेले असते. सारांशरूपात, जे समाज वा राज्ये विकसितही नाहीत व अविकसितही नाहीत तर त्यामध्ये कुठेतरी आहेत अशा विकासप्रक्रिया चालू असलेल्या विकसनशील समाजासाठी अर्ध-परीघ ही संज्ञा वापरण्यात आली. (खालील आकृती पहा.)

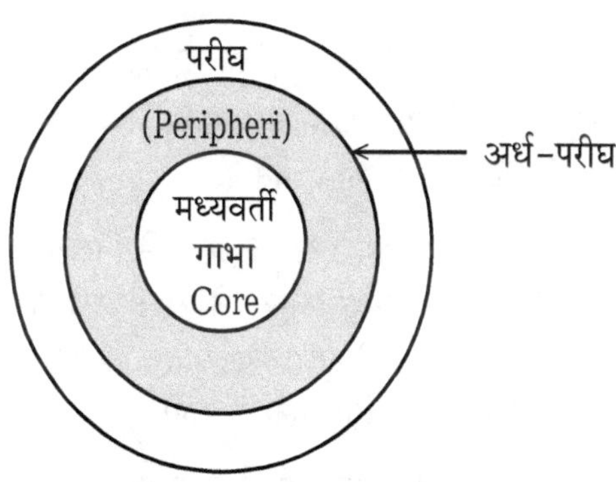

sensate culture - (सेन'सेट क'ल्चर) **संवेदना संस्कृती :** पितिरिम सॉरोकिन (Pitirim Sorokin) या रशियन-अमेरिकन समाजशास्त्रज्ञाने असा दावा केला होता, की समाज हा संस्कृतीच्या दोन परस्परभिन्न प्रकारांत दोलायमान होत राहतो. संस्कृतीचे परस्परभिन्न प्रकार म्हणजे, १. कल्पनात्मक संस्कृती (ideational culture) आणि २. संवेदना संस्कृती (sensate culture). १. कल्पनात्मक संस्कृती ही ज्ञानाची गुरुकिल्ली म्हणून श्रद्धा व धर्म यांवर भर देते व लोकांनी आध्यात्मिक जीवनमूल्याला प्रोत्साहन द्यावे म्हणून प्रयत्न करते. २. संवेदना संस्कृती ही मात्र ज्ञानाचा मार्ग म्हणून वैज्ञानिक पुरावा किंवा विज्ञान यावर भर देते आणि लोकांनी जीवनात व्यावहारिक, भौतिक आणि सुखोपवाद यांना प्राधान्य देण्याची विनंती करते. ज्ञानाच्या या दोन सांस्कृतिक मार्गांवर समाज सतत दोलायमान होतो, ही वास्तवता नाकारता येत नाही.

सारांशरूपात असे म्हणता येईल, की विज्ञानवादाचा अवलंब करणारा समाज हा भौतिक संस्कृतीला प्राधान्य देतो.

sensitizing concept - (से'न्सिटायझिंग कॉन्सेप्ट) **संवेदनात्मक संकल्पना :** सामाजिक क्रियेतंर्गत प्रतीकात्मक आंतरक्रियेवर चर्चा करताना ब्लूमर (Blumer) यांनी व्यक्तींच्या क्रियांचा उद्देश किंवा क्रियांची दिशा जाणून घेऊन त्या आधाराने व्यक्ती एकीकडे स्वत्वाच्या क्रियांची रचना करतात, तर दुसरीकडे त्याद्वारे व्यक्तींच्या क्रियांची एक मालिका इतरांच्या क्रियांच्या स्पष्टीकरणाच्या आधाराने तयार होते. त्यासाठी ब्लूमर यांनी दोन संकल्पनांचा वापर केला होता. १. असंदिग्ध संकल्पना (Definitive Concept) २. संवेदनात्मक संकल्पना (Sensitizing Concept).

१. असंदिग्ध संकल्पना : असंदिग्ध संकल्पना ही निश्चितपणे सर्वसामान्य वर्गाच्या हेतूंशी संबंधित असून विशेष गुणधर्मांच्या आधारे किंवा सुस्पष्ट स्थिर चिन्हांच्या मदतीनेच या संज्ञेची व्याख्या करता येते.

२. संवेदनात्मक संकल्पना : याउलट ब्लूमर असे निदर्शनास आणून देतात की व्यक्तीचे अनुभवविश्व हे सुस्थिर नसून, ते स्पष्टीकरण व निर्णयशक्ती यांद्वारे करण्यात येणाऱ्या पुनर्निश्चितीकरणाच्या सातत्याने चालणाऱ्या प्रक्रियांसाठी 'संवेदनात्मक संकल्पना' ही संज्ञा वापरली जाते.

ब्लूमर यांच्या मते, समाजशास्त्रीय विश्लेषणात असंदिग्ध संकल्पनेचा वापर करण्याचे मूल्य अत्यंत मर्यादित आहे. परंतु समाजशास्त्रज्ञांनी संवेदनात्मक संकल्पनांवर

मोठ्या प्रमाणात विसंबून राहावे. जरी या संकल्पनेत काही उणिवा असल्या, तरी आनुभविक वास्तवतेच्या आधारे ही संवेदनात्मक संकल्पना उदयाला आली असून, ती तुम्हाला योग्य मार्गदर्शन करते.

sentiment - (से'न्टिमेन्ट) **भावना :** 'भावना' म्हणजे सर्वसामान्यपणे मनोविकार (Emotion), विचार (Thought) आणि क्रिया (Action) यांचा अनुबंध होय. भावना ह्या सांस्कृतिकदृष्ट्या व इंद्रियज्ञानविषयकदृष्ट्या निर्धारित केल्या जातात. सर्वसाधारणपणे भावनात्मकतेच्या क्षेत्रात त्या त्या गटांतील, वर्गांतील किंवा समाजातील लोकाचार, लोकनीती संस्था यांचा समावेश होतो. मानसशास्त्रीय दृष्टीने विचार करता संमिश्र भावनात्मक पूर्वग्रह आणि भावनात्मक प्रेरणा यांना योग्य दिशा देणे वा मार्ग दाखविणे गरजेचे असते. बऱ्याच वेळेला भावनात्मकतेत उभयवृत्तींचा समावेश होतो. उदा. काही वेळेला आईच्या प्रेमात भीती, आनंद, दु:ख आणि राग इत्यादी घटकांशी निगडित भावना समाविष्ट असतात व या सर्वांचा संबंध भावना अनुबंधाशी जोडला जातो. फ्राईडवादी विचारवंतांच्या मते, व्यक्तीच्या स्वत्वाचे जीवशास्त्रीय केंद्र किंवा उपजाणिवा याद्वारे व्यक्ती क्वचितच तिच्या स्वत:च्या भावनांची अचूक व्याख्या करू शकेल. भावना या केवळ व्यक्तींच्या तोंडी संभाषणाच्या माध्यमातूनच समजतात असे नाही, तर निषेध नियमांसारख्या अनेक वास्तव घटकांद्वारे दर्शविल्या जातात.

sentiment public - (से'न्टिमेन्ट प'ब्लिक) **लोक-भावना किंवा जन-भावना :** 'लोक-भावना' किंवा 'जन-भावना' म्हणजे समाजातील सभासदांच्या सुयोग्य प्रमाणातील साधारणत: दर्जेदार अभिवृत्ती होत. या अभिवृत्ती विशिष्ट उद्दिष्टे साध्य करण्यासाठी जेव्हा कार्यरत होतात तेव्हा त्यात, जाणीवपूर्वक किंवा तर्कसंगत विचारांच्या अनुभवावर आणि वास्तव पुराव्यावर आधारित स्पष्टीकरणाच्या ऐवजी मनोविकार, पूर्वग्रह, अंत:स्फूर्तता आणि वैयक्तिक आवड यांनाच प्राधान्य दिले जाते. ऑगस्ट २०११ मध्ये अण्णा हजारे यांच्या लोकपाल विधेयकाच्या संदर्भात केलेल्या आंदोलनाला जनतेने उत्स्फूर्तपणे जो प्रतिसाद दिला तो एक प्रकारे लोक-भावनांचा आविष्कार होय.

sentiment analysis - (से'न्टिमेन्ट अॅन'लिसिस) **भावना विश्लेषण :** 'भावना विश्लेषण' म्हणजे सद्य:कालीन किंवा भविष्यकालीन प्रसंगाच्या वा प्रश्नांच्या संदर्भात लोकमत तयार करण्याच्या संदर्भातील लोक-भावनांचे स्पष्टीकरण वा अहवाललेखन करण्याच्या पद्धती होत. लोकमताचा अंदाज व्यक्त करणारे किंवा

प्राक्कथन करणारे तंत्र म्हणून जेव्हा आपण भावना विश्लेषणाकडे पाहतो तेव्हा असे लक्षात येते की लोकमत तयार करण्याच्या प्रमुख घटकांत काही प्रसंग, संघर्ष, भावना, यांच्या मान्यतेचा समावेश होतो. (पहा-public opinion-लोकमत.)

separation - (सेपरे'शन) **अलगीकरण किंवा विभाजन :** अलगीकरणाचा पहिला अर्थ आहे पती-पत्नींनी परस्परसंमतीने त्यांच्या सहवासाचा किंवा सहनिवासाचा त्याग करणे होय. परस्परांपासून वेगळे राहण्याचा निर्णय घेताना पत्नीच्या उदरनिर्वाहाची तरतूद करणे व मुलांचा ताबा कोणाकडे असावा यासंबंधीचाही निर्णय परस्परसंमतीनेच घेतला जातो. अमेरिका, इंग्लंड व भारत इत्यादी देशांनी परस्परसंमतीने एकमेकांपासून दूर राहण्याच्या पती-पत्नींच्या या निर्णयास वैधानिक रूप दिले आहे. या संदर्भात गेल्या काही वर्षांत भारतात जी अध्ययने झाली त्यानुसार नागरी समाजातील उच्चशिक्षित उच्चभ्रू समाजात परस्परसंमतीने विलग होण्याचे प्रमाण दिवसेंदिवस वाढत आहे. प्रातिनिधिक म्हणून आपण पुणे शहराचे उदाहरण घेऊ. २१ व्या शतकाच्या पहिल्या दशकात पुणे शहरातील कुटुंब न्यायालयात परस्परसंमतीने अलग होणाऱ्या जोडप्यांच्या संख्येत कशी वाढ होत आहे हे पुढील तक्त्यावरून तुमच्या लक्षात येईल.

अ.क्र.	इ.सन	परस्परसंमतीने विलगीकरणासाठी अर्ज
१.	२००४	६६४
२.	२००५	७२९
३.	२००६	७९७
४.	२००७	८२२
५.	२००८	९७५
६.	२००९	९८०

वरील तक्त्यातील आकडेवारी प्रातिनिधिक असली तरी सुशिक्षित, उच्चशिक्षित उच्चभ्रू समाजातील तरुणांच्या प्रवृत्तीची निर्देशक आहे. विलगीकरण संकल्पनेचा दुसरा अर्थ आहे तो मालक व नोकर यांचे संबंध संपुष्टात येणे होय.

sequence analysis - (सी'क्वेन्स अन'लिसिस) **अनुक्रम विश्लेषण :** प्रश्नावलीतील कोणत्याही सामाजिक प्रक्रियेवर विचारण्यात येणाऱ्या प्रश्नांचा

अनुक्रम कसा निश्चित करावयाचा, प्रश्नाची रचना तात्पुरत्या स्वरूपाची की क्षेत्रीय स्वरूपाची करावयाची, त्या प्रश्नांच्या उत्तराचे तंत्र कसे असावे यासंबंधी प्रश्नावली तयार करण्यापूर्वी मार्गदर्शक, सहकारी यांच्याशी विचारविनिमय करून घेतलेला निर्णय म्हणजे 'अनुक्रम विश्लेषण' होय. समाजशास्त्रापुरता विचार करता समाजशास्त्रीय संशोधनात अशी अनेक क्षेत्रे आहेत की ज्यातील प्रसंगाच्या क्रियेच्या संदर्भात प्रश्न विचारण्यापूर्वी प्रश्नाचा क्रम निर्धारित करावा लागतो. समाजशास्त्रज्ञांच्या दृष्टीने प्रश्नांचा क्रम ठरविणे हीच एक मोठी समस्या आहे. एखाद्या व्यक्तीची कारकिर्द किंवा जीवनमार्ग यावरचे साहित्य व त्यासंबंधीचे प्रश्न विचारताना प्रश्नांचा अनुक्रम महत्त्वाचा असतो. या ठिकाणी अनुक्रम विश्लेषणाची भूमिका अत्यंत महत्त्वाची आहे किंवा असते. विशेषत: जीवनप्रवासात घडणाऱ्या विविध घटनांची जर साखळी असेल, तर त्यासंबंधात प्रश्न विचारताना अनुक्रम ठरविणे महत्त्वाचे असते. मानवी जीवनात असे अनेक प्रसंग असतात की जे विसरण्याचा व्यक्तीचा प्रयत्न असतो. प्रश्नावलीत या संदर्भातील प्रश्नाचा क्रम सर्वात शेवटी व मोठ्या कौशल्याने विचारणे गरजेचे आहे. अनुक्रम विश्लेषण हे समाजशास्त्रात नव्याने विकसित होणारे अभ्यासक्षेत्र असून अन्य सामाजिक शास्त्रांपासून स्फूर्ती घेऊन समाजशास्त्रज्ञांनी या क्षेत्रात पुढे जाण्याचे ठरविले. मानसशास्त्रात अनुक्रम विश्लेषणाला दीर्घ परंपरा असून शिक्षण, स्थितिज्ञान, विकासात्मक अवस्थांचे सिद्धान्त या क्षेत्रात याचे महत्त्व वादातीत आहे. अर्थशास्त्रज्ञ अनुक्रम विश्लेषणाचा वापर, उपभोक्त्याचे वर्तन व शोधाचा उगम वा उदय या क्षेत्रात करतात. भाषाशास्त्रज्ञ अर्थपूर्ण ग्रंथरचनेसाठी या तंत्राचा वापर करतात.

समाजशास्त्रात अनुक्रम विश्लेषणाच्या संकल्पनेचा वापर रेषीय अवस्था सिद्धान्तात करतात. या प्रकारच्या सिद्धान्तात आधुनिकीकरणाचे, विकासाचे, बुद्धिप्रामाण्यवादीकरणाचे, क्रांतीचे आणि त्याप्रकारच्या सिद्धान्ताचा समावेश होतो. समाजशास्त्रात अॅन्ड्रय अॅबॉट (Andrew Abbott) हे या सिद्धान्ताचे प्रणेते असून त्यांनी आंतरक्रियात्मक सिद्धान्तक्षेत्रात अनुक्रम विश्लेषणाचा वापर केला होता.

service class - (स'व्हिस क्लास) **सेवा वर्ग :** 'सेवावर्ग' ही संज्ञा ऑस्ट्रो मार्क्सवादी विचारवंत कार्ल रेनर (Karl Renner) यांनी १९५३ साली पहिल्यांदा वापरली होती. ही संज्ञा वापरताना त्यांच्या डोळ्यासमोर होत्या सरकारी व सामाजिक सेवा. (सरकारी नोकरांच्या सेवेत त्यांनी नागरी नोकरीतील तज्ज्ञ

सेवांचा उल्लेख केला होता, तर सामाजिक सेवेत कल्याणकारी सेवा वितरित करणाऱ्या कत्यांचा उल्लेख केला होता.) कालांतराने ब्रिटिश समाजशास्त्रज्ञ जॉन एच. गोल्डर्थॉर्प (John H. Goldthorpe) यांनी या सेवावर्गाचे वर्णन करताना अशा नोकरी वा रोजगार संबंधाचा उल्लेख केला होता, की जे कामगारांच्या किंवा श्रमिकांच्या कराराच्या ऐवजी सेवा-संहिता किंवा सेवा-नियम यांवर आधारित होते. म्हणून त्यात विश्वास महत्त्वाचा असून स्वायत्तता हा याचा उपसिद्धान्त होय. सारांशरूपात असे प्रतिपादन करता येईल, की सर्व प्रकारच्या सरकारी व खासगी सेवा पुरविणाऱ्या सर्व नोकरांचा समावेश 'सेवावर्ग' या संज्ञेत करण्यात आला आहे.

set - (सेट) **संच :** १. एखाद्या घटनेला विशिष्ट प्रकारने प्रतिसाद देण्याची विशिष्ट अवयवाची तात्पुरती तयारी म्हणजे संच होय. उदा. शृंगाराला शृंगारिक वर्तनाने, प्रेमाला प्रेमाने, वात्सल्याला वात्सल्याने, तिरस्काराला तिरस्काराने जो प्रतिसाद दिला जातो त्यास संच म्हणतात. २. समाजशास्त्रीय दृष्टीने विचार करता विशिष्ट उद्देशांच्या पूर्ततेसाठी एकत्र आलेला व्यक्तींचा समूह म्हणजेही संच होय. सर्वसामान्यपणे संचाचे स्वरूप तात्पुरते असते. विवाहप्रसंगी, सम्मेलनप्रसंगी, सण, उत्सव, यात्रा इत्यादीप्रसंगी लोक जेव्हा एकत्र येतात तेव्हा त्यासाठी 'संच' ही संज्ञा वापरतात. संच हा स्वत: अजाण असतो, परंतु काही वेळेला जाणिवेची मोघम पार्श्वभूमी संचाला लाभलेली असते.

settlement - (सेट्लमेन्ट) **वसाहत किंवा वसतिस्थान :** 'वसाहत' किंवा 'वसतिस्थान' ही अशी एक (सामाजिक) संस्था आहे की जी शेजारपणासाठी★ उपयोगी असून ज्यात करमणूकप्रधान, शैक्षणिक, सामाजिक आणि नागरी कार्यक्रमांच्या विविध प्रकारच्या साधनांद्वारे वसाहतीची सेवा करते. अलीकडच्या काही वर्षांत प्रशासकीय कार्यक्रमात शेजाऱ्यांना मोठ्या प्रमाणात समाविष्ट करून घेण्याची प्रवृत्ती जशी वाढत आहे, तसेच वसाहतकार्यात निवड आणि मार्गदर्शन यांनाही महत्त्व प्राप्त झाले आहे. याचा परिणाम असा झाला, की विविध कार्यक्रमांची जरी रेलचेल झाली असली; तरी कार्यक्रमांचा दर्जा मात्र घसरत चालला आहे. या ठिकाणी 'वसाहत' म्हणजे एखाद्या भूप्रदेशावर परस्परांच्या सान्निध्यात निवास करून राहणाऱ्या लोकांचा समूह होय. वसाहत या संज्ञेचा दुसरा अर्थ आहे व्यक्ती किंवा कुटुंब यांना राज्याच्या सार्वजनिक कल्याण कायद्यानुसार

★ शेजारपणा : शेजारपणासाठी इंग्रजीत Neighbourhood ही संकल्पना वापरली जाते. शेजारपणा म्हणजे आपल्या कुटुंबाच्या बाजूला राहणारे कुटुंब, गावाजवळचे गाव इत्यादी होय.

मिळणाऱ्या सवलतीसाठी पात्र होण्यासाठी आवश्यक असणारा निवासाचा कालावधी होय. उदा. एखाद्या व्यक्तीला जर मतदानाचा हक्क पाहिजे असेल, तर त्या व्यक्तीच्या कुटुंबाने कमीतकमी ६ महिने त्या परिसरात वस्ती वा निवास करून राहिले पाहिजे. अर्थशास्त्रज्ञांच्या मतानुसार मानवाच्या आर्थिक विकासाचे जे टप्पे व ज्या अवस्था आहेत त्यांतील तिसरी अवस्था कृषिप्रधान अवस्था. या अवस्थेत जेव्हा मानवाने स्थानांतरित किंवा स्थलांतरित शेतीचा त्याग करून स्थिर शेतीचा अवलंब केल्यावर, एका विशिष्ट भूप्रदेशावर वस्ती करावयास सुरुवात केल्यावर, सर्वत्र मानवाची अनेक वस्तिस्थाने निर्माण झालीत. मानवाच्या आर्थिक, सामाजिक प्रगतीचा तिसरा टप्पा म्हणजे विविध मानवी वस्तिस्थानांच्या निर्मितीचा टप्पा होय.

settlement form of - (से'टलमेन्ट फॉर्म ऑफ) **वस्तिस्थानाचे प्रकार :** 'वस्तिस्थानाचे प्रकार', 'वस्तिस्थानाच्या रचना' किंवा 'वस्तिस्थानाचे अनुबंध' म्हणजे कृषक लोकसंख्येने त्यांच्या जमिनीची किंवा भूखंडाची व्यवस्था ज्या प्रकारे केली ती रचना होय. विविध मानवी वस्तिस्थानांचे प्रामुख्याने तीन प्रकारांत वर्गीकरण केले जाते–

अ. खेडेगाव किंवा केंद्रीभूत वस्तिस्थान (Village or Nucleated settlement) : या प्रकारच्या वस्तिस्थानात कृषकांची घरे वा निवास शेतात नव्हता; तर सर्व कृषकांची घरे एका समूहाने एका विशिष्ट भूप्रदेशावर केंद्रित झाली होती व या वस्तीभोवती संबंधित शेतकऱ्यांची जमीन होती. 'भारतीय खेडे' या प्रकारच्या वस्तिस्थानाचे प्रमुख उदाहरण असून या प्रकारच्या कृषी–संरचनेत शेतकरी दररोज मशागतीस शेतात जातो, दिवसभर शेतात राबतो व रात्री आपल्या घरी वस्तीला किंवा राहावयास येतो. बाजूच्या आकृतीत दर्शविल्याप्रमाणे छोटे वर्तुळ हे सर्व शेतकऱ्यांच्या वस्तिस्थानाचे ठिकाण व केंद्र असून त्या वस्तीभोवती संबंधित शेतकऱ्यांच्या (१ ते ८ वा अधिक) मालकीच्या जमिनी आहेत. या प्रकारात सर्व शेतकरी परस्परांच्या सान्निध्यात किंवा परस्परांच्या शेजारी राहत

खेडेगावची संरचना दर्शविणारी आकृती

असल्यामुळे त्यांना एकमेकांच्या कृषीविषयक किंवा कौटुंबिक अडचणींची माहिती असते व ते त्यासाठी एकमेकांना मदत करू शकतात.

ब. पसरलेले किंवा वेगवेगळी कृषिगृहे असलेले वस्तिस्थान (Scattered or Isolated farmsteads) : या प्रकारच्या वस्तिस्थानात शेतकऱ्यांची घरे ही त्यांच्या शेताच्या सर्वसाधारणपणे मध्यभागी असतात व त्याभोवती त्यांची शेती पसरलेली असते. आकृतीतील छोट्या चौकटी शेतकऱ्यांच्या घरांचे निर्देशन करतात. त्यांना कृषिगृहे असे म्हणतात. या घरात राहूनच शेतकरी व त्याचे कुटुंबीय त्यांच्या शेतीची मशागत व देखभाल करतात. या प्रकारच्या कृषिगृहे वस्तिस्थानात शेतकरी परस्परांच्या सान्निध्यात येत नाहीत. त्यामुळे हे शेतकरी दुसऱ्या शेतकऱ्यांच्या समस्या, अडचणी याबाबत अनभिज्ञ असतात. आपण, आपले कुटुंब व आपली शेती एवढेच त्यांचे जग असते. अमेरिका, कॅनडा इत्यादी देशांत या प्रकारची वस्तिस्थाने आढळतात.

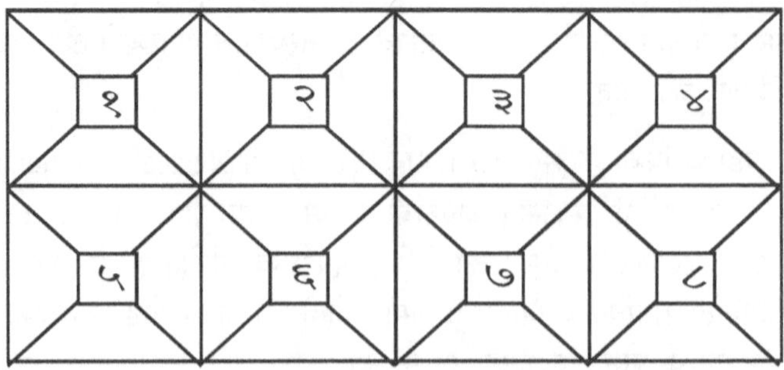

क. अर्ध किंवा आंशिक केंद्रीभूत वस्तिस्थान (Semi-nucleated settlement) : नदीच्या किंवा रस्त्याच्या दोन्ही बाजूंना किंवा एका बाजूला वस्ती करण्यास प्रारंभ झाल्यानंतर या प्रकारच्या वस्तिस्थानाची निर्मिती झाली असावी. या प्रकारच्या वस्तिस्थानात शेतकऱ्याची घरे नदीच्या वा रस्त्याच्या कडेला एका ओळीत असतात व त्या घराच्या मागे त्यांची शेती असते. पाण्याची गरज, वाहतुकीची आवश्यकता यातून या प्रकारची वस्तिस्थाने निर्माण झाली असावीत.

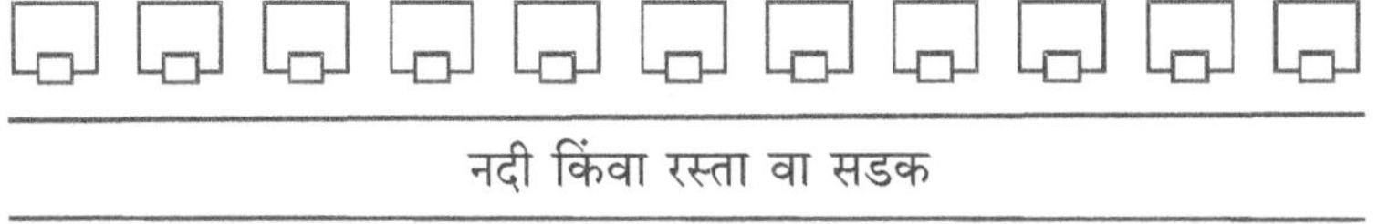

(अर्ध किंवा आंशिक केंद्रीभूत वस्तिस्थान दर्शविणारी आकृती.
छोटा चौकोन-शेतकऱ्याची घरे, तर मोठा चौकोन-त्यांची शेती होय.)

याप्रकारच्या वस्तिस्थानात शेतकरी त्यांच्या कृषिगृहात राहूनच शेती करत असले; तरी ते तुलनात्मकदृष्ट्या अधिक परस्परांच्या सान्निध्यात असतात. लोकांच्या याप्रकारच्या वस्तिस्थानाच्या संकल्पनेतूनच पुढे 'रांगेतील घरे' (row houses) संकल्पना आकाराला आली. यातून प्रदीर्घ एक रस्ता खेडेगाव आकाराला आले. भारतातील केरळ प्रांतात; तसेच काही पाश्चिमात्य राष्ट्रांत याप्रकारची वस्तिस्थाने आढळतात.

हे वस्तिस्थानाचे सर्व प्रकार शेतीशी संबंधित आहेत. याशिवाय तीर्थस्थान, शैक्षणिक केंद्र, औद्योगिक केंद्र, व्यापारी केंद्र इत्यादी निकषांच्या आधारानेही काही वस्तिस्थाने अस्तित्वात आलीत.

settlement laws - (से'टलमेन्ट लॉज) **वसाहत कायदे :** जगातील बहुसंख्य राष्ट्रांत आणि अमेरिकेतील प्रत्येक परगण्यात वसाहत कायदा अस्तित्वात आहे. त्या त्या राज्यातील सार्वजनिक मदतीचे हक्कदार होण्यासाठी लोकांनी त्या राज्यात किती काळापर्यंत वस्ती केली पाहिजे, याचे निर्धारण त्या त्या राज्याची सरकारे वसाहत कायद्याच्या माध्यमातून करतात. प्राचीन इंग्लिश गरीब कायद्याचा वारस (विशेषत: १६०३ चा राणी एलिझाबेथ यांचा गरीब कायदा) म्हणून आजचा वसाहत कायदा इंग्लंडमध्ये अस्तित्वात आला. सुरुवातीला या कायद्याचे स्वरूप गरिबांना मदत करणे एवढेच होते. अमेरिकेत मात्र या कायद्याचे स्वरूप, वस्तिस्थानाशी संबंधित जरी असले तरी त्यात प्रचंड तफावत आहे. त्या त्या परगण्याचे नागरिकत्व प्राप्त होण्यासाठी काही परगण्यांत १ वर्षाच्या वस्तिस्थानाची अट आहे, तर काही परगण्यांत त्यासाठी तब्बल ७ वर्षे वाट पाहावी लागते. वस्तिस्थानाचा कायदा प्रामुख्याने परदेशी लोकांसाठी आहे. त्या त्या राष्ट्रांत जन्माला आलेल्या बालकाला त्या त्या राष्ट्रांत राहण्याचा अधिकार आपोआपच मिळतो. दुसऱ्या देशातून आलेल्या लोकांना त्या देशात तात्पुरते व कायम

वास्तव्य करण्यासंबंधीच्या तरतुदी या कायद्यात आहेत. शिवाय हा कायदा विधवा, घटस्फोटित, अपंग, अज्ञान, गुन्हेगार, परके आणि अनौरस मूल इत्यादींच्या निवासासाठी वापरला जातो.

sex - (सेक्स) **लिंग :** स्त्री आणि पुरुष यांचे शारीरिक वैशिष्ट्यांच्या आधाराने वेगळेपण निर्धारित करणारा घटक म्हणजे लिंग होय.

sex distribution - (सेक्स डिस्ट्रिब्यूशन) **लिंग वितरण :** कोणत्याही देशाच्या लोकसंख्येतील स्त्री-पुरुषाचे प्रमाण निर्धारित करण्यासाठी 'लिंग वितरण' ही संज्ञा वापरली जाते. लोकसंख्याशास्त्राच्या नियमानुसार दर १००० पुरुषांच्या पाठीमागे स्त्रियांचे प्रमाण किती आहे हे सामान्यपणे लिंग वितरण प्रक्रियेद्वारे निर्धारित केले जाते. भारतापुरता विचार करता दर १००० पुरुषांच्या तुलनेने स्त्रियांचे प्रमाण सातत्याने घटत असून स्त्री/पुरुष वितरणाचा विचार करता स्त्रियांची संख्या सातत्याने पुरुषांच्या तुलनेत घटत आहे. बाजूचा तक्ता पहा.

अ.क्र.	इ.सन	१००० पुरुषांमागे स्त्रियांचे प्रमाण
१.	१९०१	९७२
२.	१९११	९६४
३.	१९२१	९५५
४.	१९३१	९५०
५.	१९४१	९४५
६.	१९५१	९४६
७.	१९६१	९४१
८.	१९७१	९३०
९.	१९८१	९३४
१०.	१९९१	९२७
११.	२००१	९३३
१२.	२००८★	९२२

★ २००८ सालचे आकडे एका सरकारी पाहणीतून निदर्शनास आले व ते आरोग्यमंत्र्यांनी जाहीर केले होते, ते या ठिकाणी नमूद केले आहेत.

कोणत्याही समाजाच्या किंवा राष्ट्राच्या लोकसंख्येच्या वितरणाचा प्रमुख घटक म्हणजे लोकसंख्येचे स्त्री-पुरुषांत होणारे वितरण होय. हे वितरण समान पातळीवर असणे गरजेचे असते. परंतु भारतात केरळमध्ये स्त्रियांचे प्रमाण २००१ च्या खानेसुमारीनुसार १०५८ एवढे असून, ते भारतात सर्वाधिक आहे. स्त्रियांचे सर्वांत कमी प्रमाण चंदीगड व दीव-दमणमध्ये असून ते क्रमाने ७७७ व ७१० एवढेच आहे. भारताशिवाय इतर देशांचा विचार करता दर हजारी पुरुषांच्या मागे स्त्रियांचे प्रमाण खालीलप्रमाणे आहे.

अ. क्र.	राष्ट्राचे नाव	१००० पुरुषांमागे स्त्रियांचे प्रमाण
१.	अमेरिका	१०१०
२.	जपान	१०३८
३.	इंग्लंड	१०६३
४.	फ्रान्स	११११
५.	जर्मनी	१४६५

भारतासमोर लोकसंख्येतील स्त्रियांचे प्रमाण कसे वाढवावे हा प्रश्न आहे; तर फ्रान्स आणि जर्मनीसमोर लोकसंख्येतील पुरुषांचे प्रमाण कमी कसे करावे, हा प्रश्न आहे. लोकसंख्या वितरणातील स्त्री-पुरुषांतील असमतोल त्या त्या राष्ट्रांतील सरकारसमोर गंभीर समस्या निर्माण करू शकतो.

sex discrimination - (सेक्स डिसक्रिमिनेशन) **लिंग विभेदीकरण :** 'लिंग विभेदीकरण' म्हणजे अशी पद्धती, की ज्यात एका लिंगाच्या व्यक्तींना दुसऱ्या लिंगाच्या व्यक्तींपेक्षा अधिक प्राधान्य दिले जाणे होय. या संदर्भात तज्ज्ञांच्या असे निरीक्षणात आले आहे, की बहुसंख्य समाजात पुरुषांना स्त्रियांपेक्षा जास्त प्राधान्य किंवा महत्त्व दिले जाते.

पितृसत्ताक वैशिष्ट्यांनी युक्त असलेल्या समाजात, स्त्रियांना सुव्यवस्थितपणे आणि नित्यनियमाने सामाजिक जीवनाच्या सर्व क्षेत्रांत, मग ते क्षेत्र खासगी असो वा सार्वजनिक, पुरुषांपेक्षा विभेदीकरणाच्या प्रक्रियेद्वारे कनिष्ठ समजले जाते. त्यामुळे लिंग विभेदीकरणाचे संस्थीकरण करण्यात येऊन त्याची तुलना वांशिक विभेदीकरणाशी केली जाते. लिंगवादी विचारप्रणाली आणि संभाषण यांद्वारे या प्रकारच्या लिंग विभेदीकरणास बळकटी आणली जाते व नंतर त्यांना वैधानिकता

प्राप्त करवून देऊन हे संबंध सामान्यीकृत केले जातात. यात महत्त्वाची गोष्ट ही की लिंग विभेदीकरण हे अस्पष्ट व स्पष्ट किंवा अप्रकट व प्रकट अशा दोन्ही प्रकारचे असू शकते आणि म्हणून लिंगभेदावर आधारित विभेदीकरणाच्या प्रथेवर नियंत्रण ठेवण्याच्या उद्देशाने लिंग विभेदीकरणाचा कायदा आराखडित करण्यात येऊन १९७५ साली 'लिंग विभेदीकरण नियंत्रण कायदा' मंजूर करण्यात आला. असे असले तरी व्यवहारात पितृसत्ताक समाजात स्त्रियांना रोजगार, राजकीय आणि धार्मिक क्षेत्रात, गृहनिर्माण आणि सामाजिक धोरणाच्या प्रमुख क्षेत्रात, मालमत्ता आणि नागरी व गुन्हेगारी कायदा क्षेत्रात पुरुषांपेक्षा कनिष्ठ दर्जाची वागणूक देऊन लिंग विभेदीकरणाला एक प्रकारे प्रोत्साहन दिले जाते. वर्गसंरचनेत आणि सामाजिक विभागाच्या वय, वंश इत्यादी क्षेत्रांत स्त्रियांच्या कनिष्ठ दर्जाला बळकटी आणली जाते.

सारांशरूपात असे म्हणता येईल की, जरी बहुसंख्य राष्ट्रांनी लिंग विभेदीकरण नियंत्रण कायदे मंजूर केले असले तरी व्यवहारात सर्वच क्षेत्रांत स्त्रियांना पुरुषांपेक्षा कनिष्ठ लेखून विभेदीकरणाचा प्रत्यय दिला जातो.

sex ratio - (सेक्स रे'शिओ) **लिंग प्रमाण :** (पहा–sex distribution–लिंग वितरण.)

sexual division of labour - (से'क्शुअल डिव्हि'जन ऑफ लेबर) **लैंगिक श्रमविभाजन :** 'लैंगिक श्रमविभाजन' म्हणजे असे श्रमविभाजन की ज्यात पुरुषांचे काम आणि स्त्रियांचे काम या गृहीतावर आधारित कामाचे स्त्री–पुरुषांमध्ये विभाजन करणे होय. काही विद्वानांच्या मते, लैंगिक श्रमविभाजन हे लिंगभाव श्रमविभाजनावर आधारित असून एकीकडे ते सामाजिक संरचित असल्याचे मान्य करताना, दुसरीकडे वारंवार असा विश्वास व्यक्त केला जातो की लैंगिक श्रमविभाजन हे स्त्री–पुरुषांच्या नैसर्गिक लिंग निर्धारित गुणधर्मांचा व प्रवृत्तीचा परिपाक होय. लैंगिक श्रमविभाजनाचे काही प्रकार बहुसंख्य ज्ञात समाजात स्पष्टपणे दिसत असले तरी त्याचे विशिष्ट प्रकारे प्रकटीकरण आणि विभेदीकरणाची मात्रा ह्या गोष्टी मात्र सामाजिक व ऐतिहासिक सापेक्षतेशी निगडित आहेत. औद्योगिक समाजाच्या संदर्भात विशेषत्वाने असे लक्षात येते, की तेथे विनामोबदला करण्यात येणारे घरगुती श्रम आणि वेतनप्राप्त श्रम यांत भेद केला जातो, तसेच खासगी क्षेत्र व सार्वजनिक क्षेत्र यातही लिंगभावावर आधारित भेद केला जातो. उदा. औद्योगिक समाजात ही क्षेत्रे लिंगभावाशी संबंधित असून (यात खासगी क्षेत्र हे प्रामुख्याने स्त्रियांसाठी आहे, तर सार्वजनिक क्षेत्र पुरुषांसाठी आहे हा समज) हे विभाजन अनुभवापेक्षा विचारप्रणालीशी अधिक

निगडित आहे असे तज्ज्ञ मानतात. उद्योगपूर्व समाजात आणि विशेषत: अनेक राज्यविरहित समाजात, खासगी व सार्वजनिक क्षेत्र असे विभाजन नव्हते व त्यामुळे उद्योगपूर्व व राज्यविरहित समाजात लैंगिक श्रमविभाजनाचे प्रमाण कमी होते.

समकालीन भांडवलशाही समाजात मात्र स्त्रियांचे केंद्रीकरण काही विशिष्ट उद्योगात झाले असून त्यात सेवाक्षेत्र व बालसंगोपन क्षेत्र इत्यादी क्षेत्रातील कामे सोपविली जातात. भांडवलशाही समाजातील उद्योगक्षेत्रात काम करणाऱ्या वेतनधारी स्त्रियांचा अनुभव फारसा चांगला नाही. त्यात प्रमुख्याने कामाच्या ठिकाणची दयनीय स्थिती, तुलनात्मकदृष्ट्या कमी वेतन, पुरुषांच्या कामगार संघटनेच्या तुलनेने स्त्रियांच्या कामगार संघटना अधिक दुर्बळ वा कमकुवत आहेत. इत्यादी गोष्टी लैंगिक श्रमविभाजनाचे प्रतीक होय. ब्रिटनमध्ये १९७० साली 'समान वेतन कायदा' व १९७५ साली 'लिंग विभेदीकरण (नियंत्रण) कायदा' मंजूर झाला असला, तरी त्यानंतरही स्त्रियांना पुरुषांच्या तुलनेने केवळ ७५% वेतन दिले जाते. भारतातही १९७६ साली समान मोबदला कायदा मंजूर होऊनही कृषीक्षेत्र, बांधकाम क्षेत्र, अनेक खासगी उद्योग यांत स्त्रियांना पुरुषांइतकेच काम करूनही मोबदला मात्र पुरुषांपेक्षा कमी मिळतो, ही वास्तवता आहे.

या संदर्भात स्त्रीवादी समाजशास्त्रज्ञ बॅरेट (Barrette) यांनी १९८८ साली त्यांनी केलेल्या एका अभ्यासानुसार असा दावा केला आहे की, उद्योगपूर्व समाजातील लिंगभाव विचारसरणीचा प्रभाव आजही असून, स्त्रियांचे लिंगभावाच्या आधाराने कुटुंबात; तसेच उद्योगक्षेत्रात सातत्याने शोषण होत असून तत्संबंधीचे कायदे निरुपयोगी ठरले आहेत. लैंगिक श्रमविभाजन प्रत्येक समाजातील वास्तवता असून घरकाम ही स्त्रीची जबाबदारी असून घराबाहेरील काम व जबाबदाऱ्या पुरुषांचे कार्यक्षेत्र आहे या विचारात आजही विशेष बदल झालेला दिसत नाही.

share-cropping - (शेअरङक्रॉंपिंग) **सहभागी पीककापणी :** एखाद्या जमीनमालकाच्या शेतातील पिकांची सुगीनंतर जेव्हा कापणी केली जाते तेव्हा कापणी करणाऱ्या मजुराला रोख पैशांच्या ऐवजी पीककापणीतील पिकांचा काही वाटा मोबदला म्हणून देण्याच्या पद्धतीसाठी ही संज्ञा वापरली गेली. हा सहभागी पीककापणीचा एक अर्थ होय. काही वेळेला शेतमालक त्यांची जमीन कुळाला खंडाने देतो. या पद्धतीत कूळ जमिनीची मशागत करून शेतात विविध पिके घेतो. सुगीनंतर या पिकातला प्रमुख वाटा हा जमीनमालकाला मिळतो व उर्वरित पिकांवर कुळाचा हक्क असतो. हासुद्धा सहभागी पीककापणीचाच एक भाग होय. काही वेळा जमीनमालक स्वत:च शेती करतो. जमीनमालकाच्या मालकीची

जर भरपूर जमीन असेल व त्यात तो अनेक पिके घेत असेल तर तो स्वत: एकटा पीककापणी करण्यास जेव्हा असमर्थ असतो तेव्हा तो त्यासाठी अनेक मजूर नेमतो व त्यांच्याकडून पीक कापून घेतो. या मजुरांना तो मजुरी पैशात न देता मजुराने कापलेल्या पिकातील काही भागात देतो. वाटा हा मजुराच्या कार्यक्षमतेवर अवलंबून असतो. समजा एखाद्या मजुराने दिवसभरात १०० कणसे कापली तर त्यातील १० कणसे (१/१०) मजुरीच्या स्वरूपात मजुराला मिळतात. हीसुद्धा एक प्रकारची सहभागी पीककापणी होय.

जमीनमालकाची अनुकूल आर्थिक परिस्थिती (म्हणजे जमीनदार वर्गाची मोठी संख्या) व श्रमिकांची कमतरता यातून सहभागी पीककापणी पद्धती उदयाला आली असावी. नव अभिजात अर्थतज्ज्ञांच्या मते, सहभागी पीककापणी पद्धती तार्किक स्वरूपाची असून शेतमालक व मजूर या दोघांनाही ती फायदेशीर ठरणारी आहे. कृषिप्रधान समाजात ही पद्धती सर्वमान्य आहे.

युरोप खंडातील सरंजामशाही काळात, अमेरिकेत गुलामगिरीच्या कालावधीत भारतात पूर्वी आणि आजही ही पद्धती कार्यरत होती व आहे.

shintoism - (शिन'टोईझम) **जपानी धर्म :** जपानी संस्कृतीचा एक प्रकार म्हणून 'शिन'टोईझम' (एक जपानी धर्मप्रकार) आकाराला आला. एक जपानी धर्मसंप्रदाय म्हणूनही आपण याचा उल्लेख करू शकतो. या जपानी धर्मसंप्रदायाच्या तत्त्वात किंवा शिकवणुकीत पुढील बाबी येतात- १. लोकांनी सतेज व शुद्ध मनाची कास धरावी. २. त्यांनी सत्यता, प्रामाणिकपणा आणि सचोटी या तत्त्वांना चिटकून राहावे. याचा दुसऱ्या शब्दांत अर्थ असा की जे कोणते काम तुम्ही स्वीकारलेले असेल ते प्रामाणिकपणे, सत्यतेची कास धरून पार पाडण्याचा प्रयत्न करा. तसेच इतरांशी प्रेमाने वागा. शारीरिक आणि दैवी शुद्धता हा तुमच्या ध्येयसिद्धीचा मार्ग असला पाहिजे. मानवाला व्यापणाऱ्या अशुद्धतेच्या धुळीचे निर्मूलन तुमच्या पवित्रस्थळी दैवी स्वरूपाच्या शुद्धीकरणविधीद्वारे करा. अशुद्धता, अपवित्रता व असत्यता यांची आपल्या जीवनातून हकालपट्टी करून त्या जागीसुद्धा पवित्रता व सत्यता या तत्त्वांची स्थापना करण्याची शिकवण हा जपानी 'शिन्टो संप्रदाय' देतो.

shifting agriculture - (शिफ्टिंग ॲग्रिकल्चर) **स्थानांतरित शेती :** कृषिप्रधान अवस्थेची प्रारंभिक अवस्था म्हणजे स्थानांतरित शेती होय. या अवस्थेत लोकांना शेती करण्याचे ज्ञान जरी प्राप्त झाले असले तरी ते अप्रगत स्वरूपाचे होते.

शेतीच्या मशागतीसाठी आवश्यक ती साधने त्या काळात उपलब्ध नव्हती किंवा त्यांचा शोध लागला नव्हता. जमिनीची सुपीकता टिकवून ठेवण्याच्या संदर्भात आवश्यक असलेल्या ज्ञानाचा अभाव त्या काळात होता. यावर उपाय म्हणून ही स्थानांतरित शेतीपद्धती उदयाला आली. यानुसार जमिनीची मशागत, बियांची पेरणी सतत एका जमिनीच्या तुकड्यावर न करता दरवर्षी लागवडीसाठी नवीन जमिनीचा तुकडा निवडण्यात येई. स्थानांतरित शेतीच्या पद्धतीत प्रथम जंगलातील झाडे तोडून तेथील जमीन सपाट केली जात असे. नंतर तोडलेली झाडे वाळल्यावर ती जाळण्यात येत व झालेली राख जमिनीवर पसरविण्यात येई व नंतर विशिष्ट पद्धतीने त्या जमिनीत बी पेरले जाई. लागवडीसाठी निवडलेली जमीन अगदी हलक्या पद्धतीची असल्याने उत्पन्नाचे प्रमाण फारच कमी होते. परत त्याच जमिनीवर लागवड केल्यास उत्पन्नात घट येईल या भीतीने दरवर्षी लागवडीसाठी जमिनीचा नवीन तुकडा निवडला जात असे. जमिनीच्या मशागतीचे अज्ञान, जमीन नांगरणी तंत्रासंबंधी अज्ञान, खत वापरण्यासंबंधीचे अज्ञान यातून स्थानांतरित शेती जन्माला आली असावी.

shudra - (शूद्र) **शूद्र :** हिंदू धर्मातील वर्णव्यवस्थेतील चौथा वर्ण म्हणून शूद्र वर्णाचा उल्लेख केला जातो. ब्राह्मण, क्षत्रिय व वैश्य हे अन्य तीन वर्ण होय. हिंदूंच्या आध्यात्मिक तत्त्वज्ञानानुसार शूद्राचा जन्म परमेश्वराच्या पायातून झाल्यामुळे त्या वर्णाकडे अन्य तीन वर्णीयांची सेवा करण्याची जबाबदारी सोपविण्यात आली होती. तीन वर्णीयांना प्रदान करण्यात आलेल्या अनेक सुविधांपासून शूद्रांना वंचित ठेवण्यात आले होते. यानुसार शूद्रांना अध्ययन (शिकण्याचा), यजन (यज्ञ करण्याचा), दान करण्याचा, उपनयन करण्याचा अधिकार नव्हता. साराांश, अनेक अधिकार व सुविधांपासून वंचित करण्यात आलेला, कनिष्ठ दर्जा प्रदान करण्यात आलेला वर्ण म्हणजे 'शूद्र वर्ण' होय.

sib - (सिब) **कूळ :** 'कूळ' (सिब) ही संज्ञा अमेरिकेतील मानवशास्त्रज्ञांनी वापरली असून त्यानुसार लोकांचा असा गट की ज्यांची निर्मिती एकाच मूळ पुरुषापासून झाली असून त्यांची वंशरचना प्रामुख्याने एकरेषीय किंवा एकवंशीय असते. काही तज्ज्ञांच्या मते, ही एकरेषीय संरचना किंवा एकवंशीय संरचना पितृसत्ताक; तसेच मातृसत्ताक पद्धतीतही आढळून येते. 'sib' (सिब) या इंग्रजी संज्ञेला समानार्थी संज्ञा म्हणून 'clan' (क्लॉन) ही संज्ञापण इंग्रजीत वापरतात. मराठीत मात्र दोन्ही इंग्रजी शब्दांसाठी 'कूळ' ही एकच संज्ञा वापरण्यात येते. (पहा-matrilineal and patrilineal descent-मातृसत्ताक व पितृसत्ताक वंशपरंपरा.)

sibling - (सि'ब्लिंग) **अपत्ये :** एकाच मातापित्यांची अपत्ये. ज्यात मुलगा-मुलगी किंवा भाऊ-बहीण यांचाही समावेश होतो.

significance test - (सिग्नि'फिकन्स टेस्ट) **महत्त्वपूर्ण चाचणी :** प्रामुख्याने सांख्यिकीशास्त्रात या चाचण्यांचा वापर केला जातो. 'महत्त्वपूर्ण चाचणी' ही अशा रीतीने आराखडित केली जाते, की ज्यामुळे निरीक्षित निष्कर्ष हे संधीचा परिणाम आहे की नाही, हे पाहिले जाते. चाचणीचे निष्कर्ष हे आकड्याद्वारे व्यक्त केले जातात. (T-ratio, F-ratio) की ज्याचे मूल्यांकन विविध किंवा विभिन्न पातळींवरच्या शक्यतेच्या विरोधात केले जाते. सर्वसामान्यपणे या प्रकारच्या चाचणीत शक्यतेची पातळी 0.05 स्वीकारली जाते, याचा अर्थ संधीमुळे एखादी घटना घडण्याची शक्यता केवळ ५% एवढीच असते.

महत्त्वपूर्ण चाचणीची उदाहरणे द्यावयाची झाल्यास त्यात परिमितीय (parametric) व अपरिमितीय (non parametric) चाचण्या, महत्त्वपूर्ण वितरण चाचण्या, कार्यिक वा कार्यात्मक बदलांवर आधारित चाचण्या, कायवर्ग (chi-square test) चाचण्या इत्यादींचा समावेश होतो.

significant other - (सिग्नि'फिकन्ट अ'दर) **महत्त्वाचे इतर किंवा अन्य :** 'महत्त्वाचे इतर' ही संज्ञा यासाठी वापरली जाते की जेव्हा सामाजिक कर्ता अन्य कर्त्याच्या भूमिका, भूमिका-प्रतिकृती म्हणून स्वीकारतो. जी. एच. मीड (G. H. Mead) यांनी स्वत्वविकासाचा विचार मांडताना ही संकल्पना मांडली होती. प्रत्येक मुलीसाठी आईची भूमिका ही भूमिका'प्रतिकृती असते तर मुलासाठी वडिलाची भूमिका, भूमिका-प्रतिकृती असते. मुलगी व मुलगा यांच्या दृष्टीने आई-वडील महत्त्वाचे असतात; पण ते अन्य किंवा इतर असतात. आपल्या दृष्टीने आदर्श असलेल्या अन्य व्यक्तींच्या भूमिकांचा जेव्हा आपण स्वीकार करतो तेव्हा ही संज्ञा वापरण्यात येते.

silent trade - (सा'इलेन्ट ट्रेड) **शांत किंवा स्तब्ध व्यापार :** उद्योगपूर्व समाजातील वस्तुविनिमय पद्धतीसाठी ही संज्ञा वापरली जाते. या विनिमयपद्धतीत नफ्या-तोट्याचा विचार केला जात नाही. संबंधित विनिमयात सहभागी झालेल्या दोन व्यक्तींच्या गरजांच्या व गरजांच्या तीव्रतेचा विचार करून दोन व्यक्ती किंवा दोन कर्ते त्यांच्या जवळच्या वस्तूंचा शांतपणाने परस्परात विनिमय करतात. वस्तुविनिमय व्यापारात खालील तीन प्रकारांने विनिमय होतो-

१. वस्तूऐवजी वस्तू (Goods for Goods) ⎤

२. वस्तूऐवजी सेवा (Goods for Service) ⎥→ वस्तुविनिमय (Barter Exchange)

३. सेवेऐवजी सेवा (Service for Service) ⎦

भारतातील ग्रामीण अर्थव्यवस्थेत असलेली बलुतेदारीपद्धती वस्तू व सेवा विनिमयाचे प्रतीक असून या प्रकारच्या विनिमयात स्पर्धा नसते. ग्रामीण अर्थव्यवस्थेच्या नियमानुसार कार्य चालते. शेतमजुराने जमीनदाराच्या शेतात राबावे (म्हणजे सेवा करावी) व त्या मोबदल्यात जमीनदार शेतकरी मजुराला धान्य देतो. (सेवेच्या मोबदल्यात वस्तू) किंवा गावातील न्हावी वर्षभर परटाचे व त्याच्या कुटुंबातील पुरुषाचे केस कापील व त्या मोबदल्यात परीट वर्षभर न्हाव्याचे कपडे धुऊन देईल (सेवेच्या मोबदल्यात सेवा) या प्रकारच्या विनिमयव्यापारात स्पर्धा नाही, म्हणून संघर्ष नाही. परिणामी सर्व व्यवहार शांतपणे होतात. म्हणून त्यासाठी 'शांत व्यापार' ही संज्ञा वापरण्यात आली होती.

simple commodity production - (सि'म्पल कर्मॉ'डिटी प्रॉड'क्शन) **साधे वस्तू उत्पादन :** (पहा–petty commodity production–क्षुल्लक वा किरकोळ वस्तू उत्पादन.)

simple society - (सि'म्पल सोसायटी) **साधा समाज :** मानवी समाजाचा प्रारंभिक प्रकार म्हणजे 'साधा समाज' होय. साध्या समाजासाठी 'प्राचीन समाज' या संज्ञेसह अनेक पर्यायी संज्ञांचा वापर या समाजासाठी केला गेला होता. काही तज्ज्ञांच्या मते, या संज्ञेचा वापर हा पर्यायी संज्ञेपेक्षा कमी अमान्य होता व मानवी समाजाच्या उत्क्रांतीची अवस्था दर्शविण्यासाठी या संज्ञेचा वापर केला गेला. साध्या समाजात व्यक्तींच्या गरजा अत्यंत मर्यादित स्वरूपाच्या होत्या. तद्वतच सामाजिक संबंधांचे स्वरूपही साधे, सरळ होते त्यात कोणतीही गुंतागुंत नव्हती. काही समाजशास्त्रज्ञांच्या मते, कोणत्याही समाजाची वाटचाल किंवा उत्क्रांती ही साध्या समाजाकडून गुंतागुंतीच्या समाजाकडे होते. बहुसंख्य आदिवासी समाज व ग्रामीण समाज हे 'साधे समाज' या संज्ञेला पात्र ठरतात, तर शहरी वा नागरी समाज हे 'गुंतागुंतीचे समाज' असतात. अन्य काही समाजशास्त्रज्ञांच्या मते, मानवी समाजाच्या उत्क्रांतीच्या अन्नशोधन व मृगया अवस्थेतील, पशुपालन अवस्थेतील व कृषी अवस्थेतील समाजासाठी 'साधा समाज' ही संज्ञा लावता येईल. काही तज्ज्ञांच्या मते, 'साधा समाज' हे नाव चुकीचे आहे; कारण या

समाजातील आप्तसंबंधाच्या स्वरूपात गुंतागुंत असते. सारांशरूपात असे म्हणता येईल, की साधा समाज या संज्ञेच्या वापराबद्दल व त्याच्या अर्थाबद्दल विद्वानांत मतभेद आहेत.

simulation - (सिम्यूले'शन) **खोटेपणा किंवा ढोंगीपणा :** १९८३ साली बॉड्रिलार्ड (Baudrillard) यांनी आधुनिक जगाचे किंवा अधिक स्पष्टपणे बोलावयाचे झाल्यास आधुनिकोत्तर जगाचे चित्र रंगविताना या संज्ञेचा समाजशास्त्रीय वापर केला होता. त्यांच्या मते, आधुनिकोत्तर जगाचे सर्वात महत्त्वाचे वैशिष्ट्य म्हणजे खोटेपणा किंवा ढोंगीपणा होय. आज आपण या खोट्या किंवा ढोंगी जगात जीवन जगत आहोत. खोटेपणाची किंवा ढोंगीपणाची ही प्रेरणा आपल्याला उद्देशाच्या किंवा ध्येयाच्या पुनरुत्पादनाकडे घेऊन जाते. आजच्या जगात वास्तव कोणते आणि ढोंग कोणते हे ओळखणे अवघड बनत चालले आहे. दूरदर्शनसारख्या प्रसारमाध्यमाद्वारे ढोंगीपणाच जणू वास्तवता आहे हे लोकांच्या मनावर बिंबविले जाते. विविध साबणांच्या, टूथपेस्टच्या, विविध सौंदर्यप्रसाधनांच्या जाहिरातींतून हा ढोंगीपणा प्रत्ययाला येतो.

single parent family - (सिं'गल पे'रेन्ट फॅ'मिली) **एक पालक कुटुंब :** सर्वसाधारणपणे कुटुंब म्हटले की ज्यात माता–पिता या दोघांचाही समावेश होतो. परंतु काही कारणाने कुटुंबातील पती किंवा पत्नी (पिता किंवा माता) कुटुंबात नसतात; तेव्हा त्यातून 'एक पालक कुटुंब' आकाराला येते. कुटुंबातील माता किंवा पिता कुटुंबात अनुपस्थित असण्याची प्रामुख्याने दोन कारणे आहेत. एक म्हणजे, माता किंवा पित्याचा मृत्यू आणि दोन म्हणजे, पती–पत्नीत म्हणजेच पिता व माता यांच्यात झालेला घटस्फोट. तिसऱ्या जगातील राष्ट्रांतील कुटुंबाचा विचार करता पती पत्नीला एकतर हाकलून देतो व तिचा त्याग करतो. या तिन्ही परिस्थितीतून 'एक पालक कुटुंब' आकाराला येते. या प्रकारच्या कुटुंबात माता किंवा पिता मुलांच्या संगोपनाची जबाबदारी घेतात व पार पाडतात. परंतु बहुसंख्य समाजात, विशेषतः घटस्फोटित कुटुंबात मुलांच्या संगोपनाची जबाबदारी मातेवर पडते. परंतु दुर्दैवाने मातेचा मृत्यू झाल्यास पिताही मुलाचे यशस्वीपणे पालन पोषण करतो.

situation - (सिच्युए'शन) **परिस्थिती :** 'परिस्थिती' या संकल्पनेत अशा सर्व घटकांचा समावेश होतो की जे अंतर्गत किंवा बहिर्गत, सेंद्रिय किंवा पर्यावरणात्मक असतात. व्यक्तिवर्तनाचा शोध घेताना परिस्थिती हा घटक अत्यंत महत्त्वाचा ठरतो. परिस्थितीचा विचार करता व्यक्तिजीवनात व्यक्तीला अनेक प्रकारच्या

परिस्थितींचा सामना करावा लागतो. या परिस्थितीत प्रामुख्याने सामाजिक, आर्थिक, राजकीय, सांस्कृतिक, धार्मिक, भूप्रदेशीय आणि पर्यावरणात्मक परिस्थितीचा समावेश होतो. व्यक्तीची प्रगती व विकास हा या परिस्थितीवर अवलंबून असतो. समाजशास्त्रीय संशोधक किंवा निरीक्षक व्यक्तिजीवनावर होणाऱ्या परिणामांचे वैज्ञानिक विश्लेषण करतात.

situation conflict - (सिच्युए'शन कॉ'नफ्लिक्ट) **परिस्थिती संघर्ष :** 'परिस्थिती संघर्ष' म्हणजे वस्तुस्थितीचा असा संच, की ज्यात परस्पर वैरभावात्मकता आणि व्यक्ती व गट यांच्या संबंधात उघडपणे जबरदस्ती आणि विनाशक वृत्ती यांचा अंतर्भाव असतो. या भावनेतून किंवा वृत्तीतूनच पुढे व्यक्तीव्यक्तींत किंवा गटागटांत संघर्ष आकाराला येतो. संघर्ष हा अंतिमत: संबंधितांना विनाशाकडे घेऊन जातो.

skewed distribution - (स्क्यू'ड डिस्ट्रिब्यू'शन) **उतरते वितरण किंवा असमान वितरण :** 'उतरते वितरण' म्हणजे असे वितरण की ज्यात जमा केलेल्या माहितीचे वितरण सामान्य वितरण किंवा घंटेच्या आकाराचे वितरण असल्याचे दर्शवीत नाही. सामान्य वितरणात मध्य, मध्यगा वा मध्यमा आणि बहुलक (mean, median and mode) एकाच जागी स्थित असतात व वक्ररेषा समतल वा सममित असते. आणि ते वितरण आकाराने एखाद्या घंटेच्या आकारासारखे असते. तिरक्या किंवा उतरत्या वितरणाचे दोन प्रकार शास्त्रज्ञ वा संशोधक पाडतात. १. सकारात्मक उतरते वितरण (positive skewed distribution) २. नकारात्मक उतरते वितरण (negative skewed distribution). यापैकी सकारात्मक उतरत्या वितरणात बहुलक (mode) आणि मध्यगा (median) हे मध्यापेक्षा कमी असतात तर याउलट नकारात्मक तिरक्या वितरणात मध्य हा मध्यगा व बहुलक यांच्यापेक्षा कमी असतो. (खालील आकृती पहा.)

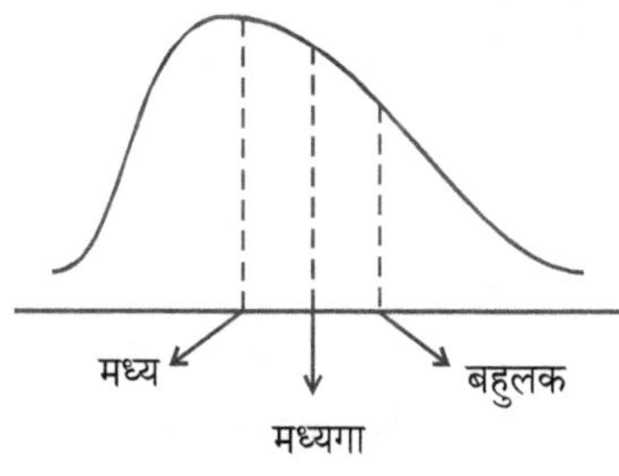

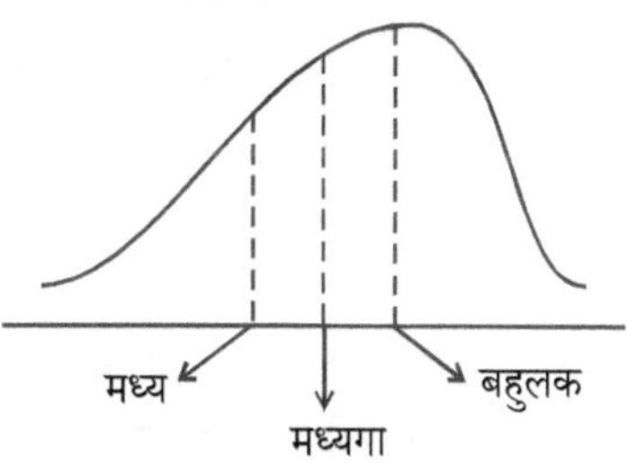

slum - (स्लम) झोपडपट्टी : 'झोपडपट्टी' ही नागरिकीकरण, आधुनिकीकरण यातून निर्माण झालेली नागरी सामाजिक समस्या होय. काही तज्ज्ञांच्या मते, ग्रामीण परिसरातून, छोट्या गावातून उपजीविकेसाठी लोक शहरात येतात, पण त्यांना राहावयास जागा नसते तेव्हा हे लोक मिळेल त्या जागेवर वस्ती करतात व त्यातून झोपडपट्ट्या निर्माण होतात. काही समाजशास्त्रज्ञ झोपडपट्टीला 'विशिष्ट प्रकारचा विघटित विभाग' या संज्ञेने संबोधतात; तर अन्य काही समाजशास्त्रज्ञ असे प्रतिपादन करतात की झोपडपट्ट्या आणि त्रासदायक विभाग हे दोन्ही शब्द समानार्थी आहेत. 'झोपडपट्टी' या संज्ञेची सर्वमान्य व्याख्या आज तरी उपलब्ध नाही. परंतु नेल्स अँडरसन (Nels Anderson) यांनी झोपडपट्टीची व्याख्या पुढील शब्दांत केली होती, 'घर किंवा घराचा समूह किंवा अतिगर्दीची वस्ती की जेथील परिस्थिती निकृष्ट, आरोग्यास हानिकारक असते किंवा जेथे विविध सुविधांचा अभाव असतो आणि या परिस्थितीमुळे त्या ठिकाणी राहणाऱ्या लोकांच्या आरोग्याला, सुरक्षिततेला व नैतिकतेला धोका निर्माण होतो असे वस्तिस्थान झोपडपट्टी होय.' काही तज्ज्ञांच्या मते, ही व्याख्या परिपूर्ण नसली तरी झोपडपट्टीचे स्वरूप दर्शविण्यास पुरेशी आहे. भारतापुरता विचार करता भारतातील अनेक शहरे झोपडपट्ट्यांमुळे विशोभित झाली असून, झोपडपट्ट्या ही आज एक गंभीर समस्या बनली आहे. मुंबईत, देशाच्या कानाकोपऱ्यांतून लोक धंद्यांसाठी, उपजीविकेसाठी येतात व त्यातून मुंबईत झोपडपट्ट्या निर्माण झाल्या आहेत. १९९१ च्या जनगणना अहवालानुसार त्या वेळेस मुंबईत १४४ झोपडपट्ट्या होत्या व त्यांत ४,१५,८७५ एवढे लोक राहात होते. सारांशरूपात असे म्हणता येईल, की झोपडपट्ट्या हे प्रत्येक शहराचे वैशिष्ट्य बनले आहे.

slum clearance - (स्लम क्लि'अरन्स) झोपडपट्टी निर्मूलन : 'झोपडपट्टी निर्मूलन' म्हणजे सध्या अस्तित्वात असलेल्या सर्व झोपड्या पाडून तेथील रहिवाशांना नवीन घर बांधून देणे होय. भारतापुरता विचार करता भारत सरकारने १९५६ पासून 'झोपडपट्टी स्वच्छता मोहिम' हाती घेतली असून त्यासाठी केंद्र सरकार राज्य- सरकारांना आवश्यक ते आर्थिक साहाय्य करणार आहे. राज्य सरकारांनी स्थानिक स्वराज्य संस्था, सरकारमान्य खासगी संस्था यांद्वारे ही मोहीम राबवावयाची आहे. १ एप्रिल १९७४ पासून झोपडपट्टी निर्मूलनाचे सर्व अधिकार केंद्र सरकारने राज्य सरकारला दिले होते. झोपडपट्टी स्वच्छता मोहिमेचा कार्यक्रम राज्य सरकारांनी २०१० पूर्वी यशस्वी करावा, अशी अपेक्षा केंद्र सरकारने व्यक्त केली होती. पण त्यात राज्य सरकारांना यश आल्याचे दिसत नाही.

small and large group - (स्मॉल ॲण्ड लार्ज ग्रूप) **छोटे व मोठे गट वा समूह** : सामाजिक गटाचे जे विविध प्रकार पाडले जातात त्या सभासदसंख्येच्या आधाराने जॉर्ज सिमेल (Georg Simmel) यांनी गटाचे दोन प्रकार प्रतिपादन केले होते. छोटा गट व मोठा गट. सिमेल (Simmel) यांच्या मते, छोटा गट हा अनेक बाबतींत मोठ्या गटापेक्षा वेगळा असतो. छोट्या गटात किंवा कमी सभासद असलेल्या गटात व्यक्तीचे संबंध, प्रत्यक्ष, अनौपचारिक जसे असतात तसेच या छोट्या गटातील सभासदांचा गटकार्यातील सहभाग मोठा असतो. याउलट मोठ्या गटातील किंवा सभासदसंख्या जास्त असलेल्या गटातील सभासदांचे संबंध अप्रत्यक्ष औपचारिक जसे असतात, तसेच गटकार्यात त्यांचा सहभाग अत्यल्प असतो. सर्वसाधारणपणे कुटुंब, मित्रमंडळ, भारतातील खेडेगाव हे छोटे गट असून, समुदाय, कामगार संघटना, उद्योग वा मोठा कारखाना हे मोठ्या गटाचे उदाहरण होय.

snowball[★] **sampling** - (स्नो'बॉल सॅम्पलिंग) **बर्फगोळा नमुना किंवा छोटा नमुना** : 'बर्फगोळा नमुना' किंवा 'छोटा नमुना' ही नमुनानिवडीची एक पद्धती असून त्याचा प्रारंभ हा उत्तरदात्याच्या छोट्या निवडक गटापासून केला जातो व नंतर त्यांच्याशी सतत संबंध ठेवून त्यांना संशोधनविषयासंबंधी काही माहिती विचारली जाते. त्यामुळे बर्फगोळा नमुना किंवा छोटा नमुना या नमुनानिवडीच्या पद्धती यादृच्छिक नमुनानिवड-पद्धती नाहीत. त्यामुळे अशा नमुनानिवडीच्याद्वारे केलेल्या अभ्यासाच्याद्वारे मूळ लोकसंख्येच्या वैशिष्ट्याबाबत कोणतेही अनुमान करणे शक्य नसते. बर्फगोळा नमुना किंवा छोटा नमुना या नमुनानिवडपद्धतींचा वापर हा प्राथमिक दृष्टीने विचार करता खोलात जाऊन माहिती गोळा करण्यासाठी, गुणात्मक माहिती गोळा करण्यासाठी; तसेच संवेदनात्मक विषयावर माहिती गोळा करण्यासाठी केला जातो. या प्रकारच्या संशोधनात्मक अभ्यासात नमुनानिवडीची कोणतीही चौकट नसल्याने वैयक्तिक संपर्कातून माहिती गोळा करणे हे या नमुनानिवडीचे सर्वोत्तम वैशिष्ट्य होय. या प्रकारची नमुनानिवडपद्धती ही व्यक्तींच्या लैंगिक सवयी व लैंगिक शोषण किंवा लैंगिक नागवणूक इत्यादी प्रकारच्या अभ्यासात महत्त्वाची ठरते.

[★] snowball : याचा अर्थ बर्फाळ प्रदेशात सर्वत्र पसरलेल्या बर्फाच्या साठ्यातून बर्फाचे गोळे करण्यासाठी लोक ज्याप्रमाणे काही बर्फ घेऊन (म्हणजे निवड करून) त्याचे गोळे करतात; त्याप्रमाणे एकूण लोकसंख्येच्या साठ्यातून (म्हणजे लोकसंख्येतून) काही विशिष्ट लोकगटांची निवड संशोधनविषयासंबंधीची माहिती गोळा करण्याच्या क्रियेसाठी केली जाते, त्यासाठी ही संज्ञा वापरण्यात आली आहे.

sociability - (सोशिअ‍ॅबि‌लिटी) **समाजशीलता :** समाजशीलता म्हणजे अशी कोणतीही सामाजिक आंतरक्रिया की जी प्रामुख्याने व्यक्तीच्या अस्तित्वासाठी महत्त्वाची असते आणि जी सामाजिक बांधणीचा मोह होण्यासाठी वा आकर्षणासाठीपण महत्त्वाची असते. वोल्फ (Wolf) या तज्ज्ञांनी १९५० साली केलेल्या अध्ययनाच्या माध्यमातून वरील विचार मांडले होते. सिमेल (Simmel) यांनी आंतरक्रियांचा एक क्रीडाप्रकार म्हणून समाजशीलतेकडे पाहिले होते. त्यांच्या मते, आंतरक्रियांच्या बाह्य स्वरूपापेक्षा त्यांतील आशय अभ्यासण्याचे कार्य समाजशीलतेच्या माध्यमातून केले जाते. सिमेल यांच्या मते, समाजशीलता म्हणजे क्रीडाप्रकारातील परिवर्तन-क्षमता होय की ज्यात जयाबरोबर पराजय, सुखाबरोबर दु:ख (जी क्रीडाक्षेत्रातली वास्तवता आहे) पचवावे लागते. सिमेल पुढे म्हणतात की, अनेक प्रकारच्या आंतरक्रियात समाजशीलतेचे घटक असतात. उदा. मेजवान्या, सहली, संभाषण यांसारख्या आंतरक्रियात समाजशीलता दिसून येते आणि सामाजिक जीवनातही समाजशीलता महत्त्वाची आहे. समाजशीलतेमुळे आंतरक्रियात्मक संबंधांची बांधणी करणे शक्य होत असल्याने समाजशास्त्रज्ञांनी समाजशीलतेच्या अध्ययनाला प्राधान्य द्यावे.

social - (सो'शल) **सामाजिक :** 'सामाजिक' म्हणजे एखाद्या संघटित गटात सामाजिक जीवन एकत्रितपणे जगणे होय. सामाजिक वृत्ती केवळ मानवातच असते असे नाही, तर मानवाव्यतिरिक्त अनेक कीटक (मुंग्या, मधमाश्या इत्यादी), अनेक पक्षी (कावळे, पोपट, वटवाघूळ, पारवे इत्यादी) व प्राणी (हरणे, गवे, जिराफ, झेब्रे, हत्ती इत्यादी) एकत्र जीवन जगतात. मानवी समाजाच्या संदर्भात विचार करता विविध मानवी संघटनांत किंवा गटांत केल्या जाणाऱ्या मानवी आंतरक्रिया म्हणजे सामाजिक होय. सामाजिक असणे ही मानवाची गरज आहे, कारण त्याशिवाय त्याच्या विविध गरजांची पूर्तता अशक्य आहे.

social action - (सो'शल अ‍ॅक्शन) **सामाजिक क्रिया :** टॉलकॉट पार्सन्स यांनी 'सामाजिक क्रिया' या संकल्पनेवर चर्चा करताना सामाजिक क्रियेचीसुद्धा एक व्यवस्था असते असे मांडले आहे. ते म्हणतात, सामाजिक क्रियाव्यवस्थेच्या तीन बाजू आहेत, त्यांपैकी एक बाजू सामाजिक व्यवस्था. सामाजिक क्रियाव्यवस्थेच्या अन्य दोन बाजू म्हणजे व्यक्तिमत्त्वव्यवस्था आणि सांस्कृतिक व्यवस्था. (खालील आकृती पहा.)

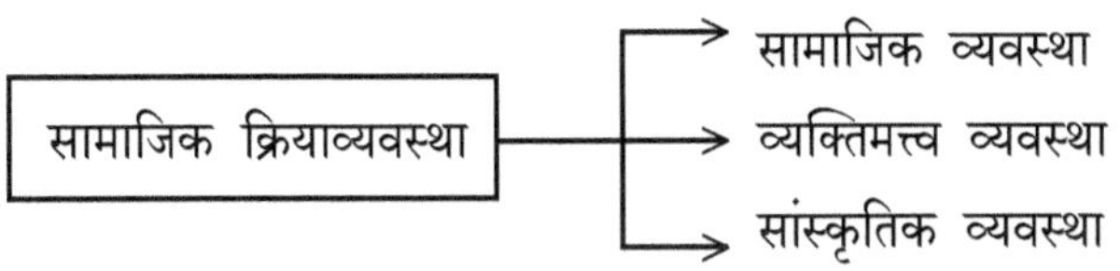

'सामाजिक क्रिया' या संज्ञेची व्याख्या जे.एच. टर्नर यांनी खालील शब्दांत केली आहे, 'सामाजिक क्रियेत एक अथवा अधिक कर्त्यांच्या एकानंतर एक केलेल्या क्रिया-एककांचा समावेश होतो.' फेअरचाइल्ड या दुसऱ्या समाजशास्त्रज्ञाने सामाजिक क्रियांच्या संदर्भात दोन दृष्टिकोनांतून विवेचन केले आहे- १. कर्त्याकडून सर्व प्रकारचे कळत किंवा नकळत केले जाणारे एकत्रित वा सामूहिक प्रयत्न म्हणजे सामाजिक क्रिया होत. २. एका व्यक्तीची क्रिया दुसऱ्या एक वा अनेक व्यक्तींच्या क्रियेने जेव्हा प्रभावित होते तेव्हा त्यास सामाजिक क्रिया म्हणतात. सामाजिक क्रियेत कर्त्यांचे परस्परप्रभावन महत्त्वाचे ठरते. (पहा–action–क्रिया.)

social actor - (सो'शल ॲक्टर) **सामाजिक कर्ता :** सामाजिक क्रियेत सहभागी होणाऱ्या कोणत्याही व्यक्तीला 'सामाजिक कर्ता' ही संज्ञा लावता येईल. 'सामाजिक कर्ता' ही संज्ञा कोणत्याही गृहीततत्त्वाशिवाय वापरली जाते आणि सामाजिक कर्ता हा नेहमी त्याच्या क्रियेचे व्यवस्थापन करतो. परंतु समाजशास्त्रात या संज्ञेचा 'भूमिका' या अर्थाने वापर करताना असे निर्देशित केले जाते, की सामाजिक क्रियेत बऱ्याच वेळा कर्ता ज्या भूमिका करतो त्यात जरी कर्त्यांच्या स्पष्टीकरणाची व पुनराकाराची शक्यता नसली तरी त्यात काही भागांचा समावेश होतो. गॉफमन (Goffman) यांनी या संज्ञेचा वापर, विशेषत: नाट्यकलाशास्त्रीय दृष्टिकोनातून केला असून त्यानुसार मानवी समाज हा एक रंगमंच असून मानवी समाजातील प्रत्येक व्यक्ती या रंगमंचावरचे पात्र (कर्ता) आहे. परंतु हा दृष्टिकोन लोकजीवनपद्धतिशास्त्रज्ञांना मान्य नाही. म्हणून त्यांनी 'सामाजिक कर्ता' ही संज्ञा त्याच्या नाट्यकलाशास्त्रीय गर्भितार्थामुळे वापरण्यास नकार देऊन त्याऐवजी त्यांनी 'समाजाचा सदस्य' वा 'समाजाचा सभासद' ही संज्ञा वापरणे पसंत केले होते.

social and economic contradiction - (सो'शल ॲण्ड इकॉनॉ'मिक कॉन्ट्र'डि'क्शन) **सामाजिक आणि आर्थिक विरोध किंवा विसंगती :** (पहा–contradiction–विरोध किंवा विसंगती.)

social and economic development - (सो'शल ॲण्ड इकॉनॉ'मिक डिव्हे'लपमेन्ट) **सामाजिक आणि आर्थिक विकास :** पहा–economic and social development–आर्थिक आणि सामाजिक विकास.

social and economic rights - (सो'शल ॲण्ड इकॉनॉ'मिक राइट्स) **सामाजिक आणि आर्थिक हक्क** : पहा–citizen rights–नागरिक हक्क.

social anthropology - (सो'शल अँथ्रपॉ'लॉजी) **सामाजिक मानवशास्त्र** : पाश्चिमात्य संशोधकांच्या विचारानुसार छोट्या स्वरूपाचे समाज, साधे समाज, अनौद्योगिक (non-industrial) संस्कृती आणि समाज यांचा अभ्यास म्हणजे 'सामाजिक मानवशास्त्र' होय. एक अध्ययनशाखा म्हणून विचार करता सामाजिक मानवशास्त्र व समाजशास्त्र यांचे अभ्यासविषय एकमेकांना व्यापतात आणि अनेक सैद्धान्तिक स्थितिज्ञान आणि अभ्यासपद्धतिशास्त्र यांच्यात या दोन्हीही शास्त्रांचे सहभागित्व आहे.

एक विशेष अध्ययनशाखा म्हणून सामाजिक मानवशास्त्राचा विकास १९ व्या शतकात झाला. या शास्त्रात पहिला प्रमुख सैद्धान्तिक दृष्टिकोन जो विकसित झाला तो म्हणजे उत्क्रांतिवाद होय. काळाच्या ओघात अनेक प्रकारचे उत्क्रांतिवाद उदयाला आले आहेत, त्यांपैकी प्रगतिवादी उत्क्रांतिवाद हा महत्त्वपूर्ण होय. पहिल्या महायुद्धानंतर मॅलिनॉव्हस्की (Mallinovaski)आणि रेडक्लिफ ब्राऊन (Redcliffe Brown) यांनी सामाजिक मानवशास्त्रात संरचनात्मक व कार्यात्मक दृष्टिकोनाची स्थापना करून त्यादृष्टीने आदिवासी समाजाच्या अध्ययनावर भर दिला. त्यानंतरच्या कालावधीत सामाजिक मानवशास्त्रज्ञांनी आदिवासी समाजातल्या विविध संस्कृतींचे अध्ययन करताना विविध संस्थांच्या विश्लेषणावर प्रकाशझोत टाकला होता. या संस्थांत आप्तसंबंध, अनुबंध, धार्मिक श्रद्धा व्यवस्था, जादू व राजकीय व्यवस्था इत्यादींचा समावेश होतो.

अलीकडे सामाजिक मानवशास्त्रज्ञांनी त्यांचे लक्ष आदिवासी समाज व अन्य नागरी औद्योगिक समाज यांच्या परस्परसंबंधाच्या अध्ययनाकडे केंद्रित केले आहे. सभोवतालच्या नागरी औद्योगिक समाजाचा आदिवासी समाजजीवनावर होणारा परिणाम हा या अध्ययनाचा केंद्रबिंदू ठरला.

social adaptation - (सो'शल ॲडॅप्टे'शन) **सामाजिक अनुकूलन** : 'सामाजिक अनुकूलन' म्हणजे गट किंवा संस्था यांनी त्यांच्या भौतिक पर्यावरणाशी स्वत:च्या अस्तित्वासाठी आणि जिवंत राहण्यासाठी किंवा सक्रिय व निष्क्रिय प्रक्रिया साध्य करण्यासाठी प्रस्थापित केलेले संबंध होत. काही तज्ज्ञांच्या मते, सामाजिक अनुकूलन (adaptation) ही संज्ञा काही वेळेला सामाजिक समायोजन किंवा सामाजिक समावेशकता या अर्थाने अयोग्यपणे वापरली जाते. सामाजिक अनुकूलन

म्हणजे समाजव्यवस्थेला प्राप्त सामाजिक वा असमाजिक पर्यावरणाशी जुळवून घेण्याची प्रक्रिया होय.

social adjustment - (सो'शल ॲड्ज'स्टमेन्ट) **सामाजिक समायोजन :** 'सामाजिक समायोजन' या संज्ञेचे अनेक अर्थ आहेत. त्यांपैकी काही महत्त्वाचे अर्थ आपण येथे पाहू अ. 'सामाजिक समायोजन' म्हणजे व्यक्तिमत्त्व गट, संस्कृती घटक आणि सांस्कृतिक गुंतागुंत यांच्यातील संबंधाचा असा प्रकार की जे त्यात समाविष्ट असणाऱ्या व्यक्तींना एकात्म करतात व परस्परसमाधान प्रदान करतात ब. 'सामाजिक समायोजन' ही अशी एक प्रक्रिया आहे की ती हे संबंध निर्माण करते.

सामाजिक समायोजन ही संज्ञा मोठ्या विस्तृत प्रमाणात, समकालीन जीवशास्त्र, शिक्षणशास्त्र, मानसशास्त्र, सामाजिक मानसशास्त्र आणि समाजशास्त्र यांत वापरली जाते. सामाजिक समायोजन ही संज्ञा संदिग्ध व द्व्यर्थी स्वरूपाची असून त्यात स्पेन्सर- पासून जीवन म्हणजे अंतर्गत संबंधापासून ते बहिर्गत संबंधापर्यंतचे समायोजन होय. ते डेल कार्नेजी (Dale Carnegies) यांच्या यश म्हणजे इतरांशी समायोजनपर्यंतच्या विचारांचा समावेश होतो.

या संदर्भात जी सर्वेक्षणे आज झालीत त्यांनुसार 'समायोजन' या संज्ञेत खालील प्रमुख समाजशास्त्रीय अर्थ समाविष्ट आहेत १. आंतरक्रियाशीलता- यात मनुष्य त्याच्या आर्थिक, सामाजिक, धार्मिक व अन्य कार्यांत इतरांशी समायोजन साधतो. २. प्रयत्नशीलताह्वयात समायोजन सुधारण्यासाठी मुद्दाम प्रयत्न केले जातात. ३. समावेशकताह्वसहभागी सभासदांशी सापेक्षत: स्थिर व परस्पर स्वीकाराई संबंध प्रस्थापित केले जातात (उदा. पती-पत्नी संबंध / मालक-नोकर संबंध.) ४. विचारसंगतीदर्शक/संलग्नदर्शक- सर्वसामान्य संलग्नदर्शक प्रक्रियांच्या विविध टप्प्यांशी किंवा अवस्थांशी हे संबंध संबंधित आहेत. उदा. जुनी पिढी व नवीन पिढी किंवा वृद्ध-तरुण इत्यादी संबंध यात येतात. ५. प्रमाणकात्मक- चांगले-वाईट, योग्य-अयोग्य, कार्यक्षम-अकार्यक्षम इत्यादीसंबंधी प्रमाणकांशी व्यक्तींना समायोजन साधावे लागते.

वरील पाचही संज्ञा या समायोजन या संज्ञेला पर्यायी किंवा समानअर्थी संज्ञा म्हणून वापरल्या जात असल्यामुळे या संज्ञेच्या अर्थाबाबत एक सामाजिक सत्ता, सामाजिक प्रतिष्ठा आणि सामाजिक सन्मान या संदर्भात होणारे ऊर्ध्वरेषी गतिमत्त्व या संज्ञेत अभिप्रेत आहे. ही ऊर्ध्वरेषी गतिमत्त्वाची प्रक्रिया समाजात सातत्याने चालू असते.

social assimilation - (सो'शल ॲसिमिले'शन) **सामाजिक संमीलन :** सामाजिक संमीलन ही एक एकात्मक सामाजिक प्रक्रिया आहे. या प्रक्रियेत विविध संस्कृती किंवा विविध संस्कृतींचे प्रतिनिधित्व करणारे गट किंवा व्यक्ती एका एकजिनसी एकत्वात संपूर्णपणे विलीन होतात, की त्यांचे स्वतंत्र अस्तित्व नष्ट होते. या प्रक्रियेला संमीलन असे म्हणतात. काही तज्ज्ञांच्या मते, सामाजिक संमीलन ही एक गुंतागुंतीची प्रक्रिया आहे. समाजातील काही घटक सम्मीलनास मदत करतात, तर काही घटक सम्मीलनात अडथळा आणतात. गिलिन व गिलिन या समाजशास्त्रज्ञांच्या मतानुसार सामाजिक संमीलन प्रक्रियेला साहाय्य करणाऱ्या घटकांत प्रामुख्याने सहिष्णुता, समान आर्थिक संधी, सहानुभूतिपूर्वक अभिवृत्ती इत्यादींचा समावेश होतो. तर सामाजिक संमीलन प्रक्रियेत अडथळा आणणाऱ्या घटकांत एकाकी जीवन परिस्थिती, श्रेष्ठत्ववादी अभिवृत्ती, विविध गटांत असलेले शारीरिक, सांस्कृतिक, सामाजिक व धार्मिक भेद इत्यादींचा अंतर्भाव होतो.

ज्याप्रमाणे दुधात साखर टाकल्यानंतर ती साखर दुधात पूर्ण विरघळते व साखरेचे वेगळे अस्तित्व नष्ट होते, तद्वतच दोन सामाजिक गट, दोन संस्कृती व समाज परस्परांत विलीन झाल्यावर त्या दोघांचे स्वतंत्र अस्तित्व समाप्त होते. संपूर्ण विलीनीकरण हा सामाजिक सम्मीलनाचा आत्मा होय.

social attitude - (सो'शल ॲटिट्यूड) **सामाजिक अभिवृत्ती :** सामाजिक अभिवृत्ती म्हणजे अशी अभिवृत्ती की ज्यात संज्ञापनक्षमता व सहभागित्व यांचा अंतर्भाव होतो. सामाजिक अभिवृत्तीत वैयक्तिक हितसंबंधांपेक्षा सामाजिक हितसंबंधांना प्राधान्य दिले जाते. उदा. कामगारांच्या आंदोलनात संपूर्ण कामगारांचे हितसंबंध जपले जातात वा त्यास महत्त्व दिले जाते.

social aggregate - (सो'शल ॲग्रिगेट) **सामाजिक समुच्चय :** विशिष्ट भूप्रदेशावर वस्ती करून राहणाऱ्या लोकांची साकल्यता किंवा एकत्रीकरण म्हणजे सामाजिक समुच्चय होय. या लोकांचा एकत्र येण्यापाठीमागचा दृष्टिकोन हा केवळ परस्परांच्या सान्निध्यात राहणे एवढाच असतो; परंतु त्यातून त्यांची कोणतीही संघटना निर्माण करण्याची भूमिका त्यात नसते.

social analysis - (सो'शल अॅनॅलिसिस) **सामाजिक विश्लेषण :** सामाजिक विश्लेषण म्हणजे जटिल सामाजिक तथ्यांचे बहुसमावेशक परीक्षण होय की, ज्यामुळे सामाजिक तथ्यातील पुढील घटकांतील भेदांवर प्रकाशझोत टाकला जातो. अ. सामाजिक तथ्यातील अंगभूत भागातील भेद ब. या अंगभूत भागांचा

परस्परांशी असलेल्या संबंधातील भेद आणि क. समग्रतेशी, एका घटकांच्या असलेल्या संबंधातील भेद इत्यादी. या भेदांच्या अध्ययनाचा परिणाम हा औपचारिक आणि भौतिक वर्गीकरणाच्याद्वारे सामाजिक परस्परसंबंधाचे सुव्यवस्थित वर्णन करण्यात होईल. तसेच संशोधन तंत्र की ज्यात सामाजिक तथ्य संकलनाचे विश्लेषण आणि (किंवा) घटक विश्लेषण यातील भेदासाठी पण ही संज्ञा वापरली जाते. सारांश रूपात असे म्हणता येईल की, सामाजिक संशोधनाशी संबंधित माहिती गोळा केल्यानंतर त्या माहितींचे सामाजिक तथ्यांच्या अंगभूत भागाच्या व त्यातील भेदाच्या आधारे केले जाणारे पृथ:करण म्हणजे सामाजिक विश्लेषण होय.

social authority - (सो'शल ॲथॉ'रिटि) **सामाजिक अधिकार :** संस्थात्मक सामाजिक नियंत्रणाच्या साधनांच्याद्वारे एका गटाला दुसऱ्या गटाच्या वर्चस्वाची जाणीव असणे व त्या वर्चस्वास मान्यता देणे म्हणजे सामाजिक अधिकार होय. या सामाजिक अधिकारव्यवस्थेत अशी मूल्यव्यवस्था निर्माण केली जाते, की जी श्रेष्ठत्वावर आधारलेली आहे. पूर्वीच्या काळी राजा व आज राज्यकर्ते, पूर्वी व आजही धर्मगुरू, शिक्षक, नोकरशाहीतील सर्वोच्च पदावर विराजमान झालेल्या व्यक्ती यांचे अधिकार समाजमान्य आहेत, म्हणूनच त्यांचे अधिकार हे 'सामाजिक अधिकार' या संज्ञेने संबोधले आहेत.

social behaviourism - (सो'शल बिहे'व्हिअरि'झम) **सामाजिक वर्तनवाद :** 'सामाजिक वर्तनवाद' ही संज्ञा पूर्वी जी.एच.मीड (G. H. Mead) यांच्या सामाजिक सिद्धान्तात वापरण्यात आली होती. मीड यांनी सामाजिक कार्यातील कर्त्यांची अभिरुची म्हणजेच व्यक्तीच्या निरीक्षणात्मक क्रिया यांची तुलना समकालीन मानसशास्त्रज्ञ जॉन बी. वॉटसन (John B. Watson) यांच्या वर्तनवादाशी करताना 'सामाजिक वर्तनवाद' ही संज्ञा वापरली होती. वॉटसन यांनी त्यांच्या विवेचनातून, मानसिक घटनांशी संबंधित सर्व संदर्भ आणि मानवी वर्तनाचे स्पष्टीकरण करणारे वैयक्तिक अनुभवात्मक (ज्यात साध्ये वा ध्येये, स्थितिज्ञान यांसारखे घटक समाविष्ट होतात) संबंध वगळण्याचा प्रयत्न केला होता. वॉटसन आणि अन्य वर्तनवादी मानसशास्त्रज्ञ यांच्या मते, वैयक्तिक अनुभव हे मनोत्पादिक उपप्रघटना असून वर्तनाचे वैज्ञानिक प्राक्कथन करण्यासाठी अनावश्यक आहेत. याउलट मीड यांना सामाजिक क्रियेच्या स्पष्टीकरणात संज्ञापन भूमिकेचे विश्लेषण करण्यात अभिरुची होती. मीड यांनी त्यांच्या सामाजिक वर्तनवादात मानवाचे अन्य प्राण्यांपासून असलेल्या भेदाचे स्पष्टीकरण करताना मानवप्राण्यांची अन्य प्राण्यांच्या तुलनेत

असलेली कल्पना करण्याची क्षमता व प्रतिसादाची क्षमता याआधारे हे भेद विशद केले होते. भाषा, हावभाव, संज्ञापन आणि भूमिकाधारण या बाबी या प्रतीकात्मक आंतरक्रियेत मध्यस्थानी असून त्याद्वारे स्वत्वाची बांधणी होते की जे पुढे सामाजिक जीवनाचा आधार बनते. मीडच्या मते, सामाजिक वर्तनासाठी या बाबी महत्त्वाच्या आहेत.

social case work - (सो'शल केस वर्क) **सामाजिक व्यष्टिकार्य :** सामाजिक व्यष्टिकार्य म्हणजे सामाजिक सेवा आणि सल्ला यांद्वारे व्यक्तींना साहाय्य करण्याची एक पद्धती होय, की ज्याद्वारे व्यक्तीच्या क्षमतांना वाव देऊन वैयक्तिक व कौटुंबिक समायोजन साधले जाते.

social category - (सो'शल कॅटेगरी) **सामाजिक वर्ग :** पहा–group and class–गट आणि वर्ग.

social change - (सो'शल चेन्ज) **सामाजिक परिवर्तन :** समकालीन समाज व पूर्व– कालीन समाज यांतील कोणत्याही निवडक सामाजिक संघटनात्मक किंवा सामाजिक संरचनात्मक भेद म्हणजे 'सामाजिक परिवर्तन' होय. एच. पी. फेअरचाइल्ड (H. P. Fairchild) यांच्या मते, सामाजिक प्रक्रिया, सामाजिक अनुबंध किंवा सामाजिक प्रकार यांच्यातील कोणत्याही पैलूंत झालेले बदल किंवा झालेल्या सुधारणा म्हणजे सामाजिक परिवर्तन होय. सामाजिक चळवळीच्या प्रत्येक विविधतेच्या निष्कर्षाचा परिणाम म्हणून 'सामाजिक परिवर्तन' ही बहुव्यापक संज्ञा वापरण्यात आली होती. सामाजिक परिवर्तन म्हणजे प्रगती नव्हे; तर सामाजिक संरचनेत झालेला बदल म्हणजे सामाजिक परिवर्तन होय. या अर्थाने विचार करता असे लक्षात येते, की सामाजिक परिवर्तन हे प्रगती किंवा अधोगतिनिदर्शक कायम वा तात्पुरत्या स्वरूपाचे, नियोजित किंवा अनियोजित प्रकारचे एकदिशीय किंवा बहुदिशीय स्वरूपाचे आणि फायदेशीर किंवा अपायकारक प्रकारचे असे परस्परविरोधीही असू शकते. काही तज्ज्ञांच्या मते, सामाजिक परिवर्तन चार प्रकारचे असते. (खालील आकृती पहा.)

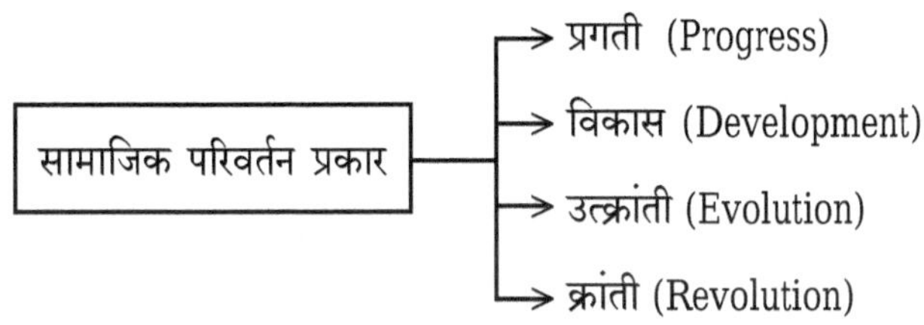

यावर सखोल चर्चा करण्याची या ठिकाणी आवश्यकता नाही. सामाजिक परिवर्तन ही सर्वव्यापी व सातत्याने चालणारी प्रक्रिया असून सामाजिक परिवर्तन घडवून आणण्यात अनेक घटक कारणीभूत असून, त्यामध्ये अ. भौगोलिक किंवा भौतिक घटक ब. लोकसंख्याविषयक घटक क. तंत्रशास्त्रीय घटक ड. सांस्कृतिक घटक इ. आर्थिक घटक इत्यादींचा समावेश होतो. याशिवाय विविध तज्ज्ञांनी सामाजिक परिवर्तनासंबंधी अनेक सिद्धान्त मांडले असून त्यांतील काही सिद्धान्तांचा आपण केवळ नामोलेख करणार आहोत. १. सामाजिक परिवर्तनाचा अनुकूलन सिद्धान्त २. सामाजिक परिवर्तनाचा आदर्शात्मक सिद्धान्त ३. सामाजिक परिवर्तनाचा सांस्कृतिक आंतरक्रिया सिद्धान्त ४. सामाजिक परिवर्तनाचा सदोष एकात्मता सिद्धान्त ५. सामाजिक परिवर्तनाचा संघर्ष सिद्धान्त ६. सामाजिक परिवर्तनाचा आर्थिक सिद्धान्त ७. सामाजिक परिवर्तनाचा तंत्रशास्त्रीय सिद्धान्त इत्यादी.

social class - (सो'शल क्लास) **सामाजिक वर्ग :** पहा–class–वर्ग.

social closure - (सो'शल क्लो'जर) **सामाजिक समावेशन प्रवृत्ती किंवा सामाजिक बंदिस्ती :** 'क्लो'जर' या इंग्रजी शब्दाचे समावेशन प्रवृत्ती आणि बंदिस्ती असे दोन परस्परविरोधी भासणारे रूपांतरित मराठी शब्द आपण वापरले असले; तरी ते शब्द परस्परविरोधी नसून परस्परपूरक आहेत. एका छोट्या गटाला दुसऱ्या मोठ्या गटाने आपल्यात समाविष्ट करून घेतले तर छोट्या गटाचे अस्तित्व बंदिस्त म्हणजे नष्ट होते व मोठ्या गटाचा एक भाग म्हणून तो गट कार्यरत राहतो. या अर्थाने विचार करता सामाजिक समावेशन प्रवृत्ती किंवा सामाजिक बंदिस्ती ही अशी एक प्रक्रिया आहे, की ज्यात गट व त्या गटातील प्रवेशाची किंवा नेमणुकीची संसाधने आणि मर्यादा यांच्या परिस्थितीत सतत वाढ होते. या प्रकारची उदाहरणे अनेक विशेषाधिकार गटांत सापडतात. उदा. युरोपातील उमरावशाहीतील विवाहाची पात्रता, अधिकृत व्यवस्थेतील कुशल हस्तव्यावसायिकांसाठी उमेदवार निवडीची पद्धती आणि वैद्यक व वकील या व्यावसायिक गटांच्या मंडळाचे औपचारिक सभासदत्व सर्वांना खुले नसते तर ते

बंदिस्त असते. भारतातही जातिव्यवस्थेतील प्रत्येक जात एक बंदिस्त गट आहे. तेथे कोणालाही मुक्त प्रवेश नाही, प्रवेशावर अनेक बंधने आहेत ही सामाजिक बंदिस्त अवस्था होय.

'क्लोजर' (समावेशन प्रवृत्ती किंवा बंदिस्ती) ही संज्ञा प्रथम मॅक्स वेबर या जर्मनीतील समाजशास्त्रज्ञाने वापरली होती. समकालीन समाजात ही संज्ञा १९७९ साली फ्रॅन्क पार्किन (Frank Parkin) यांनी वापरली होती. वेबर यांच्या पावलावर पाऊल टाकून मार्क्सवादी विचारावर टीका करताना पार्किन असा विवाद करतात की, मालमत्ता हा सत्तेचा एकमेव आधार आहे आणि सामाजिक समावेशन प्रवृत्तीचा किंवा सामाजिक बंदिस्तीचा एक प्रकार होय. विविध दर्जागटांशी संलग्न वैशिष्ट्ये समावेश किंवा बंदिस्त प्रवृत्तीचा आधार बनू शकतात. यात वांशिकता, लिंगभाव, धर्म इत्यादींचा समावेश होतो.

पार्किन यांनी समावेशन किंवा बंदिस्त प्रवृत्तीच्या दोन प्रकारांवर चर्चा केली होती. १. बहिष्कार (Exclusion) २. बळकावणे (Usurpation)

१. बहिष्कार : या प्रवृत्तीनुसार गट असे डावपेच आखतो की गटबाह्य सभासदांना गट-सभासदांपासून वेगळे करून त्यांना गटप्रवेश करू दिला जात नाही.

२. बळकावणे : या प्रवृत्तीवर भाष्य करताना पार्किन असा दावा करतात की इतरांची मक्तेदारी असलेल्या संसाधनांवर वंचित गटांना ताबा मिळविता येत नाही. अमेरिकेतील काळे व भारतातील अस्पृश्य यांना बऱ्याच ठिकाणी सभासदत्व नाकारण्यात येत होते व येत आहे. (या दोन बंदिस्त डावपेचांसाठी पार्किन यांनी 'द्विविध बंदिस्त' ही संज्ञा वापरली होती.)

social cohesion - (सो'शल कोहेजन) **सामाजिक ऐक्य** : सामाजिक बंध, सामाजिक आकर्षण, सामाजिक शक्ती यांचा परिणाम म्हणून गटवर्तनात निर्माण झालेली एकात्मता म्हणजे 'सामाजिक ऐक्य' होय. या सामाजिक ऐक्यामुळे गट सभासदांत बऱ्याच काळापर्यंत आंतरक्रियात्मक संबंध टिकण्यास मदत होते.

social construction of reality - (सो'शल कन्स्ट्र'क्शन ऑफ रिअॅ'लिटी) **वास्तवतेची सामाजिक बांधणी** : लोकजीवनपद्धतिशास्त्रांतर्गत पीटर बर्जर आणि लुकमन (Peter Berger and Luckmann) यांनी त्यांच्या संयुक्त अध्ययनासाठी जो प्रकल्प निवडला त्याचे नाव होते 'वास्तवतेची सामाजिक बांधणी' (Social construction of Reality). या प्रकल्पात या दोन समाजशास्त्रज्ञांनी

लोकांच्या वास्तवतेच्या बांधणीतील द्विविधता मोठ्या काळजीपूर्वक रीतीने स्पष्ट करण्याचा प्रयत्न केला होता. ही द्विविधता म्हणजे सामाजिक बांधणीतील वस्तुनिष्ठता आणि सामाजिक बांधणीतील आत्मनिष्ठता होय.

वास्तवतेच्या सामाजिक बांधणीतील 'वस्तुनिष्ठता' या पहिल्या घटकावर विवेचन करताना बर्जर आणि लुकमन म्हणतात की, समाज हा मानवाने निर्माण केला किंवा समाज ही मानवाची निर्मिती आहे. हे आपणास कबूल करावे लागते, आणि हे विधान म्हणजेच वस्तुनिष्ठ वास्तवता होय हे नाकारता येत नाही. दुसऱ्या शब्दांत असे म्हणता येईल की, व्यक्तीच्या दृष्टीने विचार करता समाज हा व्यक्तीबाह्य आहे. वास्तवतेचा विचार करता व्यक्ती हीच समाजाची उत्पादक होय.

वास्तवतेच्या सामाजिक बांधणीतील 'आत्मनिष्ठता' या दुसऱ्या घटकावर विचार करताना पीटर बर्जर व लुकमन असे म्हणतात, की व्यक्तीच्या जीवनातील वर्तमान जीवन हेच वास्तव आहे आणि आत्मनिष्ठ अर्थाने मनुष्य त्या जगाशी (आत्मनिष्ठ दृष्टीने) संबंधित आहे हे सत्यही नाकारता येत नाही. ही आत्मनिष्ठ वास्तवता होय. मनुष्याच्या दृष्टीने विचार करता गतकाळ वा भूतकाळ त्याला माहिती नसतो व भविष्यकाळ अनिश्चित असतो; पण वर्तमानकाळामध्ये तो जीवन जगतो, अनेक संबंध निर्माण करतो, ही वास्तवता असून ती आत्मनिष्ठ स्वरूपाची आहे.

सारांशरूपात असे म्हणता येईल, की मानवाभोवतालचे जग ही वस्तुनिष्ठ वास्तवता होय, परंतु या जगाचे स्वतःच्या अनुभवाच्या आधाराने जे विश्लेषण केले जाते व ते विश्लेषणात्मक ज्ञान आपण आपल्या मुलांना (पुढील पिढीला) देतो, ही आत्मनिष्ठ वास्तवता होय.

social contract theory - (सोॅशल कॉॅन्ट्रॅक्ट थिअरी) **सामाजिक करार सिद्धान्त :** समाजाच्या उदयासंबंधी जे अनेक सिद्धान्त मांडले गेले त्यातील एक महत्त्वाचा सिद्धान्त म्हणजे 'सामाजिक करार सिद्धान्त' होय. हा सिद्धान्त असा विचार प्रतिपादन करतो, की मनुष्याने त्याच्या ध्येयाच्या पूर्ततेसाठी मुद्दाम केलेली तडजोड म्हणजे समाज होय. या सिद्धान्ताच्या प्रतिपादनानुसार जन्मतः सर्व माणसे स्वतंत्र आणि समान होती. व्यक्ती समाजाच्या अगोदर होती. व्यक्तींनी स्वतःच्या गरजापूर्ततेसाठी इतर मानवांशी करार केला व परिणामस्वरूप समाजाची निर्मिती झाली. हॉब्ज या शास्त्रज्ञाच्या मते, नैसर्गिक अवस्थेत राहणारा मनुष्य त्याच्या

आत्यंतिक स्वार्थी स्वभावामुळे त्याच्या शेजाऱ्यांशी सतत संघर्ष करीत होता. हॉब्ज यांच्याच शब्दांत सांगावयाचे झाल्यास, त्या काळच्या मनुष्याचे जीवन एकाकी, दुबळे, ओंगळ, पशुतुल्य, अल्पकालीन होते. प्रत्येक जण दुसऱ्याचा शत्रू होता. दुष्ट परिणामांपासून स्वतःचे संरक्षण करण्यासाठी आणि शांततामय जीवन जगण्यासाठी मनुष्य समाजरूपात संघटित झाला. सामाजिक करार सिद्धान्ताचे दुसरे पुरस्कर्ते आहेत लॉक. त्यांचा असा विश्वास होता की, मनुष्याची नैसर्गिक अवस्था ही युद्धाची अवस्था नव्हती. ती अवस्था शांतता, चांगुलपणा आणि परस्परसहकार्य यांची होती. मनुष्याच्या नैसर्गिक अवस्थेचा एकच दोष होता तो म्हणजे, त्या काळी मान्यवर अशी कायद्याची व न्यायाची व्यवस्था नव्हती. ही उणीव दूर करण्यासाठी व स्वतःच्या स्वातंत्र्याच्या उपभोगाची निश्चिती करण्यासाठी मनुष्याने करार करून समुदायाला काही अधिकार बहाल केले की ज्यातून समाजाचा उदय झाला. जे. जे. रूसो यांनी प्रतिपादन केलेल्या सिद्धान्तात असा विचार मांडला की, नैसर्गिक अवस्थेतील मनुष्य समान, स्वयंपूर्ण, समाधानी होता. त्या काळी तो शांततामय, सुखी-समाधानी व साधे जीवन जगत होता. परंतु लोकसंख्या जसजशी वाढत गेली, तसतशी त्यांच्यात भांडणे होऊ लागली. त्यावर मात करण्यासाठी नागरी समाज किंवा सुसंस्कृत समाज स्थापन करण्याची त्यांना आवश्यकता भासू लागली. परिणामतः त्यांनी परस्परांशी करार केला, त्यानुसार ते एकत्र आले व त्यातून समाज निर्माण झाला.

social control - (सो'शल कन्ट्रो'ल) **सामाजिक नियंत्रण :** समाजात व्यक्तींनी कशा प्रकारचे वर्तन करावे यासंबंधात काही अनुबंध किंवा नियम तयार झालेले असतात, त्यांना प्रमाणके किंवा नियमने म्हणतात. समाजातील प्रत्येक व्यक्तीने समाजाच्या नियमनांचे पालन केले पाहिजे अशी अपेक्षा असते. समाजातील बहुसंख्य व्यक्ती समाजाच्या प्रमाणकांचे पालन करतात. परंतु समाजात अशा काही थोड्या व्यक्ती असतात की ज्या प्रमाणकांचे पालन न करता अनिर्बंध वर्तन करतात. अशा वर्तनास समाजबाह्य वर्तन, वाममार्गी वर्तन किंवा विपथगामी वर्तन असे म्हणतात. समाजातील विपथगामी वर्तन करणाऱ्या व्यक्तींच्या वर्तनावर जर नियंत्रण घातले नाही, तर समाजव्यवस्था विस्कळीत होते. हे टाळण्यासाठी व व्यक्तींच्या विपथगामी वर्तनावर नियंत्रण ठेवण्यासाठी जी यंत्रणा विकसित झाली त्यास 'सामाजिक नियंत्रण' म्हणतात. प्रत्येक समाजात ही यंत्रणा निर्माण करण्यात आली असून, प्रसंगी बळाचा वापर करून व्यक्तींच्या विपथगामी वर्तनावर नियंत्रण ठेवले जाते. प्रत्येक समाजात सामाजिक नियंत्रणाची काही

साधने विकसित करण्यात आली असून ही साधने व्यक्तींवर नियंत्रण ठेवून त्यांच्या विपथगामी वर्तनाला प्रतिबंध करतात. (खालील आकृती पहा.)

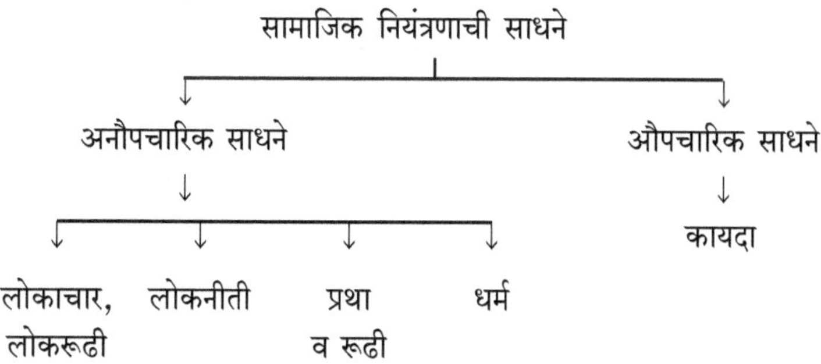

social Darwinism - (सो'शल डार्विनि'झम) **सामाजिक डार्विनवाद :** 'सामाजिक डार्विनवाद' ही संज्ञा प्रामुख्याने अशा सामाजिक सिद्धान्तासाठी वापरली जाते की ज्यात जीवाच्या किंवा जीवसृष्टीच्या उत्क्रांतीचा विचार नैसर्गिक निवडतत्त्वाच्या आधारे मांडला गेला होता. यालाच जीवशास्त्रीय उत्क्रांतिवाद म्हणतात. हे नैसर्गिक निवडतत्त्व होते- जो बलवान तो टिकेल' (survival the fittest) १८५८ साली डार्विन यांनी लिहिलेल्या 'जीवाची उत्पत्ती' या ग्रंथात वरील विचाराची मांडणी केली होती. तत्पूर्वी तब्बल ८ वर्षे अगोदर म्हणजे १८५० साली स्पेन्सर यांनी लिहिलेल्या त्यांच्या 'सामाजिक स्थितिशास्त्र' (social statics) या ग्रंथात जीवाच्या उत्पत्तीचा उत्क्रांतिवादी सिद्धान्त मांडला होता. डार्विन यांनी स्वत: स्पेन्सर यांच्या या जीवशास्त्रीय उत्क्रांतिवादाचे महत्त्व जाणले होते. मग जीवशास्त्रीय उत्क्रांतिवाद हा विचार डार्विनवाद म्हणूनच का ओळखला जातो, असा प्रश्न उपस्थित होतो व त्याचे उत्तर सोपे आहे. स्पेन्सर यांचा जीवशास्त्रीय उत्क्रांतिवाद हा अनुमानित स्वरूपाचा होता, तर डार्विन यांचा जीवशास्त्रीय उत्क्रांतिवाद वैज्ञानिक निकषावर आधारित होता. म्हणूनच स्पेन्सर यांच्या विचारापेक्षा डार्विनच्या विचाराला मान्यता प्राप्त झाली व त्यामुळे सामाजिक शास्त्रातील जीवाच्या उत्पत्तीचे सर्व सिद्धान्त 'सामाजिक डार्विनवाद' या संज्ञेने संबोधले जातात.

social development - (सो'शल डिव्हे'लपमेन्ट) **सामाजिक विकास :** पहा- economic and social development-आर्थिक व सामाजिक विकास.

social deviance - (सो'शल डिव्हि'अन्स) **सामाजिक विपथगामित्व :** पहा- deviance-विपथगामित्व.

social differentiation - (सो'शल डिफरेन्शिए'शन) **सामाजिक विभेदीकरण :**
'सामाजिक विभेदीकरण' म्हणजे अशी एक प्रक्रिया की ज्याद्वारे संस्थात्मक कार्याचे विभाजन करून ते दोन किंवा अधिक विशेषीकृत संस्थांमध्ये विभागले जाते. 'विभेदीकरण' ही संज्ञा समाजशास्त्रज्ञांनी जीवशास्त्रज्ञांकडून घेतली असून, त्याद्वारे सामाजिक उत्क्रांतीच्या प्रक्रियेत समाजाच्या कार्याचे विशेषीकरण होण्याच्या प्रक्रियेचे वर्णन करण्यात आले आहे. उदाहरण द्यावयाचे झाल्यास कुटुंब या संस्थेचे देता येईल. उत्क्रांतीच्या कालौघात कुटुंबाची प्रजोत्पादन, संतती-संगोपन व सामाजिकीकरण ही कार्ये जरी कुटुंबाकडे कायम ठेवण्यात आली असली तरी कुटुंबाची आर्थिक कार्ये, शैक्षणिक कार्ये कुटुंबसंस्थेपासून अलग करून ती अनुक्रमे अर्थ व शिक्षणसंस्थेकडे सुपूर्त केली गेली आहेत. यासाठी 'सामाजिक विभेदीकरण' ही संज्ञा वापरण्यात आली. 'सामाजिक विभेदीकरण' ही संज्ञा सामाजिक परिवर्तनाच्या कार्यिक किंवा कार्यात्मकवादी सिद्धान्तकारांनी संरचनात्मक विभेदीकरणाच्या संदर्भातही वापरली होती.

१९ व्या शतकातील सामाजिक परिवर्तनाच्या उत्क्रांतिवादी सिद्धान्तकारांनी असे दाखवून दिले, की जीवशास्त्र आणि समाजशास्त्र यांच्या सामाजिक विकासाचे मूलभूत तत्त्व होते विभेदीकरण. दयुरखेम यांनी सामाजिक विभेदीकरणाचा संबंध श्रमविभाजनाच्या तत्त्वाशी जोडला होता. सामाजिक उत्क्रांतीच्या समकालीन सिद्धान्तातही सामाजिक विभेदीकरणाच्या संज्ञेने महत्त्वाचे स्थान प्राप्त केले होते. समाजाचा सामाजिक स्तरीकरणाचा सिद्धान्त हा तर प्रामुख्याने सामाजिक विभेदीकरणावर आधारलेला आहे.

social distance - (सो'शल डि'स्टन्स) **सामाजिक अंतर :** 'सामाजिक अंतर' ही दूरत्वाची किंवा अगम्यतेची अशी भावना किंवा असे संबंध आहेत, की जे प्रामुख्याने विविध सामाजिक स्तरांतील किंवा श्रेणींतील सभासदांत प्रामुख्याने आढळून येतात. जहाल स्वरूपाच्या सामाजिक स्तरीकरणात 'सामाजिक अंतर' ही संकल्पना मोठ्या प्रमाणात औपचारिक रीतीने संस्थीकृत केल्याचे दिसून येते. 'सामाजिक अंतर' ही संकल्पना १९२४ साली प्रथम पार्क आणि बर्जेस यांनी सुरू केली आणि १९३३ साली बोगार्डस यांनी त्यांच्या 'सामाजिक मापनसारिणी' (Social Measurement Scale) द्वारे ती अधिक लोकप्रिय केली होती. त्यासाठी त्यांनी सामाजिक गटांतील दोन भावनांचा आधार घेतला होता. त्या भावना म्हणजे सहिष्णुता व असहिष्णुता होत. बोगार्डस यांच्याकडून प्रेरणा घेऊन जॉर्ज सिमेल यांनी सामाजिक अंतराची संकल्पना अधिक विकसित केली होती.

'सामाजिक अंतर' या संकल्पनेचे दोन प्रकार सिमेल प्रतिपादन करतात, १. समानधर्मी व्यक्ती-व्यक्तीतील सामाजिक अंतर २. ऊर्ध्वरेषी व अधोरेषी संबंधातून निर्माण होणारे सामाजिक अंतर.

social equality - (सो'शल इक्वॅलिटी) **सामाजिक समता किंवा समानता :** पहा–deviance equality–समता किंवा समानता.

social equilibrium - (सो'शल इक्विलि'ब्रिअम) **सामाजिक समतोल :** 'सामाजिक समतोल' म्हणजे सामाजिक व्यवस्थेच्या सातत्याची किंवा चिकाटीची एक अवस्था होय, तसेच सामाजिक व्यवस्थेच्या विविध घटकांत समतोल प्रस्थापित करणे होय. हे करत असताना बाह्य पर्यावरणाचा सामाजिक व्यवस्थेवर होणारा परिणामपण सामाजिक समतोलात येतो. पॅरेतो या समाजशास्त्रज्ञाच्या मते, सामाजिक व्यवस्था ही सामाजिक समतोल व्यवस्थापण असू शकते; जर सामाजिक व्यवस्थेत काही सुधारणा करावयाच्या असतील, तर त्याविरुद्ध प्रतिक्रिया उमटतात तेव्हा सामाजिक व्यवस्था पूर्वावस्थेत आणण्यासाठी सामाजिक समतोल गरजेचा ठरतो. पॅरेतो यांची (सामाजिक व्यवस्थेची) व्याख्या व सामाजिक व्यवस्था अभ्यासण्याचा दृष्टिकोन हा त्यांच्या यांत्रिक व्यवस्थेतील प्रतिकृतीवर आधारलेला आहे. समाजव्यवस्थेच्या कोणत्याही घटकांत निर्माण झालेल्या असमतोलत्वाच्या स्थितीतून सावरून समाजव्यवस्था पूर्वपदावर आणणे म्हणजे सामाजिक समतोल होय. हेंडरसन (Henderson), होमन्स (Homans), पार्सन्स (Parsons) आणि डिक्सन व रोस्लीस बर्जर (Dickson and Roeslis Berger) या सर्वांनी आर्थिक दृष्टिकोनातून सामाजिक समतोलाचा अभ्यास केला होता.

social facts as things or social facts - (सो'शल फॅक्ट्स ॲज थिंग्ज ऑर सो'शल फॅक्ट्स) **वस्तू म्हणून सामाजिक तथ्ये किंवा सामाजिक तथ्ये :** १८९५ साली प्रकाशित झालेल्या 'समाजशास्त्रीय अभ्यासपद्धतीचे नियम' (The Rules of Sociological Method) या ग्रंथात द्युरखेम यांनी वस्तू म्हणून सामाजिक तथ्यावर सखोल चर्चा केली आहे. द्युरखेम यांच्या विचारानुसार, 'सामाजिक तथ्ये म्हणजे (मानवी) वर्तनाची अशी बाजू (ज्यात विचार, भावना आणि क्रिया यांचा समावेश होतो) की, ज्याचे वस्तुनिष्ठ दृष्टिकोनातून निरीक्षण करता येते.' तसेच या गोष्टीचे स्वरूप हे जबरदस्तीचे किंवा बळजबरीचे आणि दडपणाचे असते. आपल्या या विधानाचे स्पष्टीकरण करताना द्युरखेम म्हणतात की, सामाजिक तथ्ये ही या दृष्टीने बळजबरीची असतात की सामूहिक जाणीव ही वैयक्तिक जाणिवांपेक्षा वेगळी असते. द्युरखेम पुढे असे म्हणतात की, व्यक्तीला

तिच्या वैयक्तिक अशा जाणिवांना सामाजिक जाणिवांपुढे तिलांजली द्यावी लागते. म्हणजेच समाजात जीवन जगताना व्यक्तीवर समाजाच्या इच्छा लादल्या जातात. कोणताही समाज याला अपवाद नाही. द्युरखेम यांच्या मते, सामाजिक तथ्य हे वैयक्तिक जाणिवांपेक्षा सामाजिक जाणिवांना अधिक जवळचे आहे.

द्युरखेम यांनी सामाजिक तथ्याच्या दोन वस्तुनिष्ठ कसोट्या निर्धारित केल्या होत्या. पहिली कसोटी, वस्तुबाह्यत्वाची आणि दुसरी कसोटी, संरोध किंवा नियंत्रक शक्तीची. यांतील वस्तुबाह्यता म्हणजे, सामाजिक तथ्य अशा तथ्यांचा निर्देश करते की ते वैयक्तिक जाणिवांपेक्षा काहीतरी वेगळे आहे. संरोध किंवा नियंत्रक शक्ती याचा अर्थ असा की, सामाजिक तथ्य किंवा सामूहिक जाणिवा यांतील ते नियंत्रक तत्त्व होय.

सामाजिक तथ्याच्या संदर्भात द्युरखेम यांनी काही निरीक्षणे नोंदविली असून त्यांद्वारे सामाजिक तथ्याचे स्वरूप लक्षात येते. १. सामाजिक तथ्य ही अशी एक सामाजिक घटना आहे की ज्याची निर्मिती अनेक व्यक्ती करू शकतात. २. सामाजिक तथ्ये व्यक्तिबाह्य असतात. ३. सामाजिक तथ्ये व्यक्तिबाह्य असल्यानेच ती व्यक्तिनियंत्रक असतात. ४. सामाजिक तथ्यांना काही नियंत्रक बाजूपण असतात व त्याचा परिणाम हा व्यक्ती वर्तनावरही होतो. ५. सामाजिक तथ्ये ही व्यक्ती वर्तनाशी संबंधित असल्याने त्यासंबंधीच्या सामाजिक जाणिवांचीही निर्मिती होते. ६. व्यक्तींनी कोणकोणत्या प्रकारचे कार्य करावयाचे हे सूचविण्याचे कार्य सामाजिक तथ्ये करतात. ७. सामाजिक तथ्यांना व्यक्तिगत मूल्य असते.

social formation - (सो'शल फॉर्मे'शन) **सामाजिक रचना किंवा सामाजिक घडण :** 'सामाजिक रचना' किंवा 'सामाजिक घडण' ही मार्क्सवादी संज्ञा आहे. याचा अर्थ असा की, सामाजिक रचना म्हणजे असा प्रचलित समाज की ज्यात एक किंवा अधिक उत्पादनांच्या साधनांचे वर्चस्व आहे. 'सामाजिक रचना' वा 'सामाजिक घडण' ही संकल्पना प्रथम अल्थुसर या मार्क्सवादी विचारवंताने विकसित केली असून त्यामागे त्यांचा हेतू, मार्क्स यांच्या 'समाज' या संकल्पनेला समान अशी संकल्पना विकसित करणे हा असला; तरी त्यातून अल्थुसरच्या अनुयायांनी ज्ञानाच्या विचारप्रणालीनिर्देशक गर्भितार्थाशिवाय त्यावर विवेचन केले होते.

social group - (सो'शल ग्रूप) **सामाजिक गट :** पहा-group-गट किंवा समूह.

social history - (सो'शल हि'स्टरी) **सामाजिक इतिहास :** इतिहासलेखन (historiography) आणि इतिहासाचे विश्लेषण की ज्यात मुख्यत्वेकरून राजकीय घटनांचे केवळ वर्णन करण्याऐवजी समाजातील सामाजिक जीवनाच्या एकूण अनुबंधात झालेल्या परिवर्तनावर लक्ष केंद्रित करणे, म्हणजेच 'सामाजिक इतिहास' होय.

social growth - (सो'शल ग्रोथ) **सामाजिक वृद्धी :** स्थापित सामाजिक अनुबंधाच्या अनुसार वैयक्तिक गुणधर्मांचा विकास करणे म्हणजे 'सामाजिक वृद्धी' होय. त्याचप्रमाणे समाजात झालेल्या संख्यात्मक बदलासाठी 'सामाजिक वृद्धी' ही संज्ञा वापरतात. समाजातील लोकसंख्यावाढ ही एक सामाजिक प्रक्रिया होय. ती सामान्यत: आकड्याच्या साहाय्याने व्यक्त केली जाते. उदा., १९५१ साली भारताची लोकसंख्या सुमारे ३६ कोटी ६१ लाख एवढी होती, तर २००१ साली ती १०२ कोटी ८७ लाख एवढी झाली. यांचा उल्लेख 'सामाजिक वृद्धी' म्हणून केला जातो.

social guidance - (सो'शल गा'इडन्स) **सामाजिक मार्गदर्शन :** 'सामाजिक मार्गदर्शन' म्हणजे अधिकारी व्यक्तींकडून अन्य प्रत्येक व्यक्तीला कौशल्यपूर्वक रीतीने केलेले दिशादर्शन वा दिलेला सल्ला होय. हा सल्ला देण्याचा अधिकार असणाऱ्या घटकांत कुटुंब (माता–पिता), शाळा (शिक्षक) वा अन्य सामाजिक संस्था (नोकरशाही, राजकीय पक्ष, उद्योग व व्यापारक्षेत्र इत्यादी) यांचा समावेश होतो. या घटकांच्या मार्गदर्शनामुळे व्यक्तीत वा समाजाच्या सभासदांत अनेक क्षमतांचा विकास होतो. यामुळेच व्यक्ती स्व–मार्गदर्शक बनतात.

social heritage - (सो'शल हे'रिटेज) **सामाजिक वारसा :** सामाजिक प्रथा, लोकाचार वा लोकरूढी, लोकनीती, विचारमार्ग आणि सांस्कृतिक सिद्धी इत्यादी गोष्टींचे ज्ञान जुन्या पिढीकडून नवीन पिढीकडे हस्तांतरित करणे म्हणजे 'सामाजिक वारसा' होय.

social heredity - (सो'शल हेरे'डिटी) **सामाजिक आनुवंशिकता :** जुन्या पिढीकडून नवीन पिढीला हस्तांतरण प्रक्रियेद्वारे प्राप्त झालेला त्या त्या समाजाच्या सांस्कृतिक गुणधर्मांचा वारसा म्हणजे 'सामाजिक आनुवंशिकता' होय. आजचा समाज जे योगदान देतो, ते पूर्वकालीन समाजाचा संचयित अनुभव आणि साध्यसंप्राप्ती या आधारावरच आधारित असते.

social ideals - (सो'शल आइडि'अल्स) **सामाजिक आदर्श :** काही नैतिक संकल्पनांच्या आधारे सामाजिक चांगुलपणाचे समाजाने तयार केलेले काही मापदंड म्हणजे 'सामाजिक आदर्श' होत. विशेषत: अमेरिकेत सामाजिक नैतिकतेची रचना धार्मिक संघटनेच्या प्रतिनिधीमार्फत करण्यास सर्वांची मान्यता असते व ही संघटना चर्चच्या सामाजिक आदर्शांची निर्मिती करते. प्रत्येक धर्म आपल्या अनुयायांसाठी आदर्श निर्माण करण्याचे कार्य करतो. काही पारंपरिक व्यक्ती, काही धर्मगुरू वा धर्ममार्तंड समाजातील लोकांसाठी वागणुकीचे काही मापदंड निश्चित करतात, त्यांना सामाजिक आदर्श म्हणतात. काही नैतिक सामाजिक मापदंडाचे स्वरूप सार्वत्रिक व सार्वभौतिक असते. सत्यवचन, प्रामाणिकपणा, त्याग, दानशूरपणा, दया, क्षमा, शांती, प्रेमभाव इत्यादी आदर्श सर्व धर्मांनी तयार केले असून त्यांचा स्वीकार सर्वांनी करावा अशी अपेक्षा केली जाते. सामाजिक आदर्श हे व्यक्तींनी कसे वागावे यासंबंधी मार्गदर्शन करतात व तसे व्यक्तींनी वागावे अशी अपेक्षा करतात. सामाजिक आदर्श प्रमाणकांप्रमाणे बंधनकारक नसतात. सारांशरूपात असे म्हणता येईल, की समाजातील व्यक्तींच्या वर्तनाला मार्गदर्शन करणारी सामाजिक नैतिक मापदंडात्मक तत्त्वे म्हणजे सामाजिक आदर्श होत.

social identity - (सो'शल आइडे'न्टिटी) **सामाजिक अस्मिता किंवा सामाजिक ओळख :** 'सामाजिक अस्मिता' किंवा 'सामाजिक ओळख' ही संज्ञा प्रामुख्याने सामाजिक मानसशास्त्रात वापरली जाते. सामाजिक अस्मिता म्हणजे व्यक्तीच्या स्वत्व संकल्पनेतील अशा बाजू, की ज्या सामाजिक वर्गात व्यक्तींची सभासद म्हणून स्वतंत्र ओळख निर्माण करतात. सभासद म्हणून व्यक्तींची ओळख ज्या बाजूंमुळे होते त्या बाजूत वंश, लिंगभाव, धर्म, व्यवसाय इत्यादींचा समावेश होतो व या बाजूंमुळेच सामाजिक वर्गात व्यक्तींची ओळख निर्माण होते. सामाजिक अस्मितेशी संबंधित बाबींच्या मूल्यमापनातूनच व्यक्तीला सकारात्मक किंवा नकारात्मक दर्जा प्राप्त होतो. 'सामाजिक अस्मिता' या संकल्पनेचा उदय आधुनिक सामाजिक मानसशास्त्रात हेनरी ताजफेल (Henri Tajfel) यांच्या योगदानातून झाला. त्यांनी त्यांच्या मांडणीत कमीतकमी गट, गटस्थिती, गटांतर्गत विभेदीकरण आणि गटांतर्गत संघर्ष कसा आकाराला येतो, यावर स्पष्टीकरण करण्याचा प्रयत्न केला होता. याचा दुसऱ्या शब्दांत अर्थ असा की, गटातील सभासदांना फक्त गट-सभासदत्वाची किंवा गटवर्गाचीच जाणीव होते. सामाजिक वर्गीकरणानंतर सामाजिक तुलनात्मक प्रक्रिया आपोआपच येते. या अंतर्गतात सभासद त्यांच्या

सकारात्मक सामाजिक अस्मितेचे जतन करतात. हे करताना सभासदांची त्यांच्या गटांतील सामाजिक अस्मिता व बहिर्गटातील सभासदांच्या सामाजिक अस्मिता यांची तुलना करून ठरविले जाते की, कोणत्या बाजू सकारात्मक अद्वितीयता टिकविण्यासाठी अनुकूल आहेत किंवा नाहीत. समाजातील अल्पसंख्य गटातील सभासदांना त्यांची सामाजिक अस्मिता निर्धारित करताना वरील प्रश्नांचा सामना करावा लागतो.

सामाजिक अस्मितावादी सिद्धान्तकार सामाजिक मानसशास्त्रातील व्यक्तिवादाची आणि घटवादाची (Reductionism) संकल्पना स्पष्टपणे नाकारतात. उदा., गुणधर्मांच्या आधाराने पूर्वग्रहांचे स्पष्टीकरण करण्याचा प्रयत्न करणे किंवा गतिशीलतेच्या आधाराने व्यक्तीच्या व्यक्तिमत्त्वाचे स्पष्टीकरण देणे (बळीचा बकरा बनविणे) इत्यादी बाबी यात येतात.

सामाजिक अस्मितेचे अध्ययन विविध तज्ज्ञांनी (उदा. ब्राऊन यांनी १९७८ साली, तर गिल्स आणि जॉन्सन (Giles and Johnson) यांनी १९८१ साली) अनेक संदर्भांत करताना सामाजिक अस्मितेच्या दृष्टिकोनात अंतर्गत परस्परवर्तनाच्या योग्यायोग्यतेच्या विचाराला मान्यता दिली होती. अलीकडे मात्र एकाच गटातील व्यक्तीव्यक्तींतील परस्परसंबंधाच्या अध्ययनाला प्राधान्य देण्यात आले आहे.

social inertia - (सो'शल इन'र्शिआ) **सामाजिक जडत्व किंवा सामाजिक प्रतिरोध :** या ठिकाणी सामाजिक परिवर्तनाला विरोध करणारे घटक 'सामाजिक प्रतिरोध' किंवा 'सामाजिक जडत्व' या संज्ञेने संबोधले जातात. जुन्या पद्धतीच्या प्रथा, अव्यवहार्य किंवा धोकेदायक प्रथा की ज्या सातत्याने अनेक वर्षांपासून स्थापित आहेत; परंतु आज त्या व्यक्तींच्या गरजा पूर्ण करण्यास असमर्थ आहेत, त्यांत बदल करण्यास विरोध हा 'सामाजिक प्रतिरोध' या संज्ञेला पात्र ठरतो. पारंपरिक प्रथा जर चालू राहिल्या तर त्याचा परिणाम समाजात स्थिरता निर्माण होण्यात होतो. या ठिकाणी स्थिरता यांचा अर्थ जनतेतील परिवर्तनक्षमता व परिवर्तनऊर्जा क्षीण होणे होय. गेल्या काही वर्षात भारतातील अनेक विकासात्मक प्रकल्पांना जो विरोध झाला तो यात येतो. उत्तर भारतात सगोत्र विवाह, आंतरजातीय विवाह, प्रेमविवाह यांना तेथील जातपंचायतींनी जो विरोध केला, तोही 'सामाजिक प्रतिरोध' या संज्ञेला पात्र ठरतो.

social instability - (सो'शल इन्स्टॅबि'लिटी) **सामाजिक अस्थिरता :** समाजातील विविध एककांत असमतोल निर्माण होण्याची स्थिती म्हणजेच 'सामाजिक

अस्थिरता' होय. तसेच समाजातील विविध एककांत समावेशकता किंवा समायोजन प्रक्रियेचा स्वीकार करण्याच्या असहमतीतून समाजात सामाजिक अस्थिरता जन्माला येते. सामाजिक अस्थिरतेतून समाजात तणाव, कदाचित संघर्ष निर्माण होतो तो दर्जा आणि सत्ता यांत.

काही तज्ज्ञांच्या मते, अस्थिरतेचा परिणाम हा कार्याच्या विनाशात किंवा काही गटांच्या पारंपरिक भूमिकेच्या विनाशात होतो की, ज्यामुळे त्यांच्यावर सामाजिक संरचनेत नवीन स्थान प्राप्त करण्यासाठी जबरदस्ती केली जाते. सामाजिक अस्थिरता जास्त काळ टिकली, तर त्याचा परिणाम विशिष्ट गट इतर गटांच्या दर्जाचा व भूमिकांचा स्वीकार करण्याची किंवा संपूर्ण कार्याची चिकित्सा करण्याची शक्यता असते. मार्क्सवादी तज्ज्ञांच्या मते, सामाजिक अस्थिरतेतूनच सामाजिक परिवर्तन, तर काही ठिकाणी सामाजिक क्रांती घडून येते.

social institution - (सो'शल इन्स्टिटट्यू'शन) **सामाजिक संस्था :** 'सामाजिक संस्था' म्हणजे प्रमुख सामाजिक हितसंबंधाच्याभोवती बांधण्यात आलेली प्रक्रिया आणि भौतिक साधने यांच्या अनुबंधांची गोळाबेरीज होय. कोणत्याही विशिष्ट संस्थेत; परंपरा, लोकनीती, कायदे, अधिकारी, संकेत, बांधणीची आवश्यक साधने, यंत्रसामग्री आणि संज्ञापनाची साधने इत्यादींचा समावेश केला जातो. सर्वसामान्यपणे सर्वाधिक मान्य सामाजिक संस्थात कुटुंब, चर्च किंवा धर्म, शाळा किंवा शिक्षण, राज्य, व्यापार वा अर्थ यांचा समावेश होतो. तर दुय्यम स्वरूपाच्या सामाजिक संस्थांत करमणूक, कला व साहित्य इत्यादींचा अंतर्भाव होतो. काही तज्ज्ञांच्या मते, संस्था या संस्कृतीचे प्रमुख अंगभूत घटक होत.

social integration and system integration - (सो'शल इन्टिग्रे'शन ॲण्ड सि'स्टिम इन्टिग्रे'शन) **सामाजिक एकात्मता आणि व्यवस्था एकात्मता :** १९६४ साली लॉकवूड (Lockwood) यांनी सामाजिक एकात्मता व व्यवस्था एकात्मता यांत भेद केला होता. त्यांच्या विचारांनुसार सामाजिकीकरणाची प्रक्रिया आणि मूल्यांना दिलेली मान्यता यांतून सामाजिक एकात्मतेचा उदय होतो आणि सामाजिक उपस्तरांच्या किंवा उपश्रेणीच्या प्रचलनाचा परिणाम म्हणून जी एकात्मता आकाराला येते (की ज्यात आर्थिक संबंधांच्या अनियोजित आर्थिक परिणामाचा किंवा सत्तेच्या संरचनेचा समावेश होतो) त्यास 'व्यवस्था एकात्मता' असे म्हणतात. लॉकवूड आपल्या मनावर हे ठसविण्याची इच्छा व्यक्त करतात की, एकात्मतेचे हे दोन्ही प्रकार समान नाहीत आणि समाजाचे कोणतेही विश्लेषण या

दोन्हीतील भेद स्पष्ट करताना काळजीपूर्वक करणे अत्यावश्यक आहे.

इ.सन १९८४ साली गिडन्स यांनी या दोन प्रकारच्या एकात्मक संकल्पनेचा विकास किंवा विस्तार केला होता. गिडन्स यांच्या मते, जेव्हा वैयक्तिक सामाजिक कर्ते परस्परांसमोर किंवा समोरासमोर येऊन आंतरक्रिया करतात, तेव्हा त्यातून 'सामाजिक एकात्मता' उदयाला आल्याचे दिसून येते. याउलट जेव्हा दूर राहून किंवा दूरवरून अधिक प्रमाणात आंतरक्रिया केल्या जातात आणि ज्यात प्रथांच्या पुनरुत्पादनाचा समावेश असतो आणि ज्यांचा उदय गट आणि समुच्चय यांच्या परस्परसंबंधातून, संस्थांच्या प्रचलनातून आकाराला येतो तेव्हा ती व्यवस्था एकात्मता होय. (खालील आकृती पहा.)

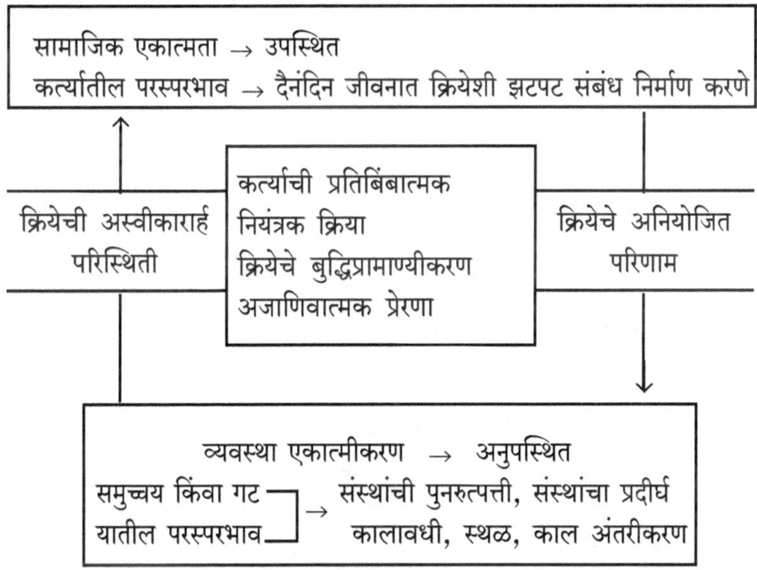

(सामाजिक एकात्मता व व्यवस्था एकात्मता यांतील भेद दर्शविणारी आकृती)

social justice - (सोशल जस्टिस) **सामाजिक न्याय :** सुसंघटित समुदायाच्या निर्मितीसाठी लोकांनी दिलेले बौद्धिक सहकार्य की ज्यामुळे समाजातील किंवा समुदायातील प्रत्येक सभासदाला त्या त्या राष्ट्रांच्या क्षमतेनुसार, जगण्याची, शिकण्याची, स्वत:ची प्रगती करण्याची समान व वास्तव संधी उपलब्ध करून देणे म्हणजे 'सामाजिक न्याय' होय. लोकशाहीत सामाजिक संघटनेच्या माध्यमातून लोकांना सामाजिक न्याय प्रदान करण्याची अत्यावश्यक अशी आदर्श स्थिती

असते. दुसऱ्या शब्दांत असे म्हणता येईल, की सामाजिक न्याय निर्माण करण्याच्या दृष्टीने आदर्श राज्यव्यवस्था म्हणजे लोकशाही होय. जगातील बहुसंख्य विद्वानांनी सामाजिक न्यायात पुढील महत्त्वाच्या गोष्टींचा समावेश करण्यास मान्यता दिली आहे. १. समाजातील प्रत्येक बालकाचा जन्म नैसर्गिक रीतीने व्हावा, त्याला आरोग्यपूर्ण पर्यावरण लाभावे, त्याला भरपूर सकस आहार मिळावा व त्याला योग्य असे शिक्षण मिळावे. २. प्रत्येक परिपक्व मनुष्याला त्याच्या क्षमतेनुसार काम वा नोकरी मिळावी. ३. व्यक्तीच्या सर्वोच्च सामाजिक सेवेचा मोबदला म्हणून त्याला व त्याच्या कुटुंबियांच्या उपजीविकेस योग्य असेल एवढे उत्पन्न व्यक्तीला मिळणे हे अत्यावश्यक आहे. ४. प्रत्येक व्यक्तीला तिच्या अधिकाऱ्याशी संवाद साधण्याची योग्य संधी उपलब्ध व्हावी; तसेच संबंधित अधिकाऱ्याने त्यांच्या गरजा व कल्पना यांची माहिती करून घेऊन त्यांचा योग्य विचार करणे आवश्यक आहे.

काही तज्ज्ञांच्या मते, आर्थिक सुबत्तेमुळे कदाचित सामाजिक न्याय प्रस्थापित होऊ शकेल याची जाणीव राज्यकर्त्यांना आज झाल्याचे दिसते. काही विद्वानांच्या मते, सामाजिक कल्याणकारी सेवेचा एक भाग म्हणून सामाजिक न्यायाकडे पाहिले पाहिजे. त्यांच्या मते, सामाजिक न्याय हा कायदे व अधिनियम यांवर आधारलेला असतो. कायदेशास्त्रानुसार सामाजिक न्यायात त्यासंबंधीचे कायदे तयार करणे, कायदे मोडणाऱ्यांना योग्य शिक्षा देणे या बाबीही सामाजिक न्यायात येतात. कायद्यासमोर सर्व नागरिक समान आहेत, हेही तत्त्व सामाजिक न्यायात समाविष्ट आहे.

social laws - (सो'शल लॉज) **सामाजिक कायदे किंवा नियम :** समान परिस्थितींतर्गत सामाजिक वर्तनात समानतेची बांधणी करणे की ज्याची विविध तार्किक अभ्यासपद्धती व स्व-अध्ययनपद्धतीद्वारे पुन्हापुन्हा केलेल्या निरीक्षणाद्वारे व्यक्तिवर्तनाची चाचणी घेऊन त्यांच्यासाठी केलेले कायदे म्हणजे सामाजिक कायदे होत. गेल्या काही वर्षांत समाजशास्त्रज्ञ हे एखादा कायदा सामाजिक कायद्याला पात्र आहे की नाही हे ठामपणे सांगू शकत नाहीत; कारण अशा कायद्याची निर्मिती सामाजिक सिद्धान्ताद्वारे पडताळा न पाहताच करण्यात आली होती. सामाजिक कायदे हे गुन्हेगारी कायद्यांपेक्षा वेगळे असतात. सामाजिक कायद्यांत कायदेमंडळाने केलेल्या कायद्यांप्रमाणेच संकेतावर आधारित लोकाचार, लोकनीती, प्रथा व धार्मिक नियम यांचा समावेशही केला जातो व त्यांचे स्वरूप हे अनौपचारिक असते व तसेच ते समाजासमाजानुरूप भिन्न असतात व या कायद्यांचे पालन संबंधितांनी करावे, अशी अपेक्षा असते.

social legislation - (सो'शल लेजिस्ले'शन) **सामाजिक कायदेनिर्मिती :**
समाजातील काही गटांच्या सामाजिक व आर्थिक स्थानांचे संरक्षण करण्यासाठी
व त्यात सुधारणा करण्यासाठी निर्माण करण्यात आलेल्या कायद्यांसाठी ही संज्ञा
वापरण्यात येते. ज्या गटासाठी सामाजिक कायद्यांची खास निर्मिती केली जाते,
त्या गटांत प्रमुख्याने वय, लिंग, वंश, शारीरिक वा मानसिक अपंगत्व,
आर्थिकदृष्ट्या दुर्बळ गट इत्यादींचा समावेश होतो. 'सामाजिक कायदेनिर्मिती'
ही संज्ञा प्रथम १८८१ साली जर्मन सत्ताधीश विलियम यांनी त्या काळात जर्मनीत
काही कल्याणकारी कार्यक्रम राबविता यावे यासाठी वापरली होती. स्त्रियांना
मतदानाचा हक्क प्रदान करणारे, त्यांना पुरुषांइतका दर्जा मिळावा म्हणून तयार
करण्यात आलेले कायदे यात येतात. भारतात हुंडाबदी कायदा, घटस्फोट कायदा,
बालविवाहबंदी कायदा, जाती व अस्पृश्यता निमूर्लन कायदा इत्यादींची निर्मिती
या संज्ञेअंतर्गत झाली होती. सामाजिक कायदेनिर्मितीचा हेतू विविध कल्याणकारी
कार्यक्रमांची अंमलबजावणी करणे सुलभ व्हावे हा असतो.

social marginality - (सो'शल मार्जिन'लिटी) **सामाजिक सीमान्तकता :**
पहा–marginality–सीमान्तकता.

social mobility - (सो'शल मोबि'लिटी) **सामाजिक गतिमत्त्व :** 'सामाजिक
गतिमत्त्व' म्हणजे व्यक्तींच्या सामाजिक स्थानात होणारे ऊर्ध्वरेषी किंवा अधोरेषी
अथवा समपातळीवरचे बदल होत. सामाजिक स्तरीकरणव्यवस्थेत किंवा सामाजिक
श्रेणीरचनेत सर्वसाधारणपणे व्यक्तींच्या किंवा गटांच्या स्तरात किंवा श्रेणीत
होणाऱ्या बदलासाठी 'सामाजिक गतिमत्त्व' ही संज्ञा वापरली जाते. याशिवाय
नोकरशाहीत कार्यरत असणाऱ्या कर्मचाऱ्यांची बढती किंवा पदावनती म्हणजेसुद्धा
सामाजिक गतिमत्त्व होय. सामाजिक गतिमत्त्व म्हणजे व्यक्तींच्या सामाजिक
दर्जात होणारे बदल होत. काही तज्ज्ञांच्या मते, सामाजिक गतिमत्त्व ही सामाजिक
स्तरांच्या बदलाची सातत्याने चालणारी प्रक्रिया होय. सामाजिक गतिमत्त्व हे दोन
प्रकारचे असते.

१. समपातळीवरचे गतिमत्त्व (Horizontal Mobility) : यात व्यक्तीच्या सामाजिक
दर्जात बदल होत नाही, तर फक्त व्यक्तीच्या सामाजिक संबंधाचे क्षेत्र बदलते.
(पहा–horizontal mobility–समपातळीवरचे गतिमत्त्व)

२. ऊर्ध्वरेषी वा अधोरेषी गतिमत्त्व (Vertical Mobility) : यात व्यक्तीचा
सामाजिक दर्जा वा स्तर एकतर उंचावतो किंवा खालावतो, तेव्हा त्यास ही संज्ञा

लावतात. (पहा-vertical mobility-ऊर्ध्वरेषी व अधोरेषी गतिमत्त्व.)

social movement - (सोशल मूव्हमेन्ट) **सामाजिक चळवळ :** समाजात किंवा समाजाचा एक भाग असलेल्या सामाजिक गटांत सामूहिक क्रियेने सामाजिक परिवर्तनास काही प्रमाणात प्रोत्साहन देण्याची किंवा त्यास विरोध करण्याची काहीशा सलगपणे करण्यात येणारी कृती म्हणजे सामाजिक परिवर्तन होय. लुंडबर्ग (Lundberg) आणि त्यांचे अनुयायी यांच्या मतानुसार एखाद्या मोठ्या समाजातील दृष्टिकोन, वर्तन आणि सामाजिक संबंध यांत बदल करण्यात मग्न असणाऱ्या लोकांची एक ऐच्छिक व सामाजिक संघटना म्हणजे 'सामाजिक चळवळ' होय. काही सामाजिक चळवळी सध्याच्या सामाजिक व्यवस्थेतील काही पैलूंत सुधारणा करण्याच्या उद्देशाने केल्या जातात. त्यांना सुधारणात्मक सामाजिक चळवळी म्हणतात. याशिवाय अन्य काही सामाजिक चळवळी समाजव्यवस्थेत आमूलाग्र बदल किंवा परिवर्तन घडवून आणण्यासाठी केल्या जातात. त्यांना क्रांतिकारी सामाजिक चळवळी म्हणतात. धर्मतत्त्वात बदल करण्याच्या उद्देशाने करण्यात येणाऱ्या चळवळींना धार्मिक चळवळी या संज्ञेने संबोधले जाते. काही प्रश्न हे सार्वत्रिक स्वरूपाचे असतात. त्यात असमानता, लिंगभाव विषमता, अंधश्रद्धा इत्यादींचा समावेश होतो. त्यासंबंधीच्या चळवळीचे स्वरूप सार्वत्रिक किंवा सार्वभौतिक असते. त्यासाठी करण्यात येणाऱ्या चळवळींना सार्वभौमिक म्हणून संबोधले जाते. काही प्रश्न विशिष्ट समाजापुरतेच मर्यादित किंवा सापेक्ष असतात. उदा. भारतातील बालविवाह, हुंडाबंदी, विधवा पुनर्विवाहास मान्यता, अस्पृश्यता निर्मूलन इत्यादी प्रश्नांसाठी करण्यात येणाऱ्या चळवळींचे स्वरूप भारतापुरतेच मर्यादित असल्याने अशा चळवळी समाजसापेक्ष असतात.

socialization - (सोशलायझेशन) **सामाजिकीकरण :** 'सामाजिकीकरण' या संकल्पनेचे अनेक विचारवंतांनी वेगवेगळ्या दृष्टिकोनांतून वेगवेगळे अर्थ दिले आहेत. सामाजिकीकरणाचा पहिला अर्थ आहे, नवोदित बालकांना समाजाच्या संस्कृतीचे ज्ञान प्रदान करणारी प्रक्रिया. हे संस्कृतीचे ज्ञान प्रदान किंवा हस्तांतरित करण्याचा मुख्य हेतू सामाजिक जीवन जगण्याची क्षमता बालकात निर्माण करणे हा होय. याशिवाय इतर समाजांच्या संस्कृतीचेही ज्ञान बालकाला देऊन त्या संस्कृतीशी एकतर एकात्म होणे व प्रसंगी त्यात विलीन होणे, यासंबंगीच्या जाणिवा बालकांत निर्माण करण्याचे कार्यही सामाजिकीकरण प्रक्रियेत येते. प्रा. किंग्जले डेव्हिस यांच्या मते, सामाजिकीकरण म्हणजे एक प्रकारची शिक्षणप्रक्रिया असून त्याद्वारे व्यक्तीच्या जीवनाला योग्य वळण लावले जाते. या दृष्टीने विचार

करताना पार्सन्स आणि बेल्स असे म्हणतात की सामाजिकीकरण, कोणत्याही समाजाचे कार्यिक पूर्वावश्यक तत्त्व असून बालकाच्या सामाजिक जीवनासाठी आणि सांस्कृतिक व सामाजिक पुनरुत्पादनासाठी ते महत्त्वाचे आहे. सामाजिकीकरण या संज्ञेचा आर्थिक दृष्टिकोनातून मार्क्सवादी विचारवंतांनी दिलेला अर्थ आहे, उत्पादनसाधनांच्या खासगी मालमत्तेच्या जागी सार्वजनिक मालमत्तेची स्थापना करणे होय.

'सामाजिकीकरण' ह्या संकल्पनेचा संबंध व्यक्ती आणि समाज यांच्या परस्परसंबंधांशी येत असल्यामुळे या दृष्टीने विचार करता ही संकल्पना समाजशास्त्र व मानसशास्त्र यांना जोडणारा पूल होय. त्यामुळे सामाजिकीकरणाचे सिद्धान्त प्रामुख्याने पुढील गोष्टींवर त्यांचे लक्ष केंद्रित करतात– अ. बालकाचा स्थितिज्ञानात्मक विकास साधणे. (पिगेट) ब. कौटुंबिक संबंधाद्वारे नैतिक व वैयक्तिक अस्मिता प्राप्त करणे. (फ्राईड) क. स्वत्व संकल्पना व सामाजिक अस्मिता प्राप्त करणे. (जी. एच. मीड) ड. गटाच्या मूल्यांचे आणि नैतिकतेचे आत्मसातीकरण करणे. (द्युरखेम) इ. सामाजिक कौशल्याचा विकास करणे की ज्यामुळे व्यक्तीला सर्व क्षेत्रांतील आंतरक्रिया टिकवून ठेवणे शक्य होईल. यांतील प्रमुख घटक आहे. 'भाषिक संज्ञापन' की ज्याद्वारे भौतिक, सामाजिक पर्यावरणाचे स्पष्टीकरण देणे शक्य होऊ शकते. (बरस्टेन)

सामाजिकीकरणाचे दोन प्रकार आहेत– १. प्राथमिक सामाजिकीकरण : ज्यात प्रौढ सामाजिक व्यक्ती मोठ्या प्रमाणात बालकांच्या सामाजिकीकरणावर भर देतात. २. दुय्यम सामजिकीकरण : ज्या सांस्कृतिक हस्तांतरणप्रक्रियेला प्राधान्य देऊन सवंगडी, प्रसारमाध्यमे यांत महत्त्वाची भूमिका बजावतात.

socially necessary labour - (सो'शली ने'सेसरी लेबर) **समाजदृष्ट्या अत्यावश्यक श्रमिक :** मार्क्सवादी विचारवंतांनी ही संज्ञा विकसित केली होती. त्यांच्या मते, या संज्ञेचा अर्थ असा, की विशिष्ट पातळीच्या उत्पादनसाधनांच्या विकासात सर्वसामान्य परिस्थितीत एखाद्या वस्तूच्या उत्पादनासाठी किती श्रमकाल लागतो हे निर्धारित करणाऱ्या प्रक्रियेला 'सामाजिकदृष्ट्या अत्यावश्यक श्रमिक' या संज्ञेने संबोधले जाते. मार्क्स यांच्या मते, 'सामाजिक दृष्ट्या अत्यावश्यक श्रमिक' या संज्ञेत श्रमिकाने किती वस्तूंची निर्मिती केली, यावर श्रमिकांचे मूल्य निर्धारित केले जाते इत्यादी गोष्टींचा समावेश होतो.

social order - (सो॑शल ऑर्डर) **सामाजिक सुव्यवस्था :** सामाजिक अपेक्षांचा आणि सामाजिक संरचनांचा (ज्या समाजात अस्तित्वात आहेत) स्थिर अनुबंध व त्या अनुबंधाचे जतन इत्यादींसाठी 'सामाजिक सुव्यवस्था' ही संज्ञा वापरतात. म्हणून ही संज्ञा विशिष्ट संदर्भापिक्षा सर्वसामान्य अर्थानेच अधिक प्रमाणात वापरली जाते. समाजाला कोणत्या गोष्टी चिकटून राहतात हीच या संदर्भात एक समस्या असून, त्यामुळे काही वेळा याचा उल्लेख 'व्यवस्थेची समस्या' असाही केला जातो.

social organization - (सो॑शल ऑरगनाइझे॑शन) **सामाजिक संघटना :** समाजातील कोणताही सापेक्षत: स्थिर अनुबंध किंवा कोणतीही सापेक्षत: स्थिर संरचना म्हणजे 'सामाजिक संघटना' होय. तसेच ज्या प्रक्रियेद्वारे या प्रकारच्या संरचनांची निर्मिती किंवा जतन केले जाते, त्यासाठीही 'सामाजिक संघटना' ही संज्ञा वापरली जाते. 'सामाजिक संघटना' ही अत्यंत सर्वसामान्य संज्ञा असून ती सामाजिक सुव्यवस्था आणि सामाजिक संरचना या संज्ञांच्या अर्थांना व्यापते. (पहा-organization-संघटना.)

social phenomenology - (सो॑शल फिनॉ॑मेनॉ॑लजी) **सामाजिक प्रघटनाशास्त्र :** सामाजिक प्रघटनाशास्त्र हा ऑस्ट्रिया, अमेरिका येथील सामाजिक तत्त्वज्ञानी व अल्फ्रेड शूट्झ यांनी अवलंबिलेला समाजशास्त्रीय दृष्टिकोन होय. या दृष्टिकोनात त्यांनी 'एखादी गोष्ट सत्य आहे' असे गृहीत धरण्याच्या (taken for granted) क्रियेवर संशोधन केले होते आणि त्याचप्रमाणे त्यांनी या संशोधनात्मक अध्ययनप्रक्रियेत, सामाजिक ज्ञानाच्या आणि सामाजिक जीवनाच्या रचनेचा केलेला अभ्यासही समाविष्ट आहे. बर्जर आणि लुकमन यांनी शूट्झ यांच्या 'ज्ञानाचे समाजशास्त्र' (Sociology of Knowledge) या संकल्पनेचा विकास करण्यावर भर दिला होता. या विकासप्रक्रियेच्या प्रभावामुळे त्यातून पुढे लोकजीवन–पद्धतिशास्त्र उदयाला आले. सोप्या शब्दांत असे म्हणता येईल, की समाजात घडणाऱ्या कोणत्याही प्रघटनेचे समाजशास्त्रीय विश्लेषण म्हणजे सामाजिक प्रघटनाशास्त्र होय. (पहा-phenomenology and phenomenological sociology-प्रघटनाशास्त्र व प्रघटनाशास्त्रीय समाजशास्त्र.)

social philosophy - (सो॑शल फिलॉ॑सफी) **सामाजिक तत्त्वज्ञान :** सामाजिक तत्त्वज्ञान म्हणजे कोणतेही तत्त्वज्ञानात्मक विवेचन की जे अशा रीतीने सादर केले जाते, की त्याचा परिणाम एकतर सामाजिक जीवनावर होतो किंवा सामाजिक शास्त्राच्या अभ्यासपद्धतीवर तरी होतो. काही तज्ज्ञांच्या मते, सामाजिक तत्त्वज्ञान

ही सर्वसामान्य संज्ञा असून त्याला कोणताही विशेष संदर्भ नाही हे लक्षात ठेवावे. अन्य काही तज्ज्ञांच्या मते, सामाजिक प्रघटनांचे स्पष्टीकरण आणि त्यासंबंधीचा अंदाज नीतिशास्त्र व घनिष्ठ मूल्य या साहाय्याने करणे म्हणजेही सामाजिक तत्त्वज्ञान होय. समाजातील जे प्रश्न वैज्ञानिक अभ्यासपद्धतीद्वारे सोडविणे सामाजिक शास्त्रज्ञांना शक्य होत नाही, अशा सर्व प्रश्नांची सोडवणूक सामाजिक तत्त्वज्ञान करते.

social physics - (सो'शल फि'जिक्स) **सामाजिक भौतिकशास्त्र :** 'सामाजिक भौतिकशास्त्र' म्हणजे सामाजिक प्रघटनेचे वर्णन आणि विश्लेषण नैसर्गिक प्रघटना म्हणून करणे व त्याचप्रमाणे भौतिक तथ्यसंकलनाप्रमाणेच सामाजिक तथ्यसंकलनही निरीक्षणाच्या माध्यमातून करणे होय. कांत यांनी 'समाजशास्त्र' (sociology) या संज्ञेचा वापर करण्यापूर्वी समाजशास्त्राचा उल्लेख हा सामाजिक भौतिकशास्त्र म्हणून केला जात होता. थोडक्यात, समाजशास्त्राची पूर्वीची संज्ञा म्हणजे 'सामाजिक भौतिकशास्त्र' होय.

social planning - (सो'शल प्लॅनिं'ग) **सामाजिक नियोजन :** 'सामाजिक नियोजन' म्हणजे संशोधन, चर्चा व करार (समझोता) यांवर आधारित मानवी संबंधाबाबतच्या प्रकल्पाशी निगडित आंतरक्रियात्मक प्रक्रिया होय. या प्रक्रियेत मानवी संबंधाच्या संदर्भात किती लोकांनी त्यास पाठिंबा दिला, तसेच समाजातील कोणताही गट वा कोणतीही संघटना यांचा कार्यक्रम तयार करणे इत्यादी गोष्टी समाविष्ट होतात. समाजाचा, समाजाच्या संस्कृतीचा, समाजातील विविध गटांचा विकास कसा करावयाचा याचे नियोजन जसे सामाजिक नियोजनात येते तसेच समाजातील विकृती, अपप्रवृत्ती, अपप्रथा यांचे निर्मूलन कसे करावयाचे यासंबंधीच्या कार्यक्रमाचे निर्धारणही सामाजिक नियोजनात येते. सामाजिक नियोजनाच्या संकल्पनाचे स्वरूप भांडवलशाहीवादी समाज व साम्यवादी समाज यांत भिन्न असते. भांडवलशाही समाज सर्व क्षेत्रांतील खासगीकरण व मुक्त व्यवहार यांस प्राधान्य देऊन त्यावर आधारित सामाजिक नियोजन करते; तर साम्यवादी समाज शिक्षण, व्यवसाय यांचे सरकारीकरण कसे करावयाचे यावर आधारित सामाजिक नियोजनावर भर देते. शहर विकास, झोपडपट्टी निर्मूलन, दारिद्र्य निर्मूलन, गृहबांधणी कार्यक्रम इत्यादींचा समावेश सामाजिक नियोजनात होतो.

social polarity - (सो'शल पोलॅरिटी) **सामाजिक विरोधावस्था किंवा ध्रुवावस्था :** जेव्हा समाजातील कोणत्याही गटांतील वा समूहातील शक्ती दोन परस्परविरोधी

उपगटांत विभागल्या जातात, तेव्हा त्यासाठी 'सामाजिक विरोधावस्था' किंवा 'सामाजिक ध्रुवावस्था' या संज्ञेने संबोधले जाते. मार्क्स यांनी आर्थिक दृष्टिकोनातून ही विरोधावस्था विकसित केली होती. त्यानुसार उत्पादनसाधनांची मालकी असणाऱ्यांचा एक गट (वर्ग), तर उत्पादनसाधनांची मालकी नसणाऱ्यांचा दुसरा गट (वर्ग) अशा दोन परस्परविरोधी अवस्था असलेल्या गटांत समाज विभागला जातो. विरोधी राजकीय पक्ष, कृषी व औद्योगिक समाज, तरुण व वृद्ध इत्यादी विरोधी गटांत होणारी समाजाची विभागणी म्हणजे सामाजिक विरोधावस्था होय.

social problems - (सो'शल प्रॉ'ब्लेम्स) **सामाजिक समस्या :** सामाजिक समस्या या सामाजिक जीवनाच्या अशा बाजू आहेत की ज्यात हस्तक्षेप करणे गरजेचे ठरते. रिचर्ड आणि रिचर्ड यांच्या मतानुसार 'सामाजिक समस्या' म्हणजे वर्तनाचा असा अनुबंध किंवा वर्तनाची अशी स्थिती की जी समाजाच्या बहुसंख्य सभासदांच्या दृष्टीने आक्षेपार्ह किंवा अनिष्ट आहे. अशा आक्षेपार्ह वर्तनात गुन्हेगारी, घरगुती हिंसाचार, बालकांचा छळ करणे किंवा त्यांना शिवीगाळ करणे, गरिबी, व्यसनाधीनता इत्यादींचा समावेश होतो व त्या पुढे सामाजिक समस्येचे रूप धारण करतात. आणखी एका तज्ज्ञाच्या मते, सामाजिक समस्या म्हणजे सामाजिक आदर्शांपासून मार्गच्युत होणे होय. सामाजिक समस्या यांचा अभ्यास विविध ज्ञानशाखा विविध दृष्टिकोनांतून करतात. समाजशास्त्रज्ञांच्या मते, व्यक्तीच्या विपथगामी वर्तनातून सामाजिक समस्या आकाराला येतात. अर्थशास्त्रज्ञांच्या मते, व्यक्तींची आर्थिक दुरवस्था हे सामाजिक समस्यांच्या निर्मितीचे कारण होय, तर मानसशास्त्रज्ञांच्या मते, मानसिक विकृतीतूनच सामाजिक समस्यांचा जन्म होतो. सामाजिक कार्यशास्त्र सामाजिक समस्यांचा अभ्यास एक सामाजिक कार्य म्हणून करते. गेल्या काही वर्षांत सामाजिक समस्यांचा व विशेषत: गुन्हेगारी प्रकारच्या सामाजिक समस्यांचा अभ्यास करण्यासाठी गुन्हेगारीशास्त्र (Criminology) नावाचे स्वतंत्र शास्त्र १९२० च्या सुमारास उदयाला आले. हे शास्त्र प्रामुख्याने गुन्हेगारी स्वरूपाच्या क्षेत्रांमध्ये समाविष्ट होणाऱ्या बालगुन्हेगारी, प्रौढगुन्हेगारी, वेश्या व्यवसाय, चोरटा व्यापार, आतंकवाद, पांढरपेशांनी केलेले गुन्हे, स्त्रियांविरुद्धचे गुन्हे, संघटित गुन्हे, राजकीय गुन्हे, भ्रष्टाचार इत्यादींचा समावेश होतो. हे सर्व गुन्हे म्हणजे एक प्रकारच्या सामाजिक समस्याच होत. त्याचा अभ्यास गुन्हेगारीशास्त्र करते व गुन्हेगारीशास्त्र समाजशास्त्राची एक शाखा होय.

social process - (सो'शल प्रो'सेस) **सामाजिक प्रक्रिया :** एखाद्या सामाजिक आंतरक्रियेची जेव्हा वारंवार पुनरावृत्ती होते, तेव्हा त्यातून सामाजिक प्रक्रिया

आकाराला येते. काही तज्ज्ञांच्या मते, सामाजिक आंतरक्रियेच्या सातत्यातूनच सामाजिक प्रक्रियेचा जन्म होतो. गिन्सबर्ग मॉरिस (Ginsberg Morris) यांच्या मते, 'सामाजिक प्रक्रिया म्हणजे व्यक्ती आणि गट यांच्यात होणाऱ्या विविध प्रकारच्या आंतरक्रिया होत.' सामाजिक प्रक्रियेच्या मुळाशी गती, परिवर्तन, प्रवाह व समाजात सातत्याने बदल होण्याची भावना विद्यमान असते. सामाजिक प्रक्रियेचा विचार करता, समाजात सातत्याने दोन प्रक्रिया चालू असतात. (खालील आकृती पहा.)

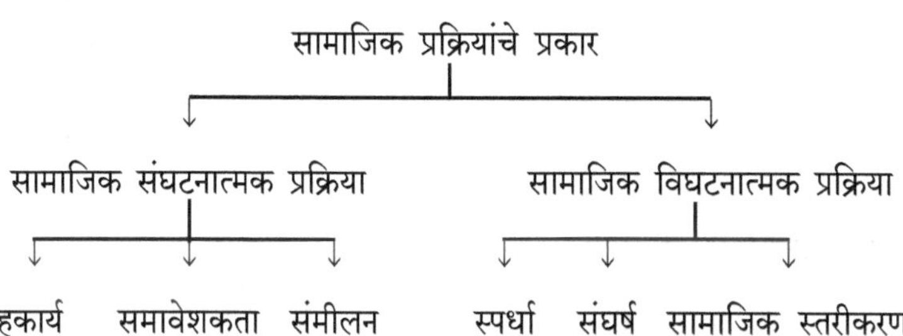

ज्या सामाजिक प्रक्रियांमुळे समाजात संघटन निर्माण होते, सामाजिक ऐक्य प्रस्थापित होते त्यांना 'संघटनात्मक सामाजिक प्रक्रिया' म्हणतात. आकृतीत दर्शविल्याप्रमाणे सहकार्य, समावेशकता व संमीलन हे तीन घटक समाजात संघटन प्रस्थापित करण्याचे महत्त्वपूर्ण कार्य करतात.

याउलट ज्या सामाजिक प्रक्रिया समाजाचे विघटन करण्यास कारणीभूत ठरतात, समाजाचे संतुलन बिघडवितात त्यांना 'विघटनात्मक प्रक्रिया' म्हणतात. तसेच आकृतीत दाखविल्याप्रमाणे स्पर्धा, संघर्ष व सामाजिक स्तरीकरण हे तीन घटक समाजाचे विघटन करण्यास कारणीभूत ठरतात.

social progress - (सोऽशल प्रोऽग्रेस) **सामाजिक प्रगती :** 'सामाजिक प्रगती' म्हणजे एका विशिष्ट दिशेने होणारे सामाजिक परिवर्तन की जे विशिष्ट ध्येय प्राप्त करण्याच्या उद्देशाने केले जाते व त्यास समाजाची काही प्रमाणात मान्यता असते. काही तज्ज्ञांच्या मते, परिवर्तन हे जरी उत्क्रांतिवादी वैशिष्ट्यांनी युक्त असले; तरी ते प्रगतिनिदर्शक असतेच असे नाही. तसेच प्रगती केवळ समाज पुढे किंवा मागे गतिमान होतो म्हणून निर्धारित करता येत नाही. याचा अर्थ असा की प्रत्येक प्रगतिनिदर्शक घटक सामाजिक परिवर्तन घडवून आणतोच असे नाही. सामाजिक परिवर्तनाचा अभ्यास करणारे समाजशास्त्रज्ञ असे मानतात, की सामाजिक प्रगतीचे मोजमाप गुणात्मकतेपेक्षा संख्यात्मकतेने केले जाते व संख्यात्मकता सामाजिक

परिवर्तनास कारणीभूत ठरत नाही. याचे कारण विशद करताना एच. पी. फेअरचाइल्ड (H. P. Fairchild) असा दावा करतात, की जेव्हा आपण सामाजिक प्रगतीच्या संदर्भात बोलतो तेव्हा आपण असे गृहीत धरतो की सर्वसामान्यपणे मूल्य हे एकतर अंतिम वैशिष्ट्य आहे किंवा संबंधित समाजाने ते स्वीकारलेले तरी असते.

तत्त्वज्ञानाच्या दृष्टीने विचार करता तत्त्वज्ञानासमोरचा प्रश्न आहे, अंतिम चांगले काय आहे? आणि म्हणून अंतिम प्रश्न असा निर्माण होतो की विशिष्ट प्रगती किंवा सुधारणा यांची रचना करणारे घटक कोणते? सापेक्ष दृष्टिकोनातून विचार करता सामाजिक प्रगतीचा पडताळा पाहता येतो, जर आपण सामान्य चाचण्या व व्यवहारज्ञानाचे मूल्य यांचा स्वीकार केला तर. उदा., मानवी आयुष्यमर्यादेतील बदल प्रगतीचा पुरावा आहे अशा प्रकारचा प्रश्न कोणी उपस्थित करू शकत नाही, कारण त्यामुळे सामाजिक संरचनेत बदल होण्याची शक्यता फारच कमी असते.

जवळजवळ सर्वच समाजशास्त्रज्ञ असे मानतात की, सामाजिक प्रगतीची व्याख्या नियंत्रणसंज्ञेच्या संदर्भात करावी. या ठिकाणी नियंत्रण म्हणजे एका बाजूला भौतिक स्वरूपावर नियंत्रण, तर दुसऱ्या बाजूला मानवी स्वभाव व मानवी संबंध यांवर नियंत्रण होय. हे नियंत्रण म्हणजे संस्कृतीच्या संपूर्ण आशयावर असलेले नियंत्रण होय. मानवी संबंधात होणारी सुधारणा ही मानवी संस्कृतीत होणारी सुधारणा आहे याची जाणीव किंवा ज्ञान माणसाला असते. संपूर्ण मानवी जगात होणारी प्रगती ही त्या मानवी जगाच्या संस्कृतीत झालेल्या सुधारणेवर आधारित असते. या दृष्टीने सामाजिक प्रगतीची व्याख्या करणे अवघड आहे.

social psychology - (सो'शल साइकॉ'लजी) **सामाजिक मानसशास्त्र** : सामाजिक प्राणी म्हणून मानवाच्या मानसिक प्रक्रियांचा वैज्ञानिक अभ्यास म्हणजे 'सामाजिक मानसशास्त्र' होय. सामाजिक मानसशास्त्र आणि अन्य कोणतेही मानसशास्त्र यांतील भेद अत्यावश्यकपणे अमूर्त आणि शैक्षणिक वा विद्वत्तेशी निगडित असतो; कारण कोणत्याही व्यक्तीचा अभ्यास हा त्याची संपूर्णपणे सामाजिक संबंधापासून ताटातूट करून करता येत नाही. काही विद्वानांच्या मते, सामाजिक मानसशास्त्र ही समाजशास्त्र व मानसशास्त्र या उभयतांची शाखा किंवा उपअध्ययन क्षेत्र आहे. 'सामाजिक मानसशास्त्र' या संज्ञेचा प्रथम वापर ड्युगल (Dougall) यांनी केला होता. १९०८ साली ड्युगल यांनी 'सामाजिक मानसशास्त्र परिचय' (Introduction to Social Psychology) या ग्रंथाद्वारे शास्त्राच्या स्वतंत्र अध्ययनाचा

श्रीगणेशा केला होता. १९२० पासून 'सामाजिक मानसशास्त्र' पूर्णवेळ अध्ययनक्षेत्र म्हणून विकसित झाले. १९७४ साली आर्मिस्टीड (Armistead) यांनी सामाजिक मानसशास्त्र अध्ययनाच्या दोन परंपरांची ओळख करून दिली.

अ. मानसशास्त्रीय सामाजिक मानसशास्त्र : या शाखेचे वेगळेपण हे, की ही शाखा सर्वसामान्य मानसशास्त्राशी संबंधित असून यात प्रयोग करण्यावर भर दिला जातो.

ब. समाजशास्त्रीय सामाजिक मानसशास्त्र : या शाखेवर प्रतीकात्मक आंतरक्रियावाद्यांचा प्रभाव असून यात स्वत्व ओळख प्रक्रियेच्या विकासात कोणत्या सामाजिक प्रक्रिया समाविष्ट आहेत यावर भर दिला जातो. तसेच स्वत्व विकासात भाषेची भूमिका, गुणात्मक संशोधन अभ्यासपद्धतीचा वापर (उदा. सहभागी निरीक्षण) यांना प्राधान्य दिले जाते.

१९६५ साली रॉजर ब्राउन (Roger Brown) यांनी सामाजिक मानसशास्त्राच्या अध्ययनात पुढील विषयांचा समावेश केला होता. त्यात सामाजिकीकरण, भाषेच्या आत्मसातीकरणासहित भूमिका व साचेबंद कल्पना, साध्यसंप्राप्ती, प्रेरणा, अधिकारी वृत्ती, व्यक्तिमत्त्व, अभिवृत्ती व अभिवृत्ती परिवर्तन, गट गतिशीलता, सामूहिक वर्तन इत्यादींचा अंतर्भाव आहे. थोडक्यात असे म्हणता येईल की, समाजाच्या सान्निध्यात आलेल्या व्यक्ती वर्तनाचा अभ्यास सामाजिक मानसशास्त्राच्या कार्यक्षेत येतो.

social reconstruction - (सो'शल रिकन्स्ट्र'क्शन) **सामाजिक पुनर्रचना किंवा सामाजिक पुनर्बांधणी :** संपूर्ण समाजाचे किंवा समाजातल्या काही विशिष्ट भागांचे पुनर्संघटन करणे म्हणजेच 'सामाजिक पुनर्रचना' किंवा 'सामाजिक पुनर्बांधणी' होय. संघटित समाजाचे नैसर्गिक वा मानवनिर्मित आपत्तीमुळे जेव्हा विघटन होते, तेव्हा या विघटित समाजाचे पुनर्गठन करण्याच्या प्रक्रियेला सामाजिक पुनर्रचना म्हणतात. काही तज्ज्ञांच्या मते, ही प्रक्रिया खालीलप्रमाणे कार्यरत असते.

समाज → संघटित असतो → काही कारणाने विघटन → विघटित समाजाचे पुनर्गठन म्हणजे पुनर्रचना → पुनर्विघटन

(म्हणून ही प्रक्रिया चक्राकार असल्याचे तज्ज्ञ मानतात.)

social reform - (सो'शल रिफॉर्म') **सामाजिक सुधारणा :** सामाजिक समस्यांचे निर्मूलन करण्याच्या उद्देशाने राजकीय व सामाजिक धोरणांची आखणी व अंमलबजावणी करणे म्हणजे 'सामाजिक सुधारणा' होय. सामाजिक सुधारणा

चळवळी आणि नोकरशाहीची प्रशासकीय संरचना यांची स्थापना या प्रकारच्या 'सामाजिक सुधारणा कार्यक्रमासाठी' आवश्यक असते. पूर्वीच्या पारंपरिक समाजापेक्षा आधुनिक औद्योगिक समाजात सामाजिक सुधारणा हे महत्त्वाचे वैशिष्ट्य असल्याचे मानले जाते. सामाजिक सुधारणा व सामाजिक क्रांती यांत भेद केला जातो. सामाजिक सुधारणेत सतत वाढ होते व सामाजिक सुधारणा उत्तरोत्तर वाढतात. याउलट सामाजिक क्रांती आकस्मिक होते. सामाजिक सुधारणा त्याच्या संकल्पनेचा आणि व्याप्तीचा विचार करता त्याचे स्थान सामाजिक कार्य आणि सामाजिक अभियांत्रिकी यामध्ये आहे. सामाजिक सुधारणांचा उदय हा व्यक्ती आणि कुटुंब यांना त्यांच्या कठीण काळाच्या वरती आणि पलीकडे त्यांचा भार हलका करण्यासाठी झाला असला, तरी त्यांचा हेतू सामाजिक संरचनेतील धूळ झटकून टाकण्याचा (म्हणजे वरवरचा) नसतो, तर त्यात सामाजिक अभियांत्रिकीचा समावेश करणे हा असतो. काही तज्ज्ञांच्या मते, सामाजिक सुधारणा या अत्यंत घनिष्ठपणे 'सामाजिक प्रगती' या संकल्पनेशी संलग्न आहेत. 'सामाजिक प्रगती' ही संकल्पना १९ व्या शतकातील पाश्चिमात्य संस्कृतीने भारली गेली होती. आज या गोष्टीचा स्वीकार करण्यात आला आहे, की समाजाची प्रचलित चौकट ही समाजातील अनारोग्य (म्हणजे अनावश्यक गोष्टी) दूर करण्यासाठी असून सामाजिक सुधारणा ते कार्य करते, किंवा त्या कार्याशी संबंधित असतात. गेल्या दोन शतकांत समाजातील कुप्रथा नष्ट करण्यासाठी अनेक सामाजिक सुधारणा कार्यक्रम व चळवळी करण्यात आल्या. यात समाजातील सर्व प्रकारची विषमता नष्ट करणे, वंचित समाजाला त्याचे अनेक अधिकार बहाल करणे, जुन्या टाकाऊ किंवा कालबाह्य परंपरा नष्ट करून नवविचारांचा स्वीकार करणे इत्यादींचा यांत समावेश होतो.

social relationship - (सो'शल रिले'शनशिप) **सामाजिक संबंध :** 'सामाजिक संबंध' म्हणजे सामाजिक सुवर्तनाचा एक अनुबंधप्रकार होय. यात व्यक्तीव्यक्तींतील आंतरक्रियांचा समावेश होतो. काही समाजशास्त्रज्ञांच्या मते, सामाजिक संबंधातूनच पुढे समाज आकाराला येतो आणि म्हणूनच मॅक आयव्हर आणि पेज यांनी 'सामाजिक संबंधांचे जाळे म्हणजे समाज.' अशी समाजाची व्याख्या केली आहे. सामाजिक संबंध हे जसे व्यक्तीव्यक्तींत निर्माण झालेले असतात, तसे ते गटागटांतही निर्माण झालेले असतात. व्यक्तीव्यक्तींतील संबंध म्हणजे पती-पत्नी, दोन मित्र यांचे संबंध होत तर गटागटांतील संबंधात दोन कुटुंबांतील, दोन राज्यांतील संबंधाचा अंतर्भाव होतो. एका पैलूतून विचार करता सामाजिक संबंध

हे आलेखात्मक, संरचनात्मक आणि शरीरशास्त्रीय स्वरूपाचे असतात. वैवाहिक संबंध, आप्तसंबंध, नागरिकत्वाचे संबंध इत्यादी. त्याचप्रमाणे काही समाजशास्त्रज्ञांच्या मते, सामाजिक संबंध दोन प्रकारचे असतात. १. कायम स्वरूपाचे : यात पती-पत्नी, माता-पिता व अपत्ये यांच्या संबंधाचा समावेश होतो. २. तात्पुरत्या सामाजिक संबंधात ग्राहक-दुकानदार, नेते-अनुयायी यांचा अंतर्भाव होतो. अलेक्स थिओ (Alex Thio) यांनी सामाजिक संबंधांच्या अनुबंधावर चर्चा करताना चार प्रकारच्या सामाजिक संबंधांचा उल्लेख केला असून ते सर्व प्रकारच्या समाजात आढळत असल्याचा दावा करतात. ते सामाजिक संबंध म्हणजे, १. विनिमय (Exchange) २. सहकार्य (co-operation) ३. स्पर्धा (competition) आणि ४. संघर्ष (conflict) होत. पहिले दोन संबंध समाजात स्थिरता निर्माण करतात, तर नंतरचे दोन संबंध समाजात अस्थिरता निर्माण करतात.

social reorganization - (सो'शल रिऑर्गनाइझे'शन) **सामाजिक पुनर्संघटन :** 'सामाजिक पुनर्संघटन' म्हणजे समाज किंवा सामाजिक गट यातील संबंधांची किंवा मूल्यांची नवीन व्यवस्था स्थापन करणे होय. विशेषत: समाजाच्या विघटनाच्या कालखंडानंतर समाजाचे पुनर्संघटन होणे अत्यावश्यक आहे.

social reality - (सो'शल रिॲ'लिटी) **सामाजिक वास्तवता :** प्रतीकात्मक आंतरक्रियांवर आपले विचार व्यक्त करताना प्रा. डब्ल्यू. आय. थॉमस (W. I. Thomas) यांनी सामाजिक वास्तवतेसंबंधी त्यांचे विचार व्यक्त केले होते. शिकागो विद्यापीठात कार्यरत असताना त्यांच्यावर वास्तववादी परंपरांचा जबरदस्त पगडा होता. थॉमस यांच्या सिद्धान्तात ते म्हणतात, की लोक स्वत:च त्यांच्या सामाजिक वास्तवतेची बांधणी करतात. उदा. आपण दारूची व्याख्या करताना असे म्हणतो, की दारू नशा आणणारा कायदेमान्य द्रव पदार्थ आहे व ही एक सामाजातील वास्तवता होय. याउलट अफू, भांग, गांजा हेही मादक पदार्थ असले; तरी त्यांचा वापर करणे मात्र बेकायदेशीर आहे आणि हीपण समाजातील वास्तवताच आहे. काही लोकांनी वरील भेदाचे वर्णन 'तुरुंग आणि स्वातंत्र्य' या संज्ञांनी केले आहे. थॉमस असे म्हणतात की, लोक त्यांच्या अनुभवाच्या आधारे सामाजिक वास्तवतेची बांधणी करतात व तेच सत्य आहे.

social reproduction - (सो'शल रिप्रॉड'क्शन) **सामाजिक पुनर्निर्माण किंवा सामाजिक पुनरुत्पादन :** 'सामाजिक पुनर्निर्माण' ही एक प्रक्रिया आहे, (त्यात प्रजोत्पादन व सामाजिकीकरण हेपण समाविष्ट आहे) ज्याद्वारे समाज त्यांच्या

सामाजिक संस्था आणि सामाजिक संरचना यांची पुननिर्मिती करतो. या संदर्भात सर्वसाधारणपणे असे गृहीत धरले जाते, की विशेषत: आधुनिक समाजात सामाजिक पुननिर्माण या प्रक्रियेसमवेत सामाजिक परिवर्तनसुद्धा समाविष्ट आहे.

मार्क्सवादी विचारवंतांच्या मते, सामाजिक पुननिर्माणप्रक्रियेत, विशिष्ट समाजातील प्रचलित उत्पादनपद्धतीचे; तसेच प्रचलित सामाजिक संबंधांच्या अनुबंधाचे जतन करणे समाविष्ट आहे. भांडवलशाहीत भांडवलाची पुननिर्मिती व विस्तारित पुननिर्मिती यांचे सातत्य आणि प्रचलित आर्थिक आणि सामाजिक संबंधांचे जतन या प्रक्रियेशी पुनर्निर्माण ही प्रकिया संलग्न आहे.

social research - (सो॑शल रिस॑र्च) **सामाजिक संशोधन :** 'सामाजिक संशोधन' या संज्ञेत दोन शब्द आहेत, सामाजिक व संशोधन. प्रथम आपण संशोधन या संज्ञेचा अर्थ जाणून घेऊ. रेडमेड व मोरी या शास्त्रज्ञांच्या मते, संशोधन म्हणजे नवीन ज्ञान प्राप्त करण्यासाठी केलेले पद्धतशीर प्रयत्न होत. संशोधन ही एक प्रक्रिया असून ती सातत्याने चालू असते. क्रॉफर्ड या विचारवंताच्या मते, हे संशोधन एखाद्या सामाजिक प्रक्रियेच्या संदर्भात, एखाद्या सामाजिक प्रश्नाच्या संदर्भात, एखाद्या सामाजिक प्रघटनेच्या अथवा सामाजिक संस्थांच्या संदर्भात केले जाते तेव्हा त्यास 'सामाजिक संशोधन' असे म्हणतात. सामाजिक संशोधनात संशोधनांसंबंधी माहिती गोळा करण्यासाठी किंवा तथ्यसंकलनासाठी प्रश्नावली, मुलाखत, निरीक्षण, अनुसूची इत्यादी साधनांचा वापर केला जातो. पी. व्ही. यश या तज्ज्ञांच्या मतानुसार सामाजिक संशोधन म्हणजे सामाजिक जीवनाबाबत नवीन तथ्ये शोधण्यासाठी किंवा जुन्या तथ्यांचे परीक्षण करण्यासाठी त्या तथ्यातील अनुक्रम, परस्परसंबंध व कार्यकारणभाव यांविषयी स्पष्टीकरण व सामान्यीकरण प्रस्थापित करण्याची एक पद्धतशीर प्रक्रिया होय. जे संशोधन समाज वा समाजातील विविध विभाग व उपविभाग यांच्याशी संबंधित असते, ते सामाजिक संशोधन होय. सामाजिक संशोधनांची पुढील वैशिष्ट्ये असून, खोलात न जाता आपण त्यांचा केवळ नामोल्लेख करणार आहोत. १. सामाजिक प्रघटनांचा अभ्यास २. नवीन तथ्यांचा शोध व जुन्या तथ्यांचे परीक्षण ३. कार्यकारणसंबंधांचा शोध ४. वैज्ञानिक पद्धतीचा वापर ५. सांख्यिकी विश्लेषण ६. अनुभवप्राधान्य ७. वस्तुनिष्ठता ८. तटस्थता ९. सामान्यीकरण 10. व्यवस्थीकरण ११. पूर्वकथन इत्यादी.

social resources - (सो॑शल रिसो॑र्सेस) **सामाजिक संसाधने :** समाजाचे किंवा समाजव्यवस्थेचे कार्य सुरळीत चालण्यासाठी काही संसाधनांचा वापर समाज

करतो. या संसाधनांत प्रामुख्याने समाजातील सर्व व्यक्ती, सर्व संघटना की ज्या गरजू व्यक्तींना, सामाजिक कार्य करणाऱ्या संस्थांना त्यांचे वैयक्तिक वा सामूहिक प्रश्न सोडविण्यासाठी मदत करतील त्या सर्वांचा समावेश हा सामाजिक संसाधनांत केला जातो. कोणत्याही प्रकारच्या उत्पादनप्रक्रियेत सर्वात महत्त्वाची भूमिका मनुष्याची असल्यामुळे मनुष्याचा समावेश समाजाच्या सामाजिक संसाधनांत केल्याचे दिसून येते.

social response - (सो'शल रिस्पॉन्स) **सामाजिक प्रतिसाद :** एका सामाजिक कर्त्याने केलेल्या प्रेरक क्रियेला दुसऱ्या कर्त्याने सर्वसाधारणपणे तशीच कृती किंवा क्रिया करून उत्तर देणे म्हणजे 'सामाजिक प्रतिसाद' होय. त्याचप्रमाणे सामाजिक महत्त्व असलेल्या एखाद्या निर्जीव वस्तूच्या संदर्भात केलेली प्रेरणात्मक कृती म्हणजेही सामाजिक प्रतिसाद होय. पहिल्या प्रकारच्या उदाहरणात एका कर्त्याने केलेल्या अभिवादनस्वरूपाच्या कृतीला दुसरा कर्ता अभिवादन करून उत्तर देतो, तेव्हा त्यातून सामाजिक प्रतिसाद आकाराला येतो. दुसऱ्या प्रकारच्या उदाहरणात प्राचीन चित्रकला (अजिंठा लेण्यांतील चित्रे), प्राचीन वा आधुनिक शिल्पकला (वेरूळची शिल्पे), इजिप्तमधील पिरॅमिड्स, अमेरिकेतील स्वातंत्र्यदेवीचा पुतळा पाहून कर्ते जेव्हा हुरळून जातात, मंत्रमुग्ध होतात तेव्हा त्या निर्जीव कलाकृतीला कर्त्यांनी दिलेला तो प्रतिसाद असतो व हासुद्धा सामाजिक प्रतिसाद होय. सामाजिक प्रतिसाद नेहमी अनेक कर्त्यांकडून दिला जातो.

social restraint - (सो'शल रिस्ट्रे'न्ट) **सामाजिक निर्बंध किंवा सामाजिक दबाव :** 'सामाजिक निर्बंध' किंवा 'सामाजिक दबाव' म्हणजे गटातंर्गत लादण्यात आलेले नकारात्मक नियंत्रण होय. समाजात किंवा गटांत काही वेळेला अशी परिस्थिती निर्माण होते की समाजातील किंवा राष्ट्रांतील सभासदांवर काही निर्बंध लादणे अपरिहार्य ठरते. यासाठीही 'सामाजिक निर्बंध' ही संज्ञा वापरली जाते. बहुसंख्य समाजांत स्त्रियांवर त्या त्या समाजातर्फे विविध निर्बंध लादले जातात; ते त्या त्या संस्कृतीचा एक भाग म्हणून. उदा. हिंदू विवाहित स्त्रीने गळ्यात मंगळसूत्र धारण केलेच पाहिजे, हा नियम किंवा मुस्लिम समाजातील स्त्रियांनी बुरखा घालूनच घराबाहेर पडावे इत्यादी नियम सामाजिक निर्बंधाचे प्रतीक होय. राष्ट्रीय संकटाचे वेळी किंवा युद्धप्रसंगी असे निर्बंध लादणे राष्ट्रहितासाठी अत्यावश्यक असल्याचे मानले जाते.

social revolution - (सो'शल रिव्हो'ल्यूशन) **सामाजिक क्रांती :** पहा-
revolution-क्रांती.)

social scale - (सो'शल स्केल) **सामाजिक मापनसारिणी :** सामाजिक वर्गातील किंवा समाजातील सभासदांत त्यांच्यातील भेद, श्रेणी व श्रेष्ठत्व या आधाराने त्यांच्या दर्जाचे सिद्धान्तकल्पनात्मक किंवा गृहीततत्त्वात्मक मापन करण्याच्या क्रियेसाठी 'सामाजिक मापनसारिणी' ही संज्ञा वापरतात. अमेरिकेतील काळे-गोरे भेद, भारतातील स्पृश्यास्पृश्य भेद, हे सामाजिक मापनसारिणीचे निर्धारक घटक असले तरी गोरे श्रेष्ठ व काळे कनिष्ठ, तसेच स्पृश्य श्रेष्ठ व अस्पृश्य कनिष्ठ का याचे वैज्ञानिक निकष नसल्याने सिद्धान्तकल्पनात्मक निकषवार त्यांचे मापन केले जाते. अनेक काळ्या लोकांनी व अनेक अस्पृश्यांनी त्यांची बौद्धिक क्षमता सिद्ध करूनही समाजाच्या मापनसारिणीत त्यांचा दर्जा उंचावला नाही. समाजातील सभासदांचे पारंपरिक, सामाजिक, सांस्कृतिक वा धार्मिक निकषाच्या आधारावर मोजमापन करताना वैज्ञानिक निकषांकडे दुर्लक्ष करणे सामाजिक मापनसारिणीत येते.

social science - (सो'शल सा'यन्स) **सामाजिक शास्त्र :** 'सामाजिक शास्त्र' ही संज्ञा, मानवी घटनांशी संबंधित विषयाचा अभ्यास करण्याच्या सर्व वैज्ञानिक ज्ञानशाखांना लावली जाते. काही तज्ज्ञांच्या मते, सामाजिक प्रघटनांचा सुव्यवस्थित अभ्यास करण्याच्या ज्ञानशाखा म्हणजे सामाजिक शास्त्र होय. अर्थशास्त्र, राज्यशास्त्र, मानवशास्त्र, मानसशास्त्र, इतिहास, भूगोल, लोकप्रशासनशास्त्र आणि समाजशास्त्र इत्यादी शास्त्रांवर सामाजिकशास्त्र हा शिक्का मारला जातो; कारण सामाजिक जीवनाशी निगडित विविध प्रघटनांचा वैज्ञानिक अभ्यास ही शास्त्रे करतात. या प्रत्येक शास्त्राची स्वतंत्र अशी वैज्ञानिक अभ्यासपद्धती असून त्याद्वारे ते सामाजिक क्षेत्रात सिद्धान्त मांडतात.

social solidarity - (सो'शल सॉलिडॅ'रिटि) **सामाजिक ऐक्य :** समाजाने किंवा गटाने प्रकट केलेली एकात्मता किंवा एकात्मतेची मात्रा किंवा एकात्मतेचा प्रकार म्हणजे 'सामाजिक ऐक्य' होय. सामाजिक ऐक्याचा आधार साध्या समाजापासून ते अधिक गुंतागुंतीच्या समाजापर्यंत विभिन्न असतो. साध्या समाजात सामाजिक ऐक्याचा आधार आप्तसंबंधी संबंध, प्रत्यक्ष परस्परसंबंध आणि सहभागी मूल्य असतात. आप्तसंबंधांवर आधारित नसलेले समाज आणि तसेच अधिक गुंतागुंतीचे समाज यांच्या सामाजिक ऐक्याचे अनेक आधार असतात. परंतु अधिक गुंतागुंतीच्या समाजात सामाजिक ऐक्यासाठी सहभागी मूल्ये आणि एकात्मिक धार्मिक विधी आवश्यक आहेत का, यावर विवाद चालू आहे. समाजव्यवस्था मजबूत पायावर उभी राहण्यासाठी सामाजिक ऐक्य गरजेचे आहे.

social statistics - (सो'शल स्टॅटि'स्टिक्स) **सामाजिक सांख्यिकीशास्त्र :**
संख्यात्मक सामाजिक तथ्यसंकलन म्हणजे 'सामाजिक सांख्यिकीशास्त्र' होय.
उदा. गुन्हेगारांची दरमहा किंवा दरसाल वाढती संख्या, विवाह आणि कुटुंब
यांच्या अंगभूत घटकांची सविस्तर आकडेवारी किंवा एखाद्या शहरातील वाढत्या
झोपडपट्ट्यांची संख्या इत्यादी बाबी सामाजिक सांख्यिकीशास्त्रात येतात. या
प्रकारचे तथ्यसंकलन करणे हे समाजशास्त्राचे मूलभूत कार्य होय. सामाजिक
आकडेशास्त्र ही संज्ञा तथ्यसंकलनासाठी कोणत्या अभ्यासपद्धतीचा वापर केला
गेला हे निर्देशित करण्याच्या संदर्भातही वापरली जाते. उदा. सामाजिक सर्वेक्षण,
मुलाखत, नमुनानिवडपद्धती इत्यादी.

social status - (सो'शल स्टे'टस) **सामाजिक दर्जा :** (पहा–status–दर्जा.)

social stratification - (सो'शल स्ट्रॅटिफिके'शन) **सामाजिक स्तरीकरण :**
समाजशास्त्रज्ञांच्या मतानुसार सामाजिक स्तरीकरण ही विभेदीकरणाची अशी एक
प्रक्रिया आहे की, जिच्यामध्ये सामाजिक दर्जांची सोपानपरंपरा समाविष्ट असते
आणि या सोपानपरंपरेतील एक ठराविक दर्जा प्राप्त असणाऱ्या लोकांच्या
परस्परसंबंधात वरिष्ठ, मध्यम व कनिष्ठ असा क्रम ठरविलेला असतो. एका
वाक्यात सांगावयाचे झाल्यास, समाजातील लोकसंख्येचे वरिष्ठ व कनिष्ठ स्तरांत
केलेले विभाजन म्हणजे 'सामाजिक स्तरीकरण' होय. सामाजिक स्तरीकरण ही
प्रत्येक समाजात आढळणारी एक व्यवस्था होय. जगातल्या विविध समाजांचा
अभ्यास केल्यानंतर समाजशास्त्रज्ञांनी सामाजिक स्तरीकरणाच्या संदर्भात सार्वत्रिक
स्वरूपाचे पुढील मुद्दे प्रतिपादन केले आहेत. त्यावरून स्तरीकरणाची कल्पना
तुम्हास येऊ शकेल. १. विषमता हा सामाजिक स्तरीकरणाचा आधार होय.
२. विविध सामाजिक स्थाने आणि भूमिकांचे काही समाजमान्य निकषांच्या
आधारे मूल्यमापन केले जाते. ३. स्तरीकरणामुळे समाजातील विभिन्न स्तरांची
जाणीव अभ्यासकांना होते. ४. एकावर एक रचल्या गेलेल्या विभिन्न स्तरांची एक
उतरंडीसारखी रचना निर्माण झालेली असते.५. समाजातील प्रमुख सामाजिक
संस्थांद्वारे सामाजिक स्तरीकरणव्यवस्थेचे सातत्य टिकवून ठेवले जाते. ६. सामाजिक
स्तरीकरण म्हणजे नुसते स्तर नव्हेत, तर त्या स्तरांची श्रेणीबद्ध रचना होय.
७. सामाजिक स्तरीकरणव्यवस्थेत वरिष्ठ व कनिष्ठ या भावना अंतर्भूत असतात.
८. स्तरविरहित समाजरचना (मार्क्सवादी तज्ज्ञ) हे केवळ स्वप्नरंजन होय.
९. आर्थिक दर्जा, व्यवसाय, शिक्षण, सत्ता, प्रतिष्ठा, वर्ण, वर्ग, जाती, घराणे
इत्यादी गोष्टी सामाजिक स्तरीकरणाचे निकष होत. १०. सामाजिक स्तरीकरणाचे

स्वरूप स्थलकालानुरूप बदलत असले तरी समाजातील स्तरीकरणव्यवस्था कायमची नष्ट होत नाही.

सामाजिक स्तरीकरण हे जरी सार्वत्रिक स्वरूपाचे असले, तरी त्याचे स्वरूप हे समाजासमाजानुरूप वेगवेगळे असते. (खालील आकृती पहा.) विविध समाजांतील सामाजिक स्तरीकरणाचा अभ्यास केल्यानंतर सामाजिक स्तरीकरणाचे तीन प्रमुख प्रकार आढळतात–

अ. जातिव्यवस्थेवर आधारित सामाजिक स्तरीकरण.

ब. सरंजामपद्धतीवर आधारित सामाजिक स्तरीकरण.

क. औद्योगिक वा आधुनिक समाजातील वर्गव्यवस्थेवर आधारित सामाजिक स्तरीकरण.

यातील पहिल्या दोन प्रकारांतील सामाजिक स्तरीकरण जन्मावर आधारित आहे, तर तिसऱ्या प्रकारच्या स्तरीकरणात कर्तृत्व महत्त्वाचे ठरते.

social stratum - (सोॅशल स्ट्रॅटम) **सामाजिक स्तर :** सामाजिक स्तरीकरणाच्या श्रेणीरचनात्मक व्यवस्थेतील ओळखू येणारी किंवा स्पष्टपणे लक्षात येणारी श्रेणी

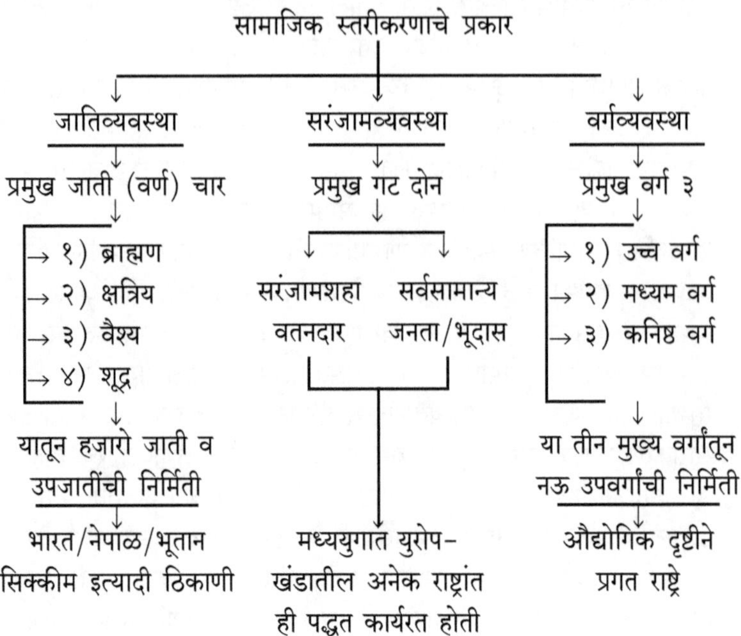

म्हणजे 'सामाजिक स्तर' होय. तसेच सामाजिक दर्जा-स्थानातील ठळकपणे लक्षात येणारा दर्जा म्हणजे सामाजिक स्तर होय. जातिव्यवस्था किंवा वर्गव्यवस्था यांतील जाती किंवा वर्ग ठळकपणे ओळखू येतात. (खालील आकृती पहा.)

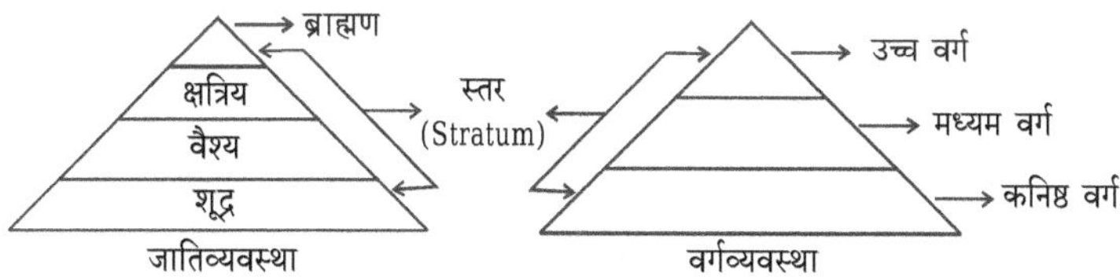

समाजशास्त्रज्ञांनी 'स्तर' ही संकल्पना भूगर्भशास्त्रज्ञांकडून उसनी घेतली. भूगर्भात जमिनीचे उत्खनन केल्यानंतर ज्याप्रमाणे जमिनीचे एकावर एक अनेक स्तर आढळतात, त्याचप्रमाणे समाजव्यवस्थेतील स्तरीकरणात विविध श्रेणी वा स्तर संज्ञा आढळतात व त्यासाठी समाजशास्त्रज्ञांनी 'सामाजिक स्तर' ही संज्ञा वापरली.

पूर्व युरोप खंडातील काही राष्ट्रांतील सामाजिक स्तरीकरणातील पक्षविरहित (non-antagonistic) समाजातही जेव्हा समाजाचे लक्षात येणाऱ्या ठळक गटांत किंवा वर्गांत विभाजन झाले, त्या वर्गांसाठी 'स्तर' (stratum) ही संज्ञा वापरण्यात आली. हे स्तर ओळखण्याचे विविध निकष आहेत, ते म्हणजे उत्पादनाचे साधन म्हणून वापर करण्यात येणाऱ्या श्रमिकांचा गट एक स्तर होय. याशिवाय शैक्षणिक पात्रता, आर्थिक क्षमता, सांस्कृतिक जाणिवा या आधारे समाजात विविध स्तर वा श्रेणी बनतात. तेव्हा त्यासाठीही ही संज्ञा वापरण्यात आली होती वा वापरण्यात येते.

social structure - (सो'शल स्ट्र'क्चर) **सामाजिक संरचना :** कोणताही सापेक्ष सामाजिक मूलभूत घटकांचा चिरस्थायी अनुबंध किंवा परस्परसंबंध म्हणजेच 'सामाजिक संरचना' होय. विशिष्ट समाज, गट किंवा संघटना यांच्यातील सामाजिक व्यवस्थेचा कमी अधिक स्थिर स्वरूपाचा किंवा चिरस्थायी स्वरूपाचा अनुबंध म्हणजेही सामाजिक संरचना होय. समाजशास्त्रात 'सामाजिक संरचना' या संकल्पनेचा एक सर्वमान्य अर्थ नाही. हे जरी खरे असले तरी एक गोष्ट सर्वमान्य आहे की, सामाजिक संरचना ही एकदम आकाराला येत नाही तर ती टप्प्याटप्प्याने आकाराला येते.

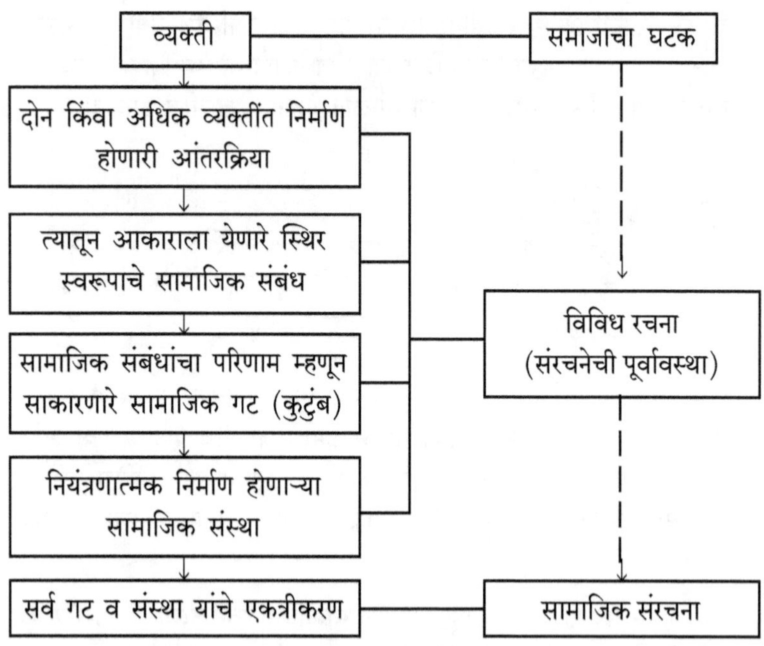

पार्सन्स यांनी त्यांच्या क्रियासिद्धान्तातंर्गत विकसित केलेल्या सामाजिक व्यवस्था सिद्धान्ताचे दोन भाग पाडले. सामाजिक संरचना व तिची विविध सामाजिक कार्ये व त्यातून निर्माण होणाऱ्या समस्या इत्यादी.

याशिवाय कार्ल मार्क्स यांचे अनुयायी लुईस अल्थुसर व लेव्ही स्ट्रॉस यांनी त्यांच्या दृष्टिकोनातून सामाजिक संरचनेवर चर्चा केली होती. तर आर. के. मर्टन यांनी सामाजिक संरचनेतील कार्यात्मकतेवर, तर जेफरी ॲलेक्झांडर यांनी त्यापुढे जाऊन नव-कार्यात्मकतेवर सामाजिक संरचनेचा एक अविभाज्य भाग म्हणून चर्चा केली होती.

social survey - (सो'शल सर्व्हे') **सामाजिक सर्वेक्षण किंवा सामाजिक पाहणी :** 'सामाजिक सर्वेक्षण' ही संज्ञा दोन शब्दांची बनली आहे. 'सामाजिक' याचा या ठिकाणी अर्थ आहे समाजाबाबत, समाजासंबंधी किंवा समाजाविषयी. 'सर्वेक्षण' म्हणजे चिकित्सक पाहणी वा सखोल निरीक्षण होय. सर्वेक्षण या शब्दाचा शब्दश: अर्थ घ्यावयाचा झाल्यास एखाद्या वस्तूचे किंवा घटनेचे सखोल निरीक्षण करणे म्हणजे सर्वेक्षण होय. 'सामाजिक सर्वेक्षण' या संकल्पनेत एखाद्या सामाजिक प्रघटनेचे, सामाजिक समस्येचे, एखाद्या सामाजिक गटाचे सखोल व

चिकित्सक निरीक्षण करण्याची क्रिया समाविष्ट आहे. या दृष्टीने विचार करता सामाजिक सर्वेक्षण म्हणजे विशिष्ट सामाजिक गटाच्या सामाजिक, आर्थिक, धार्मिक, सांस्कृतिक इत्यादी गोष्टींचे अध्ययन व विश्लेषण होय. ई. एस. बोगार्डस या समाजशास्त्राच्या मते, लोकांची कामाची व जीवन जगण्याची स्थिती याविषयी म्हणजेच एखाद्या समाजातील लोकांविषयी जमविलेली माहिती म्हणजेच सामाजिक सर्वेक्षण होय. ब्रिटनमध्ये पहिले बहुव्यापक सामाजिक सर्वेक्षण, १९ व्या शतकात बूथ आणि राऊनट्री (Booth and Rowntree) यांनी लंडन आणि न्यूयॉर्क येथील गरिबीवर केले होते. त्यानंतर ब्रिटनमध्ये अनेक प्रकारची सर्वेक्षणे घेण्यात आलीत. १९८३ सालापासून ब्रिटन सामाजिक अभिवृत्ती सर्वेक्षण या सरकारी संस्थेतर्फे दरवर्षी सर्वेक्षण घेतले जाते. भारतातही स्वातंत्र्यप्राप्तीनंतर 'राष्ट्रीय नमुना सर्वेक्षण' (National Sample Survey) ही सरकारी संस्था देशातील विविध विषयांवर माहिती गोळा करण्याचे कार्य करते. गाव, शहर, कुटुंब, कुळ, जात, जमाती, सामाजिक समस्या इत्यादी विषयांवर सामाजिक सर्वेक्षण केले जाते. आजकाल प्रसारमाध्यमांच्या विविध वाहिन्याही विविध विषयांवर सर्वेक्षणकार्य करण्यात पुढे येत आहेत.

social system - (सो'शल सि'स्टिम) **सामाजिक व्यवस्था :** १९८४ साली गिडन्स (Giddens) यांनी असे प्रतिपादन केले होते, की स्थलकालाच्या पलीकडे जाऊन कोणताही सामाजिक संबंधाचा अनुबंध की जो सापेक्षत: सातत्यपूर्ण असतो व जो प्रथांची पुनर्निर्मिती करतो; त्या संबंधीच्या यंत्रणेला 'सामाजिक व्यवस्था' असे म्हणतात. या दृष्टीने विचार करता प्रत्येक समाज, कोणतीही संघटना वा गट यांची स्वत:ची अशी स्वतंत्र जी व्यवस्था असते, त्यास सामाजिक व्यवस्था असे म्हणतात. एकूण विश्वाचा विचार करता व्यवस्था तीन प्रकारांत मोडली जाते. १. भौतिक व्यवस्था : सूर्य आणि त्याचे ग्रह, उपग्रह यांची जी स्वतंत्र व्यवस्था असते त्यास 'भौतिक व्यवस्था' म्हणतात. त्यासाठी 'सूर्यमालिका' ही संज्ञा वापरली जाते. तसेच आपण ज्या घरात राहतो त्या घराचीही एक व्यवस्था असते, त्यासही 'भौतिक व्यवस्था' या संज्ञेनेच संबोधले जाते. २. जैविक व्यवस्था : प्रत्येक सजीव प्राण्यांची शरीरे म्हणजे 'जैविक व्यवस्था' होय. ३. सामाजिक व्यवस्था : कोणताही गट, कोणतीही संघटना यांच्यातील व्यक्तीव्यक्तींच्या सामाजिक संबंधांचा समाजमान्य अनुबंध म्हणजे सामाजिक व्यवस्थासिद्धान्त होय. विशेषत: स्पेन्सर व मार्क्स यांनी त्याच्या उत्क्रांतिवादी सिद्धान्तात भौतिक व जैविक सिद्धान्ताचा पुरस्कार केला होता.

सामाजिक व्यवस्थासिद्धान्तावर सविस्तर चर्चा पार्सन्स यांनी त्यांच्या क्रियासिद्धान्ताच्या अंतर्गत विकसित केलेल्या व्यवस्थासिद्धान्तामध्ये केली. पार्सन्स यांनी सामाजिक व्यवस्थेशिवाय सांस्कृतिक व्यवस्था, व्यक्तिगत व्यवस्था व जीवशास्त्रीय व्यवस्था यांवरही चर्चा केली होती. सामाजिक व्यवस्थेचे स्वरूप पार्सन्स यांच्या मते, खालील आकृतीत दर्शविल्याप्रमाणे असते.

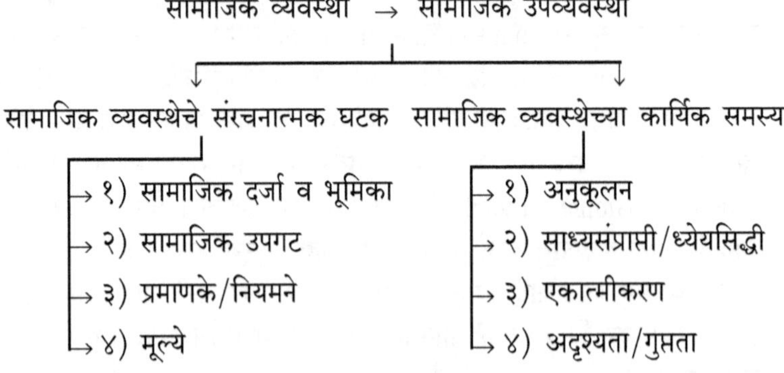

social stigma - (सो'शल स्टि'ग्मा) **सामाजिक कलंक :** प्रत्येक समाजात काही व्यक्तींचे, गटाचे वर्तन हे समाजाच्या दृष्टीने लांच्छनास्पद असते. तसेच प्रत्येक समाजात काही अपप्रवृत्ती असतात. त्यासाठी 'सामाजिक कलंक' ही संज्ञा वापरण्यात येते. बालगुन्हेगारी, गुन्हेगारी, व्यसनाधीनता इत्यादी गोष्टींचा वा समस्यांचा समावेश हा अपप्रवृत्तीत केला जातो व या प्रवृत्तीची माणसे समाजावरचा कलंक वा डाग आहे असे मानले जाते. पूर्वीच्या काळी भारतातील अस्पृश्य, अमेरिकेतील काळे व गुलाम, युरोप खंडातील भूदास इत्यादी जाती किंवा वर्ग समाजावरचा कलंक आहे असे समजले जात होते. त्यासाठीही 'सामाजिक कलंक' ही संज्ञा वापरतात. आज एकीकडे समानतेच्या गप्पा समाजकारणी, राजकारणी क्षेत्रातील व्यक्ती करत असताना दुसरीकडे स्त्रियांना मिळणारी भेदभावाची वागणूक, त्यांच्यावर होणारे अत्याचार हा एक प्रकारचा सामाजिक कलंक याकडे ते दुर्लक्ष करतात.

social theory - (सो'शल थिअरी) **सामाजिक सिद्धान्त :** 'सामाजिक सिद्धान्त' ही संज्ञा प्रामुख्याने कोणत्याही ज्ञानशाखेतील सामाजिक संबंधांचा सैद्धान्तिक आढावा घेण्याच्या संदर्भात वापरली जाते. समाजशास्त्रज्ञांच्या मते, एखाद्या सामाजिक घटनेचा वैज्ञानिक दृष्टिकोनातून अभ्यास केल्यानंतर काढलेल्या निष्कर्षासाठी सामाजिक सिद्धान्त ही संज्ञा वापरतात. समाजशास्त्रात सामाजिक

सिद्धान्ताचे एक अध्वर्यू टॉलकॉट पार्सन्स यांच्या विचारांनुसार 'सामाजिक सिद्धान्त म्हणजे विद्यमान संवेदनांचा विचार करता सैद्धान्तिक व्यवस्था आणि आनुभविक संदर्भ यांवर आधारित प्रमुख बाबींचे तर्कशास्त्रीय परस्परावलंबी सामान्यीकरण करण्याची व्यवस्था होय.' थॉमस वॉर्ड (Thomas Ward) यांनी एका वाक्यात सामाजिक सिद्धान्ताची व्याख्या केली असून आकलनाच्या दृष्टीने ती सोपी आहे. सामाजिक सिद्धान्त म्हणजे तर्कशास्त्रावर आधारित संकल्पना, व्याख्या आणि विधाने यांची आनुभविक व्यवस्था होय.

सामाजिक किंवा समाजशास्त्रीय सिद्धान्ताचे वेगळेपण हे की हे सिद्धान्त चिरस्थायी नसतात; तर समाजपरिस्थिती जशी बदलेल, त्यानुसार सिद्धान्ताचे स्वरूपही बदलावे लागते आणि म्हणूनच समाजशास्त्रीय सिद्धान्ताचा वारंवार पडताळा पाहावा लागतो.

थोडक्यात, कोणत्याही सामाजिक प्रघटनेचे वैज्ञानिक अभ्यासपद्धतीच्या माध्यमातून केलेल्या निरीक्षण-विश्लेषणानंतर आलेले निष्कर्ष म्हणजे सामाजिक सिद्धान्त होय.

social thought - (सो'शल थॉट) **सामाजिक विचार** : मानवाचे इतर मानवांशी असलेले सामाजिक संबंध आणि इतर मानवांसंबंधीची त्याची कर्तव्ये यासंबंधीचा मानवाचा साकल्यपूर्ण दृष्टिकोन म्हणजे 'सामाजिक विचार' होत. भारतीय समाजशास्त्रज्ञ प्रा. आर. एन. मुखर्जी यांच्या मतानुसार सामाजिक विचार ही विचाराची अशी शाखा आहे की जी सामाजिक ऐतिहासिक पार्श्वभूमीवर मानवी आंतरसंबंध व आंतरक्रिया यांचा अभ्यास करते. सामाजिक विचारांच्या संदर्भात विविध तज्ज्ञांच्या विचारांचे संकलन केल्यानंतर त्याबाबत पुढील पाच गोष्टी लक्षात येतात- १. विचार हे सामाजिक अनुभवातून उदयाला येतात. २. सामाजिक पार्श्वभूमीत ते परिपक्व होतात. ३. सामाजिक प्रतीके व चिन्हे यांद्वारे ते व्यक्त होतात. ४. सामाजिक आंतरक्रियांद्वारे सामाजिक विचाराला अर्थ प्राप्त होतो. ५. ज्या वेळेला हे विचार सामाजिक वारशाचा एक भाग बनतात, तेव्हाच ते टिकून राहू शकतात. या मुद्द्यांच्या आधारे आपण असे म्हणू शकतो की, मनुष्य व सामाजिक जीवनातील वास्तवता यांच्याशी निगडित असलेले सर्व विचार 'सामाजिक विचार' या संज्ञेला पात्र ठरतात. पूर्वीचे सामाजिक विचार हे पारंपरिक म्हणी, अध्यात्मकथा, दंतकथा, लोककथा, लोकगीते इत्यादींवर आधारित होते. आज मात्र लोकांच्या जाणिवा मोठ्या प्रमाणात जागृत झाल्याने, आजचे सामाजिक

विचार हे अधिक परिपक्व झाल्याचे दिसते, व ते अनुभवावर आधारलेले असतात.

societal re.action - (सोसा'इटल रिअॅ'क्शन) **समाजीय प्रतिक्रिया :** 'समाजीय प्रतिक्रिया' ही एक कल्पना असून त्याचा संबंध क्रियेला मिळणाऱ्या सामाजिक प्रतिसादाशी आहे. या प्रकारच्या क्रियेत विपथगामित्वाच्या क्रिया, त्यांना मिळणारा प्रतिसाद व त्याचे परिणाम; इत्यादींचा समावेश होतो. विशेषत: या प्रकारच्या विपथगामी क्रियेत विपथगामित्वाची निर्मिती, त्यांच्या जीवनशैलीला मिळणारे प्रोत्साहन, त्यांची ओळख व विपथगामित्वाची कारकिर्द इत्यादी बाबी समाविष्ट होतात. यासाठी प्रामुख्याने वरील संज्ञा वापरली जाते. १९५१ साली एडविन लेमर्ट (Edwin Lemert) यांनी त्यांच्या 'सामाजिक विकृतिशास्त्र' (Social Pathology) या ग्रंथात नियंत्रणापासून दूर असणाऱ्या व्यक्तीमध्ये विपथगामित्वाचे प्रमाण कमी असते, असे विशद केले होते. लेमर्ट यांच्या मते, नियंत्रण वास्तविकत: विपथगामी संरचना उत्पन्न करते किंवा त्याचा प्रसार करते.

society - (सोसायटी) **समाज :** 'समाज' ही एक अमूर्त संकल्पना असून समाज दृश्य स्वरूपात दाखवा म्हटले, तर दाखविता येत नाही. 'सामाजिक संबंधांचे जाळे म्हणजे समाज.' अशी समाजाची व्याख्या मॅक आयव्हर व पेज यांनी केली होती व ती सर्वसाधारणपणे सर्वमान्य होती. अगदी अलीकडे वॉलेस आणि वॉलेस (Wallace and Wallace) यांनी समाजाची व्याख्या पुढील शब्दांत केली आहे, 'समाज म्हणजे लोकांचा स्वयंपूर्ण गट होय की ज्यातील लोक समान भूप्रदेशावर राहतात, त्यांची अद्वितीय भाषा आणि संस्कृती असते व ती ते नवोदितांना किंवा सभासदांना हस्तांतरित करतात.' व्यवहारात मात्र आजचे समाज अधिकाधिक परस्परावलंबी होत आहेत. समाजाचे वेगवेगळ्या तज्ज्ञांनी वेगवेगळे प्रकार पाडले आहेत, त्याची कल्पना खालील आकृतीवरून येईल.

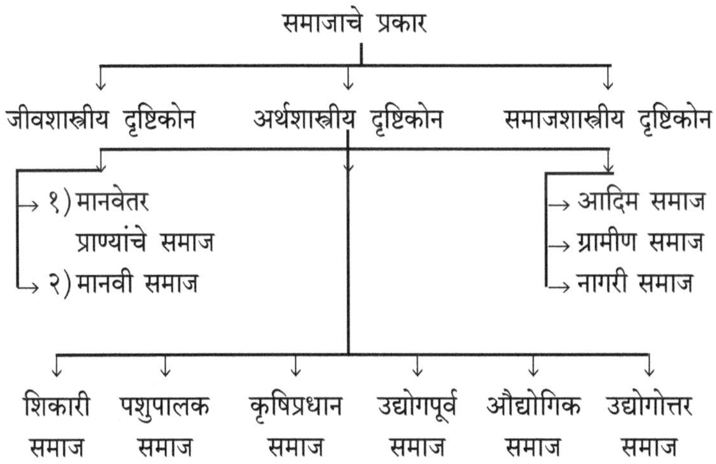

समाजाची पुढील प्रमुख वैशिष्ट्ये आहेत, १. समान भूभाग २. मोठा समूह ३. सामाजिक संबंधांचे जाळे ४. स्थिर स्वरूप ५. स्वयं-संपूर्णता किंवा आत्मनिर्भरता ६. समाजजीवनपद्धती ७. प्रजोत्पादन ८. बहुव्यापक व बहुसमावेशक संस्कृती ९. स्वायत्तता इत्यादी.

समाजाच्या उत्पत्तीचे दोन सिद्धान्त मांडले गेले आहेत- १. जैव-सेंद्रिय सिद्धान्त २. सामाजिक करार सिद्धान्त.

sociobiology - (सो॑शिओबायो॑लजी) **सामाजिक जीवशास्त्र :** उत्क्रांतिवादी जीवशास्त्राच्या क्षेत्रातील सिद्धान्त आणि संशोधन, की ज्यात प्राणी आणि मनुष्य यांच्यातील सामाजिक वर्तन व सामाजिक संघटना यांच्या उत्क्रांतीसाठी देण्यात आलेले जीवशास्त्रीय स्पष्टीकरण हे सामाजिक जीवशास्त्राच्या कार्यकक्षेत येते. सामाजिक जीवशास्त्रीय सिद्धान्ताचे प्रणेते (उदा. ई. ओ. विल्सन) असे मानतात की, परार्थवादी उत्क्रांतीची प्रमुख समस्या म्हणजे परार्थवाद हे एक आव्हान आहे; कारण परार्थवादात अभिजात उत्क्रांतिवादी सिद्धान्तानुसार वैयक्तिक कार्यक्षमतेतील विसंगततेचा त्याग अभिप्रेत आहे. सामाजिक जीवशास्त्र याचा अर्थ असा की सर्व सामाजिक प्राण्यांच्या की ज्यात मानवी प्राणीही येतात, सामाजिक कार्यक्रमाचे स्पष्टीकरण जीवशास्त्रीय तत्त्वाचा अवलंब करून किंवा वापर करून देणे होय. विल्सन यांच्या मते, मानवी सामाजिक जीवनाचे अनेक पैलू आपल्या जननशास्त्रीय प्रक्रियेत रुजलेले आहेत. यासाठी विल्सन अनेक उदाहरणे देतात; ती सर्व या ठिकाणी देणे शक्य नाही. परंतु एक महत्त्वाचे उदाहरण देणे गरजेचे आहे. ते

म्हणतात की, बहुसंख्य प्राण्यांमध्ये नर हे मादीपेक्षा आकाराने मोठे असतात, आक्रमक असतात आणि ते माद्यांवर (दुर्बल लिंग) प्रभुत्व गाजवितात.

सारांशरूपात असे म्हणता येईल, की सामाजिक जीवशास्त्रात प्राणी समाज व मानवी समाज यांच्यातील समान वर्तनावर प्रकाशझोत टाकताना बऱ्याचशा मानवी वर्तनाचे उगमस्थान हे प्राण्यांचे वर्तन असल्याचे सामाजिक जीवशास्त्रज्ञ मानतात.

socio.cultural evolution - (सो'शिओ-क'ल्चरल इव्हॉल्यू'शन) **सामाजिक-सांस्कृतिक उत्क्रांती :** मानवी समाजातील परिवर्तनाची आणि विकासाची प्रक्रिया, की ज्याची परिणती उपलब्ध सांस्कृतिक माहितीच्या साठ्यातून जेव्हा संचयित परिवर्तन घडते, तेव्हा त्यासाठी 'सामाजिक-सांस्कृतिक उत्क्रांती' ही संज्ञा वापरतात. १९७० साली लेन्स्की आणि लेन्स्की (Lenski and Lenski) यांनी हे वरील विधान केले होते. लेन्स्की आणि लेन्स्की यांच्या विचारानुसार सामाजिक-सांस्कृतिक उत्क्रांती दोन पातळ्यांवर होते. एक म्हणजे, वैयक्तिक समाजात व दुसरी म्हणजे, आंतरसामाजिक निवडीच्या प्रक्रियेचा एक भाग म्हणून.

समाजाच्या जागतिक व्यवस्थेत लेन्स्की आणि लेन्स्की यांसारखे सिद्धान्तकार असे मानतात, की सामाजिक-सांस्कृतिक व्यवस्थेत आणि सामाजिक-सांस्कृतिक उत्क्रांतीत जी प्रतीके समान किंवा सारख्या भूमिका वठवितात ते केवळ जनुकांमुळे (Genes) होय आणि जीवशास्त्रीय व्यवस्थेत किंवा जीवशास्त्रीय उत्क्रांतीत नैसर्गिक निवडीच्या दोन्ही प्रक्रियांत; म्हणजे सातत्य व परिवर्तन, बदल आणि नाश, शोध आणि निवड या बाबी स्पष्ट दिसतात. सामाजिक-सांस्कृतिक उत्क्रांती व जीवशास्त्रीय उत्क्रांती या दोन्ही प्रक्रियांतील भेद खालील तीन मुद्द्यांद्वारे स्पष्ट केला आहे-

१. जीवशास्त्रीय उत्क्रांतीचे वैशिष्ट्य म्हणजे सातत्यपूर्ण विभेदीकरण आणि तफावत (उदा. झाडाच्या फांद्यांची वाकडीतिकडी वाढ) होय. याउलट सामाजिक-सांस्कृतिक उत्क्रांतीचे वैशिष्ट्य हे, की त्यातील समाज एकमेकांत विलीन होतात किंवा एकमेकांपासून दूर जातात व त्याचा परिणाम समाजाचे अधिक प्रकार असण्याऐवजी काहीच थोडे प्रकार असतात.

२. जीवशास्त्रीय उत्क्रांतीत साध्या जातींना वेगळे केले जात नाही; याउलट सामाजिक-सांस्कृतिक उत्क्रांतीत मात्र त्यांना (म्हणजे साध्या जातींना) वेगळे केले जाते.

३. सामाजिक-सांस्कृतिक उत्क्रांतीत वंशपरंपरा या एका पिढीकडून दुसऱ्या पिढीकडे हस्तांतरित केल्या जातात. यात उपयोगी अनर्धित (शिक्षित) वर्तनाचे संरक्षण केले जाते. याउलट जीवशास्त्रीय उत्क्रांतीत या प्रकारची अर्पित वैशिष्ट्ये हस्तांतरित केली जात नाहीत. याचा परिणाम म्हणजे जीवशास्त्रीय उत्क्रांतीच्या तुलनेत सामाजिक सांस्कृतिक उत्क्रांती अधिक गतिमान असते.

समाजशास्त्रात प्रामुख्याने जीवशास्त्रीय उत्क्रांती व सामाजिक सांस्कृतिक उत्क्रांती यांच्यातील साम्यद्धभेदांवर विवाद केला जातो. (पहा–evolutionary sociology–उत्क्रांतिवादी समाजशास्त्र.)

socio.legal studies - (सोशि'ओ-ली'गल स्ट'डिज) **सामाजिक कायदेशीर अभ्यास :** पहा–sociology of law–कायद्याचे समाजशास्त्र.

sociological interpretation - (सोशिअलॉ'जिकल इन्ट'रप्रिटे'शन) **समाजशास्त्रीय स्पष्टीकरण :** 'समाजशास्त्रीय स्पष्टीकरण' म्हणजे कोणत्याही सामाजिक घटनेचे किंवा प्रसंगाचे समाजशास्त्रीय अभ्यासपद्धतीचा वापर करून केलेले विश्लेषण आणि स्पष्टीकरण होय. हे करत असताना समाजशास्त्रीय शोध आणि संकल्पना यांचा आधार घेतला जातो. ज्या सामाजिक घटना किंवा प्रसंग यांचे समाजशास्त्रीय स्पष्टीकरण केले जाते; त्यात सामाजिक शक्ती, सामाजिक संबंध, सामाजिक प्रकार, सामाजिक परिस्थिती व सामाजिक प्रक्रिया इत्यादी समाविष्ट होतात.

sociological theory - (सोशिअलॉ'जिकल थिअरी) **समाजशास्त्रीय सिद्धान्त :** समाजशास्त्रात अस्तित्वात असलेल्या विचारांच्या संप्रदायाच्या अमूर्ततेशी, सर्वसामान्य दृष्टिकोनाशी, स्पर्धात्मकतेशी व पूरकतेशी निगडित सिद्धान्त म्हणजे 'समाजशास्त्रीय सिद्धान्त' होय. या दृष्टीने विचार करता समाजशास्त्रीय सिद्धान्तात काही सिद्धान्त निश्चित स्वरूपाचे किंवा गणिती स्वरूपाचे (उदा. गणिती समाजशास्त्र) असले; तरी सर्वसामान्यपणे समाजशास्त्रातील सिद्धान्त हे लवचीक प्रकारचे मुख्य दृष्टिकोनाशी संबंधित, बुद्धिमान रूपावलीशी (Paradigm) संबंधित आणि तसेच संकल्पनात्मक योजनेशी संबंधित असतात की जे शाखेअंतर्गत अस्तित्वात असतात.

समाजशास्त्रात प्रामुख्याने जे सैद्धान्तिक दृष्टिकोन आढळतात ते पुढीलप्रमाणे– अ. कार्यात्मकवादी सिद्धान्त ज्यात काही वेळेला उत्क्रांतिवादी समाजशास्त्रही समाविष्ट असते. ब. प्रतीकात्मक आंतरक्रियावाद आणि स्पष्टीकरणात्मक समाजशास्त्र

की ज्यात क्रियासिद्धान्ताचाही समावेश होतो. क. मार्क्सवादी समाजशास्त्र आणि संघर्ष सिद्धान्त. ड. स्वरूपप्रधान समाजशास्त्र. इ. सामाजिक प्रघटनाशास्त्र आणि लोकजीवनपद्धतिशास्त्र (Ethnomethodology). फ. संरचनात्मकवाद आणि संरचनोत्तरवाद (Post Structuralism).

समाजशास्त्रीय सिद्धान्ताच्या या सर्वसामान्य दृष्टिकोनाला व त्यांच्या महत्त्वाला बहुसंख्य समाजशास्त्रज्ञांनी मान्यता दिली असली; तरी याशिवाय अनेक कमी प्रभावाच्या सिद्धान्तांनीही समाजशास्त्रीय विश्व व्यापलेले होते. यात प्रामुख्याने विनिमय सिद्धान्त, संरचनात्मक सिद्धान्त समाविष्ट होतात. हे सर्व कमी महत्त्वाचे सिद्धान्त मुख्य सिद्धान्ताला पूरक असून ते सामाजिक वास्तवतेच्या विविध पैलूंवर भर देतात. (उदा. स्थूल सिद्धान्त आणि सूक्ष्म सिद्धान्तातील परस्परपूरकता; तसेच संस्थात्मकतेचे सिद्धान्त आणि संरचनात्मकतेचे सिद्धान्त हेही परस्परपूरक आहेत.) बरोबरीने विचार करता हे कमी महत्त्वाचे सिद्धान्त स्पर्धात्मक दृष्टिकोन सादर करतात.

काही समाजशास्त्रज्ञ व विशेषत: मर्टन यांनी 'मध्यम पल्ल्याचे सिद्धान्त' (Middle Range Theory) प्रतिपादन करून सर्वसामान्य सैद्धान्तिक चौकटीपासून स्वत:ची सुटका करून घेतली आहे.

सैद्धान्तिक दृष्टिकोनाच्या प्रकारांतील अन्य भेदांचा संदर्भ देताना समाजशास्त्रज्ञ हा भेद खालील दोन संदर्भांत व्यक्त करतात-

१. ज्ञानमीमांसाशास्त्राचे प्रश्न आणि प्राणिमात्रविचारशास्त्रासमोरचे प्रश्न यांतील भेद उदा. प्रत्यक्षवाद विरुद्ध कर्मठवाद किंवा वास्तवतावाद.

२. पृष्ठभाग संरचना आणि सखोल संरचना यांतील भेद.

sociology - (सोशिऑलजी) **समाजशास्त्र :** 'समाजशास्त्र' ही संज्ञा फ्रान्सचे समाजशास्त्रज्ञ अग्युस्त कॉन्त (Auguste Comte) यांनी प्रथम उपयोगात आणली असून त्याचा अर्थ आहे, समाजाचा वैज्ञानिक आणि अधिक विशेषत्वाने बोलावयाचे झाल्यास प्रत्यक्षवादी अभ्यास होय. इंग्रजीतील 'सोशिऑलजी' (sociology) या शब्दाचे मराठी रूपांतर 'समाजशास्त्र' असे आहे. इंग्रजीतील 'सोशिऑलजी' हा शब्द लॅटिन व ग्रीक भाषेतील दोन शब्दांचा संकर होय. (खालील आकृती पहा.)

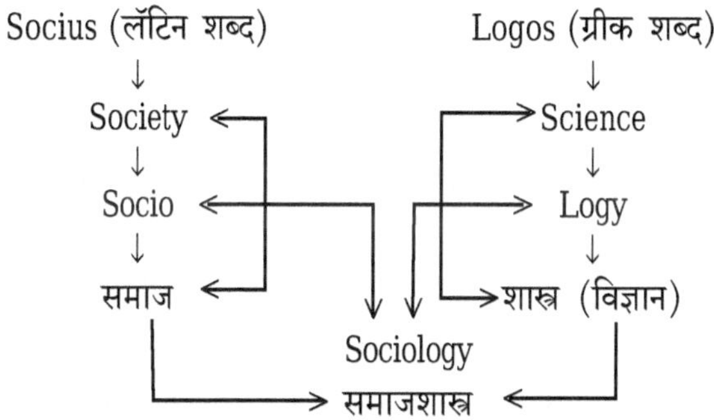

वरील आकृतीवरून हे लक्षात येते की, 'सोशिऑलजी' (समाजशास्त्र) हा शब्द कसा आकाराला आला. म्हणजेच समाजाचा अभ्यास करणारे शास्त्र म्हणजे समाजशास्त्र होय. या शब्दाचा वापर कॉन्त यांनी १८३८ साली प्रकाशित झालेल्या त्यांच्या 'प्रत्यक्षवादी तत्त्वज्ञानाचा अभ्यास' (Course of Positive Philosophy) या ग्रंथात केला होता. समाजशास्त्र (सोशिऑलजी) या शब्दाचा वापर कॉन्त (Comte) यांनी प्रथम केल्यामुळे त्यांना समाजशास्त्राचे जनक मानतात. समाजशास्त्राला कालांतराने अधिक विस्तृत अर्थ प्राप्त झाला. समाजशास्त्र म्हणजे कोणत्याही वैज्ञानिक प्रतिकृतीचा विचार न करता मानवी समाजाच्या प्रकाराचा आणि कार्याचा विकासाचा व संघटनेचा सुव्यवस्थित अभ्यास होय. या व्याख्येतून खालील दोन समस्या उदयाला येतात.

अ. ही व्याख्या, समाजशास्त्र हे अन्य सर्वसाधारण सामाजिक शास्त्रांपासून कसे वेगळे आहे हे दर्शविण्यास अपयशी ठरली आहे.

ब. त्याचप्रमाणे ही व्याख्या अन्य कमी महत्त्वाच्या सामाजिक शास्त्रांपासून समाजशास्त्र कसे अलग आहे हे दर्शविण्यातही अपयशी ठरली आहे.

समाजाचा कोणताही पैलू समाजशास्त्राने त्याच्या अध्ययनातून वगळला नसल्याने सामाजिक शास्त्रे व समाजशास्त्र यांच्यात साधा भेद करता येत नाही; तर दुसरीकडे काही तज्ज्ञांच्या मते, सामाजिक शास्त्रे व समाजशास्त्र या दोन समानार्थी संज्ञा आहेत. शिवाय काही अभ्यासक असेही मानतात की, समाजशास्त्राचा अभ्यासविषय हा अन्य विशेषीकृत सामाजिक शास्त्रांच्या विषयांना व्यापून टाकतो. (अन्य सामाजिक शास्त्रांत अर्थशास्त्र, राज्यशास्त्र, मानवशास्त्र इत्यादी शास्त्रे समाविष्ट आहेत.)

या विचाराचा आणखी एक परिणाम असा की समाजशास्त्र हे केवळ कॉन्तच्या विचारापासून सुरू होत नाही; तर त्यापूर्वीच्या अनेक तत्त्ववेत्त्यांनी समाजाचा सुव्यवस्थित अभ्यास केल्याचे दिसून येते व या तत्त्ववेत्त्यांत प्लेटो, ॲरिस्टॉटल, स्मिथ, फर्ग्युसन इत्यादींचा अंतर्भाव होतो. हे जरी खरे असले तरी जगातील (भारतासहित) बहुसंख्य राष्ट्रांतील विद्यापीठांत 'समाजशास्त्र' हे स्थापित शास्त्र असून, गेल्या काही दशकांत समाजशास्त्राच्या अनेक अध्ययनशाखा उदयाला आल्या असून, तेच समाजशास्त्राच्या यशाचे गमक होय.

sociology of art - (सोशिऑलजी ऑफ आर्ट) **कलेचे समाजशास्त्र :** समाजशास्त्राच्या विश्लेषणाचे एक विशेष क्षेत्र म्हणून कलेच्या समाजशास्त्राचा विकास झाला असून; यात दृश्यकलेशिवाय काही वेळेला संगीत, नाटक, चित्रपट आणि साहित्य यांच्या अध्ययनाचा समावेश होतो. त्यामुळे कलेच्या समाजशास्त्राच्या अध्ययनाचे क्षेत्र बहुविध आहे. या शाखेच्या सैद्धान्तिक दृष्टिकोनात मार्क्सवादी, नवमार्क्सवादी, संरचनात्मकवादी आणि समाजशास्त्रीय विचारांचा अंतर्भाव होतो. १९७८ साली कोझर आणि १९८२ साली बेकर यांनी कला व सांस्कृतिक क्षेत्रांत कार्यरत असलेल्या संघटना आणि संस्था यांचे विश्लेषणात्मक अध्ययन केले होते. मार्क्सवाद्यांनी त्यांच्या या शास्त्राच्या अध्ययनात कलात्मक निर्मितीच्या विश्लेषणावर भर दिला होता. संरचनात्मकवाद्यांनी त्यांच्या या शास्त्राच्या अध्ययनात चिन्हशास्त्राच्या (semiotic) विश्लेषणावर भर दिला होता. कलाक्षेत्राचा समाजजीवनावर होणारा परिणाम व पडणारा प्रभाव हा कलेच्या समाजशास्त्राच्या अध्ययनाचा प्रमुख विषय होय.

sociology of crime and deviance - (सोशिऑलजी ऑफ क्राईम ॲण्ड डेव्हिअन्स) **गुन्हा आणि विपथगामित्व :** पहा-criminology and deviance-गुन्हेगारीशास्त्र आणि विपथगामित्व.

sociology of development - (सोशिऑलजी ऑफ डिव्हेलपमेन्ट) **विकासाचे समाजशास्त्र :** 'विकासाचे समाजशास्त्र' ही समाजशास्त्राची एक शाखा असून ती कृषक समाजापासून ते औद्योगिक समाजापर्यंत झालेल्या सामाजिक परिवर्तनाचे परीक्षण करते. ही शाखा विशेषत: तिसऱ्या जगातील राष्ट्रांत झालेल्या परिवर्तनातून आकाराला आलेल्या सामाजिक विकासाचे विश्लेषण करते. काही वेळेला संकुचित दृष्टिकोनातून विचार करता, आधुनिकीकरणाचे सिद्धान्त आणि नव-उत्क्रांतिवादी सैद्धान्तिक दृष्टिकोनाचे अध्ययनही विकासाच्या समाजशास्त्राच्या

कार्यक्षेत्रात येते. परंतु आज परावलंबित्वाच्या सिद्धान्तामुळे १९७० च्या सुमारास भरात असलेल्या विकासाच्या समाजशास्त्राचे अध्ययन मागे पडत चालले असल्याचे तज्ज्ञ व्यक्त करतात.

sociology of economic life - (सोशिऑलजी ऑफ इकॉनॉमिक लाइफ) **आर्थिक जीवनाचे समाजशास्त्र :** पहा-economic sociology-आर्थिक समाजशास्त्र.

sociology of education - (सोशिऑलजी ऑफ एज्युकेशन) **शिक्षणाचे समाजशास्त्र :** शैक्षणिक प्रक्रिया आणि प्रथा यांसाठी समाजशास्त्रीय सिद्धान्त, समाजशास्त्रीय दृष्टिकोन आणि समाजशास्त्रीय अभ्यासपद्धती यांचा विश्लेषणात्मक वापर करणे म्हणजे 'शिक्षणाचे समाजशास्त्र' होय. शिक्षणाचे समाजशास्त्र पूर्वीच्या समाजापेक्षा औद्योगिक समाजाचे वैशिष्ट्य ठरू पाहत आहे; कारण या समाजात, उद्योगासाठी आवश्यक असे तांत्रिक वा अन्य प्रशिक्षण विशेषीकृत संस्थांकडून दिले जाते. या संस्थांचे कार्य व कार्यक्षमता हा शिक्षणाच्या समाजशास्त्राच्या अध्ययनाचा केंद्रीभूत उद्देश होय.

शिक्षणाच्या समाजशास्त्राचा उगम अगदी अलीकडचा जरी असला, तरी समाजशास्त्रात या शाखेच्या विकासाची मुळे द्युरखेम यांच्या कार्यात्मकवादी सिद्धान्तात रुजलेली आहेत. १९२२ साली द्युरखेम असा विचार मांडतात, की शिक्षणाची प्रक्रिया ही सामाजिक व्यवस्थेची वृद्धी आणि जतन यांच्या योगदानाद्वारे समजून घेतली पाहिजे.

१९५० पर्यंत या वरील विचारांचा पगडा हा शिक्षणाच्या समाजशास्त्राच्या अध्ययनावर मोठ्या प्रमाणात होता. हे जरी खरे असले तरी शिक्षणाच्या समाजशास्त्राच्या विकासात, शिक्षकांच्या प्रशिक्षणात समाजशास्त्राच्या भूमिकेचे महत्त्व मान्य केलेच पाहिजे. विशेषत: अमेरिका व ब्रिटनमध्ये ही स्थिती होती. नंतर मात्र शिक्षणाच्या समाजशास्त्रात सर्वेक्षणक्षेत्र आणि सांख्यिकी अध्ययने यांना महत्त्व प्राप्त झाले.

१९६० च्या दशकांत कार्यात्मकवाद्यांच्या वर्चस्वाचा समाजशास्त्रात भंग झाला आणि त्याजागी सुधारणावादी धोरणाच्या संदर्भात निराशावादी दृष्टिकोनात, विशेषत: अमेरिकेत वाढ होऊन शिक्षणाच्या समाजशास्त्राच्या अध्ययनाला नवीन अनुसंधान (tenor) प्राप्त झाले. शिक्षणाच्या समाजशास्त्रात शाळाबाह्य असमानता, की जी आडदांड स्वरूपाची व मूलभूत स्वरूपाची असून ही असमानता व त्याचा

शाळेतील विद्यार्थ्यांवर होणारा परिणाम, हा या शास्त्राला मिळालेला नवीन अभ्यासविषय होय. अमेरिकेव्यतिरिक्त अन्य देशांतही विषमता होती व आहे. स्त्री-पुरुष विषमता ही प्रत्येक समाजाची वास्तवता असून त्याचाही समावेश शिक्षणाच्या समाजशास्त्रात केला जातो. अमेरिकेसहित श्रीमंत देशांत शिक्षणाच्या समाजशास्त्राचा दृष्टिकोन गेल्या काही वर्षांत बदलला असून, शिक्षणाच्या संधी विस्तारल्या असून अमेरिकेत एकीकडे मुलांइतक्याच मुली शाळेत प्रवेश करीत असून दुसरीकडे कामगार-कुटुंबाच्या मुलांच्या शाळाप्रवेशातही वाढ झाली आहे. एकीकडे शिक्षणसंस्थांत प्रवेश घेऊन शैक्षणिक उद्दिष्ट साध्य करणाऱ्यांची संख्या वाढत असताना वर्गभेदाचे प्रमाणही लक्षात घेण्याइतके वाढत आहे.

भारतापुरता विचार करता, भारतात शिक्षणाच्या समाजशास्त्राच्या अध्ययनाला सुरुवात १९५३ साली झाली ती प्रा. आय. पी. देसाई यांनी केलेल्या पुणे शहरातील माध्यमिक शाळांच्या संशोधनाद्वारे. त्यांनी त्यांच्या संशोधनात प्रथमच पुणे शहरातील विद्यार्थ्यांच्या समाजशास्त्रीय पार्श्वभूमीचे विश्लेषण केले होते. शिक्षणाच्या समाजशास्त्राचा हा पहिला संशोधनात्मक अभ्यास. परंतु विद्यापीठीय पातळीवर हा विषय शिकविण्यास प्रारंभ झाला १९६० साली. १९७९ साली प्राप्त झालेल्या माहितीनुसार हा विषय तेव्हा भारतातील केवळ १२ विद्यापीठांत शिकविला जात होता. यावरून असे म्हणता येईल, की भारतात शिक्षणाच्या समाजशास्त्राच्या अध्ययनाला आजही खूप वाव आहे.

sociology of health and medicine - (सोशिऑलजी ऑफ हेल्थ ॲण्ड मे'डिसीन) **आरोग्य व औषधोपचाराचे समाजशास्त्र :** 'आरोग्य व औषधोपचाराचे समाजशास्त्र' म्हणजे समाजशास्त्रीय दृष्टिकोनाचा वापर हा आजाराच्या संदर्भातील अनुभव, आजाराचे वितरण व औषधोपचार यांचे आकलन करण्यासाठी करणे होय. आरोग्य व औषधोपचाराचे समाजशास्त्र हे 'वैद्यकीय समाजशास्त्र' या संज्ञेनेही संबोधले जाते. दुसऱ्या महायुद्धानंतर, साधारणत: १९४५-५० च्या सुमारास समाजशास्त्राच्या बहुसंख्य विद्यार्थ्यांनी वैद्यकीय क्षेत्रात प्रवेश केला आणि त्यांनी प्रथमत: डॉक्टर व रोगी यांच्यातील मानवी संबंधांचा अभ्यास करण्यास प्रारंभ केला. त्यानंतर बार्बर यांनी १९५७ साली, तर मर्टन यांनी १९६५ साली समाजशास्त्र या शाखेला स्वतंत्र शास्त्रशाखेची मान्यता मिळवून दिली. त्यापूर्वी टॉलकॉट पार्सन्स यांनी समाजशास्त्रीय दृष्टिकोनातून 'आजाऱ्याची भूमिका' ही संकल्पना विशद केली. तसेच १९६५ च्या आसपास सुमारे २५ समाजशास्त्रज्ञांना आरोग्य व वैद्यकीय क्षेत्रात महत्त्वाची पदे प्राप्त झालीत. या सर्वांनी रोग, आजार,

शुश्रूषा इत्यादी क्षेत्रांत काम करणाऱ्या व्यक्तींच्या सामाजिकीकरणाची आवश्यकता विशद करून त्यासंबंधी प्रशिक्षण प्रदान करण्याची गरज असल्याचे म्हटले होते. या सर्व प्रक्रियांतून आरोग्य व औषधोपचाराच्या समाजशास्त्राचा उदय झाला.

आरोग्य व औषधोपचाराचे समाजशास्त्र ही समाजशास्त्राची शाखा वैद्यकीय क्षेत्रांतील सामाजिक संबंध व त्यासंबंधीचे अध्ययन, संशोधन, व्यवसाय, आरोग्यसंरक्षणात वैद्यकीय क्षेत्रातील डॉक्टर्स, परिचारिका, आया व वॉर्डबॉय इत्यादी भूमिकांचा समाजशास्त्रीय दृष्टिकोनातून विचार करते. याशिवाय या शाखेत संशोधन व शिक्षण यांना प्रचंड वाव आहे. अमेरिका व ब्रिटनपुरता विचार करता, तेथील अमेरिकन व ब्रिटिश राष्ट्रीय समाजशास्त्र परिषदेने त्यांच्या सभासदांना वैद्यकीय क्षेत्रात संशोधन करण्यासाठी सरकारतर्फे व वैद्यकीय क्षेत्रातर्फे पैसा उपलब्ध करून दिला आहे. साधारणत: संशोधकांनी आरोग्यधोरणात व रुग्णांच्या आरोग्य जपणुकीत योग्य त्या सुधारणा कशा होतील यासंबंधीच्या संशोधनावर भर द्यावा, अशी अपेक्षा व्यक्त केली जाते. आरोग्य आणि औषधोपचाराचे समाजशास्त्र यात रोगिष्टता/रोगग्रस्तता (Morbidity), मर्त्यता (Mortality), रोगप्रतिकार (Immunization), स्वच्छता (Hygiene) इत्यादींचे अध्ययन समाजशास्त्रीय दृष्टिकोनातून केले जाते. कारण या घटकांचा सामाजिक जीवनावरही परिणाम होतो. आजाराचा परिणाम केवळ व्यक्तीवर होतो असे नाही, तर समाजावरही होतो. पार्सन्स यांनी त्यांच्या 'आजाऱ्याची भूमिका' या संशोधनाद्वारे हेच सांगितले की आजारी मनुष्य त्याच्या आजाराच्या काळात व नंतरही त्याच्या सामाजिक भूमिका पार पाडू शकत नाही व त्याचा विपरीत परिणाम व्यक्तीचे कुटुंब आणि व्यक्तीचा समाज यावर होतो. याशिवाय अन्न-भेसळ, कुपोषण, व्यसनाधीनता इत्यादी सामाजिक घटक अनारोग्यास कसे कारणीभूत ठरतात इत्यादींचे अध्ययन समाजशास्त्राच्या या शाखेतर्फे केले जाते.

भारतातही गेल्या सुमारे १० वर्षांपासून सामाजिक शास्त्रे आणि आरोग्यासाठी भारतीय परिषद (Indian Association for Social Sciences and Health) कार्यरत असून ती आरोग्य आणि समाज यांच्या संबंधातील विविध विषयांच्या संशोधनाला चालना तर देतेच, पण तरुण संशोधकांना त्यांच्या उत्कृष्ट संशोधननिबंधासाठी पारितोषिकही देते.

सारांशरूपात असे म्हणता येईल, की आरोग्य व समाज यांच्या परस्परसंबंधांचा अभ्यास आरोग्य व औषधोपचाराचे समाजशास्त्र करते.

sociology of housing - (सोशिऑलजी ऑफ हा'ऊसिंग) **गृहनिर्माणाचे समाजशास्त्र :** गृहनिर्माणाचे समाजशास्त्र हे विशेष अध्ययनक्षेत्र गेल्या काही वर्षांत उदयाला आले असून त्यात पुढील विषयांचे समाजशास्त्रीय स्पष्टीकरण देण्याचा प्रयत्न केला जातो. या विषयात गृहनिर्माण प्रघटनेचे क्षेत्र, गृहनिर्माण उपभोग कालावधीचा व त्यासंबंधी तरतुदींचा अनुबंध, वस्तिस्थानाचा व घराच्या संरचनेचा अनुबंध, विविध संस्कृतींतील घर★ (home) आणि इमारत★★ (house) यांच्या अर्थांतील भेद इत्यादी महत्त्वपूर्ण बाबींचा समावेश होतो.

'गृहनिर्माणाचे समाजशास्त्र' या विषयाचे अभ्यासक्षेत्र अन्य शाखांतील अभ्यासविषयाला व्यापून टाकते. यात मानवी भूगोल, नियोजन, गृहनिर्माण, व्यवस्थापन, पर्यावरणात्मक मानसशास्त्र, नागरी समाजशास्त्र, धोरणाबाबतचे अध्ययन व स्त्रीविषयक अध्ययने इत्यादी येतात.

ब्रिटनमध्ये पूर्वी गृहनिर्माणाचे समाजशास्त्र मोठ्या प्रमाणात अन्य समाजशास्त्रीय क्षेत्रांतील विश्लेषणाच्या प्रचलित पद्धतींनी प्रभावित झाले होते. १९८० च्या दशकात पीटर सॉन्डर्स (Peter Saunders) यांचा गृहनिर्माणाचे समाजशास्त्र याकडे पाहण्याचा दृष्टिकोन उपभोक्ता दृष्टिकोन होता. १९९१ साली फ्रान्सचे समाजशास्त्रज्ञ हेन्री लेफेब्हरे (Henri Lefebvre) यांनी गृहनिर्माणाची जागा, तर मॅन्युअल कॅस्टेल्स (Manuel Castells) यांनी नागरी समाजशास्त्रांतर्गत मानवी भूगोलावर महत्त्वपूर्ण योगदान दिले होते. शिवाय डेव्हिड हार्वे (David Harvey) यांनी संयोगात्मक आणि विकासात्मक दृष्टिकोनातून गृहनिर्माणावर अध्ययन केले होते. सूक्ष्म समाजशास्त्रज्ञही गृहनिर्माणाच्या समाजशास्त्रात अभिरुची दर्शवू लागले आहेत. त्यांना गृहनिर्माणातील अंतर्गत सजावटीत अभिरुची होती. सारांश, गृहनिर्माणाचे समाजशास्त्र ही एक नवीन शाखा समाजशास्त्रात उदयाला आली.

sociology of industry - (सोशिऑलजी ऑफ इन्डस्ट्री) **उद्योगाचे समाजशास्त्र :** पहा-industrial sociology-औद्योगिक समाजशास्त्र.

★ घर (home) : घर या संकल्पनेत घरातील सभासदांच्या नातेसंबंधाचा उल्लेख असतो. यात पती-पत्नी, माता-पिता व मुले, भाऊ-बहिणी, आजोबा-आजी व अन्य नातेवाईक यांचे परस्परसंबंध, त्या संबंधातील आपुलकी, आत्मीयता किंवा दुरावा वा तिरस्कार इत्यादी भावना येतात. यातूनच घराचे घरपण टिकते.

★★इमारत (house) : या संकल्पनेत तुम्ही ज्या घरात राहता त्याच्या खोल्या, निर्जीव भिंती, दारे, खिडक्या इत्यादी येतात व त्याचा घरपणाशी काही संबंध नसतो.

sociology of knowledge - (सोशिऑलजी ऑफ नॉ‌लेज) **ज्ञानाचे समाजशास्त्र** : ज्ञानाच्या निर्मितीशी समाविष्ट सामाजिक प्रक्रियांचा अभ्यास करणारी समाजशास्त्राची शाखा म्हणजे ज्ञानाचे समाजशास्त्र होय. विशिष्ट प्रकरणातील ज्ञानाचे आकलन आणि स्पष्टीकरण यांच्याशी निगडित ज्ञानशाखा म्हणजे 'ज्ञानाचे समाजशास्त्र' होय. याशिवाय या ज्ञानाच्या समाजशास्त्रात, ज्ञानाचे सर्वसाधारण प्रकार, ज्ञानाची सामाजिक संरचना, ज्ञानाचे परिणाम, ज्ञानाच्या सामाजिक शक्ती, ज्ञानाचा आशय इत्यादींचा समावेश होतो.

सर्वसामान्य संवेदनात्मक दृष्टीने विचार करता ज्ञानाचे समाजशास्त्र (की ज्यात सर्व कल्पना आणि श्रद्धा यासंबंधीचा सर्व अभ्यासविषय, वैज्ञानिक ज्ञान किंवा सत्य ज्ञान इत्यादींचा समावेश होतो.) हे समाजशास्त्राच्या सर्वसामान्य सिद्धान्ताचा अंतर्गत भाग होय. उदा. समाजाच्या बौद्धिक व सामाजिक विकासाचा कांत यांचा तीन अवस्थांचा सिद्धान्त यात येतो. आणि म्हणून ज्ञानाच्या समाजशास्त्राच्या सीमा घट्ट नाहीत. ज्ञानाच्या समाजशास्त्रात अनेक विषय एकमेकांना व्यापतात किंवा छेदतात. ज्ञानाच्या समाजशास्त्राने ज्या समाजशास्त्रीय घटनांचे वा विषयाचे अध्ययन केले; त्यात विज्ञानाचे समाजशास्त्र, धर्माचे समाजशास्त्र आणि कला व साहित्याचे समाजशास्त्र यांचा अंतर्भाव होतो.

त्याचप्रमाणे ज्ञानाचे समाजशास्त्र आणि ज्ञानमीमांसाशास्त्र यांत भेद केला पाहिजे. ज्ञानमीमांसाशास्त्र हे तत्त्वज्ञानशास्त्राप्रमाणे ज्ञानाच्या सिद्धान्ताचे शास्त्र आहे. याचे महत्त्वाचे उदाहरण म्हणजे कांत यांचा प्रत्यक्षवादाचा सिद्धान्त की ज्याच्या मर्यादा समाजशास्त्राने कायमच स्वीकारल्या नाहीत. परंतु गेल्या काही वर्षांत तत्त्वज्ञानात एक बळकट चळवळ चालू असून, त्यानुसार ज्ञानमीमांसाशास्त्राच्या प्रश्नांना समाजशास्त्रीय मार्गाने उत्तर द्यावयाचे या हेतूने ज्ञानाच्या समाजशास्त्राच्या संदर्भात वेगवेगळ्या समाजशास्त्रज्ञांनी वेगवेगळा मार्ग चोखाळला आहे. मार्क्स यांच्या मते, आर्थिक निर्धारणवाद हा ज्ञानाच्या समाजशास्त्राचा प्रमुख विषय असला पाहिजे; तर मॅनहेम यांच्या मते, ज्ञानाच्या समाजशास्त्राने वास्तवता, विचारप्रणाली व काल्पनिकता यांत भेद करून, ज्ञानाचे तीन प्रकार आहेत हे स्वीकारले पाहिजे. सारांशरूपात, ज्ञानाच्या समाजशास्त्राच्या अभ्यासविषयाबाबत तज्ज्ञांत मतभेद असून त्याचे कारण आहे ज्ञानाची व्यापकता व ज्ञानाचा आवाका.

sociology of law - (सोशिऑलजी ऑफ लॉ) **कायद्याचे समाजशास्त्र** : 'कायद्याचे समाजशास्त्र' म्हणजे कायद्याचा विकास व कायद्याचे प्रचलन यांचा

सामाजिक संदर्भात केलेला समाजशास्त्रीय अभ्यास होय. या अध्ययनात प्रामुख्याने नियम आणि मान्यता यांची व्यवस्था, विशेषीकृत कायदेसंस्था (उदा. कायदेमंडळ), कायदेतज्ञ व्यक्ती (वकील), अनेक प्रकारचे कायदे (राज्यघटनात्मक, नागरी व गुन्हेगारी इत्यादी) की ज्यामुळे जटिल समाजात कायदेशीर व्यवस्थेची रचना तयार करणे इत्यादींचा समावेश होतो.

समाजशास्त्राच्या अन्य क्षेत्रांतील विकासाच्या संदर्भात द्युरखेम आणि वेबर यांचे योगदान जितके महत्त्वाचे होते, तितकेच त्यांचे योगदान कायद्याच्या समाजशास्त्राच्या विकासातपण महत्त्वाचे होते यात शंका नाही. परंतु कायद्याच्या समाजशास्त्राचा विषय, समाजशास्त्राच्या विकासाचा विचार करता, गुंतागुंतीचा असून तो न्यायतत्त्वशास्त्र आणि सामाजिक कायदा अभ्यास यांना व्यापून टाकतो. तसेच गुन्हेगारीशास्त्र आणि विपथगामित्वाचा विस्तृत अभ्यास हा कायद्याच्या समाजशास्त्राचा विशेष अभ्यासविषय होय.

कायद्याच्या समाजशास्त्रात आणि सामाजिक कायदे अध्ययनात उपयोगितावादी, व्यक्तिवादी आणि प्रत्यक्षवादी विचारांना नैतिकतेच्या गुंतागुंतीचा आणि सामाजिक नियंत्रणाचा शोध घेण्याच्या संदर्भात आव्हान देण्यात आले होते. द्युरखेम यांनी सामाजिक नियंत्रणाचा विचार करताना प्रारंभ म्हणून त्यांनी दमनकारी कायद्याला प्राधान्य दिले होते व नंतर त्यांनी भरपाई कायद्याला महत्त्व दिले होते. तर वेबर यांनी कायदेशीर सयुक्तिक अधिकार महत्त्वाचे मानले होते. या दोघांचे हे विचार कायद्याच्या समाजशास्त्राचा अभ्यासविषय ठरू शकतात.

कायद्याच्या समाजशास्त्राच्या सिद्धान्ताच्या आधाराचा विचार करता, कमी प्रतीच्या सिद्धान्ताच्या कायदेशीर संस्थांचे कार्य आणि त्याचा अभ्यास यांना वाढते महत्त्व प्राप्त झाले असून त्याअंतर्गत पोलिसांचे कार्य, न्यायालयाचे कार्य, दंडशास्त्र इत्यादींचे अभ्यास कायद्याच्या समाजशास्त्रात केले जातात.

sociology of mass communication - (सोशिऑलजी ऑफ मास कम्युनिकेशन) **प्रसारमाध्यमांचे समाजशास्त्र :** 'प्रसारमाध्यमांचे समाजशास्त्र' ही समाजशास्त्राची एक उपशाखा असून यात प्रसारमाध्यमांचे व त्यांच्या विविध पैलूंचे समाजशास्त्रीय विश्लेषण केले जाते. व्यवहारात विविध ज्ञानशाखांत कार्यरत असलेली तज्ञ मंडळी बहुव्यापक सैद्धान्तिक दृष्टिकोनातून प्रसारमाध्यमांचे अध्ययन करतात. प्रसारमाध्यमांच्या अध्ययनाची तीन मार्गदर्शक तत्त्वे आहेत- १. पहिल्या तत्त्वाची माहिती विशेषत्वाने सामाजिक मानसशास्त्रज्ञाने पुरविली आणि त्यांनी

प्रसारमाध्यमांच्या प्रक्रिया आणि परिणाम यांच्या अध्ययनावर प्रकाशझोत टाकला. (उदा. विविध जाहिराती) २. दुसऱ्या तत्त्वात एक संघटना म्हणून विविध प्रसारमाध्यमाच्या वाहिन्यांच्या संस्थांच्या अध्ययनावर भर देण्यात आला. ३. तिसरा संरचनात्मक दृष्टिकोन हा १९६० च्या दशकात विकसित झाला व त्यानुसार प्रसारमाध्यमांच्याद्वारे प्रसारित करण्यात आलेले संदेश, प्रतिमा आणि त्यांचा अर्थ यांचे विश्लेषण करण्यावर प्रकाशझोत टाकण्यात आला. सारांशरूपात असे म्हणता येईल की, प्रसारमाध्यमांद्वारे प्रसारित होणाऱ्या विविध कार्यक्रमांचे (त्यात बातम्या, चर्चा, मालिका, जाहिराती, मुलाखती, स्पर्धा इत्यादी) समाजशास्त्रीय चष्मा लावून केलेले संशोधनात्मक, विश्लेषणात्मक अध्ययन म्हणजे प्रसारमाध्यमांचे समाजशास्त्र होय.

sociology of music and dance - (सोशिऑलजी ऑफ म्यूझिक अँड डान्स) **संगीत आणि नृत्य यांचे समाजशास्त्र :** 'संगीत व नृत्य यांचे समाजशास्त्र' म्हणजे सामाजिक महत्त्व प्राप्त झालेल्या कलात्मक व रिकामपण यांसाठी धारण केलेल्या संगीताचे आणि नृत्यांचे समाजशास्त्रीय अध्ययन होय.

सर्वच मानवी समाजाची सार्वभौमिक लक्षणे ही, की संगीत आणि नृत्य हे दोन्हीही (कार्यात्मकवादी समाजशास्त्रीय विचारवंतांच्या मतानुसार) वैयक्तिक तसेच सामाजिक स्वरूपाचे प्रकट कार्य होय. संगीताबाबतची प्रारंभिक अध्ययने ही श्रेष्ठिजनांचे संगीत (उदा. शास्त्रीय संगीत) व लोकप्रिय संगीत (उदा. लोकसंगीत, सुगम संगीत, भजने इत्यादी) यांतील भेद व त्या भेदांचे विचारप्रणालीनिदर्शक परिणाम यांच्या संदर्भात होती. अगदी अलीकडे संरचनात्मकवादी आणि चिन्हशास्त्रज्ञांनी संगीताच्या संदर्भात केलेली अध्ययने महत्त्वपूर्ण असून त्यांद्वारे त्यांनी संगीताचे आणि नृत्याचे प्रकार व विशिष्ट उपसंस्कृती यांच्या संबंधावर प्रकाशझोत टाकला होता. त्याशिवाय संगीतातील युवा संस्कृती, लोकप्रिय संगीत हे संगीताच्या सांस्कृतिक अध्ययनाचे महत्त्वाचे घटक होत. १९९० साली आर. मिडल्टन (R. Middleton) यांनी लोकप्रिय संगीताच्या माध्यमातून संगीताचे समाजशास्त्रीय अध्ययन केले होते.

sociology of religion - (सोशिऑलजी ऑफ रिलिजन) **धर्माचे समाजशास्त्र :** 'धर्माचे समाजशास्त्र' ही समाजशास्त्राची एक शाखा असून ज्यात धार्मिक प्रघटनांचे अध्ययन केले जाते. ऐतिहासिक दृष्टीने विचार करता अनेक अभिजात समाजशास्त्रज्ञांच्या अध्ययनात्मक विश्लेषणाचा धर्माचे समाजशास्त्र हा (विशेषतः

दयुरखेम व वेबर) केंद्रबिंदू होता. या दोघांच्या विचारातूनच पुढे धर्माच्या समाजशास्त्राचा अभ्यासविषय तयार झाला. दयुरखेम यांनी त्यांच्या धर्माच्या अध्ययनात कार्यात्मक दृष्टिकोनाला प्राधान्य देऊन समाजात एकात्मता निर्माण करण्यात धर्माची भूमिका स्पष्ट करण्यावर भर दिला होता. तर वेबर यांनी जगातल्या काही महत्त्वपूर्ण धर्मातील धार्मिक श्रद्धा, धार्मिक संघटना यांच्या अध्ययनावर भर देताना बुद्धिप्रामाण्यवादाचा विकास, सामाजिक परिवर्तन व धर्मसुधारणा यांची सांगड घालण्याचा प्रयत्न केला होता.

अगदी अलीकडे धर्माच्या समाजशास्त्राने ते येऊ घातलेल्या धर्मनिरपेक्षतेच्या प्रक्रियेवर लक्ष केंद्रित केले की जी प्रक्रिया प्रामुख्याने पाश्चिमात्य जगात निर्माण होऊन कालांतराने जगातील बहुसंख्य राष्ट्रांच्या धार्मिक धोरणाचे अंग बनली. १९६७ मध्ये बी. विल्सन (B.Wilson) आदी समाजशास्त्रज्ञांनी काठावरचे धर्म, पंथ, संप्रदाय इत्यादी संघटनांच्या अध्ययनावर भर दिला होता. सामाजिक मानवशास्त्र व ऐतिहासिक समाजशास्त्र यांच्यासाठी युरोपियन नसलेल्या समाजातील धर्माचा अभ्यास व धर्माचा तुलनात्मक अभ्यास, असे विषय आज धर्माच्या समाजशास्त्राच्या अध्ययनात महत्त्वाचे ठरत आहेत. शिवाय गेल्या काही वर्षांत धर्माद्वारे फोफावलेला आतंकवाद, आत्यंतिक धर्माभिमान इत्यादी प्रश्न धर्माच्या समाजशास्त्राच्या अभ्यासकांसमोरचे काही प्रश्न होत. तसेच धार्मिक मूलतत्त्ववादाचे होत असलेले पुनरुज्जीवन हाही या तज्ज्ञांसमोरचा चिंताजनक प्रश्न होय. धर्म, धार्मिक तत्त्वज्ञान, धार्मिक सुधारणा, धार्मिक संघटना, धार्मिक मूलतत्त्ववाद, धार्मिक आतंकवाद आणि आत्यंतिक धर्माभिमान ही धर्माच्या समाजशास्त्रासमोरची आव्हाने होत.

sociology of science - (सोशिऑलजी ऑफ सा'यन्स) **विज्ञानाचे समाजशास्त्र :** 'विज्ञानाचे समाजशास्त्र' ही समाजशास्त्राची एक शाखा आहे व या शाखेचा संबंध, वैज्ञानिक ज्ञानाच्या निर्मितीशी निगडित सामाजिक प्रक्रियांचा अभ्यास आणि विज्ञानाच्या समाजशास्त्राचे तंत्रशास्त्रासहित होणाऱ्या सामाजिक परिणामांचाही अभ्यास यांच्याशी येतो.

इ.सन १९३८ साली रॉबर्ट मर्टन यांनी प्रथमतः विज्ञानाच्या समाजशास्त्रावर लिखाण केले होते म्हणून त्यांना विज्ञानाच्या समाजशास्त्राचे प्रणेते म्हटले जाते त्यांनी १७ व्या शतकातील राजसत्ताधारी समाजाचा (Royal Society) वैज्ञानिक दृष्टिकोनातून अभ्यास केला होता. या योगदानात मर्टन यांनी अर्थशास्त्र व सैन्यदल, हितसंबंध आणि धार्मिक श्रद्धा यांच्या प्रारंभिक वैज्ञानिकतेच्या प्रेरणांवर भर देणारे विचार व्यक्त केले होते.

अगदी अलीकडे समाजशास्त्रज्ञांनी विज्ञानाच्या समाजशास्त्राचे सबळ आणि दुर्बळ असे दोन भेद विशद केले होते. जर सुरुवातीचा या शास्त्रशाखेचा दुर्बळ दृष्टिकोन हा जर मोठ्या प्रमाणात ज्ञानाच्या चुकीच्या सामाजिक आधाराच्या साहाय्याने स्पष्ट करण्याची गरज असेल; (यात वैज्ञानिक चुका, खगोलशास्त्रासारखे समांतर विज्ञान इ. येतात) तर मग सत्य ज्ञानाचा आधार विज्ञानाचे तत्त्वज्ञान हा राहतो. गेल्या काही वर्षांत विज्ञानाचे तत्त्वज्ञान हे वैज्ञानिक ज्ञानाच्या सर्व प्रकारांचे अध्ययन व स्पष्टीकरण करते.

विज्ञानाच्या समाजशास्त्राच्या अध्ययनातील आजची काही महत्त्वपूर्ण योगदाने पुढीलप्रमाणे- अ. हितसंबंध आणि नवाळी (fashions) यांच्या भूमिकांचा अभ्यास यात येतो. विज्ञानाच्या विशेष शाखा किंवा विज्ञानातील चळवळी, सुप्रजननशास्त्र- उदय व ऱ्हास, बुद्ध्यांक चाचणीचा अभ्यास आणि त्याचप्रमाणे गणिताचा इतिहास इत्यादी अध्ययनेही यात येतात. ब. वैज्ञानिक कल्पनांच्या प्रसरणाचा अभ्यास. क. प्रमुख वैज्ञानिक क्रांतीचा अभ्यास. ड. वैज्ञानिक ज्ञानाच्या दैनंदिन सामाजिक बांधणीतील प्रयोगात्मक विश्लेषण करणारे लोकालेख व संबंधित प्रकार यांचे अभ्यास, इत्यादी.

sociology of sport - (सोशिऑलजी ऑफ स्पोर्ट) **क्रीडेचे समाजशास्त्र किंवा खेळाचे समाजशास्त्र :** क्रीडेचे किंवा खेळाचे समाजशास्त्र ही समाजशास्त्राची एक उपशाखा असून ती क्रीडा आणि समाज यांच्या संबंधावर प्रकाशझोत टाकते. क्रीडेचे वा खेळाचे समाजशास्त्र म्हणजे खेळ आणि अन्य (सामाजिक) संस्था, (अन्य संस्थांत कुटुंब, शिक्षण, राज्य आणि अर्थ इत्यादींचा समावेश होतो.) सामाजिक संघटना, सामाजिक संबंध आणि खेळांच्या विविध प्रकारांशी संबंधित गटवर्तन (त्यात श्रेष्ठिजन, बहुजन, हौशी आणि व्यावसायिक, वर्ग, लिंगभाव, वंश इत्यादींचे खेळाशी संबंधित वर्तन यांचा अंतर्भाव होतो.) व त्याचे खेळाबरोबर असलेले संबंध इत्यादींचे अध्ययन यात येते. एके काळी समाजशास्त्राच्या मुख्य प्रवाहापासून दूर गेलेली खेळाच्या समाजशास्त्राची ही शाखा आज मात्र समाजशास्त्राच्या मूळ प्रवाहाशी पूर्णपणे एकरूप झाली आहे. खेळाच्या समाजशास्त्रासंबंधीची बहुसंख्य संशोधने उत्तर अमेरिकेत झाली असली तरी खेळाच्या समाजशास्त्राचे अस्तित्व पूर्व व पश्चिम युरोप, ऑस्ट्रेलिया, न्यूझिलंड, ब्रिटन व जपानमध्येसुद्धा आढळते. ब्रिटनमध्ये खेळाच्या समाजशास्त्राचे प्रणेते म्हणून नॉर्बट एलिआस (Norbert Elias), एरिक ड्यूनिंग (Eric Dunning) आणि जॉन हरग्रीव्हज (John Hargreaves) यांचा उल्लेख केला जातो. भारतात

मात्र खेळाच्या समाजशास्त्राच्या अध्ययनाकडे अजूनपर्यंत तरी दुर्लक्ष झाल्याचे दिसते. भारतात समाजशास्त्राच्या अभ्यासकांची व संशोधकांची एक संघटना असून ती 'भारतीय समाजशास्त्र परिषद' या नावाने ओळखली जाते. या परिषदेने समाजशास्त्रीय संशोधनाला चालना देण्याच्या दृष्टीने २३ संशोधन समित्या स्थापन केल्या असून त्यात खेळाशी निगडित संशोधन समिती नाही.

sociology of the body - (सोशिऑलजी ऑफ द बॉडी) **शरीराचे समाजशास्त्र :** शरीराचे समाजशास्त्र हे समाजशास्त्राच्या अध्ययनाचे नवीन विशेष क्षेत्र असून पूर्वी ज्याकडे दुर्लक्ष झाले होते; त्या मानवी व तसेच सामाजिक शरीराचा अभ्यास न करण्यातील चूक दुरुस्त करण्याचे समाजशास्त्रज्ञांनी ठरविलेले दिसते. गेल्या काही वर्षांत सामाजिक शरीराचा अभ्यास करण्यातील लोकप्रियता व तसेच शैक्षणिक अभिरुची वाढत आहे. या विषयातील शैक्षणिक अभिरुची वाढण्याचे महत्त्वाचे कारण म्हणजे स्त्रीवादाचा वाढता प्रभाव होय. फूको (Foucault) यांच्या शिष्यवृत्ती व आधुनिकोत्तरवाद या विचारसंप्रदायांच्या (schools of thought) माध्यमातून त्यांनी शरीरावर (शरीर एक सामाजिक उत्पादन म्हणून व शरीर एक वस्तू वा पदार्थ म्हणून) प्रकाशझोत टाकला होता. शरीराच्या लोकप्रिय अध्ययनाच्या अभिरुचीत पुढील बाबींचा निर्देश करावा लागेल– १. करोडो डॉलरची गुंतवणूक झालेले उद्योग की जे व्यायामाचे अभ्यासक्रम आणि वजन घटविण्याच्या योजनांना प्राधान्य देतात. २. स्व–साहाय्य उपचारपद्धती, पर्यायी उपचारपद्धती यांना मिळणारी वाढती लोकप्रियता. ३. वैयक्तिक ओळख निर्माण व्हावी म्हणून शारीरिक प्रकटीकरणाला प्राधान्य (सौंदर्य, वेशभूषा, केशभूषा इत्यादी). १९८०च्या दशकात शरीरासंबंधीच्या अनेक विषयांवर नैतिक दृष्टिकोनातून चर्चासत्रे आयोजित करण्यात आली होती. या चर्चासत्रांच्या विषयांत संततिनियमनाच्या साधनांचा वापर, गर्भपात, अश्लील लेखन वा वाङ्मय, गर्भस्थ भ्रूणावर प्रयोग करणे, समलिंगी संबंध, एड्सचा उदय व अगदी अलीकडे क्रीडाक्षेत्रात वापरण्यात येणारी उत्तेजक औषधे किंवा जनन अभियांत्रिकी इत्यादी विषयांचा समावेश होता. शरीराच्या समाजशास्त्राच्या उदयानंतर या शास्त्राने शरीराशी संबंधित सामाजिक कायद्याचे आकलन होण्यासाठी दिलेले योगदान महत्त्वाचे असून त्यात प्रामुख्याने कायदेविषयक आणि वैद्यकीय संस्थांचा; तसेच जी शरीरे इतरांची आहेत किंवा जी नियंत्रणाबाहेर आहेत, अशासंबंधीच्या अध्ययनाचा समावेश होतो. फूको (१९७३), टर्नर (१९८३, १९८७, १९९२) यांनी या वरील विषयांवर योगदान दिले होते. स्वतःला मूल होत नसेल तर दुसऱ्या एखाद्या स्त्रीचे गर्भाशय भाड्याने घेणे व देणे

हा शरीरशास्त्रीय प्रश्न असला, तरी त्याला काही नैतिक बाजू तसेच सामाजिक बाजू आहे. त्याचा अभ्यासही शरीराच्या समाजशास्त्राद्वारे केला जावा. भारतातही ही शाखा तशी आजही दुर्लक्षितच आहे.

sociology of the built environment - (सोशिऑलजी ऑफ द बिल्ट एन्व्हायरन्मेन्ट) **पर्यावरणबांधणीचे समाजशास्त्र :** 'पर्यावरणबांधणीचे समाजशास्त्र' हा विषय समाजशास्त्रातील नव–अध्ययनावर भर दिलेला एक विषय असून काही सिद्धान्तकारांच्या मते, या विषयाच्या छत्रच्छायेखाली अनेक विषय जे पूर्वी स्वतंत्रपणे हाताळले जात होते, ते एकत्रितपणे अभ्यासले जाऊ शकतात. यात गृहनिर्माणाचे समाजशास्त्र, नागरी समाजशास्त्र, इमारतशास्त्रातील आणि शहरनियोजनातील चळवळीचे समाजशास्त्रीय विश्लेषण इत्यादींचा अंतर्भाव होतो. मानवनिर्मित भौतिक सजावट आणि सांस्कृतिक मूल्यांचे प्रकटीकरण की ज्या माध्यमातून वैयक्तिक मालकीच्या इमारती, गावातील व शहरातील घरे याबाबत विविध पातळ्यांवर जी अभिरुची दर्शविली जाते, त्यात खालील तीन गोष्टी समाविष्ट आहेत.

अ. शहराचा विचार करता त्यात एकीकडे (घर वा अन्य इमारती बांधणीसाठी) जागेची उपलब्धता आणि दुसरीकडे त्या उपलब्ध जागेला होणारा विरोध पर्यावरणबांधणीच्या समाजशास्त्राचा महत्त्वाचा घटक होय. उदा. एन्रॉन प्रकल्प व त्यास झालेला विरोध.

ब. शहराचा आणि इमारतीचा नियोजन आराखडा यावर शहराच्या सांस्कृतिक ध्येयाचे आणि सांस्कृतिक चळवळीचे प्रतिबिंब पडते. (उदा. कॉर्ब्युसिअर किंवा बॉऊहॉस संप्रदाय (Corbusier and Bauhaus School).

क. वरील 'अ' आणि 'ब' घटक परस्परांशी कसे संबंधित आहेत याचा विचारही यात केला जातो. इमारतशास्त्रातील आधुनिकोत्तर वादात दोन बाजू आहेत. एक व्यापारी मूल्यातील ताबेदारीचे नूतनीकरण आणि दुसरे म्हणजे या व्यापारी मूल्याच्या नूतनीकरणाला विरोध करणे.

सारांशरूपात असे म्हणता येईल, पर्यावरणबांधणीतील समाजशास्त्रात जरी अनेक विषय अंतर्भूत असले तरी शहरातील इमारतबांधणीतील जागेची उपलब्धता, त्यावर इमारतबांधणीला मान्यता वा विरोध, बदलती मूल्ये इत्यादींचा अभ्यास समाजशास्त्राच्या या शाखेत केला जातो. भारतात ही शाखा अध्ययन व संशोधन या दृष्टीने दुर्लक्षितच आहे.

sociology of the family - (सोशिऑलजी ऑफ द फॅमिली) **कुटुंबाचे समाजशास्त्र :** 'कुटुंबाचे समाजशास्त्र' म्हणजे कौटुंबिक जीवनाच्या अनुबंधाचे व कुटुंबाच्या विविध संरचनेचे समाजशास्त्रीय वर्णन, स्पष्टीकरण व तत्संबंधीची चिकित्सा होय आणि म्हणून कुटुंबाचे अध्ययन बऱ्याच वेळा नातेसंबंधांच्या किंवा आप्तसंबंधांच्या अध्ययनाला व्यापून टाकते.

कुटुंबाच्या समाजशास्त्राच्या अध्ययनाची एक सातत्यपूर्ण कडा सापडते, ती सामाजिक मानवशास्त्रात की ज्यात कुटुंबाची आणि आप्त संबंधाची संरचना यांच्या तुलनात्मक विश्लेषणाशी हे शास्त्र संबंधित आहे. यासमवेत कुटुंबाच्या संरचनात्मकतेच्या बदलाचा उत्क्रांतिवादी आणि विकासवादी आढावा घेणेही या शाखेत महत्त्वाचे आहे.

कुटुंबाच्या समाजशास्त्राच्या अध्ययनाची दुसरी कडा, जी १९६० पर्यंत प्रभावी होती, ती म्हणजे कुटुंबाचा कार्यात्मकवादी सिद्धान्त होय. कुटुंबाच्या सार्वभौमिक कार्याची तसेच भौगोलिक दृष्टीने गतिमान असलेल्या नूतनस्थानीय कुटुंबाच्या प्रकाराची निर्मिती, औद्योगिक समाजातील विशिष्ट आर्थिक गरजांच्या पूर्ततेसाठी झाली, याचाही अभ्यास यात केला जातो.

१९६० नंतर कुटुंबाच्या समाजशास्त्रात नवीन स्त्रीवादी समाजशास्त्रज्ञांच्या प्रभावाखाली कुटुंबाच्या संरचनेच्या अधिक टीकात्मक परीक्षणाला सुरुवात झाली.

कुटुंबाच्या समाजशास्त्राच्या अध्ययनाची शेवटची कडा आहे समाजशास्त्रीय विचारांची जिला प्रदीर्घ अशी परंपरा आहे. परंतु मार्क्सवादी कुटुंबावर टीका करतात; कारण त्यांना कुटुंबाच्या कार्यापेक्षा कुटुंबातील मालमत्ता संबंध व कुटुंबाची संरचना यात अभिरुची होती.

कार्यात्मकवादी सिद्धान्तकारांनी कुटुंबाचे जे चित्र रंगविले होते, त्यानुसार कुटुंब हे एक मूलभूत एकक असून पुढील केंद्रीभूत सामाजिक कार्ये ते पार पाडते– अ. लैंगिक कार्याचे नियोजन करणे. ब. प्रजोत्पादन व मुलामुलींचे संगोपन करणे. क. बालकाचे प्राथमिक सामाजिकीकरण करणे. ड. दाम्पत्याला परस्पर– भावनात्मक पाठिंबा देणे, इत्यादी. ही चार कार्ये कुटुंबाची प्रमुख किंवा मध्यवर्ती स्वरूपाची कार्ये असून त्याशिवाय खालील तीन कार्ये कुटुंबाची दुय्यम व साहाय्यभूत कार्ये असल्याचे तज्ज्ञ मानतात. ही कार्ये दुय्यम यासाठी की ती कुटुंबाशिवाय अन्य गट वा संघटनासुद्धा पार पाडू शकतात. ती अशी– इ. कुटुंब या गटासाठी घराची

व घरसेवांची तरतूद करणे, त्यासाठी आर्थिक पाठिंबा देणे. ई. आरोग्याची काळजी व आरोग्यकल्याण यांची तरतूद करणे. उ. आधुनिक समाजात शिक्षणाच्या प्रदीर्घ कालावधीसाठी मुलांना पाठिंबा देणे, इत्यादी.

टॉलकॉट पार्सन्स हे कार्यात्मक विश्लेषणाचे प्रमुख प्रणेते होते व ते असा विवाद करतात की कुटुंबरूपी एककात पुरुष साधनात्मक भूमिका वठवितात. तर स्त्रिया भावनात्मक भूमिका बजावतात. टॉलकॉट पार्सन्स आणि अन्य कार्यात्मकवादी सिद्धान्तकारांच्या कुटुंबासंबंधीच्या दृष्टिकोनावर कठोर टीका झाली होती, पण त्यावर येथे चर्चा करण्याची गरज नाही. कुटुंबाच्या समाजशास्त्रात कुटुंबाच्या विविध पैलूंवर आपण चर्चा केली असून कुटुंबाच्या स्वरूपात, प्रकारात, आकारात प्रचंड भेद असले तरी एक एकक म्हणून कुटुंब सर्वत्र असून त्यांच्या मूलभूत कार्यात मात्र सार्वभौमिकता व समानता आहे व ते आपल्या दृष्टीने महत्त्वाचे आहे.

sociology of work - (सोशिऑलजी ऑफ वर्क) **कामाचे समाजशास्त्र :** 'कामाचे समाजशास्त्र' म्हणजे समाजातील किंवा संघटनातील सर्व प्रकारच्या कामाचे, पूर्णपणे नसले तरी काही प्रमाणात, मोबदलाधारी किंवा वेतनप्राप्त कामाचे समाजशास्त्रीय विश्लेषण होय. कामाच्या समाजशास्त्राचा अभ्यासविषय हा सर्वसामान्यपणे, विस्तृत सामाजिक परस्परसंबंधाचा, विशेषत: तुलनात्मक संदर्भात विचार करता विशिष्ट सामाजिक, आर्थिक, राजकीय संस्थांतील परस्परसंबंधाचा अभ्यास करणे हा आहे. कार्याची विचारप्रणाली हासुद्धा व्यावसायिक विशेषीकरणाच्या संदर्भात अध्ययनाचा प्रमुख विषय होय. कामाच्या समाजशास्त्राच्या अभ्यासाचा प्रमुख विषय श्रमविभाजन हासुद्धा आहे. याच्या उपशाखेत 'कामगार प्रक्रिया सिद्धान्त' आणि 'श्रमबाजार सिद्धान्त' यांचे समाजशास्त्रीय संदर्भात विश्लेषण करण्यावर प्रकाशझोत टाकला जातो.

'कार्याचे समाजशास्त्र' या संज्ञेला या उपज्ञानशाखेत जी मान्यता मिळाली व त्याचा स्वीकार करण्यात आला, तो अंशत: मुक्त विद्यापीठाच्या अभ्यासात. या विषयाचा प्रभाव पडल्यामुळे त्यांनी त्यांच्या अभ्यासक्रमात लोक आणि संघटना या विषयाला प्राधान्य दिले होते. औद्योगिक समाजशास्त्रात समाजशास्त्रज्ञांना ज्या मर्यादा आढळल्या होत्या, त्यांवर प्रतिक्रियास्वरूप म्हणून कार्याचे समाजशास्त्र उदयाला आले. कार्याच्या समाजशास्त्राच्या अध्ययनात कामाची गतिशीलता, लिंगभाव व वंश यांच्या संदर्भातील विचारप्रणाली संबंध, समाजातील घरगुती श्रमाच्या संघटना, अर्धबेकारी व बेकारी यांचे परिणाम इत्यादींचा समावेश होतो.

socio.technical systems approach - (सोशिओ-टे'क्निकल सि'स्टिम्स ऑ'प्रोच) **सामाजिक-तांत्रिक व्यवस्था दृष्टिकोन :** 'सामाजिक-तांत्रिक व्यवस्था दृष्टिकोन' म्हणजे कायद्याने प्राप्त झालेला असा दृष्टिकोन, की ज्यात व्यवस्थासिद्धान्ताच्या उपयोगितेवर भर देऊन त्याद्वारे सामाजिक तांत्रिकतेतील परस्परसंबंधाचा विचार केला जातो.

सामाजिक-तांत्रिक व्यवस्था दृष्टिकोनाचा विकास हा मानवी संबंधांच्या टॉव्हिस्टॉक संस्थेतर्फे (Tavistock Institute of Social Relations) करण्यात आला असून, या दृष्टिकोनाने अभिजात दृष्टिकोन आणि यंत्रसामग्रीच्या आराखड्याच्या नियोजनांची सामान्य प्रथा या दोन्हींवर टीका केली होती. याउलट सामाजिक-तांत्रिक व्यवस्था दृष्टिकोन हा वैश्विक गृहीततत्त्वाच्या संदर्भात; तसेच संघटनात्मक संधीच्या शक्यतेवर भर देण्याच्या संदर्भात काही प्रश्न उपस्थित करतो. या वरील संस्थेच्या मते, तंत्रशास्त्र हा निर्धारणात्मक घटक असण्यापेक्षा मर्यादित घटक आहे. या विचारामुळे सामाजिक तांत्रिक व्यवस्था पर्यायी व्यवस्था म्हणून विचारात घेतली जाऊ शकते.

याउलट काही सिद्धान्तकार आणि व्यावसायिक यांनी वैश्विकविरोधी आणि मानवतावादी दृष्टिकोनात टीकात्मक व नास्तिक विचाराच्या मूल्यांवर भर दिला होता. संकल्पनात्मक पातळीचा विचार करता या दृष्टिकोनाला पुढील तीन बाबींची बाधा होण्याची शक्यता आहे- अ. व्यवस्थासिद्धान्ताशी संबंधित गृहीततत्त्वे. ब. आकलनाच्या मानसशास्त्रीय व संरचनात्मक पातळीवर होणाऱ्या घटवाद्यांच्या (Reductionist) गोंधळाची शक्यता. क. समाजशास्त्रीय व्यवस्थापकांवर आधारित सल्लागारांचा आदेश इत्यादी. हे तिन्ही घटक ब्राउन यांनी १९६७ साली केलेल्या अध्ययनातून व सिल्व्हरमॅन यांनी १९७० साली केलेल्या अध्ययनातून निदर्शनास आले. सारांशरूपात असे म्हणता येईल, की व्यवस्थासिद्धान्ताचा वापर करून सामाजिक-तांत्रिक संबंधांचे विश्लेषण करणे म्हणजे सामाजिक-तांत्रिक व्यवस्था दृष्टीकोन होय.

solidarity - (सॉलिडॅ'रिटी) **एकात्मता :** पहा–social solidarity and mechanical and organic solidarity–सामाजिक एकात्मता आणि यांत्रिक व सेंद्रिय (जैविक) एकात्मता.

sorcery - (सॉ'रसरी) **जादूगिरी किंवा चेटूक :** पहा–witchcraft and sorcery–चेटूक आणि जादूटोणा.

sororate - (सॉरोरेट) **मेहुणी–विवाह :** वधूवर निवडीतील प्राधान्यदर्शक नियमातील एक नियम म्हणून मेहुणी–विवाहाचा उल्लेख केला जातो. मेहुणी–विवाहाच्या नियमानुसार काही समाजांत पुरुषाला त्याच्या पहिल्या पत्नीच्या मृत्यूनंतर किंवा ती जिवंत असताना जर दुसरा विवाह करावयाचा असेल, तर त्याला त्याच्या पहिल्या पत्नीच्या धाकट्या बहिणीस दुसरी पत्नी म्हणून प्राधान्य द्यावे लागते. या विवाहाच्या निर्मितीची दोन कारणे सांगितली जातात, १. जर कुटुंबात पहिल्या पत्नीपासून झालेली मुले असतील तर इतर कोणत्याही परक्या स्त्रीपेक्षा पत्नीची बहीण म्हणजे मुलांची मावशी मुलांचे चांगले संगोपन करेल, ही भावना २. ज्या समाजात हुंडा देण्याची प्रथा आहे त्या समाजात एका मुलीसाठी हुंडा दिल्यावर, दुसऱ्या मुलीचा जर त्याच पुरुषाशी विवाह करून दिला तर परत हुंडा द्यावा लागत नाही.

specialization - (स्पेशलाइझे॑शन) **विशेषीकरण :** पहा–division of labour–श्रमविभाजन.

specificity and diffuseness - (स्पेसिफि॑सिटी ॲण्ड डिफ्यूझ॑नेस) **विवक्षितता आणि विकीर्णता :** टॉलकॉट पार्सन्स यांनी त्यांच्या सामाजिक व्यवस्था या सिद्धान्ताचा विस्तार करताना कर्त्यासमोर त्याच्या वर्तनाच्या संदर्भात जे पेच निर्माण होतात, त्यासाठी त्यांनी वर्तनबंध पर्याय (Pattern Variables) ही संज्ञा वापरली असून त्यांतील एक वर्तनबंध पर्याय म्हणजे 'विवक्षितता आणि विकीर्णता' होय. एका कर्त्याने अन्य कर्त्याशी आंतरक्रिया करताना केवळ काही उद्देश डोळ्यासमोर ठेवून, त्या उद्देशपूर्ततेसाठीच अन्य कर्त्याशी संबंध प्रस्थापित केले तर ते संबंध 'विवक्षितता' या संज्ञेत मोडतात. सोप्या शब्दांत विवक्षितता म्हणजे मर्यादित स्वरूपाचे सामाजिक संबंध होय. याउलट जर कर्त्याने अन्य कर्त्याशी संबंध प्रस्थापित करताना अधिक व्यापक, अधिक अमर्यादित उद्दिष्टांवर भर दिला तर त्यावर आधारित वर्तनाला 'विकीर्णता' या संज्ञेने संबोधले जाते. कामगार संघटना व मालक, दोन राजकीय पक्ष यांच्यातील संबंध मर्यादित उद्देश डोळ्यासमोर ठेवून प्रस्थापित केले जातात म्हणून ते 'विवक्षित' होत. काही तज्ज्ञांच्या मते, हे संबंध करारात्मक असतात. याउलट कुटुंबातील सदस्यांचे संबंध हे अमर्यादित; तसेच अ-करारात्मक असतात म्हणून ते संबंध विकीर्ण होत.

sponsored mobility - (स्पॉन्सर्ड मोबि॑लिटी) **प्रायोजित गतिमत्त्व :** पहा–contest and sponsored mobility–स्पर्धा व प्रायोजित गतिमत्त्व.

spontaneity - (स्पॉन्टेनिटी) **स्वयंस्फूर्तता किंवा स्वाभाविकता :** 'स्वयंस्फूर्तता' किंवा 'स्वाभाविकता' ही संज्ञा गटाच्या किंवा सामाजिक संबंधांच्या किंवा समुदायाच्या निर्मितीच्या संदर्भात वापरली जाते. गटाचा विचार करता प्राथमिक गट किंवा प्राथमिक संबंध आपोआप निर्माण झालेले असतात. ते स्वयंप्रेरित स्वरूपाचे असतात. प्राथमिक गट हेतुपूर्वक, मुद्दाम, जाणीवपूर्वक तयार केलेले नसतात. प्राथमिक गटाची निर्मिती योजनापूर्वक किंवा पूर्वनियोजित नसते. यालाच आपण 'स्वयंस्फूर्तता' या संज्ञेने संबोधू शकतो. काही मूलभूत गरजांच्या पूर्ततेसाठी व्यक्तींचे एकत्र येणे हे स्वाभाविक वा स्वयंस्फूर्त असते. त्यातूनच प्राथमिक गट जन्माला येतो.

प्राथमिक गटाप्रमाणेच समुदायाचा जन्मही स्वयंस्फूर्त असतो. विशिष्ट समुदाय नेमका कधी कोणत्या उद्देशाने जन्माला आला हे सांगता येत नाही. काही तज्ज्ञांच्या मते, ज्या भूभागावर मनुष्याच्या जगण्यासाठी आवश्यक गोष्टी आहेत असे वाटल्यावर मनुष्य तेथे वस्ती करतो. या अर्थाने समुदायाचे स्वरूप स्वयंस्फूर्त असते.

stable democracy and unstable democracy - (स्टे'बल डेमॉ'क्रसी ॲण्ड अनस्टे'बल डेमॉ'क्रसी) **स्थिर लोकशाही आणि अस्थिर लोकशाही :** १९६० साली लिपसेट (Lipset) या विचारवंताने स्थिर व अस्थिर लोकशाहीतील भेद विशद केला होता. त्यांच्या मते, स्थिर लोकशाहीत अशा धोरणांचे अवलंबन केले जाते की जी धोरणे अव्याहतपणे चालू राहतील. पहिल्या महायुद्धानंतर स्थिर लोकशाहीत नियमनाच्या खेळात प्रमुख राजकीय पक्ष विरोध करीत नाहीत. याउलट अस्थिर लोकशाहीत या सर्व गोष्टींची पूर्तता केली जात नाही. लिपसेटच्या मते, स्थिर लोकशाही चिरंतन टिकविणारे घटक खालीलप्रमाणे आहेत-

अ. प्रमुख स्पर्धात्मक राजकीय पक्षांत पडणाऱ्या फुटीतून संस्थीकृत विस्तृत वर्गसंघर्ष हा बुद्धिजीवी वर्ग (पांढरपेशा वर्ग) आणि श्रमजीवी वर्ग यांत आकाराला येतो.

ब. राजकीय फुटीच्या पूर्वाश्रमीच्या जुन्या आधाराची जागा नवीन आधार घेतात.

क. प्रचलित राजकीय संस्थेत मूलभूत कायद्याच्या संदर्भात मतैक्य महत्त्वाचे मानले जाते. धर्मनिरपेक्ष राजकारण आणि प्रमुख राजकीय पक्षांत एकात्मतेचा अभाव व त्यामुळे राजकीय खेळात नियमांना विरोध करण्याची त्यांची अक्षमता.

ड. आर्थिक दृष्टीने सबळ असलेली सामाजिक आर्थिक व्यवस्था आणि त्यामुळे उच्च पातळीचा साक्षरतेचा दर आणि कल्याणाच्या योजना, राबविणे सोपे जाते.

इ. प्रवाही मुक्त वर्गव्यवस्था आणि वर्ग संमिश्रण की ज्यातून बहुसांस्कृतिक संबंध आणि बहुविध दबावक्रिया या राजकीय पक्षात मर्यादित वर्गसंघर्ष व स्पर्धा आकाराला येण्यास साहाय्य करतात.

फ. सहभागी राजकीय संस्कृती, की ज्यात ऐच्छिक संघटनांचा सहभागपण समाविष्ट आहे आणि सर्व प्रकारच्या गट कार्याकडे बहुजन समाजाच्या संरक्षणाचा पडदा म्हणून पाहिले जाते.

अभिजात राजकीय समाजशास्त्रांच्या पुनर्योगदानाद्वारे लिपसेट यांनी स्थिर लोकशाहीची कल्पना घेताना लिपसेट असे सूचित करतात, की स्थिर लोकशाही ही श्रेष्ठिजन बहुजन संरचनेवर आधारित असून ज्यात श्रेष्ठिजनांचे प्रतिनिधी हे व्यवस्थेच्या मध्यस्थानी असतात आणि लोकशाही मूल्यांचे संरक्षण करण्याचे कार्यही हे श्रेष्ठिजन करतात. लिपसेट यांच्यासाठी स्थिर लोकशाही ही केवळ अन्य राजकीय व्यवस्था नाही, तर ती एक क्रियाशील चांगली समाजव्यवस्था होय. स्थिर लोकशाहीचा सिद्धान्त हा वर्तनवादी सिद्धान्तकार, संरचनात्मक कार्यात्मकवादी सिद्धान्तकार आणि व्यवस्था सैद्धान्तिक दृष्टिकोन यांचा राज्यशास्त्र आणि राजकीय समाजशास्त्र क्षेत्रात झालेला संयोग होय. या स्थिर लोकशाही सिद्धान्ताचा प्रभाव केवळ पाश्चिमात्य लोकशाहीच्या चर्चेपुरता मर्यादित नसून त्यात विकसनशील आणि तिसऱ्या जगातील राजकीय आधुनिकीकरण व राष्ट्रबांधणी यावरील चर्चेचाही समावेश होतो. हा सिद्धान्त लोकशाहीतील स्थिर आणि अस्थिर घटकांवर लिखाण करतो, की ज्यामुळे मध्य आणि पूर्वयुरोपातील नवनिर्मित लोकशाहीच्या मूल्यमापनास उपयुक्त ठरतो.

stages of development - (स्टेजे'स ऑफ डिव्हे'लपमेन्ट) **विकासाच्या अवस्था** : विशिष्ट आर्थिक, सांस्कृतिक, सामाजिक किंवा राजकीय प्रकारच्या विकासाच्या अवस्थांतून समाज विशिष्ट उद्देश प्राप्त करण्यासाठी वाटचाल करतो. 'विकासाच्या अवस्था' ही संकल्पना उत्क्रांतिवादी व नव-उत्क्रांतिवादी सामाजिक परिवर्तनाच्या दृष्टिकोनात सर्वसामान्यपणे वापरली जाते. रॉस्टो (Rostow) यांनी त्यांच्या आर्थिक परिवर्तनाच्या आकलनासाठी या संज्ञेचा वापर केला असून, त्यात त्यांनी केवळ या अवस्थांचे आलेखन करण्यावर भर दिला होता. 'विकासाच्या अवस्था' ही संकल्पना खालील कारणांमुळे टीकेचे लक्ष बनली होती—

अ. या विकासाच्या अवस्था ओळखणे अवघड आहे आणि प्रत्येक लेखकाने त्याच्या विचारानुसार या अवस्थांचे अनेक प्रकार पाडले आहेत. एका वाक्यात, जितके लेखक तितक्या विकासाच्या अवस्था.

ब. सामाजिक परिवर्तनाच्या तंत्रशास्त्रीय व निर्धारणवादी दृष्टिकोनाशी या अवस्था संबंधित असतात.

क. युरोपमधील इतिहासात सर्वसामान्यपणे ज्या अवस्थांची बांधणी केली गेली त्याच अवस्था अन्य समाजांतही असतात, असे गृहीत धरले गेले होते ते चुकीचे होते. (उदा. आधुनिकीकरण तिसऱ्या जगात सापडत नाही.)

ड. एका समाजाकडून दुसऱ्या समाजाकडे प्रसारित होणाऱ्या अवस्थांमुळे समाजासमाजांत भेद केला जातो.

इ. विकासाच्या अवस्थांच्या संदर्भात हे दाखविणे अवघड आहे, की कोणती एक अवस्था दुसऱ्या समाजासाठी पूर्वावश्यक तत्त्व ठरू शकेल.

ही टीका मान्य करूनही विकासाच्या अवस्थांच्या संदर्भात काही सच्चेपणा किंवा वास्तवता असून, काही सर्वसामान्य अवस्थेनंतर दुसरी अवस्था येते. उदा. बहुसंख्य समाजांत कृषी अवस्थेनंतरच औद्योगिक अवस्था विकसित होते. विसाव्या शतकात विविध प्रकारच्या कृषी अवस्था असल्या, तरी त्यांतून विविध स्वरूपाच्या औद्योगिक अवस्था आकाराला येतात.

standard deviation - (स्टॅन्डर्ड डेव्हिए'शन) **प्रमाण विचलन किंवा विपथगामित्व :** मध्य विचलनपद्धतीत धन (अधिक) आणि ऋण (उणे) चिन्हांचा विचार न करता सर्व विचलने अधिक (धन) समजून घटकांची गणना केली जाते. परंतु असे करणे शास्त्रीय वा गणिती समजले जात नाही. म्हणून विचलनाची चिन्हे विचारात घेण्याचा उत्तम मार्ग म्हणजे त्यांना वर्ग करणे होय. काही तज्ज्ञांच्या मते, विचलनाची अधिक आणि उणे ही चिन्हे विचारात न घेण्यापेक्षा त्यांचा वर्ग करून त्यांना विचारात घेतले तर गणितीय दोष नाहीसा होतो. म्हणून प्रमाण विचलनपद्धतीत सर्व विचलने वर्ग केली जातात. या अर्थाने विचार करता, मध्यापासून प्राप्तांकाच्या विचलनाच्या वर्गाच्या मध्याच्या वर्गमुळास 'प्रमाण विचलन' म्हणतात. मध्यापासून काढलेल्या विचलनाच्या वर्गाच्या बेरजेला पदाच्या संख्येने भागून आलेल्या संख्येच्या वर्गमुळालाही प्रमाण विचलन म्हणतात.

प्रमाण विचलनाची वैशिष्ट्ये : तज्ज्ञांनी प्रमाण विचलनाची पुढील वैशिष्ट्ये

प्रतिपादन केली आहेत-

१. प्रमाण विचलन हे विचलनाचे सर्वश्रेष्ठ माप आहे.

२. जेथे मध्य वा केंद्रीय प्रवृत्तीचे मापन होते तेथे प्रमाण विचलन अत्यंत उपयोगी आहे.

३. प्रमाण विचलन हे वितरणाच्या प्रत्येक प्राप्तांकापासून प्रभावित होते. प्रामुख्याने शेवटचे प्राप्तांक यास अधिक प्रभावित करतात.

४. मानक विचलन हे सामान्य संभाव्यता वक्राचा आधार असते.

५. नमुन्याच्या भिन्नतेमुळे प्रमाण विचलनाची प्रमाण त्रुटी इतर सूचकांपेक्षा कमी असते.

६. जेव्हा प्राप्तांकांचा विस्तार किंवा अनुपात (Ratio) हा स्तराचा असेल तेव्हादेखील प्रमाण विचलन उपयुक्त असते.

७. जर प्रत्येक प्राप्तांकापासून कोणतीही एक स्थिर संख्या वजा केली किंवा त्या प्राप्तांकामध्ये कोणती एक स्थिर संख्या मिळवली तर त्याचा प्रमाण विचलनावर कोणताच परिणाम होत नाही.

प्रमाण विचलनाची गणना (गणिती संज्ञांच्या आधारे)-

अ. d^2 → विचलनाचा वर्ग - सर्वप्रथम समांतर मध्यापासून विचलनाचा वर्ग माहीत केला जातो.

ब. Σd^2 → विचलनाच्या वर्गाची बेरीज माहिती करून घेणे महत्त्वाचे.

क. $\Sigma d^2/N$ → प्राप्तांकाची किंवा पदांची एकूण संख्या म्हणजे N विचलनाच्या वर्गाच्या बेरजेला पदाच्या संख्येने भाग दिला जातो.

ड. $SD = \Sigma d^2/N$ – Standard Deviation = $\Sigma d^2/N$ – प्रमाण विचलन प्रमाण विचलनासाठी गणितात δ हे चिन्ह वापरतात.

standard error (स्टॅन्डर्ड ए'रर) **प्रमाण चूक किंवा मानक चूक :** प्रतिगमन रेषाद्वारे निश्चित केलेले सर्वोपयुक्त अनुमान किती प्रमाणात वास्तवतेशी मिळतेजुळते आहे हे जाणून घेण्यासाठी अनुमानातील प्रमाण चूक किंवा मानक चूक जाणून

घेणे महत्त्वाचे आहे. प्रमाण चूक म्हणजे वास्तविक मूल्य आणि संगणकीकृत मूल्य यांच्या विचलनाचे सरासरी मापन आहे. प्रमाण चूक याचे गणिती सूत्र खालीलप्रमाणे –

SE = X or Y = dx' sqrt 1 - r₂

SE - standard error

x व y प्रमाण चूक चल निर्देशक रेषा

d - deviation from starting point

प्रारंभबिंदूपासून विचलन

sq.rt → square root - वर्गमूळ

standard of living - (स्टॅन्डर्ड ऑफ लि'व्हिंग) **राहणीमान किंवा जीवनमान :** 'राहणीमान' किंवा 'जीवनमान' म्हणजे भौतिक सुविधांच्या उपलब्धतेची पातळी. उदा. एखाद्या व्यक्तीची किंवा कुटुंबाची क्रयशक्ती. राष्ट्रांतील सर्व उत्पन्नाची सरासरी काढल्यास लोकांचे जीवनमान एकतर उंचावते किंवा खालावते. परंतु राष्ट्रांचे जीवनमान ठरविण्याच्या संकल्पनेत अनेक अडचणी आहेत. एका घराचा किंवा कुटुंबाचा विचार करता, कुटुंबाचे उत्पन्न जरी समान असले तरी कुटुंबातील अवलंबून असणाऱ्या सभासदांची संख्या वेगवेगळी असल्यामुळे जीवनमान ठरविणे अवघड बनते. कोणत्याही प्रकरणात क्रयशक्तीची क्रमवारी योग्य प्रकारे संकलित करणे प्रामाणिकपणापासून किंवा दोन समाजांत तुलना करण्यापासून दूर जाणे होय. यामुळेही जीवनमानाचे निर्धारण अवघड ठरते. गेल्या काही वर्षांत या संदर्भात नवीन प्रश्न उपस्थित केला जातो, तो म्हणजे तांत्रिक दृष्टीने विचार करता जीवनमान आणि जीवनाची गुणवत्ता या दोन गोष्टी आत्मनिष्ठ असल्या तरी त्या कमी महत्त्वाच्या नाहीत. जीवनमान किंवा राहणीमान म्हणजे एका वाक्यात कुटुंबाच्या उत्पादनाच्या आधारे, कुटुंबातील एकूण सभासदांचा विचार करता कुटुंबाची क्रयशक्ती होय.

standardization - (स्टॅन्डर्डाइझे'शन) **प्रमाणीकरण किंवा प्रमाणबद्धीकरण :** संशोधनासाठी निवडलेल्या विविध गटांत तुलना करण्यासाठी काही समान आधारावर तथ्यसंकलनाचा दर्जा किंवा तथ्यसंकलनाचे प्रमाण सुलभ करण्याची व्यवस्था म्हणजे 'प्रमाणीकरण' किंवा 'प्रमाणबद्धीकरण' होय. काही तज्ज्ञांच्या मते, प्रमाणीकरणाची किंवा प्रमाणबद्धीकरणाची सोपी पद्धत म्हणजे वारंवारतेच्या मापनाचे टक्केवारीत रूपांतर करणे होय. म्हणजे सामान्य पाया १०० क्रमांकावरच्या

सर्व मूल्यांचे अंशात विभाजन करून त्याची टक्केवारी निर्धारित करणे. उदा. एकूण लोकसंख्येत साक्षरतेची आकडेवारी मिळाल्यानंतर त्याआधारे त्या त्या देशांतील साक्षरतेची टक्केवारी जाहीर करणे यालाच 'प्रमाणीकरण' म्हणतात. या प्रकारे धर्म, भाषा, जात, वर्ग, आर्थिक स्थिती यांचेही एकूण आकडेवारीच्या साहाय्याने प्रमाणीकरण केले जाते. स्त्री-पुरुष प्रमाणीकरणात मात्र १००० हे प्रमाण मानून, त्यात दर १००० पुरुषांमागे स्त्रिया किती हे निर्देशित केले जाते.

standardize mortality rate - (स्टॅन्डर्डाइझ मॉर्टॅ'लिटी रेट) **प्रमाणबद्ध मृत्यूदर :** प्रमाणबद्ध मृत्यूदर हा मृत्यूदर मापनाचा एक मार्ग असून त्यात गटांतील किंवा लोकसंख्येतील सरासरी मृत्यूदर काय आहे याची मात्रा लक्षात घेऊन त्या प्रमाणापेक्षा स्थानिक लोकसंख्येत ते प्रमाण किती कमी किंवा जास्त आहे याचे निर्धारण करणे होय. भारतात २००५ साली केलेल्या सर्वेक्षणानुसार भारताचा मृत्यूदर दर हजारी ७.६ एवढा होता. हा भारतातील प्रमाणबद्ध मृत्यूदर. हा मृत्यूदर प्रमाण मानून इतर प्रांतांतील मृत्यूदराशी त्याची तुलना करून तो प्रमाणापेक्षा जास्त वा कमी आहे हे ठरविले जाते.

नमुना म्हणून काही प्रांतांतील जास्त वा कमी मृत्यूदराची माहिती खालील तक्त्यात देत आहे. त्यावरून वरील संकल्पना स्पष्ट होईल.

भारताचा प्रमाण मृत्यूदर दर हजारी ७.६

अ. क्र.	प्रांताचे नाव	दर हजारी मृत्यूदर प्रमाणापेक्षा जास्त	अ. क्र.	प्रांताचे नाव	दर हजारी मृत्यूदर प्रमाणापेक्षा कमी
१.	आसाम	८.७	१.	हरियाना	६.७
२.	मध्यप्रदेश	९.०	२.	महाराष्ट्र	६.७
३.	उत्तरप्रदेश	८.७	३.	पश्चिम बंगाल	६.४
४.	ओरिसा	९.५	४.	केरळ	६.४
५.	बिहार	८.१	५.	कर्नाटक	७.१
		(अ)			(ब)

यावरून असे लक्षात येते 'अ' तक्त्यातील मृत्यूदर प्रमाणबद्ध मृत्यूदरापेक्षा जास्त, तर 'ब' तक्त्यातील मृत्यूदर प्रमाणबद्ध मृत्यूदरापेक्षा कमी आहे.

state - (स्टेट) **राज्य :** राज्य या संकल्पनेचे अनेक अर्थ आहेत. विशिष्ट भूप्रदेशावर सरकारद्वारे किंवा कायद्याद्वारे नियंत्रण ठेवण्याचे साधन म्हणजे 'राज्य' होय. एकूण भूप्रदेश आणि सामाजिक व्यवस्था यासंबंधीचे कायदे वा वर्चस्व हा राज्याच्या अभ्यासाचा विषय होय. समाजशास्त्राच्या दृष्टिकोनातून विचार करता समाजाची राजकीय संघटना म्हणजे राज्य वा राज्यसंस्था होय. काही तज्ज्ञांच्या मते, राज्य म्हणजे लोकांचा छळ करण्याचे एक साधन इथपासून ते लोककल्याण साधण्याचा एक महत्त्वाचा मार्ग म्हणजे राज्य होय.

राज्यशास्त्रज्ञ व अन्य तज्ज्ञ यांनी अभ्यासल्याप्रमाणे पहिले राज्य सुमारे ५००० वर्षांपूर्वी मध्यपूर्व विभागात किंवा अन्यत्र अस्तित्वात आले ते प्रमुखाच्या (मग तो एखाद्या टोळीचा वा प्रदेशाचा असो) कार्याचे पुनर्वाटप करण्याच्या प्रक्रियेतून. यामध्ये दोन टोळ्यांच्या युद्धातून, जो जिंकला त्याने जो हरला त्यावर आपली सत्ता प्रस्थापित करायची या क्रियेतून राज्य ही संकल्पना अस्तित्वात आली. राज्य अस्तित्वात येण्यापूर्वी राज्यविरहित समाज होते आणि अनेक सामाजिक संस्था किंवा सामाजिक संघटना राजकीय भूमिका बजावीत होत्या. पूर्वीपिक्षा आजची राज्ये अधिक संघटित असून आजचे तज्ज्ञ राज्याच्या चार अत्यावश्यक घटकांचा उल्लेख करतात. १. भूप्रदेश २. लोकसंख्या ३. सरकार वा शासनयंत्रणा ४. सार्वभौमत्व. आधुनिक राज्याच्या आणखी वैशिष्ट्यांचा विचार करता आधुनिक राज्यात नागरिकत्वाला महत्त्व आले आहे. (नागरिकत्व म्हणजे राजकीय समुदायाचा पूर्ण सभासद की ज्यांना वाढत्या प्रमाणात नागरिकत्वाचे हक्क मिळाले आहेत. या नागरी हक्कांत मतदानाचा अधिकार, निवडणुकीला उभे राहण्याचा अधिकार, मत प्रकटीकरणाचा अधिकार, कल्याणकारी अधिकार इत्यादींचा समावेश होतो.) याव्यतिरिक्त राज्य व सुसंस्कृत समाज, राज्य आणि वैयक्तिक नागरिक किंवा नागरिकांचा गट यांतील भेदही यात येतात व त्याचेही अध्ययन केले जाते.

समाजशास्त्राचे उपक्षेत्र म्हणून राज्याचा अभ्यास करताना समाजशास्त्रज्ञ राज्याचे किंवा राजकीय व्यवस्थेचे विविध प्रकार, राज्यसत्तेचे परिणाम इत्यादी विषयांचे अध्ययन, ऐतिहासिक समाजशास्त्र व राजकीय समाजशास्त्र या समाजशास्त्राच्या शाखांतर्फे करतात.

state expenditure - (स्टेट एक्स्पेन्डिचर) **राज्यखर्च किंवा राज्यव्यय :** 'राज्यखर्च' किंवा 'राज्यव्यय' म्हणजे राज्याने अनेक प्रकारच्या हाती घेतलेल्या खर्चाच्या योजना होत. काही तज्ज्ञांनी असे गृहीत धरले होते की भांडवलशाही

समाजातील राज्यांना दोन परस्परविरोधी कार्ये पार पाडावी लागतात. त्यांतील एक म्हणजे भांडवलाचे संचयन व दोन म्हणजे त्याचे वैधानिकीकरण होय. ओ'कॉनॉर (O'connor) यांनी १९७३ साली, तर गॉघ (Gough) यांनी १९७९ साली राज्याच्या खर्चाचे तीन प्रमुख वर्ग लक्षात आणून दिले होते ते पुढीलप्रमाणे-

अ. सामाजिक गुंतवणूक : कामगारांची उत्पादनक्षमता वाढविण्याच्या दृष्टीने हाती घेतलेल्या प्रकल्पासाठी व सेवांसाठी केलेली खर्चाची तरतूद.

ब. सामाजिक उपयोग : कामगारांच्या पुनरुत्पादनाची किंमत कमी करण्यासाठी हाती घेतलेल्या प्रकल्पांसाठी व सेवांसाठी करण्यात आलेली खर्चाची तरतूद.

क. सामाजिक खर्च (व्यय) : या खर्चात, समाजात सामाजिक ऐक्य किंवा एकोपा निर्माण होण्यासाठी हाती घेण्यात येणाऱ्या प्रकल्पासाठी व सेवांसाठी करण्यात येणारा खर्च समाविष्ट आहे.

वरील दोन विचारवंत असा दावा करतात की राज्याच्या खर्चाचा बोजा, ऐतिहासिक पुराव्याचा विचार करता दिवसेंदिवस वाढत चालला आहे व याचे कारण अर्थव्यवस्थेवर पडणारा नवीन आर्थिक तणाव हे आहे. याचे कारण आधुनिक अर्थव्यवस्थेसमोर राज्यखर्चाच्या संदर्भात दोन समस्या आहेत. एक म्हणजे, भांडवलाचा संचय कसा करावयाचा आणि दुसरी म्हणजे, राजकीय (आर्थिक) स्वातंत्र्य प्रदान करावयाचे यांत मेळ घालणे. (यातूनच भांडवलशाही राज्यात आर्थिक तुटीचा अर्थसंकल्प आकाराला येतो) आणि याच कारणांसाठी कल्याणकारी राज्य आणि राज्याचा सर्वसाधारण खर्च हे विषय सामाजिक व राजकीय संघर्षाची गेल्या काही काळात केंद्रे बनत चालली आहेत.

stateless societies - (स्टेट'लेस सोसायटिज) **राज्यविरहित समाज :** समाजाच्या विविध प्रकारांपैकी एक प्रकार, की ज्यात ओळखू येणाऱ्या सुस्पष्ट राज्याचा अभाव असतो. म्हणून त्यास 'राज्यविरहित समाज' या संज्ञेने संबोधले जाते. दोन दृष्टिकोनांतून विचार करता खालील समाज हे 'राज्यविरहित समाज' या संज्ञेत मोडतात.

अ. पहिले मध्यवर्ती राज्य स्थापन होण्यापूर्वी अस्तित्वात असलेले सर्व समाज 'राज्यविरहित समाज' या संज्ञेत मोडतात.

ब. समाजाचे असे प्रकार की ज्यात राज्याच्या स्पष्टपणे ओळखू येणाऱ्या यंत्रणेचा अभाव असतो. (उदा. प्रशासकीय आणि सैनिकी पाठिंबा असलेले नेतृत्व) तसेच ज्या समाजात स्थिर नेतृत्वाच्या संरचनात्मकीकरणाचा अभाव असतो. (उदा. नेतृत्वविरहित समाज)

या प्रकारचे समाज अस्तित्वासाठी एकत्र येतात. काही प्रसंगी युद्ध करतात ते केवळ त्या समाजाच्या छोट्या आकारामुळे; परंतु आजच्या आधुनिक युगात मोठ्या समाजाच्या निर्मितीमुळे 'राज्यविरहित समाज' ही संकल्पना मागे पडली आहे.

state socialism - (स्टेट सो'शलिझम) **राज्य समाजवाद** : पहा–state socialist societies–राज्य समाजवादी समाज.

state socialist societies - (स्टेट सो'शलिस्ट सोसायटी) **राज्य समाजवादी समाज** : 'राज्य समाजवादी समाज' म्हणजे राज्याच्या मध्यवर्ती यंत्रणेच्या इशाऱ्यावर चालणारे समाज होत. या प्रकारच्या समाजाचा उदय प्रामुख्याने २० व्या शतकात साम्यवादी किंवा समाजवादी विचारसरणीच्या पक्षाच्या नेतृत्वाखाली झालेल्या राजकीय क्रांतीतून किंवा राजकीय चळवळीतून झाला होता. या प्रकारच्या समाजात प्रचंड विविधता असून, त्यात प्रामुख्याने १९१८ ते १९९१ या कालखंडातील सोव्हिएट रशिया, १९४८ पासून ते १९८९ पर्यंतचे पूर्व युरोपातील समाज (यात पोलंड, हंगेरी, रुमानिया इ. येतात) याशिवाय समकालीन चीनचे प्रजासत्ताक, व्हिएतनाम, अंगोला, मोझांबिक, इथोपिया, उत्तर कोरिआ, मंगोलिया इत्यादी राज्यांतील समाज समाविष्ट आहेत.

राज्य समाजवादी समाजाच्या या वैशिष्ट्यांच्या संदर्भात विद्वानांत बरीच खलबते झालीत व ते सर्वसाधारणपणे साम्यवादी समाज या शिक्क्याखाली. साम्यवादी समाजात सर्व व्यवसायांचे, उद्योगांचे सरकारीकरण करण्यावर जसा भर दिला होता त्याचप्रमाणे या राज्य समाजात खासगी मालमत्ता जमा करण्यास मान्यता नव्हती. राज्यातील सर्व प्रकारच्या मालमत्ता सरकारच्या मालकीच्या होत्या. याशिवाय राज्य समाजवादी समाजात उत्पादनाच्या सर्व प्रकारच्या साधनांची मालकीही सरकारकडेच असते. या संदर्भात ट्रॉटस्की (Trotsky) यांचे अनुयायी असा विवाद करतात, की साम्यवादी पक्षाचे किंवा साम्यवादी समाजाचे आदर्श पाळण्यात ते बऱ्याच प्रमाणात अपयशी ठरले होते; याचे कारण म्हणजे अतिप्रमाणात केंद्रीकरण व लोकशाहीविरोधी साम्यवादी समाज, त्यांच्या राजकीय नेत्यांचे

विशेषाधिकार व त्यांच्या जवळची वैयक्तिक मालमत्ता व त्यामुळे त्यांची थांबलेली अर्थव्यवस्था हे होय. यातून विविध संज्ञा आकाराला आल्या. त्यात राज्य भांडवलशाही, कामगार राज्याचा ऱ्हास आणि नोकरशाही समाजवाद की ज्या समाजवादी असल्याचे नाकारतात. (पुढील आकृती पहा.)

राज्य समाजवाद   → प्रतिपक्ष किंवा विरोधी नसलेले वर्ग
(state socialism)   (non antagonist classes)

राज्य भांडवलशाही   → विरोधी वर्गाचे व्यवस्थापन
(state capitalism)   (managing antagonistic classes)

कामगारांच्या राज्याचा संधीकाळ
(Transitional Workers' State)
↓
व्यवस्थापन करणे (manages)
राज्य व्यवस्थापकीय स्वामित्व अर्थव्यवस्था
(state managed command)
econonomy) किंवा

कामगारांच्या राज्याचा ऱ्हास
(Degenerate Workers' State)

नोकरशाही कामगार राज्य
(Bureaucratic Workers State)

→ यातून उत्क्रांत होते
↓
प्रशासकीय भूमिकेपर्यंत राज्याचे अधिकार कमी करणे
सामाजिक मालकी
→ (Evolving into : state reduced to an administrative role of social ownership)

याशिवाय अन्य काही विचारवंत असा दावा करतात, की समाजाचा अद्वितीय प्रकार म्हणजे असे समाज की जे कोणत्याही मार्क्सवादी वर्गीकरणाच्या कक्षेबाहेर येतात. (या समाजात भांडवलशाही समाज येतात.) याशिवाय लोकशाहीवादी समाजही मार्क्सवादाच्या कक्षेबाहेर येतात.

statistical discrimination - (स्टॅटि'स्टिकल डिसक्रिमिने'शन) **सांख्यिकी विभेदीकरण :** पहा–discrimination–विभेदीकरण.

statistical inference - (स्टॅटि'स्टिकल इ'न्फरन्स) **सांख्यिकी अनुमान :** 'सांख्यिकी अनुमान' या सिद्धान्ताचा आणि यादृच्छिक नमुनापद्धतीचा वापर अनुमानाला परवानगी देण्यासाठी करतात. तज्ज्ञांच्या मते, शैक्षणिक संशोधनात नमुनापद्धतीच्या आधारे केलेल्या अध्ययनावरून जनसंख्येच्या किंवा लोकसंख्येच्या

बाबतीत अनुमाने काढली जातात. अनुमाने काढण्याकरता संभाव्यता, नमुनावितरण, विविध मापनाच्या त्रुटी इत्यादींच्या आधाराने परिकल्पनांचे परीक्षण इत्यादींसाठी 'सांख्यिकी अनुमान' ही संज्ञा दिली जाते.

statistical package for the social science (s.p.s.s.) (स्टॅटि स्टिकल पॅकेज फॉर द सो शल सा यन्स) **सामाजिक शास्त्रासाठी सांख्यिकी ठेवा :** सामाजिक शास्त्राच्या तथ्यसंकल्पनांचे विश्लेषण करण्यासाठी सुमारे ३५ वर्षांपूर्वी मूलत: लिहिलेला सांख्यिकी संगणक कार्यक्रमाचा ठेवा हा वरील संज्ञेने किंवा एस.पी.एस.एस. (S.P.S.S.) या संज्ञेने संबोधला जातो. सांख्यिकी पद्धत ही साध्या वारंवारतेपासून ते व्यावहारिक बहुचल तंत्रज्ञानापर्यंत विस्तारित आहे. एस.पी.एस.एस. ही संकल्पना विशेषत्वाने सर्वेक्षणातील तथ्यसंकलित माहितीचे विश्लेषण करण्यासाठी अधिक योग्य आहे; कारण त्यावर व्यापकतेचे शिक्के मारले आहेत. तथ्यसंकलनाच्या सुधारणेला वाव आहे आणि त्यांचे हस्तांतरण करण्याच्या सुविधाही आहेत. तथ्यसंकलनाचा हा ठेवा अत्यंत लवचीक असून त्यात विशिष्ट प्रकारचे तक्ते आणि अहवाल निर्माण करण्याच्या विशिष्ट पद्धती आहेत. या संज्ञेचा वापर, प्रायोगिक तथ्यसंकलनाच्या विश्लेषणासाठी तथ्यसंकलनाच्या विविध कालावधींच्या श्रेणीसाठी दुय्यम तथ्यसंकलनाच्या विश्लेषणासाठी आणि तथ्यसंकलनावर आधारित व्यवस्थापनासाठी विस्तृत प्रमाणात केला जातो. यासंबंधीची माहिती बहुसंख्य संगणक व्यवस्था आणि कार्य व्यवस्था यांत उपलब्ध आहे.

status - (स्टेटस) **दर्जा :** 'दर्जा' म्हणजे सामाजिक व्यवस्थेतील कोणतेही स्थिर स्थान की जे विशिष्ट अपेक्षा, विशिष्ट हक्क आणि कर्तव्ये यांच्याशी संबंधित आहे. या दृष्टीने विचार करता दर्जा हा भूमिकेबरोबर आहे. परंतु दर्जापेक्षा भूमिकेला विस्तृत प्रचलन आहे. दर्जाचा दुसरा अर्थ आहे, सकारात्मक वा नकारात्मक मान-सन्मान, प्रतिष्ठा, सत्ता इत्यादी की जे स्थानाशी निगडित आहेत. सामाजिक स्तरीकरण व्यवस्थेत व्यक्तीचे स्थान म्हणजेही दर्जा होय. 'दर्जा' ही संकल्पना समाजाच्या प्रकारातून आकाराला आली असून ज्यात व्यक्तीचे स्थान सापेक्षत: निश्चित असते (उदा. अर्पित दर्जा) व ते धर्म किंवा कायदा याद्वारे निर्धारित केले जाते. आधुनिक समाजात दर्जा किंवा स्थान हे अधिक प्रवाही म्हणजेच परिवर्तनशील असते. पार्सन्स या अमेरिकेतील समाजशास्त्रज्ञाने सामाजिक व्यवस्थेअंतर्गत असलेल्या सामाजिक संरचनेचा आवश्यक घटक म्हणून दर्जा व भूमिका यांचा उल्लेख केला असून त्यांच्या मते, व्यक्तीचे समाजातील विशिष्ट

स्थान म्हणजे व्यक्तीचा दर्जा होय. समाजात दर्जा प्रदान करणाऱ्या दोन पद्धती असून त्याची कल्पना पुढील आकृतीवरून येईल.

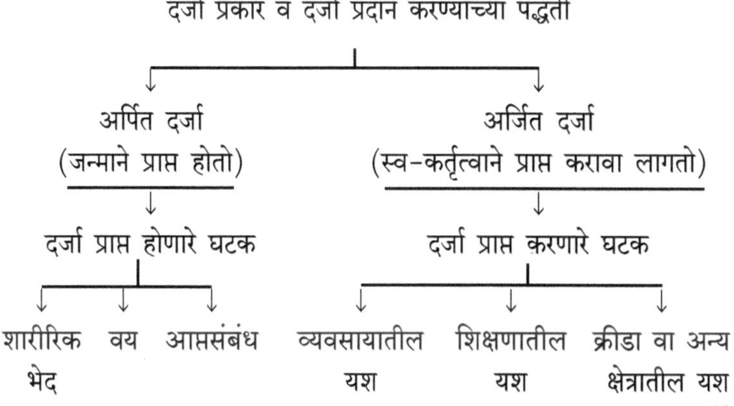

(Please see ascribed status and achieved status. कृपया पहा–अर्पित दर्जा व अर्जित दर्जा.

status and contract - (स्टे'टस ॲण्ड कॉ'न्ट्रक्ट) **दर्जा आणि करार :** 'दर्जा आणि करार' ही द्विविध संज्ञा हेन्री जेम्स समनेर मैन (Henre James Sumner Maine) यांनी सामाजिक परिवर्तनाचे आकलन होण्यासाठी व त्यात विकास व उत्क्रांती या दोन प्रक्रिया समाविष्ट आहेत, हे दर्शविण्यासाठी वापरली होती. दर्जा व करार द्विविधतेत खालील विचारवंतांच्या द्विविधतेचा समावेश केला असून मैन (Maine) यांच्या मते, यात उत्क्रांतिवादाचे संकल्पनीकरण करताना पारंपरिक समाज व आधुनिक समाज यांतील भेद याद्वारे व्यक्त करण्यात आला. या द्विविधतेत स्पेन्सर यांचे 'सैनिकी समाज व औद्योगिक समाज'(Militant Society and Industrial Society), द्युरखेम यांचे 'तांत्रिक एकात्मता व जैविक (सेंद्रिय) एकात्मता'(Technical Socidarity and Organic Solidarity), टोनिज यांचे 'प्राथमिक संबंध व दुय्यम संबंध' (Gemeinschaft and Gesellschaft), राबर्ट रेडफिल्ड यांचे 'ग्रामीणह्नागरी सातत्य'(Rural-Urban Continuum) योगदानांचा अंतर्भाव होतो.

status conflict - (स्टे'टस कॉनफ्लिक्ट) **दर्जा संघर्ष :** 'दर्जा संघर्ष' म्हणजे सामाजिक स्तरीकरणाच्या व्यवस्थेतील दर्जावर आधारित स्थान व प्रतिष्ठा यांच्यात आकाराला आलेला संघर्ष होय. दर्जा संघर्ष हा प्रामुख्याने मोठ्या प्रमाणात

गटागटांत आढळतो. याचे कारण प्रत्येक गटाला समाजाच्या सामाजिक स्तरीकरणात एक विशिष्ट स्थान असते, पण प्रतिष्ठा असतेच असे नाही. पुढील काही उदाहरणे पहा.

भारत → जातीआधारित स्तरीकरणव्यवस्था → ब्राह्मण : स्थान व प्रतिष्ठा दोन्हीही

→ शूद्र : स्थान आहे, प्रतिष्ठा नाही

युरोप खंड → सरंजामशाहीवर आधारित → सरंजामदार : स्थान व प्रतिष्ठा दोन्हीही

स्तरीकरणव्यवस्था → भूदास : स्थान आहे, प्रतिष्ठा नाही

अमेरिका → वंशावर आधारित स्तरीकरण → गोरे : स्थान व प्रतिष्ठा दोन्हीही

व्यवस्था → काळे : स्थान आहे, प्रतिष्ठा नाही

आधुनिक यंत्रणा :

नोकरशाही → कर्तृत्वावर आधारित → उच्चाधिकारी : स्थान व प्रतिष्ठा दोन्हीही

स्तरीकरणव्यवस्था → शिपाई : स्थान आहे, प्रतिष्ठा नाही

उद्योगक्षेत्र → कर्तृत्वावर आधारित → कारखानदार : स्थान व प्रतिष्ठा दोन्हीही

स्तरीकरणव्यवस्था → श्रमिक : स्थान आहे, प्रतिष्ठा नाही

status consistency and inconsistency - (स्टे'टस कन्सि'स्टन्सी ॲण्ड इनकन्सि'स्टन्सी) **दर्जा सुसंगतता आणि विसंगतता :** दर्जा सुसंगतता आणि विसंगतता या संकल्पना समाजातील सामाजिक स्तरीकरण व्यवस्थेतील दर्जा व श्रेणी प्रदान करण्याचे जे निकष आहेत, त्याच्याशी निगडित आहेत. उदा. दर्जा व श्रेणी प्रदान करण्याच्या निकषात समानता वा सारखेपणा असेल, तेथे दर्जा सुसंगतता आहे असे म्हणावे लागते; पण दर्जा वा श्रेणी प्रदान करण्याच्या निकषात असमानता व सारखेपणा नसेल तर मात्र तेथे दर्जा विसंगतता आहे असे म्हणावे लागेल. पारंपरिक अथवा कर्मठ समाजाचा विचार करता त्या ठिकाणी दर्जा विसंगतता मोठ्या प्रमाणात असते, कारण तेथे दर्जा वा श्रेणी प्रदान करताना जन्म व कर्तृत्व यांचा वेगवेगळा विचार केला जातो. कर्तृत्वाने कितीही श्रेष्ठ असलेल्या व्यक्ती, कनिष्ठ जातीत वा वंशात जन्माला आल्यामुळे समाज सतत त्यांची अवहेलनाच करतो. भारतात डॉ. बाबासाहेब आंबेडकर, तर अमेरिकेत सर मार्टिन ल्यूथर किंग हे याचे मूर्तिमंत उदाहरण होय. ही दर्जातील विसंगतता

होय. भारतात शूद्रातिशूद्र व अमेरिकेत काळे यांना पूर्वी कधीही स्पृश्य किंवा गोरे यांच्याइतका दर्जा, कर्तृत्व गाजवूनही प्राप्त झाला नाही. यासाठी काही तज्ज्ञांनी 'दर्जा स्फटिकीकरण' (Status Crystallization) ही संज्ञा वापरली होती.

आधुनिक समाजात मात्र दर्जा प्रदान करताना व्यक्तीचे कर्तृत्व, शिक्षण, यश इत्यादींचाच विचार केला जातो व मग तो जन्माने कोणत्याही जाती वा वंशात जन्माला आलेला असो. ही दर्जा सुसंगतता होय.

status group - (स्टेटस ग्रूप) **'दर्जा गट'** : 'दर्जा गट' म्हणजे असा कोणताही गट की जो मानसन्मानाच्या सामाजिक संकेतांनुसार विशिष्ट सकारात्मक वा नकारात्मक गट म्हणून सामाजिक स्तरीकरणव्यवस्थेत ओळखला जाईल. उद्योगपूर्व कालखंडात किंवा युगात दर्जा गटांतील भेदाचे स्वरूप सापेक्षत: सुस्पष्ट होते. सुस्पष्ट गट वा श्रेणी किंवा दर्जा गट विभाजन भारत, चीन, उद्योगपूर्व युरोप यात अस्तित्वात होते. भारतातील जातिव्यवस्था व युरोपातील सरंजामशाही व्यवस्था हे दर्जा गटाचे उत्तम उदाहरण होय. परंतु दर्जावर आधारित गटविभाजन व विभेदीकरण आजही आधुनिक समाजातील स्तरीकरणव्यवस्थेवर प्रभाव गाजवीत आहे. वर्गव्यवस्था व वर्गाचे श्रेष्ठ-कनिष्ठ वर्गीकरण हे दर्जा गटाचे उत्तम उदाहरण होय. उच्च, मध्यम वा कनिष्ठ हे दर्जे निश्चित असून हेपण दर्जा गटाचे उदाहरण होय.

status set - (स्टेटस सेट) **दर्जा संच** : १९५८ साली मर्टन यांनी त्यांच्या 'सामाजिक सिद्धान्त व सामाजिक संरचना' (Social Theory and Social Structure) या ग्रंथाच्या दुसऱ्या आवृत्तीत 'दर्जा संच' या संज्ञेचा प्रथम वापर केला होता. एकाच व्यक्तीला एकाच वेळेला विविध क्षेत्रांत जे अनेक दर्जे बहाल केले जातात, त्यासाठी 'दर्जा संच' ही संज्ञा मर्टन यांनी वापरली होती. (खालील आकृती पहा.)

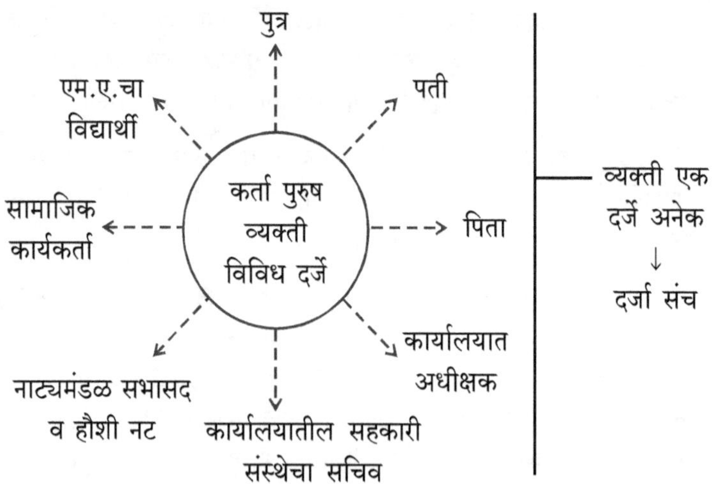

status symbol - (स्टेट्स सि'म्बॉल) **दर्जा प्रतीक :** 'दर्जा प्रतीक' म्हणजे अशी कोणतीही वस्तू किंवा सेवा की ज्यांना सामाजिक मूल्यमापनात इतर दर्जांपेक्षा अधिक अनुकूल दृष्टिकोनातून पाहिले जाते. तसेच बऱ्याच वेळेला व्यक्तीच्या स्वत:च्या स्वत्वालाच याची जाणीव होते, की आपला दर्जा इतरांपेक्षा श्रेष्ठ आहे. वास्तविक मात्र तसे असतेच असे नाही. १९५९ साली पॅकर्ड (Pakard) यांनी ही संज्ञा वापरली होती. त्यानंतर १९७९ साली बोर्द्यू यांच्या 'भिन्नत्व' (Distinction) या ग्रंथात 'दर्जा प्रतीक' या संज्ञेचा उपयोग केला होता. या संदर्भात उदाहरण देताना बोर्द्यू म्हणतात की शिक्षित व्यक्ती दूरदर्शनचे कार्यक्रम पाहण्यापेक्षा नाट्यगृहात जाऊन नाटक पाहणे पसंत करतात ते दर्जा प्रतीकामुळे. काही तज्ज्ञ वेगळ्या अर्थाने ही संज्ञा वापरतात. समाजातील काही दर्जे त्या समाजाच्या दृष्टीने, राष्ट्रांच्या अस्मितेच्या दृष्टीने प्रतीकात्मक असतात, पण त्यांच्या हातात अधिकार कोणतेच नसतात. उदा. आजच्या लोकशाहीत इंग्लंडची राणी (किंवा राजा), भारताचे राष्ट्रपती यांचे दर्जे केवळ प्रतीकात्मक आहेत, पण त्यांना निर्णयाचा मात्र कोणताच अधिकार नाही. म्हणून या दोघांचे दर्जे 'दर्जा प्रतीक' होत.

stigma - (स्टि'ग्मा) **कलंक किंवा डाग :** कोणताही शारीरिक किंवा सामाजिक गुणधर्म किंवा चिन्ह, जे कर्त्याच्या सामाजिक अस्मितेचे इतके अवमूल्यन करते की त्याचा सामाजिक स्वीकार करण्यात ते अपात्र ठरते म्हणजेच 'कलंक' होय.

भारतातील अस्पृश्यता, अमेरिकेतील काळे हे अनुक्रमे त्या त्या समाजात कलंकित समजले जातात. गॉफमन यांनी 'कलंक' या संकल्पनेचे तीन प्रकारांत वर्गीकरण केले आहे. १. शारीरिक (Bodily) २. नैतिक (Moral) ३. आदिवासी (Tribal).

शारीरिक कलंकात शरीराचा रंग (उदा. काळे), शारीरिक व्याधी (महारोग), शारीरिक अपंगत्व इत्यादींचा समावेश होतो, तर नैतिक कलंकात, नैतिक दृष्टीने समाजाने न स्वीकारलेले किंवा हीन मानलेले व्यवसाय येतात. यात वेश्याव्यवसाय, चोरी व दरोडे करणारे, भ्रष्टाचारी इ. समाविष्ट होतात. आदिवासी या सामाजिक कलंकात सर्वसाधारण समाजाच्या संपर्कात न येणारे, दूरवर दऱ्याखोऱ्यांत अर्धनग्र अवस्थेत राहणारे आदिवासी लोक येतात.

ज्या लोकांमुळे समाज कलंकित होतो; अशी सर्वसामान्यांची भावना असते, त्यासाठी ही संज्ञा वापरण्यात आली.

stranger - (स्ट्रे'न्जर) **परका :** 'परका' ही संकल्पना जॉर्ज सिमेल (Georg Simmel) यांनी प्रथम प्रतिपादन केली होती. 'परका' या संकल्पनेवर चर्चा करताना सिमेल म्हणतात, की सामाजिक संबंधातील जवळीक किंवा दुरावा या आधारे 'परका' ही संकल्पना स्पष्ट करता येईल. प्रत्येक समाज आपला व परका यांत भेद करतात. जो आपला नाही, आपल्या गटांचा, आपल्या समाजांचा सभासद नाही तो परका म्हणून संबोधला जातो. सिमेल यांनी 'परका' या संकल्पनेच्या सामाजिक स्थितीचे तीन पैलू समाजशास्त्रीय दृष्टिकोनातून विशद केले असून ते पुढीलप्रमाणे–

अ. ज्या व्यक्तींचे सामाजिक स्थान समाजाच्या सीमेवर असून काही अंशी त्या व्यक्ती सीमेंतर्गत असतात, तर काही अंशी त्या सीमेबाहेर असतात.

ब. परका आणि गट–सभासद यांच्यातील जवळीक किंवा दुरावा (म्हणजे सामाजिक अंतर) याद्वारे परक्याचे सामाजिक स्थान निश्चित होते.

क. परक्याच्या भूमिकेचे गटावर होणारे परिणाम; तसेच त्याची वा तिची गटाशी होणारी आंतरक्रिया व त्याआधारे त्याचे निश्चित होणारे स्थान याच्या अध्ययनात समाजशास्त्रज्ञांना अभिरुची आहे.

सिमेल यांनी विशद केलेली 'परका' ही संकल्पना तशी सापेक्ष आहे. वर 'अ' पैलूत विशद केल्याप्रमाणे एकाच गटात किंवा समाजात; पण समाजाच्या सीमेवर राहणाऱ्या लोकांना समाज आपले मानत नाही. भारतातील तथाकथित

अस्पृश्य जातीतील लोक हिंदू असूनही त्यांना हिंदूतील स्पर्शयांनी कधीच आपले मानले नाही. परिणामत: हे हिंदू असूनही परके मानले गेले व म्हणून नंतर त्यांनी त्यावर उपाय म्हणून बौद्ध धर्माचा स्वीकार केला.

strategic interaction - (स्ट्रॅटे'जिक इन्टरॅ'क्शन) **डावपेचात्मक आंतरक्रिया :** 'डावपेचात्मक आंतरक्रिया' म्हणजे दोन व्यक्तींत प्रस्थापित होणारी अशी आंतरक्रिया की ज्यात आंतरक्रिया करणाऱ्या दोन व्यक्तींपैकी एका व्यक्तीचा (किंवा पक्षाचा) फायदा होतो, तर दुसऱ्या पक्षाचा (किंवा व्यक्तीचा) तोटा वा नुकसान होते. या प्रकारच्या आंतरक्रियेत डावपेचात्मक परिस्थितीत निर्णयप्रक्रिया अत्यंत जटिल बनते कारण या प्रकारच्या आंतरक्रियेत सहभागी होणाऱ्या दुसऱ्या पक्षाच्या ज्ञानाच्या पातळीचे मूल्यमापन करणे जितके गरजेचे आहे तितकेच आपल्या स्वत:च्या ज्ञानाच्या पातळीबद्दल पहिल्या पक्षाला कितपत माहिती आहे, हे जाणून घेऊनच आंतरक्रिया केली जाते. गॉफमन (Goffman) असे सूचित करतात, की डावपेचात्मक आंतरक्रिया मानवी जीवनाच्या दैनंदिन जीवनाचे अधिकाधिक सर्वसामान्य वैशिष्ट्य बनत आहे. गॉफमन यांच्या मते, सामाजिक आंतरक्रिया ही संकल्पना परिणामकारक स्वरूपात जर वर्णन करावयाची असेल, तर ती डावपेचाच्या ज्या अटी दोन्ही पक्षांनी स्वीकारल्या आहेत त्याच आधारे करता येईल. सोप्या शब्दांत असे म्हणता येईल, की सामाजिक आंतरक्रिया प्रस्थापित करताना कोणाशी आंतरक्रिया करावयाची व कोणत्या व्यक्तीशी आंतरक्रिया करणे टाळावयाचे या संबंधात व्यक्ती जो निर्णय घेते तो डावपेचात्मकच असतो. ज्या प्रकारच्या आंतरक्रियेतून आपला फायदा होणार आहे तेथे व्यक्ती आंतरक्रिया प्रस्थापित करतात. परंतु ज्या आंतरक्रियांमुळे स्वत:चा वा स्वत:च्या गटाचा तोटा होणार असेल, तर तेथे सर्वसाधारणपणे आंतरक्रिया प्रस्थापित करणे टाळले जाते. हा डावपेचाचाच एक भाग होय.

strategies of independence - (स्ट्रॅटेजिज ऑफ इन्डिपे'न्डन्स) **स्वातंत्र्याचे डावपेच :** 'स्वातंत्र्याचे डावपेच' म्हणजे व्यक्ती ज्या संघटनेत काम करते त्या संघटनेतील कार्यात्मक स्वायत्ततामापन करण्याचा एक मार्ग होय, की ज्यामुळे व्यक्तीला तिच्या संघटनेत स्वत:साठी स्थान निर्माण करता येईल. १९५९ साली गोल्डनर यांनी हा सैद्धान्तिक विचार मांडला होता. 'डावपेचात्मक स्वातंत्र्य' ही संकल्पना गोल्डनर यांनी ई. सी. ह्युज (E. C. Huges) यांच्याकडून उसनी घेताना त्यांनी ह्युज यांच्या कार्यात्मक स्वातंत्र्य या गृहीताच्या विरोधात विवाद केला होता व हा विरोधच गोल्डनर यांच्या विचाराचा एक भाग होता.

stratification - (स्ट्रॅटिफिके'शन) **स्तरीकरण किंवा श्रेणीरचना :** पहा–social stratification–सामाजिक स्तरीकरण.

stratification model of social action and conciousness - (स्ट्रॅटिफिके'शन मॉडेल ऑफ सो'शल ॲ'क्शन ॲण्ड कॉन्शसनेस) **सामाजिक क्रिया आणि जाणीव यांची स्तरीकरण प्रतिकृती :** अॅन्थनी गिडन्स यांनी १९८४ साली मानवी सामाजिक कर्त्याचे स्पष्टीकरण करण्यासाठी 'सामाजिक क्रिया आणि जाणीव यांची स्तरीकरण प्रतिकृती' ही संज्ञा वापरली होती. त्यात त्यांनी स्थितिज्ञान आणि प्रेरणा यांच्या तीन स्तरांच्या अस्तित्वावर भर दिला होता. हे तीन स्तर पुढीलप्रमाणे–

अ. संवादात्मक जाणिवा (Discursive Consciousness) : स्वत:च्या क्रियेच्या स्थितीसह सामाजिक परिस्थितीबाबत कर्त्याला काय म्हणावयाचे आहे, याची कर्त्याला असलेली जाणीव या संकल्पनेत येते.

ब. प्रथात्मक जाणिवा (Practical Consciousness) : प्रथात्मक जाणिवांत स्वत:च्या आंतरक्रियांच्या स्थितीसमवेत सामाजिक परिस्थितीसंदर्भात कर्त्याला कोणत्या गोष्टी माहिती आहेत किंवा कोणत्या गोष्टींवर कर्त्याचा विश्वास आहे यांचा समावेश होतो, पण या प्रकारच्या जाणिवा कर्ता व्यक्त करू शकत नाही. (उदा. गर्भित कौशल्य किंवा व्यावहारिक ज्ञान इत्यादी.)

क. अजाणता (Unconsciousness) : व्यक्तींच्या काही क्रियांचे निर्धारण हे अज्ञात किंवा अजाण स्वत्वाकडून होते. सोप्या शब्दांत, कर्त्याच्या काही क्रिया अजाणतेपणे वा नकळत घडून येतात. त्यासाठी ही संज्ञा वापरण्यात आली.

कर्त्याच्या ज्ञानग्रहणक्षमतेचा विचार करता गिडन्स यांच्या असे निदर्शनास आले, की कर्त्याच्या ज्ञानक्षमतेच्या अध्ययनाकडे समाजशास्त्रज्ञांनी एकूण दुर्लक्षच केले होते.

stratified sample - (स्ट्रॅटिफाईड सॅ'म्पल) **स्तरीकृत नमुनापद्धती :** संशोधनातील नमुनापद्धतीचा एक प्रकार म्हणून स्तरीकृत नमुनापद्धतीकडे पाहिले जाते. लोकसंख्येतील विविध गटांतील प्रत्येक गटाला, नमुनानिवडप्रक्रियेत योग्य प्रतिनिधित्व मिळावे याची खात्री पटविण्यासाठी स्तरीकृत नमुनापद्धती ही वापरली जाते. असे केल्यामुळे प्रचलांच्या (variables) अंदाजाच्या पातळीतील अचूकतेत वाढ होईल. शिवाय अन्य सर्व गोष्टी जर समान असतील तर स्तरीकृत नमुनापद्धतीमुळे

अंमलबजावणीसाठी होणारा खर्च बऱ्याच प्रमाणात कमी होतो. स्तरीकृत नमुनापद्धतीच्या मुळाशी असलेली कल्पना ही, की लोकसंख्येच्या प्रचलित ज्ञानाचा वापर लोकसंख्येचे विविध गटांत असे विभाजन करावयाचे की प्रत्येक गटाचे मूलभूत घटक, एकूण लोकसंख्येच्या मूलभूत घटकाशी मिळतेजुळते असतील. समजा भारतातील एखादा संशोधक जातिव्यवस्थेवर संशोधनकार्य हातात घेणार असेल तर प्रथम संबंधित क्षेत्राची एकूण लोकसंख्या लक्षात घ्यावी लागते. नंतर त्या लोकसंख्येतील प्रत्येक जातीची लोकसंख्या विचारात घ्यावी लागते व स्तरीकृत नमुनानिवडीनुसार प्रत्येक जातीला समान प्रतिनिधित्व द्यावे लागते. समजा ज्या क्षेत्राचे अध्ययन करावयाचे आहे, त्या क्षेत्राची एकूण लोकसंख्या ११,५०० एवढी आहे. जर ५% नमुना निवड करावयाची असेल तरी ती खालीलप्रमाणे करावी लागेल. या ठिकाणी प्रत्येक जातीच्या स्तराप्रमाणे ५% या समान प्रमाणानुसार प्रत्येक जातीतून नमुनानिवडीनुसार खालीलप्रमाणे नमुना निवडला, तर प्रत्येक स्तराला समान न्याय मिळेल. यासाठी तज्ज्ञांनी स्तरीकृत नमुनानिवडीला प्राधान्य दिलेले आहे.

स्तरीकृत नमुनानिवड करणारा तक्ता

जातीचे नाव	एकूण लोकसंख्या	स्तरीकृत नमुनानिवड ५% प्रमाणे
ब्राह्मण	५०५	२३
मराठा	६४०५	३२०
शिंपी	१००	५
लोहार	११०	६
लिंगायत	३९००	१३३
महार	२१०	११
मांग	२३०	१२
चांभार	४०	०३
एकूण लोकसंख्या	११५००	५१३

stratifying factor - (स्ट्रॅटिफाईंग फॅक्टर) **स्तरीकरणात्मक घटक :** प्रत्येक समाजात स्तरीकरणाचे निर्धारण करणारे अनेक घटक आहेत, हे जरी खरे असले; तरी समाजात सामाजिक स्तरीकरणाची निश्चिती करणारे दोन प्रमुख घटक असून नंतर त्यांचे अनेक घटकांत उपविभाजन होते. (खालील आकृती पहा.)

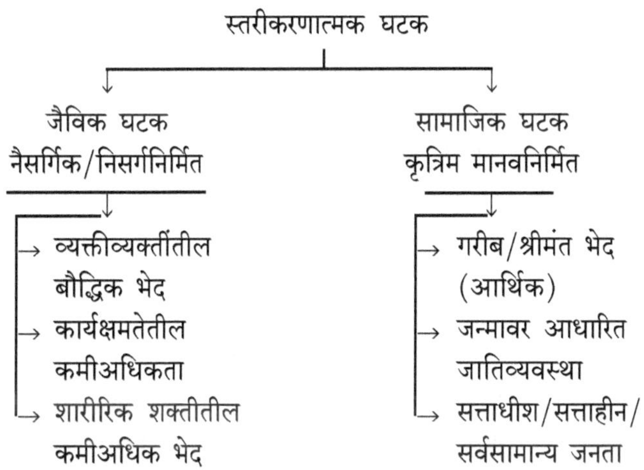

समाजातील सामाजिक स्तरीकरणव्यवस्था ही वर्गव्यवस्था व जातिव्यवस्था या घटकांतूनच उदयाला आली. स्तरीकरणतज्ज्ञ मानतात, की जरी मानवामानवांत निसर्गनिर्मित किंवा मानवनिर्मित भेद असले तरी सर्वांना विकासाची, शिक्षणाची समान संधी मिळणे गरजेचे आहे. आजच्या समकालीन समाजात व्यक्तींना तशी समान संधी दिली जाते.

stress - (स्ट्रेस) **दबाब किंवा ताण :** दबावातून किंवा संघर्षाच्या स्थितीतून निर्माण होणाऱ्या तणावाच्या अवस्थेसाठी ताण (stress) ही संकल्पना वापरात आणली जाते, की ज्या परिस्थितीशी व्यक्ती पूर्णपणे झुंज देऊ शकत नाही. म्हणून काही तज्ज्ञांच्या मते, ताण ही अवस्था आत्मनिष्ठ असते आणि विभिन्न लोकांचे एकाच प्रसंगाचे अनुभव भिन्नद्धभिन्न असल्याने एका व्यक्तीला एखाद्या प्रसंगात ताणाचा ज्या प्रकारचा अनुभव आला, तसाच तो दुसऱ्या व्यक्तीला येईलच असे नाही. सोप्या शब्दांत असे म्हणता येईल की प्रसंग एकच; पण ताणाची जाणीव व्यक्तीपरत्वे वेगवेगळी असते.

विविध कठीण अशा जीवनप्रसंगातून ताणाचा उदय होतो. उदा. काहींच्या मते, मानसशास्त्रीय बिघाडाच्या परिस्थितीतून ताण आकाराला येतो. समाजशास्त्रीय अध्ययनानुसार सामाजिक प्रघटनेतून तणावाची निर्मिती होते. गंभीर शारीरिक आजार (उदा. हृदयविकार किंवा कर्करोग) यातूनही तणाव जन्माला येतो. यासाठी, साफल्यवादी तज्ञ व्यक्तिकेंद्रित समुपदेशन केंद्राचा (Person centered councelling) वैयक्तिक परीक्षण दृष्टिकोन (Individual examination) महत्त्वाचा

मानतात, तर काही वैद्यकीय तज्ज्ञ त्यासाठी पर्यायी औषधोपचारपद्धती महत्त्वाची मानतात (उदा. योगोपचार किंवा निसर्गोपचार), की ज्यामुळे तणाव कमी होण्यास मदत होते. टॉलकॉट पार्सन्स यांनी सामाजिक व्यवस्थेच्या कार्यिक समस्यांत चौथी समस्या म्हणून समाजबंधाचे जतन व ताणतणाव निवारण या कार्यिक समस्येचा उल्लेख केला असून, त्यांच्या मते, सामाजिक व्यवस्थेत जर भावनात्मक अस्वस्थता निर्माण झाली तर गोंधळाची परिस्थिती निर्माण होते व त्यातून ताण आकाराला येतो. या प्रकारच्या परिस्थितीत जातीय असंतोष, धार्मिक असंतोष, कामगारांतील असंतोष, तरुण वा विद्यार्थी यांच्यातील असंतोष इत्यादींचा समावेश होतो. ही असंतोषातून निर्माण होणारी अस्वस्थता त्या असंतोषावर समाजबंधाच्याद्वारे नियंत्रण ठेवून काबूत आणता येते. थोडक्यात, ताण हा व्यक्ती व त्याचप्रमाणे समाजजीवनाचा स्थायीभाव होय व त्यावर विविध मार्गांनी नियंत्रण प्रस्थापित करणे गरजेचे होय.

structural differentiation - (स्ट्रॅक्चरल डिफरेन्शिएशन) **संरचनात्मक विभेदीकरण** : पहा–social differentiation–सामाजिक विभेदीकरण.

structural functionalism - (स्ट्रॅक्चरल फंक्शनॅलिझम) **संरचनात्मक कार्यात्मकवाद** : 'संरचनात्मक कार्यात्मकवाद' हा एक सैद्धान्तिक दृष्टिकोन असून त्यात समाजाचे संकल्पनीकरण हे सामाजिक व्यवस्था म्हणून केले असून, शिवाय त्यात सामाजिक संरचनेच्या विशिष्ट प्रभेदक लक्षणांचे स्पष्टीकरण त्या व्यवस्थेच्या जतन 'योगदान' प्रक्रियेद्वारे करण्याचा प्रयत्न केला आहे. उदा. धार्मिक विधींचे स्पष्टीकरण, सामाजिक एकात्मता प्रस्थापित करण्यात ते काय योगदान देतात या आधाराने केले जाते. म्हणून काही तज्ज्ञांच्या मते, 'संरचनात्मक कार्यात्मकवाद' ही संज्ञा 'कार्यात्मकवाद' या सर्वसामान्य संज्ञेला पर्याय म्हणून वापरली जाते.

अधिक विशेषत्वाने सांगावयाचे झाल्यास असे म्हणता येईल, की 'संरचनात्मक कार्यात्मकवाद' ही संज्ञा प्रामुख्याने टॉलकॉट पार्सन्स यांच्या कार्यात्मकवादी विश्लेषणाच्या विशिष्ट प्रकाराशी संलग्न असून त्यात त्यांनी संरचनात्मक कार्यात्मकवाद हा कार्यात्मकवादापासून वेगळा आहे, या विचारावर भर दिला होता. तर काही सामाजिक मानवशास्त्रज्ञांनी संप्रदायातील आधुनिक कार्यात्मकवादाच्या योगदानात या संज्ञेचा संदर्भ वरील अर्थानेच दिला होता. या प्रकारच्या संप्रदायाच्या योगदानात रेडक्लिफ ब्राउन आणि मॅलिनॉव्हस्की यांच्याही योगदानाचा अंतर्भाव होतो.

structuralism - (स्ट्रक्चरॅलिझम) **संरचनात्मकतावाद** : 'संरचनात्मकतावाद' म्हणजे कोणत्याही सामाजिक संरचनेचे समाजशास्त्रीय विश्लेषण होय. अधिक विशेषत्वाने सांगावयाचे झाल्यास संरचनात्मकतावाद म्हणजे विश्लेषणाचा असा कोणताही प्रकार की ज्यात मानवी कर्त्यापेक्षा संरचनात्मकतेला प्राधान्य मिळते. (यात प्राणिमात्रविचारशास्त्रीय व अभ्यासपद्धतिशास्त्रीय दृष्टिकोनही समाविष्ट आहेत.) भाषाशास्त्रात सॉसर आणि चॉमस्की (Saussure and Chomsky) यांचा संरचनात्मकवाद म्हणजे असा दृष्टिकोन की जो भाषेच्या संरचनात्मक वैशिष्ट्यांच्या विश्लेषणावर लक्ष केंद्रित करतो. यात प्रामुख्याने संकालिक संबंधाच्या अभ्यासावर भर देताना भाषाशास्त्रातील पूर्वीच्या भाषिक मूलभूत घटकांपेक्षा या संकल्पनेची तुलना द्विकालिक भाषेशी करण्यावर भर देणे महत्त्वाचे समजले जाते. संरचनात्मकवादाच्या अभ्यासपद्धतीय आणि सैद्धान्तिक दृष्टिकोनानुसार सांस्कृतिक व समाजशास्त्रीय विश्लेषणावर आधारित गृहीततत्त्व हे की, समाजाचे विश्लेषण भाषा आणि भाषाशास्त्र यांमधील तुलना ही हावभावात्मक भाषाव्यवस्थेच्या माध्यमातून केली जाते. या प्रकारच्या दृष्टिकोनात सामाजिक जीवनातील संकल्पनात्मक मूलभूत घटक की ज्यात अनिरीक्षणात्मक विश्लेषणही, शोधता येणाऱ्या संरचनात्मक संबंधाच्या, साहाय्याने केले जाते. काही तज्ज्ञ असे मानतात, की हे संकल्पनात्मक मूलभूत घटक हे सामाजिक शास्त्रातील अभ्यासाची अंतिम उद्दिष्टे आहेत; तसेच ते सामाजिक वास्तवतेचे संरचनात्मक निर्धारक घटक होत. संरचनात्मकतेतील समाजशास्त्रीय विश्लेषण हे मानवशास्त्रज्ञ क्लॉड लेव्हि स्ट्रॉस (Claude Levi Strauss) यांच्या योगदानात, सांस्कृतिक चिन्हशास्त्रज्ञ रोलँड बार्थेस (Roland Barthes) यांच्या योगदानात तर मनोविश्लेषणवादी विचारवंत जॉकी लॅकन (Jacques Lacan) यांच्या विचारात सापडते.

यावरून असे लक्षात येते, की 'संरचनात्मकतावाद' या संज्ञेबद्दल विद्वानांत मतभेद असले तरी २० व्या शतकाच्या उत्तरार्धाच्या प्रारंभी प्रा. टॉलकॉट पार्सन्स यांनी समाजशास्त्रीय दृष्टिकोनातून संरचनात्मकवादावर चर्चा करताना सामाजिक व्यवस्थेची एक बाजू ही संरचनात्मक घटक असून दुसरी बाजू कार्यात्मक समस्या असल्याचे प्रतिपादन केले होते.

structuration - (स्ट्रक्चरेशन) **संरचनात्मकता** : सामाजिक संबंधाची भूतकाळ व वर्तमान काळ यांना जोडणारी यंत्रणा म्हणजे 'संरचनात्मकता' होय. या संदर्भात ॲन्थनी गिडन्स असे म्हणतात, की भूतकाळाचे सातत्य आणि वर्तमान संरचनेचे पुनर्निर्माण म्हणजे संरचनात्मकता होय.

structuration theory - (स्ट्रक्चरे'शन थिअरी) **संरचनात्मकता सिद्धान्त :**
ॲन्थनी गिडन्स यांचा एक सर्वोत्कृष्ट सिद्धान्त म्हणून त्यांच्या संरचनात्मकता सिद्धान्ताचा उल्लेख केला जातो. १९७८ साली गिडन्स यांनी या संरचनात्मकता सिद्धान्ताच्या अध्ययनाला प्रारंभ केला असला, तरी प्रत्यक्ष कर्ता व संरचना (actor or agent and structure) यांच्या एकात्मीकरणाचा दृष्टिकोन डोळ्यासमोर ठेवून १९८४ साली प्रकाशित झालेल्या 'समाजाची संरचना' (The Constitution of Society) या ग्रंथात या संरचनात्मकतेच्या सिद्धान्ताची मांडणी सुव्यवस्थितपणे केली. विशेषत: या ग्रंथातील एक प्रकरण 'कर्त्याच्या सिद्धान्ताची रूपरेषा' (Outline of the Theory of Agency) यात कर्ता व संरचना यांच्या एकात्मतेच्या सिद्धान्ताचे सविस्तर वर्णन आहे. गिडन्स यांच्या सिद्धान्तानंतर १९८९ साली हेल्ड आणि थॉम्पसन (Held and Thompson) यांनी, तर १९९२ साली क्रेब (Craib) यांनीही, 'कर्ता व संरचना' (Agent or Actor and Structure) या गिडन्स यांच्या विचाराचा पाठपुरावा केला होता.

'कर्ता व संरचना' या एकात्मतेसंबंधीच्या मांडणीत गिडन्स असे म्हणतात, की सामाजिक शास्त्रातील प्रत्येक संशोधनात जसा संबंधित क्रियांचा शोध घेण्याच्या कृतीचा समावेश आहे; तसाच संबंधित क्रियांचा शोध घेण्याच्या इतिहासाचाही समावेश आहे. संरचनेच्या संदर्भात विचार करताना गिडन्स असे प्रतिपादन करतात की, संरचना ज्याप्रमाणे क्रियांचे निर्धारण करतात त्याचप्रमाणे क्रियाही संरचनांचे निर्धारण करतात, या विधानात काही अर्थ नाही.

गिडन्स यांच्या संरचनात्मकता सिद्धान्ताचा केंद्रबिंदू म्हणजे कर्ता आणि संरचना होय. बर्नस्टेन (Bernstein) या विचारवंताच्या मतानुसार गिडन्स यांच्या संरचनात्मकता सिद्धान्ताचे हृदय हे कर्ता आणि संरचना यांच्यातील क्रिया-आंतरक्रियातील द्विविधतेवर किंवा द्वंद्वात्मकतेवर प्रकाशझोत टाकणे होय. कर्ता व संरचना यांना एकमेकांपासून वेगळे करता येत नाही, कारण त्या एकाच नाण्याच्या दोन बाजू आहेत. कर्ता आणि संरचना न सोडविता येणाऱ्या एकत्र घट्ट विणलेल्या धाग्याप्रमाणे आहेत, की ज्यामुळे मानवी प्रथा किंवा मानवी क्रिया सातत्याने चालू राहतात. म्हणूनच गिडन्स यांनी मानवी प्रथा हा त्यांच्या संरचनात्मकतेच्या सिद्धान्ताचा प्रारंभबिंदू होय असे म्हटले आहे. सारांशरूपात असे म्हणता येईल, की गिडन्स यांनी त्यांच्या या सिद्धान्ताद्वारे समाजातील कर्ता-संरचना या द्विविधतेवर प्रकाशझोत टाकला होता.

structure - (स्ट्र क्चर) **संरचना :** 'संरचना' म्हणजे विविध मूलभूत घटकांची निश्चित अनुबंधानुसार बांधणी करण्याची व्यवस्था होय. यासाठी आपण एक भौतिक उदाहरण घेऊ. जेव्हा एखादा कुंभार निसर्गातील माती घेऊन त्यात पाणी घालतो, त्यातून चिखल नावाचा व तिसरा पदार्थ तयार होतो. नंतर एखाद्या साच्यात तो चिखल घालून त्याला विशिष्ट आकार देतो तेव्हा त्यातून विटेची

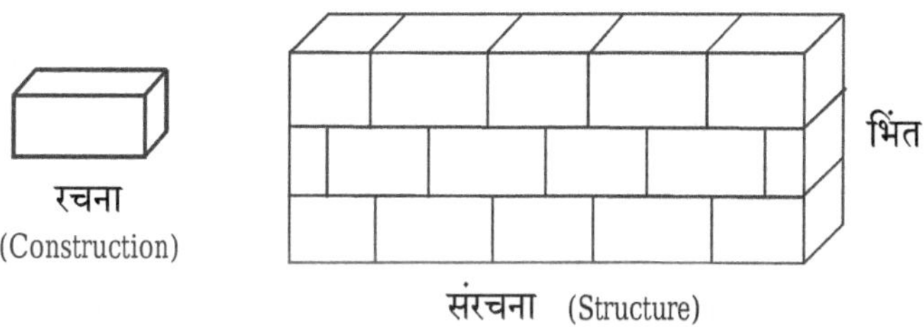

संरचना तयार होते. त्यानंतर गवंडी अशा बांधणी केलेल्या विटा व सिमेंट यांच्या साहाय्याने विटा एकमेकांवर विशिष्ट प्रकारे रचून त्यापासून भिंत बांधतो, तेव्हा त्यास भिंतीची संरचना तयार झाली असे आपण म्हणतो. भौतिक क्षेत्रात भौतिक पदार्थांच्या परस्परसंबंधातून जशा भौतिक संरचना तयार होतात, त्याचप्रमाणे समाजात विविध कर्त्यांच्या परस्पर सामाजिक संबंधांतून विविध सामाजिक संरचना आकाराला येतात.

structure and agency - (स्ट्र क्चर ॲण्ड ए जन्सी) **संरचना आणि कर्ता :** संरचना आणि कर्ता हे समाजशास्त्राने मान्यता दिलेले समाजाचे दोन निर्धारक घटक होत. परंतु त्यांच्या सापेक्ष महत्त्वाबाबत समाजशास्त्रात सातत्याने चर्चा चालू आहे. या दोन घटकांच्या सर्वसामान्य स्थानाच्या संदर्भात तीन दृष्टिकोन सापडले आहेत किंवा ओळखण्यात आले आहेत.

अ. या सैद्धान्तिक दृष्टिकोनानुसार सामाजिक जीवन हे प्रामुख्याने सामाजिक संरचनेद्वारे मोठ्या प्रमाणात निर्धारित होते आणि वैयक्तिक कर्त्यांचे स्पष्टीकरण हे मुख्यत्वेकरून सामाजिक संरचनेची निर्मिती म्हणून केले जाते. (उदा. संरचनात्मकता सिद्धान्त, अल्थुसरचा मार्क्सवादी संरचनात्मकवाद इत्यादी.)

ब. या सिद्धान्तानुसार संरचनेच्या विरोधात जाऊन व्यक्तीच्या क्षमतेवर भर देण्यात आला असून, वैयक्तिक कर्ता हाच त्याच्या जगाची बांधणी आणि पुनर्बांधणी करतो हा विचार महत्त्वाचा मानला आहे. (यात पद्धतिशास्त्रीय व्यक्तिवाद, सामाजिक प्रघटनाशास्त्र आणि लोकजीवनपद्धतिशास्त्र यांचा अंतर्भाव होतो.)

क. हा तिसरा दृष्टिकोन वरील दोन प्रक्रियांना विविध प्रकारे परस्परपूरक असल्याच्या संकल्पनेवर भर देतो. मानवी क्रिया आणि मानवी कर्ता या दोघांत सामाजिक संरचना बदलण्याची क्षमता आहे.

या तिन्ही दृष्टिकोनांच्या संदर्भात अनेक परस्परविरोधी सूचना करण्यात आल्या असल्या तरी बहुसंख्य समाजशास्त्रीय सिद्धान्त हे प्रामुख्याने वरीलपैकी 'क' वर्गीकरणात बसणारे असून ते संरचनात्मक निर्धारणवाद आणि वैयक्तिक कर्त्यांची क्षमता यांना महत्त्व देतात. या दोन्ही घटकांना महत्त्व देण्याच्या प्रक्रियेला 'द्विविधता' असे म्हटले असून त्यात पुढील अध्ययने महत्त्वाची आहेत. बर्जर व लुकमन यांची द्विविधता म्हणजे 'वस्तुनिष्ठता आणि आत्मनिष्ठता'. भास्कर यांची द्विविधता म्हणजे 'सापेक्षत: आणि परिवर्तनक्षमता'. पेरी बोर्द्यू यांची द्विविधता म्हणजे 'सवयी व क्षेत्र' आणि ॲन्थनी गिडन्स यांची द्विविधता म्हणजे 'कर्ता व संरचना' ही होय.

structured coding - (स्ट्रॅक्चर्ड कोडिंग) **संरचनात्मक सांकेतिकता** : प्रश्नावली आराखड्याचा एक प्रकार म्हणजे 'संरचनात्मक सांकेतिकता' होय, की ज्यानुसार प्रश्नावलीतील संरचित प्रश्नांचे विश्लेषण करणे सोपे जाते. संरचनात्मक प्रश्न उघड स्वरूपाचे किंवा बंद स्वरूपाचे असू शकतात. बंद किंवा बंदिस्त प्रश्न म्हणजे असे प्रश्न की ज्यात प्रश्नाकर्ता उत्तरदात्याला उत्तराचे अनेक पर्याय देतो व उत्तरदात्याने त्या पर्यायांपैकी योग्य पर्याय निवडून त्या प्रश्नासमोरच्या चौकोनात बरोबरची खूण करावयाची. उदा. करमणुकीचे कोणते साधन तुम्हास आवडते किंवा भावते?

अ. चित्रपटगृहात जाऊन चित्रपट पाहणे ☐

ब. नाट्यगृहात जाऊन नाटक पाहणे ☐

क. दूरदर्शनमालिका ☐

ड. कविसंम्मेलन ☐

इ. कथाकथन ☐

या बंद प्रश्नात संरचनात्मक सांकेतिकता पूर्वनिर्धारित असते. याउलट उघड प्रश्नात प्रश्नकर्ता उत्तरकर्त्याला कोणताही उत्तराचा पर्याय देत नाही, तर त्याचे मत व्यक्त करण्यास सांगतो.

उदा. लोकसंख्येला आळा घालण्यासाठी गर्भपाताला मान्यता द्यावी असे तुम्हास वाटते का? या प्रश्नाचे उत्तर निश्चित नसते, म्हणून उत्तरे गोळा झाल्यावर मग त्यांचे वर्गीकरण केल्यानंतर उत्तराचे सांकेतिकीकरण केले जाते.

उत्तराचे सांकेतिकीकरण कसे करावयाचे याचा निर्णय मात्र संशोधकच घेतो. काही संशोधक स्वतःची स्वतंत्र अशी सांकेतिक यंत्रणा निर्माण करतात, की ज्यात मापनाच्या काही पातळ्या निर्धारित केल्या जातात.

struggle - (स्ट्रॅगल) **झगडा किंवा कलह** : झगडा किंवा कलह, सामाजिक आंतरक्रियांचा एक आधारभूत प्रकार होय. 'विरोध' या संज्ञेला समानार्थी संज्ञा म्हणून 'कलह' ही संज्ञा वापरतात. 'कलह' या संकल्पनेत स्पर्धा, विरोध किंवा संघर्ष ह्या तीन संज्ञा समाविष्ट आहेत. कलह हा नेहमी दोन विरोधी व्यक्ती किंवा दोन विरोधी गट यांत होतो. कलहात कौटुंबिक कलहापासून ते आंतरराष्ट्रीय कलहापर्यंतचे कलह समाविष्ट आहेत. एका व्यक्तीच्या वा गटाच्या हितसंबंधांचे रक्षण करताना त्याचा परिणाम दुसऱ्या गटाच्या हितसंबंधांना बाधा आणण्यात झाला, तर त्यातून कलह आकाराला येतो.

struggle for existence - (स्ट्रॅगल फॉर एग्झिस्टन्स) **अस्तित्वासाठी झगडा** : सजीव प्राण्यांची सेंद्रिय पातळीवर जीवन जगण्यासाठी आणि प्रजोत्पादनासाठी जी स्पर्धा करावी लागते त्यासाठी ही संज्ञा वापरली जाते. या सृष्टीतील प्रत्येक जीवाला आपले अस्तित्व टिकविण्यासाठी संघर्ष करावा लागतो. 'जीवो जीवस्य जीवनम्' ह्या संस्कृत उक्तीनुसार एक प्राणी हा दुसऱ्या म्हणजे त्याच्यापेक्षा बलवान प्राण्याचे भक्ष्य बनतो. विशेषतः जंगली प्राण्यांच्या संदर्भात ही उक्ती जास्त समर्थक आहे. स्पेन्सर यांनी १८५० साली त्यांच्या 'सामाजिक स्थितिशास्त्र' (Social Statistics) या ग्रंथात व त्यानंतर १८५८ साली 'जीवाची उत्पत्ती' (Origin of Species) या ग्रंथात डार्विन यांनी जीवशास्त्रीय उत्क्रांतिवादाचा सिद्धान्त मांडताना जीवनाचे अस्तित्व टिकविण्यासाठी संघर्ष ही संकल्पना विशद केली. हा सिद्धान्त या दोघांच्या जीवशास्त्रीय उत्क्रांतिवादाचे एक अंग होय. स्पेन्सरने उत्क्रांतिवादाची संकल्पना मानवी सामाजिक जीवनासाठी वापरताना असे मांडले की, मनुष्यालाही समाजात स्वतःचे अस्तित्व टिकविण्यासाठी जे प्रयत्न, जे काम करावे लागते ते 'अस्तित्वासाठी संघर्ष' या संकल्पनेत येते.

sub.culture - (सब-कल्चर) **उपसंस्कृती** : 'उपसंस्कृती' म्हणजे विशिष्ट संस्कृतील श्रद्धा, मूल्य आणि प्रमाणके यांची कोणतीही अशी व्यवस्था की जी त्या मूळ

संस्कृतीतील बहुसंख्य अल्पसंख्याक लोकांनी स्वीकारणे गरजेचे आहे. काही तज्ज्ञांच्या मते, संस्कृती आणि उपसंस्कृती याचे संबंध वर्चस्व व लीनता यांवर आधारित असतात. या दृष्टीने विचार करता संस्कृतीपेक्षा उपसंस्कृती ही अधिक प्रभावी असते.

काही समाजशास्त्रज्ञ असा दावा करतात की उपसंस्कृतीचे परीक्षण हे वांशिकता, वर्ग, विचलनत्व (विपथगामित्व) आणि युवा संस्कृती या साहाय्याने केले जाते. आर. के. मर्टन यांनी साधने आणि ध्येये यांच्यातील परस्परमेळाच्या अभावाचे जे विविध प्रकार पाडले होते त्यातून उपसंस्कृती जन्माला आली. उदा. हिंदू धर्म या परंपरेने एकत्र आलेल्या समाजात दैवताच्या आधाराने अनेक गट आकाराला आले आहेत, ते 'उपसांस्कृतिक गट' म्हणून संबोधले जाऊ शकतात. उदा. विष्णूची उपासना करणारे वैष्णव, शिवाची उपासना करणारे शैव, पांडुरंगाची उपासना करणारे वारकरी, रामाची उपासना करणारे रामदासी; तर दत्ताची उपासना करणारे दत्तपंथी. या प्रत्येक गटाची स्वतंत्र अशी उपसंस्कृती आहे व ते ती जतन करतात.

इस्लाममध्ये निर्माण झालेले शिया व सुन्नी हे दोन पंथ, जैनांतील दिगंबर व श्वेतांबर पंथ, हे त्या त्या धर्मातील उपसंस्कृतीचे उदाहरण होय.

subject and object - (सब्जेक्ट ॲण्ड ऑब्जेक्ट) **व्यक्ती व व्यक्तीबाह्य किंवा कर्ता व कर्म :** तत्त्वज्ञानशास्त्रात या जुळ्या संकल्पना वापरल्या जातात. 'व्यक्ती' (subject) या संकल्पनेत व्यक्तीचे मन, स्वत्व, सिद्धान्तकार इत्यादींचा अंतर्भाव होतो, तर 'व्यक्तिबाह्य' या संकल्पनेत व्यक्तीच्या सभोवतालचे जग समाविष्ट होते. 'व्यक्ती व व्यक्तीबाह्य' या दोन संकल्पनांना तत्त्वज्ञान व त्याचप्रमाणे समाजशास्त्र यांत मध्यवर्ती स्थान प्राप्त झाले आहे. विशेषत: ज्ञानमीमांसाशास्त्रामध्ये (Epistemology) या दोन कल्पनांवर बरीच चर्चा झाली आहे. या दोन जुळ्या संकल्पनांतील मध्यवर्ती प्रश्न हा की व्यक्तीला किंवा स्वत:ला (Subject) दुसऱ्या व्यक्तीची किंवा स्वबाह्य (Object) घटकांची जाणीव केव्हा व कशी होते? आणि त्यातून ते प्राणिमात्रविचारशास्त्राची (Ontology) बांधणी वा रचना कशी करतात? म्हणून प्रायोगिक तज्ज्ञ असा दावा करतात, की हे जग विविध वस्तूंचे किंवा पदार्थांचे बनले असून व्यक्तीचे मन हे अनेक कल्पनांचे आगर आहे. तज्ज्ञ असे मानतात, व्यक्ती तिच्या मनातील कल्पनांच्या साहाय्याने बाह्य जगाचे चित्र रंगविते किंवा प्रतिनिधित्व करते. पर्यायाने असे म्हणता येईल की,

कल्पनावाद, कल्पना हे वस्तूच्या ज्ञानाचे किंवा व्यक्तिबाह्यतेचे संरचनात्मक घटक होत. सोप्या शब्दांत असे म्हणता येईल, की जे व्यक्तीशी संबंधित आहे, जे व्यक्तीअंतर्गत आहे ते 'कर्ता' होय आणि जे व्यक्तिबाह्य आहे म्हणजेच व्यक्तीशी असंबंधित आहे, ते म्हणजे 'कर्म' होय.

subjective and objective class - (सब्जे'क्टिव्ह ॲण्ड ऑब्जे'क्टिव्ह क्लास) **आत्मनिष्ठ आणि वस्तुनिष्ठ वर्ग :** व्यक्तीला तिच्या किंवा त्याच्या वर्गातील स्वत:च्या स्थानाबद्दल असलेले ज्ञान म्हणजे 'आत्मनिष्ठ वर्ग' होय. याउलट व्यक्तीच्या वर्गस्थानाबद्दल इतरांनी निरीक्षणाच्या माध्यमातून किंवा सैद्धान्तिक बाह्य घटकांच्या साहाय्याने केलेले मूल्यमापन म्हणजे 'वस्तुनिष्ठ वर्ग' होय. आत्मनिष्ठतेपेक्षा वस्तुनिष्ठता वेगळी आहे, या संदर्भात कोणतीही गोष्ट गृहीत धरण्याची आवश्यकता नाही.

आत्मनिष्ठ आणि वस्तुनिष्ठ वर्गांतील विसंगती बऱ्याच वेळा संशोधनात (विशेषत: वर्ग आणि मतदान यांविषयीच्या) महत्त्वाची समजली जाते. उदा. कामगार वर्गातील मतदार-वर्तनावर जेव्हा मध्यम वर्गीय अस्मितेचा पगडा असतो तेव्हा नकळतच मतदानात ते विचलनात्मक अभिवृत्तीचे दर्शन घडवितात. सोप्या शब्दांत, या विधानाचा अर्थ असा की व्यक्ती जरी कामगार वर्गाची सभासद असली तरी तिच्या अभिवृत्ती, इच्छा-आकांक्षा मध्यमवर्गीयांशी एकरूप झालेल्या असल्याने त्यांच्याकडून वर म्हटल्याप्रमाणे विचलनात्मक किंवा विपथगामित्वात्मक वर्तन घडते. तरीही आत्मनिष्ठ वर्ग व वस्तुनिष्ठ वर्ग यांचे निकष सुस्पष्ट नाहीत.

subjectivity - (सब्जे'क्टिव्हिटी) **आत्मनिष्ठता :** व्यक्तीचा स्वत:चा दृष्टिकोन आणि त्याचबरोबर वस्तुनिष्ठतेचा अभाव म्हणजे 'आत्मनिष्ठता' होय. या प्रकारच्या आत्मनिष्ठ अभिवृत्तीचे क्षेत्र त्या व्यक्तीच्या भांडखोर स्वभावाचे मुख्यत्वेकरून निर्देशन करते. 'आत्मनिष्ठता' ही संज्ञा बऱ्याच वेळा प्रत्यक्षवादी समाजशास्त्रात समाजाला मान्य नसलेल्या स्वरूपात पूर्वग्रहदूषित निरीक्षणापासून किंवा अभ्यासपद्धतिशास्त्रापासून विचलित होण्याच्या क्रियेसाठी वापरली जात होती. दुसरे अत्यंत विरोधी उदाहरण द्यावयाचे झाल्यास स्पष्टीकरणात्मक ज्ञानशाखेत (Hermeneutics) ही संज्ञा सामाजिक सिद्धान्तातील योग्य मार्ग शोधण्याचा प्रयत्न करण्यासाठी उपयोगात आणली जाते. 'आत्मनिष्ठता' ही संज्ञा अशा कोणत्याही प्रश्नाचे उत्तर देण्यासाठी वापरली जाते, की ज्या प्रश्नात मानवी स्वभावावर आधारित प्राणिमात्रविचारशास्त्राच्या किंवा ज्ञानमीमांसाशास्त्राच्या

गृहीततत्त्वावर अवलंबून राहणे हे अपरिहार्य आहे का? या संदर्भात आत्मनिष्ठतेची बांधणी वस्तुनिष्ठ स्वरूपात व्हावी, यासाठी अनेक विद्वानांनी प्रयत्न केले होते. या विचारवंतांत क्रमाने पार्सन्स, अल्थुसर, गिडन्स इत्यादींचा अंतर्भाव होतो. एका वाक्यात असे म्हणता येईल, की कोणत्याही घटकाचे, प्रसंगाचे किंवा विषयाचे स्वतःच्या दृष्टिकोनानुसार विश्लेषण करणे म्हणजे आत्मनिष्ठता होय.

subordination - (सबॉर्डिने'शन) **दुय्यम वा कनिष्ठ दर्जा :** प्रत्येक समाजात सामाजिक स्तरीकरण ही एक अत्यावश्यक संस्था असून जी समाजाचे विभाजन श्रेष्ठत्व व कनिष्ठत्व या निकषाच्या आधाराने करते. समाजातील ज्या गटांना किंवा समूहांना समाजात सर्वोच्च किंवा सर्वश्रेष्ठ स्थान प्राप्त नसते, असे समाजातील अन्य सर्व गट, 'दुय्यम वा कनिष्ठ दर्जा' या संज्ञेने संबोधले जातात. जातिसंस्थेत ब्राह्मण या जातीव्यतिरिक्त, अन्य सर्व जाती, सरंजामशाहीत सरंजामांव्यतिरिक्त अन्य सर्व गट, वर्गव्यवस्थेत श्रीमंतांव्यतिरिक्त अन्य सर्व वर्ग दुय्यम वा कनिष्ठ म्हणून संबोधले जातात. जन्म किंवा कर्तृत्व याआधारे व्यक्तीचे श्रेष्ठत्व व कनिष्ठत्व निर्धारित होते. सारांश, समाजातील दुय्यम किंवा कनिष्ठ गटासाठी ही संज्ञा वापरतात. (पहा-caste system, class system and stratification system-जातिव्यवस्था, वर्गव्यवस्था व स्तरीकरणव्यवस्था.)

sub.system model (of action system and social system) - (सबसि'स्टिम मॉडेल-ऑफ ॲक्शन सि'स्टिम ॲण्ड सो'शल सि'स्टिम-) **(क्रियाव्यवस्था आणि सामाजिक व्यवस्था) यांची उपव्यवस्था प्रतिकृती :** १९५३ साली टॉलकॉट पार्सन्स यांनी दर्शविलेल्या चार प्रकारच्या कार्यिक समस्यांचा संच म्हणजे '(क्रियाव्यवस्था आणि सामाजिक व्यवस्था यांची) उपव्यवस्था प्रतिकृती' होय. त्याचप्रमाणे बेल्स (Bales) यांनीही असे प्रतिपादन केले होते, की क्रियांची कोणतीही व्यवस्था, तसेच सर्व सामाजिक व्यवस्था आणि समाज यांना खालील प्रकारच्या समस्यांशी झुंजावे लागते. (खालील आकृती पहा.)

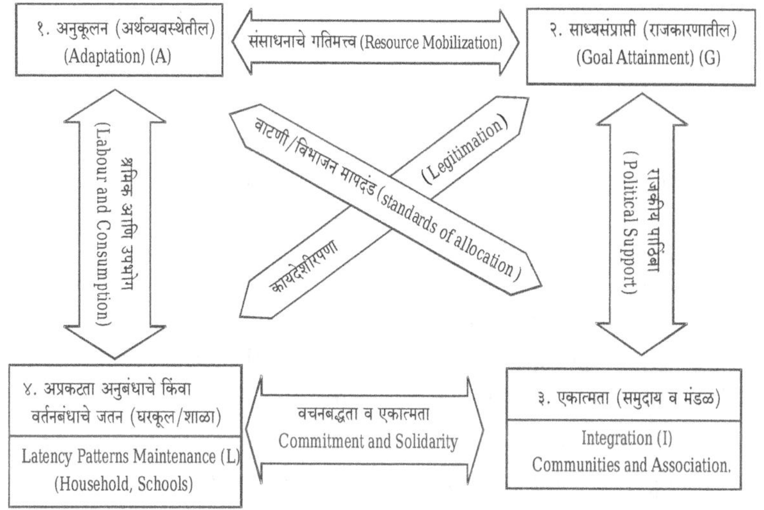

(यामध्ये १ ते ४ या क्रियाव्यवस्था आणि सामाजिक व्यवस्था यांतील उपव्यवस्था प्रतिकृती होत.)

१. अनुकूलन (Adaptation) : व्यवस्थेच्या बाह्य पर्यावरणाशी अनुकूलन साधण्याची समस्या यात येते. विशेषत: प्रत्येक समाजव्यवस्थेला आर्थिक पर्यावरणाशी समायोजन साधावेच लागते.

२. साध्यसंप्राप्ती (Goal Attainment) : प्रत्येक समाजव्यवस्थेला परस्परसहकार्याने एक वा अनेक ध्येये साध्य करावीच लागतात. या ध्येयांत प्रामुख्याने राष्ट्रीय सुरक्षितता हे ध्येय अत्यंत महत्त्वाचे होय.

३. एकात्मता (Integration) : समाजव्यवस्थेचे अस्तित्व टिकविण्यासाठी व्यवस्थेच्या विविध घटकांत एकात्मता साधणे आवश्यक आहे. दुसऱ्या शब्दांत असे की, ही एकात्मता समुदाय, मंडळ व संघटना यांत निर्माण होणे गरजेचे आहे.

४. अप्रकटता (Latency) : यात कर्त्यांच्या वर्तनबंधाचे जतन करण्याच्या वचनबद्धतेचा समावेश आहे. कुटुंब, घरकूल व शाळा यांद्वारे या वर्तनबंधाच्या विविध बाबींचे जतन केले जाते.

suburban - way of life - (सब्‌र्बन– वे ऑफ लाइफ) **उपनगरे–एक जीवनपद्धती :** शहराच्या किंवा महानगराच्या सीमेवरची वस्तिस्थाने किंवा

गाळे किंवा प्रदेश यांसाठी ही संज्ञा वापरतात. त्यांच्या जीवनपद्धतीचा विचार करता त्यांचे जीवन एकीकडे काही प्रमाणात नागरी जीवनाचा स्वीकार करत असले, तरी दुसरीकडे काही ग्रामीण परंपरा जतन करण्याचे कार्यही ते करतात. उपनगरांचा विचार करता क्षेत्रीय दृष्टीने उपनगरे ही ग्रामीण या संज्ञेत मोडत असली; तरी या लोकांचा दृष्टिकोन, सवयी, आर्थिक आधार म्हणजे रोजगार इत्यादी बाबींत मात्र नागरी जीवनाची झलक दिसून येते.

suburbanism - (सब'र्बनिझम) **उपनगरवाद :** काही समाजशास्त्रज्ञांनी उपनगरात राहणाऱ्या रहिवाशांचा हा एक प्रकार असल्याचा दावा केला असून त्यांच्या मतानुसार या रहिवाशांची सामाजिक व सांस्कृतिक वैशिष्ट्ये शहराच्या मध्यभागी राहणाऱ्या लोकांपेक्षा वेगळी असतात. 'उपनगरवाद' ही एक जीवनपद्धती आहे, या दृष्टीने या संज्ञेचा आढावा घेताना हे नमूद करणे गरजेचे आहे की, शहरी लोकांपेक्षा या लोकांची जीवनपद्धती काहीशी वेगळी असली; तरी शहरी जीवनपद्धतीची छाप उपनगरात राहणाऱ्या तरुण, मध्यम वर्गीय कुटुंबे व एकूण सामाजिक जीवन व कामाचा अनुबंध यांवर पडते. उपनगरातील वरील गटातील लोकांनी आता उच्च प्रतीच्या सामाजिक कार्यक्रमात आप्तसंबंधी जाळ्यांपेक्षा मित्रत्वाच्या संबंधांना प्राधान्य देण्यास प्रारंभ केला असल्याचे दिसते. त्याचप्रमाणे या उपनगराचे रहिवाशी त्यांच्या जीवनशैलीत एकात्मता व अनुसरण या प्रक्रियांना प्राधान्य देतात. परंतु अमेरिकेतील समाजशास्त्रज्ञ हर्बर्ट गन्स (Herbert Gans) आणि बेनेट बर्जर (Bennett Berger) यांनी या वरील विचाराला सुरुंग लावला व असे विधान केले की, उपनगरी क्षेत्र हे प्रामुख्याने वर्ग व वय या अंगभूत गुणधर्मांवर आधारित असून उपनगरी जीवनशैली ही एक परिकल्पना आहे, वास्तवता नाही.

suburbanization - (सबर्बनायझे'शन) **उपनगरीकरण :** 'उपनगरीकरण' ही एक प्रक्रिया असून यात शहरांच्या सीमेवर वा परिघावर होणारा विस्तार अभिप्रेत आहे. हा विस्तार होण्याच्या कारणांत, पहिले कारण आहे लोकसंख्येचे स्थलांतर (ग्रामीण ते शहरी). दुसरे कारण आहे, शहराच्या मध्यभागी झालेली उद्योगांची अतिगर्दी. परिणामतः लोकांना कमी घनता वा गर्दी असलेल्या क्षेत्रांकडे स्थलांतर करावे लागले. तिसरे महत्त्वाचे कारण म्हणजे, वाहतूक व्यवस्थेचा झालेला विकास. यात रेल्वे, सुधारित दोन ते आठपदरी महामार्गांची निर्मिती यामुळे उपनगरीकरणाची प्रक्रिया सुलभ झाली.

succession - (सक्सेशन) **वारसा किंवा वारसाहक्क :** 'वारसा' या संज्ञेचा एक अर्थ असा की, सत्ताधारी क्षेत्रातील किंवा नोकरशाही क्षेत्रातील अधिकाराचे सेवाज्येष्ठतेनुसार हस्तांतरण करणे होय. ही सेवाज्येष्ठता ठरविणारे तीन घटक आहेत. अ. निवडणुकीतील सेवाज्येष्ठता ब. नोकरशाहीतील सेवाज्येष्ठता क. कुटुंबात आप्तसंबंधावर आधारित सेवाज्येष्ठता किंवा वयावर आधारित सेवाज्येष्ठता.

कुटुंबातील आप्तसंबंधावर आधारित सेवाज्येष्ठतेचा विचार करता पितृसत्ताक कुटुंबात वारसा किंवा वारसाहक्क हा वयोवृद्ध पित्याकडून किंवा कर्त्या पुरुषाकडून मुलाकडे हस्तांतरित होतो; तर मातृसत्ताक कुटुंबपद्धतीत वारसाहक्क हा मातेकडून ज्येष्ठ मुलीकडे हस्तांतरित होतो. वारसाहक्कात सत्ता, अधिकार आणि मालमत्ता इत्यादी हक्कांचे हस्तांतरण अभिप्रेत आहे. प्रत्येक समाजात वारसाहक्क हस्तांतरणाचे स्वतंत्र कायदे तयार करण्यात आले आहेत. भारताच्या हिंदू समाजाचा विचार करता भारतात हिंदू वारसाहक्क कायद्यानुसार (१९५६) कुटुंबातील मालमत्तेचे हस्तांतरण होते. या कायद्याचे वेगळेपण हे की पितृसत्ताक कुटुंबपद्धतीत पित्याच्या मालमत्तेत पुत्राप्रमाणेच पुत्रीलाही समान वाटा मिळण्याची तरतूद करण्यात आली आहे.

suffragette - (सफ्रा जेट) **स्त्री-मतदानहक्क चळवळ :** 20 व्या शतकाच्या प्रारंभी स्त्रीचळवळीच्या सभासदांनी स्त्रियांना मतदानाचा हक्क मिळावा, म्हणून केलेल्या चळवळी यात येतात. या चळवळीचा प्रारंभ युरोप खंडात ब्रिटनमध्ये झाला. या चळवळीचा फायदा म्हणजे विविध राष्ट्रांनी स्त्रियांना पुरुषांप्रमाणे मतदानाचा हक्क बहाल केला. (खालील तक्ता पहा.)

राष्ट्राचे नाव	स्त्रियांना मतदानहक्क मिळालेले साल
न्यूझिलंड	१८९३
ऑस्ट्रेलिया	१९०२
फिनलँड	१९०६
नॉर्वे	१९१३
डेन्मार्क व आइसलँड	१९१५
युनायटेड स्टेट्स ऑफ सोव्हिएट रशिया	१९१७

राष्ट्राचे नाव	स्त्रियांना मतदानहक्क मिळालेले साल
कॅनडा	१९१८
ऑस्ट्रिया, जर्मनी, नेदरलँड, पोलंड, स्वीडन, ल्युक्झेमबोर्ग व झेकोस्लाव्हिया	१९१९
अमेरिका	१९२०
आयर्लंड	१९२२
ग्रेट ब्रिटन	१९२८
इक्वेडोर	१९२९
दक्षिण आफ्रिका	१९३०
स्पेन, श्रीलंका, पोर्तुगाल	१९३१
थायलंड	१९३२
ब्राझिल, क्युबा	१९३४
कोस्टारिका	१९३६
फिलिपाइन्स	१९३७
इंडोनेशिया	१९४१
डॉमिनिकन प्रजासत्ताक व उरुग्वे	१९४२
फ्रान्स, हंगेरी, इटाली, जपान, व्हिएतनाम, युगोस्लाव्हिया व बोलिव्हिया	१९४५
अल्बेनिया, रुमानिया व पनामा	१९४६
अर्जेंटिना, व्हेनेझुएला	१९४७
इस्राईल, कोरिया	१९४८
चीन, चिली	१९४९
अल्साल्वाडोर, घाना, भारत	१९५०
नेपाळ	१९५१
ग्रीस	१९५२
मेक्सिको	१९५३

राष्ट्राचे नाव	स्त्रियांना मतदानहक्क मिळालेले साल
कोलंबिया	१९५४
निकारागुआ	१९५५
इजिप्त, पाकिस्तान, सिनेगल	१९५६
लेबनॉन	१९५७
मोरोक्को	१९५९
अल्जेरिआ	१९६२
इराण, केनिया व लिबिया	१९६३
सुदान, झांबिया	१९६४
अफगाणिस्तान व गोटेमाल	१९६५
नायजेरिया	१९७७
पेरू, झिम्बाब्वे	१९७९

बहुसंख्य राष्ट्रांतील स्त्रियांना त्यांना निवडणुकीत मतदानाचा अधिकार मिळविण्यासाठी चळवळी कराव्या लागल्यात. या चळवळी 'सफ्राजेट' (suffragette) या संज्ञेने संबोधल्या जातात.

suicide - (सू‌साईड) **आत्महत्या :** 'आत्महत्या' म्हणजे स्वत:चे जीवन जाणीवपूर्वकरीत्या स्वत:च संपविणे. १८९७ साली 'आत्महत्या' (Le.suicide) या फ्रेंच भाषेत लिहिलेल्या संशोधनपर ग्रंथात एमिल द्युरखेम यांनी आत्महत्येच्या विविध पैलूंवर आणि प्रकारांवर सविस्तर चर्चा केली असून समाजशास्त्रात द्युरखेम यांच्या विचाराला अत्यंत महत्त्व आहे. वरील ग्रंथात द्युरखेम असा दावा करतात की, प्राथमिक स्वरूपात विचार करावयाचा झाल्यास आत्महत्या; समूहजीवनातील सर्व दुवे निखळल्यानंतर घडणारी एक सामाजिक प्रघटना होय. वरील ग्रंथात द्युरखेम असे प्रतिपादन करतात की, मनोविकार, अनुवंश, अनुकरण, गरिबी, अयशस्वी वा असफल प्रेम किंवा इतर वैयक्तिक प्रेरणा यांपैकी कोणताही वर्तनप्रकार व्यक्तीला आत्महत्येसाठी प्रवृत्त करतो. काही व्यक्ती वरीलपैकी एक वा अनेक कारणांनी आत्महत्या करीत असतीलही, परंतु बहुसंख्य आत्महत्यांत कोणत्या ना कोणत्या प्रकारचे समूहविघटन आढळते.

दयुरखेम यांच्या मते, व्यक्तीची वैवाहिक स्थिती, (विवाहित, अविवाहित, विधुर किंवा विधवा, घटस्फोटित इत्यादी) कौटुंबिक संबंध, कुटुंबातील ताणतणाव, अति आत्मीयता किंवा अति द्वेष इत्यादी आत्महत्यांची कारणे बनू शकतात. धर्म ही दयुरखेमच्या मते, आत्महत्या नियंत्रित करणारी शक्ती आहे. प्रत्येक धर्मानुसार आत्महत्या करणे पाप आहे त्यामुळे काही प्रमाणात आत्महत्येला आळा बसू शकतो. दयुरखेम यांनी आत्महत्येचे चार प्रकार विशद केले होते. (खालील आकृती पहा.)

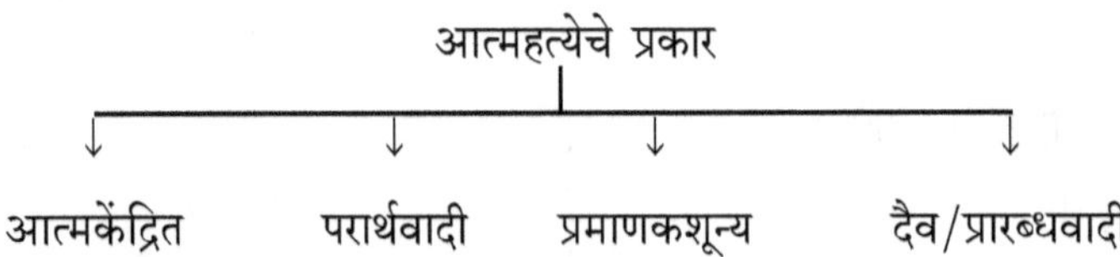

या सर्व प्रकारांवर आपण त्या त्या ठिकाणी सविस्तर चर्चा केली गेली आहे. सारांशरूपात असे म्हणता येईल, की एक सामाजिक प्रघटना म्हणून दयुरखेम आत्महत्येवर चर्चा करतात.

suicide of senilicide - (सू'साईड ऑफ सेने'लिसाईड) **वयोवृद्धांच्या आत्महत्या :** सध्याच्या काळात संयुक्त किंवा विस्तारित कुटुंबांचे विघटन झाल्यामुळे एकतर वृद्धांची कुटुंबातून हकालपट्टी केली जाते किंवा त्यांच्या कुटुंबात ते पूर्णपणे एकाकी पडतात. त्यातून ते नैराश्यग्रस्त होऊन आपले जीवन संपवून टाकतात. वाढत्या वयाचा परिणाम म्हणून अनेक वृद्धांना स्मृतिभ्रम होतो व त्या अवस्थेत ते आत्महत्या करतात. याशिवाय वृद्धत्वात वृद्धाचे शरीर अनेक रोगांचे आगर बनते. उदा. मधुमेह, उच्च रक्तदाब, दमा, क्षय, कर्करोग, सांधेदुखी, मूत्रपिंडाचे रोग इत्यादी. या आजाराला व त्यासाठी कराव्या लागणाऱ्या प्रचंड खर्चाला कंटाळून व त्याचा ताण असह्य होऊन वृद्ध आत्महत्या करतात.

super exploitation - (सू'पर एक्सप्लॉइटे'शन) **अधिशोषण :** पहा-unequal exchange-असमान विनिमय.

super organic - (सू'पर ऑरगॅ'निक) **अधिसेंद्रिय :** मानवी सामाजिक उत्क्रांतीची 'अधिसेंद्रिय' संकल्पना केवळ सेंद्रिय उत्क्रांतीच्या वरच्या थरावर नुसतीच ठेवली नाही तर तिच्या पुढे गेली. अधिसेंद्रिय संकल्पना प्रथम हर्बर्ट स्पेन्सर यांनी मांडली आणि त्यात त्यांनी या विचाराचे प्रतिबिंब उमटविले, की उत्क्रांती म्हणजे एक प्रकारचे परिवर्तन होय. हे परिवर्तन तीन प्रकारच्या क्षेत्रांत घडून येते. १. असेंद्रिय

(Inorganic) २. सेंद्रिय (Organic) आणि ३. अधिसेंद्रिय (Super Organic). स्पेन्सर यांच्या मते, अधिसेंद्रिय केवळ मानवी उत्क्रांतीचे प्रभेदक लक्षण नाही; तर ते काही सामाजिक कीटक आणि प्राणी यांसाठीही उपयोगात आणले जाते. परंतु हे जरी खरे असले, तरी अधिसेंद्रिय उत्क्रांतिवादाचा मध्यवर्ती पैलू हा विशेषत्वाने मानवी उत्क्रांतीत सापडतो.

अधिसेंद्रिय संकल्पनेत (सांस्कृतिक किंवा संस्कृती या संज्ञेपेक्षा) स्पेन्सर यांनी वचनबद्धतेवर आधारित विचाराचे प्रतिबिंब पडते; असे म्हटले असून मानवी सामाजिक विकास हा उत्क्रांतिवादी संज्ञेच्याद्वारे समजून घेतला पाहिजे. या उत्क्रांतिवादी संज्ञेत जीवशास्त्रीय उत्क्रांतिवादाच्या साहाय्याने मानवी सामाजिक उत्क्रांतिवाद समजून घेतला पाहिजे.

super structure - (सूपर स्ट्रक्चर) **अधिसंरचना :** पहा–basic or infra structure and super structure–पायाभूत संरचना व अधिसंरचना.

surplus value - (सरप्लस व्हॅल्यू) **अतिरिक्त मूल्य :** अतिरिक्त मूल्य ही संकल्पना मार्क्स यांनी मांडली. अतिरिक्त मूल्य म्हणजे भांडवलशाही उत्पादनप्रक्रियेच्या प्रारंभी असलेले भांडवलाचे मूल्य व उत्पादन केलेल्या वस्तूंचे मूल्य यांतील भेद होय. मार्क्स यांच्यासाठी भांडवलदारांनी नेमलेल्या श्रमशक्तीपासून हे अतिरिक्त मूल्य आकाराला येते. मार्क्स पुढे असे स्पष्ट करतात, की अतिरिक्त मूल्य म्हणजे श्रमिकांना दिलेल्या वेतनाचे मूल्य आणि कामगारांनी प्रत्यक्ष उत्पादित केलेल्या वस्तूंचे मूल्य यांतील फरक होय. सोप्या शब्दांत, अतिरिक्त मूल्य म्हणजे कामगार प्रत्यक्ष जितके तास दिवसाला काम करतो त्यापेक्षा कमी तासांचे वेतन प्रत्यक्षात त्याला प्राप्त होणे होय. गणिताच्या भाषेत सांगावयाचे झाल्यास श्रमिकाला अपेक्षित असलेले वेतन व त्याला प्रत्यक्ष मिळालेले वेतन यांतील भेद म्हणजे अतिरिक्त मूल्य होय. सूत्ररूपात हे खालीलप्रमाणे मांडता येईल.

कामगाराला अपेक्षित असलेली मजुरी दरदिवशी	कामगाराला प्रत्यक्ष मिळालेली मजुरी	अतिरिक्त मूल्य
१००	६०	४०

अतिरिक्त मूल्यामुळे कारखानदारांचा किंवा मालकांचा नफा वाढतो; तर त्याचा परिणाम कामगार किंवा श्रमिकांच्या शोषणात होतो. मार्क्स यांच्या मते, भांडवलशाही व्यवस्थेचा अपरिहार्य परिणाम म्हणजे अतिरिक्त मूल्य होय.

surrogate - (स'रोगेट) **प्रतिनिधित्व करणे :** 'स'रोगेट' या इंग्रजी शब्दाचा मराठीत अर्थ आहे, प्रतिनिधी म्हणून जाणे. उदा. एखाद्या कार्यालयातील एखादा कर्मचारी रजेवर किंवा दीर्घ रजेवर गेला तर त्या जागी जो कर्मचारी जातो त्यासाठी 'स'रोगेट' (surrogate) ही संज्ञा वापरतात. परंतु गेल्या काही वर्षांत या संज्ञेचा अर्थ बदलला असून पुरुषांच्या शुक्रजंतूंचा किंवा स्त्रीबीजांचा वापर दुसऱ्या व्यक्तीसाठी जेव्हा करतात, तेव्हा ते प्रतिनिधिक स्वरूप म्हणजेच स'रोगेट असते.

surrogate mother - (स'रोगेट म'दर) **भाडोत्री माता किंवा प्रतिनिधी माता :** 'भाडोत्री माता' किंवा 'प्रतिनिधी माता' म्हणजे अशी स्त्री की जी दुसऱ्या स्त्रीसाठी स्वत:च्या अंडबीजापासून किंवा इतर स्त्रीच्या फलित अंडपेशीपासून निर्माण झालेल्या गर्भाला आपल्या गर्भाशयात वाढविते व मुलाला जन्म दिल्यानंतर ते मूल त्या सदर स्त्रीकडे पालनपोषणासाठी सोपविते. ज्या स्त्रीने मुलाला प्रत्यक्ष जन्म दिला, त्या स्त्रीचा मुलावर कोणताच अधिकार राहत नाही. जी स्त्री काही शारीरिक विकृतीमुळे मूल जन्माला घालण्यास असमर्थ असते अशी स्त्री आपल्या पतीच्या बीजापासून दुसऱ्या भाडोत्री घेतलेल्या स्त्रीची अंडपेशी कृत्रिम पद्धतीने फलित करून त्या स्त्रीच्या शरीरात स्वत:च्या पतीचा गर्भ वाढविते व जन्मानंतर तिच्या शरीरातून जन्माला आलेले मूल स्वत: वाढविते. आपले गर्भाशय भाड्याने देणाऱ्या स्त्रीला भाडोत्री माता किंवा प्रतिनिधी माता (surrogate mother) म्हटले जाते. गेल्या काही दशकांत या प्रकारच्या मातांचे प्रमाण वाढते आहे व त्याचे कारण वैद्यकीय क्षेत्रात झालेली प्रगती वा क्रांती होय.

survey method - (सर्व्हे मेथड) **सर्वेक्षण अभ्यासपद्धती :** 'सर्वेक्षण अभ्यासपद्धती' म्हणजे सामाजिक शास्त्रातील एक संशोधनतंत्र असून त्यात प्रामुख्याने प्रश्नावलीचा वापर केला जातो आणि त्याचे विश्लेषण करण्यासाठी विविध संख्यात्मक आणि सांख्यिकीशास्त्रीय तंत्राचाही उपयोग केला जातो. समाजशास्त्रात मात्र सर्वेक्षणपद्धती दोन प्रमुख कारणांसाठी वापरली जाते. १. लोकसंख्येचे वर्णन करण्यासाठी आणि लोकसंख्येच्या विविध प्रमुख वैशिष्ट्यांचे परीक्षण करण्यासाठी. यामध्ये वय, लिंग, व्यवसाय, अभिवृत्ती इत्यादींचा अंतर्भाव होतो. २. गृहीततत्त्व किंवा सिद्धान्तकल्पना यांची चाचणी घेण्यासाठी आणि विविध चलांतील संबंधांचे परीक्षण करण्यासाठी. सर्वेक्षणाशी निगडित प्रमुख समस्यांत खालील समस्यांचा समावेश होतो–

अ. सर्वेक्षणपद्धती ही अनुभवजन्य नाही. म्हणजे ज्या विषयावर सर्वेक्षण करावयाचे आहे त्या विषयासंबंधीच्या परिस्थितीवर सर्वसामान्यपणे संशोधक नियंत्रण ठेऊ शकत नाही.

ब. सर्वेक्षणपद्धतीत संशोधकाला उत्तरदात्यांनी सांगितलेल्या माहितीवर भरवसा ठेवावा लागतो, परंतु प्रत्यक्ष निरीक्षणाच्या अभावामुळे त्या माहितीचा पडताळा पाहणे शक्य नसते.

क. सर्वेक्षणपद्धतीत केवळ छोट्या घटकांचेच परीक्षण करता येते. उदा. या तंत्रात समग्र समुदायाऐवजी केवळ व्यक्तींचेच परीक्षण केले जाते.

याशिवाय सर्वेक्षणपद्धतीकडे अनेक गोष्टींची सूचना करण्याची क्षमता आहे. सर्वेक्षणपद्धती बऱ्याच मोठ्या प्रमाणात सांख्यिकी माहिती जमा करण्याची सोपी व स्वस्त पद्धती होय की ज्याद्वारे समाजशास्त्रीय गृहीततत्त्वे किंवा सिद्धान्तकल्पना यांची चाचणी घेता येते, की ज्यातून नवीन संशोधनक्षेत्राची ओळख होते.

survival of the fittest - (सर्व्हा'इव्हल ऑफ द फि'टेस्ट) **जो सक्षम आहे तो जगेल :** 'जो सक्षम आहे तो जगेल' हे सूत्र ब्रिटनचे समाजशास्त्रज्ञ हर्बर्ट स्पेन्सर यांनी प्रथम त्यांच्या 'सामाजिक स्थितिशास्त्र' या ग्रंथात १८५० मध्ये वापरले व नंतर १८५८ मध्ये चार्ल्स डार्विन यांनी त्यांच्या 'जीवाची उत्पत्ती' या ग्रंथात वापरले होते. ही संज्ञा उत्क्रांतिवादाच्या सिद्धान्ताशी संबंधित असून या सिद्धान्तात खालील विवाद केला आहे-

अ. कोणत्याही जीवाच्या निर्मितीत काही प्रमाणात नैसर्गिक विविधता समाविष्ट असून त्याचे प्रत्यंतर वंशजांच्या वैशिष्ट्यात दिसून येते.

ब. या विविधतेमुळे जीवाची जगण्याची क्षमता वाढते, तर काही जीवांत या क्षमतेचा अभाव आढळतो. काही जीव जन्म घेतात तर काहींना जन्म घेण्याची संधीच मिळत नाही, ती या विविधतेमुळे.

क. ही प्रक्रिया हजारो वर्षांपासून चालू आहे व त्यात साध्या जीवाचे जटिल जीवात रूपांतर होते; तर छोट्या संख्येने असलेल्या मूळ जीवापासून विविधतेमुळे अनेक जीव निर्माण झालेत.

sustainable development - (सस्टे'नेबल डिव्हे'लपमेन्ट) **शाश्वत किंवा चिरंतन विकास :** शाश्वत किंवा चिरंतन विकास हा आर्थिक विकासाचा एक प्रकार असून ज्यात पर्यावरणात्मक विनाश व अवनती होणार नाही याची खात्री

दिली जाते. 'पर्यावरणात्मक विकास' (eco development) ह्या संज्ञेचा अर्थ जरी शाश्वत किंवा चिरंतन विकास असा असला तरी त्याचा अर्थ थोडा संकुचित आहे. 'शाश्वत विकास' किंवा 'चिरतंन विकास' ही संज्ञा प्रामुख्याने १९७० साली तिसऱ्या जगातील कृषी-विकासाच्या समस्यांच्या संदर्भात उपयोगात आणली गेली; कारण या तिसऱ्या जगातील राष्ट्रांत असलेल्या उष्ण कटिबंधातील अतिघनदाट जंगलात (rainforest) तेथील मालमत्तेचे शोषण (म्हणजे जंगलतोड) होत असल्याचे लक्षात आल्यावर त्याचे स्थानिक व जागतिक परिणाम टाळण्यासाठी छोट्या कालावधीचा उपाय म्हणून या संज्ञेकडे पाहिले गेले.

१९८० च्या शेवटी शेवटी 'शाश्वत विकास' या संज्ञेचा वापर पर्यावरणात्मक प्रश्नांत वाढ झाल्यामुळे विस्तृत प्रमाणात करण्यात येऊ लागला. शाश्वत विकासाचे निकष हे सर्व प्रकारच्या आर्थिक विकासासाठी वापरण्यात येऊ लागल्यामुळे पर्यावरणात्मक परिणामांकडे दुर्लक्ष होऊन एकूण विकासालाच सुरूंग लावण्याचा प्रयत्न झाला; म्हणून तज्ज्ञांनी चिरंतन विकासात, आर्थिक विकासाबरोबर सामाजिक विकासाला प्राधान्य देताना प्रदूषण टाळणे, पुनर्निर्मिती शक्य नसलेल्या ऊर्जेच्या प्रकाराचे संरक्षण करणे (उदा. तेल) इत्यादींनाही प्राधान्य दिले आहे. सारांश, 'चिरंतन विकास' ही संज्ञा आज तरी आर्थिक विकासापुरती मर्यादित नसून त्यात सामाजिक, पर्यावरणात्मक विकासाचाही समावेश आहे.

sustenance relations - (स'स्टेनन्स रिले'शन्स) **उपजीविकेवर आधारित संबंध :** सर्वसामान्यपणे कुटुंबाच्या कार्याचा विचार करता कुटुंबातील सर्व सभासदांचे संगोपन करण्याची जबाबदारी व त्यांच्या सर्व प्रकारच्या आर्थिक गरजांची पूर्तता करण्याचे कार्यही कुटुंबाला पार पाडावे लागते. कुटुंबातील पती-पत्नी, माता-पिता व मुले तसेच काही प्रसंगी भाऊ-बहीण यांचे संबंध उपजीविकेवर आधारित असतात व कुटुंबप्रमुख वा कर्ता पुरुष अन्य सभासदांच्या उपजीविकेची जबाबदारी स्वीकारतो व पार पाडतो. कुटुंब हा सार्वत्रिक स्वरूपाचा मूलभूत भावनांवर आधारित असा गट असल्यामुळे उपजीविकेची जबाबदारी कुटुंबाकडे सोपविण्यात आली असावी व त्यासाठी ही संज्ञा वापरली गेली.

symbol - (सि'म्बॉल) **प्रतीक किंवा चिन्ह :** 'प्रतीक' म्हणजे एखादी निर्देशक स्वरूपाची खूण होय की ज्यात अर्थ आणि खूण यांचे संबंध हे नैसर्गिक असण्यापेक्षा रूढिबद्ध किंवा लोकसंमत स्वरूपाचे असतात. (उदा. वाहतुकीचे नियंत्रणनिर्देशक दिवे-लाल, पिवळा, हिरवा इत्यादी.) प्रतीक म्हणजे आंतरिक

अर्थाचे प्रतिनिधित्व करणारा अप्रत्यक्ष घटक होय. उदा. धार्मिक प्रतीकवाद, धार्मिक विधी इत्यादी.

याशिवाय सामाजिक जीवनातील भाषेची मध्यवर्ती भूमिका महत्त्वाची असून त्यात प्रतीकात्मक संज्ञापन विविध प्रकारांनी आकाराला येते. या प्रतीकात्मक संज्ञापनात माणसाची देहबोली, नेत्रसंकेत, हावभाव इत्यादींचा अंतर्भाव होतो. काही प्रतीके, विशेषत: धार्मिक स्वरूपाची चिन्हरूप असतात. उदा. हिंदूंचे स्वस्तिक, ख्रिस्ती धर्माचा क्रॉस, इस्लामचा चांद इत्यादी चिन्हे वा प्रतिके त्या त्या धर्मात पवित्र मानली जातात. त्याचप्रमाणे प्रत्येक राष्ट्राचा राष्ट्रध्वज त्या त्या राष्ट्राच्या अस्मितेचे प्रतीक होय.

symbolic interaction - (सिम्बॉलिक इन्टरॅक्शन) **प्रतीकात्मक आंतरक्रिया :** आंतरक्रियेचा एक प्रकार म्हणून प्रतीकात्मक आंतरक्रियेकडे पाहिले जाते. प्रत्येक आंतरक्रियेत साद (Stimulant) आणि प्रतिसाद (Response) हे दोन घटक असतात. प्रतीकात्मक आंतरक्रियेत साद-प्रतिसादासाठी एखाद्या प्रतीकाचा वापर केला जातो. प्रतीकाचा वापर करताना त्या प्रतीकाचा अर्थ आंतरक्रिया करणाऱ्या दोन्ही कर्त्यांना उमजला अथवा समजला पाहिजे. हर्बर्ट ब्लमर हे प्रतीकात्मक आंतरक्रियेची व्याख्या करताना म्हणतात, की ही संज्ञा अशा वैशिष्ट्यपूर्ण आणि भिन्नत्वदर्शक लक्षणे असलेल्या मानवामानवांतील आंतरक्रियांना लावता येते; ज्या आंतरक्रियेत कर्ते(व्यक्ती) केवळ दुसऱ्या कर्त्याच्या क्रियेला प्रतिसादच देतात असे नाही; तर दुसऱ्या व्यक्तीच्या किंवा कर्त्याच्या क्रियेचे (दोन्हीही कर्ते) स्पष्टीकरणही देतात. यामध्ये केवळ प्रतीकाचा वापर करून चालत नाही, तर ते विशिष्ट प्रतीक विशिष्ट ठिकाणी का वापरले याचे स्पष्टीकरणही दोघांनी देणे आवश्यक आहे. काही तज्ज्ञांच्या मते, विलियम जेम्स हे प्रतीकात्मक आंतरक्रियेचे जनक मानले जातात. १८९० साली त्यांनी प्रकाशित केलेल्या 'मानसशास्त्राची मूलतत्त्वे' (Principles of Psychology) या ग्रंथात 'प्रतीकात्मक आंतरक्रिया' ही संज्ञा अमेरिकेतील समाजशास्त्रात प्रथम उपयोगात आणली; तर युरोपातील समाजशास्त्रात हे श्रेय जर्मनीतील समाजशास्त्रज्ञ जॉर्ज सिमेल यांच्याकडे जाते. प्रतीकात्मक आंतरक्रियात काही प्रतीके बाह्य स्वरूपाची (हिंदूंतील देवाच्या मूर्ती, धार्मिक प्रार्थनास्थळे, विविध प्राणी, भाषा व भाषा बोलण्याची ढब इत्यादी) असतात तर काही प्रतीके अंतर्गत स्वरूपाची असतात. (यात व्यक्तीचे वा कर्त्याचे मन, स्वत्व, स्वाभिमान, विविध भावना, सहजप्रवृत्ती इत्यादी.)

सारांशरूपात प्रतीकाच्या माध्यमातून केलेली आंतरक्रिया म्हणजे प्रतीकात्मक आंतरक्रिया होय.

symbolic interactionism - (सिम्बॉलिक इन्टरॅक्शनिझम) **प्रतीकात्मक आंतरक्रियावाद :** प्रतीकात्मक आंतरक्रियांचा आधार घेऊन त्या संदर्भात मांडलेले विविध सिद्धान्त म्हणजे 'प्रतीकात्मक आंतरक्रियावाद' होय. या पूर्वी अस्तित्वात असलेल्या व समाजशास्त्रीय विश्व भारावून टाकलेल्या उत्क्रांतिवादी विचारांना शह देण्यासाठी स्थापन करण्यात आलेला नवीन सैद्धान्तिक संप्रदाय म्हणून प्रतीकात्मक आंतरक्रियावादाचा उदय अमेरिकेत झाला. 'प्रतीकात्मक आंतरक्रियावाद' म्हणजे एका दृष्टीने व्यक्ती व समाज यांच्या संबंधाबाबत प्रतिपादन करण्यात आलेला नवीन सैद्धान्तिक दृष्टिकोन होय. विलियम जेम्स (१८४२-१९१०) आणि जॉर्ज सिमेल (१८५८-१९१८) हे या सिद्धान्ताचे प्रणेते असले, तरी या सिद्धान्ताच्या विकासात महत्त्वाची भूमिका बजावली ती ए. स्मॉल यांनी. त्यांनी १८९२ साली अमेरिकेतील शिकागो विद्यापीठात समाजशास्त्र या विषयाची मुहूर्तमेढ रोवून त्याअंतर्गत प्रतीकात्मक आंतरक्रियावादाचा स्वतंत्र विभाग स्थापन करून त्याद्वारे या विषयात संशोधन करून सिद्धान्त मांडण्यास प्रोत्साहन दिले. या शिकागो विद्यापीठाशी संबंधित समाजशास्त्रज्ञ व त्यांनी मांडलेले प्रतीकात्मक आंतरक्रियावादी सिद्धान्त खालीलप्रमाणे-

१. विलियम जेम्स (१८४१-१९१०) → सवयी व स्वत्व संकल्पना

२. चार्ल्स कूले (१८६४-१९२९) → प्रतिबिंबित स्वत्व संकल्पना

३. जी. एच. मीड (१८६३-१९३१) → मन, स्वत्व व समाज

४. जीन पिगेट (१८९६-१९८०) → मुलाची नैतिक निर्णयशक्ती

५. हर्बर्ट ब्लमर (१९००-१९८७) → स्वत्व वैयक्तिक व सामाजिक क्रियाभेद

६. इर्विंग गॉफमन (१९२२-१९८२) → नाट्यकलाशास्त्र

या सर्वांनी प्रतीकात्मक आंतरक्रियावादी सिद्धान्ताचे अध्ययन त्या त्या परिसरातील प्रतीकांचा वापर करून केले होते.

symmetrical family - (सिमेट्रिकल फॅमिली) **समरूप कुटुंब :** १९७३ साली यंग आणि विलमॉट (Young and Wilmott) या दोन समाजशास्त्रज्ञांनी 'समरूप कुटुंब' ही संज्ञा वापरली होती. त्यांच्या मते, समरूप कुटुंब हा प्रकार औद्योगिक समाजात उदयाला आला असून, घरगुती कामाच्या संदर्भात हा

कुटुंबाचा प्रकार पारंपरिक कुटुंबापेक्षा वेगळा आहे. या समरूप कुटुंबात पती आणि पत्नी हे दोघेही नोकरी करून स्वतंत्रपणे वेतन प्राप्त करतात. त्यामुळे घरकाम ही केवळ पत्नीची जबाबदारी नसून पतीही घरकामाचा भार उचलतो. म्हणून हे समरूप कुटुंब होय.

syndicalism - (सिंडिकॅलिझम) **कामगार संघटनांचे एकत्रीकरण :** फ्रान्समधील कामगार चळवळीतील एक प्रवृत्ती, की ज्यानुसार तेथील सर्व कामगार संघटना व त्यांची महामंडळे भावी समाजवादी व्यवस्था निर्माण करण्यासाठी आणि कामगार संघटनांना राजकीय पक्षापासून पूर्ण मुक्ती प्राप्त व्हावी म्हणून त्यांचे एकत्रीकरण गरजेचे होते. कामगार संघटनांच्या एकत्रीकरणाच्या या प्रक्रियेला फ्रान्समध्ये १८९९ ते १९३७ या कालखंडात मोठ्या प्रमाणात विचारप्रणालीनिदर्शक यश प्राप्त झाले. फ्रान्समधील कामगारांच्या शक्तिशाली महामंडळाने कामगारांच्या एकत्रीकरणाला व्यवहारिक रूप दिले. पहिल्या महायुद्धानंतर कामगारांच्या चळवळीच्या प्रारंभी तरी कामगारांचे एकत्रीकरण पूर्णपणे उजव्या कामगारांच्या हातात जाऊन त्यांनी उद्योगावर नियंत्रण प्रस्थापित केले होते. फ्रान्समधील कामगारांचा एकत्रीकरणवाद हा राजसत्तेविरुद्ध होता. कालांतराने कामगारांच्या एकत्रीकरणाचे रूपांतर हे समाजवादात झाले. ब्रिटनमधील संघ समाजवादासारखे (Guild Socialism) फ्रान्समधील कामगार संघटनांचेही एकत्रीकरण झाले होते.

synergy - (सिनर्जी) **सहक्रिया किंवा सहकार्य :** खालील कारणांसाठी लोकांनी परस्परांशी अजाणीवपूर्वक किंवा नकळत केलेले सहकार्य हे 'सहक्रिया' या संज्ञेला पात्र ठरते. यात ही सहक्रिया स्वत:चे हितसंबंध जपण्यासाठी व स्वत:चे हेतू साध्य करण्यासाठी आणि अनियोजित समाजाच्या संरचनात्मक कार्यात्मकतेची निर्मिती करण्यासाठी; तसेच समुदायाचा अनुबंध आणि सांस्कृतिक उत्पादनासाठी केली जाते. सत्य किंवा वास्तव सहकार्यापासून स्वनिर्देशित समाजापासून सहक्रिया थोडी वेगळी आहे.

synthesis - (सिन्थेसिस) **संयोग किंवा संश्लेषण :** 'संयोग' किंवा 'संश्लेषण' म्हणजे विविध घटकांचे एकीकरण होय किंवा गुणदोषांच्या अनुबंधाचे एकीकरण होय. मार्क्स यांनी त्यांच्या सामाजिक परिवर्तनाच्या द्वंद्वात्मक सिद्धान्तनिर्मितीचा एक टप्पा म्हणून 'संयोग' किंवा 'संश्लेषण' या संकल्पनेचा उल्लेख केला आहे. (खालील आकृती पहा.)

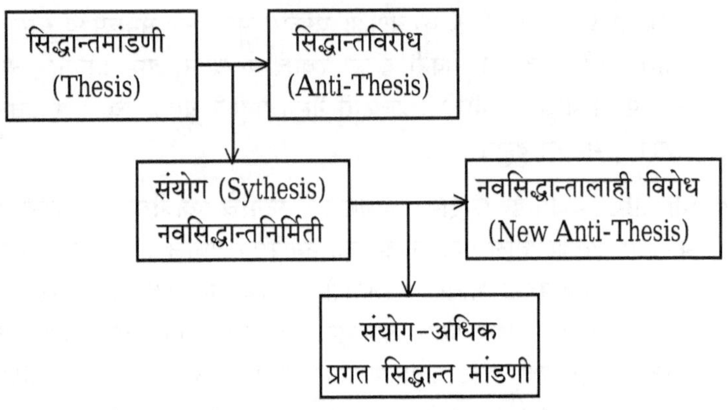

ही प्रक्रिया अनेक वर्ष अशी पुढे चालू राहते. जी. डब्ल्यू. एफ. हेगेल आणि कार्ल मार्क्स यांच्या द्वंद्वात्मक परिवर्तन सिद्धान्तानुसार आकृतीत दर्शविल्याप्रमाणे एखादा तत्त्वज्ञ अभ्यासपूर्वक जेव्हा त्याचे मत मांडतो, तेव्हा त्यास सिद्धान्तमांडणी म्हणतात. कालांतराने या सिद्धान्ताला विरोध करणाऱ्या शक्ती समाजात निर्माण होतात व ते विरोधी सिद्धान्त मांडतात. त्यास सिद्धान्तविरोध म्हणतात. मार्क्स यांनी दोन परस्परविरोधी गटांत झालेल्या संघर्षानंतर जो समन्वय होतो त्यासाठीही 'संयोग' ही संज्ञा वापरली होती.

system - (सि'स्टिम) **व्यवस्था :** लवचीक दृष्टिकोनातून विचार करता सर्वसामान्यपणे कोणत्याही संघटित सामाजिक तरतुदीचे क्षेत्र यासाठी 'व्यवस्था' या संज्ञेचा वापर केला जातो. उदा. शैक्षणिक व्यवस्था, वाहतूक व्यवस्था इत्यादी. परस्परसंबंधी मूलभूत घटकांचा किंवा विभागांचा संच किंवा गट म्हणजे व्यवस्था होय. या व्यवस्थेचे वेगळेपण हे की यातील एखाद्या घटकांत किंवा भागात परिवर्तन वा बदल झाले तर त्याचा परिणाम म्हणून व्यवस्थेच्या काही भागांत किंवा सर्व अन्य भागांतही परिवर्तन घडून येते. उदा. सौर व्यवस्था. निश्चित उद्देशासाठी आणि बाह्य पर्यावरणाशी संबंध प्रस्थापित करण्याच्या उद्देशाने विविध घटक किंवा भाग यांच्या एकत्रीकरणातून स्थापित झालेला संच किंवा गट म्हणजे व्यवस्था होय. या प्रकारच्या व्यवस्था एकतर निसर्गनिर्मित असतील किंवा मानवनिर्मित. यात सामाजिक व्यवस्था सहभागी होऊ शकेल. म्हणून समाज किंवा सामाजिक संघटना हीदेखील एक व्यवस्था होय.

सौर व्यवस्थेसारखी एखादी व्यवस्था की ज्यात बाह्य पर्यावरणामुळे फारच कमी बदल होतात; म्हणून या प्रकारच्या व्यवस्थेला 'बंद व्यवस्था' म्हणतात.

ज्या सेंद्रिय संघटना किंवा जे समाज बदलत्या परिस्थितीला किंवा पर्यावरणाला प्रतिसाद देतात ते समाजच चिरंतन किंवा शाश्वत असतात. या प्रकारच्या संघटना व समाज यांना 'मुक्त व्यवस्था' म्हणतात.

समाजशास्त्रीय दृष्टिकोनातून विचार करता व्यवस्थेचा तिसरा अर्थ अधिक सुयोग्य आहे; कारण यात सामाजिक संबंध, गट आणि समाज यांचे अध्ययन त्यांच्यातील घटकांच्या परस्परसंबंधाचा संच असून ते विस्तृत पर्यावरणासहित संबंधित संचाच्या सीमांचे जतन करण्याचे कार्य करतात.

systematic sample - (सि'स्टमॅटिक सॅ'म्पल) **सुव्यवस्थित नमुनापद्धती :** पहा-random sample-यादृच्छिक नमुना.

systematic integration - (सि'स्टिम इन्टिग्रे'शन) **व्यवस्था एकात्मता :** पहा- social integration and system integration-सामाजिक एकात्मता व व्यवस्था एकात्मता.

system approach - (सि'स्टिम ॲप्रो'च) **व्यवस्था दृष्टिकोन :** पहा-political system and sub system-राजकीय व्यवस्था व उपव्यवस्था.

systems theory and systems analysis - (सि'स्टिम थिअरी ॲण्ड सि'स्टिम अनॅ'लिसिस) **व्यवस्थासिद्धान्त आणि व्यवस्था विश्लेषण :** समाजशास्त्रात सामाजिक व्यवस्था ही संकल्पना हर्बर्ट स्पेन्सर, विल्फ्रेडो पॅरेतो, टॉलकॉट पार्सन्स यांनी विकसित केली होती. त्यामध्ये पॅरेतो व पार्सन्स यांनी या संज्ञेचा आधुनिक समाजात वापर करण्यात महत्त्वाची भूमिका बजावली होती. व्यवस्थासिद्धान्ताचा विचार करता पुढील विचारवंतांचे व्यवस्थासिद्धान्त नावाजले गेले.

अ. विल्फ्रेडो पॅरेतो (Vilfredo Pareto) : १९३५ साली इंग्रजीत भाषांतरित झालेल्या 'सामान्य समाजशास्त्राचे सिद्धान्त' (Theory of General Sociology) या ग्रंथात सामाजिक व्यवस्थेवर सविस्तर विवेचन गेले आहे.

ब. वाल्टर बी. कॅनन (Walter B. Cannon) : हे एक जीवशास्त्रज्ञ होते व १९३२ साली प्रकाशित झालेल्या 'शरीराची उमज' (The Wisdom of the Body) या ग्रंथात त्यांनी व्यवस्थेवर विचार व्यक्त केले होते.

क. टॉलकॉट पार्सन्स (Talcott Parsons) : यांनी त्यांच्या दोन ग्रंथांद्वारे व्यवस्थासिद्धान्तावर प्रकाशझोत टाकिला होता. १९३७ साली प्रकाशित झालेल्या

'सामाजिक क्रियेची संरचना' (The Structure of Social Action) यात त्यांनी 'क्रियासिद्धान्त व्यवस्था' याचे समाजशास्त्रीय सिद्धान्ताच्या आधारभूत घटकांवर विश्लेषणात्मक विवेचन केले होते. त्यानंतर सुमारे १४ वर्षांनी त्यांनी प्रकाशित केलेल्या 'सामाजिक व्यवस्था' (१९५१, सुधारित १९५३) या ग्रंथात व्यवस्थासिद्धान्तावर चर्चा करताना समाजात सामाजिक व्यवस्थेव्यतिरिक्त सांस्कृतिक व्यवस्था, वैयक्तिक व्यवस्था आणि जीवशास्त्रीय व्यवस्थापण कार्यरत असतात व या चारी व्यवस्था परस्परावलंबी असतात यावर भर दिला होता. सामाजिक व्यवस्थेचा विस्तार करताना त्यांनी सामाजिक व्यवस्थेच्या संरचनात्मक घटकांचा व सामाजिक व्यवस्थेच्या पूर्वावश्यक तत्त्वांचा उल्लेख केला होता. (पहा-social system-सामाजिक व्यवस्था.)

यानंतर जेफ्री अलेक्झांडर (Jeffry Alexander) यांनी १९८५ साली 'नव कार्यात्मकवादाचा सिद्धान्त' (The Theory of Neo Functionalism) मांडून सामाजिक व्यवस्थेतील 'संघर्ष व परिवर्तन' या दोन घटकांवर प्रकाशझोत टाकला होता. सामाजिक व्यवस्थासिद्धान्तात वा त्यासंबंधीच्या दृष्टिकोनात जे प्रमुख बदल झाले, त्याचे श्रेय निकलास ल्यूहमन (Niklas Luhmann) यांना द्यावे लागेल. त्यांनी जर्मनीतील सामाजिक व्यवस्थेच्या प्रमुख विकासात्मक बाबींचा आढावा घेताना त्यांनी व्यक्ती ही सामाजिक व्यवस्थेची एक बाजू आहे, ही पार्सन्स यांची कल्पना पूर्णपणे नाकारली होती. थोडक्यात, व्यवस्थासिद्धान्तात या जगातील भौतिक, जीवशास्त्रीय व्यवस्थांसहित सामाजिक व्यवस्थेचा विचार करण्यात आला होता व येत आहे.

■

taboo - (टॅबू) **निषेध-नियम :** इंग्रजीतील 'टॅबू' ही संज्ञा टाँगन (Tongan) यावरून घेण्यात आली (टाँगन म्हणजे दक्षिण पॅसेफिक महासागरातील टाँगा (Tonga) बेटावरील रहिवासी). त्यामुळे टाँगन म्हणजे पवित्र किंवा अनुल्लंघित होय. परंतु आज या संज्ञेचा अधिक विस्तृत स्वरूपात वापर करण्यात येत असला, तरी समकालीन समाजात काही लोकांवर किंवा क्रियेवर लादण्यात आलेली बंधने या अर्थाने ही संज्ञा वापरतात. या लादलेल्या बंधनांमुळे समाजातील काही गटांना अस्पृश्य किंवा अनुलेखनीय समजले जाऊन त्यांच्याशी संपर्क टाळला जातो. अत्यंत प्रसिद्ध निषेध-नियम, की जे सार्वभौमिक स्वरूपात सर्वत्र आढळतात ते म्हणजे विवाह निषेध-नियम वा संभोग निषेध-नियम होत. या संभोग निषेध-नियमांनुसार विशिष्ट नात्यांनी जोडल्या गेलेल्या नातेवाइकांना परस्परांशी विवाह करता येत नाही. (उदा. सख्खे भाऊ-बहीण). १९३८ साली प्रकाशित झालेल्या फ्राइड यांच्या 'गोत्रप्रतीक व निषेध-नियम' (Totem and Taboo) या ग्रंथात, तर १९६९ साली प्रकाशित झालेल्या लेव्ही स्ट्रॉस यांच्या 'आप्तसंबंधाची मूलभूत संरचना' (The Elementary Structure of Kinship) या ग्रंथात समाजातील अनेक निषेध-नियमांचा उगम सापडतो. अन्य लेखकांनी मात्र समाजातील निषेध-नियमांच्या कार्यावर भर दिला आहे. निषेध-नियम व्यक्तीने कोणते कार्य करू नये हे सांगतात. उदा. चोरी करू नये, व्यभिचार करू नये इत्यादी. याशिवाय निषेध-नियमांचे अध्ययन करणाऱ्या विचारवंतात रेमण्ड फर्थ व मेरी डग्लस यांचा समावेश होतो. १९७३ साली प्रकाशित झालेल्या रेमण्ड फर्थ लिखित 'प्रतीके सार्वजनिक व खाजगी' (Symbols Public and Private) या ग्रंथात 'सामाजिक नियंत्रणाची यंत्रणा' या संकल्पनेचे स्पष्टीकरण केले आहे. तर १९६६ साली मेरी डग्लस यांनी 'शुद्धता आणि धोका' (Purity and Danger) या ग्रंथात सामाजिक वर्गीकरणाच्या

निर्मितीत आणि जतनप्रक्रियेत निषेध-नियमांचे कार्य याकडे लक्ष वेधले आहे. आज निषेध-नियम हे प्रत्येक समाजाचा अविभाज्य भाग झाले असून, विशेषत: समाजातील संभोग किंवा विवाहविषयक निषेध-नियमनांना आत्यंतिक महत्त्व प्राप्त झाले आहे.

tabular presentation - (टॅब्युलर प्रेझेन्टे'शन) **तक्तात्मक सादरीकरण :**
संख्यात्मक सामाजिक शास्त्रात व समाजशास्त्रात करण्यात येणाऱ्या संशोधनातील सर्वसामान्य परिणामांचे किंवा निष्कर्षांचे सादरीकरण विश्लेषणात्मक तक्त्याच्या स्वरूपात जेव्हा केले जाते, तेव्हा त्यासाठी 'तक्तात्मक सादरीकरण' ही संज्ञा वापरतात. काही तज्ज्ञांच्या मते, संशोधन अहवालातील तक्ते दोन प्रमुख निकषांची परिपूर्ती करतात. एक म्हणजे, ते वाचणे सोपे असते व दुसरे म्हणजे, विश्लेषणकर्त्यांनी जे अनुमान काढलेले असते त्यांना हे तक्ते एक प्रकारे पाठिंबा देतात. सर्व तक्त्यांचे शीर्षक स्पष्ट आणि स्वस्पष्टीकृत असले पाहिजे. तक्त्यामध्ये किती उत्तरदात्यांनी कोणत्या घटकाला किती व कसा पाठिंबा दिला, हे तक्त्याच्या माध्यमातून स्पष्ट होते. समाजशास्त्र या विषयाबद्दल विद्यार्थ्यांची अभिवृत्ती काय आहे यासंबंधीचे स्पष्टीकरण खालील तक्ता करतो.

समाजशास्त्राबाबतची विद्यार्थ्यांची अभिवृत्ती दर्शविणारा तक्ता

प्रश्न	विद्यार्थी	
समाजशास्त्र मला आवडते	मुले %	मुली %
अ. खूप	४८	३८
ब. काही प्रमाणात	४०	४२
ड. अजिबात नाही	१०	१८
इ. माहिती नाही	२	२
एकूण प्रमाण	१००	१००
एकूण उत्तरदाते	३०१	३८९

हा विश्लेषणात्मक तक्ता अत्यंत मूलभूत स्वरूपाचा असून, तो टक्केवारीच्या स्वरूपात सादर केला आहे. या तक्त्यात एकाच प्रश्नाच्या उत्तराचे चार पर्याय दिले असून, त्यासंबंधीच्या उत्तरांचे मुले आणि मुली अशा दोन प्रकारांत विभाजन केल्याने, संबंधित उत्तरांच्या आधारे उत्तरदात्याचे समाजशास्त्राच्या अभिवृत्तीसंबंधीचे

चित्र स्पष्ट होते. 'तक्तीकरण' हा समाजशास्त्रादी समाजिक शाखांच्या संशोधनाचा आधार आहे.

tacit knowledge - (टॅसिट नॉलेज) **गर्भित ज्ञान** : 'गर्भित ज्ञान' म्हणजे असे कोणतेही ज्ञान की जे सामाजिक कर्त्याजवळ असते; पण तो स्पष्टपणे त्याविषयी बोलू शकत नाही, तसेच ज्यामुळे सामाजिक कर्ता सर्वसामान्य किंवा विशेष सामाजिक संदर्भात कार्यक्षमतेने आपले कार्य करू शकेल. काही बाबतीत ज्ञान असूनही ते उघड करणे जेव्हा अशक्य असते, तेव्हा ही संज्ञा वापरतात.

Taoism - (ताओइझम) **ताओवाद** : इ.सन पूर्व ६०० मध्ये जन्माला आलेला लाओ त्झु (Lao Tzu) हा नामांकित चिनी विचारवंत ताओवादाचा जनक मानला जातो. त्यांचा हा सिद्धान्त 'ताओतेह किंग' या ग्रंथात सापडतो. हा सिद्धान्त अतिशय तत्त्वज्ञानी स्वरूपाचा असून समजण्यास अत्यंत अवघड आहे. 'ताओवाद' म्हणजेच एक प्रकारे निसर्गपूजेचे तत्त्वज्ञान होय. सुरुवातीला जरी ताओवादाने मानवी जीवनासंबंधी विचार मांडले असले, तरी नंतर मात्र हा सिद्धान्त मानवी जीवनमार्गाच्या विचारापासून दूर गेला आणि नंतर या सिद्धान्ताने निसर्गपूजेच्या विचाराचे जोरदार समर्थन केल्याचे दिसून येते. याशिवाय 'ताओवाद' व्यक्तिस्वातंत्र्याचे समर्थन करतो. कायदा हा मानवासाठी आहे; मानव कायद्यासाठी नाही हे ताओवादाचे व्यक्तीसंबंधीचे तत्त्व होते. परंतु व्यक्तिस्वातंत्र्य म्हणजे स्वार्थीपणा नव्हे. व्यक्तिस्वातंत्र्य म्हणजे आपले विचार निर्भीडपणे मांडणे होय. सारांश, निसर्गपूजा व व्यक्तिस्वातंत्र्य हा ताओवादाचा गाभा होता.

task orientation versus time orientation distinction - (टास्क ओरिएन्टेशन विरुद्ध टाइम ओरिएन्टेशन डिस्टिंक्शन) **लक्ष्याभिमुखता विरुद्ध कालाभिमुखता भेद** : 'लक्ष्याभिमुखता विरुद्ध कालाभिमुखता भेद' ही संकल्पना मुख्यत: औद्योगिक समाजात मोठ्या प्रमाणात उपयोगात आणली जाते. या भेदाद्वारे कामगाराचे काम आणि श्रमाचा प्रकार यांचा निर्देश केला जातो. उदा. सूर्योदयापासून सूर्यास्तापर्यंतच्या कालावधीत तो कामाचे लक्ष्य किती प्रमाणात पूर्ण करतो याचा हिशेब ठेवला जातो. एका अर्थाने दिलेले कामाचे लक्ष्य पूर्ण करावयास कामगाराला किती वेळ लागतो याचे मापन केले जाते. याद्वारे कामगाराची कार्यक्षमता व काम करण्याची गती मोजली जाते. या संदर्भात महत्त्वाचा मुद्दा हा, की एखाद्या कृत्रिम उत्पादन एककात लक्ष्याचे मोजमापन घड्याळांच्या काट्यानुरूप (उदा. मिनिट, तास, कामाचे दिवस इत्यादी.) केले जाते. या संदर्भातील मानवशास्त्रीय

व ऐतिहासिक पुरावे असे सूचित करतात की, कामाकडे पाहण्याची कामगारांची अभिवृत्ती, (ज्यात लक्ष्याभिमुखता महत्त्वाची मानली जाते) यात कामगाराला लक्ष्य पूर्ण करण्यात किती वेळ लागला व त्यातून त्याला किती फुरसतीचा वेळ मिळाला याचे गणित मांडले जाते. त्यातून काम व फुरसत यांच्यातील कमीतकमी सीमा निर्धारित केल्या जातात. काम आणि वेळ यांच्या मापनाची ही पद्धत पारंपरिक आदिवासी आणि पाश्चिमात्य उद्योगपूर्व समाजात अस्तित्वात होती. घड्याळाचा शोध किंवा मालकांद्वारे घड्याळाचा वापर करण्याची प्रवृत्ती यातून श्रमिकांनी केलेल्या उत्पादनाचे मोजमापन केले जात होते. त्यामुळे कामगारांत शिस्त निर्माण झाली, ती घड्याळाच्या वेळेमुळे. कामगाराचे विशिष्ट कालावधीतील विशिष्ट उत्पादनलक्ष्य पूर्ण करण्याची क्षमता यात मोजली जाते. म्हणून आज श्रमिकाचे श्रम खरेदी केले जातात व तसेच विकले जातात ते तासावर, यात वेळ हा वाया घालविण्यापेक्षा उत्पादनकामात खर्च करणे महत्त्वाचे मानतात. तसेच आज एखाद्या वस्तूप्रमाणे वेळेचापण सौदा केला जातो. लक्ष्याभिमुखता विरुद्ध कालाभिमुखता यांतील भेदावर उत्कृष्ट योगदान ई. पी. थॉम्पसन (E. P. Thompson) यांनी १९६७ साली लिहिलेल्या 'वेळ, कामाची शिस्त आणि औद्योगिक भांडवलशाही : काल आणि आज' या ग्रंथाद्वारे दिले होते.

समकालीन समाजात या दोन संज्ञांचा समानार्थी वापर करून एकात्मतेचे ते साधन मानले जाते.

tautology - (टॉटॉ'लजी) **पुनरावृत्तिशास्त्र :** एखादे विधान वा एखादा शब्द अनावश्यकपणे परत परत वापरण्याच्या क्रियेला 'पुनरावृत्तिशास्त्र' या संज्ञेने संबोधले जाते. उदा. पुढील विधान पहा. ब्रिटन हे एक बेट आहे आणि ते सर्व बाजूंनी पाण्याने वेढलेले आहे. ही पुनरावृत्ती होय. कारण बेट हाच चारी बाजूंनी पाण्याने वेढलेला भूप्रदेश होय. या संज्ञेच्या वापराचे समाजशास्त्रीय स्पष्टीकरण आपल्याला सामाजिक संस्थेत त्याच्या कार्यातील पुनरावृत्तीत सापडते. पुनरावृत्तिशास्त्राचे प्रारंभीचे उदाहरण म्हणून कार्यात्मकवादी मानवशास्त्रज्ञ (मॅलिनॉव्हस्की इ.) असा विवाद करतात, की काही सामाजिक प्रथांच्या (उदा. चेटूक) अस्तित्वामुळे काही सामाजिक कार्याची जी पुनरावृत्ती होते, त्यासाठी ही संज्ञा वापरतात. काही सांस्कृतिक प्रथा, काही धार्मिक क्रिया या परत परत केल्या जातात. संभाषणात काही शब्द वारंवार वापरले जातात, त्यांचे अध्ययन पुनरावृत्तिशास्त्राद्वारे (Tautology) केले जाते.

taxonomy - (टॉक्सॉनमी) **वर्गीकरणविज्ञान** : 'वर्गीकरणविज्ञान' हा वर्गीकरणाचा एक सिद्धान्त आणि व्यवहार आहे. वैज्ञानिक पद्धतीचा विचार करता 'वर्गीकरणविज्ञान' ही संज्ञा विशेषत्वाने जीवशास्त्रात प्रामुख्याने वापरली जाते. (उदाहरणार्थ, श्रेणीरचनात्मक औपचारिक वर्गीकरणात्मक व्यवस्था, जी लिनिअस★ (Linnaeus) यांनी विशद केली होती. समाजशास्त्रात या प्रकारचे वर्गीकरण काही तज्ज्ञांनी सूचित केले होते, की ज्या वर्गीकरण व्यवस्थेचा वापर एक प्रतिकृती म्हणून करण्यात आला होता. (उदा. हर्बर्ट स्पेन्सर आणि डब्ल्यू. जी. रन्सीमॅन यांचे योगदान) जीवशास्त्रात, वर्गीकरणविज्ञान हे नैसर्गिक आहे की लादलेले आहे, या विवादाच्या संदर्भात संताप जरी व्यक्त करण्यात आला असला; तरी त्याचे एकच उत्तर देता येईल की वर्गीकरणविज्ञान हे सिद्धान्तसापेक्ष असून जेव्हा सिद्धान्त बदलतात, तेव्हा आपोआपच वर्गीकरणविज्ञानातही परिवर्तन होते, जसे ते डार्विनपूर्व ते डार्विनोत्तर जीवशास्त्रात झाले होते.

technological determinism - (टेक्नॉ'लॉजिकल डिट'र्मिनिझम) **तंत्रशास्त्रीय निर्धारणवाद** : 'तंत्रशास्त्रीय निर्धारणवाद', हा काही सिद्धान्तकारांच्या मते, सामाजिक परिवर्तनाचा सिद्धान्त असून त्यात पुढील वैशिष्ट्ये समाविष्ट आहेत– १. क्रांतिकारी प्रगती किंवा विकास की ज्यात उत्पादनतंत्रात त्याचे स्वत:चे तर्कशास्त्र व स्वत:चा मार्ग स्वीकारला जातो. २. या प्रक्रियेत संस्थांचे आणि सामाजिक संबंधांचे प्रमुख निर्धारक म्हणून तंत्रशास्त्र क्रिया करते.

आज सर्व क्षेत्रांचे होणारे संगणकीकरण, भ्रमणध्वनीचा वापर इत्यादी बाबी तंत्रशास्त्रीय निर्धारणवादाचे एक अंग होय. मानवी जीवनाच्या निर्धारणात तंत्रशास्त्राचा मोठ्या प्रमाणात वापर होणे हे तंत्रशास्त्रीय निर्धारणवादात समाविष्ट आहे. शेवटी असे म्हणता येईल की, तंत्रशास्त्राचा प्रारंभ आणि त्याचा संपूर्ण सामाजिक परिणाम हे एक प्रकारे 'सांस्कृतिक पश्चायनाला' आवाहन करतात. या ठिकाणी एक गोष्ट लक्षात ठेवली पाहिजे की, तंत्रशास्त्रीय निर्धारणवादाचे संबंध ऐतिहासिक भौतिकवादाशी जोडण्याचा प्रयत्न करू नये, कारण दोन्हींचे संदर्भ वेगवेगळे आहेत.

technological unemployment - (टेक्नॉ'लॉजिकल अनएम्प्लॉ'यमेंट) **तंत्रशास्त्रीय बेकारी किंवा बेरोजगारी** : समाजशास्त्रज्ञ व अर्थशास्त्रज्ञ यांनी

★ लिनिअस : हा स्वीडिश वनस्पतिशास्त्रज्ञ असून त्यांनी प्राणी आणि वनस्पती यांच्या वर्गीकरणाचा जो सिद्धान्त मांडला, तो वर्गीकरणविज्ञान म्हणून संबोधला जातो.

बेरोजगारीचे जे विविध प्रकार विशद केले होते, त्यांतील एक प्रकार म्हणजे 'तंत्रशास्त्रीय बेकारी' होय. तंत्रशास्त्रीय बेरोजगारी निर्माण होण्याचे महत्त्वाचे कारण म्हणजे उद्योगक्षेत्रात सुरू करण्यात आलेले स्वयंचलन किंवा अन्य तंत्रशास्त्रीय बदल होय. औद्योगिक क्रांतीनंतर जो आर्थिक विकास झाला, त्या आर्थिक विकासाच्या संपूर्ण कालखंडात माणसाला तांत्रिकीकरणाच्या प्रक्रियेशी समायोजन करण्यास भाग पाडण्यात आले. तसेच उद्योग वा अन्य क्षेत्रातील स्वयंचलनाचा परिणाम म्हणून उद्योग वा अन्य क्षेत्रांतील मानवी शक्तीच्या जागी यांत्रिक शक्तीची प्रतिस्थापना करण्यात आल्यामुळे अनेक तंत्रज्ञांना नोकरी गमवावी लागली व त्यातून तंत्रशास्त्रीय बेरोजगारी आकाराला आली वा निर्माण झाली. तांत्रिक कौशल्य आत्मसात करण्याच्या व्यक्तींचे वाढते प्रमाण हे एकीकडे फायदेशीरही आहे; तर दुसरीकडे तोटेदायक. यंत्राद्वारे निर्माण होणारे उत्पादन हे प्रचंड असते; तर त्यांचा उपभोग घेणाऱ्या उपभोक्त्याचे प्रमाण कमी असते. तेव्हा मालक जेव्हा उत्पादन घडवितात, तेव्हा त्या कारखान्यात काम करणाऱ्या तंत्रज्ञाला त्याची नोकरी गमवावी लागते. सारांश, उद्योगक्षेत्रातील स्वयंचलन, बाजारातील प्रचंड स्पर्धा यांचा अपरिहार्य परिणाम तंत्रज्ञ बेकार होण्यात होतो. प्रचंड स्पर्धेमुळे भारतातील बजाज कंपनीला त्यांच्या बहुचलित स्कूटरचे (दुचाकी वाहन) उत्पादन बंद करावे लागले व त्यामुळे त्या कारखान्यातील अनेक तंत्रज्ञ बेकार झाले.

technological society - (टेक्नॉलॉजिकल सोसायटी) **तंत्रशास्त्रीय समाज :** काही समाजशास्त्रज्ञ असा विवाद करतात की औद्योगिकीकरणाच्या विविध प्रकारांतून समाजाचा वेगळा, पण अद्वितीय प्रकार उदयाला आला तो म्हणजे 'तंत्रशास्त्रीय समाज' होय; की ज्यात तंत्रशास्त्र आणि तंत्रशाही वाढत्या प्रमाणात समाजातील सामाजिक संस्थांचे आणि सामाजिक परिवर्तनाचे स्वरूप निर्धारित करते. १९५० ते १९६० च्या दशकात अमेरिकेतील अनेक कार्यात्मकवादी सिद्धान्तकारांनी स्वीकारलेल्या आशावादी विचारात तांत्रिकवाद आणि तथाकथित एककेंद्राभिमुखता यांना अनुकूलता दर्शविली होती. यापूर्वीचा जॉगी एल्युल (Jaegue Ellul) यांनी त्यांच्या 'तंत्रशास्त्रीय समाज' यात निराशावादी सूर लावला होता तो नंतरच्या विचारवंतांनी आशावादात परिवर्तित केला. पर्यायी तंत्रशास्त्र, परिसरशास्त्र आणि पर्यावरण यांतील वाढती अभिरुची यातून 20 व्या शतकातील औद्योगिकीकरणाचे तुलनात्मक स्पष्टीकरण तंत्रशास्त्रीय समाजाला जन्म देण्यास कारणीभूत ठरले.

technology - (टेक्नॉलॉजी) **तंत्रशास्त्र :** समाजशास्त्रात 'तंत्रशास्त्र' ही संज्ञा थोड्या लवचीकतेने वापरली जाते. समाजशास्त्रज्ञांच्या मते, तंत्रशास्त्र म्हणजे एकतर विविध यांत्रिक साधने आणि शक्यतो उत्पादनतंत्र किंवा तांत्रिक संघटना आणि कामाचे यांत्रिकीकरण यांद्वारे प्रेरित केलेले सामाजिक संबंधाचे प्रकार होय. १९७३ साली जॅक गूडी (Jack Goody) यांनी त्यांच्या 'उत्पादन व पुनरुत्पादन' (Production and Reproduction) या ग्रंथात मानवी समाजातील तंत्रशास्त्राचे महत्त्व यांचा ऐतिहासिक व सांस्कृतिक विश्लेषणात्मक व तुलनात्मक आढावा घेऊन 'तंत्रशास्त्र' ही संज्ञा वापरली होती. काही तज्ज्ञांच्या मते, संकुचित दृष्टीने विचार करता तंत्रशास्त्र म्हणजे यंत्रे, तर व्यापक दृष्टीने विचार करता तंत्रशास्त्रात समग्र उत्पादनव्यवस्था, कार्यसंघटना आणि श्रमविभाजन समाविष्ट होते.

औद्योगिक समाजशास्त्रात आणि कार्याच्या समाजशास्त्रात तंत्रशास्त्राची ओळख, कार्यसंघटनेचा आणि दूरीकरणाचा प्रमुख निर्धारक घटक म्हणून करून दिली जाते.

१९६४ साली ब्लाऊनर (Blauner) यांनी तंत्रशास्त्राचे चार प्रकार प्रतिपादन केले होते– १. हस्तव्यवसाय २. तांत्रिक सामर्थ्य ३. संकलनरेषा ४. स्वयंचलनाची प्रक्रिया इत्यादी.

१९७० साली वुडवर्ड (Woodward) यांनी तंत्रशास्त्राचे तीन प्रकारांत वर्गीकरण केले होते. हे वर्गीकरण प्रामुख्याने उत्पादनव्यवस्थेशी निगडित होते. तसेच हे वर्गीकरण तांत्रिक गुंतागुंतीच्या मात्रांवरही आधारित होते. हे उत्पादनावर आधारित वर्गीकरण पुढीलप्रमाणे– १. छोटा गट आणि एकक उत्पादन २. मोठा गट आणि बहुजन उत्पादन ३. प्रक्रिया उत्पादन. यांपैकी प्रत्येक प्रकार हा वेगवेगळ्या संघटनात्मक वैशिष्ट्यांशी संबंधित आहे. उदा. बहुजन उत्पादन हे आत्यंतिक नोकरशाहीशी संबंधित अधिकारसंरचनेचा प्रकार होय. गेल्या काही दशकांत माहिती तंत्रज्ञान क्षेत्राचा प्रचंड विकास झाल्यामुळे व त्याद्वारे अत्याधिक कार्यक्षमता साध्य करणे शक्य झाल्यामुळे या क्षेत्राच्या अध्ययनाला व या क्षेत्रातील संशोधनाला समाजशास्त्रात महत्त्व प्राप्त झाले आहे. तंत्रशास्त्राचा परिणाम कौटुंबिक, सामाजिक, सांस्कृतिक व धार्मिक संबंधांवर कसा झाला, याचे अध्ययन करण्यात समाजशास्त्रज्ञांना अभिरुची आहे.

teknonymy - (टेक्नो'निमी) **पालकदर्जा प्रदानता :** कोणत्याही कुटुंबात नवोदित विवाहित दाम्पत्याच्या पोटी पहिले बालक जन्माला आल्यानंतर जन्मदात्यांना पिता किंवा माता हे दर्जे प्रदान केले जातात किंवा प्राप्त होतात. त्याचबरोबर इतर नातेवाइकांनाही त्या बालकाच्या जन्मामुळे आजोबा, आजी, काका, काकू, मामा, मावशी, आत्या इत्यादी दर्जे प्राप्त होतात. पण यात मातापित्यांचा दर्जा महत्त्वाचा असल्याने 'टेक्नो'निमी' या इंग्रजी संज्ञेचे मराठी रूपांतर 'पालक दर्जा प्रदानता' असे करण्यात आले आहे.

teleology - (टेलि'ओलजी) **प्रघटनाअस्तित्वशास्त्र :** प्रघटनाअस्तित्वशास्त्राचे अनेक अर्थ विद्वानांनी प्रदान केले असून ते आपण क्रमाने पाहू- १. या संज्ञेचा एक अर्थ आहे, उद्देश की जो ग्रीक शब्द टिलॉस (Telos) पासून घेतला गेला. या संज्ञेचा मूळ अर्थ असा की सर्व वस्तूंना त्याची स्वत:ची अशी काही नैसर्गिक उद्दिष्टे असतात. (उदा. एखादा दगड हवेत भिरकावला तर तो परत जमिनीवर पडतो.) २. या संज्ञेचा दुसरा अर्थ असा घेण्यात येऊ लागला की, वस्तूंचे अंतिम उद्दिष्ट वा सर्व वस्तूंच्या निर्मितीचे अंतिम कारण म्हणजे परमेश्वर आहे. (उदा. या प्रकारच्या सिद्धान्तानुसार जगातील वा विश्वातील प्रत्येक वस्तू परमेश्वरनिर्मित आहे.) ३. या संज्ञेचा तिसरा सर्वसामान्य अर्थ—की, ज्यात समाजशास्त्रीय वापरही अभिप्रेत आहे-म्हणजे कोणताही सिद्धान्त, जो असे सूचित करतो, की निसर्गाची प्रघटना किंवा सामाजिक प्रघटना याचे स्पष्टीकरण केवळ पूर्व कारणांनीच दिले जाते असे नाही; तर ते त्या प्रघटनांना मार्गदर्शन करणाऱ्या वस्तूंच्या अंतिम अवस्थेच्या किंवा उद्दिष्टांद्वारेपण दिले जाऊ शकते. आणि म्हणून प्रघटनाअस्तित्वशास्त्रात प्रघटनांचा आढावा व स्पष्टीकरण यांत दोन बाबी समाविष्ट आहेत, त्या म्हणजे उद्देशात्मक स्पष्टीकरण आणि कार्यात्मकवादांचे स्पष्टीकरण. प्रघटनाअस्तित्वशास्त्राच्या या तिसऱ्या अर्थात विकासात्मकतेचे प्रकार आणि उत्क्रांतिवादी सिद्धान्तपण समाविष्ट आहेत. ४. या संज्ञेच्या चौथ्या अर्थात अशा एक वा अनेक प्रक्रिया आहेत की ज्यात प्रघटनाअस्तित्वशास्त्राच्या अंतिम अवस्थेचा दृष्टिकोन व साध्यसंप्राप्ती याचे विश्लेषण अभिप्रेत आहे.

वरील अर्थांपैकी पहिल्या आणि दुसऱ्या अर्थाचा विचार करता त्याचा उपयोग सामाजिक शास्त्रबाह्य ज्ञानशाखेत प्रामुख्याने केला जातो. या संज्ञेच्या तिसऱ्या अर्थाचा विचार करता, त्या अर्थाचा वापर हा भौतिक आणि सामाजिक शास्त्रे अशा दोहोंतही केला जातो. यातील मध्यवर्ती प्रश्न असा की प्रघटनाअस्तित्वशास्त्रीय स्पष्टीकरणातील स्वीकाराई प्रकार म्हणजे सांकेतिक

कारणाचा आढावा घेताना तो अधिक प्रमाणात कमी करून प्रतिपादन केला पाहिजे. ऐतिहासिक अपरिहार्यतेसंबंधीचे सिद्धान्त, मानवी प्रारब्धासंबंधीचे सिद्धान्त हे विशेषत: वादग्रस्त आहेत, त्याकडे दुर्लक्ष करणेच चांगले.

सारांशरूपात असे म्हणावे लागेल, ज्या प्रघटना अस्तित्वात आहे त्यांचा वैज्ञानिक; तसेच समाजशास्त्रीय अभ्यास म्हणजे प्रघटनाअस्तित्वशास्त्र होय.

teleological explanation or interpretation - (टेलि'ओलजिकल एक्स्प्लने'शन ऑर इन्टरप्रिटे'शन) **प्रघटनाअस्तित्वशास्त्रीय स्पष्टीकरण :** १९८१ साली ए. वुडफील्ड (A. Woodfield) यांनी प्रघटनाअस्तित्वशास्त्राच्या प्रकारांवर स्पष्टीकरण करताना असे म्हटले आहे की, ज्या स्पष्टीकरणाचा प्रकार 'अ' (A) आहे त्याचे स्पष्टीकरण 'ब' (B) प्रकाराच्याद्वारे केले जाते. या दृष्टीने विचार करता वुडफील्ड यांनी प्रघटनाअस्तित्वशास्त्राच्या स्पष्टीकरणाचे तीन प्रकार ओळखले आहेत, हे तीन प्रकार खालीलप्रमाणे–

अ. उद्देशात्मक स्पष्टीकरण (Purposive Explanation) : यामध्ये प्राण्याच्या विशेषत: मानवाच्या ध्येयप्राप्तीसाठी होणाऱ्या वर्तनाचे स्पष्टीकरण केले जाते. उदा. या प्रकारच्या स्पष्टीकरणात उद्देशाबरोबरच मानवाच्या प्रेरणा व प्रेरणेमागची कारणे यांचेही स्पष्टीकरण केले जाते.

ब. कार्यात्मकवाद्यांचे स्पष्टीकरण (Functionalist Explanation) : यात मानवी प्राण्यासहित सर्व प्राण्यांचे व समाजातील वैशिष्ट्यांचे जीवशास्त्रीय स्पष्टीकरण पुढील मुद्द्यांच्या आधाराने केले जाते. १. हे स्पष्टीकरण नैसर्गिक व सामाजिक निवडीच्या होणाऱ्या परिणामामार्फत केले जाते. २. हे स्पष्टीकरण वनस्पती, प्राणी आणि मानवी समाज यांनी कामासाठी दिलेले योगदान व त्यातील चिकाटी यांच्या संदर्भात दिले जाते.

क. यंत्राच्या कामाचा आढावा घेणारे स्पष्टीकरण (Explanation of account of the working of machine) : या स्पष्टीकरणाचा संदर्भ किंवा संबंध हा यंत्राचा आराखडा व उद्देश यांच्याशी असून त्यात ते यंत्र एखाद्या प्राण्यासारखे वर्तन वा कार्य करते यासंबंधीच्या बाबींचे स्पष्टीकरण याद्वारे केले जाते. (पहा– cybernetics–संज्ञापनशास्त्र व स्वयंनियंत्रण पद्धती.)

आज सर्वांनी हे मान्य केले आहे की, मानवी प्राणी कोणत्यातरी उद्देशाने क्रिया करतो. शिवाय मानवी सामाजिक क्रियांचे स्पष्टीकरण करताना हे स्पष्ट आहे

की कर्त्याचे ज्ञान, त्याच्या श्रद्धा आणि मूल्य यांद्वारे कर्त्याच्या क्रियेचे विश्लेषण करावे. या संदर्भात असा प्रश्न उपस्थित केला जातो की, प्रघटनाअस्तित्वशास्त्रीय स्पष्टीकरण समाजशास्त्राला देणे शक्य आहे काय? या प्रश्नांची उत्तरे मिळणे गरजेचे आहे, पण ती मिळालेली नाहीत हेही तितकेच सत्य आहे.

territorial imperative - (टेरिटोरिअल इम्पे॒रेटिव्ह) **भूप्रदेशीय आज्ञार्थकता :** 'भूप्रदेशीय आज्ञार्थकता' म्हणजे व्यक्ती किंवा व्यक्तींचे गट यांची अशी प्रवृत्ती की जे त्यांचा स्वत:च्या भूप्रदेशाचे संरक्षण करतात. १९६७ साली आर्ड्रे (Ardrey) यांनी वरील विधान केले होते. काही तज्ज्ञांच्या मते, काही पक्षी व प्राणी यांचे भूप्रदेशीय वर्तन चांगल्याप्रकारे स्थापित झाले असून मानवी वर्तनाशी त्याची तुलना होते. सहजप्रवृत्तीकडे काही वेळेला समाजशास्त्रात संशयी वृत्तीने पाहिले जाते. सामाजिक जीवशास्त्रात (socio-biology) या प्रकारच्या सूचना आढळतात. प्राण्यातील भूप्रदेशीय आज्ञार्थकतेचा अनुभव आपल्याला बऱ्याच वेळा कुत्र्याच्या वर्तनातून येतो. दुसऱ्या प्रदेशातील कुत्रा त्यांच्या भूप्रदेशात आला, त्याला ते भुंकून वा त्याच्यावर हल्ला करून त्यांच्या तथाकथित प्रदेशातून हाकलून देतात. दूरवर जंगलात राहणाऱ्या आदिवासी टोळ्यांत भूप्रदेश आज्ञार्थकतेची भावना तीव्र असते व आपल्या भूप्रदेशाचे रक्षण करण्यासाठी त्यांच्यात युद्धेही होतात.

territory - (टे॒रिटरी) **भूप्रदेश :** राजकीय अधिकारक्षेत्राच्या नियंत्रणाखाली किंवा आधिपत्याखाली असलेले भौगोलिक क्षेत्र म्हणजे 'भूप्रदेश' होय. १९८५ साली गिडन्स (Giddens) यांनी आधुनिक राष्ट्रराज्यातील भूप्रदेश' ही संकल्पना आणि उद्योगपूर्व राज्यातील भूप्रदेश' ही संकल्पना यांत भेद केला आहे. त्यांच्या मते, आधुनिक राष्ट्रराज्यातील भूप्रदेशाच्या सीमा, त्याचे अधिकारक्षेत्र हे सीमारेषा वा सीमातीत यांद्वारे स्पष्टपणे वेगळे केले जाते व तोच भूप्रदेश त्यांच्या ताब्यात आहे असे ठामपणे सांगितले जाते. याउलट उद्योगपूर्व साम्राज्यात सीमांचे स्वरूप लवचीक; तसेच अनिश्चित होते. समाजशास्त्रज्ञांच्या दृष्टीने विचार करता प्रत्येक राष्ट्र, प्रत्येक समाज व प्रत्येक समुदाय याचे एक अत्यावश्यक तत्त्व म्हणजे भूप्रदेश होय. प्रत्येक राज्याच्या सीमा निश्चित असल्या तरी त्यांच्या आधिपत्याखाली असलेला भूप्रदेश सलगच असतो असे नाही. ग्रेट ब्रिटन, वेस्ट इंडिज, न्यूझिलंड यांचे भूप्रदेश अलग असून ते अनेक बेटांत विभागले गेले आहेत. याउलट ऑस्ट्रेलिया, सिलोन, कॅनडा इत्यादींचे भूप्रदेश सलग आहेत. त्या त्या राज्याच्या समुद्रकिनाऱ्यालगतचा समुद्राचा काही भाग व त्या राज्यावरचे आकाश यांचाही समावेश भूप्रदेशात केला जातो.

terrorism - (टेर'रिझम) **दहशतवाद किंवा आतंकवाद :** गेल्या काही दशकांत जगात सर्वत्र आतंकवाद किंवा दहशतवाद मोठ्या प्रमाणात पसरला असून वेगवेगळे शास्त्रज्ञ वेगवेगळ्या स्वरूपात त्याचे वर्णन करतात. एका वाक्यात, दहशत निर्माण करण्यासाठी संघटित झालेली व्यवस्था म्हणजे 'आतंकवाद' होय असे म्हणता येईल. दुसऱ्या एका तज्ज्ञाने आतंकवादाची व्याख्या पुढील शब्दांत केली, 'राजकीय उद्दिष्टांसाठी समुदायात किंवा समुदायाच्या मोठ्या विभागात भीतियुक्त वातावरण निर्माण करणारे हिंसात्मक कृत्य किंवा वर्तन म्हणजे आतंकवाद होय.' अमेरिकेच्या प्रमुख बातमीसंकलन समितीने १९८० साली आतंकवादाची पुढील शब्दांत व्याख्या केली असून त्या व्याख्येला अमेरिकन सरकारने मान्यता दिली आहे. ती व्याख्या अशी- 'आतंकवाद म्हणजे व्यक्तींनी किंवा समूहांनी राजकीय उद्दिष्टांसाठी हिंसाचाराचा प्रत्यक्ष वापर करणे किंवा हिंसाचार करण्याची धमकी देणे होय.' समाजशास्त्राच्या भाषेत आतंकवाद ही एक क्रिया असून ती दुसऱ्या व्यक्तीला किंवा गटाला घाबरविण्यासाठी केली जाते व त्यात बऱ्याच वेळा हिंसाचाराचा अवलंब केला जातो. आतंकवादाचे अध्ययन करणाऱ्या तज्ज्ञांच्या असे लक्षात आले आहे, की गेल्या सुमारे चार दशकांपासून हिंसाचार हा आतंकवादाचा गाभा बनला असून जास्तीतजास्त निरपराध जनतेची हत्या करणे हे आतंकवाद्यांचे लक्ष्य बनले आहे. आतंकवादाचा विचार करता त्यात पुढील वैशिष्ट्ये अंतर्भूत आहेत- १. आतंकवाद हा राज्य किंवा समुदाय यांच्या विरोधात असतो. २. तो काही राजकीय उद्दिष्टे डोळ्यासमोर ठेवून केला जातो. ३. आतंकवाद हा नेहमी अनैतिक व बेकायदेशीर असतो. ४. आतंकवादाचा उद्देश हा संपूर्ण जनतेत भीती निर्माण करणे हा असतो व त्यासाठी दडपशाही, हिंसाचार यांचा वापर आतंकवादी करतात. ५. आतंकवादामुळे जनतेत असाहाय्यतेची भावना निर्माण होते. ६. आतंकवाद बुद्धिप्रामाण्यवादी विचाराला थांबविण्याचे कार्य करतो. ७. आतंकवादाच्या संदर्भात लोकांत उमटणारी प्रतिक्रिया दोन प्रकारची असते. आतंकवादाशी लढा किंवा त्यापासून पळून जा. ८. आतंकवादात अनान्वित जुलूम केला जातो, त्याचे रूपांतर हिंसाचारात होते व त्यात निरापराध माणसे मरतात.

१९८७ साली रूबेनस्टेन (Rubenstein) यांनी केलेल्या अध्ययनात ते असे सूचित करतात की, आतंकवाद उसळतो तो बुद्धिवाद्यांचे राजकीय दूरीकरण झाल्यामुळे. या प्रक्रियेमुळे ते सत्ताधीश वर्गापासून व बहुजन समाजापासून दूर जातात व आतंकवादी बनतात.

terrorist organization - (टे॑ररिस्ट ऑर्गनाइझे॑शन) **आतंकवादी किंवा दहशतवादी संघटना :** आतंकवादी किंवा दहशतवादी संघटनेची बीजे १७९३ साली झालेल्या फ्रान्सच्या राज्यक्रांतीत रुजलेली असली व ते सत्ता काबीज करण्याचे एक साधन असले, तरी राजकीय रंगमंचावर दहशतवादी संघटनेचा उदय होण्यास सुमारे दीड शतकाचा कालावधी लागला. पहिल्या आतंकवादी किंवा दहशतवादी संघटनेचा उदय झाला तो विसाव्या शतकात ब्रिटनमध्ये. १९२१ साली 'आयरिश क्रांतिकारी सेना' (Irish Revolutionary Army) स्थापन झाली व त्यांनी आयर्लंडमध्ये ब्रिटिश सरकारविरुद्ध आतंकवादी तंत्राचा यशस्वी वापर केला होता. १९३९ नंतर आतंकवादी संघटनांनी आंतरराष्ट्रीय रूप धारण केले असले, तरी १९६० नंतर आंतरराष्ट्रीय स्वरूपाच्या राष्ट्रीय संघटना स्थापन होऊन त्यांनी अन्य राष्ट्रांना दहशतवादाचे केंद्र बनविले. अशा काही आंतरराष्ट्रीय दहशतवादी संघटनांची उदाहरणादाखल काही नावे या ठिकाणी देता येतील. उदा. अबू निदाल (पश्चिम युरोप), अल जिहाद अल इस्लाम (प.युरोप व मध्यपूर्व आशिया), लिबरल टायगर ऑफ तमिळ इलम (भारत/श्रीलंका), आसाम मुक्ती संघटना (भारत), आसाम गण-परिषद व आसाम बोडो लँड कमिटी (भारत) इत्यादी.

याशिवाय तालीबान गट, अल् कायदा, लष्करेतोयबा इत्यादी अतिरेकी संघटना गेल्या काही वर्षांत कार्यरत झाल्या असून अमेरिका, भारत, इस्राईल आणि पाकिस्तानसुद्धा त्यांचे लक्ष्य बनला आहे.

tertiary kinship - (ट॑रशरी कि॑नशिप) **तृतीयक नातेसंबंध किंवा आप्तसंबंध :** व्यक्तीचे काही नातेवाईक असे असतात की ते आपले नातेवाईक असतात, पण त्यांच्या संबंधात आपुलकीपेक्षा दुराव्याचे प्रमाण अधिक असते. अशा नातेवाइकांसाठी प्रा. मरडॉक या मानवशास्त्रज्ञाने 'तृतीयक नातेसंबंध' ही संज्ञा वापरली होती. यावर अधिक स्पष्टीकरण करताना प्रा. मरडॉक असे म्हणतात की, आपल्या दुय्यम नातेवाइकांचे जे प्राथमिक नातेवाईक आहेत, त्यांचा समावेश तृतीय किंवा तृतीयक नातेसंबंध होतो. उदा. आपल्या पत्नीचा भाऊ म्हणजे मेव्हणा हा आपला दुय्यम नातेवाईक आहे, पण त्याची पत्नी मात्र आपली तृतीयक नातेवाईक ठरते. वडिलांची बहीण म्हणजे आत्या आपली दुय्यम नातेवाईक जरी असली तरी तिचे पती आपले तृतीयक नातेवाईक ठरतात.

test - (टेस्ट) **चाचणी किंवा कसोटी :** सामाजिकशास्त्र संशोधनातील प्रमुख समस्या म्हणजे मोजमापनावरची संभवनीय प्रतिक्रिया होय. सामाजिकशास्त्रात

एखाद्या प्रघटनेवर संशोधन करताना संशोधनकर्त्याला उत्तरदात्याच्या माहिती देण्याच्या क्रियेच्या अनेक कसोट्या तपासून पाहाव्या लागतात. उत्तरदात्याच्या कसोट्या तपासणीचे जे कार्य संशोधक करतो त्याला 'चाचणी' या संज्ञेने संबोधले जाते. काही तज्ज्ञांच्या मते, या चाचण्या विविध प्रकारच्या असतात. चाचणीच्या माध्यमातून एखाद्या प्रघटनेसंबंधी जनतेचे मत अजमावले जाते. चाचण्या अनेक विषयांच्या घेतल्या जातात. लोकशाही राष्ट्रांत निवडणूक ही एक नेहमीची प्रघटना आहे. त्यासंबंधी चाचण्या घेतल्या जातात. याशिवाय आर्थिक मंदी, राजकीय व प्रशासकीय क्षेत्रांतील भ्रष्टाचार, आतंकवाद, स्त्रियांवरचे वाढते अत्याचार इत्यादी विषयांच्या संदर्भात चाचण्या घेता येतात. चाचण्यांचे अनेक प्रकार आहेत.

अ. घटनापूर्व चाचणी (Pre-test) : एखादी घटना प्रत्यक्ष घडण्यापूर्वी त्या संदर्भात लोकांना काय वाटते यासंबंधी त्यांचे मत अजमावणे म्हणजे घटनापूर्व चाचणी होय. निवडणुका प्रत्यक्ष होण्यापूर्वी मतदानासंबंधी लोकांचा कल अजमावणे म्हणजे घटनापूर्व चाचणी होय.

ब. घटनोत्तर चाचणी (Post-test) : एखादी घटना घडून गेल्यानंतर त्यासंबंधी उत्तरदात्याच्या प्रतिक्रिया अजमावणे म्हणजे घटनोत्तर चाचणी होय. प्रत्यक्ष मतदान झाल्यानंतर जनतेने कोणत्या पक्षाला मतदान केले हे जाणून घेऊन कोणता पक्ष सत्तेवर येऊ शकेल हे या चाचणीद्वारे सांगता येते.

क. अभियोग्यता किंवा प्रवृत्तिमूलक चाचणी (Aptitude Test) : या चाचणी अंतर्गत एखाद्या प्रश्नाच्या किंवा घटनेच्या संदर्भात व्यक्तीची प्रवृत्ती नेमकी कशी आहे याचे मापन करता येते.

याशिवाय व्यक्तीच्या व्यक्तिमत्त्वाचा अंदाज येण्यासाठी काही चाचण्या घेतल्या जातात, त्या खालीलप्रमाणे असतात–

१. शब्दसाहचर्य चाचणी (Word Association Test) : या चाचणीत शब्दांचा वापर केला जातो. यात एकानंतर एक असे अनेक शब्द चाचणीत समाविष्ट असणाऱ्या व्यक्तीसमोर उच्चारले जातात. प्रत्येक शब्द ऐकल्यानंतर ताबडतोब संबंधिताने उत्स्फूर्तरीत्या त्या शब्दाचा प्रतिशब्द सांगावा अशी सूचना त्याला दिली जाते. या तंत्राद्वारे संशोधकाला संबंधित व्यक्तीची प्रतिक्रिया जाणून घेता येते. त्याचप्रमाणे कोणत्या शब्दाच्या उच्चाराने व्यक्ती खूश होते, भिते, थांबते,

अडखळते, नाराज होते, व्यथित होते यावरून व्यक्तीच्या वैयक्तिक समस्यांचे अनुमान लावता येते.

२. वाक्यपूर्ती चाचणी (Sentence Completion Test) : या प्रकारच्या चाचणीत संबंधित व्यक्तीला काही संभाव्य वाक्याचे शब्द देऊन तिला ते वाक्य पूर्ण करण्यास वा जुळवण्यास सांगितले जाते. वेगवेगळ्या व्यक्ती वेगवेगळ्या प्रकाराने वाक्य पूर्ण करतात. या चाचणीमुळे व्यक्तीच्या अभिवृत्तीचे ज्ञान संशोधकाला होते.

३. बाहुली खेळ चाचणी (Doll Play Test) : या प्रकारच्या चाचण्या या मुख्यत्वेकरून लहान मुलांसाठी असतात. या चाचणीत मुलांना विविध आकारांच्या, रंगांच्या, विविध पोशाख घातलेल्या बाहुल्या देऊन किंवा बाहुल्यांचा एक संच देऊन त्या बाहुल्यांतील भेद स्पष्ट करण्यास सांगितले जाते व त्याआधारे त्यांच्या व्यक्तिमत्त्वाच्या पैलूंचे विश्लेषण केले जाते. याशिवाय रोर्शाक (Rorschach) चाचणी, भावनाट्य चाचणी सामाजिक नाट्य चाचणी, प्रासंगिक अर्थबोध चाचण्याही व्यक्तीच्या अभिवृत्तीचे मापन करण्यासाठी घेतल्या जातात.

text - (टेक्स्ट) मूळ ग्रंथ : 'मूळ ग्रंथ' म्हणजे कोणतेही लिखित निवेदन (उदा. विविध पुस्तके) किंवा कोणतेही प्रतिकात्मक निवेदन (उदा. चित्रपट, दूरदर्शनचे कार्यक्रम, कलेचे विविध प्रकार) होय.

संभाषणाप्रमाणेच मूळ ग्रंथालाही त्यांच्या लेखकाच्या पलीकडे आणि त्यांच्या निर्मितीच्या पलीकडे स्वतंत्र अस्तित्व असते. कोणत्याही भाषेचे तज्ज्ञ आणि भाषेची पूर्व-संरचना हे कोणत्याही ग्रंथाचे निर्णायक घटक असून त्यांद्वारे त्या मूळ ग्रंथाचे अस्तित्व आकाराला येते. तसेच अनेक मूळ ग्रंथांच्या परस्परसंबंधातून मूळ ग्रंथाला त्याचा स्वतःचा अर्थ प्राप्त होतो. डेरिडा (Derrida) या विचारवंतांच्या मते, मूळ ग्रंथाचा टीकात्मक अभ्यास म्हणजे निर्बांधणी होय. या विधानाचा अर्थ असा की मूळ ग्रंथाच्या स्पष्टीकरणातील सत्यासंबंधीच्या संकल्पना निर्बांधणीच्याद्वारे दूर करून मूळ ग्रंथ टीकेसाठी किंवा नवीन शोधासाठी खुला करण्यात येतो. डेरिडा यांच्या मते, मूळ ग्रंथाच्या बाहेर काहीही नसल्यामुळे सत्यापर्यंत पोहोचण्यासाठी आपल्याला मूळ ग्रंथातील लिखित भाषेचा आधार घ्यावा लागतो. मूळ ग्रंथातील लिखित मजकुराच्या पलीकडे आपण जाऊ शकत नाही.

thatcherism - (थॅचरि'झम) थॅचरवाद : १९७९ ते १९९० या कालखंडात ब्रिटनच्या पंतप्रधानपदी विराजमान असलेल्या मागरिट थॅचर यांनी राबविलेली आर्थिक आणि सामाजिक धोरणे ही 'थॅचरवाद' (थॅचरिझम) या संज्ञेने ओळखली

जातात. थॅचरवादाने ब्रिटनमध्ये कार्यरत असलेल्या केनिसियन अर्थशास्त्र आणि त्यांची मतैक्यवादी व राज्यनियंत्रित धोरणांची जागा घेतली. थॅचरवादाने त्यांच्या आर्थिक धोरणात संपत्तिवाद (पैसावाद), बाजारतंत्रवाद आणि अधिक समोरासमोरची धोरणे यांवर भर दिला होता व त्यांनी कामगार संघटनांवर मोठ्या प्रमाणात नियंत्रण ठेवले होते.

समाजशास्त्रज्ञांनी थॅचरवादाच्या राजकीय गुणधर्मांवर आणि त्याच्या परिणामांवर अनेक चर्चासत्रे घडवून आणली होती. या चर्चासत्रांच्याद्वारे समाजशास्त्रज्ञ असे मानतात की थॅचरवादाचे विश्लेषण हे त्याच्या सामाजिक आधाराचे परस्परसंबंधी परिणाम, डावपेच आणि वर्चस्ववादी प्रकल्प या साहाय्याने करता येईल. सारांशरूपात असे म्हणता येईल, की थॅचरवादाने ब्रिटनमध्ये नवीन आर्थिक व सामाजिक धोरणांचा पाया रचला होता.

theology - (थिऑलजी) **ब्रह्मविद्याशास्त्र किंवा ईश्वरशास्त्र :** ‘ब्रह्मविद्याशास्त्र’ किंवा ‘ईश्वरशास्त्र’ म्हणजे धार्मिक श्रद्धा आणि परमेश्वराबाबतच्या विचाराची व्यवस्था यांचा सुव्यवस्थित अभ्यास होय. बऱ्याच वेळा संबंधित परंपरांतर्गत या श्रद्धा मर्यादित असतात. उदा. ज्यू धर्मवाद किंवा कॅथॉलिक पंथवाद. ब्रह्मविद्याशास्त्र हे तत्त्वज्ञानशास्त्र आणि धर्माचे समाजशास्त्र यांपासून दूर नेता येणे शक्य नाही; कारण धर्माच्या समाजशास्त्राच्या अर्थसंबंधीचे विचार हे प्रायोगिक प्रकटीकरणाच्या संदर्भात विचार करता आज तरी प्राथमिक अवस्थेत आहेत; म्हणून याचा थोडक्यात अर्थ असा, की धर्माचे तत्त्वज्ञान हे धार्मिक श्रद्धा व परमेश्वराचे अस्तित्व यापेक्षा वेगळे आहे.

theory - (थिअरी) **सिद्धान्त :** ‘सिद्धान्त’ म्हणजे स्वीकृत आणि आदर्श विधानांचा असा संच आहे की ज्यात पुढील अटींचा समावेश होतो, १. ही विधाने संज्ञांचे सुस्पष्ट विवेचन करणारी असली पाहिजेत. २. ही विधाने परस्परसुसंगत असली पाहिजेत. ३. ही विधाने अशी असली पाहिजेत की, त्याद्वारे विद्यमान सामान्यीकरणातून काही अनुमान करता येणे शक्य नाही. ४. ही विधाने ज्ञानाची व्याप्ती वाढविण्याच्या दृष्टीने निरीक्षण आणि सामान्यीकरण करण्यास फायदेशीर ठरली पाहिजेत.

कोणत्याही ज्ञानशाखेच्या संशोधनाचा अंतिम टप्पा हा सिद्धान्तमांडणी हा असतो. काही तज्ज्ञांच्या मते, सिद्धान्तामुळे कोणत्याही ज्ञानशाखेच्या अध्ययनाला परिपूर्णता प्राप्त होते.

theories of middle range - (थि'अरिज ऑफ मि'डल रेंज) **मध्यम पल्ल्याचे सिद्धान्त :** अमेरिकन समाजशास्त्रज्ञ प्रा. आर. के. मर्टन हे या संकल्पनेचे प्रणेते असून १९४९ साली त्यांनी असे मांडले की, हे सिद्धान्त दैनंदिन संशोधनातील दुय्यम परंतु आवश्यक सिद्धान्तकल्पना आणि सर्वसमावेशक सुव्यवस्थित प्रयत्नातून विकसित झालेले सिद्धान्त या दोन्हींच्यामध्ये असतात व त्यात सामाजिक वर्तन, सामाजिक संघटना, सामाजिक परिवर्तन याद्वारे केलेल्या निरीक्षणावर आधारित स्पष्टीकरण दिले जाते. प्रा. मर्टन यांच्या असे लक्षात आले की, सर्वसामान्य सिद्धान्त हे विशिष्ट वर्गांच्या सामाजिक वर्तनाच्या अध्ययनापासून खूपच दूर असतात व त्यावर उपाय म्हणून मर्टन यांनी ही मध्यम पल्ल्याच्या सिद्धान्ताची कल्पना मांडली. समाजशास्त्रात या सिद्धान्ताचा वापर मर्टन यांनी संदर्भगटाच्या, नोकरशाहीच्या, प्रसारमाध्यमांच्या अध्ययनासाठी केला होता. छोटे सिद्धान्त व मोठे सिद्धान्त यांत दुवा साधन्याचे काम मध्यम पल्ल्याचे सिद्धान्त करतात.

theory-laden - (थिअरी-ले'डन) **सिद्धान्त-भार :** जगासंबंधी कोणतेही विधान हे 'सिद्धान्त-भार' या संज्ञेला पात्र ठरते; जर हे विधान गृहीततत्त्वावर आधारलेले असेल तर किंवा हे विधान शुद्ध निरीक्षणावर आधारलेले नसेल तर विज्ञानाचे अनेक तत्त्वज्ञ असा दावा करतात, की सर्व प्रकारचे निरीक्षण या दृष्टीने विचार करता एक प्रकारचा सिद्धान्त-भार आहे कारण सर्व निरीक्षणातून सिद्धान्त मांडता येत नाही. काही तज्ज्ञ असेही मानतात की प्राणिमात्र विचारशास्त्राचे, ज्ञानमीमांसाशास्त्राचे आणि रूपावली- निर्देशक (Paradigmatic) सिद्धान्त केवळ गृहीतावर आधारलेले असल्यामुळे तेही सिद्धान्त-भारच होय.

theory of knowledge - (थिअरी ऑफ नॉ'लेज) **ज्ञानाचा सिद्धान्त :** (पहा- epistemology and sociology of knowledge–ज्ञानमीमांसाशास्त्र आणि ज्ञानाचे समाजशास्त्र.)

theory relativity - (थिअरी रेलिटि'व्हिटी) **सिद्धान्तसापेक्षता :** या ठिकाणी सिद्धान्तसापेक्षताही अशी परिस्थिती आहे की ज्यात वैज्ञानिक संज्ञा आणि विधाने विशिष्ट सिद्धान्त संदर्भात वापरली जातात. समाजशास्त्राच्या दृष्टीने विचार करता समाजशास्त्रीय सिद्धान्तसापेक्षता म्हणजे ५ ते १० वर्षांपूर्वी मांडलेले सिद्धान्त किंवा प्रतिपादन केलेले सिद्धान्त आजही तेवढेच प्रभावशाली ठरावेत असे नाही. कालानुरूप वा परिस्थितीनुरूप समाजशास्त्रीय सिद्धान्तात योग्य ते परिवर्तन किंवा परिवर्तन होणे म्हणजेच एका अर्थाने सिद्धान्तसापेक्षता होय.

third world - (थर्ड वर्ल्ड) **तिसरे जग :** 'तिसरे जग' ही संज्ञा प्रामुख्याने आशिया, आफ्रिका, लॅटिन अमेरिका आणि कॅरिबियन प्रदेशातील राष्ट्रांसाठी वापरली जाते.

'तिसरे जग' ही संज्ञा प्रथम १९५० च्या दशकाच्या प्रारंभी वापरण्यात आली ज्या वेळेला या राष्ट्रांतील नेतेमंडळी त्यांच्या त्यांच्या देशाला ब्रिटिशांच्या वसाहतवादातून मुक्त करण्यासाठी ज्या स्वातंत्र्याच्या चळवळी चालू होत्या त्यांत गर्क होती. तिसऱ्या जगातील राष्ट्रे सकारात्मक कल्पना म्हणून असे सूचित करतात की, आर्थिक आणि राजकीय दृष्टीने विचार करता त्यांची राष्ट्रे त्यांच्या विकासाचा स्वतंत्र मार्ग आखतील की जो मार्ग पश्चिम युरोप व अमेरिका यांतील पहिल्या जगातील राष्ट्रांपेक्षा जसा वेगळा असेल तसाच तो रशिया आणि रशियन गटांतील साम्यवादी राष्ट्रांच्या द्वितीय जगापेक्षाही स्वतंत्र व वेगळा असेल. कालांतराने 'तिसरे जग' ही संज्ञा नकारात्मक पैलूंशी संबंधित असून या नकारात्मक पैलूंत गरीब राहणीमान, मोठ्या प्रमाणात सामाजिक असमानता, आर्थिक प्रगती गोठलेली स्थिती व राजकीय अस्थिरता इत्यादींचा समावेश होतो. काही तज्ज्ञांनी या तीन जगांसाठी तीन पर्यायी संज्ञा वापरण्यास सुरुवात केली. त्या अशा– विकसनशील राष्ट्रे, नव वसाहतवादी राष्ट्रे, अविकसित राष्ट्रे. पहिल्या व दुसऱ्या जगातील राष्ट्रांपासून तिसऱ्या जगातील राष्ट्रे गुणात्मक व संख्यात्मक दृष्टीने कशी वेगळी हे दर्शविण्याचा प्रयत्न आता केला जातो.

thurstone equal appearing interval scale - (थर्स्टन इ'क्कल अपि'अरिंग इ'न्टरव्हल स्केल) **थर्स्टन समदर्शी मध्यंतर मापनसारिणी :** १९२९ साली व्यक्तीच्या अभिवृत्तीमापनाची एक नवीन पद्धत थर्स्टन आणि केव्ह (Thurstone and Chave) या दोन शास्त्रज्ञांनी शोधून काढली की जी 'थर्स्टन समदर्शी मध्यंतर मापनसारिणी' म्हणून ओळखली जाते. या मापनसारिणीत संशोधनासाठी एखादा विषय निवडतात. उदा. अमेरिकेतील सद्य आर्थिक स्थितीला कामगार संघटना जबाबदार आहेत किंवा भारतातील जातिव्यवस्था भारताच्या आर्थिक, सामाजिक विकासातील एक अडथळा आहे. ही दोन्ही विधाने कदाचित दोन परस्परविरोधी नेत्यांनी केली असून दोन्ही विधानांच्या उत्तराला दोन बाजू आहेत. एक अनुकूलतेची व दोन प्रतिकूलतेची. मग या विधानाच्या अनुकूलतेसंबंधी; तसेच प्रतिकूलतेसंबंधी जेवढी जमतील तेवढी विधाने करून त्या विधानांचे वाटप संबंधित उत्तरदात्यांना करावयाचे व उत्तरदात्यांनी त्यांच्या उत्तराला अनुकूलतेच्या ५ व प्रतिकूलतेच्या ५ श्रेणीत विभाजन करून ते विधान संबंधित खात्यात टाकावयाचे. अशा रीतीने

ज्या रकान्यात जास्त विधानाच्या चिठ्ठ्या सापडतील तो आकडा संबंधित प्रश्नाचा अभिवृत्ती निदर्शक आकडा होय. (खालील आकृती पहा.)

अभिवृत्तीमापन श्रेणी दर्शविणारी आकृती

१००(+)	८०(+)	६०(+)	४०(+)	२०(+)	०–०	(–) २०	(–) ४०	(–) ६०	(–) ८०	(–) १००
A	B	C	D	E	F	G	H	I	J	K

अनुकूलता उतरत्या क्रमाने   मध्यंतर   प्रतिकूलता चढत्या क्रमाने

वरील आकृतीतील 'A' रकान्यातील विधान १००% अनुकूल; तर 'K' रकान्यातील विधान १००% प्रतिकूल असेल. दोन्हीकडून सहावा रकाना (F) तटस्थ म्हणजे ज्यांना कोणतेच मत नोंदवावयाचे नाही त्यांचा आहे. या मापनसारिणीत आलेली विधाने, ५ अनुकूल + १ तटस्थ (मध्यंतर) + ५ प्रतिकूल = ११, अशा श्रेणीत विभागली गेली. एखादे विधान नेमके कोणत्या श्रेणीत येते याचा अचूक अंदाज करता येत नसल्याने निष्कर्षात गोंधळ होण्याची शक्यता तज्ज्ञांना वाटते. अभिवृत्तीमापनाचे एक साधन म्हणून या मापनसारिणीकडे पाहिले जाते.

time - (टाइम) **काळ किंवा वेळ :** एका वाक्यात, कोणाच्याही अस्तित्वाच्या मार्गाचे सातत्य म्हणजे 'काळ' होय. काळाचे मापन, भौतिक किंवा सामाजिक प्रक्रियेच्या स्थिर किंवा ठराविक संदर्भात केले जाते. ठराविक काळाचा विचार करून काळ हा स्पष्ट अशा भौतिक ठराविक एककात सामाजिक विभाजनाद्वारे निर्धारित केला जातो. उदा. दिवस, आठवडा, महिने, वर्ष इत्यादी. परंतु इतर अन्य बाबतींत काळाचे विभाजन सामाजिक प्रसंगाच्या अनुबंधावर अवलंबून असते, जे सापेक्षत: नैसर्गिक ठराविक घटकांशी संबंधित असते. उदा. तास किंवा आठवडा इत्यादी. सामान्य सामाजिक वेळेचे विविध प्रकार असून त्यांतील भेद गिडन्स यांनी आपल्या लक्षात आणून दिले आहेत. हे भेद पुढीलप्रमाणे-

अ. परत परत येणारा दैनंदिन कालावधी किंवा उलटसुलट करता येणारा कालावधी (दिवस-रात्र-दिवस हे चक्र) हे प्रत्येकाच्या सामाजिक जीवनाचे अंग होय.

ब. प्रदीर्घ टिकणारा कालावधी, की ज्यात सामाजिक संस्थांच्या आणि समाजाच्या उदय व अंतापेक्षा चिकाटीला महत्त्व प्राप्त झाले आहे.

क. व्यक्तीचे आयुष्य व आयुष्याचा कालावधी यांत येतो व जो परत प्राप्त होत नाही वा त्यात बदल करता येत नाही.

काही गोष्टींना काळाच्या मर्यादा असतात तर काही गोष्टी कालातीत असतात. जगातील सर्व प्रकारच्या सजीव वस्तूंना, मानवनिर्मित वस्तूंना काळाच्या मर्यादा असतात तर नैसर्गिक वस्तू कालातीत असतात. कालातील वस्तूत सूर्य, पृथ्वी, आकाशगंगा इत्यादींचा अंतर्भाव होतो. काळ हा नेहमी सातत्याने अस्तित्वात असतो, परंतु समाजशास्त्रज्ञांनी मात्र काळाच्या अध्ययनाकडे व त्याच्या परिणामांकडे सातत्याने दुर्लक्ष केले.

time space distinction - (टाइम स्पेस डिस्टिं'क्शन) **काळ-स्थल भेद :** काळ स्थळ भेद म्हणजे या ठिकाणी स्थळ आणि काल यांच्या पलीकडे जाऊन सामाजिक संबंध आणि सामाजिक व्यवस्था यांचा विस्तार करणे होय. अर्थात असा विस्तार म्हणजे मनुष्याने वाहतूक आणि संज्ञापनक्षेत्रात जी प्रगती केली त्याचा परिणाम होय आणि त्यामुळे सामाजिक नियंत्रण अधिक सहजसाध्य झाले. समाजशास्त्रात गिडन्स यांनी १९८५ साली त्यांच्या 'समाजाची संरचना' (constitution of society) या ग्रंथात या विचाराची मांडणी केली होती.

time space edges - (टाइम स्पेस एजेस) **काळ-स्थल कडा :** या 'काळ-स्थल कडा' या संकल्पनेचा गिडन्स यांना अभिप्रेत असलेला अर्थ म्हणजे संघर्षात्मक किंवा सजीव प्राण्यांतील परस्परसंबंध की जे वेगवेगळ्या संरचनात्मक प्रकार असलेल्या समाजात आढळून येतात आणि स्थळ-काळाच्या पलीकडेही त्यांचे अस्तित्व असते. सर्व समाजात सामाजिक व्यवस्था त्यातील विविध भाग व अंतर्गत विभाग यांद्वारे तयार होते, त्या वेळी दोहोंतही अन्य सामाजिक व्यवस्था व अंतर-सामाजिक व्यवस्था यांच्याशी संबंध प्रस्थापित केले जातात. गिडन्स यांच्या दृष्टीने 'काळ-स्थल कडा' या संज्ञेचे महत्त्व हे की त्यांनी केवळ क्षेत्रीय स्थानाला महत्त्व दिले नाही तर त्याचबरोबर त्यांनी प्रापंचिक स्थानालाही महत्त्व दिले होते व हे करताना एका विशिष्ट समाजाचे दुसऱ्या अन्य समाजाशी असलेले संबंध, त्याचे परिणाम व त्याचे निष्कर्ष यांवरही विवेचन केले होते. म्हणून गिडन्स म्हणतात, स्थळ-काळाच्या पलीकडे जाऊन विविध समाज, त्यांच्या सामाजिक व्यवस्था, उपव्यवस्था यांचे अध्ययन करणे आवश्यक आहे.

total institution or total organization - (टो'टल इन्स्टिटट्यू'शन ऑर टो'टल ऑर्गनाइझे'शन) **समग्र संस्था किंवा समग्र संघटना :** 'समग्र संस्था' किंवा 'समग्र संघटना' म्हणजे कोणत्याही सामाजिक संघटना (उदा. तुरुंग, आश्रम, इस्पितळ, निवासी शाळा आणि दीर्घ जलप्रवासाला निघालेले जहाज इत्यादी.)

की ज्यात सभासदांना त्यांचे जीवन त्यांच्या समाजापासून वेगळे जगावे लागते. या विरोधात सामान्य सामाजिक जीवनात लोक त्यांच्या स्वत:च्या घरात राहतात, सर्वसाधारणपणे त्याच घरात काम करतात, झोपतात, खातात आणि फुरसतीचे कार्यक्रम विविध स्थानिक स्थळी पार पाडण्यात दंग असतात. ही सर्व समग्र संघटनेची वैशिष्ट्ये असून त्यांच्या सामाजिक क्रिया मात्र एका स्थानापुरत्याच मर्यादित असतात. या प्रकारच्या संघटनेच्या संदर्भात कोणाही सभासदाला प्रचलित प्रशासकीय नियम आणि मूल्ये यांपासून पूर्णपणे पळून जाण्याची शक्यताच नसते.

या संदर्भातील सर्व संशोधने ही समाजशास्त्रीय व सामाजिक मानसशास्त्रीय परिणामांचे अभ्यास करण्यावर केंद्रित झाली असून (उदा. संस्थीकरण) त्यांचा उदय या प्रकारच्या जीवनातून झाला असण्याची शक्यता असून ज्याचे अस्तित्व श्रेष्ठ व कनिष्ठ स्थानात लपलेले दिसते. या संदर्भात गॉफमन (Goffman) यांनी सूचित केल्याप्रमाणे स्वत्वाचा विविध प्रकारे होणारा तेजोभंग वा मानखंडना (उदा. वैयक्तिक धारणाहक्कांचे निर्मूलन) ही समग्र संस्थेत आकाराला येऊ शकते व त्याचा परिणाम हा व्यक्तीच्या व्यक्तिमत्त्वाच्या पुनर्संघटनेत होतो की जी अधिक उघड सामाजिक संदर्भात साध्य करणे शक्य नसते. अर्थात व्यक्तिमत्त्वाचे हे पुनर्संघटन परिपूर्ण नसते. या प्रकारच्या प्रक्रियेत सातत्याने आत्मीय संस्कृतीला वाव असतो की ज्यात समग्र संघटनेच्या औपचारिक संरचनेवर काही प्रमाणात नियंत्रण प्रस्थापित होईल. (सदर विवेचनात संस्था आणि संघटना– institution and organization– या दोन्ही संज्ञा समानार्थी वापरल्याचे दिसून येते. वास्तविक समकालीन समाजशास्त्रात या दोन संज्ञांचे अर्थ वेगवेगळे आहेत.) संस्था किंवा सामाजिक संस्था याचे स्वरूप सर्वसाधारणपणे अमूर्त असून संस्था म्हणजे विविध नियमांचे संकलन होय की ज्याद्वारे व्यक्तिवर्तनावर नियंत्रण ठेवले जाते. संस्था कायम स्वरूपाच्या असतात, याउलट संघटना म्हणजे व्यक्तींच्या विशिष्ट गरजांच्या पूर्तीसाठी निर्माण झालेला समूह वा गट होय. त्यामुळे संघटनांचे स्वरूप तात्पुरते असते, कारण विशिष्ट गरजांची पूर्तता झाली की संघटना विसर्जित केल्या जातात.

totem and totemism - (टो'टेम ॲण्ड टोटेमि'झम) **गोत्रप्रतीक किंवा कुलप्रतीक आणि गोत्रप्रतीकवाद किंवा कुलप्रतीकवाद :** फ्रान्सचे सुप्रसिद्ध समाजशास्त्रज्ञ एमिल दयुरखेम यांनी कुलप्रतीकाची कल्पना मांडली होती. 'गोत्रप्रतीकवाद' म्हणजे एक प्रकारचा सर्वात्मवाद होय. प्रत्येक कुळाचे किंवा कुटुंबाचे एक

कुलदैवत असते. हे कुलदैवत म्हणजे त्या कुटुंबाचा मूळ पुरुष किंवा मूळ घटक होय. हे कुलदैवत एखादा प्राणी, एखादा खाद्यपदार्थ, एखादे झाड किंवा एखादी दैवी शक्ती असू शकते. या कुलदैवतासाठी दयुरखेम यांनी 'गोत्र' (totem) ही संज्ञा वापरली होती. हा प्राणी, हे झाड किंवा दैवी शक्ती त्या त्या समाजाच्या दृष्टीने महत्त्वाची असते. दयुरखेम यांच्या मते, समाज हाच खऱ्या अर्थाने धर्माचा उगमस्रोत होय. ऑस्ट्रेलियातील अरुन्ता (Arunta) आदिवासी जमातीतील गोत्रांचा किंवा कुलप्रतीकांचा अभ्यास केल्यानंतर गोत्रप्रतीक किंवा कुलप्रतीकवादासंबंधीचे विचार दयुरखेम यांच्या मनात साकारले होते. या संकल्पनेची व्याख्या दयुरखेम यांनी पुढील शब्दांत केली होती, 'गोत्रप्रतीकवाद किंवा कुलप्रतीकवाद ही एक धार्मिक व्यवस्था असून ज्यात काही गोष्टी व विशेषत: काही प्राणी, काही वनस्पती यांना कुलचिन्ह म्हणून पवित्र मानले जाते.'

दयुरखेम यांच्या मते, गोत्रप्रतीकवाद वा कुलप्रतीकवाद हा सामूहिक नैतिकतेतून आकाराला येतो व तो स्वत: अवैयक्तिक शक्तीचे रूप धारण करतो. धर्माचे एक अत्यावश्यक अंग म्हणजे गोत्रप्रतीकवाद होय.

torture - (टॉर्चर) **छळ किंवा यातना :** प्राचीन काळात किंवा मध्ययुगात व काही प्रमाणात आजही अपराध्याने किंवा आरोपीने गुन्हा कबूल करावा म्हणून विविध साधनांचा वापर करून त्याला सतावण्याची किंवा त्रास देण्याची क्रिया म्हणजे 'छळ' किंवा 'यातना' होय. हा विचार या सिद्धान्तावर आधारलेला आहे की जर आरोपीला प्रचंड त्रास दिला तर तो आपला गुन्हा कबूल करेल. या प्रकारच्या पद्धतीत महत्त्वाची अडचण म्हणजे अटक केलेली व्यक्ती ही आरोपी आहे की निरपराधी हे निर्धारित करणे अवघड असते व परिणामत: निरपराधी व्यक्तीसुद्धा पोलिसांच्या अनन्वित त्रासाला वैतागून व तिची शारीरिक सहनशक्ती संपल्यामुळे अपराधी नसतानाही अपराधाची कबुली देते. बेकारिया (Beccaria) आणि अभिजात दंडशास्त्रीय संप्रदायाचे अभ्यासक यांनी या पद्धतीचा निषेध केला होता.

torture judicial - (टॉर्चर ज्युडि'शल) **न्यायालयीन छळ :** गुन्ह्याचा आरोप सिद्ध झालेल्या कैद्याला शारीरिक व मानसिक दु:ख देऊन त्याच्याकडून गुन्हा कबूल करवून घेणे हा यात उद्देश असतो व त्यास काही प्रसंगी न्यायालयाची मूक संमती असते. याचा आणखी एक अर्थ असा की न्यायालयात खटला चालविल्यानंतर व आरोपीचा आरोप न्यायालयात सिद्ध झाल्यानंतर न्यायाधीश गुन्हेगाराला जी सश्रम कारावासाची शिक्षा देतात व ही शिक्षा भोगताना कैद्यांचे

जे हाल केले जातात, त्यासाठी 'न्यायालयीन छळ' ही संज्ञा वापरतात. वसाहतवादी कालावधीत वसाहतवाद्यांच्या विरुद्ध स्वातंत्र्य चळवळी लढविणाऱ्या राजकीय नेत्यांना राष्ट्रद्रोही ठरवून जेव्हा सश्रम कारावासाची शिक्षा ठोठावली गेली तेव्हा या राजकीय कैद्यांचा तुरुंगात जो छळ झाला, त्यासाठीही ही संज्ञा वापरली जाते. मध्ययुगातील गुन्हेगारी कायदापद्धतीचा अंतर्गत भाग असलेला हा कायदा १९ व्या शतकापर्यंत काही युरोप खंडातील राष्ट्रांनी रद्दबादल ठरविला नव्हता आणि आजही पोलीसदलाकडून अवैध पद्धतीने गुन्हेगारांचा छळ करण्याचा व त्यांना त्रास देण्याचा प्रकार चालू असून त्यासाठी आज 'तिसरा हिसका' म्हणजे आत्यंतिक छळ ही संज्ञा वापरतात. भारतातही आजही आरोपीकडून गुन्हा कबूल करवून घेण्यासाठी 'थर्ड डिग्री' यंत्रणेचा वापर केला जातो व न्यायाधीश जेव्हा एखाद्या आरोपीला पोलिसांच्या ताब्यात पाठविण्यास परवानगी देतात तेव्हा पोलीस आरोपीचा छळ करणार हे ते गृहीत धरतात वा त्यास त्यांची मूक संमती असते.

town - (टाउन) **छोटे शहर :** 'छोटे शहर' ही संज्ञा दोन दृष्टिकोनांतून उपयोगात आणली जाते. एक- नवीन इंग्लंड, मिशिगन, न्यूयॉर्क, विसकॉन्सिन इत्यादी राज्ये व परगण्यात छोटे शहर हा राष्ट्राचा उपविभाग असून स्थानिक सरकारच्या कार्यकक्षेचा एक भाग होय. दोन- इंग्रजीतील 'टाउन' (छोटे शहर) ही संज्ञा संभाषणात किंवा बोलण्यात एखादे मोठे खेडेगाव किंवा छोटे शहर यांचा निर्देश करण्यासाठी वापरली जाते; परंतु काही राज्यांत 'टाउन' (town) ही संज्ञा कायदेशीर विचार करता नगरात समाविष्ट झालेली छोटी क्षेत्रे, यासाठी वापरली जाते. काही ग्रामीण समाजशास्त्रज्ञ मात्र ५०० ते २५०० रहिवासी असलेल्या वस्तिस्थानासाठी ही संज्ञा वापरतात.

भारतात खानेसुमारी अहवालात 'टाउन' या संकल्पनेचे काही निकष दिले होते व १९०१ ते १९५१ पर्यंत या निकषांत काहीच बदल झाला नाही. १९६१ साली हे निकष बदलले. त्यानुसार कमीतकमी ५००० लोकसंख्या, लोकसंख्येची घनता दर चौरस मैलाला १००० व्यक्तींपेक्षा कमी व्यक्ती, ३/४ कार्यकारी लोकसंख्येचा व्यवसाय बिगर-कृषी व्यवसाय, त्या जागी वाहतूक, संज्ञापन, बँका, शाळा, बाजार, करमणूक केंद्रे, इस्पितळे, वीज व वृत्तपत्रे इत्यादी सुविधा असणे महत्त्वाचे मानले गेले. १९९१ सालापर्यंतच्या जनगणनेपर्यंत हे निकष होते. २००१ साली हे निकष बदलले.

सारांश, भारतात तरी ५००० पेक्षा जास्त ते ५०,००० पेक्षा कमी वस्तिस्थानाला 'गाव' (town) ही संज्ञा दिली जाते.

township - (टा'उनशिप) **नगरविभाग :** स्थानिक स्वराज्यसंस्थांच्या आधिपत्याखाली असलेले भौगोलिक क्षेत्र 'नगरविभाग' या संज्ञेला पात्र ठरते. नागरी विभागाचे निकष प्रत्येक राष्ट्रांत वेगवेगळे असून ते तिथल्या स्थानिक परिस्थितीनुसार ठरतात. भारतात नगराचा मध्यवर्ती भाग हा नागरी विभागात येतो व उर्वरित क्षेत्र शहरबाह्य विभाग किंवा उपनगरी विभाग म्हणून संबोधला जातो.

trade union - (ट्रे'ड यूनियन) **कामगार संघटना :** कोणत्याही क्षेत्रातील नोकरांनी किंवा कामगारांनी त्यांच्या हितसंबंधाचे, कामाच्या परिस्थितीचे संरक्षण व संवर्धन करण्यासाठी स्थापन केलेली ऐच्छिक संघटना म्हणजे 'कामगार संघटना' होय. भारताचे माजी राष्ट्रपती व त्यापूर्वींचे कामगार नेते व्ही. व्ही. गिरी यांनी कामगार संघटनेची जी व्याख्या केली होती ती अशी– 'कामगार संघटना या कामगारांनी स्थापन केलेल्या अशा ऐच्छिक संघटना आहेत की ज्यात सामूहिक क्रियेद्वारे आपल्या हितसंबंधांचे संरक्षण व उन्नती साधण्याचे कार्य केले जाते.' ही व्याख्या प्रातिनिधिक स्वरूपाची असून सर्वसमावेशक आहे.

कामगार संघटनांचे समाजशास्त्रज्ञांनी जे विश्लेषण केले त्यानुसार कामगार संघटनांच्या पुढील चार बाबी महत्त्वाच्या आहेत– अ. कामगार संघटना या अन्य नोकरांच्या संघटनेपेक्षा वेगळ्या आहेत. ब. त्यांच्या उदयाचे स्पष्टीकरण करताना त्यांनी जो आकार धारण केला, जी उद्दिष्टे त्यांनी ठरविली आणि जे डावपेच त्यांनी आखलेत ते कामगारांचे हित साधण्यासाठी. क. कामगार संघटनांच्या यंत्रणेचा विचार करता त्यात सभासदांच्या सहभागाची पातळी व कामगार संघटनातील लोकशाही या बाबींचा विचार सरकारला करणे भाग पडते. ड. कामगार संघटनांच्या कामाचा त्यांच्या कामावर व एकूण विस्तृत समाजावर काय परिणाम होतो याचे अध्ययन समाजशास्त्रज्ञांना महत्त्वाचे वाटते.

कामगार संघटनांच्या विकासाचा इतिहास हा प्रामुख्याने कामगारांच्या चळवळीचा इतिहास असून त्याची सुरुवात १८ व्या शतकाच्या उत्तरार्धात झाली. १९ व्या शतकात ही चळवळ वाढली व २० व्या शतकात ती स्थिर झाली. भारतात १८९० साली पहिली कामगार संघटना स्थापन करण्याचे श्रेय जाते नारायण मेघाजी लोखंडे यांच्याकडे. त्यांनी स्थापन केलेल्या कामगार संघटनेचे नाव होते 'मुंबई कामगार संघटना'. त्या काळात ब्रिटिश साम्राज्यशाही व ब्रिटिश

उद्योजक यांच्या विरोधात लढण्याचे प्रमुख साधन म्हणून कामगार संघटनांचा वापर केला जाई. कामगारांच्या संघटनेच्या संरचनेचा विचार करता तो दोन दृष्टिकोनांतून करावा लागतो. एक, कामगार संघटनांची बाह्य संघटनांशी असलेली संरचना व दोन, संघटनांतर्गत संरचना. (खालील आकृती पहा.)

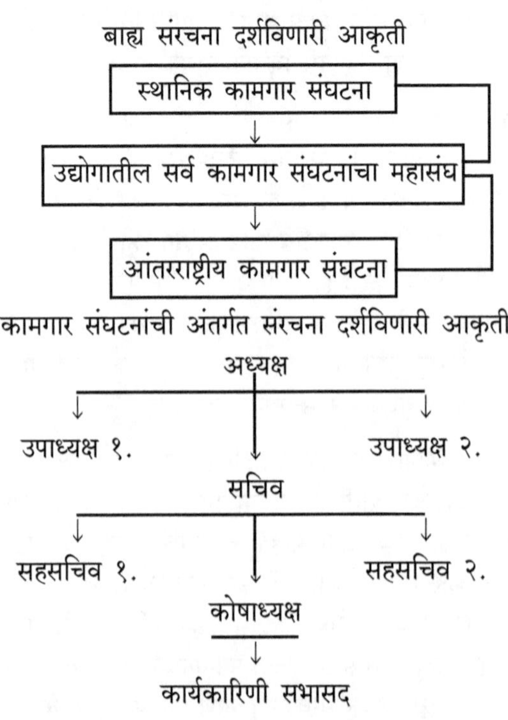

कामगार संघटनांच्या कार्यकारिणीच्या सभासदांची संख्या कामगार संघटनेच्या आकारावरून ठरते. सारांशरूपात असे म्हणता येईल की, कामगारांच्या विविध मागण्यांची पूर्तता करण्यासाठी कामगारांच्या एकूण हितसंबंधांचे जतन, संरक्षण व संवर्धन करण्यासाठी कामगारांच्या बाजूने लढणारी संघटना म्हणजे 'कामगार संघटना' होय.

trade union consciousness - (ट्रेड यूनियन कॉन्शसनेस) **कामगार संघटना जाणीव :** ही संकल्पना लेनिन यांनी १९०२ साली विशद केली होती. कामगार संघटना जाणीव ही विभागवाद्यांच्या (Sectionalist) मते, क्रांतिकारी विचारांपेक्षा

कमी महत्त्वाची असली तरी ती सामाजिक लोकशाहीवादी जाणिवांपेक्षा, उत्स्फूर्तपणे विकसित होते. लेनिन यांच्या मते, कामगार संघटनांसाठी ही उत्स्फूर्तता आवश्यक आहे व त्यामुळे कामगार संघटना एकत्र येऊन त्या मालकाविरुद्ध लढा देऊ शकतात व सरकारवर कायदा (अर्थात कामगार कायदा) मंजूर करण्यासाठी दबाव आणू शकतात. ही सुधारणावादी उद्दिष्टे कामगार वर्गाच्या एकतेच्या आड येतात आणि मध्यम वर्गीय विचारप्रणालीपुढे लाचारी स्वीकारावयास भाग पाडतात, म्हणून त्यासाठी सैद्धान्तिक आणि तत्त्वज्ञानात्मक बुद्धिवाद्यांची सूक्ष्मदृष्टी वर्गजाणिवांच्या विकासासाठी आवश्यक आहे. लेनिन यांच्या या विचारांवर व विशेषत: भांडवलशाही समाजातील कामगार संघटना यांवर अधिक चर्चा होणे गरजेचे आहे.

traditional action - (ट्रॅडि'शनल ॲक्शन) **पारंपरिक क्रिया :** (पहा-types of social action-सामाजिक क्रियेचे प्रकार.)

traditional authority - (ट्रॅडि'शनल अर्थॉरिटी) **पारंपरिक अधिकार :** (पहा-legitimate authority-कायदेशीर किंवा औरस अधिकार.)

traditional society - (ट्रॅडि'शलन सोसायटी) **पारंपरिक समाज :** या ठिकाणी 'पारंपरिक समाज' म्हणजे उद्योगविरहित, प्रामुख्याने ग्रामीण समाज होय की जो स्थिर असल्याचे गृहीत धरले जाते आणि जो आधुनिक आणि बदलत्या औद्योगिक समाजाच्या विरोधी असतो. 'पारंपरिक समाज' ही संज्ञा सामाजिक शास्त्रात विस्तृत प्रमाणात वापरली जात होती, परंतु गेल्या काही दशकांत या संज्ञेच्या वापरातून समाजशास्त्रज्ञांना अनेक समस्यांचा सामना करावा लागत असल्याने अनेक समाजशास्त्रज्ञ आज ही संज्ञा वापरण्याचे टाळतात. या संज्ञेच्या वापरात खालील समस्या समाविष्ट आहेत-

अ. पारंपरिक समाज ही संज्ञा विविध प्रकारच्या समाजांचे वर्णन करण्यासाठी वापरली जाते. परंतु वास्तवतेत ते एकमेकांपासून अनेक बाबतीत भिन्न असतात. (उदा. कृषी समाज, आदिवासी समाज, प्राचीन समाज, सरंजामशाही समाज इत्यादी.)

ब. तसेच या समाजात औद्योगिक समाजाच्या तुलनेने सामाजिक परिवर्तनाचा दर मंद असतो, परंतु हे समजणे चूक होईल की पारंपरिक समाजात बदलच होत नाही.

क. पारंपरिक समाज आधुनिकीकरणाच्या सिद्धान्ताशी संलग्न असून त्यावर अशी टीका झाली की, पारंपरिक समाज व आधुनिक समाज यांतील भेद रेखाटताना ते अति सोपे करून सांगण्यात आले.

ड. या अति सोपे करण्याच्या क्रियेत समाविष्ट गोष्टी त्या समाजाच्या अद्भुततेत परिणत होतात.

'पारंपरिक समाज' या संज्ञेच्या वापरात ज्या समस्या निर्माण झाल्या त्यांवर भाष्य करणारे भाष्यकार असा विवाद करतात की, समकालीन जपानमधील समाज हा पाश्चिमात्य युरोपमधील समाजापेक्षा वेगळा आहे. याचे कारण म्हणजे त्यांच्यामध्ये पारंपरिकता जतन करण्याबाबतच्या भावना तीव्र आहेत. आधुनिकतेच्या पाश्चिमात्यांच्या संकल्पना व जपानी लोकांच्या कल्पना यांत भेद आहे. थोडक्यात 'पारंपरिक समाज' या संकल्पनेच्या अनेक बाजू असून, त्यामुळेच या संकल्पनेच्या अर्थाबाबत मतभेद आहेत.

training, sociology of - (ट्रे'निंग, सोशिऑलजी ऑफ) **प्रशिक्षण, समाजशास्त्राचे :** 'प्रशिक्षण, समाजशास्त्राचे' किंवा 'समाजशास्त्राचे प्रशिक्षण' या संकल्पनेत विशिष्ट लक्ष्याच्या संदर्भात किंवा भूमिकेच्या संदर्भात सुव्यवस्थित सूचना देऊन व्यक्तींना तयार करणे समाविष्ट असते. शैक्षणिक (Academic) समाजशास्त्रज्ञ मात्र समाजशास्त्राचे प्रशिक्षण व शिक्षण यांत भेद असल्याचे मानतात. परंतु समाजशास्त्रीय दृष्टीने विचार करता, प्रशिक्षण हे संज्ञात्मक दृष्टीने शाळांना विरोध करते. प्रशिक्षण हे व्यक्तींना नोकरीसाठी तयार करते. मोठ्या औद्योगिक संस्था आपल्या नोकरांसाठी स्वतंत्र प्रशिक्षण कार्यशाळेचे आयोजन करतात. यासंबंधी जरी शाळेत शिक्षण मिळत असले तरी विशिष्ट उद्योगक्षेत्रात प्रशासनाच्या नवोदितांच्याकडून कोणकोणत्या अपेक्षा आहेत, काम कसे करावयाचे, विविध पदांच्या भूमिका कोणत्या व मर्यादा कोणत्या याचे प्रशिक्षण त्यात्या उद्योगाकडून दिले जाते. औद्योगिक समाजात शिक्षण आणि प्रशिक्षण यांत भेद असून तुलनात्मक अध्ययनासाठी हा विषय संशोधकांच्या दृष्टीने अभिरुचिपूर्ण ठरू शकेल. या प्रकारच्या संशोधनात आर्थिक वृद्धीतील महत्त्वाचे मूलभूत घटक आणि मानवी भांडवलाचा परिणामकारक वापर हा या प्रकारच्या अध्ययनाचा विषय होऊ शकतो. समाजशास्त्रीय अध्ययनाचा प्रमुख महत्त्वाचा प्रवाह म्हणून प्रशिक्षण हा घटक तितकाच महत्त्वाचा आहे. या अध्ययनात प्रामुख्याने कौशल्य, श्रमप्रक्रिया, श्रमबाजार, कामाचा आत्मनिष्ठ अनुभव आणि वर्गजाणिवा यांतील संबंध, कामगार संघटना व संघटनावाद इत्यादींच्या प्रशिक्षणाचा समावेश होतो.

trait theory - (ट्रेट थिअरी) **गुणविशेष सिद्धान्त :** व्यक्तिमत्त्व सिद्धान्ताचा एक प्रकार म्हणजे 'गुणविशेष सिद्धान्त' होय की ज्यात विशेषत्वाने व्यक्तीच्या व्यक्तिमत्त्वसापेक्ष अशा चिरंतन स्वतंत्र गुणधर्मांचे वर्णन केले जाते. काही तज्ज्ञांच्या मते, गुणधर्मांची बांधणी ही द्विस्तंभीय असते. (उदा. हुशार-मूर्ख, स्वार्थी-नि:स्वार्थी, चांगला-वाईट इत्यादी.) हे द्विस्तंभ बऱ्याच वेळा व्यक्तिमत्त्वाच्या मापनाचे प्रतिनिधित्व करतात. १९६३ साली कॅटेल (Cattel) यांनी व्यक्तिमत्त्वाच्या गुणधर्माचे १६ घटक त्यांच्या प्रश्नावलीत नमूद केले होते. व्यक्तिमत्त्वासंबंधीचा पूरक दृष्टिकोन हा 'प्रकार सिद्धान्ता'ने (Type Theory) पुरविला असून ज्यात व्यक्तींच्या काही छोट्या, पण प्रभावी गुणधर्मांवर वा गुणधर्मांच्या प्रकारांवर प्रकाशझोत टाकला आहे.

trans institutionalization - (ट्रॅन्स इन्स्टिट्यूशनलायझेशन) **संस्थीकरणातीत :** 'संस्थीकरणातीत' ही एक प्रक्रिया आहे की ज्यात व्यक्तीला निर्संस्थीकृत (De.institutionalization) केल्याची कल्पना केली जाते व त्याचा परिणाम म्हणून व्यक्तीच्या स्वत:च्या घराऐवजी विविध संस्थांच्या संदर्भात समुदाय-काळजी किंवा समुदाय-रक्षण धोरणांना व्यवहारातून नष्ट केले जाते. उदा. मनोरुग्ण, ज्यांना इस्पितळातून घरी नेण्यास परवानगी दिली असली तरी त्यांना घरी न नेता त्यांना एखाद्या खानावळीत, मठात किंवा वृद्धाश्रमात वा आश्रमात पाठविले जाते.

transformation model of social activity - (ट्रान्सफॉर्मेशन मॉडेल ऑफ सोशल ॲक्टिव्हिटी) **सामाजिक कार्यक्रमाची परिवर्तनीय प्रतिकृती :** 'सामाजिक कार्यक्रमाची परिवर्तनीय प्रतिकृती' म्हणजे अशी प्रतिकृती होय, की जी १९७९ साली भास्कर या समाजशास्त्रज्ञांनी पुढे आणली. त्यांची ही प्रतिकृती ॲरिस्टॉटल यांच्या 'कोणताही उत्पादन कार्यक्रम दोन गृहीततत्त्वांवर आधारलेला असतो. पहिले गृहीततत्त्व म्हणजे कार्यक्षमता, तर दुसरे गृहीततत्त्व म्हणजे भौतिक कारण होय.' या विचारांवर आधारलेली होती. ह्या प्रतिकृतींत जेव्हा असे गृहीत धरले जाते, की सामाजिक क्रिया या सामाजिक प्रकारापूर्वी अस्तित्वात होत्या; तेव्हा हा विचार भौतिक कारणांची बांधणी करतो. तसेच या प्रतिकृतीत असे गृहीत धरले जाते, की सामाजिक क्रिया या वास्तवतेपूर्वी एकतर पुनउत्पादित केल्या जात होत्या किंवा परिवर्तित केल्या जात होत्या. भास्कर यांचे, समाजशास्त्रीय निसर्गवादाच्या संबंधातील शक्यता आणि प्राणिमात्रविचारशास्त्रीय मर्यादा हे वास्तववादी युक्तिवादाचे आधार होत.

transition from feudalism to capitalism - (ट्रान्झि'शन फ्रॉम फ्यु'डॅलिझम टू कॅ'पिटलिझम) **सरंजामशाहीपासून ते भांडवलशाहीपर्यंत संक्रमण :** 'सरंजामशाहीकडून भांडवलशाहीपर्यंत संक्रमण' ही पश्चिम युरोपमधील १५ ते १८ व्या शतकाच्या कालावधीत घडून आलेली एक प्रक्रिया असून, यात पारंपरिक सरंजामशाही समाजाची जागा भांडवलशाहीवादी समाज घेतो. ही संज्ञा प्रामुख्याने मार्क्सवादी विचाराशी जरी संबंधित असली, तरी या संदर्भात वेबर यांच्या वेगळ्या विचाराचीही ओळख करून घेणे तितकेच महत्त्वाचे आहे.

मार्क्सवादी विचारवंत या प्रक्रियेत समाविष्ट असलेल्या निर्णायक घटकांशी असहमती दर्शवितात. या प्रक्रियेत मार्क्स यांनी दोन प्रमुख घटकांशी ओळख करून दिली. एक म्हणजे, सरंजामशाही गावात स्वायत्त हस्तव्यवसायाद्वारे मालाचे उत्पादन करण्याच्या पद्धतीचा उदय झाल्यानंतर त्या गावाभोवती किंवा त्या गावाच्या परिसरात भांडवलशाहीचा विकास झाला आणि दुसरे म्हणजे, परदेशी व्यापारात झालेली वृद्धी, विशेषत: १६ व्या शतकात अमेरिकेशी व्यापार सुरू झाल्यानंतर व्यापारी भांडवलाचा उदय झाला. याशिवाय इंग्लंडमध्ये हलके हलके शेतकऱ्यांनी केलेल्या चळवळीचा परिणाम म्हणून शेतकऱ्यांना शेतीचा त्याग करावा लागला व त्यातूनही भांडवलशाही विकासाला पोषक परिस्थिती लाभली. पुढे मार्क्स व मार्क्सवादी विचारवंतांनी त्यांचे पूर्ण लक्ष वर्गसंघर्षाकडे केंद्रित केले होते.

याउलट वेबर आणि वेबरवादी विचारवंत यांनी त्यांचे सर्व लक्ष पश्चिम युरोपातील सरंजामशाही पद्धतीत झालेल्या राजकीय परिवर्तनाकडे केंद्रित केले होते. या संदर्भातील यांच्या निरीक्षणात काही प्रमुख विरोधाभास आढळतात. एक– राज्यसत्तेने सत्तेचे केंद्रीकरण करण्याचा केलेला प्रयत्न आणि त्याचबरोबर स्थानिक आणि धार्मिक सत्ता मात्र सरंजामशाहांच्या हातात सोपविण्याचा प्रयत्न हा एक विरोधाभास होय. शिवाय यात गावाचा विकास प्रशासकीय केंद्रे व तसेच व्यापारी केंद्र म्हणून करण्यातील विरोधाभास समाविष्ट होतो. दोन– वेबर यांचा प्रोटेस्टंट नैतिक तत्त्वांचा सिद्धान्त आणि सामाजिक आर्थिक विकासाचे स्पष्टीकरण श्रद्धेच्या भूमिकेच्या आधारे करणे हा विरोधाभास होय.

मार्क्स आणि वेबर यांच्या विचारमार्गांत भेद असला; तरी या कालखंडात पारंपरिक सरंजामशाहीची जागा आधुनिक भांडवलशाहीने घेतली याबाबत त्यांच्यात सहमती होती.

transition to socialism - (ट्रान्झि'शन टू सो'शिऑलिझम) **समाजवादाकडे संक्रमण :** या ठिकाणी या संज्ञेचा अर्थ असा आहे की भांडवलशहांच्या हातात असलेली आर्थिक व राजकीय सत्ता कामगार व श्रमिक वर्गाकडे हस्तांतरण करण्याची पहिली पायरी म्हणजे 'समाजवाद' होय. मार्क्सवादाच्या अभिजात सिद्धान्तात त्यांनी विशद केलेल्या प्रगत भांडवलवादातच काही विरोधाभास समाविष्ट आहे. (उदा. भांडवलशाहीतील वाढती गळेकापू स्पर्धा, संघर्षाची वाढती प्रवृत्ती आणि वाढते वर्गीय विभाजन इत्यादी.) या प्रक्रियेत कामगारांच्या क्रांतीची अपेक्षा असून त्यानंतर कामगार सत्ताधीश होऊन ते हलके हलके भांडवलशाहीच्या जागी समाजवादाची प्रतिष्ठापना करतील असे मांडले गेले. भांडवलशाहीच्या जागी समाजवादाची स्थापना करण्यासाठी लागणारा कालखंड 'संक्रमणास्था' म्हणून संबोधला जातो. या कालखंडात भांडवलदारांना त्यांची मालमत्ता सत्ताधीशांच्या ताब्यात देण्याचे आवाहन केले गेले व त्यास प्रतिसाद न मिळाल्यास ती जबरदस्तीने हिसकावून घेतली गेली. प्रसंगी हिंसाचाही संबंधितांनी स्वीकार करण्यास मार्क्स यांची मान्यता होती.

transnational company - (ट्रान्सनॅशनल कंपनी) **राष्ट्रातीत उद्योग :** आजचे बरेचसे लेखक या संज्ञेसाठी 'बहुराष्ट्रीय उद्योग' किंवा 'बहुराष्ट्रीय कंपनी' ही संज्ञा पसंत करतात. (पहा–multi-national company–बहुराष्ट्रीय उद्योग वा कंपनी.)

triad - (ट्रा'यड) **त्रिकूट :** तीन व्यक्तींचा गट की जो बऱ्याच वेळा छोटा व स्थिर स्वरूपाचा गट असतो. जर्मन समाजशास्त्रज्ञ सिमेल यांनी या गटाची संकल्पना मांडली. (पहा–dyad and triad–द्विविध व त्रिविध.)

triangulation of approaches - (ट्राय'अँग्युलेशन ऑफ ऑप्रो'चेस) **दृष्टिकोनांचा त्रिकोण :** दृष्टिकोनांचा त्रिकोण यांचा अर्थ संशोधनासाठी अनेक विभिन्न संशोधन-तंत्रांचा वापर करणे होय. यामागे संशोधकाचा असा विश्वास होता, की विविध तंत्रांचा वापर केल्यामुळे संशोधकाने कमीतकमी किंवा त्यापेक्षा जास्त संशोधन-तंत्रांचा वापर करणे चांगले. काही तज्ज्ञांच्या मते, स्थूल आणि सूक्ष्म अध्ययनात हा दृष्टिकोन अधिक उपयोगी ठरतो.

tribe and tribal society - (ट्राइब अँण्ड ट्रा'इबल सोसायटी) **आदिवासी आणि आदिवासी समाज :** सर्वसाधारणपणे गुराखी व मेंढपाळ समाज किंवा कृषक समाज की ज्यांचे सभासद सांस्कृतिक किंवा भाषिक समान वैशिष्ट्ये धारण करतात आणि जे परस्पर प्रतिसादावर आधारित सामाजिक हक्क आणि

कर्तव्ये यांनी परस्परांशी बांधले गेले आहेत, त्यांना 'आदिवासी' किंवा 'आदिवासी समाज' म्हणतात. या प्रकारचे समाज दुर्बळ, राजकीय संघटना नसलेले, परंतु सबळ वंश संरचना असलेले आणि सामाजिक ऐक्य आणि आंतरक्रिया यांना महत्त्व देणारे असतात. हा आदिवासी किंवा आदिवासी समाज यांचा पहिला अर्थ होय. 'आदिवासी आणि आदिवासी' समाज या संकल्पनेच्या दुसऱ्या अर्थाची मांडणी १९ व्या शतकापासून पुढे मानवशास्त्रज्ञांनी केली होती. या मानवशास्त्रज्ञांनी उत्क्रांतिवादाचा मापदंड लावून राज्यविरहित समाजाचा एक प्रकार म्हणून ही संकल्पना विशद करण्याचा प्रयत्न केला होता. परंतु आज या अर्थाला अत्यंत वाईट असे स्वरूप प्राप्त झाले असले, तरी आदिवासींची ही वाईट स्थिती अनुभवजन्य वास्तवता आहे. 'आदिवासी आणि आदिवासी समाज' या संज्ञेच्या अर्थाबद्दल एकमत नाही.

'आदिवासी आणि आदिवासी समाज' या संकल्पनेच्या मानवशास्त्रज्ञांनी स्वीकारलेल्या बहुसंख्य अर्थानुसार आदिवासी म्हणजे असा सामाजिक गट की ज्यात अनेक कुळे, टोळ्या, खेडेगाव आणि अन्य उपगट समाविष्ट होतात. या सर्वांच्या वैशिष्ट्यांत प्रामुख्याने निश्चित भूप्रदेश, वेगळी बोलीभाषा, एकजिनसी व अद्वितीय संस्कृती आणि एकसंघ राजकीय संघटना किंवा काही प्रमाणात समान एकात्मता (विशेषत: बाह्य घटकांच्या विरोधात) इत्यादींचा समावेश होतो.

trusties - (ट्रस्टि'ज) विश्वासू मनुष्य : 'विश्वासू मनुष्य' ही संज्ञा या ठिकाणी विशिष्ट अर्थाने वापरली आहे. तुरुंगात असलेल्या कैद्यांपैकी ज्या कैद्यांवर जेलमधील अधिकारी विश्वास ठेवू शकतात अशा कैद्यांसाठी 'विश्वासू मनुष्य' या संज्ञेचा वापर गुन्हेगारशास्त्राचे तज्ज्ञ करतात. हे विश्वासू कैदी कैद्यातील अधिकाऱ्यांचे दूत म्हणून कार्य करतात किंवा तुरुंगात त्यांना मदत करतात. तसेच या विश्वासू कैद्यांना तुरुंग अधिकारी त्यांना तुरुंगाबाहेर विविध प्रकारचे निरोप देण्यासाठी विश्वासाने त्यांचे निरोपे म्हणून पाठवितात. या विश्वासू कैद्यांना तुरुंगात योग्य तो मान दिला जातो आणि तुरुंगात त्यांना विविध विशेषाधिकार प्रदान करतात. त्यांनी त्यांच्यावर ठेवलेला विश्वास तोडू नये म्हणून प्रयत्न केला जातो; पण समजा एखाद्याने विश्वास तोडला, तर मात्र त्यावर कठोर कारवाई केली जाते. सारांशरूपात, तुरुंगातील विश्वासपात्र कैद्यांसाठी ही संज्ञा वापरतात.

trusteeship - (ट्रस्टी'शिप) विश्वस्त : भारताचे राष्ट्रपिता व आर्थिक, राजकीय सामाजिक विचारवंत महात्मा गांधी यांनी 'विश्वस्त' ही संज्ञा पुढील मुद्द्यांच्या

आधारे स्पष्ट केली आहे- १. 'विश्वस्त' ही संघटना प्रचलित भांडवलशाही व्यवस्थेवर आधारित समाजाचे रूपांतर समानतेवर आधारित समाजात करण्याचे एक साधन होय. 'विश्वस्त' ही संकल्पना या श्रद्धेवर आधारलेली आहे की मानवी स्वभाव हा विमोचनाच्या पलीकडे आहे. २. 'विश्वस्त' ही संकल्पना मालमत्तेच्या खासगी मालकीच्या कोणत्याही हक्काला मान्यता देत नाही. फक्त याला अपवाद आहे तो समाजाने स्वत:च्या कल्याणासाठी वापरण्यास मान्यता दिलेल्या खासगी मालमत्तेचा. ३. 'विश्वस्त' ही संकल्पना मालमत्तेच्या मालकीच्या कायदेशीर नियंत्रणांना वगळत नाही. ४. म्हणून 'विश्वस्त' या संकल्पनेतील राज्यातील नियमांत व्यक्तीला स्वार्थासाठी आणि समाजाच्या हितसंबंधाकडे दुर्लक्ष होऊ नये म्हणून त्याची स्वत:ची मालमत्ता धारण करण्याचे स्वातंत्र्य असणार नाही याचा समावेश आहे. ५. विश्वस्त संस्थेने राहणीमानासाठी आवश्यक तेवढे कमीतकमी वेतन निश्चित करावे, त्याचप्रमाणे समाजातील जास्तीतजास्त मालमत्ता संपादनावर मर्यादा घालाव्यात तसेच कमीतकमी उत्पन्न आणि जास्तीतजास्त उत्पन्न यांतील भेद स्पष्ट करावा व समानता निर्माण करण्याच्या दृष्टीने विचार करता तो अत्यंत कमी असावा. तसेच वेळोवेळी या भेदाचा आढावा घेतला जावा.

महात्मा गांधींच्या आर्थिक व्यवस्थेनुसार उत्पादन हे वैयक्तिक हाव किंवा लहर यावर आधारित न राहता त्याचे निर्धारण सामाजिक गरजांवर आधारित असले पाहिजे. महात्मा गांधी जरी मार्क्सवादी असले, तरी मार्क्स यांचा क्रांतीचा मार्ग त्यांना मान्य नव्हता. त्यामुळे त्यांनी जमीनदार आणि भांडवलदार यांची मालमत्ता सरकारजमा करण्यासाठी कोणताही ठोस उपाय सुचविलेला नाही. महात्मा गांधींच्या मते, आपण जमीनदार व भांडवलदार यांची मानसिकता बदलण्याचा प्रयत्न केला पाहिजे आणि शांततामय मार्गाने ही मालमत्ता सार्वजनिक झाली पाहिजे. त्यांच्या मते, जमीनदार व भांडवलदार हे मालमत्तेचे मालक नसून शेतकरी व कामगार हे तिचे विश्वस्त असून त्यांच्या भल्यासाठी मालमत्तेचा वापर झाला पाहिजे.

truth - (ट्रुथ) **सत्य :** तथ्याशी (Facts) समानार्थी शब्द म्हणजे 'सत्य' होय. (उदा. तत्त्वज्ञानशास्त्रातील सत्याचा सादृश्य सिद्धान्त.) अगदी स्पष्टपणे जर सांगावयाचे असेल तर सत्य विधाने किंवा सत्य कल्पना ह्या अनुभववादी संज्ञांच्या माध्यमातून या जगाचे प्रतिनिधित्व करतात. परंतु गेल्या काही वर्षांत सत्याच्या संज्ञेला आव्हान देण्यात आले होते, कारण सत्याचा नेमका अर्थ सांगणे अवघड आहे व सत्य ही एक सापेक्ष कल्पना असून प्रत्येक जण सत्याचा आपापल्या परीने अर्थ लावण्याचा प्रयत्न करतो.

पौर्वात्य जगात सत्याला सामाजिकतेबरोबरच धर्माचीही किनार आहे. पौर्वात्य जगातील हिंदू, बौद्ध, जैन इत्यादी धर्मांत सत्याला आत्यंतिक महत्त्व दिले असून सामाजिक जीवनाचे अत्यावश्यक अंग मानले आहे. १९ व 20 व्या शतकात सत्याचा पुरस्कार करणाऱ्या विचारवंतांत महात्मा गांधी यांचे नाव प्रथम घ्यावे लागेल. गांधींच्या मते, सत्याचे अनेक अर्थ आहेत. जसे की, सत्य म्हणजे परमेश्वर व सत्य म्हणजे शाश्वत तत्त्व होय. सत्यावर चर्चा करताना महात्मा गांधी यांनी असे म्हटले आहे की, सत्य हा माणसाच्या अंतरात्म्याचा आवाज असून जे सत्य आहे तेच टिकणारे आहे. सत्याशिवाय अन्य कोणतीही गोष्ट टिकाऊ नाही. अत्यंत नास्तिक मनुष्यही सत्य नाकारू शकत नाही. म्हणून महात्मा गांधी म्हणतात, व्यक्तीने आपले मन, वचन व कृती यांत सत्याचे पालन करणे जरुरी आहे. तसेच माणसाच्या सर्व क्रिया सत्याभोवती केंद्रित झाल्या पाहिजेत. सत्य ही केवळ एक साधना नसून ते जीवनाचे एक व्यावहारिक अंग आहे. कोमल वा मृदू शब्द, दयाळूपणा, परोपकारी वृत्ती, सहानुभूतीची वागणूक, मैत्रीपूर्ण वर्तणूक इत्यादी बाबी सत्याच्या मार्गावरचे मैलाचे दगड होत. मनुष्य व राष्ट्र सत्याच्या मार्गाने गेले तर आंतरराष्ट्रीय शांतता सहजशक्य आहे.

त्यापूर्वी महात्मा जोतिबा फुले यांनी सत्यशोधक समाजाचे मार्गदर्शक तत्त्व म्हणून सत्यशोधक धर्म स्थापन केला. या सत्यशोधक समाजाची तीन सूत्रे होती– १. सत्य २. समता व ३. शांती. महात्मा फुले पुढे असे प्रतिपादन करतात की, 'सत्यापरता नाही धर्म । सत्य हेच परब्रह्म ।।'

सारांश, सत्य किंवा तथ्य ही जीवनातील वास्तवता आहे ती स्वीकारा, हा संदेश सत्याचे किंवा तथ्याचे तत्त्वज्ञान देते.

twin cities - (ट्विन सि'टिज) **जुळे शहर :** नागरीकरणाच्या प्रक्रियेचा आणि ग्रामीण भागातून सातत्याने शहरात स्थलांतरित होणाऱ्या लोकसंख्येच्या वाढत्या ओघाचा परिणाम म्हणून मूळ शहराजवळ नवीन शहर निर्माण झाले. काही शहरांच्या बाबतीत ही प्रक्रिया निसर्गत: घडून आली आणि तर काही शहरांच्या बाबतीत ती मुद्दाम घडवून आणल्याचे दिसून येते. तिसऱ्या जगातील मेक्सिको शहर, त्याच्या आजूबाजूचा प्रदेश यातून जुळे मेक्सिको शहर उदयाला आले. भारतापुरता विचार करता स्वातंत्र्यप्राप्तीनंतर भारतात अनेक जुळी शहरे आकाराला आली. हैद्राबाद-सिकंदराबाद, दिल्ली-नवी दिल्ली, मुंबई-नवी मुंबई, पुणे-पिंपरी-चिंचवड इत्यादी.

two party system - (टू पार्टी सिस्टिम) **द्विपक्षीय व्यवस्था :** 'द्विपक्षीय व्यवस्था' ही ब्रिटन आणि अमेरिका या देशांत आढळणारी एक राजकीय व्यवस्था होय. या व्यवस्थेंतर्गत राजकीय स्पर्धा ही प्रामुख्याने दोन प्रभावी पक्षांत होते. काही तज्ज्ञांच्या मते, या राजकीय व्यवस्थेतील दोन पक्षांपैकी एक पक्ष डावी विचारसरणी असलेला, तर दुसरा पक्ष उजवी विचारसरणी असलेला असण्याची शक्यता असते. पण ते नेहमीच बरोबर असते असे नाही. द्विपक्षीय व्यवस्थेच्या अस्तित्वामुळे सामाजिक आणि राजकीय विभाजनाचे निर्मूलन होते. दोन पक्ष व्यवस्थेमुळे प्रत्येक पक्षाला सत्तेवर येण्याची संधी मिळण्याची शक्यता असल्यामुळे सत्तेवर आलेल्या पक्षाला विरोधी पक्षाची भूमिका बजावणे शक्य होते. जगातल्या काही मोजक्या राष्ट्रांत द्विपक्षीय (राज्य) व्यवस्था असते. भारतात मात्र बहुपक्षीय लोकशाहीव्यवस्था आहे.

two step flow in mass communication - (टू स्टेप फ्लो इन मास कम्युनिकेशन) **प्रसारमाध्यमांतील दोन अवस्थाप्रवाह :** बहुजन समाजाच्या सिद्धान्ताच्या विरोधात हा प्रसारमाध्यमांतील दोन अवस्थाप्रवाह सिद्धान्त असून यात बहुजन समाजात प्रसारमाध्यमांचा प्रवाह हा मते, नेते यांच्या क्रियांच्या माध्यमातून प्रवाहित होतो जो या दोन अवस्थांच्या संदर्भात द्वाररक्षकाचे कार्य करतो. हा सिद्धान्त प्रसारमाध्यमांच्या सिद्धान्ताच्या विकासात महत्त्वपूर्ण भूमिका बजावतो.

type - (टाईप) **प्रकार :** कोणताही अमूर्त किंवा संकल्पनात्मक वर्ग की जो आनुभविक संदर्भ सरळपणे देण्याच्या क्षमतेचा असू शकतो किंवा असू शकत नाही. (see ideal type. पहा आदर्श प्रतिमा किंवा प्रारूप) या विवेचनाचा अर्थ असा की बहुसंख्य वर्गाच्या संकल्पना अमूर्त असल्या तरी काही वर्गांना किंवा प्रकारांना अनुभवाची झालर असते (उदा. कुटुंब).

type of compliance - (टाईप ऑफ कम्पलायन्स) **अनुमतीचे प्रकार :** अनुमतीच्या प्रकाराची तीन साधने आहेत. शारीरिक, भौतिक आणि प्रतीकात्मक. एखाद्या संघटनेत तुमची नेमणूक झाल्यानंतर विषयाला मान्यता मिळवावी लागते किंवा त्यांची ओळख पटवावी लागते. ही मान्यता देण्याचे कार्य किंवा ओळख पटविण्याचे कार्य, १९६१ साली ॲमिटाई एट्झिऑनी (Amitai Etzioni) यांनी त्यांच्या 'जटिल संघटनेचे तुलनात्मक विश्लेषण' (A Comparative Analysis of Complex Organization) या अध्ययनाद्वारे केले होते. या अध्ययनात त्यांनी तीन प्रकारच्या सत्तेवर चर्चा केली होती. त्या तीन सत्ता खालीलप्रमाणे-

अ. निग्रहात्मक किंवा दमित सत्ता (Coercive Power) : ह्या प्रकारची सत्ता ही प्रामुख्याने शारीरिक छळाच्या धोक्यावर आधारित आहे. यात सत्ताधारी व्यक्ती वा समूह हे सत्ता नसलेल्यांचा शारीरिक छळ करतात.

ब. मोबदला प्रदानात्मक सत्ता (Remunerative Power) : यात भौतिक संसाधनांवर नियंत्रण ठेवणारा सत्ताधारी गट हा सत्ता नसणाऱ्यांकडून त्यांना पाहिजे ते काम करवून घेताना त्यांना बक्षिसाच्या स्वरूपात किंवा मोबदल्याच्या स्वरूपात पगार किंवा वेतन प्रदान करतो.

क. प्रमाणकात्मक सत्ता (Normative Power) : ही सत्ता प्रतीकात्मक बक्षिसे आणि वंचितता यांच्या वाटपावर (विभाजनावर) आणि हस्तकौशल्यावर आधारित असते.

ह्या अनुमतीच्या तीन पद्धती तीन प्रकारच्या गुंतागुंतीशी संबंधित आहेत १. दूरीकरणात्मक २. हिशोबात्मक ३. नैतिक.

types of social action - (टाईप्स ऑफ सो'शल ॲ'क्शन) **सामाजिक क्रियेचे प्रकार** : या ठिकाणी 'सामाजिक क्रियेचे प्रकार' म्हणजे वेबर यांनी प्रतिपादन केलेले चार आदर्श प्रतिमा किंवा चार आदर्श प्रारूप होत. ते चार आदर्श प्रारूप अथवा त्या चार आदर्श प्रतिमा खालीलप्रमाणे–

१. बुद्धिप्रामाण्यवादी किंवा साधनात्मक क्रिया (Rationalistic or Instrumental Action) : वेबर यांच्या मते, कोणत्याही मानवी क्रियेला 'बुद्धिप्रामाण्यवादी क्रिया' किंवा 'साधनात्मक क्रिया' ही संज्ञा अशा वेळेसच लावता येईल की, जेव्हा व्यक्ती (आर्थिक) साधने व ध्येये यांच्यात जाणीवपूर्वक समायोजन प्रस्थापित करते.

२. मूल्यमापनात्मक क्रिया (Value Action or Evaluative Action) : या प्रकारच्या क्रियेत व्यक्तीच्या सौंदर्यात्मक, धार्मिक किंवा नैतिक वर्तणुकीचा समावेश होतो की जे वर्तन समाजाने कोणतेही सयुक्तिक कारण न देता स्वीकारलेले असते.

३. संवेगात्मक क्रिया (Affectual Action) : ज्या क्रिया भावनात्मकतेद्वारे निर्धारित होतात त्यांना संवेगात्मक क्रिया म्हणतात.

४. परंपरावादी क्रिया (Traditional Action) : ज्या क्रिया पारंपरिक सामाजिक प्रथा किंवा रूढी यांनी नियंत्रित केल्या जातात, त्यांना पारंपरिक क्रिया म्हणतात.

याशिवाय सामाजिक क्रियेच्या प्रकारात पॅरेतो यांच्या तार्किक क्रिया, अतार्किक क्रिया किंवा तर्कसंगत क्रिया व तर्कविसंगत क्रिया यांचाही समावेश होतो.

typification - (टाइपिफिके'शन) **प्रकारीकरण किंवा अद्वितियीकरण :** 'प्रकारीकरण' किंवा 'अद्वितियिकरण' ही एक समाजशास्त्र व सामाजिक कर्ते यांनी सामाजिक जगाचे ज्ञान संघटित करण्यासाठी वापरलेली संकल्पनात्मक प्रक्रिया असून, त्यात व्यक्ती वस्तू किंवा प्रसंग यांचे संघटन हे त्यांच्यातील अद्वितीय वैशिष्ट्यांच्या आधाराने केले जाते.

समाजशास्त्रातील प्रकारीकरण किंवा अद्वितियीकरण हे सामाजिक कर्त्यांच्याद्वारे दैनंदिन जीवनातील सामाजिक बांधणीत अगोदरच कार्यरत असते. प्रकारीकरणाला समाजशास्त्राच्या लोकजीवनपद्धतिशास्त्र या शाखेत अधिक महत्त्व आहे; कारण त्यात लोकजीवनाच्या अनेक पद्धतींचा शोध घ्यावा लागतो. विशेषत: व्यावहारिक समाजशास्त्र आणि सांकेतिक बुद्धिवादी समाजशास्त्र यांच्यातील भेदांवर चर्चा करताना प्रकारीकरणाला महत्त्व प्राप्त झाले असावे.

सांकेतिक बुद्धिवादी समाजशास्त्रावरची टीका विद्वानांनी पूर्णपणे स्वीकारली असून या टीकेने दैनंदिन जीवनातील सामाजिक सांस्कृतिक क्षमता आणि सामाजिक कर्त्यांचे प्रकारीकरण (Typification of Social Actor) हा आधुनिक समाजशास्त्रीय विश्लेषणाचा अत्यावश्यक मूलभूत घटक होय. परंतु याची अंमलबजावणी बुद्धिवादी समाजशास्त्रात करण्याचे कार्य विवादात अडकले. लोकजीवन-पद्धतिशास्त्राच्या अभ्यासकांचा, समाजशास्त्रात संपूर्ण क्रांती झाली पाहिजे या विचारांचा सर्वसामान्य स्वीकार अनेक तज्ज्ञांनी केला नव्हता.

typology - (टॉइपॉ'लजी) **प्रकारशास्त्र किंवा प्रकारव्यवस्था :** कोणत्याही संकल्पनात्मक व्यवस्थेची वर्गीकरणप्रक्रिया म्हणजे 'प्रकारशास्त्र' होय. (उदा. चर्च किंवा पंथ याचे वर्गीकरण.) तार्किक दृष्टिने विचार करता, हे वर्गीकरण किंवा प्रकारीकरण अनुभवाच्या संदर्भचौकटीत बसू शकेल किंवा बसू शकणार नाही. त्याचप्रमाणे कोणत्याही प्रकारशास्त्राच्या भूमिका व उपयोगिता या नेहमी त्या त्या प्रकारशास्त्राच्या सैद्धान्तिक दृष्टिकोनांतर्गत तयार केल्या जातात.

unanticipated or unintended consequences (of social action) - अन् ऑन्टि'सिपेटेड ऑर अन् इन्टे'न्डेड कॉ'न्सिक्वेन्सेस (ऑफ सो'शल ॲक्शन) **(सामाजिक क्रियेचे) अनिश्चित किंवा अनपेक्षित परिणाम :** सामाजिक क्रियेत सहभागी झालेल्या सहभागीदाराद्वारे सामाजिक क्रियेचे अनुभवलेले अनपेक्षित किंवा आकस्मिक झालेले परिणाम हे वरील संज्ञेने संबोधले जातात. सामाजिक क्रियेचे होणारे परिणाम हे सामाजिक कर्त्यांच्या दृष्टीने विचार करता आकस्मिक स्वरूपाचे असतात व त्याचे समाजशास्त्रीय विश्लेषण हा या अध्ययनाचा प्रमुख भाग होय. याच प्रकारच्या प्रेरणा आधुनिक समाजशास्त्रपूर्व कालखंडात सामाजिक विचाराच्या प्रकारांत सर्वोच्च स्वरूपाच्या असल्याचे मानले जाते. उदा. ॲडम स्मिथ यांची 'बाजारातील अदृश्य हात' ही संकल्पना तसेच मार्क्स यांची 'घेणे व हस्तांतरित करणे' ही संकल्पना.

समाजशास्त्राचा विचार करता अनपेक्षित परिणामांबाबतची महत्त्वपूर्ण चर्चा रॉबर्ट मर्टन यांच्या प्रकट व अप्रकट कार्यावरच्या सिद्धान्तात आढळून येते. त्याचबरोबर वेबर यांच्या समाजशास्त्रीय विचारात प्रोटेस्टंट स्वत: जरी आधुनिक भांडवलशाहीची स्थापना करण्याचा हेतू बाळगत नसले, तरी त्याचा तो अनपेक्षित परिणाम असल्याचे वेबर मानतात.

सारांशरूपात असे म्हणता येईल, की एखाद्या सामाजिक क्रियेचे कर्त्याला अनपेक्षित असलेले जे परिणाम होतात, त्यासाठी ही वरील संज्ञा समाजशास्त्रज्ञांकडून वापरली जाते.

unconscious - (अनकॉ'न्शस) **अजाण किंवा अज्ञात :** अजाण किंवा अज्ञात हा मनुष्याच्या मानसिक जीवनाचा असा एक भाग आहे, की जो जाणिवांच्या बाहेर किंवा पलीकडे असतो.

काही तज्ज्ञांच्या मते, 'अजाण' किंवा 'अज्ञात' ही संकल्पना मनोविश्लेषणात्मक सिद्धान्तात अत्यंत महत्त्वाची आहे, परंतु ही संज्ञा फ्राइड यांनी वापरल्यामुळे ही संज्ञा आपल्या संस्कृतीत प्रवेश करती झाली आणि ती सर्वत्र मोठ्या प्रमाणात स्वीकारण्यात आली. तसेच या संज्ञेचा वापर मानसशास्त्रात सर्वसाधारणपणे, तर मानसोपचारात विशेषत्वाने केला जातो.

फ्राइड हे मान्य करतात, की मनुष्याच्या मानसिक जीवनाचे अजाण किंवा अज्ञात क्षेत्र हे ज्ञात क्षेत्राच्यापेक्षा विस्तृत असून त्याची तुलना बऱ्याच वेळा हिमनगाशी केली जाते. फ्राइडच्या मते, मानवी मनाचा अज्ञात भाग हा खूप विस्तृत असून त्यात सहजप्रवृत्ती, सर्व प्रकारच्या स्मृती आणि भावना यांचा अंतर्भाव होतो. फ्राइडच्या मते, एके काळी हे घटक ज्ञात होते ते दाबून टाकण्यात आले. हे अजाण किंवा अज्ञात साहित्य की ज्यात ईड (Id - विशेष गुणधर्म) चाही समावेश होतो, की जी एक गतिशील शक्ती असून व्यक्तीच्या सर्व प्रकारच्या क्रियेत प्रेरणा निर्माण करण्याची तरतूद करते. फ्राइड यांनी या संदर्भात मनोविश्लेषणाचे तंत्र विकसित करताना हे स्पष्ट केले होते की अजाणीवपणा हा जाणिवांना काही प्रमाणात त्रासदायक ठरू शकतो. सारांशरूपाने बोलावयाचे झाल्यास, जाणिवा आणि अजाणपणा एकाच नाण्याच्या दोन बाजू असून त्यांतील नाण्याच्या मुखवट्याची बाजू म्हणजे जाणिवा व त्याची विरुद्ध बाजू म्हणजे अजाणता किंवा अज्ञान ही होय.

underclass - (अन्डरक्ला॑स) कनिष्ठ वर्ग : 'कनिष्ठ वर्ग' म्हणजे असा कोणताही सामाजिक गट की जो काही प्रतिकृतीत, व्यवसायाच्या रूपरेषेचा विचार करता, व्यवसायाच्या तळाला असतो. कनिष्ठ वर्गाचा हा अर्थ डी. स्मिथ यांनी १९९२ साली 'कनिष्ठ वर्गाचे आकलन' (Understanding the Underclass) या अध्ययनाद्वारे विशद केला होता. दुसऱ्या एक दृष्टिकोनानुसार कनिष्ठ वर्गात, बेरोजगार व्यक्ती की ज्या कल्याणकारी कार्यक्रमांवर जीवन जगतात किंवा ज्यांनी प्रचलित गुन्हेगारी प्रवृत्तीचा त्याग केला आहे; त्यांचा समावेश होतो.

यातील दुसऱ्या दृष्टिकोनानुसार व्यक्त करण्यात आलेले विचार विशेषत: नवीन उजव्या विचारवंतांच्या दृष्टीने खूप महत्त्वाचे आहेत. त्यांनी त्यांच्या अध्ययनाद्वारे काही एक पालक-कुटुंबे शोधून काढली, जी कनिष्ठ वर्गाच्या मूलभूत घटकांच्या केंद्रस्थानी होती. याअंतर्गत खालील अध्ययने महत्त्वाची आहेत-

१. चार्ल्स मरे (Charles Murray) – (१९९०) 'ब्रिटनमध्ये कनिष्ठ वर्गाचा उदय' (The Emerging, British Underclass).

२. एन. डेनिस आणि जी. एर्डॉस (N. Dennis and G. Erdos) – (१९९२) 'कुटुंब, दुसऱ्या जीवनशैलीची केवळ संधी आहे काय?' (Family, is it just another lifestyle choice ?).

३. जॉर्ज गिल्डर (George Gilder) – (१९९२) 'संपत्ती आणि गरिबी' (Wealth and Poverty).

या सर्वांनी त्यांच्या अध्ययनाच्या माध्यमातून असा विवाद केला होता, की आर्थिक दृष्टीने विचार करता हे तार्किक आहे की, कनिष्ठ वर्गाचे सभासद कल्याणकारी कार्यक्रमावर अवलंबून असतात; कारण त्यांना कल्याणकारी कार्यक्रमाच्या माध्यमातून जेवढा फायदा होतो तेवढा त्यांच्या कमी वेतनातून होत नाही, म्हणून त्यांच्या कल्याणकारी कार्यक्रमात कपात करण्याची सूचना केली जाते.

उदारमतवादी समाजशास्त्रज्ञांनी कनिष्ठ वर्गाच्या उदयाबाबत बरेच लिखाण केले होते. यात अमेरिकेतील विलियम ज्युलिअस विल्सन (William Julius Wilson) यांनी इ.सन. १९८७ साली लिहिलेल्या 'वास्तविक प्रतिकूलता : अंतर्गत शहर, कनिष्ठ वर्ग आणि सार्वजनिक धोरण' (The Truely Disadvantaged : The Inner City, The Underclass and Public Policy) या ग्रंथात तीन प्रमुख गटांची, जे उत्पन्नाला पाठिंबा देणाऱ्यांवर अवलंबून असण्याची शक्यता असते आणि म्हणून ते कनिष्ठ वर्गाचे सभासद असतात, त्यांची चर्चा केली होती. हे तीन गट म्हणजे बेरोजगारी, अनिश्चित नोकरी असलेले अकुशल कामगार आणि तरुण एकट्या माता होय.

सारांशरूपात असे म्हणता येईल, की प्रत्येक समाजात कनिष्ठ वर्ग आढळतात व त्यांत प्रामुख्याने बेकार तरुण, एकट्या माता, शेतीसारख्या अनिश्चितता असलेल्या व्यवसायातील अकुशल कामगार इत्यादींचा समावेश होतो. तळागाळातील वर्गासाठीही ही संज्ञा वापरता येईल.

underdevelopment - (अ'न्डर डिव्हे'लपमेन्ट) **विकसनशील किंवा अर्धविकसित :** 'विकसनशील' या संज्ञेचा पहिला अर्थ असा की ही एक समाजाची सर्वसाधारण अवस्था असून ज्यात आर्थिक व सामाजिक विकासाचे

विशेषत: औद्योगिकीकरण व आधुनिकीकरण या माध्यमातून कोणतेही प्रमुख कार्य हातामध्ये घेतलेले नसते. 'विकसनशील' या संज्ञेचा दुसरा अर्थ असा की, विकसनशीलता ही एक प्रक्रिया असून, ज्यात समाजाची इतर समाजाच्या अर्थव्यवस्थेच्या सान्निध्यात आल्यामुळे पडलेल्या प्रभावातून अर्थव्यवस्था प्रभावी बनते. बॅरन (Baran) यांनी १९५७ साली, फर्तादो (Fertado) यांनी १९६४ साली, आणि फ्रॅन्क (Frank) यांनी १९७६ साली केलेल्या अध्ययनाद्वारे प्रचलित आर्थिक सिद्धान्ताला विरोध करणारा सिद्धान्त मांडून तिसऱ्या जगातील आर्थिक विकासावर प्रकाशझोत टाकला होता. यात विकासाच्या समाजशास्त्रातील आधुनिकीकरणाचे सिद्धान्त विशेषत्वाने समाविष्ट होतात. फ्रॅन्क आणि बॅरन (Frank and Baran) यांनी विवाद केल्याप्रमाणे आर्थिक अतिरिक्तता ही प्रभावी समाजातून हस्तांतरित झाली असून त्यामुळे आर्थिक वृद्धी अवघड किंवा अशक्य झाली आहे. तिसऱ्या जगातील वाणिज्य किंवा व्यापारी वृत्ती आणि नेतृत्व काही अतिरिक्त बाबींमध्ये विलीन झाले असले, तरी त्यातील बहुसंख्य बाबींचे विलीनीकरण हे प्रभावी अर्थव्यवस्थेतील महानगरे-उपनगरे या संबंधात झाल्याचे तज्ज्ञ मानतात. तसेच औद्योगिक राष्ट्रांना तिसऱ्या जगातील खनिजे आणि कृषी उत्पादन यांत अभिरुची निर्माण झाली, ती या दोन बाबींमुळे की त्यांच्या देशाची अर्थव्यवस्था यामुळे कशी बळकट होईल हे पाहण्यासाठी म्हणून. विकसनशीलता ही अशी एक परिस्थिती आहे की जी औद्योगिक समाजाने कधीच अनुभवली नाही. आर्थिक दृष्टीने विचार करता जग तीन गटांत विभागले गेले आहे–

१. विकसित समाज वा राष्ट्रे (पहिले जग) : विकासाची प्रक्रिया पूर्ण झालेले समाज वा राष्ट्रे.

२. विकसनशील समाज वा राष्ट्रे (दुसरे जग) : विकासाची प्रक्रिया कार्यरत किंवा चालू असलेले समाज वा राष्ट्रे.

३. अविकसित समाज वा राष्ट्रे (तिसरे जग) : विकासाची प्रक्रिया अजून सुरूच झाली नाही किंवा सुरू झाली असल्यास ती अत्यंत प्रारंभिक अवस्थेत असणारे समाज वा राष्ट्रे.

    शेवटी असे म्हणता येईल, की ज्या समाजांत किंवा राष्ट्रांत विकासाची, औद्योगिकीकरणाची प्रक्रिया अजून चालू असून त्यांना त्यांच्या आर्थिक वा अन्य विकासासाठी विकसित राष्ट्रांवर अवलंबून राहावे लागते, असे समाज वा राष्ट्रे विकसनशील राष्ट्रांच्या गटात समाविष्ट होतात.

understanding - (अन्डरस्टॅंडिंग) **आकलन** : पहा–meaningful understanding and explanation–अर्थपूर्ण आकलन व स्पष्टीकरण.

underemployment - (ऑन्डरएम्प्लॉ'यमेन्ट) **अर्धबेकारी :** बेकारीचा किंवा बेरोजगारीचा एक प्रकार म्हणून अर्धबेकारीचा उल्लेख केला जातो. सर्वसाधारणपणे व्यक्तीची अशी अपेक्षा असते की त्यांना त्यांच्या पात्रतेनुसार काम मिळावे. परंतु बऱ्याच वेळा व्यक्तीला तिच्या लायकीपेक्षा कमी दर्जाचे काम मिळते. याची खंत व्यक्तींना सतत वाटत राहते. व्यक्तीच्या लायकीनुसार किंवा पात्रतेनुसार तिला जर काम मिळाले नाही; तर त्या व्यक्ती समाजशास्त्र व अर्थशास्त्र यांच्या भाषेत 'अर्धबेकार' असतात. उदा. एखाद्या एम.ए. झालेल्या व्यक्तीला तिच्या लायकीनुसार काम मिळण्याऐवजी उपजीविकेसाठी शिपायाची नोकरी नाइलाज म्हणून जेव्हा स्वीकारावी लागते तेव्हा त्यास 'अर्धबेकार' या संज्ञेने संबोधले जाते. तसेच बऱ्याच वेळा श्रमिकांना पूर्णवेळ काम मिळत नाही तेव्हा ते कमी वेळेचे काम स्वीकारतात. हीसुद्धा अर्धबेकारीच होय. तज्ज्ञांच्या मते, प्रत्येक व्यक्तीला दर आठवड्याला सर्वसाधारणपणे ४४ ते ४८ तास काम मिळणे गरजेचे आहे, किंवा तशी अपेक्षा केली जाते. पण प्रत्यक्षात त्यांना दर आठवड्याला १२ अथवा २४ तासच काम मिळते. म्हणजे उरलेले तास ते बेकारच असतात. हेसुद्धा अर्धबेकारच होत. भारतापुरता विचार करता भारतात अर्धबेकारांची संख्या १९७१ साली सुमारे २ कोटी, होती ती आज (२०१०) सुमारे २५ कोटींच्या घरात पोहचली असावी. अर्धबेकारीचे सर्वांत महत्त्वाचे कारण म्हणजे जेवढ्या प्रमाणात लायक व्यक्ती श्रमबाजारात उपलब्ध होतात तेवढ्या प्रमाणात तेवढ्या लायकीचे रोजगार उपलब्ध होत नाहीत. परिणाम अर्धबेकारी वाढण्यात होतो. उच्च शिक्षितांचे वाढते प्रमाण हे अर्धबेकारांच्या निर्मितीचे प्रमुख कारण होय.

unemployment - (अनएम्प्लॉ'यमेन्ट) **बेकारी किंवा बेरोजगारी :** 'बेकारी' किंवा 'बेरोजगारी' यांची सर्वमान्य व्याख्या करणे अत्यंत अवघड असले; तरी अर्थशास्त्रज्ञ व समाजशास्त्रज्ञ यांनी त्यांच्या परीने बेकारीची व्याख्या करण्याचा प्रयत्न केला आहे. डॉ. मदन यांच्या मते, ज्या देशांत समर्थ व्यक्तींना योग्य वयात त्यांची काम करण्याची इच्छा असूनही जर चालू वेतनपातळीवर काम मिळू शकत नसेल तर त्या देशात बेकारी अस्तित्वात आहे असे समजावे. काल प्रिब्राम यांच्या मते, बेकारी म्हणजे श्रमबाजारातील अशी स्थिती की ज्यात श्रमशक्ती ही श्रमसाधनांपेक्षा अधिक असते.

जगातील सर्व राष्ट्रांसमोर बेकारीची समस्या कार्यरत असून त्यासंबंधीची आकडेवारी खालील तक्त्यात नमूद केली आहे. (खालील तक्ता पहा.)

अ.क्र.	राष्ट्राचे नाव	एकूण लोकसंख्येत बेकारांचे प्रमाण
१.	भारत	६.८ %
२.	फ्रान्स	१२.० %
३.	आयर्लंड	१६.९ %
४.	स्पेन	२३.० %
५.	पूर्व जर्मनी	८.१ %
६.	पश्चिम जर्मनी	५.४ %
७.	बेल्जियम	९.७ %
८.	अन्य औद्योगिकदृष्ट्च्या प्रगत राष्ट्रे	८.१ %

भारतातील बेकारांची संख्या ऑगस्ट १९९५ मध्ये सुमारे ३ कोटी ७२ लाख एवढी होती. हे प्रमाण एकूण लोकसंख्येच्या तुलनेने केवळ ६.८ टक्के एवढेच आहे. डॉ. राम अहुजा यावर भाष्य करताना म्हणतात, इतर राष्ट्रांच्या तुलनेने भारतातील बेकारीचे प्रमाण मर्यादित आहे असेच म्हणावे लागेल. २००५ साली भारतातील नोंदणीकृत बेकारांची संख्या ५ कोटी ४३ लाख एवढी झाली. भारतापुरता विचार करता भारतातील बेकारीची खालील पाच वैशिष्ट्ये प्रतिपादन केली जातात– १. बेकारीचा विस्तार हा ग्रामीण भागापेक्षा नागरी भागात खूपच जास्त असतो. २. स्त्रियांमध्ये बेकारीचे प्रमाण पुरुषांपेक्षा जास्त असते. ३. एकूण बेकारांच्या प्रमाणात शिक्षित बेकारांची संख्या जास्त असते. ४. औद्योगिक किंवा अन्य क्षेत्रांतील बेकारीपेक्षा कृषी क्षेत्रातील बेकारी जास्त असते. ५. रोजगारांची दरवर्षी होणारी वाढ केवळ २% एवढीच आहे.

समाजशास्त्रज्ञांसहित अर्थतज्ज्ञांनी बेकारीचा अभ्यास केल्यानंतर बेकारीचे पुढील काही ठळक प्रकार आढळले– अ. ग्रामीण बेकारी ब. नागरी बेकारी क. सुशिक्षित बेकार ड. प्रच्छन्न किंवा छुपी बेकारी इ. अर्धबेकारी फ. तात्पुरते बेकार ग. मोसमी बेकार ह. अशिक्षित बेकार.

सारांशरूपात असे म्हणता येईल, की काम करण्याची इच्छा असलेल्या धडधाकट वा निरोगी व्यक्तीला काम करण्याची इच्छा असूनही काम न मिळणे म्हणजे बेकारी होय.

unemployment compensation - (अनएम्प्लॉयमेन्ट कॉम्पेन्सेशन) **बेकारी भत्ता :** राष्ट्रातील नागरिकांना रोजगार उपलब्ध करून देणे ही राष्ट्र, प्रशासन व सरकार यांची जबाबदारी आहे. परंतु जर एखाद्या व्यक्तीला रोजगार मिळाला नाही तर बेरोजगाराला दरमहा ठराविक रक्कम बेकार भत्ता म्हणून प्रदान केली जाते. वेगवेगळ्या राष्ट्रांत यासाठी वेगवेगळ्या तरतुदी आहेत. भारतात ही तरतूद केवळ पदवीधर सुशिक्षित बेकारांसाठी आहे. त्यासाठी त्याने प्रथम रोजगार विनिमय केंद्रात नाव नोंदविणे गरजेचे आहे. तेथे नाव नोंदविल्यानंतर जर चौथ्या वर्षीपर्यंत ती व्यक्ती बेकार असेल तर चौथ्या वर्षी त्या व्यक्तीला बेकार भत्ता प्रदान करणे चालू होते. सुरुवातीला बेकार भत्ता फक्त रु. १००/- एवढा होता. ती रक्कम रु. ३००/- एवढी करण्यात आली आहे. बेकार भत्ता सर्व प्रकारच्या बेकारांना मिळावा, अशी मागणी पुढे येत आहे.

unequal exchange - (अनइक्कल एक्स्चेंज) **असमान विनिमय :** 'असमान विनिमय' म्हणजे भांडवलशाहीरूपी वर्तुळातील परिघावर कार्यरत असलेले भांडवलदार आणि केंद्रबिंदूजवळ कार्यरत असलेले भांडवलदार यांतील विनिमय. यात नेहमी परिघावर कार्यरत असलेल्या भांडवलदारांचा तोटा होतो व अशा विनिमयाला असमान विनिमय म्हणतात. (खालील आकृती पहा.)

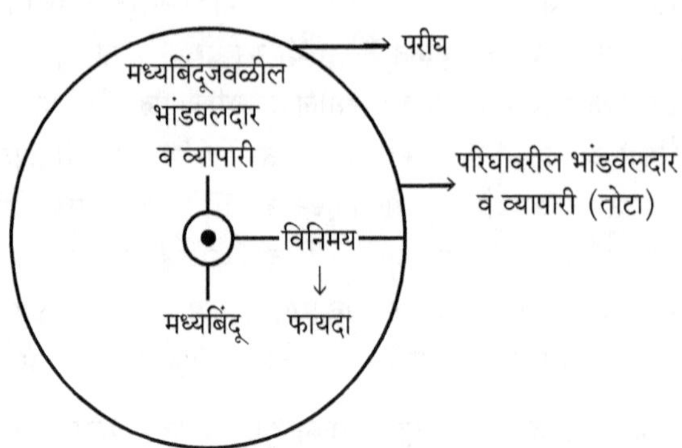

ही संकल्पना प्रामुख्याने मार्क्सवादी अर्थशास्त्रज्ञांशी विशेषत्वाने संबंधित असून या अर्थशास्त्रज्ञाचे नाव आहे आर्घिरी एम्न्युअल (Arghiri Emmanuel). त्यांनी १९७२ साली केलेल्या संशोधनाच्या आधारे ते असा दावा करतात की,

परिघावर असलेल्या राष्ट्रांतील श्रमिकांना कमी वेतन मिळत असल्यामुळे (त्यांचा उत्पादनखर्च कमी असतो व त्यामुळे) उत्पादित माल केंद्रस्थानी असलेल्या राष्ट्रांना ते आपला माल जेव्हा विकतात, तेव्हा तो कमी किमतीत विकावा लागल्याने त्यांचा तोटा होतो; पण केंद्रस्थानी असलेले भांडवलदार किंवा व्यापारी तो माल कमी किमतीला खरेदी करून भरमसाठ किमतीला विकतात व त्यात त्यांना प्रचंड फायदा होतो.

सारांशरूपात परिघावरची राष्ट्रे गरीब असतात, तर केंद्रातील राष्ट्रे श्रीमंत. जेव्हा गरीब राष्ट्रे वा व्यापारी त्यांचा माल श्रीमंत राष्ट्रांना विकतात, तेव्हा या विनिमयास असमान विनिमय असे म्हणतात. दुसऱ्या शब्दांत एमॅन्युअलचे विचार स्पष्ट करावयाचे झाल्यास हे म्हणता येईल की, विकसित राष्ट्रांतील श्रीमंत व्यापारी आणि अविकसित राष्ट्रांतील गरीब व्यापारी यांच्यातील विनिमय हा असमान विनिमय होय.

unidimensional scale - (यूनिडायमेन्शनल स्केल) **एकपैलू किंवा एकबाजू मापनसारिणी :** सांख्यिकीशास्त्रात जमा केलेल्या माहितीचे वर्गीकरण करताना ज्या मापनसारिणींचा वापर केला जातो त्यांतील एक मापनसारिणी म्हणजे 'एकपैलू मापनसारिणी' किंवा 'एकबाजू मापनसारिणी' होय. या मापनसारिणीचे प्रमुख तत्त्व म्हणजे, त्यात मापनसारिणीच्या अंगभूत माहितीचे विश्लेषणाद्वारे केवळ एकाच बाजूचे दर्शन संबंधितांना होईल व त्यांच्याशी संबंधित सातत्यातही एकाच आणि केवळ एकाच पैलूचे प्रतिबिंब पडेल. सारांशरूपात सांगायचे झाल्यास, एकाच पैलूवर मापनसारिणीत प्रकाशझोत टाकणे या प्रक्रियेसाठी ही मापनसारिणी सर्वज्ञात आहे.

unilateral or unilineal descent - (यूनिलॅटरल ऑर यूनिलिनिअल) **एकबाजू किंवा एकवंशीय कुलोत्पत्ती) :** याचा अर्थ एका लिंगानुसार वंशपरंपरा ओळखली जाणे होय. उदा. पितृसत्ताक कुटुंबात वंशपरंपरा ही पित्याच्या कुळाच्या नावाने, तर मातृसत्ताक कुटुंबात मातेच्या कुळाच्या नावाने वंशपरंपरा एका पिढीकडून दुसऱ्या पिढीकडे हस्तांतरित होते.

unilinear - (यूनिलिनिअर) **एकरेषीय किंवा एकदिशीय :** सामाजिक परिवर्तनाची अशी कोणतीही प्रक्रिया जी नेहमी एका दिशेने पुढे जाते. पुढे जाताना या प्रक्रियेच्या अवस्था समान असतात आणि तद्वतच त्याचे निष्कर्षही समान असतात. 'एकरेषीय' किंवा 'एकदिशीय' संकल्पनेचा वास्तविकतेमध्ये समाजशास्त्रात

अतिरेक किंवा अनावश्यक वापर केला आहे. कारण सामाजिक परिवर्तनाची कोणतीही प्रक्रिया वास्तविकतेमध्ये एकदिशीय वा एकरेषीय असू शकते. कॉन्त यांचा तीन अवस्थांचा सिद्धान्त किंवा दयुरखेम यांचा परिवर्तनवादी सिद्धान्त एकरेषीय वा एकदिशीय होता. (खालील आकृती पहा.)

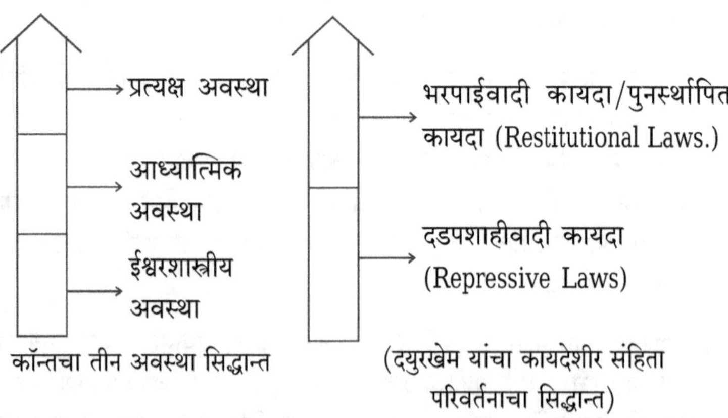

कॉन्तचा तीन अवस्था सिद्धान्त

(दयुरखेम यांचा कायदेशीर संहिता परिवर्तनाचा सिद्धान्त)

याशिवाय गेऱ्हार्ड लेन्स्की (Gerhard Lenski) यांनी सामाजिक स्तरीकरणप्रक्रियेतील एकरेषीय सिद्धान्तावर चर्चा केली होती. सारांश, एकाच दिशेने होणारे परिवर्तन म्हणजे एकरेषीय परिवर्तन होय.

uniformity - (यूनिफॉर्मिटी) **एकरूपता किंवा समानता :** 'एकरूपता' ही समाजातील निरीक्षण करता येणारी अशी स्थिती आहे की ज्यातील विविध घटकांत किंवा समाजाच्या उद्दिष्टांत समानता व सारखेपणा असतो. ही समानता जेव्हा दोन घटकांतील विशेष गुणधर्मांची तुलना केली जाते तेव्हा तज्ज्ञांच्या लक्षात येते. त्याचप्रमाणे दोन घटकांत जेव्हा भेदाचा अभाव असतो तेव्हा त्या ठिकाणीही समानता आढळून येते. या ठिकाणी एक गोष्ट लक्षात ठेवणे गरजेचे आहे की निरंकुश समानता किंवा एकरूपता निसर्गात व त्याचप्रमाणे समाजात सापडणे अशक्य असले तरी त्याकरता प्रयत्न केले जातात. काही तज्ज्ञांच्या मते, अनुरूपता किंवा एकरूपता ही नेहमी उद्देशाच्या दृष्टीने विचार करता सापेक्ष आहे. सामाजिक नियंत्रणाचा विचार करता एकरूपतेला भेद आवडत नाही. समान धर्म, समान संस्कृती, समान भाषा, समान राष्ट्रीयत्व इत्यादी घटक समाजात एकरूपता निर्माण करण्यास कारणीभूत ठरतात.

union, industrial - (यूनिअन इंड'स्ट्रिअल) **कामगार संघटना, औद्योगिक :**
विशिष्ट उद्योगातील सर्व वेतनधारी कामगारांच्या संघटनेसाठी ह्या संज्ञेचा वापर केला जातो. उद्योगक्षेत्रातील या कामगार संघटनेत कारागीर, कुशल कामगारांसहित सर्वांचा समावेश होतो. औद्योगिक क्षेत्रातील कामगार संघटनेचा उदय कामगारांच्या सरदारांत (Labour Knights) १८७० साली झाला. परंतु पुढे अमेरिकेतील औद्योगिक कामगार संघटनांचे महामंडळ यातील कारागिरांमध्ये जाणिवांची निर्मिती झाल्यानंतर मात्र कामगारांच्या सरदार संघटनेचा ऱ्हास वा अंत झाला. जगातील सर्व आंतरराष्ट्रीय कामगार आणि साम्यवादी पक्ष या दोघांनीही कामगार संघटनेच्या निर्मितीला प्रोत्साहन किंवा उत्तेजन दिले आणि त्यांनी कारागीर वा कामगार संघटनेच्या कर्मठ धोरणांच्या विरुद्ध युद्ध पुकारले. यांचा परिणाम म्हणून अमेरिकेतील औद्योगिक कामगार महामंडळातील अकुशल कामगारांच्या संघटनांनी संघर्षाचा पवित्रा घेऊन १९२० साली प्रत्यक्ष संघर्ष सुरू केला. परंतु कारागीर वा कामगारांचा उदासीन दृष्टिकोन आणि प्रादेशिक द्वेष यामुळे ही संघटना कार्यशील होऊ शकली नाही.

भारतापुरता विचार करता भारतातील औद्योगिक कामगार संघटनेचा इतिहास तसा प्राचीन असून, भारतातील पहिली औद्योगिक संघटना १८९० साली 'मुंबई गिरणी कामगार संघटना' या नावाने स्थापन होऊन त्याचे श्रेय कामगार नेते नारायण मेघाजी लोखंडे यांना जाते.

universalism - (यूनिव्ह'र्सलिझम) **सार्वभौमिकता किंवा विश्वव्यापकता :**
'सार्वभौमिकता' किंवा 'विश्वव्यापकता' हा समाजशास्त्रातील एक सिद्धान्त असून त्यानुसार समाज एक वास्तवता आहे; तसेच समाज ही एक मानसिक संकल्पना आहे आणि समाजाला सर्वोच्च मूल्य आहे, या विचाराची मांडणी त्यात केली होती. सार्वभौमिकता किंवा विश्वव्यापकता दोन प्रकारची असल्याचे तज्ज्ञ मानतात. जहाल सार्वभौमिकतावादी किंवा विश्वव्यापकतावादी विचारवंतांच्या मते, व्यक्ती, समाजाच्या समग्रतेचा केवळ एक अंश किंवा भाग असून तिला समग्रतेचा एक भाग यापेक्षा वेगळे मूल्य वा अस्तित्व नाही; तसेच समग्रता ही नेहमीच त्यांच्या अंशापेक्षा किंवा भागापेक्षा मूल्यवान असते. याउलट नेमस्त सार्वभौमिकतावादी किंवा विश्वव्यापकतावादी तज्ज्ञांच्या मते, व्यक्ती या वास्तव आहेत आणि सामाजिक समग्रतेच्या मूल्याशिवाय व्यक्तींना स्वत:चे असे स्वतंत्र मूल्य वा अस्तित्व असते. ऐतिहासिक दृष्टिकोनातून विचार करता सार्वभौमिकता किंवा विश्वव्यापकता ही संज्ञा अद्वितीयतावादाला (Singularism) आणि एकीकरणवादाला

(Integralism) पर्याय म्हणून इ.सन पूर्व ६०० ते १९६० पर्यंत वापरली जात होती.

सुप्रसिद्ध अमेरिकन समाजशास्त्रज्ञ टॉलकॉट पार्सन्स यांनी वर्तनबंध पर्यायाच्या ज्या पाच परस्परविरोधी जोड्या निवडल्या होत्या, त्यांत विशेषपरता (Particularism v/s Universalism) यांच्या विरोधात विश्वपरता (विश्वव्यापकता) ही संज्ञा वापरली होती.

universe statistical - (यू'निव्हर्स स्टॅटि'स्टिकल) **विश्व आकडेशास्त्र :** ही संज्ञा प्रामुख्याने विश्वातील वा राष्ट्रातील एकूण लोकसंख्येतून-जेव्हा संशोधानासाठी नमुना निवडताना-लोकसंख्येतील सर्व गटांना योग्य प्रतिनिधित्व दिले जाते की नाही हे पाहताना वापरली जाते. यासाठी पर्याय म्हणून एकूण लोकसंख्या, मूळ लोकसंख्या इत्यादी संज्ञांचा वापर केला जातो.

universalism particularism - (यूनिव्ह'र्सलिझम पर्टिक्युल'रिझम) **विश्वपरता विशेषपरता :** पहा–pattern variables, particularism and universalism– वर्तनबंध पर्याय, विशेषपरता आणि विश्वव्यापकता.

unobtrusive measures - (अनऑब्ट्र'सिव्ह मे'जर्स) **अव्यक्त मापनपद्धती :** 'अव्यक्त मापनपद्धती' म्हणजे अशी कोणतीही मापनपद्धती की ज्यात तथ्यसंकलन ही क्रिया संबंधित व्यक्तींना त्यांची माहिती न देता त्यांच्या नकळत केली जाते; पण हे करताना तथ्यसंकलनावर त्याचा परिणाम होणार नाही याची दक्षता घेतली जाते. यासंबंधीची विविध उदाहरणे देता येतील. उदा. वाया जाणारे अन्न किंवा निरुपयोगी वस्तू या संदर्भातील किंवा एखाद्या बैठकीत सभासदांची संख्या विचारात घेता किती कप कॉफी सभासदांनी स्वाहा केली इत्यादी विषयीचे तथ्यसंकलन यात येते. या अव्यक्त तथ्यसंकलनपद्धतीत समान काय आहे, तर त्यात उत्तर देणाऱ्या व्यक्तीची प्रतिक्रिया व समस्या टाळता येते; कारण सर्व माहिती त्यांच्या नकळत जमा केली जाते. त्यामुळे या अव्यक्त मापनपद्धतीत तथ्यसंकलनाचा विपर्यास करणे शक्य नसते. अव्यक्त मापनपद्धतीचा वापर क्वचितप्रसंगी गुणात्मक संशोधन आराखड्यात केला जातो आणि विशेषत: ही अव्यक्त पद्धती मूल्यमापनात्मक संशोधनात उपयुक्त ठरू शकते.

unstructured data - (अनस्ट्र'क्चर्ड डे'टा) **असंरचित तथ्यसंकलन :** समाजशास्त्रासहित अनेक सामाजिक शास्त्रांत तथ्यसंकलनाची जी अनेक तंत्रे

वापरली जातात त्यांपैकी एक आहे असंरचित प्रश्नावली. असंरचित प्रश्नावलीच्या माध्यमातून जी माहिती गोळा होते त्यासाठी 'असंरचित तथ्यसंकलन' असे म्हटले जाते. असंरचित प्रश्नावलीत अभ्यासकाने किंवा संशोधकाने जरी त्याचा अभ्यासविषय निश्चित केला असला तरी अभ्यासविषयाची संपूर्ण माहिती संशोधकाला असतेच असे नाही. अशा वेळी नेमके प्रश्न कोणते विचारावयाचे व त्याची कोणती उत्तरे मिळतील या संदर्भात अभ्यासकांच्या मनात शंका असते. त्यामुळे साहजिकच अभ्यासविषयासंबंधी काही स्थूल प्रश्न विचारून लोकांची मते, प्रतिक्रिया, नवे दृष्टिकोन समजावून घेण्यासाठी असंरचित प्रश्नावलीचा वापर करून असंरचित तथ्यसंकलन केले जाते. या प्रश्नावलीचे वैशिष्ट्य असे की, निवेदकांना अभ्यासविषयासंबंधी माहिती आहे असे गृहीत धरून प्रश्न विचारले जातात. प्रश्नावलीतील प्रश्नांची उत्तरे निवेदक किंवा उत्तरदाता नक्की देईल ही खात्री संशोधकाला असते. त्यामुळे प्रश्नावलीत उत्तरदात्याने व निवेदकाने त्याचे मत व्यक्त करावे असेही प्रश्न विचारले जातात.

या प्रश्नावलीचे आणखी एक वैशिष्ट्य असे की उत्तरदात्यावर किंवा निवेदकावर या प्रश्नावलीच्या संदर्भात अधिक जबाबदारी टाकली जाते. त्यामुळे प्रश्नाचा आशय समजून घेऊन, त्यावर विचार करून त्याने प्रत्येक प्रश्नाचे योग्य उत्तर देण्याची जबाबदारी उत्तरदात्यावर व निवेदकावर येऊन पडते.

untouchables - (अनट्चेबल्स) **अस्पृश्य :** भारतातील जातिव्यवस्थेतील असमानतेचे संस्थात्मक किंवा संस्थीकृत रूप म्हणजे 'अस्पृश्यता' होय. प्राचीन भारतीय समाज चार वर्णांत विभागला गेला होता. हे चार वर्ण म्हणजे ब्राह्मण, क्षत्रिय, वैश्य आणि शूद्र होत. या चार वर्णांबाहेर असलेला परंतु हिंदू म्हणून ओळखला जाणारा, हिंदू परंपरा, देवदेवता यांना भजणारा; पण हिंदू समाजानेच दूर ठेवलेला पाचवा वर्ण म्हणजे अस्पृश्य होय. अस्पृश्य या पाचव्या वर्णाचा उल्लेख प्रथम पुरुषसूक्तात आढळतो. त्यासंबंधीचा अधिक स्पष्ट उल्लेख मनुस्मृतीत आढळतो. अस्पृश्य या संज्ञेत कोणाला समाविष्ट करावे याचे उल्लेख संबंधित ग्रंथांत आहेत.

मनुस्मृती : ब्राह्मणाची हत्या करणारे, ब्राह्मणाच्या सोन्याची चोरी करणारे, मद्यपान करणारे लोक अस्पृश्य होत.

स्मृतिचंद्रिका : बौद्ध, पाशुपत, शैव व नास्तिक यांना अस्पृश्य मानावे.

अन्य स्मृतिग्रंथ : घाणेरडे, त्याज्य व्यवसायाचा स्वीकार करणारे व ते व्यवसाय करणारे लोक अस्पृश्य होत.

'अस्पृश्य' ही संज्ञा संबंधित वर्णाला कलंक लावणारी असल्याचे मत स्पष्ट करून तज्ज्ञांनी अस्पृश्यांसाठी वेगळ्या संज्ञा वापरल्या होत्या.

महात्मा गांधी : 'हरिजन'

महात्मा जोतिबा फुले : 'अतिशूद्र'

बाबासाहेब आंबेडकर : 'बहिष्कृत जाती'

ब्रिटिश सरकार : 'दलित जाती'

ब्रिटिशांचे खानेसुमारी आयुक्त : 'बाह्य जाती'

सायमन कमिशन : 'अनुसूचित जाती'

भारतीय राज्यघटना : 'अनुसूचित जाती'

स्वातंत्र्यप्राप्तीनंतर भारत सरकारने अस्पृश्यांची सामाजिक स्थिती सुधारावी म्हणून त्यांना अनेक सवलती दिल्या. त्यांत सर्व क्षेत्रांतील आरक्षणसुविधा, अस्पृश्यतानिर्मूलन कायदा व वेळोवेळी त्यात करण्यात येणाऱ्या दुरुस्त्या, जातीविषयक अपशब्द वापरणाऱ्यास शिक्षा इत्यादी तरतूदी केल्या असल्या तरी भारतीय लोकांची मानसिकता अस्पृश्यता पाळण्याच्या बाजूचीच आहे. त्याचाच परिणाम म्हणून बेलची, खैरलांजी यांसारख्या हत्याकांडाच्या घटना घडतात. भारतातील 'गुन्हे' (१९९५) या नियतकालिकात असे म्हटले आहे की भारतात दलितांवर होणाऱ्या अत्याचारांत सातत्याने वाढ होत आहे. १९५५ साली केवळ १५५ प्रकरणे दलितांवरच्या अत्याचाराची पोलिसांकडे नोंदली गेली. १९९१ साली पोलिसांकडे दलितांवरच्या अत्याचाराची १८,३३६ प्रकरणे; तर १९९५ साली ३२९९० प्रकरणे नोंदविण्यात आली. शिक्षितांचे प्रमाण वाढूनही अस्पृश्यांकडे पाहण्याचा दृष्टिकोन आजही बदलला नाही हे एक दुर्दैव होय.

upper class - (अप्पर क्लास) **उच्च वर्ग :** सामाजिक स्तरीकरणव्यवस्थेत सर्वोच्च दर्जावर असलेला वर्ग किंवा सर्वोच्च जात या संज्ञेला पात्र ठरतो. डॉ. मुजुमदार व डॉ. मदन यांनी जातीची व्याख्या पुढील वाक्यात केली आहे. 'जाती म्हणजे एक बंद वर्ग होय.' तर चार्ल्स कूले यांच्या मते, 'आनुवंशिकतेच्या तत्त्वावर आधारित वर्ग म्हणजे जात.' या दोन्ही व्याख्यांचा मथितार्थ असा की जात हा समाजशास्त्राच्या भाषेत एक वर्गच असल्यामुळे पुढील आकृतीत जातीचाही समावेश करण्यात आला आहे. (खालील आकृती पहा.)

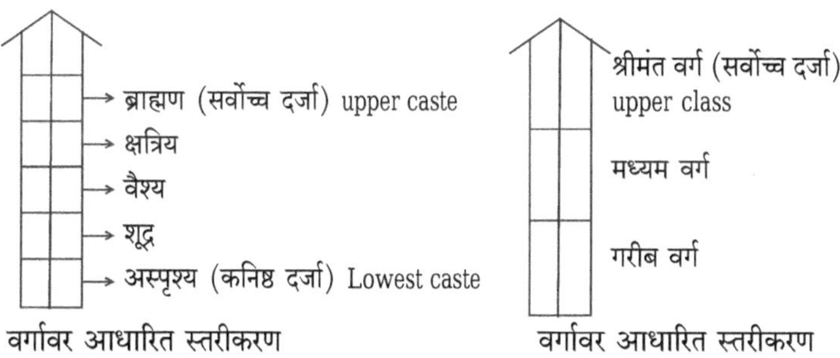

वर्गावर आधारित स्तरीकरण वर्गावर आधारित स्तरीकरण

ब्रिटनचे उदाहरण द्यावयाचे झाल्यास आधुनिक ब्रिटनमध्ये सुमारे २५००० व्यक्ती श्रीमंत असून त्यांचे तिथल्या अर्थव्यवस्थेवर नियंत्रण असते. यांतील बहुसंख्य कुटुंबांची संपत्ती त्यांच्याकडे वंशपरंपरेने आलेली असते.

सामाजिक स्तरीकरणाचा अभ्यास करणाऱ्या समाजशास्त्रज्ञांच्या मतानुसार श्रीमंत जाती किंवा वर्ग यात समाविष्ट लोकांची संख्या तुलनात्मक दृष्टीने कमी असल्याने ते त्यांच्या वेगळ्या स्थानामुळे त्यांच्या स्वतंत्र जीवनशैलीचे जतन करू शकतात. याशिवाय उच्चवर्गीय लोकांचे आर्थिक व राजकीय क्षेत्रांत वर्चस्व असल्यामुळे सर्वसामान्यपणे राजकीय व आर्थिक सत्ताही त्यांच्या हातात असते. उच्चवर्गीयांत प्रामुख्याने श्रेष्ठ व्यावसायिक, उच्चपदस्थ प्रशासकीय अधिकारी, न्यायाधीश, सैन्यदलातील पलटणीचे मुख्याधिकारी आणि अन्य मोठे व्यावसायिक यांचा अंतर्भाव होतो.

upward mobility - (अ'पवर्ड मोबि'लिटी) **ऊर्ध्वरेषी गतिमत्त्व :** सामाजिक गतिमत्त्वाचा एक प्रकार म्हणून ऊर्ध्वरेषी गतिमत्त्वाकडे पाहिले जाते. वास्तविकता सामाजिक गतिमत्त्व दोन प्रकारचे असते. (खालील आकृती पहा.)

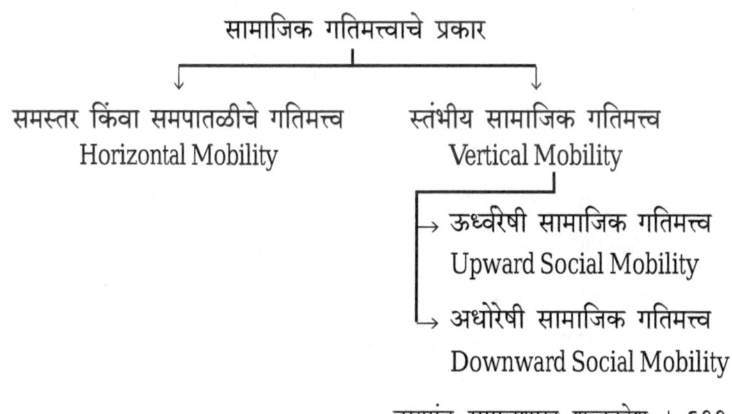

या ठिकाणी आपण ऊर्ध्वरेषी सामाजिक गतिमत्त्वाचा विचार करणार आहोत. ऊर्ध्वरेषी सामाजिक गतिमत्त्व म्हणजे कनिष्ठ दर्जातील व्यक्तीने उच्च दर्जात प्रवेश करणे होय. उदा. एखाद्या कार्यालयात कारकून असलेली व्यक्ती जेव्हा मेहनतीने वा स्वकर्तृत्वाने प्राध्यापक किंवा वकील बनते, तेव्हा त्यास 'ऊर्ध्वरेषी सामाजिक गतिमत्त्व' या संज्ञेने संबोधतात.

urban ecology - (अर्बन इकॉलजी) **नागरी परिसरशास्त्र :** 'नागरी परिसरशास्त्र' म्हणजे शहराचा, ते ज्या भूक्षेत्रावर वसलेले आहे त्या भूक्षेत्राचा, आणि त्याच्या परिसराच्या सामाजिक वैशिष्ट्यांचा अभ्यास होय. या प्रकारच्या अध्ययनाची सुरुवात अमेरिकेतील शिकागो विद्यापीठात सन १९२० साली झाली. शिकागो शहरात त्या काळी बाहेरच्या परिसरातून स्थलांतर होऊन येणाऱ्या लोकसंख्येचा दर खूप उच्च होता. एवढेच नव्हे तर, विसाव्या शतकाच्या पहिल्या दोन दशकांत युरोप खंडातून शिकागो शहरात स्थलांतरित होणारी लोकसंख्या मोठी होती. त्याचा परिणाम शिकागो शहराच्या लोकसंख्येत खूपच जलद वाढ झाली व सामाजिक परिवर्तनही गतिशील झाले. यामुळे समाजशास्त्रीय व अन्य संशोधक शहराचा परिसरशास्त्रीय दृष्टिकोनातून अभ्यास करण्यासाठी प्रेरित झाले. काही तज्ज्ञांनी शहराचा अभ्यास शहरातील सामाजिक संबंधांच्या माध्यमातून केला होता, तर अन्य काही तज्ज्ञांनी शहराचा अभ्यास शहराच्या क्षेत्रीय संरचनेच्या दृष्टिकोनातून केला होता. या दृष्टीने विचार करता शहराच्या क्षेत्रीय संरचनेतील शहरी सामाजिक संबंधाचा अभ्यास हा एकत्रितपणे नागरी परिसरशास्त्राच्या कार्यक्षेत्रात येतो. पार्क आणि बर्जेस (Park and Burgess) आणि मॅकेन्झी (Mckenzi) यांनी नागरी परिसरशास्त्राच्या अध्ययनात अभिरुची दर्शविली होती. पार्क यांनी १९१६ साली जे अध्ययन केले, त्यानुसार नागरी भूमी आणि शहरी लोकसंख्येचे वितरण यांचे अध्ययन 'शहर हे जणू काय एक सामाजिक सेंद्रियता आहे' या दृष्टिकोनातून करावा असे मांडले. पार्क यांनी याशिवाय त्यांच्या अध्ययनाद्वारे खालील तीन परस्परविरोधी संज्ञांच्या अध्ययनावर भर दिला होता-

१. एकीकरण – विसर्जन (Concentration – Dispersion)

२. केंद्रीकरण – अलगीकरण (Centralization – Segregation)

३. आक्रमण – समृद्धी (Invasion – Succession)

मॅकेन्झी (Mckenzi) यांनी नागरी लोकसंख्या आणि त्यांचे पर्यावरण यांचा अभ्यास जीवशास्त्रज्ञांच्या पावलावर पाऊल ठेवून जीवाचा प्रकार व त्याचे

पर्यावरण यांच्या संबंधांवर आधारित केला होता. शहराची विभाग प्रतिकृती या आधारे नागरी परिसरशास्त्र अभ्यासावे. काही तज्ज्ञांचे म्हणणे सारांशरूपात असे की, त्यांच्यामते, शहरी लोकसंख्या, त्यांचे जीवन व पर्यावरण यांच्या परस्परसंबंधांचा अभ्यास म्हणजे नागरी परिसरशास्त्र होय.

urban explosion - (अर्बन एक्सप्लोजन) **नागरी स्फोट :** काही तज्ज्ञांच्या मते, गेल्या सुमारे ५000 वर्षांत शहराच्या एकूण स्वरूपात फारच थोडा बदल झाला. नंतर शहराची जी वाढ झाली ती शहराचा आकार आणि शहराची लोकसंख्या या संदर्भात इतकी जलद आणि झटपट होती की त्यासाठी काही विद्वानांनी 'नागरी क्रांती' किंवा 'नागरी स्फोट' ही संज्ञा वापरली आहे. १७00 साली केवळ २% लोकसंख्या ग्रेट ब्रिटनमध्ये शहरात राहात होती. १९00 साली ती इतकी वाढली की ग्रेटब्रिटनमधील बहुसंख्य लोक शहराचे नागरिक बनले. अमेरिकेतसुद्धा यापेक्षा वेगळी स्थिती नव्हती. भारतातही गेल्या १00 वर्षांत नागरी लोकसंख्येचे प्रमाण मोठ्या प्रमाणात वाढले. १९0१ साली भारतात नागरी लोकसंख्येचे प्रमाण केवळ १0.८% एवढे होते ते २00१ मध्ये वाढून २७.७ एवढे झाले. काही तज्ज्ञांच्या मते, नागरी लोकसंख्या स्फोटाचे प्रमुख कारण औद्योगिकीकरणामध्ये झालेली प्रचंड वाढ होय. भारतातील काही प्रमुख शहरांतील लोकसंख्येत झालेल्या वाढीचा तक्ता खाली देत आहे. त्यावरून नागरी लोकसंख्या स्फोटाची कल्पना येऊ शकेल. या तक्त्यावरून असे लक्षात येते की मुंबई, दिल्ली, हैद्राबाद व पुणे या शहरांची लोकसंख्या वाढ १९८१ च्या तुलनेने २00१ साली (म्हणजे केवळ २0 वर्षांत) दुप्पट झाली. हे नागरी लोकसंख्या स्फोटाचे उत्तम उदाहरण होय. नागरी स्फोटातून शहरात अनेक समस्या निर्माण होतात. या समस्यांत बेघरांच्या प्रमाणात वाढ, बेरोजगारी, झोपडपट्ट्यांची निर्मिती व अत्यंत आवश्यक सुविधांचा अभाव, गुन्हेगारी व अवैध व्यवसायांत वाढ इत्यादींचा समावेश होतो.

अ. क्र.	शहराचे नाव	लोकसंख्या		
		१९८१	१९९१	२00१
१.	मुंबई	८२,४३,४0५	१,२५,९६,७२0	१,६३,६८,0८४
२.	कलकत्ता	९१,९४,0१८	१,0९,१६,२७२	१,३२,१६,५४६
३.	दिल्ली	५७,२९,२८३	८३,७५,१८८	१,२७,९१,४५८

| अ. | शहराचे | लोकसंख्या | | |
क्र.	नाव	१९८१	१९९१	२००१
४.	चेन्नई	४२,८९,३४७	६३,६१,४६८	६४,२४,६२४
५.	बंगलोर	२९,२१,७५१	४०,८६,५४८	५६,८६,८४४
६.	हैद्राबाद	२५,४५,८३६	४२,८०,२६१	५५,३३,५४८
७.	अहमदाबाद	२५,४८,०५७	३२,९७,६५५	४५,१९,२७८
८.	पुणे	१६,४६,१०९	२४,८५,०१४	३७,५५,५२५

urban social movement - (अर्बन सोशल मूव्हमेन्ट) **नागरी सामाजिक चळवळ :** 'नागरी सामाजिक चळवळ' म्हणजे शहरातील रहिवाशांनी त्यांच्या प्रश्नांची सोडवणूक करण्याच्या उद्देशाने स्थापन केलेली संघटना होय. या संघटनेमार्फत प्रामुख्याने नागरी पर्यावरण, नागरी सेवा यांत परिवर्तन करण्याची मागणी केली जाते. ही संज्ञा प्रथमत: मॅन्युअल कॅस्टेल्स (Manuel Castells) यांनी उपयोगात आणली ती अशा नागरी सामाजिक चळवळींसाठी, की ज्या विस्तृत क्रांतिकारी सामाजिक परिवर्तनासाठी योग्य ते योगदान देतील. काही नागरी समाजशास्त्रज्ञांच्या मते, प्रत्येक शहराचे काही स्थानिक सामाजिक प्रश्न असतात व ते स्थानिक पातळीवरच सोडवावे लागतात. अशा सामाजिक प्रश्नांवर जनमत जागृत करून, जनतेला संघटित करून नागरी नेत्यांनी स्थानिक प्रश्नांची सोडवणूक करण्यासाठी उभारलेली चळवळ म्हणजे नागरी सामाजिक चळवळ होय.

urban sociology - (अर्बन सोशिऑलजी) **नागरी समाजशास्त्र :** 'नागरी समाजशास्त्र' म्हणजे एका वाक्यात नागरी सामाजिक संबंध, नगराची किंवा शहराची संरचना यांचा अभ्यास होय. काही तज्ज्ञांच्या मते, नागरी समाजशास्त्र हे स्वतंत्र शास्त्र नसून समाजशास्त्राची एक शाखा होय. विविध समाजशास्त्रज्ञांनी नागरी समाजाचा अभ्यास करून नागरी समाजशास्त्राचा जो अभ्यासविषय निर्धारित केला, त्यानुसार नागरी समाजशास्त्रात पुढील घटकांचा अभ्यास करण्यावर भर दिला जातो–शहरात वास्तव्य करणाऱ्या लोकांचे सामाजिक संबंध, शहरी सामाजिक संस्था, शहरी लोकांची एकूण जीवनपद्धती, नागरीकरणाची प्रकिया व त्याचा शहरी जीवनावर होणारा परिणाम, शहरी लोकांचे आर्थिक अनुकूलन, समायोजन, शहरी माणसाला सामना कराव्या लागणाऱ्या विविध समस्या, शहराची भौगोलिक व सामाजिक संरचना, शहरी भाषा व शहरी शिष्टाचार इत्यादी.

अगदी सुरुवातीचे शहरावरचे लिखाण वा शहराच्या विविध पैलूंवर समाजशास्त्रीय सिद्धान्त मांडण्याचे कार्य १८९० दशकात टोनिज, सिमेल आणि वेबर यांनी केले होते. त्यांनी त्यांच्या सिद्धान्तांद्वारे नागरी पर्यावरणातील सामाजिक जीवन आणि नागरी मंडळाचे प्रकार आणि सामाजिक परिवर्तनात नागरी विकासाची भूमिका यांवर प्रकाशझोत टाकला होता. त्यानंतर १९२० साली अमेरिकेतील समाजशास्त्रज्ञांनी नागरी अध्ययनासाठी स्थापन केलेल्या शिकागो संप्रदायाने शहरी समाजाच्या अध्ययनात प्रामुख्याने शहरी सामाजिक व्यवस्था आणि संघटना यांवर भर दिला होता. यानंतर जे. रेक्स (J. Rex) आणि आर. मूर (R. Moore) यांनी बर्मिंगहॉम शहरातील गृह आणि वंश यांच्या संबंधावर अध्ययन केले होते. शहरातील गृह बाजार व त्यांची संरचना ही विविध प्रकारची असून त्यातून एक नवीन दर्जागट किंवा उपभोक्ता वर्ग जन्माला आला; ज्यांची अभिरुची शहरातील आर्थिक वर्गाच्या अभिरुचीशी मिळतीजुळती नव्हती. गृहव्यवस्थेतील टंचाईमुळे त्याच्या वितरणावर राजकीय गटाचे ते वर्चस्व होते, त्यासाठी पहल (Pahl) यांनी 'नागरी व्यवस्थापक' ही संज्ञा वापरली होती. अगदी अलीकडे मार्क्सवादी विचारवंत कॅस्टेल (Castell) यांनी विविध नागरी प्रश्नांवर चर्चा केली होती. या सर्व विवेचनांचा अर्थ असा, की शहराच्या किंवा नागरी जीवनाच्या सर्व पैलूंचा अभ्यास म्हणजे नागरी समाजशास्त्र होय.

urban - (अर्बन) **नागरी :** 'नागरी' या संज्ञेचा वापर लोकसंख्याशास्त्रीय आणि समाजशास्त्रीय अशा दोन्ही दृष्टिकोनांतून केला जातो. पहिल्या लोकसंख्याशास्त्रीय दृष्टिकोनानुसार 'नागरी' या संकल्पनेत लोकसंख्येचा आकार, लोकसंख्येची घनता, रहिवाशांच्या कामाचे स्वरूप इत्यादींच्या अध्ययनाचा अंतर्भाव होतो. समाजशास्त्रीय दृष्टिकोनातून विचार करता या शहराचे बहुजिनसीत्व, अवैयक्तिकता, परस्परावलंबन आणि शहरी जीवनाची गुणवत्ता यांवर प्रकाशझोत टाकला जातो. भारतापुरता विचार करता 'नागरी' या संकल्पनेत खालील वैशिष्ट्यांचा समावेश होतो. ही वैशिष्ट्ये १९९१ च्या जनगणना अहवालात नमूद करण्यात आली होती. नागरी वस्ती म्हणजे कमीतकमी ५००० लोकसंख्या असावी, एका चौरस किलोमीटर परिसरात लोकसंख्येची घनता ४०० व्यक्ती (किंवा १००० व्यक्ती एका चौरस मैलात) असाव्यात, ७५% पुरुष-लोकसंख्या बिगर-शेतीचा व्यवसाय करणारी असावी, गावात नगरपालिका किंवा महानगरपालिका किंवा कॅन्टोन्मेंट बोर्ड यांपैकी एक स्थानिक स्वराज्यसंस्था कार्यरत असावी इत्यादी.

urbanization - (अर्बनायझेशन) **नागरीकरण :** 'नागरीकरण' म्हणजे लोकसंख्येची ग्रामीण परिसरातून शहरी परिसराकडे गतिमान वा स्थलांतरित होण्याची प्रक्रिया होय. नागरीकरणाच्या प्रक्रियेत ग्रामीण लोकसंख्येचा मोठा हिस्सा आपले खेडेगाव सोडून शहरात उपजीविकेसाठी येतो व तेथेच कायमचा निवास करतो, या बाबींचा समावेश आहे. थॉम्पसन वॉरेन (Thompson Warren) यांच्या मते, प्रामुख्याने किंवा पूर्णपणे शेती व्यवसाय करणाऱ्या समुदायातील लोकांचे सरकारी सेवा, व्यापार, उत्पादन आणि अन्य व्यवसाय करण्यासाठी शहरात होणारे स्थलांतर म्हणजे नागरीकरण होय.

अँडरसन या अमेरिकेतील समाजशास्त्रज्ञाच्या मतानुसार नागरीकरणाची पाच वैशिष्ट्ये असून ती पुढीलप्रमाणे- १. पैशावर आधारित अर्थव्यवस्था २. नागरी प्रशासन ३. सांस्कृतिक बदल ४. लिखित नोंदणी ५. नवीन बदलांचा स्वीकार.

१९७३ साली जी. हर्ड (G. Hurd) यांनी त्यांच्या संशोधनाद्वारे असे सूचित केले की ऐतिहासिक दृष्टीने विचार करता नागरीकरणाच्या प्रक्रियेत तीन प्रमुख अवस्था आहेत. यात पहिली जी अवस्था लक्षात आली, त्यानुसार १८ व्या शतकात लोक पहिल्यांदा शहरात राहावयास आले तेव्हा नागरीकरणाचा प्रारंभ झाला. या अवस्थेत १ लाख लोकसंख्या असलेल्या शहरांची संख्या अत्यंत मोजकी होती. नागरीकरणाची दुसरी अवस्था म्हणजे शहराच्या संख्येत आणि आकारात जलद वाढ झाली आणि याचे महत्त्वाचे कारण म्हणजे औद्योगिकीकरणाची प्रक्रिया होय. अमेरिकेत या संदर्भात जी आकडेवारी प्रकाशित झाली त्यानुसार औद्योगिक राष्ट्रांतील ७३% आणि ८५% च्या दरम्यान लोकसंख्या शहरात राहत होती. नागरीकरणाच्या तिसऱ्या अवस्थेत शहराचे महानगरात रूपांतर झाले, की ज्यात लोकांचे आणि संपत्तीचे केंद्रीकरण आणि त्यांचबरोबर समाजाच्या राजकीय, आर्थिक व सांस्कृतिक संस्थांचेपण केंद्रीकरण ह्या प्रक्रिया समाविष्ट आहेत. याशिवाय काही लेखक चौथी अवस्था म्हणून निर्नागरीकरण (De.urbanization) या संकल्पनेचे अस्तित्व मान्य करतात. या क्रियेत ग्रामीण लोक शहरात येण्याऐवजी शहरातील लोकच जवळच्या खेड्यात जाऊन राहतात व त्या खेड्याला त्या शहराच्या उपनगराचा दर्जा देतात. या अवस्थेला 'उपनगरीकरण' (Subarbanization) या संज्ञेनेही संबोधले जाते.

भारतादी पूर्वाश्रमीची वसाहतवादी राष्ट्रे वसाहतवादातून स्वतंत्र झाल्यावर तेथे औद्योगिकीकरणाच्या विकासाबरोबरच नागरीकरणाची प्रक्रियाही गतिमान

झाली. विसाव्या शतकाच्या उत्तरार्धात नागरीकरण, नागरी समस्या याविषयीच्या संशोधनात्मक अध्ययनाची गती वाढली.

urban society or urban community - (अर्बन सोसायटी ऑर अर्बन कम्यूनिटी) **नागरी समाज किंवा नागरी समुदाय :** समाजाचा किंवा समुदायाचा एक प्रकार म्हणून नागरी समाज किंवा नागरी समुदाय याकडे पाहिले जाते. एखादा समाज नागरी की ग्रामीण हे ठरविणारे जे निकष आहेत, त्यांनुसार बहुसंख्य राष्ट्रांनी लोकसंख्या हा निकष मान्य केला असून त्यात राष्ट्राराष्ट्रांनुसार खालीलप्रमाणे भेद आढळतात-

१. भारत : ५००० किंवा जास्त लोकसंख्या-नागरी समुदाय.

२. फ्रान्स : २००० किंवा त्यापेक्षा जास्त लोकसंख्या-नागरी समुदाय.

३. अमेरिका : २५०० किंवा त्यापेक्षा जास्त लोकसंख्या-नागरी समुदाय.

४. जपान : ३०००० किंवा त्यापेक्षा जास्त लोकसंख्या-नागरी समुदाय.

५. बेल्जियम : ५००० किंवा त्यापेक्षा जास्त लोकसंख्या-नागरी समुदाय.

६. इजिप्त : ११००० किंवा त्यापेक्षा जास्त लोकसंख्या-नागरी समुदाय.

याशिवाय लोकसंख्येची घनता, बिगर-कृषी व्यावसायिकांची संख्या इत्यादी निकषही एखादा समाज वा समुदाय नागरी आहे की नाही हे ठरविताना महत्त्वाचे मानले जातात. अनेक नागरी समुदायांच्या वा समाजांच्या अध्ययनातून नागरी समुदायाची वा समाजाची पुढील वैशिष्ट्ये निर्धारित करण्यात आली- १. बिगर-कृषी व्यवसाय २. मानवनिर्मित पर्यावरण ३. विशेषीकरणाला प्राधान्य ४. क्षेत्रीय नियोजन किंवा क्षेत्रीय विभाजन ५. सामाजिक गतिमत्त्वाचे जास्त प्रमाण ६. दुय्यम साहचर्य व दुय्यम नियंत्रण ७. शहर, सामाजिक समस्यांचे आगर इत्यादी.

utopia - (यूटोपिआ) **काल्पनिक जग :** ही संज्ञा मूळ ग्रीक भाषेतील असून ग्रीक भाषेत या संज्ञेचा अर्थ आहे 'कोठेही नाही', (Nowhere) पण नंतर त्याचा अर्थ 'काल्पनिक समाज' किंवा 'काल्पनिक जग' असा घेतला असून त्याचा हेतू नैतिक किंवा सैद्धान्तिक आदर्शासमवेत उभे राहणे किंवा प्रचलित सामाजिक संघटनेचा अनुबंध यांच्या विरोधात उभे राहून त्यावर प्रकाश पाडण्याची तरतूद या संज्ञेत आहे. जे वास्तव नाही, जे प्रत्यक्षात नाही त्यासाठी 'काल्पनिक जग' ही संज्ञा वापरतात. काल्पनिक सिद्धान्ताचे उत्तम उदाहरण म्हणजे ग्रीक तत्त्वज्ञ प्लेटो यांचा 'रिपब्लिक' (Republic) हा ग्रंथ होय.

काही तज्ज्ञांच्या मते, काल्पनिक विचारांच्या मूल्यांचे मूल्यमापन करताना विविधता दिसून येते. जे विचारवंत काल्पनिक विचारांचे समर्थन करतात, ते अशी टीका करतात की सामाजिक संघटनेच्या प्रचलित प्रकाराला पर्यायी जाणिवांचा आधार देणे शक्य होईल का? जे वास्तवात नाही त्यासंबंधी कल्पना करणे म्हणजे काल्पनिक जग होय.

utopianism - (यूटो'पिअनि'झम) **काल्पनिकवाद** : 'काल्पनिकवाद' किंवा 'काल्पनिकतावाद' म्हणजे सामाजिक किंवा राजकीय विचारांचा किंवा सामाजिक सिद्धान्ताचा असा कोणताही प्रकार की जो भविष्यकालीन समाजाच्या आदर्श प्रकाराची प्रतिकृती रेखाटताना वास्तवतेकडे डोळेझाक करीत नाही.

या प्रकारच्या भविष्यकालीन समाजाच्या प्रतिकृतीवर काही वेळेला टीका करण्यात आली, ती यासाठी की हे सिद्धान्त वा या प्रतिकृती राजकीय उद्दिष्टे किंवा राजकीय डावपेच यांना उत्तेजन देतात, ज्यांना फारच कमी प्रायोगिक किंवा सैद्धान्तिक आधार असतो. मॅनहेम (Mannheim) यांच्यासाठी काल्पनिक कल्पना या अनेक विचारप्रणालींपासून वेगळ्या आहेत; कारण बहुसंख्य विचारप्रणालींत प्रचलित ऐतिहासिक सामाजिक व्यवस्था बदलण्याची क्षमता आहे. या दृष्टिकोनातून विचार करता काल्पनिकवाद हा काही वेळेला त्याला फायदेशीर ठरतील अशा समाजाच्या आदर्श प्रतिकृतीच्या कमीतकमी काही पैलूंचे वर्णन करण्यास साहाय्य करतो. (उदा. टीकात्मक सिद्धान्ताचा फ्रँकफर्ट संप्रदाय) त्याच वेळेला मॅनहेम हे सूचित करण्यास विसरले नाहीत, की बऱ्याच वेळा काल्पनिकवादाची मुळे अतार्किकतेत किंवा तर्कविसंगततेत रुजलेली असतात.

uxorilocal - (अक्सोरिलोकल) **मातेच्या बाजूचे (निवास)** : पहा-matrilocal residency-मातृस्थानीय निवासपद्धती

validity - (व्हॅलि'डिटी) **विश्वासार्हता :** विश्वासार्हता याचा अर्थ असा की, तथ्यसंकलनाच्या मापनपद्धती, निर्देशक आणि अभ्यासपद्धती या तथ्यसंकलनाची गुणवत्ता किंवा त्यातील सत्यतासंशोधनातील सिद्धान्तकल्पना सिद्ध करण्याच्या दृष्टीने कितपत योग्य हे तपासणे होय. उदा. मानसशास्त्रात मानसशास्त्रीय मापनात बुद्ध्यांक चाचणी ही विश्वासार्ह असल्याचे स्वीकारले जाते किंवा मान्य केले जाते. जर सामाजिक सर्वेक्षणाच्या निरीक्षणात सर्वेक्षण करणाऱ्यांनी विश्वासार्ह तथ्यसंकलन केले तर त्या प्रघटनेचे आपण अध्ययन केले आहे त्याच्या निष्कर्षातही विश्वासार्हता आढळून येते.

समाजशास्त्र आणि सामाजिक शास्त्रे व्यवहारात निर्देशक आणि मापन यांच्या संबंधांचा एकीकडे अभ्यास करताना दुसरीकडे ही संज्ञा बऱ्याच वेळा स्पर्धात्मकतेचे प्रतिनिधित्व करण्यासाठीही वापरली जाते. सारांश, तथ्यसंकलनाच्या विश्वासार्हतेवर, संशोधनाद्वारे निघणाऱ्या निष्कर्षाची विश्वासार्हता अवलंबून असते.

value - (व्हॅल्यू) **मूल्य किंवा उपयुक्तता :** 'मूल्य' ही मार्क्सवादी संकल्पना आहे व त्यानुसार त्याचा अर्थ होतो श्रमशक्तीची संख्यात्मकता, की जी श्रमकाळाच्या आधाराने अभ्यासली जाते. श्रमशक्ती व श्रमकाळ यांद्वारे कोणताही श्रमिक वस्तूंची निर्मिती करतो. मार्क्स यांच्या मते, वर म्हटल्याप्रमाणे श्रमशक्ती व श्रमकाळ हेच पुढे विनिमयमूल्यांचे आधार बनतात.

मार्क्स त्यांच्या योगदानाच्या आधाराने या गोष्टीचा स्वीकार करतात की 'मूल्य' ही संकल्पना नेहमीच 'किंमत' (Prices) या संकल्पनेला समांतर असतेच असे नाही. या संदर्भात मार्क्स असा दावा करतात, की मूल्यांचा हा सुनिश्चित प्रकार प्रामुख्याने सुव्यवस्थित संबंधातील मूल्य निर्धारित करण्यासाठी आवश्यक

ठरतो. सैद्धान्तिक विचारानुसार मूल्य हा सामाजिक संबंधांच्या व भांडवलशाही अर्थव्यवस्थेच्या कार्याचा प्रमुख घटक होय.

काही तज्ज्ञांच्या मते, 'मूल्य' ही संकल्पना (अगदी मार्क्सवादामध्येसुद्धा) अत्यंत विरोधाभासी संकल्पना आहे. काही मार्क्सवादी विचारवंत असे मानतात, की भांडवलशाही समाजाच्या मार्क्स यांच्या सिद्धान्ताचा केंद्रबिंदू 'मूल्य' ही संकल्पना असून ह्या सिद्धान्तात त्यामुळेच चढउतार अनुभवास येतात; तर अन्य काही विचारवंतांच्या मते, 'मूल्य' ह्या संकल्पनेच्या संदर्भातील प्रमुख समस्या ही, की या संज्ञेचा वापर प्रायोगिक संशोधनात करणे शक्य नाही वा चुकीचे ठरेल.

valuation - (व्हॅल्युए'शन) **मूल्यमापन** : 'मूल्यमापन' ही एक प्रक्रिया आहे की ज्याद्वारे दोन किंवा जास्त वस्तूंतील किंवा सेवेतील सापेक्ष महत्त्व निश्चित केले जाते. ते सर्वसामान्यपणे पैशाच्या स्वरूपात व्यक्त केले जाते. काही तज्ज्ञांच्या मते, मूल्यमापन हे नेहमी पैशातच केले जाते असे नाही. व्यक्तीच्या गुणवत्तेचे, कार्यक्षमतेचे, कौशल्याचे विश्लेषण करण्याच्या पद्धतीलाही समाजशास्त्रज्ञ, मानसशास्त्रज्ञ हे मूल्यमापन असेच म्हणतात. आजकाल शिक्षण, अर्थकारण, राजकारण इत्यादी क्षेत्रांतील व्यक्तींचे मूल्यमापन करणारे विविध घटक कार्यरत आहेत. गेल्या दशकापासून विद्यापीठे, महाविद्यालये, महाविद्यालयीन शिक्षक यांच्या कार्याचे, मूल्यमापन करणारी एक यंत्रणा विद्यापीठ अनुदान मंडळाने निर्माण केली असून तिचे नाव आहे 'राष्ट्रीय मूल्यमापन व शिफारस मंडळ' (National Assessment and Accreditation Council - NAAC). ही यंत्रणा दर दोन वर्षांनी सर्व शैक्षणिक संस्थांचे मूल्यमापन करून त्यांना विशिष्ट दर्जा प्रदान करते.

value freedom and value neutrality - (व्हॅल्यू फ्री'डम ॲण्ड व्हॅल्यू न्यूट्रॅ'लिटी) **मूल्यमुक्तता आणि मूल्यतटस्थता** : 'मूल्यमुक्तता' आणि 'मूल्यतटस्थता' हे सामाजिक संशोधनात संशोधकाने पाळावयाचे दोन दृष्टिकोन आहेत. समाजशास्त्रासहित सर्व सामाजिक शास्त्रांत संशोधकाने संशोधन करताना समाजाच्या मूल्यांचा स्वतःवर व संशोधनावर परिणाम होणार नाही यांची दक्षता घेणे अत्यावश्यक आहे. यासाठी 'मूल्यमुक्तता' ही संज्ञा वापरतात. याउलट सामाजिक–शास्त्रातील आणि समाजशास्त्रातील संशोधक हे कोणत्या ना कोणत्या समाजाचे, सामाजिक गटाचे सभासद असतात; त्या गटासंबंधी, समाजासंबंधी लोकांत व संशोधकाच्या मनात काही पूर्वग्रह असण्याची शक्यता असते. समाजासंबंधी व गटासंबंधी असलेले सर्व पूर्वग्रह दूर ठेवून संशोधकाने अत्यंत तटस्थ वृत्तीने व निःपक्षपाती

दृष्टिकोन मनात बाळगून संशोधन करणे गरजेचे आहे. यासाठी समाजशास्त्रज्ञ 'मूल्यतटस्थता' ही संज्ञा वापरतात. प्रचलित समाजशास्त्रीय संशोधनाचा विचार करता काही तज्ज्ञांच्या मते, समाजशास्त्रातील संशोधन विज्ञानाच्या पावलावर पाऊल ठेवून करणे जसे गरजेचे आहे; त्याचप्रमाणे संशोधकाने त्याच्या स्वत:ची मूल्ये संशोधनाच्या आड येणार नाहीत याची दक्षता घेणे गरजेचे आहे. काही तज्ज्ञांच्या मते, मॅक्स वेबर यांच्या विचारांशी संलग्नित सर्व सिद्धान्त हे मूल्यतटस्थतेशी निगडित आहेत. संशोधकाने त्याच्या स्वत:च्या मूल्याशी संबंधित योगदानात कोणत्याही प्रकारच्या पूर्वग्रहाला थारा किंवा स्थान देऊ नये. अन्य काही तज्ज्ञ असे मानतात की, मूल्यतटस्थता किंवा मूल्यमुक्तता किंवा (काही प्रसंगी) नैतिक तटस्थता संबंधीचे सिद्धान्त हे सामाजिक शास्त्रापुरता विचार करता सामाजिक वास्तवतेसंबंधीचे तथ्य स्थापन करणारे असावेत. असे करताना जर ते अंतिम मूल्याचे प्रश्न सोडविण्याचा प्रयत्न करण्याची गरज नाही ; तर त्यातील प्रायोगिक पुरावा आणि नैतिक क्रिया यांतील अंतर सतत जसे राहणार आहे तसेच तथ्य व मूल्य याचेही अंतर कायमच राहणार आहे. पुन्हा असे म्हणावे लागते की, वेबर यांचे बहुसंख्य सिद्धान्त हे मूल्यतटस्थ आहेत. या दृष्टीने विचार करता वेबर यांची 'मूल्यमुक्त विज्ञान' किंवा 'मूल्यमुक्त समाज' ही संकल्पना समजून घेणे गरजेचे आहे. वेबर यांचा मूल्यमुक्त दृष्टिकोन अव्याहतपणे चालू राहिला. एवढेच नव्हे, तर समकालीन नवप्रत्यक्षवाद म्हणूनही तो विकसित झाला. हे नवप्रत्यक्षवादी तत्त्व सर्व प्रकारची बंधने झुगारणारे होते आणि मूल्यमुक्त तत्त्व म्हणजे 'राजकारणापासून मुक्त राहणे' एवढेच नव्हे; तर नैतिक मूल्यापासून, मुक्त तत्त्वज्ञानापासून मुक्त राहणे होय. समाजशास्त्राने स्वत:कडे तटस्थ ज्ञानशाखा म्हणून पाहताना आदर्शात्मक किंवा नैतिक निष्कर्ष काढण्याचे टाळणे म्हणजेच एक प्रकारची मूल्यमुक्तता व मूल्यतटस्थता होय.

value judgement - (व्हॅल्यू जज्मेन्ट) **मूल्यनिर्णय किंवा मूल्यनिवाडा :** कोणत्याही घटनेच्या संदर्भात केलेले नीतिशास्त्रीय किंवा नैतिक मूल्यमापन म्हणजे 'मूल्यनिवाडा' होय. विशेषत: या प्रकारचे मूल्यनिर्णय हे जी विधाने ही नीतिशास्त्रीय वा नैतिक पार्श्वभूमीचा विचार करता, असे झाले पाहिजे या सदरात मोडतात. तर्कसंगत प्रत्यक्षवादात काही वेळेला असे गृहीत धरले जाते की शुद्ध वैज्ञानिक विधानातून मूल्यनिर्णय किंवा मूल्यनिवाडा करणे शक्य नसते. परंतु यात आणखीही काही शक्यता आहेत त्या खालीलप्रमाणे-

अ. पहिली शक्यता ही की तथ्य आणि सिद्धान्त; की ते जरी कधीही आपल्या

मूल्याच्या संदर्भात आदेश देत नसले, तरी ते आपल्याला त्यांच्यातील कार्यकारणसंबंधांची माहिती देतात आणि म्हणून ते आपल्याला आपली नीतिशास्त्रीय ध्येये कशी साध्य करावयाची याबाबत निर्देश करतात.

ब. दुसरी शक्यता ही की तथ्य आणि मूल्य यांच्यातील अनुलंघनीय घटस्फोट ही संकल्पना चुकीची आहे आणि जे काय शक्य आहे त्या संदर्भात आपण नेहमी आपल्या नीतिशास्त्रीय व नैतिक स्थानांना; तसेच मूल्यनिर्णयाच्या स्थानालाही समाजशास्त्रीय पायावर आधारित पक्की पार्श्वभूमी मिळवून दिली पाहिजे.

value neutrality - (व्हॅल्यू न्यूट्रॅलिटी) **मूल्यतटस्थता :** पहा–value freedom and value neutrality–मूल्यमुक्तता आणि मूल्यतटस्थता.

value rationality - (व्हॅल्यू रॅशनॅलिटी) **मूल्य तार्किकता किंवा तर्कसंगतता :** पहा–types of social action–सामाजिक क्रियेचे प्रकार.

value relativity - (व्हॅल्यू रिलेटिव्हिटी) **मूल्यसापेक्षता :** पुढील विधान हे मूल्यसापेक्षतेचे उत्तम उदाहरण होय, 'सर्व समाजशास्त्रीय ज्ञान हे सापेक्षत: विशिष्ट मूल्यांशी संबंधित असते आणि तसेच याउलट ही मूल्येसुद्धा सामाजिक संदर्भाशी सापेक्ष आहेत.' (पहा–relativism–सापेक्षतावाद.)

value relevance - (व्हॅल्यू रेलेव्हन्स) **मूल्यसमर्पकता :** 'मूल्यसमर्पकता' हा समाजशास्त्रीय संशोधनविषयाचा एक सिद्धान्त असून त्यात संशोधनविषय हा अपरिहार्यपणे आणि योग्यपणे नैतिक हितसंबंधांसाठी बऱ्याच वेळा निवडला जातो, परंतु त्यामुळे संशोधकाला वस्तुनिष्ठता प्राप्त करण्यापासून कोणीही प्रतिबंध करू शकत नाही. ही तथाकथित वस्तुनिष्ठता विशिष्ट संदर्भचौकटीने स्वीकारलेली पाहिजे. मूल्य-समर्पकतेचा सिद्धान्त हा विशेषत: मॉक्सवेबर यांच्या विचाराशी संलग्नित असून तो त्यांच्या मूल्यमुक्तता व मूल्यतटस्थता या विचारांशीपण संलग्नित आहे. ह्याचा अर्थ असा की मूल्य आणि समाजशास्त्रीय संशोधन यांतील संबंधाबाबतचे तीन टप्पे ओळखले गेले किंवा निदर्शनास आले. १. बऱ्याच वेळा संशोधकाचे मूल्य त्यांच्या संशोधनविषय निवडीवर प्रभाव टाकतात. २. परंतु याचा परिणाम संशोधनातील वस्तुनिष्ठतेला प्रतिबंध करण्यात होत नाही. (उदा. संशोधनाद्वारे अनुभवाधिष्ठित विशिष्ट मूल्याचे महत्त्व स्थापित होते.) यात वेबर यांच्या 'प्रोटेस्टंटांची नीतितत्त्वे' या संशोधनाचा अंतर्भाव होतो. ३. कोणत्याही संशोधनाचा निष्कर्ष हा विशिष्ट मूल्यांचे संपूर्ण समर्थन कधीच करू शकत नाही.

values - (व्हॅल्यूज) **मूल्ये :** मूल्ये म्हणजे नैतिक आदर्श व श्रद्धा होत. मूल्ये ही संज्ञा वैज्ञानिक ज्ञानापासून मूल्ये कशी वेगळी आहेत, हे दर्शविण्यासाठीही वापरली जाते. विशेषत: जेथे नीतिशास्त्रीय आदर्श पाहिजे आहेत तेथे मूल्य नसल्याचे किंवा स्वाभाविकपणे वैज्ञानिक अक्षमता असणे तज्ज्ञांनी स्वीकारले आहे. समाज किंवा व्यक्ती यांच्या मध्यवर्ती श्रद्धा आणि उद्दिष्टे म्हणजे मूल्ये होत. टॉलकॉट पार्सन्स यांनी त्यांच्या संरचनात्मक कार्यात्मक सिद्धान्तात भागीदारी मूल्यांच्या आत्मसातीकरणावर विवेचन केले असून मूल्यांना त्यांनी सामाजिक व्यवस्थेच्या संरचनात्मक घटकांतील एक संरचनात्मक घटक म्हणून स्वीकारले असून मूल्यांच्या विविध पैलूंवर प्रकाशझोत टाकला होता. बहुसंख्य समाजशास्त्रज्ञ या गोष्टीचा स्वीकार करतात की मूल्यविभाजनामुळे प्रचलित समाजात फूट पडली असली काय, किंवा लोक प्रचलित मूल्ये व श्रद्धा यांना चिटकून राहिले काय, मूल्ये व श्रद्धा यांत सखोलतेपेक्षा युक्तिवाद आणि वास्तववाद यांना महत्त्व असते. 'मूल्य' या संकल्पनेचा अर्थशास्त्रीय अर्थ समाजशास्त्रीय अर्थापेक्षा वेगळा आहे.

variable - (व्हेअरिएबल) **चल किंवा परिवर्त :** 'चल' हे संशोधनाचे एक वैशिष्ट्य असून त्याचे मापन करता येते आणि सातत्याचा विचार करता त्यात बदल होत असल्याने त्याचा उल्लेख सातत्यपूर्ण चल असा करावा लागतो. (उदा. मनुष्याची उंची). चल हा द्विस्तंभीय (Bi.polar) असतो (उदा. लिंगभाव विभाजन किंवा स्त्री–पुरुष भेद). 'चल' ही संज्ञा सर्वसामान्यपणे अनुभवाधिष्ठित सामाजिक संशोधनात वापरली जाते की ज्याद्वारे सामाजिक घटकांचे प्रतिनिधित्व स्पष्ट होऊ शकेल. यात प्रामुख्याने वय, सामाजिक वर्ग, नोकरीतील दर्जा, शिक्षण की ज्यांचे निरीक्षण व तसेच मापनही करता येते. उदा. उत्पन्नाची पातळी.

सामाजिक आणि मानसशास्त्रीय संशोधनात, संशोधक हे विशेषत्वाने अभिरुची दर्शवितात ती म्हणजे सामाजिक परिमितीय घटकांवर अथवा व्यक्तिवर्तनावर अनुभवाचा पडलेला परिणाम, की जे सामाजिक प्रघटनांच्या स्पष्टीकरणांचे हेतू स्पष्ट करतात. आणखी एका दृष्टिकोनानुसार या सर्व बाबी वैज्ञानिक दृष्टीने व्यवस्थापित होणे, तसेच संभवनीय प्रभाव आणि संभवनीय परिणाम यांचे सहवर्ती विलचनाच्या (concomitant variation) पद्धतीद्वारे चलाची व्याख्या आणि सांख्यिकीकरण शक्य व्हावे आणि सामाजिक सर्वेक्षण आणि अनुभव यांद्वारे सिद्धान्तकल्पना किंवा गृहीततत्त्व सिद्ध करणे शक्य होईल. या प्रकारच्या विचारातून आणि सांख्यिकीकरणातून परिणामस्वरूप विविध चल आकाराला येतात की ज्याचा उपयोग वैज्ञानिक तथ्यविश्लेषणात केला जातो. या संदर्भात हे लक्षात

ठेवले पाहिजे की सातत्यपूर्ण चलाचे मापन हे मध्यवर्ती मापनसारिणीद्वारे केले जाते, तर स्वतंत्र वा वेगळ्या चलाच्या मापनासाठी सामान्य किंवा सापेक्षस्थितिदर्शक मापनसारिणीचा वापर केला जातो.

समाजशास्त्रातील काही परंपरांत वरील विचाराने जेव्हा 'चल' या संकल्पनेचा वापर करतात तेव्हा योग्यतेबाबत काही प्रश्न उपस्थित केले जातात. उदा. प्रतीकात्मक आंतरक्रियावादाच्या दृष्टिकोनातून असे सूचित करण्यात आले की प्रमाणित किंवा मापदंडात्मक चलाचे सामाजिक विश्लेषण हे सामाजिक परिस्थितीचा परिणामकारक असा जवळून अभ्यास करण्याच्या क्रियेकडे दुर्लक्ष होईल किंवा सामाजिक वास्तवतेचे विकृत चित्र सादर केले जाईल. शेवटी असे म्हणावे लागते की 'चल' म्हणजे कोणत्याही प्रकारच्या संशोधनातील एक घटक की जो व्यक्ती, गट, घटना, व्यक्तिभेद (लिंगभाव) शिक्षण, संस्था, प्रथा, संस्कृती इत्यादी स्वरूपांत गणिती आविष्काराने सादर वा प्रकट केला जातो.

varible capital - (व्हे'अरिएबल कॅपिटल) **चल भांडवल** : पहा–constant capital and varible capital–स्थिर भांडवल व चल (अस्थिर) भांडवल.

variance - (व्हे'अरिअन्स) **विसंगतता** : पहा–measures of dispersion– प्रसारणक्रियेचे मापन वा मोजमाप.

verbal test - (व्ह'र्बल टेस्ट) **मौखिक चाचणी किंवा तोंडी चाचणी :** समाजशास्त्रीय व विशेषत: मानसशास्त्रीय क्षेत्रात चाचणीचा एक प्रकार म्हणून मौखिक किंवा तोंडी चाचणीचा उल्लेख केला जातो. सर्वसाधारणपणे उत्तरदाते अशिक्षित असतील तर मौखिक वा तोंडी चाचणीचा आधार घेतला जातो. या चाचणीत संशोधक उत्तरदात्यांना काही प्रश्न विचारतो व त्या प्रश्नांची उत्तरे तोंडी स्वरूपात मिळाल्यावर त्याची स्वत:कडे नोंद करून ठेवतो. शिवाय संशोधनाचा विषय लहान मुलांच्या बुद्धिक्षमतेशी निगडित असेल तर संशोधक त्यासंबंधी त्या मुलांना काही प्रश्न विचारून, काही चित्रे दाखवून त्यासंबंधी उत्तरे देण्यास वा चित्राचे स्पष्टीकरण करण्यास किंवा अर्थ सांगण्यास मुलांना सांगितले जाते, तेही मौखिक चाचणीचा एक भाग होय. काही तज्ज्ञांच्या मते, संशोधक जेव्हा संशोधनतंत्र म्हणून मुलाखततंत्राचा वापर करतो, तेव्हा त्या तंत्रात संशोधक व उत्तरदाते समोरासमोर येत असल्याने कदाचित संशोधकाच्या उपस्थितीचे दडपण उत्तरदात्यांवर येऊन सत्य माहिती पुढे येण्याची शक्यता कमी असते.

verification - (व्हेरिफिके'शन) **पडताळणी :** एका वाक्यात पडताळा पाहणे म्हणजे अशी कोणतीही अभ्यासपद्धती ज्याद्वारे एखाद्या विधानातील किंवा सिद्धान्तकल्पनेतील (Hypothesis) सत्य स्थापित होईल. या ठिकाणी समाजशास्त्रीय संशोधना विचार करता सामाजिक शास्त्रासहित समाजशास्त्राने सामाजिक संशोधनाचे सात टप्पे प्रतिपादन केले असून त्यांतील पाचवा टप्पा आहे, पडताळा पाहणे. कोणत्याही समाजशास्त्रीय संशोधकाला त्याने मांडलेली सिद्धान्तसंकल्पना (Hypothesis) सिद्ध झाल्याविना सिद्धान्तबांधणी करता येणार नाही. सिद्धान्तकल्पना सिद्ध करण्याचा एक मार्ग म्हणजे पडताळा पाहणे होय. समजा एखाद्या संशोधकाने 'महाविद्यालयीन विद्यार्थ्यांचा जातीविषयक दृष्टिकोन' हा विषय संशोधनासाठी निवडला. या विषयाची सिद्धान्तकल्पना होती, 'उच्च शिक्षणामुळे जातीकडे पाहण्याच्या दृष्टिकोनात उदारता येते.' पहिल्या संशोधनाद्वारे गोळा केलेल्या माहितीनुसार ही सिद्धान्तकल्पना सिद्ध जरी झाली असली; तरी ही सिद्धान्तकल्पना सिद्धान्त म्हणून स्वीकारता येणार नाही. त्यासाठी त्या संशोधकाला काही काळानंतर त्याच विषयावर त्याच सिद्धान्तकल्पनेवर आधारित संशोधन हातामध्ये घ्यावे लागते. या दुसऱ्या संशोधनकार्याला 'पडताळा संशोधन' म्हणता येईल. या दुसऱ्या संशोधनातून जमा केलेल्या माहितीचे वर्गीकरण, विश्लेषण करून नंतर पुन्हा जर ती सिद्धान्तकल्पना सिद्ध झाली; तरच त्या सिद्धान्तकल्पनेचे रूपांतर सिद्धान्तात होऊ शकेल. पडताळा पाहण्याच्या प्रक्रियेशिवाय सिद्धान्त परिपूर्ण होत नसल्याने ही प्रक्रिया महत्त्वाची आहे.

verification principle - (व्हेरिफिके'शन प्रि'न्सिपल) **पडताळा तत्त्व :** 'पडताळा तत्त्व' हे विज्ञानाचा निकष म्हणून प्रथम तर्कसंगत प्रत्यक्षवाद्यांनी सूचित केले असून त्यानुसार कोणतेही वैज्ञानिक विधान हे पडताळा पाहण्यायोग्य असते या विचाराचा स्वीकार केला आहे. पडताळा पाहणे या संकल्पनेसमोरची महत्त्वाची समस्या म्हणजे ते असे सूचित करतात की, 'पडताळा' ह्या संकल्पनेच्या जागी असत्यता या संकल्पनेची स्थापना करून त्यास वैज्ञानिक विधानाचा निकष म्हणून मान्यता द्यावी. तसेच तर्कसंगत प्रत्यक्षवादी विचारवंत असे सूचित करतात, की अर्थपूर्णतेचा निकष हा परत पडताळा तत्त्वावर टीका करण्यासाठीच निर्माण झाला असून त्या तत्त्वाचे स्वरूप पूर्णपणे अस्पष्ट दर्जा धारण करणारे आहे व त्यामुळे तथाकथित प्रत्यक्षवादाशी ते विरोधाभास दर्शविणारे आहे.

verstehen - (व्हर्स्टे'हेन) **आकलनाच्या पद्धती :** 'व्हर्स्टे'हेन' हा जर्मन भाषेतला शब्द इंग्रजीतील 'अंडरस्टँ'डिंग' (Understanding) चे भाषांतर असून मराठीत

त्यासाठी 'आकलन' किंवा 'अंतर्बोध' या संज्ञा वापरतात. इंग्रजी भाषिक समाजशास्त्रज्ञ या संज्ञेचा अर्थ मात्र 'अर्थपूर्ण आकलन' असा घेतात की ज्याचे सामाजिक कर्ता व समाजशास्त्रज्ञ योग्य पद्धतीने स्पष्टीकरण देतात. जर्मन संज्ञा 'व्हर्स्टें'हेन' ही प्रामुख्याने मॉक्स वेबर यांच्या योगदानाशी संलग्नित आहे. यात वेबर असे म्हणतात, की क्रियेच्या विज्ञानाचे मुख्य ध्येय क्रियेचे स्पष्टीकरण करणे हे आहे. यावर अधिक विवेचन करताना वेबर म्हणतात की, काहीतरी उद्देश डोळ्यांसमोर ठेवून माणसाचे वर्तन किंवा माणसाच्या क्रिया घडत असतात. वेबर पुढे असे म्हणतात की, काही वर्तनाच्या बाबतीत माणसाचा उद्देश स्पष्ट असतो. परंतु इतर काही वर्तनाच्या संदर्भात मात्र माणसाचे उद्देश निश्चित करणे कठीण असते. जोपर्यंत मानवी वर्तन आणि त्यामागचा उद्देश आपल्याला समजत नाही तोपर्यंत मानवी सामाजिक परिस्थितीचे आकलन होणे अवघड असते. सामाजिक आकलन म्हणजे व्यक्ती ज्या सामाजिक, कौटुंबिक परिस्थितीत राहते, जीवन जगते त्या परिस्थितीची जाणीव व्यक्तीला असणे होय. गरिबीत राहणाऱ्या व्यक्तीला तिच्या गरिबीची जाणीव असल्यामुळेच ती तिच्या आकांक्षांवर मर्यादा घालते व परिस्थितीनुरूप जीवनमार्ग निश्चित करते. यासाठी वेबर यांनी जर्मन भाषेत 'व्हर्स्टें'हन (आकलनाच्या पद्धती) ही संज्ञा वापरली होती.

vertical division of labour - (व्हर्'टिकल डिव्हि'जन ऑफ लेबर) **स्तंभीय श्रम विभाजन :** पहा-sexual division of labour-लैंगिक श्रमविभाजन.

vertical mobility - (व्हर्'टिकल मोबि'लिटी) **स्तंभीय गतिमत्त्व :** हा सामाजिक गतिमत्त्वाचा एक प्रकार असून ज्यात व्यक्तीचा सद्य:कालीन किंवा प्रचलित दर्जा एकतर उंचावतो किंवा खालावतो. जेव्हा व्यक्तीचा दर्जा उंचावतो तेव्हा त्यास ऊर्ध्वरेषी गतिमत्त्व (Upward Mobility) म्हणतात; तर जेव्हा दर्जा खालावतो तेव्हा त्यास अधोरेषी गतिमत्त्व (Downward Mobility) म्हणतात.

vice area - (व्हाइस एरिआ) **दुर्गुणी क्षेत्र किंवा वाईट क्षेत्र :** सर्वसाधारणपणे गावाचे असे स्थान किंवा क्षेत्र की ज्या ठिकाणी वेश्या व्यवसाय करणाऱ्या स्त्रिया त्यांचे दलाल व संबंधित घटक, यांचे व्यवसायानिमित्त एकत्र येण्याचे क्षेत्र म्हणजे 'दुर्गुणी क्षेत्र' किंवा 'वाईट क्षेत्र' होय. यासाठी काही राष्ट्रांत 'रेड एरिआ' (Red Area-धोकेदायक क्षेत्र) या संज्ञेनेही हे क्षेत्र संबोधले जाते. हे क्षेत्र गुन्हेगारी लोकांचाही अड्डा बनतो. सारांशरूपात असेही म्हणता येईल, की अवैध व्यवसाय करणाऱ्या व्यक्तीचे क्षेत्र हे या संज्ञेने संबोधले जाते.

vicious cycle or vicious circle - (व्हि'शिअस सा'इकल ऑर व्हि'शिअस सर्कल) **दुष्ट चक्र किंवा दुष्ट वर्तुळ :** 'दुष्ट चक्र' किंवा 'दुष्ट वर्तुळ' ही अशी एक सामाजिक परिस्थिती आहे की जीमध्ये सामाजिक, आर्थिक, राजकीय, सांस्कृतिक घटना त्याच त्या क्रमाने घडत असतात. उदा. उगम - विकास - ऱ्हास - नाश - परत उगम, जन्म - विकास - (तारुण्य) प्रौढत्व - वृद्धत्व - मृत्यू - जन्म, याशिवाय फॅशनचे जग, चंगळवादाचे जग इत्यादी क्षेत्रांतही ह्या क्षेत्राचा प्रभाव आढळतो. विशिष्ट क्रमाने त्याच त्या घटना परत घडणे म्हणजे दुष्ट चक्र होय. पेरेतोचा सामाजिक परिवर्तनाचा चक्राकार सिद्धान्त हे याचे मूर्तिमंत उदाहरण होय.

victimless crime - (व्हि'क्टिमलेस क्राईम) **बळीविरहित गुन्हा :** 'बळीविरहित गुन्हा' म्हणजे अशी क्रिया की जी देशाच्या प्रचलित कायद्यानुसार आरोप ठरत असला तरी त्यामुळे कोणाचेही शारीरिक, आर्थिक किंवा अन्य प्रकारचे नुकसान होत नाही. १९६० च्या दशकाच्या उत्तरार्धात हा प्रश्न समाजशास्त्रज्ञांच्या संघटनेच्या चर्चेत आला. या संकल्पनेचा संबंध शिक्कामोर्तब सिद्धान्त (Labelling Theory) आणि राष्ट्रीय विपथगामी परिषद यांच्याशी जोडला जातो. या नंतरच्या काळात 'बळीविरहित गुन्हा' या संकल्पनेच्या समस्यांवर प्रकाशझोत टाकण्यात आला होता. काही तज्ज्ञांच्या मते, वेश्या व्यवसायात सहभागी होणाऱ्या व्यक्ती व सौम्य पेय प्राशन करण्याची सवय असणाऱ्या व्यक्ती यांचे हे गुन्हे 'बळीविरहित गुन्हे' या संज्ञेला पात्र ठरतात. काही गुन्हेगारीशास्त्रज्ञांचा या विधानाला विरोध आहे. कारण त्यांच्या मते, ह्या प्रकारचे गुन्हे करणाऱ्या व्यक्तींची मुले, पत्नी व अन्य कुटुंबीय हे अप्रत्यक्षपणे गुन्ह्याचे बळी ठरतात.

victimology - (व्हि'क्टिमॉलजी) **बळीशास्त्र :** गुन्ह्यात बळी पडलेल्या व्यक्तीचा वैज्ञानिक अभ्यास म्हणजे 'बळीशास्त्र' होय. बळीशास्त्राच्या अध्ययनाचे क्षेत्र पूर्वी बहुसंख्य गुन्हेगारीशास्त्रज्ञांच्या मते, गुन्हेगारी शास्त्राचे सीमान्त अध्ययनक्षेत्र होते. १९६५ साली अमेरिकेतील अध्यक्षांनी कायद्याच्या अंमलबजावणीसाठी नेमलेल्या आयोगाने पहिले प्रमुख सर्वेक्षण हे गुन्ह्यात बळी पडलेल्यांचे घेतले होते किंवा प्रायोजित केले होते. त्यात असे आढळले की, नोंद न केलेल्या गुन्ह्यांची आकडेवारी गृहीत धरलेल्या आकडेवारीपेक्षा खूपच जास्त होती. तसेच या सर्वेक्षणाच्या माध्यमातून असेही आढळून आले की, बळीकरण आणि गुन्ह्याची भीती विविध वर्गांत, विविध वांशिक गटांत आणि स्त्री व पुरुषांत असमान

प्रमाणात वितरित झालेली आहे. अमेरिकेप्रमाणेच ब्रिटनमध्येही पहिले औपचारिक बळी-सर्वेक्षण १९८३ साली 'ब्रिटिश गुन्हेगारी सर्वेक्षणाद्वारे' घेण्यात आले होते. या सर्वेक्षणाचे निष्कर्ष अमेरिकेतील निष्कर्षांची हुबेहूब छायांकित प्रत असल्याचे आढळले.

बळीशास्त्राच्या सैद्धान्तिक दृष्टिकोनानुसार बळीशास्त्राच्या अध्ययनात बळी व आरोपी यांच्यातील परस्परसंबंधाच्या स्वरूपावर भर दिला जातो.

vienna circle - (व्हिएन्ना स'र्कल) **व्हिएन्ना वर्तुळ किंवा व्हिएन्ना मंडळ :** १९२० वे दशक व १९३० व्या दशकाचा प्रारंभ या कालखंडात विज्ञानाच्या, तत्त्वज्ञानाच्या, तत्त्वज्ञांच्या, गणितज्ञांच्या आणि वैज्ञानिकांच्या (की ज्यात काही सामाजिक शास्त्रज्ञपण सहभागी होते) गटाने व्हिएन्ना विद्यापीठात तत्त्वज्ञानाच्या अनुभवाधिष्ठित परंपरांना पुनर्बळकटी आणण्यासाठी जो गट वा समूह स्थापन केला तो गट 'व्हिएन्ना वर्तुळ' किंवा 'व्हिएन्ना मंडळ' या संज्ञेने संबोधला जातो. या व्हिएन्ना मंडळात मॉरिट्झ शिलिक (Moritz Schilik), रुडोल्फ कार्नेप (Rudolph Carnap), ओटो न्यूरथ (Otto Neurath), कर्ट गॉडेल (Kurt Godel) आणि अन्य तत्त्वज्ञांना सहभागी करून घेतले होते. या व्हिएन्ना मंडळाचे कार्ल पॉपर (Karl Popper) आणि लुडविग विरगनस्टेन, हे जरी सभासद नसले तरी यांच्यावर या मंडळाचा खूप प्रभाव होता. या व्हिएन्ना मंडळाचे तर्कसंगत अनुभवशास्त्रज्ञ आणि प्रत्यक्षवादी तत्त्वज्ञ यांचा इंग्रजी भाषा बोलणाऱ्यांवरही खूप पगडा होता. याचे एक कारण म्हणजे ए. जे. आय्यर यांचे यासंबंधीचे योगदान आणि दुसरे म्हणजे या मंडळाचा दृष्टिकोन आणि रसेल यांचे विचार यांतील जवळीक हे होय. व्हिएन्ना मंडळाच्या सहभागी तत्त्वज्ञानाच्या विचाराचा आधार काही अंशी कॉन्त (Comte) यांचे विचार असले, तरी या सर्व विचारवंतांनी कॉन्त यांचा प्रत्यक्षवाद हा अधिक सुरक्षित प्रत्यक्षवाद असल्याचे स्वीकारले होते. व्हिएन्ना मंडळाचा मध्यवर्ती सिद्धान्त म्हणजे 'पडताळा तत्त्व' होय. यात या मंडळाचे सदस्य असे प्रतिपादन करतात, की फक्त सत्य किंवा विश्वासार्ह ज्ञान हेच केवळ ज्ञान असून ते संवेदनांच्याद्वारे पडताळून पाहता येते. अधिक स्पष्टपणे सांगावयाचे झाल्यास 'वैज्ञानिक ज्ञान' हेच केवळ तर्कसंगत परस्परसंबंधी विधाने व मूलभूत किंवा आधारभूत तथ्याद्वारे तयार केले जाते आणि भाषा हीच एक संवेदना ज्ञात वस्तू आहे. सर्व नसले तरी काही व्हिएन्ना मंडळाचे सभासद हे कॉन्त यांच्या भौतिकशास्त्राच्या पद्धती या सामाजिक शास्त्रात वापराव्यात या प्रकल्पाचे पुरस्कर्ते होते. सारांशरूपात असे म्हणता येईल, की कॉन्त यांच्या प्रत्यक्षवादी तत्त्वज्ञानाला

पाठिंबा देणाऱ्या व्हिएन्ना विद्यापीठातील तत्त्वज्ञानशास्त्रज्ञांचा एक गट म्हणजेच व्हिएन्ना मंडळ होय.

virilocal - (व्हिरि'लोकल) **पितृस्थानीय** : पहा-patrilocal residence-पितृस्थानीय निवासपद्धती.

virtuous cycle - (व्ह'च्र्युअस सा'इकल) **सद्गुणी चक्र** : पहा-vicious cycle or circle-दुष्ट चक्र.

vital statistics - (व्हा'इटल स्टॅटि'स्टिक्स) **महत्त्वपूर्ण किंवा अत्यावश्यक आकडेवारी** : पहा-clemography-लोकसंख्या शास्त्र.

visual sociology - (व्हि'ज्युअल सोशिऑलजी) **दृश्य समाजशास्त्र** : दृश्य मानवशास्त्राप्रमाणेच दृश्य समाजशास्त्राचा उदयदेखील अगदी अलीकडचा आहे. दृश्य समाजशास्त्रात संशोधक संशोधन करताना छायचित्रे, चित्रपट, व्हिडिओ इत्यादी साधनांचा वापर करून घटनांना दृश्य स्वरूपात सादर करतो. याशिवाय काही प्रतिमा, काही प्रतीके, काही चिन्हे यांचाही वापर करून अमूर्त बाबींना दृश्य स्वरूपात सादर केले जाते. संस्कृतीच्या समाजशास्त्रीय अध्ययनात या प्रकारच्या साधनांचा वापर केला जातो. उदा. सांस्कृतिक प्रथात्मक कार्यक्रमांचे शब्दांत वर्णन करण्याऐवजी त्या कार्यक्रमाचे चित्रीकरण करून तो लोकांना दाखविला तर अधिक भावते व चटकन आकलन होते. आजचे अनेक समाजशास्त्रज्ञ या तंत्राचा वापर करतात. १९८९ साली डग्लस हार्पर (Douglas Harper) यांचा ग्रंथ 'समाजशास्त्रातील नवीन तंत्रशास्त्र' (New Technology in Sociology) हा दृश्य समाजशास्त्राचे प्रतीक होय.

volunterism - (व्हाॅलन्टरिझम) **ऐच्छिकतावाद किंवा स्वेच्छावाद** : असा कोणताही सिद्धान्त की ज्यात सामाजिक क्रियेत निर्णायक घटक म्हणून वैयक्तिक उद्देश, संधी, निर्णय इत्यादी गोष्टी अंतर्भूत असल्याचे गृहीतांच्या आधाराने प्राक्कथन केले जाणे म्हणजे 'ऐच्छिकतावाद' किंवा 'स्वेच्छावाद' होय. ऐच्छिकतावादाच्या विरोधातील ध्रुव म्हणून निर्धारणवादाचा (Determinism)चा उल्लेख केला जातो. परंतु बऱ्याच वेळा समाजशास्त्रात या विचाराचा स्वीकार केला जातो, की समाजशास्त्रीय सिद्धान्तात ऐच्छिकतावाद आणि निर्धारणवाद या दोन्ही घटकांचा समावेश करणे योग्य ठरेल. मार्क्स यांचा संरचनात्मक निर्धारणवाद एकीकडे, तर पार्सन्स यांच्या क्रियासिद्धान्ताद्वारे विशद करण्यात आलेला

ऐच्छिकतावाद दुसरीकडे असे असूनही दोघांनाही समाजशास्त्रात तितकेच महत्त्वाचे मानतात.

voluntary association or voluntary organization - (व्हॉ॑लन्टरी असोसिए॑शन ऑर व्हॉ॑लन्टरी ऑर्गनाइझे॑शन) **ऐच्छिक मंडल किंवा ऐच्छिक संघटना :** अशी कोणतीही संघटना (उदा. राजकीय पक्ष किंवा करमणूक मंडळ) की जेथे सभासदत्व ऐच्छिक असते; एवढेच नाही तर सभासद होण्यासाठी कोणत्याही निश्चित मापदंडाची गरज नसते, त्यासाठी 'ऐच्छिक मंडळ' या संज्ञेचा वापर केला जातो. १९८६ साली पिकव्हान्स (Pickvance) यांनी असे प्रतिपादन केले होते की, ऐच्छिक संघटना, सामाजिक संरचनात्मक दृष्टिकोनातून संस्था नाहीत. त्यांनी या ऐच्छिक मंडळाची किंवा संघटनेची पुढील चार वैशिष्ट्ये विशद केली आहेत– १. व्यापारी नसलेली संघटना. २. या संघटना सार्वजनिक संघटना या अर्थाने असल्याने त्यातील प्रवेश सर्वांना खुले आहे. ३. या संघटना औपचारिक घटना बनवून तयार केल्या जातात. ४. या संघटनेचे काही नियम असले तरी या संघटना अवैधानिक, अ-स्थापित स्वरूपाच्या असतात.

आज अमेरिकादी सर्व राष्ट्रांत लोकशाहीच्या स्थिरतेचे जतन करण्यासाठी ऐच्छिक संघटना अत्यावश्यक समजल्या जातात. ∎

wage-push inflation - (वेज-पुश इन्फ्ले'शन) **वेतनाधारित चलनवाढ :** चलनवाढ म्हणजे जीवनावश्यक वस्तूंच्या किमतीत भरमसाठ वाढ होणे होय. सर्वसाधारणपणे पूर्वी ज्या वस्तूंच्या खरेदीसाठी जेवढा पैसा द्यावा लागत होता; त्याच्यापेक्षा कितीतरी जास्त पैसा तेवढ्याच वस्तूंच्या खरेदीसाठी जेव्हा द्यावा लागतो तेव्हा चलनवाढ झाली, असे म्हणतात. काही तज्ज्ञांच्या मते, चलनवाढीचा संबंध वेतनाशीही आहे. चलनफुगवटा करणारा महत्त्वाचा घटक आहे वेतन. कामगारांचे वेतन व कामगारांची क्रयशक्ती यांचा परस्परसंबंध असून चलनवाढीमुळे कामगारांची क्रयशक्ती कमी होते. त्यातून महागाईभत्तावाढ व त्यातून पुढे वेतनवाढ हे चक्र सुरू होते. वेतन हे चलनफुगवटा घडवून आणणारे एक साधन असून त्यासाठी ही संज्ञा वापरतात.

war or warfare - (वॉर ऑर वॉ'रफेअर) **युद्ध किंवा लढाई :** दोन गटांतील व विशेषत: दोन राष्ट्रांतील सैन्यातील हिंसात्मक संघर्ष म्हणजे युद्ध होय. काही अन्य तज्ज्ञांच्या मते, दोन वर्गांतील संघर्ष, जो हिंसात्मकच असला पाहिजे असे नाही. तरीपण जो संघर्ष समाजजीवन विस्कळीत करतो, त्यासही युद्ध या संज्ञेने संबोधावे. समाजशास्त्रज्ञ युद्धाचा अभ्यास एक विघटनात्मक सामाजिक प्रक्रिया म्हणून करतात. समाजशास्त्रज्ञांच्या मते, युद्ध म्हणजे एक प्रकारचा सामाजिक संघर्ष होय. त्यामुळे समाजशास्त्रज्ञ युद्धाचा अभ्यास करताना इतिहासकारांप्रमाणे युद्ध कोण जिंकले, युद्धात कोणत्या राष्ट्रांचे किती सैनिक कामी आले याचा विचार न करता युद्धामुळे दोन्ही राष्ट्रांतील समाजजीवनावर कसा विपरीत परिणाम झाला, किती प्रदेश, किती कुटुंबे उद्ध्वस्त झालीत याच्या अध्ययनावर भर देतात. युद्धात वर्ग संघर्ष, राजनैतिक संघर्ष आंतरराष्ट्रीय संघर्ष इत्यादींचा समावेश होतो.

we-feeling - (वी-फी'लिंग) **आत्मीयतेची भावना :** प्रा. चार्ल्स हॉर्टन कूले यांनी त्यांच्या 'प्राथमिक गट' या संकल्पनेवर चर्चा करताना प्राथमिक गटाचे सर्वांत प्रभेदक वैशिष्ट्य म्हणून आत्मीयतेच्या भावनेचा उल्लेख केला होता. प्राथमिक गटातील संबंध हे समोरासमोरचे व अत्यंत सहकार्याचे असतात. कूले यांच्या मते, कुटुंब हा सर्वोत्तम प्राथमिक गट होय. कुटुंबातील सर्व सभासदांचे संबंध हे अत्यंत आपुलकीचे, नि:स्वार्थी स्वरूपाचे व मानवाच्या मूलभूत भावनांवर आधारलेले असतात. अशा संबंधांना कूले यांनी आत्मीयतेचे संबंध म्हटले असून त्यावर आधारित भावनांना 'आत्मीयतेची भावना' या संज्ञेने संबोधले होते.

welfare state - (वे'ल्फेअर स्टेट) **कल्याणकारी राज्य :** राज्यातल्या नागरिकांना विविध सुविधा आणि विविध सामाजिक सेवा पुरविण्याची तरतूद करणारे, त्यांत सुधारणा करणारे राज्य हे 'कल्याणकारी राज्य' म्हणून ओळखले जाते. फ्रान्सचा त्या वेळचा अधिपती नेपोलियन (तिसरा) यांनी १९ व्या शतकाच्या मध्याला आखलेली काही धोरणे 'कल्याणकारी राज्य' या संकल्पनेला साजेशी होती. त्यानंतर १९ व्या शतकाच्या अखेरीस जर्मनीचा प्रमुख बिस्मार्क यांनी आखलेली धोरणे कल्याणकारी राज्य संकल्पनेला पाठिंबा देणारी होती. खऱ्या अर्थाने कल्याणकारी राज्याची संकल्पना प्रत्यक्षात आणली ती दुसऱ्या महायुद्धानंतर इंग्लंडने. १९४५ साली इंग्लंडमधील मजूर पक्षाने चारपदरी कल्याणकारी योजना आखली त्याची रूपरेषा पुढीलप्रमाणे- १. राष्ट्रीय आरोग्याचे रक्षण करण्यासाठी मोफत औषधोपचार, चष्मे व दाताच्या कवळ्या देण्यास प्रारंभ केला. २. बेकारांसाठी व आजाऱ्यांसाठी मोफत विमा योजना, प्रसूतीकाळात स्त्रियांना रजा व वृद्धांना निवृत्तिवेतन योजना सुरू केल्या होत्या. ३. समाजातील सर्व वृद्ध व्यक्ती, आजारी, अपंग, अनाथ मुले व विधवा यांना आर्थिक मदत व निवासाच्या सोयी करण्यात आल्या. ४. बालकांसाठी अनेक योजना आखून गरीब विद्यार्थ्यांच्या शिक्षणाची सोय केली.

या पार्श्वभूमीवर टी. डब्ल्यू. केट यांनी कल्याणकारी राज्य म्हणजे असे राज्य की जे आपल्या नागरिकांना विविध सुविधा उपलब्ध करून देते, या शब्दांत कल्याणकारी राज्याची व्याख्या केली होती. भारतापुरता विचार करावयाचा झाल्यास स्वातंत्र्यप्राप्तीनंतर लगेचच भारताने कल्याणकारी राज्याची संकल्पना स्वीकारली होती. भारतीय राज्यघटनेच्या ३८,३९ आणि ४१ व्या कलमात कल्याणकारी राज्याच्या संकल्पनेच्या पूर्ततेसाठी केलेल्या तरतुदींची नोंद आहे.

welfare rights - (वे'ल्फेअर राइट्स) **कल्याणकारी हक्क :** 'कल्याणकारी हक्क' म्हणजे असे हक्क ज्यामध्ये सामाजिक कल्याणाच्या सर्व सुविधा पुरविण्याची कायदेशीर तरतूद करणे होय. काही तज्ज्ञांच्या मते, मानवी हक्कांचा एक प्रकार म्हणजे कल्याणकारी हक्क होय. तर अन्य काही तज्ज्ञांच्या मते, कल्याणकारी हक्कांचा समावेश मानवाच्या मूलभूत हक्कांत करण्याची गरज आहे. कल्याणकारी हक्काला पाठिंबा देणारे तज्ज्ञ विद्वान असा विवाद करतात, की जर कल्याणकारी हक्काला कायद्याचे बळ दिले की मग कल्याणकारी सुविधा नागरिकांना पुरविणे ही सरकारची कायदेशीर जबाबदारी राहणार आहे, सरकारची मर्जी नव्हे. काही तज्ज्ञांना मात्र असे वाटते की कल्याणकारी कार्यांचा समावेश जर कल्याणकारी हक्कांत केला तर या हक्कांचाही दुरुपयोग होऊन काही समाजकंटक त्याचाही फायदा उचलतील म्हणून हे हक्क ऐच्छिकच राहावे. असे असले तर काही राष्ट्रांनी मात्र कल्याणकारी हक्कांची कायदेशीर तरतूद करून ती पुरविण्याची जबाबदारी सरकारकडे सोपविली आहे.

white collar crime - (व्हाइट कॉ'लर क्राईम) **पांढरपेशी गुन्हा :** स्वत:च्या व्यवसायाच्या कारकिर्दीत समाजात मानसन्मान व उच्च दर्जा असलेल्या व्यक्ती जेव्हा गुन्हा करतात तेव्हा त्यासाठी 'पांढरपेशी गुन्हा' ही संज्ञा वापरतात. पांढरपेशी गुन्हेगाराची ही व्याख्या एड्विन एच. सुदरलँड (Edwin H. Sutherland) यांनी १९४९ साली लिहिलेल्या 'पांढरपेशी गुन्हा' (White Collar Crime) संशोधनपर ग्रंथात केली होती. सुदरलँड यांनी सुव्यवस्थितपणे पांढरपेशा गुन्हेगारी क्षेत्राचे समजाशास्त्रीय दृष्टिकोनातून अभिरुचिपूर्ण विश्लेषण केले होते. त्यांच्या मते, गुन्हेगारी प्रवृत्ती ही केवळ कामगार वर्गातच सापडते असे नाही, तर अनेक उच्चभ्रू लोकांतही ती आढळून येते. काही तज्ज्ञांच्या मते, पांढरपेशे गुन्हे हे छुपे गुन्हे असतात. यात राजकीय नेते, उच्चभ्रू प्रशासकीय अधिकारी, आर्थिक व्यवसायातील दलाल, बांधकाम क्षेत्रातील मोठे व्यावसायिक, शेअर दलाल इत्यादी व्यक्ती सफाईदारपणे गुन्हे करून नामानिराळे राहतात. मूत्रपिंडासारख्या मानवी अवयवांचा अवैध व्यापार करणारे वैद्यकीय क्षेत्रातील तज्ज्ञ, प्रश्नपत्रिका फोडून त्यातून हजारो रुपये कमविणारे लोक हे सर्व सभ्यतेचा बुरखा घालून गुन्हेगारी करतात.

white-collar worker - (व्हाइट कॉ'लर व'र्कर) **पांढरपेशा कामगार किंवा बुद्धिजीवी कामगार :** 'पांढरपेशा कामगार' म्हणजे श्रमावर उपजीविका न करणारा कामगार होय. 'पांढरपेशा कामगार' ही संज्ञा सर्वसाधारणपणे सापेक्षत: कनिष्ठ दर्जाच्या पदावर (पण कष्टाचे काम न करणाऱ्या) कर्मचाऱ्यांसाठी वापरली

जाते. या कामगारांचा पोशाख त्यांना श्रमजीवी कामगारांपासून वेगळे करतो. कनिष्ठ तंत्रज्ञ, कनिष्ठ लिपिक, इत्यादींचा समावेश पांढरपेशा वर्गात केला जाते. उद्योगक्षेत्रात श्रमजीवी व बुद्धिजीवी असे वर्गीकरण अधिक स्पष्टपणे निदर्शनास येते.

wife battering or wife beating - (वाईफ बॅटरिंग ऑर वाईफ बीटिंग) **बायकोला मारणे किंवा बायकोला मारहाण करणे :** ही संज्ञा समाजशास्त्रात, नवरा वा जोडीदार प्रत्यक्षपणे बायकोला शिवीगाळ करून शारीरिक मारहाण करतो, तेव्हा त्यासाठी वापरतात. जगातील बहुसंख्य देशांत पुरुष हा स्त्रीपेक्षा श्रेष्ठ आहे, शारीरिक दृष्टीने बळकट आहे या विचाराचा पगडा आहे. त्यास मिळालेली सांस्कृतिक मान्यता यामुळे पत्नीला मारहाण करण्याचे प्रसंग घडत असले तरी पोलिसांकडे तक्रार करण्याची प्रवृत्ती फारशी नसते. परंतु स्त्रीचळवळीमुळे केवळ अमेरिकेतच नव्हे तर सर्वत्र स्त्रिया त्यांच्या पतीकडून होणाऱ्या छळाबद्दल, मारहाणीबद्दल पोलिसांकडे तक्रार करण्यासाठी पुढे येत आहेत ही चांगली गोष्ट आहे. भारतात पतीकडून पत्नीला होणारी मारहाणच नव्हे, तर स्त्री-अत्याचार हा दखलपात्र गुन्हा ठरविल्यामुळे पोलिसांना या संदर्भातील स्त्रियांनी केलेल्या तक्रारीची दखल घ्यावीच लागते.

witchcraft and sorcery - (विचक्राफ्ट अँड सॉरसरी) **चेटूक आणि जादूविद्या :** चेटूक आणि जादूविद्या म्हणजे आपली उद्दिष्टे साध्य करण्यासाठी सामाजिक दृष्टीने अमान्य असलेल्या जादूचा वापर करण्याचा प्रयत्न करणे होय. अर्थात यामुळे बळीला (ज्यावर जादूविद्या केली जाते ती व्यक्ती) इजा होऊ शकते. 'विचक्राफ्ट' आणि 'सॉरसरी' या दोन्ही संज्ञा बऱ्याच वेळा समान अर्थाने वापरल्या जात असल्या तरी त्यांत काही भेदही आहेत.

इ.सन १९३७ साली इव्हान्स प्रिटचर्ड (Evans Pritchard) यांच्या मतानुसार 'विचक्राफ्ट' या संज्ञेत जादूची शक्ती जादूगारात असते आणि ती संपूर्ण व्यक्तीला व्यापून टाकते, असे चित्र रंगविले जाते तर 'सॉरसरी' या संज्ञेत ह्या जादूच्या शक्ती शिकता येतात व त्या सर्वसामान्यपणे अधिक विशेष स्वरूपाच्या असतात.

जादूविद्या व चेटूक हे प्रामुख्याने आधुनिकपूर्व समाजात आढळतात. आदिवासी समाज व उद्योगपूर्व समाज यांत जादूविद्या व चेटूक यांचा वापर सामाजिक ताण व सामाजिक संघर्ष प्रकट करण्याची यंत्रणा म्हणून केला जातो. १९७० साली मार्विक (Marwick) यांनी व्यक्त केलेल्या मतानुसार जादूविद्येचा

प्रयोग करण्याचा दोषारोप हा एखाद्या दुर्दैवी घटना घडण्याच्या संदर्भात केला जातो आणि ज्यांना कोणाला दुर्दैवाचा सामना करावा लागतो त्यांच्यावर जादूचे प्रयोग केले जातात.

आजही अप्रगत राष्ट्रांत धर्माचा प्रभाव असलेल्या राष्ट्रांत अपवादात्मक स्वरूपात जादूविद्येचा वापर काही प्रसंगांत केला जातो.

women headed family - (विमेन हेडेड फॅमिली) **स्त्री-प्रमुख कुटुंब :** घरकुलाचे प्रमुखत्व पुरुषाऐवजी स्त्रियांकडे असणाऱ्या कुटुंबासाठी ही संज्ञा वापरली जाते. 'स्त्री-प्रमुख कुटुंब' ही संज्ञा प्रामुख्याने कृषी अर्थव्यवस्था असलेल्या तिसऱ्या जगातील राष्ट्रांसाठी वापरली जाते की जेथे पितृसत्ताक कुटुंबपरंपरा अस्तित्वात आहे. या ठिकाणी या विशिष्ट प्रकारच्या कुटुंबात प्रामुख्याने गरिबीची समस्या व प्रतिकूलतेची समस्या उपस्थित असतात. स्त्री-प्रमुख कुटुंबाचा उगम हा वैधव्य, पतीने घराचा त्याग केल्यामुळे किंवा स्त्रीशी घटस्फोट घेतल्यामुळे किंवा घरातील कुटुंबप्रमुख पुरुषाने स्थलांतर केल्यामुळे इत्यादी घटकांत सामावलेला आहे.

women liberation movement - (विमेन लिबरेशन मूव्हमेन्ट) **स्त्री-मुक्ती चळवळ :** स्त्री-मुक्ती चळवळ बहुपैलू असलेली, पाश्चिमात्य स्त्रीवाद्यांनी १९६० पासून वारंवार वाढत्या प्रमाणात लढविलेली चळवळ होय. अमेरिकेत नागरी हक्क चळवळीचा स्त्रीवादी कार्यकर्त्यांना जो अनुभव मिळाला त्यातून त्यांना स्त्रियांना जो कनिष्ठ दर्जा प्रदान केला जातो त्याविरुद्ध संघर्षात्मक आंदोलन छेडण्याची प्रेरणा मिळाली. सुरुवातीच्या स्त्रियांच्या चळवळीपेक्षा आजची स्त्री-मुक्ती चळवळ ही 'जे जे वैयक्तिक ते ते राजकीय' (Personal is Political) या विचारावर अधिक भर देत असून त्याच आधारावर सर्व सिद्धान्त व व्यवहार झाले पाहिजेत या विचाराला अधिक प्राधान्य देते.

तसेच आजची स्त्रीवादी चळवळ अनेक विचारधारा असलेली आणि श्रेणीविरहित लवचीक संरचित आणि जटिल तत्त्वांचा अभाव असलेली आहे. स्त्री चळवळीचा कोणी नेता नसतो आणि विविध सामाजिक संदर्भात स्त्रियांचे जे शोषण होते त्या विरोधात स्त्री-मुक्ती चळवळ उभी केली जाते.

स्त्री-मुक्ती चळवळीच्या संज्ञेचे क्षुद्रीकरण (Trivialization) करण्याचा प्रयत्न पाश्चिमात्य प्रसारमाध्यमांनी केल्यामुळे बऱ्याच स्त्रीवादी विचारवंतांनी नंतर 'स्त्रियांची चळवळ' ही संज्ञा वापरण्यास प्रारंभ केला.

जगातल्या सर्वच राष्ट्रांत पितृसत्ताक कुटुंबपरंपरेचा पगडा असल्यामुळे स्त्रियांना त्यांचे हक्क मिळविण्यासाठी लढा द्यावा लागला. हा लढा 'स्त्री-मुक्ती चळवळ' म्हणून ओळखला जातो.

women studies - (वि'मेन स्ट'डिज) **स्त्री अध्ययन :** 'स्त्री अध्ययन' हा एक बहुशाखीय दृष्टिकोन असून त्यात पूर्वीच्या आणि आजच्या अशा दोन्ही पितृसत्ताक समाजांतील स्त्रियांच्या दर्जाचे आणि अनुभवांचे विश्लेषण आणि आकलन करणे समाविष्ट आहे. १९६० पासून प्रारंभ झालेल्या स्त्री-मुक्ती चळवळीसमवेतच स्त्री अध्ययन कार्यक्रमाचा विकास आणि विस्तार होऊन युरोप–अमेरिकेतील उच्च शिक्षणात स्त्री अध्ययनक्षेत्राची वृद्धी झाली. या स्त्री अध्ययनात प्रामुख्याने स्त्रीवादी सिद्धान्त, स्त्रीवादी सिद्धान्ताच्या अध्ययनपद्धती, स्त्री अध्ययन कार्यक्रम यांना स्त्री अध्ययन केंद्रामार्फत अध्ययन करण्यास प्राधान्य दिले जाते. समाजशास्त्रासहित सर्व पारंपरिक ज्ञानशाखांत स्त्रियांच्या प्रतिमांना ज्या चुकीच्या पद्धतीने सादर केले जात होते ते बदलण्याचे आव्हान स्त्रीवादी अभ्यासकांच्या समोर होते. स्त्री अध्ययनाच्या अभ्यासक्रमाला आकार देण्यात मानव्यशास्त्रे, नैसर्गिक शास्त्रे, सामाजिक शास्त्रे यांतील स्त्रीवादी विचारवंतांनी महत्त्वाची भूमिका बजावली होती. या संदर्भात थोडक्यात असे म्हणता येईल, की स्त्रियांच्या समस्या, त्यांचा कनिष्ठ दर्जा, त्यांच्यावर होणारे अत्याचार, त्यांचे मातृत्व आणि पत्नीत्व इत्यादी संदर्भात विश्लेषणात्मक अध्ययन स्त्री विचारवंतांनी स्त्रीवादी दृष्टिकोनातून करून त्यासंबंधी सिद्धान्त मांडणे इत्यादी सर्व बाबींचा अभ्यास स्त्री अध्ययन कार्यकक्षेत येतो. भारतातही अनेक विद्यापीठांत स्वतंत्र 'स्त्री अध्ययन केंद्रे' स्थापन करून गेल्या दोन दशकांत त्यांस प्रोत्साहन दिल्याचे दिसते.

work - (वर्क) **काम :** पहा–sociology of work–कामाचे समाजशास्त्र.

work situation - (वर्क सिच्युए'शन) **कामाची परिस्थिती :** कामाच्या ठिकाणी प्रवेश केल्यावर कामगारांना ज्या सामाजिक संबंधांचा सामना करावा लागतो त्यासाठी 'कामाची परिस्थिती' ही संज्ञा वापरतात. लॉकवूड यांनी १९५८, १९६६ साली आणि गोल्डथॉर्पे व लॉकवूड यांनी संयुक्तपणे १९६८ साली जी अध्ययने केली; त्यांत व्यक्तीच्या सामाजिक स्थानांच्या संदर्भात सामाजिक स्तरीकरणाच्या तीन पैलूंचा उल्लेख असून त्या व्यक्तींच्या (किंवा कामगारांच्या) कामावर प्रभाव टाकतात त्यात कामाची परिस्थिती, बाजाराची परिस्थिती व तसेच दर्जा परिस्थिती इत्यादींचा अंतर्भाव होतो. उदा. यात वास्तवता ही आहे

की श्रमिकांपेक्षा पांढरपेशा नोकरवर्ग हा व्यवस्थापकांसमोर खांदे झुकवून वागतो, याचे कारण म्हणजे त्यांच्यामध्ये श्रमिकांपेक्षा वेगळ्या वर्गजाणिवा आणि राजकीय अभिवृत्ती असतात. या सर्व विवेचनाचा मथितार्थ असा की श्रमिक वर्ग व पांढरपेशा वर्ग यांच्या कामाच्या परिस्थिती वेगवेगळ्या असतात व त्या श्रमिक वर्गापेक्षा पांढरपेशा वर्गाला अनुकूल असतात.

working class - (व॑र्किंग क्लास) **कामगार वर्ग :** श्रमिक वर्गासाठी प्रामुख्याने ही संज्ञा वापरली जाते. श्रमिक वर्ग काम करताना त्यांच्या बुद्धीचा वापर करण्याऐवजी हाताचा वापर करतात. या दृष्टीने विचार करता ब्रिटनमध्ये कामगार वर्गाची लोकसंख्या विसाव्या शतकात हलके हलके कमीकमी होत आहे. परंतु यातून एक प्रश्न अस्तित्वात येतो की यासाठी दैनंदिन कार्यपूर्ततेच्या उद्देशाने पांढरपेशा वर्गातील कर्मचाऱ्यांना कामगार वर्गात समाविष्ट करावे काय? 'कामगार वर्ग' या संज्ञेचा दुसरा अर्थ असा की, कनिष्ठ वर्गातील असे सर्व नोकर की ज्यांना वेतन व पगार दिला जातो, पण जे उत्पादनसाधनांचे मालकही नाहीत व नियंत्रकही नाहीत. या दुसऱ्या विचारानुसार सर्व पगारदार किंवा वेतनधारी नोकर कामगार वर्गाच्या लोकसंख्येचा एक भाग बनतात.

working class conservatism - (व॑र्किंग क्लास कॉन्ज॑र्व्हटिझम) **कामगार वर्गातील रूढिप्रियता वा कर्मठता :** ही संज्ञा ब्रिटनपुरतीच मर्यादित आहे. या संज्ञेचा अर्थ असा की, श्रमिक वर्गातील जे कामगार ब्रिटनमधील सार्वत्रिक निवडणुकीत मजूर पक्षाला मतदान करण्याऐवजी कर्मठ रूढिप्रिय अशा हुजूर पक्षाला (Conservative Party) मतदान करतात; तसेच हुजूर पक्षाला अनुकूल अशी अभिवृत्ती बाळगतात त्या सर्व कामगारांसाठी या संज्ञेचा वापर केला जातो. काही वेळेला हे कामगार तऱ्हेवाईकपणे कामगार हितसंबंधाच्या विरोधात वर्तन करतात.

world system - (व॑र्ल्ड सि॑स्टिम) **जागतिक व्यवस्था :** 'जागतिक व्यवस्था' ही संकल्पना आधुनिक सामाजिक जगाचे चित्र रेखाटताना त्यात जगातील परस्परदुवा सांधलेल्या आंतरराष्ट्रीय श्रमविभाजनात समाविष्ट झालेल्या सर्व कामगारांचा अंतर्भाव करताना ही व्यवस्था कोणत्या एका राजकीय पक्षाच्या नियंत्रणाखाली नसते व ती स्वतंत्र असते. वालेरस्टेन (Wallerstein) या शास्त्रज्ञाने हा दृष्टिकोन विकसित केला असून त्याचा मोठ्या प्रमाणात उदय अमेरिकेत झाल्याचे दिसून येते. यातील प्रमुख संकल्पना १६ व्या शतकात भांडवलशाही जगाने निर्माण

करून संपूर्ण जगाचे दोन भागांत विभाजन केले. केंद्र वा मध्यबिंदू व परीघ वा आंशिक परीघ यावर असलेले जग. केंद्रस्थानी असलेल्या जगात सर्वसाधारणपणे विकसित व आर्थिक व अन्य क्षेत्रात प्रबळ असलेली राष्ट्रे समाविष्ट होतात. परिघावरील जगात मोठ्या प्रमाणात तिसऱ्या जगातील राष्ट्रे अंतर्भूत होतात, की जी आर्थिकदृष्ट्या गरीब व राजकीय दृष्ट्या दुर्बळ असतात. त्यामुळे त्यांना पहिल्या जगाच्या राष्ट्रांवर अवलंबून राहावे लागते. तर तिसऱ्या जगात श्रमिक स्वस्तात मिळतात व ते मुक्त असल्याने पहिल्या जगातील राष्ट्रांना त्यासाठी तिसऱ्या जगावर अवलंबून राहावे लागते. पहिले व तिसरे जग यांच्या परस्परसंबंधांची व्यवस्था म्हणजे जागतिक व्यवस्था होय.

∎

xenocentrism - (झेनो'से'न्टरिझम) **परकीयांचे केंद्रीकरण :** कोणत्याही देशांतील शहराचा व विशेषत: महानगराचा असा निवासी विभाग, की जेथे परकीय नागरिकांचे किंवा रहिवाशांचे केंद्रीकरण झाले आहे.

xenophobia - (झेनो'फोबिया) **परकीयांबद्दल भीती :** काही नागरिकांमध्ये परकीय लोकांबद्दल आत्यंतिक वैराची किंवा भीतीची भावना असते. काही आदिवासींच्या दृष्टीने आदिवासी नसलेले नागरिक हे एक प्रकारे परकीय असून, त्यांचा ते जसा द्वेष करतात तसेच त्यांच्याबद्दल त्यांच्या मनात प्रचंड भीती असते, म्हणून त्यांच्या संपर्कापासून ते स्वत:ला जाणीवपूर्वक दूर ठेवतात. यालाच परकीयांबद्दल भीती म्हटले जाते.

youth culture - (यूथ क ल्चर) **युवा संस्कृती :** समाजातील तरुणांभोवती विकसित झालेली तरुणांची उपसंस्कृतिनिदर्शक वैशिष्ट्ये असलेली सामाजिक वर्गीकरणात्मक परिस्थिती म्हणजे 'युवा संस्कृती' होय. या युवा संस्कृतीची प्रमुख वैशिष्ट्ये खालीलप्रमाणे-

अ. नवाळी (fashions) आणि अभिरुची यांतील अद्वितीयता. या अद्वितीयतेत संगीत व पोशाख यांचा समावेश होतो.

ब. सामाजिक संबंध कुटुंबाऐवजी हे मैत्रीपूर्ण संबंध आणि समवयस्क (same age group) गटाभोवती गुंफलेले असतात.

क. कामाऐवजी फुरसतीत सापेक्षत: केंद्रित झालेली सांस्कृतिक व्यवस्था.

ड. जीवनशैलीत प्रौढ मूल्य आणि वैयक्तिक अनुभवाधिष्ठितता यांना आव्हान देण्याची क्षमता.

ई. फुरसतीच्या कालावधीतील अभिरुची आणि एकूण वर्तन यांत वर्गविरहिततेच्या मात्रांचे प्रमाण किती हे महत्त्वाचे ठरते.

प्रौढ आणि तरुण यांच्यातील भेद जरी स्पष्ट असले, तरी युवा संस्कृती ही एकात्मतेपासून खूप दूर आहे. परंतु ही युवा संस्कृती ही लिंगभाव आणि वांशिकता, तसेच वर्ग व शिक्षण यांद्वारे विभाजित झाली असून प्रत्येकाची स्वतंत्र सांस्कृतिक स्थिती आहे.

आधुनिक समाजातील युवा संस्कृतीच्या अद्वितीयत्वाचा उदय हा प्रसारमाध्यमे आणि त्यांचा वाढता प्रभाव यांच्याशी संबंधित आहे. या सर्व प्रसारमाध्यमांनी तरुणांसाठी सांस्कृतिक उत्पादनासाठी नवीन बाजारपेठा निर्माण करण्याचे उद्दिष्ट

डोळ्यासमोर ठेवले आहे. या युवा संस्कृतीत संगणक गप्पा, संगणक मैत्री, रिमिक्स, पॉप संगीत, रेव्ह पाट्र्या इत्यादींचा समावेश होतो.

youth unemployment - (यूथ अनएम्प्लॉयमेन्ट) **युवा बेकारी : ** युवा बेकारी हा बेकारीचा विशिष्ट प्रकार होय. हा बेकारीचा प्रकार प्रामुख्याने १९७० ते १९८० च्या कालखंडात अस्तित्वात होता. तज्ज्ञांच्या मते, शिक्षण संपल्यानंतर ते प्रत्यक्ष नोकरी लागेपर्यंतचा जो कालखंड आहे, त्यास 'युवा बेकारी' या संज्ञेने संबोधले जाते. युवा बेकारी ही वरील कालखंडात ब्रिटनमध्येच नव्हे तर सर्व पाश्चिमात्य जगतात मोठ्या प्रमाणात वाढत होती. समाजशास्त्रज्ञ बेकारीकडे, विशिष्ट सामाजिक गटांच्या परिणामापेक्षा संरचनात्मक किंवा संस्थात्मक घटक म्हणून पाहतात.

youth unrest - (यूथ अनरे'स्ट) **युवा असंतोष : ** 'युवा असंतोष' हा युवकांमधील सामाजिक वर्गाच्या आधुनिक काळातील वेगळ्या वर्गाचा असंतोष होय. युवा हा भावी समाजाचा आधारस्तंभ असतो. त्याच्या प्रश्नांची सोडवणूक झाली नाही तर त्यांच्यात असंतोष भडकतो. तरुणांमध्ये असंतोष भडकण्याचे सर्वांत महत्त्वाचे कारण म्हणजे त्यांची बेरोजगारी. तरुणांचे प्रश्न सोडविण्यातील राजकीय निष्क्रियताही बऱ्याच वेळा तरुणांच्या आंदोलनाला कारणीभूत ठरते. उदा. इंडोनेशियातील विद्यार्थ्यांच्या आंदोलनामुळे किंवा असंतोषामुळे तेथील सरकारला सत्तात्याग करावा लागला. याशिवाय तरुणांच्या असंतोषाचे आणखी एक कारण म्हणजे जुन्या-नव्या पिढीतील आंतरपिढीय मतभेदांतून तरुणांत असंतोषाचा भडका उडतो. शिक्षणक्षेत्रात विद्यार्थी-शिक्षक मतभेद, तर नोकरशाहीच्या क्षेत्रात तरुण आणि वृद्ध नोकर किंवा नवे व जुने नोकर यांतील मतभेदांतून संघर्षाची वा असंतोषाची बीजे रोवली जातात. जुन्या व नव्या पिढीतील संबंधातून तरुणांमध्ये जो असंतोष निर्माण होतो, त्यासाठी पुढील पाच कारणे कारणीभूत आहेत- १. तरुणांमध्ये ही भावना आहे की मोठी माणसे त्यांच्यावर अधिकार गाजवितात. २. तरुणांना असे वाटते की ते त्यांच्या मातापित्यांहून सांस्कृतिकदृष्ट्या अधिक प्रगत आहेत. ३. तरुणांना असे वाटते की मोठी माणसे त्यांच्या व्यक्तिमत्त्वावर गदा आणतात. ४. त्यांच्या मते, तरुणांना पाहिजे त्या मार्गाने त्यांच्या गरजा पूर्ण करण्यास मोठ्यांची मान्यता नसते. ५. सामाजिक प्रथा वा धार्मिक श्रद्धा यांकडे पाहण्याची दोघांची वेगळी वेगळी अभिवृत्ती इत्यादी.

youth welfare - (यूथ वे'ल्फेअर) **युवा कल्याण :** सर्वसामान्यपणे जगातील बहुसंख्य राष्ट्रांत १५ ते ३५ वयोगटांतील व्यक्तींना तरुण म्हणून समजले जाते. एकूण लोकसंख्येच्या सर्वसाधारणपणे ३५ ते ४० % लोकसंख्या तरुण असते. एवढेच नव्हे तर ही लोकसंख्या ताकदवान व क्रियाशील लोकसंख्या असते. १९८१ च्या आकडेवारीनुसार भारतातील १५ह्न३५ वयोगटातील लोकसंख्येचे प्रमाण ३३.५% एवढे होते; तर १९८४ साली अमेरिकेत हे प्रमाण ३४.३०% एवढे होते. म्हणून या युवा लोकसंख्येच्या कल्याणाकडे अधिक लक्ष देण्याची गरज आहे. युवा कल्याणाचा विचार करता त्यांना चांगले शिक्षण व प्रशिक्षण, रोजगाराच्या योग्य संधींची उपलब्धता, या वयोगटातील स्त्रियांनाही शिक्षणाची व रोजगाराची समानसंधी, त्यांना त्यांच्या व्यक्तिमत्त्वाचा विकास करता यावा म्हणून विविध सामाजिक गटांची निर्मिती इत्यादी बाबींचा अंतर्भाव युवा कल्याण कार्यक्रमात येतो. युवकांच्या क्रियाशीलतेला वाव मिळावा म्हणून युवा महोत्सव, युवा संमेलने आयोजित करणे याअंतर्गत येते.

yule's q - (युलेज क्यू) **युले यांचा क्यू :** मोजमापनाची ही पद्धत जी.व्ही. युले या गणितशास्त्रज्ञाने शोधून काढली होती. त्यांच्या मते, साहचर्याचे गुणक (coefficient of association) मापन करण्याची सोप्यात सोपी मापनपद्धती म्हणजे युले यांची क्यू (Q) पद्धती होय. ही मापनपद्धती अशा रीतीने आराखडित केली आहे की ज्यात गुणात्मक चलाच्या जोडीतील साहचर्याची मात्रा (degree of association) प्रतिबिंबित होईल. ही पद्धती २ X २ या पद्धतीच्या मापन सारिणीत सुव्यवस्थित बांधली आहे. युले यांनी त्यांच्या बहुवर्गीय विद्यार्थ्यांच्या, साहचर्याचे, अगोदरच अनुमानित केलेल्या संवेदनांच्या आत्मसातीकरणाचे आणि कारण व परिणाम यांतील संबंधांच्या द्विविध चलाचे मापन केले होते. यात त्यांनी विद्यार्थ्यांचे 'मुले' आणि 'मुली' असे एकीकडे विभाजन केले; तर दुसरीकडे त्यांच्या वर्तनप्रवृत्तीचे 'समाजमान्य वर्तन' व 'विपथगामी वर्तन' असे दोन भागांत विभाजन केले व त्याचे खालील तक्त्यात दर्शविल्याप्रमाणे मापन केले. युले यांनी या २ X २ सारिणीचे (म्हणजे तक्त्याचे) मापन करताना पुढील सूत्र वापरले होते.

$$\text{क्यू} = \frac{\text{अड} - \text{बक}}{\text{अड} + \text{बक}}$$

लिंगभावानुसार विपथगामी विद्यार्थी

↓ निकष →	मुलगे	मुली	एकूण ↓
विपथगामी विपथगामी नसलेले	२० (अ) ३० (क)	0 (ब) ५० (ड)	२० (अब) ८० (कड)
एकूण →	५० (अक)	५० (बड)	१००

वरील सूत्रानुसार पहिल्या तक्त्यातील आकड्यांची दुसऱ्या तक्त्यानुसार मांडणी केली तर ती खालीलप्रमाणे येते–

$$\text{क्यू} = \frac{(20 \times 50) - (30 \times 0)}{(20 \times 50) + (30 \times 0)}$$

$$= \frac{1000 - 0}{1000 + 0}$$

$$= 1$$

या प्रकारे अन्य घटकांचा वापर करून क्यूची (Q) किंमत वा मूल्य निर्धारित केले जाते.

z.scores - (झेड स्कोअर्स) **झेड गुण :** झेड गुण (z.scores) हा प्रमाणगुणाचाच एक विशिष्ट प्रकार आहे. मध्यापासून गुणसंख्येच्या विचलनाला प्रमाणविचलनाने भागले असता जे गुण येतात किंवा मिळतात त्यांना झेड गुण (z.scores) किंवा (standard deviation) मानक विचलन म्हणतात. झेड गुण (z.scores) काढण्यासाठी खालील सूत्र वापरतात–

Z score - X - M/δ (X म्हणजे प्राप्त गुण व M म्हणजे विभाजनाचा मध्य व विभाजनाचे मानक विचलन होय.)

जमा केलेली माहिती वरील सूत्रात गुंफल्यास झेड गुण (z.scores) प्राप्त होतात.

zionism - (झि'ओनिझम) **ज्यू-वाद :** ज्यू-वाद ही एक राजकीय चळवळ असून या चळवळीचा उद्देश पॅलेस्टाइनमध्ये ज्यूं-साठी नैसर्गिक स्वदेशीगृह (Hअ

omeland) स्थापन करणे व त्यास पाठिंबा देणे हा होता.

zone - (झोन) **विभाग :** कोणत्याही गावातील किंवा शहरातील असे कोणतेही क्षेत्र, की जे विशिष्ट कार्यासाठी किंवा विशिष्ट वैशिष्ट्यांसाठी राखीव ठेवले जाते. या विभागाची निर्मिती नियोजनबद्ध असते किंवा नसतेही. उदा. शहर औद्योगिक विकास क्षेत्र, विशेष आर्थिक विभाग, विशिष्ट व्यापार, शैक्षणिक किंवा गृहनिर्माण विभाग इत्यादी.

zone of transition - (झोन ऑफ ट्रान्झि'शन) **संक्रमणाचे विभाग :** संक्रमणाचे विभाग हा शहराचा असा विभाग असतो, की ज्यात नागरी परिसर दृष्टिकोनानुसार त्या त्या विभागाच्या सीमा निर्धारित केल्या जातात. काही तज्ज्ञांच्या मते, कोणत्याही शहराची सामाजिक आर्थिक जडणघडण सातत्याने बदलत असते.

कारण नगरवृद्धी आणि पुनर्स्थानिकीकरणाची प्रक्रिया ही स्थलांतरितांच्या (सामाजिक-आर्थिक) पातळीवर तसेच सामाजिक बहुजिनसीपणावर, निवासाच्या बहुव्यावसायिकीकरणावर आणि सामाजिक समस्यांच्या नोंदणीच्या उच्च पातळीवर (उदा. मानसिक आजार, गुन्हेगारी, मद्याधीनता) आधारित असते. (उदा. गरीब लोक, शहरात प्रवेश करणारे नवोदित आणि आर्थिक स्थिती बरी असणारे लोक शहराच्या उपनगरात वास्तव्यासाठी जातात.) सामाजिक समस्यांच्या निर्मितीची योगायोगाची बाब अशी की घरांची कमतरता व त्यातून विस्तारित होणारी झोपडपट्ट्यांची क्षेत्रे याचा परिणाम म्हणून बऱ्याच सरकारांनी सुरू केलेली 'झोपडपट्टी निर्मूलन योजना' आणि सर्वांना सामावून घेऊ शकेल अशी 'गृहनिर्माण योजना' यांमुळे शहरांच्या विभागात सतत वाढ होत राहते. कालांतराने प्रत्येक उपनगर हे स्वतंत्र शहर बनते व त्याचीही वरील प्रकाराने वृद्धी होते. ग्रामीण व अन्य परिसरांतून शहरात स्थलांतरित होणाऱ्या लोकांच्या लोंढ्यामुळे शहरी विभागाचे स्वरूप अस्थिर बनले, त्यासाठी वरील संज्ञा वापरतात.

संदर्भग्रंथ सूची

Abraham M. Francis, Modern Sociological Theory : An Introduction, Oxford University Press, New Delhi, 13th Ed., 2006.

Agrawal S. N., India's Population Problem, Tata Mcgraw Hill Publisher's house, New Delhi, 1985.

Ahuja Ram, Society in India, Rawat Publications, Jaipur, 1999.

Ahuja Ram, Indian Social System, Rawat Publications, Jaipur, Reprint 2003.

Ahuja Ram, Indian Social Problems, Rawat Publications, Jaipur, Reprint 2003.

Ahuja Ram, Criminology, Rawat Publications, Jaipur, Reprint 2000.

Atkinson Dict., Orthodox Consensus and Radical Alternative, Heinemann Educational Books, London, 1972.

Bhende Asha and Kanitkar Tara, Principles of Population Studies, Himalaya Publishing House, 5th Ed. 1992.

Bose Ashish, Population of India, D. K. Publishers and Distributors, New Delhi, 1991.

Chatterji Rabindranath, Modern Economics, H. Chatterji and Company, Kolkatta, 1952.

Chitamber J. B., Introductory Rural Sociology, Wiley Eastern Private Ltd., New Delhi, 1973.

Cohen Albert K., Deviance and Control, Prentice- Hall of India Pvt. Ltd., New Delhi, 1969.

Cohen Lillian, Statistical Method for Social Scientists, Prentice- Hall of India Pvt. Ltd., New Delhi, 1963.

Coser Lewis A., Masters of Sociological Thought, Rawat Publications, Jaipur, Reprint 2004.

Collins Randall, Theoretical Sociology, Rawat Publications, Jaipur, Reprint 2004.

Cooper Joseph B. and Mc.Gaugh James L., Integrating Principles of Social Psychology, S. Chand and Co., New Delhi, 1970.

Doshi S. L., Modernity, Post- modernity and Neo-Sociological Theories, Rawat Publications, Jaipur, 2003.

Doshi S. L., Rural Sociology, Rawat Publications, Jaipur, 2003.

Fairchild H. P. (Ed.), Dictionary of Sociology, Littlefield and Adams and Co. Totawa, New Jersey, Last Ed., 1972.

Goode William J., The Family, Prentice-Hall of India Pvt.Ltd., New Delhi, 1965.

Gordon Marshall (Ed.), Dictionary of Sociology, Oxford University Press, New Delhi, 4th Ed., 2007.

Ghosh Alok, Indian Economy, World Press Pvt. Ltd., Kolkatta, 1957.

Halpern Joel M., The Changing Village Community, Prentice - Hall of India Pvt. Ltd., New Delhi, 1969.

Heer David M., Society and Population, Prentice - Hall of India Pvt. Ltd., New Delhi, 1969.

Herskovits Melville J., Cultural Anthropology, Oxford and IBH Publishing Co., New Delhi, 1974.

Inkeles Alex, What is Sociology ?, Prentice- Hall of India Pvt. Ltd., New Delhi, 1965.

Ed. Jary David and Jary Julia, Collins Dictionary of Sociology, Harper Collins Publishers, Glasgow, 1995.

Johnson Harry M., Sociology, An Systematic Introduction, Allied Publishers Pvt. Ltd., 1973.

Krench David, Cruchfield, Richard M., and Egerton L., Ballachey, Individual in Society, Tata Mcgraw Hill Publishing Co., Mumbai, 1962.

Kulkarni P. K., Survey Report on 'Caste Attitude Amongst College Students', Marathwada University Journal (Social Science), Vol. XV-XVI, 1976-77.

Kuppuswamy B., Elements of Social Psychology, Vikas Publishing House New Delhi, 1972.

Madan G. R., Indian Social Problems, Allied Publisher Pvt. Ltd., Mumbai, 1966.

Mathew K. M. (Ed.), Manorama Year Book 2008, Malayala Manorama Press, Kohayam, 2008.

Mahajan V. D., Recent Political Thought, Premier Publishing Co., New Delhi, 1963.

Mills Theodore M., The Sociology of Small Groups, Prentice-Hall of India Pvt. Ltd., New Delhi, 1965.

Moore William E., Social Change, Prentice-Hall of India Pvt. Ltd., New Delhi, 1969.

Moore William E., The Impact of Industry, Prentice-Hall of India Pvt. Ltd., New Delhi, 1969.

Mukherjee R. N., A History of Social Thought, Saraswati Sadan, Mussoorie, 1964.

Misra S. K. and Puri V. K., Indian Economy, Himalaya Publishing House, Bombay, 2nd Ed., 1984.

Michael Anderson, Sociology of the Family, C. Nicholls and Co. Ltd., 1973.

Mueller John H. and Schuessler Karl F., Statistical Reasoning in Sociology, Oxford and IBH Publishing House, New Delhi, 1985.

Nagla B. K., Indian Sociological Thought, Rawat Publications, Jaipur, 2008.

Nachmias David and Nachmias Chava, Research Methods in Social Sciences, St. Martin's Press, New York, 1981.

O'Dea Thomas F., Sociology of Religion, Prentice - Hall of India Pvt Ltd., New Delhi, 1969.

Paranjape N. V., Criminology and Penology, Central Law Publications, Allahabad 14th Ed., 2009.

Parsons Talcott, The Social System, Amerind Publishing Co. Pvt. Ltd., New Delhi, 1972.

Pascual Gisbert S. J., Fundamentals of Industrial Sociology, Tata Mcgraw Hill Publishing Co., Mumbai, 1972.

Quinn James A., Urban Sociology, Eurasia Publishing House (Pvt) Ltd., New Delhi, 1967.

Rao M. S. A. (Ed.), Social Movement in India, Manohar Publishers and Distributors, New Delhi, Reprint 2008.

Ritzer George, Sociological Theory, Mcgraw Hill Co. New York, 1996.

Sachdeva D. R., Social Welfare Administration in India, Kitab Mahal, Allahabad, 1998.

Sharma R. N., Indian Social Problems, Media Promoters Publishers, Mumbai, 1999.

Sharma R. N. and Sharma R. K., Introductory Industrial Sociology, Media Promoters Publishers, Mumbai, 1983.

Shah Ghanashyam, Social Movements in India, Sage Publications, New Delhi, 1990.

Shrivastava O. S., A Text book of Demography, Vikas Publishing House Pvt. Ltd., New Delhi, 1983.

Sirohi J. P. S., Criminology and Penology, Allahabad Law Agency, Faridabad, 6th Ed., 2007.

Stammer Otto, Max Weber and Sociological Theory, Oxford, Basil Blaokwell, 1971.

Thio Alex, Sociology : An Introduction, Harper and Row Publishers, New York, 1985.

Tumin Melvin M., Social Stratification, Prentice - Hall of India Pvt. Ltd., New Delhi, 1969.

Turner Jonathan H., The Structure of Sociological Theory, Rawat Publications, Jaipur, Reprint 2002.

Wallace R. C. and Wallace D. W., Sociology, Allyn and Bacon Co. Boston, 1989.

William Katherine S., Text book on Criminology, Oxford U'sity Press, Printed in India by Sai Printo pack, New Delhi, 2002.

Yogendra Singh, Indian Society, Vistaar Publications, New Delhi, 1986.

Yogendra Singh, Modernization of Indian Traditions, Rawat Publications, Jaipur, Reprint 1999.

अवचार स्मिता, समाजशास्त्र परिभाषा कोश, मैत्र प्रकाशन, औरंगाबाद, २००८.

ओक शशांक, औद्योगिक लोकशाही, कॉन्टिनेन्टल प्रकाशन, पुणे, १९८६.

कविमंडल विजय, विकासाचे अर्थशास्त्र आणि नियोजन, श्री. मंगेश प्रकाशन, नागपूर, १९८४.

कविमंडल विजय, आर्थिक विचारांचा विकास, श्री. मंगेश प्रकाशन, नागपूर, १९९१.

काचोळे डी. डी. व कुलकर्णी पी. के., सामाजिक मानसशास्त्र, कैलास प्रकाशन, औरंगाबाद, १९८४.

काचोळे डी. डी. व कुलकर्णी पी. के., सामाजिक संस्था, कैलास प्रकाशन, द्वितीय आवृत्ती, औरंगाबाद, १९९४.

काचोळे डी. डी. व कुलकर्णी पी. के., भारतीय सामाजिक संरचना, कैलास प्रकाशन, द्वितीय आवृत्ती, औरंगाबाद, १९९५.

काळदाते सुधा व गायकवाड शंकर, वैद्यकीय समाजशास्त्र, श्री. लक्ष्मी प्रकाशन, औरंगाबाद, १९९३.

अनु. काळदाते सुधा व कुलकर्णी पी. के., समाजशास्त्र परिचय भाग–१, के'सागर प्रकाशन, पुणे, २००७.

कुलकर्णी पी. के., उद्योगाचे समाजशास्त्र, श्री. मंगेश प्रकाशन, नागपूर, १९९३.

कुलकर्णी पी. के. व गंदेवार एस. एन., सामाजिक संस्था व सामाजिक गट, विद्याभारती प्रकाशन, लातूर, १९९७.

कुलकर्णी पी. के. व गंदेवार एस. एन., समाजशास्त्रातील मूलभूत संकल्पना, विद्याभारती प्रकाशन, लातूर, १९९७.

कुलकर्णी पी. के. व गंदेवार एस. एन., संस्थांचे समाजशास्त्र, विद्या प्रकाशन, नागपूर, १९९७.

कुलकर्णी पी. के., भारतातील धर्म, विद्याभारती प्रकाशन, लातूर, द्वितीय आवृत्ती २००१.

कुलकर्णी पी. के., प्रगत समाजशास्त्रीय सिद्धान्त, श्री. मंगेश प्रकाशन, नागपूर, १९९७.

कुलकर्णी पी. के., सामाजिक विचारप्रवाह, श्री. मंगेश प्रकाशन, चौथी आवृत्ती, नागपूर, २००८.

कुलकर्णी पी. के., सामान्य समाजशास्त्र, श्री. मंगेश प्रकाशन, नागपूर, २०००.

कुलकर्णी पी. के., समाजशास्त्रातील सैद्धान्तिक दृष्टिकोन, श्री. मंगेश प्रकाशन, नागपूर, २००६.

कुलकर्णी पी. के., भारतातील सामाजिक समस्या, विद्या प्रकाशन, नागपूर, १९९८.

कुलकर्णी पी. के., ग्रामीण व नागरी समाजशास्त्र परिचय, विद्या प्रकाशन, नागपूर, २००६.

कुलकर्णी पी. के., आरोग्य आणि समाज, डायमंड पब्लिकेशन्स, पुणे, २००८.

कुलकर्णी शौनक, संस्कृती : निसर्ग व जीवनशैली, डायमंड पब्लिकेशन्स, पुणे, २००८.

खडसे भा. कि., समाजशास्त्र : मूलभूत संकल्पना, श्री. मंगेश प्रकाशन, नागपूर, १९९७.

गंदेवार एस. एन., भारतीय सामाजिक समस्या, विद्याभारती प्रकाशन, लातूर, २००४.

गोरे सु. दा. व कुलकर्णी शिल्पा, औद्योगिक समाजशास्त्र, डायमंड पब्लिकेशन्स, पुणे, २००६.

घाटोळे रा. ना., सामाजिक मानसशास्त्र, श्री. मंगेश प्रकाशन, नागपूर, १९९८.

जोशी बी. आर. (संपा.), सामाजिक शास्त्रातील संज्ञा सिद्धान्तांचा कोश : समाजशास्त्र व मानवशास्त्र, डायमंड पब्लिकेशन्स, पुणे, २००८.

जोशी व्ही. के. व कुलकर्णी पी. के., भारतीय समाज, श्री. लक्ष्मी प्रकाशन, औरंगाबाद, १९९५.

टांकसाळे प्राजक्ता, व्यावसायिक समाजकार्य पद्धत : व्यक्तिसह कार्य, श्री. मंगेश प्रकाशन, नागपूर, २००३.

नाडगोंडे गुरुनाथ, सामाजिक आंदोलने, कॉन्टिनेन्टल प्रकाशन, पुणे, १९८६.

पलसाने म. न. व तळवलकर विद्या, सामाजिक मानसशास्त्र, कॉन्टिनेन्टल प्रकाशन, पुणे, २०००.

पाटील वा. भा., संशोधनपद्धती, प्रशांत प्रकाशन, जळगाव, २००६.

पंडित र. वि., सामाजिक मानसशास्त्र प्रवेश, विद्या प्रकाशन, नागपूर, १९६७.

माने माणिक, भारतीय समाज, विद्या प्रकाशन, नागपूर, २०१०.

लाखे चं. वा., सामुदायिक विकास आणि विस्तारकार्याची मूलतत्त्वे, श्री. मंगेश प्रकाशन, नागपूर, १९९५.

डॉ. रानडे सुभाष व साठ्ये भा. वि., शारीरक्रिया विज्ञान, अनमोल प्रकाशन, पुणे, चौथी आवृत्ती, १९९३.

अनु. वष्ट ब. ल., आयुर्वेद आणि आधुनिक वैद्यक, कॉन्टिनेन्टल प्रकाशन, पुणे, १९९३.

आगलावे प्रदीप, सामाजिक संशोधनपद्धती, श्री. साईनाथ प्रकाशन, नागपूर, २००७.